HƯỚNG ĐẾN 400 NĂM
VĂN HỌC CÔNG GIÁO VIỆT NAM
(1632 - 2032)

Bản quyền tác phẩm

HƯỚNG ĐẾN 400 NĂM VĂN HỌC CÔNG GIÁO VIỆT NAM (1632 - 2032) - QUYỂN I

LM. TRĂNG THẬP TỰ Chủ biên

thuộc TỦ SÁCH NƯỚC MẶN (thuộc Giáo phận Quy Nhơn)

116 Trần Hưng Đạo, Quy Nhơn, Vietnam
Phone: +84 98 756 67 35
E-mail: tusachnuocman1618@gmail.com
Website: tusachnuocman.com
Facebook: facebook.com/tusachnuocman/

Chịu trách nhiệm phát hành tại hải ngoại:
Nhà xuất bản SỐNG:
Ông Vũ Đình Trọng - vudinhtrong@gmail.com
Ông Phạm Hùng Nghị - hungnghi@gmail.com

ISBN: 979-8-3496-5205-9

LM. TRĂNG THẬP TỰ Chủ biên

Với sự giúp đỡ đặc biệt của

Pgs. Ts. NGUYỄN HỮU SƠN - Pgs. Ts. VÕ VĂN NHƠN

Nv. Micae BÙI CÔNG THUẤN, và Nnc. Phaolô NGUYỄN VY KHANH

HƯỚNG ĐẾN 400 NĂM VĂN HỌC CÔNG GIÁO VIỆT NAM (1632 - 2032)

QUYỂN I

TỦ SÁCH NƯỚC MẶN 1618

91 - VĂN CHƯƠNG

GIỚI THIỆU TỔNG QUÁT

Bộ sách gồm ba quyển.
Mục lục tổng quát tiếp đây giúp độc giả có cái nhìn toàn cảnh về 400 năm Văn học Công giáo.

QUYỂN I

giới thiệu sự phát triển từ đầu tới hết thế kỷ XIX.

QUYỂN II

giới thiệu bước tiến trong thế kỷ XX.

QUYỂN III

giới thiệu bước tiến đầu thế kỷ XXI,
Văn học Công giáo Việt Nam hải ngoại
và viễn cảnh hướng đến chào mừng kỷ niệm
400 năm Văn học Công giáo vào năm 2032.

(Xem mục lục chung cuối quyển này)

MỤC LỤC

MỤC LỤC QUYỂN II

5. NHỚ 1908, TUẦN BÁO *NAM KỲ ĐỊA PHẬN*

MỤC LỤC QUYỂN III

8. VĂN HỌC CÔNG GIÁO VIỆT NAM HẢI NGOẠI

9. NHỚ 2005, VĂN HỌC NỐI MẠNG

THƯ ĐỨC GIÁM MỤC QUI NHƠN GỬI CÁC TÁC GIẢ BỘ SƯU TẬP HƯỚNG ĐẾN 400 NĂM VĂN HỌC CÔNG GIÁO VIỆT NAM

Kính thưa quý tác giả,

Hầu hết các tôn giáo lớn tại Việt Nam đều du nhập từ nước ngoài, nhưng qua thời gian đã từng bước hội nhập vào nền văn hóa Việt Nam và làm cho nó trở nên ngày càng thêm phong phú. Kitô giáo nói chung và Công giáo nói riêng là tôn giáo lớn đã được du nhập vào Việt Nam chậm hơn so với các tôn giáo khác, nhưng ít ra cũng đã hơn 400 năm nếu tính mốc từ ngày các thừa sai dòng Tên cập bến Cửa Hàn năm 1615 và bắt đầu một công cuộc truyền giáo chính thức và có tổ chức.

Gần một nửa của thiên niên kỷ thứ II trôi qua kéo theo biết bao biến cố chính trị xã hội trên đất nước chúng ta, đã làm cho nền văn hóa Việt Nam có một bộ mặt như chúng ta thấy ngày hôm nay, trong đó có sự đóng góp không thể phủ nhận của đạo Công giáo. Mặc dù cụm từ "hội nhập văn hóa" là một thuật ngữ tương đối mới, nhưng ý nghĩa của nó luôn gắn liền với công cuộc truyền giáo qua mọi thời, nhằm mục đích làm cho Tin mừng thấm nhập vào nền văn hóa của mỗi dân tộc, đến độ đức tin Kitô giáo trở thành một phần không thể tách rời của nền văn hóa ấy. Công cuộc này được thực hiện qua việc những người loan báo Tin mừng chủ động tiếp cận, tìm hiểu, đón nhận, thanh lọc và hoàn thiện các hình thái văn hóa khác nhau theo tiêu chuẩn Tin mừng, để rồi sau đó sử dụng chúng như những phương tiện hữu hiệu làm cho Tin mừng dễ đi sâu vào lòng người, vào cuộc sống con người và xã hội.

Văn hóa là một thực thể bao trùm và chi phối toàn bộ cuộc sống của con người và xã hội. Theo định nghĩa về văn hóa của UNESCO được thông qua trong bản tuyên bố về những chính sách văn hóa tại Hội nghị quốc tế do UNESCO chủ trì từ ngày 26 tháng 7 đến ngày 06 tháng 8 năm 1982 tại Mêhicô, thì văn hóa là tổng thể những nét riêng biệt tinh thần và vật chất, trí tuệ và xúc cảm quyết định tính cách của một xã hội hay một nhóm người trong xã hội. Như vậy, văn hóa bao gồm nghệ thuật và văn chương, những lối sống, những quyền cơ bản của con người, những hệ thống các giá trị, những tập tục, tín ngưỡng và tôn giáo.

Với tính bao trùm như thế, văn hóa không tồn tại cách cụ thể như một thực thể độc lập, nhưng chỉ có thể hiện diện và được nhận diện qua những thực thể mà nó bao gồm trên đây, trong đó có các tác phẩm văn học. Giữa văn hóa và văn học có sự gắn bó mật thiết và tương quan biện chứng: có thể nói văn học vừa là tấm gương phản ánh văn hóa, vừa làm cho văn hóa trở nên phong phú qua những tác phẩm của nó. Văn học là một thành tố của văn hóa, nhưng là một thành tố cơ bản, bởi lẽ các tác phẩm văn học phản ánh nền văn hóa trên nhiều bình diện, từ phong tục tập quán, lối sống, đến các lễ hội, tín ngưỡng, tôn giáo,...

Đặc biệt, giữa văn học và tôn giáo có mối tương quan gần gũi, không những vì cả hai đều là những thành tố của văn hóa, mà còn vì giữa hai thực thể này có mối quan hệ hỗ tương. Một trong những diễn ngôn kinh điển nhất phát xuất từ tư tưởng Nho học là «văn dĩ tải đạo», nhấn mạnh đến chức năng giáo dục của văn học. Văn học được ví như một «xa khoa», tức một cỗ xe tinh thần có nhiệm vụ chuyên chở và chuyển tải các giá trị đạo đức đến cho con người, trong số đó phải kể đến các giá trị tâm linh của các tôn giáo. Về phần mình, các tôn giáo cũng cung cấp cho văn học không những các giá trị tâm linh, siêu việt, để làm chất liệu sáng tác và tạo nên những tác phẩm, mà còn cung cấp cho văn học những nguồn cảm hứng không bao giờ vơi cạn. Trong ý nghĩa ấy, bộ Thánh Kinh của Kitô giáo vừa là một tác phẩm văn học, vừa là một tác phẩm tôn giáo, trong đó các tác giả vừa là những nhà văn và nhà thơ, vừa là những sứ giả của Thiên Chúa với một sứ mệnh rõ ràng mang tính tôn giáo.

Cũng như Phật giáo, Khổng giáo, Đạo giáo, sau khi du nhập vào Việt Nam đã để lại những dấu vết trong nền văn học nước nhà, Công giáo mặc dù đến sau nhưng qua hàng mấy trăm năm chắc chắn cũng đã để lại những dấu vết riêng của mình. Phải chăng đã đến lúc cần phải suy tư, tìm kiếm và tổng hợp những dấu vết ấy để vẽ nên một bức tranh về một nền văn học Công giáo Việt Nam? Và phải bắt đầu từ đâu? Thao thức trước vấn đề này, linh mục Võ Tá Khánh, bút danh Trăng Thập Tự, trưởng ban Văn hóa Giáo phận Qui Nhơn, đã có sáng kiến mời gọi quý tác giả cùng tham gia nghiên cứu và chia sẻ kinh nghiệm về vấn đề này, từ đó hình thành quyển sách có tựa đề *HƯỚNG ĐẾN 400 NĂM VĂN HỌC CÔNG GIÁO VIỆT NAM (1632-2032).*

Qua các bài nghiên cứu và chứng từ được thu tập trong quyển sách này, chúng tôi nhận thấy quý tác giả là những người có nhiều thao thức về văn học nước nhà, cách riêng về văn học Công giáo Việt Nam trong quá khứ, hiện tại và tương lai. Làm thế nào để khám phá và đánh giá đúng mức về những tác phẩm Công giáo trong quá khứ, từ đó có thể khẳng định rằng nền văn học Công giáo đã thực sự tồn tại và đang phát triển đúng hướng, trong bối cảnh rộng lớn của nền văn học dân tộc vốn đã có một truyền thống lâu đời và phong phú?

Những bài viết của quý tác giả được sưu tập trong quyển sách này mặc dù đã ra đời trong những thời điểm và hoàn cảnh khác nhau, nhưng tất cả đều chất chứa một tâm trạng chung, là làm sao để ghi lại những suy nghĩ và những cảm nghiệm về một cái gì đó rất quan trọng đang hình thành, bằng những nét tuy còn chấm phá nhưng rất thật và rất đáng quan tâm, đó là một nền văn học Công giáo đang từng bước hình thành và phát triển, mà hơn ai hết quý tác giả là những người thợ thu hình vừa "có tâm" vừa "có tầm", bởi lẽ không phải ai cũng có thể làm được điều đó, hoặc có nhiều người muốn làm nhưng không làm được.

Đọc xong các bài viết của quý tác giả, người ta có cảm nghiệm như một làn sương mờ buổi sớm đang dần tan biến để lộ ra một buổi sáng tinh khôi le lói ánh bình minh. Những tia sáng mà quý vị cống hiến trong tác phẩm này cho dù rất riêng tư vì chúng thuộc miền cảm nghiệm, nhưng lại có khả năng cống hiến cho mọi người một cảm giác nao nao về một cái gì đó rất tuyệt vời đang đến. Đó có thể là sự xuất hiện của những công trình biên soạn công phu mang tính tổng hợp và có giá trị trong một tương lai gần về văn học Công giáo Việt Nam với một chỗ đứng vững chắc trên nền văn học nước nhà. Mong thay!

Chúng tôi rất trân trọng những đóng góp của quý tác giả trong quyển sách này và muốn bày tỏ tâm tình biết ơn đối với quý vị. Kính chúc quý vị dồi dào sức khỏe và ngày càng có thêm những đóng góp mới cho tiền đồ của văn học Công giáo Việt Nam.

Qui Nhơn, ngày 04 tháng 11 năm 2021

+Matthêô Nguyễn Văn Khôi
Giám mục Giáo phận Qui Nhơn

Giám mục Giuse Nguyễn Năng

** Sinh năm: 1953 tại Ninh Bình, Tu học tại Xuân Lộc, linh mục 1990, Tiến sĩ Thần học Tín lý tại Rôma. Giám đốc Đại chủng viện Xuân Lộc. Năm 2009, được Tòa Thánh bổ nhiệm làm giám mục chính tòa Giáo phận Phát Diệm. Cuối năm 2019, được bổ nhiệm làm Tổng giám mục Tổng giáo phận Sài Gòn. Là Phó Chủ tịch Hội đồng Giám mục Việt Nam (2016-2022)*

** Email: gsnang@gmail.com*

THƯ KHÍCH LỆ

CỦA ĐỨC TỔNG GIÁM MỤC GIUSE NGUYỄN NĂNG

Cuối tháng Giêng năm 2022, phiên bản PDF mừng Xuân Nhâm Dần của quyển này được gửi kính tặng một số bậc vị vọng trong Giáo hội Công giáo Việt Nam. Với niềm tri ân quý Đức Giám mục đã hồi đáp khích lệ, chúng tôi xin ghi lại đây lá thư tiêu biểu, thư của Đức Tổng giám mục Giuse Nguyễn Năng, hồi đáp đến Lm. Trăng Thập Tự lúc 15g27 ngày 29/01/2022:

Kính anh,

Cám ơn anh đã tặng món quà hết sức giá trị và ý nghĩa. Sài Gòn mới tĩnh tâm năm xong nên hôm nay mới trả lời thư anh.

Tạ ơn Chúa đã soi sáng, thúc đẩy các cha và anh chị em thực hiện công trình này. Giới Công giáo chúng ta chưa quan tâm đủ đến lãnh vực văn hóa, một phần cũng vì ít người có khả năng, phần khác vì đa số đang bận tâm tới công việc mục vụ hoặc những bổn phận cấp bách hằng ngày. Ít ai dám dấn thân vào lãnh vực hoàn toàn "vô vị lợi" vì không thể có kết quả "ăn ngay". Đang khi đó chính văn hóa mới có thể tạo nên những tương tác với giới trí thức.

Nguyện xin Chúa chúc lành cho công trình cao quí này. "Hạt giống gieo xuống tự nó cứ âm thầm mọc lên, đêm hay ngày, ta ngủ hay thức, đến mùa sẽ tra liềm vào gặt..."

Nguyện xin Chúa trả công bội hậu cho các tác giả.

Kính chúc anh và mọi người năm mới bình an, khỏe mạnh và đầy lửa Thánh Thần.

+ G. Năng

LỜI GIỚI THIỆU

PGS.TS. Nguyễn Hữu Sơn

Định hướng phương pháp tiếp cận và hoạt động nghiên cứu, phê bình văn học Công giáo nói riêng - văn học nói chung - đòi hỏi trước hết ở công việc sưu tầm, hệ thống hóa tư liệu cũng như những tri thức chuyên ngành và liên ngành cốt yếu. Hiện nay, trong vận hội mới của thời đại, dân tộc, đất nước, Công giáo cũng như các tôn giáo khác ngày càng có điều kiện phát triển. Đặt trong bối cảnh khoa học công nghệ thông tin và xu thế xã hội hóa ngày càng cao thì nhiệm vụ tổng kết tư liệu tác giả - tác phẩm cũng ngày càng đặt ra gấp rút, cấp thiết, góp phần phác vẽ lịch sử văn học Công giáo trong tổng thành nền văn học dân tộc, hướng tới phục vụ tín hữu và đại chúng ngày một sâu rộng hơn.

Nhìn lại lịch sử sưu tầm, tuyển chọn, tiếp nhận, xuất bản các tác phẩm văn học Công giáo có thể thấy ba đặc điểm nổi bật sau.

Trước hết, so với các tín ngưỡng thờ cúng tổ tiên và các khuynh hướng tôn giáo, tư tưởng chính trị, xã hội (Nho, Phật, Đạo), Công giáo được du nhập muộn hơn và từng bị các triều đại Lê - Trịnh - Nguyễn kỳ thị, đưa ra chủ trương "Bình Tây sát tả", thậm chí có ý kiến cho rằng chữ Quốc ngữ ra đời là phương tiện, công cụ đồng hành với gót giày thực dân[1]. Trong một thời gian khá dài, đặc biệt trong hoàn cảnh chiến tranh, ngay trong từng làng quê, từng gia đình cũng có sự phân chia chiến tuyến, khiến cho các giá trị nhân văn Công giáo và văn học Công

[1] Xu thế thực dân, xâm chiếm thuộc địa thế kỷ XVIII-XIX diễn ra theo quy luật khắp các châu lục chậm phát triển (Á, Phi, Mỹ Latinh...), hoàn toàn không phải do sự truyền bá ngôn ngữ. Việt Nam dường như là trường hợp hiếm hoi nhờ các nhà truyền giáo đã thành công trong việc Latinh hóa ngôn ngữ dân tộc (Quốc ngữ, tiếng Việt).

giáo chưa được chú ý đúng mức. Kể từ khi đất nước thống nhất và trong xu thế Đổi mới, khơi dậy tinh thần "Kính Chúa yêu nước" thì hoạt động nghiên cứu, sáng tác văn học Công giáo cũng phục hưng, phát triển mạnh mẽ...

PGS.TS. Nguyễn Hữu Sơn

** Sinh: 16-10-1959 tại xã Trường Sơn, h. Lục Nam, t. Bắc Giang.*

** Từng giữ chức Phó Viện trưởng Viện Văn học, Tổng biên tập Tạp chí Nghiên cứu Văn học; Chủ tịch Hội đồng khoa học Viện Văn học.*

** Kiêm nhiệm giảng dạy văn học Việt Nam Cổ - Cận đại, Trường Đại học KHXH & NV - Đại học Quốc gia Hà Nội...*

** Email: <lavson1059@gmail.com>*

Thứ hai, trên cả hai phương diện nghiên cứu và sáng tác, văn học Công giáo đều cần đến nguồn tri thức và phương pháp tiếp cận đặc thù (tâm thế thần học Kitô giáo, kinh sách, giáo lý, lịch sử, văn hóa, liên ngành nhân học...), vừa là một thực thể tôn giáo vừa vận hành trong tương quan xã hội, thời đại, quốc gia, dân tộc[2]. Điều này cũng có nghĩa rằng văn học Công giáo có thể được tiếp cận từ các góc độ đồng đại và lịch đại, văn học sử và phê bình văn học, văn học sử Công giáo chuyên biệt và tổng thành văn học sử dân tộc, đội ngũ tác giả, tác phẩm và thể loại, hệ thống chủ đề và các chủ điểm hình tượng nhân vật, đặc điểm theo vùng miền giáo phận và theo trình độ, nghề nghiệp, lứa tuổi, giới tính...

Thứ ba, do tình hình lưu trữ tư liệu không tốt nên việc triển khai nghiên cứu, phổ cập đại chúng gặp nhiều khó khăn. Vẫn biết hệ thống sách vở Công giáo đặc biệt phong phú, bao gồm cả chữ Hán, chữ Nôm và Quốc ngữ (chưa kể các ngôn ngữ khác), hiện được giữ ở nhiều quốc gia, nhiều thư viện, nhiều giáo phận, chủng viện khác nhau. Trong số này phải kể đến di sản chữ Quốc ngữ từ giai đoạn khởi nguồn (sách chép việc, giảng kinh, thánh tích, biên soạn từ điển) cho đến tiến trình phát triển văn học (truyện các thánh, sáng tác thơ văn, tuồng, truyện thơ, truyện các thánh, du ký, hồi ký, dịch thuật, khảo cứu, nghiên cứu, phê bình...). Có thể nói nhiệm vụ sưu tầm, biên dịch, biên soạn, xuất bản di sản văn học Công giáo vẫn còn là công việc ở phía trước.

Đối với tôi, hứng thú tìm đến văn học Công giáo bắt đầu từ việc làm quen với các bộ kinh sách Cựu ước, Tân ước, so sánh loại truyện

[2] Xác định tương quan các tôn giáo trong quy phạm xã hội, sự vận hành, thích ứng và phát triển tôn giáo theo thời đại, quốc gia, dân tộc. Nhấn mạnh mẫu số chung các giá trị nhân văn và tiến bộ xã hội cho các tôn giáo. Ghi nhận khả năng giao thoa, liên kết, tiếp nhận, chuyển hóa và phát triển giá trị tinh thần giữa các tôn giáo.

Thiền sư thời Lý - Trần với truyện các Thánh, văn du ký về các vùng miền giáo phận, sự hình thành chữ Quốc ngữ và vai trò những Francisco de Pina, Alexandre de Rhodes, Pierre Pigneau de Behaine, Lữ Y Đoan, Philipphê Bỉnh, Huình Tịnh Của, Trương Vĩnh Ký,... cho đến thế hệ văn gia hiện đại Nguyễn Trọng Quản, Sảng Đình Nguyễn Văn Thích, Hàn Mạc Tử, Bàng Bá Lân, Hồ Dzếnh, Kim Định, Thanh Lãng, Võ Long Tê, v.v... Đặt trong tương quan chung, các tác giả trên đã góp phần quyết định cho sự ra đời chữ Quốc ngữ và thúc đẩy nền văn hóa, văn học dân tộc phát triển. Điều này thống nhất với quan điểm lịch sử của Chủ tịch Hồ Chí Minh khi xác định, lý giải, nhấn mạnh cội nguồn tinh thần nhân văn, giá trị đạo đức và tính lý tưởng của các tôn giáo: "Khổng Tử, Giêsu, Mác, Tôn Dật Tiên chẳng có những ưu điểm chung đó sao? Họ đều muốn mưu hạnh phúc cho mọi người, mưu phúc lợi cho xã hội. Nếu hôm nay họ còn sống trên cõi đời này, nếu họ hợp lại một chỗ, tôi tin rằng họ nhất định chung sống với nhau rất hoàn mỹ như những người bạn thân thiết"[3]...

Với ý thức trân trọng di sản văn học Công giáo mà tôi đặc biệt đánh giá cao công trình tuyển chọn, biên soạn, giới thiệu Hướng đến 400 năm Văn học Công giáo Việt Nam của Linh mục GP. Trăng Thập Tự (Võ Tá Khánh) và Mic. Bùi Công Thuấn. Có thể thấy công trình bao quát nguồn tư liệu phong phú, quy tụ từ nhiều loại văn bản, sách báo khác nhau, có ý nghĩa tổng hợp, đại thành. Trên nền tảng hạt nhân bộ môn văn học, công trình mở rộng sưu tập các tác phẩm liên ngành lịch sử, ngôn ngữ và văn hóa học. Trước phức hợp các tác phẩm, nhóm soạn giả đã lựa chọn mô hình cấu trúc đan xen, liên kết, hệ thống hóa ba nhóm vấn đề (Cái nhìn tổng quát - Theo dòng thời gian và 2033 đón chào kỷ niệm 2000 năm ơn cứu rỗi), trong đó đặt cược vào "tính vấn đề" của 9 sự kiện trọng đại làm nên tiến trình lịch sử văn hóa - văn học Công giáo Việt Nam (khởi đầu từ dấu mốc Nhớ Những Bước Dọn Đường và chuyển tiếp bằng sự tiếp nối, phát triển của cuộc cách mạng công nghệ Nhớ 2005, Dũng Lạc dựng niềm tin)... Thêm nữa, việc biên tập, thống nhất tương đối về thể lệ, quy cách hình thức cho cả trăm mục bài được kết tập từ nhiều nguồn tài liệu sách báo khác nhau cũng đòi hỏi tính khoa học, công sức và cả thời gian vật chất nữa.

Xin chân thành cảm tạ các soạn giả đã cho phép tôi phác vẽ mấy dòng giới thiệu sơ khoáng và trân trọng giới thiệu công trình Hướng đến 400 năm Văn học Công giáo Việt Nam cùng bạn đọc gần xa.

Hà Nội, ngày 7 tháng 10 năm 2021
PGS.TS. NGUYỄN HỮU SƠN (Viện Văn học)

---

[3] Huy Thông (Sưu tầm, tuyển chọn) (2004), *Chủ tịch Hồ Chí Minh với đồng bào Công giáo*. Nxb Chính trị Quốc gia, Hà Nội, 352 trang.

MỘT VÀI TÂM TÌNH CHIA SẺ ĐẦU SÁCH

Linh mục Trăng Thập Tự

DUYÊN VÀ NỢ

Quyển sách này không những tiếp nối chủ đề của chuyên san *Nghiên cứu Văn học* số tháng 7-2020 mà còn nhận được cảm hứng và có duyên nợ từ đó.

Tôi quen biết PGS.TS. Nguyễn Hữu Sơn qua những bài thơ của Hàn Mạc Tử bị bỏ quên trên báo *Công luận* được ông tìm thấy mấy năm trước đây. Rồi tháng 8/2019, dịp lên thăm chùa Ông Núi dọn đường cho các bạn, tôi ngồi trong động Tổ sư Lê Bang, gọi điện cho ông:

- Anh Sơn ơi, tôi đang ở tại nơi Hàn Mạc Tử đã viết một số bài thơ anh tìm thấy. Tôi thăm chùa để chuẩn bị tổ chức họp mặt Giải Sáng Tác Cho Tuổi Thơ vào 21/9/2019. Hôm sau 22/9 sẽ đi chơi ở đây. Anh có thể vào dự, chia sẻ với mọi người về khám phá của anh và cùng vãn cảnh chùa chứ?

Vị Tổng biên tập tạp chí *Nghiên cứu Văn học* nhận lời, đồng thời nhắc lại điều đã trao đổi hai tháng trước đó. Tạp chí *Nghiên cứu Văn học* dự tính thực hiện chuyên san *"Văn hóa, văn học Công giáo Việt Nam - Diện mạo và đặc sắc"* nhưng còn thiếu bài. Anh Sơn đề nghị tôi giúp tìm người viết. Tôi đồng ý.

Tôi gửi thư đến khoảng ba mươi địa chỉ mời viết bài với lời trấn an: Dĩ nhiên số trang của Tạp chí có hạn, nhưng những bài lọt sàng sẽ còn có nia. Chúng tôi sẽ thực hiện một quyển sách cùng chủ đề, phát hành không lâu sau đó.

Khi Tạp chí *Nghiên cứu Văn học* phát hành số báo mong đợi vào cuối tháng 7/2020, có 7 bài bị lọt khỏi sổ của chuyên san, thuộc về 5 tác giả. Mấy vị khác đã khởi sự viết nhưng chưa xong bài.

Để sớm thực hiện lời hứa, anh Bùi Công Thuấn và tôi lên chương trình làm một quyển sách khoảng 250 trang khổ A5, với nhóm mươi bài từ tọa đàm năm 2000 tại Huế, mấy bài vừa nói, một số bài do hai anh em chúng tôi viết làm gạch nối và một số bài nữa tìm trên mạng Internet.

Thật không ngờ, chỉ trong thời gian ngắn chúng tôi đã tìm được những bài viết rất hay. Có thể nói, thật lạ lùng, giữa dòng chảy trường giang bất tận của thế giới ảo, Thiên Chúa đã cho chúng tôi vớt lên được những bông hoa tuyệt đẹp, gây cảm tưởng đã có thể kết thành một phác thảo cho lịch sử văn học Công giáo Việt Nam từ những ngày đầu tới nay. Chắc hẳn vẫn còn nhiều bài nghiên cứu rất giá trị mà chúng tôi chưa may mắn gặp được nhưng chỉ ngần này cũng đã quý báu và rất đẹp.

400 NĂM VĂN HỌC CÔNG GIÁO VIỆT NAM

Lạ hơn nữa, khi đem sắp xếp theo thứ tự thời gian, chúng tôi bất ngờ tìm ra được một sự phân định các thời kỳ có lẽ khá ổn thỏa. Trước đây, quyển sách cụ Võ Long Tê chỉ mới triển khai những giai đoạn đầu, bài viết của cụ Phạm Đình Khiêm hồi năm 2000 phân chia một cách ước lệ thành ba thời kỳ: gieo trồng, bồi đắp và nở hoa, rồi quyển "Văn học Công giáo Việt Nam - những chặng đường" của nhà thơ Lê Đình Bảng giải quyết gọn theo con số: thế kỷ XVI-XVII, XVIII-XIX rồi XX...

Khi giới thiệu những nội dung có được cách ngẫu nhiên, chúng tôi thấy cần phải thiết kế một bản đồ lịch sử để giúp người đọc dễ định vị bài viết họ đang đọc. Một số cột mốc đã có sẵn: Sử sách Việt Nam có dựa vào một tư liệu dân gian để ghi chú rằng Kitô giáo đặt chân đến Việt Nam vào năm 1533 tuy nhiên sự kiện được nhắc tới rất mơ hồ, không có chứng liệu lịch sử[1]. Những nguồn sử liệu chính xác cho biết các tu sĩ Dòng Tên đã cập bến Cửa Hàn –Đà Nẵng năm 1615 và năm 1618 đã thành lập cư sở đầu tiên tại Nước Mặn ở Bình Định. Nơi đây, chữ Quốc ngữ ở tình trạng phôi thai đã ra đời. Rồi năm 1632, giáo sĩ Majorica, học chữ Nôm tại Nước Mặn từ năm 1624, đã lập một cơ sở in sách Công giáo chữ Hán và chữ Nôm ở Thăng Long. Mặc dù cơ sở đã bị phá hủy ngay cuối năm ấy, sự hiện diện của cơ sở in ấn này đang được coi là bước khởi đầu cho Văn học Công giáo Việt Nam. Tiếp đó, tác phẩm nổi tiếng của Lm. Lữ Y Đoan, Sấm truyền ca soạn vào năm

[1] Lm. Gioan Võ Đình Đệ, *Thực hư có giáo sĩ I-nê-xu lên truyền giáo ở Đại Việt năm 1533*, trang 177-184 sưu tập này.

1670, vẫn là sách chữ Nôm. Từ tiểu thuyết Truyện Thầy Lazarô Phiền năm 1887 về sau, sách vở Công giáo chủ yếu viết bằng chữ Quốc ngữ mẫu tự Latinh. Thế là khẳng định được hai dòng văn chữ Quốc ngữ Nôm và chữ Quốc ngữ mẫu tự Latinh cùng chảy song song.

Linh mục Trăng Thập Tự

** Tên thật: Gioan Phêrô Võ Tá Khánh, sinh năm 1947, Hà Tĩnh.*
** Linh mục: 20-11-1975, thuộc giáo phận Qui Nhơn.*
** Tác phẩm: Có ai về Cát Minh (thơ), Kinh nguyện và Gia lễ Công giáo, Niềm vui làm con Chúa, Đường tình Chúa đưa ta đi, Phân định để sống đẹp ý Chúa.*
** Chủ biên bộ sưu tập "Có một vườn thơ đạo". Tổ chức Giải truyện ngắn "Viết văn đường trường".*
** Email: <tinmunggiesu@gmail.com>*

Năm 1912 ghi dấu những vở kịch nói và opera đầu tiên ở Việt Nam, với Tuồng Thương khó của Lm. JB. Nguyễn Bá Tòng[2] và Tuồng Giáng sinh của Đức cha Martial Jannin Phước.

Hơn nữa, năm 1933[3], linh mục tác giả Tuồng Thương Khó, người Việt đầu tiên được Tòa thánh bổ nhiệm làm Giám mục, Đức cha JB. Nguyễn Bá Tòng, Phó Đại diện Tông tòa Giáo phận Phát Diệm. Hai năm sau đó, 1935, nhà văn hóa vĩ đại, Lm. Đa Minh Hồ Ngọc Cẩn được bổ nhiệm làm Giám mục Phó Đại diện Tông tòa Giáo phận Bùi Chu. Ngài phát huy phong trào ở đó thành Học hội Ra Khơi với một loạt những tác giả nổi tiếng của văn học Công giáo Việt Nam. Năm 1975, thống nhất đất nước, hoàn cảnh mới đòi hỏi những sáng kiến mục vụ mới. Lm. FX. Nguyễn Xuân Văn khởi sự viết quyển Sứ điệp tình thương, một trường ca dài gấp ba Truyện Kiều và là một kiệt tác văn chương xứng đáng làm cột mốc cho Văn học Công giáo. Tiếp đó, năm 1980, thư chung Hội đồng Giám mục Việt Nam khi đưa ra định hướng "Sống Phúc Âm giữa lòng dân tộc để phục vụ hạnh phúc của đồng bào", cũng mở ra cho văn học Công giáo nẻo đường nhập cuộc.

Thế rồi kỹ thuật số đi vào đời sống của mọi người. Các trang mạng Công giáo đua nhau chen chân vào thế giới ảo, nhưng hầu hết chỉ là thông tin thời sự hoặc nghiêng về giáo huấn thuần túy. Phải đợi đến đầu năm 2005, mới có một trang mạng ra đời cho mục tiêu văn

---

[2] Lê Thanh Hiền, *Thương Khó, vở kịch nói và vở opera đầu tiên ở Việt Nam?*, https://nhandan.vn/di-san/thuong-kho-vo-kich-noi-va-vo-opera-dau-tien-o-viet-nam-594749/ Thứ Sáu, 17-12-2004, 09:18

[3] Năm 1933 là năm đại toàn xá kính mừng 19 thế kỷ sự kiện Chúa Giêsu Kitô chết và sống lại để cứu chuộc nhân loại. Tòa thánh bổ nhiệm vị Giám mục người Việt cùng với bao nhiêu vị ở các nước khác là để mừng năm đại toàn xá hoàn vũ.

học, nhằm quy tụ các tác giả và tác phẩm để phát huy văn thơ, học thuật Công giáo, Mạng Lưới Dũng Lạc. Chỉ được hơn 5 năm, người xướng xuất là Lm. Anrê Dũng Lạc Trần Cao Tường về với Chúa. Trang Mạng Lưới Dũng Lạc tàn lụi, dù vậy, nó vẫn xứng đáng là cột mốc đánh dấu khúc quanh tiến vào Văn học thời kỹ thuật số.

Đó là lai lịch các cột mốc trong "bản đồ định vị", chúng tôi mong được nêu lên để các nhà chuyên môn và độc giả cùng xem xét.

Lịch sử ấy cũng không thể kết thúc bằng hôm kia, hôm qua hay hôm nay nhưng cần hướng đến một tương lai gợi hứng. Cái tương lai gần trước mắt là thời điểm kỷ niệm 400 năm kể từ năm 1632, vào năm 2032. Đây sẽ là năm dọn đường liền trước năm 2033, sẽ là năm thánh kỷ niệm tròn 2000 năm kể từ năm 33 công nguyên, là năm Chúa Cứu Thế chết và sống lại để cứu chuộc nhân loại. Kỷ niệm 400 năm Văn học Công giáo Việt Nam đi liền trước kỷ niệm 2000 năm ơn cứu rỗi, như thể Gioan Tiền Hô đi trước một bước để dọn đường cho Đấng Cứu Thế. Sự việc rất tình cờ này thật ra cũng đầy tính quan phòng để nhắc lại vai trò ngôn sứ của văn học nghệ thuật trong đại cuộc loan báo Tin mừng.

LỜI TRI ÂN

Tới đây, chúng tôi xin chân thành cám ơn quý tác giả có bài trong quyển này. Xin nghiêng mình tưởng niệm những vị đã khuất. Xin thân ái kính chào những anh chị em hiện đang bước trên đường dương thế, cả những anh chị em ngoài Kitô giáo và những anh chị em đồng đạo, những vị chúng tôi đã vinh dự được gặp mặt, được trao đổi qua điện thoại hoặc thư từ và những vị chưa bắt được liên lạc. Xin thay lời những độc giả quan tâm đến văn hóa và văn học Công giáo, chân thành cám ơn những đóng góp rất đáng giá của quý vị. Chúng tôi ước mong đón nhận được nhiều đóng góp khác của quý vị để có thể sớm thực hiện những sưu tập mới. Xin vui lòng liên lạc với chúng tôi qua email: <thoconggiao@gmail.com>.

Cách riêng, chúng tôi rất cảm kích trước tấm lòng ưu ái của Đức cha Matthêô Nguyễn Văn Khôi, Giám mục Giáo phận Qui Nhơn. Đức Cha đã đích thân đọc, giúp phát hiện các sai sót, đóng góp nhiều ý kiến quý giá về tựa sách, bố cục, nội dung và cách trình bày các bài viết. Một lần nữa, chúng con xin chân thành cám ơn Đức Cha. Sự quan tâm của Đức cha là một nguồn an ủi và động viên lớn cho những anh chị em làm mục vụ văn hóa và văn học.

Xin cám ơn Viện Văn học thuộc Viện Hàn lâm Khoa học Xã hội Việt Nam, đặc biệt là PGS.TS. Nguyễn Hữu Sơn đã có sáng kiến thực hiện Tạp chí *Nghiên cứu Văn học* số tháng 7 năm 2020 với chuyên đề: *"Văn hóa, văn học Công giáo Việt Nam - Diện mạo và đặc sắc"*.

Chuyên san này thật là một sự kiện đáng nhớ, mở đường cho việc nghiên cứu rộng rãi về văn hóa và văn học Công giáo Việt Nam. Chúng tôi còn phải cám ơn PGS. TS. đã truyền cảm hứng, chia sẻ kinh nghiệm và đồng hành với chúng tôi trong việc thực hiện sưu tập này.

HƯỚNG ĐẾN CÁC ANH CHỊ EM CẦM BÚT TRẺ TUỔI

Chúng tôi hy vọng công việc có tính chắp vá này sẽ gợi hứng và tạo điều kiện để các thế hệ Kitô hữu trẻ tiếp nối việc nghiên cứu, đồng thời cũng có cảm hứng dành thêm thời giờ rèn luyện câu văn và ngọn bút, tiếp nối những bước chân của người xưa trên muôn nẻo Tin mừng.

Mong sao bạn trẻ sẽ càng lúc càng quan tâm và thích thú khám phá văn hóa và văn học Công giáo như một kho tàng, hơn nữa, như một công trình đang diễn tiến mà bạn có thể nhập cuộc. Bạn sẽ hiểu rằng, một đàng Tin mừng cần được diễn tả bằng một ngôn ngữ bình dân trong sáng, nhưng đàng khác vẫn không tránh được những thuật ngữ chuyên môn phải chắt lọc chính xác từ những cội rễ của tiếng Việt. Mong rằng nhờ đó, nhiều người trong các bạn sẽ thấy dâng lên ước nguyện đào sâu chữ Hán cổ, chữ Nôm và ngoại ngữ để có thể góp phần nghiên cứu sâu hơn.

Sau những năm tổ chức Giải truyện ngắn *Viết Văn Đường Trường*, tôi thử vận động các cây bút trẻ Công giáo tham gia nghiên cứu văn học và cố gắng giới thiệu một vài thành phẩm vào quyển sưu tập này. Dù vậy, nói chung là khó vì dường như chúng tôi đã bị mất truyền thống do một sự đứt đoạn khá xa. Những cây đại thụ trong ngành nghiên cứu hầu hết đã về với Chúa, đang khi lớp mới chưa được mấy người, khiến chúng tôi phần nào rơi vào tâm trạng bị mồ côi. Thế nhưng, khi dành thời giờ cho loạt bài kết thành quyển sách này, tôi bái phục khám phá ra những cao nhân uyên thâm từ Anh ngữ, Pháp ngữ cho đến Hán Nôm. Có cả những vị ngoài Công giáo nhưng tha thiết với các đề tài Công giáo, tôi thấy được an ủi và hy vọng. Tôi muốn nhắc các bạn trẻ mạnh dạn lên để nối gót những bậc thầy, trong lẫn ngoài Kitô giáo, đậm chân tình đồng cảm, sẵn lòng dìu dắt, nâng đỡ. Chỉ cần các cây bút trẻ thao thức và quyết tâm làm việc chung, giới thiệu lẫn nhau để vòng quen biết ngày càng thêm rộng. Kỹ thuật truyền thông hiện nay giúp dễ trao đổi thông tin và kinh nghiệm, mong rằng những tâm hồn đồng thanh đồng khí từ những chân trời khác nhau sẽ liên kết với nhau chặt chẽ làm việc chung, cùng tiến bước trên một đường tình ta đi trong Chúa...

Để đại cuộc loan báo Tin mừng đạt kết quả, ta cần giữ mãi tinh thần khiêm tốn và hào hiệp, luôn biết quên mình vì ích chung. Đây là đại cuộc của Thiên Chúa, ta cần biết lắng nghe tiếng Chúa Thánh Thần, tin tưởng vào sự soi sáng, phù trợ, đỡ nâng của Ngài. Thiên

Chúa ban cho ta ước mơ thì cũng chính Ngài sẽ ban cho ta đủ điều kiện để hoàn thành.

TRƯỜNG TRỰC TUYẾN, TẠI SAO KHÔNG?

Tháng 3/2020, khi mọi người nhốn nháo bàn chuyện cách ly và phong tỏa vì đại dịch Corona, tôi đã nêu đề nghị mở trường cao đẳng trực tuyến đào tạo tông đồ giáo dân để mọi người tận dụng thời gian rảnh rỗi và sự yên tĩnh cách hữu ích nhất. Đích nhắm của trường đào tạo tông đồ giáo dân gồm cả đào tạo những người đóng vai vương đế hay phục vụ và hướng dẫn cộng đoàn (như các nhân viên Hội đồng Giáo xứ), những người đóng vai ngôn sứ (giáo lý viên, đọc Lời Chúa, rao giảng Tin mừng, những người làm công tác truyền thông, văn hóa) và tư tế (cho rước lễ, chủ trì các giờ cầu nguyện)... Phần trình bày gồm bảy bài với tựa đề "Lớn lên trong Lời Chúa" và bảy phụ lục hiện vẫn còn lưu trên các trang mạng simonhoadalat.com, daobinh.com, tapsanmucdong.net, thanhlinh.net và nhiều trang khác nữa. Ngày nay những nội dung đào tạo có thể dễ dàng tìm thấy trên mạng truyền thông, tuy nhiên nếu có một chương trình được chính Hội đồng Giám mục Việt Nam phê duyệt và cổ võ, số lượng bạn trẻ ở vùng sâu, vùng xa rủ nhau tham gia sẽ nhiều hơn và sôi nổi hơn.

Công đồng Vaticanô II đặt nổi vai trò giáo dân, ước mong chính tầng lớp giáo dân làm cho men Tin mừng thấm sâu vào các lãnh vực trần thế, từ xã hội, y tế, giáo dục, văn hóa... Tại Việt Nam, đó vẫn còn là giấc mơ xa vời. Cụ thể, trong lãnh vực văn học, số tác giả giáo dân còn ít, phần lớn tác phẩm vẫn lặp lại các đề tài xã hội và luân lý, chưa vươn tới lịch sử, triết học, và nhất là chiều sâu tâm linh.

LỜI NGỎ GỬI NHỮNG ANH CHỊ EM TÍN HỮU HẰNG TÂM HẰNG SẢN

Khi những vị có trách nhiệm bàn nhau công bố sự khám phá tác phẩm Sấm truyền ca vào những năm đầu 1990, học giả Hoàng Xuân Việt lên Đà Lạt, tôi được nghe ông nói vắn tắt các sự việc. Đọc qua những trích đoạn lục bát của *Tạo Đoan Kinh*, tôi ngạc nhiên hầu như không tin nổi, một thi phẩm thế kỷ XVII mà tiếng Việt lưu loát rõ nghĩa không kém gì tiếng Việt thời nay. Giờ đây, đọc các bài nghiên cứu tìm thấy trên mạng, biết quyển *Tạo Đoan Kinh* đã được in ở Canada, tôi tự trách mình quá vô tình, mãi đến nay vẫn chưa có một ấn bản ấy, sự chểnh mảng này là lỗi ở tôi. Tuy nhiên, với các bạn trẻ Công giáo trong nước, nếu họ không biết gì về kiệt tác thơ Công giáo ấy thì không phải lỗi ở họ, nhưng là do chưa có ai đầu tư để quyển sách được in tại Việt Nam hoặc được phát hành trên mạng ở dạng PDF.

Tôi bỗng ước mong cho các bạn trẻ Công giáo sớm có một kho tài liệu trên mạng, ước mong có ai đó đầu tư để những sách vở quan trọng trong truyền thống Công giáo sớm được dịch sang Việt ngữ. Giáo hội Công giáo tại Hàn Quốc từ lâu đã có ấn bản tiếng Hàn cho những tác phẩm của các Giáo phụ và các bậc thầy tâm linh khác trong Hội thánh. Cả Giáo hội tại Thái Lan cũng đã chạy đua trên lãnh vực ấy. Còn tại Việt Nam, biết đến bao giờ? Đơn giản là vì những công cuộc trường kỳ loại này cần đến những khoản tiền lớn không kém tiền xây dựng những thánh đường lớn. Việc đào tạo người cũng như việc lên chương trình, và tổ chức thực hiện cần được đầu tư đích đáng…

Một công cuộc khác là phát hành sách báo Công giáo. Phải chi có một đại gia nào đó thay vì hướng tới những cơ sở vật chất, đã dành trọn số tiền dâng cúng của mình cho việc nâng cấp những quầy sách chính ở các giáo phận, và tổ chức những khóa đào tạo nhân viên, để làm nên một hệ thống phát hành có sức vực dậy phần nào khả năng đọc sách của Dân Chúa. Đã có biết bao nhiêu tiền bạc đầu tư cho xi măng, gạch đá, sắt thép để xây đi đắp lại những công trình dễ nhìn thấy, đang khi lắm công trình thầm lặng hết sức cần cho Hội thánh hiện chưa có ai quan tâm. Hơn bao giờ hết, ngày nay, việc sưu tầm sách xưa, việc tài trợ những tác phẩm mới, việc ấn loát và phát hành cần phải được sự chiếu cố của những anh chị em hằng tâm, hằng sản…

Gần cuối chặng đường phục vụ, bản thân chúng tôi rất cảm kích trước lời nhắn nhủ đầy ưu ái của Chúa Giêsu tại Mt 10,40-42: *"Ai đón tiếp anh em là đón tiếp Thầy, và ai đón tiếp Thầy là đón tiếp Đấng đã sai Thầy. Ai đón tiếp một ngôn sứ, vì người ấy là ngôn sứ, thì sẽ được lãnh phần thưởng dành cho bậc ngôn sứ; ai đón tiếp một người công chính, vì người ấy là người công chính, thì sẽ được lãnh phần thưởng dành cho bậc công chính. Và ai cho một trong những kẻ bé nhỏ này uống, dù chỉ một chén nước lã thôi, vì kẻ ấy là môn đệ của Thầy, thì Thầy bảo thật anh em, người đó sẽ không mất phần thưởng đâu."* Cùng lúc, Chúa vừa an ủi chúng tôi vừa an ủi các anh chị em là ân nhân của chúng tôi. Xin cám ơn tất cả những ai đã có lòng nghĩ đến công cuộc mục vụ văn hóa và văn học, một nẻo đường loan báo Tin mừng thiết thực, có ảnh hưởng sâu xa và lâu dài.

Việc mục vụ văn hóa đòi những đầu tư không nhỏ. Không chỉ là biên soạn, in ấn và phát hành sách báo, mà còn là gom góp và xây dựng những thư viện lưu trữ cho nhiều người có thể nghiên cứu. Qua chiến tranh, các thư viện của Giáo hội Việt Nam bị tản mác, bị thiêu hủy và tàn lụi. Các thư viện bên Ý, Pháp, Tây Ban Nha, Bồ Đào Nha và nhiều nước khác hiện có những tài liệu quý về lịch sử truyền giáo tại Việt Nam cũng như về văn hóa Việt Nam. Để xin phép sao chụp, chép vào phần mềm, đem về Việt Nam phục chế thành sách, cần gửi người đi nước ngoài nghiên cứu và cần đến những kinh phí khổng lồ.

Những việc như thế đang chờ những vị có tầm nhìn thật xa quan tâm đầu tư, tài trợ.

Nhiều trường hợp ở trên đời này chúng ta giúp nhau mà chưa hề gặp nhau, nhưng chắc hẳn một ngày kia, được gặp nhau trên Nước Chúa hằng sống, chúng tôi sẽ tay bắt mặt mừng cám ơn anh chị em từ những đồng xu bé nhỏ tới những khoản tiền rất lớn anh chị em đã quảng đại hiến dâng cho đại cuộc của Chúa Cứu Thế vì vinh danh Thiên Chúa và vì ơn cứu rỗi, vì hạnh phúc đích thật và đời đời của nhiều người.

Ngay tại Việt Nam, cần có những học bổng cho những sinh viên có tâm huyết với Tin mừng đang muốn đầu tư công sức học hỏi nghiên cứu chữ Hán cổ, chữ Nôm để nghiên cứu văn hóa, văn học và lịch sử truyền giáo tại Việt Nam... Để hô hào cổ võ đào sâu tiếng Việt, luyện văn, sáng tác, cần có những giải thưởng, những hỗ trợ cho việc nghiên cứu và in ấn những thành quả nghiên cứu được...

Đang khi lục lọi những tài liệu ghép thành quyển sách này, chúng tôi gặp thấy một lời tâm huyết của Giáo sư Nguyễn Văn Trung: *"Chúng tôi một số người theo và không theo đạo Chúa, tuổi đều trên 70, về già mới cảm nghiệm được vấn đề đưa tư tưởng truyền thống Việt Nam vào diễn đàn tư tưởng văn học thế giới. Chúng tôi hiện nay có thời giờ, nhưng không còn đủ sức khỏe, không còn những khả năng quy tụ nhóm nọ, nhóm kia làm văn hóa tư tưởng mà không phải lo phương tiện tài chánh ấn loát, xuất bản, nhất là không còn điều kiện tiếp xúc với giới trẻ đại học. Quả thật chúng tôi thuộc về một thời kỳ đã qua. Quả thực. Nếu thế hệ chúng tôi muốn đóng góp gì cho thời đại trước mặt, thiết tưởng trước hết phải rút lui tự nguyện, chấp nhận việc chuyển giao thế hệ, từ bỏ mọi ước muốn nắm giữ quyền hành dù chỉ là những quyền hành của hội đoàn. Trong viễn tượng đó, chúng tôi những người làm biên khảo chỉ có thể gợi ý một vài hướng khai thác mảng văn học cổ còn là một mảnh đất hoang nhằm lưu ý giới nghiên cứu, đặc biệt ở đại học."* (Nguyễn Văn Trung, *"Đưa tư tưởng văn học Việt Nam truyền thống vào diễn đàn tư tưởng văn học thế giới"*. Năm 2004. Bản thảo, chưa phát hành, trang 7)[4] ...

Lời chia sẻ trên đây cách nay đã 16 năm. Sáng nay, tôi liên lạc với một nhà nghiên cứu tại Canada, khi nhắc đến vị giáo sư này thì được biết ông bắt đầu suy yếu trí nhớ. Đến lượt bản thân chúng tôi là lớp học trò của thế hệ Giáo sư Nguyễn Văn Trung, cũng ngổn ngang nỗi lòng với những tâm tình tương tự. Ước mong sao, với niềm rung

[4] Theo Gs Nguyễn Văn Lục, *Dòng Văn Học Mang Dấu Chúa,* DCVOnline.

động trước tài đức và công khó của người xưa, trong lớp người hằng tâm hằng sản còn trẻ tuổi sẽ có những người theo đuổi cách chọn lựa mới, sẵn lòng đầu tư để cứu vớt những điều hầu như đã trở thành khó lòng cứu vớt nổi...

CẦN DẠY LỊCH SỬ VĂN HỌC CÔNG GIÁO VIỆT NAM CHO CHỦNG SINH VÀ TU SĨ

Một lần nữa chúng tôi chân thành cám ơn quý tác giả, cám ơn những người đã đọc bản thảo, góp ý sửa chữa, cám ơn những vị đã giúp đỡ điều kiện vật chất cách này hay cách khác để sưu tập này được đến tay nhiều người, cách riêng là những người tha thiết với kho tàng văn học Công giáo Việt Nam.

Cả nhà văn Bùi Công Thuấn và bản thân chúng tôi đều tự biết mình không chuyên môn về lịch sử văn học Công giáo Việt Nam. Thế nhưng, trước nhu cầu bức thiết của các bạn trẻ thánh hiến Công giáo, nam cũng như nữ, đang ngồi trên ghế các nhà trường đào tạo, chúng tôi đánh liều làm một việc bất toàn. Mong rằng những vị thấy được chỗ bất toàn này, sẽ đóng góp thêm nhiều thông tin và nhận định để có thêm ánh sáng cho những người tiếp nối công việc về sau. Sự toàn hảo sẽ đến từ độc giả, nhất là người trẻ. Chúng tôi sẽ rất mãn nguyện nếu về sau có những bạn trẻ nhờ những cái bất toàn của chúng tôi mà đạt tới sự toàn mãn của họ. Xin rộng lượng thông cảm với những hạn chế của chúng tôi. Chắc hẳn quý vị và các bạn có lý để mong chờ một bộ sách nghiên cứu đầy đủ, có hệ thống, bám sát lịch sử Giáo hội Công giáo Việt Nam hơn 400 năm qua. Trong lúc chờ đợi, xin tạm vui lòng với công việc sưu tầm khiêm tốn của chúng tôi và cầu nguyện cho thế hệ trẻ.

Sau cùng, xin được thưa thêm một ước nguyện.

Trước đây cụ Võ Long Tê đã in tập *“Lịch sử Văn học Công giáo Việt Nam”*, quyển I; nhà thơ Lê Đình Bảng đã có quyển *“Văn học Công giáo Việt Nam - những chặng đường”*. Quyển *“Sưu tập những nghiên cứu và chứng từ về Văn học Công giáo Việt Nam”* này mong được cùng với hai quyển ấy gợi hứng để quý vị hữu trách quan tâm đưa môn “Lịch sử Văn học Công giáo Việt Nam” vào chương trình chuẩn bị vào Đại chủng viện và chương trình học viện các dòng tu. Thiết tưởng đây sẽ là môn học có tác dụng cổ võ lòng yêu thích trau dồi tiếng mẹ đẻ và say mê loan báo Tin mừng.

Một khi môn “Lịch sử Văn học Công giáo Việt Nam” được coi là quan trọng trong chương trình chuẩn bị vào đại chủng viện, nó sẽ cung cấp cho người chủng sinh một cái khung để nhớ lịch sử truyền giáo cách cụ thể. Lịch sử văn học Công giáo Việt Nam vừa là bộ xương vừa là linh hồn của lịch sử truyền giáo. Nó là chứng tích cho tinh thần và kinh nghiệm truyền giáo trên quê hương này. Muốn hun đúc tinh thần truyền giáo cho thế hệ trẻ, không gì bằng giúp họ hiểu rõ lịch sử những nỗ lực diễn tả đức tin của tiền nhân cho đồng bào suốt năm thế kỷ qua. Nhờ đó, họ thấy cháy nóng lòng yêu mến chữ Quốc ngữ, trau dồi tiếng mẹ đẻ để loan báo Tin mừng. Những ai có tài năng văn chương sẽ tập tành sáng tác, những ai có trái tim tông đồ sẽ đua nhau tìm sáng kiến giúp mọi người hiểu biết và yêu mến Chúa Giêsu hơn. Môn học này sẽ gợi cho họ nhiều cảm hứng. Họ không cần phải là nhà văn nhưng sẽ biết cách đào tạo giáo dân thành những ngôn sứ.

Tp. Quy Nhơn, 31.10.2021

ĐÔI DÒNG THƯA THÊM KHI HOÀN THÀNH PHIÊN BẢN SÁCH IN

Cuối tháng Giêng năm 2022, chúng tôi đã chia sẻ phiên bản PDF Xuân Nhâm Dần của quyển này làm quà xuân lên mạng Internet, dự kiến nghỉ Tết xong thì xúc tiến thủ tục xin giấy phép xuất bản và in ngay. Thế nhưng có vài vị vừa xem qua đã đề nghị nên tăng cường và bổ sung vài khía cạnh còn thiếu. Thêm, rồi thêm, phiên bản sách in xem chừng sẽ tăng vọt, chạm ngưỡng 2000 trang.

Bất ngờ, bản thiết kế bị hỏng, phải làm lại. Đang khi các kỹ thuật viên tìm cách cứu vãn công trình, tôi lo phần nội dung mới. Chiều ngày 06/03/2022, tôi gửi cho đồng chủ biên Micae Bùi Công Thuấn xem bố cục và nội dung cập nhật. Đến tối, ông hồi đáp ngay với một lời kết tha thiết. Ông đã nể lời tôi, đồng ý đứng tên đồng chủ biên ở phiên bản PDF Xuân Nhâm Dần, nay lại từ chối vai trò này ở phiên bản sách in. Tôi xin được minh giải đôi lời để quý độc giả thông cảm với cả hai anh em chúng tôi.

Bản thân tôi không chuyên về phê bình và nghiên cứu. Tôi dấn thân cho văn chương, văn học Công giáo với tâm tình làm mục vụ, tức là chăm sóc phần tâm linh cho các tác giả và độc giả. Tôi may mắn được nhà văn Bùi Công Thuấn đồng hành trong việc xây dựng nội dung bộ sưu tập từ bước đầu. Ông được giới văn học biết đến như một nhà lý luận phê bình có thế giá. Vì thế, tôi tha thiết xin ông đứng tên đồng chủ biên để có người đỡ lời cho về những điều giới chuyên môn phê bình và nghiên cứu văn học có thể nêu ra. Sau những trao đổi rất chân thành, cuối cùng, ngày 28/12/2021, trước khi tôi chốt lại phiên bản Xuân Nhâm Dần để phát hành, vào lúc 19:32, ông đã quả cảm nhận lời với hồi đáp ngắn gọn: “Kính gửi Cha Gioan Phêrô, Con đã trình bày với Cha hết nhẽ, và Cha cũng đã kiên trì thuyết phục con. Con xin nhận đồng chủ biên với Cha cuốn sách Hướng đến 400 năm VHCG Việt Nam. Kính chúc Cha năm mới 2022 nhiều ơn Chúa, sức khỏe và niềm vui. Trọng kính, Bùi Công Thuấn.”

Giờ đây, khi chốt lại bản thảo phiên bản sách in, nhận được một bố cục và nội dung cập nhật, sẽ tăng thêm khoảng 700 trang, vượt hẳn mọi dự tính của ông, ông lại một lần nữa áy náy trước trách nhiệm tôi mời ông chia sẻ. Trong thư hồi đáp, ông nêu rõ các lý do và rồi kết luận: “Với tình hình nội dung cuốn sách như thế này, con đi theo Cha vào một cuộc phiêu lưu không có điểm dừng,[1] không có chuẩn mực, con

[1] Mời độc giả xem lời dẫn vào chương 10 ở trang quyển III để thấy sự ngần ngại của nhà lý luận phê bình họ Bùi hết sức đúng và, qua đó, có thể thông cảm cho anh em chúng tôi (TTT).

lại xin Cha rút tên con khỏi đồng chủ biên. Đây là lời cầu xin rất thành khẩn. Con mong Cha hiểu cho con. Trọng kính. Bùi Công Thuấn".

Biết những trăn trở của ông, tôi phải nhượng bộ, không thể ép ông ủng hộ những trực giác mục vụ mà lúc này chưa hẳn đã có nhiều mục tử đồng cảm với tôi. Đàng khác, sự rút lui của ông có thể là dịp hay để tôi nêu bật lên và bày tỏ lòng biết ơn với ba nhà phê bình và nghiên cứu khác nữa: Pgs. Ts. Nguyễn Hữu Sơn, Nhà nghiên cứu Nguyễn Vy Khanh và Pgs. Ts. Võ Văn Nhơn. Vâng, tôi xin được ghi lại nơi đây tâm tình cảm tạ của tôi với các vị:

- Pgs. Ts. Nguyễn Hữu Sơn có lẽ không hề biết tôi mù tịt về phê bình và nghiên cứu nên đã động viên tôi làm công việc ngoài khả năng của tôi và đã vô tình giúp tôi vững tin liều mạng bước trên một nẻo đường xa lạ.

- Nhà văn Micae Bùi Công Thuấn đã chắp cánh cho tôi. Khi được biết những ý tưởng ban đầu của tôi, ông đã mau mắn cung cấp những bài viết giá trị của nhiều tác giả ngoài Kitô giáo ông đã sưu tầm được. Ông đã viết nhanh những nội dung tôi yêu cầu, đã giúp đánh giá chọn lọc những bài mới tìm được và đã giúp làm sưu tập chân dung và thông tin cá nhân các tác giả.

- Nhà phê bình văn học Nguyễn Vy Khanh đã giúp tôi kết nối với quá khứ và với cộng đồng tác giả Công giáo hải ngoại. Ông giúp tôi có được bài vở của một số tác giả còn sống hay đã khuất, đã từng đóng góp cho văn học Công giáo tại Việt Nam trước 1975 và sau đó tiếp tục nghiên cứu ở nước ngoài. Ông cũng đã nhận lời viết giúp bài sơ thảo văn học Công giáo Việt Nam hải ngoại.

- Pgs. Ts. Võ Văn Nhơn. Tôi chỉ mới biết ông khi sắp hoàn thành phiên bản Xuân Nhâm Dần của quyển sách, thế nhưng ông đã mở cho tôi cánh cửa của tương lai. Ông gợi ý cho tôi tăng cường nội dung, cho tôi biết thêm danh tính và địa chỉ một số nhà nghiên cứu có thế giá, đặc biệt đã đề nghị tôi mời gọi sự đóng góp của những cây bút nghiên cứu trẻ tuổi đang quan tâm tới văn học Công giáo và cung cấp thông tin để tôi liên lạc với các bạn trẻ này.

Chính gợi ý của Pgs. Ts. Võ Văn Nhơn đã giúp tôi mạnh dạn mời các bạn trẻ Viết Văn Đường Trường viết ghi nhận của họ về hoạt động văn chương văn học của giới Công giáo tại các giáo phận. Đây là những bài mới cho phần III của bộ sách. Có người cho rằng: "Việc đặt bài của các cây bút trẻ không chuyên nghiệp bên cạnh bài của các nhà nghiên cứu và Giáo sư chuyên ngành sẽ tạo nên một độ "vênh" về chất lượng. Đó là một sự ôm đồm có thể gây ra sự hỗn loạn về giá trị.” Ghi nhận ấy rất chính xác, tuy nhiên, đi từ kinh nghiệm bản thân, tôi biết rằng độc giả sẽ không chấp trách những yếu kém và thiếu sót của chúng tôi ở bước đầu. Vụ gieo trồng nào cũng khởi đi từ những mầm chồi non nớt. Gió, mưa và nắng sẽ khiến chúng ngày càng già giặn, tăng trưởng và sinh hoa kết quả. Tuy nhiên, qua sự đóng góp của nhóm trẻ trong sưu tập này, hình như có cái gì hơn thế, có vẻ như đám trẻ không chỉ được Chúa hứa ban Nước Trời mà còn là những tác nhân xây dựng Nước ấy.

Và, thưa các bạn trẻ, xin cảm ơn các bạn cách riêng. Chính sự mau mắn nhận lời của các bạn giúp mọi người thấy phấn khởi, vững tin vào một tương lai rực sáng mà Chúa Thánh Thần đang mở ra cho chúng ta.

Một lần nữa, xin cảm ơn sâu xa tất cả những ai đã góp phần cho bộ sách được hoàn thành. Xin cảm ơn quý tác giả. Với vai trò người sưu tầm, chúng tôi giữ nguyên nội dung các bài viết và quan điểm của tác giả – chỉ thống nhất quy cách trình bày. Vẫn còn những lỗi chính tả chưa kịp sửa, xin quý tác giả và độc giả vui lòng thông cảm.

Xin cảm ơn những vị đã giúp đỡ tài chính để in ấn, trong đó có cả những cháu nhỏ nhường lại tiền lì xì. Cách riêng chúng con xin tri ân quý Đức cha trong Hội đồng Giám mục Việt Nam, cả quý Đức Cha hưu trí, đã nhiệt tình ủng hộ chúng con cách hết sức đặc biệt.

Xin cảm ơn các bạn Giuse Nguyễn Duy Nguyên, Phêrô Maria Nguyễn Tuấn Sơn và Giuse Phạm Quốc Anh đã tận tình giúp thiết kế.

Sau cùng, xin các nhà chuyên môn cùng quý độc giả thông cảm cho những hạn chế của chúng tôi. Chúng tôi hiểu rằng bộ sưu tập có rất nhiều bất cập và vụng về, nhưng vẫn đánh liều thực hiện, chỉ mong trao vào tay các anh chị em trẻ một tài liệu tham khảo để họ có được những thông tin cần biết. Đàng khác, cũng xin được chia sẻ thêm rằng cuộc tìm kiếm của chúng tôi thật tình cờ nhưng kết quả lạ lùng đến kỳ diệu. Số bài tìm được không thừa, không thiếu, trải đều suốt bốn thế kỷ mà lại không chồng chéo lên nhau. Chắc hẳn, đó là một ơn đặc biệt của Chúa Thánh Thần, Đấng duy nhất có thể điều hành lịch sử, đem những thứ rời rạc hỗn độn xếp thành một mối, như thể là từ xa khơi thăm thẳm nào đó đã phân công, đã thúc đẩy và dẫn dắt những tài năng khác nhau từ nhiều nơi, thuộc nhiều thế hệ, tạo điều kiện cho tất cả cùng góp phần vào một công cuộc chung thật nhịp nhàng và hòa điệu.

Xin chúc tụng, ngợi khen và cảm tạ Thiên Chúa đến muôn đời.

Tp. Quy Nhơn, ngày 07/3/2022
Lm. Trăng Thập Tự

MỘT KHO TÀNG ĐỂ KHÁM PHÁ

Lm. Trăng Thập Tự

Mến gửi người em chủng sinh và tu sĩ trẻ.

Lòng tôi hân hoan và tràn đầy hy vọng khi gửi đến riêng em một món quà để tùy nghi khám phá. Em sẽ mở xem mục lục và bắt đầu với một trang nào đó đang khiến em chú ý. Điều mỗi người khám phá sẽ khác nhau tùy góc cạnh mình quan tâm. Riêng tôi, xin chia sẻ với em vài điều lòng tôi xúc động: Cuộc đồng hành của các giáo sĩ phương Tây; dặm dài lịch sử của người Việt Công giáo và trách nhiệm hiện nay của chúng ta giữa cơn thử thách toàn cầu.

1. CUỘC ĐỒNG HÀNH CỦA CÁC GIÁO SĨ PHƯƠNG TÂY

Đa số họ lên đường vượt biển tới Viễn Đông khi còn rất trẻ, mới 24, 25 hoặc 30 tuổi đầu [1]. Họ ra đi không hẹn ngày về và vui mừng khi được gặp gỡ những người anh em vừa thân thương và lạ lẫm, ăn những món khó nuốt, nói thứ tiếng líu lo như âm nhạc, dùng toàn những con chữ rắc rối hình vuông. Họ cùng ăn, cùng ở, cùng làm và miệt mài nghiên cứu để nói được cho người bản địa biết về điều cần thiết nhất đời người: về sự sống đời đời, về ơn cứu rỗi bởi một Đấng Cứu Thế tên là Giêsu... Xuất phát từ những quốc gia khác nhau nhưng họ rao giảng cùng một nội dung ấy. Kẻ đến trước, người đến sau, cập bến những cửa biển khác nhau, tất cả đều cùng một tâm tình chia sẻ, chăm chỉ miệt mài học tiếng Việt để nói về Lời sự sống.

[1] Trong 8 thừa sai bị Văn Thân sát hại năm 1885 trên địa bàn Giáo phận Qui Nhơn, một vị 41 tuổi, hai vị 37 tuổi, một vị 36 tuổi, một vị 31 tuổi và ba vị mới 26 tuổi, x. Lm. Phaolô Nguyễn Minh Chính, *Khi xác thân làm của lễ,* Tủ sách Nước Mặn 44, Tòa giám mục Qui Nhơn 2017.

Họ nghiên cứu chữ Nôm của người Việt, dùng thứ chữ ấy viết hằng trăm đầu sách kể chuyện các thánh, rao giảng Tin mừng.

Họ cùng với các tín hữu người Việt sáng tạo nên chữ quốc ngữ, không phải để phục vụ giới doanh thương nhưng chỉ nhắm một mục đích là ơn cứu rỗi cho người Việt. Chính vì thế, dù là người nói tiếng Pháp (ở Avignon), cha Đắc Lộ không soạn từ điển Việt-Pháp nhưng đã sớm xuất bản Từ điển Việt – Bồ Đào Nha – La Tinh (gọi tắt là Từ điển Việt – Bồ - La). Mãi 200 năm sau, mới có từ điển Việt – Pháp.

Họ dệt nên vè vãn theo cung giọng Việt, viết kịch tuồng Việt để trình bày nội dung Kinh thánh và đức tin, soạn những kịch bản đầu tiên theo nghệ thuật phương Tây bằng chữ Việt. Cứ thế tiến dần, từ thế kỷ XVII, XVIII rồi XIX.

Cuộc đồng hành ở thế kỷ XX đọng lại với hai kỷ niệm thật đẹp: Chữ viết cho các dân tộc ít người: Ba Na, Chăm, Dao, Chu Ru, Ê Đê, Gia Rai, H'Mông, Khmer, Kơ Ho, Nùng, Rơ Ngao, Sê Đăng, S'tiêng, Thái, Vân Kiều – Bru, vv… nhiều ngôn ngữ đã có các sách Tin mừng.

Kỷ niệm thứ hai là hai bản dịch Việt ngữ trọn bộ Kinh thánh Cựu ước và Tân ước: Ở đầu thế kỷ, Cố Chính Linh người Pháp, với "Kinh thánh trọn bộ cứ bản Vulgata", in song ngữ đối chiếu La-Việt, rồi giữa thế kỷ là cha Gérard Gagnon, Dòng Chúa Cứu Thế Canada, với một bản dịch mới giàu văn chương, thi phú.

Chỉ một đức tin duy nhất dẫn dắt họ lớp sau kế thừa lớp trước. Không có những công cuộc riêng theo từng nhóm người nhưng, dù phát xuất từ quê hương nào bên trời Tây, họ đều nhắm tới cùng một quê hương đích thật trên trời.

Cuối thế kỷ XX, dòng người truyền giáo ấy bị gián đoạn một thời gian, để rồi sang đầu thế kỷ XXI lại nhan nhản những anh chị em từ nhiều vùng miền khác nhau trên thế giới, cả những người đứng tuổi và những bạn trẻ 25, 27 tuổi, tìm đến mảnh đất thân thương này, nắm tay người Việt, đồng hành và cùng nhau tiếp nối công cuộc người xưa để lại.

2. DẶM DÀI LỊCH SỬ CỦA NGƯỜI VIỆT CÔNG GIÁO

Ngay từ buổi đầu, rất sớm, các tầng lớp người Việt đã đón nhận những cống hiến của các nhà truyền giáo và chung tay góp sức cho sự nghiệp Nước Trời. Khám lý Cống quận công Trần Đức Hòa, cậu bé Phêrô giúp việc cho các thừa sai ở Nước Mặn, mẹ con công nương Catarina ở Thăng Long, thầy giảng Phanchicô xuất thân là một nhà sư Phật giáo, nhiều nho sĩ…

Tính kế thừa và tấm lòng vì ích chung nổi rõ. Từng người rồi từng lớp người. Thế kỷ XVII là các thầy giảng rồi những linh mục đầu tiên như Giuse Trang, Luca Bền,... Năm 1670, cha Lữ Y Đoan đã dệt năm quyển đầu của Cựu ước thành bộ trường thiên lục bát Sấm truyền ca, thấm đậm suy tư và cảm nghiệm của người Việt. Những nữ tu Mến Thánh Giá len lỏi khắp nơi, cứu giúp dân nghèo cả về phần xác và phần hồn...

Cuối thế kỷ XVIII, đầu thế kỷ XIX, Lm. Philipphê Bỉnh, dòng Tên (1759-1832) đã để lại 27 quyển sách bằng chữ Quốc ngữ với ước mơ cải cách cuộc sống xã hội cho người Việt, các bản thảo chép tay hiện còn lưu giữ tại thư viện Vatican.

Ở thế kỷ XIX, Lm. Gioakim Đặng Đức Tuấn và ông Nguyễn Trường Tộ đã đệ lên triều đình những bản điều trần vạch ra con đường cải cách để bảo vệ và phát triển đất nước. Nhà văn hóa Trương Vĩnh Ký đã mở đầu ngành báo chí và đóng góp những công trình đồ sộ. Ông Huình Tịnh Của đã biên soạn Đại Nam Quấc Âm Tự Vị. JBP Nguyễn Trọng Quản viết quyển tiểu thuyết đầu tiên bằng chữ Quốc ngữ, Truyện Thầy Lazarô Phiền.

Nửa đầu thế kỷ XX, tuần báo Nam Kỳ địa phận phát hành liên tục 37 năm (1908-1945), được coi là một tờ báo chuyên nghiệp. Trên đó, Lm. Hồ Ngọc Cẩn vận động phát huy văn chương Việt. Cùng thời, Lm. Nguyễn Bá Tòng viết Tuồng Thương Khó (1912). Rồi nhà thơ Hàn Mạc Tử đã theo gót Đấng Tiên Tri muôn thuở, thi hành chức năng ngôn sứ vừa bằng thơ văn vừa bằng chính sự can đảm chấp nhận trong đức tin những thử thách tận cùng của thân phận người. Ở nửa sau của thế kỷ, con đường thập giá ấy được đúc kết với những kinh nghiệm sâu sắc khác của nhiều người và cô đọng nơi kinh nghiệm của Đấng đáng kính Hồng y Phanxicô Xaviê Nguyễn Văn Thuận.

Rồi hôm nay, thế kỷ XXI, đến lượt những người trẻ, đến lượt em, người đang khám phá món quà Chúa Quan Phòng trao cho tất cả.

3. GIỮA CUỘC THỬ THÁCH TOÀN CẦU HIỆN NAY

Chữ Quốc ngữ tiền nhân xây đắp nay đã thành một gia sản tuyệt vời, một tố chất không thể thiếu trong cuộc sống thường nhật của từng người Việt, trong cũng như ngoài nước. Thế nhưng việc loan báo Tin mừng của người Công giáo trên quê hương này lại bị dậm chân tại chỗ. Tại đâu? Phải chăng vì người Công giáo xem thường chữ Quốc ngữ, không còn đọc nó nữa?

Ngày 05/3/2018, trong dịp "ad limina", các Giám mục Việt Nam đến chào Đức Thánh Cha Phanxicô. Vị đại diện giới thiệu với Đức Thánh Cha dung mạo của Giáo hội Việt Nam qua vài con số. Ngay hôm sau, báo

Người Việt ở Mỹ chạy tin: “Số giáo dân tại Việt Nam không thay đổi suốt 43 năm” [2].

Theo em, đâu là nguyên nhân của sự trì trệ? Phần tôi, hình như tôi đã tìm được một lý giải khá bất ngờ. Nếu em thấy có lý giải nào xác đáng hơn, xin cứ mạnh dạn phát biểu để giúp cộng đoàn Dân Chúa cùng giải đáp một đề thi khá hóc búa Chúa đang đề ra để thử sức dân Ngài. Chúng ta cần đối diện với sự thật. Chỉ có sự thật mới cứu được chúng ta; “Nếu các ông ở lại trong lời của tôi, thì các ông thật là môn đệ tôi; các ông sẽ biết sự thật, và sự thật sẽ giải phóng các ông” (Ga 8,31-32).

Không riêng ở Việt Nam, sự thoái hóa khắp thế giới hiện nay đã được Chúa báo trước: “Nhưng khi Con Người ngự đến, liệu Ngài còn thấy lòng tin trên mặt đất nữa chăng?” (Lc 18,8). Có vẻ như tiền của đang chiến thắng thấy rõ. Người ta nói thời hậu Kitô giáo đã bắt đầu. Thế nhưng, em đừng lo, hơn bảy trăm năm trước đó Chúa đã trấn an ngôn sứ Êlia: “Nhưng Ta, Ta sẽ dành ra cho Ta bảy nghìn người trong Israel: tất cả những kẻ đã không hề bái gối trước Baal, những môi miệng không hề hôn kính nó” (1V 18,19). Một hy vọng đang sáng lên ngay bên cạnh chúng ta, nơi kinh nghiệm của các anh chị em Tin Lành.

Không lâu sau cuộc “ad limina” vừa nói, trên trang lyluanchinhtri.vn ngày 25 Tháng 10/2019, trong bài “Những biến đổi của đạo Tin lành ở Việt Nam”, Pgs. Ts. Nguyễn Thanh Xuân thuộc Học viện Chính trị quốc gia Hồ Chí Minh, viết: “Sau năm 1975, các tổ chức Tin Lành không được Nhà nước Việt Nam công nhận, vì vậy sinh hoạt tôn giáo của tín đồ cũng như hoạt động của chức sắc đạo Tin Lành cầm chừng, dè dặt. Trong bối cảnh đó, đạo Tin Lành không những không thu hẹp và tan rã như nhiều người quan niệm, mà tôn giáo này vẫn trụ lại, thậm chí phát triển rất nhanh. Số tín đồ đạo Tin Lành (đã chịu Lễ Báp tem) năm 1975: 180 nghìn người; năm 1990: 320 nghìn người, năm 1995: 368 nghìn người; năm 2000: 504 nghìn người, năm 2005: 950 nghìn người; năm 2010: 1,05 triệu người, năm 2017: 1,35 triệu người (trong gần 1,5 triệu người theo đạo Tin Lành theo khai trình của các tổ chức Tin Lành) [3].

Và bài nghiên cứu kết luận: “Như vậy, đến nay, số lượng tín đồ đạo Tin Lành (đã chịu Lễ Báp tem) tăng gấp 6 lần, số người theo đạo Tin Lành nói chung tăng gấp hơn 8 lần so với năm 1975.” [4]

---

[2] https://www.nguoi-viet.com/viet-nam/giao-dan-tai-viet-nam-khong-thay-doi-suot-43-nam/

[3] http://lyluanchinhtri.vn/home/index.php/dien-dan/item/2954-nhung-bien-doi-cua-dao-tin-lanh-o-viet-nam.html

[4] bài đã dẫn.

Rồi còn thêm một kết luận chi tiết nữa: "Như vậy, nếu năm 1975 cả nước có khoảng 55 nghìn tín đồ đạo Tin Lành là đồng bào dân tộc thiểu số thì đến năm 2017 tăng lên đến 775 nghìn tín đồ, gấp hơn 14 lần".[5]

Nhờ đâu mà có sự gia tăng vùn vụt? Chắc hẳn có nhiều nguyên do nhưng dù sao vẫn có một nguyên do chính. Sau hơn mười năm miệt mài lo việc mục vụ văn hóa tại Giáo phận Qui Nhơn, đồng thời cũng nhờ tình thân sẵn có với một số bạn hữu Tin Lành, tôi khám phá ra nguyên do chính là một điều liên quan đến chuyện văn hóa đọc – nói rõ ra là đọc Kinh thánh. Không phân biệt đọc trên trang sách hay trên màn hình nhưng cần đọc cách tự nguyện, đọc chậm và nghiền ngẫm. Việc đọc Kinh thánh cách tự nguyện để suy tư và thưa chuyện với Thiên Chúa có sức biến đổi người tín hữu lâu năm cũng như đang tìm hiểu thành những con người mới giàu tình thương và chân thật, đáng tin cậy.

Giữa lúc văn hóa đọc suy thoái đều khắp thế giới thì người Tin Lành Việt Nam có một may mắn là bám sát việc đọc Kinh thánh mỗi ngày. Họ không đọc sách nhiều hơn người Công giáo, nhưng họ đọc Kinh thánh nhiều hơn và chăm chú hơn. Người Công giáo Việt Nam rất ít đọc Kinh thánh. Họ hài lòng với việc nghe người khác đọc trong phụng vụ thánh lễ, chăm chú tới mức nào thì không ai biết. Ngày nay đa số gia đình Công giáo đã có một quyển Tân ước tại nhà. Thế nhưng hỏi có mấy người tự ý cầm quyển sách ấy để đọc mỗi tuần ít là một trang? 1/100 chăng? Hay 1/1.000 hay 1/10.000? Em đang ngồi trên ghế nhà trường. Hãy thử chọn câu chuyện này làm luận văn tốt nghiệp, chắc hẳn sẽ giúp ích cho Giáo hội Việt Nam không ít.

Kitô giáo là tôn giáo của *Quyển Sách*, tức là *Sách thánh* hay *Kinh thánh*. Do đó, việc tự nguyện đọc Lời Chúa hết sức quan trọng để khám phá đức tin rồi sống và rao giảng đức tin ấy. Người Tin Lành say mê rao giảng đức tin vì ngay từ đầu, khi mới tìm hiểu giáo lý Lời Chúa họ đã có thói quen tự nguyện đọc Kinh thánh, không chỉ phần Tân ước mà cả Kinh thánh trọn bộ.

Nếu phác thảo dàn ý cho luận văn tốt nghiệp nói trên, chắc hẳn đến cuối em không thể thiếu câu hỏi: Làm sao cho người Công giáo Việt Nam yêu mến và tự nguyện đọc Lời Chúa mỗi ngày? Câu trả lời có hai phần. Phần thứ nhất kết thúc bài này: Thói quen ấy cần khởi đi từ các chủng sinh và tu sĩ trẻ.

Em vẫn hằng tự nguyện đọc và nghiền ngẫm Lời Chúa mỗi ngày đấy chứ? Nếu chưa thì khi đọc những dòng này em có quyết định làm như thế không? Hãy tự nguyện đọc và nghiền ngẫm Lời Chúa mỗi ngày, cả tâm hồn và cách sống của em sẽ đổi mới, bởi lẽ "Lời Thiên Chúa là lời

---

[5] bài đã dẫn.

sống động, hữu hiệu và sắc bén hơn cả gươm hai lưỡi: xuyên thấu chỗ phân cách tâm với linh, cốt với tuỷ; lời đó phê phán tâm tình cũng như tư tưởng của lòng người." (Thư Hipri 4,12).

Phần thứ hai của câu trả lời là cần phát huy văn hóa đọc cho Dân Chúa. Điều này được suy tư và gợi ý nơi chia sẻ cuối bộ sưu tập này: *Đầu tư nhẹ nhàng cho văn hóa đọc*. Tôi gọi là đầu tư nhẹ nhàng vì người ta không cần phải bỏ tiền, chỉ cần bỏ chút thời giờ và thêm vào đó đức tin, lòng trông cậy và tình yêu mến. Mời em nhớ đọc nhé.

Tp. Quy Nhơn, lễ Phục sinh 2022
Lm. Trăng Thập Tự

ĐÔI NÉT TÓM TẮT DỌC THEO KỶ NIỆM VÀ TƯƠNG LAI

Linh mục Trăng Thập Tự

Sưu tập này góp nhặt những bài viết từ rất nhiều nguồn khác nhau. Nội dung về văn học Công giáo là chính. Có thêm một số bài về văn hóa, ở đây chỉ khoanh vùng vào những mảng liên quan tới phát triển văn học ngôn ngữ, in ấn, sách vở, báo chí... chứ không lạm bàn về lễ hội, kiến trúc, âm nhạc, hội họa, kịch ảnh, tế tự, giáo dục, nếp sống v.v... Với mục đích khơi gợi cho các tín hữu, nhất là các bạn trẻ, một cái nhìn hướng về kỷ niệm 400 năm Văn học Công giáo Việt Nam, cuốn sách được sắp xếp theo những cột mốc phát triển Đạo Công giáo ở Việt Nam, từ đó có cái nhìn về sự phát triển văn hóa, văn học Công giáo. Cuốn sách không phải là một "công trình nghiên cứu" nhưng chỉ mới tập họp những thông tin sưu tầm được về văn hóa văn học Công giáo từ nhiều góc độ khác nhau để góp một cái nhìn tổng quan sơ bộ làm tài liệu cho những nhà nghiên cứu Công giáo sau này. Theo hướng ấy, chúng tôi xếp đặt các bài theo hai nội dung:

Phần I. CÁI NHÌN TỔNG QUÁT có 08 bài nêu lên một cái nhìn tổng quát.

Phần II. THEO DÒNG THỜI GIAN, sẽ lần bước theo lịch sử Kitô giáo Việt Nam từ giữa thế kỷ XVI tới thời hiện tại.

1. NHỚ NHỮNG BƯỚC DỌN ĐƯỜNG

Có những sử liệu Công giáo cho biết có một vị thừa sai Dòng Phanxicô đã ghé vào ven biển Việt Nam vào đầu thế kỷ XIV. Đó là Chân phước Odorico de Podernone, trên đường đi từ Venise sang Quảng Đông đã ghé vùng ven biển miền Trung, lúc ấy là Champa, khi tàu neo lại lâu ngày ở đây (khoảng năm 1318-1324).[1]

Tác giả J. Silvestre trong quyển L'empire d'Annam et les Annamites (Đế quốc An Nam và người An Nam) có viết: tháng 9 năm 1516 Fernao Perez de Andrade là người Bồ Đào Nha đầu tiên đến An Nam (Silvestre J., Paris 1889, tr. 223).[2]

Cho tới nay nhiều tài liệu khi nói về buổi đầu Tin mừng đến trên đất Việt vẫn nhắc tới chuyện "Năm Nguyên Hoà nguyên niên (1533), tháng ba, đời vua Lê Trang Tông, có người Tây Dương tên I-nê-khu lén vào xã Ninh Cường, xã Quần Anh, huyện Nam Chân, và xã Trà Lũ, huyện Giao Thuỷ, âm thầm truyền bá Da Tô tả đạo". Đó là một ghi chú bên lề trong bộ Khâm Định Sử Việt Thông Giám Cương Mục, quyển XXXIII, tờ 6a và 6b, và ghi là theo dã sử. Khâm Định Việt Sử được quốc sử quán triều Nguyễn san định và ấn hành gần cuối thế kỷ XIX. Tài liệu dã sử được nó nhắc đến có lẽ là quyển Tây Dương Da Tô Bí Lục, cũng được viết vào thế kỷ XIX[3], với những mô tả hư cấu rất tùy tiện về Đạo Chúa.[4]

Lịch sử truyền giáo của các dòng Đa Minh, Phanxicô và Âu Tinh sẽ để lại cho chúng ta những thông tin rõ hơn liên quan đến những nỗ lực truyền giáo từ giữa thế kỷ XVI về sau.[5]

Năm Ất Mão (1615) các giáo sĩ Dòng Tên có mặt tại Hội An. Năm Mậu Ngọ (1618), các giáo sĩ Dòng Tên lập cư sở tại Nước Mặn (nay thuộc xã Phước Quang, huyện Tuy Phước, tỉnh Bình Định). Để giúp nhau học tiếng Việt, họ đã nghiên cứu và sáng tạo ra chữ Quốc ngữ bắt đầu từ đây.[6]

Tuy nhiên một phần lớn sách báo đạo vẫn được viết bằng chữ Nôm, các sách chữ Quốc ngữ chỉ phát triển mạnh khi có các nhà in vào cuối thế kỷ XIX.

Thế là có hai dòng sách báo đạo: Sách chữ Nôm tiếp tục cách viết sẵn có trước đó của người Việt cho tới cuối thế kỷ XIX. Sách chữ Quốc ngữ vẫn không ngừng phát triển cho tới nay. Theo đó, chúng tôi chọn một số cột mốc thời gian dễ nhớ để ghi dấu những chặng đường, trải dọc theo

---

[1] Lm. Marie-Antoine Trần Phổ Ofm, Tỉnh Dòng Anh Em Hèn Mọn Việt Nam – Lược khảo lịch sử, Thư viện Dòng Phanxicô Sài Gòn, trang 25-28.

[2] Trần Thanh Ái, Người Bồ Đào Nha đến Đại Việt, Tạp chí Xưa & Nay, số tháng 4 và 5 năm 2021.

[3] Chu Thiên – Đinh Xuân Lâm, "Tây Dương Da Tô Bí Lục", một tài liệu lịch sử quý giá, nêu cao tinh thần yêu nước, chống xâm lược, Tạp chí Nghiên Cứu Lịch Sử, số 107, tháng 2/1968, trang 56-62.

[4] Trần Thanh Ái, Sđd.

[5] Antoine Bùi Kim Phong, *Cuộc truyền giáo dang dở,* trong Sưu tập này, trang 210.

[6] Antoine Bùi Kim Phong, *Những nỗ lực truyền giáo đầu tiên tại Việt Nam,* do Phao lô Nguyễn Minh Chính chuyển ngữ và in trong *Ngả bóng thời gian,* Nxb Hồng Đức 2021, tr. 24-38.

mấy thế kỷ, đan xen giữa chữ Nôm và chữ Quốc ngữ, hướng dẫn đến cuộc kỷ niệm 400 năm Văn học Công giáo vào năm 2032 và kỷ niệm 2000 năm ân sủng cứu độ đang tới gần vào năm 2033.

Phần này có 04 bài viết về việc truyền giáo buổi đầu, 06 bài khái quát về việc hình thành và phát triển chữ Quốc ngữ, 01 bài về quyển sách bổn đầu tiên.

2. NHỚ 1632, NHÀ IN SÁCH CÔNG GIÁO HÁN NÔM

Đang khi các giáo sĩ Dòng Tên xây dựng chữ Quốc ngữ tại cư sở Nước Mặn, thuộc Đàng Trong, năm 1624, cha Giêrônimô Majorica (hay Girolamo Maiorica, 1591-1656) được gửi đến đây để học tiếng Việt và chữ Nôm. Năm 1628 cha đi Macao rồi trở lại Đàng Trong. Năm 1631 cha được gửi đi Đàng Ngoài để hỗ trợ các thừa sai ở đó chưa rành tiếng Việt. Cha đã biên soạn nhiều tác phẩm Công giáo bằng chữ Nôm với sự cộng tác của các tín hữu Việt Nam. Cha là một trong những người đầu tiên viết văn xuôi bằng chữ Nôm, để lại những tác phẩm có vai trò độc đáo trong lịch sử văn học Việt Nam. Cha chủ biên đến khoảng 45 tác phẩm lớn nhỏ bằng chữ Nôm. Hiện nay, Thư viện Quốc gia Paris lưu trữ 15 cuốn với 4.200 trang.

Năm 1632 cha Majorica thành lập tại Thăng Long một cơ sở in mộc bản để in các tài liệu chữ Nôm Công giáo. Cơ sở in này bị phá hủy cũng trong năm 1632, dù vậy nó đánh dấu một khởi đầu rất rõ và đáng được coi là cột mốc chào đời của văn học Công giáo Việt Nam.

Như vậy có hai dòng sách báo đạo song song: Sách chữ Nôm tiếp tục cách viết sẵn có trước đó của người Việt cho tới cuối thế kỷ XIX, còn sách chữ Quốc ngữ vẫn được tiếp tục và phát triển cho tới nay.

Phần này có 09 bài viết liên quan.

3. NHỚ 1670, *SẤM TRUYỀN CA* CHỮ NÔM

Năm 1993, Trường Đại học Tổng hợp Tp. Hồ Chí Minh ấn hành quyển sách nghiên cứu tựa đề *"Về sách báo của tác giả Công giáo (thế kỷ XVII-XIX)"*, để công bố đã tìm thấy mấy quyển sách quan trọng, đặc biệt là quyển Sấm truyền ca của Linh mục Lữ Y Đoan đã viết ra vào năm Canh Tuất (1670). Quyển này nguyên tác viết bằng chữ Nôm, nhưng nay chỉ còn bản chữ Quốc ngữ do ông Phan Văn Cận phiên âm vào năm Canh Thìn (1820). Tác giả Lữ Y Đoan là một trong những linh mục người Việt đầu tiên, đã phỏng dịch năm quyển đầu của bộ *Cựu ước* trong *Kinh thánh*, nay chỉ còn tập I, là *Tạo Đoan Kinh* (*Genesis*, tức là sách *Sáng Thế ký*). Đây là một tác phẩm văn học đặc sắc, phản ảnh một nỗ lực Việt Nam hóa và bình dân hóa *Kinh thánh* bằng cách mượn những yếu tố văn hóa Việt Nam và Đông phương để diễn dịch *Kinh Thánh*.

Ở nửa sau thế kỷ XIX, ta không thể bỏ sót hai tác giả nổi bật là Linh mục Đặng Đức Tuấn (1806-1874) và Nguyễn Trường Tộ (1830-1871), cả hai đều nổi tiếng với các bản điều trần.

Ở đây ta sẽ có 11 bài viết liên quan.

4. NHỚ 1887, NGUYỄN TRỌNG QUẢN, TIỂU THUYẾT CHỮ QUỐC NGỮ

Với các tự vị của Gm. Pigneau de Behaine (Bá Đa Lộc), Taberd và Huình Tịnh Của, chữ Quốc ngữ ngày càng vững và càng có chỗ đứng.

Năm 1887 Nguyễn Trọng Quản in quyển *Truyện thầy Lazarô Phiền* như cột mốc khởi đầu cho tiểu thuyết mới (tiểu thuyết văn xuôi bằng Quốc ngữ), hơn 30 năm trước quyển Tố Tâm của Hoàng Ngọc Phách (1919).

Các tác giả viết bằng chữ Quốc ngữ có: Felippe do Rosario Bỉnh (1759-1833), Thánh Lm. Philipphê Phan Văn Minh (1815-1853), Phêrô Trần Lục (1825-1871), Huình Tịnh Paulus Của (1834-1907), Petrus Trương Vĩnh Ký (1837-1898) và JB. Nguyễn Trọng Quản (1865-1911),...

Xếp theo thể loại, về diễn ca, có các tác giả: Philipphê Phan Văn Minh và Phêrô Trần Lục.

Về ký sự, có: Felippe do Rosario Bỉnh (1759-1833) và Petrus Trương Vĩnh Ký.

Về nghiên cứu, có: Huình Tịnh Paulus Của và Petrus Trương Vĩnh Ký.

Về báo chí, có: Trương Vĩnh Ký (1837-1898).

Về tiểu thuyết, có: JB. Nguyễn Trọng Quản (1865-1911).

Năm 1885, nhà in Làng Sông ở miền Trung bị Văn Thân tàn phá, mãi 20 năm sau mới phục hồi để cùng phục vụ với nhà in Tân Định ở phía Nam (lập từ 1861) và nhà in Phú Nhai và Kẻ Sở (1868) ở phía Bắc . Nhờ đó, báo chí Công giáo khá nhộn nhịp.

Xin giới thiệu 22 bài trình bày chung về giai đoạn này và về một số tác giả tiêu biểu.

5. NHỚ 1908, TUẦN BÁO *NAM KỲ ĐỊA PHẬN*

Nam Kỳ địa phận số đầu tiên ra ngày 26.11.1908 và số cuối cùng ra ngày 01.3.1945, ra ngày thứ năm hàng tuần. Tờ báo sống 37 năm với khoảng 30.000 trang báo. Tuy là "báo đạo" nhưng hai phần ba số trang bàn về đủ mọi vấn đề của cuộc sống.

Trước năm 1900, đã có một số tuồng tích được ấn hành nhưng năm 1912 *Tuồng Thương Khó* của tác giả JB. Nguyễn Bá Tòng kịch bản đầu tiên được đón nhận rộng rãi và công diễn khắp Nam, Trung, Bắc.

Năm 1913, Linh mục thừa sai Albert Schlicklin (1857-1932), người Pháp, còn được biết với tên gọi Cố Chính Linh, ấn hành pho *Kinh thánh cứ bản Vulgata,* bốn tập. Đây là bản dịch Việt ngữ trọn bộ đầu tiên, đầy tính chuyên môn và chuẩn mực về tiếng Việt.

Nhờ có các nhà in, việc ấn hành sách báo Công giáo khá thuận lợi. Từ bắc chí nam có nhiều báo Công giáo, ngoài tuần báo *Nam Kỳ địa phận* bán nguyệt san *Lời Thăm* (Qui Nhơn) đứng vững 24 năm (1919-1943), tiếp đến có *Công giáo Đồng thinh* (nhật báo, Hà Nội), *Vì Chúa* (tuần báo, Huế) và cũng phải nhắc đến *Chức dịch thơ tín* (nguyệt san, Kontum) là tờ báo giúp định hình văn học Công giáo Tây nguyên.

Xin giới thiệu 16 bài trình bày chung về giai đoạn này và về một số tác giả tiêu biểu.

6. NHỚ 1933, GIONG CÁNH BUỒM RA KHƠI

Năm 1933, kỷ niệm 19 thế kỷ cuộc khổ nạn, cái chết và sự phục sinh của Chúa Cứu Thế, Tòa thánh cắt đặt vị giám mục người Việt đầu tiên: Đức Cha JB. Nguyễn Bá Tòng, tác giả *tuồng Thương khó*. Năm 1935, vị giám mục người Việt thứ hai được bổ nhiệm: Gm. Đaminh Hồ Ngọc Cẩn, nổi bật như một nhà văn hóa lỗi lạc. Trong những năm là linh mục phục vụ tại giáo phận Huế trước đó, cha Đaminh đã đặc biệt quan tâm tới mục vụ văn hóa: mở trường, lập nhà in... Từ năm 1935, với trách nhiệm Giám mục tại Bùi Chu, những hoạt động về văn hóa và văn học của ngài càng nổi bật, có ảnh hưởng lan rộng và lâu dài về sau. Ngay những ngày đầu sứ vụ Giám mục, dù người ta chào mừng bằng ngôn ngữ nào, ngài luôn đáp từ bằng tiếng mẹ đẻ. Năm 1937, tại đại hội Thánh Thể thế giới ở Manila, ngài đọc diễn từ bằng tiếng Việt... Ngài đã khơi nguồn cảm hứng cho lớp trẻ của Đại chủng viện Quần Phương dấn thân trên con đường ngôn sứ, dùng ngòi bút để loan báo Tin mừng và cải thiện xã hội.

Năm 1945 nhóm Ra Khơi hình thành trong Chủng viện này đã có cương lĩnh rõ. Về sau, trong bài viết về ảnh hưởng của nhà văn Khái Hưng trên nhóm này, Lm. Vũ Đình Trác ghi lại trong một câu những thành viên chủ chốt của nhóm: "Bùi Chu Thi trưởng nhóm, Nguyễn Duy Tôn, Trần Thái Hiệp (Hồ Khanh), Đinh Cao Thuấn, Vũ Đình Trác (Võ Thanh) đi về Văn; Nguyễn Quang Lãm (Hồ Chương), Lê Thế Kha (Thanh Hương) đi về Nhạc"...

Những năm cuối thập niên 1930, nhà thơ Hàn Mạc Tử biết rõ mình bị bệnh phong, được ơn cảm nghiệm tình yêu lạ lùng của Thiên Chúa, đã viết nên những bài thơ đạo tuyệt vời nhất. Năm 1944, nhóm *"Tác Phẩm Đầu Xuân"* tại Hà Nội có hướng thực hiện một diễn đàn thơ văn Công giáo nhưng chỉ được một ấn phẩm rồi thời cuộc không cho phép.

Sau năm 1954, ở miền Bắc, nổi bật có bản tóm Cuộc đời Chúa Cứu Thế bằng thơ song thất lục bát của Hồng y Phaolô Phạm Đình Tụng, Giám mục Bắc Ninh và bản dịch *Tân ước* của Đức cha Giuse Maria Trịnh Văn Căn; những nghiên cứu về văn hóa dân gian của Đức ông Lorenzo Phạm Hân Quynh, thơ của Lm. P. X. Võ Thanh Tâm, thơ và ký sự của Đức cha P. X. Nguyễn Văn Sang; bộ hồi ký nổi tiếng của Đức cha Phaolô Lê Đắc Trọng...

Sách báo Công giáo thời kỳ này tập trung ở miền Nam. Từ năm 1960, lớp Linh mục du học châu Âu về đã thổi một luồng gió mới, khởi đầu với thánh nhạc. Những ca từ nặng tình cảm được thaythế bằng nội dung *Kinh thánh*. Việc chuẩn bị Công đồng Vaticanô II đã giúp cộng đồng Dân Chúa làm quen với công cuộc đổi mới, cả giáo sĩ và giáo dân cùng ý thức mình được tham gia ba sứ mạng cao quý của Chúa Kitô: ngôn sứ, mục tử và tư tế. Sách vở, báo chí và văn chương thuộc về chức năng ngôn sứ, động viên mọi người nhập cuộc xây dựng xã hội trong chức năng mục tử và hy sinh trong chức năng hiến tế. Nhiều tờ báo của những tầng lớp khác nhau, với những mức độ dấn thân khác nhau, tùy theo sự phân định của nhóm chủ trương. Tiêu biểu cho sự dấn thân của giáo dân là các nguyệt san *Đức Mẹ Hằng Cứu Giúp*, *Trái Tim Đức Mẹ* và *Tông Đồ*, hai tuần báo *Sống Đạo* và *Thẳng Tiến*, các nhật báo *Xây Dựng* và *Hòa Bình*. Bán nguyệt san *Bách Khoa* và *Thời Nay* do giáo dân chủ xướng. Tuy nhiên, còn phải đi xa hơn về tinh thần hiệp thông và hợp tác. Hoa trái của Công đồng còn lộ rõ nơi nỗ lực giáo dục cởi mở, không phân biệt tôn giáo của Bán nguyệt san *Tuổi Hoa* và Tủ sách Tuổi Hoa.

Năm 1963 có bản dịch *Kinh thánh* trọn bộ của cha Gérard Gagnon (cha Nhân), người Canada, Dòng Chúa Cứu Thế. Năm 1970, có bản dịch trọn bộ của cha Đa Minh Trần Đức Huân.

Trên bầu trời văn học Công giáo giai đoạn này rực sáng hai vì sao: Lm. nhà thơ Xuân Ly Băng và nhà thơ Lê Đình Bảng.

Ở đây giới thiệu 30 bài trình bày chung về giai đoạn này và về một số tác giả tiêu biểu.

7. NHỚ 1980, SỐNG PHÚC ÂM GIỮA LÒNG DÂN TỘC

Cuối tháng Tư 1975, đất nước thống nhất. Năm 1980, lần đầu tiên Hội đồng Giám mục Việt Nam họp hội nghị toàn quốc. Với định hướng "Sống Phúc Âm giữa lòng dân tộc để phục vụ hạnh phúc của đồng bào", thư chung của Hội đồng mở ra cho Dân Chúa tại Việt Nam một trang sử mới trên căn bản Lời Chúa và giáo huấn của Hội thánh.

Năm 1976, có bản dịch trọn bộ *Kinh thánh* của Lm. Giuse Nguyễn Thế Thuấn, năm 1985 có bản dịch trọn bộ *Kinh thánh* của Hồng y Giuse

Maria. Công cuộc của Nhóm phiên dịch *Kinh thánh* Các Giờ Kinh Phụng Vụ đã khởi đầu từ năm 1971 vẫn tiếp tục và năm 1998 đã có được bản dịch *Kinh thánh* trọn bộ. Thành quả này cho thấy cần phát huy kinh nghiệm làm việc chung.

Lời Chúa thấm sâu vào lòng Dân Chúa qua những nhóm chia sẻ Lời Chúa, qua các phiên bản *Kinh thánh* diễn ca, đặc biệt là danh tác Sứ Điệp Tình Thương của Lm. FX. Nguyễn Xuân Văn, các kịch bản của nhà giáo FX. Trần Duy Nhiên và các tiểu thuyết của tác giả Song Nguyễn, tức là Đức cha Đa Minh Nguyễn Chu Trinh, Giám mục Giáo phận Xuân Lộc sau này.

Trước kia, số lượng báo giấy Công giáo rất đáng kể. Giờ đây, nhịp sống văn hóa chuyển sang nghe nhìn, các giáo phận, giáo xứ, đoàn thể cũng đua nhau mở các trang mạng. Có nhiều trang mạng mang tính toàn quốc và cả những trang mạng mang tính toàn cầu.

Xin giới thiệu 30 bài trình bày chung về giai đoạn này.

8. NHỚ VĂN HỌC CÔNG GIÁO VIỆT NAM HẢI NGOẠI

Sách Công vụ các Tông đồ cho thấy các tín hữu thuở đầu phân tán đến đâu, đã rao giảng Tin mừng đến đó. Ngày nay cũng thế, khi những biến chuyển lịch sử đã đưa đẩy nhiều người Việt rời quê hương, tản mác khắp các châu lục, những người Công giáo đi tới đâu cũng đã góp phần loan báo Tin mừng tới đó, cả bằng lời nói, chứng tích đời sống lẫn văn thơ và sách báo. Bản sơ thảo của nhà nghiên cứu Nguyễn Vy Khanh cung cấp cho ta một cái nhìn tổng quát về toàn cảnh một giai đoạn sôi nổi của văn học Công giáo Việt Nam tại hải ngoại, từ sinh hoạt đến nội dung. Ta gặp thấy những chủ đề phong phú về quá khứ, tình tự tha hương, di tản, lạc lõng trên đất lạ, cái chết, cố gắng hội nhập, đặc biệt là về sống đạo và tâm linh. Bản sơ thảo cũng cho ta một thoáng nhìn về các thể loại: thơ, hồi ký, truyện, tiểu thuyết lịch sử, đặc biệt là nghiên cứu văn học và biên khảo, với nét trẻ trung và cách tân, thể hiện với rất nhiều báo chí nở rộ khắp nơi, rồi trên liên mạng internet...

Ngoài ra, trong phần này còn có 10 bài riêng đã tìm được về 10 tác giả.

9. NHỚ 2005, NHỚ VĂN HỌC NỐI MẠNG

Bước sang thế kỷ XXI, cuộc lữ hành của Dân Chúa vượt khỏi các vùng miền của trái đất, tiến vào thế giới công nghệ mới của kỹ thuật số. Một lần nữa, những người loan báo Tin mừng bằng ngòi bút phải dò dẫm những thể nghiệm mới trên bàn phím vi tính. Sách và báo được phát hành trên mạng Internet. Ngoài sách để xem, còn có cả sách để nghe..

Năm 2005, Linh mục Anrê Dũng Lạc Trần Cao Tường khai trương Mạng Lưới Dũng Lạc, quy tụ các tác giả Công giáo khắp nơi, tìm gom góp và bảo tồn sách vở Công giáo. Cuối năm 2010, cha Tường qua đời, trang mạng Dũng Lạc bị tàn lụi. Dù vậy, một số Câu lạc bộ văn thơ được gieo mầm từ đó vẫn tiếp tục tồn tại và phát triển cách này hay cách khác.

Với tâm huyết phát hiện và đào tạo các tài năng trẻ, năm 2006-2007 có Giải truyện ngắn Đức Mẹ Hằng Cứu Giúp của Dòng Chúa Cứu Thế. Từ năm 2009, hằng năm Ban Văn hóa Giáo phận Qui Nhơn tổ chức cho học sinh tiểu học và trung học Giải văn thơ Linh mục Đặng Đức Tuấn và các cuộc thi xướng họa thơ cho người lớn, năm 2012 quy tụ các tác giả thơ qua bộ sưu tập chào mừng kỷ niệm 100 năm sinh nhật nhà thơ Hàn Mạc Tử, rồi tới Giải truyện ngắn Viết Văn Đường Trường (2012-2018) chào mừng 400 năm Tin mừng trên địa bàn Giáo phận Qui Nhơn và sự khai sinh chữ Quốc ngữ tại quê hương Nước Mặn.

Một số giáo phận khác cũng tổ chức thi tương tự.

Cùng lúc là sinh hoạt liên mạng: Câu lạc bộ Thi Ca Cầu Nguyện phát hành trang thơ giao lưu hằng tuần trên dưới 80 trang - cho tới đầu tháng 10/2020 đã tròn 500 số. Sau khi cha Trần Cao Tường về với Chúa (2010), trang web Văn Thơ Công giáo đang cố gắng tiếp bước trang Dũng Lạc.

Đó là những nỗ lực kiếm tìm và đào tạo tài năng văn thơ trẻ. Cụ thể hơn, Giải Viết Văn Đường Trường đã tổ chức những cuộc họp mặt, những tuần tĩnh tâm cho các tác giả và chương trình workshop để cùng chia sẻ kinh nghiệm sáng tác.

Văn hóa nghe nhìn đang lấn sân của văn hóa đọc và viết, nhưng có lẽ sẽ không thể thay thế được cái kinh nghiệm chiều sâu đã có từ ngàn xưa. Những người làm mục vụ ngôn sứ cần quan tâm đào tạo cả hai: phải có chiều sâu cảm nghiệm thì việc loan truyền mới đúng ý nghĩa của nó.

Xin giới thiệu 14 bài trình bày chung về giai đoạn này và về một số tác giả tiêu biểu.

Phần III. ĐÓN CHÀO NĂM 2033, KÍNH MỪNG ƠN CỨU RỖI

ĐỂ ĐỀN ĐÁP ÂN TÌNH

Mỗi ngày qua đi đang đưa ta tiến gần hơn đến kỷ niệm 2000 năm Đức Giêsu Kitô, Con Thiên Chúa, đã chết và sống lại vì ta, 0033-2033, và trước đó, kỷ niệm 400 năm Văn học Công giáo Việt Nam, 1632-2032. Những kỷ niệm ấy đòi ta phải suy nghĩ về trách nhiệm đền ơn đáp nghĩa với tiền nhân và với Thiên Chúa.

Tiếp nối những kỷ niệm và nghiên cứu ở hai phần trước, phần III gom góp những chứng từ về hiện tại và những ước vọng cho tương lai. Hiện tại tiêu biểu nơi một số nỗ lực từ các giáo phận khắp Bắc, Trung, Nam, và nơi nhiệt tình của một số khuôn mặt trẻ trên các lãnh vực truyện, thơ, phê bình, nghiên cứu Hán Nôm, nghiên cứu văn học, báo giấy và báo mạng. Những nỗ lực dường như đôi lúc yếu ớt đến vô vọng vì phải lội ngược dòng chảy thần tốc của kỹ thuật số, vì quyết chọn bước chậm trên đường hẹp đang khi nhân gian lao nhanh theo đường rộng (x. Mt 7,13-14). Hầu như ta cô đơn lạc lõng giữa một thời đại đang chào thua sự lười lĩnh và thị hiếu của mình nên bỏ mất khả năng tập trung, không còn biết chú ý để đi vào chiều sâu của cảm nhận, yêu thương và đổi mới.

Kỷ niệm 2033 nhắc ta nhớ Kitô giáo là tôn giáo của Lời Thiên Chúa, mời gọi ta phải lắng nghe và nghiền ngẫm để sống (x. Mt 4,4). Thiếu trầm tư và lắng đọng, ta sẽ tan biến thành khói bụi vô nghĩa giữa dòng đời.

Ở phần III này, ý kiến của Đức cha Phêrô Nguyễn Văn Khảm, Tổng thư ký Hội đồng Giám mục Việt Nam và là tác giả bộ sách nói nổi tiếng Kinh thánh 100 tuần thật đáng lưu ý. Khi được hỏi về tương lai, tác giả sách nói lại góp ý về sách in. Ngài đã bất ngờ đặt ngược lại một câu hỏi cho quá khứ: "Câu hỏi căn bản được đặt ra là liệu ở Việt Nam trước đây đã thực sự có văn hóa đọc đông đảo và mạnh mẽ chưa? Chúng ta thường nghĩ như thế nhưng chưa hẳn đã đúng với thực tế. Hãy thử đặt vài câu hỏi: mỗi quyển sách văn học hoặc tư tưởng thường được in bao nhiêu bản? Số ấn bản đó so với dân số của cả nước có tỉ lệ là bao nhiêu phần trăm? Có lẽ câu trả lời không được phấn khởi cho lắm, nghĩa là (trước đây) văn hóa đọc không hẳn là lớn mạnh như ta nghĩ."

Thực tế ấy nhắc ta nhớ việc đào tạo khả năng đọc sách là khó khăn chung của mọi thời chứ không riêng của thời chúng ta. Đúng là ở thời này có phần khó hơn nhiều nhưng dù khó tới đâu, ta vẫn phải cố gắng, ngay cả khi nhìn bên ngoài có vẻ như không thể được thì ơn Chúa vẫn còn đó. Câu trả lời cho người Kitô hữu đã có sẵn: "Đối với loài người thì không thể được, nhưng đối với Thiên Chúa thì không phải thế, vì đối với Thiên Chúa mọi sự đều có thể được" (Mc 10,27).

Vị Giám mục dùng cách hỏi về quá khứ nhằm đưa tới những chỉ dẫn cụ thể cho việc phục hồi văn hóa đọc. Câu trả lời ý nghĩa chính là cổ võ khả năng lắng đọng, đọc và dừng lại lắng nghe điều Thiên Chúa muốn nói nơi Lời của Chúa trong Kinh thánh, nơi những lời các môn đệ Chúa đang rao giảng bằng audio, video, sách nói và sách in.

Giúp cho các bạn trẻ biết đọc sách, ta sẽ trang bị họ thành những công dân chín chắn và giàu tấm lòng chung, những tín hữu vững đức tin và tình mến, những tông đồ cầu tiến và nhiệt thành, luôn gắn bó với Đấng là Lời (Ga 1,14), là Sự Sáng (Ga 8,12; 9,5), là Đường, là Sự Thật và là Sự Sống (Ga 14,6)..

1. Từ những nẻo đường đất nước

Khuất lấp sau những lo toan cuộc sống với áo cơm, với những bươn chải tìm an cư lạc nghiệp, suốt nửa thế kỷ qua mầm mống văn chương và văn học Công giáo vẫn còn thấp thoáng đây đó. Khi ta khát, đưa tay vốc uống và rửa mặt, lặng ngắm trời cao, vẫn nghe róc rách một dòng trong xanh đang chảy. Rồi hoa đã lại nở, dù không như một thửa vườn công nghiệp, dù chỉ lác đác hiếm hoi, mỗi nơi dăm đóa, mỗi nơi một vẻ, và phải tinh ý lắm mới thấy, nhưng ống kính của người săn ảnh đã có thể gom cho ta một bộ sưu tập giá trị. Mời bạn lại phía cửa sổ nhìn xem, không phải chỉ trên album ảnh, mà cả một góc vườn chớm nở. Rồi công nghệ cấy mô sẽ chọn lọc những bông hoa tuyệt mỹ để nhân lên, cung ứng cho nhu cầu cuộc sống đang cần vẻ đẹp, dòng suối trong, làn khí mát.

Ở đây xin giới thiệu 18 bài.

2. Khuôn mặt tác giả trẻ

Ở góc vườn vừa xem, tôi đặc biệt để ý hình ảnh một khóm lay ơn, mùa hoa cũ đã tàn nhưng từ những củ lay ơn đang nẩy nở một mùa hoa mới. Mời bạn mở sang cửa sổ này. Những bông hoa mới chưa nhiều nhưng có thật.

Ở phần II của bộ sưu tập, một vài cây bút nghiên cứu trẻ đã tham gia với một số bài viết đáng trân trọng. Tại góc vừa qua của phần III, chính các bạn trẻ đã giới thiệu hoạt động văn chương văn hóa tại các Giáo phận. Tại góc riêng mới này, nhà văn trẻ Vinh Kiu sẽ giới thiệu 36 khuôn mặt trẻ bạn ấy từng quen biết. Rồi đây, người này sẽ mách cho người khác, đến kỷ niệm 400 năm Văn học Công giáo Việt Nam, họ sẽ tay bắt mặt mừng vì đã gặp nhau từ những Câu lạc bộ trên mạng, từ các cuộc thi, từ những trang báo Mục Đồng, từ chương trình Tiếp sức in sách lần đầu...

Sự kiện 2032-2033 và phần tiếp theo của thế kỷ XXI thuộc về các tác giả trẻ, thuộc về bạn, người đang mở từng trang của bộ sưu tập hôm nay.

Ở đây xin giới thiệu 10 bài.

3. Chăm sóc tài bồi tiếng mẹ đẻ

Bạn có thể đọc trên máy tính, trên điện thoại hay với quyển sách, tờ báo trên tay, nhưng hãy đọc chứ đừng chỉ lướt thôi. Những ảo ảnh của công nghệ rất dễ biến ta thành loài bướm ảo. Người xưa tự cười mình cưỡi ngựa xem hoa. Người nay có tự hỏi mình sẽ rút được gì khi lướt qua vườn hoa bằng xe cao tốc?

Sau câu hỏi của tác giả Kinh thánh 100 tuần, rồi câu hỏi Tương lai nào cho văn hóa đọc của Ts. Cao Kỳ Hương, với 12 bài ở góc này, mời bạn tìm câu trả lời từ các gợi ý ưu ái:

- Chăm sóc việc đọc của thiếu niên nhi đồng.

- Tự nguyện đến với Lời Chúa và viết nhật ký thiêng liêng.

- Nếu thấy mình có khả năng, hãy mạnh dạn hưởng ứng các cuộc thi văn thơ, trong đạo cũng như ngoài đời.

- Tích cực tham gia hoạt động tông đồ phát hành sách báo.

I

Cái nhìn tổng quát

CÁI NHÌN TỔNG QUÁT

*** CÓ MỘT NỀN VĂN HỌC CÔNG GIÁO Ở VIỆT NAM**

Gs. Ts. Đỗ Quang Hưng

*** ĐỊNH HƯỚNG VĂN HỌC TRONG MỤC VỤ TRUYỀN GIÁO THỜI ĐẦU TẠI VIỆT NAM**

Lm. Trương Đình Hiền

*** VĂN HOÁ CÔNG GIÁO TRONG LÒNG VĂN HOÁ DÂN TỘC**

Bùi Công Thuấn

*** ĐÔI NÉT VỀ VĂN HỌC CÔNG GIÁO VIỆT NAM**

Nguyễn Vy Khanh

*** NHÌN QUA NHỮNG CHẶNG ĐƯỜNG THI CA CÔNG GIÁO VIỆT NAM**

Phạm Đình Khiêm

*** LỊCH SỬ VĂN HỌC CÔNG GIÁO VÀ NHỮNG VẤN ĐỀ**

Bùi Công Thuấn

*** VĂN HỌC CÔNG GIÁO VÀ NHỮNG HÀNH TRÌNH ĐỨC TIN**

Trăng Thập Tự

CÓ MỘT NỀN VĂN HỌC CÔNG GIÁO Ở VIỆT NAM

Gs. Ts. Đỗ Quang Hưng

Tóm tắt: Nền văn học Công giáo cũng như nền văn hoá Công giáo ở Việt Nam là những vấn đề được đặt ra và trao đổi ít nhất từ năm 1999 trở lại đây. Mặc dù còn có những điểm khác biệt nhưng dần dần đã có tiếng nói chung. Bài viết này muốn đưa ra những luận cứ có tính lý thuyết và thực tiễn để có thể khẳng định Có một nền văn học Công giáo ở Việt Nam. Tác giả cũng đã cố gắng đặt nó trong tổng thể lịch sử vấn đề Công giáo, nền văn hoá Công giáo ở Việt Nam và những điều kiện mới xuất hiện từ 1990 trở lại đây, dự báo sự phát triển của nền văn học Công giáo.

Từ khóa: Công giáo Việt Nam; Văn hoá Thế tục; Văn hoá Công giáo; Văn học Công giáo; Báo chí Công giáo.

1. LÝ LẼ VỀ SỰ CÓ MẶT CỦA DÒNG VĂN HỌC CÔNG GIÁO Ở VIỆT NAM

Câu hỏi mà chúng tôi đặt ra có lẽ vẫn là cần thiết, dù rằng ở Việt Nam ngay từ năm 1965, Võ Long Tê đã khẳng định điều này trong cuốn Lịch sử Văn học Công giáo Việt Nam. Bằng cách dùng hình ảnh của Thánh vịnh trong Kinh thánh để đưa ra khái niệm "Văn học Công giáo Việt Nam". Ông viết: "Đó là một nền văn học dung hợp dân tộc tính và Công giáo tính, một thành phần bất khả phân của toàn thể văn học quốc gia" [13, tr.10]...

Chắc hẳn là định nghĩa này của Võ Long Tê cũng chưa thật đầy đủ về phương diện lý thuyết về "nền Văn học Công giáo", được hiểu như một dòng văn học của nước ta. Cần nói thêm rằng, khái niệm văn học Công giáo ở thời điểm đó và có lẽ đến tận bây giờ vẫn còn khá xa lạ với không ít người. Có nhiều lý do, nhưng có lẽ trước hết nó gắn liền với một khái niệm rộng hơn, được bàn thảo lâu nay, đó là quan điểm của cây bút Công giáo nổi tiếng, Lm. Thiện Cẩm. Trong bài viết có tên Có chăng một nền văn hóa Công giáo ở Việt Nam [1], [2], tác giả đã đưa ra câu hỏi này.

GS.TS. Đỗ Quang Hưng

** Sinh: 1946. Tham gia sáng lập Viện Nghiên cứu Tôn giáo thuộc Viện Hàn lâm Khoa học Xã hội Việt Nam. Ông đã là viện trưởng viện này trong 10 năm.*
** Nghiên cứu lịch sử Việt Nam, chuyên về Cận đại.*
Tác phẩm chính: bộ chuyên khảo 4 cuốn:
** Vấn đề Tôn giáo trong cách mạng Việt Nam lý luận và thực tiễn Chính sách tôn giáo và nhà nước pháp quyền nhà nước tôn giáo luật pháp*
** Nhà nước thế tục*
** Email: <vnnquanghung@yahoo.com>*

Dù sao trong tác phẩm đáng chú ý nói trên, ít nhất Võ Long Tê, đã đưa ra bốn luận cứ về sự hiện diện "nền Văn học Công giáo Việt Nam". Xin tóm tắt những lý lẽ của ông dưới đây:

- Thứ nhất, bằng cách vận dụng lý thuyết quen thuộc về một nền văn học nói chung "đã thấm nhuần sâu đậm trong tâm hồn của đoàn thể" và "ứng đáp nhu cầu nghệ thuật của tác giả", Võ Long Tê cho rằng "những tác phẩm văn học Công giáo Việt Nam, không phải chỉ liên hệ đến những tín đồ Công giáo mà còn liên hệ đến đời sống chung của dân tộc. Kể từ bốn trăm năm nay, đạo Công giáo đã du nhập xã hội Việt Nam, đem lại những ảnh hưởng sâu xa trong đời sống dân tộc chẳng khác gì tác động của Khổng giáo, Lão giáo và Phật giáo. Đạo Công giáo đã trở nên một động lực lịch sử và đã cùng với các động lực khác góp phần cấu tạo nên lịch sử và vận mệnh Việt Nam" [13, tr.34-41]...

Để củng cố lý lẽ đầu tiên này, Võ Long Tê đưa cái nhìn của thần học văn hóa Công giáo như một logic lý thuyết. Theo ông, mặc dù "đạo Công giáo thống nhất nhân loại trong đức tin nhưng không đồng nhất các dân tộc theo một văn hóa nào"; nhưng mặt khác, tác giả đã phân tích rất đúng: "Truyền thống dân tộc, đặc điểm văn hóa, nếu không có gì làm sai lạc hoặc trở ngại sứ điệp Tình Yêu Thiên Chúa, đều được bảo tồn và phát triển trong khuôn khổ đạo Công giáo" [13, tr.42]...

- Thứ hai, so sánh với những giá trị văn hóa, văn học của Tam giáo, nhất là của Phật giáo, tác giả cũng khẳng định rằng, dù sao đạo Công giáo "đã trở nên một động lực lịch sử và đã cùng với các động lực khác góp phần cấu tạo nên lịch sử và vận mệnh Việt Nam"... Đạo

Công giáo nghĩa gốc của nó là một tôn giáo phổ quát (thống nhất nhân loại trong đức tin), nhưng tác giả cũng đã chỉ ra rằng điều đó không đối lập với tính lịch sử và bản sắc dân tộc. Điều này hết sức quan trọng đối với việc nhìn nhận dòng văn học Công giáo.

- Thứ ba, Võ Long Tê cũng đã chỉ ra được "chất liệu" tạo nên dòng văn học Công giáo ở Việt Nam: "Riêng trong phạm vi văn học, đạo Công giáo đã đem lại những nguồn cảm hứng mới. Những công trình sáng tác, biên khảo Công giáo đã làm cho văn học Công giáo phát sinh và trưởng thành theo một đường hướng riêng biệt nhưng không phải là không có những mối liên hệ hỗ tương với các thành phần khác của nền văn học Việt Nam" [13, tr.34-41]...

Có không ít những thí dụ tiêu biểu để minh chứng cho luận cứ này của tác giả. Một linh mục như Philiphê Bỉnh, trong thời gian lưu trú ở Lisbonne đã soạn thảo những tác phẩm đủ loại như lịch sử thần học, thi ca thấm đậm tình yêu đất nước qua thứ chữ Quốc ngữ mới mẻ. Những giáo hữu như Nguyễn Trường Tộ, Trương Vĩnh Ký, Huình Tịnh Của có công bảo tồn văn học chữ Nôm, cổ xúy tân học giữa buổi đầu tiếp xúc văn hóa Đông - Tây... Thời cận đại, tiếng thơ của Hàn Mạc Tử, dù đơn lẻ cũng tạo được một dấu ấn đặc biệt của thơ ca Công giáo...

Năm 2001, Lm. Thiện Cẩm tự trả lời cho câu hỏi của mình Có chăng một nền văn hóa Công giáo Việt Nam?: "Chỉ có những nét văn hóa Công giáo Việt Nam chứ không có một nền văn hóa Công giáo Việt Nam". Ông còn nói thêm rằng: "Trong các nghệ thuật như văn chương, thi ca, hội họa, tuy có lẽ người Công giáo chưa để được lại gì nhiều so với nghệ thuật Phật giáo, nhưng một Hàn Mạc Tử cũng đã tạo ra được một sắc thái Công giáo Việt Nam khá rõ rệt. Nói thế không có nghĩa là tôi phủ nhận giá trị thơ văn của các thi sĩ và văn sĩ Công giáo. Có lẽ ngoài Hàn Mạc Tử, người Công giáo Việt Nam chưa có được những Nguyễn Bính hay Lưu Trọng Lư hoặc Xuân Diệu, nhưng Đêm thơ Đình Bảng vừa được tổ chức trong hai tối 3 và 4 tháng 8 năm 2000 tại giáo xứ Đa Minh Ba Chuông tại Thành phố Hồ Chí Minh, chứng tỏ diễn đàn thơ Công giáo đã thực sự lôi cuốn được một số khá đông quần chúng, vượt mức dự trù" [2, tr.147]...

- Thứ tư, về mặt tư tưởng và phương pháp nghệ thuật, Võ Long Tê thừa nhận nền văn học Công giáo ra đời trước hết dựa trên nền tảng lịch sử truyền bá Tin mừng (Evangelique) ở Việt Nam hơn bốn thế kỷ nay. Tác giả đưa ra một số phạm trù thần học quan trọng ảnh hưởng đến sự hình thành nền văn học Công giáo (ý niệm về Thiên Chúa - Trời, Bác Ái - Từ Bi, Vô Vi,...). Từ đó, tác giả có một nhận xét thú vị khác: "Đạo Công giáo là một kích thước mới của văn học Việt Nam:

đó là chiều cao, là hướng đi lên kết hợp con người với Thiên Chúa" [13, tr.37].

Chúng tôi cho rằng luận cứ về sự có mặt của dòng văn học Công giáo ở Việt Nam có thể và cần phải bổ sung từ những góc tiếp cận khác ngoài nhãn quan tôn giáo, bởi vì khi đã thừa nhận văn học Công giáo là một dòng văn học của nền văn học Việt Nam thì tất nhiên, bản thân nó phải đáp ứng những tiêu chí khác. Dưới đây, ít nhất, chúng tôi đề cập thêm hai góc tiếp cận (dòng văn học Công giáo nếu có thì nó đứng ở đâu trong mối quan hệ với "văn hóa tôn giáo" và "văn hóa thế tục"; dòng văn học Công giáo trong quan hệ với "Văn học Việt Nam")...

2. SỰ RA ĐỜI, PHÁT TRIỂN CỦA DÒNG VĂN HỌC CÔNG GIÁO Ở VIỆT NAM

2.1. Phân kỳ của Võ Long Tê

Theo Võ Long Tê, có ba thời kỳ lớn trong văn học Công giáo Việt Nam:

"Văn học Công giáo Việt Nam có thể chia làm ba thời kỳ lớn, mốc giới phân định là những biến cố quan trọng của quốc sử hay giáo sử Việt Nam. Cố nhiên là trong mỗi thời kỳ, có nhiều giai đoạn tiến triển và gồm nhiều khuynh hướng:

1) Thời kỳ thứ nhất là thời kỳ phát sinh văn học Công giáo Việt Nam (từ khởi thủy cho đến giữa thế kỷ XVII).

2) Thời kỳ thứ hai là thời kỳ phát triển trong phạm vi Cộng đồng giáo dân (từ giữa thế kỷ thứ XVII đến giữa thế kỷ thứ XIX).

3) Thời kỳ thứ ba là thời kỳ phát triển trong Cộng đồng Quốc gia (từ giữa thế kỷ XIX đến hiện đại) [13, tr.62]...

Chúng tôi cho rằng, sự phân kỳ này có thể chưa hợp lý ở chỗ, những chứng cứ cho giai đoạn "phát sinh" văn học Công giáo, từ đầu đến giữa thế kỷ XVII, e rằng hơi sớm. Xin nói ở phần sau. Tương tự như vậy, giai đoạn thứ hai, Võ Long Tê coi "phát hiện trong phạm vi Cộng đồng giáo dân" (giữa thế kỷ XVII đến giữa thế kỷ XIX), cũng cần cân nhắc vì nếu coi nó là một dòng văn học của Việt Nam nói chung thì không thể bó hẹp đối tượng hưởng thụ, thậm chí chủ thể sáng tạo trong cộng đồng giáo dân được.

Theo chúng tôi, có thể dòng văn học này chỉ cần chia thành hai giai đoạn:

- Giai đoạn hình thành: Từ đầu đến cuối thế kỷ XIX, với sự xuất hiện cuốn tiểu thuyết đầu tiên Truyện Thầy Lazarô Phiền của Nguyễn Trọng Quản.

- Giai đoạn phát triển: Từ cuối thế kỷ XIX đến nay.

Tuy vậy, trong phần trình bày dưới đây, chúng tôi cũng dành vị trí nhất định cho quan điểm về phân kỳ của Võ Long Tê, dù rằng trong tay chúng tôi mới chỉ có cuốn đầu tiên trong bộ sách Lịch sử văn học Công giáo của ông [13, tr.55-56 [1]...

2.2. Vấn đề tác giả, ngôn ngữ và tác phẩm

Trong giai đoạn "phát sinh", Võ Long Tê rất quan tâm đến quốc tịch và ngôn ngữ của những tác giả đầu tiên của dòng văn học này. Điều này hết sức đúng đắn. Theo đó, ông viết: "Dĩ nhiên là đối tượng chính yếu của văn học sử Công giáo Việt Nam phải là những tác phẩm văn chương thuần túy bằng quốc âm của những nhà văn quốc tịch Việt Nam. Song le, chúng tôi nghĩ rằng muốn làm nổi bật đối tượng chính yếu, càng cần phải đề cập đến nhiều loại tác phẩm và tác giả khác nữa" [13, tr.55-56]...

Đây là một vấn đề học thuật khá thú vị. Đạo Công giáo du nhập thật sự vào Việt Nam từ đầu thế kỷ XVII, nằm giữa tam giác truyền giáo Ấn Độ - Philippines - Nhật Bản, tụ hội rất nhiều giáo sĩ của các Dòng tu Quốc tế (hay Dòng Miễn trừ), vì thế vấn đề "quốc tịch" và "ngôn ngữ" của các tác giả nước ngoài sớm được đặt ra. Trước đây, văn học chữ Hán ở Việt Nam, cũng có không ít ý kiến phủ nhận nó với tư cách là thành phần và đối tượng nghiên cứu của Văn học Việt Nam... Tương tự như vậy, khi xuất hiện các tác phẩm có tính văn học, hoặc thuần túy truyền giáo bằng tiếng Pháp, tiếng Italia, tiếng Bồ Đào Nha,... cũng lại nảy sinh vấn đề như trên [2]...

Võ Long Tê sớm có quan điểm như vậy nên ông thuộc số nhà nghiên cứu sớm nhất đã chỉ ra dòng "văn học Công giáo chữ Nôm", với vị trí quan trọng trong sự hình thành nền văn học Công giáo ở nước ta. Ông cũng sớm khẳng định vai trò của giáo sĩ Dòng Tên người Tây Ban Nha G. Majorica (1605-1656), người đã sáng tác và phiên dịch với 48 đầu sách, trong đó giá trị truyền bá Tin mừng và "giá trị văn chương"

[1] Cuốn sách của Võ Long Tê mà chúng tôi dẫn ở phần trên được tác giả ghi là Cuốn I (1965). Chúng tôi cũng nghe nói sau năm 1975, tác giả sống và làm việc ở nước ngoài, thêm nhiều đầu sách xuất bản, tiếng Việt và tiếng nước ngoài. Nhưng chúng tôi cũng chưa rõ là tác giả đã hoàn thành bộ sách này chưa (dự kiến ba cuốn)

[2] Chúng tôi từ lâu nghiêng về ý kiến của P. Huard và M. Durand trong cuốn *Connaissance du Viet-Nam* (Ecole Française d'Extrême- Orient, Paris Hanoi, 1954), hoặc P. Huard và M. Durand *"Littérature Viet namiene"*, Histoire des littératures, I (Gallimard, Paris, 1956) khi ông cho rằng các tác phẩm được viết bằng các ngôn ngữ phương Tây nói trên vẫn có thể xem là thành phần văn học Việt Nam. Đối với dòng văn học Công giáo, điều đó càng quan trọng. Đây cũng là thái độ của những cây bút như Dương Quảng Hàm, Nghiêm Toản, Nguyễn Văn Trung và đặc biệt Lm. Thanh Lãng...

mới mẻ của người Công giáo Việt Nam thế hệ đầu tiên khó phân định như chính G. Majorica đã viết năm 1638: "Tuân lệnh bề trên tôi đã soạn và viết rất nhiều tác phẩm với mục tiêu cứu rỗi linh hồn. Tôi đã viết tiểu sử thánh Phanxicô Xaviê và cũng có viết về Phép lạ mà thánh đã ban ở Napoli (Naples) cho thánh đã tử đạo Marcello. Tôi đã viết tiểu sử của Á Thánh Phanxicô Borgea, các bà Thánh Engrace, Olaya và 7 vị thánh khác. Tôi đã soạn một tập khảo luận rất dày về những tội lỗi gây ra bởi những cái lưỡi và những phương cứu chữa. Một tập khác dày hơn nữa nhan đề "An ủi kẻ đau khổ", một tập khác về đức trong sạch với nhiều tiểu sử của các bà thánh đồng trinh như Agnès, Cécile, Agathe. Tập này tôi vừa sửa chữa lại. Tiếp theo là 7 bài suy gẫm về Thánh giá, về sự Phán Xét, và một cuốn sách nhỏ về việc tử đạo... Giáo dân bắt đầu thờ phượng Thánh Phanxicô Xaviê vì Phép lạ cho thánh tử đạo Marcello được truyền lan nhiều" [13, tr.172-173]. Lm. Thanh Lãng cũng là cây bút có công phát hiện, sưu tầm, dịch thuật và hiệu đính các tác phẩm của G. Majorica và nhiều tác giả là các giáo sĩ phương Tây khác [12]...

Đánh giá về giá trị văn học của những tác giả nước ngoài, dù họ viết bằng chữ Nôm hay bằng các ngôn ngữ phương Tây, đặc biệt bằng chữ Quốc ngữ đang trên đường hình thành, đã có những nhận định khá sâu sắc để thêm phần khẳng định sự xuất hiện của dòng văn học Công giáo. Võ Long Tê khi đánh giá bút pháp của G. Majorica đã ghi nhận, giáo sĩ này là "một trong những nhà văn đầu tiên viết tản văn chữ Nôm"... Bao quát hơn, Thanh Lãng viết: "Không phải sang thế hệ 1862 mới có những sách về tôn giáo, nhưng ở những thế kỷ trước, các sách đó chỉ có mục đích tôn giáo thuần túy. Còn như sang thế hệ mới này, một số sách đã lấy mục đích tôn giáo làm mục đích tùy, để lấy mục đích văn chương làm chính. Nhiều nhân vật tôn giáo được đem viết thành truyện trường thiên theo thể vè, hay được soạn thành tuồng thường cũng theo thể vè. Nhiều quan niệm mới về cuộc đời, ý nghĩa sự sống, về vũ trụ được đề cập và trình bày trong loại sách này" [12, tr.14].

Lẽ dĩ nhiên, quan trọng bậc nhất của sự xuất hiện dòng văn học này phải là sự ra đời của "Văn học Công giáo chữ Quốc ngữ". Các tác phẩm của giáo sĩ Dòng Tên A. De Rhodes (1593-1660), một trong những ông tổ chữ Quốc ngữ phải được coi là dấu mốc mở đầu. Vị trí của Đắc Lộ (tên gọi quen thuộc của A. De Rhones), trong lĩnh vực sáng tác nửa đầu thế kỷ XVII đã thực sự ghi dấu ấn dòng văn học Công giáo chữ Quốc ngữ với các sách khảo cứu ngôn ngữ (Từ điển Việt - Bồ - La; Văn phạm tiếng Việt; đặc biệt cuốn Phép giảng tám ngày), đã tạo nên sự gặp gỡ giữa thần học, văn hóa tôn giáo và "văn hóa thế tục" của người Việt lúc đó...

Đến đây, qua việc phân tích "Bảng lược đồ văn học Công giáo Việt Nam" của Võ Long Tê theo lối nói của Thanh Lãng, chúng tôi nghiêng về những nhận định của ông về giai đoạn hình thành nền văn học này, đặc biệt việc đánh giá về sự xuất hiện khuynh hướng và đội ngũ tác giả, giá trị tác phẩm: "Những tác giả được nhắc đến trong thời kỳ thứ nhất gồm có hai thành phần: một là những giáo sĩ truyền giáo ngoại quốc đã hòa mình với cộng đồng dân tộc ta trong tình yêu Thiên Chúa; hai là những giáo hữu và thầy giảng đã mật thiết tham gia công tác tông đồ", trong đó "Một nền văn học Công giáo bằng chữ Quốc ngữ chính thức bắt đầu với giáo sĩ Alexandre de Rhodes" [13, tr.236, 283].

Nhìn chung lại, theo Võ Long Tê: "Với sự phát sinh nền văn học Công giáo, văn học Việt Nam đang chuyển mình. Nguồn gốc của nền văn học Công giáo Việt Nam được khảo sát trong phần thứ nhất này cũng là nguồn gốc của nền văn học chữ Quốc ngữ. Sự du nhập đạo Công giáo nước ta, ngoài kết quả chính yếu là cứu rỗi các linh hồn, đã tạo nên một nguồn cảm hứng mới và những thể cách diễn đạt mới. Phong trào văn xuôi quốc âm, việc sáng chế chữ Quốc ngữ đã ảnh hưởng sâu đậm đến sinh hoạt văn học nước ta. Trong thời kỳ thứ nhất, sự phát sinh nền văn học Công giáo chứng tỏ rằng đạo Công giáo đã nhập thể trong ngôn ngữ văn tự và tư tưởng Việt Nam" [13, tr.284-285]...

3. MẤY NHẬN ĐỊNH VỀ DÒNG VĂN HỌC CÔNG GIÁO Ở VIỆT NAM

3.1 Đặc điểm của cộng đồng Công giáo ở Việt Nam trong mối liên hệ tôn giáo và văn hóa, văn học

Nói chung, cho đến nay, cộng đồng Kitô Hữu trong các xã hội châu Á chỉ chiếm khoảng 3% dân số. Việt Nam là nước có số tín đồ Công giáo chiếm tỉ lệ trên 7% dân số (trên 7,2 triệu so với 90 triệu dân), đứng hàng thứ hai sau Philippines (85% dân số). Tuy vậy, điều khác biệt rất quan trọng giữa hai nước này về văn hóa, văn học là ở chỗ, đến thế kỷ XVII - đầu XVIII dưới ách thống trị của thực dân Tây Ban Nha, Philippines thực tế đã trở thành thuộc địa theo kiểu "Cộng hòa Công giáo", với thiết chế chính trị xã hội như chính quốc. Vì thế, ở đây gần như có sự trùng khít văn hóa thế tục với văn hóa Công giáo mà không cần bàn cãi.

Ở Việt Nam thì khác, cộng đồng Công giáo không chỉ phải khắc phục sự "tình cờ đau đớn" (truyền giáo đi liền với phong trào thực dân), khiến cho người Công giáo ở Việt Nam từng có mặc cảm, thân phận xã hội của họ giống như "cục bướu thừa trên cơ thể dân tộc" ! Riêng trong lĩnh vực văn hóa, ai cũng biết người Công giáo Việt Nam cũng đã tận dụng cơ hội, chủ trương của Tòa Thánh La Mã "Latinh hóa tiếng bản địa" ở châu Á trong truyền giáo, để góp phần mình trong việc sáng tạo và thực thi sử dụng chữ Quốc ngữ ngay từ giữa thế kỷ XVII. Ấy thế, nhưng đến tận nửa cuối thế kỷ XIX, khi thực dân Pháp chiếm được

Nam Kỳ (1867) và bắt đầu thực thi văn minh phương Tây trong mọi lĩnh vực đời sống kinh tế, văn hóa, xã hội, loại bỏ chữ Hán... thì giới trí thức yêu nước tiến bộ đã phải đổ nhiều công sức, trí tuệ, xương máu để có thể khẳng định rằng "chữ Quốc ngữ là hồn của nước" (Đông Kinh Nghĩa Thục, 1905).

Điều này cũng là một yếu tố quan trọng trong sự hình thành nền văn học Công giáo. Khi nghiên cứu "những di sản văn hóa Kitô giáo" ở Việt Nam, chúng tôi đã đưa ra ba nhận định sau:

- "Từ năm 1862, trước hết ở Nam Kỳ, cộng đồng Kitô hữu là cầu nối đầu tiên với văn minh phương Tây: chính họ là những người đầu tiên phổ biến chữ Quốc ngữ, thực hành nghề in và xuất bản báo chí (đầu thế kỷ XX, các tờ báo quan trọng đều do người Công giáo làm chủ bút), sau đó là trong văn học, nghệ thuật,... tất cả đều có vai trò nhất định của họ.

- Tầng lớp trí thức Công giáo cũng có thể coi là một bộ phận quan trọng trong bước đầu hình thành giới trí thức Tây học nói chung, giới élite nói riêng.

- Các giá trị văn hóa lối sống Công giáo dù không dễ dàng từng bước hội nhập vào văn hóa, lối sống của dân tộc nhưng khiến tính đa dạng của văn hóa Việt Nam càng rõ" [6, tr.315].

3.2. Tính tôn giáo, tính dân tộc, xã hội thế tục và nền văn học Công giáo ở Việt Nam

Đây là một số phạm trù "tiềm ẩn", tác động bên trong trong quá trình hình thành nền văn học Công giáo mà chúng ta không thể bỏ qua. Cần biết rằng trước khi có sự tách biệt "xã hội thế tục" và "xã hội tôn giáo" thì loài người, nhất là các xã hội Âu - Mỹ thường lẫn lộn hai yếu tố "xã hội" và "tôn giáo", nói cách khác thần quyền và thế quyền gần như đồng nhất. Vì thế, sau các cuộc cách mạng tư sản nổi tiếng ở Pháp và Mỹ thì xã hội thế tục xuất hiện, một xã hội mà "nhà nước không yêu cầu tán thành bất kỳ một giáo lý cụ thể nào hoặc những dạng thức công khai nào đó của hành vi tôn giáo như một điều kiện cho việc tuyên bố đầy đủ quyền công dân" (D. Munby, 1963) [7, tr.17].

Theo đó, văn hóa thế tục cũng ra đời, một nền văn hóa mà con người "không phải chạm trán với Chúa Trời trong các không gian công cộng" (C. Taylor, 2009), trong khi đó, vẫn tồn tại một nền "văn hóa tôn giáo".[3] Mối quan hệ của hai nền văn hóa này, trong một quốc gia, một

[3] Các học giả Âu - Mỹ không ít người vẫn thận trọng, dè dặt khi dùng thuật ngữ này, trong nhiều trường hợp họ hay dùng cụm từ "tôn giáo và văn hóa" (culture and religion) để biểu đạt.

nhà nước cụ thể nào đó cũng sẽ góp phần quyết định trực tiếp có thể xuất hiện hay không dòng văn học Công giáo. Phần thì, người ta không thể không công nhận tôn giáo là một sự kiện văn hóa, thậm chí đó là một sự kiện văn hóa phổ biến, lâu dài nhất trong lịch sử nhân loại. Bởi vì rằng, thực tại tôn giáo không chỉ là một sự kiện tự nhiên, một đặc tính sinh lý hay nhu cầu cá nhân, mà nó còn là một hiện tượng tâm linh, tư tưởng, cảm xúc, ước vọng siêu trần thế...

Hơn thế nữa, tôn giáo, nhất là các tôn giáo lớn luôn tùy thuộc vào một hệ ngôn ngữ nhất định, mà nó có khả năng giúp tôn giáo thành những thực tại khách quan ở bên ngoài tâm linh. Với con người, tôn giáo và ngôn ngữ có thêm một mối liên kết đặc biệt trong sự truyền thông, giao tiếp thể hiện của cá nhân và cộng đồng... Nói điều này để chúng ta ghi nhận thêm một lần nữa, sự kiện "chữ Quốc ngữ" ở Việt Nam gần như là sự thắng thế duy nhất của các giáo sĩ phương Tây với các xã hội cổ truyền trong việc truyền giáo, giáo hóa ở các xã hội châu Á. Vì thế, việc xuất hiện dòng văn học Công giáo, trong đó chủ lực là dòng văn học chữ Quốc ngữ với nhiều loại hình văn học khác nhau từ cuối thế kỷ XIX ở Nam Kỳ đến nay, làm rõ thêm những yếu tính của nó.

Trong sự hình thành nền văn học Công giáo, khác với tất cả những dòng văn học khác, văn học Công giáo còn phải trải qua những thử thách, trải nghiệm, đôi khi phải tự lột xác mình trước sức ép của tính tôn giáo và tính dân tộc. Đành rằng về phương diện cá nhân, người Công giáo cũng như cả Cộng đồng, Giáo hội của mình, không có lý do gì để chối bỏ dân tộc, ý thức quốc gia như câu nói nổi tiếng: "Trước khi là người Công giáo, tôi đã là người Việt Nam" được truyền tục trong nhiều thế hệ người Công giáo từ sau năm 1945. Chủ tịch Hồ Chí Minh ngay sau Cách mạng Tháng Tám (1945) đã nói Kính Chúa, Yêu Nước cũng sẽ trở thành kinh nhật tụng của đồng bào Công giáo...

Vấn đề là ở chỗ khi tạo dựng một dòng văn học mới, người Công giáo Việt Nam không thể không coi việc trình bày Lời Chúa với những phạm trù thần học phổ biến trong thân phận con người như tội lỗi, ân sủng, nhập thể... (Mauriac, Péguy, những triết gia Công giáo đã nói rõ điều này) như những đối tượng mô tả, suy tư. Nhưng đồng thời, họ lại phải giữ được tình tự dân tộc, dung hợp được tính dân tộc và tính Công giáo trong trang viết, dòng nhạc, bức họa, kiến trúc...

3.3. Đặc điểm dòng văn học Công giáo ở Việt Nam

Ở phần trên, ít nhiều chúng tôi đã phân tích điều này. Xin nói thêm rằng trong những thập kỷ gần đây việc khẳng định dòng văn học, báo chí Công giáo đã trở nên quen thuộc, thu hút nhiều người nghiên cứu trong và ngoài Công giáo. Chẳng hạn, Lê Đình Bảng gần đây đã công bố bộ sách ba tập về văn học Công giáo: *Văn học Công giáo Việt Nam - những chặng đường* (NXB Từ điển bách khoa, 2010); *Vè vãn ca ngâm Công giáo Việt Nam* (NXB Đồng Nai, 2015) và *Kinh trong sương, Sưu tập thơ Công giáo Việt Nam*, tập 4 (NXB Phương Đông, 2007)... Ít nhất thì với sáu chương cuốn thứ nhất, Lê Đình Bảng đã tiếp bước Võ Long Tê, Thanh Lãng đưa ra "Bảng lược đồ văn học Công giáo" đầy đủ hơn cả về thể loại và các tác giả tiêu biểu. Riêng cá nhân tôi, như đã nói ở trên, căn cứ theo đặc trưng của dòng văn học Công giáo, chúng tôi vẫn cho rằng tác phẩm *Truyện Thầy Lazarô Phiền* (1887) thực sự là dấu mốc chuyển mình của "tính hiện đại trong văn học Công giáo" [8, tr.153-158], [3]. Điều dễ thống nhất đó là, từ cuối thế kỷ XIX đến nay, đặc biệt ở Nam Kỳ, dòng văn học Công giáo đã phát triển mạnh mẽ và ngày càng phổ cập hơn [14, tr.559-620]...

Cũng như sự xuất hiện văn học Việt Nam hiện đại (văn học chữ Quốc ngữ), văn học Công giáo ở Việt Nam thời hiện đại cũng chỉ có thể ra đời trong cái nôi của nền báo chí Việt Nam (từ 1865, với *Gia Định báo*), mà chính bản thân người Công giáo đóng vai trò quyết định trực tiếp buổi đầu. Nhận định này của chúng tôi cũng được giới Công giáo ủng hộ từ năm 2000 [9], [11, tr.193-198]. Nói thêm rằng, Đạo Công giáo ở Việt Nam được truyền bá hơn 400 năm nay, ngoài nỗ lực của các dòng tu, các giáo sĩ và tất nhiên của chính Tòa Thánh Vatican, còn có vai trò đặc biệt của vấn đề chữ Quốc ngữ, một công cụ truyền giáo và là một phương tiện đầu tiên của việc tiếp xúc văn hóa Đông - Tây ở Việt Nam, nhất là nửa cuối thế kỷ XIX, khi dòng văn học Công giáo thực sự phát triển.

Sự ra đời và phát triển của dòng văn học này gắn liền với những đặc điểm chính trị, xã hội, văn hóa, đời sống tôn giáo... ở Việt Nam. Bản thân nền văn học này đã phải trải qua nhiều thử thách của "thứ tôn giáo dị biệt", xung đột không chỉ về phương diện chính trị, xã hội mà còn vấp phải sự đối chọi văn hóa tôn giáo truyền thống để dần dần có thể được chấp nhận không chỉ trong cộng đồng người Kitô hữu. Từ chỗ với những tác giả đơn lẻ, phần lớn là người nước ngoài, văn học Công giáo Việt Nam dần dần đã có chủ thể sáng tạo, đội ngũ tác giả trong hầu hết các thể loại văn học là người Việt khá đông đảo như hiện nay. Họ đã và đang được chuyên nghiệp hóa dần.

Đất nước đổi mới, mở cửa, hội nhập đã và đang là một nguồn sinh khí mới thúc đẩy dòng văn học Công giáo ở Việt Nam. Chưa bao giờ đời sống tôn giáo ở Việt Nam có một không gian sinh tồn và phát triển như ngày nay. Chắc hẳn đây cũng là điều kiện chủ quan và khách quan để dòng văn học này phát triển hơn nữa và nhất là có được một chỗ đứng xứng đáng hơn trong nền văn học của đất nước, dân tộc.

Hà Nội, ngày 5 tháng 7 năm 2020

Tài liệu tham khảo

[1] Lm. Thiện Cẩm (2000), "Có chăng một nền văn hóa Công giáo Việt Nam?", Kỷ yếu Hội thảo khoa học Hội nhập Văn hóa Công giáo ở Việt Nam, Tổng Giáo phận Huế và Viện Nghiên cứu Tôn giáo tổ chức, Huế.

[2] Lm. Thiện Cẩm (2001), "Có chăng một nền văn hóa Công giáo Việt Nam?", Cỏ dại ven đường, Tập VI, Tổng Giáo phận TP. HCM, TP. Hồ Chí Minh, Lưu hành nội bộ.

[3] Hoàng Dũng (2000), "Truyện Thầy Lazarô Phiền của Nguyễn Trọng Quản - Những đóng góp vào kỹ thuật văn hư cấu (fiction) trong văn học Việt Nam", Kỷ yếu Hội thảo khoa học Hội nhập Văn hóa Công giáo ở Việt Nam, Tổng Giáo phận Huế và Viện Nghiên cứu Tôn giáo tổ chức, Huế.

[4] P. Huard và M. Durand (1954), Connaissance du Viet-Nam. Ecole Française d'Extrême-Orient, Paris Hanoi.

[5] P. Huard và M. Durand (1956), "Littérature Viet namiene", Histoire des littératures, I. Gallimard, Paris.

[6] Đỗ Quang Hưng (2007), "Tiếp xúc văn hóa Đông - Tây ở Việt Nam: Sự biến đổi những giá trị văn hóa và tôn giáo", Nghiên cứu tôn giáo Pháp và Việt Nam (Études de sciences regieuses en France et au Vietnam) (Đỗ Quang Hưng và Claude Langlois chủ biên, in song ngữ Pháp - Việt), Nxb. Khoa học xã hội và Đại học EPHE, Paris - Sorbonne.

[7] Đỗ Quang Hưng (2019), Nhà nước thế tục (Chuyên khảo), Nxb. Chính trị Quốc gia Sự thật, Hà Nội.

[8] Đỗ Quang Hưng (2015), "Công giáo và tính hiện đại", Tôn giáo và tính hiện đại, Nxb. Đại học Quốc gia Hà Nội.

[9] Đỗ Quang Hưng (2000), "Báo chí Công giáo ở Việt Nam thời kỳ đầu", Kỷ yếu Hội thảo khoa học Hội nhập Văn hóa Công giáo ở Việt Nam, Tổng Giáo phận Huế và Viện Nghiên cứu Tôn giáo tổ chức, Huế.

[10] Đỗ Quang Hưng (Sưu tầm, biên soạn, giới thiệu) (2001), Lịch sử Báo chí Việt Nam 1865-1945, Nxb. Đại học Quốc gia Hà Nội.

[11] Đỗ Quang Hưng (Chủ biên) (2018), Lịch sử Báo chí Việt Nam 1865-1945, Nxb. Khoa học xã hội, Hà Nội.

[12] Thanh Lãng (1967), Bảng lược đồ văn học Việt Nam, Quyển Hạ, Nxb. Trình bày, Sài Gòn.

[13] Võ Long Tê (1965), Lịch sử văn học Công giáo Việt Nam, Nxb Tư duy, Sài Gòn.

[14] Nguyễn Văn Trung (2015), Hồ sơ về Lục châu học, Nxb. Trẻ, TP Hồ Chí Minh.

ĐỊNH HƯỚNG VĂN HỌC TRONG MỤC VỤ TRUYỀN GIÁO THỜI ĐẦU TẠI VIỆT NAM

Linh mục Trương Đình Hiền

Con sông dòng suối nào cũng đều có cội nguồn để xuất phát. Nếu thực sự có một "Dòng Văn Học Công giáo đương đại", thì chắc chắn phải có một "cội nguồn của Dòng Văn Học" đó. Chính vì thế, trước khi quý vị bàn chuyện "văn học Công giáo đương đại", xin cho phép tôi được một chút "ngược dòng thời gian", tìm về cái cội nguồn của "dòng sông tinh thần" đó; hay nói cách khác, trở về cái thuở mà "Hạt giống Lời Chúa" lần đầu tiên được gieo xuống trên mảnh đất Việt Nam này để xem thử "Cha Ông chúng ta đã vận dụng làm sao cái khí cụ văn học, văn hoá trong công cuộc rao giảng Tin mừng"; hay nói cho có vẻ "trường lớp" một chút, thì đó là "ĐỊNH HƯỚNG VĂN HỌC TRONG MỤC VỤ TRUYỀN GIÁO THỜI ĐẦU TẠI VIỆT NAM".

Chắc chắn, đây cũng chỉ là một cuộc "cưỡi ngựa xem hoa" trong khung cảnh giới hạn của một cuộc toạ đàm online, mà thời gian chuẩn bị gần như để "điền vào chỗ trống", nên chỉ xin nêu bật một vài nét đan thanh trên một số khía cạnh được cho là trọng điểm, dựa trên những "cột mốc văn hoá, văn học" dính liền với một số tác phẩm và tác giả mang tính định hình.

Dĩ nhiên đây chỉ là những "tổng hợp quan điểm" mà hầu hết được chắt lọc từ những công trình nghiên cứu giá trị và công phu của các bậc tiền nhân hay tác giả đương đại; cộng thêm những suy tư, nhận định mang tính chủ quan, cầu thị và gợi mở hầu có thêm những phát hiện quân bình và chuẩn xác để những gì liên quan đến văn hoá, văn học, cho dù mang diện mạo và bản sắc Công giáo, vẫn được khả tín và đáng trân trọng.

I. NHỮNG VIÊN GẠCH LÁT NỀN: ĐỊNH HƯỚNG CỦA CÁC THỪA SAI

Nếu lấy năm 1615 các thừa sai Dòng Tên cập bến Cửa Hàn Đàng Trong, và năm 1627 cập bến Cửa Bạng Đàng Ngoài làm *cột mốc rõ ràng* đánh dấu công cuộc truyền giáo tại Việt Nam[1], thì quả thật, không phải một sớm một chiều mà *người Công giáo Việt Nam* có ngay một công trình văn hoá, văn học cụ thể. Chính vì thế, trong buổi "khai hoang mở đất" này, nếu có tác phẩm nào, công trình nào liên quan đến văn hoá, văn học mang dáng đứng Tin mừng có liên quan đến quê hương đất nước chúng ta, thì phải công nhận, trước hết, đó là nhờ công sức của các thừa sai, của những người ngoại quốc, những người mang trong mình đầy "lửa tông đồ" và trái tim yêu mến vùng đất mà họ đang ân cần rắc gieo hạt giống Tin mừng; sau đó là những bậc cha ông, những người Công giáo đầu tiên vừa thấm nhuần giáo lý Phúc âm, vừa thông minh tài trí để "Tin mừng hoá" nền văn hoá, văn học của quê hương mình.

1. Các thừa sai và "cuộc gặp gỡ ban đầu"

Theo lời tường thuật của một thừa sai thuộc hạng "khai quốc công thần" cho nền văn hoá văn học Công giáo Việt Nam, linh mục Alexandre de Rhodes (Đắc Lộ), thì cho đến thế kỷ 17, người Âu Châu, đặc biệt là Pháp quốc, gần như chưa biết gì về xứ sở, về vùng đất mà hôm nay là Việt Nam chúng ta. Thật vậy, chính ngài đã ghi rõ trong tập ký sự "Hành trình và Truyền giáo": "Tôi biết bởi đâu đất nước rất đẹp này lại không được biết tới, bởi đâu các nhà địa lý châu Âu không biết tới tên gọi và gần như không ghi trong bản đồ nào cả, tuy họ chép đầy đủ tên các nước trên thế giới. Là vì họ lẫn với một nơi trùng với tên xứ này. Về xứ này họ chỉ đưa ra những lời dối trá làm cho những ai đến đây phải phì cười. Họ chỉ dựa theo sách vở và tự coi là nhà bác học, thế rồi người ta nhai lại những sai lầm của người viết sách"[2].

Và cái "xứ này" đó chính là "Đàng Ngoài", được coi như "đại diện chính thức" của đất nước Việt Nam thuở ấy: Nước Việt chúng ta mà thời điểm khi thừa sai Đắc Lộ lần đầu đặt chân đến (1624) lại là một đất nước đang trong tình trạng "chia cắt chính trị" với hai miền "xứ Bắc", "xứ Nam" hay "Đàng Ngoài", "Đàng Trong"[3]. Riêng thừa sai Cristoforo

---

[1] HỘI ĐỒNG GIÁM MỤC VIỆT NAM, *Giáo hội Công Giáo Việt Nam, Niên Giám 2016*, nxb Tôn Giáo 2017, tr.175.

[2] ALEXANDRE DE RHODES, *Hành trình và truyền giáo (Divers voyages et missions)*, bản dịch Việt ngữ của Hồng Nhuệ, nxb Hồng Đức 2020, tr. 94.

[3] *Sđd*, tr. 75.

Borri, vì là thuộc nhóm thừa sai Dòng Tên tiếp cận với Đàng Trong nên vị này có phần ưu ái vùng đất nầy: "Tôi chỉ nói đến Đàng Trong bởi vì chỉ với nơi đây người Bồ Đào Nha mới giao thương và chỉ trong vùng đất này những giáo sĩ mới đến đặt nền móng cho Kitô giáo"[4].

Linh mục Jos Trương Đình Hiền

** Sinh ngày: 19-3-1950 tại Trà Câu, Quảng Ngãi; Bút danh: Sơn Ca Linh, Trần Đoan Hùng, Cha sở nhà quê.*
** Linh mục: 10-05-1989. Tổng đại diện Gp. Qui Nhơn từ 2016.*
** Tác phẩm: Anrê Phú Yên, rực sáng một vì sao (sưu tập); Mẹ tôi là thế đấy (khảo luận về Giáo hội), Bình vẫn chưa hề cũ (khảo luận về hai văn kiện "Huấn thị 1659" và "Monita 1664").*
** Email: <josdhien@gmail.com>*

Tuy nhiên, về mặt văn hoá, văn học, hay đời sống tinh thần nói chung, Đàng Trong và Đàng Ngoài chỉ là một; vì thực ra, Đàng Trong cũng chỉ là một "thực tế chính trị" tách ra khỏi Đàng Ngoài để tồn tại và đương đầu với "Chúa Trịnh" từ năm 1558, khi Nguyễn Hoàng vào trấn đất Thuận Hoá[5]; và sau biến cố đó khoảng hơn 50 năm (1615) chính là khoảng thời gian các thừa sai Dòng Tên cập bến Cửa Hàn (Đà Nẵng) để từ đó, bắt đầu thiết đặt những trung tâm truyền giáo trước tiên tại Đàng Trong: cư sở Nước Mặn (1618), cư sở Hội An (1620), cư sở Dinh Chiêm Quảng Nam (1624)[6]; sau đó đến lượt "Bắc tiến" (1627)[7].

2. Văn hoá, văn học An Nam dưới cái nhìn của "người ngoài"

Bởi vì "ta nói về mình" có thể rơi vào căn bệnh chủ quan; vả lại, chắc chắn đã có không ít tư liệu lịch sử nghiên cứu, bàn luận, ghi nhận. Ở đây, chúng ta lựa chọn các ý kiến của những vị có thế giá và có những nghiên cứu chuyên sâu về Việt Nam.

2.1. Một nền văn hoá, văn học ảnh hưởng Trung Hoa:

Cả Cristoforo Borri, chuyên khảo về Đàng Trong, lẫn S. Baron, chuyên khảo Đàng Ngoài đều có nhận xét như nhau về *"tầm ảnh hưởng Trung Hoa"* trên lãnh vực văn hoá, văn học, giáo dục... của Việt Nam thời ấy:

---

[4] CRISTOFORO BORRI, *Xứ Đàng Trong*, Thanh Thư dịch, nxb Tổng Hợp Thành phố Hồ Chí Minh 2019, tr. 49.

[5] BAN BIÊN SOẠN LỊCH SỬ GIÁO PHẬN, *Giáo phận Qui Nhơn qua dòng thời gian*, nxb. An Tôn & Đuốc Sáng, đăng ký Bản quyền tại Hoa Kỳ tháng 06.2017, tr. 16-17.

[6] *Sđd*, tr. 48-55.

[7] ALEXANDRE DE RHODES, *Hành trình và truyền giáo*, *sđd*, tr. 103.

Thật vậy, khi nói tới chủ đề "Văn học, Văn hoá Công giáo", chúng ta không thể không nhắc đến một "ân nhân" người Ý, Cristoforo Borri, vị thừa sai Dòng Tên, một trong những người khai dựng Chữ Quốc ngữ từ năm 1618 tại Trung tâm truyền giáo đầu tiên của Dòng Tên tại Đàng Trong, cư sở Nước Mặn[8]. Ngay từ những ngày đầu tiếp cận với vùng đất này, quê hương này, ngài đã có một nhận định liên quan đến văn học, văn hoá rất tích cực về "con người Đàng Trong cách đây khoảng 400 năm" trong tác phẩm tự thuật thuộc dạng quý hiếm của ngài còn lưu lại: *Relation de la nouvelle mission des Pères de la Compagnie de Jésus au royaume de la Cochinchine (Ký sự về sứ vụ mới của các cha Dòng Tên tại vương quốc Đàng Trong)*: *"Ở Đàng Trong có rất nhiều trường ốc, trong trường lại có thầy đồ, lớp học, học trò, có thăng tiến bằng con đường khoa cử cùng một phương cách như ở Trung Quốc. Họ dạy cùng những môn học, và họ sử dụng cùng những sách vở, nghĩa là sách Zinfus hay là sách Confus theo cách gọi của người Bồ Đào Nha. Học thuyết sâu sắc này rất có uy thế và được trọng vọng như Aristote ở phương Tây vậy, song nó cổ xưa hơn. Sách vở họ đầy uyên bác, điển tích, châm ngôn nghiêm khắc, ngạn ngữ và nhiều thứ tương tự liên quan tới sự cai trị của triều đình, cũng giống như Senèque, Caton và Tullius ở ta. Họ bỏ rất nhiều thời gian* **để học cách sử dụng xác đáng các câu, từ, và những chữ tượng hình mà họ viết. Tuy nhiên, họ có vẻ coi trọng nhất là triết học tinh thần, đạo đức học, kinh tế và chính trị."**[9]

Trong khi đó, Samuel Baron[10], một tác giả là thương nhân thuộc công ty Đông Ấn, từng có thời gian sống ở Đàng Ngoài, cũng đã có nhận xét tương tự: *"Việc học của người Đàng Ngoài không chỉ gồm có học ngôn ngữ như kiểu người Âu ta, vả chăng họ khá xa lạ với triết học của chúng ta; nhưng họ có một triết gia tên Khổng Tử (thường người ta gọi ông là Congtu), một người Hoa đã sáng lập ra nền khoa học và nghệ thuật của họ, tức cũng giống với người Trung Hoa…"*[11].

2.2. Một nền văn hoá, văn học nặng từ chương, khoa cử

Và cho dù Đàng Trong hay Đàng Ngoài, toàn bộ đời sống văn hoá, văn học, giáo dục…, có thể nói được, của Việt Nam ta thuở ấy nặng về từ chương, khoa cử với động lực chủ yếu chính là con đường thăng quan tiến chức: *"Người Đàng Ngoài có chí lớn học hành bởi đây*

---

[8] x. NGUYỄN THANH QUANG, Linh mục GIOAN VÕ ĐÌNH ĐỆ, *Một số vấn đề chữ Quốc ngữ*, nxb Khoa Học Xã Hội 2020, tr. 20-28.

[9] CRISTOFORO BORRI, *Xứ Đàng Trong, sđd*, tr. 102.

[10] x. OLGA DROR & K.W. TAYLOR, *Việt Nam thế kỷ XVII những góc nhìn từ bên ngoài*, Hoàng Tịnh Thuỷ dịch, nxb Đà Nẵng 2020, tr. 179-205.

[11] *Sđd*, tr. 495.

là bước duy nhất có thể đưa họ đến với danh vọng và các đặc quyền, những điều này rõ là khiến họ siêng năng dùi mài kinh sử rất mực; nhưng cũng như ở nhiều xứ sở khác, việc đỗ đạt hay thất bại còn phụ thuộc vào năng lực của chính các sĩ tử, như sự sáng dạ, tính kiên trì và đặc biệt là có được trời phú cho trí nhớ tốt hay không; trí nhớ tốt là điều kiện tiên quyết để học hành thành tài ở một xứ sở nổi tiếng sử dụng các ký tự tượng hình mà từ đó tạo nên vô cùng nhiều từ mang nhiều ý nghĩa khác nhau…"[12].

3. Hai "điểm nhấn" trong xây dựng bước đầu: Bảo tồn – Phát triển

Trong lời "Bạt", kết thúc thiên "ký sự về Đàng Trong", thừa sai và cũng là tác giả, cha Cristoforo Borri đã đưa ra nhiều nhận xét tích cực: Công cuộc truyền bá đức tin thuận lợi, các thừa sai được tự do giảng đạo, người dân bao dung, cởi mở; ngôn ngữ giao tiếp có thể học được dễ dàng; văn hoá và đời sống tâm linh gần gũi với giáo lý Kitô giáo[13]…; và ngài cũng đã ước mơ với niềm xác tín: "Vì vậy, tôi tin rằng Thiên Chúa sẽ đánh thức những bộ óc hào hiệp, những trái tim nhiệt huyết muốn vinh danh Thiên Chúa, đưa họ tới không chỉ Đàng Trong mà cả Đàng Ngoài để truyền bá Phúc âm, để dựng lên nhà thờ và giáo dân sánh ngang với những nhà thờ và giáo dân lừng lẫy nhất thế giới. Lạy Chúa vinh quang, lạy Đức Mẹ thiêng liêng"[14].

Và những ước mơ của thừa sai Cristoforo Borri đã trở thành hiện thực khi những "chiến hữu", những người bạn "tông đồ khai phá" của ngài đặt những viên đá móng đầu tiên trong việc dùng con đường văn hoá, văn học, văn chương… để chuyển tải sứ điệp Tin mừng.

Ở đây muốn nhấn mạnh đến hai chiều kích mang tính định hướng: "BẢO TỒN và PHÁT TRIỂN"; đây cũng là cái nhìn mang tầm vóc "tiên tri" đã góp phần không nhỏ để Thánh Bộ Truyền Bá đức tin sau này có cơ sở để đúc kết nên "Huấn Thị 1659" và "Công nghị 1664" (Tức Monita ad missionarios)[15], hai tấm "bảng chỉ đường" thích dụng cho công cuộc truyền giáo tại Á Châu – Việt Nam vào thế kỷ 17 và xuyên suốt sau đó.

Hai chiều kích trên (Bảo tồn và Phát triển) được thể hiện qua nhiều nhân vật cùng với các tác phẩm "để đời", mà nếu không có họ, chắc chắn không có những tác phẩm "Đạo, Đời" quý hiếm bằng chữ Nôm như *Thiên Chúa thánh giáo Khải mông* (Majorica), *Sấm truyền ca* (Lữ Y Đoan), *Phục dĩ Chí tôn* (Thầy Phanxicô)…; hay bằng chữ

---

[12] *Sđd,* tr. 494.

[13] CRISTOFORO BORRI, *Xứ Đàng Trong, sđd*, tr. 232-233.

[14] *Sđd,* tr. 234.

[15] Để hiểu rõ hai văn kiện này, xin giới thiệu tác phẩm mang tên *"Bình vẫn chưa hề cũ"* của linh mục Giuse Trương Đình Hiền, nxb An Tôn & Đuốc Sáng 2021.

Quốc ngữ như: *Tự điển Việt Bồ La*, *Phép Giảng Tám ngày* (Đắc Lộ), *Inê Tử đạo vãn* (Huỳnh Lâu)[16], *Tự điển Anamitico-Latinum* (Pigneau de Béhaine:1773; Jean-Louis Taberd: 1838; Thánh Philip Phan Văn Minh), *Sổ sang chép các việc* (Philipphê Bỉnh)…; và chắc chắn sẽ không xuất hiện những nhân vật kiệt xuất, những "tượng đài văn học, văn hoá Công giáo như Đặng Đức Tuấn, Trương Vĩnh Ký, Nguyễn Trường Tộ…; hay sau nầy, những Hàn Mặc Tử, Xuân Ly Băng, Nguyễn Xuân Văn… với những tác phẩm văn thơ Công giáo bằng chữ Quốc ngữ đĩnh đạt sánh vai trong trường văn trận bút của nền văn học Việt Nam.

3.1. Bảo tồn: Văn học Công giáo chữ Nôm

Đây là "điểm nhấn" quan trọng mà người Công giáo Việt Nam rất tự hào và cần phải bảo vệ. Bởi vì, trong giới học thuật cũng như biên khảo lịch sử liên quan đến buổi đầu truyền giáo tại Việt Nam, có một "bộ phận không nhỏ" cứ ôm một lối tư duy và lý luận đầy thiên kiến và hẹp hòi, nếu không nói là thiếu hiểu biết, khi cho rằng: công cuộc truyền bá Đạo Công giáo của các giáo sĩ phương Tây đã làm phương hại và tiêu tán chữ Nôm, vốn là "Quốc ngữ", công cụ cốt lõi, và dĩ nhiên, là biểu trưng của văn hoá, văn học Việt Nam suốt hàng bao thế kỷ.[17]

Một bằng chứng hoàn toàn ngược lại. Chính các ngài là những kẻ đã góp phần giới thiệu, quảng bá và làm cho chữ Nôm phát triển lên "một tầm cao mới", phổ thông hơn, quốc tế hơn, và cũng bình dân phổ cập hơn, thay vì chỉ quanh quẩn trong giới cung đình hoặc nho sĩ.

Và sau đây là những khuôn mặt tiêu biểu cho "Văn học chữ Nôm Công giáo thời đầu":

---

[16] Sở dĩ xếp tác phẩm *"Inê Tử đạo vãn"* vào số các tác phẩm văn chương Quốc ngữ vì cho tới hôm nay, chưa có bằng chứng hiển nhiên nào xác định đó là tác phẩm viết bằng chữ Nôm, dầu là nguyên bản, thứ bản hoặc những chi tiết liên quan đến bản dịch hay người dịch; trái lại có một bằng chứng minh nhiên là tác phẩm được in *bằng chữ Quốc ngữ*, như một tác phẩm Quốc ngữ tiêu biểu, trong *Tự Điển Dictionarium Anamitico – Latinum* của Đức cha Jean Louis Taberd, xuất bản năm 1838. Chắc chắn đây là tác phẩm Quốc ngữ rất nổi tiếng và được lưu hành khá lâu trước đó nên đã được dịch sang ba thứ tiếng Anh, Pháp và La Tinh, cùng được các soạn giả tự điển chọn đăng vào cuốn tự điển Tabert trên như một "bài mẫu" của thể loại văn thơ "Vãn". Một chi tiết nữa để khẳng định tác giả và dịch giả của bài vãn này chỉ là một: đó là Lm. Laurent Huỳnh Lâu. Bởi vì ngài là một linh mục thông thạo cả ba ngoại ngữ La Tinh, Anh, Pháp, là bào huynh của nhân vật chính "Inê", và là một trong những người được xếp chung trong nhóm "kiện toàn chữ Quốc ngữ" vào giai đoạn hình thành cuốn *Tự điển Anamitico-Latinum* của Đức Giám mục Bá Đa Lộc. (x. ĐỖ QUANG CHÍNH, SJ., *Dòng Tên trong xã hội đại việt 1615-1773, nxb Tôn giáo 2008, tr. 454)*.

[17] TS. LÊ TÙNG LÂM – ĐÀO LÊ THANH HOÀNG, *Bản chất sự ra đời của chữ Quốc ngữ*, đăng trong Kỷ yếu Hội Thảo "Bình Định và chữ Quốc Ngữ", nxb Tổng hợp thành phố Hồ Chí Minh 2016, tr. 98: *"Thế nhưng, từ khi các giáo sĩ Dòng Tên vào Việt Nam, họ đã tìm cách sáng tạo ra chữ Quốc ngữ để thay thế chữ Nôm của người Việt. Đây là một âm mưu thâm sâu của thực dân…"*.

3.1.1. Girolamo Majorica (1591-1656): người phát động văn hoá-văn học Công giáo chữ Nôm:

Theo nhà nghiên cứu Lm. Nguyễn Đức Thông, thì giáo sĩ *"Girolamo Majorica (1591-1656), thuộc Dòng Tên, người Napoli, nước Ý, truyền giáo tại Việt Nam từ năm 1623 đến khi qua đời năm 1656, đã viết và phiên dịch 45 quyển sách, và soạn 12 quyển bằng văn xuôi và văn vần... Chữ Nôm của ông là chữ Nôm nguyên tuyền, chưa bị vua Tự Đức san định lại. Nội dung các tác phẩm của ông rất phong phú về xã hội học, triết học, nhân văn học và là một kho tư liệu vô giá về ngôn ngữ học"*[18].

Riêng nhà nghiên cứu Nguyễn Khắc Xuyên, sau khi ghi nhận công khám phá, phát hiện *"nhà văn hoá-văn học chữ Nôm Majorica"* của một linh mục người Đức, cha Georg Schurhammer và tiếp sau đó là giáo sư Hoàng Xuân Hãn vào năm 1951, đã có một nhận xét thật chí lý: *"Địa vị chữ Nôm trong giai đoạn nầy là một cuộc cách mạng. Nếu Hồ Quý Ly đã một phần nào thất bại trong việc tiến cử chữ Nôm làm văn tự chính thức trong giới văn học và dân chính; nếu sau này, thế kỷ XVIII vua Tây Sơn Nguyễn Huệ mới chỉ khởi xướng và chưa kịp hoàn tất công cuộc dịch thuật các sách ra chữ Nôm và dùng chữ này trong các khoa cử, thì ngay đầu thế kỷ XVII, các giáo sĩ người Âu, nhất là Mai Do người Ý đã thực hiện được cuộc cải cách lớn lao và bền bỉ. Đó là lấy ngôn ngữ, văn tự của người địa phương để giáo hoá người địa phương, dùng chữ Nôm để truyền bá tôn giáo cho người Việt mà ngót 50 sách của Mai Do là một bằng chứng vĩ đại"*[19].

Và cũng từ sự khởi xướng và phát động "văn hoá-văn học chữ Nôm" của thừa sai Majorica đó, những người Công giáo Việt Nam đã đáp ứng và vận dụng cách tuyệt hảo qua các chứng nhân và tác phẩm tiêu biểu sau đây:

3.1.2. Lữ Y Đoan (1613-1678) với Sấm Truyền Ca: Thi ca Công giáo chữ Nôm.

Nếu cho rằng chữ Nôm đã xuất hiện vào thế kỷ XIII với Hàn Thuyên, thì mãi đến thế kỷ XIX, tức sau sáu thế kỷ, trên văn đàn Việt Nam mới xuất một thi phẩm chữ Nôm nổi tiếng: *Truyện Kiều* của thi

---

[18] LM. NGUYỄN ĐỨC THÔNG, *Văn học Công Giáo chữ Nôm thế kỷ XVII,* trích trong: Hội đồng Giám mục Việt Nam – Uỷ ban Văn hoá, Bốn Trăm Năm Hình Thành và Phát triển Chữ Quốc Ngữ Trong Lịch Sử Loan Báo Tin mừng Tại Việt Nam (Tài liệu Hội thảo 25-26/10/2019), tr. 293-299).

[19] NGUYỄN KHẮC XUYÊN, Địa vị chữ Nôm trong buổi tiếp xúc đầu tiên giữa Âu và Á thế kỷ XVII, trong Tạp chí Đại học Huế, số 15, tháng 5/1960, tr. 149-159. Trích lại theo NGUYỄN THANH QUANG – Linh mục GIOAN VÕ ĐÌNH ĐỆ, *Một số vấn đề chữ Quốc ngữ,* nxb Khoa Học Xã Hội 2020, tr. 141-146.

hào Nguyễn Du (1820). Thế nhưng, trước Nguyễn Du cả 150 năm, chỉ mới hơn 50 năm kể từ khi các thừa sai Dòng Tên lần đầu tiên đặt chân lên Cửa Hàn Đàng Trong (1615), thì đã có một linh mục Việt Nam, cha Lữ Y Đoan, đã dùng ngôn ngữ thuần Việt (chữ Nôm) để dịch toàn bộ Ngũ Thư của *Cựu ước* bằng những vần thơ lục bát mượt mà thanh tao chẳng thua kém *Truyện Kiều* qua tác phẩm *Sấm truyền ca.*[20]

Nhà nghiên cứu Nguyễn Đức Thông đã cho chúng ta biết: "Lữ Y Đoan sinh tại Kẻ Chàm (dinh Quảng Nam), một người có tương quan rộng và tinh thông kinh sách, được thụ phong linh mục do Đức Cha Lambert de la Motte năm 1676. Là một chủ chiên nhiệt thành, luôn trăn trở đem Lời Chúa đến cho muôn người, với tài văn chương uyên bác, ông đã sáng tác Kinh thánh theo thể thơ lục bát, một vần thơ rất gần gũi tâm hồn người Việt. Đứa con tinh thần mang tên "Sấm truyền ca" của ông gồm 3596 câu thơ lục bát, chào đời năm 1670 được tầng lớp giáo dân Việt Nam yêu thơ đón nhận nồng nàn, họ chuyền tay nhau, đọc, ngâm nga cách thích thú. Tiếc rằng do quan niệm hẹp hòi, coi thi ca là chuyện thơ thẩn thẫn thờ của *bọn thiếu thần học, tác phẩm này đã bị bỏ xó, mối mọt gặm nhấm gần hết. Mãi đến năm 1993 mới được Khoa Ngữ Văn Trường Đại Học Tổng Hợp Thành phố Hồ Chí Minh đặt thành vấn đề*"[21].

3.1.3. Một số tác giả văn học Công giáo chữ Nôm khác

Chắc chắn, chính trong *dòng chảy văn học chữ Nôm Công giáo* mà những "cây đại thụ" như Majorica, Lữ Y Đoan đã khởi xướng và xây những viên gạch đầu tiên, đã có một đội ngũ linh mục cũng như giáo dân hưởng ứng và vận dụng thành công qua những tác phẩm đa thể loại được biết đến hoặc còn lưu lại. Đó là những nhân vật tiêu biểu như:

- *Thầy Gioan Thanh Minh (1588-1663)*: Là một trong bốn "chứng nhân tử đạo" của cuộc bách hại năm 1663, thầy Gioan Thanh Minh (còn được gọi là Jean Vuang hay Ke-Tlam), một thi sĩ, một người thông thạo Hán Nôm, từng dạy ngôn ngữ cho các linh mục thừa sai, soạn tác thơ văn giáo lý để dạy đạo, rất khiêm nhường đạo đức vâng phục bề trên và đã chết vì đạo cách oai hùng[22]. Dựa theo tác giả Manuel FERREIRA, sử gia Lm. Đỗ Quang Chính cho biết thầy Gioan có trú quán ở Ketlam, sinh quán tại làng Thanh Minh, quận Bình Sơn, Quảng Ngãi. Là con nhà giàu, học giỏi, có vợ Công giáo tên thánh Anna. Khi vợ chết xin gia nhập hội Thầy Giảng khoảng năm 1643[23]. Chắc chắn,

---

[20] LỮ Y ĐOAN, *Sấm Truyền Ca, Testamenti Veteris 1670,* nxb Hồng Đức 2020, tr. 11-16.

[21] LM. NGUYỄN ĐỨC THÔNG, *Văn học Công Giáo chữ Nôm thế kỷ XVII, sđd.*

[22] A. LAUNAY, *Histoire de la mission de Cochinchine, III,* Paris, 1925, tr. 510.

[23] ĐỖ QUANG CHÍNH, SJ., *Dòng Tên trong xã hội Đại Việt 1615-1773,* nxb Tôn Giáo 2008, tr. 234.

nhờ ơn Chúa Thánh Thần tác động của "một thuở ban đầu" tiếp nhận Tin mừng, cái thuở "ngỡ ngàng rung động" của một thời "Công vụ Tông đồ", cùng với những "gợi hứng" đầy hiện thực và hữu dụng của các thừa sai như Majorica, thầy Gioan Thanh Minh, với cái vốn Hán Nôm phong phú, đã soạn tác, mà theo lịch sử ghi lại, *"15 tác phẩm bằng chữ Nôm, hầu hết là hạnh các thánh. Lời thơ của thầy chải chuốt, đầy lòng thành kính khiến dân thì ưa thích, các quan thì chịu ảnh hưởng nặng, chúa Nguyễn Phúc Lan thán phục. Giống như Majorica, Gioan Thanh Minh đáng được kể vào số những người tiên phong sử dụng truyện Nôm, tức văn xuôi Nôm"*[24].

- Thầy Phanxicô: một hoà thượng Phật giáo trở lại sau cuộc tranh luận với Lm. Majorica và được thuyết phục bởi các lý chứng của giáo lý Phúc âm, đã để lại một bài kinh có thể nói là một tuyệt tác trong kho tàng văn học Công giáo Hán Nôm. Bài kinh mang tên "Cảm tạ niệm từ" hay "Phục dĩ chí tôn"[25].

- Mẹ con bà Catarina: vì cảm nhận được nét đẹp của Tin mừng, của giáo lý, lại được hun đúc trong cái nôi văn hoá của đất Thăng Long cùng với một tâm thức được nuôi dưỡng trong bầu khí văn hoá bình dân của tục ngữ, ca dao..., hay văn hoá cung đình với thi, phú, vãn..., bà Catarina cùng với con gái đã soạn tác "lịch sử cứu độ" bằng ngôn ngữ thi ca; vừa là phương tiện chuyển tải giáo lý đức tin cho các dự tòng, tân tòng; vừa để giới thiệu Đạo Chúa cho lương dân. Đây là những tác phẩm làm giàu cho kho tàng văn học Hán Nôm Công giáo[26]...

Dĩ nhiên, để liệt kê cho đủ những gương mặt, những tác phẩm Hán Nôm Công giáo thì còn phải nghiên cứu chuyên sâu. Ở đây, chỉ là một phác hoạ đan thanh để minh chứng rằng: công cuộc rao giảng Tin mừng tại Việt Nam ngay từ buổi sơ khai đã không tác hại hay làm suy yếu nền văn học, văn hoá Hán Nôm đang hiện hữu, mà còn bảo vệ, tài bồi, và làm cho được nên phong phú, phát triển. Bằng chứng là chỉ trong vòng chưa đầy 30 năm, từ năm 1632-1656, số lượng văn bản chữ Nôm của Công giáo tính được 4.200 trang (Trong khi văn bản Quốc ngữ mới có 700 trang)[27]. Riêng bên lãnh vực văn học Nôm ngoài Công giáo, mặc dù đã tồn tại bốn thế kỷ (Thế kỷ XIII đến XVII), vẫn chỉ còn một số bản sao của một ít tác phẩm như Quốc Âm Thi Tập của Nguyễn Trãi, Hồng Đức Quốc Âm Thi Tập của Hội Tao Đàn, thơ văn quốc âm của Nguyễn Bỉnh Kh*iêm*...[28]

---

[24] ĐỖ QUANG CHÍNH, SJ., *Dòng Tên trong xã hội Đại Việt 1615-1773, sđd*, tr. 234.

[25] LM. NGUYỄN ĐỨC THÔNG, *Văn học Công Giáo chữ Nôm thế kỷ XVII, sđd.*

[26] *Sđd.*

[27] Sđd.

[28] Sđd.

3.2. Phát triển: Văn học Công giáo chữ Quốc ngữ

Câu chuyện về "Chữ Quốc ngữ", ngôn ngữ chính thức của Việt Nam hiện nay, một dạng chữ ký âm tiếng Việt theo mẫu tự La tinh, luôn là một đề tài "hot" trên nhiều diễn đàn tại đất nước Việt Nam suốt hàng trăm năm nay, kể từ khi vua Khải Định ra đạo dụ "Mậu Ngọ 1918" (28.12.1918), tức đạo dụ bãi bỏ hệ thống Khoa Cử phong kiến thuộc chữ Hán trên toàn lãnh thổ Trung Kỳ (thuộc chủ quyền Việt Nam). Nên nhớ, Bắc Kỳ, với chế độ "Bảo Hộ", mở khoa Thi Hương cuối cùng năm 1915; và Nam Kỳ thuộc địa của Pháp đã chuyển hẳn sang "Quốc ngữ" toàn bộ sinh hoạt văn hoá, chính trị, giáo dục… từ năm 1882.

Thật vậy, trong suốt thời gian trên, từ đầu thế kỷ 20 đến nay, vẫn song song hai luồng ý kiến: một thiểu số chống đối chữ Quốc ngữ và phần đông bênh vực. Thiểu số chống đối đầu tiên hầu hết thuộc thành phần sĩ phu phong kiến; những người được đào tạo và tiến thân trong môi trường khoa cử Hán Nôm. Cho tới hôm nay, thì số chống đối chỉ còn "đếm trên đầu ngón tay" mà hầu hết trong số đó, việc chống chữ Quốc ngữ chỉ là cái màn che, chỉ là "diện"; chống Công giáo mới là chủ đích, là "điểm"; một "mặc cảm" thù nghịch mang tính "chính trị" hơn là văn hoá hay học thuật[29]. Số còn lại, nếu không thuộc những kẻ có vấn đề về "khả năng phán đoán", thì cũng thuộc loại "cuồng, ngông" lập dị!

3.2.1. Chặng đường "đi lên mặt trăng"

Ngày 12/9/1962, trong chương trình chinh phục không gian và tài trợ cho dự án Apollo, Tông thống John F. Kennedy của Mỹ đã tuyên bố: "Chúng ta chọn đi lên Mặt Trăng và tiến hành những chương trình khác không phải vì đây là những việc dễ làm, nhưng bởi vì đây là những sứ mạng khó khăn…".

Mượn cụm từ "đi lên mặt trăng" để muốn nói rằng: chọn con đường sáng tạo một loại chữ viết để ký âm ngôn ngữ của người Việt Nam … hầu làm chất xúc tác trong nỗ lực "mục vụ văn hoá" hay góp phần vào công cuộc loan báo Tin mừng là một "sứ mạng khó khăn". Thật vậy, chính một trong những vị Thừa sai đầy mạo hiểm và thông minh "chọn đi lên mặt trăng" đó đã từng nhận định rằng: khó mà học được tiếng Việt vì "họ nói như chim hót"[30].

[29] ROLAND JACQUES, *Các nhà truyền giáo Bồ Đào Nha và thời kỳ đầu của Giáo hội Công Giáo Việt Nam (Les missionnaires portugais et les débuts de l' Église catholique au Viet-Nam), Biligue – Tome 1*, nxb Định Hướng Tùng Thư 2004, tr. 31: *"Việc áp dụng vần latinh làm chữ viết đã được xem như một hành động chính trị thù nghịch, một mưu đồ hủy diệt văn hoá nhằm chia rẽ cộng đồng quốc gia và áp đặt một sự thống trị của ngoại quốc…".*

[30] ALEXANDRE DE RHODES, *Hành trình và truyền giáo, sđd*, tr. 85: *"Đối với tôi, thú thật vừa tới Đàng Trong và nghe dân xứ này nói, nhất là phụ nữ, ôi tưởng như nghe chim hót*

Mà đâu chỉ khó về phương diện ngôn ngữ! Các vị tiền phong sáng tạo chữ quốc ngữ đã phải đối diện với bao nhiêu gian truân khổ ải khác có khi về chính trị (não trạng bài ngoại, nghi ngờ...), không thích nghi về khí hậu, tập quán, thổ nhưỡng, thiếu thốn phương tiện sống và làm việc, khó khăn đi lại, di chuyển...; chỉ cần đọc qua những kết quả này chúng ta có thể thấy "con đường hội nhập văn hoá về phương diện ngôn ngữ" của các ngài khó khăn dường nào:

- Thừa sai Francisco de Pina chết đuối tại cửa biển Hội An mới có 40 tuổi (1585-1625).

- Thừa sai Francesco Buzomi bị trục xuất về Macao và chết năm 1639 (1576-1639).

- Thừa sai Gaspar d' Amaral cũng chết đuối tại vịnh Bắc bộ lúc mới 50 tuổi (1592-1645).

- Thừa sai Đắc Lộ bị trục xuất vĩnh viễn khỏi Việt Nam năm 1645...

Nhưng Chúa Thánh Thần luôn có cách của Ngài; và rồi những hạt giống được gieo cứ dần dần lớn lên và hôm nay đã trở thành một cánh đồng lúa lên xanh bát ngát!

3.2.2. Chữ Quốc ngữ: những chặng đường lớn lên và thành tựu

Thế nhưng công việc tưởng như "đi lên mặt trăng" đầy huyễn tưởng đó, sau 400 năm, không phải chỉ thành hiện thực mà là một "hiện thực phong phú", như một đánh giá cụ thể sau: "Bắt đầu với 8.000 từ ngữ đã được các giáo sĩ Bồ Đào Nha phiên âm vào thế kỷ thứ 17 với công dụng là truyền giáo, chữ Quốc ngữ đã không ngừng phát triển để đáp ứng được nhu cầu của người Việt trước những biến chuyển liên tục của văn hóa, chính trị, kinh tế, xã hội và nhất là khoa học kỹ thuật. Giờ đây chữ Quốc ngữ đã có chỗ đứng vững vàng trong ngôn ngữ Việt Nam và đã có hơn 200.000 từ để có thể phiên dịch cuốn tự điển Anh quốc *Oxford Advanced Learner's English Dictionary* mà không bị lúng túng vì thiếu chữ, thiếu từ"[31]

Nhìn kết quả chữ Quốc ngữ sau 400 năm giữ gìn, tôn tạo và phát triển, chúng ta sẽ không thấy có điều gì kinh ngạc với khoảng thời gian dài dằng dặc như thế; nhưng nếu xem lại vài "cột mốc của một thuở ban đầu" nghiên cứu và thiết dựng, chúng ta sẽ không ngần ngại cho rằng: thành tựu "Quốc ngữ" đó chính là một "phép lạ".

---

và tôi không bao giờ mong có thể học được".

[31] LƯƠNG NGUYÊN HIỀN, *Chữ Quốc Ngữ nước ta từ Alexandre de Rhodes đến Trương Vĩnh Ký*. Nguồn: https://thuvienhoasen.org/a30249/chu-quoc-ngu-chu-nuoc-ta-tu-alexandre-de-rhodes-den-truong-vinh-ky

- Năm 1615: *Nhóm thừa sai Dòng Tên cập bến Cửa Hàn, Quảng Nam.*

- Năm 1618: *Cư sở truyền giáo chính thức đầu tiên của Dòng Tên được thiết lập tại Nước Mặn, Qui Nhơn với ưu tiên hàng đầu: "chuyên tâm nghiên cứu ngôn ngữ"*[32].

- Năm 1651: *Hai tác phẩm "Quốc ngữ" đầu tiên được linh mục thừa sai Alexandre De Rhodes xuất bản tại Vatican: Cuốn Tự điển Việt-Bồ-La và cuốn Phép giảng tám ngày.*[33].

- Năm 1772: *Đức Giám Mục Bigneau de Béhaine soạn tự điển Anamitico-Latinum: Quốc ngữ đạt tới độ chín muồi với tác phẩm thi ca Quốc ngữ tiêu biểu được soạn tác và lưu hành: Inê Tử đạo vãn của linh mục Laurent Huỳnh Lâu*[34].

- Năm 1838: *Đức Giám Mục Jean Louis Taberd bổ sung và hoàn thiện tự điển Anamitico-Latinum 1772 cùng với việc giới thiệu "văn chương Quốc ngữ cho thế giới" khi cho in vào cuốn tự điển quan trọng nầy thi phẩm "Inê Vãn Tử Đạo" với 4 ngôn ngữ: Quốc ngữ, La tinh, Anh và Pháp. Đây cũng là thời điểm xuất hiện tác phẩm văn xuôi quốc ngữ hoàn chỉnh tiêu biểu: "Sổ sang chép các việc" của linh mục Philipphê Bỉnh (1822)*[35].

Như vậy, từ tác phẩm Quốc ngữ đầu tiên xuất hiện dưới dạng thô sơ cơ bản (Tự điển Việt Bồ La – Phép Giảng Tám Ngày năm 1651) tới cuốn tự điển Taberd 1838 cùng với 2 tác phẩm tiêu biểu đại diện: văn vần với "Inê Tử Đạo vãn" và văn xuôi với "Sổ sang chép các việc", chữ Việt với mẫu tự La Tinh đã sánh vai bên cạnh các ngôn ngữ quan trọng và thông dụng nhất của thế giới lúc bấy giờ (La Tinh, Anh, Pháp). Vâng, Việt Nam đã có chữ viết, một thứ chữ viết mà rất nhiều quốc gia, dân tộc ước mơ, dò dẫm, thử nghiệm...nhưng cho đến nay vẫn đành "bó tay"!

II. SỰ KHÔN NGOAN CỦA MẸ HỘI THÁNH: ĐỊNH HƯỚNG CHÍNH THỨC

Nếu lấy năm 1659, thời điểm thiết lập các giáo phận Tông toà đầu tiên tại Việt Nam và Trung Hoa, làm cột mốc, thì con thuyền Hội thánh đã ra khơi hơn mười sáu thế kỷ. Trong một khoảng thời gian dài thăm

---

[32] BAN BIÊN TẬP LỊCH SỬ GIÁO PHẬN, *Giáo phận Qui Nhơn qua dòng thời gian*, *sđd*, tr. 96-97.

[33] *Sđd*, tr. 104-105.

[34] x. Ghi chú 21 ở trên. (x. ĐỖ QUANG CHÍNH, SJ., *Tản mạn lịch sử Giáo hội Công Giáo, sđd*, tr. 111).

[35] ĐỖ QUANG CHÍNH, SJ., *Tản mạn lịch sử Giáo hội Công Giáo, sđd*, tr. 112.

thẩm đó, ngoài những "định hướng của Tin mừng"[36], hành trang cốt yếu, gần như chưa có một "tấm bảng chỉ đường" rõ ràng và cụ thể nào để hướng dẫn cho các thừa sai hoạt động loan báo Tin mừng, đặc biệt trong lãnh vực văn hoá, văn học, như chúng ta đang có ngày hôm nay.

Tuy nhiên, vì phần đông các nhà truyền giáo đều là các tu sĩ, nên, nhờ ánh sáng linh đạo của mỗi Hội dòng, những kinh nghiệm "thừa thượng tiếp hạ" trao đổi cho nhau, cùng với những kiến thức còn lưu giữ hay thu thập được, công cuộc truyền giáo cứ thế mà tiến bước, phát triển. Cho nên có thể nói được, những "quyết sách" của Toà thánh về công cuộc truyền giáo trong mọi thời, đặc biệt vào thế kỷ XVII, XVIII, phần lớn có sự đóng góp không nhỏ về kinh nghiệm và phương thức hành động của các tu sĩ các Hội dòng.

1. Lắng nghe kinh nghiệm xương máu của các thừa sai

Nhưng không phải Hội Dòng nào cũng dễ dàng thành công trong công cuộc "chài lưới người". Theo nhà nghiên cứu, linh mục Roland Jacques, từ thế kỷ XVI, với nhiều đợt liên tiếp nhau, tiếp cận cả Đàng Trong lẫn Đàng Ngoài, các thừa sai của các Hội Dòng Phanxicô và Augustinô thuộc Bồ Đào Nha hoặc Tây Ban Nha đều gần như thất bại: *"Ký sự của các tu sĩ dòng Phanxicô và dòng Augustinô hé cho thấy rằng vào dịp nầy việc gặp gỡ giữa các nền văn hoá thực như là một đối thoại giữa những người điếc. Nó không đem lại những kết quả thấy được một cách cụ thể trong bối cảnh Việt Nam"*[37].

Nhưng may mắn, Toà thánh thì không điếc! Nhất là khi Toà thánh chính thức thiết lập Thánh bộ Truyền giáo vào ngày 22.6.1622, mà người điều hành thực chất lại là một vị Thư ký năng động, nhiệt thành và rất biết lắng nghe. Đó là Đức ông Francesco Ingoli, Thư ký Thánh bộ suốt 27 năm (1622) cho đến khi qua đời (1649): *"Ngài thích thú lắng nghe họ và hỏi thăm tỉ mỉ hiện trạng các nơi họ truyền giáo. Ngài dám ngỏ lời với ngay cả những thừa sai nhỏ bé nhất, xin họ góp ý để làm sao phát triển được công cuộc truyền giáo"*[38].

---

[36] "Lệnh lên đường" trong Tin mừng Nhất Lãm (Mt 10, 1.5-14; Mc 6,7-13; Lc 9,1-6): Bản văn này đặc biệt liên quan đến "tư cách, thái độ, hành trang..." của "nhà truyền giáo" mà không ít tác giả gọi là "lệnh lên đường": Đức Giêsu tập họp Nhóm Mười Hai lại, ban cho các ông năng lực và quyền phép để trừ mọi thứ quỷ và chữa các bệnh tật. Người sai các ông đi rao giảng Nước Thiên Chúa và chữa lành bệnh nhân. Người nói: "Anh em đừng mang gì đi đường, đừng mang gậy, bao bị, lương thực, tiền bạc, cũng đừng có hai áo. Khi anh em vào bất cứ nhà nào, thì ở lại đó và cũng từ đó mà ra đi. Hễ người ta không đón tiếp anh em, thì khi ra khỏi thành, anh em hãy giũ bụi chân để tỏ ý phản đối họ." Các ông ra đi, rảo qua các làng mạc loan báo Tin mừng và chữa bệnh khắp nơi. (Lc 9,1-6).

[37] ROLAND JACQUES, *Các nhà truyền giáo Bồ Đào Nha và ..., sđd,* tr. 55.

[38] LM. ĐÀO QUANG TOẢN, *Giáo hội Việt Nam năm 1659*, nxb Phương Đông, 2010, trang 20.

Và sau khi tổng hợp các bản phúc trình: bản *"Phúc trình 1622 của Dòng Tên"* và nhất là *ba bản tường trình thuộc Thánh bộ* mà Đức ông Ingoli có trong tay (tường trình 1625, 1628 và 1644)[39], Toà thánh qua Thánh bộ Truyền bá Đức tin đã sẵn sàng cho một "chương trình hành động" mới mẻ và thích dụng: *"Điều đáng kể là Thánh bộ đã có được một chương trình rõ ràng và rất thích ứng với những nhu cầu cụ thể và với những vấn đề truyền bá đức tin. Dựa theo đó, Thánh bộ có thể hướng dẫn các thừa sai một cách thống nhất và Thánh bộ có sẵn chương trình để quy chiếu"*[40].

"Chương trình hành động" đó chính là văn kiện *"Huấn thị 1659"*[41], mà nếu mang tên theo truyền thống của Giáo hội là các văn tự đầu tiên, thì đó là *"Quoniam vos ea estis diligentia" (Bởi vì chư huynh rất đổi mau lẹ lo công việc)*[42].

Dĩ nhiên, để có được văn kiện Huấn thị 1659 không phải chỉ một sớm một chiều; hoặc do các động lực từ các bản phúc trình của các Dòng tu mà còn với bao nhiêu tác động khác của lịch sử và bối cảnh mục vụ đương thời: Dư âm tinh thần canh tân và truyền giáo của Công đồng Trento, sự hấp dẫn của trào lưu "tìm đất mới" của các đoàn thám hiểm Âu Châu, việc khuyếch trương thương mãi đường biển và kỹ thuật đóng tàu viễn dương; và nhất là sự thoái trào và kém hiệu quả của chế độ "Bảo trợ Truyền giáo"... Tất cả đều là những chất xúc tác để Giáo hội Mẹ tìm ra những phương án thích hợp cho sứ vụ truyền giáo của mình[43].

2. Định hướng mang tính chỉ đạo: Huấn thị 1659

Giờ đây, chúng ta cùng dừng lại nơi chính bản văn để xét xem Huấn thị 1659 đã định hướng thế nào về văn hoá, văn học trong mục vụ truyền giáo; và dĩ nhiên, chỉ nêu bật những điểm chính liên quan.

---

[39] *Sđd*, tr. 26-43.

[40] *Sđd*, tr. 46.

[41] Nếu chọn cách gọi truyền thống về tên các văn kiện trong Giáo hội (chọn các chữ đầu) thì đây là *Huấn thị "Quoniam vos ea estis dligentia"* (x. LM ĐÀO QUANG TOẢN, *Giáo hội Việt Nam năm 1659, tr. 46).* Nếu chọn cách gọi theo đúng nội dung văn kiện thì đây là *"Đầu đề của tư liệu này là: Instructio vicariorum apostolicorum ad regna Sinarum, Tonchini et Cocincinae proficiscentium 1659 (Huấn dụ các đại diện tông tòa đi các nước Trung Quốc, Đàng Ngoài và Đàng Trong năm 1659).* (x. ĐỖ QUANG CHÍNH, SJ, *Hai Giám mục đầu tiên tại Việt Nam*, nxb An Tôn & Đuốc Sáng 2005, tr. 120).

[42] LM. ĐÀO QUANG TOẢN, *Giáo hội Việt Nam năm 1659, sđd,* tr. 50.

[43] LM. GIUSE TRƯƠNG ĐÌNH HIỀN, *Bình vẫn chưa hề cũ, Huấn thị 1659-Công nghị 1664, Kim chỉ nam truyền giáo thế kỷ 17,* nxb An Tôn & Đuốc sáng 2021, tr. 22-33.

2.1. Tôn trọng cổ tục bản xứ:

"Chư huynh đừng bao giờ muốn sửa đổi, đừng tìm lý lẽ nào để buộc dân chúng sửa đổi những phép xã giao, tập tục, phong hóa của họ, trừ khi nó hiển nhiên mâu thuẫn với đạo thánh và luân lý. Có gì vô lý bỉ ổi hơn mang theo cả nước Pháp, Tây Ban Nha, nước Ý, hay bất cứ nước nào khác bên trời Âu sang cho dân Trung Hoa chăng? Không phải mang thứ ấy đến cho họ, bèn là mang chân lý đức tin, một chân lý không loại trừ nghi lễ và tập tục của bất cứ một dân tộc nào, cũng không xúc phạm đến những nghi lễ ấy, miễn là chúng không xấu; ngược lại, chân lý ấy, muốn cho người ta bảo tồn và duy trì chúng là đàng khác.

Có thể nói, tự nhiên ai ai cũng cho những cái của mình và nhất là của quê hương xứ sở mình là hơn tất cả, và yêu mến những báu vật đó hơn những cái của ngoại lai. Nguyên việc sửa chữa những quốc lệ của người ta cũng đủ gây lòng oán hận sâu đậm rồi, nhất là những tập tục cổ đã có lâu đời nhất mà các tiền nhân vẫn có thể nhớ tông tích. Càng tệ hơn nữa nếu chư huynh hủy bỏ những tập tục đó để đem phong tục quí quốc mà thay thế vào! Vậy đừng bao giờ nên đem những tục lệ Âu châu đến đối lập với tục lệ của các dân tộc ấy; trái lại hãy hết lòng sống cho quen với tập tục của họ"[44]…

2.2. Về vấn đề văn hóa, văn học:

"Hơn nữa, để cổ võ việc viết sách và khảo cứu đạo giáo trong những miền đó, cần phải dịch từ tiếng La tinh hoặc Hy Lạp sang tiếng địa phương một số sách thần học của các thánh nhân và những sách khác như vậy. Cho nên, chư huynh hãy cẩn thận tìm tại nơi chư huynh ở hoặc nơi khác một cộng sự viên nào khả dĩ chu toàn công việc ấy, nghĩa là thạo cả hai ngôn ngữ và cả đạo lý. Tìm được người nào, hãy trình cho Thánh bộ được rõ.

Chư huynh hãy tận tâm và gắng lo sáng lập nhiều trường học để dạy miễn phí La ngữ cho thanh thiếu niên bản xứ, còn giáo lý thì dạy bằng tiếng bản quốc. Hãy lo sao cho các phụ huynh Công giáo giao con em theo học với chư huynh cùng với các cộng sự viên của chư huynh chứ đừng để chúng theo học người bên lương"[45].

2.3. Vẫn rất hợp thời:

Chúng ta hoàn toàn đồng ý với linh mục Đào Quang Toản về giá trị tuyệt vời của định hướng mang tính "Hội nhập văn hoá" của Huấn thị 1659, khi nhận xét bằng những "lời có cánh": *"Những lời của Huấn thị năm 1659 được coi là tuyệt diệu nhất, tiến bộ nhất, được biết đến nhiều*

---

[44] Sđd, Phụ lục 1, tr. 159-160.

[45] Sđd, Phụ lục 1, tr. 163-164.

nhất và được ca tụng nhiều nhất là những lời nầy ..."[46]. Và những nguyên tắc hội nhập văn hoá của Huấn thị 1659 chắc chắn sẽ không thiếu trong tinh thần của Vatican II mà chúng ta có thể đọc thấy nơi các văn kiện như: Lumen Gentium (số 16); Ad Gentes (số 9); Gaudium et Spes (số 54); Tuyên ngôn Nostra Aetate (số 2)...

Và Huấn thị 1659 chắc chắn sẽ là một "hướng đi tiên phong", một gợi hứng cho tông huấn Giáo hội tại Á Châu của Đức thánh Giáo hoàng Gioan Phaolô II sau 340 năm (1659-1999): *"Trong quá trình gặp gỡ các nền văn hóa khác của thế giới, Giáo hội không những truyền sang các chân lý và những giá trị của mình và đổi mới các nền văn hóa từ bên trong, nhưng Giáo hội cũng tiếp thu từ các nền văn hóa khác nhau, những yếu tố tích cực có sẵn trong các nền văn hóa đó. Đó là con đường bắt buộc cho những nhà rao giảng Tin mừng khi trình bày đức tin Kitô giáo"*[47].

3. Định hướng mang tính thực hành: Công nghị 1664 (Monita ad missionarios)

Nếu Huấn thị 1659 mang tính "định hướng chỉ đạo" dành riêng cho các vị chủ chăn, đặc biệt cho các Giám mục Tông toà như danh tính văn kiện thường được biết đến: *Huấn dụ các đại diện tông tòa đi các nước Trung Quốc, Đàng Ngoài và Đàng Trong năm 1659 (Instructio vicariorum apostolicorum ad regna Sinarum, Tonchini et Cocincinae proficiscentium 1659)*[48], thì Công nghị 1664 với văn kiện Monita ad Missionarios lại là "định hướng thực hành", dành cho những ai trực tiếp dấn thân thực hành "mục vụ truyền giáo".

Chúng ta thử dừng lại một vài chiều kích trong định hướng của Monita.

3.1. Tìm hiểu thực trạng

"Vậy... cố gắng hết sức để tìm hiểu tình trạng của nơi truyền giáo... ; nghiên cứu cặn kẽ phong tục địa phương và các sở thích của dân chúng... ; khám phá mọi thứ liên quan đến tôn giáo của dân địa phương, những nghi lễ và những sai lầm phổ biến nơi họ... ; tìm hiểu kỹ thời kỳ mới du nhập đạo, lịch sử xuất phát, những phương thức được các đấng thừa sai dùng để củng cố ngọn đuốc đức tin và chủ yếu những người đã thành công nhất; cuối cùng nếu có sự gián đoạn trong việc phát triển các xứ truyền giáo, thì lý do là gì và lúc đó cách ứng xử của các thừa sai ra sao?... ;"[49].

---

[46] LM. ĐÀO QUANG TOẢN, *Giáo hội Việt Nam..., sđd*, tr. 78-79.

[47] ĐGH GIOAN PHAOLÔ II, *EA*, số 21.

[48] ĐỖ QUANG CHÍNH, SJ, *Hai Giám Mục đầu tiên tại Việt Nam*, nxb An Tôn & Đuốc Sáng 2005, tr. 120.

[49] LM. GIUSE TRƯƠNG ĐÌNH HIỀN, *Bình vẫn chưa hề cũ, sđd,* Phần Phụ Lục 2, tr. 199-200.

3.2. Học ngôn ngữ

"Chúa Giêsu Kitô Chúa chúng ta đã không sai các thánh Tông đồ đi rao giảng Tin Mừng khắp thế gian mà không trước tiên ban cho các ngài ơn nói các thứ tiếng (Cv 2,4). Điều đó rõ ràng cho thấy sứ vụ rao giảng kéo theo sự cần thiết học các thứ tiếng, bởi vì Thiên Chúa, trong sự khôn ngoan của Ngài, đã muốn rằng đức tin lan truyền bằng phương thức rao giảng. Thật vậy, "Ấy vậy, tin là do bởi đã được nghe, còn nghe là nhờ việc rao giảng Lời Đức Kitô" (Rm 2,17) (…). Gương thánh Phanxicô Xaviê cho thấy khá rõ: ngay cả khi được sự trợ giúp của người thông dịch khéo nhất, vị thừa sai cũng ít thành công, nếu chính ngài không tinh thông ngôn ngữ của xứ đó (Tursel., Vita S.Fr. Xav., lib. 7, c. 2). Và ngài sẽ không được quên là đừng nhằm vào việc học ngôn ngữ bác học và văn chương đến mức mà sao nhãng ngôn ngữ bình dân được quảng đại dân chúng sử dụng, ngài phải làm cho, không chỉ những nhà thông thái mà cả những người thất học cũng có thể hiểu ngài nói. Trong toàn bộ việc này, vả lại, ngài sẽ phải trông chờ nhiều hơn vào sự cầu nguyện hơn là chính việc học của mình" [50].

3.3. Ngôn ngữ cho mọi người

"Ngài sẽ cố gắng trước hết nói thứ ngôn ngữ vừa tầm mọi người. Ngài sẽ bỏ đi điều vượt quá trí khôn của những người bình thường mà kết quả duy nhất chỉ là làm lóa mắt họ. Sau cùng, để dùng lời của thánh Công đồng Trentô "Ước gì ngài nuôi dưỡng bằng lời cứu rỗi những dân tộc được giao phó cho ngài, bằng cách giảng dạy mọi người điều cần thiết cho việc cứu rỗi và dạy điều ấy trong một ngôn ngữ dễ hiểu và ngắn gọn, bằng cách thu hút sự chú ý của họ về những thói hư tật xấu phải tránh và những nhân đức phải thi hành để khỏi sa hoả ngục và đón nhận vinh quang thiên quốc" (Sess. 4, c.2, de Reform.)"[51].

3.4. Phân định trong hội nhập văn hoá

"Về vấn đề này, ngài sẽ dành một phần quan tâm để tìm hiểu tập quán của dân địa phương, để phân biệt rõ ràng nét tinh tế của chúng: dân sự, chính trị hay mê tín? Ngài sẽ cố gắng lo báo cho Tòa thánh biết mọi sự, ngài sẽ xin Tòa thánh cho mình biết những tập quán nào sẽ phải lên án, đồng ý hay chiếu cố và nhất là biết những phương cách phải dùng để tranh thủ các tâm hồn. Như thế, bằng cách làm mọi việc cho mọi người, ngài sẽ chinh phục mọi người đến với Chúa Giêsu Kitô"[52]…

4. Hạt giống đã đơm bông

Dĩ nhiên, không phải tất cả những gì *Huấn thị 1659* và *Monita*

---

[50] *Sđd*, tr. 201.

[51] *Sđd*, tr. 221.

[52] *Sđd*, tr. 244.

ad missionarios **đề xuất và chỉ đạo là hoàn toàn khả thi và được chấp hành nghiêm túc, như nhận xét thâm thuý và quân bình của một chứng nhân đương thời khi ấy, Joseph Metzler, về Huấn thị 1659 như sau:** *"Đương nhiên là chương trình truyền giáo rộng rãi đó, gần như mới mẻ về mọi điểm, không thể một sớm một chiều thực hiện được. Điều đáng kể là Thánh bộ đã có được một chương trình rõ ràng và rất thích ứng với những nhu cầu cụ thể và với những vấn đề truyền bá đức tin. Dựa theo đó, Thánh bộ có thể hướng dẫn các thừa sai một cách thống nhất và Thánh bộ có sẵn chương trình để quy chiếu..."*[53].

Phải chăng, nhờ những định hướng mục vụ thích dụng đó mà công việc hội nhập văn hoá đã được áp dụng cụ thể, việc vận dụng con đường văn học, thi ca để chuyển tải Tin mừng không là chuyện "xa xỉ" hay trừu tượng, mây gió, mà trở thành khí cụ hữu hiệu, mang lại lợi ích thiết thực cho công cuộc loan báo Tin mừng lúc bấy giờ.

Thật vậy, nếu các tác phẩm Quốc ngữ đầu tiên, *Tự điển Việt Bồ La* và *Phép giảng tám ngày*, được in ấn tại nhà in của Thánh bộ Truyền giáo và phát hành tại kinh đô của Giáo hội vào năm 1651[54], thì chắc chắn, công trình văn hoá văn học Quốc ngữ đầu tiên nầy, sẽ nhờ sự hậu thuẫn của *Huấn thị 1659*, cũng từ Trung tâm Giáo đô này, và "đôi cánh tinh thần" của Công Nghị 1664 *với Monita ad missionarios* **làm cho lớn lên, bay bổng và gieo hạt giống Tin mừng trên khắp các cánh đồng truyền giáo Việt Nam.**

KẾT: ***Văn hoá, văn học hay Lời Chúa và "dáng đứng nhân loại"***

Chọn lựa cách "hội nhập văn hóa" để chuyển tải Tin mừng, để loan truyền chân lý cứu độ sao cho hiệu quả và phong phú, cách làm ấy của Cha Ông ta nào có phải là chuyện mới mẻ gì đâu! Từ thuở xa xưa khi bộ tộc của Israel còn trong thời "ăn lông ở lỗ", khi tổ phụ của dân tộc họ, cụ Ápraham còn lang thang trên các thảo nguyên sống đời du mục, Thiên Chúa đã áp dụng nguyên tắc "hội nhập văn hóa" mang tính "nhập thể" rồi. Có nghĩa là Lời Mạc Khải của Thiên Chúa khi đi vào thế giới đã chọn đi qua "một chiếc cửa nhân loại" là "lịch sử của dân tộc Israel" với tất cả những yếu tố nhân văn, địa lý, xã hội, chính trị, kinh tế, pháp luật, lịch sử... của dân tộc này. Toàn bộ tuyệt tác *Thánh kinh Cựu ước* và *Tân ước* phải chăng là "Lời mạc khải nhập thể giữa lòng nhân loại qua lịch sử của dân tộc Israel", là cuộc "hội nhập văn hóa" của chính Thiên Chúa để chuyển tải cho nhân loại những chân lý của trời cao, một cuộc hội nhập thiết thân, sâu sắc như mưa, như tuyết thấm sâu trong mảnh đất trần gian:

"Cũng như mưa với tuyết sa xuống từ trời

---

[53] LM. ĐÀO QUANG TOẢN, *Giáo hội Việt Nam năm 1659, sđd,* tr. 43.

[54] ĐỖ QUANG CHÍNH, SJ., *Lịch sử chữ Quốc ngữ 1620-1659,* nxb Tôn giáo 2008, tr. 119-120.

không trở về trời nếu chưa thấm xuống đất,
chưa làm cho đất phì nhiêu và đâm chồi nẩy lộc,
cho kẻ gieo có hạt giống, cho người đói có bánh ăn,
thì lời Ta cũng vậy, một khi xuất phát từ miệng Ta,
sẽ không trở về với Ta nếu chưa đạt kết quả,
chưa thực hiện ý muốn của Ta,
chưa chu toàn sứ mạng Ta giao phó." (Is 55, 10-11).

Cũng chính với nguyên tắc "hội nhập văn hóa" đó, mà chúng ta tìm thấy ngôn ngữ của *Kinh thánh Cựu ước* cũng như *Tân ước* mang nhiều "dáng đứng" khác nhau, theo trào lưu lịch sử văn hóa xã hội của dân tộc Israel: Từ thể văn mang tính huyền thoại, cổ tích (*Sáng thế, Tin mừng* thời thơ ấu), đến anh hùng ca lịch sử (*Xuất hành, Samuel, Macabêô*...), pháp đình lề luật, phụng tự (*Đệ nhị luật, Lêvi*...), khải huyền tiên tri (*Đaniel, Êzêkiel, Khải huyền* của Thánh Gioan...), châm ngôn huấn đạo (*Khôn ngoan, Châm ngôn, Giảng viên*..), thi ca trữ tình (*Diễm ca*), truyện ngắn tình yêu (*Hôsê*...), ca kinh nguyện cầu (*Thánh vịnh*...).

Và khi "Ngôi Lời thành xác phàm và cắm lều ở giữa chúng ta" (Ga 1,14), thì Ngài cũng không làm gì khác hơn cái cách "sư phạm truyền thống" của Thiên Chúa. Ngài đã nói Lời Thiên Chúa bằng ngôn ngữ của dân tộc Ngài, Ngài đã vận dụng những chất liệu của cuộc sống đương thời để diễn tả các chân lý cao sâu của huyền nhiệm Nước Trời: Những hình ảnh chúng ta gặp thấy trong Tin mừng như: "Người Mục Tử vác chiên trên vai", "Cây nho sai trái", "Tấm lưới thả xuống biển", "Những cô trinh nữ cầm đèn đi đón tân lang", "cây hoa huệ ngoài đồng", "con chim se sẻ trên cành cây"... nào có xa lạ gì với đời thường của dân Israel thuở ấy. Quả thật "ngôn ngữ của Thiên Chúa mang dáng đứng nhân loại" là thế đó!

Thật không "phải đạo" chút nào nếu Hội thánh lại đi ngược hay không chọn đi con đường mà Thiên Chúa đã chọn và Đức Kitô đã đi: con đường nhập thể, con đường "hội nhập văn hóa". May mắn làm sao, trên cuộc hành trình sống và chuyển tải đức tin suốt hơn 2000 năm nay, Hội thánh đã vận dụng mọi yếu tố tốt đẹp của văn hóa, văn minh con người trong việc diễn tả, sống và loan truyền chân lý đức tin.

Thánh Phêrô, Thủ lãnh các Tông đồ, Giáo hoàng đầu tiên, ngay từ những ngày đầu Hội thánh đã được Thánh Thần linh ứng cần phải chọn lựa con đường "hội nhập đó qua thị kiến "tấm khăn lớn với đủ mọi thú vật, rắn rết..." (Cv 10, 9-16). Trong khi đó Thánh Phaolô, một vị Thánh ký, một thần học gia, một nhà truyền giáo vĩ đại đã tóm gọn nguyên tắc nầy trong mấy từ cô đọng và súc tích: *"Không còn chuyện phân biệt Do Thái hay Hy Lạp, nô lệ hay tự do, đàn ông hay đàn bà;*

nhưng tất cả anh em chỉ là một trong Đức Kitô" (Gl 3, 28). Và thế là Hội thánh lớn mãi lên, vươn mình trên mọi miền thế giới, mang Tin mừng Chúa Kitô rắc gieo trên khắp các cánh đồng văn hóa thế giới; và cứ như thế, Tin mừng của Chúa đã mang "dáng đứng" của nhiều dân tộc, nhiều ngôn ngữ, nhiều loại hình văn hóa, lễ nghi, phụng tự... của mọi dân trên khắp địa cầu.

Công đồng Vatican II đã long trọng xác nhận điều đó như một nguyên lý nền tảng để hình thành và xây dựng Giáo hội: *"Giáo hội, tức Dân Thiên Chúa, họp thành Nước ấy, không loại bỏ di sản trần thế của bất cứ dân tộc nào; trái lại, Giáo hội cổ võ và thu dụng tất cả những gì tốt lành nơi tài sản, nguồn lực và phong hóa của các dân tộc, và khi thu dụng, Giáo hội tinh luyện, kiện toàn và thăng hóa chúng"* (LG số 12). Trong khi đó, với Tông huấn *"Ecclesia in Asia"* (*Giáo hội tại Á Châu*), Đức Gioan Phaolô II đã có những giáo huấn rạch ròi: "*Từ viễn ảnh nầy, thấy rõ ràng việc Phúc Âm hóa và hội nhập văn hóa liên hệ với nhau cách tự nhiên và mật thiết. Tin mừng và việc rao giảng Tin mừng chắc chắn không đồng hóa với văn hóa, không tùy thuộc vào nó. Nhưng Nước Thiên Chúa đến với muôn dân là những người liên kết sâu xa với một nền văn hóa, và do đó việc xây dựng Vương quốc không tránh khỏi mượn các yếu tố từ các nền văn hóa nhân loại. Vì vậy, Đức Phaolô VI nói việc tách biệt Tin mừng ra khỏi văn hóa là thảm trạng của thời đại chúng ta, gây ảnh hưởng sâu xa trên cả việc rao giảng Tin mừng và nền văn hóa" (GHTAC số 21).*

May mắn làm sao! Những nguyên tắc này, những định hướng này đã được Cha Ông ta áp dụng từ lâu. Thật vậy, không đợi phải có "Công đồng chung Vatican II với định hướng của Hiến Chế *"Vui mừng và Hy vọng"*, không đợi đến những chỉ thị cụ thể có tính mục vụ thực tiễn của Tông huấn *"Giáo hội tại Á Châu"*, ngay từ đầu, khi Tin mừng được gieo trồng trên Đất Việt, Cha Ông ta đã biết thế nào là "Hội nhập văn hoá", thế nào là "diễn tả Tin mừng bằng ngôn ngữ và văn hoá bản địa", thế nào là "trình bày ngôn ngữ Tin mừng trong dáng đứng Việt Nam". Và đó chính là diện mạo, là bản sắc của dòng chảy văn hoá, văn học Công giáo giữa lòng dân tộc Việt Nam kể từ khi Tin mừng được gieo trồng trên mảnh đất này.

MỘT SỐ VẤN ĐỀ VĂN HOÁ CÔNG GIÁO VIỆT NAM

Tọa đàm tại Tòa Tổng Giám mục Huế 2000

Khai mạc

"*Một Số Vấn Đề Về Văn Hóa Công Giáo Việt Nam Từ Khởi Thủy Đến Đầu Thế Kỷ XX*" là chủ đề của cuộc tọa đàm do Uỷ ban Giám mục về Giáo dân thuộc Hội đồng Giám mục Việt Nam và Toà Tổng Giám mục Huế tổ chức từ ngày 24-10 tới ngày 27-10-2000 tại Tòa Tổng Giám mục Huế.

Thánh lễ kính Chúa Thánh Thần khai mạc cuộc tọa đàm tại nhà thờ Chính tòa Phủ Cam vào lúc 6g sáng 24.10, do Đức Tổng Giám mục Têphanô Nguyễn Như Thể, Tổng giáo phận Huế chủ sự. Cùng đồng tế có Đức Cha P. Xavie Nguyễn Văn Sang, và 44 linh mục với sự tham dự của các tu sĩ nam nữ, chủng sinh và đại diện giáo dân của các Giáo phận Hà Nội, Bùi Chu, Hưng Hóa, Thanh Hóa, Thái Bình, Huế, Quy Nhơn, Đà Nẵng, Ban Mê Thuột, Kontum, Nha Trang, TP. Hồ Chí Minh và Xuân Lộc.

Trong phần mở đầu Thánh lễ, Đức Tổng Giám mục Têphanô Nguyễn Như Thể nói "*Tạ ơn Chúa đã cho chúng ta được sinh ra trong một đất nước đầy hương sắc, với đời sống đức tin sâu sắc, phong phú góp phần vào văn hoá Việt Nam trong suốt 400 năm qua. Văn hoá của dân tộc là lắng đọng của khí thiêng sông núi được hun đúc qua bao thăng trầm lịch sử. Đức tin Công giáo đã thăng hoa những giá trị tích cực, làm thăng hoa văn hóa dân tộc và Đức tin cần phải được hòa nhập vào hơi thở Việt Nam. Như lời của Đức Gioan*

Phaolô II: "Đức tin trở thành văn hóa là một đức tin được đón nhận cách sung mãn, trọn vẹn và được sống cách trung thành nhất".

Tổng kết bế mạc

Ngày 27-10-2000, trong bài tổng kết, nhà báo Huy Thông, thành viên trong Ban tổ chức phát biểu: "*Với 12 đề tài do các nhà nghiên cứu trình bày, và hơn 100 ý kiến trao đổi, thảo luận, đã phác hoạ những đường nét đầu tiên trong bức tranh hoành tráng về vấn đề văn hoá Công giáo Việt Nam*". Bài tổng kết nhận định: "*Có những vấn đề tưởng là xưa cũ nhiều người biết như: Chữ quốc ngữ, sách Hán Nôm Công giáo, báo chí Công giáo, thi ca Công giáo, kiến trúc nhà thờ Công giáo... nhưng mỗi người ít nhiều đều lãnh hội được những kiến thức mới và bổ ích.*

Một cách cụ thể, khi tham dự buổi toạ đàm này, đối với người Công giáo, chúng ta hiểu về đạo Công giáo Việt Nam rõ hơn, để dấn thân trên con đường hội nhập văn hoá. Còn đối với quý vị ngoài Công giáo, là dịp để quý vị hiểu đạo Công giáo và người Công giáo hơn để có thể nắm tay nhau, đoàn kết xây dựng xã hội công bằng văn minh".

Giáo sư Chương Thâu, Viện Sử học Trung tâm Khoa học Xã hội và Nhân văn Quốc gia, một thuyết trình viên phát biểu ý kiến: "*Đây là một cuộc hội thảo khoa học đúng nghĩa với chất lượng cao, không kém gì các cuộc Hội thảo khoa học tầm cỡ quốc gia, quốc tế. Đây là một dịp may để chúng tôi, những nhà nghiên cứu ngoài công giáo được tiếp xúc với các vị thông tuệ*". Ông ghi nhận sự đóng góp to lớn của người Công giáo vào văn hoá dân tộc. Đồng thời ông đề nghị: "*Hội Đồng Giám Mục Việt Nam nên có một trung tâm bảo tồn và sưu tập các tài liệu Công giáo liên quan đến Công giáo Việt Nam, hiện đang lưu lạc khắp thế giới, hầu giúp việc nghiên cứu được dễ dàng hơn*".

http://cuucshuehn.net/tgmtephano/pages/hoatdongkhac/motsovandevanhoaconggiaovietnam.htm

VĂN HOÁ CÔNG GIÁO TRONG LÒNG VĂN HOÁ DÂN TỘC

Bùi Công Thuấn

Đã có quá nhiều định nghĩa về "văn hoá", song mỗi định nghĩa chỉ là một góc nhìn về văn hoá, không thể bao quát chính xác ý nghĩa của thuật ngữ. Theo tôi, Văn hoá là toàn bộ đời sống tinh thần, biểu hiện bằng tất cả những gì con người làm đẹp cuộc sống (hoá là trở thành, văn là đẹp), tức là sự thể ra bên ngoài, bằng hành động, bằng vật thể, bằng lối sống cái đẹp của đời sống tinh thần. Cái đẹp của văn hoá (khác với mỹ thuật) là cái đẹp nhân văn, là sự tôn trọng con người, là tôn vinh những giá trị *người*. Vì thế chiến tranh, xung đột không bao giờ là văn hoá, vì nó tàn sát con người. Những sự đối xử thô bạo với con người đều là vô văn hoá.

Văn hoá giúp phân biệt con người và thú hoang. Phải nhiều ngàn năm con người mới đạt tới trình độ văn hoá hiện nay, trong khi loài vật vẫn sống theo bản năng. Bất cứ hành động nào đem con người trở lại tình trạng bản năng đều là suy đồi. Con người đã nâng hành vi bản năng lên thành ứng xử văn hoá. Chẳng hạn, tính dục là một bản năng, loài vật sinh hoạt tính dục theo mùa, và chúng có thể giao cấu ở bất cứ chỗ nào, lúc nào mà bản năng đòi hỏi.Trái lại, con người có văn hoá, không hành xử như loài vật mà nâng tính dục lên thành giá trị, thành đạo đức, thậm chí thành những điều linh thiêng. Tín ngưỡng phồn thực tôn thờ bộ phận sinh dục nam và nữ và hành vi tính dục nam nữ. Trên trống đồng có những hình ảnh nam nữ đang giao cấu. Trong lễ hội Trò Trám ở Tứ Xã, huyện Lâm Thao, tỉnh Phú Thọ, (còn gọi là lễ hội "Linh tinh tình phộc")

Mic. Bùi Công Thuấn

** Sinh: 24-02-1949, quê Thái Bình.*
** Tốt nghiệp Cao học, chuyên ngành Lý luận văn học, 1988.*
** Hội viên Hội Nhà văn Việt Nam, 2015.*
** Tác phẩm chính: Văn chương Việt Nam, những gì còn với mai sau. Những mùa vàng văn học Công giáo.*
** Email: <buicongthuangm@gmail.com>*

đêm 11 tháng Giêng âm lịch, người ta vẫn cử hành nghi thức giao hoan. Tùy theo kết quả cuộc giao hoan ấy mà người ta tin rằng làng được mùa hay kém mùa. Ở Nhật cũng có lễ hội thờ "sinh thực khí".

Dân tộc này khác dân tộc khác ở văn hoá. Văn hoá Việt Nam là văn hoá tình nghĩa cộng đồng, khác biệt với văn hoá Mỹ là văn hoá của cái Tôi cá nhân thực dụng. Bao nhiêu gia đình Việt Nam khi còn ở trong nước thì thủy chung, sang Mỹ lại ly dị.

Muốn hội nhập vào cộng đồng, nhất thiết phải hội nhập từ văn hoá.

I. VẤN ĐỀ VĂN HOÁ

Tông huấn *Giáo hội tại Á châu* (*Ecclesia in Asia* của Đức Giáo hoàng Gioan Phao lô II) dạy rằng:

"*Văn hoá là không gian sống … con người được uốn nắn bởi nền văn hoá trong đó họ đang sống. Đức Phaolô VI nói, sự chia tách giữa Tin mừng và văn hoá là thảm trạng của thời đại chúng ta, với một tác động sâu xa trên cả việc rao giảng Tin mừng lẫn văn hoá...*

...Con đường của những nhà rao giảng Tin mừng là ***làm cho đức tin Kitô giáo trở nên một thành phần của di sản văn hoá của một dân tộc****. Tại Á Châu, Kitô giáo vẫn thường còn bị coi là ngoại lai... Theo ý kiến của các Nghị phụ Thượng Hội đồng, cái khó là do sự kiện Đức Giêsu thường bị coi xa lạ với Á Châu. Đức Giêsu như là một nhân vật Âu Châu.*"

Tông huấn về việc đào tạo Linh mục trong hoàn cảnh hiện nay (*Pastores dabo vobis* của Đức Giáo hoàng Gioan Phaolô II) cũng dạy rằng:

Trong toàn bộ nền đào tạo trí thức và nhân bản, ***cần phải đưa việc hội nhập văn hoá lên hàng nhu cầu và yếu tính"***

Qua lời dạy của Giáo hội, chúng ta hiểu rõ việc hội nhập văn hoá là con đường quyết định, mà người Công giáo Việt Nam phải dấn thân để *làm cho đức tin Kitô giáo trở nên một thành phần của di sản văn hoá của một dân tộc, để Tin mừng thâm nhập một cách sống động vào trong các nền văn hoá.*

II. ĐÓNG GÓP CỦA CÔNG GIÁO CHO VĂN HOÁ DÂN TỘC

Văn hoá có nhiều thành tố, tác động qua lại lẫn nhau. Đó là ngôn ngữ, tư tưởng, tín ngưỡng-tôn giáo, nghệ thuật, phong tục tập quán, lễ hội, lối sống... Xem xét sự đóng góp là xem xét cụ thể từng thành tố văn hoá, đồng thời xem xét những yếu tố chi phối sự phát triển văn hoá. Đó là chủng tộc, chính trị, địa lý...

Cho đến nay giới nghiên cứu bước đầu đã ghi nhận đóng góp của Công giáo vào văn hoá dân tộc[1], tuy vậy những đóng góp ấy còn khiêm tốn.

Văn hoá Việt Nam nhìn chung chịu ảnh hưởng sâu sắc của Phật, Nho, Lão, sau này là phương Tây, văn hoá thực dụng Mỹ

Nho giáo trở thành học thuyết xây dựng các triều đại phong kiến Việt Nam. Người ta tin vào Thiên mệnh, sống thuận theo Thiên mệnh (Khổng Tử nói: *Bất tri mệnh vô dĩ vi quân tử dã"*[2]. Trong dân gian người ta tin vào số phận, người ta khi đã 50 tuổi thì có thể biết được mệnh trời (*ngũ thập tri Thiên mệnh*).

Nho giáo tạo ra một lớp trí thức gọi là Nhà Nho với lý tưởng "*kinh bang tế thế*" ("*cách vật, trí tri, thành ý, chính tâm - tu thân, tề gia, trị quốc, bình thiên hạ*). Gặp thời thì ra giúp nước, không gặp thời về ở ẩn, giữ nhân cách nhà Nho. Ứng xử thì lấy *Nhân, Lễ, Nghiã, Trí, Tín* làm gốc, giản dị gần gũi nhân dân. Lịch sử đã ghi công của Lý Thường Kiệt, Trần Quốc Tuấn, Nguyễn Trãi,...

Lối sống của nhà Nho có những nét đẹp riêng: Nguyễn Đình Chiểu dù mù loà vẫn về quê mở trường dạy học, sáng tác văn chương rao truyền đạo lý, được nhân dân yêu mến. Nho giáo trở thành "chính đạo" của nhà Nguyễn.

Lão giáo để lại ảnh hưởng trong lối sống "vô vi"[3], sống an nhiên, sống theo tự tánh, sống nhàn, coi thường lợi danh, tự tại trong mọi hoàn cảnh, đạt tới bậc chí nhân: "*Chí nhơn vô kỷ, thần nhơn vô công,*

---

[1] xem Tiến sĩ Phạm Huy Thông- Đại học Đông Đô- *Những đóng góp của đạo Công giáo với văn hoá Việt.* http://nhacthanh.net/diendan/showthread.php?t=8584

[2] *Luận Ngữ*, chương 20, câu 8

[3] Lão Tử, *Đạo Đức Kinh- kinh hạ*, chương 26

thánh nhơn vô danh "[4], sống chan hoà cùng tạo vật[5]. Tư tưởng *nhàn* là một trong những tư tưởng chi phối thơ văn trung đại từ Nguyễn Bỉnh Khiêm đến Nguyễn Công Trứ, Cao Bá Quát...("*trầm tư bách kế bất như nhàn*"[6]. Ngày nay thú chơi cây cảnh, du lịch sinh thái, trở về với thiên nhiên chính là tư tưởng đạo Lão.

Phật giáo thâm nhập sâu hơn vào văn hoá dân tộc. Thời Lý -Trần nhiều Thiền sư tham gia chính sự. Vua Trần Nhân Tông (1258-1308) được coi là Phật hoàng, là người sáng lập phái *Thiền Trúc Lâm Yên Tử*. Thơ Thiền trở thành một bộ phận quan trọng của thơ văn Việt Nam với những tên tuổi lừng lẫy như Pháp Thuận Thiền sư, Vạn Hạnh Thiền sư, Không Lộ Thiền sư, Mãn Giác Thiền sư...và nhiều Thiền sư khác được ghi trong *Thiền Uyển Tập Anh*[7]. Sau này, tư tưởng Phật giáo còn thâm nhập vào *Cung Oán Ngâm Khúc*, *Đoạn Trường Tân Thanh* (*truyện Kiều*) và ngày nay trở thành căn cốt sáng tạo trong nhạc Trịnh Công Sơn, thơ Bùi Giáng, Phạm Thiên Thư. Phạm Thiên Thư còn thi hoá *Kinh Kim Cang* của Phật giáo thành *Kinh Ngọc*. Trong dân gian, tư tưởng "đời là bể khổ" (*Khổ Đế* trong *Tứ Diệu Đế* của Phật) và tư tưởng *Phật tại tâm*, tinh thần *từ bi hỷ xả* là những tư tưởng chi phối đời sống tinh thần của phần lớn dân tộc, nhất là khi có những hoạn nạn chung, người ta làm việc thiện vì từ tâm.

Phật, Nho, Lão tuy có những khác biệt nhưng vào văn hoá Việt Nam trở thành **tam giáo đồng nguyên**, làm nên diện mạo chính của tinh thần Việt Nam.

Đạo Công giáo truyền vào Việt Nam và phát triển nhanh là nhờ văn hoá Việt Nam đã có sẵn những yếu tố gần gũi với tín lý Công giáo. Người Việt Nam tin vào Trời như một đấng tuyệt đối công minh (*trời cao có mắt, thiên bất dung gian*). Trời, Thiên Mệnh và Thiên Chúa là niềm tin có chỗ tương đồng trong tâm thức người Việt.

Chữ Quốc ngữ là một đóng góp rất lớn của Công giáo với văn hoá dân tộc. Tuy nhiên, các giáo sĩ sáng lập ra chữ Quốc ngữ và Lm

---

[4] Trang Tử, *Nam Hoa Kinh*, Tiêu Dao Du

[5] Trang Tử, *Nam Hoa Kinh, Tề Vật Luận*: "Thiên địa dữ ngã tịnh sanh, nhi vạn vật dữ ngã vi nhất": Trời đất cùng ta đồng sanh,vạn vật cùng ta là một

[6] Cao Bá Quát: *Uống rượu Ttêu sầu*

[7] Pháp Thuận Thiền sư, 915-990, bài Quốc Tộ. Không Lộ Thiền sư, 1119, bài Ngôn Hoài, Vạn Hạnh Thiền sư, 1018, Thị Đệ Tử - Mãn Giác Thiền sư,1052-1096, Cáo tật Thị Chúng. Lâm Tế Nghĩa Huyền (? – 867): tr. 181 "Này, quý ông cầu chân lý! muốn ngộ vào chánh tông (Thiền), chớ để thiên hạ phỉnh mình. Trong cũng như ngoài, gặp chướng ngại nào cứ đạp ngã ngay; gặp Phật giết Phật, gặp Tổ giết Tổ, gặp La Hán hoặc họ hàng thân thiết, giết hết, chớ ngần ngại: đó là con đường độc nhất để giải thoát. Đừng để bất cứ ngoại vật nào trói buộc mình, hãy vượt lên, hãy bước qua, hãy tự do.

Alexandre de Rhodes là người nước ngoài[8]. Việc sáng tạo chữ Quốc ngữ là để giảng đạo, không phải mục đích xây dựng văn hoá Việt Nam. Vì thế, trong một thời gian dài, chữ Quốc ngữ không phát triển. Chỉ đến đầu thế kỷ XX, cả thực dân Pháp và các chiến sĩ cách mạng (Đông Kinh Nghiã Thục) mới dùng chữ Quốc ngữ để tuyên truyền, lúc ấy chữ Quốc ngữ mới thâm nhập vào đời sống dân tộc. Từ 1910 chữ Quốc ngữ mới được dùng chính thức trong hành chính Việt Nam.

Thời kỳ đầu văn chương Quốc ngữ có truyện *Thầy Lazarô Phiền* của Nguyễn Trọng Quản in năm 1887. Trương Vĩnh Ký là một học giả Công giáo để lại hàng trăm tác phẩm, mở đầu thời kỳ chữ Quốc ngữ. Thời 1930-1945 có Hàn Mạc Tử sáng tác dưới ánh sáng tư tưởng và nghệ thuật Công giáo, rất tiếc ông bỏ dở con đường này.

Trước 1975 ở miền Nam, đã có một thời người trí thức Công giáo dấn thân trong lĩnh vực văn hoá tư tưởng, tạo được ảnh hưởng nhất định đối với hoàn cảnh xã hội, đó là các Lm. Thanh Lãng, Lm. Kim Định, Gs. Nguyễn Văn Trung...

Gần đây Đức Giám mục Bùi Tuần đã in được bộ sách "*Thao thức*" 5 tập, hơn 2.500 trang. Báo *Sài Gòn Giải Phóng* đánh giá: "Đây không chỉ là cuốn sách, mà còn là tư duy sâu sắc của nhà hiền triết cùng với những trăn trở suy tư của con người hôm nay"[9]... Đức Giám mục Vũ Duy Thống với bút danh *Thông Vi Vu* sáng tác nhiều bài hát cho giới trẻ. Ngài tham gia sinh hoạt văn nghệ cộng đồng rất hăng say và được giới trẻ yêu mến.

Chỉ riêng lãnh vực Thánh ca thì Thánh ca Công giáo đã tự khẳng định một nền nhạc riêng trong âm nhạc dân tộc. Năm 2008 Lm. nhạc sư Kim Long đã tổ chức nhiều đêm hội diễn kỷ niệm 50 năm sáng tác thánh ca ở cả trong Nam và ngoài Bắc, gây được tiếng vang lớn (Tuy vậy, thánh ca cũng chỉ được sử dụng trong nhà thờ).

---

[8] GS Nguyễn Văn Trung: "Chữ Quốc ngữ viết theo mẫu tự La Tinh do các thừa sai sáng chế ra từ thế kỷ 17 thực ra chỉ nhằm phục vụ các thừa sai trong thời gian họ học tiếng Việt và tìm hiểu văn hóa Việt Nam; vì chữ Nho chữ Nôm đã khó học đối với chính người Việt nam, dĩ nhiên càng khó hơn đối với người ngoại quốc. Khi họ nói viết được tiếng Việt họ buộc phải dùng chữ Nho nhất là chữ Nôm vì đó là chữ viết quốc gia ; Do đó những gì họ viết về đạo Chúa từ thế kỷ 17 đến khi Việt nam thu hồi được độc lập năm 1945 đều được viết ra bằng chữ Nôm; nếu có bằng quốc ngữ phần lớn chỉ là phiên âm chữ Nôm. Sau 1910 các trường tư Công giáo, chủng viện vẫn tiếp tục sử dụng chữ Nho chữ Nôm." (Đưa tư tưởng, văn học truyền thống VIỆT NAM vào diễn đàn tư tưởng văn học thế giới)

[9] Nhận xét về ĐGM Bùi Tuần:" Ngài là một nhà giáo uyên bác, nhà đạo đức có nền tảng nội tâm sâu sắc, nhà văn với tư tưởng thâm sâu với lối hành văn nhẹ nhàng lôi cuốn không thể lẫn lộn với ai khác, một nhà báo luôn đi sát với thời cuộc, một nhà tiên tri..." SGGP-http://tintuc.xalo. Việt Nam/00-422441557/duc_giam_muc_nha_van_bui_tuan.html

Công giáo đã xây dựng được nhiều nhà thờ, như là sự đóng góp nghệ thuật kiến trúc vào văn hoá dân tộc. Nhà thờ Phát Diệm là một công trình văn hoá đồ sộ kết hợp được kiến trúc phương Đông và phương Tây, nhà thờ Đức Bà Sài gòn là một công trình kiến trúc và nghệ thuật để lại dấu ấn riêng cho thành phố. Công giáo cũng có những lễ hội góp phần làm phong phú văn hóa Việt (Giáng Sinh, Phục Sinh, tháng các linh hồn để tưởng nhớ và cầu nguyện cho tổ tiên...).

Công giáo cũng đã tạo ra những cộng đồng dân cư, ở đó có nếp sống văn hoá riêng, mà cốt lõi là cùng một đức tin, tinh thần bác ái, cùng sinh hoạt lễ hội, cùng bảo vệ các giá trị tuyền thống, giá trị nhân bản và "*sống Phúc âm giữa lòng dân tộc*"...

Dầu vậy, hàng trăm năm qua, đạo Công giáo ở Việt Nam vẫn chỉ dậm chân tại chỗ. Xin đọc *Bản góp ý của Caritas Việt Nam* với Đại hội Dân Chúa 2010.

"*Trong vòng 50 năm qua, số giáo dân tăng từ 2 triệu vào năm 1960 đến 6 triệu vào năm 2010. Nhưng số tăng này chỉ tương ứng với số sinh tự nhiên và tỷ lệ dân Công giáo so với dân số cả nước vẫn ở mức 7%. Nếu tính theo số liệu Tổng Điều tra Dân số 2009 thì chỉ có 6, 61%. Con số này đã có từ năm 1885: nghĩa là 125 năm qua Giáo hội Công giáo Việt Nam chưa truyền giáo có hiệu quả.*"[10]

Vì sao có tình trạng đó?

Theo tôi, đạo Công giáo vẫn duy trì tính chất phương Tây trong văn hoá, tách biệt với văn hoá dân tộc. Các nhà truyền giáo người Pháp, người Bồ Đào Nha... đã đem văn hoá phương Tây đến truyền đạo ở Việt Nam, mặc dù các ngài đã nỗ lực hội nhập với văn hóa Việt, song vô tình, hay cố ý, đã gây ra những ngộ nhận đối với người Việt. Alexandre de Rhodes trong *Phép Giảng Tám Ngày* gọi đạo Phật là đạo Bụt. Ông cho rằng Thích Ca chỉ dạy những điều gian trá. A. Rhodes đưa ra giải pháp: "*Như thể có chém cây nào đúc cho ngã, các ngành cây ấy tự nhiên cùng ngã với. Vậy thì ta làm cho Thích Ca, là kẻ hay dối người ta, ngã xuống, thì mọi truyện dối trong đạo bụt bởi Thích Ca mà ra, có ngã với thì đã tỏ.*" A. Rhodes, cũng công kích kịch liệt việc thờ cúng tổ tiên, điều này đụng chạm đến tâm linh Việt.[11]

---

[10] Lm Anton Nguyễn Ngoc Sơn- daihoidanchua.net

[11] ***Chú thích của Tủ sách Nước Mặn:*** Về vấn đề này, học giả Nguyễn Khắc Xuyên, trong Lời giới thiệu quyển *Phép giảng tám ngày*, đã viết: "Chúng tôi thấy cần phải nói đến thái độ của giáo sĩ Alexandre de Rhodes đối với các tôn giáo tại Việt Nam vào đầu thế kỷ XVII. Các độc giả không Kitô giáo hẳn sẽ khó chịu hay không hài lòng khi đọc những trang trong đó tác giả chỉ trích như chế nhạo tôn giáo mà có lẽ là chính tôn giáo của mình. Trước hết, khi phán đoán về một tác phẩm xưa, thì chúng ta hãy đặt nó vào khung cảnh lịch sử của nó. Đây là một điều tối quan hệ. Trong trường hợp của chúng

Nhà Nguyễn bách hại người theo đạo và coi Công giáo là "tả đạo".

Năm 1832, Minh Mạng ra dụ: "*Cái thuyết thiên đường, tóm lại chỉ là chuyện hoang đường, không có bằng chứng. Hơn nữa nếu không kính thần minh, **không thờ tiên tổ** thì rất trái với chính đạo. Những việc trái luân lý, hại phong hóa, điều ấy kể ra còn nhiều, thực đã phạm đến pháp luật. Đạo ấy quy là tà đạo hơn đạo nào hết.*

Năm 1833 vua Minh Mạng lại chỉ dụ: "*Ta, hoàng đế Minh Mạng, truyền lệnh như sau: Từ nhiều năm nay, những người Tây phương đến đây truyền bá đạo Giatô làm mê hoặc thường dân bằng lời rao giảng có thiên đàng hạnh phúc và hỏa ngục khổ sở. Chúng không trọng kính đức Phật cũng **không thờ cúng Tổ Tiên**. Đó là một trọng tội phạm đến chính đạo… Vậy ta truyền cho tất cả những người theo đạo này, từ quan cho chí đến dân đen phải thực tâm từ bỏ nếu họ nhìn biết quyền uy của ta. Trẫm muốn rằng tất cả các quan hãy tỉ mỉ xem xét có còn người Kitô nào sống trong địa hạt của mình và bắt họ tuân phục mệnh lệnh, bắt họ đạp lên ảnh tượng ngay trước mặt mình. Nếu họ làm theo thì sẽ được ân xá. Đối với các nhà thờ và nhà đạo trưởng các quan phải tịch thu làm kho chung. Từ nay về sau nếu có người nào bị nhận diện hay tố cáo là thực hành những thói tục* đáng ghét này sẽ bị trừng trị với hình phạt nghiêm nhặt nhất, ngõ hầu có thể ***tiêu diệt thứ đạo này tận gốc rễ.***"

Ngày nay, trong nhiều sách vở người ta vẫn coi những nhà truyền giáo trong Hội Thừa sai Paris (Pallu, Lefèbvere, Puginnier, Retord, Pigneau de Béhaine...), đi trước do thám, mở đường cho Pháp xâm lược Việt Nam. Sử gia Pháp Georges Coulet đã viết trong tác phẩm của ông *Cultes et Religions de l'Indochine Annamite* (Saigon, p. 99) như sau: "*Thiên Chúa giáo đã mở cửa cho quân đội Pháp và đã là nguyên nhân trực tiếp của cuộc xâm lược đất nước này*"…

Với những định kiến lịch sử và với vai trò thiểu số trong cộng đồng dân tộc, Công giáo Việt Nam khó có thể phúc âm hoá môi trường nếu không hội nhập văn hoá.

III. THỰC TRẠNG VĂN HOÁ TẠI VIỆT NAM HIỆN NAY

ta, chúng ta nhận thấy hai điều: một đàng sự quan sát và học hỏi của những nhà truyền giáo cũng như thương gia vào thế kỷ XVI-XVII và lên nữa thường rất hời hợt và thiếu sót, đàng khác, các tôn giáo tại Việt Nam vào thế kỷ đó không được tinh tuyền, thường quá chú trọng về lễ bái, kinh kệ, nhưng là lễ bái nhuốm màu sai lệch hay dị đoan. Bởi đó Alexandre de Rhodes, cũng như các nhà truyền giáo tiên phong như Minh Kiên, Lợi Mã Đậu, đã có những phán đoán gắt gao, như chúng ta đọc thấy trong *Phép giảng tám ngày,* ngày thứ bốn (...)." ALEXANDRE DE RHODES, *Phép giảng tám ngày,* Nxb. Hồng Đức, Hà Nội 2020, tr. XXVII-XXVIII.

Từ đổi mới (1986) đến nay, Việt Nam đã đạt được nhiều tiến bộ trong nỗ lực xây dựng một *nền văn hóa tiên tiến đậm đà bản sắc dân tộc.* Nhiều di sản văn hóa được UNESCO công nhận. Sinh hoạt tôn giáo - tín ngưỡng đã trở lại bình thường trong phạm vi luật pháp. Giáo dục đáp ứng cho hơn hai chục triệu người có nhu cầu nâng cao dân trí. Việc xây dựng *ấp - khu phố văn hóa, gia đình văn hóa* tạo ra bộ mặt đời sống mới. Nhân dân mọi miền, kể cả vùng sâu vùng xa được hưởng thụ văn hóa nhiều hơn, phong phú hơn. Giao lưu văn hóa với thế giới, Việt Nam thoát khỏi ảnh hưởng hàng ngàn năm văn hóa Trung Hoa, hàng trăm năm văn hóa thực dân Pháp. Khoảng cách văn hóa giữa nông thôn và thành thị, giữa người Việt trong nước và người Việt hải ngoại thu ngắn lại. Tinh thần dân chủ thay thế cho ý thức phong kiến trong sinh hoạt xã hội. Toàn cầu hóa đem đến ý thức bình đẳng giữa các nền văn hóa, giữa các quốc gia và dân tộc, đồng thời giúp phát huy bản sắc dân tộc, khắc phục cái nhìn hẹp hòi thiển cận, hoặc thái độ mặc cảm tự ty hoặc tự tôn. Sự phát triển những ngành truyền thông đa phương tiện và kết nối Internet tạo ra những cộng đồng xã hội mới, làm cho người gần nhau hơn. Khoảng cách địa lý không còn là vấn đề trở ngại. Văn hóa làng xã ngày xưa cùng với những tập tục làng xã bị phá vỡ do tình trạng di dân và chuyển đổi công nghiệp hóa. Văn hóa Việt Nam từ một nền văn hóa nông nghiệp (cục bộ, bảo thủ, gia trưởng, chậm chạp, phép vua thua lệ làng) đang chuyển sang văn hóa công nghiệp (tác phong công nghiệp, tinh thần sáng tạo, tinh thần dân chủ, năng động, thích ứng, đổi mới...)

Hội nhập toàn cầu hóa, và phát triển kinh tế thị trường, Việt Nam đồng thời phải chấp nhận những hệ quả cả tốt lẫn xấu ảnh hưởng đến văn hóa truyền thống. Các công ty nước ngoài đến đầu tư ở Việt Nam lợi dụng lao động rẻ và tài nguyên dồi dào của Việt Nam dẫn đến tình trạng bóc lột, bất công. Lấy lợi nhuận làm mục tiêu, người ta bất chấp mọi thủ đoạn phi pháp. Một cuộc **xâm lăng văn hóa** tràn vào với bao nhiêu rác rưởi làm ô nhiễm môi trường văn hóa.

Trong bối cảnh ấy, người Công giáo phải chịu đựng những thách đố dữ dội hơn trong hành trình đức tin của mình.

Về tư tưởng, Chủ nghĩa thế tục, Thuyết Darwin, Di truyền học, Khảo cổ học, Nhân chủng học đang làm lung lay đức tin người Công giáo. Người ta cổ vũ cho một thế giới tại thế không cần có Thượng Đế. Nhân chủng học cho rằng người hiện đại (Homo Sapiens) xuất phát từ đông Phi rồi tỏa đi khắp thế giới, không có vườn địa đàng, không có Adam, Eva. *Sáng Thế Ký* chỉ là huyền thoại như thần thoại của các dân tộc, như truyền thuyết Con Rồng Cháu Tiên của người Việt. "Tôn giáo học" cho rằng tôn giáo chỉ là một sinh hoạt tinh thần do con người sáng tạo ra nhằm đáp ứng nhu cầu tâm linh, bởi tôn giáo ra đời rất muộn so với lịch sử xuất hiện của con người. Tôn giáo cổ nhất cũng chỉ mới có lịch sử 10 ngàn năm, trong khi con người hiện đại đã tồn tại 200 ngàn năm. Hộp sọ **Homo Georgicus được tìm thấy là** của giống người tiền sử cách nay 1,8 triệu năm. Những tư tưởng như thế thâm nhập vào não trạng người trẻ có học, gây ra những khủng hoảng đức tin không tránh khỏi.

Về lối sống *chủ nghĩa thực dụng, chủ nghĩa cá nhân vị kỷ, chủ nghĩa hưởng thụ vật chất* làm tha hoá con người, phá hủy mọi nền tảng đạo lý. Người ta theo đạo là vì mục đích xã hội, không phải mục đích tâm linh (thí dụ, chuyện cải đạo để kết hôn, sau đó bỏ đạo). Câu chuyện về một cặp tình nhân trẻ lúc chia tay, anh đòi lại quà; và clip chế "*anh không đòi lại quà*" làm nóng cộng đồng mạng là một thí dụ. Mode "sống thử" trở thành lối sống của sinh viên, công nhân ở trọ. Một nam sinh viên ở Hải Phòng rao trên mạng rằng, bốn năm nay tớ không tốn tiền thuê ô sin, mà còn có chỗ giải quyết sinh lý không sợ SIDA. Mỗi năm tớ sống thử với một em, chẳng hạp với em nào cả, cuối năm đá đít. Cách sống như thế thật không có gì vô luân và tàn nhẫn hơn.

Sự xâm lăng của văn hoá suy đồi (phim ảnh, ca nhạc, Internet...), đặc biệt là sex núp dưới danh nghĩa văn hóa đang làm hỏng một bộ phận giới trẻ. Lối sống thoải mái, buông thả, sống cơ hội, làm sụp đổ những giá trị văn hoá truyền thống, làm tan vỡ gia đình, mà tình trạng ly dị trong hôn nhân trẻ Công giáo đã đến lúc phải báo động. Nạn nạo phá thai ở Việt Nam thật kinh hoàng. Báo Công An TP HCM ngày 9/11/06 đưa tin, hàng năm ở Việt Nam có 1,4 triệu ca nạo phá thai, trong đó có 5000 ca vị thành niên chưa lập gia đình.

Ngày 31.03.2011, Hội *Kế hoạch hóa gia đình Việt Nam* đã công bố mỗi năm ở nước ta có khoảng từ 1,2 đến 1,6 triệu ca nạo phá thai trong đó hơn 20% ở lứa tuổi vị thành niên. Đến năm 2013, trong một cuộc hội thảo ở thành phố HCM, có sự tham gia của hơn 150 nhà khoa học, dược sĩ, bác sĩ sản phụ khoa đến từ của 8 nước châu Á - Thái Bình Dương, Hội Kế hoạch hóa gia đình lại công bố trung bình mỗi năm ở Việt Nam có khoảng 300.000 ca nạo hút thai ở độ tuổi 15-19, trong đó 60-70% là học sinh, sinh viên. Điều ấy phản ánh sự xuống cấp trầm trọng về đạo đức, trong người trẻ, hậu quả của lối sống buông thả theo chủ nghĩa hưởng thụ khoái lạc vật chất.

Nền giáo dục đang bị khủng hoảng trầm trọng khiến cho nhà trường không còn là nơi cha mẹ học sinh yên tâm gửi con mình. Giáo dục Đại học trở thành môi trường kinh doanh béo bở. Chương trình giáo dục phổ thông thiếu hẳn phần giáo dục nhân bản, lại chạy theo thành tích ảo, khiến cho trẻ nhiễm thói giả dối, thực dụng ngay từ nhỏ. Môn Giáo dục Công dân từ lớp 6 đến 12 không có bài nào dạy về đạo Hiếu, học sinh mất gốc ngay từ trong gia đình. Môi trường xã hội, môi trường thiên nhiên bị ô nhiễm trầm trọng. Chưa bao giờ người ta chửi bới nhau trên mạng, xúc phạm nhau đến thế, đến nỗi thầy cô giáo ở Hải Phòng lo thom thóp, giờ ra chơi lên facebook xem học trò có chửi mình không.

Văn chương thị trường đầy dẫy sex bẩn: *Bóng Đè*, *Sợi Xích, Dại tình, I'm Đàn Bà, Nháp, Dị Bản*... Cũng không thiếu những tác phẩm xuyên tạc tôn giáo như *Cơn Cám Dỗ Cuối Cùng của Chúa*, *Những Con Chim Ẩn Mình Chờ Chết, Mật mã Da Vinci, phim 2012*... Nạn buôn bán phụ nữ sang Trung Quốc, Cambodia làm nô lệ tình dục là một thảm trạng nhức nhối. Sự lai căng văn hoá ngày càng trầm trọng. Nhiều diễn viên, ca sĩ, người mẫu chân dài bị phát hiện trong đường dây bán dâm. Nhà hàng vũ trường đang lôi kéo người trẻ vào lối sống thác loạn. Tội ác giết người man rợ xảy ra hàng ngày...

Nhiều vấn đề văn hóa đang thách thức lương tâm Công giáo và đòi buộc người Công giáo phải hành động vì đức tin và vì xã hội.

IV. XÂY DỰNG VĂN HOÁ CÔNG GIÁO TRONG LÒNG VĂN HOÁ DÂN TỘC

Đến nay đời sống tôn giáo đã được bình thường hóa. Nhận thức về tôn giáo đã có nhiều hướng cách tiếp cận.

Sinh hoạt tôn giáo được luật hóa bằng *Luật Tôn giáo, Tín ngưỡng 2016* của quốc hội. Tôn giáo được coi là sinh hoạt văn hoá, và được dùng để xây dựng đời sống tinh thần cho xã hội. Báo cáo Chính trị tại Đại hội Đại biểu toàn quốc lần thứ XI của Đảng khẳng định: *"Tiếp tục hoàn thiện chính sách, pháp luật về tín ngưỡng, tôn giáo phù hợp với quan điểm của Đảng.* ***Phát huy những giá trị văn hóa, đạo đức tốt đẹp của các tôn giáo****; động viên các tổ chức tôn giáo, chức sắc, tín đồ sống tốt đời, đẹp đạo, tham gia đóng góp tích cực cho công cuộc xây dựng và bảo vệ Tổ quốc..."*.

Để xây dựng văn hóa Công giáo trong lòng văn hóa dân tộc thì việc hội nhập văn hóa là yêu cầu cốt tủy. Tông huấn *Giáo hội ở Á châu* ghi rõ: "*Trong tiến trình gặp gỡ các nền văn hóa khác nhau của thế giới, Giáo hội không những truyền đạt các chân lý và giá trị của mình, cũng như đổi mới các nền văn hóa ấy từ bên trong, mà còn* ***thu dụng những yếu tố tích cực có sẵn từ các nền văn hóa*** *ấy. Đây là con đường buộc các nhà truyền giáo phải đi qua khi giới thiệu đức tin Kitô Giáo và biến nó thành một phần trong di sản văn hóa của một dân tộc*"(21§2)

Trong các yếu tố văn hóa thì tư tưởng, đạo đức, lối sống có vai trò đặc biệt. Xây dựng văn hóa Công giáo phải làm triển nở tư tưởng Nhân văn Công giáo kết hợp với tư tưởng nhân ái và lối sống tình nghĩa truyền thống. Tư tưởng này được trình bày sâu sắc trong *Học thuyết Xã hội* của Giáo hội. Các Kitô hữu làm việc và xả thân phục vụ cho sự phát triển con người, phục vụ sự sống, đặc biệt là người nghèo, trẻ em, phụ nữ, những người bị chà đạp nhân phẩm, "*phải chịu sự kỳ thị, bóc lột, nghèo đói và bị gạt ra bên lề xã hội*"; xây dựng nền văn minh tình thương; phát huy những mặt tốt của đạo lý dân tộc. Thực ra những nhận thức trên có căn gốc từ *Kinh thánh* và người Kitô hữu nào cũng biết, vấn đề là thái độ hành động để biến những nhận thức ấy thành hành động, đúng với tinh thần "*muối trong đất, men trong bột*"

Trong các mặt khác của văn hóa, văn hóa Công giáo phải phát triển trong văn hóa ***Việt Nam tiên tiến, đậm đà bản sắc dân tộc***. Cần phải hội nhập sâu sắc hơn nữa vào văn hóa dân tộc, khắc phục ảnh hưởng phương Tây trong các sinh hoạt tôn giáo. Bởi vì trước đây: "*Tin mừng được loan báo bởi các nhà truyền giáo Tây Phương nên hẳn có bị ảnh hưởng bởi những nền văn hóa tại nơi xuất xứ của họ*"(nhận định của Tông huấn *Giáo hội tại Á châu*). Những ảnh hưởng văn hóa ấy ngày nay vẫn còn ngăn cách người Công giáo với dân tộc.

Thí dụ, Theo thống kê 2009, hiện cả nước Việt Nam có 7.966 lễ hội; trong đó có 7.039 lễ hội dân gian (chiếm 88,36%), 332 lễ hội lịch sử (chiếm 4,16%), nhưng người Công giáo không chính thức tham gia vào một lễ hội dân gian nào. Ngay cả giỗ tổ Hùng Vương, cũng không có nghi thức gì để kính nhớ tổ tiên, mà thực chất là giáo dục lòng yêu nước. Ai cũng biết yêu nước là một truyền thống vẻ vang của dân tộc, truyền thống đã có suốt mấy ngàn năm lịch sử. Cũng vậy truyền thống nhân ái, nhân nghĩa là một truyền thống làm nên bản sắc dân tộc. Trong năm có nhiều ngày được dành để tôn vinh người lao động như *Ngày Nhà Giáo* Việt Nam, *Ngày Thầy Thuốc* Việt Nam, *Ngày báo chí, Ngày Phụ nữ, Ngày Người Cao Tuổi*, nhưng người Công giáo nhiều nơi không có bất cứ sự hội nhập nào. Có nơi lại du nhập *Ngày của Mẹ, Ngày của Cha* từ văn hoá phương Tây làm ngày hội của mình. Rõ ràng người Công giáo vẫn sống xa lạ với chính cội nguồn của mình.

Văn chương, nghệ thuật Công giáo không phát triển và không hội nhập được với sự phát triển văn chương nghệ thuật dân tộc. Điều này có nguyên do. Giáo hội chỉ tập trung phát triển nghệ thuật thánh dùng trong phụng tự. Và vì thế Giáo hội phải hứng chịu sự thiệt thòi khi văn nghệ thị trường thiên về giải trí và chứa đựng nhiều yếu tố độc hại tấn công làm xói mòn đức tin người trẻ. Một nguyên nhân khác là các tác giả Công giáo cũng tự giới hạn đề tài, cảm hứng sáng tác trong phạm vi phụng tự. Không khai thác tư tưởng Nhân văn Công giáo trong từng cảnh ngộ cụ thể của đời sống. Ngày xưa trên đường rao giảng Tin mừng, Đức Giêsu đã kể những câu chuyện rất hay về nội dung tư tưởng và nghệ thuật. Có thể nói khó có nhà văn nào có thể sáng tác tại chỗ, trong những hoàn cảnh cụ thể những câu chuyện như thế. Chuyện *người Samari tốt lành* (Lc 10, 30-37), chuyện *người cha nhân hậu* (Lc 15, 11-32), chuyện ông nhà giàu và Lazarô nghèo khó (Lc 16, 19-31)...là những khuôn mẫu mà các tác giả Công giáo có thể học tập.

Xây dựng nền văn hóa Công giáo trong lòng văn hóa dân tộc là nhiệm vụ của mọi thành phần dân Chúa. Họ vừa là Kitô hữu, vừa là công dân Việt Nam, vừa phải thấm nhuần văn hóa dân tộc vừa phải làm cho đức tin Kitô giáo trở thành *một phần trong di sản văn hóa* ấy. Con đường còn rất dài ở phía trước.

Nguồn: *Những mùa vàng văn học Công giáo. Nxb Hội Nhà Văn 2020*

Nên xem thêm:

Gs. Trần Văn Toàn, *Văn hóa và Tôn giáo,* http://www.conggiaovietnam.net/index.php?m=home&v=detail&ia=8916

ĐÔI NÉT VỀ VĂN HỌC CÔNG GIÁO VIỆT NAM

Nguyễn Vy Khanh

Trong bài này chúng tôi ghi nhận lịch sử hình thành và vài đặc điểm của văn học Công giáo xét qua sự có mặt và đóng góp cho nền văn học chữ Quốc ngữ của một số các tác giả Việt Nam.

Nghiên cứu lịch sử Việt Nam hơn hai thế kỷ qua đã xác nhận có một nền văn hóa và mặt khác đã có sự đóng góp của người Việt Nam Công giáo cho dân tộc về nhiều phương diện, kể cả văn hóa, văn học. Chữ Quốc ngữ đã xuất phát từ nhu cầu thực dụng truyền bá Tin mừng khởi đầu được dùng trong môi trường Nhà Chung từ những thế kỷ XVII, XVIII, rồi do những tình cờ và hệ lụy của địa lý, lịch sử và chính trị, của những tham vọng thương mại, những tranh chấp, đụng độ, từ hậu bán thế kỷ XIX, đã trở thành ngôn ngữ và văn tự cho cả nước. Ngôn ngữ, văn tự qua chữ Quốc ngữ được điển chế với các từ điển trong đó có sự tham gia của các tu sĩ người Việt. Mặt khác, người Tây phương đến Việt Nam (bắt đầu với các nhà truyền giáo) đã đem đến các phương tiện in ấn theo kỹ thuật Âu Tây (in khắc gỗ, in thạch bản, với chữ in rời lúc đầu đúc ở Âu châu, v.v.) và cách tổ chức giáo dục, học đường của họ. Cơ sở, phương tiện vật chất hạ tầng tạo nền tảng thúc đẩy những phát triển về tinh thần, tư tưởng. Nhu cầu hội nhập, tiếp thu tư tưởng không-Việt được đặt ra, với người Việt, Công giáo cũng như trí thức, cả Nho lẫn tân học và dân giả. Và cuối cùng, khi các tu sĩ và giáo dân Việt Nam nắm giữ các vai trò và chức vụ chính thức của giáo quyền và các cơ cấu tổ chức tôn giáo và giáo dục, xã hội, một nền văn hóa Công giáo đặc tính Việt Nam, trước đó đã khởi mầm từ thế kỷ XVII trở đi, dần rõ ràng xuất hiện và ngày càng lớn mạnh, song hành với sự lớn mạnh về đức tin và truyền giáo, về số lượng cũng như phẩm tính.

Nhà nghiên cứu Nguyễn Vy Khanh

** Sinh: 1951 tại Quảng Bình - Định cư ở Montreal, Canada từ 1975.*
** Nghiên cứu lịch sử và nhân văn.*
** Tác phẩm chính: Bốn Mươi Năm Văn Học Chiến Tranh 1957-1997 (1997); Văn Học Miền Nam 1954-1975: nhận định, biên khảo và thư tịch; 2 tập (2019).*
** Email: <nguyenvykhanh@yahoo.com>*

XUÔI DÒNG THỜI GIAN

Về giáo quyền, Giám mục Gioan Baotixia Nguyễn Bá Tòng là giám mục Việt Nam tiên khởi (11-6-1933), nhưng từ một, hai thế kỷ trước đó, các tu sĩ và giáo dân Lữ-Y Đoan, Bento Thiện, Phan Văn Minh, Đặng Đức Tuấn, Huình Tịnh Paulus Của, Trương Vĩnh Ký, v.v. đã đi những bước tiên phong góp những viên gạch cho tòa nhà văn hóa Việt Nam cũng như Công giáo Việt Nam. Hơn nữa, trái với những gì nhiều người vẫn nghĩ, người Việt đã tham gia tích cực trong việc sáng chế ra chữ Quốc ngữ: thầy giảng Bento Thiện đã viết về lịch sử nước ta từ năm 1659 bằng chữ Quốc ngữ[1] và cuốn *Từ Điển Taberd - Nam Việt Dương "Hiệp Tự Vị* in 1838, là công trình của các cộng tác viên người Việt như linh mục Philippe Phan Văn Minh, tác giả *Phi Năng Thi Tập* 1842.

Ngay từ buổi đầu theo như tài liệu văn khố, đã thấy sử dụng những hình thức văn nghệ bình dân Việt Nam, để giáo dân cảm nhận dễ dàng kinh nguyện và giáo lý đạo Công giáo. Theo nhà nghiên cứu Lm. Georg Schuhammer, trong bài "Nền văn chương Công giáo về Phanxicô Xavie tại Việt Nam" thì "*các giáo sĩ đã nghĩ đến sự cấu tạo một nền văn chương Công giáo bản xứ; bằng Hoa ngữ là chữ thông dụng ở các xứ ấy (chữ Nôm) cũng như bằng La ngữ là thứ chữ mà các giáo sĩ áp dụng cho ngôn ngữ Việt Nam bằng cách thêm giọng và thêm dấu (Quốc ngữ). A-lịch-sơn Đắc Lộ, một trong những giáo sĩ sáng lập Giáo hội Đàng ngoài, đã có soạn một quyển sách giảng đạo với một quyển tự vị và cũng vì người Việt Nam có thói quen vừa học vừa hát nên các thi phẩm xuất hiện rất mau chóng. Ca và kịch thường có cơ hội để được sáng tác, đặc biệt vào những ngày lễ Giáng Sinh. Các ngày đó với những cuộc lễ long trọng và máng cỏ luôn thu hút giáo dân và cả người ngoại đạo rất đông đảo đến nhà thờ...*" .[2] Sau đó, ông đã giới

---

[1] *Lịch sử nước Annam,* Về văn bản, xem trích từ Đỗ Quang Chính. *Lịch sử chữ Quốc ngữ 1620-1659* (Sài Gòn: Ra Khơi, 1972), tr. 107-129. Tuy nhiên dấu vết chữ Quốc ngữ xưa nhất là lá thư đề ngày 12-9-1659 của thầy giảng Igesicô Văn Tín.

[2] Georg Schurhammer. *"Nền Văn Chương Công giáo về Phanxicô Xaviê tại Việt Nam"*

thiệu ba tác giả thuộc Dòng Tên, là Girolamo Majorica[3], João Ketlâm (cũng gọi là João Vuang[4] và Philiphô Rôsariô - cũng gọi là Philipê Bỉnh 1759-1832, có thể xem là một trong những nhà văn "hải ngoại" đầu tiên của nền văn học chữ Quốc ngữ.[5]

Nếu ở các thế kỷ XVII và XVIII, giới tu sĩ Công giáo đã viết chữ Nôm nhiều hơn chữ Quốc ngữ thì từ nửa cuối thế kỷ XIX, các tác giả Thiên Chúa giáo đã là những người đầu tiên tiếp nhận những hình thức diễn tả văn hóa hiện đại của Tây phương, họ đi những bước khởi đầu vì họ gần gũi và theo đa số hoặc vì tiện lợi phổ thông, thực tế: thể nhật ký với Philipphê Bỉnh (*Sách Sổ Sang Chép Các Việc*, 1822), thể kịch nói với *Tuồng Cha Minh* (1881), thể ký sự với Trương Vĩnh Ký (*Chuyến Đi Bắc Kỳ Năm Ất Hợi,* 1876), thể truyện với Nguyễn Trọng Quản (*Truyện Thầy Lazarô Phiền*, 1887), thể hồi ký với Michel Tinh (*Chơn Cáo Tự Sự*, la petite biographie de Michel Tinh par lui même, 1910), thể khảo cứu về thể loại văn học với Gm. Dominique Hồ Ngọc Cẩn, tác giả *Văn Chương Annam* (1933) cũng như loạt bài Thi Phú Qui Pháp trước đó trên *Nam Kỳ địa phận* năm 1913, v.v.

Để rao giảng truyền bá đức tin, giáo lý, các thầy giảng, thầy cả và tu sĩ không chỉ tùy vào nội dung tư tưởng đạo mà còn chủ yếu vào những hình thức biểu lộ diễn tả mà cả nội dung tư tưởng tìm những cách truyền đạt đáp ứng những quy pháp tâm lý quần chúng về việc tiếp thu một tư tưởng tôn giáo xa lạ từ ngoài được đưa vào - so với tam giáo trước đó, dù ở ngoài nhưng từ địa lý lân cận Á-đông và tinh thần tương đối gần gũi người Việt hơn nhiều. Chủ hướng đó tỏ lộ qua

---

("Annamitisch Xavierus Literatur") đăng trong Missioswisenschafliche Studien Aachen (Aix-la-Chapelle: Aacher, 1951, p. 300-314) do Đỗ Văn Anh và Trương Bửu Lâm dịch từ bản tiếng Pháp đăng trong *Việt Nam Khảo Cổ Tập san*, số 2, Bộ QGGD, Saigon, 1961, tr. 143-171).

[3] Theo G. Schurhammer, bđd, "Ông viết tất cả 15 tác phẩm bằng tiếng Việt. Ngoài ra, theo lời yêu cầu của các giáo sĩ, ông có soạn truyện bà thánh Maria Mađalêna, và theo lời yêu cầu của rất nhiều người, truyện các thánh Inhatiô đờ Loyola, Phanxicô Xaviê, Dominico và Catarina, tất cả bằng lời thơ hết sức chải chuốt cùng với lòng thành kính lớn lao đến nỗi làm cho các truyện ấy được ưa thích bởi tất cả mọi người trong xứ. Tác phẩm chót của ông là một quyển sách về tuần trai lấy sự ăn chay của Chúa Cứu Thế trong sa mạc làm chủ điểm".

[4] G. Schurhammer, bđd: "Năm 1818, ông viết một quyển sách rất dày về tiểu sử thánh Phanxicô Xaviê, năm 1819, tiểu sử của thánh Inhatiô đờ Loyola, năm 1820, tiểu sử của Phanxicô Borgia, năm 1822-23, một bộ lịch sử Việt Nam gồm có hai quyển và cũng trong thời gian này, ông khởi đầu tập ký ức. Năm 1830, lại có một tác phẩm vĩ đại về bà thánh Anna. Đó là tác phẩm cuối cùng của ông".

[5] Philiphê Bỉnh (1759-1832), linh-mục Dòng Tên, sống 34 năm 1796-1830 ở Lisbonne, Bồ, tác-giả nhiều văn bản chữ quốc-ngữ về nhiều đề tài, từ lịch-sử đến tôn giáo, xã-hội: *Sách Sổ Sang Chép Các Việc* 1822 (Lm. Thanh Lãng giới thiệu, Viện Đại học Đàlạt, 1968. 608 tr.), *Truyện nước An-Nam Đàng Ngoài chí Đàng Trão* 1827, v.v.

việc trước thuật sách giáo lý, mới đầu là bộ sách các truyện thánh bằng chữ Nôm của giáo sĩ Majorica, sách chữ Nôm về tuần thánh của thầy giảng Gioan Thanh Minh (1588-1663), *Sấm truyền ca* (1670, chữ Nôm, dịch *Cựu ước* dùng tư duy ngôn ngữ Ngũ thư và bằng thơ lục bát) của linh mục Lữ-Y (Louis) Đoan ở Đàng Trong, soạn lúc còn là thầy giảng. Ngoài ra, thầy Phanxicô, một cựu hòa thượng, soạn bản kinh nguyện *Cảm tạ niệm từ* (*Phục dĩ chí tôn*). Các kinh sách, vãn, v.v. phản ảnh ngôn ngữ bình thường, phải đợi đến các sáng tác thi ca tôn giáo đậm tính chất nghệ thuật, đáng kể là ca vãn phụng vụ bình dân truyền khẩu (như *Vãn Đức Bà*) truyện thơ ca ngợi các danh nhân và các thánh bằng chữ Nôm của Gioan Thanh Minh. Vãn và tuồng của nhiều tác giả khuyết danh viết bằng chữ Quốc ngữ (như truyện trường thi *Inê tử đạo vãn*, 562 câu thơ lục bát, và theo Võ Long Tê, đã xuất hiện vào thế kỷ XVIII[6], được in trong cuốn *Tự Vị La-tinh-Việt* Taberd (1838), trong khi linh mục Philipphê Bỉnh trước tác nhiều thể loại, trong số là *Sách Sổ Sang Chép Các Việc*, thánh Philíp Phan Văn Minh (*Phi năng thi tập*), Linh mục Đặng Đức Tuấn, linh mục Trần Lục (1825-1899) với những tác phẩm thơ lục bát *Hiếu Tự Ca* 1088 câu, *Nữ Tắc Thường Lễ* 1016 câu, *Nịch Ái Vong Ân* 440 câu,... Đến nửa cuối thế kỷ XIX, những Trương Vĩnh Ký, Huình Tịnh Paulus Của, Nguyễn Trọng Quản,... đã đóng góp những nền móng ngôn ngữ, văn tự và thể loại gầy dựng nên một nền văn học chữ Quốc ngữ cho cả nước!

Có thể phân biệt hai dòng văn học Công giáo: một bác học, một đại chúng; một phân biệt có tính lý thuyết để dễ dàng cho sự trình bày. Ngay từ đầu đã có một hiện tượng hội nhập văn hóa, từ những công trình của Lữ-Y Đoan, v.v. qua đầu thế kỷ XX đã có các nhóm quanh các báo *Nam kỳ địa phận*, Công giáo Tiến hành, Tông Đồ, Tiếng Kêu, Văn Bút Trần Lục, Bùi Chu,...

Thời văn học miền Nam 1954-1975, những Tinh Việt Văn Đoàn (*Văn Đàn*), Học hội Ra Khơi, *Nhà Chúa, Đức Mẹ Hằng Cứu Giúp, Thẳng Tiến*,.... Nói chung, các nhóm và cá nhân người Công giáo đã tích cực tham gia, đóng góp cho học thuật và văn hóa Việt Nam thời hiện đại. Thời miền Nam 1954-1975, trước những trào lưu, khuynh hướng

---

[6] Võ Long Tê. "*Góp phần nghiên cứu một trong những truyện thơ Công giáo đầu tiên viết bằng quốc-ngữ: Inê Tử đạo vãn*" (Văn-hóa tập san, XVII, 1, 9-1968, tr. 82-101), dẫn lại trong *Dẫn Nhập Nghiên Cứu Tiếng Việt và Chữ Quốc ngữ* (Reichstett: Định Hướng Tùng Thư, 1997), tr. 109, 152. Theo Lm. Petrus Vũ Đình Trác (*Công giáo Việt-Nam trong truyền thống tăn-hóa dân-tộc: biên khảo về văn-hóa giáo dục.* Orange, CA: Thời Điểm Công giáo, 1996, tr. 49), tập Inê Tử đạo vãn "được coi như do ngòi bút của thánh Phan Văn Minh".

hiện sinh, vô thần, hoài nghi (Kierkergard), siêu nhân (Nìetzsche),... thì khuynh hướng xã hội Thiên Chúa giáo (nhân vị trước 1963, dấn thân, phản kháng sau 1964, v.v.) đã như nguồn hứng cảm văn nghệ và học thuật đóng góp tích cực cho sinh hoạt văn hóa thời bấy giờ. Cũng trong thời chiến tranh trước 1975, các nhóm Nam Sơn, *Hành Trình, Trình Bầy, Đất Nước*,... dù bị ngộ nhận và chống đối từ vài phía, cũng đã có những đóng góp cách khác cho nền văn học Công giáo, khi giới thiệu, trình trước công luận mảng văn học phản kháng và đấu tranh xã hội, chính trị trong đó có các tác phẩm dịch thuật từ văn học châu Mỹ la-tinh, Đông Âu, các nước không liên kết, v.v.

Họ là những giáo sư, nhà văn, học thuật, nghiên cứu văn học, ngôn ngữ, triết lý, lịch sử, là những Lm. Kim Định, Đỗ Quang Chính, Cao Văn Luận, Trần Thái Đỉnh, Lê Tôn Nghiêm, Nguyễn Phương, Thanh Lãng, Lê Văn Lý, Nguyễn Khắc Xuyên, Nguyễn Hưng, v.v., các giáo sư Nguyễn Văn Trung, Lê Thành Trị, Võ Long Tê, Phạm Đình Khiêm, Lê Hữu Mục, Nguyễn Văn Thọ, v.v. trong số có người đã để lại những công trình, sự nghiệp lớn hoặc thiết yếu cho bước đi của học thuật, văn hóa chung! Tư tưởng Thiên Chúa giáo đã ảnh hưởng nhiều đến nhân loại từ hơn hai thiên niên kỷ; các sách *Cựu ước*, *Tân ước* (*Kinh thánh*) ngoài những giáo điều căn bản đã còn chứa đựng nhiều ý nghĩa triết học, đạo đức và mỹ học mà các triết gia, tư tưởng gia và cả văn nghệ sĩ sử dụng như nguồn ý tưởng và cảm hứng làm nên nhiều tác phẩm lớn nhỏ của con người nhiều quốc gia trên trái đất này.

Lưu vong ra hải ngoại, người Công giáo tiếp nối sinh hoạt, đã có những tạp chí và nhóm như *Dân Chúa, Tin Nhà, Định Hướng, Đường Sống, Thời điểm Công giáo, Sứ Điệp, Triết Đạo, Diễn Đàn Giáo Dân* v.v Những năm đầu thế kỷ XXI với phương tiện điện toán và Internet, nhiều mạng lưới đã là những quán văn thơ và diễn đàn Công giáo sinh hoạt song hành với các phương tiện cổ điển in ấn: Dũng Lạc, Viet Catholic, Trung tâm Nguyễn Trường Tộ,... Các nhà văn thơ đã khởi đầu sự nghiệp trước 1975 tiếp tục sứ mạng và thêm những cây viết mới: Lm. Nguyễn Tầm Thường, Lm. Trần Cao Tường, Lm. Nguyễn Trung Tây, Đường Phượng Bay, Trần Văn Đoàn, Nguyễn Đăng Trúc, Trần Công Tiến, Nguyễn Văn Thành, Song Thao, Nguyễn Ngọc Ngạn, Trần Thu Miên, Vinh Hồ, Trần Phong Vũ, Nguyễn Ước, v.v.

*

Tính đại chúng đã được biểu tỏ qua các hiện tượng: văn đạo dùng tư tưởng Nho giáo truyền thống và bình dân; và sự sử dụng ngôn ngữ bình dân chẳng hạn trong các Vãn và Tuồng bên cạnh việc sử dụng văn của nhà đạo, của cung sách, hạnh các Thánh, v.v. Mặt khác, giá trị nghệ thuật ở sự sử dụng những hình thức nghệ thuật quần chúng để làm cho việc trình bày, diễn tả, truyền đạt trở thành dễ nghe, thích nghe, dễ nhớ, muốn nhớ,... như thơ, vè của Trần Lục, Hồ Ngọc Cẩn, Nguyễn Văn Thích, v.v. Văn nghệ đại chúng Công giáo khởi từ những sinh hoạt tôn giáo theo nghi lễ và có tính cách cộng đồng như cung sách, cung kinh; hoặc theo đúng nghi lễ phụng vụ hoặc không có tính cách cộng đồng, ngoài nhà thờ: qua các hình thức vãn, vè, truyện, tuồng. Nhờ thế mà người Công giáo bình thường không thể cảm thấy nếp sống đạo của mình là xa lạ với nếp sống của người Việt Nam vì đã được diễn tả, biểu lộ bằng những hình thức quen thuộc của tiếng nói nghệ thuật dân gian[7].

Các văn bản đạo Công giáo nhưng đồng thời cũng là những tác phẩm văn học đại chúng còn lưu lại có thể kể như sau: *Vãn Và Tuồng* (nhà in Tân Định, khoảng 1874-1877), *I nê tử đạo vãn* (đã in bằng bốn thứ tiếng quốc ngữ, La tinh, Pháp, Anh trong tự điển Taberd 1838). Vãn, thơ lục bát, và tuồng là các thể loại văn bình dân phổ biến ở Đàng Trong và đã được giới Công giáo sử dụng để diễn tả hạnh các thánh, phổ thông giáo lý và cả đạo lý ảnh hưởng Nho học cũng như về các ngày lễ tôn giáo lớn trong năm. Những bài Vãn, Tuồng đã được in trong tập *Vãn Và Tuồng* và sau đó được in riêng, phần nào chứng tỏ những bài văn tuồng này được phổ biến rộng rãi trong giới Công giáo. Nếu về Vãn có hạnh các thánh, các nhân vật đạo đức, giáo lý, luân lý,.. thì về Tuồng, là những *Cecilia đồng trinh tử đạo vãn* và *tuồng*, *Đavit thánh vương tuồng, tuồng thánh Antôn, Gioan Lều tuồng*... Tuồng có tên tác giả như Trương Minh Ký được diễn công khai là *Tuồng Joseph* (Tuồng Joseph, tragédie tirée de l'histoire sainte par Trương Minh Ký, représentée à Cholon pour la 1re fois, le 13 Juillet, 1887, Saigon, bản in nhà Rey et Curiel, 1888). Đây là vở tuồng do một người không Công giáo viết (đồ đệ của Trương Vĩnh Ký) theo đúng thể loại tuồng cổ Việt Nam và cũng không do nhà xuất bản Công giáo Tân Định ấn hành[8]. Trước đó có *Tuồng cha Minh* (1881), thật ra gần kịch nói hơn là tuồng, văn đối thoại đã rất gần gũi với lời nói của dân giả, mới mẻ và đơn giản hơn cả câu văn đầu thế kỷ XX như văn Nam Phong sau đó vẫn chuộng lối văn biền ngẫu và cách điệu! Theo giáo sư Nguyễn Văn Trung, đó là "*những bài văn đã được làm ra, do những tác giả vô danh mượn các thể văn học bình dân phổ biến ở miền Nam để diễn tả nội dung tư tưởng, tình cảm tôn giáo của mình và được giới bình dân Công giáo tiếp nhận, đọc hoặc truyền miệng. Có thể nêu giả thuyết: đã có rất nhiều bài vãn, vè, tuồng, nhưng đó chỉ có một số ít được lưu truyền, những bài in đến lần thứ mười hai trong vòng vài chục năm chứng tỏ chúng được ưa thích như thế nào...*"[9].

---

[7] X. Nguyễn Văn Trung. *"Vấn đề Công giáo đặt cho Dân tộc"*, 1988. Phần 13.

[8] Nguyễn Văn Trung. Sđd.

[9] Nguyễn Văn Trung. Sđd, tr. 68.

Người Công giáo Việt Nam với hành trang văn hóa nguồn cội và truyền thống, đã tiếp nhận và hội nhập văn hóa đạo Thiên Chúa; việc đã không dễ dàng khi căn bản nguồn cội đã ăn sâu thành nền, đã nên một với con người và giá trị văn hóa này lại vẫn bị/được những thế lực chính trị sử dụng khi cần đến. Đấy có thể là một trong những lý do khiến nỗ lực Việt hóa *Kinh thánh* của *Sấm truyền ca* đã bị các thừa sai Tây phương nghi ngờ, nên thay vì được in ấn thì đã phải chép tay lưu truyền hạn chế, bản thơ Nôm di chuyển nhiều lần đến phải hư nát, Simong Phan Văn Cận diễn ra chữ Quốc ngữ chỉ ghi lại được 5135 câu. Lữ-Y Đoan là một trong bốn linh mục Đàng Trong đầu tiên được thụ phong tại Quảng Ngãi năm 1676[10], đã Việt hóa và Đông phương hóa *Kinh thánh* với một tinh thần dân tộc rất cao, việc làm mà chỉ từ công đồng Vatican II (1962) mới được cho phép. Ông đã dùng những quan niệm Tam cương, Ngũ Thường của nền luân lý Á đông cũng như những thực tế và truyền thống văn hóa dân tộc để giải thích giáo lý của *Kinh thánh* về vũ trụ vạn vật. Ông đã theo sát *Kinh thánh Cựu ước* nhưng đồng thời chứng tỏ có óc sáng tạo độc đáo và tầm trí tuệ hiểu Thần học cao hơn cả các vị bề trên người Pháp của ông; ngoài việc không hiểu văn hóa Đông phương, đó có thể là lý do những người này loại *Sấm Truyền Ca* cho là dị đoan, sái đạo, đi lệch ra ngoài tinh thần cơ bản của *Kinh thánh*. Lữ-Y Đoan chứng tỏ giới linh mục, tu sĩ thời đó có tinh thần độc lập, tự chủ, tự hào về văn hóa Việt Nam, bình đẳng với các thừa sai ngoại quốc chứ không mất độc lập và bình đẳng như sau này khi thực dân Pháp đã thôn tính cả nước Việt Nam.

Lữ-Y Đoan đã Việt hóa tên người tên địa dư của nguyên tác cũng như dịch rất văn hóa tựa *Kinh thánh Cựu ước* là *Sấm Truyền Ca, Genesia* là *Tạo đoan kinh, Exodus* là *Lập quốc kinh*. Hãy đọc đoạn thơ *"Vào đề"* quyển I *Tạo đoan kinh:*

"*Ngày ngày trước mắt chúng sinh*
Chữ đời chữ đạo phân minh đôi đường
Xưa nay trong kiếp vô thường
Thấy điều vân cẩu mà thương nhơn phàm
Loài người từ thuở A-đam
Đua nhau xây dựng mộng ham làm trời
Một pho Kinh thánh ra đời:
Chứng minh vạn đại những lời do Thiên...".

---

[10] ***Chú thích của Tủ sách Nước Mặn:*** Về nơi thụ phong của cha Lữ Y Đoan, Phan Văn Cận ghi là Kẻ Chàm (Quang Ngãi) nhưng cha A. LAUNAY viết chính xác hơn: "Cha Lữ Y Đoan thụ phong linh mục tại Quảng Ngãi. Sau đó ngài dâng lễ tạ ơn tại nhà người em ở Kẻ Chàm (Quảng Nam)". Xem A. LAUNAY, *Histoire de la Mission de Cochinchine 1658-1823. Documents historiques I, 1658-1728*, P. Téqui, Paris 1923, tr. 197.

Sấm truyền ca của Lữ-Y Đoan (1670) đã sử dụng những từ ngữ thô sơ, bây giờ vẫn còn thấy trong các sách kinh, sách đạo cũ, nên dễ có thể làm cho hiểu lầm là tiếng nhà đạo, mà thực ra kinh sách truyện đạo chỉ dùng tiếng của ngôn ngữ đương thời: Cả và (tất cả): "Cả và mặt đất đã chìm dưới sâu" (đoạn 7); "Cả và thiên hạ nhờ đây phước lành" (đoạn 18),.... Rồi những kiểu nói trở thành thành ngữ, hoặc thuần túy Nôm, hoặc Hán Việt, đối hay không đối trong câu bốn chữ: Gần đất xa trời, Nghìn thu an nghỉ, Thiên thời địa lợi, Cứu nhân độ thế, Mưu sự tại nhân, Thế thái nhân tình, v.v.

Thế kỷ XX ghi nhận sự đóng góp của nhiều tác giả Công giáo khác, khi chữ Quốc ngữ trở nên phổ thông: Hàn Mạc Tử, Lưu Trọng Lư, Hồ Dzếnh (*Tác Phẩm Đầu Xuân* 1944), Thụy An Hoàng Dân, Quách Thoại, Phạm Đình Tân, Bàng Bá Lân, Phạm Việt Tuyền, Nhất Tuấn (*Truyện chúng mình*), Hoàng Ngọc Liên (*Hình ảnh những mùa trăng*,...), Quyên Di, Lê Đình Bảng, Thảo Trường, Hồ Minh Dũng, Nguyễn Ngọc Ngạn, v.v, các linh mục Nguyễn Văn Thích, Xuân Ly Băng, Vũ Đức Trinh, Trăng Thập Tự, Nguyễn Xuân Văn (trường thiên *Sứ điệp tình thương* 9764 câu lục bát),... Nhìn chung, thế kỷ XX đã cung cấp cho văn học Công giáo nhiều tài năng và tác phẩm đáng kể.

Chúng ta có thể nói đến một truyền thống Công giáo với các nhà văn Công giáo (kể cả các vị tân tòng), với những tác phẩm (đề tài, bối cảnh) và nghệ thuật của họ nhưng nội dung và nguồn đạo Thiên Chúa thì lại khác, và có những tác phẩm bắt nguồn cảm hứng từ tín lý đạo Thiên Chúa dù tác giả chúng không nhất thiết là tín đồ đạo như Trương Minh Ký cuối thế kỷ XIX cũng như những Nguyễn Viện, Nguyễn Đình Chính, Tạ Duy Anh, Đỗ Minh Tuấn, v.v. ở trong nước, như kiếm tìm về một nguồn tâm linh, tư tưởng đáp ứng được nhu cầu tinh thần, cảm xúc. Thật ra, có một khó khăn khi xác định đặc tính nguồn đạo Thiên Chúa qua các tác phẩm cũng như các tác giả, vì nhiều đặc tính đạo đã trở thành phổ quát, của cả nhân loại (công bằng, bác ái, đức tin vào một Thiên Chúa hay Thượng Đế, vào đời sau, v.v.), và thứ nữa, một tác phẩm hay một tác giả, như Hàn Mạc Tử, nhiều nguồn cảm hứng sáng tác (Thiên Chúa, Phật, Lão,...) và đã được nhiều 'cách nhìn' phân tích khác nhau (triết lý, biểu tượng, lãng mạn, siêu thực, thơ loạn,...). Đạo vĩnh cửu phải chăng là Nguyên Lý Đệ Nhất và Thiên Chúa Tối Thượng? Do đó, phân tích nguồn cảm hứng, cơ cấu con chữ, văn bản, đi sâu với văn bản có thể tránh ngộ nhận (tác phẩm, tác giả Công giáo) và giúp ích cho các công tác hàn lâm, học thuật. Có chấp nhận đa dạng, đa nội dung ở một tác phẩm hay tác giả thì mới có thể có những khám phá thú vị và hữu ích. Nguồn đạo đòi hỏi tinh túy, nội dung, tạo thành truyền thống, có thể xếp vào lớp này những tác giả Phan Văn

Minh (thánh), Hàn Mạc Tử, Xuân Ly Băng, Trăng Thập Tự, Quyên Di, Đường Phượng Bay,... cũng như những tác phẩm dịch thuật, phổ thơ, thánh vịnh, phổ thông hóa, v.v. như *Sấm truyền ca* của Lữ-Y Đoan, vè của Trần Lục, v.v.

VỀ THƠ

Thơ là bộ môn văn chương nghệ thuật nhất, nhất là mảng văn học tôn giáo, đã khơi mầm từ thời khởi đầu như Lm. Georg Schuhammer đã đề cập và kho tàng truyện văn vần, vãn và tuồng là những bằng chứng.

Thánh **Philípphê Phan Văn Minh** (1815-1853) đã để lại tác phẩm *Phi Năng thi tập* được truyền tụng đến nay, gồm 35 bài lục bát của ngài và 93 bài ngâm vịnh xướng họa của thi đàn. Đối với thánh nhân, thơ "ca tụng lòng lân mẫn vô biên của Thiên Chúa" (Lời phi lộ phần I), thi tập là "một bổn kinh nguyện"[11]. Như vậy, thánh nhân đã đồng hóa thi ca với lời cầu nguyện:

"Đội ơn Chúa Cả Ba Ngôi
Dựng nên muôn vật cho tôi hưởng dùng.
Chúa là vô thủy vô chung,
Thường sinh thường vượng, không cùng không sai.
Chúa là toàn đức toàn tài,
Suốt trong trời đất không ai ví tầy"
(Tạ ơn Chúa Cả Ba Ngôi).

"Gia Tô Kitô đấng Con Trời
Đặc cách lâm phàm cứu khắp nơi
Chẳng lấy lợi danh mà tạo nghiệp,
Không dùng Vương Bá để xây đời.
(..) Dĩ nhược thắng cường minh chứng rõ:
Kiếp sau hiện hữu sống muôn đời".
(Đấng Cứu Thế).

Linh mục Đặng Đức Tuấn (1806-1874) là tác giả các tập thơ trường thiên *Việt Nam Giáo Sử Diễn Ca, Lâm Nạn Phụng Quốc Hành,* cùng các bài văn tế và kế sách giữ nước: *Văn Tế Các Đẳng, Văn Tế Giáo Nhơn Tử Nạn,*.... Ngài còn cộng tác với học báo *Thông Loại Khóa Trình / Miscellannées* của Trương Vĩnh Ký - như bài sưu tầm *"Nói vần những câu chữ người ta quen dùng"* gồm 148 câu, số 9, 1-1889. Ngài được xếp vào hàng Tinh hoa Công giáo ái quốc Việt Nam mà "cả cuộc đời ông là tấm gương sáng chói về tôn chỉ "độc thư cứu quốc" của người xưa"[12].

---

[11] Trích từ trang Internet dunglac.info

[12] Chữ dùng của Võ Ngọc Nhã và Lam Giang trong *Đặng Đức Tuấn, Tinh hoa Công giáo*

Lm. Trần Lục (1825-1899), tác giả của trên 6.000 câu lục bát, song thất lục bát và thơ 4 chữ trong kho ca vè của Cụ Sáu. Những bài ca vè về Đức Maria, về Chúa "Jêsu", về "Đức Chúa Lời Ba Ngôi" và "Lễ San-Ti", và về Chúa Giêsu, về Thánh Anna và Thánh Gioakim, v.v. Thơ ca vè nói chung là dạy nên người và dạy làm Kitô hữu. Cụ Sáu dùng thi ca bình dân "Làm Truyền Thống" theo kiểu của mình để gieo rắc ánh sáng Phúc Âm.

1. Mừng bà Thánh Anna:

"Cúi đầu lạy Thánh Anna
Phúc Người to tát người ta ai bì
Chúa làm phép lạ uyên vi
Cho người sinh đẻ trong khi đã già".

2. Bản dạy cách lần hạt 15 người:

"Dạy về cách lần hạt chung
Là điều rất dễ mà trông ơn nhiều
Việc tẻo teo mà công to tát
Ơn như mưa giào giạt hơn mưa, v.v..."

3. Hiếu tự ca:

"Mấy lời hiếu tự nói qua
Để cho ai nấy trẻ già nhớ ơn
Làm người sống ở thế gian
Ai không đội đức cao san (sơn) nặng dày
Nói sao cho hết cho rồi
Biết bao khí huyết tài bồi cho ta
Phần hồn thì Chúa sinh ra
Xác nầy Chúa phó mẹ cha sinh thành
Phụ tình mẫu huyết đúc hình
Cho ta toàn vẹn mà sinh làm người"[13].

Kho tàng ca vè của Cụ Sáu Trần Lục đa dạng về ngôn ngữ Việt Nam vào hậu bán thế XIX, một ngữ liệu về số lượng cũng như cách diễn đạt tư tưởng vừa đạo vừa Việt.

Trương Vĩnh Ký, tác giả *Đại Nam Quốc Sử Diễn Ca* và hàng trăm công trình giáo khoa, biên khảo, nghị luận về ngôn ngữ, văn hóa, lịch sử và văn học, đã chứng minh là người thật sự sống đạo, đạo làm người Công giáo và trước hết, làm người Việt Nam, như chúng tôi đã có lần bàn đến: *"... Cho đến khi có Công đồng Vatican II, người Công giáo không Tây phương - trong đó có người Việt Nam, vẫn luôn có mặc*

ái quốc Việt Nam (dunglac.info).

[13] Trích từ trang Internet dunglac.info

cảm hoặc băn khoăn sống tách khỏi nếp suy nghĩ và tâm hồn dân tộc. Trương Vĩnh Ký, một người hiểu biết lịch sử và nhu cầu tiến bộ xã hội, đã vượt được thân phận "dépaysé" (xa lạ trên đất nước mình) và chứng minh người Việt có thể vừa sống đạo vừa giữ được tinh thần dân tộc - tương quan ***Đạo-Đời*** *vừa* ***kính Chúa*** *vừa làm người dân* ***yêu nước*** *- điều bất khả thể ở một nước quân chủ nơi mà yêu nước hoặc có tinh thần dân tộc phải là trước hết Trung quân. Trương Vĩnh Ký biết đạo Chúa đến đảo lộn một số giá trị văn hóa truyền thống, ở những điểm nhân bản hóa, hiện đại hóa các quan hệ xã hội kể cả quân thần, vua dân [ở trong nước và hải ngoại vẫn có những người chống đạo Công giáo và chống Trương Vĩnh Ký cũng ở những điểm này]! Có thể ông nhìn thấy đạo Thiên Chúa bị thế lực thực dân lợi dụng, do đó khi ông đề cao đạo lý truyền thống dân tộc (hay Đông phương) với người đọc và dân chúng Việt Nam, để trở về nguồn, là vô tình ông đã đi ngược chiều gió - vừa của triều đình, nho sĩ vừa của Giáo hội La Mã (nhất là các cha Dòng Đa Minh và tiếp đến là Hội Truyền giáo Paris cấm đoán việc thờ cúng tổ tiên; trong khi dòng Tên thì chấp thuận).*

Trương Vĩnh Ký nối kết Đạo-Đời khiến đời sống tâm linh phong phú hơn và cũng có nghĩa là Trương Vĩnh Ký ý thức rằng bổn phận hiện tại cũng quan trọng như hy vọng ở thế giới ngày sau. Vào thập niên 1960, ở miền Nam một nhóm trí thức Công giáo (Lý Chánh Trung, Nguyễn Văn Trung,...) đã cổ võ người Công giáo "tìm về dân tộc", một việc Trương Vĩnh Ký đã làm và làm thật tốt từ cả thế kỷ trước đó! Người ngày nay đã cho ông có lý, nhưng ông đã chịu nhiều oan trái thuở sinh tiền cũng như cả hơn trăm năm sau! Thời ông trẻ và thanh niên là thời cấm đạo và khi ông tới tuổi làm việc, ông đã làm người mất nước - miền lục tỉnh bị Pháp thôn tính! Hơn ai hết, ông hiểu thế nào là mất nước và hiểm họa mất văn hóa dân tộc!."[14].

Huỳnh Tịnh Paulus Của: Ngoài công trình ngôn ngữ *Đại Nam Quấc Âm Tự Vị* (1895-96), sách giáo khoa và các tuyển tập, truyện dịch và phỏng dịch ông còn viết *Chuyện Giải Buồn* (1880 và 1885 "dịch rút trong các sách hay, lại phụ các án tấu, án đoán quan Annam làm, lập lời nói trang nhã, lịch sự, để giúp trong các trường học cùng giúp cho người học tiếng Annam") cũng như những sách đạo như *Vãn Thánh Minh* (628 câu thơ lục bát) và *Vãn Lái Gẫm* (540 câu thơ lục bát.), v.v. Những bài sau cho thấy một khía cạnh khác của con người văn hóa thường được gọi là Paulus Của; ông là người "đem đạo vào đời" theo đường lối nhà trường, học thuật. Bài phú *Đức tính Cha Minh:*

"Hỡi ôi!
Phép Chúa khiến đổi dời,
Lẽ tử sinh khôn dò cho thấu.
Cuộc đời hay tráo chác,
Nghĩa họa phước khó giải cho ra.

[14] Nguyễn Vy Khanh. *Trương Vĩnh Ký, Tinh Hoa Nước Việt.* Toronto: Nguyễn Publishings, 2018, tr. 344-345.

Tưởng đến lòng thêm ngao ngán,
Nghe thôi dạ lại thiết tha.
Nhớ cha xưa.
Vốn nhà lương thiện,
Đức tính hiền hòa.
Lúc bé thơ đã khuất bóng tòng duân,
Bề khôn dại chỉn nhờ nơi anh chị.
Vừa khôn lớn sẽ chạnh niềm kiều tử,
Việc ở ăn còn có của mẹ cha.
Tư chất thông minh,
Học hành chẳng lo bề tấn thối.
Nết na khiêm nhượng,
Cư xử hằng giữ mực thật thà,
Dốc một lòng dưỡng tánh tu thân,
Nào chuộng công danh lợi lộc.
Nguyện hết sức an nhơn hòa chúng,
Chi màng phú quí vinh hoa.
Tích đức tu nhơn.
Lòng khắn khắn như vàng như đá.
Răn mình sửa tính,
Gương làu làu tợ ngọc tợ ngà.
Cám mến vì tận tăm báo Chúa,
Đang khi khói lửa nồng nàn,
Ắt không khỏi mắc chưng nạn tám.
Tiếc thương hay thủ nghĩa xả sinh,
Nhằm lúc muông lang lừng lẫy,
Âu đã đành lâm phải tay ba.

Ôi!
Thảm bấy Nhan-hồi mạng bạc,
Lạ thay Bành-tổ tuổi xa.
Lẽ còn mất sánh dường chớp nháng,
Cuộc dinh hư khác thể gió qua.
Biết đâu là họa phước,
Một phen đổ máu vì đạo thánh;
Hay đâu nghĩa tử sinh,
Ngàn thuở trả công rạng nghĩa ta.
Hỡi ôi! Thương thay!"

Saigon, le 23 Novembre 1900

Giám mục **Hồ Ngọc Cẩn** (1876 - 1948): Thơ văn sáng tác của ngài đăng tải rải rác khắp các báo đạo đời, như *Nam Kỳ địa phận, Nam Kỳ tuần báo, Vì Chúa, Sacerdos Indosinensis, Đa Minh bán nguyệt san, Đông Dương tạp chí, Nam Phong tạp chí*. Ngài còn lập nhà in

Thánh Gia, nhà sách Đa Minh và là chủ biên tạp chí *Đa Minh bán nguyệt san, Thời Mới,...* Tác phẩm: *Ngạn ngữ kinh thư* (1915), *Văn chương thi phú Annam* (1919), *Thánh giáo thuyết minh* (1938), *Tuồng bảy mối tội đầu* (1922),...

Ca dao về Đức Mẹ ngài soạn cho Nghĩa Binh Thánh Thể học thuộc lòng:

"Nghĩa binh con Mẹ dấu yêu
Lắng nghe giót các điều Mẹ khuyên
Mẹ nay đau đớn buồn phiền
Vì lòng người thế đảo điên gian tà
(...) Chúng con cơ đội Nghĩa Binh
Hãy mang khí giới đi bình giặc mau
Súng gươm là sự nguyện cầu
Siêng năng chịu lễ là tàu máy bay
Misa chầu kính hằng ngày
Ấy là xe cát phá mưu giặc thù
Vua là Đức Chúa Giêsu
Tướng là đức thánh Phêrô Giáo Hoàng
Có vua quyền phép cao sang
Có quan tướng mạnh đầy tràn khôn ngoan
Chúng con hãy cứ kiên gan
Ắt là thắng trận khải hoàn chẳng sai
Tiến lên chớ có giật lùi - Amen".

Bài Ca Tạ Ơn, người Công giáo Việt Nam nào mà không biết, và đã được phổ nhạc:

"Linh hồn tôi ngợi khen Thiên Chúa
Ngợi mừng thêm nhảy múa tâm thần
Mừng trong Chúa cả muôn dân
Mừng Vì Cứu Chuộc thi ân đền bồi
Bởi vì Chúa thương tôi tớ mọn
Đã khấng thương kén chọn cách riêng
Vậy từ nay, khắp chân thiên
Khen tôi có phúc có duyên lạ lùng
Chúa chí tôn vô cùng phép tắc
Uy danh Người vằng vặc cao quang
Thương tôi nên đã rủ ban
Ơn lành phúc cả chứa chan no đầy
Lòng thương Chúa hằng ngày che chở
Thương những người dái sợ kính tôn
Chúa hằng gìn giữ bảo tồn
Duệ miêu kế tiếp, tử tôn lưu truyền

Chúa ra tay uy quyền sức mạnh
Kẻ kiêu căng Người đánh tan tành
Truất ngôi những kẻ quyền hành
Những người khiêm nhượng Chúa dành nhắc lên
Kẻ cơ bần an tâm nghèo khó
Chúa ban ơn giầu có phủ phê
Những người phú túc no nê
Phải ra thiếu thốn bẽ xiêu nghèo nàn.
Israel thuộc ràn Thiên Chúa
Chúa dành cho vào sổ Dân riêng
Lòng thương quảng đại vô biên
Chúa hằng gìn giữ chẳng quên bao giờ
Hẳn như lời thuở xưa Chúa phán
Phán hứa cùng các đấng tổ tiên
Abraham là đấng thánh hiền
Tử tôn miêu duệ kế liên muôn đời".

Lm. Sảng Đình **Nguyễn Văn Thích** (1891-1978), chủ nhiệm sáng lập tờ *Vì Chúa* (1935, ba tiếng Việt, Hán và Pháp), tác giả *Sảng Đình Thi Tập* (1943), *Cổ Việt Phong Dao* (1968); tập đầu gồm 152 bài thơ Việt, Hán và Pháp với những thể loại vè 4 chữ, lục bát, tứ tuyệt, v.v. mà năm 2001, giáo sư Đoàn Khoách đã biên tập và thực hiện ấn hành. Ngài còn dịch vở kịch Polyeucte của Corneille thành *Tuồng Phổ Liệt*. Đây là bài *Đức Mẹ Ru Con* với phong cách Việt:

"*Ru Con, Con ngủ cho muồi*
Như buồng nho chín trên đồi Bêlem
Ru Con Con ngủ cho êm
Ngày đông thì vắn mà đêm thì dài
(...) Ru Con Con ngủ cho yên,
Đoàn chiên lài lạc, Chúa chiên lạc lài.
Ru Con Con ngủ cho may,
Cho người mau lớn để ngày hy sinh.
Ru Con Con ngủ cho lành,
Bằng yên dưới đất, rạng danh trên trời...".

Hàn Mạc Tử (22-9-1912 - 11-11-1940), lấy nguồn cảm hứng từ *Kinh thánh* nhưng cũng như Lữ-Y Đoan của gần 300 trước, ông đã sử dụng từ ngữ dân gian thông thường, đặt đúng chỗ và biến hóa thành những câu thơ có khi siêu thực, đầy ma lực, khi khác rất kinh nguyện, nhưng nói chung đều làm choáng váng người đọc: lời thơ của ông là những ngọn lửa đức tin, những ánh sáng lúc chói lòa lúc mơ hồ, nói như Trần Tuấn Kiệt: "*Nhà thơ đi lọc ánh sáng để gieo vần, đơn độc đắm mình trong suối ngọc cỏ thơm, trong niềm đau thương xô đẩy đến một* *thế giới trăng sao lộng lẫy. Thi ca là nguồn suối ở trên cõi siêu hình đảo lộn cả mọi suy tưởng đậm đà của tình nhân gian sầu mộng. Ở đó chỉ có linh hồn thi nhân và trân châu ngọc bích của Thượng Đế. Ở đó sự kỳ lạ được nhà thơ điểm vào óng ánh tinh khí, thực thể trơ thành huyền hoặc lý lẽ cõi đời không có đất nẩy mầm, cõi điên loạn dị thường được soi trong cặp kính của một vì Sáng Thế, được gảy bởi cung đàn thiên tiên bất tuyệt*"[15].

Hàn Mạc Tử đã phát biểu về vai trò, sứ mệnh của thi nhân: "*... Đức Chúa trời tạo ra trăng, hoa, nhạc, hương là để cho người đời hưởng thụ (éléments de la poésie), nhưng người đời u mê phần nhiều không biết tận hưởng một cách say sưa, và nhân đấy, chiêm nghiệm lẽ màu nhiệm, phép tắc của Đấng Chí tôn. Vì thế, trừ hai loài trọng vọng là "thiên thần" và "loài người ta", Đức Chúa Trời phải cho ra đời một loài thứ ba nữa: loài Thi Sĩ! Loài nầy là những bông hoa rất quí và rất hiếm, sinh ra đời với một sứ mạng rất thiêng liêng: phải biết tận hưởng những công trình châu báu của Đức Chúa Trời đã gây nên, ca ngợi quyền phép của Người, và trút vào linh hồn người ta những nguồn khoái lạc đê mê, nhưng rất thơm tho, rất tinh sạch (but de la poésie)...*"[16].

Nhà văn Đặng Tiến khi viết về *Đức tin trong hồn thơ Hàn Mạc Tử* đã xem đức tin ở Hàn là một đề tài hệ trọng và bao quát đã chứng minh "*toàn tập thi phẩm Hàn Mạc Tử là một tiếng vọng của Thánh Tự*". Ông đã khai triển các nhận xét của Vũ Ngọc Phan, Hoài Thanh, để đi đến "*chứng minh là kiến trúc toàn bộ của bài thơ Hàn Mạc Tử đều vang dội lời truyền giảng của Phúc Âm*". Vũ Ngọc Phan nhận xét: "*Có lẽ ông là người Việt Nam ca ngợi thánh nữ đồng trinh Maria và chúa Jésus bằng thơ trước nhất. Ông ca tụng đạo Gia tô một giọng rất chân thành. Lần này cũng là lần đầu, thi ca Việt Nam thấy được một nguồn hứng mới*"[17]. Theo Đặng Tiến, *"nếu Gái Quê là thế giới đợi chờ Điềm lạ, đợi chờ Chúa ra đời thì Đau Thương là một tâm hồn mong mỏi Ngày Chúa trở lại (...) Xuân như ý còn nhiều còn nhiều hình ảnh dựa theo tín lý Thiên Chúa,... là mùa xuân hồi sinh":* toàn bộ tác phẩm Hàn Mạc Tử như một Thánh thể kết tinh triền miên vươn tới Ánh Sáng, vươn tới Ánh hào quang chan chói ngát lưu ly - Hãy trở về Ánh Sáng![18]

Nhiều người đã viết về thơ Hàn Mạc Tử, ở đây, xin ghi lại dăm ý tưởng chính về khía cạnh tôn giáo và đức tin. Kinh nghiệm đau khổ sống chết của bản thân cộng với đức tin đã giúp Hàn những cảm nghiệm thống thiết:

---

[15] Trần Tuấn Kiệt. *Thi Ca Việt Nam Hiện Đại, 1880-1965*. Sài Gòn: Khai Trí, 1967, tr. 148.

[16] *"Quan niệm về Thơ"* 'gửi Trọng Miên', 1939" trong Chơi Giữa Mùa Trăng (Xuân Thu tb), tr. 34-35.

[17] Vũ Ngọc Phan. *Nhà Văn Hiện Đại,* Sài Gòn: Thăng Long tb 1960, tr. 768.

[18] Đặng Tiến. *Vũ Trụ Thơ 1*. Thư Ấn Quán tb 2008, tr. 96, 112, 114.

"Ôi hồn thiêng liêng không hề chết đặng,
Làm sao hồn chẳng hiểu nghĩa vô biên
Ngày tận thế là ngày tán loạn,
Xác của hồn, hồn của xác y nguyên"
(Hồn lìa khỏi xác)

"Phượng Trì! Phượng Trì! Phượng Trì! Phượng Trì!
Thơ tôi bay suốt đời chưa thấu
Hồn tôi bay đến bao giờ mới đậu
Trên triều thiên ngợi sáng vạn hào quang"

(Thánh nữ đồng trinh Maria)

Thi sĩ vội nguyện cầu gội rửa kiêu căng phạm thượng có thể có nơi nhà thơ cũng là con người tội lỗi:

"Tôi van lơn thầm nguyện Chúa Giê su
Ban ơn xuống cho mùa xuân hôn phối
Xin tha thứ những câu thơ tội lỗi
Của bàn tay thi sĩ kẻ lên trăng"

(Đêm Xuân cầu nguyện)

Lòng thành tín đưa nhà thơ đến với Chúa, và trong không khí tiết lễ, Chúa đến như Đấng tiên tri được thế gian mong đợi:

"... Cả trời bỗng tiêu diêu như báu vỡ:
Nên tiếng vang thầm dội đến thâm tâm,
Mà ta ngỡ đấng tiên tri muôn thuở
Giữa đêm nay còn đứng giảng Phúc Âm.
(...) Ta há miệng cho nguồn thơm trào vọt:
Đường thơ bay sáng láng như sao sa...
Trên lụa trắng mười hai hàng chữ ngọc
Thêu như thêu rồng phượng kết tinh hoa.
Ta cao ngâm giọng vô cùng thanh thoát
Khiến châu thân rung động thể tơ trăng.
Toan ngất đi trong cơn mê khoái lạc
Mẹ yêu dấu liền vội đến tay nâng...
"Đây thi sĩ của đạo quân Thánh giá,
Nửa đêm nay vùng dậy để tung hô,
Để sót cho cả xuân xuân thiên hạ
Hương mến yêu là lộc của lời thơ".

(Nguồn Thơm, *Xuân Như Ý*)

Quan hệ không còn đơn thuần cá nhân với Trời, mà còn tỏa ra cùng cả và thiên hạ! Đức Mẹ Maria là một đề tài thường gặp trên con đường khổ nạn của Hàn Mạc Tử:

"*Đây rồi! Đây rồi! Chuỗi ngọc vàng kinh*
Thơ cầu nguyện là thơ quân tử ý
... Maria! Linh hồn tôi ớn lạnh,
Run như run thần tử thấy long nhan,
Run như run hơi thở chạm tơ vàng...
Nhưng lòng vẫn thấm nhuần ơn trìu mến.
Lạy Bà là Đấng tinh tuyền thánh vẹn
Giàu nhân đức, giàu muôn hộc từ bi,
Cho tôi dâng lời cảm tạ phò nguy
Cơn lâm lụy vừa trải qua dưới thế.
(...) Phượng Trì! Phượng Trì! Phượng Trì! Phượng Trì!
Thơ tôi bay suốt một đời chưa thấu,
Hồn tôi bay đến bao giờ mới đậu
Trên triều thiên ngời chói vạn hào quang?" (Ave Maria)

Hàn Mạc Tử sử dụng ngôn ngữ đến tài tình lạ lẫm, tính nhạc phong phú, nhất là ở những bài đạo:

"*Trí rất ngớp bởi chưng xuân hồn hậu*
Đã ra đời theo lịnh của Ngôi Hai
Ôi thánh tai, thánh tai và thánh tai!
Cả trời bỗng nổi lên muôn điệu nhạc
Rất trọng vọng, rất thơm tho, man mác
Rất phương phi trên hết cả anh hoa
Xuân ra đời!
Điềm ngọc ấm như ngà,
Thơ có tuổi và chiêm bao có tích" (Ra đời)

Thời sau 1954, tiêu biểu có nhà thơ **Quách Thoại** (1929-1957) cuối đời bệnh tật, mệnh yểu, hy vọng rồi tuyệt vọng, nhưng đức tin vững mạnh, giúp chống chọi với gian nguy. Từng yêu vô vọng vì Như Băng người "em hồn ngưỡng vọng Chúa Trời" nên "trong tình em" cũng là "trong tim Chúa Giêsu" đành

"*Viết lời thơ thành lời kinh kêu gọi*
Nào vơi chi sầu hận của nhân gian
Như-Băng em, xin ngó nẻo thiên đàng
Để nguy hiểm ta sống đời địa ngục
Ta chỉ sợ rồi đây nơi nhà phúc
Máu tai ương sẽ vấy tấm thân em",

và đành chỉ xin
"*Mà hôm nay ta khóc lạy than rằng*
Xin chầm chậm hoàng hôn đừng vội lặn
Ôi, đau thương loài người xin hữu hạn"

(Như Băng trường tình).

Nhưng cũng chỉ là mộng ước, vì *chiều tận thế* đang chực chờ:

"*(...) Đau thương, đau thương dường vô kể*
Liệu loài người sẽ quyết định chi đây
Văn minh rồi nguy hiểm nắm trong tay
Tưởng hy vọng ngờ đâu thành tuyệt vọng
Không! Không! tôi vẫn hãy còn trông ngóng
Chúa Trời! - Chúa Trời! - Chúa Trời! - Chúa Trời!
Cả cuộc đời không lẽ chỉ trò chơi
Ôi! ma quỷ và Thánh Thần lẫn lộn
Sáng hôm nay chiều hoang sơ hỗn độn
Đã gặp nhau cùng trong một buổi ngày
Người ra đời bèn bị chặt hai tay
Không ôm kịp lấy đầu hay trí óc
Kể vào đâu những lời than tiếng khóc
Một quả bom chỉ vài quả bom thôi
Ôi thôi rồi chủ nghĩa với xa xôi
Chỉ minh chứng một lời Kinh thánh nói
Chiều tận thế tưởng chừng như réo gọi
Rùng mình thay cho thảm cảnh cuối cùng
Rùng mình thay cho cái phút lâm chung
Ôi! mệnh hệ ai ngờ đâu mệnh hệ
Loài người nay trần truồng không Thượng Đế
Dắt nhau đi trong tiến bộ diệu kỳ
Ngày tàn rồi bóng tối đến lâm ly
Đêm u khổ vào cuộc đời tội lỗi
Đêm đã đến chiều nhân gian hấp hối
Ánh sáng ơi! khao khát đến vô cùng"

(Chiều tận thế)[19].

Phạm Đình Tân (15-1-1913 -) tác giả tập *Tiếng Thầm-Lời Thiêng* (tựa của Thế Lữ, 1952, tb 1960):

[19] Trích từ Phạm Thanh. *Thi Nhân Việt-Nam Hiện Đại* (Sài-Gòn: Khai Trí; Xuân Thu tb 1990). Thi phẩm duy nhất, *Giữa Lòng Cuộc Đời* (1963), xuất bản sau ngày ông mất.

"*Đau Đớn là Đường lên Ánh sáng!*
(...) Tự thuở nào, Người trụt xuống trần gian,
Tổ tiên xưa con cháu cả nhân hoàn,
Vì một tội mà trầm luân muôn kiếp.
(...) Đau đớn là đường lên Ánh sáng!
Chúa hiến mình làm bia bắn của Đau thương.
Tay nâng niu ôm ấp mối sầu trường,
Tim khắc khoải trong muôn nghìn cay đắng,..." (Đau Đớn) [20]

Lm. **Vũ Đức Trinh** (1922-1964) với các tập thơ *Ánh Vàng* (1956), *Hương Thiêng* (1956), *Đuốc Trời Cao, Thục Nữ Thiên Hương, Bảo Tàng Ân Ái, Những Quả Tim Non, Mấy Áng Phong Dao* (dịch sang Anh ngữ, 1957). Thơ ông mang âm hưởng thời đại thập niên 1950 là những vần tươi sáng, hân hoan, nhất là những bài "phong dao":

"*Ánh trăng lộng lẫy, tưng bừng.*
Bao loài dương thế đón mừng ánh trăng!
Trời còn yêu đất hay chăng?...
Đất thì một dạ khăng khăng yêu trời".

Thơ đạo ở ông cũng vậy, giọng thành kính nhưng chứa đầy tin yêu:

"*Chiều xế bóng, chim ngàn tung khắp nẻo;*
Các tầng mây xếp núi rộn chân trời;
Ánh hoe vàng lưu luyến chỗ xa khơi,
Trông tô điểm ngọn cây và đỉnh tháp.
... Chuông hổn hển, ngập ngừng, xong vội vã
Thúc tiếng lòng khiêm tốn nảy lên cao,
Cầu Chúa thương, Chúa đổ trận mưa rào,
Mong tắm rửa muôn hồn vương tội lỗi.
Cung oanh liệt cất vang, chào buổi tối,
Lên trăng ngà, rung chuyển ánh xinh tươi..."

(Chuông Cầu nguyện)[21]

Xuân Ly Băng (Đức Ông JB. Lê Xuân Hoa 1926-2017) tác giả *Thơ Kinh* 1956, *Hương Kinh* 1957, *Trầm Tư, Kinh Trong Thời Gian*,.., đã thường xuyên có mặt trên các tạp chí Công giáo từ thập niên 1950. Thơ Xuân Ly Băng ca tụng Thiên Chúa, Đức Mẹ, cuộc đời, với lý lẽ của

[20] Trích từ Phạm Thanh. Sđd.
[21] Trích từ Phạm Thanh. Sđd.

cảm xúc, đức tin và chữ dùng nhẹ nhàng dễ đi vào lòng người. Tha thiết như những lời kêu gọi, như một đáp trả ơn trên:

"*Hồn ơi!*
Thắp lên hai hàng bạch lạp
Vạn nén trầm hương / Cho ta ca hát / Bài ca yêu thương.
(...) Hồn ơi! / Hay chim ơi!
Tung cao lên, cao vút đến tận trời
Nhạc say sưa trong lòng chim kính mến
Cho âm thanh đến muôn đời tuyền vẹn
Khúc trường ca tình ái diệu huyền thay...
(...) Nghĩa yêu thương ai giăng bủa khắp trời mây?"

(Tỏ tình)

Trăng Thập Tự (Lm. Võ Tá Khánh, 1947-) tác giả *Tâm Tình Tu Viện* (1969), *Điệu Buồn Học Trò* (1971), *Có Ai Về Cát Minh,* tuyển tập thơ 1963-2004 (NXB Tôn Giáo), v.v... Qua thơ, Trăng Thập Tự đã để hồn mình nhập vào Thánh kinh, cầu nguyện với lời thánh thiện, diễn tả sự vật và biểu hiện tâm cảm qua lăng kính của Đức tin. Trong bài dẫn nhập tuyển tập *Có Ai Về Cát Minh,* Trăng Thập Tự đã cho biết về bút hiệu: "*Trăng tượng trưng cho nghệ thuật, Thập Tự tượng trưng cho đời tu. Một bên tròn một bên vuông, tưởng chừng không sao hòa hợp được, thế nhưng khi Đức Giêsu gục đầu trên cây giá gỗ ấy thì quanh đầu Ngài tỏa ra một vòng hào quang...* ". Như vậy tuyên ngôn thi ca của Trăng Thập Tự đặt nền tảng trên Thánh kinh và với ông, có giằng co giữa nghệ thuật và đời tu trì: "*Sau bốn mươi năm nhìn lại, con thấy biểu tượng trăng trong thơ con cũng có nhiều thay đổi, có lẽ phần nào cũng nói lên được sự gặp gỡ ngày càng sâu đậm giữa hai đối cực. Thoạt đầu, nghệ thuật dường như chỉ thuần là một cám dỗ có nguy cơ đe doạ đời thánh hiến*"[22].

"*Nàng trăng hỡi thôi đừng trêu ghẹo nữa,*
Kẻ tu hành xin khẩn khoản van lơn".

Thế nhưng rồi một lúc nào đó, trăng đã thành biểu tượng của tình thương Thiên Chúa, như tấm bánh thánh bẻ ra: *"Trăng bẻ làm đôi tấm bánh đời,/ Nghe tình dìu dặt, tứ chơi vơi...".*

Và hơn nữa, trăng lại cũng là chính Chúa Kitô:

"Con trăng chết rũ bêu cành
Sáng nay nó dậy hoá thành Vầng Dương.
Con trăng máu nhỏ dọc đường,
Sáng nay đơm huệ kết hường lắm hoa.
Rồi trăng cũng là chính bản thân người đầy tớ Chúa".

[22] Trích từ trang dunglac.info

Như ở cuối bài Êlia suy niệm về sứ mạng của Đức cố Giáo hoàng Gioan Phaolô II:

"*Con ngoảnh lại mé đồi ngó thử*
Con thỏ bạch quỳ dưới chân thập tự
Hoà ánh trăng vào ánh bình minh".

Bên cạnh các thi nhân khoác áo tu là những giáo dân sống đạo với thơ, qua thơ. Lệ Khánh (Dương Thị Khánh, sinh 1945 tại Huế), một nhà thơ nữ được tiếng thời văn học miền Nam trước 1975, đã xuất bản 7 tập *Em Là Gái Trời Bắt Xấu* (1963-), ngoài ra còn những tập *Vòng Tay Nào Cho Em* (1966), *Nói Với Người Yêu* (Tác giả xuất bản, 1966). Bà đã có những bài hướng về Đấng Tối Cao ngoài những bài tình chú cháu và người Đà Lạt kẻ Đô thành:

"Lạy Thượng Đế thương con / một tâm hồn bé nhỏ
giữa dòng đời cô đơn / xin người đừng ruồng bỏ
cuộc đời như vô nghĩa / bởi con không đẹp giàu
sao Người không ban bố / nên u buồn thương đau
con là người vô tội / giữa cuộc sống muôn màu
gọi tên Người nức nở / lệ tràn đôi mắt sâu
lạy Thượng Đế thương con / cho tình đẹp duyên tròn
để con không sầu hận / không nuốt lệ tủi hờn
mười chín năm đau khổ / nặng tình một kiếp thơ
bị cuộc đời ruồng bỏ / trở thành kẻ dại khờ"

(Độc Thoại)

Thơ **Trần Vạn Giã** (1945-) có lời dâng, lời cầu, với Thiên Chúa:

"*Chúa ơi trong đời tạm này*
Con như một chiếc lá bay xuống đường
Trải qua gành thác, tai ương
Trải qua bao nỗi đoạn trường, trải qua
Lời dâng trong bản Thánh ca
Sông còn có khúc huống là đời con
Dù cho nước chảy đá mòn
Tình yêu Thiên Chúa vẫn còn trong thơ
Mai sau cũng như bây giờ
Cầu xin con tới được bờ tình yêu"

(Lời Dâng, 1959)

Thơ **Cao Huy Hoàng** (1956 -) là thơ của một đức tin vật lộn với thực tế đời thường, thơ của những ơn gọi sống thánh thiện giữa lòng đời ô trọc nhiều thử thách:

"Bụi hồng còn vướng gót chân
Dẫu là hơi thở có ngần ấy thôi
Người về hỏi lại lòng ơi
Còn bao mộng ước cuộc đời phù du?
Trái tim chưa thoát ngục tù
Vòng vây gai kẽm: khúc ru dịu dàng?
Thời gian mây nắng chia tan
Kiếp người một thoáng vỡ vàng tàn vong
Bên kia cơn lốc bụi hồng
Có không một cõi phiêu bồng thiên thu
Hay chăng tiếng búa tình thù
Đóng đinh tội trộm xác phu thê người
Người về khẽ gọi lòng ơi
Trời ơi lòng đã qua đời từ lâu
Cõi lòng rữa dưới vực sâu
Trần truồng nhoi nhúc giữa lầu nguyệt hoa
Bên đời âm động thu ba
Vỡ tràn thành tiếng rên la nghìn trùng
Xót mình bất tín bất trung
Vực sâu thăm thẳm mịt mùng thương đau
Ngửa tay xin tiếng kinh cầu..."

(Ngửa Tay Xin Tiếng Kinh Cầu)

Trần Thy Nhã Ca (1939-), một nhà thơ không nhất thiết là tín hữu Công giáo, đã nhận hứng cảm từ *Kinh thánh (Cựu ước)* khi sáng tác đa số thi bản trong tập thơ *Nhã Ca Mới* (1965) và sử dụng bút hiệu Nhã Ca, Trần Thy Nhã Ca, cũng lấy hứng từ *Cựu ước*. Theo thiển ý, nhà văn nhà thơ có thể chịu ảnh hưởng, thuộc về một hoặc nhiều trường phái, khuynh hướng. Tập thơ khởi đầu với bài thơ Nhã Ca ca tụng tình yêu của vua Salomon (công khai, với xuất xứ) - bắt đầu bằng một tia rạng đông:

"Chớ nhìn tôi bởi vì tôi đen
Mặt trời đã nạm cháy tôi
(...) Hãy để tôi như một cái ấn trong lòng chàng
như một cái ấn trên tay chàng
vì ái tình mạnh mẽ như sự chết
vì lòng ghen tàn bạo như địa ngục
vì đó là sức nóng của lửa
và vì ngọn lửa đó của đức Giê-hô-va"

(*Nhã Ca*, 1, 4, 8. Salomon, *Cựu ước*)

Nhiều bài khác trong cả ba phần của tập thơ (Thơ viết thời con gái, Thơ trong đời sống ta và Thơ chi tình ta) đầy ắp hoặc vương vất thi hứng, thi cảm của *Cựu ước*.

Ngoài ra, Lm. **Gérard Gagnon** (08-05-1914 - 12-9-1994), người Canada, thuộc Dòng Chúa Cứu Thế – cha Nhân, truyền giáo và sống ở Việt Nam gần cả đời người (11-1935 - 4-1975), đã xuất bản *Hồn Việt* (*Đà Lạt*, 1959. 364 tr.) viết về quốc hồn và con người tâm linh, văn hóa Việt Nam. Ông phiên dịch đặc sắc Việt-tính bộ Thánh kinh gồm 5 tập: *Ngũ thư* (*Khởi nguyên – Xuất hành – Lê vi – Dân số – Phục luật*), *Lịch sử, Triết minh, Tiên tri* và *Tân ước* mỗi cuốn dày từ 600 đến 1000 trang, in tại Đà Lạt, 1962-1963. Mỗi đầu tập, dịch giả cho biết: "Đây chỉ là một bản phiên dịch Thánh kinh, với mục đích để giáo dân tiện dụng trong công cuộc tìm hiểu và học hỏi Thánh kinh. Chúng tôi không dám có tham vọng tự coi đây là một bản dịch 'sát chữ và bình luận'. Chúng tôi mong ước rồi đây sẽ có một bản dịch chính thức do các nhà Chuyên môn Nghiên cứu Thánh kinh dịch thuật, chú giải…". Và tập *Thánh vịnh* được xếp theo thứ tự của sách kinh Nhật tụng thời đó ; ở cuối tập có phần "Suy gẫm – Tìm hiểu – Thực hành" cho mỗi *Thánh vịnh,* để giúp cầu nguyện và thực hành. Tức 50 năm sau bộ *Kinh thánh cứ bản Vulgata* địa phận Tây Đàng ngoài dịch ra tiếng Annam và thích nghĩa, do Lm. Albertus Schlicklin – người Việt gọi Cố Chính Linh, thừa sai thuộc Hội Truyền Giáo Paris (MEP) (gồm 4 cuốn: 768, 736, 652, 894 tr. nhà in Nazareth tại Hồng Kông in năm 1913-1916; và gần 40 năm sau bộ *Kinh thánh Tin Lành* năm 1924 của Phan Khôi. Đặc biệt, Lm. Gagnon thông thạo văn hóa và văn học Việt Nam nên văn dịch thuần tiếng Việt và đã chủ trương chuyển dịch các *Thánh vịnh* và sách *Diễm ca* ra thơ Việt Nam, như:

"*Em xinh quá sức, bạn yêu ơi!*
Em đẹp biết bao, đẹp tuyệt vời!
Đôi mắt bồ câu đen lóng lánh
Tăng thêm duyên dáng nụ cười tươi" (Dc 1,15).

Trích vài bài phiên dịch khác:

- "*Con say ngắm nền trời muôn sắc*
Việc ngón tay Chúa tác tạo thành
Vầng trăng, tinh tú long lanh
Chúa đều xếp đặt, vận hành tinh vi" (Thánh Vịnh 8, 4)

- "*Hỡi ngọn lửa hồng, mưa đá ơi*
Hỡi băng tuyết lạnh, sương mù rơi
Hỡi luồng gió lốc gieo giông tố

Hỡi kẻ thừa hành lệnh Chúa Trời.
Hỡi núi, hỡi đồi ở khắp nơi
Các cây sinh trái, bá hương ơi
Hỡi bao muông thú và gia súc
Hỡi giống bò trườn, điểu trổi khơi.
Vương đế, hoàn cầu với chúng nhân
Công hầu, lãnh tụ chốn nhân gian
Thanh nam, thiếu nữ, hồn trinh khiết
Phụ lão, hài nhi khắp thế trần" (Thánh Vịnh 148, 8-12)
- "*Con mến Chúa, Chúa ôi, bao chan chứa*
Vì Chúa là nguồn sức mạnh của con
Là đóa hoa, là chiến lũy, ải đồn
Và là đấng cứu nâng con mọi lúc
Chúa là Chúa, là kiên thành xây đúc
Đó là nơi con ẩn náu, tựa nương
Chúa lại là khiên thuẫn đỡ đau thương
Ơn cứu rỗi, pháo đài hằng che chở" (Thánh Vịnh 18, 3)

(Trích từ *Có Một Vườn Thơ Đạo*, tập II, Lm. Trăng Thập Tự chủ biên, tr 30-35)

VỀ VĂN XUÔI

Về **văn xuôi**, tính chất đạo Chúa nhẹ nhàng hơn về tính nghệ thuật, văn chương, nhưng biểu tỏ hoặc qua nội dung hoặc qua thành quả đóng góp cho văn học, học thuật nói chung.

Hãy đọc văn Bento Thiện và Giám mục Hồ Ngọc Cẩn để biết văn phong, bút pháp và chữ dùng thời các ngài. Văn **Bento Thiện** của thời 1659:

"... *Cả và thiên hạ năm mươi mốt phủ, một trăm bẩy mươi hai huyện, bốn mươi tám chu, bẩy nghĩa chia trăm tám mươi bẩy xã. Nước Annam đi bề dọc từ Kẻ Quảng cho giáp cõi Đại Minh, đi bộ năm mươi ngày. Bên ngang từ biển đến rừng đi hai mươi ngày.*

Thói nước, trong nhà thì thờ Tiên sư, là dạy học các nghề nghiệp gì, thì có Tiên sư thay thảy.

Bếp thì thờ Táo quân, gọi là Vua bếp. Nó lấy chồng trước thì sa vào lửa mà chết, nó lại lấy chồng sau mà lòng còn thương nghĩa chồng trước, thì chồng sau đi xem nơi lỗ xưa, thì mình cũng sa xuống mà chết. Chồng sau thấy vợ chết, thì cũng gieo mình xuống mà chết, thì ba người vào một lỗ ấy; thì người ta nói bày đặt rằng: ấy là Vua bếp, thì phải cậy cho làm mọi việc nên..."[23].

---

[23] Trích từ Đỗ Quang Chính. *Lịch sử chữ Quốc ngữ 1620-1659* (Sài Gòn: Ra Khơi, 1972),

Giám mục **Hồ Ngọc Cẩn** qua bài *Lưỡi không xương nhiều đường lắt léo*: "*Đấng Tạo hóa cho con người một thiên cơ xảo gài máy nhơn tâm, ấy là cái lưỡi mềm giữa hàm răng cứng. Tính coi một miếng thịt ngó chẳng bao lăm mà mấy hòn cân nhấc lên cũng không nổi. Ngó trùi trùi không mài mà sắc, biết bao nhiêu mạng cũng chém như không. Coi nhỏ nhỏ tưởng vắn mà dài, dầu mấy dặm đàng phóng đưa cũng thấu. Nằm núp cửa hang chật hẹp, hai hàng cừ đóng tựa thảo lang; ngo ngoe một chỗ tối mù, liếc dao găm độc hơn vuốt hổ. Bởi vậy thiên hạ có ca rằng: Lưỡi không xương nhiều đường lắt léo. Đường tắc đường rì, đường bát đường cạy, đường Nam Bắc Đông Tây, đường thượng hạ tả hữu, thì lưỡi cũng uốn theo được hết, nghĩa là uốn xuôi cũng được, uốn ngược cũng xong, uốn dữ cũng lanh, uốn lành cũng lạ.*

"*Lưỡi không xương nhiều đường lắt léo*
Khen ngạn đời đã khéo ngâm nga,
Gẫm coi quanh khắp sơn hà...
Không chi lắt léo cho qua miệng người.
Khoanh mình giấu ẩn một nơi,
Giết người có thủa, bán trời đòi phen
Dầu chua ngọt, dầu trắng đen,
Ngược xuôi tự tại, chê khen cũng mình.
Nhớ lời Tuân Tử đinh ninh:
Gươm chém dễ lành, lưỡi cắt khó tiêu.
Khuyên người nghe luận mấy điều,
Kíp lo sửa lưỡi, chớ liều uổng oan.
Nhớ câu: bế khẩu thâm tàng,
Mình đà khỏi rối, người vàng được yên"[24].

Chí sĩ cách mạng Phan Bội Châu khi phê bình văn thơ ngài, nhất là bài *Lưỡi không xương nhiều đường lắt léo*, đã kết rằng: "Thật là một lối văn chém sắt chặt đanh vậy!".

Nhưng văn xuôi **tiểu thuyết** thì **Nguyễn Trọng Quản** (1865-1911) là tác giả đầu tiên theo ảnh hưởng Âu Tây với *Truyện Thầy Lazarô Phiền* trong đó ý tưởng đức tin đạo Thiên Chúa cùng những ý niệm sám hối, ăn năn. *Truyện Thầy Lazarô Phiền* cho thấy tác giả chịu nhiều ảnh hưởng của tiểu thuyết Âu Tây, kể cả cách diễn tả tiếng Việt. Nội dung phân tích tâm lý, tả đời sống nội tâm, sự hối hận - một loại tiểu thuyết tâm lý. Kỹ thuật kết cấu và thắt mở câu chuyện lúc đó hãy còn xa lạ với người đọc. Các nhân vật lại chỉ là những người thường mà không phải là những anh hùng liệt nữ. Tác giả tin tưởng và đề cao một số lý tưởng văn hóa đạo đức căn bản của thời đại, tin ở một trật tự và tin ở lương tâm con người. Truyện được mở đầu như sau:

---

tr. 107-129.

[24] Trích từ trang dunglac.info

" Ai xuống Bà-rịa, mà có đi ngang qua đất thánh ở trong Cát tại làng Phước-lễ, thì tôi xin bước vô đất thánh ấy, kiếm cái mồ có cây thánh giá bằng ván, sơn nửa đen nửa trắng, gần một bên nhà thờ những kẻ Tử-đạo mà thăm mồ ấy kẻo tội nghiệp! Vì đã hai năm nay không ai thăm viếng, không ai màng ngó tới.

"Mồ đó là mồ một thầy đã chịu lương tâm mình cắn rứt đã mười năm, bây giờ mới đặng nằm an nơi ấy.

(...) tôi có bịnh tức đã hai năm nay; song tôi tưởng đi cũng vô ích, vì tôi biết tôi không còn sống đặng hơn nửa tháng nữa đâu". Tôi nghe lời ấy, thì tôi nói rằng: "Xin thầy đừng nói làm vậy. Chúa lòng lành vô cùng người thường làm phép lạ hoài, nên thầy đừng có ngã lòng nản chí, ít ngày đây thầy sẽ lành". Thầy tu ấy lắc đầu mà nói rằng: "Thầy ôi! Phải thầy biết tội tôi thì thầy không muốn cho tôi sống làm chi..." Nói chưa dức lời thầy lấy tay che mặt mà khóc ròng. Tôi thấy vậy mới nói cùng thầy rằng: Dầu mà tội thầy nặng thể nào thì Chúa cũng đã tha cho thầy rồi: vì thầy chịu cực cũng đã đủ cho nên xin thầy chớ muốn chết làm chi, vì thầy còn thuộc về những người phải dạy những kẻ chưa biết đạo Chúa; nên thầy phải sống mà đem những kẻ ấy vào đàng ngay." Thầy tu nghe tôi nói như vậy mới cất đầu lên chùi nước mắt mà nhìn tôi...".

Văn bản tiểu thuyết văn xuôi đầu tiên bằng chữ Quốc ngữ này kể một câu chuyện tình tiết tâm lý éo le nhưng lại được đặt trong khung cảnh nhà tu và đất thánh nơi có "nhà thờ những kẻ Tử-đạo tại Bà-rịa là nhà thờ nhỏ cất nơi mồ chôn xương những kẻ chịu đốt tại Bà-rịa. Trong nhà thờ ấy, ở giữa có một cái mồ nơi đầu mồ có một cái bàn thờ, nơi mồ ấy thì có sáu câu như sau:

"Ba trăm bổn đạo xác nằm đây,
Những trông sống lại hưởng phước đầy,
Vì Chúa tù lao dư ba tháng,
Cam lòng chịu đốt chết chỗ nầy.
Lập mồ táng chung vào một huyệt,
Giáo nhơn coi đó nhớ hằng ngày"[25].

Với những nhân vật nhà tu và ngôn ngữ liên hệ do đó có thể đã bị tưởng là chuyện nhà thờ. Tiếng Việt bị gán là tiếng "nhà thờ" đó thực ra là tiếng Việt của thời đó! Chính Phan Khôi, một trí thức không Công giáo khi làm báo (*Thần Chung, Phụ Nữ Tân Văn*, v.v.) và dịch kinh sách Hội thánh Tin Lành ở Sài Gòn, đã hơn một lần quả quyết nhận xét rằng "*Chữ Quốc ngữ hồi đầu chỉ có tín đồ đạo Thiên Chúa dùng mà thôi. Họ lấy nó mà dịch kinh, dịch sách rồi đem dạy trong các nhà trường của họ. Sự đó suốt từ Bắc chí Nam như nhau, không khác. Nghĩa là trong*

[25] Nguyễn Trọng Quản. *Truyện Thầy Lazarô Phiền*. Sài Gòn: J. Linage, 1887, tr. 5, 7.

dân Annam thì người có đạo Thiên Chúa dùng chữ Quốc ngữ trước hết thảy. Mà họ lại dùng theo y một lối; Bắc phải theo sự đúng của Nam, Nam phải theo sự đúng của Bắc, từ đó cho đến bây giờ.... Tôi muốn nói xứ Nam Kỳ là thầy dạy chữ Quốc ngữ cho cả và dân Annam cũng không phải là quá đáng... Mà là thầy thiệt. Hồi đó có hai ông đại sư về quốc ngữ, là ông Trương Vĩnh Ký và ông Paulus Của, tức là Huỳnh Tịnh Trai. Vì mỗi ông có làm ra một bộ tự vị tiếng Annam. Các ông cũng là học trường bên Đạo mà ra, cho nên các ông viết chữ Quốc ngữ y như người bên Đạo, nghĩa là viết đúng"[26]. Vả Phan Khôi cũng đã có lần chứng minh "*Kinh thánh có quan hệ với văn học ngày nay*", và khuyên "*văn quốc ngữ ta cũng nên dùng chữ Kinh thánh vào. Làm như vậy thì tiếng mình được dồi dào thêm, chớ có hại gì đâu...*"[27].

Nay xin xét qua một số tác giả Công giáo thời hiện đại. **Thụy An Hoàng Dân** trong *Một Linh Hồn* (1940) kể chuyện tình yêu rất đẹp nhưng đổ vỡ vì ngang trái gia đình, vì đạo đức thanh giáo (mẹ cô gái sống nghề bị xã hội xem là xấu xa), đưa đến cái chết của cô gái và cuộc sống còn lại của người nam trong hối hận ăn năn phải tìm đến nhà Chúa. Hoàn cảnh khác nhưng cùng chủ đề sám hối như *Truyện Thầy Lazarô Phiền* của Nguyễn Trọng Quản thế kỷ XIX.

Nguyễn Thạch Kiên (12-8-1926 - 13-12-2008) tác giả các tiểu thuyết lý tưởng *Hương Lan* (1947), *Màu Hoa Phượng* (1959, giải truyện dài 1959 của Tinh Việt Văn đoàn), *Diễm* (1966), *Ươm Tình* (1966), *Mái Tóc Huyền* (1970), *Bão* (1972) và tập truyện *Cát Vàng* (1975). Văn ông đi từ không khí lãng mạn tiền chiến đến hiện thực của các thời đại sau, ở trong nước và hải ngoại.

Nguyễn Duy Diễn (20-5-1920 - 6-9-1965) ký bút hiệu Phương Khanh (1953), từng cộng tác với các tạp chí *Sáng Tạo, Luận Đàm, Văn Đàn, Hiện Đại,...* và là tác giả *Những Ngày Đẫm Máu* là cuốn tiểu thuyết đầu tiên về các Thánh Tử đạo Việt Nam, cùng nhiều sách luận đề giáo khoa trung học về văn học. Ông còn làm thơ (tập Mùa Đời chưa xuất bản).

Lm. Petrus **Vũ Đình Trác** (29/3/1927 - 29/9/2003) đã là tác giả của tiểu thuyết lý tưởng *Đời Anh* (1959) và tập thơ *Đắc Đạo Thi Nhân* (1960) trước khi xuất bản những tham luận triết học, văn học và văn hóa.

Phạm Đình Tân (15/1/1913 - 1992) ngoài thơ (*Thơ Phạm Đình Tân*, 1960) và khảo cứu, còn là tác giả truyện *Duy Đức học sinh trinh thám*, tiểu thuyết giáo dục (Văn Đàn, 1966).

---

[26] Phan Khôi. *"Chữ Quốc ngữ ở Nam Kỳ với thế lực của phụ nữ"*. *Phụ Nữ Tân Văn,* số 28, 7-11-1929, tr. 8-10.

[27] Phan Khôi. *"Văn học với Kinh thánh"* Trung Lập, đăng lại *Phụ Nữ Tân Văn,* 74, 16-10-1930, tr. 7.

Lm. Nguyễn Duy Tôn tác giả các tiểu thuyết tôn giáo và tình cảm *Trái Cam Máu* 1959, *Hai Tâm Hồn* 1959, v.v.

Bùi Hoàng Thư tác giả nhiều tiểu thuyết tình cảm, xã hội vào thập niên 1960 ở miền Nam: *Sống Cho Nhau, Ảo Ảnh, Nàng*, v.v. Nhân vật ông trẻ, sống vội.

Trong khi đó, nhà văn **Thảo Trường** (Trần Duy Hinh, 25-12-1938 - 26-8-2010) để các nhân vật của mình dấn thân sống đạo giữa đời, ngay cả trên bãi chiến trường, với những *Thử Lửa* (1962), *Chạy Trốn* (1965), *Người Đàn Bà Mang Thai Trên Kinh Đồng Tháp* (1966), *Vuốt Mắt* (1969), *Th. Trâm* (1969), *Bên Trong* (1969), *Ngọn Đèn* (1970), *Mé Nước* (1971), *Cánh Đồng Đã Mất* (1971), *Bên Đường Rầy Xe Lửa* (1971), *Người Khách Lạ Trên Quê Hương* (1972), *Lá Xanh* (1972), *Cát* (1974) và sau khi ông tái định cư ở Hoa Kỳ năm 1993, đã xuất bản *Tiếng Thì Thầm Trong Bụi Tre Gai* (1995), *Đá Mục* (1998), *Tầm Xa Cũ Bắn Hiệu Quả* (1999), *Mây Trôi* (2002), *Miểng* (2005) và truyện dài *Thềm Đá Xanh Rêu* (2007) - trong các tác phẩm mới này, đời sống tâm linh được chú tâm hơn và một cái nhìn khác về sống đạo ở đất người (Hoa Kỳ).

VĂN HỌC CÔNG GIÁO VIỆT NAM HẢI NGOẠI

Sau năm 1975, văn học Công giáo sống còn và sống mạnh ở **hải ngoại**. **Nguyễn Tầm Thường** (Lm. Giuse Nguyễn Trọng Tước, 1951-) với *Tình thơ thập giá, Mùa hoa trên thánh giá gỗ, Nước mắt và hạnh phúc, Chúa biết con cần Chúa, Đường về thượng trí*, v.v. Trích đoạn về lời tận hiến:

"... Giêsu ơi Giêsu
Trong nắng thu vàng gió
Với đôi bờ vai nhỏ
Với tóc mây sầu thơ
Con xin dâng Chúa đó
Ân tình lễ yêu thương
Con xin chọn khổ giá
Thay nhẫn cưới gối hoa
Con xin chọn khổ giá
Thay chén ngà rượu quý
Con xin chọn khổ giá
Bằng cả mười ngón tay (...)"

("Gởi Chúa Giêsu").

Hay tâm sự với Chúa:

*"... Rừng âm u quán trọ con một mình
Con thắc mắc nhưng không lời đáp trả
Chúa như chết, chết thật trên thập giá
Chiều âm thầm trĩu nặng một niềm thương
Nếu tiếp tục lên đường về thượng trí
Đường thì dài mà lắm quãng hồ nghi
Lắm mưa mùa sa mù nẻo tương lai
Vó ngựa này có cuồng say mãi mãi
Nhưng bỏ thầy đời con biết theo ai
Con hỏi nhỏ nghe lòng hiu quạnh quá
Đường siêu bạo ôi đường về thập giá
Chúa chẳng nhìn chẳng nói chỉ lặng thinh
Trong cô đơn con tự hỏi lòng mình
Tình chỉ đẹp khi âm thầm đau khổ
Giang tay mãi trên gác lầu chuông gỗ
Như thập giá nhện giăng phủ mặt mày
Quán trọ buồn con mỏi mệt chiều nay
Ngựa lững thững chán chường từng bước nhỏ
Thấy trước mặt một đường đời lộng gió
Con u hoài nghi ngại quá Chúa ơi"* ("Chiều Bên Quán Trọ")

Lm. Nguyễn Tầm Thường đến với Tin mừng và chia sẻ qua một số thể loại văn chương, khi viết, ông không hài lòng với những hời hợt, làm dáng, mà đã chứng minh ngòi bút vừa hiện đại vừa sâu lắng tâm linh; nội dung triết lý, tâm linh toát ra qua tổng thể tác phẩm chứ không phải qua những tiểu xảo kỹ thuật, khiến người đọc có cảm tưởng ông muốn đạt đến tình trạng tâm hồn siêu thoát, viết và giảng bằng văn chương và cả bằng cuộc sống niềm tin. Toàn bộ tác phẩm của Lm. Nguyễn Tầm Thường như vậy có thể nói trước hết có tính luận đề, thứ nữa, có đặc tính liên-văn-bản (intertextuality) và với bút pháp và kỹ thuật đặc thù của tác giả, chúng mang thêm tính xuyên-văn-bản (transtextuality) và tính đa-văn-bản (hypertextuality, còn được dịch là đại-văn-bản; mặt khác, có thể xem toàn bộ Tin mừng như một đại-văn-bản, nguồn cho mọi tham chiếu). Ý nghĩa, tư tưởng của một văn bản không hẳn đã đầy đủ hoặc trọn vẹn tự tại mà tồn tại trong mối liên hệ với các văn bản khác, nghĩa là, giữa các văn bản khác nhau của cùng tác giả. Đặc tính liên-văn-bản thấy rõ trong một số đề tài như Cái Chết. Thể loại sử dụng khác nhau, nhưng cái lõi xuyên suốt có thể nhận ra ở Lm. Nguyễn Tầm Thường là đạo, là chân lý, cái phải làm và những cái mà con người thời nay đang gặp gian nan, bị thử thách, phải đối đầu. Tác phẩm của Lm. Nguyễn Tầm Thường đã đáp ứng được nhu cầu tâm linh của con người hôm nay, nhất là ở hải ngoại con người bị vây tỏa bởi tự do choáng ngợp, bởi giải phóng không mục đích, bởi một thế giới không chủ thể và con người là con số không to tướng.

Hà Thúc Sinh (Phạm Vĩnh Xuân, 7-7-1943 -) thì sống với đời qua đời lính và tuổi trẻ nhập cuộc, sau biến cố 30-4-1975, ngoài các thi tuyển *Thơ Viết Giữa Đường* (1988), *Ngàn Lời Thơ - toàn tập* (2017), các tập nhạc, còn là tác giả *Đại Học Máu* (1985) hồi ký tù "cải tạo" nổi tiếng về tính văn chương và nhiều truyện dài ngắn cũng như tuyển tập truyện, kịch và thơ *Tống Biệt Hai Mươi* (1999).

Quyên Di chủ biên tạp chí *Tuổi Hoa* và tác giả nhiều truyện và tiểu thuyết giáo dục, hướng thượng từ trước 1975: *Tuổi Trăng Tròn, Cánh Phượng Rơi, Tuổi Ươm Mơ, Chuông Đêm*,... cho đến thời hải ngoại *Hoa Hồng Nhà Kín* (1995).

Đường Phượng Bay một thời nổi ở ngoài nước với các tiểu thuyết tình cảm xảy ra ở các họ đạo và các nhân vật chính thuộc giới tu hành: *Mây Vẫn Nhớ Ngàn* (1984), *Yêu Màu Áo Đen* 1989, *Qua Cửa Thần Phù* 1989, *Tạm Biệt Rừng Hoa* (1990). *Mây Vẫn Nhớ Ngàn* còn được biết với tựa đề *Vì Tôi Là Linh Mục,* là một chuyện tình đẹp nhưng buồn thảm của Cha Thảo và cô Nga.

Đoạn kết: "... *Thảo bỗng ngước lên tháp ngôi nhà nguyện phía bên phải, cây thập giá gỗ sơn trắng vươn lên bầu trời mờ đục tự nhiên làm chàng lóa cả mắt. Ô hay, sao hôm nay bóng cây thập tự lại hùng vĩ khác thường thế kia! Thảo mở to đôi mắt: Không, vẫn là cây gỗ mọi ngày. Nhưng sao giờ đây như đang phóng ra những luồng điện siêu tần làm rúng động đầu óc chàng thế này? Chàng bỗng thấy rõ ràng tinh thần trở nên sảng khoái tươi tỉnh, như vừa giật mình thức giấc sau một cơn mê loạn đắm chìm. Giác quan chàng tự nhiên thông suốt, như cảm, như thấy, như nghe được tiếng nói dịu dàng của cả sỏi cát, cỏ cây. Chàng hít một hơi dài để làn khí mát nhập đầy buồng phổi khiến toàn thân bỗng thấy nhẹ lâng lâng. Gió sớm mai như bất ngờ tấu lên những nốt nhạc trầm bổng réo rắt gọi mời. Khoảng không gian như đầm ấm lạ lùng, mặc dù mặt trời còn e ấp chưa ló dạng. Đây rồi, bóng đêm phải nhường chỗ cho một ngày mới rạng sáng sắp sửa khởi đầu. Mau tan đi những uẩn khúc tăm tối để đón chào nét diệu kỳ của nguồn hoan lạc từ Trên Cao. Đăm đăm nhìn lên bóng thập tự, Thảo thấy một thoáng như xuất thần. Như một bàn tay vô hình đang nhấc kéo. Như một nụ cười vừa nồng nàn mời đón và cũng như một giọng nói thiết tha khích lệ. Phải rồi, câu giải đáp của vấn đề là đây. Vươn lên đi...*

... Vui lên Nga ạ. Đời mình đâu chỉ là điêu tàn hoang phế và hạnh phúc mình nào mãi tan vỡ hư hao! Chúng mình đã biết tình yêu không thể trung lập, nên Nga và tôi cũng chấp nhận như đã được tiền định sẽ không thể sống bên nhau.

Hôm nay tôi lại ra đi vì tôi vẫn luôn là một linh mục".

Yêu Màu Áo Đen khởi đầu bằng chuyện tình thường của một nam một nữ và kết thúc bằng con đường hiến thân của người nam nay là cha Hoàng và nữ nay là sơ Têrêsa Quế Thanh.

Nguyễn Ngọc Ngạn (4/5/1946 -) tác giả nhiều truyện và tiểu thuyết, riêng truyện dài *Xóm Đạo* (1998) nêu vấn đề tôn giáo ở xã hội Việt Nam, đã trình bày đời sống và các sinh hoạt của những người Công giáo ở một xóm đạo di cư sau 1954 ở miền Nam, vai trò của các chủ chăn, những liên hệ giữa các giáo dân và với người bên lương, tình yêu và ngăn trở giữa những người trẻ không đồng đạo, v.v.

Trần Mộng Tú (19-12-1943 -) đã xuất bản nhiều tuyển thơ như *Thơ Trần Mộng Tú* (1990), *Để Em Làm Gió* (1996), *Ngọn Nến Muộn Màng* (2005), *Thơ Tuyển Trần Mộng Tú* (2009) và truyện-tạp văn *Câu Chuyện Của Lá Phong* (1994), *Cô Rơm và Những Truyện ngắn khác* (1999), *Mưa Sài Gòn Mưa Seattle* (2006),... Bà có thơ *Lễ Vật Đã Hoàn Tất* ghi "Kính Điếu Lm. Andy Trần Cao Tường" chủ biên trang mạng Dũng Lạc, mất ngày 21-11-2010:

"*Chiếc áo choàng xếp lại / chìa khóa trả nhà thờ*
hai tay khoanh trước ngực / thiên thần đang đứng chờ
chàng bước xuống ngưỡng cửa / mắt hướng về nhà Cha
trái tim chàng ngưng đập / hồn chàng nở đóa hoa
Bước chân chàng tu sĩ / thong dong và an nhiên
mỗi bước chân chàng bước / để lại dấu bình yên
từng bước từng bước nhẹ / mặc cỏ hoa xôn xao
vết chân chàng in xuống / không để tiếng động nào
Cha đã gửi chàng đến / Cha gọi chàng trở về
người tu sĩ vâng nhận / sớm muộn có khác gì
mỗi chặng đường chàng qua / đã an bài nhiệm vụ
mỗi câu chàng viết xuống / mang thông điệp thiên thu
Người tu sĩ đứng lên / ngửng cao đầu cất bước
hai bàn tay dâng lên / lễ vật đã hoàn tất"

Trần Thu Miên (Trần Văn Thành) - giáo sư, sáng lập tạp chí *Sứ Điệp*, viết là để cảm (người khác), tìm đồng cảm, đánh động tâm linh, tâm thức, với các tuyển thơ *Mưa Nắng Sân Trường, Câu Kinh Tôi Đọc Giữa Đời Tha Hương*, tập thơ song ngữ Anh-Việt *Hành Trình Linh Hồn Biệt Xứ / Journey of a Soul in Exile* (2015) "phản ảnh hành trình tâm linh của mình trên đường biệt xứ...", và tập truyện-tùy bút *Giã Từ Giọng Hát Em* (2016).

*

Thánh Kinh từ nhiều thế kỷ đã là nguồn mạch văn hóa và văn chương của nhân loại. Các tác giả Việt Nam về mặt này cũng không ra ngoài nguồn mạch vô tận đó. Đức Ki Tô, những sứ điệp, Tin mừng, mầu nhiệm, các nhân vật *Cựu ước, Tân ước*.., đã là những tứ thơ văn và đề tài quen thuộc.

Các thể loại đều được các tác giả Công giáo sử dụng, và đã có những tác phẩm sáng giá, để đời, nhưng ngược lại, đối với một số thì các hình thức văn chương được sử dụng như phương tiện sống đạo và giảng đạo. Các truyện ngắn, tùy bút và thơ của linh mục Nguyễn Tầm Thường, Nguyễn Trung Tây, v.v. là những thể hiện khác của những bài giảng hay suy niệm, tĩnh tâm. Về thể loại, nguồn Đạo tỏ rõ hơn qua thi ca vì kỹ thuật thơ giúp thể hiện, trình biểu.

Các tác giả văn học Công giáo Việt Nam ít nhiều đã đụng đến ý nghĩa cuối cùng của đời người trần thế, và đa số họ nói đến đời sống hôm nay của người Công giáo như là một người Việt Nam, một thành phần của dân tộc. Tư tưởng đạo Thiên Chúa, tư duy đạo, đã thật sự thấm nhuần vào văn hóa và văn học nghệ thuật nước ta. Và đã sinh ra một truyền thống văn học có nền nếp và hiển nhiên trong thực tế lịch sử và đất nước. Nguồn Đạo tỏ rõ hơn qua thi ca. Một hội nhập đức tin và văn hóa cội nguồn Việt Nam phát sinh hoa trái nghệ thuật. Trong *Thi Nhân Việt Nam*, nhà phê bình Hoài Thanh đã công nhận tài năng và vai trò chứng nhân đức tin Công giáo của Hàn Mạc Tử đã nhập thể trong dòng sống chung của một dân tộc. "*Với Hàn Mạc Tử, Chúa gần lắm... Thơ Hàn Mạc Tử ra đời, điều ấy chứng rằng đạo Thiên Chúa ở xứ này đã tạo ra một cái không khí có thể kết tinh lại thành thơ. Tôi tin rằng chỉ những tình cảm có thể diễn ra thơ mới thiệt là những tình cảm đã thấm tận đáy hồn đoàn thể*"[28].

Một đặc điểm của Công giáo: trong khi tam giáo Khổng-Phật-Lão từ khi được đưa vào Việt Nam, kinh sách đã chỉ bằng chữ Hán, một ngăn trở hiểu biết cho tín đồ bình dân. Trong khi đó, người Công giáo, thừa sai ngoại quốc cũng như thầy giảng và tín đồ người Việt, đã bắt đầu trước tác, ghi chép với chữ Nôm (rất ít chữ Hán) và đã rất sớm phiên âm ngôn ngữ Việt ra chữ alphabet cũng như tiếp đó đã chú tâm phiên dịch ra chữ Nôm và chữ Quốc ngữ *Kinh thánh* và các kinh sách khác.

*

Nói chung, các nhà nghiên cứu về văn học Công giáo Việt Nam cũng như chúng tôi qua bài này, đã đồng thuận rằng người Công giáo, tu sĩ cũng như giáo dân, trí thức cũng như các nghệ sĩ thơ văn, đã

[28] Hoài Thanh-Hoài Chân. *Thi Nhân Việt-Nam* (Sài Gòn: Hoa Tiên, 1967), tr. 212.

sống chung thuận hảo với tập thể cộng đồng dân tộc. Hơn thế nữa, trước khi là người Công giáo, họ đã là người Việt, và khi đã chịu các phép bí tích làm người đạo Chúa, họ đồng thời là những con người Việt Nam đúng nghĩa. Sự thực đó thể hiện qua những trang văn thơ và qua các nỗ lực thực thi văn hóa. Người Việt Nam đã theo đạo Chúa trước khi thực dân Pháp đặt chân đến nước Việt, trước khi Hội thừa sai Paris gửi người đến; người Việt đã góp phần "sáng tác" nên thứ chữ Việt alphabet về sau được gọi là chữ Quốc ngữ trước khi guồng máy hành chính đô hộ của người Pháp ra nghị định và chỉ thị sử dụng chữ Quốc ngữ đó. Những ngộ nhận về người Công giáo Việt Nam từ khi thực dân Pháp đặt nền đô hộ miền lục tỉnh Nam Kỳ lan ra bảo hộ Trung và Bắc, do những người chống Pháp (như Văn thân, Cộng sản) hoặc chống người Công giáo ngay trong những thập niên sau này cũng có, mà do cả chính những người Công giáo vì một lẽ gì đó, vì nhu cầu nghiên cứu lịch sử, văn hóa, đặt giả thuyết chẳng hạn, khiến những ngộ nhận đã ngày càng nặng nề dù bên cạnh đã có những hiểu biết chân chính và thật sự. Giáo sư Nguyễn Văn Trung trong tập tài liệu "*Vấn đề Công giáo đặt cho Dân tộc*" (1988) - ngay trong trang đầu, đã hết lòng chứng minh chống lại cái "*thiên kiến hầu như đã trở thành chân lý là người Công giáo Việt Nam liên hệ với thực dân đế quốc và lai căng về văn hóa*", thành kiến mà chính một số người Công giáo (trong đó có giáo sư thời trước 1975) đã nhìn nhận, do đó đã "*nêu lên những khẩu hiệu: Công giáo và Dân tộc, Trở về Dân tộc, Tìm về Dân tộc*" (cùng với những nhóm Đối Diện, Lý Chánh Trung, Nguyễn Ngọc Lan, v.v.). Trong chiều hướng "thời thượng" đó, trong *Chữ Văn Quốc Ngữ Thời Kỳ Đầu Pháp Thuộc* (1974), giáo sư Trung đã đưa ra luận điểm bôi đen thành quả đóng góp với dân tộc, cho rằng việc "sáng lập và sử dụng chữ Quốc ngữ nhằm mục đích cô lập người Công giáo Việt Nam với cộng đồng dân tộc bằng cách xóa bỏ chữ Nho, chữ Nôm,..."[29]. Ông tiếc việc có những người ngoài Công giáo đã trích dẫn những lập luận của ông thời ấy. Ông lặp lại và chứng minh thêm qua hai biên khảo khác là *"Đạo Chúa Ở Việt Nam"* (in ronéo, 1999) và *"Dịch Thuật Và Lý Luận Dịch Thuật"* (2002).

Tóm một chữ, người Công giáo Việt Nam, các giáo dân cũng như các văn nghệ sĩ, đã và luôn sống đạo với tinh thần dân tộc; riêng các vị sau đã sáng tác, làm văn chương và đã thể hiện đức tin một cách chân thành và đa dạng, sâu sắc qua tác phẩm.

---

[29] Nguyễn Văn Trung. *Vấn đề Công giáo đặt cho Dân tộc*... Sđd, trang mở đầu.

NHÌN QUA NHỮNG CHẶNG ĐƯỜNG THI CA CÔNG GIÁO VIỆT NAM

Phạm Đình Khiêm

Chúng tôi rất hân hạnh được trình bày những chặng đường phát triển của thi ca Công giáo Việt Nam từ buổi đầu đến ngày nay. Phạm vi bài lược trình này chỉ cho phép chúng tôi gợi qua những nét nổi bật về mỗi thời kỳ với các thi nhân và các tác phẩm tiêu biểu, thể hiện bằng chữ Hán, chữ Nôm, chữ "Quốc ngữ" và cả Pháp ngữ – vì đã có những thi sĩ Công giáo Việt Nam nổi tiếng cả về thơ Pháp văn.

I. THỜI KỲ GIEO TRỒNG

CÔNG NƯƠNG CATARINA

Có ai ngờ những trang giáo sử đầu tiên của Việt Nam Đàng Ngoài (xứ Bắc) là những trang đẹp như thơ. Hãy nghe chứng từ của chính giáo sĩ Đắc Lộ (Alexandre de Rhodes) tông đồ xứ Bắc.

"Vừa được tin chúng tôi tới phủ chúa (Thăng Long) và đã ra nhà ở, thì rất đông người tuôn đến. Chúng tôi rất khó nhọc mới làm hài lòng tất cả. Người nổi bật nhất và cũng là người thứ nhất trong đám người chịu phép rửa tội và nhận đức tin, chính là bà chị (hay em gái) của chúa (Trịnh Tráng). Bà rất thông chữ Hán lại rất giỏi về thơ, chúng tôi gọi bà là Catarina vì bà giống như Thánh nữ mang danh ấy, về nhiệt tâm cũng như về đạo hạnh, về những đức tính tinh thần, cũng như sự sang trọng về dòng họ. Thế là bà đã nhanh nhẹn thông báo cho cụ thân mẫu ơn Thiên Chúa đã ban cho bà và đưa bà vào đạo Kitô. Thật là một thu phục rất

Nhà nghiên cứu Phạm Đình Khiêm

** Sinh: 1920, quê ở Ninh Bình. Mất: 2013.*
** Tác phẩm: Hành động xã hội của Giáo hội qua các thời đại và ở Việt Nam; Người chứng thứ nhất.*
** Dịch thuật: Mẹ tôi, Tình Cha, Thánh Giuse tuyệt diệu, Đức Giêsu quang lâm giữa dòng thời gian theo các văn bản Tân ước.*

quan trọng của giáo đoàn mới khai sinh này. Vì bà rất tinh thông Hán học và trước đây bà rất sùng đạo tà cho nên các vị sãi gọi bà là thầy, nghĩa là bậc tôn sư, vì khả năng bà có để giáo huấn kẻ khác. Bây giờ bà thay đổi đạo, bà cũng thay đổi chức vụ, bà chuyên chú giáo huấn các bà còn trẻ về phong cách và đạo đức Kitô giáo".[1]

Đến đây chúng ta đi vào một trang thơ thật sự, vì Cha Đắc Lộ kể tiếp:

"Còn con gái bà, công nương Catarina (cùng mang thánh danh như mẹ) rất ham học biết và suy ngẫm các mầu nhiệm của đạo, và vì công nương ấy rất giỏi về thi ca bản xứ, nên đã soạn bằng thơ rất hay tất cả lịch sử giáo lý, từ tạo thiên lập địa cho đến đức Kitô giáng thế, cuộc đời, sự Thương khó, Phục sinh và Lên trời của Người. Lại còn thêm ở cuối tập thơ một đoạn tường thuật việc chúng tôi tới Đàng Ngoài và công cuộc khởi sự rao giảng Phúc Âm. Tác phẩm này rất có ích vì không những giáo dân tân tòng ngâm nga trong nhà, nơi thành thị cũng như chốn thôn quê, mà cả nhiều lương dân, khi ca hát và thích thú với lời ca dịu dàng, thì cũng học biết được những mầu nhiệm và chân lý đức tin"[2]

Thế là khi đức tin vừa gieo vào lòng đất chốn kinh kỳ (1627), thì từ một lá ngọc cành vàng đã nảy sinh thiên trường ca vang dội khắp xứ, nhờ phương tiện phổ biến là những bản in khắc gỗ mà đất Thăng Long rất sở trường. Đất nghìn năm văn vật có khác!

Do những liên lạc thường có giữa hai Giáo đoàn Nam Bắc, thi phẩm độc đáo đó hẳn dễ dàng vượt sông Gianh đến với những anh em đồng đạo Đàng Trong. Một tài liệu ghi sự kiện như sau:

"Năm 1622, bà chị của Chúa Đàng Trong xin chịu phép rửa tội. Bà thường nghe những bản hát đạo và tiểu sử các Thánh do một nữ ca sĩ Đàng Ngoài trình bày"[3].

---

[1] A. De Rhodes, *Histoire du Royaume de Tunquin, Lịch sử Vương Quốc Đàng Ngoài*, - bản Việt ngữ của Hồng Nhuệ, Tủ sách Đại Kết 1994, trang 103-106

[2] A. De Rhodes, Sđd.

[3] Tài liệu Jap-sin 71-462 (chú thích của G.S. tức là Georg Schurhammer). Dẫn theo Võ

Những từ hát và ca trên đây, trong ngôn ngữ của các giáo sĩ, cũng chỉ về thơ và ngâm của người Việt, khiến liên tưởng đến ca vãn của công nương Catarina từ 1627 về sau.

Sự kiện thi phẩm của Catarina không còn truyền bản đến nay là một mất mát to lớn. May thay chúng ta có chứng từ của giáo sĩ Đắc Lộ để thấp thoáng nhìn ngắm ở đó bông hoa đầu mùa của thi ca Công giáo Việt Nam.

GIÁO SĨ MAJORICA

Giáo sĩ Girolamo (Jêrônimô, Hiêrônimô) Majorica, Dòng Tên, người Ý, là một trong những thừa sai đồng hành và nối tiếp công trình truyền giáo của Cha Đắc Lộ. Ông đã đến Đàng Trong trước, học nói và viết tiếng Việt thành thạo ở đó, rồi mới đến Đàng Ngoài vào năm 1632 và làm bề trên giáo đoàn Đàng Ngoài từ 1650 đến năm từ trần 1656. Hai mươi bốn năm truyền giáo của ông ở Đàng Ngoài chẳng những được ghi dấu bằng những thành quả tông đồ lớn lao cho người đương thời, lại còn lưu lại cho hậu thế một kho tàng văn chương Công giáo kỳ diệu, mà cho đến nay hậu thế chưa khai thác và biểu dương cho đúng mức. Một tài liệu đã tổng kết công trình tu thư của Majorica như sau:

"Giáo sĩ đã viết rất nhiều sách vở bằng ngôn ngữ và văn tự của xứ Bắc. Giáo sĩ đã phiên dịch hoặc sáng tác hơn 45 quyển: đó là một kho tàng mà Giáo hội ngày nay gìn giữ và kính trọng. Giáo sĩ có soạn 12 quyển khác bằng văn xuôi hay thơ, ví dụ để ngợi khen Thánh Thể, Đức Bà Maria, các thiên thần, Thánh tổ Inhatiô, Thánh Phanxicô Saviê và các ông Thánh bà Thánh khác. Công việc này làm giáo sĩ rất bận. Luôn cả trên tàu khi đi viếng thăm giáo dân, giáo sĩ không khi nào ngưng công việc."[4]

Tài liệu trên đây xác nhận các tác phẩm của Majorica gồm cả văn xuôi và thơ, vì sáng tác văn vần bằng chữ Nôm là thuận theo xu hướng văn học của thời đại. Tất cả các tác phẩm của ông đều ở tình trạng viết tay, hiện tàng trữ tại Thư viện Quốc gia Paris mà một số đã được chụp hình đem về Việt Nam, và đã có cuốn được nghiên cứu như cuốn Thiên Chúa Thánh Giáo Khải Mông, do Võ Long Tê giới thiệu, chú thích.[5]

THẦY GIẢNG PHANCHICÔ, cựu HÒA THƯỢNG

Sáng tác thi ca bằng chữ Nôm là một lựa chọn đúng đắn nhất của các văn thi sĩ Công giáo từ buổi đầu truyền giáo. Tuy nhiên ở vào

---

Long Tê, *Lịch sử Văn học Công giáo Việt Nam,* Nxb Tư Duy, Sài Gòn 1965, trang 141.

[4] Tài liệu Jap-sin 89-299V. Võ Long Tê, sđd, trang 173-174

[5] Võ Long Tê, Thiên Chúa Thánh Giáo Khải Mông trong tập tài liệu tham khảo: *Về sách báo của tác giả Công giáo thế kỷ XVII-XIX* (*VSBCTGCG)*, Khoa Ngữ Văn, Trường Đại học Tổng hợp Tp. HCM, 1993, trang 25-52.

một thời Hán văn còn được sùng thượng, các nhà sáng tác Công giáo cũng không muốn bỏ qua thứ ngôn ngữ này của giới sĩ phu. Do đó đã nảy sinh một áng thơ kinh Hán – Nôm kỳ diệu làm kinh ngạc các giới Nho học và là niềm tự hào của giáo dân. Chúng tôi muốn nói đến bản Kinh nguyện giỗ cảm Tạ Niệm Từ, quen gọi Phục Dĩ Chí Tôn.

Bản kinh được soạn thảo theo loại sớ tâu với thể tứ lục, mỗi câu thường có nhiều khúc bốn chữ và sáu chữ, có đối mà không có vần, các câu biền ngẫu và các điệp ngữ áp dụng tài tình tạo cho bản văn một âm điệu khi thì hùng tráng thanh cao, khi thì êm dịu lắng sâu.

Văn thể đó lại chứa đựng một nội dung giáo lý phong phú và những lời cầu khẩn thiết tha, khiêm nhường, khiến người lương cũng như người giáo đều cảm động khi nghe vang lên trong các buổi nguyện giỗ.

Áng danh văn coi như thơ này có một lai lịch khá ly kỳ, được ghi rõ trong cuốn Truyện Nước An Nam Đàng Ngoài Chí Đàng Trong, quyển thứ nhất, Nói sự Đàng Ngoài do linh mục Philipphê Bỉnh viết tay tại thủ đô Bồ-đào-nha năm 1822, hiện tàng trữ tại Thư viện Vatican. Tác giả viết nguyên văn:

"... Mà *Kinh Nguyện giỗ (Cảm tạ Niệm Từ)* thì thầy ấy (Thầy Phan-chi-cô) nguyên là hòa thượng tu ở chùa Thành Phao làm, thì đặt ra cung sớ vì rằng PHỤC, DĨ, CHÍ, TÔN, CHÂN, CHÚA, CỬU, TRÙNG".

Linh mục Bỉnh còn nói rõ thêm chi tiết:

"Đến khi người (thầy cả Jêrônimô Majorica ra Kẻ Chợ (Thăng Long) thì cãi lẽ (tranh luận) với mười sư Hòa thượng ở trước mặt nhà Vương (Chúa Trịnh) cùng các quan triều thần văn vũ mà mười thầy Hòa thượng ấy đều thua lẽ người. Cho nên, Sư Hòa thượng thứ nhất cũng là quan văn mà đi tu ở chùa Thành Phao mới xin chịu đạo, thì người rửa tội cho cũng đặt tên Thánh cho là Phanchicô. Từ khi thầy tu ấy chịu phép rửa tội thì chẳng trở về chùa Thành Phao nữa, liền xin ở cùng thầy cả Jêrônimô mà giúp việc người (soạn kinh sách)" (trích trang 28, 29).

Thế là vườn thơ Công giáo Việt Nam có thêm một thi nhân độc đáo, từ Hòa thượng trở thành đệ tử Chúa Kitô:thầy giảng Phan-chi-cô.

THẦY GIẢNG GIOAN THANH MINH

Trong khi giáo sĩ Majorica và thầy giảng Phan-chi-cô cựu Hòa thượng phô diễn Lời Chúa qua thi ca ở miền Bắc, thì ở xứ Nam sứ mệnh ấy cũng được theo đuổi một cách hào hứng do một thầy giảng mang tên Gioan Thanh Minh (1588-1663) – Gioan là tên Thánh bổn mạng ghép với tên quê nội và sinh quán là Thanh Minh, một xã thuộc quận Bình Sơn tỉnh Quãng Ngãi.

Cha mẹ ông là người ngoại. Thân sinh là một quan chức lớn vào bậc thứ nhì trong tỉnh. Ông sớm nổi tiếng là một nhà nho thông thái và một thi sĩ thời danh. Vào năm 1622, lúc ông được 34 tuổi, ông được đọc các sách giáo lý chữ nho do các cha Dòng Tên đem từ Trung hoa vào. Cha Manuel Fernandez truyền giáo ở vùng Hội An – Quảng Nam – Quảng Ngãi, đã dạy đạo và rửa tội cho ông và vợ ông. Sau ông trở thành thầy giảng, và đã đưa nhiều người vào đạo do uy tín, học thức, lời giảng và các tác phẩm của ông. Có một giai đoạn lòng đạo đức của ông suy giảm, ham rượu chè, bỏ xưng tội. Nhưng rồi một giấc mơ về Đức Mẹ và những lời thúc giục của đồng đạo đã làm cho ông hối cải, tìm đến Hội An gặp các giáo sĩ, nhận lại chức thầy giảng, viết sách và hoạt động tông đồ ở đó cho tới khi chết vinh quang vì Đức tin dưới lưỡi gươm của lý hình ngày 11/5/1663.

Đúc kết các nguồn sử liệu truyền giáo, nhà nghiên cứu Võ Long Tê viết:

"Thầy giảng Gioan Thanh Minh viết nhiều thi phẩm chữ Nôm về tiểu sử các danh nhân và các thánh như Constantini le Grand, Barlam Josaphat, Maria Madalêna. Inhaxiô Loyola, Phanxicô Xaviê, Dôminicô, Catarina … Georg Schurhammer kiểm điểm tất cả là 15 tác phẩm.

"Thi phẩm của ông được viết với: "lời thơ hết sức chải chuốt cùng với lòng thành kính lớn lao đến nỗi làm cho các truyện ấy được ưa thích bởi hết mọi người trong xứ. Giới quan lại đương thời đã chú ý và chịu ảnh hưởng các thi phẩm của Gioan Thanh Minh. Chính Chúa Nguyễn Phúc Lan (1635 – 1658) khi nghe ông ngâm thơ cũng phải khen"[6].

LINH MỤC LỮ Y ĐOAN

Đến đây chúng ta gặp một thi sĩ Công giáo Việt Nam, ngay từ buổi đầu truyền giáo, đã muốn phô diễn *Kinh thánh* bằng thơ lục bát với ý hướng hội nhập văn hóa dân tộc. Đó là thi sĩ linh mục Lữ Y Đoan, tác giả bộ Sấm Truyền Ca.

Lữ Y Đoan (1613 – 1678) sinh quán vùng Dinh Trấn Quảng Nam, nguyên là một thầy giảng kỳ cựu và thông thái của Giáo đoàn Đàng Trong, thụ phong linh mục tại Quảng Ngãi năm 1676 khi đã cao niên, và chỉ làm mục vụ được hai năm rồi từ trần (1678).

Ông đã cống hiến trọn thời giờ và thi tài của ông vào việc soạn cuốn *Sấm Truyền Ca* bằng thơ lục bát để phổ biến *Thánh kinh* cho giáo

---

[6] x. Võ Long Tê, *Sđd,* trang 182 có dẫn chứng cả nguồn tham khảo.

hữu. Tác phẩm quý giá đó đã chịu số phận phiêu dạt và mất mát trong đêm tối lịch sử. Mãi 150 năm sau, nó mới tái xuất hiện bên dòng sông nước Cửu Long: Từ Cái Mơn, ông Simong Phan Văn Cận, người đã có công lưu trữ và chuyển dịch tác phẩm này từ chữ Nôm sang chữ Quốc ngữ, đã ghi lại như sau:

"... Sách này của thầy (Lữ Y Đoan) bị nhiều thầy cả Tây dang hồi đó không ưng vì nó lai sách đạo Nho và đạo Phật, nhưng bổn đạo rất ưa và chép lại để đọc. Sau đó cuộc bắt đạo nổi lên, có mấy gia thất chạy vào miền Nam ẩn tránh, cho đến năm 1810, tại Cái Mơn, được biết có sách này, nhưng ít người đọc chữ Nôm. Đến năm 1816 nhiều thầy cả dạy tôi chịu khó viết ra chữ Quốc ngữ, tôi vâng lời làm như vậy. Nhờ chữ Quốc ngữ nên bổn đạo chép theo được và ham đọc lắm, có nhiều người biết chữ nho, lấy làm hay, họ cũng xin chép để dành đọc".

Tại Cái Mơn ngày 8 tháng chạp tây năm 1820, ký tên: Simon Phan Văn Cận.[7]

Từ bản quốc ngữ đầu tiên này, nảy sinh nhiều bản sao khác, như bản của ông Vêrô Trần Hớn Xuyên ở Cái Tắc (đề ngày 17/5/1910); bản của L.m Phaolô Quy có nhuận sắc và ghi số câu *Kinh Thánh*. Hai bản này sau lại làm nảy sinh hai bản khác còn tồn tại đến nay: bản của ông Paulus Tạo (báo *Nam Kỳ địa phận*) và bản của ông Thaddoeus Nguyễn Văn Nhạn (báo Tông Đồ).

Bản của Nguyễn Văn Nhạn hiện có trước mắt chúng tôi gồm 174 trang đánh máy dòng đôi khổ 21 X 27, đã chép trọn quyển I: Tạo đoan kinh (Genesis) và một phần quyển II: Lập Quốc kinh (Exodus) cho đến khi không đọc nổi những trang hư nát nên không chép nữa. Chép xong ngày 20/12/1956, ký tên Thaddoeus Nguyễn Văn Nhạn (báo Tông đồ).

Tạo đoan kinh còn nguyên vẹn 3599 câu. Lập quốc kinh còn 1631 câu. Tổng cộng 5230 câu.

Về sự kiện văn hóa và lịch sử độc đáo này, giáo sư Trần Thái Đỉnh đã nói lên cảm nghĩ sơ khởi của mình như sau – cũng là cảm nghĩ của mỗi người chúng ta.

"Cảm tưởng đầu tiên khi cầm trong tay và đọc tập "Sấm Truyền Ca " là vui mừng và hãnh diện vì mình có một tài liệu quý giá như thế cả về giá trị văn học lẫn về phương diện lịch sử (...)" Đi sâu vào bản văn, người ta không thể không kính phục sâu xa đối với nền học vấn uyên bác (Nho, Phật) và uyên thâm (thâm nho) của tác giả, khiến tác giả đã có thể "ung dung " vận dụng sự hiểu biết của mình để đưa Thánh kinh

---

[7] x. Nguyễn Văn Trung, bài *"Sấm Truyền Ca" của Lữ Y Đoan*, trong *VSBCTGCG*, trang 53.

vào trong văn hóa dân tộc và sử dụng văn hóa dân tộc để trình bày đạo lý của Thánh kinh. Đây là công việc mà ngày càng được Giáo hội mạnh mẽ khuyến khích, sau khi đã có những đổi mới rất táo bạo của Công đồng Vatican II, như việc dùng tiếng nói của mỗi dân tộc thay cho tiếng La tinh làm ngôn ngữ của Phụng Vụ, v.v… nhất là để cử hành thánh lễ và các bí tích" [8].

Vấn đề được đặt ra cấp bách là đến bao giờ di sản văn hóa Công giáo số một trên đây mới trở thành tài sản chung của mọi người dưới dạng ấn phẩm *Sấm Truyền Ca* có hiệu đính và chú thích đầy đủ?[9]

ÔNG RAPHAEL ĐẮC LỘ

Đọc sử truyền giáo Việt Nam, chúng ta nhớ giáo sĩ Đắc Lộ sau khi rời Việt Nam, để lại một người con thiêng liêng mang đích danh của giáo sĩ kết hợp với tên thánh Raphael, là Raphael de Rhodes tức Raphael Đắc Lộ, sau sẽ là một nhà trí thức, một nhân sĩ, một tông đồ giáo dân vị vọng ở đất Thăng Long.

Raphael Đắc Lộ (1611 – 1687) nguyên quán ở Quảng Nam, quen biết giáo sĩ Đắc Lộ lúc 13-14 tuổi, ngay khi người mới tới địa phương này và bắt đầu học tiếng Việt với Cha Pina. Hãy nghe Cha Đắc Lộ kể lại:

"Người giúp tôi đắc lực là một cậu bé người xứ này, trong ba tuần lễ đã dạy tôi các dấu khác nhau và cách đọc hết các tiếng. Cậu bé không hiểu tiếng tôi mà tôi thì chưa biết tiếng cậu, thế nhưng, cậu có trí thông minh hiểu những điều tôi muốn nói. Và thực tế, cũng trong ba tuần lễ, cậu học các chữ của chúng ta (tức của người Châu Âu), học viết và học giúp lễ nữa (bằng tiếng La-tinh), Tôi sửng sốt thấy trí thông minh của cậu bé và trí nhớ chắc chắn của cậu. Từ đó cậu đã làm thầy giảng giúp các cha (…) cậu rất mến thương tôi nên đã muốn lấy tên tôi đặt cho cậu."[10]

Khi Cha Đắc Lộ rời Đàng Trong (1626) để đi truyền giáo Đàng Ngoài, cậu Raphael ở lại với giáo sĩ Leria người Ý, trở thành thầy giảng, để rồi năm 1640 tình nguyện cùng với giáo sĩ này đi truyền giáo tại Lào, qua ngã Xiêm (Thái Lan). Vượt bao nhiêu trở ngại, mãi tới năm 1642, cha Leria, thầy Raphael và mấy thầy giảng Việt Nam khác mới tới được kinh đô Lào, được nhà vua tiếp kiến và cho phép truyền

---

[8] Trần Thái Đỉnh, *Vài cảm tưởng sơ khởi về Sấm Truyền Ca* trong *VSBCTGCG*, tr. 62

[9] **Chú thích của Tủ sách Nước Mặn:** Nhân kỷ niệm 350 năm *Sấm truyền ca* (1670-2020) chúng tôi đã hiệu đính và liên kết với Nxb Hồng Đức để ấn hành tác phẩm này.

[10] Rhodes, Sđd, tr. 58.

giáo. Sau năm năm hoạt động không mấy kết quả, đầu năm 1647 cha Leria và thầy Raphael rời đất Lào bằng đường bộ. Leria về Macao. Raphael ở lại Thăng Long, thôi làm thầy giảng, lập gia đình với bà Pia, dần dần trở thành một thương gia giàu có, một nhân sĩ có thế lực và là một tông đồ giáo dân thượng thặng. Chính ông đã xây ngôi nhà thờ kính Thánh Giuse ngay trong khuôn viên nhà ông tại Thăng Long và ân cần tiếp đón, nâng đỡ các giáo sĩ, thầy giảng và giáo dân như cột trụ của Giáo hội Đàng Ngoài lúc giao thời giữa công cuộc truyền giáo của Dòng Tên với công cuộc của Hội Thừa Sai truyền giáo tại Paris.

Ông còn là nhà trí thức tân tiến, thông thạo các tiếng Hán, Nôm, La tinh, Bồ Đào Nha, Hòa Lan, Lào, Xiêm, ... Và điều liên hệ nhất với chúng ta ở đây là ông đã sáng tác cả văn thơ, cụ thể là Vãn Thánh Giuse và Vãn ông Tôbia.[11]-

Lòng sùng kính Thánh cả Giuse của ông Raphel Đắc Lộ thật xứng đáng với lòng đạo đức của giáo sĩ Đắc Lộ, người Cha thiêng liêng của ông và là tông đồ của Thánh cả Giuse ở Việt Nam.

II. THỜI KỲ BỒI ĐẮP

Sau giai đoạn gieo trồng rất súc tích như trên, đến thời kỳ bồi đắp thì chúng ta sẽ thấy thế kỷ XVIII tuy sáng chói với *"Inê tử đạo vãn"* nhưng xét chung lại không phong phú bằng nửa thế kỷ XVII, phải chờ qua thế kỷ XIX, phong trào thi ca Công giáo mới rầm rộ trở lại.

INÊ TỬ ĐẠO VÃN

Đây là một thiên trường ca với 563 câu thơ nôm lục bát kể chuyện cuộc tử đạo của bà Inê (Agnès) xảy ra năm 1700 do lệnh cấm đạo của Chúa Nguyễn Phúc Chu (1691-1725). Cho đến nay người ta vẫn chưa biết thi phẩm đó do tác giả nào soạn và được khai sinh vào thời gian nào. Chỉ biết rằng tác phẩm đã "sống" mạnh mẽ trong lòng giáo dân Việt Nam và gây tiếng vang rộng rãi về sau. Bằng chứng là đến thế kỷ XIX, đột nhiên nó được dịch ra tiếng Anh, tiếng Pháp và tiếng La-tinh, để cùng với tiếng Việt (quốc ngữ) in song song trong phần phụ lục cuốn Từ điển La tinh – Việt Nam của Đức Cha Taberd (1794-1840) xuất bản tại Bengale (Ấn Độ) năm 1838. Đến lượt mình, nhà truyền giáo Louvet cũng đưa tập thơ này dưới dạng Pháp dịch vào tác phẩm của

[11] Nguyễn Đình Đầu, *"Alexandre De Rhodes và chữ Quốc ngữ"*, trong *Tuyển tập Thần học, 8-1993,* tr. 47-81, có trưng dẫn các nguồn tham khảo. Và Lê Ngọc Bích, *Nhân vật Công giáo Việt Nam, tập 1,* Giáo dân - tu sĩ - linh mục thế kỷ XVII, tr 56-63. Sách này cho biết một tài liệu khác (7) kể tên Việt của ông Raphael là TRỰC mà thiếu xuất xứ thuyết phục. Ta nên thận trọng về tên các nhân vật lịch sử.

mình - La Cochinchine religieuse (Giáo hội Đàng Trong) tập 1, xuất bản ở Paris năm 1885. Đây quả là vinh dự lớn nhất cho một tác phẩm văn chương Việt Nam lần đầu tiên ra mắt với quốc tế.

Bản Việt ngữ còn được tiếp tục in đi in lại nhiều lần, đến năm 1949 là lần thứ 12. Theo Võ Long Tê, người đã có nhiều công phu nghiên cứu về Inê Tử đạo vãn, sở dĩ Đức Cha Taberd đưa thi phẩm này vào cuốn Từ điển của người và còn dụng công dịch hay nhờ người khác dịch ra ba ngôn ngữ khác, "chẳng phải nguyên vì ưu tư mục vụ mà thôi, nhưng nhất là vì tập thơ độc đáo ấy là một tiêu biểu về giá trị của thi ca Việt Nam."[12]

Ước mong rồi đây sẽ có những tìm tòi khảo cứu thêm để làm sáng tỏ nguồn gốc tác phẩm độc đáo này và làm nó sống mãi với các thế hệ mai sau.

LINH MỤC PHILIPHÊ BỈNH

Thế kỷ XIX cũng cống hiến cho chúng ta một kho văn thơ quý giá không kém kho tàng Majorica thế kỷ XVII: Đó là kho tàng của linh mục Philiphê Bỉnh được bảo tồn ở thư viện Vatican.

Philiphê Bỉnh là người Hải Dương, sinh năm 1759, thụ phong linh mục năm 1793, được các giáo sĩ Dòng Tên cử cầm đầu phái đoàn gồm một số linh mục và thầy giảng Việt Nam sang Bồ-đào-nha, để vận động cuộc can thiệp của vua nước này với Tòa thánh trong một cuộc tranh chấp với một gia đình truyền giáo khác. Ra đi năm 1796, sứ mạng không kết quả, Philiphê Bỉnh cùng phần lớn phái đoàn phải lưu vong trên 30 năm tại Lisbonne và hầu hết cũng chết tại đó. Philiphê Bỉnh đã lợi dụng thời gian lưu vong này để trước tác, biên soạn, dịch thuật hoặc sao chép rất nhiều sách vở dành đem về hoặc gửi về Việt Nam.

Một trong những tác phẩm đó đã ra mắt đồng bào và đồng đạo Việt Nam, cuốn Sách sổ sang chép các việc do Viện Đại học Đà Lạt xuất bản năm 1968 với bài giới thiệu trang trọng của linh mục giáo sư và nhà văn Thanh Lãng, qua đó ta biết Philiphê Bỉnh lưu lại 26 tác phẩm viết tay.

Thanh Lãng giới thiệu Philiphê Bỉnh là nhà văn nói và viết tiếng nhân dân, nhà văn Việt Nam thứ nhất viết hồi ký..., nhà ngôn ngữ học Việt Nam đầu tiên, nhà sử học đầu tiên theo phương pháp Âu Tây, nhà họa sĩ vẽ thực trang xã hội Việt Nam mà cũng là người mặc khải xã hội

---

[12] Võ Long Tê, *Contribution à l'étude d'un des premiers poèmes narratifs d'inspiration catholique en langue vietnamienne: I nê Tử đạo vãn ou le martyre d'Agnès*; Bulletin de la Société des Études Indochinoises, Nouvelle serie - Tom XLII - N°. 4 (4e Trimestre 1967) trang 311. Tác giả cũng có bài Việt ngữ về đề tài này.

tây phương, hơn nữa còn là nhà thơ. Thanh Lãng viết: "Ông làm rất nhiều thơ"[13].

Ước mong các nhà văn hóa Việt Nam sớm khai thác toàn bộ kho tàng này để làm giàu thêm cho sử học, văn học và thi ca Việt Nam nói chung, Công giáo nói riêng.

LINH MỤC ĐẶNG ĐỨC TUẤN

Linh mục Đặng Đức Tuấn (1806-1874) là người Quy Hòa, sau gọi Quy Thuận, huyện Mộc Sơn nay là Hoài Nhơn, tỉnh Bình Định, nơi có xứ đạo kỳ cựu và đông đảo bậc nhất miền Trung: địa sở Gia Hựu. Ông thuộc dòng dõi nho phong, dòng dõi Đặng Đức Siêu theo truyền tụng.

Sớm nổi danh Nho học tuy chưa đỗ đạt cao, ông được Đức Giám Mục Cuénot (Thể) giới thiệu đi Pinang (Mã Lai Á) dạy Hán văn cho các chủng sinh. Nơi đây ông học thông các tiếng Anh, Pháp, La-tinh, mở rộng kiến thức nhờ kho sách của Đại chủng viện. Sau ông trở thành chủng sinh thực thụ, học trọn bảy năm triết lý, thần học. Đến chức sáu, được gởi về thuộc quyền Đức Giám mục địa phận và rồi được thụ phong linh mục tại Tòa Giám mục Gò Thị.

Năm 1861 đời Tự Đức, cuộc cấm đạo khốc liệt khiến ông trốn ra Quảng Ngãi, bị bắt ở đó với hai bản điều trần chữ Hán nằm trong khăn gói. Thế là người tù vì Chúa Kitô được triệu về kinh, trình lên vua Tự Đức bản điều trần thứ nhất dâng kế hoạch chống Pháp, và bản thứ hai làm sáng tỏ vấn đề tôn giáo, chưa kể một bản khác trình cho các quan ở bộ Binh cũng về tôn giáo và thời cuộc. Sau đó ông được vua Tự Đức cử tham gia phái đoàn Lâm Duy Hiệp – Phan Thanh Giản vào Gia Định thương thuyết hòa ước với Pháp và Tây Ban Nha.

Hòa ước ký rồi, vua Tự Đức lần lần tháo gỡ cuộc cấm đạo, cha Tuấn trở về tiếp tục nhiệm vụ linh mục cùng với sứ mạng thi ca.

Điều may mắn là toàn bộ thi ca của ông lưu truyền trong dòng họ và dân gian, nay đã được in thành sách dưới nhan đề: Đặng Đức Tuấn, tinh hoa Công giáo ái quốc Việt Nam, với những chú thích và bình luận của hai tác giả: Võ Ngọc Nhã linh mục và Lam Giang giáo sư, xuất bản năm 1970, 570 trang. Các sáng tác của Đặng Đức Tuấn chủ yếu gồm:

- *Việt Nam giáo sử diễn ca* (từ khởi thủy đến cuộc bách hại đời vua Tự Đức).

- *Lâm nạn phục quốc hành* (ghi lại thời kỳ lâm nạn, lai Kinh điều trần và Nam du nghị hòa).

---

[13] x. Philiphê Bỉnh, *sđd,* trang XXV. Bài giới thiệu cho biết ông sinh năm 1759 nhưng không ghi rõ năm tử. Chỉ biết rằng quyển sách chép tay này của ông hoàn tất năm 1822, đủ thấy lúc đó ông đã quá lục tuần.

- *Minh dân vệ đạo khúc* (chỉ đường sáng cho dân và bảo vệ chính đạo. Bài này trả lời cho bài "Hoán mê khúc" của Án Sát Ngụy Khắc Đản coi giáo dân mê lầm cần hoán cải).

- *Văn tế giáo dân tử nạn.*
- *Văn tế các Đẳng linh hồn.*
- *Giải sầu ca* (an ủi giáo dân sau khi phân sáp trở về).
- *Cải quá tự tân luận* ...

Mỗi tác phẩm kể trên đều là một thiên trường ca, như một cuốn sách nhỏ.

Sau cùng xin ghi nhận cuốn sách *Đặng Đức Tuấn, tinh hoa Công giáo ái quốc Việt Nam,* lần đầu tiên đã công bố ba bản điều trần của Đặng Đức Tuấn, nguyên văn chữ Hán với phần phiên âm và dịch Việt ngữ của giáo sư Lam Giang. Một đóng góp quan trọng cho lịch sử tôn giáo, chính trị và thi ca Việt Nam.

THÁNH PHAN VĂN MINH

Cho đến nay, ít ai ngờ Thánh Tử đạo Phan Văn Minh (1815-1853) cũng là một nhà thơ, lại còn sáng lập một "thi xã" gồm nhiều thi nhân ngâm vịnh. Sự thật ấy nay đã được sáng tỏ.

Thánh Minh nguyên quán ở Cái Mơn (Bến Tre) nay thuộc giáo phận Vĩnh Long sớm đi tu, được đào tạo từ chủng viện Lái Thiêu qua chủng viện Pinang. Từ nơi đây, chủng sinh xuất sắc này được Đức cha Taberd, giám mục địa phận Đàng Trong, tạm lánh nạn cấm đạo ở Calcutta (Ấn Độ), gọi đến với người để giúp ấn hành cuốn Từ điển Latinh – Việt Nam của người. Sau đó ông trở lại Pinang, học hết chương trình đại chủng viện rồi về nước, và được phong linh mục.

Chính trong thời gian ở Pinang, chủng sinh Phan Văn Minh đã tỏ rõ thi tài, và đã có chủ trương sáng tác, xướng họa với các bạn yêu thơ. Do đó hình thành tác phẩm *Phi Năng thi tập*, được bổ sung sau khi về nước, mà bằng chứng là ba bài họa còn lại của một thi sĩ bên lương.

Phi Năng thi tập được lưu truyền đến ngày nay, dầu có mất mát phần nào (?) là công trình Sưu tập, bảo tồn của bổn đạo và dòng họ đấng Thánh, đặc biệt phải nói đến thầy Hầu, cựu tu sĩ dòng Chúa Kitô ở Cái Nhum; Thầy Trạch cựu chủng sinh Đại Chủng Viện Sài Gòn; Ông Paulus Nguyễn Cang Thường, cựu chủng sinh Đại Chủng Viện Sài Gòn, ký giả Công giáo, bạn của thầy Trạch và thầy Hầu, và ông Thaddoeus Nguyễn Văn Nhạn, ký giả Công giáo, người được ông Nguyễn Cang Thường ký thác bộ sưu tập riêng *Phi Năng thi tập*.

Bản sao của ông Thaddoeus Nguyễn Văn Nhạn mà chúng tôi may mắn được sử dụng, qua bản phóng ảnh nguyên cỡ do ông Lê-ô Nguyễn Văn Quý thực hiện, là một tài liệu quý giá, một phát giác văn học quan trọng. Trong khi còn tìm tòi thêm cho đủ toàn bộ, văn bản hiện có gồm ba phần, mỗi phần lấy chủ đề làm biệt nhan.

1. *Gia-tô Cơ-đốc:* khởi sự bằng bài xướng của Philiphê Minh theo thể Đường luật thất ngôn bát cú, nối tiếp bằng 48 bài họa nguyên vận của các thi hữu Công giáo và không Công giáo, có ghi tên hoặc khuyết danh, kèm thêm một bài xướng thứ hai của Phan Văn Minh với ba bài họa. Tất cả hướng về cuộc đời và giáo huấn của Chúa Kitô.

2. *Vịnh Evang:* Gồm 50 bài vịnh về các sự kiện hay tích truyện trong Phúc âm, cũng mở đầu bằng sáng tác của Phan Văn Minh, tiếp đến bài của các thi hữu (không họa nguyên vận).

3. *Nước Trời ca:* Gồm 28 bài của Thánh Minh diễn tả bằng thơ lục bát những hình ảnh và ý nghĩa Nước Trời theo *Tân ước* và *Cựu ước*.

Di cảo của Thánh Phan Văn Minh nay được soạn thành một tác phẩm hoàn chỉnh với những hiệu đính và chú thích cần thiết, thêm phần nghiên cứu tiểu sử tác giả, do Võ Long Tê và Phạm Đình Khiêm đồng thực hiện và hằng nóng lòng chờ ra mắt độc giả.

LINH MỤC TRẦN LỤC

Cụ Trần Lục (1825-1899) nguyên quán ở Mỹ Quan, huyện Nga Sơn (Thanh Hóa), được đặt tên là Phê rô Trần Văn Hữu, sau giáo hữu quen gọi cụ Sáu (vì mang chức Sáu lâu năm), rồi triều đình gọi là Trần Lục trong các văn bản, từ đó trở thành thông dụng. Cụ nổi danh vì đã thực hiện một quần thể kiến trúc vừa lớn lao ở trọng điểm, Nhà thờ lớn Phát Diệm, vừa trãi rộng trong không gian với năm đền thờ nhỏ bao quanh,mà một toàn bằng đá, vừa kiên cố, vừa mỹ thuật do bố trí và chạm trổ rất tinh vi -một công trình duy nhất. Tất cả được hình thành theo các nguyên lý và nghệ thuật Á Đông, làm vinh dự cho ngành kiến trúc, điêu khắc và trang trí truyền thống. Cùng với tòa phương đình nguy nga và hồ nước mênh mông ở phía trước, lại có núi Can-vê, hang đá Bê-lem và núi Cây Dầu ở phía sau, Cụ đã tạo cho Phát Diệm một cảnh quan độc đáo ở Việt Nam và nổi danh thế giới.

Song song với "sự nghiệp bằng đá", Cụ Sáu còn lưu lại một sự nghiệp thi ca quý giá, nhằm bồi đắp gia phong lễ giáo, chấn hưng đời sống xã hội. Ba tác phẩm bằng thơ lục bát sau đây của Cụ đã đi sâu vào lòng dân chúng và tồn tại mãi mãi:

1. *Hiếu tự ca*, 1088 câu.

2. *Nữ tắc thường lễ*, 1016 câu.
3. *Nịch ái vong ân*, 440 câu.

ÔNG NGUYỄN TRƯỜNG TỘ

Ông Nguyễn Trường Tộ (1830-1871) nguyên quán tại làng Bùi Chu, nay thuộc xã Hưng Trung, huyện Hưng Nguyên, Nghệ An, là bậc chí sĩ và bác học, nổi danh vì những tập điều trần dâng vua Tự Đức, đưa ra những kế hoạch cứu nguy và xây dựng đất nước. Ông cũng là kiến trúc sư tiên khởi của ngành kiến trúc mới ở Việt Nam. Con người say mê khoa học kỹ thuật ấy có liên hệ gì với thi ca chăng?

Một học giả nổi tiếng, ông Từ Ngọc Nguyễn Lân, tác giả cuốn sách đầu tiên viết về Nguyễn Trường Tộ đã trả lời cho công luận như sau:

"Con người trọng thực dụng ấy lại là người có một tấm lòng đầy tình cảm và một trí tưởng tượng mạnh mẽ. Tình cảm ấy, tưởng tượng ấy thêm vào nền giáo dục thần bí của đạo Gia-tô đã tạo nên cho ông một tâm hồn thi sĩ tuyệt vời.

Những lúc cảm hứng xúc động, tư tưởng dồi dào, ông phải thốt ra những lời thơ hoặc khẳng khái hoặc thiết tha.Tiếc rằng ông chỉ viết toàn thơ chữ Hán, nhưng không vì thế mà ta có thể để ông ra ngoài làng thơ Việt Nam được."[14]

Thực ra thơ của Nguyễn tiên sinh không nhiều, nhưng đủ nói lên tấm lòng của ông đối với đất nước, ưu tư của ông trước thời cuộc. Trên báo Nam Phong (số 102), ông Lê Thước, trong bài "tiểu sử Nguyễn Trường Tộ tiên sinh" đã dịch thuật mười một bài thơ chữ Hán của ông, hầu hết là thơ Đường luật thất ngôn bát cú[15]. Ông Nguyễn Lân cũng dịch bốn trong số các bài thơ đó, với lời kết luận: "Mấy bài trích dịch trên này cũng đủ tỏ cái thi tứ phóng đại của ông và nhất là tấm lòng thiết tha của ông đối với đất nước non sông. Chỉ một cái nhiệt tâm đối với tiền đồ tổ quốc, biểu lộ trong lời thơ của ông cũng đủ để ông có địa vị xứng đáng trong thi đàn nước nhà vậy."[16]

Cũng nên ghi chú: Thơ của Nguyễn tiên sinh không trực tiếp hướng về tôn giáo, nhưng vì ông là người có đức tin mạnh mẽ thì đương nhiên đức tin đó soi dẫn mọi hành vi ngôn ngữ của ông, nhất là thi ca, vì thi ca là tiếng nói của con tim.

---

[14] Từ Ngọc Nguyễn Lân, *Nguyễn Trường Tộ,* Mai Lĩnh xuất bản, 1941, tr. 136

[15] x. Trương Bá Cần, *Nguyễn Trường Tộ, con người và di thảo,* Nhà xuất bản Tp. HCM 1980. Phụ lục 2 (bài của Lê Thước) trang 432-434.

[16] Từ Ngọc Nguyễn Lân, Sđd, tr. 145.

ÔNG TRƯƠNG VĨNH KÝ

Ông Trương Vĩnh Ký (1837-1898) nguyên quán ở Cái Mơn, được đào tạo từ chủng viện Pinhalu (Campuchia) đến đại chủng viện Pinang để làm linh mục, nhưng hoàn cảnh lịch sử đất nước và sự quan phòng của Thiên Chúa đã đưa ông vào sứ mạng văn hóa. Cuộc hành trình đến Pháp với trong phái đoàn Phan Thanh Giản và, tiếp đó, các cuộc du khảo của ông gần khắp Châu Âu, đã là cơ hội cho ông tiếp thụ tối đa học thuật và văn hóa Tây Phương, để rồi trở thành nhà bác học, văn học, ngữ học, sử học và là nhà trước tác hàng đầu của Việt Nam cận đại.

Đối với thi ca ông là người có công đầu trong buổi giao thời. Ông là người đầu tiên xuất bản quyển *Kim Vân Kiều* của Nguyễn Du bằng chữ Quốc ngữ (1875) với lời nói đầu bằng tiếng Pháp để bắt đầu tạo uy tín quốc tế cho thi phẩm số một này của Việt Nam.Tiếp đó ông xuất bản *Đại Nam quốc sử kỷ diễn ca; Gia-huấn-ca; Nữ tắc; Thơ dạy làm dâu; Bài hịch con quạ; Thạnh suy bĩ thới phú; Hàn nho phong vị phú; Huấn mông ca; Lục súc tranh công; Tam Tự Kinh Quốc Ngữ diễn ca, Phan Trần truyện*; nhất là *Lục Vân Tiên* truyện của Nguyễn Đình Chiểu và *Minh Tâm Bửu Giám* dịch ra quốc ngữ văn xuôi và văn vần.

Trong danh sách các bản thảo chưa in của Trương Vĩnh Ký, có chỗ ghi nhận nơi mục 2, liệt kê bằng tiếng Pháp, dịch nghĩa như sau: "Sưu tập các bài thơ đủ loại mà mỗi bài đều có bình luận và ở đầu có bản tóm lược chủ đề: 85 bài.[17]

Thực sự các tác phẩm lớn nhỏ đã in, chưa in, hay đang viết dở của Trương Vĩnh Ký vượt xa con số 100 đơn vị, mà vẫn còn chờ những nhà nghiên cứu đưa ra một công trình giới thiệu tổng hợp xứng tầm cỡ, từ đó mới dẫn đến một đánh giá đúng mức về tấm lòng và công khó của ông đối với thi ca Việt Nam.

III. THỜI KỲ NỞ HOA

Thế kỷ XX đưa thi ca Công giáo rầm rộ đi vào thời kỳ nở hoa, mặc dù chưa phải là trăm hoa đua nở. Đồng cảm với người đồng thời, các nhà thơ Công giáo cũng hăng say với thơ mới, mặc dầu vẫn còn nhiều lưu luyến với thơ truyền thống. (Vì các tác giả thời kỳ này đã quen thuộc nhiều với độc giả, vậy nên ở đây xin được trình bày cô đọng hơn).

ÔNG NGUYỄN HỮU BÀI

Ông Nguyễn Hữu Bài, tự Phước Môn (1863-1935) từ nhỏ được đào tạo để làm linh mục (cựu chủng sinh Pinang), nhưng rồi hoàn cảnh và Ý Trên đưa ông đến các chức vụ lãnh đạo cao nhất một thời. Dầu vậy, ông không xao lãng thi ca, trái lại thường hay sáng tác, ngâm vịnh.

---

[17] x. Nguyễn Văn Trung, *Trương Vĩnh Ký, nhà văn hóa,* NXb. Hội Nhà Văn 1993, tr. 70

Thi ca của ông được một người ái mộ là ông Nguyễn Thúc, nguyên án sát tỉnh Nghệ An, một nho sĩ đất Thần Kinh, sưu tập, chú thích và xuất bản dưới nhan đề *Thơ Nôm Phước Môn* (1959). Tập này gồm 69 bài Đường luật. Mới đây (1997) sách được tái bản ở Paris với phần bổ sung 32 bài không có trong tập trước, và do ông Thái Văn Kiếm đề tựa.

LINH MỤC NGUYỄN VĂN THÍCH

Linh mục Giuse Maria Nguyễn Văn Thích (1891-1979), tự Sảng Đình, với bút danh gồm các chữ tắt J.M.T. hay J.M. Thích, là một nhân vật kỳ diệu của Giáo hội Việt Nam, kỳ diệu về ơn tòng giáo, ơn làm linh mục và ơn tông đồ trong nhiều lĩnh vực, nhất là văn chương, báo chí, thi ca.

Sự nghiệp thi ca của Cha Thích rất phong phú nhưng chỉ mới được sơ tuyển trong Sảng Đình thi tập với lời tựa của cụ Phước môn Nguyễn Hữu Bài, do nguyệt san Vì Chúa ấn hành (Huế tháng 7-8/1943).

Thi tập này gồm cả thơ sáng tác Việt ngữ và Pháp ngữ cùng với thơ dịch từ Pháp văn và Hán văn, tổng cộng 151 bài. Để đáp ứng lòng mong mỏi và ngưỡng mộ của số đông độc giả, một thừa kế của gia đình Cha Thích tại Hoa Kỳ đã có ý định tái bản thi tập này với phần bổ sung một số bài thơ của Sảng Đình mà nhà thơ Võ Long Tê đã sưu tầm từ sau năm 1943.

Sảng Đình còn là dịch giả *Tuồng Phổ Liệt* (Polyeucte) một trong những vở kịch hùng tráng của kịch tác gia danh tiếng Pháp Pierre Corneille. Nguyên tác bằng thơ Pháp ngữ được dịch giả chuyển thành thơ Việt nhưng có thêm những câu "nói lối" khiến cho vở kịch càng thêm linh động và có đặc tính "hội nhập văn hóa" Việt Nam.

HÀN MẠC TỬ

Đã có một cậu bé 13 tuổi làm kinh ngạc một giáo sĩ uyên bác là Cha Đắc Lộ về những khả năng trí thức kì diệu của cậu,[18] thì lại có một chàng trai 19 tuổi gây thán phục cho nhà thơ lão thành Phan Bội Châu ngay ở chỗ sở trường nhất của Cụ, khi Cụ nhận được ba bài thơ Đường luật ký bút hiệu Phong Trần[19] mà cụ đã họa vận ngay[20] lại còn tuyên bố: "Từ về nước đến nay, được xem nhiều thơ văn quốc âm, song chưa được bài nào hay đến thế. Hồng nam nhạn bắc, ước ao có ngày gặp gỡ, tay bắt cười to một tiếng cho thỏa hồn thơ".[21]

---

[18] x. về Raphael Đắc Lộ đã nói ở trên.

[19] x. *Thơ gửi cho Mộng du thi xã,* Thực nghiệp Dân báo, 11-10-1931.

[20] x. Ba bài họa của cụ Phan Sào Nam, *Công luận văn chương*, 9-3-1935 (Hàn Mạc Tử cho đăng lại). Tài liệu này và tài liệu kể trên có in phóng ảnh trong Nguyễn Bá Tín, *Hàn Mạc Tử anh tôi,* Nxb Tin, Paris.

[21] x. Chế Lan Viên, *Tuyển tập Hàn Mạc Tử,* Nxb Văn học, Hà Nội, 1987, tr. 18

Nhà thơ trẻ đó chính là Hàn Mạc Tử (1912-1940), tên thật là Phêrô Phanxicô Nguyễn Trọng Trí. Một nhà thơ trải nhiều đau khổ về tình cảm và nhất là cơn bệnh phong, nhưng vẫn giữ được nét thanh cao tâm hồn và cả sự trong sạch thể lý.

Các tác phẩm của Hàn Mạc Tử gồm:

■ *Gái quê*

■ *Đau thương* (còn có tên là *Thơ Điên*)

■ *Xuân như ý*

■ *Thượng thanh khí*

■ *Cẩm châu duyên*, gồm một số bài thơ lẻ và hai vở kịch -Duyên kỳ ngộ và *Quần tiên hội* (đang viết dở)

Sáng tác cuối cùng của ông là một bài văn Pháp ngập tràn hứng thơ, nhan đề *"La Pureté de l'âme" (Hồn thanh khiết)*. Ông làm bài này trên giường bệnh có ý tặng các nữ tu săn sóc ông tại nhà thương phong Quy Hòa, rồi chính các nữ tu tìm thấy nó trong túi áo của ông khi tẩm liệm. Một bài văn kì diệu tặng các nữ tu mà phản ánh chính linh hồn Hàn Mạc Tử lúc về cùng Thiên Chúa[22].

PHẠM ĐÌNH TÂN

Ông Phạm Đình Tân (1913-1992), ra mắt làng thơ với bài " Đá Vọng phu" đăng trên tuần báo Phong Hóa của Tự Lực Văn Đoàn (Hà Nội), khoảng năm 1933. Hồi ấy ông sống ở Hải Phòng, quen thân nhà thơ trứ danh Thế Lữ, và được Thế Lữ đề tựa cho tập thơ đầu của ông nhan đề: *Tiếng Thầm*. Tuy nhiên phải chờ khá lâu về sau *Tiếng Thầm* mới ra mắt độc giả (Hà Nội 1952), và khi tái bản (Sài Gòn 1960) lại kèm thêm tập thứ hai nhan đề *Lời Thiêng*. Chính tập sau này mới thiên về các đề tài tôn giáo nhiều hơn. Sau đó không thấy ông cho ra đời tập thơ nào khác, có lẽ vì quá bận với công việc sách báo, (tuần báo Văn Đàn do ông làm chủ nhiệm) và các hoạt động văn hóa khác (như Tinh Việt Văn Đoàn do ông chủ trương)...

XUÂN LY BĂNG

Xuân Ly Băng là bút hiệu của Đức Ông Gioan Baotixita Lê Xuân Hoa, Giám chức danh dự của Đức Thánh Cha, linh mục Tổng đại diện giáo phận Phan Thiết (sinh năm 1926).

Cùng với ơn gọi linh mục, "ơn gọi thi nhân" (vocation poétique) đến rất sớm với ông -12 tuổi- rồi từ trên ghế chủng viện, ông đã cho đăng thơ của mình trên báo chí Công giáo, và cho xuất bản hai tập thơ đầu tay: *Thơ kinh* (1956) và *Hương kinh* (1958).

---

[22] Đón đọc Phạm Đình Khiêm, *L'âme de Hàn Mạc Tử*, Préface par Võ Long Tê, sẽ xuất bản tại Canada.

Từ đó tác phẩm nối tiếp tác phẩm, dòng thơ Xuân Ly Băng tuôn tràn không bao giờ cạn. Theo hướng sáng tác của ông, ta có thể lược kể:

Hướng Thánh Kinh: *Hiến chương Nước Trời; Phép lạ Phúc Âm; Mục lục Phúc âm; Huấn lệnh truyền giáo; Diễn từ chống biệt phái; Diễn từ cánh chung;* và nhất là *Bài ca Thương Khó*. Đây là một thiên trường ca coi như cao điểm sáng tác của Xuân Ly Băng vươn lên cao điểm ơn cứu chuộc của Đức Kitô (1080 câu thơ).

Hướng tâm linh: *Thơ kinh; Hương kinh; Trầm tư; Nỗi niềm; Thơ từ chuỗi ngọc; Tình cõi mưa trăng; Một vùng châu lệ; Khúc hát ân tình; Dứt lời cầu nguyện; Sẽ nên thế nào…*

Hướng vào đời: *Quê hương và tình đạo; Xin những mảng chiều; Vang vọng từ xa; Gió hoàng hôn; Hoa vùng sa mạc…*

Hướng lịch sử: *Sáu bài sử thi…*

Hướng giáo dục: *Giáo lý diễn ca; Tươi dòng sữa Mẹ…*

Một nửa thế kỷ liên tục sáng tác, chia sẻ hồn thơ với một cộng đồng rộng rãi…Hai mươi bốn tác phẩm với cả ngàn bài thơ rút từ những diệu hứng của nền đạo hoặc xuất phát từ những rung động thẳm sâu của con tim: Đó là Xuân Ly Băng.

VÕ LONG TÊ

Ông Võ Long Tê, bút hiệu Phương Tùng, sinh năm 1927, được ơn gặp gỡ Đức Kitô giữa 25 xuân xanh, từ đó trở nên môn độ của Ngài và chứng nhân cho tình thương Thiên Chúa, đặc biệt trong lĩnh vực văn chương, thi ca. Ông có khả năng nghiên cứu và sáng tác rất phong phú về cả bốn ngôn ngữ: Việt, Pháp, Hán, Nôm. Đến nay ông đã cho phổ biến trên năm chục công trình, chưa kể gần hai chục công trình khác còn chờ ra mắt độc giả. Riêng về thi ca xin lược kể:

Thơ Việt: *Đại phá quân Thanh* (kịch thơ, 1953); *Khói tình* (bi kịch thơ, Lê Thương phổ nhạc, 1968).

Thơ Việt và Pháp: *Ánh sáng trong đêm* (*Lumière dans la nuit*, 1966); *Tiệc cưới* (*Festin de noces,* 1966)

Thơ Pháp: *Chant d'amour* (1962); *Symphonie orientale* (1974); *Version à l'unité; L'Univers sans barreaux* (1992)

Thơ Pháp chuyển thơ Việt: *Tendresses* (*Muôn vàn ái ân,* dịch thơ Jean Marie Dancourt, 1966).

Thơ Việt chuyển thơ Pháp: *Hàn Mạc Tử, Duyên Kỳ Ngộ* (*Heureuse rencontre des amoureux,* Calgary 1992).

Nghiên cứu thi ca: *Những thể thơ Việt Nam; Quan điểm lịch sử và thẩm mỹ về thơ lục bát; Contribution à l'étude d'un des premiers poèmes narratifs d'inspiration catholique en langue vietnamienne romanisée: Inê Tử đạo văn* - có bản tiếng Việt. *Présence du Poète Nguyễn Đình Chiểu; Versions anciennes et modernes d'une légende étiologique vietnamienne.: La Montagne de L'Attente; Rimbaud et Vũ Hoàng Chương; Paul Claudel, le Vietnam et la Spiritualité thérésienne*...

Và bảy công trình về Hàn Mạc Tử, chưa kể bộ Tổng Tập Thơ Văn Hàn Mạc Tử, nghiên cứu và chú thích sẽ xuất bản.

Như vậy Võ Long Tê chẳng những làm thơ, nghiên cứu thơ, lại còn cố gắng giới thiệu thi ca Việt Nam với quốc tế và du nhập tinh hoa thi ca quốc tế vào Việt Nam. Ông quả là "sứ giả" của thi ca Việt Nam với quốc tế vậy.

LÊ ĐÌNH BẢNG

Sinh năm 1942, Lê Đình Bảng lúc 12 tuổi đã làm một bài thơ lục bát dài 128 câu. Lớn lên vẫn tiếp tục nuôi dưỡng hồn thơ, sáng tác và phổ biến thơ qua báo chí, phát thanh nhưng mãi đến năm 1967 mới có tập thơ đầu tiên chào đời, nhan đề *Bước chân người Giao Chỉ,* tưởng nhớ những người Việt ra đi mở nước. Lại phải chờ đến năm 1994, khách yêu thơ mới được đọc tập thứ hai, nhan đề *Hành hương,* rồi đến *Lời tự tình của bến trần gian* và *Quỳ trước đền vàng*. Ba tập này Hướng về tôn giáo, nối tiếp tập đầu về truyền kỳ sử ca, đủ nêu bật sự đóng góp của Lê Đình Bảng cho thi ca dân tộc và tôn giáo, với sự hưởng ứng của khách yêu thơ như được tỏ rõ qua "Đêm thơ Đình Bảng" tại Tòa Tổng Giám mục Huế (tháng 5-2000) và liên tiếp hai "Đêm thơ Đình Bảng" tại hội trường giáo xứ Đa Minh, Tp. Hồ Chí Minh, (tháng 8-2000)...

HAI NHÀ THƠ NỔI TIẾNG TỪ THỜI TIỀN CHIẾN ĐI VÀO THƠ TÔN GIÁO:

Đến đây chúng tôi xin được đề cập đến hai nhà thơ nổi danh từ thời tiền chiến, phút chót đi vào thơ Công giáo.

HỒ DZẾNH

Ông là một giáo hữu tân tòng mang thánh danh Paul Thérèse (1916-1981). Từ khi lãnh Bí tích Thánh tẩy tại Nhà thờ lớn Hà Nội ngày 23-3-1941, ông chưa bao giờ nghĩ đến thơ tôn giáo. Đột nhiên năm 1944 ông cho đăng trên tờ bán nguyệt san *"Thanh Niên"* (Nam Định), số 179 ngày 1-4-1944, bài *"Thể chất"* mà cùng với thời gian, nó đã được đánh giá như một kiệt tác về thơ tôn giáo. Đến Giáng sinh năm đó và Tết, ông xuất bản luôn tập *Tác Phẩm Đầu Xuân* tràn ngập văn thơ tôn giáo, mà đến sáu bài là của ông dưới nhiều bút hiệu khác nhau, nhất là bài *"Lời nói đầu"*, bài *"Ý nghĩa đêm Noel: Jésus Christ"*, bài *"Thơ và Chúa"*, bài *"Hiu quạnh"* (thơ) v.v...[23] Chiều hướng tổng quát của tập văn đã khiến nhà nghiên cứu Võ Long Tê, trên nhật báo Xây Dựng trước 1975, coi *Tác Phẩm Đầu Xuân* như một "Tuyên ngôn Văn chương Công giáo Việt Nam".

BÀNG BÁ LÂN

Trước đây tuy là người lương, Bàng Bá Lân (1912-1988) đã hoàn toàn thành công với bài thơ tôn giáo đầu tiên nhan đề *"Đêm Giáng sinh"*, đăng trên tuần báo *Văn Đàn*, số đặc biệt Giáng sinh năm 1960. Để viết bài đó, ông đã đọc trọn cuốn Jésus en son temps (Đức Giêsu trong lịch sử) của văn hào Daniel Rops. Ông đã rung động và những rung cảm của ông đã thành thơ, do đó mà bài thơ có sức truyền cảm mạnh mẽ.

Bàng Bá Lân còn là tác giả bài thơ *"Cầu nguyện Đức Mẹ"*, dịch giả bài thơ *"Ma paix et ma joie"* của Thánh nữ Thérèse de l'Enfant Jésus.

Ông còn sáng tác bài *"Têrêsa, tôi rất cám ơn người"* và cuối cùng là bài *"Cảm hóa"*, bộc lộ ý hướng của mình với Thiên Chúa tình thương. Ông đã lãnh bí tích Thanh tẩy trên giường bệnh tại gia đình ngày 11 tháng 2 năm 1988 và về cùng Thiên Chúa hằng sống ngày 20 tháng 8 năm 1988.

CÁC TÁC GIẢ KHÁC

Đưa *Kinh thánh* vào thơ Việt vẫn là mối thao thức lớn nhất của người làm thơ. Sau những nỗ lực của các tác giả Tống Viết Toại (*Phúc âm diễn ca*, 1956), Mai Lâm (*Thánh vịnh toàn tập*, 1958), Long Giang Tử (cũng *Phúc âm diễn ca*, 1975), nay cùng một thời điểm, bốn linh mục cao niên cùng đóng góp những thi phẩm *Kinh thánh* mà các ngài đã nghiền ngẫm cả một đời:

- Linh mục An Sơn Vị với các tác phẩm: *Ngũ kinh, Thánh vịnh Thánh ca, Tân ước* (1993- 1998)
- Linh mục Nguyễn Xuân Văn (Tuy Hòa, Phú Yên) với cuốn *Sứ Điệp Tình Thương* diễn tả cuộc đời Chúa Cứu Thế qua bốn sách Tin mừng (Nxb. Thuận Hóa, 1998) gồm 9768 câu thơ lục bát, xứng đáng với chiều kích bốn Phúc âm tổng hợp.
- Linh mục Giuse Đinh Cao Thuấn, với các tác phẩm *Trường Ca Cứu Độ – Ca Vang Lời Chúa, Đường Về Đất Hứa* (1998-1999).

---

[23] *Tác phẩm đầu xuân* với sự cộng tác của Thanh Hải, Lưu Thị Hạnh, Lê Minh Thu, Phạm Đình Khiêm, Nguyễn Duy Diễn, Phạm Văn Lựu, Đoàn Văn Cừ, Bùi Hiển, Hồ Dzếnh, Nhà in Á Châu (10-12-1944), 56 trang, khổ 15x21.

• Linh mục JB. Cao Vĩnh Phan, với *Trường Ca Dân Chúa*, lài liệu giáo lý Thánh kinh bằng thơ lục bát viết theo *Histoire Sainte des Petits Enfants* của văn hào Daniel Rops.

Ở thế hệ kế tiếp, Trăng Thập Tự, tức linh mục Võ Tá Khánh, hăng hái tiến lên với ba tác phẩm đầu: *Trường Ca Anrê Phú Yên* (1994) với 924 câu thơ làm sống lại vị tử đạo tiên khởi Việt Nam vừa được phong chân phước; *Chùm thơ vinh quy tặng Chị* (1997) chào mừng ngày tuyên phong Tiến sĩ Hội thánh cho vị thánh trẻ Têrêxa Hài Đồng Giê Su; và Thơ Thánh Gioan Thánh Giá lần đầu tiên dịch Việt ngữ (1998). Trăng Thập Tự còn cho in cuốn *Góp nhặt thơ Công giáo Việt Nam* (Nxb. Thuận Hóa 1999) trình bày một số bài thơ lẻ tẻ của các tác giả đăng trên báo chí...

Tiếp theo xin kể một nhà thơ đồng bệnh với Hàn Mạc Tử và muốn nối chí Hàn Mạc Tử: Nhà thơ Đơn Phương, tác giả *Vườn Xuân Thánh*, kịch thơ sáu hồi về khởi nguyên vũ trụ, và *Quần Tiên Hội* (Nxb. Văn Nghệ Tp. HCM., 1991), kịch thơ năm hồi mà ba hồi là bổ sung phần còn thiếu trong tác phẩm *Quần Tiên Hội* viết dở dang của Hàn Mạc Tử.

MÓN NỢ QUÁ KHỨ: VÃN, TUỒNG CỦA CÁC TÁC GIẢ VÔ DANH

Đến đây chúng ta còn phải gợi lại món nợ lớn đối với tiền nhân: cả một kho vãn và tuồng đạo do các tác giả vô danh để lại mà ta không biết đặt vào thời kỳ nào. Vãn và vè thuộc loại thơ, tuồng thì kết hợp cả văn xuôi và thơ. Từ hai cuốn *Đại Nam Việt Quốc Triều Sử Ký* và *Vãn và Tuồng*, cả hai đều do Nhà In Tân Định (Sài gòn) ấn hành, giáo sư Nguyễn Văn Trung đã rút ra một bảng liệt kê 40 tập vãn và 20 vở tuồng.

Chỉ lướt qua nhan đề của mấy tập vãn như sau, đủ hình dung được cái bầu khí trong lành, vui tươi, nhân nghĩa, đạo đức mà mảng văn chương Công giáo bình dân này tạo nên chung quanh lớp quần chúng hưởng thụ nó: *Giáng Sinh vãn, Đức Chúa Bà Tự Tích vãn; Vãn Đức Bà (vãn dâng hoa,* phải chăng do cụ Cử Thiện?,..); *Vãn Mân Côi; Thánh tổ tông Giacóp vãn; Đavít vãn; Giuđa vãn; Tôbia vãn; Cêcilia đồng trinh tử đạo vãn; Thánh Antôn vãn; Thánh Vitô Tử đạo vãn; Thánh Alêxù vãn; Hoàng hậu Save vãn; Vãn cha Minh và lái Gấm* (tập này của Paulus Của), vân vân và vân vân ...

Cho đến nay, cứ mỗi khi tháng mười trở lại. Tháng Mân côi Đức Bà, những vần thơ tự thuở nào, như

"Vườn Rosa bao quanh trái đất,
Cảnh thiên nhiên thật rất diệu huyền..."

lại sống lại trong lòng giáo hữu, ngân vang giữa giáo đường, tái tạo một hiệp thông đằm thắm giữa các thế hệ xưa và nay... Chúng ta đã thấy và đã tiếc vì khá nhiều mất mát trong mảng thi văn bác học, nhưng lại được bù đắp phần nào vì những dấu tích của mảng văn chương Công giáo bình dân như trên...

TRƯỜNG HỢP ĐIỂN HÌNH: ĐỖ ĐÌNH THẠCH.

Sau cùng chúng tôi xin kết thúc bản lược trình này bằng một điển hình: Ông Phêrô Đỗ Đình Thạch (1907-1970), con một gia đình quan chức bên lương, đi du học Pháp, đậu cử nhân sử học, viết báo, viết sách tiếng Việt và tiếng Pháp, kết thân với nhiều danh sĩ Pháp, như André Gide...Ông phải sớm hồi hương vì vấn đề tài chánh, nhưng chính trên đường về Việt Nam, giữa trời mây nước bao la, ông đã được lãnh bí tích Thánh tẩy (1932) với tên thánh bổn mạng là Phêrô (Pierre) đồng nghĩa với tên riêng Thạch, do đó mà có bút hiệu Pierre Đỗ Đình. Hai tác phẩm của Jacques Maritain, triết gia Công giáo thượng thặng, đã nuôi dưỡng tâm hồn ông trong chuyến đi "đổi đời" này.

Về nước, ông làm tổng thư ký tòa soạn báo "Patrie Annamite" (Quê hương An nam), cho đăng tiểu thuyết *Tiếng Đoạn Trường* dịch lừ cuốn La Porte Etroite của A. Gide với tựa của Phạm Quỳnh trên báo Trung Bắc Tân Văn, viết bài cho Nam Phong và Bulletin de la Société d'Enseignement Mutuel du Tonkin. Sau chuyến đi Pháp lần thứ hai, ông về nước dạy triết học và văn chương Pháp tại Viện Đại học Huế, sau cùng làm chủ bút tờ Đối thoại: cả một đời cho văn nghệ...

Đỗ Đình Thạch nổi tiếng nhất với thi phẩm Pháp ngữ *Le Grand Tranquille (Đấng Thái Hòa)* mà từ đất Pháp ông gởi về cho thân hữu nơi quê hương, đã được tiếp nhận hết sức nồng nhiệt và xuất bản rất trang trọng. Học giả Cung Giũ Nguyên nhân dịp giới thiệu văn học Việt Nam với trí thức Hoa Kỳ năm 1952 đã nhấn mạnh: "Trong *Le Grand Tranquille*, Đỗ Đình diễn ngâm thành thơ tuyệt diệu cuộc thảo luận nội tâm của một người Việt Nam lúc sắp trở lại đạo Công giáo". Nhà bác học Pháp Maurice Durand khen ngợi: "Trong số những nhà thơ Việt Nam nổi tiếng ở Pháp, có Phạm Văn Ký (1916-1992) và Đỗ Đình Thạch được xem như một trong những thi nhân độc sáng và cầu toàn nhất.". Còn dưới con mắt Võ Long Tê, Đỗ Đình Thạch là "một người đã giã từ đồi núi tuổi thơ để trèo lên những đồi núi tinh thần mà sống đạo, trước hết và trên hết là một nhà thơ của Nước Trời.

Và đó là điển hình của thi ca Công giáo Việt Nam hiện đại, nối tiếp những điển hình xa xưa như nữ sĩ Catarina, thầy giảng Phanchicô cựu hoà thượng, linh mục Lữ Y Đoan, thầy giảng Gioan Thanh Minh v.v...

Xin kính chào và cảm ơn Quý vị.

Nguồn: Tọa đàm về văn hóa Công giáo Việt Nam,
tại tòa Tổng Giám mục Huế, 10/2000

Nên xem thêm:

- Phạm Bá Nha, Đóng góp của thơ Công giáo vào việc truyền bá Tin mừng, http://giaoxuvnparis.org/bai-viet/561-%C3%900ng-g0p-cua-th0-c0ng-giao-vao-viec-truyen-ba-tin-mung.html

- Nguyễn Văn Lục, Dòng Văn Học mang dấu Chúa (P1), https://ngo-quyen.org/p41a5658/27/gs-nguyen-van-luc-dong-van-hoc-mang-dau-chua-p1-

- Nguyễn Văn Lục, Dòng Văn Học mang dấu Chúa (P2), https://sites.google.com/site/gsnguyenvanluc/bai-viet-2014/phan-50

- Nguyễn Hồng Dương, Những đóng góp của Kitô giáo Việt Nam cho nền văn hóa và văn học dân tộc, https://hdgmvietnam.com/chi-tiet/nhung-dong-gop-cua-kito-giao-viet-nam-cho-nen-van-hoa-va-van-hoc-dan-toc-40112

- Đỗ Quang Hưng, Có một nền văn học Công giáo Việt Nam, Tạp chí Nghiên Cứu Văn Học số 7 tháng 7/2020 tr. 5

"LỊCH SỬ VĂN HỌC CÔNG GIÁO" VÀ NHỮNG VẤN ĐỀ

Bùi Công Thuấn *

Xin đặc biệt ghi nhận các công trình *Lịch sử văn học Công giáo Việt Nam* của Võ Long Tê (Nxb Tư Duy-Sài gòn 1965), *Văn học Công giáo Việt Nam-Những chặng đường* của Lê Đình Bảng (Nxb Tự điển Bách Khoa-Hà Nội 2010), những nghiên cứu của Gs-Lm. Thanh Lãng, của Gs. Nguyễn Văn Trung ở Sài Gòn trước 1975; và gần đây, chuyên luận *Văn học Công giáo từ 1620 đến nay* của Ts-Lm. Đa Minh Nguyễn Đức Thông, trình bày trong hội thảo: Bốn trăm năm hình thành và phát triển chữ Quốc ngữ trong lịch sử loan báo Tin mừng tại Việt Nam do Ủy Ban Văn Hóa trực thuộc Hội Đồng Giám mục Việt Nam tổ chức ngày 25-26/10/2019, tại Trung tâm Mục vụ TGP Sài Gòn.[1]

Có thể nói việc nghiên cứu lịch sử Văn học Công giáo Việt Nam đã đặt được những nền móng vững chắc và khai mở nhiều con đường cho nhà nghiên cứu đi sau (xin đọc các công trình trên, tôi xin không nhắc lại).

NHỮNG VẤN ĐỀ

Các công trình nghiên cứu lịch sử văn học Công giáo của các nhà nghiên cứu Võ Long Tê, Lê Đình Bảng và Nguyễn Đức Thông, đã gợi cho tôi nhiều suy nghĩ.

1. Cần khẳng định văn chương Công giáo trong lịch sử văn chương dân tộc.

Các nhà nghiên cứu như Võ Long Tê, Gs. Lm. Thanh Lãng, Gs.

---

* Về tác giả, xem trang I-091

Nguyễn Văn Trung, nhà nghiên cứu Lê Đình Bảng, TS-Lm Nguyễn Đức Thông... đã dày công nghiên cứu, sưu tầm, dịch thuật, khảo sát đánh giá để có thể làm hiện lên diện mạo văn học Công giáo trong tiến trình lịch sử từ khi đạo Công giáo truyền vào Việt Nam đến nay. Phần lịch sử văn học này, trước đây do nhiều nguyên nhân, các nhà nghiên cứu lịch sử văn học Việt Nam đã chưa quan tâm đầy đủ.

Các công trình nghiên cứu này cũng đã mở ra nhiều hướng nghiên cứu cho những ai yêu mến văn học Công giáo và văn học dân tộc. Vì rằng, mới chỉ một Hàn Mạc Tử được nghiên cứu sâu sắc. Những trí thức Công giáo như Nguyễn Trường Tộ, Trương Vĩnh Ký được nói đến nhiều là ở phương diện văn hóa hơn là văn chương. Còn lại hầu hết các tác giả khác chưa được nghiên cứu cặn kẽ.

Dù vậy, với những gì đã làm được, các nhà nghiên cứu đều đã khẳng định văn chương Công giáo đem đến cho văn chương dân tộc những điều mới mẻ về tư tưởng và nghệ thuật.

Chẳng hạn, văn chương dân tộc thời trung đại đặt trên nền tảng tư tưởng Phật, Nho, Lão, dựa vào nguồn chất liệu văn chương cổ điển Trung Quốc (quan điểm văn chương, kiểu tư duy nghệ thuật, thể loại, điển tích, ngôn ngữ...); Văn chương Công giáo đem vào Thần học Công giáo, chất liệu *Kinh thánh*, kiểu tư duy nghệ thuật từ *Kinh thánh*, *Thánh vịnh* và kiểu ngôn ngữ "nhà đạo"...

Thử so sánh:

Lm Felippe Do Rosario Bỉnh (1759 – 1833)	Nguyễn Du (1766 - 1820)
Tìm thấy thánh Câu rút [1] **thơ** [2] *Lạy Câu rút thánh giấu bây nay* *Tìm tõi làm sao mới thấy rày* *Gỗ sức Ngôi Con xưa vác nặng* *Giường cao Cha Cả đã nằm đây* *Vì dân dưỡng xác tham bùi ngọt* *Nên Chúa liều mình chịu đắng cay* *Xin hãy theo chân mà gánh vác* *Khăng khăng ghi tạc lấy ơn này* *Mậu ngọ niên* *Mồng 3 tháng Majus năm 1798*	**Đoạn trường tân thanh (Đoạn kết)** *"Ngẫm hay muôn sự tại trời* *Trời kia đã bắt làm người có thân* *Bắt phong trần, phải phong trần* *Cho thanh cao, mới được phần thanh cao* *Có đâu thiên vị người nào* *Chữ Tài, chữ Mệnh dồi dào cả hai* *Có tài, mà cậy chi tài?* *Chữ tài liền với chữ tai một vần* Đã mang lấy nghiệp vào thân *Cũng đừng trách lẫn trời gần trời xa* *Thiện căn ở tại lòng ta* *Chữ tâm kia mới bằng ba chữ tài!"*

Ghi chú: 1. “câu rút”: phiên từ tiếng Bồ “Cruz”, chỉ Thánh giá 2. Bài thơ này trong tập: Những bài thơ phụ lục trong *Nhật Trình Kim Thư Khất Chính Chúa Giáo.*	

Thử so sánh hai tác giả cùng thời:

Kết thúc truyện Kiều (Đoạn trường tân thanh), Nguyễn Du cho rằng nỗi thống khổ của Kiều là do trời (Thiên mệnh của Nho giáo). Ông giải quyết tư tưởng “tài mệnh tương đố” bằng chữ Tâm của Phật giáo (“Tâm tức Phật/ Phật tức tâm”), bởi vì Phật giáo là đạo cứu khổ. Ngôn ngữ của Nguyễn Du là ngôn ngữ tư tưởng (Thân, mệnh, nghiệp) pha trộn với ngôn ngữ bình dân (tài liền với tai).

Lm Felippe Do Rosario Bỉnh “Tìm thấy Câu rút” là tìm thấy Thánh giá; tìm thấy Ơn Cứu độ từ Chúa Con. Nội dung bài thơ là những tín niệm Thần học Thiên Chúa giáo, với ngôn ngữ “nhà đạo”, hoàn toàn mới so với tư tưởng của Nguyễn Du.

Một so sánh khác: Hình ảnh người phụ nữ trong *Truyện Kiều* của Nguyễn Du, *Lục Vân Tiên* của Nguyễn Đình Chiểu và trong *Inê tử đạo vãn* (562 câu lục bát-khuyết danh)[2] -in trong *Dictionarium Latino-Anamiticum* của Jean Louis Taberd. 1838.

Cả Thúy Kiều và Kiều Nguyệt Nga đều là nhân vật Trung Quốc (Kiều Nguyệt Nga là nhân vật do Nguyễn Đình Chiểu sáng tạo). Kiều sống vào thời “Gia Tĩnh triều Minh”. Kiều Nguyệt Nga sống thời Sở Vương (?-489 TCN). Cả hai được miêu tả theo nghệ thuật ước lệ. Thúy Kiều là thân phận nô lệ cam chịu (“Thoắt buôn về, thoắt bán đi/ Thanh lâu hai lượt, thanh y hai lần”). Nguyệt Nga là người phụ nữ tiết hạnh (“Gái thời tiết hạnh làm câu trau mình”). Cả hai sinh trưởng một gia đình trung lưu, thuần thục Tam tòng, tứ đức, và là những nhân vật lý tưởng của Nho gia. Trái lại, Inê tử đạo là một phụ nữ Việt Nam bình thường, được viết bằng bút pháp hiện thực. Thời cấm đạo, bà bị bắt vào tù, bị đánh đập tra tấn, chồng con vào thăm khuyên bỏ đạo nhưng

[2] Ai là tác giả của Inê Tử đạo vãn? Thánh Philipphê Phan Văn Minh hay Cha Lôren Huỳnh Văn Lâu? Đây là vấn đề còn phải nghiên cứu. Bạn đọc có thể tham khảo:
- Lê Đình Thông, Thánh Philipphê Phan Văn Minh (1815-1853), nhà thơ và ngữ học tiên phong, https://web.archive.org/web/20150324161602/http://tgpsaigon.net/baiviet-tintuc/20090701/633
- Bùi Công Thuấn, I-Nê Tử Đạo Vãn (2)
https://www.vanthoconggiao.net/2021/08/i-ne-tu-ao-van-tac-gia-bui-cong-thuan-2.html
- Lm. Võ Đình Đệ, Một danh nhân văn hoá bị lãng quên: Cha Laurent Emmanuel Huỳnh Văn Lâu, linh mục Đàng Trong (1660-1732).
https://gpquinhon.org/q/van-hoa/mot-danh-nhan-van-hoa-bi-lang-quen-4619.html

vẫn kiên quyết theo Chúa tới cùng. Đó là người phụ nữ trung liệt với đức tin. Lý tưởng của bà là Nước Trời. Inê trả lời quan tra xét:

"... Chúng tôi giữ đạo Chúa Cha nhơn từ
Thật đàng công chính chẳng tư...
Tôi đâu dám bỏ công phu ngãi người.
Mặc ông tha, giết hai lời
Tôi thà chịu chết cõi trời nên công
Giết tha thì mặc lượng ông
Kim thạch là lòng chẳng chậy mỗ phân."

Rõ ràng Inê là nhân vật người phụ nữ mới trong văn học đương thời so với Thúy Kiều và Kiều Nguyệt Nga cả về nội dung tư tưởng và bút pháp.

Gs Nguyễn Văn Trung (Lục Châu Học) ghi nhận: "Chúng tôi tìm thấy trong số 4400 trang chữ Nôm của Maiorica (đầu thế kỷ XVII) có 1675 trang chép Truyện Các Thánh, bản chép hiện giữ tại Thư viện Quốc gia Paris, và Thanh Lãng có bản chụp, rất nhiều chuyện đáp ứng trong chừng mức nào đó những tiêu chuẩn viết truyện bằng văn xuôi theo lối tây phương. Chẳng hạn có một truyện dài gần 30 trang rất giống Quan Âm Thị Kính". Gs. Nguyễn Văn Trung cũng đã phân tích Truyện Thầy Lazarô Phiền chỉ ra những đặc sắc lối viết tiểu thuyết phương tây của Nguyễn Trọng Quản, làm thay đổi cách viết của Hồ Biểu Chánh.[3]

Và có lẽ nên đọc thêm những bài viết về thơ Hàn Mạc Tử của Hoài Thanh- Hoài Chân, Võ Long Tê, Thụy Khuê, Đặng Tiến, Nguyễn Hữu Sơn, Lương Tú Tuấn...để thấy thơ văn Công giáo đem đến cho văn học dân tộc nhiều điều mới mẻ.

2. Nhiều vấn đề cần được nhận thức chuyên sâu hơn.

a. Hầu hết các tác giả nghiên cứu lịch sử văn học Công giáo Việt Nam chưa xác lập được thế nào là "Nhà văn Công giáo", thế nào là "tác phẩm văn chương Công giáo". Vì thế mới đưa tất cả những người Công giáo cầm bút và tác phẩm của họ vào "lịch sử văn học Công giáo". Nguyễn Trường Tộ, Trương Vĩnh Ký là nhà văn hóa. 14 bản điều trần của Nguyễn Trường Tộ, sách của Trương Vĩnh Ký, các bản dịch *Kinh thánh*, sách kinh nguyện, sách tự điển, kể cả kỷ yếu, sách lịch, báo chí, Thư Chung vv... không phải là "tác phẩm văn chương", mà chỉ là văn hóa phẩm.

Vì không xác lập những đối tượng nghiên cứu cơ bản nên mới có mâu thuẫn. Tác giả, tác phẩm được liệt kê ra khá nhiều, nhưng tìm

[3] Nguyễn Văn Trung, *Lục Châu học*, Chương 2: Diễn tiến truyện văn xuôi quốc ngữ

những tác phẩm văn chương đích thực như *Truyện Thầy Lazaro Phiền* và những nhà thơ như Hàn Mạc Tử thì rất hiếm; gọi tác giả nào đó là nhà thơ, nhà văn Công giáo đích thực thì ít người dám khẳng định.

Võ Long Tê và Lm Nguyễn Đức Thông có đặt vấn đề văn chương Công giáo, nhà văn Công giáo, nhưng ý kiến của các vị, về lý thuyết, tiếp cận được với chân lý của vấn đề, song trong thực tiễn nghiên cứu, các vị lại không áp dụng những tiêu chí của mình để nghiên cứu văn chương Công giáo. Cho nên các vị đưa cả sách tự điển, kỷ yếu, Thư Chung... vào mục "tác phẩm" văn học Công giáo, đưa những nhà văn hóa như Nguyễn Trường Tộ, Trương Vĩnh Ký, Huình Tịnh Của vào danh sách "nhà văn" Công giáo. (Mặc dù Gs. Nguyễn Văn Trung cho biết: Trương Vĩnh Vĩnh Ký viết nhiều tác phẩm, nhưng có rất ít bài viết về Công giáo).

Võ Long Tê nói về sứ mạng của nhà văn Công giáo như sau: "nhà văn có sứ mạng truyền bá đức tin". Nguyễn Đức Thông cũng một ý ấy: "Sứ mạng của văn sĩ Kitô giáo là truyền bá đức tin, sử dụng văn học làm công cụ thể hiện và truyền giảng đức tin Công giáo, diễn tả đức tin qua ngòi bút và nghệ thuật của mình."

Nhà văn linh mục Công giáo viết để "truyền bá đức tin" là điều tự nhiên, vì sứ vụ của linh mục là rao giảng Tin mừng. Nhưng người giáo dân sống giữa đời, ơn gọi của họ là trở nên "muối - men" cho đời. Họ "sống Phúc âm giữa lòng dân tộc", họ Phúc Âm hóa môi trường bằng chính đời sống của họ, và nếu viết tác phẩm văn chương, thì họ viết về chính môi trường của họ với diễn ngôn của nhân chứng Tin mừng.

Thiết nghĩ, khi trở thành một công cụ thì văn chương đã đánh mất bản chất của mình. Bởi văn chương là nghệ thuật. Tức là sự sáng tạo cái đẹp bằng ngôn từ. Nhà văn là người sáng tạo cái đẹp bằng chữ, bằng lời (khác với nhạc sĩ sáng tạo cái đẹp bằng âm thanh, họa sĩ sáng tạo cái đẹp bằng màu sắc, đường nét..). Nhà văn sáng tạo những hình tượng đẹp, thể hiện những tư tưởng đẹp, tìm tòi những tứ thơ mới lạ, khai mở những cách diễn đạt mới... Thí dụ hình tượng Inê trong Inê tử đạo là một hình tượng mới, với vẻ đẹp mới, đó là hình tượng văn học (đã so sánh ở trên).

Cốt lõi của tác phẩm văn chương là tư tưởng, là thái độ diễn ngôn của tác giả, là giọng điệu và cách thể hiện. Nhà văn Công giáo hay tác phẩm văn chương Công giáo phải thể hiện tư tưởng của *Kinh thánh* (tư tưởng Thần học, tư tưởng Nhân văn và Mỹ học Kitô giáo). Thiếu điều này không thể được coi là văn chương Công giáo.

Tư tưởng sâu sắc nhất trong *Kinh thánh* là tư tưởng Nhân văn Công giáo. *Kinh thánh* nhìn Con người trong bản thể Thiên Chúa, "Thiên Chúa sáng tạo con người theo hình ảnh Thiên Chúa...Thiên Chúa ban phúc lành cho họ.."(St 1, 27-28). Lòng yêu thương *con người* là điều răn quan trọng. *Con người ở* đây trước nhất là những *con người* nghèo khổ. "Phúc cho những ai có tinh thần nghèo khó, vì Nước Trời là của họ." (Mt 5,3). Và kết thúc trong ngày cánh chung, Chúa cũng hướng về người nghèo khổ (Mt.25.35-40). Vì thế yêu thương *con người* với tư cách *con người* mang bản thể của Thiên Chúa, đó là cốt lõi của tư tưởng Nhân văn Công giáo. Đức Giêsu dạy: ..." ngươi phải yêu người thân cận như chính mình (Mt.22.37-39).

Như vậy để nhận ra một tác phẩm văn chương có mang "tính Công giáo" hay không, thì cốt lõi của tác phẩm phải là mỹ học Kitô giáo và tư tưởng nhân văn của *Kinh thánh*, tất nhiên còn cần phải xét đến thái độ diễn ngôn của tác giả và cả nghệ thuật thể hiện nữa.

Trong thực tiễn đời sống văn chương, nhiều tác phẩm lấy đề tài Công giáo, miêu tả sinh hoạt của các tu sĩ, linh mục, giáo dân Công giáo, nhưng tư tưởng của tác phẩm chống lại Công giáo. Có những tác phẩm đã từng bị Giáo hội cấm. Chẳng hạn: *Nhà thờ Đức Bà Paris* của V. Hugo, *Những con chim ẩn mình chờ chết* của Colleen McCulough. *Mật mã Davinci* của Dan Brown; *Cám dỗ cuối cùng của Chúa* của Nikos Kazantzakis,...Ở Việt Nam có thể kể *Bão Biển* của Chu Văn, *Cha và con và* của Nguyễn Khải... Vì thế các nhà nghiên cứu cần xác lập cho được nội hàm "Nhà văn Công giáo", "Văn chương Công giáo" thì việc nghiên cứu mới có thể thấu đáo.

Hơn nữa cần có một "cơ chế" xác định tác giả nào là nhà văn Công giáo. Về âm nhạc có Ban Thánh nhạc, về Mỹ thuật có Ban Nghệ thuật thánh nhưng không có Ban Văn học Công giáo. Người viết văn làm thơ Công giáo hoàn toàn là tự phát, đơn độc.

b. Nội hàm của "Lịch sử văn học Công giáo" chưa chuẩn. Các công trình nghiên cứu mới chỉ đưa ra cái nhìn lịch sử về văn học Công giáo, chứ chưa khẳng định được "Lịch sử văn học Công giáo".

Lịch sử là một dòng chảy liên tục. Lịch sử văn học là dòng chảy của những trào lưu văn học, sự kế tiếp nhau của các kiểu tư duy nghệ thuật, sự xuất hiện những tác giả mới tác phẩm mới tạo nên một diện mạo mới, một thời kỳ mới khác hẳn với thời kỳ trước đó. Điều này chưa được làm rõ trong phân kỳ lịch sử văn học Công giáo. Nói cách khác, lịch sử văn học vận động bằng chính những yếu tố nội tại của nó, đặc biệt về tư tưởng và kiểu tư duy nghệ thuật.

Chẳng hạn văn học Việt Nam giai đoạn từ giữa thế kỷ XVIII đến giữa thế kỷ XIX (1740-1858) hoàn toàn khác với giai đoạn trước đó và sau đó. Ở giai đoạn này, về tư tưởng, chủ nghĩa nhân đạo là dòng văn học chính. Về nghệ thuật, nhiều thể loại văn học mới xuất hiện: Truyện thơ Nôm và Khúc ngâm (*Truyện Kiều, Chinh Phụ ngâm*), Ký sự (*Thượng Kinh ký sự*), Tuỳ bút (*Vũ trung tùy bút*), Tiểu thuyết lịch sử (*Hoàng Lê nhất thống chí*). Nhân vật người phụ nữ được tập chú thể hiện. Giai đoạn sau (Từ 1858 đến đầu thế kỷ XX) văn học Việt Nam chuyển hẳn sang văn học yêu nước chống Pháp với quan niệm văn chương chiến đấu (Nguyễn Đình Chiểu)...

Các công trình "Lịch sử văn học Công giáo" chưa xác lập rõ các thời kỳ phát triển của văn học Công giáo. Thí dụ. TS-Lm. Nguyễn Đức Thông xác lập một thời kỳ dài từ 1919 đến 1975 không căn cứ trên một tiêu chí phân kỳ khoa học nào. Nếu lấy văn học Công giáo viết bằng chữ Quốc ngữ thì phải tính từ Lm. Felippe Do Rosario Bỉnh (ít nhất là từ 1822). Nếu lấy theo nội dung văn học Công giáo, thí dụ Phúc Âm diễn ca, hạnh các thánh thì phải kể từ Majorica (năm 1634 ông soạn tiểu sử thánh Inhatiô, các bà thánh Đôrotê, Bacbara, Lutia, Agnès, Agata, Xébastianô, các thánh Faustin và Jovite Job, và nhiều vị thánh khác), hoặc *Sấm Truyền Ca* của Thầy cả Lữ Y Đoan (1613-1678), vì từ đó cho đến nay (2019) việc diễn ca *Kinh thánh* vẫn là một dòng chảy của văn chương Công giáo, không có sự vận động nào khác về tư tưởng và kiểu tư duy nghệ thuật.

Trong khi đó, giai đoạn từ 1919 đến 1975 văn học dân tộc đã vận động qua nhiều kiểu tư duy nghệ thuật và tiếp cận được với văn học đương đại thế giới. Từ văn chương cổ điển (đầu thế kỷ XX) sang văn chương Lãng mạn, Tượng trưng, Siêu thực, văn chương Hiện thực phê phán (1930-1945), văn chương Hiện thực xã hội chủ nghĩa (1945-1975) với những kiểu sáng tác đặc trưng và nhiều thế hệ tác giả tiêu biểu.

Văn chương Công giáo không có sự vận động nghệ thuật này (ngoại trừ *Truyện thầy Lazarô Phiền* của Nguyễn Trọng Quản và thơ Hàn Mạc Tử). Văn chương Công giáo Việt Nam chưa có một hệ thống mỹ học riêng, chưa có hệ thống lý thuyết văn học riêng, chưa hình thành các trường phái, trào lưu như văn học thế tục (thí dụ Mỹ học Thiền, Chủ nghĩa Lãng mạn, Chủ nghĩa Hiện thực phê phán, Chủ nghĩa Hiện thực huyền ảo...). Chính ở đặc điểm này, chúng ta chỉ có thể nói các công trình đã nghiên cứu về lịch sử văn học Công giáo là "cái nhìn lịch sử về văn chương Công giáo" mà chưa khẳng định được "Lịch sử văn chương Công giáo".

Đây chính là trăn trở của nhiều nhà nghiên cứu. Lm. Giuse Trương Đình Hiền trong "Tọa đàm - thơ - nhạc phát huy văn học nghệ thuật Anrê Phú Yên" tại Trung tâm Mục vụ Tổng hợp Anrê Phú Yên, giáo xứ Tuy Hòa. Tác giả đã đặt vấn đề "Có hay không một truyền thống văn học Công giáo tại Việt Nam?"

c. Cần đối chiếu với lịch sử văn học dân tộc khi xem xét đánh giá văn học Công giáo. Văn chương nghệ thuật là một thành tố của văn hóa cộng đồng. Nó quan hệ trực tiếp với các thành tố khác như ngôn ngữ, tư tưởng, chính trị, lịch sử, phong tục, tập quán, lối sống vv...Vì thế không thể tách rời văn chương Công giáo với lịch sử dân tộc, văn học dân tộc. Chỉ khi định vị được văn chương Công giáo ở đâu trong lịch sử dân tộc, trong văn chương dân tộc, trong lúc ấy mới có thể xóa được định kiến văn chương Công giáo đứng ngoài văn chương dân tộc. Bằng chứng là việc nghiên cứu văn chương Công giáo đã không được các nhà nghiên cứu văn chương dân tộc quan tâm.

Xin thử đối chiếu văn chương Công giáo và văn chương dân tộc ở chặng đường thế kỷ XVI-XVII:

Tác giả Công giáo	Tác giả văn chương Việt
Tác giả chữ Nôm: 1. Majorica (1591-1656): 48 tác phẩm văn xuôi chữ Nôm 2.Thầy Gioan Thanh Minh (1588 – 1663): 15 tác phẩm hạnh các thánh 3.Thầy Phanchicô (?-1640): Kinh *"Cảm tạ niệm từ" ("Phục dĩ chí tôn")* 4. Mẹ con bà Catarina: (Em của Trịnh Tráng, 1623-1652) soạn Kinh nguyện 5. Lm. Lữ Y Đoan (1613-1678): *Sấm Truyền Ca* (3606 câu thơ lục bát)	1. Nguyễn Bỉnh Khiêm (1491 – 1585): Thơ Nôm 2. Nguyễn Dữ: *Truyền Kỳ Mạn lục* (văn xuôi chữ Hán) 3.*Thiên Nam ngữ lục*: Sử ca, xuất hiện vào khoảng cuối thế kỷ XVII, bao gồm 8.136 câu thơ lục bát. *4. Chinh phụ ngâm* (thơ chữ Hán)của *Đặng Trần Côn* (1705-1720). 5. Lê Hữu Trác (1720 – 1791): *Thượng kinh ký sự* (viết xong 1783 Thể ký sự chữ Hán) 6. Lê Quý Đôn (1726 -1784): Thơ, lịch sử... 7. *Cung oán ngâm khúc* (Chữ Nôm) của Nguyễn Gia Thiều (1741-1798). 8. *Hoàng Lê Nhất thống chí* (tiểu thuyết lịch sử) của Ngô Thì Chí (1753–1788).

Tác giả viết bằng Chữ Quốc ngữ 6. Lm Felippe Do Rosario Bỉnh (1759 – 1833): Văn xuôi quốc ngữ 7. Đặng Đức Tuấn (1806 – 1874): *Việt Nam giáo sử diễn ca ; Văn tế giáo dân tử nạn…* 8. Thánh Philipphê Phan Văn Minh (1815 – 1853): *Phi năng thi tập*, *Inê tử đạo* (562 câu lục bát)	*9.* Đoạn trường tân thanh (truyện thơ Nôm 3254 câu lục bát)- *Nguyễn Du* (1766 - 1820). 10. *Vũ trung tùy bút* của Phạm Đình Hổ (1768 - 1839). *11. Hồ Xuân Hương* (1772 – 1822): Thơ Nôm *12. Nguyễn Công Trứ* (1778 – 1858): Thơ Nôm. Hát nói *13. Bà Huyện Thanh Quan* (1805-1848): Thơ Nôm 14. *Cao Bá Quát* (1808-1855) Thơ và truyện (cả Hán và Nôm) 15. *Nguyễn Đình Chiểu* (1822 – 1888): *Lục Vân Tiên; Văn tế nghĩa sĩ Cần Guộc* 16. *Đại Nam quốc sử diễn ca* (1870), gồm 1887 câu lục bát chữ Nôm

Nhìn vào bảng so sánh trên, ta nhận ra nhiều điều.

Văn chương Công giáo phát triển song song với văn chương dân tộc. *Sấm truyền ca* (3.596 câu thơ lục bát) của Thầy cả Lữ Y Đoan đồng thời với *Thiên Nam ngữ lục* của Nguyễn Thi Lâm (8.136 câu thơ lục bát) và trước *Đoạn trường tân thanh* (3254 câu lục bát) của Nguyễn Du, Đại Nam quốc sử diễn ca (1887 câu lục bát).

Văn chương quốc ngữ Công giáo đi trước văn chương quốc ngữ dân tộc khá xa. Thí dụ, cuốn *Sách sổ sang chép các việc* của Lm Felippe Do Rosario Bỉnh được viết năm 1822, trong khi đó Nguyễn Công Trứ, Bà Huyện Thanh Quan, Cao Bá Quát, *Đại Nam quốc sử diễn ca* vẫn sáng tác bằng chữ Nôm.

Văn học dân tộc phát triển đỉnh cao tư tưởng và nghệ thuật ở nhiều thể loại như: Diễn ca lịch sử *(Thiên Nam ngữ lục)*, Truyện văn xuôi chữ Hán *(Truyền kỳ mạn lục)*, Truyện thơ Nôm *(Đoạn trường tân thanh)*, Tùy Bút *(Vũ trung tùy bút)*, Ký sự *(Thượng kinh ký sự)*, Hát nói (Nguyễn Công Trứ), trong khi văn chương Công giáo không có tác phẩm đỉnh cao nào cả về tư tưởng và nghệ thuật, ngoại trừ *Sấm truyền ca* (Lm. Lữ Y Đoan).

Văn chương dân tộc phản ánh khá rõ hiện thực lịch sử dân tộc (Thơ Nguyễn Bỉnh Khiêm, *Truyền kỳ mạn lục, Thượng Kinh Ký sự, Vũ trung tùy bút, Hoàng Lê Nhất thống chí*...), còn văn chương Công giáo chỉ thấp thoáng phản ánh hiện thực của người Công giáo. Thí dụ các sáng tác của Lm Đặng Đức Tuấn: *Việt Nam giáo sử diễn ca, Văn tế giáo dân tử nạn, Văn tế các Đẳng linh hồn, Giáo nạn trong quốc biến*...

Hai dòng chảy chính của văn học dân tộc trong suốt lịch sử là Văn chương Nhân đạo chủ nghĩa và Văn chương yêu nước. Sẽ rất khó tìm được một nhà văn, nhà thơ Công giáo cùng với tác phẩm của họ trong hai dòng chảy này (ngoại trừ Hàn Mạc Tử. Người ta ca ngợi Hàn Mạc Tử vì thơ của ông đóng góp cho sự phát triển của thơ ca dân tộc, chứ không ca ngợi ông là nhà thơ Công giáo). Theo Gs Nguyễn Văn Trung *(Lục Châu học)*, thơ của thánh Phan Văn Minh *(Phi năng thi tập, Vịnh Evang)*, có 4 bài đặc biệt tố cáo Pháp lợi dụng đạo Thiên Chúa để xâm chiếm Việt Nam. Đó là một chi tiết hiếm hoi. Chúng ta có nhiều trí thức Công giáo có tinh thần dân tộc, song nhà văn nhà thơ Công giáo mà tác phẩm của họ chung giòng với văn học dân tộc thì còn hiếm. Chính điều này đã tạo ra định kiến rằng văn học Công giáo đứng bên lề văn học dân tộc, hoặc xa lạ với văn học dân tộc. Không biết đến bao giờ văn chương Công giáo mới hội nhập được với văn chương dân tộc?

d. Cần có cái nhìn lịch sử dựa trên lập trường của Giáo hội và tinh thần dân tộc khi đánh giá các tác giả văn học Công giáo. Nhà nghiên cứu văn học Nguyễn Vy Khanh nhận xét: "Lữ Y Đoan chứng tỏ giới linh mục, tu sĩ thời đó có tinh thần độc lập, tự chủ, tự hào về văn hóa Việt Nam". Ông kết luận "Tóm một chữ, người Công giáo Việt Nam, các giáo dân cũng như các văn-nghệ sĩ, đã và luôn sống đạo với tinh thần dân-tộc; riêng các vị sau đã sáng tác, làm văn chương và đã thể hiện đức tin một cách chân thành và sâu sắc qua tác phẩm" [4]. Vì thế, giới nghiên cứu chú ý đến trước tác của các tác giả yêu nước gắn bó với dân tộc như thánh Phan Văn Minh, Giám mục Hồ Ngọc Cẩn. Lm. Đặng Đức Tuấn được gọi là là "một trang quốc sĩ"; "Những di thảo của Lm. Đặng Đức Tuấn để lại cho thấy tinh thần yêu nước của một người Công giáo Việt Nam, biết kết hợp hai lý tưởng Thiên Chúa và Tổ quốc"[5] ; và cũng dễ hiểu khi có những ý kiến phản đối A. Rhodes về những thành kiến của ông với Phật giáo và với việc thờ cúng tổ tiên của người

---

[4] Nguyễn Vy Khanh- *Đôi nét về văn học Công giáo* http://phovui.vietbao.com/yaf_postsm485547_UYEN-NHI-TRANG---Phan-15.aspx#post485547

[5] Vũ Thu Hà & Nguyễn Ngọc Quỳnh, *Linh mục Đặng Đức Tuấn và cuốn sách Thuật tích việc nước Nam,* Viện nghiên cứu tôn giáo-http://www.hannom.org.vn/detail.asp?param=496&Catid=225

Việt (*Phép giảng tám ngày*). Cũng vậy, có nhiều ý kiến trái ngược về hoạt động của Trương Vĩnh Ký [6], về Lm. Trần Lục [7]...

e. Hiện nay chưa có công trình nào nghiên cứu toàn diện văn chương Công giáo đương đại. Lác đác có một vài bài giới thiệu riêng lẻ. Nhà nghiên cứu Nguyễn Vy Khanh có giới thiệu được "Đôi nét về văn học Công giáo" [đd]. Ông nhắc đến các tác giả văn xuôi đương đại như: Thụy An Hoàng Dân, Nguyễn Thạch Kiên, Nguyễn Duy Diễn, Lm Petrus Vũ Đình Trác, Bùi Hoàng Thư, Hà Thúc Sinh, Quyên Di, Đường Phượng bay; các tác giả thơ: Giám mục Hồ Ngọc Cẩn, Lm Sảng Đình Nguyễn Văn Thích, Hàn Mạc Tử, Quách Thoại, Phạm Đình Tân, Lm Vũ Đức Trinh, Đức ông Xuân Ly Băng, Lm. Trăng Thập Tự, Lm. Nguyễn Tầm Thường, Lệ Khánh, Trần Vạn Giã, Cao Huy Hoàng.

Do đâu có tình trạng này?

Nhà nghiên cứu Lê Đình Bảng cũng tự xác nhận: "Chúng tôi chỉ biết chắc họ là những người Công giáo Việt Nam cầm bút, viết truyện. Còn nội dung tác phẩm có tính Công giáo hay không, vì chưa đủ tư liệu chính xác, xin đón nhận ý kiến bổ sung"[8] Có lẽ phải chờ nhiều thế hệ các nhà nghiên cứu kế tiếp.

Một phần vì chưa xác định được ai là nhà văn Công giáo đích thực, tức là người sáng tạo cái đẹp bằng ngôn ngữ, có tư tưởng thẩm mỹ riêng, có cốt cách văn chương riêng, và tác phẩm gây được ảnh hưởng với cộng đồng; một phần vì Giáo hội chưa đặt hoạt động văn học thành Mục vụ văn hóa và có những hoạt động hỗ trợ, nên các tác giả chỉ làm việc riêng lẻ, tự phát.

Văn chương Công giáo đương đại có những khuôn mặt rất đáng được nghiên cứu, bởi sáng tác của họ đã có những bước chuyển rất khác so với trước kia. Chẳng hạn, thơ của Xuân Ly Băng, thơ Lê Đình Bảng, thơ Trăng Thập Tự, truyện dài của Song Nguyễn... 14 tập truyện của Song Nguyễn (gồm truyện dài và truyện ngắn)[9] phản ánh sử thi về

---

[6] Vũ Ngự Chiêu- *Vài tư liệu mới về Petrus Key* (Trương Vĩnh Ký): *Thư ra mắt Đại Nguyên Soái* (Grand Chef) Pháp: "Tháng 3/1859, Petrus Key viết thư ra mắt Đại Nguyên Soái (Grand Chef) Pháp, van nài hạm đội Pháp hãy tấn công ngay các thành trì miền Nam để giải phóng giáo dân Kitô và dân tộc Việt dưới ách cai trị chuyên chế, bạc đãi giáo dân của nhà Nguyễn"

[7] Lm Trần Tam Tỉnh: *Thập giá và lưỡi gươm*. Mục 8: Giám mục Puy-gi-niê. Nxb Trẻ 1978

[8] Lê Đình Bảng-*Văn học Công giáo Việt Nam-Những chặng đường*. Nxb Tự điển Bách Khoa 2010. Tr.317

[9] Những tác phẩm đã in của Song Nguyễn:

1. *Một Đời Dâng Hiến*, truyện dài,Nxb Tôn Giáo. 2009
2. *Đất Mới*, truyện dài 3 tập. Nxb Tôn Giáo. 2009
3. *Đồng Hành*, truyện dài, Nxb Tôn Giáo. 2010

cuộc sống người Công giáo Việt Nam suốt từ trước 1945 đến trước đổi mới (1986), xây dựng được hình tượng người Mục tử hết lòng vì đoàn chiên trong những biến động lớn lao của lịch sử. Có lẽ trước đây chưa tác giả Công giáo nào đạt được những chiều kích văn chương như thế.

Văn học Việt Nam đương đại cũng có một số tác phẩm sử dụng yếu tố tâm linh tôn giáo, trong đó có Thiên Chúa giáo như *Cơ Hội của Chúa* của Nguyễn Việt Hà, *Đêm thánh vô cùng* của Sương Nguyệt Minh, *Con gái thủy thần* của Nguyễn Huy Thiệp, *Dưới cái cây ánh sáng* của Nguyễn Quang Thiều (một bài ca tráng lệ về con người hiện sinh khi tác giả chiêm ngắm cây Thánh giá) ... Tuy nhiên cũng chưa có nhà nghiên cứu Công giáo nào xem xét yếu tố tâm linh Thiên Chúa giáo được các tác giả khai thác như thế nào và hướng đến mục đích gì? Khác thế nào với *Bão biển* của Chu Văn, *Cha và Con và* ... của Nguyễn Khải trước kia?

Nhà văn Công giáo hôm nay viết gì?

Thử đọc *Thuật tích việc nước Nam* xem Lm. Đặng Đức Tuấn viết những gì?[10] Phần thứ nhất ngài kể lịch sử truyền đạo Công giáo ở Việt Nam từ khi người Bồ Đào Nha đến truyền giáo dưới triều Lê Vĩnh Tộ, đến khi người Pháp nhận việc truyền giáo ở Việt Nam vào thời Cảnh Hưng, kể việc giám mục Bá Đa Lộc giúp Nguyễn Ánh, kể các cuộc cấm đạo Minh Mệnh thứ 13 (1832), Thiệu Trị thứ 7 (1847), Tự Đức thứ 9 (1856), Tự Đức thứ 11 (1858). Những cuộc cấm đạo đó đã gây ra bao nhiêu đau khổ cho giáo dân. Tác giả cũng kể lại tên các giáo sĩ, giáo dân đã tử vì đạo với những lời thương xót và ca ngợi. Phần thứ hai, Lm Đặng Đức Tuấn tự thuật về cuộc đời mình, từ khi ông bị bắt cho đến khi được thả. Năm 1862, ông bị bắt bị tra tấn đến nỗi không tự đi được nhưng vẫn không thay đổi lập trường. Rồi ông được mời vào Huế, ra mắt Phan Thanh Giản và Lâm Duy Hiệp. Vua ra lệnh xét hỏi ông về hai việc: Về văn nguyên đạo Gia Tô và về duyên cớ hành động của quân

4. *Định Hướng,* truyện dài. Nxb Tôn Giáo. 2011
5. *Chuyến Xe Về Trời,* tập truyện ngắn 1 Nxb Tôn Giáo. 2011
6. *Còn Một Niềm Tin,* tập truyện ngắn2. Nxb Tôn Giáo. 2011
7. *Suối Nguồn,* tập truyện ngắn 3. Nxb Tôn Giáo. 2011
8. *Người Cha Hiền*, tập truyện ngắn 4. Nxb Tôn Giáo. 2012
9. *Những Người Mẹ,* tập truyện ngắn 5. Nxb Tôn Giáo. 2012
10. *Chỉnh Hướng,* truyện dài, Nxb Tôn Giáo, 2013
11. *Đồng Cỏ Xanh* (truyện dài, Nxb Tôn Giáo, 2013)
12. *Tiếng Kêu,* truyện dài. Nxb Phương Đông 2014
13. *Vì sao sáng,* truyện dài. Nxb Tôn giáo 2015
14. *Đường lên Núi Cúi.* Nxb Tôn giáo. 2019

[10] Dẫn theo Vũ Thu Hà & Nguyễn Ngọc Quỳnh-Viện nghiên cứu tôn giáo http://www.hannom.org.vn/detail.asp?param=496&Catid=225 [đd]

Pháp. Sau đó ông yêu cầu làm tờ trình lên vua, được cử làm phái viên phụ tá hai ông Phan Thanh Giản và Lâm Duy Hiệp ký Hiệp ước 1862. Phần cuối ông kể về cuộc thương lượng và ký kết. Xong việc ông trở về Huế. Các giáo dân bị bắt dần dần được tha và Linh mục trở về quê.

Lại đọc thơ Hàn Mạc Tử xem nhà thơ viết những gì? Hoài Thanh-Hoài Chân trong Thi Nhân Việt Nam thuật lại[11]: *Gái Quê* tả tình quê trong cảnh quê. Lời thơ dễ dàng, tứ thơ bình dị. *Hương thơm:* Ta bắt đầu bước vào một nơi ánh trăng, ánh nắng, tình yêu. *Mật đắng*: Ta vẫn đi trong mờ mờ. Nhưng thỉnh thoảng một luồng sáng lạ chói cả mắt. Ta bắt gặp dấu tích còn hoi hóp của một tình duyên vừa chết yểu. *Máu cuồng và Hồn điên:* Ta thấy những gì chung quanh ta? Trăng, toàn trăng. *Xuân như ý:* mùa xuân Hàn Mạc Tử nói đây có khi ở đâu hồi trời đất mới dựng lên, có khi ra đời một lần với chúa Jésus, có khi hình như chỉ là mùa xuân đầu năm... đầy dẫy những lời kinh cầu nguyện, những hương đức hạnh, hoa phẩm tiết, nhạc thiêng liêng, cùng ánh trăng, ánh thơ. Nhất là ánh thơ. *Thượng thanh khí* ghi lại những cảnh đã thấy trong chiêm bao, ở đâu giữa khoảng các vì tinh tú trên kia ...

Sau khi ghi lại nội dung các tập thơ của Hàn Mạc Tử, Hoài Thành-Hoài Chân cảm nhận: "Với Hàn Mạc Tử Chúa gần lắm. Người đã tìm lại những rung cảm mạnh mẽ của các tín đồ thời thượng cổ...thơ Hàn Mạc Tử ra đời, điều ấy chứng rằng đạo Thiên Chúa ở xứ này đã tạo ra một cái không khí có thể kết tinh lại thành thơ".

Tôi vừa dẫn hai tác giả văn chương Công giáo để khảo sát xem nhà văn nhà thơ Công giáo viết những gì, viết như thế nào và viết để làm gì; đồng thời xem hiệu quả văn chương với đời sống.

Có thể nhận thấy ở 2 tác giả trên, phạm vi đề tài, nội dung rất rộng và rất phong phú. Từ những trải nghiệm cá nhân đến những sự kiện và sự vận động của thời đại và lịch sử lớn lao; từ hiện thực vươn lên thế giới siêu thực, từ những đau khổ hiện sinh đạt đến cõi tâm linh cao rộng. Những gì Lm Đặng Đức Tuấn miêu tả về lịch sử thời đại mình có cả những điều mà hôm nay gọi là những vấn đề "nhạy cảm". Qua đó thể hiện một thái độ sống đạo hết sự trung thực và "dũng cảm", một lòng tin kiên trung và trình độ nhận thức mang tầm vóc thời đại. Khi được xét hỏi về 2 việc: Về văn nguyên đạo Gia Tô và về duyên cớ hành động của quân Pháp, Lm Đặng Đức Tuấn nói về đạo:

"Đạo dạy thờ Chúa linh thiêng
Dựng nên trời đất cầm quyền tử sinh

---

11 *Hoài Thanh Hoài Chân viết về Hàn Mạc Tử*
https://www.thivien.net/H%C3%A0n-M%E1%BA%B7c-T%E1%BB%AD/author-mz8hO4-xm_bQYO5dbc_rLg

Hễ người thời có tính linh
Giữ lối đạo chính trường sinh cõi trời
Đạo dạy thờ vua dưới trời
Vì vua thay mặt chúa trời trị dân
Đạo dạy thảo kính sinh thân
Cù lao báo nghĩa tư cần đền ơn
Đấy là ba đấng trọng hơn
Hội ra quân phụ có quyền khác nhau.
Nói về giặc Pháp:
"Như giặc bởi nước Rô Ma
Thì tôi cam chịu đạo qua phá rầy
Vốn nay chẳng phải làm vây
Lãng Sa nước khác đến gây chiến trường
Giặc này tôi chẳng biết tường
Nhưng mà ước cũng tìm đường lợi danh
Vậy nên gây cuộc chiến tranh
Nói đi giảng đạo hoành hành lao niên..."

Ta hiểu được tại sao Lm Đặng Đức Tuấn đang từ thân tù tội lại thuyết phục được vua quan nhà Nguyễn, và được mời tham gia phái đoàn thương thuyết của Phan Thanh Giản.

Còn đối với Hàn Mạc Tử, trải nghiệm đau thương giúp nhà thơ nhận ra điều kỳ diệu mà người đời thường không thể tiếp cận được. "Với Hàn Mạc Tử thơ có một sự quan hệ phi thường. Thơ chẳng những để ca tụng Thượng Đế mà cũng để ban ơn phước cho cả thiên hạ. Cho nên mỗi lần thi sĩ há miệng - sao lại há miệng? - cho thơ trào ra, làm chín từng mây náo động, muôn vì tinh tú xôn xao... Hàn Mạc Tử đã dựng riêng một ngôi đền để thờ Chúa." [12]

Nếu nhà thơ nhà văn Công giáo hôm nay chỉ quanh quẩn trong những tâm tình cá nhân thì không biết bao giờ mới theo được Lm Đặng Đức Tuấn và Hàn Mạc Tử!

Trong *Kinh thánh*, Đức Giêsu kể rất nhiều dụ ngôn. Thực chất đó là những truyện ngắn giàu ý nghĩa tư tưởng, và nghệ thuật, có sức khai mở tâm linh. Xin đọc dụ ngôn người Samari tốt lành (Lc.10.29-37), Dụ ngôn người cha nhân hậu (Lc 15, 11-32), dụ ngôn về ông nhà giàu và ông Lazarô nghèo (Luc. 16, 19-31)...

Học tập Thầy Giêsu, học tập *Kinh Thánh*, nhà văn Công giáo có thể viết về mọi đề tài, mọi vấn đề, viết về mọi cảnh ngộ, về mọi kiếp người, chỉ với một điều kiện, ngòi bút phải được soi dẫn bằng ánh sáng

[12] Hoài Thanh-Hoài Chân, *sđd*, 211-212

Kinh thánh (tư tưởng Thần học và tư tưởng Nhân văn và Mỹ học Kitô giáo). Nhà văn lăn vào đời sống để sống và viết, như Đức Giêsu nhập thể làm người, ở giữa mọi người, lên tiếng về mọi vấn đề, sẻ chia mọi nỗi niềm, nhận lấy Thập giá gánh tội cho nhân loại.

f. Đã có những tiếng nói đầy nhiệt thành với hoạt động văn học Công giáo, song chưa có sự đồng vọng. Trong đêm thơ "Trăng Thập Tự - Thơ và Nguồn Đạo" được tổ chức tại Hoa Viên Hiệp Nhất, Dòng Chúa Cứu Thế, 38 Kỳ Đồng, Q. 3, Sài Gòn, tối Thứ Ba, 16-5-2006, nhà thơ-Lm Trăng Thập Tự chia sẻ rằng có một "lỗ hổng về sáng tác văn học nghệ thuật trong lòng Giáo hội Việt Nam"; rằng "Trên trang mạng Việt Nam Thư Quán, có khoảng 420 tác giả thơ, trong đó phía Công giáo chỉ một người duy nhất có mặt là Hàn Mạc Tử."; và bày tỏ sự lo lắng: "Chúng con mong tìm được nhiều khuôn mặt trẻ quan tâm tới văn học nghệ thuật Công giáo, nhưng không biết hỏi ở đâu".

Nhà thơ-Lm Trăng Thập Tự có những đề xuất hết sức tâm huyết. Chẳng hạn: "Đã có Năm Truyền Giáo, Năm Thánh Thể, Năm Lời Chúa, có lẽ rồi chúng ta phải thỉnh cầu Hội đồng Giám mục Việt Nam phát động một số năm mục vụ liên quan đến văn hoá, chẳng hạn về Văn Học Nghệ Thuật;... vận động Hội đồng Giám mục Việt Nam thực hiện một Giải Văn Học Nghệ Thuật... Tuy nhiên, chẳng hy vọng gì sáng kiến được quan tâm".

Quả thật, từ 2006 đến nay tình hình hoạt động văn học nghệ thuật Công giáo chưa có gì khởi sắc ngoài những nỗ lực riêng của một vài giáo phận. Đó là các giải thưởng văn học của Ban Văn hóa giáo phận Quy Nhơn (Giải Viết văn đường trường...), Giải Văn hóa Nghệ thuật Đất Mới của Ban Văn hóa giáo phận Xuân Lộc,... bước đầu tạo sự gặp gỡ, chia sẻ, tạo môi trường sáng tác cho người cầm bút Công giáo hiện nay.

MỘT HƯỚNG NHÌN VỀ TƯƠNG LAI

Muốn có một nền văn học, nhất thiết phải có tác giả, tác phẩm. Khát vọng và hoạt động văn học nghệ thuật của nhà thơ-Lm Trăng Thập Tự cần được phát huy. Tức là cần tổ chức các giải thưởng văn học để phát hiện các tài năng và bồi dưỡng các tài năng trẻ làm vốn cho tương lai. Các giải thưởng của Ban Văn hóa giáo phận Quy Nhơn và Ban Văn hóa giáo phận Xuân Lộc đã phát hiện được nhiều cây bút có tiềm năng, và những tác phẩm có giá trị (thí dụ tiểu thuyết *Ôi tội hồng phúc* của Têrêxa Nguyễn Phương Thảo-Canada) nhưng làm thế nào để những cây bút này trở thành nhà thơ, nhà văn Công giáo như, Nguyễn Trọng Quản, Hàn Mạc Tử, viết được những tác phẩm "giải độc" được *Mật mã Davinci* (Dan Brown), *Những con chim ẩn mình chờ chết* (Colleen Mc-Culough)...; làm thế nào để có được một nền văn học Công giáo góp phần làm phát triển văn học dân tộc (như thơ Thiền Lý-Trần), và làm thế nào để có nhiều trí thức Công giáo có những công trình nghiên cứu giá trị như của Gs Thanh Lãng, Gs Nguyễn Văn Trung, nhà nghiên cứu Võ Long Tê, Lê Đình Bảng, Lm Nguyễn Đức Thông...

Còn cần rất nhiều sự ủng hộ của Giáo hội.

Trong việc nghiên cứu lịch sử văn học Công giáo còn cần rất nhiều nỗ lực về sưu tầm, dịch thuật in ấn tài liệu cả trong nước và ở ngoài nước. Người đọc Công giáo hôm nay chưa tiếp cận được với các tác phẩm của Majoria, của Lm. Felippe Do Rosario Bỉnh.. ngay cả đến nhưng tác phẩm đương đại (thơ Xuân Ly Băng, thơ Lê Đình Bảng, thơ Trăng Thập tự..) cũng không dễ tìm. Thư viện Công giáo cần có đủ các tác phẩm của các tác giả Công giáo. Hiện thư viên Mân Côi Bùi Chu (thuvienmcbc.org), Thư viện Công giáo Việt Nam (thuviencong-giaovietnam.net) ...chưa đáp ứng nhu cầu nghiên cứu. Làm thế nào để chuyển được kho tư liệu văn học Công giáo ở các thư viện Roma, Paris... thành thư viện điện tử để tất cả những ai yêu mến nghiên cứu văn học Công giáo có thể tiếp cận được...

Dù vậy, chân trời nghiên cứu văn học Công giáo đã mở ra, và chúng ta hy vọng trong tương lai sẽ có nhiều thế hệ tiếp bước các nhà nghiên cứu đi trước.

Tháng 01/ 5/ 2020

Nguồn: *Những mùa vàng văn học Công giáo. Nxb Hội Nhà Văn 2020*

Nên xem thêm:

Francis Assisi Lê Đình Bảng, *Văn học Công giáo Việt Nam - những chặng đường,* Tạp chí Nghiên Cứu Văn Học số 7 tháng 7/2020 tr. 24

VĂN HỌC CÔNG GIÁO
VÀ NHỮNG HÀNH TRÌNH ĐỨC TIN

Linh mục Trăng Thập Tự

Cuối thế kỷ IV, khoảng 10 năm sau khi được ơn nhận biết tình yêu Thiên Chúa, quay lại với Ngài rồi được bầu chọn làm giám mục thành Hippo, Thánh Âu Tinh đã ghi lại: *"Chính Chúa thúc giục con người tìm sự vui thỏa trong việc ngợi khen Ngài, vì Chúa đã tạo dựng chúng con cho Chúa, nên tâm hồn chúng con áy náy không ngừng cho tới khi được nghỉ yên trong Chúa."*[1]

MƠ VỀ NƯỚC CHÚA

Nhìn lại một trăm năm gần đây của văn học Công giáo Việt Nam, ta có thể đếm thấy vài chục tác giả đã lấy biển làm bến cho thuyền, say sưa với biển cả để lòng nguôi bão tố mà cũng có thể nói, say sưa với bão tố để thỏa lòng với đại dương. Như người tìm thấy kho báu trong ruộng, họ vội vã bán hết những gì mình có để mua cho bằng được thửa ruộng (x. Mt 13,44-46), trước hết là ly gia cát ái, chẳng phải về không gian nhưng về tình nghĩa gắn bó. Chẳng hạn trường hợp Linh mục Sảng Đình Nguyễn văn Thích.

Cha Thích (1891-1978) và đó là người em gái khi quyết định tin theo Chúa đã bị gia đình phản đối quyết liệt nhưng cuối cùng đã khiến cha mẹ mến phục và có cảm tình với Đạo Chúa.

Mời xem bài viết của nữ tu Mai Thành ở quyển II trang 240.

---

[1] Thánh Augustino, *Confessions, Những lời tuyên xưng*, cũng có thể dịch là sách *Tự thú*.https://hdmtggv.weebly.com/saacutech-2727841o-khaacutec/sch-t-th-ca-thnh-augustinô.

Pierre Đỗ Đình (1909-1970)

Cha Nguyễn Văn Thích và cô em quyết liệt trả giá, dứt khoát từ giã gia đình để lên đường theo Chúa cách triệt để. Đang khi đó, nhà thơ Pierre Đỗ Đình (tên thật là Đỗ Đình Thạch) chọn thái độ của Nicôđêmô: Gặp Chúa trong âm thầm lặng lẽ để khỏi sứt mẻ tình gia đình.

Pierre Đỗ Đình sinh năm 1909 tại Sơn Tây (miền Bắc). Ông là một nhà trí thức uyên bác, là văn sĩ mà cũng là thi sĩ, đậu cử nhân sử học tại Pháp, chuyên nghiên cứu về văn hóa, triết học và tôn giáo. Ông viết sách, viết báo, dịch thuật và đôi khi dạy học.

Năm 28 tuổi (1937), trên đường từ Pháp về thăm quê hương, ông đã lãnh nhận bí tích rửa tội ngay trên tàu thủy để trở thành con cái Thiên Chúa và gia nhập Giáo hội Công giáo. Thân mẫu và bà con thân thuộc của ông là những người rất mến mộ đạo Phật hoặc đạo thờ ông bà tổ tiên, việc ông theo Kitô giáo có thể gây nên sự bất bình. Do đó ông đã chọn cử hành lễ rửa tội cách khác thường, âm thầm, rất ít người biết. Ông qua đời năm 1970 tại Sàigòn. Cho đến những phút cuối cùng, vì hiếu với mẹ, vì kính nể tín ngưỡng của mẹ, của những người mình quí mến, Đỗ Đình đã không hề thổ lộ đức tin của mình. Ông ôm nỗi niềm riêng như cô gái lỗi lầm:

"Hỡi Tình Thương[2] của con ơi,
"Mắt con đã nhận được Tình Thương,
"Như xưa kia trái tim non dại con đã từng nhận thấy. "Nhưng con sẽ không gọi đích danh Tình Thương, "Với danh Tình Thương đã tỏ với người đời.
"Con làm như đứa không biết,
"Con giấu kín Tình Thương như con gái lỗi lầm, "Vì những người còn ở bên kia..."[3].

Mời xem bài viết của Lê Ngọc Bích ở quyển II trang 268.

Phaolô Têrêxa Hồ Dzếnh

Nhà thơ Hồ Dzếnh qua đời năm 1991, để lại nhiều tập thơ: *Quê Ngoại* (1943), *Hoa Xuân Đất Việt* (1946), *Quê Ngoại II: Tiếng hát thiên nga* (1993); nhiều tiểu thuyết: *Một chuyện tình 15 năm về trước* (1942),

---

[2] Chữ "Tình Thương" mà ông dùng ở đây là để ám chỉ Thiên Chúa mà ông không tiện nói ra. Ông dùng chữ này vì theo quan niệm Kitô giáo, Thiên Chúa chính là Tình Thương (x. 1Ga 4,8.16)

[3] Cung Giũ Nguyên, *Souvernirs sur Pierre Do Dinh* (= *Nhớ Đỗ Đình*), đăng trong tạp chí *Études interdisciplinares sur le Vietnam*, Saigon 1974, số1, trang 223-239. Những vần thơ trên là do Cung Giũ Nguyên dịch từ bài *Le Grand Tranquille* của Đỗ Đình, mặc dù đã có bản dịch khác của Võ Long Tê.

Cô gái Bình Xuyên (1946), *Những Vành Khăn Trắng* (với bút hiệu Lưu Thị Hạnh, 1944), *Phong Lan* (1944); nhiều tập truyện ngắn: *Chân trời cũ* (1942); Hồi ký: *Quyển truyện không tên* (1993); Kịch: *Người nữ cứu thương Trung Hoa* (1947), *Đi hay ở* (1955).

Ông tên thật là Hà Triệu Anh, sinh năm 1916 tại tỉnh Thanh Hóa, học những năm đầu tại trường Nhà Chung Thanh Hóa; sau ra Hà Nội học tiếp và đi thẳng vào sự nghiệp thơ văn, đồng thời làm giám đốc văn chương cho nhà xuất bản Á Châu.

Ông lãnh phép Thánh Tẩy với tên thánh Phaolô Têrêxa, ngày 23-3- 1941, tại Nhà thờ Chính Tòa Hà Nội, do cha Quý tức linh mục Villebonnet, thuộc Hội Thừa sai Paris.

Ông không gặp ngăn trở từ gia đình. Mẹ ông để ông tự do quyết định theo đạo Chúa. Thế nhưng chính ông lại vừa say sưa với đạo thánh vừa lưu luyến chân trời cũ. Kết thúc truyện *"Mơ về Nước Chúa"* trong tập *"Chân Trời Cũ"*, ông viết:

"Bây giờ chép lại những chuyện trên, tôi thấy tâm hồn đã khác. Tôi đọc kinh, tôi dốc lòng mến đạo, nhưng tôi vẫn tiêng tiếc như đã bỏ qua một sự gì đẹp đẽ quá...

Nhà tôi, đời rồi đời, đã thấy cháy trên bàn thờ những ngọn nến, ngùi lên những que hương. Tôi sinh ra giữa cái ánh sáng dịu dàng, mùi hương thơm ngát ấy, tâm hồn được tiếp xúc ngay với cảnh sắc thân yêu, được buộc ngay vào cội rễ của đất nước. Mặt trời viễn phương tuy đẹp đẽ, tuy thôi miên, nhưng vẫn không giảm được cái thi vị của căn lầu biếc ánh nến... Tôi đua đòi chạy tìm cái chân trời xa lạ, nhưng mỗi lúc dừng chân, tôi vẫn thích quay về Quê Mẹ. *Ở đấy mới thực rộn và sôi lên cái gì là lòng, là máu, máu và lòng không vay mượn, không chế tạo, thiết thực và đơn sơ."*

Khi viết những dòng ấy, có lẽ Hồ Dzếnh không ngờ rằng, hai năm trước đó, huấn thị *Plane compertum est* đã mở cửa cho việc hội nhập văn hóa liên quan tới những nghi thức tôn kính tổ tiên, các hiền nhân và anh hùng liệt sĩ. Lúc ấy huấn thị chỉ mới được áp dụng bên Trung Quốc, cho nên không riêng ông, đa phần Dân Chúa tại Việt Nam vẫn chưa mấy ai hay biết. Mãi 25 năm sau, năm 1964, bản văn mới được triển khai áp dụng tại Việt Nam. Từ đó bắt đầu cho những sáng kiến thực hành nhưng vẫn còn rời rạc, chưa có một tổng hợp đầy đủ. Trong lời giới thiệu quyển *Kinh Nguyện Và Gia Lễ Công giáo,* Đức cha Giuse Nguyễn Năng, Chủ tịch Ủy ban Giáo lý Đức tin trực thuộc Hội đồng Giám mục Việt Nam đã ghi nhận:

"Thật khó mà xác định những gì là truyền thống văn hóa đích thực và những gì do người ta thêm thắt theo cảm tính chủ quan. Có những điều trái nghịch đức tin Công giáo, các Kitô hữu không được theo. Ngược lại, có những yếu tố chân thiện mỹ trong văn hóa đã được Hội thánh chấp nhận, nhưng nhiều Kitô hữu lại không dám thực hành. Tác giả đã thận trọng phân biệt: Đâu là phong tục của người Việt, những gì người Công giáo được phép hay không được phép làm.

Vì không nắm vững đạo lý đức tin và giáo huấn Hội thánh, nhiều anh chị em Kitô hữu cảm thấy lúng túng không biết xử sự thế nào khi dự các nghi thức kính nhớ tổ tiên. Điều này đôi lúc đã tạo nên những ấn tượng không đẹp về những người con, người cháu trong gia đình và dòng tộc, về đạo Công giáo, và từ đó làm ảnh hưởng không nhỏ đối với công cuộc loan báo Tin mừng."

Giáo sư Nguyễn Khắc Dương

Giáo Sư Nguyễn Khắc Dương sinh ngày 24-9-1925 tại Vinh, nguyên quán Thịnh Xá, Hương Sơn, Hà Tĩnh. Thân phụ là cụ Nguyễn Khắc Niêm, nguyên Án Sát tỉnh Nghệ an vào năm 1930, về hưu năm 1943 với phẩm hàm Hiệp Biện Thượng Thư. Ông được ơn tin Chúa và lãnh bí tích Thánh tẩy năm 1949. Trong những thơ văn ông để lại, được biết đến nhiều nhất là tập *"Hồi niệm"*, ông viết để kể lại hành trình đức tin của ông. xin lược trích một vài đoạn:

"*Năm 1938 tôi đỗ tiểu học, được cha mẹ gởi vào Huế, thi hạch vào trường Quốc học, bị loại, mẹ tôi quyết định cho tôi theo học chương trình Pháp tại trường Thiên Hựu (Providence), một trường tư thục có giá trị nhất ở Huế thời ấy. Cái quyết định của mẹ tôi quả là do "Thiên Hựu", sự an bài xếp đặt của Thiên Chúa. Vì có vậy ngày nay mới có tập hồi ký này, có vậy tôi mới biết Chúa Giêsu, mới trở thành tín hữu của Ngài.*

Ngoài ra, hạt nhân kiến thức của tôi là văn học thế kỷ 17, một nền nhân bản từ văn minh Hylạp - Lamã, đã được nhuần nhuyễn với một nền Thiện căn của Công giáo... Vị thầy chính yếu của tôi là Pascal, về triết học tự nhiên cũng như về tư tưởng và cảm thức tôn giáo. Tôi nói rằng có hỏng thi hạch vào Quốc học Huế, tôi mới vào học Thiên Hựu, và nhờ đó mới được hồng phúc trở nên tín hữu Công giáo, đấy là chuyện không ngờ. Thật ra, trong bản chất, việc tôi theo Chúa Giêsu là mầu nhiệm Tình yêu lựa chọn của Ngài, làm sao hiểu nổi! Chính tôi lắm lúc vẫn thưa với Chúa: Trong vòng gia đình con, bạn bè con, dân tộc con, bao nhiêu người xứng đáng hơn con, nếu được Chúa chọn như con thì chắc là họ sẽ làm đẹp lòng Chúa hơn con, phụng sự Chúa đắc lực hơn con nhiều. Nhưng Ngài dạy: "Ta chọn lựa không phải kẻ xứng đáng, nhưng là kẻ ta xót thương!"[4]

---

[4] Nguyễn Khắc Dương, *Hồi Niệm*, trích theo Hương Vĩnh, *Những Nẻo Đường Việt Nam*, chương 30, http://www.conggiaovietnam.net/index.php/index. php?m=module3&v=detail&ib=20

Vào học trường Công giáo, tác giả dần dần khám phá ra những giá trị của Tin mừng, biểu hiện qua sự tận tâm chức nghiệp của các vị giáo sĩ Hội Truyền Giáo Balê, đức yêu người nơi các vị giáo sĩ được bộc lộ qua cách đối xử, mà tác giả phân biệt với thương người. Ông viết:

"*Theo đạo Khổng, Thương người như thể thương thân*; đạo Phật còn đi xa hơn: thương luôn cả vạn vật chúng sinh. Tình thương trong cái đại từ bi vô ngã đối với chúng sinh vô ngã như bất cứ chúng sinh nào, tôn giáo nào cũng dạy như thế cả. Nhưng yêu người theo đạo Công giáo là thái độ tương tự như thái độ với người tình duy nhất: có cái gì trìu mến, yêu thương, đằm thắm, thiết tha, làm cho người ta có cảm tưởng rằng mình được xem là một giá trị duy nhất, không thể thay thế, một ngã vị, một chủ thể duy nhất, như là được lên ngôi vậy." Mãi về sau tác giả mới biết nguồn gốc của tình yêu ấy được ghi chép trong các chương từ 13 đến 17 trong Tin mừng theo thánh Gioan. Còn đức thương người có thể nói như là kết quả dày công tu tập về luân lý đạo đức và cái nhìn về loài người nói chung.

Thế rồi, đến lớp đệ nhị (1943), tác giả đã gặp **Pascal**. "*Pascal đã gieo vào tâm trí tôi một quan niệm về con người một cách gần như thấu suốt tâm can. Pascal đã cảm nghiệm được rằng Giêsu đã yêu Pascal đến chết, Giêsu đã nhỏ những giọt máu cho Pascal. Đọc bài của Pascal về giờ hấp hối của Giêsu trong vườn Giếtsêmani hình như tôi được cùng Pascal thấy rõ là giọt máu nào Giêsu để cho tôi vậy. Và câu 'Giêsu hấp hối đến ngày tận thế' làm cho tôi tan nát lòng! Câu này là câu* 'đời là bể khổ', nhưng cụ thể hơn, và có cái gì gần gũi thiết tha, gắn bó, ràng buộc, mời gọi thông dự hơn là thúc dục tìm lối thoát."

Đồng thời tôi cũng rất quen thân với một số bạn học Công giáo, các chủng sinh Đa Minh, đặc biệt các anh Vương Đình Lương, em ruột Lm. Vương Đình Ái: đó là những tâm hồn đã thả neo vào một lý tưởng rất cao quý, không phải là một lý thuyết trừu tượng hay một sự nghiệp nào đó, nhưng là tình yêu đối với một người có vẻ rất cụ thể, rất gần gũi, rất người: Giêsu. Họ yêu Giêsu ra sao? Tôi thoáng thấy một sự tổng hợp kỳ lạ: cái tình cảm mãnh liệt nhất là tình yêu lại đồng thời là cái bổn phận cao thượng nhất, đòi hỏi phải hy sinh, tiết dục, khiết tịnh nhất! Một thứ tình yêu mang nhiều nét giống tình yêu nhân thế mà lại thúc đẩy người thanh niên đầy nhựa sống chấp nhận đời sống tu hành, song tu mà lại rất vui, rất nhộn, rất đời! Họ nói họ hiến thân vì tình yêu, một tình yêu kỳ quặc!

... Một hôm vào Viện Bài Lao Huế thăm người anh rể bị ho lao, tác giả nhìn một dì phước người Pháp trẻ đẹp từ cõi trời Tây văn minh

giàu mạnh đến phục vụ tại xứ nghèo kém...vượt mọi biên cương, mọi tầng lớp, mọi phân cách đối kháng, tranh chấp. Rồi một sự việc xẩy ra: Một người điên lạc vào bệnh viện, chạy lại gần dì phước nắm lấy tay và nói:'Sơ trẻ đẹp như vậy mà đi tu thì uổng quá!' Nếu các chủng sinh bạn học hé mở cho tôi thấy khía cạnh 'yêu Chúa', thì dì phước ấy và câu nói của người điên này cho tôi thấy khía cạnh yêu người của những tâm hồn Công giáo ưu tú.

... Suốt cuộc đời độc thân, nhiều lúc nỗi cô đơn tràn ngập tâm hồn, nhưng tôi vẫn không nghĩ rằng một mối tình dương thế nào có thể lấp đầy chỗ trống của lòng mình, ngoại trừ Tình Yêu của Đấng đã chịu chết trên thập giá vì tôi... Càng lớn tuổi, tôi càng thể nghiệm lời của thánh Âu *Tinh: "Chúa đã tạo nên con cho Chúa, nên lòng con luôn luôn khắc khoải mãi cho tới lúc nào con được gặp Chúa mới thôi!" Tình yêu Chúa chẳng khác nào rượu quý, muốn đổ vào bình phải trút hết những thứ khác* đi.

... Do đó, tiếp cận với giới Công giáo vừa có cái gì làm mình bị hấp dẫn, vừa có cái gì làm mình ngài ngại, đôi khi thấy rờn rợn như thể đến gần cầu giao điện cao thế! Thế giới Phật giáo có hiền hòa mát dịu, thế giới Công giáo có cái gì gay gắt, cường bạo. Xét cho cùng, tôi không tìm sự thoải mái hơn là được tiếp cận với một người đang hiện diện và tác động 'hic et nunc'[5]*. Xét qua suốt 2000 năm lịch sử, tôi nghiệm rằng Hội thánh với những sai lầm không phải là một cộng* đoàn *lý tưởng,* mà chỉ là một số người đủ loại, *y như số người hành khất tật nguyền bên lề vệ đường, bỗng được gọi vào dự tiệc cưới, như trong bài ngụ ngôn mô tả Nước Trời vậy."*

Tiếp nối câu trả lời trên đây của bà mẹ nhà thơ Hồ Dzếnh, câu trả lời của thân phụ giáo sư Nguyễn Khắc Dương cũng tỏa ra sự bao dung của những tâm hồn rộng mở:

Về gia đình trình với thầy mẹ tôi ý định tòng giáo thì thầy tôi bảo: Con đã cho thầy biết tự sự, thầy đã thấy rõ rằng Phật giáo đối với con chỉ là một cách tìm an ủi thoa dịu ưu phiền mà thôi. Nhưng nếu con tìm được *hạnh phúc trong niềm tin Chúa thì thầy cũng mừng cho con. Thầy chỉ ngại là việc con theo đạo sẽ bị hiểu lầm và xuyên tạc. Con cố tránh xa những chuyện dính líu vào chính trị rắc rối, cứ chuyên tâm vào đời sống tôn giáo thuần túy, khỏi liên lụy đến gia đình* là *được. Và sau đó, tôi đã cất bước... Ngày 9 tháng 1, năm 1949, tại nhà thờ Nghĩa Yên, linh mục Nguyễn Ngọc Bang, là cha xứ Nghĩa Yên, ban phép rửa tội; linh mục Phúc, là cha xứ Yên Nhiên dâng thánh lễ, Cha đỡ đầu là linh mục Vương Đình* Ái."

---

[5] Hic et nunc: tiếng Latin, có nghĩa là "tại đây và lúc này" (TTT).

Nhà thơ BÀNG BÁ LÂN

Bàng Bá Lân sinh năm 1912 tại phố Tân Ninh, Phủ Lạng Phương, tỉnh Bắc Giang, nhưng nguyên quán là làng Đôn Thư, tổng Ngô Xá, huyện Bình Lục, tỉnh Hà Nam. Ông có khiếu làm thơ từ nhỏ, và sau khi tốt nghiệp *"Thành chung" ở* Hà Nội, ông hướng ngay vào sự nghiệp thi ca. Mới in hai tác phẩm đầu tiên *"Tiếng thông reo"* (1934) và *"Xưa"* (1941) ông đã được đưa vào tác phẩm *"Thi Nhân Việt Nam"* của Hoài Thanh và Hoài Chân (Huế 1942).

... Xuất thân là người "lương", chỉ thờ cúng ông bà mà không quan tâm đến vấn đề tôn giáo, quá trình hoạt động văn nghệ và giáo dục đã cho Bàng Bá Lân cơ hội làm quen và thân với một số văn hữu hay đồng nghiệp Công giáo, từ đó dẫn đến tìm hiểu tôn giáo và sáng tác thi ca Công giáo.

Khi chịu phép Thánh tẩy, ông không cho gia đình hay trừ người trưởng nữ là một thiếu tá đã tòng giáo và có chồng con Công giáo. Thế nhưng lối sống của ông trên giường bệnh đã tỏ rõ cho cả gia đình thấy đức tin của ông.

Mời xem bài viết của Võ Long Tê và Phạm Đình Khiêm ở quyển II trang 341.

Thi sĩ NGUYÊN SA TRẦN BÍCH LAN

Con người từ đâu đến? Trước câu hỏi của triết học, *Kinh thánh* đã cho lời giải đáp:

"Thiên Chúa sáng tạo con người theo hình ảnh Thiên Chúa, Thiên Chúa sáng tạo con người có nam có nữ." (St 1, 27)

Một đáp án rất gần với những câu thơ trong bài *Mong manh* của Nguyên Sa:

Anh vẫn nhớ hôm anh kể cho em nghe cuộc đời của những tia mặt trời thứ nhất

Và những bạn đồng hành của chúng Cánh tay ôm ngang lưng

Những nụ hôn đầu tiên buổi sáng.

Năm 1956-1957 khi dạy tại trường Nguyễn Bá Tòng, 63 Bùi Thị Xuân, Sài Gòn, Thầy Trần Bích Lan từng tâm sự với học sinh rằng Thầy hiểu *Kinh thánh* và Giáo lý Công giáo còn hơn nhiều tín hữu đạo dòng. Học sinh hỏi: "Vậy tại sao Thầy chưa theo Đạo Chúa? Thầy trả lời:

- Điều ấy còn phải chờ "grace de Dieu" (ơn Chúa).[6]

---

[6] Theo lời kể của Lm. Giuse Phạm Thanh, Giáo phận Qui Nhơn, là học sinh năm ấy của Thầy Trần Bích Lan

Ơn Chúa vẫn phát triển không ngừng theo năm tháng:
Sáu tư tuổi, sáu tư tròn,
Niềm vui tâm khảm không còn của riêng.
Những gì Thượng Đế ban thêm
Ta đem chia lại chợ trên đỉnh trời.[7]

Chính trong những tháng cuối đời, ông đã viết nên chùm thơ san sẻ niềm tin Kitô giáo cho độc giả theo cách của ông[8].

Chùm thơ cuối đời, suy tư về ân sủng sáng tạo và cứu chuộc của Thiên Chúa.

Nhà thơ HÀN LỆ THU

Năm 12 tuổi, chị mắc bệnh phong, điều trị tại các trại phong Qui Hòa, Nha Trang và Huế rồi về trại phong Qui Hoà, Qui Nhơn năm 1959 và ở đó cho đến cuối đời.

Cùng với nỗi đau thể xác và tâm hồn đang dằn vặt, đay nghiến Hàn Lệ Thu, thì một khát vọng sống mãnh liệt cũng trào dâng, vươn tới niềm khao khát tìm kiếm vô biên:

Chính niềm khắc khoải tìm kiếm Thượng Đế và những tấm gương tốt mà chị gặp trong cuộc sống đã dẫn đưa nhà thơ đến với niềm tin Kitô giáo: chị đã tìm gặp được Chúa Giêsu! Hàn Lệ Thu nhận lãnh bí tích Rửa Tội ngày 23/12/1966 do cha Rohmer (Triết) thuộc Hội Thừa Sai Paris, với tên thánh Clara, lúc ấy chị 26 tuổi; ba ngày sau (26/12) chị lãnh nhận bí tích Thêm sức, tên thánh Cecilia.[9]

Mời xem bài viết của Lê Minh Sơn, ở quyển II trang 540.

KỂ LẠI ĐỨC TIN CHO NHAU NGHE

Tác giả kịch bản TRẦN DUY NHIÊN

Những năm sau 1975, anh Trần Duy Nhiên và tôi cùng ở Đà Lạt. Sau nhiều lần giúp các bạn trẻ gặp nhau chia sẻ, tôi mời gọi các bạn viết bài ghi lại kinh nghiệm của chính mình, đánh máy thành những tập mỏng với tựa đề chung: *Kể lại đức tin cho nhau nghe*. Trong bầu khí sinh hoạt nhóm nhỏ, các bài viết đã thành những gợi ý giúp dễ tham gia chia sẻ đức tin cho nhau. Bài đầu tiên là của anh Nhiên, kể lại *Một kinh nghiệm đêm tối*. Trải nghiệm bản thân giúp anh đồng cảm với người con hoang đàng trong Tin mừng Luca chương 15. Sau đó không lâu, anh đã hoàn thành kịch bản mang tựa đề này.[10]

---

[7] Nguyên Sa, *Tự thọ, Thơ Nguyên Sa Toàn Tập*, trang 480.

[8] Trăng Thập Tự, *Mật khẩu để đọc thơ Nguyên Sa*, có in trong sưu tập này.

[9] Lê Minh Sơn, *Thi sĩ Hàn Lệ Thu: Cuộc Đời Và Thơ*, có in trong sưu tập này.

[10] Trần Duy Nhiên, *Đứa con hoang đàng*, ở chương Trần Duy Nhiên, Kịch và Đời, có in

Kể lại đức tin cho nhau nghe là kinh nghiệm có tự ban đầu và vẫn còn luôn luôn mới. Trong Công vụ Tông đồ, Thánh Phaolô đã nhiều lần kể lại ơn gặp Chúa trên đường đi Damas (x. Cv 9,1-18; 9,27; 22,1-16; 26,12-18). Gần đây, vào thời gian sôi nổi của Giáo điểm Tin mừng, mỗi buổi chiều vẫn vang lên tại Nhà Bè những lời chứng hồn hậu của đủ mọi tầng lớp người, cả lương lẫn giáo. Có lẽ người ta đã quá đặt nặng một điểm phụ thuộc là việc này chỉ nên thực hiện ngoài phụng vụ thánh lễ. Khi bầu khí đặc trưng tại Giáo điểm này không còn, người ta vẫn ước mong sao việc làm chứng đức tin được thực hiện ở những nơi khác, chẳng hạn hằng năm vào ngày lễ Lòng Chúa Thương Xót, ở khắp nơi, tại sao không?

Ít người chịu viết ra, ngần ngại vì không quen viết. Thế nhưng, nếu vượt được ngại ngùng, ngồi viết lại chuyện tình nồng của mình với Chúa, ai cũng có thể cống hiến những chứng từ cảm kích. Một số trường hợp, bài viết này sẽ khởi đầu cho "sự nghiệp viết lách" của một người.

Trong bộ sưu tập thơ *Có một vườn thơ* đạo, nhóm thực hiện đã xin các tác giả có bài tự kể lại kinh nghiệm gặp Chúa của mình như một hậu cảnh giúp người đọc dễ cảm nhận những bài thơ được giới thiệu. Dưới đây, anh An Thiện Minh sẽ dựa trên những bài chia sẻ ấy để cung cấp cho chúng ta một cái nhìn chung. Khởi đầu xin nêu trọn bài viết của nhà thơ Lê Quang Hận, như một minh họa.

Bác sĩ nhà thơ Phaolô Lê Quang Hận, sinh 1969, Quảng Ngãi, anh kể lại hành trình đức tin:

"Vào khoảng năm 1991-1992, tôi là sinh viên y khoa trường Đại học Y Huế. Tôi là người vô thần và thuộc hạng ngang bướng. Lớp tôi hồi đó chỉ có duy nhất một anh bạn – anh Hải – theo đạo Công giáo. Tôi biết được là vì mỗi Chúa nhật anh đều đến nhà thờ. Có một lần đi học về chung đường với anh Hải, thấy anh vào Nhà Chung, tôi hơi ngạc nhiên. Sáng hôm sau tôi tò mò hỏi anh Hải thì biết anh vào vì được mời nhận học bổng "Sinh viên Công giáo nghèo vượt khó". Tôi hỏi: " Được bao nhiêu?" Anh Hải cười đáp lại tôi rằng anh không nhận. Anh đã trả lời với linh mục phụ trách: "Con đã học đến năm thứ năm rồi, con rất thiếu thốn, nhưng vẫn học được, còn hơn 1 năm nữa con cũng sẽ qua thôi, xin Cha để cho sinh viên khác khó khăn hơn con!". Ôi! Cái giọng Quảng Bình đặc sệt hơi khó nghe ấy mà sao lại quá ấm áp, đã hơn 15 năm rồi viết lại dòng này tôi còn nổi da gà! Lúc ấy tôi quá ngạc nhiên gần như không hiểu nổi, bởi trong lúc quá khó khăn, suất học bổng lớn

---

trong sưu tập này.

như vậy (480.000 đ)[11], người ta còn tranh nhau để nhận mà lại có người như thế! Hơn một tuần sau, em Liên – sinh viên trường Cao Đẳng Sư Phạm Huế, là vợ tôi bây giờ – cũng đến Nhà Chung vì có giấy mời nhận học bổng ấy. Tôi rất mừng vì Liên có khoản tiền lớn trang trải cuộc sống khó khăn. Tôi đợi Liên trước cổng Nhà Chung. Liên vừa ra, tôi hỏi liền. Tôi không hề kể chuyện Anh Hải cho Liên nghe, nhưng câu trả lời của Liên cũng y hệt. Lần này tôi không còn ngạc nhiên nữa. Thay vào đó là lòng thán phục. Liên đã thưa: "Thưa cha, con khó khăn thật, nhưng đang học năm cuối rồi, chẳng sao đâu, chằm nón (đan lá làm nón) kiếm tiền được mà".

Ôi! Cái giọng Huế nhẹ nhàng, trữ tình đến tận bây giờ! Đó là một trong những đèn đỏ trên con đường tôi đang đi. Nhưng lần này đèn quá đỏ, buộc tôi phải dừng lại lâu hơn. Chợt tôi nhận ra khuôn mặt Đức Giêsu ẩn hiện trong những con người quảng đại, đầy lòng nhân ái ấy. Tôi bắt đầu tìm khuôn mặt thật của Ngài là ai?

Thoạt đầu tôi hơi chói tai khi nghe những câu từ nhỏ chưa từng nghe bao giờ: "Ta là đường, là sự thật và là sự sống, ai theo Ta sẽ được sống đời đời", "Thiên Chúa là Tình Yêu", "Thiên Chúa sáng tạo nên vũ trụ, dựng nên con người". Tôi rất lạ lẫm và có phần chống đối vì tôi biết học thuyết Big Bang vũ trụ được tạo nên từ một vụ nổ lớn như thế nào kia mà! Tôi biết con người được tiến hóa từ một protein ban đầu ở biển kia mà!

Tôi cứ đi tìm và tôi cứ chống đối như vậy, khuôn mặt của Ngài hiện ra ngày càng rõ dần, rõ dần và tôi thật sự yêu Ngài từ bao giờ không hay biết!

"Sương sa lành lạnh mênh mông vắng/ Người bước vào tôi quá nhẹ nhàng/ Sưởi ấm lòng tôi bằng gì chẳng biết /Chỉ biết đời mình từ đó sang trang."

TIẾP NỐI

Tác giả An Thiên Minh đang chuẩn bị một tập sách: *Bản giao hưởng ánh sáng*, tập trung đi sâu vào đời sống đức tin và chiều sâu đức tin của những người con Chúa qua hành trình 500 năm.

Với dự tính kết thúc bài này bằng một lời chứng mới viết của một tác giả trẻ tuổi, tôi đã nhắn tin và gọi điện tới hai người nhờ tham gia viết. Kết quả thật bất ngờ mà cũng thật ý nghĩa.

[11] Năm 1991-1992, 480.000 đồng, khoảng 4 tháng tiền ăn, tương đương khoảng 5 triệu đồng đầu năm 2021. Anh Hải hiện nay là bác sĩ phục vụ tại Bệnh viện Đa khoa Bà Rịa Vũng Tàu.

Người thứ nhất là Maria Phaolô Trần Thị Hồng Nhung, 1979, được ơn Thánh tẩy ngày 05/08/2007, đã một thời thường xuyên có những bài thơ mới mẻ đầy đức tin và đức mến trên trang Tổng giáo phận Hà Nội, hiện ở Sapa.

- Con kể lại ơn đức tin của con trong vài trang, gửi cho cha và cho phép cha đưa vào một bài viết nhé!

- Dạ thôi cha. Con giờ muốn sống tĩnh lặng ạ. Có thể cha chưa hiểu nhưng với con đã cảm nhận được con đang sống một cuộc sống khác, vẫn kết hiệp với Chúa hằng ngày nhưng xin phép cho con không lên tiếng nữa ạ. Con giờ sống và làm tròn bổn phận mình thôi. Con cảm ơn cha rất nhiều. Kính chúc cha sức khỏe và niềm vui mùa xuân mới!!!

Không riêng Hồng Nhung, nhiều cây bút khác cũng thấy rõ có một thời để viết điều mình sống và một thời để sống điều mình viết. Cả hai thời cùng chung một tiếng gọi, tiếng gọi của Đấng yêu thương ta.

Người tiếp theo là Maria Lê Thị Lệ Hằng, 1988, đã có thơ và nghiên cứu in sách, được ơn Thánh tẩy tháng 10/2020, hiện ở Đà Nẵng, nhờ đọc và chuyển ngữ từ tiếng Ý những lá thư của cô bé chưa đầy 7 tuổi[12] mà hiểu thế nào là cầu nguyện. Email hồi đáp ngày 29/01/2021:

"Con chào cha,

Con đã nhận được email rồi ạ. Con đang bận quá con chưa xem bài và suy nghĩ được nên con xin phép cha cho con trả lời sau cha nhé. Nếu có thể, con xin cha tìm một lời chứng từ anh chị em khác ạ. Vì viết về hành trình đức tin của con, có rất nhiều sự việc mà con không thể viết trong vài dòng cha ạ. Thực sự không phải chỉ mình con mà chúng con 3 người (con, anh Sính, cháu Gia An) là một thôi. Các việc xảy ra liên hoàn nhiều lắm cha ạ và có liên quan đến gia đình chúng con nữa vì bà nội của anh Sính là người Công giáo. Sau năm 75 ở làng chúng con có nhiều chuyện xảy ra nên đến thế hệ ba mẹ của chúng con thì không giữ đạo nữa. Bà nội vẫn âm thầm giữ Đạo và khi chết bà chỉ có nguyện vọng cho bà chôn cùng cây thánh giá bà giữ bên mình cả đời. Đây là bí mật gia đình mãi đến khi chúng con quyết định xin vào Đạo và thờ Chúa mẹ chúng con mới kể ra. Thực sự đã có rất nhiều chuyện xảy ra cha ạ. Mỗi khi con nghĩ về hành trình đức tin của mình con thấy thật huyền nhiệm.

Con ý thức được viết về hành trình đức tin cũng là làm chứng cho Chúa rất quan trọng nên con xin cha nếu được cha cho con hẹn dịp khác cha nhé. Có lẽ sau này con sẽ viết thành một cuốn sách mới đủ

[12] Antionietta Meo, sinh ngày 15 tháng 9 năm 1930 tại Rôma nước Ý, bị ung thư xương phải cưa chân khi sáu tuổi, qua đời ngày 3 tháng 7 năm 1937. Tuyển tập *Thư Ấu Nhi Gửi Chúa*, trong Tủ Sách Nước Mặn, Nxb. Hồng Đức, 2021.

cho chúng con kể lại những việc xảy ra. Nếu chỉ nói đơn sơ các sự việc thực sự con thấy là không nói lên được gì cả và chính chúng con bây giờ mới ngày càng cảm thấy được mình có Chúa."

Chia sẻ của Lệ Hằng mở ra trước mắt những phần tiếp theo của "Những hành trình diệu vợi", không phải chỉ phần III, phần IV mà còn nhiều phần khác nữa, những bài và những quyển sách không những cho từng giai đoạn mà cả cho từng người.

Cần có những quyển sách mới đủ cho mỗi người ghi lại hành trình diệu vợi được Chúa dẫn đưa đi. Thánh nữ Têrêxa Avila đã có quyển *Tiểu sử tự thuật*. Thánh nữ Têrêxa Hài đồng Giêsu một quyển tự thuật khác được người Việt biết đến dưới tên gọi *Truyện một tâm hồn*. Ngày nay điều kiện để đọc sách ngày càng eo hẹp. Những quyển sách dài khiến người ta ngại nhưng những tự truyện trên dưới một trăm trang vẫn còn hấp dẫn và rất cần thiết.

Để kết thúc bài này, xin ghi lại một trích đoạn từ tự truyện của Thánh Âu Tinh: *Những lời tuyên xưng*. Đây là trích đoạn được Giáo hội Công giáo đọc lại hằng năm, vào ngày lễ Thánh Âu Tinh, ngày 28/7.

ĐẤNG TUYỆT MỸ TỪ MUÔN XƯA VÀ VẪN HẰNG MỚI MÃI

"Khi được nhắc nhở phải trở về với chính mình, nhờ Chúa hướng dẫn, con đã đi vào tận thâm tâm con, và con đã vào được vì có Chúa phù trì nâng đỡ. Con đã vào, và dầu mắt linh hồn con có thế nào chăng nữa, nhờ nó, con cũng đã thấy một thứ ánh sáng không hề thay đổi. Ánh sáng này vượt quá cả mắt linh hồn con, vượt quá trí khôn con. Đó không phải là ánh sáng thông thường trên trần gian mà xác phàm nào cũng thấy được. Đó cũng không phải như cùng loại với ánh sáng phàm trần, mà chỉ khác là có độ sáng mạnh hơn và cứ mỗi ngày mỗi sáng hơn mãi, rực chiếu khắp nơi. Không, không phải loại ánh sáng ấy, mà khác, khác hẳn với mọi loại ánh sáng nói trên. Ánh sáng đó cũng vượt quá trí khôn con, không phải chỉ như dầu ở trên nước, hay như trời vượt trên đất, nhưng vượt xa hẳn, vì đã làm ra con, và con ở dưới hẳn, vì đã được ánh sáng đó làm ra. Ai biết chân lý thì biết ánh sáng đó.

Ôi, Chúa là chân lý vĩnh cửu, là tình yêu chân thật, và là sự vĩnh cửu dấu yêu! Chúa là Thiên Chúa của con, đêm ngày con khao khát Chúa. *Và khi con nhận biết Chúa lần đầu, Chúa đã nâng con lên, cho con thấy là con có những điều phải thấy nhưng con chưa tự mình thấy* được. Chúa đã chiếu ánh sáng chói chang vào con, khiến cặp mắt mù loà của con có thể thấy được. Con run lên vì yêu mến và kính sợ. Con nhận ra rằng, tại nơi cách biệt *này, con còn thật xa Chúa. Dường như con nghe tiếng Chúa phán từ trời cao: "Ta là lương thực dành cho người lớn: cứ lớn lên rồi sẽ được ăn Ta. Chẳng phải con sẽ biến Ta thành con như biến đồ ăn thành thịt con, mà chính con sẽ được biến đổi nên Ta."*

Con tìm cách trở nên lớn mạnh để có thể thưởng thức lương thực là chính Chúa, nhưng tìm không ra. Con chỉ thành công khi ôm choàng lấy Đấng Trung Gian giữa Thiên Chúa và loài người, đó là một con người, Đức Giêsu Kitô. Người là Thiên Chúa, Đấng vượt trên mọi sự. Chúc tụng Người đến muôn thuở muôn đời. Người lên tiếng gọi và nói: Chính Thầy là con đường, là sự thật và là sự sống.

Thần tính Chúa là lương thực trước đây con không dùng được, Người đem kết hợp với nhân tính người phàm: Ngôi Lời đã trở nên người phàm, để đức khôn ngoan Chúa đã dùng mà dựng nên muôn loài muôn vật, nay nên sữa nuôi chúng con đang còn thơ ấu.

Con yêu Chúa quá muộn, lạy Chúa là vẻ đẹp vừa rất xưa vừa mới mãi, con yêu Chúa quá muộn! Này Chúa vẫn ở trong con mà hồi ấy con cứ ở ngoài và cứ tìm Chúa bên ngoài! Con thật xấu khi mải chạy theo vẻ đẹp nơi các thụ tạo của Chúa. Chúa từng ở với con mà con chẳng ở với Chúa. Những sự vật vẫn giữ con xa Chúa, nếu chúng không ở trong Chúa thì chúng làm sao hiện hữu được? Chúa gọi con, Chúa la to, và đã phá tan sự điếc lác của con.

Chúa rực sáng, Chúa chiếu toả và đã xua tan sự mù loà của con. Chúa toả hương thơm, con hít lấy và con khao khát Chúa. Con đã nếm thử và bây giờ con đói, con khát Chúa. Chúa đã chạm đến con và con nóng lòng tìm bình an của Chúa."[13]

---

[13] Thánh Âu Tinh, *Những Lời Tuyên Xưng*, https://hdmtggv.weebly.com/saacu- tech-2727841o-khaacutec/sch-t-th-ca-thnh-augustinô

II

Theo dòng thời gian

THEO DÒNG THỜI GIAN

1. NHỚ NHỮNG BƯỚC DỌN ĐƯỜNG
2. NHỚ 1632, NHÀ IN SÁCH CÔNG GIÁO HÁN NÔM
3. NHỚ 1670, SẤM TRUYỀN CA CHỮ NÔM
4. NHỚ 1887, NGUYỄN TRỌNG QUẢN TIỂU THUYẾT CHỮ QUỐC NGỮ
5. NHỚ 1908, TUẦN BÁO *NAM KỲ ĐỊA PHẬN*
6. NHỚ 1933, GIONG CÁNH BUỒM RA KHƠI
7. NHỚ 1980, SỐNG PHÚC ÂM GIỮA LÒNG DÂN TỘC
8. VĂN HỌC CÔNG GIÁO VIỆT NAM HẢI NGOẠI
9. NHỚ 2005, VĂN HỌC NỐI MẠNG

1. NHỚ NHỮNG BƯỚC DỌN ĐƯỜNG

Có những sử liệu Công giáo cho biết có một vị thừa sai Dòng Phanxicô đã ghé vào ven biển Việt Nam vào đầu thế kỷ XIV. Đó là Chân phước Odorico de Podernone, trên đường đi từ Venise sang Quảng Đông đã ghé vùng ven biển miền Trung, lúc ấy là Champa, khi tàu neo lại lâu ngày ở đây (khoảng năm 1318-1324) .

Tác giả J. Silvestre trong quyển *L'empire d'Annam et les Annamites* (Đế quốc An Nam và người An Nam) có viết: tháng 9 năm 1516 Fernao Perez de Andrade là người Bồ Đào Nha đầu tiên đến An Nam (Silvestre J., Paris 1889, tr. 223).

Cho tới nay nhiều tài liệu khi nói về buổi đầu Tin mừng đến trên đất Việt vẫn nhắc tới chuyện "Năm Nguyên Hoà nguyên niên (1533), tháng ba, đời vua Lê Trang Tông, có người Tây Dương tên I-nê-khu lén vào xã Ninh Cường, xã Quần Anh, huyện Nam Chân, và xã Trà Lũ, huyện Giao Thuỷ, âm thầm truyền bá Da Tô tả đạo". Đó là một ghi chú bên lề trong bộ *Khâm Định Sử Việt Thông Giám Cương Mục*, quyển XXXIII, tờ 6a và 6b, và ghi là theo dã sử. *Khâm Định Việt Sử* được quốc sử quán triều Nguyễn san định và ấn hành gần cuối thế kỷ XIX. Tài liệu dã sử được nó nhắc đến có lẽ là quyển *Tây Dương Da Tô Bí Lục*, cũng được viết vào thế kỷ XIX , với những mô tả hư cấu rất tùy tiện về Đạo Chúa .

Lịch sử truyền giáo của các dòng Đa Minh, Phanxicô và Âu Tinh sẽ để lại cho chúng ta những thông tin rõ hơn liên quan đến những nỗ lực truyền giáo từ giữa thế kỷ XVI về sau.

Năm Ất Mão (1615) các giáo sĩ Dòng Tên có mặt tại Hội An. Năm Mậu Ngọ (1618), các giáo sĩ Dòng Tên lập cư sở tại Nước Mặn (nay thuộc xã Phước Quang, huyện Tuy Phước, tỉnh Bình Định). Để giúp nhau học tiếng Việt, họ đã nghiên cứu và sáng tạo ra chữ Quốc ngữ bắt đầu từ đây.

Tuy nhiên một phần lớn sách báo đạo vẫn được viết bằng chữ Nôm, các sách chữ Quốc ngữ chỉ phát triển mạnh khi có các nhà in vào cuối thế kỷ XIX.

Thế là có hai dòng sách báo đạo: Sách chữ Nôm tiếp tục cách viết sẵn có trước đó của người Việt cho tới cuối thế kỷ XIX. Sách chữ Quốc ngữ vẫn không ngừng phát triển cho tới nay. Theo đó, chúng tôi chọn một số cột mốc thời gian dễ nhớ để ghi dấu những chặng đường, trải dọc theo mấy thế kỷ, đan xen giữa chữ Nôm và chữ Quốc ngữ, hướng dần đến cuộc kỷ niệm 400 năm Văn học Công giáo vào năm 2032 và kỷ niệm 2000 năm ân sủng cứu độ đang tới gần vào năm 2033.

Phần này có 04 bài viết về việc truyền giáo buổi đầu, 06 bài khái quát về việc hình thành và phát triển chữ Quốc ngữ, 01 bài về quyển sách bổn đầu tiên.

TÌNH HÌNH TRUYỀN GIÁO TẠI VIỆT NAM THẾ KỶ XVI - XVII

Võ Long Tê

Theo nghi sử, đạo Công giáo du nhập nước ta từ thời các thánh Tông đồ, có sách chép rằng thời thánh Tôma tông đồ truyền giáo ở Ấn Độ, một số môn đệ đã đi theo các thương thuyền đến truyền giáo cho người Việt. Sĩ Nhiếp đã dựng đền thờ với hình Thánh Giá trong dinh ở quận Cửu Chân (Thanh Hóa), con cháu của ông giữ đạo cho đến người cháu năm đời thôi.[1]

Đó là những truyền thuyết không có bằng chứng kiểm nhận. Sử liệu hiện nay chỉ xác nhận rằng kể từ thế kỷ XVI, đạo Công giáo được truyền giảng ở Việt Nam.

1. Thế kỷ XVI: việc truyền giáo trong thời kỳ phôi thai

Đến thế kỷ XVI, thương thuyền Bồ Đào Nha đã đi lại ở Ấn Độ dương và Nam Hải. Năm 1510, thành Goa (Ấn Độ) thuộc đế quốc Bồ. Năm ấy, người Bồ gởi phái bộ đến Thái Lan. Năm 1514 họ đến Quảng Đông (Trung Hoa) và sau đó họ đã đến bờ bể Bắc Việt, như các ông Fernandez Perez năm 1516 và Duarte Coelho năm 1524; ông Antonio de Faria vào vũng Đà Nẵng và chú ý đến Hải phố (Hội An). Những cuộc tiếp xúc như thế chính là cơ hội để linh mục tuyên uý các thương thuyền "tiếp xúc với dân địa phương cùng giảng cho họ về Thiên Chúa giáo".[2]

[1] Xem Trương Vĩnh Ký, *Cours d'histoire d'Annam*, cuốn I, tr.27.

[2] Géographie d'Earisi, bản dịch tiếng Pháp, tr.84.

Nhà nghiên cứu Võ Long Tê

** Sinh: 1927 tại Huế, mất: 2017.*
** Năm 1991 sống tại Calgary, Canada.*
** Biên khảo: Lịch Sử Văn Học Công Giáo Việt Nam (1965), Dẫn Nhập Nghiên Cứu Tiếng Việt Và Chữ Quốc Ngữ (1997)...*
** Thơ: Ánh Sáng Trong Đêm (1966), Tiệc Cưới (1966), Khối Tình (1968),..*

Sử liệu Việt Nam chép: "Năm Nguyên hòa nguyên niên đời vua Lê Trang Tông nhà Lê (1533-1548) có một người Tây phương (dương nhân) tên là Inêkhu đi đường bể lén vào giảng đạo Giatô ở làng Ninh Cường, Quần Anh thuộc huyện Nam Chân (tức Nam Trực) và ở miền làng Trà Lũ thuộc huyện Giao Thuỷ (về miền Nam Định, Thái Bình, Ninh Bình ngày nay)".[3]

Inêkhu là phiên âm tiếng Inigo, chắc là một giáo sĩ Công giáo từ Mã Lai đến.[4]

Gia phả họ Đỗ ở Thanh Hóa có ghi chép Đỗ Hưng Viễn theo đạo Hoa Lang tức là đạo Công giáo. Theo sự suy luận của giáo sĩ Poncet, Đỗ Hưng Viễn trở lại đạo Công giáo trong một chuyến công du hoặc ở Áo Môn hoặc ở đảo Celèbes "trong khoảng hậu bán thế kỷ XVI" dưới triều vua Lê Anh Tông (1556-1573)[5] và có lẽ một trong những người đầu tiên theo đạo Công giáo ở nước ta.

Nguồn sử liệu ngoại quốc cũng xác nhận rằng việc truyền giáo khởi diễn ở Việt Nam từ thế kỷ XVI.

Theo giáo sĩ Marco Gispert, "vị thừa sai Âu Châu, theo chúng ta biết, đến đất Việt giảng đạo trước tiên là giáo sĩ Gaspar de Santa thuộc dòng Đa Minh, quốc tịch Bồ Đào Nha, tỉnh dòng Santa Cruz (Goa). Năm 1550, dưới triều Lê Trung Tông (1548-1556), cha vào cửa bể Cần Cáo thuộc tỉnh Hà Tiên trong Vương quốc Việt Nam. Trong 5 năm cư ngụ tại tỉnh này, không những cha đã đi khắp tỉnh từ Bắc chí Nam, mà cha còn vượt ranh giới tỉnh và đến vùng Bà Rịa ở Nam Việt rồi từ đấy

---

[3] Nguyễn Phương, *cha Đắc Lộ với sự thành lập Giáo hội Công giáo Việt Nam,* in trong *Đại Học*, số 19 tháng 2 năm 1961 tr.71-87.

[4] Các thông tin nói trong ghi chú của Khâm Định Việt Sử về năm 1533 và nhân vật Inêkhu khá mờ hồ, hiện bị tranh cãi. Mời xem các bài liên quan tại *https://gpquinhon.org/q/truyen-giao/*

[5] C.A.Poncet, *L'un des premiers annamites, sinon le premier converti au catholicisme,* in trong BAVH năm XXVIII, tháng 1-3 năm 1941 tr.81-89.

đi Quảng Đông"[6]. Theo tài liệu này, thì trước khi Chân Lạp chính thức sáp nhập lãnh thổ Việt Nam vào cuối thế kỷ XVII, ngay từ thế kỷ XVI người Việt đã có mặt ở Hà Tiên ngày nay, đến độ có thể xem đó là lãnh thổ Việt Nam.

Tiếp theo cha Gaspar de Santa, dưới đời vua Lê Anh Tông (1548-1556), hai cha dòng Đa Minh đến đất Việt Nam (1563), hoạt động truyền giáo trong 10 năm, sau bị trục xuất nên phải trở về Áo Môn.

Năm 1580, hai cha dòng Đa Minh, từ Malacca đến truyền giáo ở Quảng Nam: cha Luis de Fonséca người Bồ và cha Grégroire de la Motte người Pháp. Chúa Nguyễn Hoàng ra lệnh bắt. Cha Luis de Fonséca bị giết đang khi hành lễ và cha Grégroire de la Motte bị tử thương.

Theo tài liệu các dòng tu, vào khoảng cuối thế kỷ XVI, nhà Lê và nhà Mạc có ngỏ ý xin các giáo sĩ đến giảng đạo trong nước.

Năm 1570 vua Lê Anh Tông, sau khi tiếp nhận một bức họa cuộc phán xét chung do một linh mục dòng Phanxicô dâng tặng, có mời linh mục đến giảng đạo, nhưng vì thiếu linh mục nên lời yêu cầu không được thỏa mãn. Nhà vua có yêu cầu Tòa giám mục ở Áo Môn song cũng không có kết quả.

Năm 1580, theo linh mục Ordonez de Cevallos[7], Mai Hoa Công chúa, chị vua Lê Thế Tông, bấy giờ giữ chức Nhiếp chính, cũng có yêu cầu các Tòa giám mục Áo Môn và Goa gởi các thừa sai đến đất Việt. Chính cha Ordonez de Cevallos đã rửa tội cho Mai Hoa Công chúa. Bà có lập một nữ tu viện ở An trường (Thanh Hóa). Theo sự khảo cứu của giáo sĩ Poncet, chuyện Mai Hoa Công chúa mà Ordonez Cevallos gọi Flora Maria và sử ta gọi là Bà chúa Chè là chuyện có thật. Hiện nay, gần An Trường có một nơi gọi là nền Thờ, có lẽ là nơi xưa kia đã xây nhà thờ nữ tu viện. Lại có một cái giếng tục gọi là giếng Giatô, có lẽ do bà Mai Hoa Công chúa đã cho đào lên, nên gọi như thế để nhớ ơn Bà.[8]

Năm 1581, tu viện dòng Phanxicô ở Áo Môn cũng được Mạc Mậu Hợp mời đến giảng đạo. Dòng thiếu linh mục nên dòng ở Manila đã phái linh mục đến khu vực nhà Mạc: từ thủ đô Phi luật tân, 7 linh mục dòng Phanxicô đến Bắc Việt năm 1583 nhưng vì dân chúng chống đối

[6] Marcos Gispert, Historias de las missiones Dominicas en Tunkin.

[7] Ordonez Cevallos, *El Tralado de las relationes verdateras de les Reynos de la Chine, Cochinchina, y Champa y shas cosas nolabables y varios successos sacados sus originales laen, 1628*; Historia y viage del Mundo.

[8] Xem C.A.Poncet, *la princesse Marie d'Ordonnez de Carvallos, BAVH*, 10-12 năm 1941 tr.351-358.

nên phải trở về. Cha Bartholomé Ruiz thuộc phái đoàn này, trở lại cùng một cha khác, được vua Mạc Mậu Hợp trọng đãi. Song cha phải trở về năm 1589 và có hai cha dòng Phanxicô quốc tịch Bồ Đào Nha đến thay thế: các cha Andre dos Anjos và Jacomo de Conceicas.

Cha Martin Ignace Loyola, dòng Phanxicô quốc tịch Bồ Đào Nha từ Malacca và được biết việc vua Mạc Mậu Hợp yêu cầu xin dòng Phanxicô gởi thừa sai đến giảng đạo. Cha có đến Việt Nam và sau khi nhận thấy triển vọng truyền giáo, bèn đi Âu Châu để vận động các thừa sai đến đất Việt.

Ngày 24-6-1599, hai cha Diego Aduarte, Alonso Ximenses và thầy Juan Deca thuộc dòng Đa Minh đến Đà Nẵng và không khỏi ngạc nhiên khi trông thấy một cây Thánh Giá vĩ đại dựng trên một đỉnh đồi ở đấy. Hai cha có gặp hai cha dòng Augustinô làm tuyên uý cho các thương thuyền Bồ Đào Nha.

Trước khi các cha dòng Tên chính thức đến truyền giáo năm 1615, một cha dòng Phanxicô đi tàu gặp bão có ghé đất Việt năm 1605. Và theo cha Ordonez Cevallos, còn có 3 linh mục do Tòa giám mục Áo Môn phái đến.

Nhưng chúng ta đã thấy, việc truyền giáo trong thế kỷ XVI ở Việt Nam đang ở trong thời kỳ phôi thai, thiếu hẳn một hệ thống tổ chức chặt chẽ, một kế hoạch liên tục nên kết quả không được mỹ mãn như trong thời kỳ sau đó các cha dòng Tên phụ trách.

2. Tiền bán thế kỷ XVII: việc truyền giáo do giáo sĩ dòng Tên phụ trách.

Năm 1614, Nhật Bản cấm đạo và trục xuất các giáo sĩ dòng Tên ra khỏi nước. Một số đông giáo sĩ phải trở về Áo Môn. Nhân có Ferdinand da Costa, một thương gia người Bồ đã hoạt động ở Hải phố (Hội An) trình bày triển vọng truyền giáo ở Đàng Trong, cha giám tỉnh dòng Tên ở Áo Môn quyết định gởi phái bộ truyền giáo ở Đàng Trong năm 1615 mãi đến năm 1626, một phái bộ truyền giáo khác mới được gởi đến Đàng Ngoài.

a. 50 năm truyền giáo ở Đàng Trong (1615-1664)

Ngày 18-1-1615 hai cha dòng Tên Francesco Buzomi và Diego Carvallo cập bến Cửa Hàn. Qua năm sau, cha Diego Carvalho trở về Nhật Bản và tử đạo năm 1624. Còn cha Francesco Buzomi, với tư cách Bề Trên ở lại Đàng Trong cho đến năm 1639 mới trở về Áo Môn và từ trần ở đấy. Cha là linh mục dòng Tên đầu tiên đến nước Việt và đã thành công rực rỡ. Lúc cha mới đến, chỉ có một số ít giáo hữu do các tuyên uý tàu buôn rửa tội; lúc cha từ trần, số giáo hữu ước lượng 50.000 người.[9]

[9] Xem Marini, *Histoire nouvelle et curieuse du Royaume de Tunquin et de Laos*, Paris 1966.

Cộng tác với cha Buzomi còn có nhiều giáo sĩ khác như Andréa Fernandez (1616), Francesco de Pina, FranÇois Barrete (1617), Pedro Marquez, Christoforo Borri (1618) Antonio de Fontès, Alexandre de Rhodes, Gabriel de Mattos, Gaspar Lui, Mattias Machido, Girolamo Majorica, Michel Marchini (1624).

Cha Francesco Buzomi rất thông hiểu phong tục văn hóa người Việt. Các cha Francisco de Pina, Girolamo Majorica và nhất là cha Alexandre de Rhodes có công nghiệp lớn lao với ngôn ngữ văn tự Việt Nam. Cuốn ký thuật của cha Christoforo Borri xuất bản năm 1622 ở Roma là một tài liệu đầu tay về tình hình nước ta thời bấy giờ.[10]

Sau 18 tháng hoạt động ở Đàng Trong, cha Alexandre de Rhodes về Macao rồi được Bề trên phái ra Đàng Ngoài, mãi đến năm 1640 mới trở lại Đàng Trong. Cha nhiều lần bị trục xuất khỏi Đàng Trong, nhưng lần nào cha cũng tìm cách trở lại để coi sóc giáo hữu, đến ngày 3-7-1645 mới lên đường đi Âu Châu để vận động thành lập hàng giáo phẩm ở Việt Nam.

Tính cho đến năm 1664 là năm cha Louis Chevreuil thuộc Hội truyền giáo Ngoại quốc Ba Lê đến Đàng Trong, còn có nhiều cha dòng Tên đến truyền giáo như các cha Metello Saccano, Baldassare Cadeira, Francesco Rivas, Domenico Fuciti, Pierre Marquez, Ignace Baudet.

Giáo hội Đàng Trong phát triển mạnh mẽ, những giáo hữu đạo đức, sốt sắng được giáo sĩ ghi nhận là bà Gioanna, một bà quý phái tại Kẻ Chàm được cha Buzomi rửa tội năm 1616, bà Minh Đức Vương thái phi được cha Pina rửa tội năm (1626)[11], bà Maria Manuêlê... Các thầygiảng đã cộng sự chặt chẽ với các cha và thay thế các cha những lúc các cha phải ẩn tránh hay bị trục xuất. Trong số những vị tông đồ giáo dân này, ta phải kể thầy giảng Anrê Phú Yên, tử đạo tiên khởi Giáo hội Đàng Trong năm 1644[12], các thầy giảng Ynhaxu Quảng Trị và Vinh Sơn Quảng Ngãi năm 1645.

b. 37 năm truyền giáo ở Đàng Ngoài (1626-1663)

Nói đến việc truyền giáo ở Đàng Ngoài là phải nói đến Alexandre de Rhodes trước tiên, mặc dầu cha không phải là linh mục dòng Tên đầu tiên đến Đàng Ngoài.

Năm 1626, Giuliano Baldinotti đến Đàng Ngoài với một thầy trợ sĩ người Nhật Giulio Piani để khảo sát triển vọng truyền giáo. Tiếp theo phúc trình của cha Giuliano Baldinotti, các cha Alexandre de Rhodes

---

[10] Christoforo Borri, *Relatione della nuova missione delli P.P.Della Compagnia di Giesu al Regno della Cocincina Scrita dal Padre Christoforo Borri.*

[11] Xem Phạm Đình Khiêm, *Minh Đức Vương thái phi,* 1957.

[12] Xem Phạm Đình Khiêm, *Người chứng thứ nhất,* 1959

và Pierre Marquez được điều động từ Đàng Trong ra Đàng Ngoài để lo việc truyền giáo.

Hai cha đến Cửa Bạng (Thanh Hóa) ngày 19-3-1627, nhằm lễ thánh Giuse nên chọn Thánh Giuse làm bổn mạng Đàng Ngoài. Sự lựa chọn ấy sẽ được các Đức giám mục bản quyền chấp nhận. Hai tháng sau cha rửa tội được 200 người.[13]

Chúa Trịnh Tráng có nhã ý tặng các cha một ngôi nhà bằng gỗ, một phần nhỏ để ở, một phần lớn làm nhà thờ. Đến năm 1629, cha rửa tội được 3.000 người, trong số có bà Catarina, em chúa Trịnh, một nữ sĩ đã diễn ca giáo sử và cuộc đời Chúa Giêsu.

Năm 1630, chúa Trịnh cấm đạo, cha phải trở về Áo Môn làm giáo sư thần học và đến năm 1640 mới trở lại Đàng Trong. Các thầy giảng do cha Alexandre de Rhodes huấn luyện đã thay mặt các cha coi sóc giáo hữu.

Đức tin của giáo hữu rất sốt sắng. Giáo hữu Phanxicô đáng xem là vị tử đạo đầu tiên của Giáo hội Đàng Ngoài "Phanxicô là người hầu cận hộ giá một ông Hoàng... ngày ngày trong lúc rảnh, Phanxicô thường đi giúp việc tống táng các giáo hữu nghèo khó. Thấy Phanxicô quên phẩm giá, nhiều người đã bắt đầu dị kị. Câu chuyện dần dần đến tai ông Hoàng. Ông mới truyền gọi và dạy phải bỏ việc ấy đi vì cho là một tội phạm đến uy danh của ông: "Bàn tay đã nâng đỡ kẻ chết, đâu còn xứng đáng động vào song loan của ông hoàng bà chúa?" Phanxicô phân trần hết lời nhưng uổng công. Ông hoàng vẫn một niềm cương quyết, lại còn buộc Phanxicô bỏ đạo. Phanxicô không kém lòng cương nghị; vì thế mà phải chịu một trận đòn đến ngất người đi. Tình cờ lại còn bị tra tấn một lần nữa, Phanxicô vẫn dạ sắt gan đồng. Ông hoàng cho là cứng đầu cứng cổ mới dạy quân đao phủ lấy búa bổ đôi óc Phanxicô. Đó là những giọt máu khai nguồn cho dòng máu rất phong phú cho 10 vạn con dân đất Việt trong ngót 300 năm biết hy sinh tính mạng vì đức tin và vì lý tưởng Công giáo. Có lẽ Phanxicô tử vì đạo vào năm 1630 hoặc 1631; đến năm 1644, nghĩa là 14 năm sau Anrê mới chết vì đạo ở Nam".[14]

Năm 1631, cha Gaspar d'Amaral đến coi sóc Giáo hội Đàng Ngoài, tháp tùng có hai cha Antonio de Fontès và François Cardim. Các cha sung sướng nhận thấy các thầy giảng đã rửa tội thêm 3340 người và dựng thêm 20 nhà thờ.

---

[13] Xem C.A.Poncet, *Le voyage du Père A.De Rhodes de Cửa Bạng à Hanoi en 1627* in trong *BAVH*, 1942 tr.216-282.

[14] Phan Phát Hườn, Việt Nam giáo sử, tập I, tr.78.

Lần lượt các cha sau đây lại đến Đàng Ngoài để củng cố Giáo hội Đàng Ngoài: Girolamo Majorica, Bernadio Regro (1631) Antonio Barbosa, Felix Morelli, Baldassare Caldeira, Giuseppe Mauro (1639) Pietro Alberto, Manoel Cardozo (1641).

Năm 1639, cha Gaspar d'Amaral trở về Áo Môn dưỡng bệnh và cha Felix Morelli thay thế làm Bề trên. Cha Antonio Barbosa mắc bệnh lao sau 9 năm giảng đạo, trở về Áo Môn và từ trần ở Goa.

Năm 1646, cha Gaspar d'Amaral trở lại Đàng Ngoài với cha Pietro Alberto, Ignace Leviski, Francesco Ascanio Ruida, tàu gặp bão bị chìm, sống sót chỉ có giáo sĩ Lubelli thuộc địa phận Hải Nam (Trung Hoa) và một thầy giảng Đàng Ngoài tên Egidio. Chúa Trịnh có đến phân ưu với các cha ở Kẻ Chợ.

Cuối năm 1646, Đàng Ngoài có 200.000 giáo hữu[15]. Thấy việc truyền giáo có cơ phát triển, Bề trên giáo đoàn tăng phái các cha: Giovanni Cabral, Francesco Rangel, Francesco Figuera, Francesco Monte Foscoli, Stanislas Tortente và Filippo de Marini.

Năm 1649 cha Girolamo Majorica làm Bề trên và khi cha qua đời năm 1656 thì cha Onuphre Borgès thay thế.

Năm 1657 chúa Trịnh Tráng từ trần và Trịnh Tạc nối ngôi. Trịnh Tạc trục xuất các cha và chỉ cho phép ba cha Onuphre Borgès, Joseph Tissanier và Pierre Albier ở lại, nhưng các cha không được phép ra khỏi Kẻ Chợ.

Năm 1663, sau khi Áo Môn bị nhà Thanh phong tỏa, Trịnh Tạc trục xuất ba cha ngày 12-11-1663. Mãi đến năm 1669, các cha mới trở lại Đàng Ngoài và bấy giờ Đàng Ngoài cũng như Đàng Trong thuộc quyền các Đức giám mục Đại diện Tông tòa.

c. Tiến tới sự thành lập hàng giáo phẩm

Công tác quan trọng nhất của các cha dòng Tên là chuẩn bị tiến tới sự thành lập hàng giáo phẩm. Tổ chức thầy giảng là chủng viện đào tạo các cán bộ truyền giáo và linh mục tương lai. Cha Alexandre de Rhodes lên đường đi Âu Châu ngày 16-6-1649 để vận động việc bổ nhiệm các Đức giám mục. Cha tường trình với Bộ truyền giáo và Đức giáo hoàng về Giáo hội Việt Nam: ước chừng có 300.000 giáo hữu, hàng năm có thể tăng thêm 15.000 linh hồn, cần phải có 300 linh mục để coi sóc[16]. Cha đề nghị xin Đức thánh cha trạch cử các giám mục sang Việt Nam để đào tạo các giáo sĩ bản quốc, lựa chọn trong số các thầy giảng "hiện đang tu đức như trong bậc linh mục"

[15] Xem Bonifacy, *Les débuts du christianisme*, tr.37

[16] Xem Champoulie, *Rome et les missions d'Idochine.*

Lúc bấy giờ, theo các sắc dụ của các Đức giáo hoàng Léon X (1514-1516), Paul III (1539), Paul IV (1553), Grégoire XIII (1573), Paul V (1616), chính phủ Bồ Đào Nha "bảo trợ" việc truyền giáo ở Viễn Đông. Để tránh sự xung đột, cha Alexandre de Rhodes đề nghị các vị giám mục sang Việt Nam sẽ do Tòa Thánh ban tước hiệu Đại diện tông tòa (vicaire apostolique) tại các dân ngoại (in partibus infidelium), chứ không mang tước hiệu giám mục chính tòa (êvêque résidentiel).

Hội truyền giáo ngoại quốc Ba Lê được thành lập để cung cấp linh mục thừa sai. Ngày 29-7-1658, Đức giáo hoàng Alexandre VII, cử cha François Pallu làm giám mục hiệu tòa Héliopolis coi sóc Giáo hội Đàng Ngoài, cha Lambert de la Motte làm giám mục hiệu tòa Béryte coi sóc Giáo hội Đàng Trong.

Nhiệm vụ cấp bách của các Đức giám mục là "truyền các chức thánh kể cả chức linh mục" và tuỳ nghi cho đọc kinh bằng ngôn ngữ bản quốc.[17]

Theo truyền thống khôn ngoan của Giáo hội, Tòa thánh La Mã căn dặn các Giám mục "tránh xa việc chính trị" bởi vì "xen lẫn vào chính trị thì thiệt thòi cho tôn giáo và làm cho các thừa sai xao nhãng mục vụ, mặc dầu xen lẫn thì thấy có thêm hy vọng chắc sẽ phát triển tôn giáo và truyền bá đức tin"[18].

Vấn đề thích nghi văn hóa, Tòa thánh chỉ thị tôn trọng văn hóa phong tục địa phương "miễn là không công khai trái nghịch đạo Công giáo và thuần phong mỹ tục", bởi vì "đức tin không xua đuổi hay làm thiệt thòi những lễ nghi và phong tục, miễn là không phải là xấu xa và trái lại đức tin chủ trương là đáng được tôn trọng".[19]Khi các tân giám mục và thừa sai thuộc Hội Truyền giáo Hải ngoại Ba Lê đến đất Việt, lịch sử truyền giáo và văn học Công giáo bước sang một giai đoạn khác.

Chúng ta đã trình bày tình hình chính trị, văn học và truyền giáo trong khoảng thời gian phát sinh văn học Công giáo Việt Nam. Đạo Công giáo du nhập Việt Nam trong một thời kỳ khủng hoảng phát triển. Xã hội Việt Nam trong thế kỷ XVI và tiền bán thế kỷ XVII là một xã hội đang biến chuyển theo những đường hướng mới. Trong bối cảnh lịch sử ấy, đức tin Công giáo đã nảy mầm và sinh động, tạo nên Giáo hội Công giáo Việt Nam. Nền tảng tinh thần thay đổi thì thể cách diễn đạt tình tự, cảm nghĩ cũng thay đổi theo. Đó là nguyên nhân sâu xa của nền văn học Công giáo Việt Nam.

(Lịch sử Văn học Công giáo Việt Nam, chương I, mục III)

Nên xem thêm:

Mặc Giao, *Nhà văn, nhà thơ Võ Long Tê không còn nữa,* http://www.conggiaovietnam.net/index.php?m=home&v=detail&ia=17058

---

[17] Archives MEP, vol 247, trích dịch theo Nguyễn Hữu Trọng, *les Origines du clergé*

[18] Chỉ thị của Bộ Truyền giáo ngày 10-11-1659 gửi cho Đức Cha Pallu.

[19] Tài liệu đã dẫn.

VỊ THỪA SAI PHAN SINH ĐẦU TIÊN ĐẾN VIỆT NAM: CHÂN PHƯỚC ODORICO DE PORDENONE

Linh mục Marie-Antoine Trần Phổ Ofm

Có nhiều trang sử nói về vị thừa sai xa xưa này. Mỗi trang bổ túc cho nhau.

"Sinh năm 1265, tại Villanova, gần Pordenone (Frioul), năm 15 tuổi vào Dòng Anh Em Hèn Mọn tại Udine. Người sang Phương Đông lần thứ nhất năm 1296. Thoáng về Châu Âu, rồi "xin được sang Viễn Đông với tư cách thừa sai". Đáp tàu ở Venise năm 1314, ghé Constantinopoli, lên bộ ở Trebizonde và từ đó sau 10 ngày đi bộ, người đến Sultanien ngang qua Erzeroum và Tauris. Trên đường người đã thăm các tu viện ở miền truyền giáo Ba Tư. Tại đây người tháp tùng một đoàn thương gia Thát đát Hung nô đi về ngã Ấn Độ. Người đi qua Farsistan, Irak, Kurdistan, vừa đi vừa rao giảng Tin mừng. Đến Ormuz trên bờ Ấn Độ Dương. Ở Tana người thu lượm hài cốt của anh em truyền giáo ở Tauris, tử đạo sau một cuộc tranh luận với Pháp quan. Trong cuộc giết hại này một giáo sĩ Đa Minh Jourdain de Severac, đã thoát chết, về củng cố lại giáo đoàn, làm cho phát triển mạnh, sau được Đức Gioan XXII phong làm Giám mục tại Colam. Phần Odorico, người lại đáp tàu, ven theo bờ biển Malabar. Một lần tàu cập bến, người đã chứng kiến một cuộc rước thần Indou. Kiệu là một cỗ xe, có những tín đồ tự nguyện nằm xuống giữa đường cho xe cán chết. Sau một chuyến vượt biển dài ngày qua quần đảo La Sonde, tàu đáp vào Quảng Châu, một cửa biển ở miền Nam Trung Quốc, ở đây người gặp hai anh em hèn mọn với một Giám mục. Ở đây người để lại hài cốt thánh của các vị tử đạo Ấn Độ. Tại Hàng Châu Phủ, một thương phụ xây giữa đầm lầy, người đã đi thăm một họ đạo do các thừa sai ở Quảng Châu thành lập. Người cũng có nói đến một tu viện Dòng Anh Em Hèn Mọn ở Dương Châu phủ. Cuối cùng người đến Bắc Kinh, được Tổng Giám mục Giovanni a Monte-Corvino tiếp đón. Người chứng kiến lòng kính trọng của Đại hãn Mông cổ đối với các thừa sai. Mỗi lần vào đô thành, đi qua thánh giá, Đại hãn cất mũ." [1]

Linh mục Marie-Antoine Trần Phổ, OFM

** Sinh: 21-07-1918 tại Kỳ Anh, Hà Tĩnh. Mất: 2007.*
** Thuộc dòng Anh em Hèn mọn.*
** Khấn dòng: 04-08-1953, Linh mục: 28-04-1957.*
** Tác phẩm: Vị thánh nghèo thành Assisi; Ba con đường của đời sống thiêng liêng; Tỉnh Dòng Anh Em Hèn Mọn Việt Nam, lược khảo lịch sử (3 tập).*

"Sau Ấn Độ, Sumatra, Bornéo, cuối cùng Odorico đáp tàu trực chỉ Trung Quốc. Một tàu buồm lớn, chở 700 người, ra khơi, chạy một tháng và đến bờ biển Cochinchina, gần nước Ciam ngày nay.

"Ông cai trị ở đó -Odorico nói- rất đông con do nhiều vợ. Vua có 14 ngàn con voi thuần hóa". Các cửa biển ven bờ với hàng ngàn cánh buồm trắng làm cho người mải mê nhìn ngắm ...

Sau thời gian ba năm ở Bắc Kinh ấy, Odorico nghĩ đến chuyện trở về. Nhưng lần này người đi theo con đường thẳng ngắn nhất. Người ta còn tranh luận về những gì ghi lại con đường đi qua Tây Tạng của người. Dù sao người cũng đã đi theo con đường đầy gian nguy là con đường đi qua sa mạc Gobi. Ở đó người đã vượt qua khúc đường khủng khiếp, mà khách đi đường hồi đó đã kể lại, khúc đường có ma quái hiện hình. Dẫu một người cao niên cũng không giữ được bình tĩnh, phải đọc lớn tiếng câu "Ngôi lời đã nhập thể" để đuổi ma quái.

Năm 1330, người về đến nước Ý, sau chuyến đi 12 năm và mất năm 1331 tại tu viện Udine, sau khi đã đọc cho anh em viết những gì người đã mắt thấy tai nghe". [2]

"Chắc chắn rằng về đời Chế Anan (1318-1342). chân phước Odoricde Pordenone, tu sĩ Phanxicô, đã tham quan đất Champa (nay là An nam). Người đã thấy những điều kỳ lạ như đàn cá cúi đầu triều

---

[1] Thaddée Ferre Ofm, *Histoire de l'Ordre de St. Francois,* Nouvelliste, Paris 1920, tr. 107-108

[2] E. Dupeyrat, *De Gengis-Khan à la Chine populaire,* Edit. Franciscaine, Paris 1961, tr. 48-51

bái vua, 14 ngàn con voi thuần hóa và một con ốc (có lẽ là một con rùa) lớn hơn tháp nhà thờ thánh Martino ở Padoue, nhưng người không giảng đạo ở đó." [3]

"Thời gian sau, về thế kỷ XIII và XIV, các tu sĩ Phanxicô lúc sang truyền giáo ở Trung Hoa. Đã nhìn thấy Bắc Việt Nam. Một trong số, chân phước Odorico de Pordenone, đã ghé vào một nước gần đó, nước Chămpa, như tôi đã nói trên, dân tộc nước này ngày nay gần như điêu vong, nhường chỗ cho dân tộc An Nam nhưng hình như người không đi lên Bắc Việt Nam, nên ta không thể giả thiết.

Dù sao, hẳn là đúng sự thực khi nói rằng chân phước Odorico de Pordenone, lúc ở Chămpa hoặc lúc ở trên tàu, đã có giao thiệp với người An Nam vì người đã theo phát âm của người An Nam, không theo phát âm của người Quảng Đông, lúc người nói đến quần đảo mà người gọi là Dondiin." [4]

"Tu sĩ Phanxicô C.P. Odorico de Pordenone, đi từ Venise sang Quảng Đông, trên đường đã ghé thăm quan nước Champa vào khoảng giữa năm 1318 và năm l324, đời vua Chế An Nam"

Ký sự của tu sĩ chép: "Nước này có tên là Champa là một nước giàu đẹp, tài nguyên dồi dào, dân cư trù phú". Tu sĩ cho là một điều kỳ lạ, lúc thấy ven bờ biển có rất nhiều đàn cá và cá kính chào vua. [5]

"Và từ thế kỷ XIII, các tu sĩ Phanxicô đã loan báo Tin mừng ở Trung Quốc. Trên đường đi Trung Quốc, tàu đã bỏ neo ở nhiều nơi, có lúc ở Việt Nam. Và c.p. Odorico de Pordenone cũng đã theo con đường đi qua Việt Nam (1265-1331).

Bốn mươi năm trước c.p. Odorico, Marco-Polo (1254-1324), người đồng hương của chân phước, đã tả cảnh Champa: «Miền đất tuyệt vời, có những vịnh nhỏ màu vàng và bầu trời màu xanh... có những cửa biển và một số có thể so sánh với các cửa biển vào hạng nhất trên địa cầu, nhờ có những chân trời nâng cao tâm hồn lên và

---

[3] Bonifacy, *Les Dé buts du Christianisme en Annam,* tr. 4

[4] "Theo ý tôi, C. p. Odorico hiểu địa danh Dondiin là Mã Lai, quần đảo từ Sumatra đến Philippines, quả thế, nói đến Dondiin người ta hiểu là quần đảo từ Ceylan đến Tây Trung Quốc, gồm 24 ngàn đảo và 64 nước. Đảo Luzón là đảo đầu tiên, đi từ Trung Quốc và từ Bắc Việt, tên này được người Tàu vạ người Annam đặt cho toàn bộ quần đảo; quần đảo này do đó được gọi là tỉnh Luzón, (viết bằng Hán tự) ban Hán tự này người Bắc Kinh gọi là Liu-Song Sen, người Quảng Đông đọc là Li-Sông-Chang, người Annam gọi là Lữ Tống Tỉnh. Hai từ sau người Annam đọc rất giống từ Dondiin của C. p. Odorico" (Romanet du Caillaud, *Essai sur les Origines du Christianisme au Tonkin et dans les autres pays annamites,* Callamel, Paris 1915, tr. 4-6.

[5] Lê Thành Khôi, *Viet Nam, Histoire et Civilisation,* Edit. Minuit, Paris 1954, tr. 191.284.

đem lại cho con người không biết là một cái gì nó bồi dưỡng tinh thần". Những ai đã đến Việt Nam điều không thể thay đổi gì trong đoạn tả cảnh này. Về thời đó, tàu đậu lại rất lâu, điều nầy cho phép nghĩ rằng c.p. Odorico đã lợi dụng để nói về Đức Giêsu Kitô, nhất là trên tàu lại có tín hữu Kitô giáo. Có lẽ đây là lần gặp gỡ đầu tiên giữa người Việt Nam và Đức Giêsu Kitô, qua trung gian Dòng Phanxicô. Nhưng c.p. Odorico chỉ đi qua". [6]

Sử sách còn cho biết thêm một vài chi tiết về c.p. Odorico .

Cuộc phiêu lưu mạo hiểm qua con đường vạn dặm của hai cuộc hành trình sang Á Châu của c.p. Odorico đã được mệnh danh là "thiên anh hùng ca".

Người nói được bảy thứ tiếng .

Người đã để lại một ký sự, nhan đề "Con đường viễn du" (Chemin de Peregrination). Người viết rất đơn sơ, viết như mắt thấy tai nghe. Cũng có lúc tác giả hình như hoài nghi và cho truyện người kể là "truyện tưởng tượng." [7]

Lúc người ghé vào Việt Nam, Việt Nam mới có thêm hai tỉnh Quảng Trị và Thừa Thiên, trước là Châu Ô và Châu Rí, do Chế Mân, vua Chiêm Thành, dâng để xin cưới Huyền Trân Công Chúa nhà Trần.

Chuyến thứ hai, người đến Avignon chầu Đức Gioan XXII tường trình chuyến đi và xin phái thêm thừa sai đến với các dân tộc đang sẵn sàng đón nhận Tin mừng.

Người mất ngày 14 tháng 1 năm 1331.

Lm. Marie-Antoine Trần Phổ Ofm,

Tỉnh Dòng Anh Em Hèn Mọn Việt Nam – Lược khảo lịch sử,
Thư viện Dòng Phanxicô Sài Gòn, trang 25-28.

---

[6] Fl. Zucchelli Ofm, *Les Missions Franciscaines au Vietnam*. Edit. Gaillot, Crasse, tr. 33-34

[7] A. Masson, *Histoire du Vietnam, tr. 30.*

THỰC HƯ CÓ GIÁO SĨ I-NÊ-XU LÉN TRUYỀN GIÁO Ở ĐẠI VIỆT NĂM 1533 ?

Linh mục Gioan Võ Đình Đệ *

Xưa nay nhiều tài liệu giáo sử cho rằng năm 1533 có giáo sĩ I-nê-xu (hay I-nê-khu, I-ni-khu) đến truyền giáo tại *Ninh Cường, Quần Anh huyện Nam Chân, và Trà Lũ huyện Giao Thủy, thuộc tỉnh Nam Định ngày nay. Từ đó, năm 1533 được nhiều nhà sử học Công giáo Việt Nam chọn là năm khởi đầu lịch sử truyền giáo của Giáo hội Công Giáo Việt Nam. Giáo sĩ I-nê-xu thuộc dòng tu nào ? Thực hư việc ông đến Đại Việt truyền giáo vào năm 1533 ?.*

1. Một số sự kiện

Bộ *Đại Việt Sử Ký Toàn Thư* (được biên soạn xong năm 1697), cho biết vào năm 1663 Lê Huyền Tông (1663-1671) cấm đạo Hoa Lang[1] truyền bá ở nước ta:

"Mùa đông, tháng 10 [1663], cấm người trong nước học đạo Hoa Lang. Trước đây, có người nước Hoa Lang vào ở nước ta, lập ra đạo lạ để lừa phỉnh dân ngu. Bọn đàn ông, đàn bà ngu dốt nhiều kẻ tin mộ. Trường giảng đạo người ở hỗn tạp, trai gái không phân biệt. Trước đã đuổi người giảng đạo đi rồi mà sách đạo và nơi giảng hãy còn, thói tệ chưa đổi. Đến đây lại nghiêm cấm".[2] Đại Việt Sử Ký không nói đến mốc điểm đạo Hoa Lang được truyền vào Đại Việt.

---

* Về tác giả, xem trang I-248

[1] Cách chung, Đạo Hoa Lang được hiểu là đạo do người Tây phương truyền vào, có khi được gọi là là Gia-tô [Kitô]. Xem thêm: ROLAND JACQUES, *Các nhà truyền giáo Bồ Đào Nha và thời kỳ đầu của Giáo hội Công giáo Việt Nam*, Định Hướng Tùng Thư, 2004, Tome 2, trang 47-85).

[2] LÊ VĂN HƯU..., *Đại Việt sử ký toàn thư*, Viện Khoa Học Xã Hội Việt Nam dịch, Khoa Học Xã Hội – Hà Nội,1993, trang 68.

- Bộ *Khâm Định Việt Sử Thông Giám Cương Mục*[3] nhắc lại thông tin của *Đại Việt Sử Ký Toàn Thư* về việc Lê Huyền Tông cấm đạo Hoa Lang năm 1663, đồng thời còn thêm lời giải thích về mốc điểm đạo Hoa Lang được truyền vào Đại Việt:

"**Tháng 10, mùa đông [1663]. Nhắc rõ lệnh cấm người theo tả đạo Gia tô**: Trước đây, có người Tây Dương gọi là Hoa lang di, vào ở trong nước ta đem đạo dị đoan của Gia tô lừa dối dụ dỗ làm ngu muội dân chúng, những người quê mùa nông nổi phần nhiều tin mộ đạo ấy, họ lập tòa giảng nghe giảng đạo, sự mê hoặc đắm đuối mỗi ngày càng sâu rộng. Trước đã hạ lệnh đuổi người truyền đạo ấy đi, nhưng còn bọn tiểu nhân thấm sâu vào tập tục ấy chưa thay đổi được, nên đến nay lại hạ lệnh cấm. Lời chua: - Gia - tô: Theo sách *Dã lục*, thì ngày tháng 3 năm Nguyên Hòa thứ nhất (1533) đời Lê Trang Tông, người Tây Dương tên là Y-nê-xu lén lút đến xã Ninh Cường, xã Quần Anh huyện Nam Chân và xã Trà Lũ huyện Giao Thủy, ngấm ngầm truyền giáo về tả đạo Gia tô." [4] Theo chú thích, thì *Khâm Định Việt Sử Thông Giám Cương Mục* cho biết thông tin này được trích từ *Dã lục*, nghĩa là từ những nguồn tin của tư nhân trong dân gian, không phải nguồn tin chính thống được các sử quan biên soạn.[5]

Khâm định Việt sử thông giám cương mục lập lại mốc điểm đạo Gia tô được truyền vào Đại Việt nhân việc chúa Trịnh Doanh cấm đạo vào năm 1754, thời Lê Hiển Tông (1740-1786):

"**Tháng 9, mùa thu [1754]. Lại cấm tả đạo Hòa Lan.** Trước kia, vào khoảng năm Nguyên Hòa (1533-1548) đời Lê Trang Tông, Y-Nê-Xu, người Tây Dương, mới đem đạo ấy vào vùng ven biển, thuộc huyện Giao Thủy, huyện Nam Chân, lén lút truyền giáo, gọi là "đạo Thiên Chúa" cũng gọi là "Thập tự giáo". Giáo lý này dùng thiên đường địa ngục để phân biệt báo ứng về điều thiện, điều ác, cũng gần giống đạo Phật, có thêm vào thuyết xưng tội, rửa tội nữa. Họ ngày đêm dụ dỗ, lừa dối, những người ngu xuẩn quê mùa bị họ làm mê hoặc đắm đuối, dẫu có lệnh cấm, chết cũng không bỏ. Khoảng năm Cảnh Trị (1663-1671) và Chính Hòa (1680-1704), triều đình đã nhiều lần ra cấm lệnh rõ ràng, nhưng vì lòng dân bị che lấp đã lâu, rút cuộc không thay đổi được. Đến nay lại bàn cấm đoán nghiêm ngặt hơn, nhưng cũng không thể nào ngăn cấm được". Với *lời chua* - Tả đạo Hòa Lan: Tức tả đạo Hoa Lang, xem Huyền Tông, năm Cảnh Trị thứ nhất (Ch. XXXIII, 5, 6).[6]

---

[3] Bộ sách được khởi thảo từ năm 1856 theo lệnh vua Tự Đức. Sau 05 lần thẩm định, sách được khắc in và ban hành năm 1884

[4] Xem QUỐC SỬ QUÁN TRIỀU NGUYỄN, *Khâm Định Việt Sử Thông Giám Cương Mục*, Viện sử học dịch, Giáo Dục - Hà Nội, 1998, trang 720.

[5] Cũng như *Dã sử*, sách của tư gia ở dân gian ghi chép, khác với sách của sử quan, nên gọi là *Dã Lục*. (theo chú thích số 3 của Viện Sử Học ở cuối trang 720)

[6] Xem QUỐC SỬ QUÁN TRIỀU NGUYỄN, *Sđd*, trang 889-890.

2. Nguồn lịch sử về sự kiện một người Tây dương đến truyền đạo ở Đại Việt vào năm 1533.

- Theo *Khâm định Việt sử thông giám cương mục* thì sự kiện ấy "Theo sách *Dã Lục*, thì ngày tháng 3 năm Nguyên Hòa thứ nhất (1533) đời Lê Trang Tông, người Tây Dương tên là Y-nê-xu lén lút đến xã Ninh Cường, xã Quần Anh huyện Nam Chân và xã Trà Lũ huyện Giao Thủy, ngấm ngầm truyền giáo về tả đạo Gia tô ".

- Hai tác giả Chu Thiên và Đinh Xuân Lâm trong bài viết tựa đề "*Tây dương Gia tô bí lục*, một tài liệu lịch sử quý giá nêu cao tinh thần yêu nước chống xâm lược" đã viết: "Về mốc lịch sử đầu tiên của đạo Gia tô ở nước ta, tác giả [*Tây dương Gia tô bí lục*] viết: "Đời Trang-tông Du hoàng đế năm Quý tỵ, năm đầu niên hiệu Nguyên-hòa, Y-nê-khu lén lút đến ẩn nấp ở làng Ninh-cường…".

Hai tác giả viết tiếp: "Chắc chắn là sách *Khâm định Việt sử thông giám cương mục* của Quốc sử quán triều Nguyễn đã căn cứ vào đấy, nên mới chua : "Lê Trang Tông, niên hiệu Nguyên Hòa năm đầu, có người Tây là Y-nê-khu lén vào truyền giáo ở các làng Quần Anh, Ninh Cường, huyện Nam Chân (tức Nam Trực ngày nay) và các làng Trà Lũ, huyện Giao Thủy, đều thuộc tỉnh Nam Định ngày nay". **Về thời điểm này, chúng** tôi ngờ rằng **chưa được** đúng với sự thật và c**ần được nghiên cứu thêm**. **Những sách cũ của các giáo sĩ Tây phương viết chưa có quyển nào xác minh công nhận**. Theo chỗ chúng tôi biết thì thời kỳ này, miền Bắc còn thuộc nhà Mạc (Mạc Đăng Doanh) và trong các sách về truyền giáo của thời kỳ này, không thấy nói đến việc này".[7]

- *Trần Thanh Ái*, tác giả bài viết *"Người Bồ Đào Nha đến Đại Việt"* đã viết: " *Khâm định Việt sử thông giám cương mục* có ghi năm 1533 một người Tây dương tên là Y-nê-xu, mà nhiều nhà nghiên cứu cho là phiên âm từ *Inácio*, đến truyền đạo tại Nam Định. Mốc thời gian này được Trương Vĩnh Ký, Nguyễn Hồng, Manguin, v.v. dẫn lại. Mặc dù sự việc trên chỉ được ghi lại trong *Dã lục*, và không thấy tài liệu nào của Bồ Đào Nha ghi về việc truyền giáo trong giai đoạn này, nhưng không vì thế mà phủ định ghi chép trên, vì việc truyền đạo là một trong những nhiệm vụ được vua Bồ Đào Nha đề ra khi tổ chức các đoàn thám hiểm về phương Đông nối tiếp tinh thần thập tự chinh của những thế kỷ trước. Thật vậy, trong các chuyến hải hành, thường có các nhà truyền giáo tháp tùng cùng các đoàn thám hiểm và thương mại. Cũng chính vì thế mà ngay sau khi chiếm Malacca, dòng Saint-Dominique thành lập tỉnh dòng Sainte-Croix phụ trách các nước vùng Đông Ấn Độ.

[7] *Tạp chí Nghiên cứu Lịch sử* số 107, Tháng 2/1968, trang 56-62.

Tuy nhiên, nhiều chi tiết cho phép nghĩ rằng *Dã lục* mà *Khâm định Việt sử thông giám cương mục* sử dụng để nói về việc người Tây dương đến truyền đạo chính là tài liệu *Tây dương Gia tô bí lục*, vì các chi tiết liên quan đến việc các nhà truyền đạo Thiên Chúa vào nước Đại Việt của hai tài liệu này trùng khớp với nhau hoàn toàn:

Nước ta về thời Hậu Lê đời vua Trang Tông Dụ hoàng đế, năm Quý Tị niên hiệu Nguyên Hòa thứ I (1533), giặc Tây sai giám mục khâm mạng là Ingatiô lẻn vào lén lút truyền đạo ở làng Ninh Cường, huyện Nam Chân." (*Tây dương Gia tô bí lục*, 1981). [8]

Trần Thanh Ái nêu lên một vài sự kiện liên quan đến sự kiện nêu trên trong *Tây dương Gia tô bí lục* rồi nêu quan điểm: "Các điều trên đây khiến người đọc phải nghi vấn về tính chính xác của nhiều chi tiết trong *Tây dương Gia tô bí lục*. Có thể là khi biên soạn (cuối thế kỷ XVIII), các tác giả đã dựa vào những hồi ức cộng đồng thuộc nhiều thế hệ (tính từ 1533 đến khi biên soạn tài liệu này thì hơn 260 năm) nên rất dễ có sự nhầm lẫn về thời gian, tên tuổi, và kể cả sự kiện. Cũng không loại trừ khả năng đó là kết quả của sự sáng tạo cá nhân được xây dựng trên nền lịch sử, như thường thấy trong nhiều tác phẩm du ký của châu Âu ngày xưa như bộ *Peregrinaçào* của Fernão Mendes Pinto. Chính vì thế mà nhiều nhà nghiên cứu gọi *Tây dương Gia tô bí lục* là truyện ký dã sử".

Trần Thanh Ái viết tiếp: "Một giả định khác: nếu *Dã lục* mà *Khâm định Việt sử thông giám cương mục* sử dụng không phải là *Tây dương Gia tô bí lục* mà là một tài liệu khác, không liên quan đến việc giảng đạo của các giáo sĩ dòng Tên, liệu có dòng truyền giáo nào khác đến Đại Việt năm 1533 không? ". Đặt vấn đề và đưa ra một số sự kiện lịch sử, rồi tác giả đi đến kết luận: "**Tóm lại, những chi tiết mà *Khâm định Việt sử thông giám cương mục* dẫn lại từ dã lục là không phù hợp với những dữ liệu lịch sử đã được xác nhận".** [9]

- Linh mục Bùi Đức Sinh, O.P. khi đề cập đến sự kiện *Khâm định Việt Sử thông giám cương mục* đã viết về nhân vật và mốc điểm lịch sử truyền giáo ở Việt Nam, Linh mục Bùi Đức Sinh viết: "Giáo sĩ Y-Nê-Khu là người nước nào và thuộc dòng tu nào? Không một sử liệu nào nói rõ. Có tác giả cho ngài là một linh mục dòng Đa Minh Tây Ban Nha, nhưng cũng có tác giả khác nói Y-Nê-Khu thuộc dòng Phanxicô hoặc dòng Tên quốc tịch Bồ Đào Nha.

Nếu giáo sĩ Y-Nê-Khu là một cha dòng Đa Minh thì không thể là cha Inigo de Santa Maria như sử gia Gispert đã muốn gán cho. Vì cha Inigo từ Manila sang Cao Miên năm 1604, rồi cùng năm ấy cha qua đời trên đường trở về Manila để xin thêm cán bộ truyền giáo. Như vậy nếu

---

[8] Tạp chí *Xưa&Nay*, Số 530, tháng 4 năm 2002, trang 8-9.

[9] Tạp chí *Xưa&Nay*, Sđd, trang 9, cột 2.

cha Inigo cũng có mặt ở đất Bắc hồi năm 1533 thì khi từ trần cha phải thọ cả 100 tuổi. Một linh mục đã già gần 100 tuổi, thiết tưởng không một bề trên nào sai đi từ Manila sang Cao Miên giảng đạo. Nhưng nếu không phải là cha Inigo de Santa Maria, thì có thể là một trong những thừa sai Đa Minh Bồ Đào Nha, thuộc tỉnh dòng Thánh giá Đông Ấn, là tỉnh dòng đảm nhiệm công việc truyền giáo vùng Đông Nam Á bấy giờ.

Rất có thể Y-Nê-Khu là một giáo sĩ dòng Phan sinh Bồ Đào Nha, vì các cha dòng này cũng như dòng Đa Minh đã bắt đầu giảng đạo ở Á Đông từ thế kỷ XVI, nhất là những giáo sĩ thuộc hai quốc tịch Bồ Đào Nha và Tây Ban Nha. Còn giả thuyết cho rằng Y-Nê-Khu thuộc dòng Tên không thể chấp nhận được, vì thánh Inhaxu lập dòng năm 1540, nghĩa là sau sự kiện đã xảy ra đến 7 năm. **Nói tóm, ngoài những chi tiết mà *Khâm định Việt Sử* kể lại, phải quyết định như Bonifacy rằng: "Người ta không biết** gì hơn về vị **giáo sĩ Y-Nê-Khu"**.[10]

- Sử liệu Dòng Phan Sinh Tây Ban Nha

Biên niên sử của Tỉnh dòng Phanxicô Tây Ban Nha và các tài liệu sử liên quan có nhắc đến thành viên của Tỉnh dòng là Linh mục Martin-Ignatio de Loyola, cháu thánh Ingatio de Loyola, trên chuyến hải trình khởi hành từ Macao đi Malacca vào ngày 31.12.1582, có ghé vào bờ biển Đại Việt nhưng không thể ở lâu vì phải đi Malacca. Trong thời gian ngắn lưu lại Đại Việt, cha ghi nhận người dân ở đây sẵn sàng đón nhận Tin mừng và tha thiết xin được đón nhận Phép rửa... [11]

3. Nhận định:

- Việc *Khâm định Việt sử* đã lấy nguồn từ *Tây dương Gia tô bí lục*

Một trong những lý do mà các nhà nghiên cứu nại vào để đưa ra quan điểm *Khâm định Việt sử* đã lấy nguồn từ *Tây Dương Gia Tô Bí Lục* về sự kiện I-nê-xu lén vào truyền giáo ở Đại Việt vào năm 1533 là dựa vào mốc điểm ra đời của hai tác phẩm và sự trùng hợp về chi tiết sự kiện. *Tây dương Gia tô bí lục* ra đời trước, được khởi thảo từ năm 1794[12] và được in năm Nhâm Thân, Gia Long 11 (1812).[13] *Khâm định Việt sử* được bắt đầu biên soạn theo lệnh vua Tự Đức từ năm 1856, viết xong 1881, khắc in 1884.[14]

---

[10] LM. BÙI ĐỨC SINH, O.P., M.A., *Giáo hội Công Giáo ở Việt Nam,* Calgary-Canada, 2002, Q.I, trang 54-56.

[11] Xem GONZALEZ DE MENDOZA, *Histoire du grand royaume de la Chine, situé aux Indes orientales...*, Paris 1589, trang 304b.

[12] Cuối lời tựa sách : *Viết vào tháng Hoa đào [tức tháng Hai] năm Giáp Dần, thời nhà Lê suy tàn.* Năm Giáp Dần thời Lê suy tàn là năm 1794.

[13] *Tây Dương Gia Tô Bí Lục* (Quyển IX) - *talawas.org/talaDB/showFile.php?res=10257&rb=08.*

[14] QUỐC SỬ QUÁN TRIỀU NGUYỄN, *Sđd,* trang 2.

Tuy nhiên, nếu *Tây dương Gia tô bí lục* được khởi thảo năm 1794 và được in năm 1812, thì tại sao trong bản *Tây dương Gia tô bí lục* được lưu giữ hiện nay, được dịch, được xuất bản, có những sự kiện lịch sử xảy ra sau khi tác phẩm ra đời ?. Chẳng hạn, sự kiện chiến tranh nha phiến giữa Anh và Trung Quốc xảy ra giữa thế kỷ 19 (*1840 – 1843* và *1856 – 1860)* được *Tây dương Gia tô bí lục* đề cập đến: "Năm thứ 20 (1840), vua Đạo Quang hạ lệnh cấm, kẻ nào hút trộm thì xử chém, tịch thu gia sản".[15]

Vấn nạn nầy được Ngô Đức Thọ, dịch giả tác phẩm *lý giải* trong phần giới thiệu: "Ngoài phần chính văn, trong sách còn có nhiều ghi chú viết chữ nhỏ lưỡng cước... Điều đó cho thấy rằng trước đây *Tây dương Gia tô bí lục* đã được dư luận chú ý và từng có một vài người khác tham gia vào việc chú thích bình luận tác phẩm. Hơn thế, phải chăng trong định bản hiện nay phần nào còn có vai trò nhuận sắc, bổ sung của một trong những người khuyết danh, chẳng hạn ở đoạn nói về sự kiện chiến tranh thuốc phiện ở Trung Quốc? Điều đó hiện còn chưa rõ. Dẫu sao thì việc có một vài người khác đã tham gia bình luận chú thích, một bộ phận hợp thành của tác phẩm, là điều đã rõ. Vì vậy, chúng tôi cho rằng về tác giả *Tây dương Gia tô bí lục*, ngoài bốn người đã nói trên [*Phạm Ngộ Hiên, Nguyễn Hoà Đường, Nguyễn Bá Am, Trần Trình Hiên*], nên kể thêm sự đóng góp của một vài người khuyết danh ở nửa cuối thế kỷ XIX nữa".[16]

- **Về tên gọi thừa sai Ingatio (**I-Nê-Khu, Y-Nê-Khu, I-nê-xu):

Các Dòng Đa Minh, Dòng Phan sinh Bồ Đào Nha, Dòng Tên, Dòng Phan sinh Tây Ban Nha là những Dòng có liên quan đến việc truyền giáo ở Á Đông từ thế kỷ XVI. Trong số các Dòng nầy có những thừa sai có tên gọi Ingatio. Tuy nhiên, **hành trạng của thừa sai Ingatio có liên quan đến sự kiện năm 1533** mà *Tây dương Gia tô bí lục* và *Khâm định Việt sử* nói đến, hiện chưa được tìm thấy trong các nguồn sử của các Dòng. Các tác giả viết sau này cũng chỉ căn cứ vào *Khâm Định Việt Sử* để nói về mốc điểm Kitô giáo được du nhập vào Việt Nam.

- Về mốc điểm năm 1533:

Căn cứ vào các sự kiện trong *Tây dương Gia tô bí lục* như:

* Nơi bài tựa, tác giả viết "*Viết vào tháng Hoa đào [tức tháng Hai] năm Giáp Dần, thời nhà Lê suy tàn*". *Năm Giáp Dần là năm 1794, thuộc*

---

[15] *Tây Dương Gia Tô Bí Lục* (Quyển IX) - *talawas.org/talaDB/showFile.php?res=10257&rb=08.*

[16] *Tây Dương Gia Tô Bí Lục* (Lời giới thiệu) - *talawas.org/talaDB/showFile.php?res=10257&rb=08.*

thời vua Cảnh Thịnh triều Tây Sơn. Tuy nhiên, tác giả không đề niên hiệu Cảnh Thịnh mà đề "nhà Lê suy tàn".

**Tây dương Gia tô bí lục* viết: "*Nước ta về thời Hậu Lê đời vua Trang Tông Dụ hoàng đế, năm Quý Ty. niên hiệu Nguyên Hòa thứ I (1533), giặc Tây sai giám mục khâm mạng là Ingatiô lẻn vào lén lút truyền đạo ở làng Ninh Cường, huyện Nam Chân*". Thực ra năm 1533, Nguyễn Kim, một cựu võ tướng của nhà Lê không thần phục nhà Mạc, đã đưa Lê Ninh lên ngôi trên đất Ai Lao (Lào), tức là vua Lê Trang Tông, niên hiệu là Nguyên Hòa.[17] Lúc bấy giờ vua Lê Trang Tông ở bên đất Lào, toàn bộ đất Đại Việt thuộc quyền cai trị của nhà Mạc, cụ thể là thời Thái Tông Văn hoàng đế Mạc Đăng Doanh, năm Đại Chính thứ 4. Tuy nhiên tác giả không đề niên hiệu Đại Chính của vua Mạc mà đề niên hiệu Nguyên Hòa của vua Lê.

Với những chứng từ nêu trên cho thấy tác giả Tây Dương Gia Tô Bí Lục là những nho sĩ tôn Lê, chịu ảnh hưởng Nho giáo rất sâu đậm.[18] Tác giả *Tây dương Gia tô bí lục* chọn năm Quý Tỵ 1533, mở đầu thời Lê Trung Hưng (Hậu Lê), để đưa một nhân vật ngoại quốc mà lịch sử không chứng minh được và gán cho việc lén lút vào truyền giáo ở nước ta giữa lúc mà hai họ Lê - Mạc đang tranh giành với nhau, trong nước nhiều việc, không ai rỗi mà soát xét những việc nhỏ nhặt.[19] Việc những nhân vật và sự kiện lịch sử không thể tìm thấy trong lịch sử thì đầy dẫy trong *Tây dương Gia tô bí lục.*

- Về những địa danh Nam Chân, Quần Anh, Trà Lũ, Ninh Cường

Tác giả *Tây dương Gia tô bí lục* đã viết: "Nam Chân là nơi phong tục cổ xưa thô lậu, nên đến đó trước. Ingatiô sang đến nước ta bèn lẻn vào cư ngụ ở các làng Quần Anh, Trà Lũ, Ninh Cường, đến đâu đều cho tiền, phát thuốc, khiến cho những kẻ ngu khờ phải mang ơn mà chịu nghe giảng đạo. Từ đó đạo Gia Tô mới bắt đầu lan đến nước ta". Thời điểm khởi viết *Tây dương Gia tô bí lục* (1794), lúc bấy giờ những địa danh mà *Tây dương Gia tô bí lục* vừa kể trên là vùng đất Công giáo rất sầm uất, thuộc Giáo phận Đông Đàng Ngoài, nay thuộc Giáo phận Bùi Chu. Phải chăng tác giả *Tây dương Gia tô bí lục* mượn những địa danh nầy để ngầm nói các tín hữu là những kẻ ngu khờ, phong tục cổ xưa thô lậu ?

---

[17] Xem QUỐC SỬ QUÁN TRIỀU NGUYỄN, *Khâm Định Việt Sử Thông Giám Cương Mục*, Viện sử học dịch, Giáo Dục - Hà Nội, 1998, trang 631.

[18] Xem thêm *Tạp chí Nghiên cứu Lịch sử* số 107, Tháng 2/1968, trang 58-59.

[19] Xem *Tây Dương Gia Tô Bí Lục* (Quyển IX) - *talawas.org/talaDB/showFile.php?res=10257&rb=08.*

4. Kết luận:

Xét về phương diện lịch sử truyền giáo của Giáo hội toàn cầu nói chung và Giáo hội Việt Nam nói riêng, *Tây dương Gia tô bí lục* đầy dẫy những nhân vật và sự kiện lịch sử không có trong lịch sử mà không thể liệt kê dài dòng trong bài viết nầy. Ở đây chỉ nêu nhân vật Ingatio mà bài viết nầy đã đề cập. Tác giả *Tây dương Gia tô bí lục* còn tạo ra nhân vật Ingatiô vào thời Chúa Giêsu ở Thế kỷ thứ I và bịa đặt hoang đường câu chuyện khi viết: "Một hôm con chúa Trời đến làng SaNa kê bục giảng đạo, lời lẽ lưu loát. Dân làng trông tướng mạo Jêsu, ai cũng cho là lạ, những người có học thức trong làng cũng đến nhìn lén xem y là người thế nào. Lúc ấy Jêsu đang thao thao thuyết giáo xưng tao xưng mày với dân làng, nhiều lần nêu tên những người tài giỏi các nơi mà chê bai, cho là còn kém mình. Bốn mươi năm trước, ở làng SaNa có Ingatiô và 8 người khác có công đức, được dân làng lập miếu thờ phụng. Mấy người có học nhân đó hỏi Jêsu: "Thầy có biết tiên thánh làng chúng tôi là Ingatô không?" Jêsu đáp: "Các ngươi chẳng hiểu ta chút nào! Nay ta bảo các ngươi: Từ khi chưa có Ingatiô thì đã có ta rồi, sao ta lại chẳng biết?" Nghe Jêsu trả lời như vậy, mấy người kia bừng giận mắng rằng: "Gã yêu tà điên rồ kia, người mới ba mươi tuổi, sao dám bảo là sinh trước Ingatiô của chúng ta?" Nói đoạn bèn gióng trống hô người vây bắt. Thầy trò Jêsu tháo thân bỏ chạy tán loạn. Dân chúng nhặt gạch đá tới tấp ném theo".[20]

Tóm lại, sự kiện và nhân vật mà *Tây dương Gia tô bí lục* và *Khâm Định Việt Sử* viết về mốc điểm truyền giáo ở Việt Nam là một vấn đề tồn nghi lịch sử, thậm chí là sự bịa đặt của *Tây dương Gia tô bí lục*, không thể tin tưởng.

[20] *Tây Dương Gia Tô Bí Lục* (Quyển II) - *talawas.org/talaDB/showFile.php?res=10257&rb=08.*

CUỘC TRUYỀN GIÁO DANG DỞ - CÁC NHÀ TRUYỀN GIÁO DÒNG KHẤT THỰC (1533 –1615)

Linh mục Antoine Bùi Kim Phong

Kỷ nguyên mới của công cuộc truyền bá Công giáo được khai mở với sự thành lập các dòng tu mới vào thế kỷ XIII: Dòng Đa Minh (1206), Dòng Phanxicô (1209), và sau đó vào thế kỷ XVI là Dòng Chúa Giêsu hay Dòng Tên (1534). Từ các dòng tu này, Giáo hội đã có thêm đông đảo "những chiến binh", các tu sĩ và linh mục đi truyền giáo khắp thế giới.

Trong một thời gian dài, đích nhắm chính của công cuộc truyền giáo tại Á Châu là Trung Hoa và Nhật Bản, đặc biệt là Trung Hoa. Thánh Phanxicô rất thành công ở Ấn Độ và Nhật Bản, nhưng vẫn mơ ước đi đến Trung Hoa, vì ngài và các nhà truyền giáo khác cùng thời đã xem Trung Hoa như cái nôi của văn hóa Á Châu. Nếu Trung Hoa cải đạo, có lẽ cả Châu Á sẽ theo. Việc truyền giáo của Dòng Tên tại Việt Nam bắt đầu muộn màng vào thế kỷ XVII, chủ yếu là vì Trung Hoa và Nhật Bản cấm cửa các nhà truyền giáo ngoại quốc. Vào thế kỷ XVI, các nhà truyền giáo dòng Đa Minh, Phanxicô và Augustinô đã đến với số lượng nhỏ và ở lại trong một thời gian ngắn.

1. Truyền giáo của dòng Đa Minh

Các cơ sở truyền giáo của dòng Đa Minh ở Đông Nam Á được hình thành khá sớm: Tỉnh dòng Thánh Giá của Đông Ấn ở Malacca chính thức được thành lập năm 1551, nhưng từ năm 1549 ở Malacca đã có 18 nhà dòng. Tuy nhiên, có rất ít sự hiện diện của các tu sĩ Đa Minh ở Việt Nam vào thế kỷ XVI. Lịch sử dòng Đa Minh ghi nhận tên tuổi của 9 hay 10 nhà truyền giáo ở Việt Nam vào thời ấy với rất ít thông tin.[1]

Linh mục Antoine Bùi Kim Phong

** Sinh: 02-08-1959 tại Gia An, Tam Quan, Bình Định.*
** Linh mục: 1998, tại Rôma.*
** Chuyên Ngành: Thần học Kinh Thánh, Giáo Sư. Thạc sĩ Thần Học Kinh Thánh. Tiến sĩ Lịch Sử Giáo hội.*
** Hiện đang là linh mục quản nhiệm giáo xứ thánh Phêrô và Phaolô, Savannah, GA, USA.*

Theo M. Gispert[2] thì vào năm 1550, một linh mục dòng Đa Minh người Bồ Đào Nha là Gaspar da Cruz đã được sai đến Cao Miên, và đã đến cửa Cần Cáo, Hà Tiên, cuối phía Nam của Việt Nam hiện nay. Ngài hoạt động ở đấy trong 5 năm. Năm 1555 ngài đi Macao. Không có bằng chứng lịch sử nào cho thấy Gaspar da Cruz truyền giáo ở Đàng Trong.[3]

Năm 1580, hai linh mục cùng dòng với Gaspar: Luis Fonséca, người Bồ Đào Nha, và Grégoire de la Motte, người Pháp, đã đến truyền giáo tại Cao Miên. Vài tác giả nói rằng họ giảng đạo ở Quảng Nam vào năm 1586. Trong cuộc chiến giữa Champa với chúa Nguyễn, họ bị bắt đem về Qui Nhơn. Fonséca bị xử tử, de la Motte bị thương và chết trên đường về Malacca.[4] Năm 1558, hai linh mục dòng Đa Minh khác là Juan Maldonat và Pedro de Batisda đã đến Cao Miên qua ngã Hà Tiên. Vài tháng sau, họ bị săn đuổi: Pedro de Batisda bị giết và Juan Maldonat bị thương và chạy thoát sang Thái Lan.

---

[1] Xem Bùi Đức Sinh, O.P., *Dòng Đa Minh trên Đất Việt* [*The Dominicans in Viet Nam*], 2 vols., Saigon 1971-1976, in lại ở Calgary, 1993-1995; André Marie O.P., *Missions dominicaines dans l'extrême Orient*, Lyons-Paris, 1865.

[2] Xem M. Gispert, *Historia de las misiones*.

[3] Gaspar da Cruz (Gaspar de Santa Cruz), người Bồ Đào Nha, là nhà truyền giáo dòng Phanxicô đầu tiên ở Viễn Đông, Á Châu. Xem sách của ngài: *Tractado em que se cõtam muito por extẽso as cousas da China, cõ suas particulariades, & assi do reyno dormuz. Cõpuesto por el R. padre frey Gaspar da Cruz da ordẽ* de sam Domingos (...), André de Burgos: Évora, 1569, 162 trong bản dịch của Charles Ralph Boxer, *South China in the 16th Century. Being the Narratives: Galeote Pereira, Fr. Gaspar da Cruz, Fr. Martin de Rada, 1550-1570*, London: Hakluyt Society, 1953. Vài sử gia về truyền giáo khẳng định rằng hoạt động truyền giáo của G. da Cruz ở Việt Nam là vô căn cứ, Roland Jacques, *Các nhà truyền giáo Bồ Đào Nha và thời kỳ đầu của Giáo hội Công giáo Việt Nam - Les missionaries Portugais et les débuts de l'Église catholique au Viet-nam*, Bilingue, Tome 2, Reichstett: Định Hướng Tùng Thư, 2004, 50, n. 22.

[4] L.E.Louvet, *La Cochinchine religieuse*, 226.

Ngày 24 tháng Sáu năm 1596, hai linh mục Tây Ban Nha: Alonso Ximenèz và Diego Aduarte và thầy Juan Deca, cập bến Đàng Trong. Diego Aduarte thuật lại trong tường trình của mình rằng họ nhìn thấy một cây thánh giá dựng trên một ngọn đồi cao và dân chúng thì sợ hãi không dám phá.[5]

Những tu sĩ này không đến để truyền giáo nhưng họ chỉ là thành viên của đoàn chiến thuyền đi qua Cao Miên để về Manila; họ dừng chân ở Cửa Hàn [6] để lấy lương thực. Ở cảng này, họ gặp hai tu sĩ dòng Augustinô là Miguel los Santos và Rafael da Madre de Deus, tuyên úy cho các thủy thủ Bồ Đào Nha. Cha Alonso Jimenèz đồng tế Thánh lễ kính nhớ Thánh Augustinô vào ngày 28 tháng Tám với hai linh mục dòng Augustinô, trong khi cha Diego Aduarte đi Sinoa (Thuận Hóa). Quan tổng trấn hứa xây nhà nguyện cho ngài đã đón tiếp cha Aduarte ở Ái Tử.[7] Tại Đà Nẵng, khi sự bất đồng nổ ra giữa ông quan và vị thuyền trưởng Tây Ban Nha, người Việt tấn công đoàn thuyền Tây Ban Nha neo đậu ở Cửa Hàn. Cha Diego Aduarte ở trên thuyền vào thời điểm ấy và đã chạy thoát cùng với người Tây Ban Nha trong khi cha Alonso Jimenèz còn ở lại trên đất liền cùng với hai cha dòng Augustinô. Theo tường trình của dòng Đa Minh,[8] trong thời gian lưu lại Đà Nẵng, cha Alonso Jmenèz đã rửa tội cho hai tử tội; ở lại đó một thời gian rồi ngài trở về Philippines. Năm 1615, cha Francesco Buzomi S.J. đến Cửa Hàn và gặp vài người Công giáo ở đó.[9]

2. Công cuộc truyền giáo của dòng Phanxicô

Dòng Phanxicô là dòng truyền giáo. Vào thế kỷ XIV-XV các tu sĩ Phanxicô đã hiện diện tại Trung Hoa và Ấn Độ.[10] Vào thế kỷ XVI, khi

---

[5] Xem R. du Caillaud, *Essai sur les origins*, 169; C. Maybon, *Histoire moderne du Pays d'Anam*, Paris: Plon, 1919, 28; A. Launay, *Histoire ancienne et modern de l'Annam*, Paris: Challamel, 1884, 152.

[6] Ban đầu được gọi là Cửa Hàn (cửa của sông Hàn), hay Thủ Hàn mà người Bồ Đào Nha viết sai ra thành Turaõ, Turon, Touron, hay Tourane trong tiếng Pháp. Trên bản đồ của cha de Rhodes, nó được gọi là Che An. Xem A. Chapuis, "Les noms annamites", *Bullentin des Amis du Vieux Huế*, XXIX/1 (1942), 95. Nó cũng được gọi là Đà Nẵng, một phần của tỉnh Quảng Nam, và trở thành cảng quan trọng nhất trong miền vào cuối thế kỷ XVIII khi Faifo (Hội An) mất dần ý nghĩa.

[7] Xem Diego Aduarte, *Historia de la provincia de santo Rosario de Filipinas, Japon, y China de la sagrada Orden de Predicatores*, Zaragossa 1693; trích dẫn trong R. du Caillaud, *Essai sur les origins*, 191.

[8] *Ibid.*, 176.

[9] A. Bonifacy, *Les début*, 4.

[10] Sự hiện diện của các tu sĩ Phanxicô tại Á Châu và Việt Nam đã được tường trình trong nhiều nguồn sử liệu. Xem A. Van de Wyngaert và những người khác, eds, *Sinica Francescana*, Quaracchi-Firenze: Coll. Santi Bonaventurae – Roma: Segreteria Missioni OFM, 1929 ss. (đặc biệt tập 2, *Relationes et epistolas Fratum Minorum saeculi XVI et XVII*); và các nghiên cứu: L. Pérez, "Origen de las missions franciscana en el Extremo Oriente", *Archivo Ibero-americano* 1, 1914-7, 1917; id., "Los Españoles en el Impero di Annam: Misiones en Cochinchina, Chiampa y Camboja", *ibid.* 18, 1922-36, 1933; H. Bernard-Maître, *Aux portes de la Chine, les missionnaires du XVIe Siècle*

Goa trở thành trung tâm truyền giáo cho vùng Đông Nam Á thì các tu sĩ Phanxicô đã đặt các cơ sở của mình ở đây. Dù Tỉnh dòng Thánh Tôma (Dòng Phanxicô) ở Ấn Độ được chính thức thành lập sau này vào đầu thế kỷ XVII, nhưng từ năm 1548 có ba tu sĩ Phanxicô đã tiến hành các hoạt động truyền giáo ở quần đảo Célèbes.

Năm 1579, sau khi tu viện Phanxicô được thành lập ở Manila, cha Pedro de Alfaro và ba người đồng hành đã bí mật lên đường đi Trung Hoa. Họ đã đến Quảng Châu nhưng không thể nào vào Trung Hoa lục địa. Họ định cư ở Macao và lập ở đấy một tu viện Phanxicô. Vào lúc ấy, một phái đoàn Việt Nam đến Macao để mời vài nhà truyền giáo Công giáo đến Việt Nam. Vì không có sẵn các giáo sĩ người Bồ Đào Nha nên giám mục Macao là Melchior Carneiro đã chỉ định cha Pedro de Alfaro, người Tây Ban Nha, đi truyền giáo tại Việt Nam. Ngài chấp nhận và chuẩn bị lên đường. Nhưng trước khi khởi hành, ngài bị giới thẩm quyền Bồ Đào Nha cáo buộc là làm gián điệp cho triều đình Tây Ban Nha nên bị đưa từ Macao đến Goa để xét xử ở đấy. Rủi thay, chiếc thuyền của ngài bị đắm ở ngoài khơi tỉnh Bình Định. Xác ngài tấp vào bờ biển và được dân ở đấy hỏa táng.[11]

Trong số các tu sĩ Phanxicô đến Macao với cha Pedro de Alfaro, có một linh mục người Ý tên là Giovanni Battista Lucarelli di Pesano, ngài ở lại và đảm nhiệm vị trí của cha Pedro, nhưng rồi sau đó ngài cũng bị trục xuất đến Malacca. Dù cha Lucarelli không có nhiệm vụ ở Việt Nam song ngài cũng đã thành lập ở Macao một "chủng viện" dành cho các ứng viên người châu Á (gồm cả Việt Nam), đào tạo và gởi họ về quê hương để truyền giáo.[12] Với đầu óc thực tiễn, cha Lucarelli đã vẽ một số tranh về Ngày phán xét với hàng chữ chú thích nhiều ngôn ngữ: "Ai muốn được cứu rỗi, thoát khỏi các hình phạt Hỏa ngục: Hãy cải đạo và tin vào Đức Giêsu Kitô". Những bức tranh này được gởi đến các vua chúa trong vùng, bao gồm cả triều đình Việt Nam. Một bức tranh không đến tay nhà vua nhưng đến với Mạc Mậu Hợp (trị vì 1562-1592), người vừa mới chiếm kinh thành trong một cuộc nổi loạn. Cùng với các bức tranh, cha Lucarelli gởi kèm theo bức thư xin cho các nhà truyền giáo được vào trong đất nước. Mạc Mậu Hợp rất thích bức tranh. Ông cho phép các nhà truyền giáo được hoạt động ở Đàng Ngoài, với hy vọng nhận được sự hỗ trợ và giúp đỡ của người Bồ Đào

---

1514-1588, Tientsin: Procure de la Mission de Sien-hsien, 1933; F. Lopes, "Os franciscanos no Oriente português de 1584 a 1590", *Studia* (Lisbonne) 9 (1962), 29-142; Manuel Teixeira, *As Missões portugesas no Vietnam*, Macao: Impresa nacional, 1977, 12-27.

[11] Xem Juan Francisco de san Antonio, *Chronicas de la Apostolica Provincia de S. Gregorio de Relisiosos Descalzos de N. S. P. Francisco en las Islas Philipinas, China, Japon, etc.*, Manille 1738, Parte I, L. II, cap. XXIV, n°s 288-293, 417-421.

[12] Xem A. Tordesillas, *Relación*, và G.B. Da Pesaro, O.F.M., *Viaggio dell'India*, in A. Van de Wyngaert et als., eds, *Sinica Francescana*, vol. 2.

Nha trong cuộc chiến nắm giữ quyền lực của mình trước các lực lượng của triều Lê. Rủi thay, cha Lucarelli không thể đến Việt Nam. Ngài phải quay về Âu Châu và qua đời tại tu viện Santa Lucia ở Naples.[13] Vì chờ đợi cha Lucarelli quá lâu, Mạc Mậu Hợp đã gởi nhiều thỉnh nguyện thư đến Macao. Nhận được thư, giám mục Macao đã xin các tu sĩ Phanxicô bắt đầu truyền giáo ở Việt Nam. Tu viện Thánh Grêgôriô ở Manila (Dòng Phanxicô) đã đồng ý.

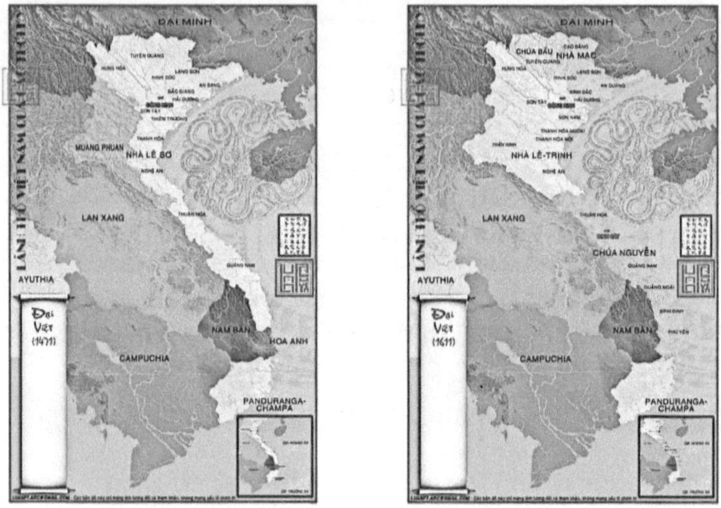

Bản đồ Việt Nam 1471 và 1611

Năm 1583, cha Diego de San Jose hay de Oropesa, một nhà truyền giáo dòng Phanxicô người Tây Ban Nha (?-1590), nguyên quán Oropesa, vùng Toledo, được sai đến làm thủ lĩnh đoàn truyền giáo từ Philippines đến Việt Nam và Trung Hoa. Ngài đi cùng với các cha Bartolome Ruiz, Francisco de Montilla, Ortiz Cabezas, và bốn sư huynh: Cristobal Gomez, Diego Jimenez, Francisco de Vilarino, và Manuel de Santiago. Họ được Mạc Mậu Hợp đón tiếp. Vì thời tiết xấu, thuyền của họ đậu ở một cảng gần Quảng Yên thay vì cảng ở kinh thành. Họ ở đó một thời gian và chẳng bao lâu sau thì một cơn bão đã đẩy thuyền của họ ra khỏi cảng sang đến tận đảo Hải Nam. Các nhà truyền giáo bị bắt và dẫn lên nhà quan ở Quảng Đông. Sau khi được trả tự do nhờ sự can thiệp của cha Matteo Ricci, các nhà truyền giáo đi Macao và về lại Manila vào năm 1585, và rồi sau đó cố gắng trở lại Đàng Ngoài.[14]

---

[13] Trích dẫn của R. du Caillaud, *Essai sur les origins*, 35-36, từ Macellino da Civezza, *Saggio di bibliografia geografica, storica, etnografica Sanfrancescana*, Prato 1879, 457.

[14] Diego de San Jose hay de Oropesa qua đời gần Acapulco khi trở về Tây Ban Nha vào năm 1590. J. Ignacio Tellechea Idigoras, "Expedition franciscana a Cochincina y China" and Diego de San Jose," Relacion inedita de Fray Diego de San Jose sobre la mision franciscana a Cochinchina y su paso por China (1583)", *Archivo Ibero-Americano* 209-212 (1993), 449-487, đặc biệt 452-456, 460-462.

Một năm sau, cha Bartholoméo Ruiz trở lại Việt Nam lần thứ hai với một nữ thông dịch viên người Việt. Ở kinh thành Thăng Long, cha Ruiz giải thích lý do tại sao họ không thể đến vào năm trước. Mạc Mậu Hợp đón tiếp ngài nồng hậu và ban phép cho ngài được ở lại và giảng đạo. Người Bồ Đào Nha dựng cho ngài một căn nhà gỗ có nhà nguyện. Lời rao giảng và lối sống đạo đức của cha Ruiz đã thu hút nhiều người. Chính nhà vua cũng thích thú với các bài đọc Phúc Âm nhưng ông không tỏ ý muốn theo đạo. Vì thế không ai dám cải đạo. Cuối cùng, cha Ruiz chỉ có thể rửa tội được một đứa bé sắp chết.

Năm 1586, với việc thiết lập tỉnh dòng "San Gregorio" (dòng Phanxicô) ở Manila với hệ thống mới của thẩm quyền dòng Phanxicô cũng như của chế độ bảo trợ (Padroado), Việt Nam ở dưới lãnh thổ truyền giáo của Địa phận Macao, thuộc người Bồ Đào Nha; và được chỉ định cho các tu sĩ Phanxicô Bồ Đào Nha. Cha Ruiz là tu sĩ Tây Ban Nha thuộc tỉnh dòng Manila nên ngài phải nhường vị trí cho các anh em Bồ Đào Nha của tỉnh dòng Macao. Hai tu sĩ Phanxicô Bồ Đào Nha nhận vị trí của cha Ruiz là Andre de los Angeles và Jaime de la Concepcion. Họ đến trên một chiếc thuyền mà nó có thể đem cha Ruiz trở lại Manila. Chúng ta không có nhiều tài liệu về các hoạt động truyền giáo của hai linh mục dòng Phanxicô này. Năm 1586, cha Ruiz rời Việt Nam về Manila, rồi sau đó đi Nhật, tiếp tục truyền giáo ở độ tuổi 70. Bị trục xuất khỏi Nhật, ngài trở về Manila và qua đời ở đó lúc 80 tuổi.[15]

Thế kỷ XVI, các cha dòng Phanxicô nỗ lực mở rộng công cuộc truyền giáo ở Việt Nam. Nhưng thật không may cho các nghiên cứu hiện đại, hầu hết những tường trình về hoạt động truyền giáo của dòng Phanxicô vào thời gian này không do các nhà truyền giáo viết ra. Các sử gia của nhà dòng đã viết lại "lịch sử" nhiều thập kỷ sau đó và họ được óc tưởng tượng và lòng đạo đức gợi hứng nhiều hơn là tinh thần tìm kiếm sự thật lịch sử. Những tài liệu của họ thường là những bản thảo không được xuất bản.[16]

3. Công cuộc truyền giáo của dòng Augustinô

Tài liệu của dòng Augustinô ở Ấn Độ tường thuật rằng các Ẩn sĩ Phanxicô của tỉnh dòng Bồ Đào Nha là những người tiên phong trong công cuộc truyền giáo ở Việt Nam.[17] Rủi thay, hoạt động của

---

[15] Xem R. du Caillaud, *Essai sur les origins*, 53-66; M. Gispert, *Historia de las misiones*, 14-15; A. Bonifacy, *Les débuts*, 8.

[16] Xem Trần Phổ, *Dòng Phan sinh trên Đất Việt* [*The Franciscans in Viet Nam*], ronéo, Sài Gòn 1975.

[17] Xem *Memórias da Congregação Agostiana na Índia Oriental e Missões dos Religiosos Agostignos*, vol. 12 of Antonio da Silva Rego, ed., *Documentação para a história das Missões do Padroado Português do Oriente,* Lisbonne: Agência Geral das Colónias,

họ bị các sử gia quên lãng hay bỏ qua. Biên niên sử của nhà dòng thuật lại rằng có một nhóm tu sĩ dòng Augustinô truyền giáo tại Đàng Trong từ năm 1595 đến 1596.[18] Rafael de Madre de Deus được xem như là thủ lãnh của công cuộc truyền giáo. Ngài và người đồng sự là Miguel dos Santos đã làm việc tại Quảng Nam hơn một năm trước khi bị trục xuất. Một phụ nữ cải đạo đã xin với *chúa*, là anh em họ với bà, cho phép họ trở lại. Rafael và một đồng sự khác là Mateus de S. José đã trở lại, có lẽ vào năm 1598, và ở lại đó cho đến năm 1602. Nhưng họ gặp phải bất hạnh: Khi người đồng sự của mình qua đời, Rafael quay trở về Malacca để xin trợ giúp, ngài bị người Hòa Lan bắt trên biển và bị tống giam ở Johor. Ngài tiếp tục rao giảng cho người Hồi giáo ở đấy và chịu tử đạo năm 1606 do những người Hồi giáo Mã Lai. Theo một tường trình của Jerónimo de Matos về hoạt động truyền giáo trong thời gian từ 1606 đến 1611,[19] ngài đã xây nhà thờ ở một nơi thuận tiện mà vẫn còn dấu vết mãi cho đến năm 1639. Tuy nhiên, sau đó thì không có chi tiết nào về hoạt động của dòng Augustinô ở Việt Nam. Họ đã rời bỏ miền truyền giáo này chủ yếu vì thiếu nguồn kinh phí.[20]

Chúng ta cũng không quên đề cập ở đây câu chuyện của Ordonnez de Cavallos, một nhà du hành mạo hiểm và là linh mục đến từ vùng Andalusia, đã đặt chân lên Đàng Ngoài vào năm 1590. Trong tập hồi ký của mình, ngài khẳng định đã gặp hai linh mục Bồ Đào Nha là Alonso da Costa và Juan Gonsalvez de Sa. Họ được giám mục Macao sai đến Đàng Ngoài. Cha Ordonnez de Cavallos còn thuật lại rằng ngài đã cải đạo được "Công chúa Chiêm" (Công chúa Mai Hoa), chị của vua Lê Thế Tông. Cũng theo tập hồi ký, bà này đã yêu và muốn kết hôn với ngài; nhưng ngài giải thích vì lời khấn độc thân nên không thể chấp nhận lời đề nghị kết hôn của bà được. Rồi thì ngài đi rao giảng ở phía Nam và nói rằng đã rửa tội

---

1962; A. Hartmann, "The Augustinian in Golden Goa, according to a manuscript by Felix de Jesus, OSA", *Analecta Augustiniana*, 30 (1967), 5-174; Teófilo Aparicio López, O.S.A, "La Orden de San Agustín en la India (1572-1622), *Studia* (Lisbonne, Centro de Estudos Históricos Ultramarinos) 40 (6/1974-12/1978), 322-327, Roland Jacques dịch và chú thích, "Huynh Rafael de Madre De Deus (1571-1606), Nhà truyền giáo dòng Augustinô ở Quảng Nam vào khoảng năm 1595-1605"(bản dịch Việt ngữ của Trần Văn Mầu), Định Hướng 45 (2005), 21-38; Roland Jacques, *Các nhà truyền giáo Bồ Đào Nha*, 183-186; Id., *De Castro Marim à Faifo*, 139-141.

[18] Xem Antonio da Silva Rego, ed., *Documentação para a história das Missões do Padroado Português do Oriente,* Lisbonne: Agência Geral das Colónias, 1962*, vol. 12: Memórias da Congregação Agostiana na Índia Oriental e Missões dos Religiosos Agostignos.*

[19] S. Manrique, *Itinerario de las misiones de la India Oriental*, Rome: Guillelmo Halle, 1653, reed. by L. Da Silveira, 2 vols., Lisbonne: Agência geral das Colónias, 1946-1947, vol. 2, 141.

[20] Xem *Ibid.* , chương 45.

cho một vị đại quan ở Huế (Chúa Nguyễn Hoàng), một trong các người con của ông (Nguyễn Kim) và nhiều quan lại khác.[21] Các sử gia không tin lắm vào cuốn hồi ký của Ordonez de Cevallos và cho rằng phần lớn chỉ là bịa đặt do óc tưởng tượng của ngài.[22]

Tóm lại, chúng ta không thể đưa ra một đánh giá lịch sử chính xác về những nỗ lực truyền giáo đầu tiên tại Việt Nam vào thế kỷ XVI. Những tài liệu về những công cuộc truyền giáo này rất hiếm, rời rạc, và một vài tài liệu không được viết theo cách ghi lại lịch sử.

Các nhà truyền giáo chính trong thời kỳ này là người Bồ Đào Nha, Tây Ban Nha và một vài người Pháp. Họ thuộc các dòng Đa Minh, Phanxicô và Augustinô, bắt đầu sứ mệnh từ các trung tâm truyền giáo ở Goa, Malacca, Macao, và Manila. Chúng ta phải nhìn nhận rằng những công cuộc truyền giáo này không thành công vì các lý do sau đây:

Các nhà truyền giáo chỉ ở Việt Nam trong một thời gian ngắn. Họ không có kế hoạch truyền giáo tại Việt Nam. Nếu họ đến được đây thì chỉ vì bị đắm thuyền hay tìm đường đi đến Trung Hoa hay chỉ đến để khám phá. Một chướng ngại quan trọng khác là phải tuân theo những quy định bảo trợ của triều đình Tây Ban Nha hay Bồ Đào Nha. Xét về phương pháp của họ, các nhà truyền giáo không biết ngôn ngữ bản xứ; họ không có ý định thành lập tổ chức Giáo hội ở Việt Nam; họ phải sử dụng hình vẽ (chẳng hạn về Ngày phán xét) để giải thích kèm theo lời rao giảng gây sợ hãi; có những dòng khác nhau cùng truyền giáo trong cùng một thời điểm nhưng không có sự phối hợp nào giữa họ. Cha Cristoforo Borri S.J., người làm việc tại Việt Nam từ năm 1618 đến 1622, đã viết:

---

[21] Xem *El trattado de las relaciones verdaderas de los reinos de la china, Cochichina y Champa y otras cosas notables y varios sucesos sacados de sus originales por el licenciado don Pedro Ordonnez de Cevallos presbytero que dio la vuelta al mundo. Provisor, Juez y Vicario general de aquellos reinos, Chandre de la Santa Iglesia de la ciudad da Guamariya en el Peru y Canonigo de la Astorga*, Jaen 1628; R. du Caillaud trích dẫn, *Essai sur les origins.*

[22] Tường trình của cha Alexandre de Rhodes và các nhà truyền giáo khác không đề cập đến chuyến đi đến Việt Nam của Cevallos cũng như những cuộc cải đạo của ngài. Một vài người khác như Romanet du Caillaud, người Canada gốc Pháp, rất quan tâm đến công cuộc truyền giáo ở Đàng Ngoài, trong cuốn sách của mình *Essai sur les origines du Christianisme au Tonkin et dans les autres pays annamites,* A. Challaniel, 1915, *tr. 83-84, và cha C. Poncet,* trong bài viết của mình "La princess Marie d'Ordonez de Cevallos," *Bulletin des Amis du vieux Huế,* 4 (1941), 351-359, là những người ủng hộ cho tường trình của Cevallos được đề cập ở trên. Nhưng rất ít người ủng hộ cho Cevallos. Những người khác thì không hài lòng và bỏ qua tường trình Cevallo, xem nó như tiểu thuyết; xem A. Bonifacy, *Les debuts*, 5; Roland Jacques, *Các nhà truyền giáo Bồ Đào Nha*, 177.

Trước khi các cha dòng Tên đến Đàng Trong thì theo thói quen thương mại của người Bồ Đào Nha ở đấy, cùng với họ từ Malacca, từ Macao, hay những người Tây Ban Nha đến từ Manila, có các cha tuyên úy cùng đi để dâng thánh lễ và ban bí tích cho họ khi ở đấy, thường là ba hay bốn tháng mỗi năm. Các vị tuyên úy này không có bổn phận nào khác ngoài việc phục vụ người Bồ Đào Nha, không bao giờ nghĩ đến lợi ích thiêng liêng của người dân bản địa xứ ấy, không buộc mình phải học ngôn ngữ, không sử dụng bất kỳ phương cách nào để đem ánh sáng Tin mừng đến cho họ. Chúng tôi có biết một vài cha thuộc dòng Phanxicô đến từ Manila, và một cha dòng Augustinô từ Macao đến Đàng Trong, chỉ để cải đạo cho các linh hồn ở xứ này. Nhưng họ không mấy thành công vì có nhiều khó khăn, họ trở về đất nước mình. Chúa quan phòng đã sắp xếp để miền đất này được các con cái của thánh Ignatiô canh tác sau đó.[23]

Nguồn

Antoine Bùi Kim Phong, Những nỗ lực truyền giáo đầu tiên tại Việt Nam, do Phaolô Nguyễn Minh Chính chuyển ngữ và in trong "Ngả bóng thời gian", Nxb Hồng Đức 2021, tr. 12-23

Nên xem thêm:

Roland Jacques, Giới thiệu quyển sách: các nhà tiên phong người Portugal và ngôn ngữ học Việt Nam, http://www.conggiaovietnam.net/index.php?m=home&v=-detail&ia=10031

[23] Cristoforo Borri sinh năm 1583 tại Milan, qua đời ngày 24 tháng Năm năm 1632 tại Rome. Dù ở Đàng Trong một thời gian ngắn (1618-1622), những ngài đã viết một cuốn sách nổi tiếng về công cuộc truyền giáo tại xứ Đàng Trong vừa mới được khám phá: C. Borri, *Relazione della nuova missione dei P.P. della Compagnia di Gesù*, Roma 1631. Đây không phải là tác phẩm lớn, nhưng từ năm 1631 đến 1633 nó được tái bản đến 9 lần với 6 ngôn ngữ: Ý, Pháp, Anh, Latinh, Flemish, và Đức. Cho đến năm 1931, 300 sau ấn bản đầu tiên, nó được in lại đến 16 lần. Đây là cuốn sách nổi tiếng ở Âu Châu vào thời ấy vì là cuốn đầu tiên do người Âu viết về Việt Nam. Vì thế, cuốn sách này thu hút sự chú ý của nhiều người và làm cho nhiều người biết về Việt Nam. Sách được chia ra hai phần: Phần thứ nhất tường trình hiện trạng xã hội, chính trị và văn hóa Việt Nam; phần hai thuật lại công cuộc truyền giáo của dòng Tên tại xứ này. Xem C. Borri, *Relation de la nouvelle Mission des Pères de la Compagnie de Jésus (Bản tiếng Pháp),* Lille 1631, 97-98, trong Olga Dror and K.W. Taylor, *View of Seventeenth- Century Vietnam,* 137-139.

ALEXANDRE DE RHODES
CÔNG BỐ SÁCH QUỐC NGỮ ĐẦU TIÊN

Linh mục Giuse Đỗ Quang Chính

Linh mục Alexandre de Rhodes

Trong số những người góp công sức tài trí vào việc sáng tạo và hơn nữa phổ biến chữ Quốc ngữ, xem ra Alexandre de Rhodes, tức Đắc Lộ, là người được các nhà nghiên cứu bàn đến nhiều hơn hết, đặc biệt là thời điểm 1961-1970 kỷ niệm 300 năm ông mất, và 1991-2000 kỷ niệm 400 năm ông sinh. Ngay đối với những người có học đôi chút, thì họ cũng biết đến Đắc Lộ như là "ông Tổ" chữ Quốc ngữ. (Từ đây trở đi, để cho tiện hơn, chúng tôi xin tạm dùng Đắc Lộ là tên phổ biến từ gần 60 năm nay, thay vì Alexandre de Rhodes).

Linh mục Giuse Đỗ Quang Chính

* Sinh: 1929, quê ở Nam Định. Mất: 2012.
* Thuộc dòng Tên, nhà Sử học. Từng dạy tại các Đại Chủng viện Huế, Vĩnh Long, Giáo hoàng Học viện Piô X và các Đại học Sài Gòn, Huế, Đà Lạt, Tây Ninh.
* Tác phẩm chính: Tập Lịch sử nước Annam, Giáo hội Công giáo nhập với văn hóa gia đình Việt Nam.

Phải nói là người ta đã bỏ ra nhiều thời giờ, hao tốn không ít giấy mực, tiền của đi "lùng sục" ở Roma, Paris, Lyon, Avignon, Amsterdam, Lisbõa, Madrid, Macao, Manila, để tìm hiểu vai trò của Đắc Lộ đối với chữ Quốc ngữ của chúng ta. Thực ra người ta còn có thể đi sâu vào nhiều mặt về vấn đề trên; nhưng với sự hiểu biết rất hạn hẹp, bây giờ chúng tôi chỉ dám mở miệng nói về một khía cạnh bé nhỏ liên quan tới ba cuốn sách Quốc Ngữ của Đắc Lộ, một điều cũng chẳng mới mẻ gì, kể ra "xưa như trái đất"; đàng khác chúng tôi lại bàn tới vấn đề trước một cử tọa chọn lọc, gồm cả những vị chuyên môn lâu năm về Đắc Lộ. Tuy nhiên, nhờ lòng rộng lượng của quý vị, chúng tôi dám liều một phen, tự coi mình như kẻ "điếc không sợ súng".

Vâng, đã đâm lao thì phải theo lao thôi.

Vấn đề mà chúng tôi muốn trình bày với quý vị, đã được không ít người nhắc tới. Dù vậy, chúng tôi cũng xin thưa với quý vị hãy coi đó như khoảnh khắc ôn cố tri tân một sự kiện đã xảy ra cách đây 3 thế kỷ rưỡi. Đó là việc linh mục Đắc Lộ cho *xuất bản ba sách chữ Quốc ngữ đầu tiên tại Roma năm 1651*. Nhưng trước khi trực tiếp đi vào vấn đề, thiết tưởng cũng cần rảo qua tình trạng chữ Quốc ngữ trong tiền bán thế kỷ 17, mà người ta coi là thời kỳ *sáng tạo* và *hình thành* chữ Quốc ngữ mới, khác với Quốc ngữ cũ là chữ Nôm, điều mà có lẽ tất cả quý vị ở đây còn nhớ.

I. SÁNG TẠO VÀ HÌNH THÀNH CHỮ QUỐC NGỮ

Sáng tạo từ khoảng *thời gian nào, cách nào, do những ai?* Đó là câu hỏi rất đơn giản chẳng những liên quan tới chữ Quốc ngữ, mà trong mọi công trình khác người ta cũng có thể đặt ra câu hỏi như vậy.

1. Sáng tạo thời gian nào?

Theo sử liệu văn học Quốc Ngữ chúng tôi có trong tay, thì công cuộc sáng tạo thứ chữ này bắt đầu từ khoảng 1620 đến 1651. Những sử liệu quý giá đó còn được lưu trữ nhiều nhất tại mấy kho Lưu trữ ở Roma, Lisbõa và Madrid.[1] Sở dĩ chữ Quốc ngữ ra đời vào những năm đầu thế kỷ 17 do các nhà truyền giáo, vì có thể nói được, lúc đó các vị mới "chính thức" bước vào đất Con Rồng Cháu Tiên, vừa được mở rộng đến hết tỉnh Phú Yên ngày nay. Thật ra, cuối thế kỷ 16 đã có mấy nhà truyền giáo vào xứ ta, nhưng chúng tôi không thấy được vết tích chữ Quốc ngữ của các vị. Cho nên chúng tôi không thể nói gì về chữ Quốc ngữ - nếu có – trong thế kỷ 16.

Để rõ ràng hơn, chúng tôi xin phép nhắc lại là, chính các nhà truyền giáo Dòng Tên tại Đại Việt, gồm Đàng Trong, Đàng Ngoài, Đàng Trên, đã có sáng kiến lập ra chữ Quốc ngữ. Các ông tới Cửa Hàn ngày 18-1-1615, lặn lội từ đó lên tận sông Gianh và xuống tới biên thùy phía Nam là Phú Yên (tính đến năm 1645) thuộc phần đất Chúa Nguyễn; trên miền đất Chúa Trịnh, các ông bắt đầu có mặt tại Cửa Bạng, Thanh Hóa, từ 19-3-1627, hoạt động truyền giáo nhiều nhất tại Kẻ Chợ, tức kinh đô Thăng Long, lan rộng các xứ Kinh Bắc, xứ Đoài, xứ Đông, xứ Nam, xuống tới Nghệ An, Bố Chính.

Thời gian đầu, từ 1615-1663, chỉ có các nhà truyền giáo Dòng Tên đến làm việc trong vùng đất Chúa Trịnh, Chúa Nguyễn, đã cùng nhau đóng góp vào công trình sáng tạo chữ Quốc ngữ. Năm 1651 in sách Quốc Ngữ. Sau đó còn nhiều công trình do nhiều người đã làm cho thứ chữ này hoàn chỉnh hơn, phổ biến hơn suốt từ cuối thế kỷ 17 đến cuối thế kỷ 19, nhưng chúng tôi xin miễn bàn đến, vì không thuộc giai đoạn sáng tạo đầu tiên.

2. Sáng tạo cách nào?

Theo sự hiểu biết của chúng tôi, thì mấy nhà truyền giáo Dòng Tên là Francesco Buzomi, Diogo Carvalho, António Dias, khi tới Cửa Hàn, Hải Phố (Hội An) vào đầu năm 1615, đều chưa biết tiếng Việt, khác với nhóm nhà truyền giáo Dòng Tên đầu tiên ở Cửa Bạng, Thanh Hóa tháng 3 năm 1627, gồm Pedro Marques và Đắc Lộ đã biết tiếng Việt rồi. Chúng ta biết rằng, mấy ông đầu tiên đến Đàng Trong, dù chưa nói được tiếng Việt, thậm chí hiểu biết sơ lược về cái xứ Yến sào Trầm hương cũng chẳng có; vậy mà các ông dám cất công đến đây, vì ban đầu các ông nhắm mục đích là giúp Nhật kiều Công giáo tại Hội An về mặt tôn giáo (hai ông Buzomi và Carvalho đều biết tiếng Nhật còn Dias thì chúng tôi không rõ). Trái lại khi Đắc Lộ vào Đàng Ngoài, thì ông đã được học tiếng Việt với Francisco de Pina ở Thành Chiêm (Thanh Chiêm), tức thủ phủ Quảng Nam dinh.

---

[1] Tại Roma: *Archivum Romanum Societatis Iesu, Jap-Sin.*

Tại Lisbõa: *Biblioteca da Ajuda, Jesuitas na Asia.*

Tại Madrid: *Real Academia de la Historia de Madrid, Jesuitas.*

Trong số tu sĩ Dòng Tên ở Đàng Trong từ 1615-1620, chỉ có cha Francisco de Pina, người Bồ Đào Nha, giỏi tiếng Việt nhất. Pina sinh năm 1585 tại Guarda, gia nhập Dòng Tên lúc 20 tuổi, học năm Thần học cuối cùng tại Macao, 1615-1616, đến xứ Chúa Nguyễn từ đầu năm 1617, bị chết đuối do bão lật ghe tại vùng biển cù lao Chàm ngày 15-12-1625, thọ 40 tuổi.

Năm 1621, cha Gaspar Luis viết tại Macao về tình hình truyền giáo ở Đàng Trong năm 1620, thuật rằng, tại cư sở Faifo (Hội An) có *một cha* đến *triều đình* (theo chúng tôi hiểu là Thành Chiêm tức thủ phủ Quảng Nam dinh) dạy giáo lý tại nhà một *Bà rất quý phái* (Signora nobilisima) *bằng tiếng xứ này.* Trước ngày cử hành bí tích Rửa tội cho bà này, tức bà Gioanna, Pina đã giải thích rành rẽ cho một *Unque* [Ongue, Ông Nghè] để trả lời cho tất cả những thắc mắc của ông về khoa Chiêm tinh. Pina còn nói trước về tháng, ngày, giờ chính xác xảy ra nguyệt thực, làm cho ông Nghè này cùng các quan và cả vị Trấn thủ Quảng Nam dinh (Nguyễn Phước Kỳ) phải thán phục, nhất là khi các ông thấy những nhà Chiêm tinh trong xứ nói sai.

Gaspar Luis cũng cho biết, năm **1620** ở Hội An soạn được cuốn giáo lý bằng *chữ Đàng Trong* (Cocincinensi idiomate), còn João Roiz viết là bằng *tiếng bản địa* (nalingoa da terra).[2] Tài liệu này được Gaspar Luis viết bằng La ngữ tại Macao ngày 12-12-1621; còn cha João Roiz cũng viết về vấn đề trên tại Macao ngày 20-11-1621 bằng tiếng Bồ Đào Nha.[3] Hai thủ bút trên đều nói trống về *một Cha biết tiếng* (o Padre que sabe a lingoa) ở Hội An, hay *Cha đó học tiếng dễ dàng* (Pe [Padre] lhes foi facil aprenderẽ nas), hoặc *Nhờ công* [soạn thảo giáo lý] *của vị ấy* (Ejus ope). Tất cả những kiểu nói trên có thể chỉ về Francisco de Pina.

Chắc chắn đây là một sáng tạo do sự *chuyên cần* của Pina (diligencia, như J. Roiz đã viết) cùng những đóng góp của các giáo hữu thông thạo chữ nghĩa ở tam giác Cửa Hàn - Thành Chiêm - Hội

---

[2] Về thông tin này, xin xem thêm bài *"Quyển sách Giáo lý đầu tiên trong công cuộc truyền giáo tại Việt Nam"*, trang 258-264.

[3] Gaspar LUIS, Cocincinensis missionis annuae Litterae, anni 1620, Archivum Romanum Societatis Iesu, JS. 71, tờ 24mtr.: "Catechismus Cocincinensi idiomate compositus multum ad animarum utilitatem contulit. Ejus ope et natu grandes domi Christiani dogmata, solemnesque precandi formulas addiscere, memoriter tenere, et pueri quotidiano ad doctrinam concursu doctiores evadere".

João ROIZ, Annua de Cochinchina do anno de 1620, ARSI (viết tắt của Archivum Romanum Societatis Iesu), JS. 72, tờ 6mtr.: "No principio do catecismo se ensinava, e cantava a doutrina Xpão na lingoa da terra [...]. Agora cõ ajuda de Deos [Deus] e diligencia do Pe [Padre] lhes foi facil aprenderẽ nas, pois ia astem em sua lingoa, e cada dia se ensinão em nossa Igreja vindo os minimos a doutrina todo o tempo que o Padre que sabe a lingoa, està em Faifo".

An. Ngày nay chúng ta không có được cuốn giáo lý đó hầu phân tích về mặt giáo lý, sư phạm, ngôn ngữ, hội nhập văn hóa... Chỉ biết rằng, nhờ cuốn giáo lý này và nhờ có một cha thạo tiếng Việt, mà *người lớn cũng như trẻ em có thể học được giáo lý* (pere q[que] todos assi grandes como pequenos apodessem aprender).

Sau đây chúng tôi xin tạm đưa ra một giả thuyết về mặt ngữ văn nói chung cuốn giáo lý trên:

Trước hết, cần nhớ là Quốc Ngữ dạng tự abc chưa thành hình, vì đây là năm 1620, không phải 1623, 1632. Trong xã hội Đại Việt lúc ấy chỉ có hai thứ chữ được sử dụng: chữ Hán là chữ văn học, đồng thời cũng là văn tự chính thức (học hành, thi cử, kinh kệ, trước tác, tư pháp, hành chính, v.v...); chữ Nôm dưới dạng Hán tự, bị coi là thứ văn tự ít giá trị, địa vị thấp kém chẳng khác gì các tiếng Đức, Pháp, Ý, Tây Ban Nha... đối với tiếng Latinh ở Châu Âu thời Trung Cổ.

Vậy chúng tôi nghĩ, cuốn giáo lý trên chỉ có thể được soạn bằng một trong hai văn tự: Nôm hoặc Hán. Tuy nhiên chúng tôi nghiêng về chữ Nôm hơn, bởi vì, dù chữ Hán là chữ thánh hiền, nhưng lại *không phải là ngôn ngữ thường ngày,* mà chỉ là ngôn ngữ học đường, hành chính. Muốn phổ biến giáo lý, muốn cho nhập tâm dễ dàng, thì phải dùng chữ Nôm là ký hiệu của tiếng Việt mà mọi tầng lớp nhân dân đều hiểu, vì bắt đầu nói từ khi mở miệng gọi mẹ.

Cha Pina soạn thảo cách nào? – Hãy tưởng tượng Pina *nói* giáo lý bằng tiếng Việt, rồi mấy người Việt nghe Pina nói, thì viết bằng chữ Nôm (Cocincinensi idiomate). Cứ thế mà hoàn thành cuốn sách. Riêng Pina chưa biết chữ Nôm.[4] Chúng tôi vừa viết là Pina *nói* giáo lý, có nghĩa là ông không đọc theo văn bản Nôm hay Quốc Ngữ abc. Tuy nhiên chúng tôi mạn phép phỏng đoán Pina có một văn bản bằng La ngữ hay Bồ ngữ. Cũng có thể ông dựa vào hai cuốn giáo lý bằng Hán tự, nếu ông biết chữ Hán nhờ đã học được trong những năm ông ở Macao. Hai cuốn sách đó là *Thiên chủ thực lục chính văn* do cha Dòng Tên Michele Ruggiere [5] soạn, và *Thiên chủ thực nghĩa,* một cuốn giáo

[4] Chính trong bức thư Pina viết tại Hội An khoảng giữa năm 1623, gửi cha Jerónimo Rodriguez ở Macao, cũng nhắc tới việc Pina chưa đọc được chữ Nôm: "q se eu pagara a hũ Mestre q me ensinava a lingua, e a letras, eu estivera hoje muy bastante obreyro, mas p isso nẽ sey letras q he grande manqueira, e da lingua sey quanto minhas ungas esgaravataram" (nếu tôi có tiền thuê một Thầy dạy tiếng nói và dạy chữ viết cho tôi, thì ngày nay tôi có thể thành thạo rồi; chính vì lý do đó, lúc này tôi không biết chữ [Nôm], và đó là một thiếu sót đáng tiếc; còn về tiếng nói, tôi chỉ biết được nhờ sự học cào học cấu của tôi) (Francisco de PINA, trong Biblioteca da Ajuda, Jesuitas na Asia, Códice 49-V-7, tờ 416).

[5] Michele RUGGIERI (1543-1607), cũng viết Pompilio Ruggieri, Michele Rogeiro, Jogerius, Lo Ming-kien đọc sang Hán Việt là Minh Kiên, sinh 1543 tại Apula, Ý; Tiến sĩ

lý nổi tiếng thời ấy cũng do một linh mục Dòng Tên người Ý sáng tác, xuất bản lần thứ nhất tại Bắc Kinh năm 1603, đó là cha Matteo Ricci cũng gọi là Lợi Mã Đậu.[6]

Trên đây chúng tôi mới bàn về việc Pina biết nói tiếng Việt; còn việc ông bắt đầu viết chữ Quốc ngữ thì sao?

Chúng tôi cũng phỏng đoán như linh mục Léopold-Michel Cadière, còn gọi là Cố Cả,[7] một học giả lỗi lạc, nghĩ rằng tác giả cuốn giáo lý trên (hiểu là do Francisco de Pina soạn) cũng lần mò ghi vào một tập vở riêng của ông bằng chữ Quốc ngữ abc còn rất là sơ sài.[8] Phải chăng đây là một *văn bản Quốc Ngữ abc đầu tiên,* mà sau này các nhà truyền giáo, trong số đó có Đắc Lộ, rút tỉa hoặc bổ sung để chữ Quốc ngữ dần dần thành hình, rồi được in ấn lần đầu tiên vào năm 1651.

Luật; gia nhập Dòng Tên tại Roma 28-10-1572; thụ phong linh mục 12-3-1578; vào Trung Quốc từ 1580; ngày 29-11-1584 ấn hành cuốn giáo lý Thiên chủ thực lục chính văn tại Phước Kiến; qua đời tại Salerne 11-5-1607.

[6] Matteo RICCI (1552-1610), Bồ Đào Nha viết là Richo, Trung Quốc viết là Si-Tai, Li Mateon đọc sang Hán Việt là Lợi Mã Đậu; sinh 6-10-1552 tại Macerata, Ý, gia nhập Dòng Tên tại Roma 16-8-1571; thụ phong linh mục 25-7-1580 tại Cochim, Ấn Độ; vào Quảng Châu tháng 8-1583, rồi đi Nam Kinh, 1601 tới Bắc Kinh; viết nhiều sách bằng Hán văn về Tôn giáo, Thiên văn, Triết học, Toán học, Từ điển...; qua đời tại Bắc Kinh 11-5-1610; vua Thần tông nhà Minh ban cho một thửa đất để an táng cha; đây là lần thứ nhất người nước ngoài được làm sở hữu chủ một miếng đất ở Trung Quốc.

[7] Léopold-Michel CADIÈRE (1869-1955), cũng gọi là Cố Cả, sinh 14-2-1869 tại Aix-en-Provence, Pháp; học ở Đại chủng viện Aix, do các cha Xuân Bích giảng dạy; gia nhập Hội Thừa sai Paris (Société des Missions-Étrangères de Paris); thụ phong linh mục 24-9-1892; ngày 26-10-1892 rời Pháp để đi làm việc tại giáo phận tông tòa Bắc Đàng Trong, tức giáo phận Huế ngày nay; tàu cập cảng Đà Nẵng 3-12-1892; vì gió bão, mãi đến 24-12-1892 mới tới Huế bằng "đường cái quan"; Đức Cha Caspar Lộc bổ nhiệm Cadière làm Giáo sư Tiểu chủng viện An Ninh, nhưng qua ba ngày ba đêm đi ghe mới tới nhiệm sở, dạy môn Văn chương; sau đó về Đại chủng viện Huế dạy Thần học Tín lý; xem ra Cadière không thích hợp với đời sống cộng đoàn thời đó, nên sau gần 3 năm ở Tiểu chủng viện và Đại chủng viện (1-1893 đến 10-1895), Cadière được bổ nhiệm quyền chánh Sở Tam Tòa; 14 tháng sau làm chánh Sở Cù Lạc trong thung lũng Nguồn Sơn; suốt 6 năm ở Cù Lạc, Cadière tìm hiểu thêm nhiều cảnh vật của động Phong Nhã (Phong Nha), mà cha Dòng Tên Johann Koffler (1711-1785) đã khám phá ra trong 14 năm ở Đàng Trong (1741-1755); năm 1901 Cadière được phép đi dưỡng sức 6 tháng tại Hongkong; 1902-1904 làm chánh Sở Bồ Khê, tiếp đến chánh Sở Cổ Vưu từ 1904-1910; tháng 11-1910 đến 1913 về Châu Âu nghỉ và nghiên cứu nhiều tài liệu liên quan đến Đông Dương; 1913-1918 làm Tuyên úy trường Pellerin, Huế; 1918-1945 làm chánh Sở Di Loan gần 30 năm trời; biến cố 1945, làm cha Cadière phải về ở tại sở Quản lý giáo phận Huế, rồi ở Vinh từ 1947-1953. Cha Cadière là một nhà bác học, nghiên cứu sâu sắc về nhiều lãnh vực, nhất là có công rất lớn trong việc thành lập và duy trì Tập san Bulletin des Amis du Vieux Hué, từ 1914-1944; qua đời tại Huế 6-7-1955, an táng trong Đại chủng viện Huế (Louis MALLERET, Le R.P. Léopold Cadière d'après ses souvenirs inédits (1869-1955), trong Bulletin de la Société des Études Indochinoises, Nouvelle série, Tome XXXI, No 4, 4è Trimestre 1956, tr. 271-302).

[8] L. CADIÈRE, Annotations à la "Lettre" de Gaspar Luis, trong Bulletin des Amis du Vieux Hué, 1931, tr. 420 (Nos 3-4, Juillet-Décembre 1931).

Trên đây chúng tôi tạm đưa trường hợp Pina làm điển hình cho việc sáng tác chữ Quốc ngữ đầu tiên. Theo sử liệu, thì Pina là nhà truyền giáo đầu tiên biết tiếng Việt, cũng là tu sĩ Dòng Tên đầu tiên soạn một tập nhỏ về chính tả cùng các dấu thinh của tiếng Việt, và năm 1622 bắt đầu soạn ngữ pháp tiếng Việt. Hãy đọc mấy dòng chữ sau đây trong thư Pina gửi cho cha Jerónimo Rodriguez ở Macao năm 1622-1623: "Phần tôi, đã soạn một tập nhỏ về chính tả và các dấu thinh của tiếng này [Việt], và tôi đang bắt tay vào việc soạn ngữ pháp. Dù tôi đã thu nhập được nhiều truyện thuộc các loại khác nhau giúp cho những trích dẫn thêm giá trị, hầu xác quyết được ý nghĩa các từ ngữ và quy luật ngữ pháp; tuy nhiên cho đến nay tôi vẫn phải nhờ người ta đọc cho tôi những truyện đó, để tôi viết sang chữ Bồ Đào Nha, ngõ hầu anh em chúng ta [tu sĩ Dòng Tên] có thể đọc và học thuộc lòng, như học Cicero hay Virgilio. Đàng khác, tôi đã có ba bộ sách gồm nhiều văn bản thích hợp, đó là những bộ sách trong các sách tốt hơn cả tôi thấy ở Vương quốc này [Đàng Trong]".[9]

Các tu sĩ Dòng Tên khi tới Đàng Trong và Đàng Ngoài cũng như các nước khác, phải thường xuyên viết bản tường trình cho các bề trên ở Macao, Roma về công việc truyền giáo của mình. Vào đầu thế kỷ 17, các ông viết bằng các ngôn ngữ Bồ Đào Nha, Latinh, Ý. Ngoài ra, đối với Pina cũng như các nhà truyền giáo lúc ấy ở Đàng Trong và Đàng Ngoài, đều phải ký âm bằng chữ abc mỗi khi viết tên riêng các nhân danh, địa danh, chức danh khó dịch sang tiếng Âu Châu, ví dụ: *Banco* [Bàn Cổ], *Unghe chieu* [Ông Nghè Chiêu], *Nuocman* [Nước Mặn], *Annam* [An Nam], *Ontrũ* [Ông Trùm], *Onsaij* [Ông Sãi].[10] Từ đó, dần dần các ông sáng tạo ra chữ Quốc ngữ, dù là sơ sài.

3. Nhóm người sáng tạo

Sáng tạo chữ Quốc ngữ chẳng phải là do một người, mà là do nhiều người Bồ Đào Nha, Ý, và một người xứ Avignon. Nhưng, nếu trước năm 1945 người ta nói nhiều về con người xứ Avignon ấy, tức là Đắc Lộ, dựa vào ba sách chữ Quốc ngữ đầu tiên, thì sau đó, dần dần các nhà nghiên cứu có thể trưng dẫn chứng cớ về sự đóng góp của

---

9 "Eu ja tenho feito hũ Tradozinho sobre a Orthografia, e toadas desta lingua, vou entrando pela Arte, mas tendo in historias varias juntas para tirar as authoridades, e confirmar as significacoes, e regras ate o dia de hoje tive que dar a quem mas lesse eu escrever a letra portugueza, e para os nossos poderem lelas, e aprender de cor, como p Cicero, ou Virgilio, e tenho ja tres cartatapacios arresoados dos milhores que neste Reyno achey" (Biblioteca da Ajuda, Jesuitas na Asia, vol. 49-V-7, tờ 415mtr.- Bản dịch sang Pháp văn của Roland JACQUES, Texte intégral de la Lettre de Francisco de Pina, Paris 1995, tr. 189-190).

10 João ROIZ, Annua de Cochinchina do anno de 1620. Pera N. Muy Rdo em Christo Pe Mutio Vitelleschi Preposito Geral da Compa de Jesu, ARSI, JS. 72, tờ 4ms., 8mtr., 10mtr., 11mtr., 13mtr.

một số nhân vật khác trước thời in sách Quốc Ngữ, tuy hầu hết chỉ là những chứng cớ rời rạc, họa hiếm mới thấy *một văn bản Quốc Ngữ của các ông*. Vậy, chúng tôi xin căn cứ hầu hết vào thủ bút (manuscrits) bằng tiếng Tây phương của các ông rải rác có chữ Quốc ngữ, sơ lược công việc này.

a. Phần nhiều ký âm đa tiết, chưa đặt dấu thinh

- Ngày 20-11-1621, linh mục João Roiz [11] người Bồ Đào Nha viết tại Macao một bản tường trình về tân giáo đoàn Đàng Trong, gồm 15 tờ, tức 30 trang, khổ 14x22cm, bằng tiếng Bồ Đào Nha, trong đó có một số chữ Quốc ngữ sơ khởi như sau: *Annam, Sinoa, Unsai, Cacham, Ungue, Ontrũ, Nuocman, Bafu, Sai Tubin, Banco, Oundelim* (ngày nay viết: An Nam, Xứ Hóa (Huế), Ông Sãi, Kẻ Chàm (Thành Chiêm), Ông Nghè, Ông Trùm, Nước Mặn, Bà Phủ, Sãi Tư Bình (?), Bàn Cổ, Ông Đề lĩnh).[12]

- Ngày 12-12-1621, linh mục Gaspar Luís,[13] người Bồ Đào Nha cũng dựa vào các thư từ ở Đàng Trong gửi về, để viết một bản tường trình khác cho cha Mutio Vitelleschi ở Roma. Tài liệu được soạn bằng La ngữ, tại Macao. Vắn hơn bản của Luís chỉ gồm 8 trang rưỡi, khổ giấy 12x20cm. Luís nhắc đến ít danh từ Việt, nếu có ghi lại cũng viết giống như Roiz, ví dụ *Cacham, Nuocman* (có lẽ vì lấy từ một nguồn gốc như Roiz); tuy nhiên, có hai từ Luís đã đặt dấu thinh vào: *Ungué, Bancô.*[14]

- Chữ Quốc ngữ của Borri năm 1622: Linh mục Dòng Tên Cristoforo Borri [15] người Ý, từ Macao đến Đàng Trong năm 1618,

---

[11] João ROIZ (Rodriguez) (?-1629) sinh tại Alcochete, Lisbõa; gia nhập Dòng Tên 16-12-1576 tại Coimbra; 1586 tới Nhật, 1614-1627 làm việc tại Macao; *Roiz* là tên viết tắt của Rodriguez; ông chỉ căn cứ trên những thư từ, báo cáo của các tu sĩ Dòng Tên ở Đàng Trong để viết bản tường trình này cho cha Mutio Vitelleschi, Bề trên Cả Dòng Tên ở Roma; ông không tới Đàng Trong bao giờ; qua đời 15-10-1629.

[12] João ROIZ, *Annua de Cochinchina do anno de 1620,* tờ 4*mtr.* – 15*mtr.*

[13] Gaspar LUÍS (1586 - sau 1648) sinh 1586 tại Evora; gia nhập Dòng Tên 15-5-1602; 1602-1624 ở Macao; ở Đàng Trong hai thời kỳ: 1624-1629 và 1632-1639; tại Đàng Trong Luís soạn cuốn *Từ vựng tiếng Việt* rất đầy đủ, nhưng đã bị mất khi chiếc tàu đưa cuốn này từ Đàng Trong về Macao đắm biển (ĐỖ QUANG CHÍNH, *Sống trong xã hội Con Rồng Cháu Tiên, 1615-1773,* Tp. Hồ Chí Minh, 1999, tr. 57-58).

[14] Gaspar LUÍS, *Cocincinensis missionis annuae Litterae, anni 1620, ARSI, JS.71,* tờ 23-27.

[15] Cristoforo BORRI *(Christoforo Burrus, Burro, Bruno, Boro, Barri, Bravo, Brono)* (1583-1632), sinh 1583 tại Milano, Ý; gia nhập Dòng Tên 13-9-1601; 1616 tới Macao; 1618 tới Cửa Hàn sau đó thường ở Nước Mặn cho đến năm 1622 ông về Coimbra làm giáo sư Thiên văn ở đây; 1630, Borri bị Bề trên Dòng Tên triệu về Roma vì thuyết "ba tầng trời" của ông; 1631, ông xuất khỏi Dòng Tên, để gia nhập đan viện Xitô ở Roma; qua đời đột ngột tại Roma 24-5-1632.

để học tiếng Việt, sau đó có thể ở lại Đàng Trong hoặc sẽ đến Đàng Ngoài truyền giáo. Bề trên cho Borri được chọn một trong hai nơi. Tới Đàng Trong, Borri hoạt động nhiều nhất ở Nước Mặn, phía Đông thành Qui Nhơn thời ấy. Thời gian ở Đàng Trong, xem ra Borri vẫn có ý định sẽ đi Đàng Ngoài, nên trong gần 5 năm, 1618-1622, cha chuyên chú tìm hiểu tất cả những gì liên hệ tới vùng đất Chúa Trịnh.[16] Sau cùng Borri bỏ xứ Chúa Nguyễn năm 1622 (chưa rõ vì những lý do nào), nhưng không đến Đàng Ngoài, mà lại đi Goa rồi về Bồ Đào Nha. Năm 1631, Borri cho xuất bản tại Roma cuốn sách ông viết bằng tiếng Ý về Đàng Trong, tuy bé nhỏ nhưng rất nổi tiếng. Vì, từ năm 1631-1633, được dịch sang các tiếng Pháp, Latinh, Hà Lan, Đức, Anh, xuất bản tại Lille, Rennes (tiếng Pháp), Vienna (tiếng Latinh), Louvain (tiếng Hà Lan), Vienna (tiếng Đức), Luân Đôn (tiếng Anh).[17]

Những chữ Quốc ngữ trong sách trên đây của Borri phải được hiểu là thứ chữ ông ghi vào khoảng năm 1622, dù sách được in năm 1631. Bởi vì, theo chúng tôi nghĩ, từ khi Borri bỏ Đàng Trong năm 1622 rồi về Coimbra dạy Thiên văn và Nghệ thuật đi biển *(Tratado da arte de navegar; Istruzione par facilitare il viaggio dell'Indie),* thì ông không còn nói tiếng Việt với ai được, khác trường hợp những nhà truyền giáo từ Việt Nam về Macao, vì thường xuyên có những người đi đi về về giữa hai nơi.

---

[16] Cristoforo BORRI, Relatione della nuova Misione delli PP. della Compagnia di Giesv, al regno della Cocincina, scritta dal Padre Christoforo Borri, Milanese della medesima Compagnia, Che fù uno de primi ch'entrorono in detto Regno, alla Santita di N. Sig. Urbano PP? Ottavo, Roma, 1631, tr. 221.

[17] Tập sách bằng tiếng Ý, gồm 231 trang, khổ giấy 9x14cm, được cha Mutius Vitelleschus (Mutio Vitelleschi) Bề trên cả Dòng Tên cho phép in ngày 21-1-1631. Đây là cuốn sách đầu tiên bằng tiếng Tây phương viết về Đàng Trong, mau chóng lan truyền sang nhiều tiếng Âu châu khác, như chúng tôi trình bày ở trên. Sang đầu thế kỷ 18 và 19 (1704, 1811) xuất hiện hai bản dịch khác sang Anh văn. Năm 1931, Trung tá Bonifacy lại dịch từ bản gốc tiếng Ý sang Pháp văn, có nhiều chú thích giá trị, in trong Bulletin des Amis du Vieux Hué, Nos 3-4, Juillet-Décembre 1931, tr. 277-405. Khoảng năm 1989, ông Hồng Nhuệ dịch từ bản dịch Pháp văn in tại Lille tháng 8-1631; bản Pháp văn này dịch từ bản tiếng Ý, nhưng thiếu Chương 11 của Phần Hai bản gốc tiếng Ý; dịch giả Hồng Nhuệ không ghi rõ năm và nơi in, chỉ ghi là CRISTOPHORO BORRI, Tường Trình về Khu Truyền Giáo Đàng Trong 1631, Bản dịch của Hồng Nhuệ, THĂNG LONG xuất bản, gồm 140 trang, khổ 14x20cm, và ở trang bìa cuối cùng có ghi NHÀ IN THIÊN-HÀ (504) 277 2332. Năm 1998, Nhà Xuất bản thành phố Hồ Chí Minh xuất bản cuốn sách này, do HỒNG NHUỆ - NGUYỄN KHẮC XUYÊN cùng NGUYỄN NGHỊ dịch và chú thích. Đầu sách đề: CRISTOPHORO BORRI, Xứ Đàng Trong năm 1621, gồm 133 trang, khổ 16x22,50cm, in 5000 cuốn. Hai dịch giả không biết dịch từ bản văn nào; chỉ biết rằng, nếu theo bản gốc bằng tiếng Ý, thì phải chia ra: Phần Một có 8 Chương, Phần Hai có 11 Chương; nhưng chắc vì nhiều lý do thực tế, nên lần xuất bản 1998 này, các dịch giả đã không chia ra hai Phần, lại bớt đi các Chương 1, 2, 5, 7 (một phần), 9, 10 của Phần Hai.

Để biết được tương đối chính xác về chữ Quốc ngữ của Borri, đáng lý phải có những *bản viết tay* của ông, trong đó biết đâu thấy cả một *văn bản Quốc Ngữ* hay *rải rác chữ Quốc ngữ* ở các văn bản tiếng Tây phương, nhưng tiếc rằng chúng tôi chưa thấy một bản viết tay nào của Borri như vậy, nên chúng tôi chỉ còn cách dựa vào cuốn *Relatione* của ông bằng tiếng Ý, hầu trích ra một số chữ Quốc ngữ. Vì là cuốn được in ấn ở Roma, dù tác giả Borri có đích thân sửa "bản vỗ" trước khi lên khuôn, cũng không thể nào sửa đúng như ý ông được, vì nhà in chưa có những chữ, ví dụ: *ặ, ổ, ữ*...

Theo cuốn sách trên đây, chúng ta thấy:

* Đa tiết: Các địa danh: *Anam, Tunchim, Ainam, Kemoi, Sinuuà, Cacciam, Quamguya, Quignin, Renran, Hoalaom, Quanghia, Nuocman, Omgne, Onsaij, Bancô, Maqui* (ngày nay viết: An Nam, Đông Kinh, Hải Nam, Kẻ Mọi, Xứ Hóa (Huế), Ca Chàm (Kẻ Chàm, tức Thành Chiêm), Quảng Nghĩa, Qui Nhin (Nhơn), Ran Ran (Đà Rằng), Hoa Lang, Quảng Nghĩa, Nước Mặn, Ông Nghè, Ông Sãi, Bàn Cổ, Ma quỉ).

* Đơn tiết: Danh từ chung: *doij, Saye Kim, Saye Chiu, đi Lay* (ngày nay viết: đói, Sách Kinh, Sách Chữ, đi lại).

* *Ảnh hưởng tiếng Ý: Tunchim, Cacciam, gnoo, Tuijciam* (ngày nay viết: Đông Kinh, Kẻ Chàm, nhỏ, Tui chẳng).

* *Ảnh hưởng tiếng Bồ Đào Nha:* Thực ra Borri cũng như các bạn của ông đã phiên âm một số theo Bồ Đào Nha (vì vào những năm ấy tất cả các nhà truyền giáo ở Việt Nam, trên nguyên tắc bị đặt dưới quyền bảo trợ (padroado) Bồ Đào Nha, dù ảnh hưởng của Bồ đang bắt đầu giảm), như: *tlom laom Hoalaom chiam* (ngày nay viết: trong lòng Hoa lang chăng).

* Đã có cả một câu văn, tuy không đặt dấu thinh: Ví dụ: *scin mocaij, Con gnoo muon bau tlom laom Hoalaom chiam, Da an nua, Da an het, Tuijciam Biet, Onsaij di Lay* (ngày nay viết: Xin một cái, Con nhỏ muốn vào trong lòng Hoa lang chăng, Đã ăn nửa, Đã ăn hết, Tui chẳng biết, Ông Sãi đi lại). Xem ra Borri thêm tiếng Việt vào những chỗ không cần trong một cuốn sách tiếng Ý như mấy câu trên đây, là muốn cho độc giả Tây phương thấy tiếng Việt ra sao. Nên biết rằng, vào năm 1622, Borri đã khá tiếng Việt rồi, vì Borri vào Đàng Trong năm 1618, và như ông nói, qua sáu tháng học tập ông đã nói chuyện cùng giải tội được; ông cũng nhận rằng, muốn hiểu cũng như nói được tiếng Việt hoàn toàn, phải tiếp tục học thêm bốn năm trọn nữa.[18]

[18] C. BORRI, *Relatione, sđd.*, tr. 79.

b. Hầu hết ký âm đơn tiết, có đặt dấu thinh

- Bản tường trình thường niên viết ngày 31-12-**1632** của Gaspar d'Amaral:[19] Thủ bút trên đây của Gaspar d'Amaral viết bằng Bồ ngữ: *Annua do reino de Annam do anno de 1632, pera o Pe André Palmeiro da Compa de Jesu, Visitador das Provincias de Japam, e China* (Bản tường trình thường niên về nước Annam năm 1632, gửi Cha André Palmeiro, Dòng Tên, Giám sát các Tỉnh [Dòng Tên] Nhật Bản và Trung Quốc). Tài liệu này hiện lưu trữ tại Kho Lưu trữ Dòng Tên ở Roma, gồm 48 tờ rưỡi, tức 97 trang viết trong khổ 13x21cm .[20] Tuy tài liệu bằng Bồ ngữ, nhưng trong đó có tới trên 370 từ tiếng Việt tức chữ Quốc ngữ, gồm nhiều nhất là các *tên riêng, các danh chức*. Đặc điểm của những từ này là đơn tiết và có dấu thinh, phải nói là 100%; ví dụ: đàng tlão, đàng ngoày, đàng tlên, nhà ti, nhà hién, nhà huyẹn, Đức lão, Vĩnh tộ, tế kì đạo, chuá triết, Kẻ Chợ, yêu nhău, Thíc ca, giỗ, nghyã ăn xã, oũ đô đốc hạ, nhũộn, Kẻ chàm, Nghệ an, v.v...[21]

Đàng khác, những âm của từ *nhà, chàm,* được ký âm theo Bồ Đào Nha, không theo Ý, là *gna, ciam*. Đọc những chữ Quốc ngữ trong bản văn này, giống nhiều với cách ký âm chữ Quốc ngữ ngày nay là cách ký âm từ hơn 200 năm hầu như không thay đổi kể từ thời Đức Giám mục Bá Đa Lộc (Pierre-Joseph-Georges Pigneaux de Béhaine) viết cuốn tự điển năm 1772-1773 [22] khi Ngài ở Pondichéry.

Trong tập tài liệu chúng tôi không thấy một câu văn Quốc Ngữ nào; nhưng chúng tôi dám phỏng đoán rằng, lúc đó Amaral đã có thể viết chẳng những một câu mà cả một vấn đề bình thường bằng thứ chữ mới này.

---

[19] Gaspar d' AMARAL (1592-1646) cũng viết *do Amaral, de Amaral,* sinh 1592 tại Curvaceira, Bồ Đào Nha gia nhập Dòng Tên 1-6-1608; 1623, đi Đông Á truyền giáo; ở Đàng Ngoài hai lần: 1629-1630 và 1631-1638; tháng 7-1638 về Macao làm Viện trưởng Học viện Dòng Tên São Paulo; ngày 26-2-1646, Amaral chết đắm tàu gần đảo Hải Nam khi ông trở lại Đàng Ngoài truyền giáo.

[20] *ARSI, JS. 85,* tờ 125*mtr.*- 174*ms.*

[21] ĐỖ QUANG CHÍNH, *Lịch sử chữ Quốc ngữ 1620-1659,* Tủ sách Ra Khơi, Sài Gòn, 1972, tr. 51-63.

[22] Pierre-Joseph-Georges PIGNEAUX DE BÉHAINE, *Dictionarium anamitico- latinum,* 732 tr., 24x34,50cm. Đây là bản viết tay, hiện nằm trong Kho Lưu trữ M.E.P tại Paris. Chúng tôi phỏng đoán cuốn tự điển bằng ba thứ chữ *Nôm, Quốc Ngữ, Latinh* này còn do công sức của linh mục Phaolô Nghị, người nhiều năm sống với Đức Cha Pigneaux. Cuối sách còn ghi bằng Latinh: *Công việc này được khởi sự từ tháng 9 năm 1772 và hoàn tất tháng sáu năm sau* (Huic operi coepto septembri mense anni millesimi septingentesimi septuagesimi secundi extrema accessit manus mense junio insequentis annis). Tác giả viết sách này trước khi được tấn phong Giám mục Đàng Trong, hiệu tòa Adran, tại Madras, Ấn Độ, ngày 24-2-1774.

Cũng nên biết, ngoài chính thủ bút của Amaral gửi cha A. Palmeiro, tác giả còn nhờ ai đó chép lại, để gửi cho linh mục António d'Amaral ở Bồ Đào Nha. Nhưng xem ra Amaral đọc lại rất kỹ lưỡng, chứng cớ là chính ông đã sửa lại bên lề các trang giấy chẳng những tiếng Bồ Đào Nha mà còn sửa cả chữ Quốc ngữ trong đó, một thứ chữ mới toanh, ngay ở Đàng Ngoài và cả Đàng Trong lúc đó chưa chắc có mấy người đọc được. Thế mới biết, Amaral đã đem hết tài trí vào công việc sáng tác chữ Quốc ngữ thời phôi thai này. Amaral sửa lại ở lề hầu hết các trang viết, như: *triết, bên bồ đề, sãy, chuá bàng, bút, iền, Chuá cã, chai, cữa đáy, bà đạu, Vĩnh cang, v.v...*

Nếu tính từ khi Amaral tới Đàng Ngoài (thường ở Kẻ Chợ) đến khi ông soạn tài liệu này, đâu có nhiều gì? Hãy coi: ông tới Đàng Ngoài lần thứ nhất từ tháng 10-1629 đến tháng 5-1630 phải trở về Macao, lần thứ hai tới đây ngày 15-3-1631. Thế mà đến cuối năm 1632 ông đã ký âm được như thế. Cần nhớ rằng, trước khi đến Đàng Ngoài, Amaral cũng chưa vào Đàng Trong bao giờ, và cả đời ông không bao giờ bước chân vào đất Chúa Nguyễn. Vậy, Amaral đã *học tiếng Việt với những ai? Bằng cách nào, ngay khi ở Macao hay khi tới Đàng Ngoài?* Chúng tôi không dám trả lời chính xác những câu hỏi trên; chỉ phỏng đoán là, Amaral bắt đầu học với Đắc Lộ khi ông ở Thăng Long cùng với nhà truyền giáo Avignon này từ tháng 10-1629 đến tháng 5-1630, đồng thời cũng thực tập ngay với người Việt cùng thời gian đó; khi ông trở lại Đàng Ngoài tháng 3-1631, có dịp trau dồi *tiếng* Việt và hoàn chỉnh *chữ* Quốc ngữ ít nhất về mặt chính tả, như chúng ta thấy trong thủ bút của ông cuối năm 1632. Sau này Amaral còn soạn cuốn tự điển với đầu đề: *Diccionário anamita – português – latim.*

- Chữ Quốc ngữ của Đắc Lộ năm **1636:** Vì chúng tôi chưa được tận mắt nhìn thấy chữ Quốc ngữ của Đắc Lộ[23] *trước* năm 1636, nên

[23] Alexandre de RHODES, ngày nay chúng ta quen gọi là ĐẮC LỘ (1593-1660), trước đây khoảng 50 năm người ta ghi nhận là ông sinh 15-3-1591 tại Avignon, đến nay người ta lại ghi là 15-3-1593. Thật ra cách đây trên 30 năm chúng tôi đã đến tận Avignon tìm hiểu, nhưng vẫn chưa tìm được sổ Rửa tội (đồng thời cũng là sổ Khai sinh xét về mặt dân sự) của giáo xứ Thánh Mađalena tại Avignon là sinh quán của ông, nên về năm sinh của ông chưa chính xác, có lẽ vào năm 1592 chăng? Còn năm ông mất tại Isfahan kinh đô Iran thời ấy thì rõ ràng, đó là ngày 5-11-1660; vì Avignon là đất của Tòa thánh từ 1348-1791, nên Đắc Lộ có quốc tịch Tòa thánh, mặc dù sống trong văn hóa Pháp; ngày 14-4-1612 gia nhập tỉnh Dòng Tên Roma; thụ phong linh mục năm 1618; cuối năm này, bỏ Roma bắt đầu chuyến đi truyền giáo dự định ở Nhật Bản; tới Macao 29-5-1623, chờ đợi đến Nhật, nhưng đang bị cấm đạo nghiêm ngặt, nên đầu tháng 2-1625 tới Đàng Trong truyền giáo. Hai năm sau, ngày 19-3-1627, Đắc Lộ tới Đàng Ngoài, bắt đầu từ Cửa Bạng, Thanh Hóa, rồi lên Thăng Long; tháng 5-1630 bị Chúa Trịnh Tráng trục xuất khỏi Đàng Ngoài; 1630-1640 dạy Thần học tại Macao; từ tháng 2-1640 đến tháng 7-1645, Đắc Lộ ở Đàng Trong đi khắp nơi suốt từ Sông Gianh đến Phú Yên, nhưng 4 lần trong thời gian trên phải lánh

đành phải đặt ông vào thời gian này. Trước khi nói về vấn đề trên, thiết tưởng cần nhắc lại một ít nhận xét của Đắc Lộ và mấy nhà truyền giáo thời ông, khi bắt đầu tiếp xúc với tiếng Việt:

"Riêng tôi xin thú nhận rằng, khi vừa tới Đàng Trong nghe người bản dân nói chuyện với nhau, nhất là phụ nữ, tôi có cảm tưởng như mình nghe chim hót và tôi đâm thất vọng vì nghĩ rằng không bao giờ có thể học được tiếng này" (Pour moy je vous aduoue que quand ie fus arriué à la Cochinchine, & que j'entendois parler les naturels du pais, particulierement les femmes; il me sembloit d'entendre gasouiller des oyseaux, & ie perdois l'esperance de la pouuoir iamais aprendre).[24] Các người Âu châu khác ở Việt Nam thời đó cũng một nhận xét như Đắc Lộ, đó là tiếng Việt khó quá. Linh mục Marini người Ý ở Đàng Ngoài từ 1647-1658, cho rằng, một người sau khi đã học nói tiếng Đàng Ngoài kha khá, thì "kinh nghiệm cho họ hay, tiếng này quả là cực kỳ khó khăn" (qu'ils auouent par leur propre experience, qu'il est extremément difficile).[25] Joseph Tissanier, linh mục Dòng Tên, người Pháp, đến ở tại Thăng Long từ 1658-1663, cũng viết: "Tôi xin thú nhận rằng, lúc đầu tiếng này làm tôi phát sợ, vì thấy nó khác các ngôn ngữ Âu châu quá, nên hầu như tôi thất vọng trong việc học tiếng này" (l'auouẽ que cette langue me fit peur au commencement, et que la voyant si differente de celles d'Europe, ie perdois presque esperance de l'apprendre).[26]

Borri nói rõ rằng, người nào có tài về âm nhạc, biết phân biệt âm thanh, thì theo ý ông tiếng Đàng Trong là tiếng dễ dàng nhất đối với họ.[27] Marini còn viết, dường như dân Việt bẩm sinh đã có một cơ thể rất chính xác, được điều chỉnh thật đúng và hòa hợp hoàn toàn với trí óc cùng buồng phổi; phải nói là theo tự nhiên người Việt là nhạc sư, vì họ có tài phát âm một cách nhẹ nhàng và chỉ hơi biến thanh là đã khác nghĩa; dường như người Việt "nói và hát cũng là một" (et ad essi vna cosa è il parlare, & il cantare).[28]

---

mặt về Macao vì sự nghi kỵ của Chúa Nguyễn Phước Lan. Cuối năm 1645 Đắc Lộ về Roma trình bày công cuộc truyền giáo ở Việt Nam với Tòa thánh, và xin Roma gửi nhiều Giám mục đi Việt Nam; 1652 Đắc Lộ về Pháp vận động gửi các nhà truyền giáo đến Việt Nam; trong 5 năm ở Roma và Pháp, ông cho in tới 8 cuốn sách liên quan tới Việt Nam; 1654, Đắc Lộ được lệnh bề trên rời bỏ đất Pháp để đi Ba Tư (Iran ngày nay) truyền giáo; qua đời tại Ba Tư khoảng 21-22 giờ 5-11-1660.

[24] A. de RHODES, *Divers voyages et missions du P. Alexandre de Rhodes en la Chine, et autres Royaumes de l'Orient*, Paris, 1653, tr. 72.

[25] G. Filippo de MARINI, *Relation nouvelle et curieuse des Royaunmes de Tunquin et de Lao,* Paris, 1666, tr. 171.

[26] Joseph TISANIER, *Relation du voyage du P. Joseph Tissanier de la Compagnie de Jesus. Depuis la France, jusqu' an Royaume de Tunquin,* Paris, 1663, tr. 200.

[27] C. BORRI, *Relation de la nonvelle Mission des Pères de la Compagnie de Jesus au Royaume de la Cochinchine,* Lille, 1631, tr. 73.

[28] G. Filippo de MARINI, *Delle missioni de Padri della Compagnia di Giesu nella Provincia*

Theo Đắc Lộ cũng như Marini, Tissanier, thanh tiếng Việt khó, và tất cả đều *cách ngữ,* một âm được phát ra có thể mang nhiều nghĩa khác nhau, v.v... Chính vì *dấu thinh và đơn tiết* của tiếng Việt mà không ít người Âu châu khó mà học được tiếng Việt, như trường hợp Lm. Buzomi, tới Đàng Trong từ 1615 đến 1623 nói tiếng Việt chưa nổi, hoặc linh mục Bồ Đào Nha Manoel Fernandez vào Đàng Trong năm 1618, nhưng đến năm 1623 làm bề trên các tu sĩ Dòng Tên ở Hội An, chưa nói được cái "tiếng như âm nhạc, nghe như chim hót". Vì thế, trong thư của Pina viết từ Hội An năm 1623,[29] thì cha Manoel Fernandez dù tập trung giờ học tiếng Việt, nhờ một người Việt tên thánh là Anrê tập cho cha phát âm mỗi ngày hai lần, nhưng xem ra cha cũng khó mà phân biệt nổi các dấu thinh. Pina còn phàn nàn rằng, vậy mà Fernandez cũng chẳng nhờ Pina chỉ dẫn, chỉ khi nào người thanh niên trên không hiểu một từ, Fernandez mới bao đi hỏi Pina. Fernandez chẳng phân biệt được các dấu thinh của tiếng nước này là tiếng âm giọng như âm nhạc, cho nên bổn đạo ở Hội An và Thành Chiêm lấy làm bỡ ngỡ, vì Fernandez học hết một năm rồi mà chẳng biết gì hơn, "khi ông nói lên một tiếng hay không nói thì cũng như nhau".

Trên đây là mấy nhận xét của Đắc Lộ cũng như của một số nhà truyền giáo người Âu châu thời đó. Còn Đắc Lộ học tiếng Việt đã được ông hé mở chúng ta biết vài điều.

Theo Đắc Lộ ghi lại, khi ông được phái đến Đàng Trong vào tháng 2-1625 công việc phải làm trước tiên là học tiếng Việt và có thể sẽ được phái đi Đàng Ngoài mở cuộc truyền giáo ở xứ Chúa Trịnh. Ngay từ tháng 6-1625, ông đã viết thư cho bề trên Dòng Tên ở Macao, tình nguyện xin làm thông dịch viên cho cha nào đó đến Đàng Ngoài truyền giáo.[30]

Vào Đàng Trong lần đầu tiên, Đắc Lộ, (cũng như cha António de Fontes) được gửi đến Thành Chiêm, tức thủ phủ Quảng Nam dinh (nơi cha Pina vừa thiết lập cơ sở mới đồng thời là bề trên tại đây) để Pina dạy tiếng Việt cho hai ông. Ngoài việc Đắc Lộ học với Pina về ngữ pháp, cú pháp, và có lẽ cả cách ký âm chữ Quốc ngữ, ông còn thực hành nhiều với một em bé, cỡ 12-13 tuổi. Đắc Lộ cho hay rằng, người đã giúp ông cách tuyệt vời là một em bé; chính em đã dạy ông trong ba tuần lễ tất cả các *dấu thinh* trong tiếng Việt và cách phát âm tất cả mọi từ. Em bé không biết tiếng Đắc Lộ nói, Đắc Lộ lại cũng chẳng biết tiếng em bé nói, nhưng em bé có trí khôn sắc sảo, đến độ em hiểu tức

del Giappone, e particolarmente di quella di Tumkino, Roma, 1663, tr. 95.

[29] J'.de PINA, trong *Biblioteca de Aujuda, Jesiulasna Asia sdd*, tờ 413-416. – R.JACQUES, *sdd.*, tr.188.

[30] Thư A. de Rhodes viết tại Đàng Trong ngày 16-6-1625, trong *ARSJ*, JS, 68, tờ 13.

thì tất cả những gì ông muốn nói; cũng trong ba tuần ấy, em bé học đọc và viết các vần chữ Tây phương, lại còn giúp lễ.[31] Em bé này đã được Đắc Lộ rửa tội, mang tên là Raphael Rhodes, vì em rất yêu mến thầy và cũng là "học trò" của em. Đắc Lộ nói rằng, ông học tiếng Việt mỗi ngày, rất chăm chỉ như xưa ông học thần học ở Rôma. Nhờ có tài ngôn ngữ, nên dù buổi đầu rất khó khăn, có khi còn thất vọng nữa, nhưng chỉ bốn tháng sau ông có thể giải tội, thêm hai tháng nữa là giảng giải được rồi. Đây là việc Đắc Lộ nói tiêng Việt, còn việc ông viết chữ Quốc ngữ thế nào, chúng tôi chỉ thấy được trong thủ bút năm 1636 của ông.

Trở lại thủ bút 1636 của Đắc Lộ, trong đó có khá nhiều chữ Quốc ngữ.[32] Thực ra đây là bản nháp của cuốn Tunchinensis Historiae libri duo, được xuất bản tại Lyon 1652.[33] Theo bản viết tay này, chúng ta thấy được hai yếu tố quan trọng của tiếng Việt nhưng chưa thấy Đắc Lộ ký âm cho đúng.

* *Về vấn đề đơn tiết:* Xem ra ở đây ký âm đơn tiết cho các danh từ chung, còn danh từ riêng hầu hết là đa tiết; ví dụ về danh từ chung: *bat min, cai phu, cai huyen, sin do, ten si, tam iau, sai ca, ba hôn, bai via, sai vai (ngày nay viết: bất minh, cai phủ, cai huyện, sinh đồ, tiến sĩ, tam giáo, sãi ca, ba hồn, bảy vía, chín vía, sãi vãi;* về danh từ riêng: *Annam, Ainam, Chúacanh, Thicca, Lautu, bochin, Kiemthuong, Phuchen* (ngày nay viết: An Nam, Hải Nam, Chúa Canh, Thích Ca, Lão Tử, Bố Chính, Kiêm Thượng, Phúc Chân); tuy nhiên Đắc Lộ cũng ký âm đơn tiết một ít danh từ riêng như: *Chúa thanh do, cua bang, cua uuan, thinh hoa, Ghe an,* tức là: Chúa Thanh Đô (vương), Cửa Bạng, Bằng vương (Bình An vương) Thinh Hoa (Thanh Hóa), Nghệ An).

* *Về dấu thinh:* Hầu hết các từ không được Đắc Lộ thêm dấu thinh vào; ví dụ: thuam uan, uu, giô, phạt, but, thai (ngày nay viết: thuận, văn, vũ (võ), giỗ, Phật, Bụt).

---

[31] A. de RHODES, *Divers voyages et missions*, tr.73

[32] Hiện lưu trữ *ARSI*, *JS*. 83 et 84, tờ 1mtr, đến 62ms.

[33] *A. de RHODES, Tunchinensis Historiae libri duo, quorum altero status temporatis hujus Regni, altero mirabiles evangelicae praedicationis progressus refruntur. Coeptae per Patres Scietalis Presbytero, Eorum quae ad annum 1646, Authore P. Alexandro de Rhodes, Avenionensi, ejusdem Societatis Presbytero, Eorum quae hic narrantur teste oculato,* Lyon 1652. Ấn bản Latinh này được tái bản do Nhà in Kẻ Sở, 1906. Riêng ấn bản Pháp văn lại được linh mục Dòng Tên Henry ALBI, dịch từ thủ bản của Đắc Lộ (soạn tại Macao năm 1636) dưới đầu đề: *Histoire du Royaume de Tunquin et dé grands prosez que la predication de L'Evangile y a faits en la conversion des Infidelles, depuis L'Année 1627 jusques à L'Année 1646,* Lyon 1651. Năm 1994 được dịch từ ấn bản Pháp văn nay và xuất bản bằng tiếng Việt có in lại toàn bộ bản Pháp văn đó: Alexandre de RHODES, *Lịch sử Vương quốc Đàng Ngoài*, bản dịch của HỒNG NHUỆ, Ủy ban Đoàn kết Công giáo Tp. Hồ Chí Minh 1994, khổ 14x20cm. Phần trên là bản dịch ra Tiêng Việt với chú thích gồm các t. I-XIII + 1-223; Phần hai in lại nguyên bản.

** Ảnh hưởng tiếng Ý: Che ce, gna ti, gna hien, gna huyen, Ciua ou, Che no* (ngày nay viết: Kẻ Chợ, (Thăng Long), nha ti, nha hiến, nha huyện, Chúa Ông, Kẻ No (Vân No).

Đàng khác tác giả chưa viết âm /đ/; ví dụ: Chúa thanh do, sin do, dang (tức là: Chúa Thanh đo, sinh đồ, đàng)

Vậy nếu so sánh dạng tự chữ Quốc ngữ của Amaral năm 1632 với Đắc Lộ năm 1636, thì chúng ta nhận ra Amaral đã ký âm như chúng ta ngày nay hơn là Đắc Lộ năm 1636, mặc dù xét về thời gian sống ở Việt Nam thì Đắc Lộ ở lâu hơn Amaral. Rất có thể trước năm 1636 Đắc Lộ đã viết chữ Quốc ngữ tốt hơn là trong thủ bút 1636 tiếc rằng cho đến nay không biết đã có nhà nghiên cứu nào tìm thấy một thủ bút như vậy của nhà ngôn ngữ xứ Avignon.

II. ĐẮC LỘ CÔNG BỐ SÁCH QUỐC NGỮ

Trước khi cho xuất bản ba sách Quốc Ngữ đầu tiên, sử liệu cho chúng ta hay, ít ra các nhà truyền giáo soạn mấy sách Quốc Ngữ ngay từ thời kỳ đầu.

- *Chính tả Việt ngữ* do Francisco de Pina viết tại Hội An khoảng năm 1622;

- *Ngữ pháp tiếng Việt* cũng do Francisco de Pina viết tại Hội An hoặc Thành Chiêm khoảng năm 1623;

- *Từ vựng tiếng Việt*, do G.Luís soạn lúc ông ở Đàng Trong từ năm 1625-1639;

- *Diccionáro anamita – potuguês – latin* do Gaspar d'Amaral soạn ở Thăng Long khi ông ở đây, từ 1631-1638;

- *Diccionáro potuguês-anamita* do António Barbosa ở Đàng Ngoài 1636-1642[34];

Tiếc rằng ngày nay chúng ta không thấy những cuốn sách ấy ra sao. Biết đâu hai cuốn của Amaral và Barbosa còn nằm tại một Thư viện hay Kho Lưu trữ nào tại Roma hoặc Lisboa?

Không kể những sách trên, do người nước ngoài viết, có thể đã xuất hiện sách Quốc Ngữ do người Việt Nam soạn trước khi in ba sách Quốc Ngữ. Hiện chẳng có bằng cớ gì. Tuy nhiên chúng tôi nghĩ rằng, biết đâu những người Việt, như Phanxicô

[34] A. de RHODES *Dictionarium annamiticum, lusitanum et latinum, tr. Ad lectirem, Roma 1651.* D. BARBOSA MACHADO, *Biblioteca Lusitama, Historia, et Cronorogica,* Liv.I.Lisböa, 1741, tr. 214-215

Đức, Anrê Trí, Inhaxicô Nhuận, Bento Thiện, Igesico Văn Tín ở Đàng Ngoài hoặc Raphael Rhodes, thầy giảng Inhaxiô quê quán ở Liêm Công, Quảng Trị, đã viết được mấy trang giấy, thậm chí một sách chữ Quốc ngữ. Có điều khá chắc chắn là, ít ra những người như vậy cũng đã gián tiếp cùng với các nhà truyền giáo góp sức lực, tài trí vào việc sáng tạo thứ chữ này, như linh mục Loren Huỳnh Lâu (cuối thế kỷ 17) và linh mục Phaolo Nghị cộng tác với Đức cha Bá Đa Lộc soạn từ điển, còn thánh Phan Văn Minh thì cùng với Đức Cha Jean-Louis Taberd cho xuất bản *Tự vị* [35] tại Serampore năm 1838.

Sau đây chúng tôi chỉ nói về việc xuất bản ba cuốn sách Quốc Ngữ đầu tiên, không bàn đến nhiều vấn đề chính yếu và quan trọng khác của ba cuốn sách này.

1. Ba sách đầu đề như sau

a. *Dictionatium Annamiticum [Annamitium], Lusitaum et Latinum ope Sacrae Congregationis de Propaganda Fide in lucem editum ab Alexandro de Rhodes, È Societate IESV, eiusdemque Sacrae Congregationis Missonario Apostolico*, Romae, Typis, & sumptibus eiusdem Sacr. Congreg. 1651, Svperiorum permissv, 14x19cm. Được Bề trên Cả Dòng Tên Franciscus Piccolomineus cho phép in ngày 5-2-1651. Sách gồm hai loại: Ngữ pháp từ trang 1-31, các trang không phân chia hai cột như trong phần từ điển. Chúng tôi cho đây là cuốn sách riêng, dù nhà xuất bản cho đóng chung với từ điển. Đầu đề chính phần từ điển như sau: *Dictionarium Annamiticum seu Tunkinense cum Lusitana, & Latina declaratione, cột 1-900 + 5 trang Appendix và Errata + 175 trang Index Latini sermonis,* tuy mỗi trang phân ra hai cột, nhưng không đề số cột, cũng chẳng đề số trang, chúng tôi đếm được tất cả là 175 trang. Đắc Lộ cũng nói rõ trong trang Ad Lectorem (ngỏ lời cùng bạn đọc): 1. Tuyên bố Francisco de Pina là người dạy tiếng Việt cho ông đầu tiên; 2. Đắc Lộ đã dựa vào hai cuốn từ điển của Amaral và Barbosa – chúng tôi đã nhắc ở trên – để soạn ra cuốn từ điển của ông; 3. Thêm tiếng Latinh vào do lời truyền của các Đức Hồng y, để ngoài những việc thuận lợi khác, còn để người bản địa có thể học tiếng Latinh.

[35] J.I. TABIERD, *Nam Việt dương hiệp tư vị, Dictionarium Anamitico-Latium, primitus inceptum ab illustrissimo et reverendissimo P.J Pigneeaux, episcopo adranensi, vicario apostolico Cocincinae, &.Dein absolutum et editum a J.I.TABERD, episcopo isauropolitano, vicario apostolico Cocincinae, Cambodiae et Ciampae, Aisaticae Societatis Pariensis, nec non Bengalensis socio honorario, Fredericnagori vulgo Serampore, Ex typis J.C. Marshman, 1838,*
tr. 1-721 + 1-128.

b. *Lingvae Annamiticae seu Tunchinensis brevis declaratio*, tr. 1-31. Như chúng tôi vừa viết sách này được đóng chung với *Từ điển*, cùng giấy phép in của Bề trên Cả Dòng Tên là Franciscus Piccolomineus ngày 5-2-1651. Sách gồm 8 chương tuy bàn giải về ngữ pháp tiếng Việt, nhưng viết bằng Latinh, hầu các nhà truyền giáo Tây Phương dễ đọc.

Cuốn từ điển này (gồm cả tập Ngữ pháp) được dịch ra tiếng Việt do ba dịch giả Thanh Lãng, Hoàng Xuân Việt, Đỗ Quang Chính, xuất bản tại Tp. Hồ Chí Minh năm 1991, chia ra hai phần: phần trên *in lại toàn bộ nguyên bản 1651, phần dưới phiên dịch ra tiếng Việt ngày nay theo từng chữ của nguyên bản.*[36]

c. *Cathechismus Pro ijs, qui volunt suscipere Baptismum, In Octo dies diuisus* Phép giảng tám ngày cho kẻ muốn chịu phép rửa tội, mà vào đạo thánh Đức Chúa blời, Ope Sacrae Congregationis de Propaganda Fide in lucem edilus, Ab Alexandre de Rhodes è Societate IESV, eiusdemque Sacrae Congregationis Missionario Apostotico, ROMAE, Typis Congregationis de Propaganda Fide, Superiorum permissu 1651, 14x19cm, trang 1-319+2 trang Errata corrige, Phó Bề trên Cả Dòng Tên Gosswinus Nickel (Societatis Iesu Vicarius Generalis [37]) cho phép in ngày 8-7-1651. Từ trang 1-319 in thành 2 cột, nhưng lại ghi số theo trang giấy. Đây là sách song ngữ: cột phía trái bằng La ngữ, cột phía phải bằng tiếng Việt.

Cuốn phép giảng tám ngày, trong 50 năm gần đây đã được một số người nghiên cứu về các mặt chữ Quốc ngữ, ngôn ngữ, hội nhập văn hóa, phương pháp giảng dạy giáo lý để làm Luận văn Tiến sĩ. Ngoài ra còn có các bản dịch sang tiếng Kampuchea, Thái, Pháp, Anh.[38]

---

[36] Viện Khoa học Xã hội tại Tp. Hồ Chí Minh, ALEXANDRE DE RHODES, Từ điển *Annam – Lusitan – Latinh* (*thường gọi từ điển Việt – Bồ - La*, Phiên dịch: THANH LÃNG, HOÀNG XUÂN VIỆT, ĐỖ QUANG CHÍNH, Nhà xuất bản Khoa học Xã hội, 1991. Bản biên tập: Giáo sư HỒ LÊ, CAO XUÂN HẠO, HỒ TUYẾT MAI, khổ 14,50x20cm. Phần trên có số trang như nguyên bản 1651, phần dưới gồm 255 trang. Chỉ có thể tạm sử dụng phần dưới của cuốn này, tức phần phiên dich sang tiếng Việt: còn phần trên không dùng được, vì dù là in lại nguyên bản 1651, nhưng ai đó đã tô lại nhiều chữ không đúng với nguyên bản, hầu như trang nào cũng sai sót, ít thì 5 lỗi, có trang tới 40, 60, 90 lỗi.

[37] Vicarius Generalis: Theo Hiến pháp Dòng Tên, khi một Bề trên Cả qua đời, thì một vị khác tạm thay quyền quản trị Dòng trong khi chờ đợi bầu Bề trên Cả mới. Vậy, cha Bề trên Cả Franciscus Piccolomineus qua đời 17-6-1651, thì cha Gosswinus Nickel tạm quyền cho đến 21-3-1652 cha Alexander Gottifiredi được bầu làm Bề trên Cả; nhưng cha này lại qua đời 12-3-1652, đến 17-3-1652 Gosswinus Nickel mới được bầu làm Bề trên cả chính thức.

[38] - Adrien LAUNAY, *Histoire de la Mission de Cochinchine 1658-1823, Documents historiaues III*, 1771-1823, Paris 1925, tr.272: "Le P. Langenois a traduit en cambodgien la catéchisme du P. A. de Rhodes. Onvante son style".

- Henri CORDIER, *Bibliotheca indosinia, Dictionnaire bibliographique des ouvrages relatifs à la péninsule indochinoise,* volume IV, Paris, 1915, cột 2939: "Catechismus // in octo dies divisus,

Nếu ba cuốn sách này không được xuất bản, mà chỉ có một bản viết tay của Đắc Lộ, thì có thể xảy ra như sau:

- Bị thiêu hủy hay nằm một xó nào đó, giống như hai cuốn Chính tả và Ngữ pháp của Pina cùng Từ vựng của Gaspar Luis, hoặc hai cuốn Từ điển của Amaral và Barbosa.

- Ngày nay chúng ta không có một bản văn dài và Từ điển vào giữa thế kỷ 17, để biết được tương đối khá rõ về thời điểm khai sinh chữ Quốc ngữ. Cũng vì nhiều tài liệu của Amaral, Barbosa, G. Luís không còn nữa, nên chúng ta chi biết sơ sài tình hình Quốc Ngữ trước năm 1651.

- Sẽ làm chậm lại công cuộc bổ sung và phổ biến chữ Quốc ngữ. Nếu không xuất bản ba cuốn trên, chưa chắc năm 1659 thầy giảng Bento Thiện (sau này là linh mục Bento Hiền, một trong hai linh mục

---

// ab Alexande de Rhodes, è Socielate // Jusu, latino et annamitio idiomate // compositus // in linguam Siamicam translatus // operâ Dni. Lanrentii. // et ipsius manu litteris Siamicis exaratus. Pet. In-4, 3ff. n. ch. + pp. 311 (papie de Chine). "[...] Ce Mr Laurent etoit fils du Barkalom ou ler Ministre du Roy de Siamm sur la lin du règne de louis 14. Il est écrit de sa main en langues sçavantes, en charaeter siamois. Je l'ai nequis à Bankok VUIILEIN".

- Henri CHAPPOULIE, *Aux originea d'une, Rome et les Missions d'Indochine au XVII siècle*, Tome II, Paris, 1948. Phần cuối tập sách là bản dịch của Chappoulie sang Pháp văn cuốn *Cathechismus: Le catéchisme d'Alexandre de Rhodes pour les Missions d'Annam* (1651), tr. 147-261.

- NGUYỄN KHẮC XUYÊN, *Le Catéchisme en langue vietnamienne romanisée du P. Alexande de Rhodes*, Luận văn tiến sĩ Đại học Gregoriana, 1956.

- Lm. André MAILLER *sao lục theo chính tả hiện đại, viết tiểu dẫn, chú thích và lập các bằng tham chiếu.* Mariller viết lại theo chữ Quốc ngữ ngày này cùng La ngữ của nguyên bản. Trang đầu sách như sau: *Giáo sĩ Đắc Lộ và tác phẩm Quốc Ngữ đầu tiên.* NGUYỄN KHẮC XUYÊN – PHAN ĐÌNH KHIÊM. Tái bản trọn cuốn Phép giảng tám ngày của ALEXANDRE DE RHODES, *do André Marillier sao lục, chú thích và lập bản tham chiếu. Với 18 anh phụ bản,* Tinh – Việt Văn đoàn, Ban Sử học: 232/19 Hiến Vương, Sài gòn 1961. Phần hai tập sách này, từ tr. LXVII-LXX II + 10 trang chụp nguyên bản 1651 + tr. 1-234 là chính cuốn Phép giảng của Đắc Lộ.

- Placide TẦN PHÁT, Méthodes de catéchèse et de conversion du père Alexandre de Rhodes, luận văn Tiến sĩ Đại học Công giáo Paris, 1963.

- NGUYỄN CHÍ THIẾT, *Le Catéchisme du père Alexandre de Rhodes et l'âme vietnamienme*, Luận văn Tiến sĩ Đại học Urbaniana, Roma, 1970.

- Tủ sách Đại kết cho tái bản vào năm 1993 cuốn *Phép giảng*, đầu đề ALEXANDRE DE RHODES, *phép giảng tám ngày, Cathechismus in octo dues divisus, Catechisme divisé en huit jours,* Tủ sách đại kết [Tp. Hồ Chí Minh], 1993, 20x28cm, I-XXVIII + 1-319. Mỗi trang sách đều in lại nguyên bản 1651, cột thứ 3 tính từ trái sang là phần viết theo chữ Quốc ngữ ngày nay do cho André Mariller, trích trong lần tái bản của Tinh Việt Văn đoàn năm 1691; cuốn trang sách là bản dịch Pháp văn của Henri Chappoulie in tại Paris, 1948.

- Peter C. PHAN [PHAN ĐÌNH CHO], *Mission and Catechesis, Alexandre de Rhodes and Inculturation Seventeenth-Century Vietnam*, Orbis, Maryknoll, New York, 1998, 17,50x25,50cm, I-XXIII + 1-324 Sách chia ra hai phần: *Part One: Misson, and Catechesis in Seventeenth-Century Vietnam, tr. 1-209, bàn luận về cuốn Phép giảng; Part Two: The Cathechismus of Alexandre de Rhodes,* S.J, tr. 211-315, là banr dịch tiếng Anh, có chú thích đôi chút ở trang cuối.

người Việt Nam đầu tiên ở Đàng Ngoài) đã soạn được tập Lịch sử nước An Nam [39] chẳng những có rất nhiều giá trị về mặt ngôn ngữ mà còn về mặt lịch sử. Đàng khác, chưa chắc vào năm 1773 Đức Cha Bá Đa Lộc cùng cha Phaolô Nghi đã soạn xong cuốn từ điển.

- Ngày này không thể biết được công trình của Đắc Lộ. Đắc Lộ đã cho xuất bản nhiều sách khác nhau về Việt Nam, nhưng nếu bỏ qua ba cuốn này, thì ai dám đánh giá rất cao về mặt tiếng Việt của ông, dù ông đã viết về vấn đề tiếng Việt trong hai Chương ở hai cuốn sách khác nhau: - *Chapitre XXX: Des tons, & des accents de la langue vulgaire du Royaume d'Annam* [40] ; - *Chapitre XIII: Comme ie fus envoyé la premiere fois en la Cochinchine.*[41] Lúc ấy người ta chỉ coi ông là nhà truyền giáo số 1 ở Việt Nam thời đó vì nhiệt tình, can đảm, có nhiều sáng kiến, hội nhập vào xã hội Việt, yêu mến, gắn bó với con người và xứ sở nơi ông phục vụ hết mình,[42] v.v... Do đó, sẽ không có những nơi được đặt tên ông, tại Việt Nam cũng như tại sinh quán Avignon của ông; ví dụ:- *Quai Alexandre de Rhodes* ở Huế trước năm 1940 (nay là đường Kim Long); - Bi đình *A Lịch Sơn Đắc Lộ* (*Alexandre de Rhodes*) dựng chiều ngày 29-5-1941 ở gần đền Bà Kiệu, cạnh Hồ Gươm, Hà Nội; - Đường *Alexandre de Rhodes* ở thành phố Mỹ Tho trước 1975; - *Avenue Alexandre de Rhodes* tại Chợ Lớn năm 1953, khúc đường *Hùng Vương* ngày nay (từ đường *Nguyễn Thị Nhỏ* đến *An Dương Vương*); - đường *Alexandre de Rhodes* tại Sài Gòn từ năm 1955 thay cho *Rue Colombert*; - đường *Alexandre de Rhodes* tại Tp. Hồ Chí Minh từ năm 1985 bị thay bằng đường *Thái Văn Lung,* nhưng đến tháng 11-1995, *Alexande de Rhodes* lại trở về chỗ cũ, chuyển *Thái Văn Lung* sang đường Đồn Đất, như chúng ta thấy ngày nay; - *Rue Alexandre de Rhodes* tại Tp. Avignon, Pháp.

2. Vượt mọi khó khăn để xuất bản

Hãy nhìn lại một số ngãng trở chúng ta có thể biết được đối với việc cho ra đời ba sách Quốc Ngữ đầu tiên tại kinh thành Roma:

---

[39] ĐỖ QUANG CHÍNH, *Lịch sử chữ Quốc ngữ, sdd*, tr. 91-150

[40] A. de RHODES, *Histoire du Royaume de Tunquin, et des gands progrez que la predicantion de l'Evangile y a faits en la conuersion des Infidelles. Depuis L'Année 1627, insques à L'Année 1646. Composée en Latin par le R.P.ALEXANDRE DE RHODES, de la Compagnie de IESVS, et tradvite en Francois par le R.P.HENRY ALBI, de la mesme Compagnie*, Lyon 1651, tr. 110-112.

[41] *A. de RHODES, Divers voyages et missions du P.ALEXANDRE DE RHODES en la Chine, & autres, Royaumes de L'Orient, Uuec son retour en Europe par la Perse & L'Armenie. Le tout divisé en trois parties,* Paris 1653, tr. 71-74.

[42] A. de RHODES, *Divers voyages et missions, sdd, tr. 269:* "Ce lut au troisiesme luillet de l'an 1645, que ie quittay de corps la Cochinchine, mais certes non par de coeur, aussi peu que le Tunquin: à la verité it est entier en tous les deux & ie ne croy qu'il en puisse iamais sortir".

a. Chữ in: dù tiếng Việt đã được ký âm theo mẫu tự Latinh, nhưng cũng còn một số vấn đề; các nhà in ở Roma cũng như ở châu Âu bấy giờ đều đã in chữ các tiếng Tây phương khác nhau, nhưng làm gì đã có những "con chữ" hoàn toàn Việt; ví dụ: ử, ẳ, ỗ, ự, ợ, v.v...Muốn có những chữ in đó, chắc chắn phải đúc chữ mới (chỉ dùng được cho bản in chữ Quốc ngữ) làm Đắc Lộ phải xem xét kỹ lưỡng, đồng thời tốn thêm một số chi phí. Vì thợ sắp chữ in không biết một xu tiếng Việt, nên khi sắp chữ phải cẩn thận hơn là sắp chữ các bản văn Ý, Latinh, Bồ Đào Nha, Pháp, Đức, v.v..., thêm vào đó, những "con chữ" Việt lạ hoắc càng gây cho thợ sắp chữ lúng túng hơn, chưa quen "bốc" những "con chữ" này trong các ô đựng chữ, phải nói là ban đầu đối với những chú thợ sắp chữ chẳng khác gì như "quạ vào chuồng lợn".

b. Máy in thời đó: Sáng kiến ra "chữ rời" để in thì tại Trung Quốc bắt đầu làm chữ rời năm 1041 do ông Pi Ching, ban đầu bằng đất nung, rồi bằng chì, bằng đồng, nhưng phải làm riêng rẽ từng ký hiệu, mà con số này lên tới 250.000 để in *Từ điển Khang Hy*. Còn bên châu Âu, có thể nói là bắt đầu từ ông Gutenberg tại Strasbourg khoảng năm 1440. Từ đó, máy in phát triển mạnh dần ở châu Âu, nhưng đầu thế kỷ 17 mới chỉ có máy *typo*, làm gì đã có máy *rotative*, càng chưa có máy *offset*, nói gì đến việc "sắp chữ" nhanh như chớp do máy vi tính thời nay. Chúng tôi chẳng biết thành phố Roma lúc đó có bao nhiêu nhà in, khác với ngày nay, mỗi người đều có thể trang bị máy in nhỏ đặt trong phòng ở của mình (máy tính, máy in từ vi tính ra, máy photocopy).

c. Việc sửa bản in thử: Chắc chắn là Đắc Lộ, chứ ở Roma có ai biết chữ Quốc ngữ? Marini thạo chữ Quốc ngữ và chữ Nôm đấy, nhưng mãi 1659 ông mới trở lại Roma. Vậy thì việc sửa bản in hoàn toàn Đắc Lộ phải một mình gánh lấy. Nên biết rằng Đắc Lộ ở Roma lần thứ hai từ 27-6-1649 đến 11-9-1652, nhưng ông phải lo những công việc cụ thể liên quan tới Dòng Tên Tỉnh Nhật Bản (báo cáo với Bề trên Cả) và Giáo hội Việt Nam nói chung, nhất là việc vận động cho các Giám mục đến xứ này. Quả nhiên ông rất bận công tác, nhưng phải gồng mình săn sóc tỉ mỉ và đầy yêu thương đứa "con thơ" của mình, đó là việc cho ra đời sách Quốc Ngữ.

3. Xuất bản cho ai đọc?

Chúng tôi chẳng biết rõ vào giữa thế kỷ 17 bao nhiêu người đọc được chữ Quốc ngữ? Nhưng chắc chắn là rất hiếm hoi, như mò kim dưới đáy biển. Cứ phỏng đoán là một số ít thầy giảng, như Bentô Thiện, Igesico Văn Tín, Raphael Rhodes... và một số nhà truyền giáo ở Việt Nam thời ấy, như Metelle Saccano, Carlo della Rocca, Balthasar,

Caldeira, Girolamo Majorica, Filippo de Marini, Onofre Borges, Francisco Rangel... liệu có tới con số 100 không? Vậy thì không thể trông mong vào các độc giả mua sách, bù cho chi phí xuất bản. Rõ là công cuộc phiêu lưu!

a. Thánh Bộ Truyền bá Đức Tin chịu phí tổn: Chính Thánh Bộ Truyền bá Đức Tin chấp nhận phí tổn và cho in trong nhà in của mình, như chúng ta thấy in rõ ràng trên mặt bìa hai cuốn sách: - Trong *Dictionarium*: "ope Sacrae Congregationis de Propaganda Fide in lucem editus" (được xuất bản nhờ sự giúp đỡ của Thánh Bộ Truyền bá Đức Tin) và cuối bìa sách: "Typis & sumptibus eiusdem Sacr. Congreg" (cũng do nhà in Thánh Bộ này in ấn và chịu phí tổn); - Trên bìa sách *Phép giảng tám ngày*: "Ope Sacrae Congregationis de Propaganda Fide in lucem editus" (được xuất bản nhờ sự giúp đỡ của Thánh Bộ Truyền bá Đức Tin) và cuối bìa sách: "Typis Sacrae Congregaionis de Propaganda Fide" (nhà in của Thánh Bộ Truyền bá Đức Tin). Thật ra, trong cuốn Phép giảng tám ngày không ghi rõ từ "sumptibus" như trên cuốn *Dictionarium*, nhưng thiết tưởng cũng do Thánh Bộ này chịu phí tổn, vì ở trên đã ghi "Ope Sacrae...".

b. Công bố tại Roma, trung tâm của Giáo hội Công giáo: Phải nói rằng, uy tín của Roma đối với châu Âu Công giáo thời ấy nổi bật hơn ngày nay. Toàn thành phố Roma và các vùng chung quanh thời ấy là đất của Tòa thánh, dưới quyền của Đức Thánh Cha cả về mặt thế quyền, không như ngày nay cái nước Vatican bé xíu, chỉ còn 44 mẫu tây, nằm gọn tỏn trong thành phố Roma. Vì vậy, việc in ấn do Thánh Bộ Đức Tin, rồi "phát hành" đi các nơi – dù là rất ít so với các sách khác – *nhưng vẫn mang ý nghĩa chính thức được Roma công nhận và đề cao*. Nói được khi một Thánh Bộ đứng ra xuất bản, thì đó là việc quan trọng. Đàng khác, Đắc Lộ chính thức xưng mình và được Thánh Bộ này công nhận là *Thừa sai Tông tòa* (Missionario Apostolico), tức là Thừa sai của Thánh Bộ, khác với hồi Đắc Lộ bỏ Roma cuối năm 1618 đi Đông Á truyền giáo, bởi Thánh Bộ này chỉ được thành lập sau đó 4 năm, tức 1622. Đắc Lộ cho in rõ ràng ngay trên bìa sách "chức vụ" mới của mình. Khi Đắc Lộ trở lại Roma năm 1649, xem ra ông ngỡ ngàng vì thấy Thánh Bộ này được xuất hiện và đang bắt đầu hoạt động mạnh. Do tình hình cụ thể, Đắc Lộ "gắn bó" với cơ cấu mới này hơn, liên lạc chặt chẽ và hầu như hàng ngày, vận động in sách và trình bày về giáo đoàn Đàng Trong, Đàng Ngoài với Thánh Bộ, "bạo phổi" hơn nữa ngày 4-7-1651 Đắc Lộ dám đề nghị với Tòa Thánh phái đến Việt Nam một vị Thượng phụ Giáo chủ, 2 hoặc 3 Tổng Giám mục và 12 Giám mục [43] với danh hiệu "trong phần đất Dân ngoại" (in partibus Infidelium), mà

---

[43] *Kho Lưu trữ Prop.* S..C.R.G, vol. 193, tờ 477. Xem NGUYỄN HỮU TRỌNG, *Les Origines du Clergé Vietnamien*, Sài Gòn, 1959, tr.134.

chẳng quá lo sợ phản ứng của Bồ Đào Nha, một đế quốc đang bắt đầu yếu dần kể từ năm 1622 khi người Hà Lan tấn công Macao. Thật là "động trời"!

Để công bố cho "toàn thế giới" biết công trình sáng tác chữ Quốc ngữ, Đắc Lộ đã phải vượt bao khó khăn! Nói chung, muốn có được công trình này, thì ngoài tài năng về ngôn ngữ và kiên trì học hỏi, Đắc Lộ còn phải nhờ đến công trình của mấy vị đàn anh, như Amaral, Barbosa, nhất là phải đếm xỉa tới công lao của người thầy Francisco de Pina, thêm vào đó còn có sự đóng góp ít là gián tiếp của người Việt, như R.Rhodes và các thầy giảng trí thức thời ấy.

Ngày nay ai muốn tìm hiểu nguồn gốc và văn học Quốc Ngữ, không thể nào bỏ qua mấy cuốn sách quý giá này. Chữ Quốc ngữ đối với đất nước 4.000 năm văn hiến, là một công cụ sắc bén cho việc phát triển và truyền bá tư tưởng, tiếp thu các nền văn minh thế giới, là cầu nối với "nền văn minh quốc tế chữ cái abc". Nói thế không phải là chữ Quốc ngữ cho đến bây giờ đã hoàn toàn mọi mặt đâu. Ngôn ngữ có thay đổi theo thời gian! Tuy nhiên, từ khi có cuốn Từ điển của Bá Đa Lộc 1773, đến nay đã hơn 200 năm rồi mà chữ Quốc ngữ vẫn không thay đổi.

Kỷ niệm 340 năm cha Đắc Lộ qua đời, 5-11-1660

Tp. Hồ Chí Minh, tháng 10 năm 2000

Nên xem thêm:

Đỗ Hữu Nghiêm, *A Lịch Sơn Đắc Lộ - Alexandre De Rhodes: Một nhận định tổng hợp,* http://www.conggiaovietnam.net/index.php?m=module2&v=detailarticle&id=15&ia=6105

VỀ TẤM BIA TƯỞNG NIỆM A. DE RHODES TẠI HÀ NỘI

Đôi lời của Ban Biên soạn

Với tựa đề HƯỚNG ĐẾN 400 NĂM VĂN HỌC CÔNG GIÁO VIỆT NAM (1632-2032), bộ sưu tập này khởi đi từ Hà Nội vào năm 1632 với sự kiện cha Girolamo Majorica lập cơ sở in mộc bản tại Thăng Long (*xem bài viết của Lm. Nguyễn Hai Tính, trang 298*). Chúng tôi ước mong xác định được vị trí của cơ sở in này nhưng hiện thời chỉ mới có được một vài thông tin mờ nhạt.

Trong cuốn *Tản mạn Lịch sử Giáo Hội Công Giáo Việt Nam* của cha Đỗ Quang Chính SJ p.59-60 có nói tới năm 1627 khi cha Đắc Lộ tới Thăng Long, chúa Trịnh Tráng đã chu cấp vật liệu và thợ để cha xây một ngôi nhà cho 2 cha ở. Từ 28/5/1628, 2 cha bị quản thúc tại đó, không được dâng lễ cho giáo dân nữa. Chính vì vậy cha Đắc Lộ đã viết thư an ủi cho bổn đạo và gửi các bài giảng cho họ. Nhận được người ta chép thành nhiều bản để đọc cho bổn đạo tập hợp tại 6 khu trong thành Thăng Long. Cha Đỗ Quang Chính cũng chú thích rằng ngôi nhà đó có lẽ tọa lạc gần đền Bà Kiệu bên Hồ Hoàn Kiếm, nơi có nhà bia cha Đắc Lộ. Từ phỏng đoán của Cha Đỗ Quang Chính tới chỗ biết được cụ thể vị trí ngôi nhà trên đây và cơ sở in mộc bản, còn phải chờ những chứng liệu chính xác.

Về vị trí nhà bia tưởng niệm cha Đắc Lộ, ta có thể biết rõ qua bài viết của PGS. TS. Phạm Văn Thìn, trên báo Thể Thao&Văn Hóa, và một bài của DTH OP sưu tầm, trên trang Web Huynh đoàn Giáo dân Đa Minh Việt Nam.

Pgs. Ts. Phạm Văn Tình

** Sn.1954, tại Nam Định. Tiến sĩ Ngôn ngữ học*
** Nguyên Phó Tổng biên tập tạp chí Từ điển học & Bách khoa thư, Tổng Thư kí Hội Ngôn ngữ học VN, Phó Viện trưởng Viện Nghiên cứu Việt Nam học.*
** Đã xuất bản: Giai điệu cho mình, Tiếng Việt từ cuộc sống, Tiếng Việt: Từ chữ đến nghĩa, Tiếng Việt - Hành trình qua các ô chữ, Nghìn lẻ một + X, Trạng Nguyên tiếng Việt 1 (viết chung), Trạng Nguyên Mẫu giáo, quyển 1 (viết chung), Và nhiều sách giáo dục khác.*
** Email: favatin@gmail.com*

Trích từ báo Thể thao & Văn hóa

CHUYỆN ÍT BIẾT VỀ TẤM BIA TƯỞNG NIỆM A. DE RHODES TẠI HÀ NỘI - *Pgs Ts Phạm Văn Tình*

Dấu tích về A de Rhodes tại Việt Nam không còn nhiều, nhất là tại miền Bắc. Trước đây, theo sáng kiến của cụ Nguyễn Văn Tố, một Nhà bia tưởng niệm ông đã được dựng cạnh Đền Bà Kiệu bên Hồ Gươm, khánh thành ngày 29-5-1941. Đó là một phương đình, bốn mái theo kiểu kiến trúc phương Đông, trên nền xi măng gấp khúc 12 cạnh, có 3 lối lên 5 bậc. Bên trong dựng tấm bia đá cao 1,70m, rộng 1,10m, dày 0,20m, đế bia cao 0,50m. Trên mặt bia ghi tóm lược cuộc hành trình truyền giáo và công lao của A. de Rhodes trong việc chế tác chữ Quốc ngữ, được khắc bằng 3 dạng văn bản: chữ Quốc ngữ, chữ Hán và chữ Pháp. Do bị xâm hại, để bảo quản, hiện nay tấm bia này đang được Sở Văn hoá, Thể thao và Du lịch Hà Nội lưu giữ (sẽ chuyển giao cho Bảo tàng Hà Nội).

Năm 2010, nhờ Ban Quản lí Di tích và Danh thắng (Sở Văn hoá, Thể thao và Du lịch Hà Nội)), chúng tôi may mắn được tiếp cận hiện vật này và chụp được văn bản (chữ Việt và chữ Hán) trên đó. Phần chữ Hán bị mất nhiều nhưng may mắn là phần chữ Việt còn khá nguyên vẹn. Đây quả là một tư liệu quý. Chúng tôi xin trân trọng giới thiệu hiện vật này, qua tấm ảnh chụp mặt chính của bia có phần viết bằng tiếng Việt, đồng thời xin ghi lại nguyên văn văn bản khắc (theo đúng chính tả và dấu câu lúc đó).

Đức A-Lịch-Sơn Đắc-Lộ

Sinh ở A-vi-nhông [1] ngày 15 tháng ba năm 1591. Xuất gia tu vào Dòng Tên (Gia-tô-hội) [2] năm 1612. Đi từ thành Li-sơ-bon [3] sang Ấn-độ ngày mồng bốn tháng tư năm 1619. Đến Áo-môn [4] ngày 29 tháng năm năm 1623. Cốt sang truyền giáo ở Nhật-bản, nhưng vì hồi bấy giờ xứ này cấm truyền giáo, nên lại được uỷ sang Việt-nam. Trong khoảng từ năm 1624 đến năm 1646 khi lưu ở trong Nam thuộc về chúa Nguyễn, lúc ở ngoài Bắc dưới quyền chúa Trịnh có hai lần ở Kẻ-chợ là Hà-nội bây giờ (1627-1630).

Người truyền giáo có kết quả lớn-lao sau muốn bảo-tồn cái kết quả ấy và muốn dựng nên thánh-giáo chắc-chắn cho giáo-đồ Việt-nam. Người được phép Toà-Thánh cho đặt các chức giám-mục chọn toàn người Pháp (1652).

Khi phải rời bỏ xứ Việt-nam, Người lấy làm tiếc, nên có nói rằng: Phần xác ta rời bỏ đất Nam với đất Bắc, nhưng thực ra lòng ta vẫn quyến-luyến, nói cho đúng vẫn bàn-hoàn với cả hai nơi và ta chắc rằng không bao giờ lòng ta lại quên được hai xứ ấy.

Sau Người được cử sang nước Ba-tư [5]. Người mất ở Ích-ba-hán [6] ngày 16 tháng một năm 1660 hưởng-thọ bảy-mươi tuổi.

Người soạn ra nhiều truyện-kí đều diễn dịch ra mấy thứ tiếng, và Người đã xuất bản được quyển sách *Bổn* và *Tự-vị tiếng Việt-nam, tiếng Bồ-đào-nha và tiếng La-tinh* - là những sách bằng tiếng Việt-nam dịch âm theo chữ La-tinh xuất bản trước tiên nên tên Người cũng lưu-truyền với cái công nghiệp phát-minh ra chữ Quốc-ngữ.

Nguồn: https://thethaovanhoa.vn/van-hoa/chuyen-it-biet-ve-tam-bia-tuong-niem-a-de-rhodes-tai-ha-noi-n20191202073837133.htm

---

[1] Avignon, tỉnh lị của tỉnh Vaucluse (Pháp)

[2] Dòng Tên: Tiếng Latin là Societas Jesu (Hội dòng Giêsu hay Dòng Chúa Giêsu).

[3] Lisbon, thủ đô Bồ Đào Nha.

[4] Áo Môn: tức Macao (Trung Quốc).

[5] Ba Tư: tức Iran.

[6] Ích Ba Hán: Isfahan, một thành phố thuộc Iran.

Trích từ trang Huynh đoàn Giáo dân Đa Minh Việt Nam

CÂU CHUYỆN TẤM BIA CHA ĐẮC LỘ TẠI HÀ NỘI

DTH OP sưu tầm

Ngày 29-5-1941, cụ Nguyễn Văn Tố, Viện trưởng Viễn Đông Bác Cổ, chủ tịch Hội Truyền bá Quốc ngữ tổ chức lễ khánh thành bia và nhà bia tưởng niệm 350 năm sinh nhật cha Đắc Lộ, nhằm ghi nhận sự nghiệp Đức A-Lịch-Sơn Đắc Lộ.

Nhà bia do kiến trúc sư Joseph Lagisquet vẽ kiểu, được dựng tại Đền Bà Kiệu bên hồ Gươm (trước thờ ba bà Liễu Hạnh, Quỳnh Hoa, Quế Hương)

Nhà bia Đắc Lộ

Nhà xây theo kiểu phương đình, có bốn mái ngói cong, trên nền xi măng 12 cạnh, có 3 lối lên 5 bậc, với một bia đá (1,7m x 1,1m X 0,2 m), trên đế cao 50 cm.

Mặt bia ghi tóm lược sự nghiệp của cha Alexandre de Rhodes truyền đạo và chế tác chữ Việt được khắc bằng ba ngôn ngữ Việt, Hoa và Pháp.

Năm 1957 bia bị tháo dỡ trở thành quầy bán hoa tươi. Năm 1984, nhà bia được thay bằng tượng chiến sĩ Quyết tử Thủ đô.

Tấm bia lưu lạc mãi đến năm 1994 mới phát hiện lại. Bộ Văn hóa Thông tin cử người mang bia về giữ tại tầng hầm Ban Quản lý di tích và danh thắng Hà Nội, rồi chuyển về khuôn viên Thư viện quốc gia ở phố Tràng Thi.

Trên bia có ghi :

"Khi phải rời bỏ xứ Việt Nam, Người lấy làm tiếc nên có nói rằng : Phần xác ta rời bỏ đất Nam với đất Bắc, nhưng thực ra lòng ta vẫn quyến luyến, nói cho đúng, vẫn gắn bó với cả hai nơi và ta chắc rằng không bao giờ lòng ta lại quên được hai xứ ấy."

"Người soạn ra nhiều truyện ký đều diễn dịch ra mấy thứ tiếng, và người soạn ra quyển sách Bổn và quyển tự vị tiếng Việt Nam, tiếng Bồ Đào Nha, tiếng La tinh là những sách bằng tiếng Việt Nam dịch âm theo chữ La tinh xuất bản trước tiên, nên tên người cũng được lưu truyền với cái công nghiệp phát minh ra chữ Quốc Ngữ."

Nguồn: https://hddmvn.net/cau-chuyen-tam-bia-cha-dac-lo-tai-ha-noi/

KHÔNG CÓ "ÔNG TỔ DUY NHẤT" CỦA CHỮ QUỐC NGỮ

Nguyễn Thanh Quang & Linh mục Gioan Võ Đình Đệ

Thời gian qua, trên các phương tiện thông tin đại chúng thảo luận rất nhiều quanh việc có nên lấy tên hai vị Linh mục Tây phương có công sáng tạo chữ Quốc ngữ đặt tên đường tại Tp. Đà Nẵng hay không. Liên quan đến nội dung này, nhiều người trong đó có cả các nhà nghiên cứu đã gắn cụm từ ông tổ chữ Quốc ngữ cho Alexandre de Rhodes hoặc Francisco de Pina. Đáng chú ý, trong các tham luận hội thảo và diễn đàn về lịch sử chữ Quốc ngữ gần đây tại Bồ Đào Nha, TP Hồ Chí Minh và Đà Nẵng, Lm. Ts. Roland Jacques đều khẳng định: Francisco de Pina là ông tổ chữ Quốc ngữ.

1. Xác định khái niệm "ông tổ"

- Theo từ điển *Đại Nam Quấc Âm Tự Vị* của Huình-Tịnh Paulus Của, Tổ: Ông đầu hết; Ông truyền nghề nghiệp.

- Theo *Đại từ điển Tiếng Việt*, Bộ Giáo dục và Đào tạo, Nhà xuất bản Văn Hóa-Thông Tin, 1998, Tổ: Người được coi là người đầu tiên lập nên dòng họ; Người sáng lập, gây dựng nên một nghề, một ngành hay một học phái, tôn giáo.

Với khái niệm trên thì ông tổ chữ Quốc ngữ là người đầu hết, là người sáng lập, gây dựng nên chữ Quốc ngữ.

2. Việc sáng tạo chữ Quốc ngữ

Vào nửa đầu thế kỷ 17, các thừa sai Dòng Tên từ Macao đã đến Đàng Trong (18.01.1615) và Đàng Ngoài (19.03.1627) của Đại Việt để truyền giáo. Vì nhu cầu truyền giáo, các vị thừa sai đã dùng mẫu tự gốc

Latinh để ký âm tiếng Việt. Trong bài này chúng tôi chỉ đề cập đến giai đoạn 1615-1651.[1] Khởi đầu công việc nầy là các vị thừa sai đầu tiên đến Đàng Trong đã để lại dấu ấn liên quan đến việc sáng tạo chữ Quốc ngữ trong các tư liệu truyền giáo:

Nhà nghiên cứu Nguyễn Thanh Quang

* Sinh: 1959, quê ở Phù Cát, Bình Định.*
* Tốt nghiệp khoa Sử, trường Đại học Tổng hợp Huế.*
Công tác tại Sở Văn hóa và Thể thao đến khi nghỉ hưu.
* Tác phẩm: Hoài Nhơn, Qui Nhơn, Qui Ninh, Bình Định - Đất và Người (2020).*
* Viết chung với Linh mục Gioan Võ Đình Đệ:*
Chữ Quốc ngữ, Từ Nước Mặn đến Làng Sông (2018), Bà đỡ khai sinh chữ Quốc ngữ (2019). Một số vấn đề về chữ Quốc ngữ (2020).
* Email: <thanhquang59@gmail.com>*

Linh mục Gioan Võ Đình Đệ

* Sinh: 21-04-1960, tại Hoài Châu, Hoài Nhơn, Bình Định.*
* Linh mục: 05-06-2001, thuộc giáo phận Qui Nhơn.*
Hiện đang làm việc tại Tòa Giám Mục Qui Nhơn.
* Tác phẩm viết chung với Nguyễn Thanh Quang: Chữ Quốc ngữ; Từ Nước Mặn đến Làng Sông (2018); Bà đỡ khai sinh chữ Quốc ngữ (2019). Một số vấn đề về chữ Quốc ngữ (2020).*
* Email: <debinhdinh@yahoo.com>*

- Linh mục Francesco Buzomi đến Đàng Trong năm 1615

Ngày 18.01.1615, đoàn thừa sai Dòng Tên do Lm. Buzomi làm trưởng đoàn đã đặt chân lên Cửa Hàn (Đà Nẵng). Tháng 7 năm 1618, nhờ sự giúp đỡ của Khám lý Qui Nhơn, cư sở đầu tiên của các thừa sai được thành lập tại Nước Mặn. Lúc bấy giờ tại cư sở này có các Kitô hữu: Lm. Buzomi (Ý), Lm. Pina (Bồ), Lm. Borri (Ý), tu huynh Diaz (Bồ) và chú Augustinô (Việt).

Trong năm 1618, tại cư sở Nước Mặn, một thanh niên mười sáu tuổi, tên thánh rửa tội là Phêrô, giúp các thừa sai biên dịch sang tiếng địa phương (Nôm) một sách bổn giáo lý.[2] Năm 1619, các thừa sai Dòng Tên ở Nước Mặn là những người đầu tiên chuyên tâm nghiên cứu ngôn ngữ "địa phương" hơn bất cứ điều gì khác. Tại cư sở này, các thừa sai đã lập một trường học và tìm được một người thầy thông

---

[1] Giai đoạn từ khi đoàn thừa sai Dòng Tên tới Đàng Trong đến khi Linh mục Alexandre de Rhodes xuất bản hai tác phẩm Từ điển Việt-Bồ-La và Phép Giảng Tám Ngày.

[2] Xem Báo cáo năm 1618 của Francesco Eugenio đề ngày 21.01.1619 tại Macao trong *Lettere Annue Del Japonne, China, Goa, et Ethiopia*, Lazaro Scoriggio, Napoli 1621, trang 400-401.

thạo Hán Nôm để dạy ở trường và với mục tiêu là ông sẽ giúp các thừa sai trong việc nghiên cứu và sáng tạo ngôn ngữ, hoặc dịch các tài liệu của các thừa sai sang Hán Nôm.[3]

Lm. Daniello Bartoli (1608-1685), nhà sử học Dòng Tên nhận xét về trình độ hiểu biết tiếng Việt của Lm. Buzomi, bề trên cư sở Nước Mặn: " với trí nhớ sâu sắc như một thiên tài cùng với sự nhiệt tình tuyệt vời của cha đã giúp cho cha học nhanh ngôn ngữ địa phương đó, nắm bắt tính đa nghĩa của từ, tính chất của các dấu nhấn và cung giọng được thể hiện theo ý muốn. Nhờ vậy, trong một thời gian ngắn, cha đã biên soạn từ vựng và luật mẹo ngữ pháp tốt đẹp".[4] Tài liệu được Lm. Buzomi biên soạn, hiện nay chưa được tìm thấy.

Cũng chính sử gia Lm. Daniello Bartoli cho biết sau khi Lm.Borri về Châu Âu (1622), Lm. Francesco de Pina và Lm. Buzomi là hai thừa sai ở Đàng Trong đã nắm bắt được ngôn ngữ thông dụng của địa phương, có thể thuyết giáo, trao đổi với các nhân sĩ và các vị Sãi, trong các việc riêng tư hay trong nơi công hội.[5]

Trong thư viết năm 1626, Lm. Buzomi đã viết một vài chữ Quốc ngữ. Lm. Đỗ Quang Chính nhận định về những chữ Quốc ngữ của Lm. Buzomi trong thư nầy: "Nhìn vào những chữ Quốc ngữ của Buzomi, mặc dầu ít, nhưng đã thấy tiến triển, nếu đem so sánh với lối viết của João Roiz, C. Borri, Đắc Lộ, Gaspar Luiz và Antonio de Fontes từ năm 1626 trở về trước". Quả vậy, Lm. Buzomi viết một thư tại Nước Mặn đề ngày 20.05.1622, trong thư Linh mục viết *Thienchu* thay vì *Thien Chu* như thư viết năm 1626, cách viết theo lối cách ngữ (đơn âm) giống như ngày nay. [6]

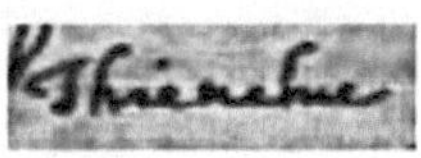

1622

1626

- Lm. Francisco de Pina

Lm. Pina làm việc tại Đàng Trong (1617-1625). Linh mục được các thừa sai đồng nghiệp đánh giá là người có kỹ năng tốt về ngôn ngữ. Báo cáo thường niên năm 1619 cho biết Lm. Pina vừa mới nắm bắt được một số vốn từ vựng tiếng địa phương [Nôm] thay vì ngữ pháp, vì thứ chữ này [Nôm] giống như chữ Trung Hoa, không có ngữ pháp.[7]

[3] Xem JOÃO RODRIGUES GIRÃO, *JAP. SIN 71*, *ARSI*, trang 008v, hàng 493-495; Trang 009, hàng 535-540

[4] DANIELLO BARTOLI, *Dell'Istoria Della Compagni Di Gesù La Cina*, Vol.17, Libro Terzo, Torino 1825, trang 125-126.

[5] DANIELLO BARTOLI, *Sđd*, trang 328-329

[6] - Đỗ Quang Chính, *Lịch sử Chữ Quốc ngữ 1620-1659*, Ra Khơi, Sài Gòn 1972, trang 38.
- JAP-SIN 68,36-36V

[7] Xem João Rodrigues Girão, *sđd*, trang 002, từ hàng 22 đến 30.

Trong một bức thư được thảo năm 1623, Lm. Pina cho biết: "Về phần con, con đã soạn một tập nhỏ về chữ viết và về các cung điệu của ngôn ngữ này; con hiện đang bắt tay vào ngữ pháp. Tuy nhiên, mặc dù con cũng đã tập hợp những câu chuyện thuộc nhiều thể loại khác nhau để ghi trích dẫn của các tác giả, hầu xác định ý nghĩa của các từ ngữ và các mẹo luật ngữ pháp, thì cho đến giờ này con vẫn còn phải nhờ một người đọc để con ghi ra bằng mẫu tự Bồ Đào Nha, hầu cho những người của chúng ta sau này có thể đọc và học thuộc lòng, như từng học Cicéron và Virgile".[8]

Lm. Pina qua đời vào ngày 15 tháng 12 năm 1625 tại cửa Đại, Hội An. Được an táng tại Hội An.[9]

- Lm. Christoforo Borri

Sau khi cập bến Cửa Hàn được vài tháng, Lm. Borri chỉ làm việc tại cư sở Nước Mặn từ tháng 7 năm 1618-1622.[10] Lm. Borri đã để lại một số câu từ "Quốc ngữ tiền Đắc Lộ" trong tác phẩm *"Relatione della nuova missione delli PP. della Compagnia di Giesù al Regno della Cocincina – Tường trình về khu truyền giáo Đàng Trong"*.[11]

Lm. Léopold Cadière nhận định: "Dù trải qua thời gian ít ỏi ở Việt Nam, Lm. Cristoforo Borri đã tạm nắm bắt được ngôn ngữ xứ nầy. Điều nầy được thể hiện qua những từ và .những câu tiếng Việt trong bản tường trình của ông".[12]

"Nơi bản tường trình, ông để lại cho chúng ta những tiêu bản quý báu về những hình thái tiên chinh của chữ Quốc ngữ, một thứ chữ Quốc ngữ trước thời Lm. Đắc Lộ. Những bút tích này của Lm.Borri quả là một bổ ích lớn lao cho những ai khi đi sâu nghiên cứu về sự hình thành chữ Quốc ngữ". [13]

- Tác giả thư báo cáo cũng như các thừa sai dòng Tên đương thời có quan điểm ngôn ngữ Trung Hoa không có ngữ pháp. Điều này các vị dựa vào nghiên cứu của thừa sai Matteo Ricci. Khi nghiên cứu ngôn ngữ Trung Hoa, Lm. Matteo Ricci đã chứng minh rằng ngôn ngữ Trung Hoa không có "quán từ, cũng không biến đổi hình thức theo số, giống, thì (temps), thể (mode). Không giống như các chức năng ngữ pháp Latin, tiếng Trung Hoa không biến đổi hình thái. Do đó, ông kết luận rằng ngôn ngữ này không có ngữ pháp. [Xem Liam Matthew Brockey, Journey to the East: The Jesuit Mission to China 1579-1724, Cambridge, MA: Belknap Press of Harvard University Press, 2007, trang 247.]

[8] Xem http://conggiao.info/cong-cuoc-truyen-giao-tai-quang-nam-nam-1623-va-van-de-ngon-ngu-d-7707

[9] Daniello Bartoli, *Dell'Istoria Della Compagni Di Gesù La Cina*, Libro Quarto, Torino 1825, trang 67-68

[10] BAVH, Juillet-Déc. 1931, *Annotations à la Lettre de Gaspar Luiz* par Léopold Cadière, trang 414.

[11] Tác phẩm được xuất bản tại Roma năm 1631.

[12] BAVH, Juillet-Déc. 1931, *Annotations à la Lettre de Gaspar Luiz* par Léopold Cadière, trang 410.

[13] BAVH, Juillet-Déc. 1931, trang 263.

Trong khi nghiên cứu và phiên dịch tác phẩm của Lm. Borri, dịch giả Hồng Nhuệ đã bộc bạch: "Có một vài câu chữ Quốc ngữ trong bản tường thuật của ông cho chúng ta biết: ngay từ những năm 1618-1620 đã có một khởi đầu hình thành thứ chữ nầy…".[14]

Các thừa sai đến Đàng Trong năm 1624:

Để tăng số thừa sai cho việc truyền giáo, tháng 12 năm 1624, Tỉnh Dòng ở Macao phái thêm 06 thừa sai đến Đàng Trong:

- Gabriello de Matos, Antonio de Fontes, Manuello Gonzalez Alexandre de Rhodes, Gaspar Luiz, Girolamo Majorica. Trong số các thừa sai này, Gabriello de Matos và Manuello Gonzalez về Hội An; Alexandre de Rhodes và Antonio de Fontes học tiếng Việt với Pina tại Dinh Chiêm; Gaspar Luiz và Girolamo Majorica đến Nước Mặn học tiếng Việt với Linh mục Buzomi.[15]

Hiện nay được biết một số bút tích của các Linh mục Girolamo Majorica, Gaspar Luiz, Antonio de Fontes và Alexandre de Rhodes:

- *Lm. Girolamo Majorica* làm việc tại Đàng Trong (1624-1628) và Đàng Ngoài năm (1632-1656). Linh mục là một chuyên viên Quốc ngữ Nôm. Ông đã viết khoảng 45 tác phẩm lớn nhỏ bằng chữ Nôm. Hiện nay, Thư viện Quốc gia Paris lưu trữ 15 cuốn với 4.200 trang.[16]

- *Lm. Gaspar Luiz* làm việc tại Đàng Trong (1624-1629; 1632-1639). Trước khi đến Đàng Trong, Linh mục Gaspar Luiz đã viết một bản báo cáo tổng hợp đề ngày 17.12.1621 tại Macao. Trong báo cáo này có vài danh từ Việt chỉ địa danh hay chức vụ. Tuy nhiên đó là những từ sao y bản chính của các thừa sai từ Đàng Trong gởi về Macao.

Sau hai năm ở Nước Mặn, Lm. Gaspar Luiz viết bản báo cáo đề ngày 01.01.1626 tại Nước Mặn. Trong bản báo cáo này đã có nhiều chữ "Quốc ngữ tiền Đắc Lộ" chẳng hạn:

---

[14] Cristoforo Borri, *Tường trình về khu truyền giáo Đàng Trong 1631*, bản dịch Hồng Nhuệ, nxb. Thăng Long, Hoa Kỳ 1989, trang 06.

[15] - Xem Daniello Bartoli, *Dell' Istoria Della Compagnia Di Gesù La Cina*, Terza Parte, Delle Asia, Libro Quarto, Torino 1825, trang 61.

- Xem Thư Fernandes gởi cho Nuno Mascarenhas, ngày 02/7/1625 tại Faifo. ARSI. JAPSIN 68, trang 11.

- Xem Wikipedia, the free encyclopedia, mục từ Jerônimo Majorica.

[16] Lm. Nguyễn Hưng, *Sơ thảo Thư mục Hán Nôm Công giáo Việt Nam*, lưu hành nội bộ, 2000, tr. 23. Theo Linh mục Đỗ Quang Chính, Majorica viết 48 tác phẩm. (Xem *Dòng Tên trong Xã hội Đại Việt 1615-1773*, Antôn & Đuốc Sáng, trang 161.

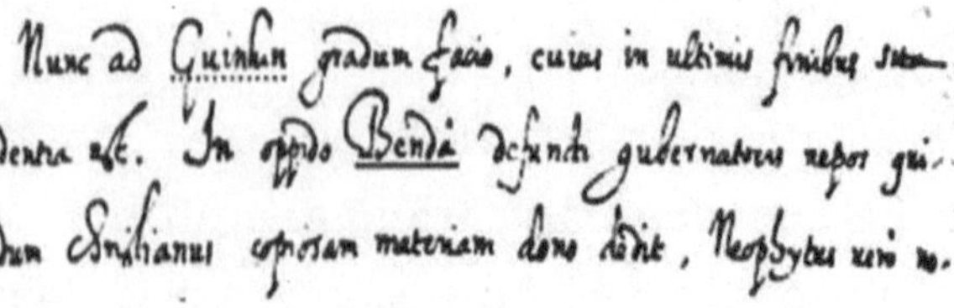
Nunc ad Quinhin gradum facio, cuius in ultimis finibus
hæc Residentia est. In oppido Bendà defuncti gubernatoris nepos qui-
dam nondum Christianus copiosam materiam dono dedit, Neophytus vero [illegible]

(Quinhin – Qui Nhơn; Bendá-Bến Đá, [ngày nay thuộc thôn Bình Đê, xã Hoài Châu Bắc, huyện Hoài Nhơn, tỉnh Bình Định])

Ngoài ra khi làm việc tại Đàng Trong ông đã soạn một cuốn từ vựng tiếng Việt nhưng đã bị mất vì chiếc tàu đưa cuốn này từ Đàng Trong về Macao đã bị đắm biển.[17]

- *Lm. Antonio de Fontes* làm việc tại Đàng Trong (1624-1631) và Đàng Ngoài một vài năm, sau trở lại Đàng Trong và rời khỏi Đàng Trong năm 1639). Ngày 01.01.1626, Lm. Antonio de Fontes viết bản báo cáo tại Hội An, trong đó có một số chữ "Quốc ngữ tiền Đắc Lộ".[18]

- *Lm. Alexandre de Rhodes* làm việc tại Đàng Trong (1624-1626) ra vào Đàng Trong 04 lần (1640-1645); Đàng Ngoài (1627-1630). Lm. Alexandre de Rhodes để lại rất nhiều bút tích về chữ Quốc ngữ. Căn cứ vào những bút tích của Lm. Alexandre de Rhodes (Đắc Lộ) và Lm. Buzomi, Lm. Đỗ Quang Chính nhận xét: "Nếu chúng ta so sánh lối viết chữ Quốc ngữ của Đắc Lộ năm 1631 với lối viết của Buzomi năm 1626, thì hai lối viết gần giống nhau, nghĩa là trình độ gần như nhau".[19]

Chữ Quốc ngữ của Lm. Alexandre de Rhodes còn được thể hiện trong các thư báo cáo và các tác phẩm của ngài.[20] Đáng chú ý ba tác phẩm Lm. Alexandre de Rhodes cho xuất bản tại Roma năm 1651: Cathechismus... in octo dies diuisus (*Phép Giảng Tám Ngày* - một cột bằng chữ Latinh, một cột bằng chữ Quốc ngữ) và *Tự điển Dictionarium Annamiticum Lusitanum et Latinum (Việt-Bồ-La)*, trong đó, tác phẩm *"Linguae Annamiticae seu Tunchinensis Brevis Declaratio - (Mô tả ngắn gọn về ngôn ngữ Annam hay Đàng Ngoài"* còn gọi là cuốn văn phạm Việt Nam đầu tiên) được in chung với Tự điển.

---

[17] Đỗ Quang Chính, *Dòng Tên trong xã hội Đại Việt 1615-1773*, Antôn & Đuốc sáng, USA 2006, trang 57

[18] Xem Đỗ Quang Chính, *Lịch sử chữ Quốc ngữ 1620-1659*, Tủ sách Ra Khơi, Sài Gòn 1972, trang 34-37

[19] Đỗ Quang Chính, *Lịch sử chữ Quốc ngữ 1620-1659, sđd,* trang 39.

[20] Linh mục Alexandre de Rhodes cho ấn hành nhiều tác phẩm liên quan đến đất nước con người Việt Nam, cuốn "*Lịch sử Vương quốc Đàng Ngoài*" in năm 1650, tiếp đến "Hành trình và Truyền giáo" và cuốn "Cuộc tử đạo của Anrê Phú Yên" được xuất bản vào năm 1653. Tổng kết có 10 tác phẩm Linh mục A. de Rhodes đã viết và cho xuất bản liên quan tới Việt Nam 08 cuốn, Nhật và Iran mỗi nước 01 cuốn.

Các thừa sai làm việc tại Đàng Ngoài

Ngoài các linh mục đầu tiên làm việc tại Đàng Trong, sau đó làm việc tại Đàng Ngoài như đã nói trên, đáng chú ý hai thừa sai chỉ làm việc tại Đàng Ngoài trong giai đoạn 1629-1651:

- *Lm. Gaspar d'Amaral* làm việc ở Đàng Ngoài (1629-1630; 1631-1638). Trong bảy năm truyền giáo, Lm. d'Amaral đã soạn cuốn *Từ điển Việt-Bồ (Diccionário Annamita-Português)*. Ngoài ra Lm. d'Amaral còn để lại rất nhiều chữ Quốc ngữ trong hai bản báo cáo hằng năm được viết vào năm 1632 và 1636. Những chữ Quốc ngữ này đã viết theo lối cách ngữ (đơn âm), có dấu thanh điệu.[21]

- *Lm. António Barbosa* đến Đàng Ngoài vào cuối tháng 4 năm 1636. Vì sức khỏe, vào tháng 5 năm 1642 ngài trở về Ma Cao. Ngài qua đời năm 1647, trên đường từ Macao đến Goa. Trong 06 năm ở Đàng Ngoài, Lm. Barbosa đã soạn cuốn *Từ điển Bồ-Việt (Diccionário Português-Annamita)*.

3. Vai trò người Việt trong việc sáng tạo chữ Quốc ngữ ở giai đoạn 1615-1651

Việc khởi đầu sáng tạo chữ Quốc ngữ là một sáng kiến của các thừa sai Dòng Tên phát xuất từ nhu cầu truyền giáo cho người Việt. Công cuộc khởi đầu ấy là công việc được đóng góp từ công sức của nhiều người, trong đó thành phần chủ chốt đầu tiên là số thừa sai Dòng Tên làm việc tại cư sở Nước Mặn ở giai đoạn giữa năm 1618 đến đầu năm 1620 gồm có Lm. Buzomi, Lm. Pina, Lm. Borri. Ngoài những nỗ lực của các thừa sai còn phải kể đến sự tham gia và đóng góp của những người Việt Nam.

Rất tiếc tên tuổi của người Việt cộng tác với các thừa sai trong việc sáng tạo chữ Quốc ngữ trong giai đoạn khởi đầu nầy không được lưu lại đầy đủ. Dẫu sao, chúng ta cũng nêu lên một vài chứng từ những người đầu tiên tiêu biểu ở giai đoạn đầu nầy:

* *Người đầu tiên phải kể đến là Cống Quận công Trần Đức Hòa,* Khám lý phủ Qui Nhơn. Ông cưu mang, đùm bọc các thừa sai tại cư sở Nước Mặn, cư sở đầu tiên của các thừa sai Dòng Tên trên đất Đại Việt. Ông lo cho những người nầy có điều kiện tốt nhất để khởi động đi tìm con chữ mà hôm nay chúng ta được thừa hưởng. Vì vậy danh tính của ông không thể thiếu trong danh sách những người đầu tiên chúng ta ghi ơn.

* *Những vị Sãi* như thư Lm. Pina viết năm 1623: "Tại Pulo Cambi, Cha Buzomi có được hai hay ba ông sãi - bonzo giúp cha làm mọi việc.

---

[21] Xem Đỗ Quang Chính, *Lịch sử chữ Quốc ngữ 1620-1659, sđd,* trang 54-65.

Như thế, nếu chuyện gì xảy ra, nếu có việc phải giải quyết hoặc những thông điệp quan trọng, cha phái người thông ngôn hoặc một trong các ông sãi; khi giờ giáo lý kết thúc, cha ra về, và họ thì ở lại hoặc để ôn tập, hoặc để chuyện trò với các dự tòng".

* *Người thanh niên mười sáu tuổi có tên thánh bổn mạng là Phêrô,* người giúp Lm. Pina dịch sách giáo lý tại Nước Mặn vào năm 1618.

* *Anh Augustinô* – thông ngôn người Đàng Trong của Lm.Buzomi, một ngôi sao tại Nước Mặn.

* *Chú Anrê,* người đã được Lm. Pina đào tạo và là người đã giúp Lm. Marques học tiếng Việt tại Dinh Chiêm.

* *Những người buôn bán và bà con nông dân Việt Nam* ở những địa phương mà các thừa sai được tiếp xúc hằng ngày.

* *Những thương nhân với vai trò thông ngôn* dù chỉ biết lèo tèo một số từ cần thiết trong giao dịch thương mại.

* *Cậu bé mà Lm. Alexandre de Rhodes đã viết:* "Người giúp tôi đắc lực là một cậu bé người xứ này. Trong ba tuần lễ đã dạy tôi các dấu khác nhau và cách đọc hết các tiếng. Cậu không hiểu tiếng tôi mà tôi thì chưa biết tiếng cậu, thế nhưng, cậu có trí thông minh biết những điều tôi muốn nói. Và thực thế, cũng trong ba tuần lễ, cậu học các chữ của chúng ta, học viết và học giúp lễ nữa. Tôi sửng sốt thấy trí thông minh của cậu bé và trí nhớ chắc chắn của cậu. Từ đó cậu đã làm thầy giảng giúp các cha. Cậu đã là một dụng cụ rất tốt để tôn thờ Chúa trong giáo đoàn và cả ở nước Lào, nơi cậu hoạt động trong nhiều năm với thành quả mỹ mãn, cậu rất mến thương tôi nên đã muốn lấy tên tôi".[22]

4. Vấn đề Ông tổ chữ Quốc ngữ

- Về Lm. Alexandre de Rhodes

Đầu thế kỷ XX, chữ Quốc ngữ bắt đầu được sử dụng chính thức ở Việt Nam. Việc truy tìm gốc gác lịch sử của nó được chú ý. Căn cứ về mặt ngữ học, ba tác phẩm của Lm. Alexandre de Rhodes xuất bản năm 1651 được đánh giá là một thành tựu ghi dấu sự ra đời của chữ Quốc ngữ. Từ đánh giá này, Lm. Alexandre de Rhodes được xem như ông tổ chữ Quốc ngữ.

Tháng Giêng năm 1961, Lm. Ts.Nguyễn Khắc Xuyên đã viết trong Lời giới thiệu tác phẩm *Phép Giảng Tám Ngày*: "Khi tặng cho giáo sĩ Alexandre de Rhodes cái danh hiệu là "thủy tổ chữ Quốc ngữ", chúng ta thấy huy hiệu ấy sáng ngời hơn, phong phú hơn, bởi vì đã tan biến

[22] *Hành trình và Truyền giáo,* Ủy ban Đoàn kết Công giáo TP. HCM, 1994, trang 56.

nhiều thành kiến cũng như nhiều sai lạc khi người ta bàn giải về sự nghiệp văn hóa của ngài”.[23]

Tuy nhiên, trong lời tựa tập sách Giáo sĩ Đắc Lộ và tác phẩm chữ Quốc ngữ đầu tiên, được Tinh Việt Văn Đoàn xuất bản tại Sài Gòn năm 1961, Nguyễn Khắc Xuyên - Phạm Đình Khiêm ghi nhận: “Việc sáng chế chữ Quốc ngữ là một công trình tập thể của một số giáo sĩ người Âu, đa số là Bồ Đào Nha, với sự tham gia trực tiếp của một số người Việt dạy tiếng mẹ đẻ cho các giáo sĩ” và Đắc Lộ “chiếm công đầu trong việc hoàn thành và phổ biến lối phiên âm Việt ngữ bằng mẫu tự La-mã, quen gọi là chữ Quốc ngữ”.

Quả vậy, từ đầu thập niên 60 của thế kỷ trước, các học giả đã nhìn nhận lại: Việc sáng tạo ra chữ Quốc ngữ là cả một quá trình, là công việc tập thể của nhiều giáo sĩ phương Tây cùng những người Việt. Đó là một công việc thật sự giàu tinh thần khoa học. Alexandre de Rhodes đến Đàng Trong muộn (1624), không phải là người đầu tiên dùng mẫu tự gốc Latinh ghi âm tiếng Việt, nhưng là người có công tập đại thành - tổng hợp và hệ thống hóa những kết quả sáng tạo của những thừa sai đi trước như chính ông đã nói rõ trong lời tựa của *Từ điển Việt-Bồ-La:* “Trong công cuộc này, ngoài những điều mà tôi đã học được từ chính người bản xứ trong suốt gần mười hai năm, thời gian mà tôi lưu trú tại hai xứ Đàng Trong và Đàng Ngoài, thì ngay từ đầu tôi đã học với cha Francisco de Pina người Bồ Đào Nha, thuộc Hội dòng Chúa Giêsu [Dòng Tên] rất mọn hèn của chúng tôi, là thầy dạy tiếng, người thứ nhất trong chúng tôi rất am tường tiếng này, và cũng là người thứ nhất bắt đầu giảng thuyết bằng ngôn ngữ đó mà không dùng thông ngôn, tôi cũng sử dụng những công trình của nhiều cha khác cùng Hội dòng, nhất là của cha Gaspar do Amaral và cha Antonio Barbosa, cả hai người đều đã biên soạn cho mỗi người một cuốn từ điển: Cha Gaspar do Amaral khởi đầu từ tiếng An Nam *[Từ điển Việt–Bồ]*, Cha Antonio Barbosa khởi đầu từ tiếng Bồ Đào *[Từ điển Bồ–Việt]*, nhưng cả hai ông đều đã chết sớm. Sử dụng công khó của hai ông, tôi còn thêm tiếng Latinh theo lệnh các vị Hồng y rất đáng kính...”

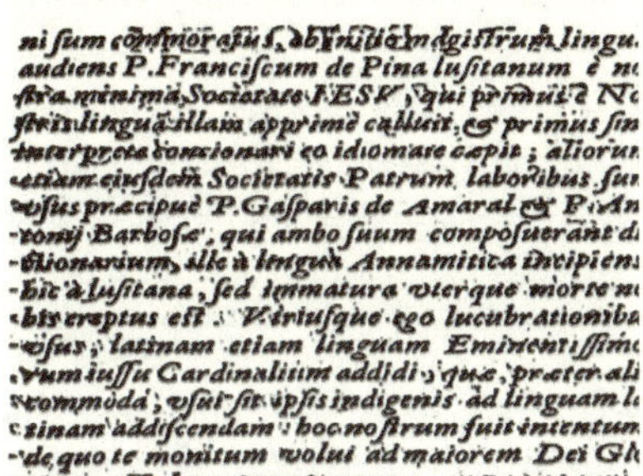
ni sum consociatus, ab initio magistrum lingu.
audiens P. Franciscum de Pina lusitanum è no
stra minima Societate IESV, qui primus è No
stris linguam illam apprimè calluit, & primus sin
interprete concionari eo idiomate cœpit; aliorur
etiam eiusdem Societatis Patrum laboribus sur
usus præcipuè P. Gasparis de Amaral & P. An
tonij Barbosæ, qui ambo suum composuerant di
ctionarium, ille à lingua Annamitica incipiens
hic à lusitana, sed immatura vterque morte no
bis ereptus est. Vtriusque ego lucubrationibu
vsus; latinam etiam linguam Eminentissimo
rum iussu Cardinalium addidi, quæ, præter ali
commoda; vsui sit ipsis indigenis ad linguam la
tinam addiscendam: hoc nostrum fuit intentum
de quo te monitum volui ad maiorem Dei Glo
riam. Vale, & ora pro me.

Trích Lời tựa Dictionarium Annamiticum Lusitanum et Latinum

[23] *Phép Giảng Tám Ngày,* Tủ sách Đại Kết, Sài Gòn 1993, trang XX

- Về Lm. Francisco de Pina

Mặc dù, việc sáng tạo ra chữ Quốc ngữ đã được các học giả xác định là cả một quá trình, là công việc tập thể của nhiều giáo sĩ phương Tây cùng những người Việt.

Thế nhưng, sau nghiên cứu của Lm. Roland Jacques (2002, 2004, 2012), vai trò của người Bồ được đề cao trong việc sáng tạo chữ Quốc ngữ, và chính Lm. Roland Jacques cho rằng Lm. Francisco de Pina là "ông tổ" của chữ Quốc ngữ. Gần đây, trong cuộc Hội thảo tại Lisbon, Portugal vào ngày 24.10.2019, Lm. R. Jacques kết thúc bài tham luận của mình: "Ngạn ngữ Việt Nam nói "uống nước nhớ nguồn". Tất cả những ai yêu thích ngôn ngữ Việt Nam, và ngưỡng mộ những phẩm chất không thể so sánh của nó, phải biết cách tỏ lòng tôn kính đối với Francisco de Pina, ông tổ của chữ Quốc ngữ".[24]

Tựu trung Lm. Roland Jacques đã dựa vào những điểm sau để cho rằng Pina là "Ông tổ chữ Quốc ngữ":

- Pina được các nhà truyền giáo cùng thời ghi nhận là người nói tiếng Việt giỏi nhất trong giáo đoàn truyền giáo.

Thực ra nói sành tiếng Việt với việc biên soạn ngữ pháp và từ điển là hai lĩnh vực hoàn toàn khác nhau.

- Bức thư được cho là của Pina viết năm 1623 có chép: "Về phần con, con đã soạn một tập nhỏ về chữ viết và về các cung điệu của ngôn ngữ này; con hiện đang bắt tay vào ngữ pháp...".[25] Dựa vào nội dung này, Lm. Roland Jacques cho rằng *"Manuductio ad Linguam Tunckinensem - Bước đầu học tiếng Đàng Ngoài"* được soạn/phát triển dựa trên cơ sở văn bản ban đầu của Pina.[26] Và dựa vào bản văn Manuductioad Linguam Tunckinensem, R. Jacques xác định " Ta đã thấy nguồn tài liệu tham khảo để viết ra tác phẩm này được quy cho là Fransisco de Pina". [27] Thực ra cho đến nay, hình thức và nội dung của "tập nhỏ" được đề cập trong thư 1623 chưa hề có nhà nghiên cứu nào đã tìm thấy, ngay cả Lm. R. Jacques.

---

[24] Bài tham luận với tựa đề "Vài suy niệm về Francisco de Pina và những bước đầu tiên trong việc hình thành chữ Quốc ngữ". Xem tại *https://www.diendan.org/phe-binh-nghien-cuu/vai-suy-niem-ve-francisco-de-pina-va-nhung-buoc-dau-tien-trong-viec-hinh-thanh-chu-quoc-ngu*

[25] Được lưu trữ trong quyển sách số 49/V/7 của bộ *Jesuitas na Asia* tại Biblioteca da Ajuda, Lisbonne.

[26] *Manuductio ad Linguam Tunckinensem,* một bản văn khuyết danh *được lưu trữ tại Thư viện Ajuda, Lisbon, Bồ Đào Nha, trong bộ sưu tập Jesuítas na Asia, Vol. 49-VI-08, 313r-323v.*

[27] *Roland Jacques, Những người BĐN tiên phong trong lĩnh vực Việt ngữ học,* Viện NNH dịch và xb năm 2007, trang 40.

Gần đây (2019) Tiến sĩ Phạm Thị Kiều Ly có bài *"The True Editor of the Manuductio ad linguam Tunkinensem - Nhà biên soạn thực sự của Manuductio ad linguam Tunkinensem".* [28] Tiến sĩ Kiều Ly không chấp nhận quan điểm Lm. R. Jacques về *Manuductio ad linguam Tunkinensem,* một bản thảo khuyết danh ở thế kỷ 17 hay 18 với những chứng cứ khoa học:

- Lm. Pina chỉ làm việc tại Đàng Trong (1617-1625), học và nghiên cứu ngôn ngữ tại Đàng Trong, vùng phương ngữ có năm thanh điệu so với Đàng Ngoài có sáu thanh điệu. Như vậy Pina không thể biên soạn sáu thanh điệu cho tiếng Đàng Ngoài như trong Manuductio ad linguam Tunkinensem, một phương ngữ mà Pina chưa một lần tiếp xúc.

- Lm. R. Jacques cho rằng Lm. Alexandre de Rhodes biên soạn *"Linguae Annamiticae seu Tunchinensis Brevis Declaratio"* và tác giả *"Manuductio ad Linguam Tunckinensem"* biên soạn độc lập nhưng cùng dùng một bản quy chiếu là văn phạm của Lm. Pina. Sau khi đưa ra những bằng chứng, Tiến sĩ Kiều Ly kết luận: "Tất cả các dữ liệu ngôn ngữ và lịch sử được trình bày ở trên [theo bài của tác giả] chứng minh rằng tác giả của Manuductio đặt nền tảng bản thảo của chính ông trên bản ngữ pháp của Alexandre de Rhodes. Ngoài ra, không cần thiết phải tranh luận về tình huống thiếu thuyết phục, khó có thể xảy ra rằng hai tác giả làm việc độc lập nhưng sử dụng cùng một tài liệu ngữ pháp được giả định do Francisco de Pina biên soạn".[29]

Thật vậy, trong khi Dòng Tên chưa hiện diện ở Đàng ngoài, Pina chưa đến Đàng Ngoài, R. Jacques cho là *Manuductio ad Linguam Tunckinensem (Bước đầu học tiếng Đàng Ngoài)* "được soạn/phát triển dựa trên cơ sở văn bản ban đầu của Pina và nguồn tài liệu tham khảo để viết ra tác phẩm này được quy cho là Fransisco de Pina" là không có cơ sở. Đến nay các nhà nghiên cứu vẫn chỉ đưa ra những giả định về tác giả của *Manuductio ad Linguam Tunckinensem.* Hiện vẫn chưa tìm thấy bất cứ nguồn sử liệu hay bằng chứng khoa học nào để xác định bản đầu tiên là của Lm. Francisco de Pina viết năm 1623.

[28] Bản tiếng Anh *"The True Editor of the Manuductio ad linguam Tunkinensem"* tại https://doi.org/10.1525/vs.2019.14.2.68. Journal of Vietnamese Studies, Vol. 14 No. 2, Spring 2019; trang 68-92. – Xem bản dịch Việt ngữ tại Tài liệu hội thảo 25&26.10.2019, Bốn Trăm Năm Hình Thành & Phát Triển Chữ Quốc ngữ trong Lịch Sử Loan Báo Tin mừng Tại Việt Nam, Hội Đồng Giám Mục Việt Nam, Ủy Ban Văn Hóa, trang 138-171.

[29] Xem Kiều Ly, *The True Editor of the Manuductio ad linguam Tunkinensem,* trang 84-85.

5. Kết luận

Chữ Quốc ngữ là một thành tựu văn hóa đã bén rễ sâu rộng trong đời sống xã hội Việt Nam. Khởi đầu là sự dày công mày mò của các thừa sai Dòng Tên làm việc truyền giáo ở Đại Việt cách nay hơn 400 năm. Với sự trợ giúp của người Việt, các thừa sai sáng kiến dùng mẫu tự gốc Latinh để ghi âm tiếng Việt. Lúc khởi đầu, mỗi người ghi âm theo cách cảm nhận tự nhiên của mình, trải qua thời gian việc ghi âm ấy dần dần được chắt lọc, đi vào điển chế và hoàn thiện. Đến nay vấn đề đã ngã ngũ rằng: Chữ Quốc ngữ là một công trình tập thể, trong đó có cả người phương Tây và cả người Việt. Không thể có "Ông tổ duy nhất" của chữ Quốc ngữ.

Hội thảo khoa học Bình Định với chữ Quốc ngữ (13.01.2016), Giáo sư Phan Huy Lê đã tổng kết:

"Trong buổi sơ khai, chúng ta có nêu lên đóng góp của một số người ở một số trung tâm nhất định, nhưng thật khó và không thể xác định được tên tuổi một người ở một nơi vào một thời điểm cụ thể được coi là người và nơi đầu tiên sáng tạo ra chữ Quốc ngữ. Trên quan niệm như vậy, tôi nghĩ rằng trong buổi đầu, nhiều giáo sĩ Dòng Tên, đi tiên phong là người Bồ, người Ý, đã tham gia vào quá trình Latinh hóa chữ viết của người Việt, để lại những chữ Quốc ngữ đầu tiên. Ba trung tâm đã góp phần vào quá trình này là Nước Mặn, Hội An, Dinh Chiêm với tên tuổi của Francesco Buzomi, Cristoforo Borri, Francisco de Pina trong những năm 1618-1623 rồi tiếp theo là Alexandre de Rhodes, Gaspar Luiz, Antonio de Fontes những năm 1625-1626. Có thể coi đó là ba dòng suối đầu tiên tạo nên dòng sông chữ Quốc ngữ. Nếu xem xét sâu hơn về những chứng cứ văn bản có chữ Quốc ngữ thì trong ba trung tâm đó, trung tâm Nước Mặn có phần sớm hơn với sự hiện diện của chữ Quốc ngữ trong cuốn sách của Borri viết năm 1621 và xuất bản lần đầu năm 1631".[30]

[30] UBND tỉnh Bình Định, Hội Khoa học Lịch sử Việt Nam..., *Kỷ yếu Hội thảo Bình Định với Chữ Quốc ngữ*, nxb. Tổng Hợp Tp. HCM, trang 617-618.

VAI TRÒ CÁC THỪA SAI DÒNG TÊN TRONG VIỆC SÁNG TẠO CHỮ QUỐC NGỮ TẠI NƯỚC MẶN, BÌNH ĐỊNH

Linh mục Gioan Võ Đình Đệ [1]

Chữ Quốc ngữ chúng ta đang sử dụng như dòng sông không ngừng chảy trong lòng dân tộc suốt gần 400 năm nay. Cây có cội, sông có nguồn. Ngay từ cội nguồn và cho đến hôm nay, "dòng sông Quốc ngữ" ấy đã, đang được nhiều người qua nhiều thế hệ không ngừng khai thông, chắt lọc, giữ gìn, bồi đắp cho dòng Quốc ngữ được trong hơn, được sáng hơn, được hữu ích hơn cho đời sống dân Việt của mình. Cuộc hội thảo hôm nay là một chứng từ sống động về nỗ lực của mỗi người chúng ta, cách nầy cách khác, góp phần vào việc khai thông, chắt lọc, giữ gìn, bồi đắp ấy.

Đâu là cội nguồn phát tích của "dòng sông Quốc ngữ"? Đó là một vấn đề đã được nhiều người qua nhiều thế hệ quan tâm nghiên cứu. Với tư cách một người con đất Việt đang được thừa hưởng giá trị tinh thần và được lớn lên từ hoa quả của "dòng sông Quốc ngữ", hôm nay chúng tôi xin được trình bày đề tài "VAI TRÒ CÁC THỪA SAI DÒNG TÊN TRONG VIỆC SÁNG TẠO CHỮ QUỐC NGỮ TẠI NƯỚC MẶN, BÌNH ĐỊNH". Đây là một nỗ lực mày mò tìm về cội nguồn chữ Quốc ngữ, một cội nguồn có điểm xuất phát với một độ dài thời gian đã ngót nghét 400 năm. Đi ngược lại độ dài thời gian như thế để tìm tới nguồn cội quả là một thách đố đối với khả năng hạn hẹp và với phương tiện "một chiếc thuyền nan" ọp ẹp mỏng manh của mình. Do đó đề tài của chúng tôi ở đây như một góp phần nhỏ mọn trong việc tìm về nguồn

[1] Về tác giả, xem trang I-248

cội chữ Quốc ngữ. Chúng tôi xin cám ơn trước những học giả cao minh sẵn lòng chỉ giáo cho những điều còn thiếu sót.

Chúng tôi xin trình bày đề tài với những nội dung sau đây:

PHẦN I: CÁC THỪA SAI DÒNG TÊN ĐẾN ĐÀNG TRONG

Ảnh minh họa

1. Xác định một số vấn đề

- Về địa hành chánh

Nước Việt Nam trải qua nhiều thời kỳ và có rất nhiều tên gọi khác nhau. Trong phạm vi bài nầy, chúng tôi xin được dùng Việt Nam thay cho những cách gọi khác nhau trong các thời kỳ lịch sử.

Sông Gianh – Nguồn Son, còn gọi là Linh Giang, trở thành ranh giới chia nước Việt Nam thành Đàng Trong và Đàng Ngoài. Cho dù địa giới Đàng Trong và Đàng Ngoài được xác lập từ năm 1627, tuy nhiên trong bài nầy xin được dùng Đàng Trong và Đàng Ngoài như là địa giới thuộc quyền chúa Nguyễn và chúa Trịnh từ năm 1600.

Vào thế kỷ XVI, tại Đàng Trong, đã ra đời các đô thị nhằm đáp ứng nhu cầu thương mại như phố cảng Hội An (Quảng Nam), phố cảng Thanh Hà (Huế), phố cảng Nước Mặn (Qui Nhơn). Các phố cảng nầy chiếm vị trí quan trọng trong quan hệ ngoại thương của các chúa Nguyễn. Đặc biệt Hội An và Nước Mặn là hai phố cảng gắn liền với lịch sử truyền bá Kitô giáo ở Đàng Trong.

- Về địa tôn giáo

Ngày 23.01.1576 giáo phận Macao được thành lập, gồm Nhật Bản, Macao, Trung Hoa, Việt Nam, Cam Bốt, Thái Lan. Lúc bấy giờ các tu sĩ Dòng Tên đã có một trung tâm được thành lập từ năm 1564-1565 tại Macao. Năm 1611, Tỉnh Dòng Tên Nhật Bản được thành lập, vùng hoạt động bao gồm lãnh thổ giáo phận Macao lúc bấy giờ, trung tâm tại Macao cũng là trụ sở của Tỉnh Dòng. Ngay từ đầu, tầm ngắm truyền giáo của tỉnh Dòng Tên ở Macao là Trung Hoa và Nhật Bản. Các nước nhỏ trong vùng như bỏ ngỏ cho các dòng khác. Từ cuối thế kỷ XVI, có một số đoàn thừa sai của các dòng như dòng Phanxicô Tây Ban Nha, dòng Augustinô, dòng Đa Minh theo các thương thuyền đã đến Quảng Nam và Thuận Hóa. Tuy nhiên, các thừa sai nầy chủ yếu chỉ làm linh hướng cho các thủy thủ trên các thương thuyền. Việc truyền giáo chưa bén rễ được.[2]

Trụ sở Dòng Tên tại Macao

Từ năm 1615, với các thừa sai Dòng Tên, công cuộc truyền giáo tại Đàng Trong có tổ chức và liên tục, các bản tường trình về khu truyền giáo được ghi ký rõ ràng. Nhờ đó, chúng ta có được những tài liệu chắc chắn và đầy đủ hơn.

2. Cơ duyên cho các thừa sai Dòng Tên ở Macao đến Đàng Trong.

Ngày 27/01/1614, sắc lệnh cấm đạo ở Nhật được ban hành. Tất cả thừa sai bị trục xuất, thừa sai Dòng Tên ở Nhật về Macao. Chính sách bế quan tỏa cảng của Hoàng đế Nhật mỗi ngày một chặt chẽ. Không hy vọng có thể ẩn trốn ở đất Nhật một cách dễ dàng, các thừa sai ở Nhật tập trung về Macao rất đông, Tỉnh dòng Macao đang lúng túng tìm hướng giải quyết vấn đề nhân sự.

---

[2] Roland Jacques, *Các nhà truyền giáo Bồ Đào Nha và thời kỳ đầu của Giáo hội Công giáo Việt Nam*, 2004, Định Hướng Tùng Thư , France, Tome I, trang 51-55.

Giữa lúc đó thì có mấy thương gia người Bồ, trong đó có ông Ferdinand da Costa trình bày cho Bề trên Tỉnh dòng về hoàn cảnh các kitô hữu Nhật đang tá túc ở Đàng Trong và môi trường thuận lợi cho việc truyền giáo ở Đàng Trong.[3] Dạo đó, tại cửa Hội An, việc thương mại giữa Việt Nam, Trung Hoa và Nhật Bản đã rất sầm uất. Thương nhân Trung Hoa và Nhật Bản được chúa Nguyễn cho qui tụ làm hai khu riêng biệt tại Hội An, được tổ chức theo luật lệ và phong tục của mỗi nước.

Nghe biết câu chuyện, Bề trên Dòng Tên ở Macao cử một đoàn thừa sai đến Đàng Trong, Linh mục Buzomi làm trưởng đoàn.

3. Đoàn thừa sai Dòng Tên đầu tiên từ Macao đến Đàng Trong

Trong mối quan hệ thương mại, các chúa Nguyễn đã có nhiều ưu ái đối với Nhật Bản. Một số kitô hữu là thương nhân Nhật Bản đã đến Hội An qua mối quan hệ thương mại Việt-Nhật đó. Ngoài ra, trong lúc ở Nhật bị cấm đạo, tận dụng sự ưu đãi của các chúa Nguyễn, các kitô hữu Nhật tìm đến Hội An vừa để tránh sự bách hại đang xảy ra tại Nhật, vừa kiếm kế mưu sinh. Như vậy, trước khi đoàn thừa sai Dòng Tên từ Macao đến Cửa Hàn, tại Hội An đã có một số Nhật kiều kitô hữu. Sự kiện nầy được Linh mục Alexandre de Rhodes (Đắc Lộ) kể: "Hoàng đế Nhật đã nghiêm khắc cấm mọi công dân phải bỏ hết thương mại vì biết có rất nhiều giáo dân. Kể từ năm 1614 bắt đầu có sắc lệnh cấm đạo, họ đã kéo nhau lũ lượt đi, nhất là vào mùa chay, và cả ngoài mùa này nữa, mỗi năm ba hay bốn lần, để được xưng tội với các cha dòng biết nói tiếng Nhật và rước lễ, và mỗi lần có tới ba hay bốn chiếc tàu. Họ tự do đi, lấy cớ buôn bán. Và cứ thế gần mười năm nay họ tiếp tục và rất được mãn nguyện và yên ủi về thiêng liêng".[4]

Vừa để phục vụ sinh hoạt tôn giáo cho những kitô hữu Nhật kiều nầy, vừa đáp lại thỉnh cầu của các thương nhân Bồ Đào Nha về việc truyền giáo cho cư dân Đàng Trong, các thừa sai Dòng Tên tại Macao sẵn sàng lên đường. Nhờ thương thuyền ông Ferdinand da Costa, ngày 18.01.1615, đoàn truyền giáo tới Cửa Hàn (Đà Nẵng).

4. Các thừa sai Dòng Tên thành lập các cư sở truyền giáo tại Đàng Trong

4.1. "Trú sở" Cửa Hàn

[3] Cristoforo Borri, *Tường trình về khu truyền giáo Đàng Trong*, bản dịch của Hồng Nhuệ, nxb. Thăng Long, Hoa Kỳ 1989, trang 60.

[4] Alexandre de Rhodes, *Lịch sử vương quốc Đàng Ngoài*, Hồng Nhuệ dịch từ bản Pháp ngữ của Henri Albi, Ủy ban Đoàn kết Công giáo thành phố Hồ Chí Minh, 1994, tr.36-37.

Đoàn thừa sai đầu tiên đến Cửa Hàn vào ngày 18.01.1615 gồm.[5]

- Lm. Francesco Buzomi, Ý, Bề trên, rời Đàng Trong năm1638
- Lm. Diogo Carvalho, Bồ Đào Nha, rời Đàng Trong năm 1616
- Tu huynh Antonio Diaz, Bồ Đào Nha, rời Đàng Trong năm 1639

Mục đích đầu tiên của các thừa sai đến Đàng Trong là để phục vụ các nhu cầu tôn giáo cho các tín hữu Nhật kiều và các thương nhân Bồ Đào Nha. Lúc bấy giờ các Nhật kiều được chúa Nguyễn bố trí ở Hội An, các thương nhân Bồ chỉ tạm ở Cửa Hàn để buôn bán chứ không lập thương điếm ở Hội An.[6] Từ tình hình thực tế ấy, Lm. Carvalho phục vụ cho các tín hữu Nhật kiều tại Hội An, Lm. Buzomi và tu huynh Diaz phục vụ cho các thương nhân Bồ tại Cửa Hàn.[7]

Cửa Hàn là nơi thường trú của Lm. Buzomi, tuy nhiên ngài không chỉ quanh quẩn tại Cửa Hàn mà còn lên tận Dinh Chiêm, nơi chúa Nguyễn Hoàng đặt dinh trấn Quảng Nam.[8] Lúc đầu, Lm. Buzomi thiết lập một nhà thờ tại Cửa Hàn, sau đó Linh mục được bà Gioanna, một

---

[5] Về con số các thừa sai đầu tiên đến Đàng Trong vào ngày 18.01.1615, chúng tôi tiếp cận được các nguồn sử liệu:

(a). Theo nguồn sưu tập của các Linh mục dòng Tên trong "*Voyages et travaux des missionnaires de la Compagnie de Jésus Mission de la Cochinchine et Tonkin*", không có tác giả, Lm. F.M. de Montézon và Ed. Estève giới thiệu, được nxb. Charles Douniol xuất bản tại Paris năm 1858, tr. 389-395: Năm 1615 có 05 thừa sai đến Đàng Trong: Lm. Carvalho, Lm. Buzomi, thầy Diaz (Bồ), thầy Joseph (Nhật), thầy Paul (Nhật) *(xem thêm Bulletin des Amis du Vieux Hué, Juillet-Déc. 1931, trang 404.)*

(b). Báo cáo của Nicola da Costa "*Annua do Collegio de Macao desde Janeiro de 615 ate o outro de 616*", đề ngày 17.01.1616 tại Macao (ARSI, JAP-SIN, Vol.114, trang 1-9), trong đó có nói đến số thừa sai làm việc tại Đàng Trong năm 1615: Lm.Buzomi, Lm. Carvalho và một Tu huynh.

(c). Đề cập đến số nhân sự tại Đàng Trong vào năm 1616, sau khi cha Carvalho được gọi về Macao để đi Nhật. Lm. Borri viết: "**Một mình cha Buzomi ở lại Đàng Trong với một Tu huynh**". *(xem* Cristoforo Borri, *Relatione della nuova missione delli PP. della Compagnia di Giesù al Regno della Cocincina*, Roma, 1631, trang 106). Tu huynh này là người Bồ tên là Antonio Diaz (Xem Daniello Bartoli, *Dell' Historia della Compagnia di Giesù La Cina, Terza Parte Dell'Asia,* Roma 1663, trang 707).

(d). Về ngày 18.01.1615 (*xem* Alexandre de Rhodes*, Divers Voyages et Missions du P.Alexandre de Rhodes,* Paris 1653, trang 68).

Nhận định: Nguồn (a) là một *tổng hợp* được xuất bản sau 227 so với Tường trình của Lm. Borri và sau 242 năm so với bản Báo cáo thường niên của Nicola da Costa. Lm. Borri, Lm. Nicola da Costa, Lm. Alexandre de Rhodes, Lm. Bartoli là những người trong cuộc, những người đương thời với các thừa sai dòng Tên đầu tiên đến Đàng Trong. Do đó chúng tôi dựa vào nguồn (b), (c), (d): Đoàn thừa sai đầu tiên đến Đàng Trong vào ngày 18.01.1615, gồm 03 thừa sai: Lm. Francesco Buzomi, Lm. Diogo Carvalho và Tu huynh Antonio Diaz.

[6] Xem Viện Sử Học, *Lịch sử Việt Nam*, tập 4, Nxb. Khoa học xã hội, 2007, tr. 258.

[7] Xem Daniello Bartoli, *Dell' Istoria della Compagnia di Gesù al Regno della Cocincina*, vol. 17, terza parte *Dell' Asia*, libro terzo, Torino 1825, tr.118-120.

[8] Nguyễn Hoàng đặt dinh trấn Quảng Nam tại Dinh Chiêm vào năm 1602.

quý tộc tân tòng, giúp Linh mục làm nhà ở và nhà thờ tại Dinh Chiêm.[9]

Lm. Buzomi nhận thấy "cơ duyên" có thể thực hiện việc truyền giáo cho cư dân trong vùng. "Cơ duyên" nầy là một tin tốt lành được gởi về Bề trên Tỉnh dòng ở Macao.

Liền sau đó cho đến năm 1620, Bề trên nhà dòng ở Macao cử thêm các thừa sai đến Đàng Trong, đáng chú ý đến các thừa sai:

- Lm. Francisco de Pina, Bồ, 1617- mất tại Đàng Trong 1625

- Lm. Cristoforo Borri, Ý, 1618-1622

- Lm. Pedro Marques, Bồ, 1618-1665, từ 1627-1663 ra vào Đàng Trong nhiều lần, và làm Bề trên cộng đoàn nhiều lần.[10]

Mặc dù các thừa sai đầu tiên của Dòng Tên đến Cửa Hàn, làm nhà thờ và nhà ở tại Cửa Hàn và tại Dinh Chiêm, nhưng theo các bản báo cáo thường niên của các thừa sai, cũng như những sử liệu khác liên quan đến việc các thừa sai Dòng Tên hiện diện và hoạt động ở Đàng Trong từ năm 1615 đến năm 1617, chưa thấy đề cập đến việc thành lập một cư sở (Residentia) tại Đàng Trong theo hiến pháp của Dòng.[11] Hơn nữa, năm 1616 Linh mục Carvalho đã được gọi về Macao.

Mùa thu năm 1616 trời hạn hán, không có nước làm mùa, nạn đói đe dọa. Dân chúng cho rằng trời hạn hán là vì các thần nổi giận khi thấy nhiều người bỏ đạo cũ theo đạo mới, để đền miếu hoang vu. Muốn làm cho các thần nguôi giận thì cần phải đuổi các giáo sĩ Tây dương đi khỏi xứ.

Do đó dân chúng yêu cầu chúa Sãi Nguyễn Phúc Nguyên trục xuất các thừa sai. Một đàng chúa Sãi muốn giữ các thừa sai lại để bảo đảm việc liên lạc thương mại với người Bồ, một đàng cần trấn an dân chúng, nên cho mời các thừa sai đến và thông báo ý của mình. Lúc bấy giờ đoàn thừa sai gồm có Lm. Francesco Buzomi, Lm. Francisco de

---

[9] Xem Cristoforo Borri, *sđd.*, tr. 63. Trong các thư tịch truyền giáo của các thừa sai dòng Tên có ghi địa danh Cacciam, Dĩgcham, Dĩnh Cham, Cachão. Những cách ghi này có khi để chỉ thủ phủ Quảng Nam thời các chúa Nguyễn, có khi để chỉ cả vùng Quảng Nam, có khi để nói về Cư sở của các thừa sai tại Quảng Nam. Trong *Phủ Biên Tạp Lục*, tr. 117, Lê Quý Đôn viết: "...dinh Quảng Nam, tục gọi là Dinh Chiêm ở xã Cần Húc". Ở đây chúng tôi chọn cách gọi Dinh Chiêm theo Lê Quý Đôn để nói về Cư sở của các thừa sai dòng Tên tại thủ phủ Quảng Nam.

[10] Theo Lm. Đỗ Quang Chính, *Lịch sử Chữ Quốc ngữ 1620-1659*, Ra Khơi, Sài Gòn 1972, trang 22, chú thích số 3: "Lm. Marques (1575-1670) sinh tại Nhật, Lm. là người Bồ, mẹ là người Nhật. Lm. Marques ra vào Đàng Trong 6 lần (1618-1626) ; (1637-1639) ; (26/2-13/7/1652) ; (1653-1655) ; 1658 và 1670. "

[11] Cư sở (Residentia) là một loại nhà của các thừa sai dòng Tên được hiến pháp dòng Tên quy định: Khu nhà lớn, có nhiều tu sĩ ở và có nhiều loại hình hoạt động tông đồ. Xem Đỗ Quang Chính SJ, *Dòng Tên trong xã hội Đại Việt 1615-1773*, Antôn & Đuốc Sáng, USA, 2006, tr. 60.

Pina và hai tu huynh, vì từ năm 1617 Lm. Pina và một tu huynh được Bề trên từ Macao cử đến làm việc với Lm. Buzomi.[12] Vào khoảng đầu tháng 06 năm 1617, tất cả đã xuống thuyền, nhưng thuyền không thể xuất bến vì gặp gió ngược. Các thừa sai phải lên bờ nhưng dân chúng không cho vào làng, đành phải trở lại sống lẩn lút trong một cánh đồng đầy nắng gió gần biển. Lm. Buzomi ngã bệnh, sưng phổi, mụt nhọt trên ngực mưng mủ.[13]

---

[12] Cristoforo Borri, *sđd.*, tr.63.

[13] Xem Cristoforo Borri, *sđd.*, tr. 64-71.

Từ các chi tiết trong tường thuật của Lm. Borri về các sự kiện "không có lụt thường xảy ra vào mùa thu để gieo lúa" dẫn đến việc các thừa sai phải "bước xuống thuyền nhưng không ra khỏi bến được vì gặp gió ngược, thứ gió mùa thổi dằng dai đến ba bốn tháng"; "Quan phủ Qui Nhơn đưa cha Buzomi về Qui Nhơn để chữa bệnh, suốt một năm", chúng tôi thiển nghĩ:

(1). Về sự kiện hạn hán xảy ra vào mùa thu năm 1616. Ở Nam Trung Bộ, mùa mưa dầm sinh ra lụt lội thường xảy ra trong khoảng thời gian từ giữa mùa thu cho đến giữa mùa đông (khoảng tháng 10 đến tháng 11 dương lịch). Theo kinh nghiệm dân gian, phải sau ngày 23.10 âm lịch, nông dân mới "xuống giống". Bởi vì kinh nghiệm cho biết "Ông tha Bà cũng không tha/ Cho nên có lụt hăm ba tháng mười (âm lịch). Có thể sau ngày 23.10 âm lịch năm 1616, nông dân Cửa Hàn chờ mãi mà không thấy mưa. Họ tìm lý do để lý giải hiện tượng bất thường của thiên nhiên. Cuối cùng, họ đổ trách nhiệm cho các thừa sai mà hậu quả là các thừa sai phải gạt nước mắt ra đi.

(2). Về việc ba thừa sai xuống thuyền theo lệnh chúa Sãi vào khoảng đầu tháng 06 năm 1617, xem thư báo cáo của Học viện Macao năm 1617 do Antonio de Souza viết xong tại Macao vào ngày 08.01.1618, đoạn cuối phần báo cáo về miền truyền giáo Đàng Trong.

- Trong khoảng thời gian này là cuối mùa gió nồm, gió từ biển (hướng Đông Nam) thổi vào vùng ven biển Nam Trung Bộ. Người địa phương thường nói "nồm già hay nồm săn" để chỉ những lúc gió nồm thổi mạnh. Những lúc đó sóng rất lớn, những con tàu buồm thô sơ thuở ấy không thể nào cưỡng gió để ra khơi được. Mùa gió nồm, thuyền từ biển vào bến thì thuận lợi vì thuận theo chiều gió, do đó ca dao trong vùng có câu: "Lạy Bà cho nổi gió nồm/ Chồng tôi còn ở ngoài khơi chưa về"; "Gió lên bớ bà Vọng Phu/ Chồng bà nhờ gió thuyền mau trở về". Ngoài ra, khi các thừa sai không thể ra khơi được vì sự cố "nồm già", dân chúng thua thiên nhiên, nhưng không cho ba thừa sai vào làng. Ba thừa sai phải "phơi mình liên tục dưới cái nắng nóng như thiêu của mặt trời xứ này", mùa nắng như thế chỉ có nơi tháng 06-07 của mùa hè ở xứ này. Như vậy việc Lm. Borri cho biết "suốt một năm cha Buzomi ở Qui Nhơn để chữa bệnh", có thể tính từ khoảng đầu tháng 06 năm 1617 đến cuối tháng 05 năm 1618. Cũng trong khoảng thời gian ấy, Lm. Pina và tu huynh người Nhật được một ít giáo dân Nhật bí mật đưa về Hội An.

- Theo dõi các chuyến Lm. Đắc Lộ theo tàu buôn Bồ Đào Nha từ Macao vào - ra Đàng Trong từ năm 1640-1645 (Vào: tháng 02.1640; 12.1640; 01.1642; 01.1644. Ra: tháng 08.1640; 07.1641; 07.1643; 07.1645), chúng ta thấy thời gian thuận lợi cho tàu xuất bến ra khỏi Đàng Trong là vào khoảng tháng 07 và tháng 08. Thời điểm này là mùa gió nam (gió Lào), gió từ đất liền thổi ra biển theo hướng Tây Nam - Đông Bắc, thuận lợi cho tàu thuyền đi về Macao. Cư dân địa phương gọi là "nam cồ" khi gió nam thổi mạnh; khi gió nam thổi nhẹ gọi là "nam non".

May mắn thay, các thừa sai được ông Trần Đức Hòa, quan Tuần phủ Qui Nhơn, nghĩa đệ của chúa Sãi, giúp đỡ.[14] Ông đang có việc về phủ chúa, nghe tin Lm. Buzomi và các thừa sai phải trốn lánh khổ sở, ông hứa khi ở phủ chúa về sẽ ghé thuyền đón Linh mục về Qui Nhơn. Trước đây ông đã quen biết Linh mục và rất cảm mến Linh mục. Ông đưa Lm. Buzomi về tư dinh của ông ở Qui Nhơn và mời thầy thuốc danh tiếng nhất xứ đến chữa bệnh cho Linh mục. Linh mục đem theo thầy Diaz (Bồ) và chú Augustinô (Việt), còn Lm. Pina và tu huynh người Nhật được một ít giáo dân Nhật bí mật đưa về Hội An.

Chi tiết "đưa về Hội An" trong tường thuật của Lm. Borri: "Lm. Pina và tu huynh người Nhật được một ít giáo dân Nhật bí mật đưa về Hội An" [15] cho ta biết sự cố xảy ra tại Cửa Hàn (1617), lúc nầy nhà thờ Cửa Hàn và nhà ở của các thừa sai bị dân chúng đốt sạch. Các thừa sai xuống thuyền ra đi theo lệnh chúa Sãi tại Cửa Hàn. Mọi sự xảy ra tại Cửa Hàn. Lại nữa, sau khi ông Trần Đức Hòa qua đời, việc tài trợ đời sống hằng ngày cho các thừa sai ở Nước Mặn bị thiếu hụt. Lm. Buzomi từ Nước Mặn đi Cửa Hàn để tìm tài trợ nơi các thương nhân Bồ. Những chi tiết nầy cho thấy giai đoạn đầu (1615-1617), một giai đoạn thử nghiệm, thăm dò mà còn gặp phải sự cố bị trục xuất, tình hình chưa ổn định, do đó việc thành lập cư sở theo Hiến pháp của Dòng chưa được thực hiện. Như thế, lúc bấy giờ Cửa Hàn chỉ là trú sở (cộng đoàn) của các thừa sai. Các thừa sai từ Cửa Hàn đến Hội An và lên tận Dinh Chiêm để làm mục vụ và truyền giáo.

4.2. Cư sở Nước Mặn, Qui nhơn[16]

Được tin Lm. Buzomi bị bệnh và các thừa sai gặp nạn, nhân có chuyến tàu buôn đầu năm 1618, Bề trên Tỉnh Dòng ở Macao sai hai thừa sai khác đến giúp là Lm. Pedro Marques (Bồ) và Lm. Cristoforo Borri (Ý).[17]

Sau một năm được ông Trần Đức Hòa chữa bệnh tại Qui Nhơn, năm 1618, Lm. Buzomi cùng ông Trần Đức Hòa trở lại Cửa Hàn. Lúc

---

[14] Ông Trần Đức Hòa là nghĩa đệ của chúa Sãi. Xem Quốc Sử Quán Trlều Nguyễn, Đại Nam Liệt truyện Tiền biên, Cao Tự Thanh dịch và giới thiệu, Nxb. Khoa học xã hội, 1995, quyển III: *Chư thần liệt truyện 1*, tr. 136. Khi biết được chúa Sãi bị giằng co, một đàng muốn giữ các thừa sai lại để bảo đảm việc liên lạc thương mại với người Bồ, một đàng cần an dân, nên với tư cách là nghĩa đệ của chúa Sãi, ông Trần Đức Hòa mạnh dạn đưa các thừa sai về Nước Mặn, một công việc vừa gói ghém tình nghĩa đối với chúa Sãi, vừa để an dân, vừa thể hiện đức nhân của bậc quân tử.

[15] Cristoforo Borri, *sđd.* trang 69.

[16] Hiện nay tại vườn nhà ông Võ Cự Anh ở Nước Mặn, thôn An Hòa, xã Phước Quang, huyện Tuy Phước, tỉnh Bình Định, Tòa Giám Mục Qui Nhơn đã dựng bia kỷ niệm. UBND tỉnh đã xếp hạng di tích lịch sử cấp tỉnh.

[17] Cristoforo Borri, *Sđd* , trang 67-68.

bấy giờ Lm. Borri vừa có mặt tại Cửa Hàn. Ông Trần Đức Hòa và hai thừa sai về Hội An. Sau khi gặp nhau tại Hội An, ông Trần Đức Hòa đưa các thừa sai về Nước Mặn. [18]

Đây là lời tường thuật của Lm. Borri, người trong cuộc: "Lm. Buzomi, Lm. De Pina và tôi, chúng tôi bỏ Hội An để đi Qui Nhơn theo quan trấn thủ của tỉnh đó. Ông dành một chiếc thuyền để phục dịch riêng cho một mình chúng tôi và các người thông ngôn, không muốn cho chúng tôi để đồ đạc ở đó, vì đã có một thuyền khác dành riêng cho việc này. Chúng tôi trẩy đi suốt mười hai ngày với đầy đủ tiện nghi, sáng chiều đậu bến... tới đâu ông cũng cho tổ chức trò chơi và hội hè cho dân chúng, khi thì cho đấu chiến thuyền, lúc thì cho đua thuyền, đặt giải thưởng cho thuyền nào thắng cuộc...Cứ thế, rồi chúng tôi tới tỉnh Qui Nhơn. Nhưng chúng tôi còn phải đi mấy ngày đường nữa mới về được tới dinh quan trấn thủ. Ông muốn cho chúng tôi đi đường bộ để được thoải mái và vui thú. Thế là ông truyền đưa bảy cỗ voi tới, tất cả đều đã sẵn sàng. Vì cuộc hành trình này chỉ là để tiêu khiển, nên chúng tôi đi mất tám ngày, tới đâu cũng được tiếp đón và đối xử như một ông hoàng, nhất là ở nhà một bà chị của ông, người ta tiếp chúng tôi rất long trọng trong một bữa tiệc rất linh đình. Rồi sau cùng, chúng tôi tới tư dinh... Chính ông, bà vợ và con cái ông săn sóc chúng tôi, ăn chung với chúng tôi, làm cho cả dinh đều bỡ ngỡ. Quan trấn đã vui lòng giữ chúng tôi ở lại với ông vì rất quý chuộng chúng tôi, và ông đã buồn phiền khi phải xa chúng tôi. Thế nhưng vì trọng công ích hơn tư lợi nên ông nghe theo điều chúng tôi sở nguyện và tức khắc truyền cho người ta chọn cho chúng tôi một địa điểm rất tiện để làm nhà cho chúng tôi ở, trong vùng gọi là Nước Mặn, một địa điểm dài chừng hai dặm và rộng tới một dặm rưỡi. Ngày hôm sau, ông thân hành đến thăm chúng tôi và kiểm tra xem người ta có sửa soạn nhà chúng tôi tươm tất và thuận tiện không. Ông còn nói với chúng tôi rằng chúng tôi là người ngoại quốc không có nhiều tiền bạc, không có nhiều của cải, không có đủ sự cần dùng, nên ông nhận cung cấp cho chúng tôi mọi sự cần thiết ...". [19]

Đây mới là đoàn thừa sai chính thức đến Nước Mặn để tiến hành công cuộc truyền giáo tại Qui Nhơn, vì lần Lm. Buzomi đến Nước Mặn trước đây chỉ là để chữa bệnh. Tháng 07 năm 1618, quan phủ dựng cho các thừa sai một ngôi nhà gỗ rộng rãi và một ngôi nhà nguyện lớn tại Nước Mặn. Như vậy Nước Mặn mới thực sự là Cư sở đầu tiên của các thừa sai Dòng Tên ở Đàng Trong, mặc dù các ngài đã đến Cửa Hàn trước đó ba năm.[20]

---

[18] Cristoforo Borri, *Sđd*, trang 64-71. (BAVH, Juillet-Déc. 1931, trang 342-348).

[19] Cristoforo Borri, *Sđd* , trang 72-78.

[20] Xem Daniello Bartoli, *Dell' Istoria della Compagnia di Gesù, sđd.*, vol.17, terza parte, libro terzo, tr. 269.

Trong bản báo cáo thường niên năm 1618 của học viện Macao, sau mục báo cáo chung về Đàng Trong *"Missione di Cocincina"*, có mục báo cáo riêng *"Della Residentia di Pulocambi - Về Cư sở Pulocambi (Nước Mặn)"*,[21] sau đó không có cư sở nào khác ở Đàng Trong được đề cập đến trong báo cáo.

Như thế cư sở Nước Mặn là cư sở đầu tiên được các thừa sai Dòng Tên ở Đàng Trong thành lập vào tháng 7 năm 1618. Từ năm 1618 đến năm 1620, số thừa sai hoạt động truyền giáo ở Nước Mặn: Lm. Buzomi, Lm. Pina, Lm. Borri và tu huynh Diaz, trong đó Lm.Buzomi là Bề trên của cư sở.[22]

4.3. Cư sở Hội An

Trong Bản báo cáo thường niên năm 1618, Hội An được nhắc đến như một "cộng đoàn" thuộc quyền Lm. Buzomi, Bề trên cư sở Nước Mặn.[23]

Bản báo cáo thường niên năm 1619 do Lm. João Rodrigues Girão viết tại Macao ngày 20/12/1620, sau mục giới thiệu tổng quát về Đàng Trong, có mục báo cáo riêng về mỗi Cư sở: Cư sở Hội An và Cư sở Nước Mặn.[24] Như vậy cư sở Hội An chính thức được thành lập vào khoảng cuối năm 1619, sau khi ông Trần Đức Hòa qua đời, nghĩa là sau khi Lm. Pina từ Nước Mặn về lại Hội An. Lm. Marques là Bề trên tiên khởi của cư sở. Năm 1619, Lm. Marques, rửa tội được 40 Nhật kiều và dựng cho họ một nhà nguyện.[25] Đây là nhà nguyện đầu tiên tại Hội An và là nhà nguyện thứ tư tại Đàng Trong được các thừa sai Dòng Tên thiết dựng kể từ khi các ngài nhập cảnh.[26]

---

[21] Địa danh "Pulo Cambi", phát xuất từ cách gọi của người Bồ Đào Nha vào đầu thế kỷ XVI, thời kỳ mà các chủ thuyền Bồ Đào Nha mướn các tài công và các hoa tiêu Mã Lai để đi lại trên Biển Đông. Địa danh này được ghi trên các bản đồ xưa. Khởi đầu, đây là tên của một hòn đảo (*Cù Lao Xanh*, trong tiếng Mã Lai là *Poulo Gambir*), nhưng sau đó được dùng để gọi vùng bờ biển chung quanh. Các bản đồ Bồ Đào Nha phân biệt *Pulo Cambi de Mar* (ngoài biển) Vol. 17, Libro Terzo, Torino 1825, và *Pulo Cambi de Terra* (trên đất liền); địa điểm thứ hai này hẳn là bán đảo Phương Mai, mà đỉnh cao là một điểm mốc rất dễ thấy cho giao thông đường biển, nhờ đó tàu thuyền có thể từ biển đi vào đầm Thị Nại, rồi đến phố cảng Nước Mặn là cửa ngõ của phủ Qui Nhơn. Từ đó danh xưng Pulocambi được các thừa sai dùng khi thì để chỉ phố cảng Nước Mặn, khi thì để chỉ phần đất của phủ Qui Nhơn ngày xưa. Lm. Cristoforo Borri viết Pulucambi trong Tường trình của mình.

[22] Đỗ Quang Chính SJ., *Dòng Tên Trong Xã Hội Đại Việt,* sđd., tr. 66.

[23] *Lettere Annue Del Giappone, China, Goa, et Ethiopia... Generale della Compagnia di Giesù.* Sđd, trang 392-401.

[24] Jason Michael Wilber, *sđd*, trang 44-71.

[25] Daniello Bartoli, *sđd.*, Terza Parte, Vol. 17, Libro Terzo, Torino 1825, trang 271-272.

[26] Nhà nguyện đầu tiên tại Cửa Hàn (1615), nhà này đã bị đốt năm 1617. Nhà thứ hai tại Dinh Chiêm (1615) chỉ sử dụng một thời gian ngắn. Nhà thứ ba tại Nước Mặn (1618). Nhà thứ tư tại Hội An (1619). Năm 1623, Linh mục Pina tái lập nhà nguyện tại Dinh Chiêm.

Như thế trước năm 1619, tại Hội An chưa có nhà thờ nào và cũng chưa có nhà ở chính thức của các thừa sai Dòng Tên. Lm. Léopold Cadière cũng đề cập đến việc này khi viết: “Các thừa sai đầu tiên, đặc biệt là cha Francisco de Pina và cha Marques, cư trú tại Hội An, có thể nói là liên tục. Nhưng tôi không tìm thấy chỗ nào có nhắc một chút xíu đến một nhà thờ hoặc một nhà ở riêng biệt của các cha tại nơi này. Các ngài phải cư ngụ tại nhà các người Nhật”.[27] Do đó Cư sở Hội An cũng không thể có trước thời điểm đầu năm 1619.

Đầu năm 1620 địa bàn truyền giáo của Đàng Trong được chia làm hai vùng do hai nhóm thừa sai ở hai cư sở phụ trách.[28] Địa bàn cư sở Nước Mặn gồm ba tỉnh phía Nam của Đàng Trong: “Quagnin, Poulocambì, e Ranràn – Quảng Ngãi, Bình Định và Phú Yên”, dưới sự lãnh đạo của Lm. Buzomi.[29] Phía Bắc Đàng Trong do các thừa sai tại Cư sở Hội An đảm trách do Lm. Marques lãnh đạo.

4.4. Cư sở Dinh Chiêm, Quảng Nam

Thư báo cáo thường niên năm 1624 cho biết Lm. Đắc Lộ và Lm. Fontes học tiếng Việt tại Dinh Chiêm do Lm. Pina dạy. Như vậy cư sở Dinh Chiêm được thành lập khi nào?

Khi Lm. Pina đến hoạt động truyền giáo ở Dinh Chiêm, Lm.Pina có mua một ngôi nhà. Trong thư Lm. Pina viết cho bề trên ở Macao về hoạt động truyền giáo năm 1622-1623, trong đó có nói đến cư sở nầy: “ … thưa cha đáng kính, con đã mua hai nhà của mẹ bà Gioanna tại Cacham, mỗi nhà gồm ba gian, một nhà dành cho chúng ta ở, nhà kia làm nhà nguyện…”. Căn cứ thư nầy, Lm. Đỗ Quang Chính cho rằng: “Việc thiết lập cư sở Dinh Chiêm được thực hiện 5 năm sau cư sở Nước Mặn”.[30] Tuy nhiên, theo bức thư báo cáo thường niên năm 1624 do Lm. Manoel Fernandes viết tại Faifo (Hội An) ngày 02 tháng 7 năm 1625 gởi cho Lm. Nuno Mascarenhas, Bề trên của Dòng: “…Một nhà đã được lập tại Cachão, thủ phủ của chúa. Cho đến lúc nầy, chiếu theo luật của Dòng, nhà nầy không được tính vào số các nhà [Casa-Residentia] của Dòng, mặc dù một cha và người bạn dòng của ngài luôn ở đó. Hiện giờ, tại nhà nầy cha Francisco de Pina đang dạy ngôn ngữ cho cha Alexandre de Rhodes và cha Antonio de Fontes” [31]

---

[27] Léopold Cadière, “*Annotations à la Lettre de Gaspar Luiz*”, trong *Bulletin des Amis du Vieux Hué*, Juillet-Déc. 1931, tr. 430.

[28] Daniello Bartoli, *sđd.*, Terza Parte, Libro Terzo, trang 327.

[29] Daniello Bartoli, *sđd.*, Terza Parte, Libro Quarto, trang 60.

[30] Đỗ Quang Chính SJ, *Dòng Tên Trong Xã Hội Đại Việt*, *sđd.* tr. 67-68

[31] - Thư Lm. Manoel Fernandes gởi cho Lm. Nuno Mascarenhas, ARSI. JAP-SIN 68, trang 11-12. Thư viết tay bằng tiếng Bồ. Lm. Roland Jacques biên tập đoạn văn trên (thuộc trang 11) và dịch sang tiếng Pháp.

- Xem Roland Jacques, *sđd*, chú thích số 56, trang 86-87.

Theo hai báo cáo thường niên năm 1625 do Lm. Gaspar Luiz viết tại Nước Mặn, đề ngày 01 tháng 01 năm 1626, tại Đàng Trong có ba cư sở: Hội An, Dinh Chiêm và Nước Mặn.[32] Như thế, theo luật Dòng, cư sở Dinh Chiêm được thành lập trong năm 1625, vào thời điểm sau ngày 02 tháng 7 năm 1625, tức sau ngày Lm. Manoel Fernandes viết thư báo cáo cho Lm. Nuno Mascarenhas, Bề trên của Dòng.

PHẦN II: VIỆC SÁNG TẠO CHỮ QUỐC NGỮ

Truyền thống tốt đẹp của các thừa sai truyền giáo là phải viết báo cáo hằng năm gởi về cho Bề trên của mình. Việc làm tốt đẹp đó và công tác lưu trữ của các Dòng đã để lại cho người đi sau nhiều kinh nghiệm quý báu. Dần dần rút kinh nghiệm về nội dung của báo cáo, một bảng chỉ dẫn được đúc kết và ra đời thường gọi là Chỉ dẫn các thừa sai khi làm việc truyền giáo:

"Cha phải thu thập những thông tin về các dân tộc sống trên mọi đất nước mà cha đi qua. Muốn như thế, cha phải ghi lại về lối sống, phong tục và kỹ năng của họ; rồi về thương mại, nghệ thuật và khoa học mà cha tìm thấy nơi quê hương của họ; về tôn giáo cùng với các tín điều, về các chức sắc trong tôn giáo ấy, về chính quyền, và cuối cùng về các vua chúa mà họ thuộc quyền. Cha tìm hiểu ngôn ngữ mà các dân tộc ấy dùng để nói; nếu có nhiều ngôn ngữ, thì hãy đặc biệt ghi lại ngôn ngữ nào được sử dụng nhiều nhất, chủ yếu là trong giới bình dân. Cha tìm hiểu về chữ mà họ dùng để viết; về các chữ này, cha tìm cách hỏi những văn sĩ ưu tú mà cha gặp được, để ghi lại một bảng chữ cái, kể cả những dấu nối và dấu phân câu mà họ dùng; cha cũng chú ý ghi lại bằng mẫu tự Latinh tương ứng, với cách phát âm, để ta có thể so sánh; và nếu các dân tộc ấy có văn phạm và từ điển của ngôn ngữ mình; thì cha làm thế nào để có được một bản mà gởi về Rôma, với điều kiện là giá cả không quá cao". [33]

Nội dung của chỉ dẫn đã được các thừa sai Dòng Tên thực hiện ở Nhật Bản và Trung Hoa, ngay cả ở Việt Nam trước khi chỉ dẫn thành văn ra đời.

CÁC THỪA SAI THÔNG BIẾT TIẾNG VIỆT ĐẦU TIÊN

Các thừa sai Dòng Tên đến Việt Nam là người ngoại quốc. Bất đồng ngôn ngữ là một trở ngại lớn trong việc tiếp cận và truyền giáo

---

[32] - Gaspar Luiz, *Cocincinae Missionis Annuæ Litteræ Anni 1625*. ARSI, JAP-SIN 71, F. 56-71. Thư viết bằng tiếng Latin, 30 trang khổ 20x27.
- Đỗ Quang Chính, *Lịch sử Chữ Quốc ngữ 1620-1659*, Ra Khơi, Sài Gòn 1972, trang 32-35.

[33] Roland Jacques, *sđd.*, trang197.

cho người Việt. Chắc chắn các thừa sai phải tìm cách giải quyết vấn đề hệ trọng nầy. Họ làm thế nào? Ở đâu? Khi nào?

Lần theo các tài liệu chúng tôi đã tìm thấy, chúng tôi được biết:

- Bản báo cáo thường niên năm 1618 cho thấy các thừa sai Dòng Tên ở cư sở Nước Mặn đã soạn một quyển sách giáo lý bằng tiếng Việt (Nôm).[34]

- Tác giả thư báo cáo thường niên năm 1619 cho thấy rằng "Các thừa sai Dòng Tên ở Nước Mặn là những người đầu tiên chuyên tâm nghiên cứu ngôn ngữ hơn bất cứ điều gì khác".[35]

- Mặc dù đến Việt Nam muộn hơn so với một số giáo sĩ khác, nhưng Lm. Pina lại là giáo sĩ Châu Âu đầu tiên nói thành thạo tiếng Việt, điều này đã được các giáo sĩ đến sau như: Gaspar Luiz và Alexandre de Rhodes xác nhận.[36]

- Trong thư của Lm. Joaõ Roiz viết bằng tiếng Bồ Đào Nha vào năm 1621 tại Macao gởi cho Lm. Mutio Vitelleschi, Bề trên cả Dòng Tên tại Roma, báo cáo về Đàng Trong, Lm. Joaõ Roiz xác nhận năm 1620 tại Đàng Trong đã có hai thừa sai nói thạo tiếng Việt đó là Lm. Pina và Lm. Borri.[37]

- Cùng năm 1621, tại Macao, Lm. Gaspar Luiz cũng viết một thư báo cáo về giáo đoàn truyền giáo Đàng Trong gởi cho Lm. Mutio Vitelleschi. Theo Lm. Đỗ Quang Chính, nội dung thư báo cáo của Lm. Gaspar Luiz không khác nội dung thư của Lm. Joaõ Roiz. Tuy nhiên, Lm. Luiz viết bằng tiếng Latinh. [38] Trong thư này Lm. Gaspar Luiz viết: "Chúng con bắt đầu nhận được hoa trái mà chúng con hy vọng về việc hiểu được ngôn ngữ, thứ ngôn ngữ mà chúng con đã tự tìm hiểu

---

[34] Francesco Eugenio, *Lettera Annuale del Colegio di Macao...l'anno 1618*, Lazaro Scoriggio, Napoli 1621.

[35] João Rodrigues Girão, *Annua De Cochinchina De 1619*, JS 71, ARSI, Residençia de Nuocman da Provincia de PuloCamby, trang 008v, hàng 493-495.

[36] Alexandre de Rhodes, *Divers Voyages et Mission du P. Alexandre de Rhodes en la Chine, & autres Royaumes de l'Orient...* Paris 1653, p.72.

[37] João Roiz, *Annua de Cochinchina do anno de 1620* ARSI, JS. 72.f.3r. (Dẫn theo Đỗ Quang Chính, Lịch sử Chữ Quốc ngữ 1620-1659, Ra Khơi, Sài Gòn 1972, trang 79, chú thích số 1.)

[38] Đỗ Quang Chính, *Lịch sử Chữ Quốc ngữ 1620-1659*, Ra Khơi, Sài Gòn 1972, trang 26. - Thời bấy giờ việc thư từ qua lại khó khăn, có thể thất lạc vì nhiều lý do. Từ kinh nghiệm thực tiễn nầy, mỗi lần các thừa sai ở miền truyền giáo lập một văn bản báo cáo về Bề trên, thường phải viết ít là ba bản, một bản lưu, hai bản được gởi đi, mỗi bản được gởi đi mỗi hướng khác nhau hoặc mỗi bản được gởi đi cùng một hướng nhưng phải gởi cách khoảng nhau.

từ những năm trước". Giải thích câu này, Lm. Léopold Cadière viết: " Văn bản này minh định rằng Lm.Gaspar Luiz đã trình lại ý của một hay nhiều lá thư đã nhận được từ các thừa sai đang làm việc tại Đàng Trong lúc bấy giờ. Các thừa sai nghiên cứu tiếng Việt lúc bấy giờ là Lm. Pina và Lm. Borri".[39]

- Chính Lm. Borri, người đương thời với Lm. Pina, thừa nhận: "Lm. de Pina đi Hội An, thành phố của người Nhật, như chúng tôi nói dưới đây, ngài gặp Lm. Pedro Marques, và họ cùng làm tại thành phố nầy một việc hữu ích quý giá ...Lm. Marques vì tinh thông tiếng Nhật nên chỉ trong một thời gian ngắn mà ngài đã cảm hóa được một ít giáo dân Nhật trụy lạc...Còn Lm. de Pina rất tinh thông tiếng Đàng Trong nên đã thuyết phục được nhiều người..." [40] Lm. Borri còn xác nhận: "Mà vì cha rất tinh thông tiếng Đàng Trong và nói rất mực tự nhiên..."[41]

Các sử liệu vừa nêu cho chúng ta biết thời điểm năm 1618-1620, các thừa sai làm việc tại Đàng Trong đã học biết tiếng Việt, trong đó đã có hai thừa sai thông thạo tiếng Việt. Trước khi tìm hiểu thực trạng tiếng Việt của hai thừa sai được các sử liệu nói đến, chúng tôi nhắc lại điều tác giả thư báo cáo thường niên năm 1619 đã được nêu trên: "Các thừa sai Dòng Tên ở Nước Mặn là những người đầu tiên chuyên tâm nghiên cứu ngôn ngữ hơn bất cứ điều gì khác". Nhắc lại điều nầy, chúng tôi muốn nói đến vai trò của Lm. Buzomi trong việc nghiên cứu ngôn ngữ bản địa tại Nước Mặn.

A. Linh mục Buzomi

Thư Lm. Pina viết năm 1623 cho biết năm nầy Lm. Buzomi vẫn còn dùng thông ngôn. Trong thư viết năm 1626, Lm. Buzomi đã viết một vài chữ Quốc ngữ. Lm. Đỗ Quang Chính nhận định về những chữ Quốc ngữ của Lm. Buzomi trong thư nầy: "Nhìn vào những chữ Quốc ngữ của Buzomi, mặc dầu ít, nhưng đã thấy tiến triển, nếu đem so sánh với lối viết của João Roiz, C. Borri, Đắc Lộ, Gaspar Luiz và Antonio de Fontes từ năm 1626 trở về trước". Quả vậy, Lm. Buzomi viết một thư tại Nước Mặn đề ngày 20.05.1622, trong thư Linh mục viết *Thienchu* thay vì *Thien Chu* như thư viết năm 1626, cách viết theo lối cách ngữ giống như ngày nay. [42]

Nhận định của Lm. Đỗ Quang Chính cho thấy phần nào khả năng tiếng Việt của Lm. Buzomi: Mặc dù ít, nhưng đã thấy có một sự tiến triển. Điều nầy cũng gợi mở cho chúng ta thấy được vai trò của Lm.

[39] BAVH, Juillet-Déc. 1931, *Annotations à la lettre de Gaspar Luiz par Léopold Cadière*, trang 409.

[40] Cristoforo Borri, *sđd*, trang 123. (BAVH, Juillet-Déc. 1931, trang 395-396)

[41] Cristoforo Borri, *sđd*, trang 88.

[42] Đỗ Quang Chính, *Lịch sử Chữ Quốc ngữ 1620-1659*, Ra Khơi, Sài Gòn 1972, trang 38.

Buzomi trong việc chuyên tâm nghiên cứu ngôn ngữ hơn bất cứ điều gì khác của các thừa sai tại Nước Mặn trong giai đoạn 1618-1619. Với tư cách là Bề trên, Lm. Buzomi triển khai chỉ dẫn các thừa sai như đã nêu trên, tạo thuận lợi, đôn kiểm, giám sát công việc nghiên cứu ngôn ngữ của Lm. Pina và Lm. Borri.[43] Như thế, qua việc đôn kiểm và giám sát, Lm. Buzomi đã tham gia việc nghiên cứu và sáng tạo chữ Quốc ngữ cùng với Lm. Pina và Lm. Borri.

Lm. Đắc Lộ cho biết khi ông đến Đàng Trong (cuối năm 1624), Lm. Buzomi phải dùng thông ngôn.[44] Thật vậy, đối với một ngôn ngữ, khả năng nghe, nói, đọc, viết của mỗi người có nhiều cấp độ khác nhau. Hơn nữa sự cẩn trọng của Lm. Buzomi khiến ngài phải dùng thông ngôn. Điều này được sử gia Lm. Bartoli giải thích: "Khi Linh mục không đủ tự tin vào khả năng ngôn ngữ của mình để rao giảng chân lý đức tin, Linh mục dùng thông ngôn, người mà trước đó đã được Linh mục đào tạo vững vàng về kiến thức đức tin để có thể giải nghĩa cho dân chúng. Trước tiên Linh mục cố gắng diễn đạt bằng ngôn ngữ của mình, sau đó thông ngôn người Đàng Trong nói lại bằng ngôn ngữ Đàng Trong của anh bằng những từ diễn đạt chính xác ý nghĩa, nói được như bản sao của bản chính".[45]

"Thông ngôn người Đàng Trong" chính là anh Augustinô, người thanh niên Lm. Buzomi ban phép rửa tội tại Cửa Hàn năm 1615. Lm. Buzomi đã đào tạo anh thành người thông ngôn tín cẩn của ngài. Lm. Buzomi đã thuê một gia sư dạy anh. Anh đã được học về ngôn ngữ và về các giáo phái. Bây giờ anh là ngôi sao tại Nước Mặn. Cũng tại đây, Lm. Buzomi có được hai hay ba *ông sãi* giúp ngài làm mọi việc. Lm. Pina giải thích lý do cần thiết khi Lm. Buzomi phải dùng thông ngôn: "Nếu có chuyện gì xảy ra phải giải quyết hoặc những thông tin quan trọng cần phải công bố, cha cử anh thông ngôn hoặc một trong các *ông sãi*; khi giờ giáo lý kết thúc, cha ra về, còn họ thì ở lại hoặc để ôn tập, hoặc để chuyện trò với các dự tòng".[46]

Các sự kiện khác chúng ta không thể bỏ qua, đó là năm 1622, Lm. Emmanuel Borgès (Bồ) và Lm. Giovanni di Leira (Ý) từ Macao đến Đàng Trong. Hai ông đến Nước Mặn học tiếng Việt và tập sự công việc

---

[43] Roland Jacques, *Các nhà truyền giáo Bồ Đào Nha và thời kỳ đầu của Giáo hội Công giáo Việt Nam, sđd.*, trang 85.

[44] Alexandre de Rhodes, *Les Divers Voyages et Missions du P. Alexandre de Rhodes*, Sébastien Cramoisy, Paris 1653, trang 72.

[45] Daniello Bartoli, *Sđd*, Vol.17, Libro Terzo, Torino 1825, trang 126.

[46] Xem Roland Jacques, *Công cuộc truyền giáo tại Quảng Nam năm 1623 và vấn đề ngôn ngữ: Bức thư của Francisco de Pina*, Định Hướng số 42, Trung tâm văn hóa Nguyễn Trường Tộ, Mùa Xuân 2005.

dưới sự hướng dẫn của Lm. Buzomi.[47] Trong số các thừa sai đến Đàng Trong vào cuối năm 1624, Lm. Alexandre de Rhodes và Lm. Antonio de Fontes học tiếng Việt với Lm. Pina tại Dinh Chiêm; Lm. Gaspar Luiz và Lm. Girolamo Maiorica đến Nước Mặn học tiếng Việt với Lm. Buzomi.[48] Lúc bấy giờ cũng chỉ một mình Lm. Buzomi, Bề trên và là "lão làng" tại cư sở Nước Mặn. Năm 1625, tại Nước Mặn có các thừa sai: Lm. Buzomi (Ý, đến Đàng Trong năm 1615); Lm. Gaspar Luiz (Bồ Đào Nha, đến Đàng Trong năm 1624) ; Lm. Girolamo Maiorica (Ý, đến Đàng Trong năm 1624) ; tu huynh Domingos Mendes K'ieu (Macao, đến Đàng Trong năm 1621) ; tu huynh Romão Nishi (Nhật, đến Đàng Trong năm 1621).[49] Với tư cách Bề trên cư sở, Lm. Buzomi viết thư báo cáo đề ngày 12 tháng 6 năm 1625 tại Nước Mặn.[50] Điều nầy cho thấy thêm vai trò trụ cột của Lm. Buzomi tại cư sở Nước Mặn.

Lm. Daniello Bartoli (1608-1685), nhà sử học Dòng Tên nhận xét về trình độ hiểu biết tiếng Việt của Lm. Buzomi, bề trên cư sở Nước Mặn: "*Ngoài ra, với trí nhớ sâu sắc như một thiên tài cùng với sự nhiệt tình tuyệt vời của cha đã giúp cho cha học nhanh ngôn ngữ* địa phương đó, *nắm bắt* tính đa nghĩa của từ, *tính chất của các dấu nhấn và cung giọng* được thể hiện theo ý muốn. Nhờ vậy, *trong một thời gian ngắn, cha đã biên soạn từ vựng và luật mẹo ngữ pháp tốt đẹp*"[51]

> **caro. Oltre a ciò, di profonda memoria, non così agevole a trovarsi accoppiata coll' eminente ingegno di che era dotato: e gli valse in grand' utile del suo zelo, collo**
>
> **126 DELLA CINA**
>
> **spedito apprendere di quella lingua, sì nella multiplicità de' vocaboli, come nella proprietà de gli accenti e de' tuoni da esprimersi nel proferire: tal che in brieve spazio se ne compilò un vocabulario, e una ben regolata grammatica. In tanto, mentre ancor non potea valersi**

Bản văn của Daniello Bartoli (chú thích số 50)

Rất tiếc, tài liệu Lm. Buzomi biên soạn hiện nay chưa được tìm thấy. Cũng chính sử gia Lm. Daniello Bartoli cho biết sau khi Lm. Borri

---

[47] Lm. Bùi Đức Sinh, *Giáo hội Công giáo ở Việt Nam*, Canada 2002, Quyển I, trang 100.

[48] - Xem Daniello Bartoli, *Dell' Istoria Della Compagnia Di Gesù La Cina*, Terza Parte, Delle Asia, Libro Quarto, Torino 1825, trang 61.

- Xem Thư Fernandes gởi cho Nuno Mascarenhas, đề ngày 02/7/1625 tại Faifo. ARSI. JAP-SIN 68, trang 11.
- Xem Wikipedia, the free encyclopedia, mục từ Jerônimo Majorica.
- Xem Đỗ Quang Chính SJ., *Dòng Tên Trong Xã Hội Đại Việt*, sđd. Trang 65-69.

[49] Đỗ Quang Chính SJ, *Dòng Tên Trong Xã Hội Đại Việt*, sđd. tr. 66-67.

[50] Xem *Carta de Francesco Buzomi ao Superior, Nuocman 12 de junho de 1625*, in ARSI Jap/Sin, n. 68, fl. 36-36v.

[51] DANIELLO BARTOLI, *Sđd*, Vol.17, Libro Terzo, Torino 1825, trang 125-126.

về châu Âu (1622), Lm. Francesco de Pina và Lm. Buzomi là hai thừa sai ở Đàng Trong đã nắm bắt được ngôn ngữ thông dụng của địa phương, *có thể thuyết giáo, trao đổi với các nhân sĩ* và các vị Sãi, trong các việc riêng tư hay trong nơi công hội.[52]

> e in Nuocmàn, capo della Provincia di Pulocambì. I Padri Francesco Pina e Buzomi, che avean corrente la lingua cocincinese, si disfecero predicando, e disputando co' Letterati e co' Bonzi, or' in privato, or' in pienissime udienze: nè mai venne lor fatto più avanti, che di convincerne l'intelletto, e trarne atti di compiacimento,

Bản văn của Daniello Bartoli (chú thích số 51)

Cho dù bút tích của Lm. Buzomi hiện nay được tìm thấy còn ít ỏi, nhưng công việc ông làm cho thấy vai trò quan trọng của ông trong việc sáng tạo chữ Quốc ngữ trong giai đoạn tiên chinh: Vừa là người giám sát, vừa là người đồng hành, vừa là thầy dạy.

B. Linh mục Pina

Theo lời tường thuật của Lm. Borri đã nêu trên, Lm. de Pina từ đâu đi Hội An và đi Hội An khi nào?

Theo các nguồn sử liệu, Lm. Pina đến Đàng Trong năm 1617.[53] Chẳng may cho Lm. Pina, thời điểm ông đến Cửa Hàn là lúc xảy ra sự cố dân chúng không đồng ý cho các thừa sai hiện diện và giảng đạo trong vùng đất của họ. Bị áp lực của dân, chúa Sãi phải ra lệnh trục xuất các thừa sai, mặc dù lòng chúa không muốn. Do sự cố ấy, các thừa sai phải ra đi. Tuy nhiên, cuộc ra đi không thành vì sự tuần hoàn của thiên nhiên. Lm. Borri tường thuật lại lời kể của người trong cuộc: Tuân theo lệnh chúa, khi các thừa sai bước xuống thuyền thì thuyền không thể nhổ neo để ra khỏi bến được vì gặp gió ngược, một thứ gió mùa, thổi suốt ba hoặc bốn tháng. Dân chúng thấy sự thể như vậy nhưng không muốn cho các thừa sai vào trong làng của họ. Họ buộc các thừa sai phải lưu lại trên một bãi biển cách xa dân cư, phơi mình dưới nắng nóng như thiêu đốt…lâm cảnh như thế, Lm. Buzomi bị bệnh nặng…Đang lúc các thừa sai gặp nạn, Quan phủ Qui Nhơn có việc về Quảng Nam, ông nghe, ông biết, ông thấy hoàn cảnh đáng thương của Lm. Buzomi, ông đưa Lm. Buzomi về Qui Nhơn cứu chữa.[54]

Lúc xảy ra sự cố, đoàn thừa sai ở đây gồm có Lm. Buzomi, Lm. Pina, tu huynh Diaz (Bồ) và một tu huynh người Nhật. Lm. Buzomi

---

[52] DANIELLO BARTOLI, *Sđd*, Vol.17, Libro Terzo, Torino 1825, trang 328.

[53] - BAVH, Juillet-Déc. 1931, *Annotation à la lettre de Gaspar Luiz par Léopold Cadière*, trang 410.

- Roland Jacques, *Các nhà truyền giáo Bồ Đào Nha và thời kỳ đầu của Giáo hội Công giáo Việt Nam, sđd.*, trang 81, chú thích 49.

[54] - Cristoforo Borri, *sđd*, trang 64-71.

được Quan phủ Qui Nhơn đưa về Qui Nhơn để chữa bệnh.[55] Lm. Pina và tu huynh người Nhật được giáo dân Nhật bí mật đưa về Hội An ẩn trú cho đến lúc được Quan phủ Qui Nhơn đưa về Nước Mặn vào năm 1618.[56] Như vậy lời tường thuật của Lm. Borri: "Lm. Pina đi Hội An..." được hiểu là Lm. Pina từ Nước Mặn đi Hội An sau hai năm ở Nước Mặn dưới sự bảo trợ của Quan phủ Qui Nhơn. Đồng thời minh nhiên xác nhận Lm.c Pina tinh thông tiếng Đàng Trong sau khi được nghiên cứu và học tại Nước Mặn.

Theo Lm. Đỗ Quang Chính: "Lúc đầu Pina sống ở Hội An, sang năm 1618 ông ở tại Nước Mặn với Buzomi và Borri. Hai năm sau ông trở lại Hội An, rồi năm 1623, Pina đến ở tại Dinh Chiêm, thủ phủ Quảng Nam Dinh";[57] Cũng theo Lm. Đỗ Quang Chính: "Khoảng giữa năm 1618, Pina đi Nước Mặn, rồi khoảng đầu năm 1620 về Hội An, có lẽ đầu năm 1621 lại đi Nước Mặn, bỏ Nước Mặn về Hội An cuối năm 1621, sang năm 1623 đi lập cư sở Thành Chiêm."[58]

Sở dĩ Lm. Pina đi Hội An vì sau khi ông Trần Đức Hòa, quan phủ Qui Nhơn qua đời,[59] các thừa sai tại Nước Mặn mất đi vị ân nhân bảo

---

[55] Bài tường thuật không đề cập đến tu huynh Diaz (Bồ), chỉ đề cập đến một tu huynh người Nhật được giáo dân Nhật bí mật đưa về trú ẩn tại Hội An với Linh mục Pina. Theo chúng tôi, tu huynh Diaz đã được Quan phủ Qui Nhơn đưa đi theo Linh mục Buzomi về Qui Nhơn để giúp Linh mục Buzomi đang lúc lâm trọng bệnh.

[56] Xem:
- BAVH, Juillet-Déc. 1931, *sđd.*, trang 342-348.
- Cristoforo Borri, *sđd*, trang 69-71.

[57] Đỗ Quang Chính, *Lịch sử chữ Quốc ngữ 1620-1659*, sđd. trang 22.

[58] Đỗ Quang Chính SJ., *Dòng Tên trong xã hội Đại Việt 1615-1773*, Sđd. trang 45.

[59] Về việc ông Trần Đức Hòa qua đời, Linh mục Borri không nói rõ năm tháng ngày giờ. Linh mục Borri chỉ tường thuật rất chi tiết về việc mai táng. Tuy nhiên báo cáo thường niên về hoạt động của các thừa sai tại Đàng Trong năm 1619, cho biết quan phủ Qui Nhơn đã qua đời trong năm 1619. Hiện nay chúng tôi chưa tìm được các nguồn sử liệu xã hội đề cập đến vấn đề nầy. Có hai nguồn sử liệu xã hội đề cập đến việc ông Trần Đức Hòa tiến cử Đào Duy Từ cho chúa Sãi Nguyễn Phúc Nguyên:
[1]. "Năm Hy Tông thứ 11 (1623) Đức Hòa vào chầu, tiến cử Duy Từ ..." (Quốc Sử Quán Triều Nguyễn, *Đại Nam Nhất Thống Chí*, Viện Sử Học, nxb. Thuận Hóa, tái bản lần thứ hai, Huế 2006, tập 3, Quyển 9, tỉnh Bình Định, trang 60)
[2]. " Hy Tông Hoàng Đế năm thứ 14, Đinh Mão (1627)..." (Quốc Sử Quán Triều Nguyễn, *Đại Nam Liệt Truyện Tiền Biên,* Viện Sử Học Việt Nam, nxb. Thuận Hóa, tái bản lần thứ hai, Huế 2006, Quyển 3, Truyện các bề tôi 1 – Đào Duy Từ).
Hai tài liệu trên có sự chênh lệch về năm ông Trần Đức Hòa tiến cử Đào Duy Từ cho chúa Nguyễn. Ngoài ra hai tài liệu nầy còn cho thấy ông Trần Đức Hòa còn sống ít nhất cho đến năm 1623. Điều nầy không phù hợp với bản báo cáo của các thừa sai về tình hình hoạt động truyền giáo tại Đàng Trong năm 1919 và tường thuật của Linh mục Borri về những sự kiện liên quan đến việc qua đời của ông Trần Đức Hòa.
Theo chúng tôi, hai nguồn sử liệu nêu trên được biên soạn quá muộn, sau hơn 200 năm so với sự kiện lịch sử. *Đại Nam Liệt Truyện Tiền Biên* được biên soạn từ 1841 – 1852; *Đại Nam Nhất Thống Chí* được biên soạn từ 1865-1882. Do đó vấn đề thiếu chính xác hoặc do chủ quan nhằm mục đích nào đó có thể xảy ra.

trợ. Điều đó cũng có nghĩa là các thừa sai lâm vào tình thế thiếu phương tiện sinh sống và hoạt động.[60] Lm. Borri đã viết: "Thế là chúng tôi bị dồn vào thế cùng cực trong tỉnh Qui Nhơn, ít mong có phương tiện sinh sống và làm tiến triển việc cứu rỗi và chinh phục các linh hồn. Chúng tôi dự định ra khỏi thế bí nầy và chia nhau đi nhiều nơi. Lm. de Pina thì đi Hội An, thành phố của người Nhật như chúng tôi đã nói, với ý định là làm việc giúp các giáo dân mà cha đã từng cai quản và cũng để nhờ của bố thí của họ mà sinh sống."[61] Khi Lm. Pina đến Hội An, cư sở nầy có bao nhiêu thừa sai?

Tại thời điểm năm 1620 chỉ có bốn Linh mục và ba tu huynh tại Đàng Trong, được phân chia địa bàn làm việc như sau:

Tại Hội An: Lm. Marques và hai tu huynh người Nhật chăm sóc mục vụ cho người Nhật; Lm. Pina thông thạo tiếng Việt, phục vụ người Việt;

Tại Nước Mặn: Lm. Buzomi, Lm. Borri và tu huynh Diaz"[62]

Các sử liệu trên đây đã cho thấy thời điểm năm 1620 Lm. Pina đã thông thạo tiếng Việt. Điều nầy ngầm nói rằng Lm. Pina đã thông thạo tiếng Việt sau khi nghiên cứu và học tiếng Việt tại Nước Mặn. Điều nầy Thư báo cáo thường niên năm 1619 đã xác định như đã nêu trên.

Jason Michael Wilber, dịch giả bản báo cáo thường niên năm 1619 từ tiếng Bồ sang tiếng Anh, nhận định: "Tác giả bức thư cho thấy rằng các thừa sai Dòng Tên ở Nước Mặn là những người đầu tiên chuyên tâm nghiên cứu ngôn ngữ hơn bất cứ điều gì khác".[63]

Quả vậy, mở đầu Bản báo cáo năm 1619, tác giả viết: " Trong báo cáo thường niên năm vừa qua (1618), tình hình truyền giáo tại Vương quốc Đàng Trong đã được đệ trình cho Cha kinh lý:... đồng thời các thừa sai đã học ngôn ngữ rất tốt, có thể giảng dạy trôi chảy mà không cần đến thông dịch viên. Năm nay những sự ấy vẫn được tiếp tục...".[64]

---

[60] Theo báo cáo thường niên của các thừa sai năm 1619, sau khi quan phủ Qui Nhơn qua đời, các thừa sai tại Nước Mặn vẫn được con trai của ông, ông Đề lĩnh, người kế nhiệm ông, đối xử tử tế. Tuy nhiên theo tường thuật của Borri, người trong cuộc, nói lên tình cảnh thực tế. Thực tế ở đây được hiểu theo nghĩa ông Đề lĩnh vẫn đối xử tử tế với các thừa sai, các thừa sai vẫn được nhà phủ Qui Nhơn giữ tình thân thiết, vẫn hoạt động tự do, tuy nhiên vấn đề trợ cấp vật chất bị thiếu thốn.

[61] Cristoforo Borri, *sđd*, trang 88.

[62] BAVH, Juillet-Déc. 1931, *sđd,* trang 412.

[63] Jason Michael Wilber, *sđd*, trang 13.

[64] João Rodrigues Girão, *Annua De Cochinchina De 1619,* Japonica Sinica 71, Archivum Romanum Societatis Iesu, trang 002, từ hàng 9 đến 15.

Bản báo cáo năm 1619 cho biết tiếp: "Sự hiểu biết ngôn ngữ địa phương của các thừa sai đang làm việc tại địa phương đã được cải thiện, nhờ việc rao giảng qua sự hiểu biết ấy đã đem lại đức tin rất thánh cho một số cư dân địa phương cũng như người ngoại quốc. Kết quả ấy chủ yếu là do một cha có kỹ năng tốt về ngôn ngữ. Cha nầy học ngôn ngữ rất tốt với sự nghiên cứu cần mẫn và siêng năng. Cha đã dịch những phần đầu tiên của giáo lý Kitô giáo sang ngôn ngữ địa phương theo mẫu sách giáo lý của Đức Hồng y Bellarmino.[65]

Hiện nay quyển sách giáo lý ấy chưa được tìm thấy, tuy nhiên về hình thức, các nhà nghiên cứu cho rằng sách được soạn bằng chữ Nôm. Theo Lm. Léopold Cadière, quyển sách giáo lý nầy được sáng tác bằng ngôn ngữ Đàng Trong, loại ngôn ngữ phổ thông (chữ Nôm).... Song song với việc biên tập, chắc chắn nó cũng được phiên âm bằng mẫu tự châu Âu để cho các thừa sai được tiện dùng. Dần dần bản phiên âm bằng mẫu tự châu Âu được sao chép kèm với chữ nôm phổ thông đã được giới bình dân yêu chuộng. Hẳn nhiên, đây là những bản sao bằng mẫu tự châu Âu rất quý báu đối với chúng ta, bởi vì nó cho chúng ta hình thái đầu tiên về việc Latin hóa ngôn ngữ Việt Nam, một hình thái Quốc ngữ "tiền Đắc Lộ", trước chữ Quốc ngữ của Lm. Đắc Lộ. Chúng ta có được một số chứng từ về những hình thái đầu tiên của chữ Quốc ngữ bằng mẫu tự Latin trong Bản tường trình của Lm. Borri.[66]

C. Linh mục Cristoforo Borri

Lm. Cristoforo Borri đến Đàng Trong năm 1618 và rời khỏi Đàng Trong năm 1622.[67] [62] Ông chỉ ở tại Cửa Hàn trong thời gian rất ngắn để đi tìm các đồng sự. Trong suốt thời gian 1618-1622, ông sống và làm việc tại Nước Mặn. Ông được Bề trên ở Macao cử đến Đàng Trong cùng với Lm. Pedro Marques. Ông đến Đàng Trong ngay trong lúc những người bạn thừa sai của ông đang lâm cảnh "dầu sôi lửa bỏng". Vừa đến Cửa Hàn, việc đầu tiên là ông đi tìm các đồng sự của ông đã gặp nạn, đây cũng là sứ mạng của ông khi ông được Bề trên Tỉnh dòng cử ông đi. Ông đến Hội An. Ông gặp được Lm. Pina, người bạn rất thân thiết khi học ở Macao, và tu huynh người Nhật. Qua đây, ông cũng biết được tình trạng của Lm. Buzomi, bề trên miền truyền giáo, đang được Quan phủ Qui Nhơn chăm sóc ở Qui Nhơn suốt cả một năm qua.

---

[65] João Rodrigues Girão, *Annua De Cochinchina De 1619*, JS 71, ARSI, sđd., trang 002, từ hàng 22 đến 35.

[66] BAVH, Juillet-Déc. 1931, trang 420.

[67] BAVH, Juillet-Déc. 1931, trang 396.

Sau khi gặp nhau, không để uổng phí thời gian, các thừa sai chia nhau địa bàn làm việc. Lm. Marques ở lại Hội An chăm sóc mục vụ cho Nhật kiều kitô hữu với tư cách là Bề trên, cùng có Lm. Pina và một tu huynh người Nhật, hai người đã được giáo dân Nhật nuôi dấu ở đây từ một năm trước; Lm. Borri đi Cửa Hàn để giúp người Bồ. Tuy nhiên sau đó không bao lâu, Lm. Buzomi cùng Quan phủ Qui Nhơn đến Cửa Hàn. Sau khi gặp nhau tay bắt mặt mừng tại Cửa Hàn, Quan phủ Qui Nhơn, Lm. Buzomi, và Lm. Borri cùng về Hội An. Sau cuộc hội ngộ vắn tắt tại Hội An, Quan phủ Qui Nhơn đưa Lm. Buzomi, Lm. Pina, Lm. Borri và tu huynh Diaz về Nước Mặn. Lm. Marques và tu huynh người Nhật ở lại Hội An.[68]

Tại Nước Mặn, được Quan phủ Qui Nhơn, một người dân yêu và các quan thuộc quyền quý chuộng, bảo trợ "tận răng",[69] Lm. Borri cũng như Lm. Pina có điều kiện môi sinh rất thuận lợi để học, nghiên cứu và sáng tạo cách viết tiếng Việt theo mẫu tự Latin. Trong thuận lợi đó, Lm. Borri đã để lại cho chúng ta một số "chữ Quốc ngữ" trong tác phẩm ông viết tại Nước Mặn.

Bởi tính quý giá của tác phẩm nên tác phẩm được xuất bản rất nhiều lần. Tác phẩm được Lm. Borri viết bằng tiếng Ý, xuất bản lần đầu năm 1631 tại Rôma. Sau đó không lâu, tác phẩm được dịch và xuất bản nhiều lần, ở nhiều nơi, bằng nhiều thứ tiếng thông dụng trên thế giới (Ý, Latin, Hòa lan, Pháp, Đức, Anh và Việt Nam), nói theo ngôn ngữ thời nay là "best seller book 1631-1633".[70] Tác phẩm của

---

[68] Cristoforo Borri, *sđd,* trang 67-71.

[69] Cristoforo Borri, *sđd*, trang 72-78 (BAVH, Juillet-Déc. 1931, trang 348-353)

[70] Xem BAVH, Juillet-Déc. 1931, *Notice sur Cristoforo Borri et sur les éditions de sa relation par Charles B. Maybon*, trang 276, chú thích số 1.

Bản tiếng Ý gồm hai phần. Phần I có 8 chương, phần II có 11 chương.

Bản dịch tiếng Pháp của Bonifacy được đăng trong BAVH, Juillet-Déc. 1931, đầy đủ như bản tiếng Ý.

Bản dịch tiếng Việt của Hồng Nhuệ- Nguyễn Khắc Xuyên và Nguyễn Nghị với tựa đề "*Xứ Đàng Trong năm 1621*", nhà xuất bản Tổng Hợp Tp. Hồ Chí Minh, tháng 9/2014. Bản dịch nầy chỉ có 13 chương xuyên suốt, không theo kết cấu phần và chương của bản tiếng Ý. Trong số 13 chương, 8 chương đầu theo đúng thứ tự như bản tiếng Ý. Năm chương tiếp theo (9-13): Chương 9 của bản dịch là chương 3 phần II của bản tiếng Ý; Chương 10 của bản dịch là chương 4 phần II của bản tiếng Ý, tuy nhiên bản dịch bị cắt bỏ rất nhiều so với bản tiếng Ý; Chương 11 của bản dịch là chương 6, phần II của bản tiếng Ý, tuy nhiên nơi bản dịch tựa đề của chương bị thay đổi và cắt bỏ một số đoạn so với bản tiếng Ý; Chương 12 của bản dịch với đề chương "Đời sống tinh thần ở Đàng Trong" là một tổng hợp chương 7 và chương 8 phần II của bản tiếng Ý, tuy nhiên bản dịch đã cắt bỏ bản tiếng Ý rất nhiều; Chương 13 của bản dịch là chương 11 phần II của bản tiếng Ý, tuy nhiên bản dịch đã cắt bỏ bản tiếng Ý rất nhiều. Nói chung bản dịch nầy cắt bỏ quá nhiều điều mà Linh mục Borri đã viết trong bản tiếng Ý được xuất bản năm 1631.

Bản dịch tiếng Việt của Hồng Nhuệ với tựa đề "*Tường trình về khu truyền giáo Đàng Trong 1631*", nhà xuất bản Thăng Long, nhà in Thiên Hà, Hoa Kỳ 1989. Bản dịch nầy được dịch giả dịch từ bản dịch tiếng Pháp của Linh mục Antoine de la Croix xuất bản ở Lille năm 1631, bản dịch thiếu chương 11 phần II của bản tiếng Ý.

Lm. Borri hút khách khi tác phẩm vừa được xuất bản vì nó chứa đựng những thông tin đặc thù và sốt dẻo về đạo và đời của một vùng đất xa lạ đối với nhiều người Âu châu thời bấy giờ. Đối với chúng ta, nó đã cho chúng ta những tư liệu quý về đạo và đời của thời rất xa xưa, cách chúng ta ngót nghét 400 năm. Một trong những điều quý giá mà tác phẩm để lại cho chúng ta là một số chữ Quốc ngữ thuở phôi thai. Hiện nay chúng ta đã có nhiều chuyên gia nghiên cứu về những chữ Quốc ngữ phôi thai nầy. Lm. Léopold Cadière, nhà nghiên cứu khoa học, sử học, ngôn ngữ học và tôn giáo dân tộc học đã nhận xét về tác phẩm của Lm. Borri: "Bản tường thuật của ông đã chứng tỏ ông có một kiến thức uyên thâm về thời đại và ngôn ngữ bản xứ của thời đại ấy. Một điều mà khiến cho bất cứ ai cũng phải nghĩ đến các khó khăn mà ông phải đối diện, ông chỉ nhận được sự giúp đỡ từ những người thông dịch kém cỏi, họ chỉ biết được lèo tèo một số từ cần thiết trong giao dịch mua bán. Ngoài thanh giọng của ngôn ngữ, ông còn cần phải phân biệt âm nầy với âm nọ, phải giải quyết vấn đề ký âm tiếng Việt Nam bằng ký tự Âu châu. Nơi bản tường thuật, ông để lại cho chúng ta những tiêu bản quý báu về những hình thái tiên chinh của chữ Quốc ngữ, một thứ chữ Quốc ngữ trước thời Lm. Đắc Lộ. Những bút tích này của Lm. Borri quả là một bổ ích lớn lao cho những ai khi đi sâu nghiên cứu về sự hình thành chữ Quốc ngữ ". [71]

Trong khi nghiên cứu và phiên dịch tác phẩm của Lm. Borri, dịch giả Hồng Nhuệ đã bộc bạch: "Có một vài câu chữ Quốc ngữ trong bản tường thuật của ông cho chúng ta biết: ngay từ những năm 1618-1620 đã có một khởi đầu hình thành thứ chữ nầy... ".[72] Lm. Léopold Cadière viết: "Dù trải qua thời gian ít ỏi ở Việt Nam, Lm. Cristoforo Borri đã tạm nắm bắt được ngôn ngữ xứ nầy. Điều nầy được thể hiện qua những từ và những câu chữ Quốc ngữ trong bản tường trình của ông".[73]

Chúng tôi xin nêu lên đây một câu trong những câu Lm.Borri đã viết trong tác phẩm mà dịch giả Hồng Nhuệ và Lm. Léopold Cadière đã nói đến:"Tuijciam, Biet"[74] [69] – [Tui chẳng biết]. Sở dĩ chúng tôi

---

[71] BAVH, Juillet-Déc. 1931, trang 262-263.

[72] Cristoforo Borri, *sđd*, trang 06.

Về Sách giáo lý nầy, dịch giả căn cứ vào lời tường thuật của Linh mục Borri về một cuộc "cá độ" tại Nước Mặn giữa Linh mục với một vị quan cai quản khu phố Nước Mặn về vấn đề nguyệt thực sắp xảy ra. Nếu quan thua, quan phải đến nghe "giáo lý tám ngày" tại nhà các thừa sai. Nếu quan thắng, Linh mục phải cấp cho quan một áo dài bằng lụa. (xem Cristoforo Borri, sđd, trang 102).

[73] BAVH, Juillet-Déc. 1931, Annotations à la Lettre de Gaspar Luiz par Léopold Cadière, trang 410.

[74] BAVH, Juillet-Déc. 1931, trang 328.

Trong bản tiếng Ý: "Tuijciam, Biet".

muốn nêu lên câu nầy trong bầu khí hội thảo được tổ chức tại Bình Định hôm nay, vì chẳng những cái dáng mà còn cái âm của nó, âm giọng miền Trung Trung Bộ,[75] cách riêng âm giọng đặc sệt của Bình Định "nậu tui" đã bền bỉ "trơ gan cùng tuế nguyệt" từ 400 năm nay. Ngày nay chữ "tui" vẫn mang cái dáng và cái âm dung dị ấy len lỏi hiện diện trong ngôn ngữ đời thường của người Bình Định như:

- "Nậu tui" để xưng hô ở ngôi thứ nhất số nhiều nhằm diễn tả những người cùng nghề, cùng chỗ ở, cùng sinh hoạt, cùng nhóm hay cùng hoàn cảnh...

- Vợ chồng lớn tuổi, bạn bè nam nữ, hàng xóm thường xưng hô với nhau "tui dứ bèa, ông... "[tôi với bà, ông...]

- Trong ca dao:

" Thương chồng phải luỵ mụ gia/ Chớ tui với bã có bà con chi!"

"*Chim liễu bó biểu chim quỳnh/ Biểu to biểu nhỏ, biểu mình thương tui*".

- Trong Bài chòi Bình Định:

Câu thai cho con bài Bát Bồng:

"*Chầu rày đã có trăng non/ Để tui lên xuống có con em bồng*".

Câu thai cho con bài Bạch Huê:

"*Con vợ tui tốt tợ tiên sa/ Coi trong thiên hạ ai mà dám beng (dám bì, dám sánh)/ Lưng khòm rồi lại da đen/ Còn hai con mắt tợ khoen trống chầu/...*"

"Tuijciam, Biet" là lời của "Onsaij Ly"- [Ông sãi tên Ly hay Lý...], ông trụ trì một ngôi đền ở gần nhà các thừa sai tại Nước Mặn.[76] Chúng ta hình dung được rằng chữ viết ghi âm bao giờ cũng phản ánh âm giọng của cư dân nơi một vùng cụ thể. Do đó, một chữ "Tui" tuy đơn giản nhưng cho chúng ta thấy vai trò của các thừa sai ở tại Nước Mặn trong việc sáng tạo chữ Quốc ngữ, đồng thời nó cũng làm sáng tỏ điều các nhà nghiên cứu đã xác định như đã nêu trên đây: Ngay từ những năm 1618-1620 đã có một khởi đầu hình thành thứ chữ nầy tại Nước Mặn.

---

[75] xem Võ Long Tê, *Lịch sử văn học Công giáo Việt Nam,* nhà xuất bản Tư Duy, Sài Gòn 1965, trang188-189.

[76] - Cristoforo Borri, *sđd*, trang 108.

- Câu chuyện nầy được đề cập đến trong *Annua de Cochinchina de 1619* - báo cáo thường niên năm 1619, phần báo cáo về cư sở Nước Mặn – Residençia de Nuocman da Provincia de PuloCamby (trang 010-010v, hàng 585 đến hàng 633).

PHẦN III. KẾT LUẬN

Theo các nguồn sử liệu đã nêu trên, chúng tôi biết được các thừa sai Dòng Tên ở Nước Mặn (từ giữa năm 1618, lúc thành lập cư sở cho đến đầu năm 1620) là những thừa sai tiên phong chuyên tâm nghiên cứu ngôn ngữ Việt Nam hơn bất cứ điều gì khác. Trong đó Lm. Pina và Lm. Borri là hai thừa sai được người đương thời bình chọn là "cặp đôi hoàn hảo" đạt danh hiệu "thông thạo tiếng việt". Đồng thời cũng được biết kết quả thực tiễn của việc học hỏi, nghiên cứu, sáng tạo chữ Quốc ngữ của Lm. Pina và Lm. Borri tại Nước Mặn:

- Một quyển sách *Bổn* đầu tiên (gồm giáo lý và kinh thường đọc) bằng tiếng Nôm đã ra đời. Song song với việc biên tập, chắc chắn nó cũng được ký âm bằng mẫu tự châu Âu để cho các thừa sai được tiện dùng. Hẳn nhiên, đây là những ký âm bằng mẫu tự châu Âu rất quý báu đối với chúng ta, bởi vì nó cho chúng ta hình thái tiên chinh về chữ Quốc ngữ bằng mẫu tự Latin, một hình thái Quốc ngữ "tiền Đắc Lộ". Tác giả của nó là Lm. Pina và một người thanh niên Việt Nam. Lm. Pina đến tại Cửa Hàn năm 1617, chết đuối vào ngày 15 tháng 12 năm 1625.[77] Trong thời gian 1617-1625, ông ở tại Cửa Hàn trong một thời gian rất ngắn ngủi, còn lại ông ở tại Hội An, Nước Mặn và Dinh Chiêm, trong đó Nước Mặn là nơi đầu tiên ông có cơ hội thuận lợi nhất để nghiên cứu, học hỏi và sáng tạo chữ Quốc ngữ. Những năm về sau (1623-1625), theo ông, Dinh Chiêm là nơi học tiếng Việt tốt nhất.

- *"Relatione della nuova missione delli PP. della Compagnia di Giesù, al Regno della Cocincina - Tường trình về khu truyền giáo mới của các thừa sai Dòng Tên tại Vương quốc Đàng Trong"* của Lm. Borri là một tác phẩm, một tài liệu sử quý giá cả đạo lẫn đời, được viết tại

[77] Việc Lm. Pina chết đuối được các sử liệu đề cập đến:

- Roland Jacques, sđd., trang 89: Căn cứ vào các tài liệu ghi ở chú thích số 58, Pina chết đuối ở vịnh Đà Nẵng.

- Daniello Bartoli, *Dell'Istoria Della Compagni Di Gesù La Cina*, Libro Quarto, Torino 1825, trang 67-68: Lm. Pina chết đuối tại "Porto di Ciampeilò", được tẩm liệm trong một quan tài rất đẹp, được đưa về an táng tại Hội An.

- Alexandre de Rhodes, *Les Divers Voyages et Missions, du P. Alexandre de Rhodes*, Sébastien Cramoisy, Paris 1653, trang 76-77: Linh mục Pina chết đuối tại "Port de Cham". Trong bản dịch tác phẩm này, dịch giả Hồng Nhuệ dịch "Port de Cham" là Bến Hội An. Trong khi đó, "Port de Cham" ở trang 239 cùng tác phẩm của Alexandre de Rhodes, Hồng Nhuệ dịch "Port de Cham" là Cửa Đà Nẵng. Cần chú ý, khi nói đến Hội An, Alexandre de Rhodes dùng từ "Faifo". [Xem *Hành trình và Truyền giáo*, Bản dịch Việt Ngữ của Hồng Nhuệ, Ủy ban Đoàn kết Công giáo Tp. HCM, 1994, trang 58 và 175]. Chi tiết "port de Cham fort près de Faifo – Cửa Cham rất gần Hội An" nơi trang 239, *Les Divers Voyages et Missions*, cho ta biết "port de Cham" mà Alexandre de Rhodes viết trong tác phẩm của ông là cửa Đại Chiêm, cửa sông Thu Bồn đổ ra biển. Như vậy theo Linh mục Bartoli và Linh mục Rhodes, Linh mục Pina chết đuối tại Cửa Đại Chiêm, nay thuộc phường Cửa Đại, thành phố Hội An. Cửa Đại Chiêm cách thành phố Hội An khoảng 5km.

Nước Mặn. Nơi bản tường thuật nầy, ông để lại cho chúng ta những tiêu bản quý báu về những hình thái tiên chinh của chữ Quốc ngữ, một thứ chữ Quốc ngữ trước thời Lm. Đắc Lộ. Những bút tích này của Lm. Borri quả là một bổ ích lớn lao cho những ai khi đi sâu nghiên cứu về sự hình thành chữ Quốc ngữ.

Quả vậy, chữ Quốc ngữ hôm nay chúng ta đang dùng đã có một khởi đầu. Việc khởi đầu sáng tạo chữ Quốc ngữ là một sáng kiến của các thừa sai Dòng Tên phát xuất từ nhu cầu truyền giáo cho người Việt. Công cuộc khởi đầu ấy là công việc được đóng góp từ công sức của nhiều người, trong đó thành phần chủ chốt đầu tiên là số thừa sai Dòng Tên làm việc tại cư sở Nước Mặn ở giai đoạn giữa năm 1618 đến đầu năm 1620. Trong đó Lm. Buzomi với tư cách người bề trên, người anh cả, quảng đại gánh vác các công việc khác trong cộng đoàn như để tạo mọi thuận lợi cho hai người em của mình, Lm. Pina và Lm. Borri, chú tâm dùi mài học hỏi, nghiên cứu và sáng tạo ngôn ngữ địa phương.

Ngoài ra phải kể đến sự tham gia và đóng góp của những người Việt Nam mà người đầu tiên phải kể đến là ông Trần Đức Hòa, quan phủ Qui Nhơn. Việc các thừa sai gặp nạn ở Cửa Hàn có thể ví như mấy anh em trong một gia đình đang lâm cảnh mồ côi, không nơi nương tựa. Ông Trần Đức Hòa là một nhà hảo tâm quảng đại. Ông cưu mang, đùm bọc những con người "mồ côi" đang lâm cảnh đáng thương nầy. Ông lo cho những người nầy có điều kiện tốt nhất để đi tìm con chữ mà

Lăng mộ Trần Đức Hòa

hôm nay chúng ta được thừa hưởng. Vì vậy danh tính của ông không thể thiếu trong danh sách những người đầu tiên chúng ta ghi ơn. Trong số những người đầu tiên tiêu biểu ở giai đoạn đầu nầy còn có những vị Sãi, người thanh niên mười sáu tuổi có tên thánh bổn mạng là Phêrô, anh Augustinô – thông ngôn người Đàng Trong của Lm. Buzomi, những người buôn bán và bà con nông dân Việt Nam ở tại thương cảng Nước Mặn mà các thừa sai được tiếp xúc hằng ngày, những thương nhân

Nhật Bản với vai trò thông ngôn dù chỉ biết lèo tèo một số từ cần thiết trong giao dịch thương mại.

Như thế, lúc bấy giờ Nước Mặn chẳng những là một trung tâm truyền giáo mà còn là nơi các thừa sai nghiên cứu và sáng tạo chữ Quốc ngữ trong giai đoạn mà Lm. Léopold Cadière, nhà nghiên cứu khoa học, sử học, ngôn ngữ học và tôn giáo dân tộc học gọi là “hình thái tiên chinh của chữ Quốc ngữ, một thứ chữ Quốc ngữ trước thời Linh mục Đắc Lộ”. Ngoài ra, Cư sở Nước Mặn cũng là “Trường Quốc ngữ” đầu tiên cho các thừa sai đến sau như Lm. Emmanuel Borges (1622), Lm. Giovanni di Leira (1622), Lm. Gaspar Luiz (1624), Lm. Girolamo Maiorica (1624).

Với những gì đã được nêu trên cho thấy Nước Mặn là nguồn suối đầu tiên trong những nguồn suối đầu nguồn phát tích “dòng sông Quốc ngữ”. Trong tinh thần “uống nước nhớ nguồn”, chúng tôi mạo muội xin được đề nghị với Quý cấp thẩm quyền và Hội thảo hôm nay: Nên chăng, có một ngày Lễ hội Chữ Quốc ngữ được tổ chức như một điểm nhấn trong Lễ hội Đô thị Nước Mặn đã được tổ chức vào ngày 30 tháng Giêng và mùng 1, 2 tháng 2 âm lịch hằng năm tại chính nơi nó được sinh ra.

Nguồn: Tham luận tại *“Hội thảo Bình Định với chữ Quốc ngữ”* tổ chức ngày 13.01.2016 tại thành phố Qui Nhơn do UBND tỉnh Bình Định phối hợp với các cơ quan trung ương.

CÓ THẬT CHỮ QUỐC NGỮ CHỈ PHỤC VỤ TRUYỀN GIÁO?

Hoàng Mạnh Hà

Trong các cuốn sách viết bằng chữ Quốc ngữ thời kỳ Cha Đắc Lộ, chỉ có cuốn *Phép giảng tám ngày* là sách Công giáo. Những tác phẩm còn lại là sách ngữ pháp, chính tả, tự điển, lịch sử...

Lâu nay một số nhà nghiên cứu vẫn cho rằng chữ Quốc ngữ ban đầu được sáng tạo chỉ để phục vụ cho nội bộ Công giáo và công cuộc truyền giáo. Họ đưa ra nhận nhận định này với ý đồ không muốn thừa nhận những đóng góp của các nhà truyền giáo cũng như chữ Quốc ngữ cho văn minh dân tộc Việt Nam.

Tuy nhiên, qua nghiên cứu các tài liệu, chúng tôi lại phát hiện trong số các cuốn sách viết bằng chữ Quốc ngữ thuở ban đầu chỉ có cuốn *Phép giảng tám ngày* [1] của Linh mục Đắc Lộ là sách Công giáo. Tất cả các sách bằng chữ Quốc ngữ khác, ngay cả cuốn *Từ điển Việt – Bồ - La*[2] cũng là sách dành chung cho người Việt.

Các sách Quốc ngữ đầu tiên

Trước khi cho xuất bản hai cuốn sách bằng Quốc ngữ đầu tiên (*Từ điển Việt – Bồ - La, Phép giảng tám ngày*), các nhà truyền giáo đã soạn những cuốn sách Quốc ngữ sau:

---

[1] *Lịch sử chữ Quốc ngữ 1620 – 1659*, Đỗ Quang Chính SJ, NXB Tôn Giáo, trang 118. Tên gốc cuốn sách là *Cathechismus*. Linh mục Đắc Lộ viết cuốn này dành cho người dạy giáo lý, chia ra tám ngày học nên sau này chúng ta hay gọi nôm na là cuốn *Phép giảng tám ngày*.

[2] *Lịch sử chữ Quốc ngữ 1620 – 1659, trang 115.*

Nhà báo Hoàng Mạnh Hà

** Sinh: 29-04-1974, tại Cổ Ra, Bùi Chu. Làm việc tại Sài Gòn.*
** Cử nhân Sử học.*
** Cựu Thư ký Toà soạn Báo Pháp luật Tp. Hồ Chí Minh.*
** Chủ biên Tạp chí Đồng Hành, Chủ biên BusinessForum.*
Email: <toasoandonghanh@gmail.com>
** Email: <tinmunggiesu@gmail.com>*

1. *Chính tả Việt ngữ*, do Cha Francisco de Pina viết tại Hội An, khoảng năm 1622[3].

2. *Ngữ pháp tiếng Việt*[4] cũng do cha Francisco de Pina viết tại Hội An hoặc Thanh Chiêm khoảng năm 1623.

3. *Từ vựng tiếng Việt* [5], do G. Luís soạn lúc ông ở Đàng ngoài, từ 1625-1639.

4. *Diccionário Anamita – Portugês – Latim* [6] do Gaspar d'Amaral soạn ở Thăng Long khi ông ở đây, từ 1631 – 1638.

5. *Diccionário Portugês – Anamita* [7]do António Barbosa ở Đàng Ngoài 1636 – 1642.

Qua các bản tường trình mà các tu sĩ gửi về cho bề trên mà chúng ta biết các ngài đã biên soạn những cuốn sách này. Thời ấy, các tu sĩ Dòng Tên khi tới Đàng Trong và Đàng Ngoài cũng như các nước khác phải thường xuyên viết bản tường trình về Macao, Roma. Tên các cuốn sách được các tu sĩ kể ra trong các tường trình này.

Chẳng hạn, trong thư Cha Pina gửi cho Cha Jerómio Rodriguez ở Macao năm 1622-1623 viết: "Phần tôi, đã soạn một tập nhỏ về chính tả và các dấu thinh của tiếng này [Việt], và tôi đang bắt tay vào việc soạn ngữ pháp. Dù tôi đã thu thập được nhiều truyện thuộc các loại khác nhau giúp cho những trích dẫn thêm giá trị, hầu xác quyết được ý nghĩa các từ ngữ và quy luật ngữ pháp…" [8].

Tiếc rằng, những cuốn sách này do chưa được xuất bản nên đã bị thất truyền. Lm. Đỗ Quang Chính, SJ trong quá trình nghiên cứu đã lục tìm khắp các thư viện bên Châu Âu nhưng không thấy.

---

[3] *Lịch sử chữ Quốc ngữ 1620 – 1659, trang 145*

[4] Sđd

[5] Sđd

[6] Sđd

[7] Sđd

[8] *Tản mạn lịch sử Giáo hội Việt Nam*, Đỗ Quang Chính SJ, NXB Tôn giáo 2008, trang 133.

6. *Lịch sử nước Annam* [9]

Đây là cuốn sách bằng chữ Quốc ngữ đầu tiên do Thầy giảng người Việt Bento Thiện viết năm 1659. Tài liệu viết tay này Lm. Đỗ Quang Chính đã tìm thấy tại Văn khố Dòng Tên ở Roma.

Cuốn *Lịch sử nước Annam* được chia làm hai phần: Phần thứ nhất, thuật lại lịch sử chính trị nước Việt xưa từ đầu tới thời Trịnh Nguyễn. Phần hai, tác giả viết về phong tục, xã hội, địa lý hành chính và số chùa cùng nhà thánh (nhà thờ Công giáo). Phần hai của cuốn sách giúp chúng ta hiểu rõ hơn bộ mặt Việt Nam thời đó.

Như vậy, tính từ thời các giáo sĩ Dòng Tên đầu tiên sáng tạo ra chữ Quốc ngữ và Cha Pina viết cuốn sách đầu tiên năm 1622, cho đến giai đoạn ra đời Gia Định báo năm 1865, các tác phẩm bằng chữ Quốc ngữ chỉ có **một cuốn sách duy nhất viết về Công giáo** (HMH nhấn mạnh) là *Phép giảng tám ngày* của Lm. Đắc Lộ.

Cuốn *Tự điển Việt – Bồ - La* do Cha Đắc Lộ xuất bản ở Roma cùng với sáu cuốn sách được biên soạn và viết tay kể trên hoàn toàn không dính dáng gì đến đề tài Công giáo. Thay vào đó, các linh mục và thầy giảng người Việt đã cống hiến cho nước Việt chúng ta những tài liệu vô cùng quý giá về lịch sử, ngôn ngữ... Trong đó, các giáo sĩ đã đưa môn ngữ pháp học vào tiếng Việt. Điều này trước đây chưa từng có. Hay nói cách khác, tiếng Việt trước đó không có môn ngữ pháp.

Sách Công giáo vẫn sử dụng Hán – Nôm

Mặc dù năm 1651, Cha Đắc Lộ đã xuất bản và chính thức làm "giấy khai sinh" cho chữ Quốc ngữ, nhưng ở giai đoạn đó đến mãi sau này, các tài liệu trong đạo Công giáo vẫn sử dụng chữ Hán – Nôm. Điều này lại càng chứng minh những nhận định cho rằng chữ Quốc ngữ sinh ra chỉ để phục vụ việc truyền giáo là vô căn cứ.

Một số người Việt đầu tiên biết chữ Quốc ngữ là thầy giảng Bento Thiện, tác giả cuốn *Lịch sử nước Annam* kể trên. Ngoài ra là thầy Igesico Văn Tín. Năm 1659 hai vị thầy giảng này đã viết thư bằng chữ Quốc ngữ gửi về Macao cho Lm. Filippo Marini.[10]

Trong mấy chục năm đầu, các thầy giảng vẫn phải tuân thủ quy định phải học chữ Hán, vì chữ Hán là văn tự chính thức của cả nước gồm Đàng Trong và Đàng Ngoài. Ba thầy giảng đầu tiên ở Đàng Ngoài đều thạo chữ Hán vì các thầy đã được học từ trong nhà chùa, nhất là thầy Phanxicô Đức. Còn ở Đàng Trong thì thầy I Nhã có bằng cấp lại "sinh đồ, tú tài" chữ Hán.

---

[9] *Lịch sử chữ Quốc ngữ 1620 – 1659*, Đỗ Quang Chính SJ, NXB Tôn Giáo, trang 148

[10] *Lịch sử chữ Quốc ngữ 1620 – 1659*, Đỗ Quang Chính SJ, NXB Tôn Giáo, trang 117

Tường trình của Cha Gaspar d'Amaral gửi về Áo Môn năm 1637 ghi rõ là các thầy phải học giáo lý và chữ Hán, không thấy nói việc học chữ Quốc ngữ.[11]

Một số chứng cứ cho thấy từ đầu thế kỷ XVII đến giữa thế kỷ XVIII, Giáo hội Công giáo vẫn chính thức dùng Hán – Nôm thay vì chữ Quốc ngữ:

- Tháng 5-1630, bổn đạo ở Thăng Long đệ lên Đức Thánh cha Urbano VIII một tờ biểu gồm 205 chữ Hán. Nhóm này cũng gửi Bề trên Cả Dòng Tên Mutio Vitelleschi ở Roma một thư cũng bằng chữ Hán, gồm 183 chữ.[12]

- Ngày 15-7-1640 ba vị đại diện bổn đạo Đàng Trong viết một tờ biểu tại Thanh Chiêm bằng chữ Hán đệ lên Đức Thánh cha Urbano VIII được cha Alexandre de Rhodes dịch sang tiếng La tinh.[13]

- Ngày 16-8-1750, Linh mục Phanxicô Than ở Giáo phận Tây Đàng Ngoài đặt tay lên sách Phúc âm và trước mặt Giám mục bản quyền thề theo bản đã viết bằng chữ Nôm.[14]

Đến mấy chục năm đầu thế kỷ XX, trong các giáo phận Bắc Kỳ và Trung Kỳ dùng sách đạo một phần bằng chữ Nôm, phần kia bằng chữ Quốc ngữ.[15]

Ở trên là nói đến việc sử dụng chữ Hán – Nôm trong giới linh mục, tu sĩ. Còn phía giáo dân vẫn dùng sách chữ Nôm nhiều hơn quốc ngữ. Những năm 1903, 1920, 1922, 1926, 1927 các nhà in Công giáo như Nazareth Hongkong, Kẻ Sặt, Kẻ Sở, Trung Hoà Thiện Bản Hà Nội, Phú Nhai, Qui Nhơn, Tân Định vẫn in sách đạo và sách đời bằng chữ Nôm, Hán, La tinh, Pháp và cả chữ Quốc ngữ.[16]

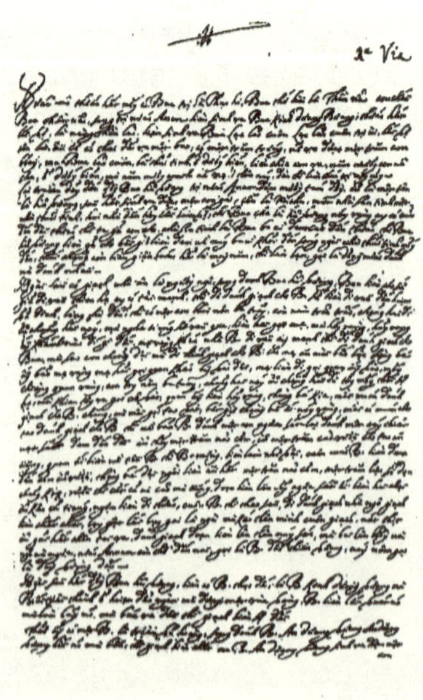

Chính các giáo sĩ Dòng Tên đã sáng tạo ra chữ Quốc ngữ, đóng vai trò như "kẻ trồng cây". Cây vẫn sống bình thường như thế, cho đến đầu thế kỷ XX, các trí thức Việt Nam đã có công vun trồng để cây Quốc ngữ ấy sinh sôi trổ bông.

[11] *Tản mạn lịch sử Giáo hội Việt Nam*, Đỗ Quang Chính SJ, NXB Tôn giáo 2008, trang 179 – 183

[12] Sđd

[13] Sđd

[14] Sđd

[15] Sđd

[16] Sđd

QUYỂN SÁCH GIÁO LÝ ĐẦU TIÊN TRONG CÔNG CUỘC TRUYỀN GIÁO TẠI VIỆT NAM

Linh mục Gioan Võ Đình Đệ *

Cố Giáo sư Phan Huy Lê, Chủ tịch Hội Khoa học Lịch sử Việt Nam đã phát biểu tổng kết Hội thảo "Bình Định với Chữ Quốc ngữ" được tổ chức tại thành phố Quy Nhơn vào ngày 13.01.2016: *"Trên cơ sở những chứng cứ hiện nay, có thể kết luận, chữ Quốc ngữ trong trạng thái phôi thai, ra đời sớm nhất ở ba trung tâm: Nước Mặn, Hội An và Dinh Chiêm, trong đó Nước Mặn có phần sớm hơn".*[1] *Nước Mặn còn là nơi quyển sách giáo lý* Công giáo *đầu tiên trong công cuộc truyền giáo tại Việt Nam được sinh ra.*

Thư báo cáo của Lm. João Roiz (bằng tiếng Bồ Đào Nha) và của Lm. Gaspar Luis (bằng tiếng La tinh), cùng một nội dung báo cáo về tình hình truyền giáo tại Đàng Trong năm 1620, được viết tại Macao vào năm 1621.[2] Hai tác giả của hai thư cho biết tiện ích và hiệu quả của cuốn sách nhưng không cho biết thời điểm, địa điểm, nội dung cuốn sách giáo lý nầy được soạn. Về tác giả thì hai vị chỉ nói trổng mà không nói đích danh ai. Lm. João Roiz viết: «...pe lhes foi facil aprendere

---

* Về tác giả, xem trang I-248

[1] PHAN HUY LÊ, "Tổng kết Hội thảo Khoa học: Bình Định với chữ Quốc ngữ", trong UBND TỈNH BÌNH ĐỊNH, *Bình Định với chữ Quốc ngữ. Kỷ yếu Hội thảo*, Nhà xuất bản tổng hợp Thành phố Hồ Chí Minh, 2016, tr. 618.

[2] João Roiz viết ngày 20.11.1621 (ARSI, JS.72,f.6r). Gaspar Luis viết ngày 12.12.1621 (ARSI, JS.17,f.24r). Tường trình của Gaspar Luis được dịch sang tiếng Pháp và được xuất bản tại Paris năm 1628 trong tác phẩm «*Histoire de ce qui s'est passé en Ethiopie, Malabar, Brasil et les Indes Orientales: Tirée des lettres escrites és années 1620 iusques à 1624*" tt.122-148. Bản dịch này được chụp lại và đăng trong BAVH, Juillet-Déc. 1931.

nas, - [*cha ấy học tiếng dễ dàng*]», «o Padre que sabe a lingoa, està em Faifo – [*một cha biết tiếng địa phương, đang ở Hội An*]»;[3] còn Lm. Gaspar Luiz chỉ đề cập: «Ejus ope – *chính nhờ công của vị ấy*». Căn cứ vào các chi tiết này, cha Đỗ Quang Chính SJ. cho rằng «Tất cả những kiểu nói này có thể chỉ về Pina» và được soạn tại Hội An.[4]

Quyển sách giáo lý nầy thực sự được soạn ở đâu? Lúc nào? Nội dung?

Để có được thông tin xác thực về quyển sách giáo lý này, chúng ta thử tìm lại từ các thư báo cáo hằng năm của các thừa sai làm việc truyền giáo tại Đàng Trong từ năm 1615-1619.[5]

- Trong các Bản báo cáo từ năm 1615-1617 chỉ cho biết tình hình chung về việc truyền giáo tại Đàng Trong (Missione di Coccincina), chưa đề cập đến một cư sở [6] hay thông tin nào về quyển sách giáo lý này.[7]

- Bản báo cáo năm 1618 cho biết cư sở Nước Mặn (**Residentia** di Pulocambi) được thành lập và có 03 Linh mục ở đây.[8] Báo cáo cũng cho biết tại cư sở này có một thanh niên mười sáu tuổi, lanh lợi và thông minh, giỏi Hán văn, được dân làng yêu mến. Anh là một tân tòng, tên thánh rửa tội là Phêrô, giúp các thừa sai biên dịch sang tiếng địa phương các kinh Lạy Cha, Kính mừng, Tin kính, Mười điều răn mà các kitô hữu đã biết. Ngoài ra còn có các điều phải tin, trong đó có tín điều chỉ có một Thiên Chúa duy nhất, mầu nhiệm một Chúa Ba ngôi rất thánh, mầu nhiệm Nhập thể, mầu nhiệm Cứu chuộc, sự cần thiết của

---

[3] Sau 02 năm ở Nước Mặn, lúc này (1620) cha Pina đang ở Hội An. Xem ĐỖ QUANG CHÍNH SJ., Lịch sử chữ Quốc ngữ 1620-1659, Tủ sách Ra Khơi, Sài Gòn 1972, trang 22.

[4] ĐỖ QUANG CHÍNH SJ., *Dòng Tên trong xã hội Đại Việt 1615-1773*, Antôn & Đuốc Sáng, USA June 2006, trang 40

[5] Truyền thống của Dòng, hằng năm các thừa sai phải viết báo cáo tình hình hoạt động truyền giáo nơi mình làm việc để gởi về cho Bề trên nhà Dòng. Bản báo cáo được viết 03 bản, một bản lưu, hai bản được gởi về nhà Dòng theo hai đường khác nhau để phòng ngừa bị thất lạc.

[6] Cư sở (Residentia) là một loại nhà của các thừa sai dòng Tên được hiến pháp dòng Tên quy định: Khu nhà lớn, có nhiều tu sĩ ở và có nhiều loại hình hoạt động tông đồ. Xem Đỗ Quang Chính SJ, *Dòng Tên trong xã hội Đại Việt 1615-1773*, Antôn & Đuốc Sáng, USA, 2006, tr. 60.

[7] Xem:

- Báo cáo năm 1615-1616 của Nicola da Costa «*Annua do Collegio de Macao desde Janeiro de 615 ate o outro de 616*», đề ngày 17.01.1616 tại Macao (ARSI, JAP-SIN, Vol.114, trang 1-9)

- Báo cáo năm 1617 của Antonio de Souza đề ngày 08.01.1618 tại Macao (*Lettere Annue Del Japonne, China, Goa, et Ethiopia, Napoli 1621, trang 376-379*) [*Della Residentia di Pulocambi 400-401*)

[8] Linh mục Buzomi, Linh mục Borri và Linh mục Pina.

Đức tin và các bí tích thánh để được dự phần công ơn cứu chuộc của Chúa Kitô. Tất cả các Kitô hữu chép lại những điều đó và bắt đầu lần hạt Mân côi như chúng ta. [9]

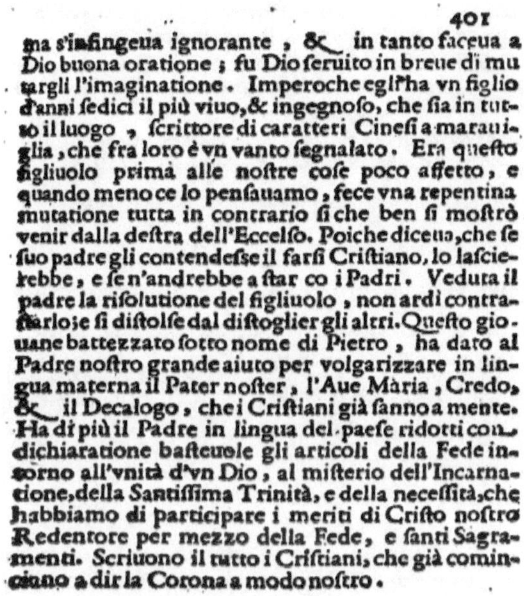

401

ma s'infingeua ignorante, & in tanto faceua a Dio buona oratione; fu Dio ſeruito in breue di mutargli l'imaginatione. Imperoche egli ha vn figlio d'anni ſedici il più viuo, & ingegnoſo, che ſia in tutto il luogo, ſcrittore di caratteri Cineſi a marauiglia, che fra loro è vn vanto ſegnalato. Era queſto figliuolo prima alle noſtre coſe poco affetto, e quando meno ce lo penſauamo, fece vna repentina mutatione tutta in contrario ſi che ben ſi moſtrò venir dalla deſtra dell'Eccelſo. Poiche diceua, che ſe ſuo padre gli contendeſſe il farſi Criſtiano, lo laſcierebbe, e ſe n'andrebbe a ſtar co i Padri. Veduta il padre la riſolutione del figliuolo, non ardì contrastarlo; e ſi diſtolſe dal diſtoglier gli altri. Queſto giouane battezzato ſotto nome di Pietro, ha dato al Padre noſtro grande aiuto per volgarizzare in lingua materna il Pater noſter, l'Aue Maria, Credo, & il Decalogo, che i Criſtiani già ſanno a mente. Ha di più il Padre in lingua del paeſe ridotti con dichiaratione baſteuole gli articoli della Fede intorno all'vnità d'vn Dio, al miſterio dell'Incarnatione, della Santiſſima Trinità, e della neceſſità, che habbiamo di participare i meriti di Criſto noſtro Redentore per mezzo della Fede, e ſanti Sagramenti. Scriuono il tutto i Criſtiani, che già cominciano a dir la Corona a modo noſtro.

Trích báo cáo năm 1618 liên quan đến sách giáo lý được dịch sang tiếng địa phương (Nôm)

- Bản báo cáo năm 1619 cho biết lúc bấy giờ tại Đàng Trong có 02 cư sở là Nước Mặn và Hội An. [10]

Phần báo cáo về cư sở Nước Mặn cho biết: «Sự hiểu biết ngôn ngữ địa phương của các thừa sai đang làm việc tại địa phương đã được cải thiện, nhờ việc rao giảng qua sự hiểu biết ấy đã đem lại đức tin rất thánh cho một số cư dân địa phương cũng như người ngoại quốc. Kết quả ấy chủ yếu là do một cha có kỹ năng tốt về ngôn ngữ. Cha nầy học ngôn ngữ rất tốt với sự nghiên cứu cần mẫn và siêng năng. Cha đã dịch những phần đầu tiên của giáo lý Kitô giáo sang ngôn ngữ địa phương theo mẫu sách giáo lý của Đức Hồng y Bellarmino. ".[11]

[9] Xem Báo cáo năm 1618 của Francesco Eugenio đề ngày 21.01.1619 tại Macao trong *Lettere Annue Del Japonne, China, Goa, et Ethiopia,* Lazaro Scoriggio, Napoli 1621, trang 400-401.

[10] Xem JOÃO RODRIGUES GIRÃO, Annua De Cochinchina De 1619, JS 71, Deste Collegio de Amacao, 20 de dezembro de 1620

[11] Xem JOÃO RODRIGUES GIRÃO, sđd, trang 002, từ hàng 22 đến 30.

de nos senão de nosso Senhor que pregamos, nem elle apertubou; nem ouve outro algum que se atrevesse aperturballa. Desta quietação pas e bom conçeito se colheo algum do fruito que se dezeiava e esperava se seguisce della, e tãobem do estado da lingoa dos nossos convertendosce a nossa santa fé alguns gentios naturais, e estrangeiros com suas pregações maiormente com as de hum delles ia destro na lingoa o qual com o muito e tudo e deligençia que pos em a aprender tem ia convertido nella as principais couzas da doutrina cristã, e os exemplos que se ajuntaram à do Cardeal Bellarmino, e vay tiran-

[Trích Báo cáo năm 1619 (chú thích số 10)]

- Bản báo cáo thường niên năm 1619 còn cho biết các thừa sai Dòng Tên ở Nước Mặn là những người đầu tiên chuyên tâm nghiên cứu ngôn ngữ «địa phương» hơn bất cứ điều gì khác. Tại cư sở này, các thừa sai đã lập một trường học và tìm được một người thầy xuất sắc, thông thạo Hán Nôm hơn nhiều so với các đồng nghiệp của ông để dạy ở trường và với mục tiêu là ông sẽ giúp các thừa sai trong việc nghiên cứu và sáng tạo ngôn ngữ, hoặc dịch các tài liệu của các thừa sai sang Hán Nôm. [12]

deu o Governador passado, no qual por agora procuraram os nossos que posesse sua escola[.] Hum mestre, que nas letras Chinas, e Cochinchinas he estremado entre os mais desta Provincia a fim de se ajudarem delle no estudo da lingoa e composição, ou trasladacam de nossas cousas nella,

[Trích Báo cáo năm 1619 (chú thích số 11)

Tiện ích và hiệu quả của quyển sách giáo lý này *cũng đã được các Báo cáo thường niên đề cập đến*. Bản báo cáo năm 1620 cho biết lúc bấy giờ có một cuốn sách giáo lý bằng tiếng Đàng Trong đang được sử dụng hữu hiệu cho công cuộc truyền giáo tại địa phương. Linh mục Gaspar Luis, tác giả bản báo cáo cho biết: Quyển sách bổn bằng tiếng Đàng Trong đã đem lại nhiều lợi ích; không chỉ trẻ nhỏ thấu hiểu mà còn cả người lớn tuổi cũng am tường...Nó cũng giúp cho những tín hữu Nhật trong việc thuyết phục được những người vợ của họ đã cưới trước đây mà chưa có phép cưới [trong đạo]. [13]

Trong *Tường trình* của Lm. Borri về một cuộc "cá cược" tại Nước Mặn giữa Linh mục với vị quan cai quản khu phố Nước Mặn về vấn

[12] Xem JOÃO RODRIGUES GIRÃO, *sđd*, trang 008v, hàng 493-495; Trang 009, hàng 535-540

[13] Xem BAVH, Juillet-Déc. 1931, *Lettre du Père Gaspar Luis sur la Concincina*, trang 127-128.

đề nguyệt thực sắp xảy ra vào lúc 11 giờ 00 ngày 09.12.1620. Theo đề nghị của quan, ai thua thì phải chung cho người thắng một bộ áo dài bằng lụa. Lm. Borri chấp nhận "cá cược" với điều kiện nếu quan thắng, Linh mục phải cấp cho quan một áo dài bằng lụa. Nếu quan thua, quan phải đến nghe "Giáo lý tám ngày" tại nhà các thừa sai. Cuộc "cá cược" này Lm. Borri đã thắng.[14] Ở đây, chúng tôi chú ý đến chi tiết nghe "Giáo lý tám ngày". Chi tiết này có liên hệ gì tới quyển giáo lý *"Phép giảng Tám ngày"* của Lm. Alexandre de Rhodes xuất bản tại Roma năm 1651 không?[15]

Khi so sánh cấu trúc sách giáo lý tại Nước Mặn với *"Phép Giảng Tám Ngày"* của Lm. Alexandre de Rhodes, Lm. Léopold Cadière nêu nhận định: Nếu chúng ta muốn biết những vấn đề có trong sách Giáo lý đầu tiên được viết bằng chữ Nôm tại Nước Mặn, và thứ tự các vấn đề này đã được sắp xếp, chúng ta chỉ phải tóm tắt sách Giáo lý của cha de Rhodes, hay đơn giản hơn, để thực hiện những tóm tắt mà chính cha cho chúng ta biết về sự dạy dỗ của mình, được cha kể lại trong quyển Divers Voyages Et Mission (*Hành Trình và Truyền Giáo*) và cuốn Tunchinensis historiœ (*Lịch sử Vương quốc Đàng Ngoài*) của mình.[16]

Về phương pháp dạy giáo lý, Lm. Léopold Cadière căn cứ phương pháp của các thừa sai tại Nước Mặn: Khởi đi từ kinh nghiệm trình bày những lẽ đạo mà lý trí tự nhiên hiểu được, sau đó mới trình bày về các mầu nhiệm thánh trong đạo.[17] Đó cũng là phương pháp cha Đắc Lộ dùng trong sứ vụ truyền giáo của mình. Lm. L. Cadière nhận định: Đó

---

[14] Xem HỒNG NHUỆ, sđd, trang 102.

[15] Bản văn *"Giáo lý Tám ngày"* như Lm. Borri nói đến, hiện nay chúng ta chưa tìm thấy. Bản văn "Phép giảng Tám ngày" của Lm. Đắc Lộ in năm 1651, hiện nay đang được lưu giữ, sao in. Căn cứ vào cụm từ "Tám ngày" trong bản văn năm 1651, "ngày" không mang ý nghĩa chỉ thời gian có 24 giờ, nhưng "ngày" mang ý nghĩa "chương, đoạn, vấn đề", đó là kết cấu, cách trình bày giáo lý mang tính minh giáo, thích hợp cho một dân tộc có một nền văn hóa riêng biệt là xã hội Việt Nam ở thế kỷ 17. Lm. Đắc Lộ nói lên kết quả của phương pháp trình bày này: «*Họ rất hài lòng khi tôi trình bày đạo ta hợp với lẽ phải và nhất là họ phục mười điều răn Chúa, cho rằng không có gì hợp lý hơn và đáng được công bố bởi đấng thượng đế muôn dân muôn nước. Phương pháp tôi dùng là luận về linh hồn bất tử và sự sống đời sau, từ đó chứng minh về tính Thiên Chúa, về quan phòng của Người và dần dần mới đề cập tới mầu nhiệm khó hơn. Theo kinh nghiệm chúng tôi thấy, cách giảng dạy lương dân như thế rất có ích: tôi đã cắt nghĩa dài hơn trong cuốn Phép giảng tám ngày trong đó tôi cố trình bày hết các chân lý căn bản phải giảng dạy lương dân*". (*Hành trình và Truyền giáo,* Ủy ban Đoàn kết Công giáo Tp. HCM, 1994, trang 73).

[16] Xem:

- A. de Rhodes, *Divers Voyages et Mission*, Paris, 1653, trang 96.
- A. de Rhodes, *Histoire du Tonkin*, Lyon, 1651, trang 175-178.

[17] Xem HỒNG NHUỆ, *Tường Trình về Khu Truyền Giáo Đàng Trong*, Thăng Long, Hoa Kỳ 1989, trang 94: «*Trong tất cả các bài giảng, mục đích chính của chúng tôi là in sâu vào tâm khảm vị quan này chân lý của đạo thánh và cho ông thấy có sự phù hợp giữa đạo và lý trí tự nhiên*».

là phương pháp dạy giáo lý được các nhà truyền giáo Dòng Tên thời đó sử dụng. Các cha Buzomi, Pina, Borri, Marquez, trước năm 1621 tại Đàng Trong; cha de Rhodes đã sử dụng như thế ở Đàng Ngoài vào năm 1627-1630. Chính cha de Rhodes đã học được phương pháp này lần đầu tiên ở Đàng Trong từ 1624 đến 1626, chính xác, trong thời gian cha ở với cha de Pina tại Dinh trấn Quảng Nam và kinh thành Huế.[18]

Lm. L. Cadière còn nhận định: "Chúng ta phải nói rằng quyển Giáo lý tiếng Việt đầu tiên này phải rất ngắn gọn. Nó cần phải như thế: về phía những người học giáo lý để chuẩn bị gia nhập đạo, quyển sách được biên dịch để học thuộc lòng, vì vậy nó không thể có các chiều kích như Giáo lý của cha Rhodes; Về phía người biên dịch, có người không biết đủ tiếng Việt, có người không biết đủ tiếng Bồ Đào Nha, điều này khiến cho việc giải thích dài trở nên khó khăn. Chúng ta phải nói nữa rằng rất có thể, nó không được cấu trúc theo cách hỏi thưa như các bài giáo lý của thời đại chúng ta, nhưng nó phải hàm chứa một diễn tiến chặt chẽ trước sau giống như của cha Rhodes".[19]

Hiện nay quyển sách giáo lý ấy chưa được tìm thấy, tuy nhiên căn cứ theo nội dung các báo cáo, Lm. L. Cadière cho rằng quyển sách giáo lý nầy là «mẫu vật» đầu tiên của văn chương công giáo tại Việt Nam. Sách được biên dịch bằng ngôn ngữ Đàng Trong, loại ngôn ngữ bình dân (chữ Nôm).... trong khi nó được biên dịch, hoặc sau đó, để gìn giữ và phổ biến, chắc chắn nó cũng được sao chép, phiên âm bằng mẫu tự châu Âu để cho các thừa sai được tiện dùng. Dần dần bản phiên âm bằng mẫu tự châu Âu được sao chép kèm với chữ nôm phổ thông đã được giới bình dân yêu chuộng. Hẳn nhiên, đây là những bản sao bằng mẫu tự châu Âu rất quý báu đối với chúng ta, bởi vì nó cho chúng ta hình thái đầu tiên về việc la tinh hóa ngôn ngữ Việt Nam, một hình thái quốc ngữ «tiền Đắc Lộ». [20]

Trong khi nghiên cứu và phiên dịch tác phẩm của Linh mục Borri, dịch giả Hồng Nhuệ đã bộc bạch: "Có một vài câu chữ Quốc ngữ trong bản tường thuật của ông cho chúng ta biết: ngay từ những năm 1618-1620 đã có một khởi đầu hình thành thứ chữ nầy... Sau cùng cũng theo bản tường trình của ông, trước *Phép giảng Tám ngày* của De Rhodes, đã có khởi thủy một sách hay một thánh giáo yếu lý từ những năm đầu của cuộc truyền giáo, nghĩa là vào những năm 1618-1620».[21]

[18] Xem *BAVH*, Juillet-Déc. 1931, *Annotations à la «Lettre» de Gaspar Luis par L. Cadière*, trang 119-122.

[19] Xem *BAVH,* Juillet-Déc. 1931, *Annotations à la «Lettre» de Gaspar Luis par L. Cadière,* trang 421-422

[20] Xem *BAVH*, Juillet-Déc. 1931, *Annotations à la «Lettre» de Gaspar Luis par L. Cadière,* trang 420.

[21] Xem HỒNG NHUỆ, *Tường Trình về Khu Truyền Giáo Đàng Trong*, Thăng Long, Hoa Kỳ 1989, trang 06.

Quả vậy, bản dịch văn bản Kitô giáo đầu tiên từ ngôn ngữ ngoại quốc sang ngôn ngữ Việt đã có từ năm 1618, tại Nước Mặn. Không phải đợi đến 33 năm sau, vào năm 1651, quyển giáo lý *"Phép giảng Tám ngày"* của Linh mục Alexandre de Rhodes được xuất bản tại Roma mới có sách giáo lý phục vụ cho công việc truyền giáo tại Việt Nam, nhưng ngay từ năm 1618, các thừa sai tại cư sở Nước Mặn với sự cộng tác của một thanh niên công giáo người Việt đã chuyển ngữ một quyển sách giáo lý sang tiếng địa phương (Nôm). Đây là sách bổn Kitô giáo đầu tiên được dịch ra chữ "Quốc ngữ Nôm" và "Quốc ngữ mẫu tự Latin" để phục vụ cho nhu cầu truyền giáo tại Việt Nam.

Nước Mặn, vùng đất có nhiều "duyên nợ" với chữ quốc ngữ: "Quốc ngữ Nôm" và "Quốc ngữ mẫu tự Latin".

HỘI THẢO KHOA HỌC "BÌNH ĐỊNH VỚI CHỮ QUỐC NGỮ"

Cát Hùng

NDĐT - Ngày 13-1, UBND tỉnh Bình Định phối hợp với Hội Khoa học Lịch sử Việt Nam, Viện Sử học Việt Nam, Viện Từ điển học và Bách khoa thư Việt Nam, Viện Ngôn ngữ học Việt Nam... tổ chức Hội thảo khoa học "Bình Định với chữ Quốc ngữ" tại TP Quy Nhơn, tỉnh Bình Định.

Tham dự và chủ trì Hội thảo có các ông: Giáo sư Đặng Vũ Minh, Chủ tịch Liên hiệp các Hội Khoa học Kỹ thuật Việt Nam, Giáo sư Phan Huy Lê, Chủ tịch Hội Khoa học Lịch sử Việt Nam, nhà sử học Dương Trung Quốc, Phó Chủ tịch Hội Khoa học lịch sử Việt Nam, PGS, TS Lê Công Đức, Phó Chủ tịch Hội Ngôn ngữ học TP Hồ Chí Minh, GS Hoàng Chương, Tổng Giám đốc Trung tâm Nghiên cứu Bảo tồn và Phát huy Văn hóa dân tộc, Nguyễn Tuấn Thanh, Phó Chủ tịch UBND tỉnh Bình Định.

Tại hội thảo, đã có 72 tham luận của các tác giả từ khắp nơi trên cả nước được trình bày. Trong đó, có 26 tham luận về "Quá trình hình thành và phát triển chữ Quốc ngữ", 22 tham luận về "Sự đóng góp của Bình Định vào tiến trình hình thành và phát triển chữ Quốc ngữ", 24 tham luận về "Chữ Quốc ngữ với sự phát triển nền văn hóa dân tộc".

Sau khi thẩm định nội dung các tham luận, Ban tổ chức hội thảo đánh giá đã có nhiều tham luận bảo đảm chất lượng và đáp ứng mục đích yêu cầu của hội thảo, góp phần làm sáng tỏ những đóng góp của Bình Định trong giai đoạn đầu sáng tạo và hình thành chữ Quốc ngữ

(1618 - 1622), cũng như các giai đoạn tiếp theo phát triển truyền bá chữ Quốc ngữ (cuối thế kỷ XIX đầu thế kỷ XX).

Cát Hùng

** Tên thật Đào Cát Hùng, sinh ngày 13/8/1963, tại Hải Phòng,*
** Quê quán: Thị trấn Ngô Mây, huyện Phù Cát, tỉnh Bình Định,*
** Cử nhân báo chí. Hiện là phóng viên Báo Nhân Dân, thường trú tại Bình Định*
** Email: cathungbnd@gmail.com*

Tại Hội thảo, nhiều nội dung đã được các nhà khoa học, chuyên gia, tác giả... bàn luận nhằm hướng đến mục đích khảo sát, nghiên cứu, phân tích, đánh giá một cách khách quan, khoa học tiến trình hình thành và phát triển của chữ Quốc ngữ. Trong đó, có vai trò quan trọng của đất và người Bình Định, địa phương được cho là một trong những nơi phôi thai, điểm khởi nguyên hình thành chữ Quốc ngữ trong giai đoạn đầu và phát triển, phổ biến chữ Quốc ngữ ở các giai đoạn tiếp theo.

Nguồn: https://nhandan.vn/tin-tuc-xa-hoi/hoi-thao-khoa-hoc-binh-inh-voi-chu-quoc-ngu-252837/

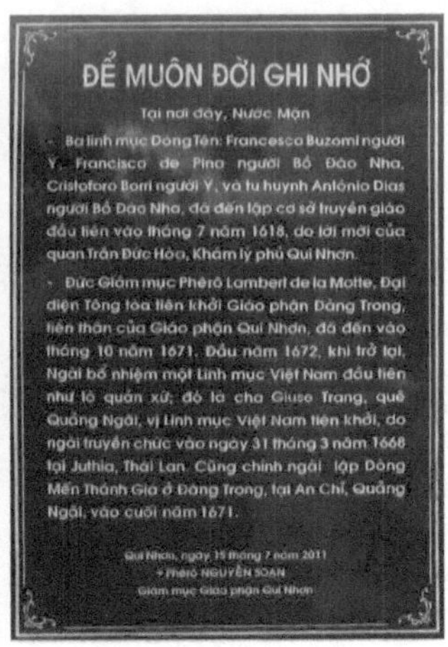

Đài tưởng niệm Nước Mặn

2. NHỚ 1632, NHÀ IN SÁCH CÔNG GIÁO HÁN NÔM

Đang khi các giáo sĩ Dòng Tên xây dựng chữ Quốc ngữ tại cư sở Nước Mặn, thuộc Đàng Trong, năm 1624, cha Giêrônimô Majorica (hay Girolamo Maiorica, 1591-1656) được gửi đến đây để học tiếng Việt và chữ Nôm. Năm 1628 cha đi Macao rồi trở lại Đàng Trong. Năm 1631 cha được gửi đi Đàng Ngoài để hỗ trợ các thừa sai ở đó chưa rành tiếng Việt. Cha đã biên soạn nhiều tác phẩm Công giáo bằng chữ Nôm với sự cộng tác của các tín hữu Việt Nam. Cha là một trong những người đầu tiên viết văn xuôi bằng chữ Nôm, để lại những tác phẩm có vai trò độc đáo trong lịch sử văn học Việt Nam. Cha chủ biên đến khoảng 45 tác phẩm lớn nhỏ bằng chữ Nôm. Hiện nay, Thư viện Quốc gia Paris lưu trữ 15 cuốn với 4.200 trang.

Năm 1632 cha Majorica thành lập tại Thăng Long một cơ sở in mộc bản để in các tài liệu chữ Nôm Công giáo. Cơ sở in này bị phá hủy cũng trong năm 1632, dù vậy nó đánh dấu một khởi đầu rất rõ và đáng được coi là cột mốc chào đời của văn học Công giáo Việt Nam.

Như vậy có hai dòng sách báo đạo song song: Sách chữ Nôm tiếp tục cách viết sẵn có trước đó của người Việt cho tới cuối thế kỷ XIX, còn sách chữ Quốc ngữ vẫn được tiếp tục và phát triển cho tới nay.Phần này có 09 bài viết liên quan.

SƠ LƯỢC VỀ CHA GIROLAMO MAIORICA

Linh mục Phanxicô Xavie Nguyễn Hai Tính

Tỉnh Dòng Tên Việt Nam vừa bước vào Năm Thánh kỷ niệm 400 năm ngày các Giêsu hữu [1] đầu tiên đặt chân đến đất Việt. Đây là dịp để các anh em Giêsu hữu và các thân hữu ôn cố tri tân, đọc lại quá khứ huy hoàng của các bậc cha anh đi trước nhằm rút ra những bài học thiết thực cho việc loan báo Tin Mừng trên nước Việt ngày nay. Từ trước tới nay, quá khứ huy hoàng đó thường được biết đến cách điển hình qua con người và các công trình – mục vụ cũng như ngôn ngữ, văn chương – của cha Đắc Lộ (Alexandre de Rhodes), người vẫn được xem là có công lớn trong việc truyền giáo, hội nhập văn hoá và nhất là trong việc hình thành và phổ biến chữ Quốc Ngữ hiện đại (viết bằng các ký tự Latinh, xin gọi tắt là chữ Quốc Ngữ).[2] Tuy nhiên, còn nhiều vị Giêsu hữu khác cũng đã góp phần khá quan trọng trong việc

[1] Giêsu hữu là từ quen dùng (trong nội bộ Dòng) để gọi các tu sĩ Dòng Tên cách xúc tích nhưng đầy ý nghĩa. Giêsu hữu có thể được hiểu là người bạn đồng hành với Chúa Giêsu, là người mang Chúa Giêsu trong mình. Đây là một cách Việt hoá từ Jésuite trong tiếng Pháp và Jesuit trong tiếng Anh.

[2] Xin mạn phép nói thêm rằng chữ viết là yếu tố quan trọng trong việc lưu lại, không chỉ tiếng nói mà còn cả não trạng, suy nghĩ, tập tục, văn hoá của dân tộc qua dòng lịch sử. Suốt thời Hán thuộc, tiếng nói của dân ta không được ghi lại (vì không có chữ viết, hoặc chữ viết cổ đã bị mai một), mà chỉ được truyền miệng qua các thế hệ. Cho tới khoảng thế kỷ XIII tiếng nói của ta mới bắt đầu được ghi lại bằng chữ Nôm (x. Nguyễn Quang Hồng, *"Khái Lược về Văn Học Chữ Nôm ở Việt Nam"*, *Nhịp Sống* 12 (2007), bản điện tử, được truy cập từ http://www.ivce.org/magazinedetail.php?magazinedetailid=MD00000272, ngày 22.01.2014), là dạng chữ ban đầu vay mượn từ các chữ Hán, cho nên cũng khó học tương đương với chữ Hán, đôi khi còn phức tạp hơn chữ Hán, và chỉ một số ít người biết đọc chữ này.

Linh mục Phanxicô Xaviê Nguyễn Hai Tính

** Sinh: 02-05-1972, tại Hậu Giang. Thuộc dòng Tên. Linh mục: 2007. Tiến sĩ Thần học (Rôma 2009).*
Giảng dạy thần học.
** Tác phẩm: Giáo Lý Tổng Quan và Diễn Giải, Giáo Trình Dẫn Nhập Thần Học.*
** Email: <nguyenhaitinh@gmail.com>*

truyền giảng Tin mừng cũng như trong việc hội nhập văn hoá nhưng chưa được biết đến cách rộng rãi.[3]

Sự xuất hiện và phổ biến của chữ Quốc ngữ chắc hẳn đã được đa số người Việt Nam trân trọng và tán dương, vì nó giúp việc ghi lại tiếng nói dân tộc trở nên đơn giản, dễ dàng và phổ cập hơn. Tuy nhiên, cũng không có gì ngạc nhiên khi có những người nặng lòng với lịch sử và truyền thống dân tộc, tuy trân trọng việc tạo ra cách viết mới cho tiếng nói dân tộc, vẫn tiếc thay cho việc những áng văn thơ cổ viết bằng chữ Hán và chữ Nôm lùi dần vào quên lãng và mất tích trong tâm thức người Việt. Đối với một số người, chính chữ Quốc ngữ là "thủ phạm" của hiện tượng đáng tiếc này, vì nó cắt đứt tâm thức người Việt khỏi dòng "truy cập" tới những áng văn cổ viết bằng chữ Hán và chữ Nôm. Cứ theo quan điểm này mà xét thì các Giêsu hữu phải giật mình, nhận ra mình cũng "bị vạ lây" và "mang tội lớn" đối với nền văn học cổ của dân tộc.

Tuy nhiên, ngay cả khi bỏ qua vấn đề còn đang trong vòng tranh luận rằng liệu việc hình thành và phổ biến chữ Quốc Ngữ có thực sự là nguyên nhân chính cho việc chữ Nôm bị mai một hay không, thì các Giêsu hữu vẫn có thể an tâm trước các "cáo tội", nếu có, về trách nhiệm đối với ngôn ngữ và văn học cổ của dân tộc. Bởi vì, các Giêsu hữu đầu tiên trên đất Việt không chỉ sáng tạo và lưu truyền chữ Quốc Ngữ hiện đại, mà họ còn để lại các tác phẩm văn xuôi bằng chữ Quốc Ngữ thời đó, tức chữ Nôm, nữa.

Nhân dịp Năm Thánh này, chúng tôi xin trình bày sơ lược một khuôn mặt khác, ít quen thuộc hơn cha Đắc Lộ, mà vai trò của ngài trong lịch sử truyền giáo cũng như lịch sử ngôn ngữ và văn học Việt Nam đang ngày càng được nhìn nhận rõ hơn, nhờ việc khám phá ra

---

[3] Ví dụ, nếu chỉ xét riêng vấn đề ai là cha đẻ thực sự của chữ Quốc Ngữ thôi, thì chúng ta cũng đã có bằng chứng rằng ngay từ năm 1632, chữ Quốc Ngữ của cha Gaspar d'Amaral rõ ràng hơn chữ Quốc Ngữ mà cha Đắc Lộ viết vào năm 1636 (x. Đỗ Quang Chính, *Lịch Sử Chữ Quốc Ngữ*, tr.88, 92).

các tác phẩm Nôm mà ngài để lại. Đó là cha Girolamo Maiorica (1591-1656). Khi viết về ngài, chúng tôi không có ý đi sâu theo hướng chuyên môn khoa học vào các chi tiết lịch sử,[4] nhưng chỉ có ý mô tả cách chân thực hết sức có thể và làm nổi bật lên nhân cách cũng như vai trò của ngài trong việc truyền giáo và hội nhập văn hoá, hầu rút ra các bài học thực tiễn cho việc loan báo Tin Mừng ngày nay.

Tiểu sử và công việc

Trước hết phải nói, theo suy đoán của tác giả Brian Eugene Ostrowski, rằng có lẽ một trong những lý do khiến cha Maiorica không được biết đến là chính đức tính khiêm nhường, âm thầm, không muốn được ai khen của ngài. Ngài ít xuất bản các bản tường trình như các thừa sai khác đã làm, các tác phẩm ngài để lại đa số đều là bản viết tay, bằng ngôn ngữ bản địa. Các thừa sai như Đắc Lộ, Giovanni Filippo de Marini, Cristoforo Borri và Joseph Tissanier xuất bản các tài liệu bằng các ngôn ngữ châu Âu và vì thế được giới học giả biết đến nhiều hơn, dù không có ai trong số họ sống trên đất Việt lâu như ngài.[5]

Sự âm thầm của cha Maiorica làm cho việc viết tiểu sử ngài gặp một số khó khăn. Ngay cả tên của ngài viết thế nào, các học giả cũng chưa thống nhất được với nhau. Xin kể ra đây một vài điển hình: cha Đỗ Quang Chính viết tên ngài là Girolamo Majorica, tiến sĩ Brian E. Ostrowski viết là Geronimo Maiorica, tiến sĩ Nguyễn Thị Tú Mai viết là *Girolamo* Maiorica. Riêng tác giả Roland Jacques viết rằng tên ngài bằng tiếng Ý là Girolamo Maiorica, bằng tiếng Bồ Đào Nha là Jerônimo Majorica.[6] Chúng tôi xin chọn viết tên ngài là Girolamo Maiorica.[7]

Theo cha Đỗ Quang Chính, cha Maiorica sinh năm 1591 tại Napoli (Ý).[8] Cứ theo số liệu này thì ngài gia nhập Dòng Tên năm lên

---

[4] Chúng tôi không có điều kiện tiếp cận và nghiên cứu các bản viết tay, các tài liệu gốc hoặc các tài liệu chuyên biệt về sử học; hơn nữa, sử học cũng như văn bản học không phải là chuyên môn của chúng tôi. Do đó, chúng tôi xin tự giới hạn vào việc sưu tầm và tóm tắt lại các nghiên cứu có sẵn của một vài ấn phẩm và luận án tiến sĩ mới xuất hiện gần đây liên quan tới cha Maiorica.

[5] X. Brian E. Ostrowski, *The Nôm Works*, xiii-xiv.

[6] X. Roland Jacques, *Portuguese Pioneers of Vietnamese Linguistics* (Bangkok: Orchid Press, 2002), 53.

[7] Chúng tôi chọn cách viết này (tuy rằng các sách Nôm của ngài có ghi rõ tên ngài được phát âm ở Đàng Ngoài theo kiểu Bồ Đào Nha là Giêrônimô) là vì ngài là người Ý, mà trong tiếng Ý thì dạng Girolamo phổ biến hơn dạng Geronimo, và trong tiếng Ý không có ký tự j. Hơn nữa, theo trang mạng WorldCat thì ở cuối bản tường trình bằng tiếng Ý *Relatione del Giappone dell'anno M.DC.XXI* (Tường trình về Nhật Bản năm 1621) thì tên ngài được ký là "Maiorica Girolamo" (x. http://www.worldcat.org/title/relatione-del-giappone-dellanno-m-dc-xxi/oclc/661273647, truy cập ngày 23.01.2014).

[8] Các thông tin trong phần tiểu sử này phần lớn dựa vào nghiên cứu của cha Đỗ Quang Chính, trong *Dòng Tên*, 158-162, và của Brian E. Ostrowski, trong *The Nôm Works*, 7-23.

14 tuổi, vào ngày 19.05.1605. Theo những gì được ghi lại trong cuốn *Thiên Chúa Thánh Giáo Khải Mông* thì chính Đức Hồng Y Rôbertô Bellarminô (cũng là tu sĩ Dòng Tên) truyền chức linh mục cho ngài khi ngài ghé qua Rôma để từ đó đi về Viễn Đông để truyền giáo. Mà năm ngài khởi hành từ Lisbon hướng về Viễn Đông là năm 1619, vậy ngài chịu chức linh mục vào khoảng năm 28 tuổi.

Mục đích ban đầu của các bề trên là gởi ngài đi truyền giáo ở Nhật, nhưng vì không đến Nhật được do cuộc bách đạo gay gắt, ngài "phải" thay đổi chương trình, chuyển đến Đàng Trong vào cuối tháng 12.1624 (hoặc tháng 02.1625) cùng với 6 Giêsu hữu khác, trong đó có cha Đắc Lộ.[9]

Ngài được gởi tới cư sở ở Nước Mặn (phần đất cuối của lãnh thổ Đàng Trong, gần vương quốc Chăm (ngày nay là Tuy Phước, Bình Định) để học tiếng Việt, trong khi cha Đắc Lộ đến cư sở Thành Chiêm (còn gọi là Kẻ Chàm), cách Hội An 7 km về phía tây.[10]

Sau khi khấn cuối với bốn lời khấn ngày 21.05.1626, đến năm 1628, cha Maiorica được gọi về Macao để chuẩn bị đi Nhật lần nữa, nhưng chuyến đi Nhật lại không thành.

Năm 1630, ngài trở lại Đàng Trong và tham gia sứ mạng truyền giáo cho nước Chăm (vùng Nha Trang và Phan Thiết bây giờ). Bị bắt giam ngay khi đặt chân lên đất Chăm, sau đó được nhóm thương gia người Bồ Đào Nha chuộc ra, ngài qua Campuchia bắt tàu về lại Đà Nẵng ở Đàng Trong. Sau đó vì sứ mạng mới lập ở Đàng Ngoài cần người biết tiếng Việt, ngài được gởi đi Đàng Ngoài để hỗ trợ nhóm thừa sai ở đó.

Cha Maiorica đến Đàng Ngoài ngày 19.10.1631 (hoặc đầu năm 1632) cùng với cha Bernardino Reggio, một hoạ sĩ và điêu khắc gia. Trong thời gian ngắn ngủi ở kinh đô Thăng Long, ngài cùng với các Giêsu hữu ở đó đã dựng một nơi trú ngụ cho người nghèo và người cùi, nhà nguyện, nhà giáo lý viên. Các ngài cũng lập ra một xưởng in, nơi đó sau này (1632) sẽ in cuốn giáo lý của cha Matteo Ricci và cuốn hộ giáo do cha Buzomi viết ở Đàng Trong, trước khi xưởng in đó bị phá huỷ trong cuộc bách hại vào cuối năm 1632.[11] Sau một năm ở kinh đô

Bình thường, trong phần tiểu sử này, chúng tôi sẽ không chú thích tham chiếu nữa, trừ một số những thông tin đặc biệt.

[9] X. Đỗ Q. Chính, *Dòng Tên*, 77.

[10] Về cư sở Nước Mặn, quý độc giả có thể xem thêm Đỗ Q. Chính, *Dòng Tên*, 65-67.

[11] X. Ruiz de Medina, "Vietnam", *Diccionario Historico de la Compania de Jesus*, vol.4 (Rome: Institutum Historicum Societas Jesu, 2001), 3957: "Los jesuitas por su parte hicieron un asilo para pobres y leprosos e instalaron la imprenta en la que imprimieron (1632) el catecismo de Matteo Ricci y una Apologia hecha por Buzomi en Cochinchina...

Thăng Long, ngài tới vùng thôn quê ở Kẻ Rum (Vinh, Nghệ An) để truyền giáo cho người bình dân,[12] trong khi các cha Gaspar d'Amaral và Antonio de Fontes ở lại thủ đô, để dễ liên lạc với chúa Trịnh Tráng. Nhờ thông thạo tiếng Việt, nên ngài dễ tiếp xúc và thuyết phục được nhiều người theo đạo; chỉ trong 5 tháng đầu ở Kẻ Rum, ngài đã rửa tội được cho 2.575 người.[13]

Vì phụ trách vùng truyền giáo rộng nhất Đàng Ngoài (gồm 9 quận - 4 quận vùng đồng bằng và 5 quận vùng đồi núi), nên ngay từ những ngày đầu ở vùng Nghệ An, ngài phải liên tục viết thư từ và bài giảng giáo lý để các thầy giảng đọc cho các giáo dân ở vùng xa nghe khi không có ngài ở đó. Vì thế mà ngài rất bận rộn với việc viết sách bằng ngôn ngữ và chữ Đàng Ngoài (tiếng Việt, chữ Nôm); ngài viết sách ngay cả lúc trên thuyền đi thăm viếng bổn đạo. Các học giả cho rằng, ngoài việc viết sách đạo bằng văn xuôi, ngài còn viết kịch và thơ; ngài còn tổ chức thi giáo lý có thưởng để khuyến khích việc học đạo.

Trong suốt quá trình truyền giáo ở vùng Nghệ An, ngài cũng gặp nhiều chống đối và thử thách, có khi bị giam tù, bị tẩy chay và cả bị đuổi đánh nữa. Có lần nhà nguyện ở Kẻ Rum bị đập phá và san bằng. Tuy nhiên, nói chung thì sứ mạng của ngài đạt nhiều thành công lớn. Năm 1636, ngài tin cho cha Đắc Lộ hay rằng mỗi năm ở Đàng Ngoài có trên 10.000 người được rửa tội, riêng ngài đã rửa tội cho 6.000 người từ khi đến Đàng Ngoài, và hiện cai quản 40.000 bổn đạo thuộc 70 nhà thờ.[14] Gánh mục vụ ngày càng nặng, điều này lý giải vì sao ngài phải ngưng viết sách vào đầu những năm 1640.[15] Vào khoảng những năm 1635-1640, ngài còn tham gia một cuộc tranh luận tôn giáo tại kinh đô Thăng Long, và đã thu phục được một vị Hoà Thượng theo đạo và trở nên bạn đồng hành, cộng tác với ngài trong việc soạn các sách đạo bằng chữ Nôm.[16]

Vào cuối năm 1649 (hoặc đầu năm 1650), được đặt làm bề trên vùng truyền giáo Đàng Ngoài lần thứ hai, ngài dời về cộng đoàn kinh đô Thăng Long giữa lúc Chúa Trịnh Tráng đang ra lệnh cấm đạo, san bằng các nhà thờ, đập phá tượng ảnh và đốt các sách đạo. Vùng Nghệ

Inesperadamente el rey Thain Dovuam empezo a hostigar (28 noviembre 1632) a los cristianos culpandolos de! robo en un templo de Qeset. El rey veto la conversion, y los soldados del mandarin entraron a saco en la mision de Caugin, ataron al P. Reggio, destrozaron la imprenta, quemaron el asilo, demolieron la iglesia y la casa de los catequistas y llevaron las vigas al templo budista".

[12] X. Đỗ Q. Chính, *Dòng Tên*, 159.

[13] X. *Sđd*.

[14] X. *Sđd*, 197.

[15] X. Brian E. Ostrowski, *The Nôm Works*, 17.

[16] X. Đỗ Q. Chính, *Dòng Tên*, 161-162, 458. Các học giả cũng cho rằng chính vị Hoà Thượng – thầy Phanxicô thành Phao này là tác giả của kinh nổi tiếng *Phục Dĩ Chí Tôn*.

An trước đây có nhiều nhà thờ là thế, sau cuộc bách hại năm 1649-1650, chỉ còn lại 4 nhà thờ. Trong thời gian làm bề trên ở Thăng Long, cha Maiorica đã đi lại gặp gỡ chúa Trịnh Tráng nhiều lần để giải thích, thuyết phục, và đã có công lớn trong việc làm dịu những cơn cấm cách và bách đạo của chúa. Cũng trong khoảng thời gian này, dân số bổn đạo Đàng Ngoài tăng từ 200.000 (vào năm 1648) lên tới 250.000 (vào năm 1655).[17]

Tháng 04.1653, ngài được đặt làm bề trên Giám tỉnh của Tỉnh dòng Nhật Bản. Bình thường thì Giám tỉnh Nhật Bản sẽ phải ngụ ở Macao, nơi có trụ sở của Tỉnh Dòng và trường đào tạo các thừa sai và nơi mà đa số các Giêsu hữu Tỉnh Nhật Bản đang cư ngụ (36 trên tổng số 44); nhưng ngài chọn ở lại, điều hành Tỉnh dòng từ Thăng Long là vùng đất truyền giáo.

Tháng 01.1656 ngài lâm trọng bệnh và mất ngày 27.01.1656 tại Thăng Long, thọ 65 tuổi.

Nhân cách và tầm ảnh hưởng

Một số thông tin sơ lược ở trên về tiểu sử và công việc của ngài cho ta thấy cha Maiorica là:

- Con người tiên phong, người của vùng ven, vùng sâu, vùng xa cả trong lãnh vực mục vụ lẫn lãnh vực trí thức. Ngài luôn xông pha đến những nơi xa xôi nhất; dám đảm nhận những vùng truyền giáo rộng nhất; chọn ở lại sống và chết với vùng truyền giáo. Phương pháp truyền giáo của ngài là đến với người dân quê; mọi việc ngài làm, những điều ngài viết là nhắm đến những người bình dân.

- Con người hoà giải, bắc những nhịp cầu trung gian. Ngài đã có công lớn trong việc đối thoại với triều đình chúa Trịnh Tráng để mang lại an bình cho các giáo dân thôn quê đơn sơ, vô tội. Có lẽ phẩm chất của một con người hoà giải là một trong các nguyên nhân khiến cha Maiorica không bị trục xuất, mà có thể trụ lại ở Đàng Ngoài một thời gian dài tới lúc qua đời.

- Con người lãnh đạo tuyệt vời, hiệu quả, biết định hướng và nối kết những người cộng tác thành một thể thống nhất để xúc tiến công việc cách hiệu quả. Việc ngài sáng kiến và kiên trì viết các tài liệu Nôm để phân phối cho các thầy giảng đọc và dạy cho giáo dân, việc ngài được đặt làm bề trên vùng truyền giáo, rồi bề trên Giám tỉnh là những bằng chứng cho phẩm chất lãnh đạo ưu việt của ngài.

Đánh giá vai trò của cha Maiorica, tác giả Brian E. Ostrowski cho rằng ngài đã có ảnh hưởng lâu dài và mạnh mẽ trên các cộng

---

[17] X. Brian E. Ostrowski, *The Nôm Work*, 21.

đoàn Kitô hữu tiên khởi ở Việt Nam. Lúc ngài mới tới đất Việt, các Giêsu hữu còn đang loay hoay chưa biết dạy giáo lý căn bản thế nào, lúc qua đời ngài đã để lại một thư viện lớn hiếm có các sách đạo bằng chính ngôn ngữ và chữ viết địa phương.[18] Trong suốt trên dưới 25 năm sống và chết ở Đàng Ngoài, ngài đã góp phần quan trọng vào sự lớn mạnh phi thường của Giáo Hội ở đây. Theo một báo cáo, vào năm 1658, tức 2 năm sau khi ngài mất, tổng số bổn đạo ở Đàng Ngoài đã lên tới khoảng 300.000 [19] – một nền móng tốt và vững chắc cho Giáo Hội Việt Nam được chính thức thiết lập với 2 Đại Diện Tông Toà Đàng Ngoài và Đàng Trong vào ngày 09.09.1659.

Cha Maiorica còn được cho là có ảnh hưởng quan trọng lên đường hướng và cách thức truyền giáo của các Giêsu hữu thế kỷ XVII.[20] Có nhiều Giêsu hữu viết sách, nhưng viết tới 48 cuốn thì quả thật không ai sánh bằng cha Maiorica. Ngài cũng là người trụ lại lâu nhất trên đất Việt (4 năm ở Đàng Trong và gần 25 năm ở Đàng Ngoài). Các thư từ, bản tường trình truyền giáo của các Giêsu hữu cho thấy ngài được đánh giá cao trong Dòng Tên, và bằng chứng là ngài được đặt làm bề trên vùng truyền giáo Đàng Ngoài và bề trên Giám Tỉnh Nhật Bản.

Các công trình chữ Nôm

Chúng ta chỉ thực sự thấy rõ vai trò quan trọng của cha Maiorica trong công cuộc truyền giảng Tin Mừng và trong lịch sử ngôn ngữ văn học Việt Nam khi xét đến các tác phẩm bằng chữ Nôm do ngài sáng tác hoặc tổ chức biên soạn.

Sử liệu của tác giả đồng thời với cha Maiorica ghi lại rằng bình sinh, cha Maiorica đã có công biên soạn tới 48 cuốn sách đạo.[21] Suốt từ thế kỷ XVII cho tới thế kỷ XX, giới học giả Tây Phương truyền cho nhau thông tin này và một số chủ đề của các sách đó, nhưng không biết mặt mũi những cuốn sách đó như thế nào.[22] Họ cũng không chắc là những sách đó còn hiện hữu đâu đó hay là đã bị thất lạc và bị thời gian, chiến tranh, loạn lạc tiêu huỷ mất rồi. Cha Philiphê Bỉnh (1759-1833), một sử gia Giêsu hữu người Việt cũng viết về các sách của cha Maiorica, đề cập đến một số tựa đề và còn thêm rằng, vào thời ngài, một số sách đã thất lạc. Tuy nhiên, các mô tả của cha Bỉnh rất hữu ích để xác định các tác phẩm thường bị

[18] *Sđd*, 22.

[19] X. Đỗ Q. Chính, *Dòng Tên*, 186,197.

[20] X. Brian E. Ostrowski, *The Nôm Works*, xii-xiii.

[21] X. Đỗ Q. Chính, *Dòng Tên*, 160-161, 458.

[22] Các thông tin từ đây trở đi liên quan tới quá trình phát hiện thủ bản các sách của cha Maiorica, chúng tôi dựa vào Brian E. Ostrowski, *The Nôm Works*, 24-38.

coi là vô danh, vô chủ nhưng thực chất là phát xuất từ cha Maiorica. Vì theo cha Bỉnh, từ những năm 1660, khi Dòng Tên không còn một mình lăn lộn trên đất Việt nữa, mà đã có Hội Thừa Sai Paris và các dòng khác vào góp sức, thì các tác phẩm của cha Maiorica vẫn được chép lại và sử dụng rộng rãi, nhưng tên của Ngài trên các sách đó đã được cố ý xoá đi vì nhiều lý do.[23]

Tình trạng "hữu danh vô thực", chỉ biết đến tên mà chưa thấy sách bao giờ, kéo dài mãi đến đầu những năm 1950, khi mà tác giả Hoàng Xuân Hãn tình cờ tìm thấy các thủ bản bằng chữ Nôm, được đóng mộc của Hội Thừa Sai Paris, trong kho lưu trữ của Thư Viện Quốc Gia Pháp (Bibliothèque nationale de France). Khi nghiên cứu nội dung, rồi dựa vào các tên sách và các chủ đề mà các tác giả Tây Phương và cha Bỉnh ghi lại, tác giả Hoàng Xuân Hãn quyết đoán các thủ bản này chính là các tác phẩm của cha Maiorica. Việc này đã khuấy lên một bầu khí háo hức nơi các học giả chuyên về lịch sử, ngôn ngữ và văn chương Việt nam.

Gần đây, trong luận án tiến sĩ của mình vào năm 2006, tác giả Brian E. Ostrowski đã dùng các phương pháp phê bình văn bản, phân tích từ vựng và phân tích chữ Nôm để xác định các tác phẩm nào phát xuất từ cha Maiorica. Tác giả đã đưa ra kết luận rằng có tất cả 16 tập văn bản là các tác phẩm còn tồn tại của cha Maiorica.[24] Ngoài ra, tác giả còn phân tích và xác định tựa đề hoặc chủ đề của 22 sách khác, có thể là của cha Maiorica nhưng không còn tồn tại hoặc còn nằm đâu đó trong các văn khố cổ ở châu Âu mà chưa được tìm thấy.[25]

Xin kể tên một vài tác phẩm còn tồn tại được Brian E. Ostrowski xác định là của cha Maiorica: *Thiên Chúa Thánh Giáo Khải Mông, Đức Chúa Giêsu (Chi Thu, Chi Su), Dọn Mình Trước Chịu Cômônhong, Thiên Chúa Thánh Giáo Hối Tội Kinh, Quadagiêsima Mùa Ăn Chay Cả, Những Điều Ngắm Trong Những Ngày Lễ Trọng Quyển Chi Nhất, Ông Thánh Inaxu Truyện*, v.v.[26] Và một số chủ đề và tựa đề các tác phẩm của cha Maiorica nhưng chưa được tìm thấy: Kịch về cuộc đời thánh Alêxù, suy gẫm về tình yêu Đức Kitô, về các tội của lưỡi, về đức khiết tịnh, về tử đạo, *Sách Gương Phúc Gương Tội, Kinh Đọc Sớm Tối*, v.v.[27]

Tác giả Brian E. Ostrowski cũng bình luận thêm rằng các tác phẩm Nôm của cha Maiorica đã cung cấp khá đầy đủ các hướng dẫn về phụng vụ và giáo lý bằng tiếng Việt cho giáo dân Việt Nam vào thế

---

[23] X. Brian E. Ostrowski, *The Nôm Works*, 31-32.

[24] X. Brian E. Ostrowski, *The Nôm Works*, 38-54.

[25] X. *Sđd*, 60.

[26] X. *Sđd*, 40-44.

[27] X. *Sđd*, 59.

kỷ XVII. Các sách của cha Maiorica liên quan tới mọi lãnh vực của đời sống đạo: Thánh Kinh, phụng vụ, giáo lý, sách kinh, hạnh các thánh và các sách đạo đức khác. Các sách này là công cụ tuyệt vời giúp các thầy giảng người Việt hướng dẫn giáo dân sống đạo và học giáo lý.[28]

Cha Maiorica bắt đầu viết sách từ rất sớm, ngay từ khi đang còn học tiếng Việt ở Đàng Trong (1625-1628), ngài đã cố gắng bắt đầu hình thành những bản văn chữ Nôm, tóm lược các điểm giáo lý cơ bản.[29] Rồi các tác phẩm đầu tiên ra đời từ trước năm 1634, ngay từ những ngày đầu tới Kẻ Rum, Nghệ An.[30] Những sách cuối cùng ngài viết vào khoảng đầu những năm 1640, như đã nói ở trên. So sánh với thời điểm xuất bản cuốn *Phép Giảng Tám Ngày* (1651) của cha Đắc Lộ, và ngay cả khi giả sử cuốn này đã được viết sau năm 1636 và được hoàn thành vào năm 1645,[31] thì chúng ta thấy rõ một số tác phẩm của cha Maiorica đã có trước cuốn này, và vì thế, thấy rõ tầm quan trọng và ảnh hưởng của các sách của cha Maiorica.

Ngài viết sách thế nào? Ngài giỏi chữ Nôm đến độ có thể tự tay viết các bản văn Nôm chăng? Các học giả cho rằng, hầu chắc ngài có các cộng sự là các thầy giảng người Việt, viết lại những điều ngài giảng hoặc đọc cho họ chép. Trong số các cộng sự của ngài, chúng ta có thể kể tên thầy Phanxicô thành Phao [32] và có thể là cả Benoit Hiền (1615-1686) nữa.[33]

Giá trị đối với ngôn ngữ và văn học Việt Nam

Ngày nay, các sách Nôm của cha Maiorica có giá trị rất lớn cho việc tìm hiểu về lịch sử thời kỳ đầu của Giáo Hội Việt Nam, về phong tục, tập quán cũng như ngôn ngữ và văn phong Việt Nam thế kỷ XVII.

Để hiểu rõ hơn tầm quan trọng của các tác phẩm của cha Maiorica đối với nền văn học nước nhà, chúng ta cần biết rằng các tác phẩm Nôm viết trước và trong thế kỷ XVII còn lại tới nay đa số đều là thơ hoặc văn vần. Chúng ta còn rất ít những bằng chứng của văn xuôi Nôm

---

[28] X. *Sđd*, 60.

[29] Mà kết quả là tác phẩm Nôm đầu tiên của ngài: *Thiên Chúa Thánh Giáo Khải Mông*. X. *Sđd*, 69-70.

[30] X. *Sđd*, 15.

[31] X. Đỗ Q. Chính, *Lịch Sử Chữ Quốc Ngữ 1620-1659* (Hà Nội: Nxb Tôn Giáo, 2008) 113-115. Cha Đỗ Q. Chính cũng nói rõ rằng vào năm 1636, cha Đắc Lộ còn viết tiếng Việt sai dấu và còn đặt các từ ngữ liền nhau.

[32] X. Đỗ Q. Chính, *Dòng Tên*, 458; Brian E. Ostrowski, *The Nôm Works*, 62-64; Nguyễn Thị Tú Mai, *Chữ Nôm và Tiếng Việt*, 40. Các giả dựa vào bộ sách *Truyện Nước Annam Đàng Ngoài chí Đàng Trong* của cha Philiphê Bỉnh.

[33] X. Brian E. Ostrowski, *The Nôm Works*, 68. Benoit Hiền sau này làm linh mục thuộc Hội Thừa Sai Paris.

trước và trong thế kỷ XVII. Đặc biệt là văn xuôi Nôm sáng tác thì còn ít hơn.

Trong một bài viết,[34] giáo sư Nguyễn Quang Hồng liệt kê ra nhiều dạng văn chương chữ Nôm đã xuất hiện trong lịch sử như: phú, thơ, diễn ca lịch sử, ngâm khúc, truyện viết theo văn vần, văn tế, ca trù, tuồng chèo. Ở phần văn xuôi Nôm, giáo sư nhận xét là "có phần nghèo nàn hơn so với văn xuôi chữ Hán trong văn học cổ điển Việt Nam". Ông đưa ra hai điển hình tác phẩm văn xuôi Nôm: một là bản giải âm ở giữa thế kỷ XVI của truyện *Truyền Kỳ Mạn Lục*, tức bản dịch ra chữ Nôm câu truyện mà Nguyễn Dữ viết bằng chữ Hán vào đầu thế kỷ XVI; hai là bộ *Các Thánh Truyện* của cha Maiorica mà ông cho là truyện ký phóng tác từ ngoại văn.

Tác giả Lại Nguyên Ân, khi liệt kê các tác phẩm văn xuôi chữ Nôm từ thế kỷ XV tới thế kỷ XIX, cho thấy trước tác phẩm *Các Thánh Truyện* của cha Maiorica, thì các tác phẩm văn xuôi Nôm đều là bản dịch từ chữ Hán, trừ "*Chỉ truyền Thám Do cộng Nhân Lộc Thuần Tín đẳng*... là một bức thư của chúa Trịnh Kiểm (ở ngôi: 1545-69)".[35] Chính ông cũng nhận xét rằng đến cuối thế kỷ XVIII văn xuôi chữ Nôm cũng còn rất hiếm.[36]

Như vậy, chúng ta thấy các tác phẩm văn xuôi chữ Nôm của cha Maiorica là những bằng chứng quan trọng, độc đáo, có thể nói là thuộc loại duy nhất (văn xuôi sáng tác) trong kho tàng văn học cổ của Việt Nam. Gần đây, các chuyên viên ngữ học đã nhắc đến cha Maiorica nhiều hơn, và có một số công trình lấy các tác phẩm của ngài làm đối tượng nghiên cứu về ngôn ngữ Việt Nam thế kỷ XVII.[37]

Giá trị đối với đức tin người Việt

Riêng về giá trị của các tác phẩm Nôm của cha Maiorica đối với

---

[34] X. Nguyễn Quang Hồng, *"Khái Lược"*. Xin xem chú thích 2.

[35] X. Lại Nguyên Ân, *"Vai trò của dịch thuật trong sự hình thành văn xuôi tiếng Việt"*, trong Đọc Lại Người Trước, Đọc Lại Người Xưa (Hà Nội: Nhà Xuất bản Hội nhà văn, 1998), bản điện tử truy cập từ http://lainguyenan.free.fr/DLNX/index.html, ngày 26.01.2014.

[36] X. Lại Nguyên Ân, *"Truyện Nôm, vài khía cạnh văn học sử"*, trong *Sđd.*

[37] Ví dụ, Nguyễn Quốc Dũng, *Ngôn ngữ trong "Truyện các thánh" của tác giả Maiorica – khía cạnh từ vựng và ngữ pháp* (Khóa luận tốt nghiệp ngành Ngôn ngữ, Trường Đại học Sư phạm Huế, 2009). Nguyễn Văn Ngoạn, *Khảo cứu văn bản Nôm Kinh những lễ mùa phục sinh của Maiorica* (Luận văn Thạc sĩ, Học viện Khoa học xã hội, 2012). Nguyễn Thị Tú Mai, *Chữ Nôm và Tiếng Việt Thế Kỉ XVII qua Thiên Chúa Thánh Giáo Khải Mông của Girolamo Maiorica* (Luận án Tiến sĩ Ngữ văn, Trường Đại học Sư phạm Hà Nội, 2012). Lã Minh Hằng, "Nguồn tư liệu từ vựng thế kỷ 17 – qua khảo sát truyện ông thánh Inaxu", trong *Thông Báo Hán Nôm Học* (Viện Nghiên Cứu Hán Nôm, 2013), bản điện tử, truy cập từ http://xuandienhannom.blogspot.com/2013/12/nguon-tu-lieu-tu-vung-ky-17-qua-khao.html, ngày 26.01.2014.

kho tàng đức tin và ngôn ngữ nhà đạo, chúng ta chỉ cần xét một vài câu trong cuốn *Thiên Chúa Thánh Giáo Khải Mông* (*TCTGKM* – như trên đã nói, các học giả cho rằng đây là cuốn sách đầu tay của cha Maiorica, được hoàn thành trễ nhất là trước năm 1634) để thấy rằng những thói quen hành đạo, công thức đức tin, những ngôn từ nhà đạo vẫn còn phổ biến ngày nay đã có từ thời cha Maiorica viết cuốn sách đầu tiên. Điều này là bằng chứng cho thấy những thói quen, công thức và ngôn từ nhà đạo còn tồn tại tới ngày nay là do các cha Giêsu hữu thừa sai tiên khởi (trong đó có cha Maiorica) sáng tác, biên dịch, giảng dạy, và truyền lại cho ta, đặc biệt là qua các tác phẩm chữ Nôm của cha Maiorica.

Về thói quen trong việc hành đạo, chúng ta thấy có các bằng chứng sau:

- *TCTGKM*, 18 nói về việc "có đạo" thì phải "thuộc lòng sự các bổn đạo nguyện", tức các kinh, như "Kinh Tại Thiên, Ave cùng kinh Tín Đức Yếu Đoạn" (Kinh Lạy Cha, Kính Mừng cùng Kinh Tin Kính). Ta thấy thói quen này còn được giữ và phổ biến cho tới ngày nay. Thường ở các giáo xứ, khi người tân tòng gia nhập đạo thì ông trùm dạy cho họ học thuộc một số kinh căn bản.

- *TCTGKM*, 24 nói về việc "kẻ giữ đạo thì làm dấu trên mình, khi sớm mai trỗi dậy, khi bởi nhà mà ra, khi ăn cơm, khi đi nằm, khi dọn nguyện và toan làm mọi việc khác. Sau hết làm dấu có ý cho khỏi mọi chước quỷ...". Ngày nay, trong các gia đình Công Giáo, các bậc cha mẹ vẫn còn dạy con cái làm dấu thánh giá như thế này, đúng theo những điều cha Maiorica mô tả và truyền dạy.

Về công thức đức tin

- *TCTGKM*, 20 có câu sau: "Ba Ngôi ấy là một Chúa Trời mà thôi, vì Ba Ngôi có một tính, một ý, một phép". Rõ ràng đây là công thức về Ba Ngôi (với những khái niệm ngôi, tính, ý, phép) còn phổ biến trong các giáo trình giáo lý mãi cho tới gần đây.

- *TCTGKM*, 21 khi nói về Ngôi Con làm người, có câu: "Ngôi Thứ Hai gọi là Con, có hai tính, một là tính thiêng liêng trọng vô cùng, hằng có vậy, lại Ngôi Con lấy tính người là linh hồn cùng xác...". Ngôi Con có hai bản tính là công thức giáo lý mà ngày nay chúng ta thừa hưởng từ cha Maiorica.

- *TCTGKM*, 21 cũng có câu: "ngày thứ ba sống lại, khỏi bốn mươi ngày lên trời". Rõ ràng đây cũng là một công thức quen thuộc trong giáo lý về việc Chúa Giêsu sống lại và lên trời (lưu ý vần điệu, và chữ "khỏi").

Về ngôn từ nhà đạo

Những cụm từ quen thuộc và độc đáo nhà đạo đã được sáng tác hoặc ghi lại từ thời cha Maiorica: *sự thương khó, công nghiệp Đức Chúa Giêsu, đền cùng chuộc tội, thầy cả, rỗi linh hồn, tin kính, chịu sự khó bằng lòng, khiêm nhường chịu luỵ, sinh thì*, hằng sống, v.v.

Kết luận

Việc sưu tầm các nghiên cứu về lịch sử cho thấy cha Girolamo Maiorica, tuy âm thầm, nhưng là người gắn bó sống chết với đất Việt, với người dân Việt bình dân của thôn quê; ngài có công lớn trong việc giảng dạy, truyền bá và củng cố đức tin cho các bổn đạo bình dân qua việc phục vụ và đặc biệt là qua các tác phẩm giáo lý và sách đạo đức bằng chữ Nôm; ngài cũng góp công trong việc điều hành và định hướng cho công tác truyền giáo của các anh em Giêsu hữu tiên khởi trên đất Việt.

Việc sưu tầm các nghiên cứu về ngôn ngữ và văn bản cho thấy cha Girolamo Maiorica có một chỗ đứng thật đặc biệt, có thể nói là độc đáo trong lịch sử ngôn ngữ và văn học Việt Nam, đại diện cho văn xuôi Nôm sáng tác vào thế kỷ XVII.

Năm Thánh này là năm để anh em Giêsu hữu và các thân hữu "uống nước nhớ nguồn", tìm về cội nguồn đức tin của mình để tri ân Thiên Chúa và các bậc tiền nhân đã gieo vãi hạt giống Tin Mừng trên đất Việt. Nhưng quả thật "vô tri bất khả mộ", nhiều bậc thừa sai vĩ đại, cụ thể là cha Girolamo Maiorica, chưa được biết đến cách rộng rãi và chưa được mộ mến, biết ơn. Bài viết này chỉ xin đóng góp một phần nhỏ bé, qua việc sưu tầm các nghiên cứu có sẵn, vào việc đưa ra ánh sáng nhân cách và công trình của một vị tiền nhân âm thầm nhưng đã có công lớn trong việc gầy dựng nền tảng vững chắc và lâu bền cho Giáo Hội Việt Nam.

Tài Liệu Tham Khảo Chính

Đỗ Quang Chính. *Dòng Tên trong Xã Hội Đại Việt 1615-1773*. Hà Nội: Nxb Tôn Giáo, 2008.

OSTROWSKI, Brian Eugene. *The Nôm Works of Geronimo Maiorica, S.J. (1589-1656) and their Christology*. Luận án Tiến sĩ, Cornell University, 2006.

Nguyễn Thị Tú Mai. *Chữ Nôm và Tiếng Việt Thế Kỉ XVII qua Thiên Chúa Thánh Giáo Khải Mông của Girolamo Maiorica*. Luận án Tiến sĩ Ngữ văn, Trường Đại học Sư phạm Hà Nội, 2012.

PHỤ LỤC

Một số tài liệu viết về cha Maiorica và các tác phẩm của ngài

Hoàng Xuân Hãn. "Girolamo Maiorica: Ses oeuvres en langue vietnamienne conservées à la Bibliothèque Nationale de Paris". Trong *Archivum Historicum Societatis Iesu* XXII (1953): 203-214.

Lã Minh Hằng. "Nguồn tư liệu từ vựng thế kỷ 17 – qua khảo sát truyện ông thánh Inaxu". Trong *Thông Báo Hán Nôm Học*. Viện Nghiên Cứu Hán Nôm, 2013.

Nuyễn Quốc Dũng. *Ngôn ngữ trong "Truyện các thánh" của tác giả Maiorica – khía cạnh từ vựng và ngữ pháp.* Khóa luận tốt nghiệp ngành Ngôn ngữ, Trường Đại học Sư phạm Huế, 2009.

Nguyễn Thị Tú Mai. *Chữ Nôm và Tiếng Việt Thế Kỉ XVII qua Thiên Chúa Thánh Giáo Khải Mông của Girolamo Maiorica.* Luận án Tiến sĩ Ngữ văn, Trường Đại học Sư phạm Hà Nội, 2012.

Nguyễn Văn Ngoạn. *Khảo cứu văn bản Nôm Kinh những lễ mùa phục sinh của Maiorica.* Luận văn Thạc sĩ, Học viện Khoa học xã hội, 2012.

Nên xem thêm:

Trần Thị Phương Phương, *Truyện về các nữ thánh của Girolamo Maiorica,* Tạp chí Nghiên Cứu Văn Học số 7 tháng 7/2020 tr. 58

VĂN HỌC CÔNG GIÁO CHỮ NÔM THẾ KỶ XVII

Linh mục Đa Minh Nguyễn Đức Thông

Từ năm 1632 tới 1656, chữ Quốc ngữ đã có cơ sở vững chắc nhưng có lẽ chẳng ai nghĩ rằng chữ ấy sẽ có thể thay thế chữ Hán và chữ Nôm được. Vì số lượng sách bằng chữ Quốc ngữ chỉ có khoảng 700 trang trong khi sách bằng chữ Nôm nhiều gấp sáu lần, lên tới 4.200 trang. Bên ngoài xã hội, những công trình bằng chữ Nôm cũng đã nhiều như *Quốc âm thi tập* của Nguyễn Trãi, *Hồng Đức quốc âm thi tập* của Hội Tao Đàn, *Thơ văn quốc âm* của Nguyễn Bỉnh Khiêm... chỉ tiếc rằng không còn một nguyên bản nào chỉ còn những bản sao, riêng chỉ có các tác phẩm của Majorica là còn nguyên vẹn.[1]

1. Maiorica

Girolamo Maiorica (1591 – 1656), thuộc Dòng Tên, người Napoli, nước Ý, truyền giáo tại Việt Nam từ năm 1623 đến khi qua đời năm 1656, đã viết và phiên dịch 45 quyển sách, và soạn 12 quyển bằng văn xuôi và văn vần. Không theo xu hướng thông thường của văn học Hán Nôm thời đó, Maiorica đã chọn viết truyện bằng chữ Nôm, văn xuôi Nôm. Theo một số nhà nghiên cứu văn học sử, ông xứng đáng là người tiên phong trong khuynh hướng văn học này.[2] Chữ Nôm của ông là một thứ chữ Nôm nguyên tuyền, chưa bị Vua Tự Đức san định lại. Nội dung các tác phẩm của ông rất phong phú về xã hội học, triết học, nhân văn học và là một kho tư liệu vô giá về ngôn ngữ học.[3]

---

[1] Linh mục Thanh Lãng, *Thử thiết lập hồ sơ về hai người con gái: một con của Phật, Một con của Chúa*, in trong Lê Đình Bảng, *Văn học Công giáo Việt Nam - những chặng đường*, tr. 69.

[2] Lê Đình Bảng, *Văn học Công giáo Việt Nam - những chặng đường,* tr. 68.

[3] M. Durand, *Introduction à là littérature Vietnamienne*, Paris, 1969, tr. 23.

Linh mục Đaminh Nguyễn Đức Thông

** Sinh: 19-02-1957. Thuộc dòng Chúa Cứu Thế.*
** Tiến sĩ ngành Giáo dục Tôn giáo tại Đại học De la Salle.*
** Hiện đang là phó Giám tỉnh Dòng Chúa Cứu Thế Việt Nam. Giảng dạy tại: Đại chủng viện Saigon, Học viện Công giáo.*
** Tác phẩm chính: Luân lý giới tính, Thần học luân lý căn bản, Các tập truyện: Sỏi đá nở hoa, Trăng rằm trên phố núi, Hoa tươi trong vùng cát, Trong g nắng, Nắng chiều tàn tạ. Hơn 50 tác phẩm dịch thuật.*
** Email: <domducthong@yahoo.com.vn>*

Trọn bộ gồm 4.200 trang không hề bị chỉnh sửa, hiện còn được lưu giữ tại Bibliothèque National de Paris, ghi lại các Kinh nguyện, các bài suy gẫm, các ngày lễ trọng từ năm 1634. Toàn bộ tác phẩm của Maiorica đều là văn xuôi. Mảng truyện ký (Đức Chúa Giêsu, Thiên Chúa Thánh Mẫu và các thánh) là những truyện về 500 vị thánh.[4] Bộ sách toàn là sự tích Công giáo này viết xong vào năm 1646 [5] bằng một thứ ngôn ngữ mộc mạc dân gian, gần với chữ Nôm nguyên thủy. "Đây là những tác phẩm hoàn chỉnh về Công giáo, lịch sử đạo Kitô được ghi lại bằng chữ Nôm tồn tại sớm nhất ở nước ta".[6]

Cùng với Maiorica, thầy Gioan Thanh Minh (1588 – 1663) cũng có những đóng góp rất lớn cho nền văn xuôi Nôm. Thầy xuất thân từ một gia đình nho phong, danh giá. Cha là một quan lớn thứ nhì trong tỉnh (nào?). Ngay từ nhỏ thầy đã nổi tiếng là một nhà nho thông thái và một thi sĩ tên tuổi. Năm 1622, thầy theo đạo, sau trở thành thầy giảng và chết vì đạo năm 1663. Thầy viết 15 tác phẩm bằng chữ Nôm, hầu hết là hạnh các thánh. Lời thơ của thầy chải chuốt, đầy lòng thành kính khiến dân thì ưa thích, các quan thì chịu ảnh hưởng nặng, chúa Nguyễn Phúc Lan phải thán phục.[7] Giống như Majorica, Gioan Thanh Minh đáng được kể vào số những người tiên phong sử dụng truyện Nôm, tức văn xuôi Nôm.[8]

---

[4] Linh mục Nguyễn Hưng, *Étude Phonologique des Tons du Vietnamien (Luận án tiến sĩ Đại học Sorbonne,* 1971, tr.9 và *Thư mục Hán Nôm Công giáo Việt Nam*. Tham luận tại cuộc tọa đàm về văn hóa Công giáo Việt Nam, do Ủy ban Giáo dân, Hội Đồng Giám mục Việt Nam tổ chức tại tòa Tổng Giám mục Huế, 10. 2000.

[5] Vũ Văn Kính, *Chữ Nôm Công giáo qua các Tác phẩm của Majorica*. Tham luận tại cuộc tọa đàm về văn hóa Công giáo Việt Nam, do Ủy ban Giáo dân, Hội Đồng Giám mục Việt Nam tổ chức tại tòa Tổng Giám mục Huế, 10. 2000.

[6] Chương Thâu, *Về một số tư liệu Hán Nôm Công giáo ở nước ngoài*. Tham luận tại cuộc tọa đàm về văn hóa Công giáo Việt Nam, do Ủy ban Giáo dân, Hội Đồng Giám mục Việt Nam tổ chức tại tòa Tổng Giám mục Huế, 10. 2000.

[7] Georg Schurhammer, *Annamitish Xavierius Litterature*, Bản dịch của Trương Bửu Lâm và Đỗ Văn Anh. Việt Nam khảo cổ Tập San. Sài gòn, 1960. Tr. 30.

[8] *Lịch sử Văn học Công giáo Việt Nam*, NXB Tư Duy, Sài gon, 1965, tr. 183.

Nói về Maiorica và Gioan Thanh Minh, Võ Long Tê đánh giá như sau: văn Nôm của Maiorica đã đánh dấu một bước tiến khả quan trong việc hình thành một thứ ngôn ngữ Công giáo Việt Nam. Những cách phiên âm của ông từ tiếng Latinh như Giêsu, Phêrô, Phanxiô Xaviê, Giêrusalem... hay những từ ngữ giản dị và sâu sắc ông sáng tác ra hợp với tinh thần tiếng Việt, vừa tầm hiểu biết của giới bình dân như khó lòng, cả lòng, chịu khó, làm phúc... hiện vẫn còn thông dụng. Các tác phẩm của ông là "những văn kiện quý báu để người sau tìm hiểu phương pháp giảng đạo, tu đức và khảo cứu về tiến trình ngôn ngữ không chỉ cho riêng Công giáo Việt Nam mà còn cho cả ngôn ngữ Việt Nam nói chung ở buổi ban đầu".[9]

Công trình của Maiorica vĩ đại thật, nhưng đây là một công trình tập thể như linh mục Philipphê Bỉnh khẳng định, trong đó có thầy Phanchicô là chủ lực.[10]

2. Thầy Phanchicô

Linh mục Philliphê Bỉnh kể lại, khi linh mục Maiorica đến kinh đô Thăng long, tranh luận với mười hòa thượng trước mặt Chúa Trịnh và các quan văn võ triều đình. Tất cả các hòa thượng đều bị khuất phục. Hòa thượng thứ nhất cũng là quan văn đang tu ở chùa thành Phao, xin theo đạo Chúa, khi được thánh tẩy lấy tên thánh là Phanchicô và ở giúp việc cho cha Maiorica. Thầy Phanchicô đã sáng tác kinh "*Cảm tạ niệm từ*" hay còn gọi là kinh "*Phục dĩ chí tôn*" được đánh giá là một áng kinh tuyệt tác xuất hiện đồng thời với dòng văn học Hán Nôm từ thế kỷ XVII.[11] Qua văn phong hàm súc của *Cảm tạ niệm từ*, tác giả đã giãi bày giùm cho các Kitô hữu Việt Nam nỗi thao thức, bồn chồn về phận người trước bờ hư vô, về cõi thường hằng là 'sinh ký tử qui', là 'hạt lúa gieo vào lòng đất'. Mảng kinh truyện Hán, Nôm, quốc ngữ cổ truyền của đạo Công giáo Việt Nam trong đó có *Cảm tạ niệm từ* đã đóng một vai trò quan trọng trong đời sống đức tin của người Công giáo, mãi cho tới hôm nay ở các giáo xứ miền Xuân Lộc, người ta vẫn ngâm nga kinh này mỗi khi cầu nguyện cho người quá cố trong các dịp an táng hay giỗ chạp, mà còn góp phần quan trọng cho ngôn ngữ của dân tộc ta.[12]

3. Mẹ con bà Catarina

Nếu đầu thế kỷ XVII, Việt Nam xuất hiện một rừng ca dao, tục ngữ, đồng dao, truyện cổ, thì trong đạo Công giáo cũng xuất hiện hàng

---

[9] *Lịch sử Văn học Công giáo Việt Nam*, NXB Tư Duy, Sài gòn, 1965, tr. 176 – 180.

[10] Lê Đình Bảng, *Văn học Công giáo Việt Nam - những chặng đường*, tr. 103.

[11] Philipphê Bỉnh, *Truyện Nước Annam Đàng Ngoài chí Đàng Trong*, Tập I, viết tay tại Bỉ năm 1822, tr. 30.

[12] Lê Đình Bảng, *Văn học Công giáo Việt Nam - những chặng đường*, tr. 105.

loạt kinh nguyện, giáo lý, các mầu nhiệm được trình bày và truyền tải theo các thể loại ca vãn, thi phú để giáo dân dễ thấm nhuần. Cụ thể, đó là những kinh: *Tại Thiên Kinh (Kinh Lạy Cha), Cung hỷ Maria (Kinh Kính Mừng), Cảm Tạ Niệm Từ, Thánh Mẫu Thi Kinh (Kinh cầu Đức Bà), Ngắm mười lăm sự Thương khó Chúa Giêsu, Thiên Chúa Thánh Giáo Hối Tội kinh, Kinh những lễ Mùa Phục Sinh, Kinh chiều hôm ban sáng, Kinh bản hỏi, Ngắm lễ, Vãn dâng hoa Đức Bà*. Trong số các tác giả thời này phải kể tới mẹ con bà Catarina, là chị (hay em) gái của Trịnh Tráng. Bà rất giỏi về Hán và rất nhiệt tâm với đạo Công giáo, nên luôn tìm cách chinh phục người ta về cho Thiên Chúa và chuyên cần giáo huấn các bà mẹ trẻ về đạo đức Kitô giáo. Con gái bà rất giỏi thơ lại ham mê suy gẫm Lời Chúa, nên đã soạn bằng thơ toàn bộ lịch sử cứu độ. Tác phẩm này rất ích lợi không chỉ để các tân tòng ngâm nga mà còn giúp cho lương dân biết được mầu nhiệm và chân lý đức tin.[13]

Cuối thế kỷ XVII bước vào thế kỷ XVIII, nền văn học chữ Nôm lại được chứng kiến một tác phẩm có tầm vóc thế giới, *Inê Tử đạo vãn* của Lôren Huỳnh Lâu.

4. Lôren Huỳnh Lâu (1656 – 1712)

Huỳnh Lâu sinh tại Lâm Tuyền, phủ Diên Ninh nay là Khánh Hòa. Sau khi học xong chương trình thần học tại chủng viện Juthia (Thái Lan), ông được thụ phong linh mục khoảng năm 1690. Là người hay chữ và có tương quan rộng, ông được giới thi hữu đạo đời mến mộ. Tác phẩm *Inê tử đạo vãn* của ông, được mệnh danh là trường ca bất hủ, đã gây được tiếng vang không chỉ trong nước mà còn là một tác phẩm đầu tiên được dịch sang các tiếng Anh, Pháp, Latinh, được in trong phần phụ lục quyển *từ điển Latinh – Việt Nam* của Đức Cha Taberd xuất bản năm 1838 tại Ấn Độ vì "tập thơ độc đáo ấy là một tiêu biểu về giá trị thi ca Việt Nam".[14]

5. Thầy cả Lữ Y Đoan (1613 – 1678)

Lữ Y Đoan sinh tại Kẻ Chàm (dinh Quảng Nam), một người có tương quan rộng và tinh thông kinh sách, được thụ phong linh mục do Đức Cha Lambert de la Motte năm 1676. Là một chủ chiên nhiệt thành, luôn trăn trở đem lời Chúa đến cho muôn người, với tài văn chương uyên bác, ông đã sáng tác *Kinh thánh* theo thể thơ lục bát, một vần thơ rất gần gũi tâm hồn người Việt. Đứa con tinh thần mang

[13] Alexandre de Rhôde, *Histoire du Royaume de Tunqin, Lịch sử Vương Quốc Đàng Ngoài,* bản dịch của Hồng Nhuệ, 1994, tr. 103 – 06.

[14] Võ Long Tê, *Contribution à l'étude d' un des première poèmes narratifs d' inspiration Catholique en langue Vietnammien romanisée: Inê Tử đạo vãn. Bulletin de la Société Études Indochinoises*, 1967, tr. 311.

tên *Sấm Truyền Ca*[15] của ông gồm 3596 câu thơ lục bát, chào đời năm 1670 được tầng lớp giáo dân Việt Nam yêu thơ đón nhận nồng nàn, họ chuyền tay nhau, đọc, ngâm nga cách thích thú. Tiếc rằng do quan niệm hẹp hòi, coi thi ca là chuyện thơ thẩn thẫn thờ của bọn thiếu thần học, tác phẩm này đã bị bỏ xó, mối mọt gặm nhấm gần hết. Mãi đến năm 1993 mới được Khoa Ngữ Văn Trường Đại Học Tổng Hợp Thành phố Hồ Chí Minh đặt thành vấn đề.[16]

Tác giả Nguyễn Văn Trung nhận xét, các thừa sai thời đó dè dặt với *Sấm truyền ca*, vì cho là không chính thống, không sát nghĩa nhưng lại đi thật sâu vào lòng người, vì viết theo thể loại văn học dân gian, dễ đọc, dễ hiểu, dễ nhớ, thậm chí ông còn sánh *Sấm truyền ca* của Lữ Y Đoan ngang tầm *Chinh phụ ngâm khúc, Kim Vân Kiều*. Tác phẩm này đã đạt chuẩn giá trị một tác phẩm văn học Công giáo, khép lại một chặng đường chữ Nôm và mở ra một chặng đường văn học Công giáo mới.[17]

Tóm lại, lịch sử văn học Công giáo thời này gồm những áng văn truyền khẩu: những bài giảng, những kinh nguyện riêng lẻ, các ca vãn và các tác phẩm thành văn của nhiều tác giả thuộc nhiều quốc gia. Những tác giả này không chỉ biết vận dụng ngôn ngữ Việt Nam để chuyên chở giáo lý Công giáo thôi mà còn mở đường cho một khuynh hướng văn học mới như Majorica, Gioan Thanh Minh, hay Lữ Y Đoan, không chỉ quanh quẩn với đất nước và dân tộc mà còn vượt Thái Bình Dương đi vào thế giới Tây phương như *Inê tử đạo*, hơn nữa, lại còn sáng tạo ra chữ Quốc ngữ, tạo nên một bước ngoặt quan trọng trong nền văn học và văn hóa Việt Nam đến độ nhiều nhà văn Việt Nam hiện vẫn không ngừng biết ơn.[18]

Trích trong: Hội đồng Giám mục Việt Nam - Ủy ban Văn hóa,
Bốn Trăm Năm Hình Thành Và Phát Triển Chữ Quốc ngữ
Trong Lịch Sử Loan Báo Tin mừng Tại Việt Nam
(Tài liệu hội thảo 25&26/10/2019, trang 293-299)

---

[15] Bản in tại Montréal, Canada năm 2000, có 3596 câu thơ lục bát. Bản dịch Nôm sang quốc ngữ của Simon Nguyễn Văn Cận năm 1820, tại Cái mơn.

[16] *Về sách báo của Tác giả Công giáo thế kỷ XVII – XIX*, TPHCM, 1993.

[17] Lê Đình Bảng, *Văn học Công giáo Việt Nam - những chặng đường*, tr. 121 – 124. *Sấm Truyền Ca* này đã mở đường cho hàng loạt các học giả và dịch giả *Kinh thánh* sau này như Philliphê Phan Văn Minh, Hồ Ngọc Cẩn, Tống Viết Toại, Trần Đức Huân, Ger. Gagnon, Nguyễn Thế Thuấn, Đoàn Văn Hàm, Mai Lâm, Nguyễn Xuân Văn, Vũ Ngọc Bích, Long Giang Tử, An Sơn Vị, Xuân Ly Băng, Cao Vĩnh Phan, Hoàng Diệp, Đinh Cao Thuấn, Bách Huyền, Phạm Xuân Thu, Trăng Thập Tự...

[18] Trả lời nhật báo Thanh Niên, số ra ngày 26.1.2002, được trích trong Lê Đình Bảng, *Ở thượng nguồn thi ca Công giáo Việt Nam*, tr. 26.

Nên xem thêm:

- Lã Minh Hằng, *Nguồn tư liệu từ vựng thế kỉ 17 qua khảo sát truyện ông Thánh Inaxu,* http://conggiao.info/nguon-tu-lieu-tu-vung-the-ki-17-qua-khao-sat-truyen-ong-thanh-inaxu-d-20603

- Tara Alberts, *Văn hóa truyền khẩu và thành văn của đạo Công giáo ở Việt Nam thế kỷ XVII, Ngô Bắc dịch,* http://www.gio-o.com/NgoBac.html

ĐỊA VỊ CHỮ NÔM
TRONG BUỔI TIẾP XÚC ĐẦU TIÊN GIỮA ÂU VÀ Á
THẾ KỶ XVII

Nguyễn Khắc Xuyên

Nhưng người ta tự hỏi, chữ Quốc ngữ có phải là một sự việc độc nhất ghi dấu cuộc tiếp xúc Âu Việt, hay còn có một biến cố nào khác về văn hóa? Chúng tôi trả lời là có, và có trước cả việc phiên âm Việt ngữ. Biến cố này xảy ra thầm kín hơn, sâu sắc hơn, và cũng vì thế ít người để ý hơn, có lẽ cũng vì thiếu tài liệu và khó khăn việc tìm tòi. Đó là điều mà chúng tôi muốn trình bày ở đây.

Địa vị chữ Nôm cho tới thế kỷ XVII

Người Việt Nam từ ban đầu hẳn đã có một tiếng nói riêng biệt hay tiếng Việt. Song còn về chữ viết thì chưa rõ. Có lẽ văn tự ấy đã phát hiện từ đời Sĩ Nhiếp, nhưng chắc chắn đã thành hình và sử dụng từ thời Hàn Thuyên (thế kỷ XIII). Tuy nhiên việc sử dụng ấy rất có giới hạn. Người thời ấy có quan niệm khinh tiếng mẹ đẻ, coi thường chữ viết hay chữ Nôm, nếu chúng tôi không lầm, thì tương tự như thái độ khinh thị và sao nhãng Việt ngữ của một số người thời đại chúng ta. Các sử gia và các tác giả đều đã nhận thấy sự kiện ấy. Chữ Nho hay Hán tự đã được dùng trong các học đường, trong các cơ quan hành chính, trong việc biên soạn sử địa, trong sự diễn đạt tư tưởng. Chữ Nôm thì giữ một địa vị bà con nghèo, để tiêu khiển trong vài ba câu thơ, ngâm nga mấy câu hát nói... "Nôm na mách qué" là thế, đến nỗi chữ "Nôm" trở nên gần như đồng nghĩa với "tầm thường", "bình dân", "thô thiển", trái với tiếng "chữ" có nghĩa là "văn

Nhà nghiên cứu Nguyễn Khắc Xuyên

** Sinh: 1923, Hà Đông. Mất: 1993.*
** Năm 1935, tu học tại Chủng viện Hoàng Nguyên, chịu chức linh mục vào 31-05-1954, sau đó gia nhập Hội Dòng Xuân Bích và du học Pháp. Năm 1968 xin xuất tu và lập gia đình. Dạy học và sống ẩn dật tại Nha Trang.*
** Ông có nhiều tác phẩm khảo cứu, dịch và chú giải và là tác giả của nhiều bài thánh ca nổi tiếng: Cao cung lên, Trên con đường về quê, Bê Lem ơi, Lạy Mẹ xin yên ủi...*

học", "có học", "thanh tao". Một tỉ dụ không đúng, song rất gần như thái độ của chúng ta ngày nay, khi nói chuyện mà kèm thêm được vài ba chữ, vài ba câu Pháp ngữ, Anh ngữ. Nói nôm và nói chữ là thế.

Nhưng nếu có văn gia nào có thời giờ nhàn rỗi mà soạn một cái gì bằng chữ Nôm thì chỉ là những bài hát vần, thơ phú, chứ tuyệt nhiên không ai quan tâm soạn sách chữ Nôm bằng văn xuôi. Phải chăng đây cũng là một trong những đặc điểm của nền văn chương Việt Nam cho tới thế kỷ XVII. Các thi văn, truyện ký, sử ký, địa chí đều viết bằng Hán văn, còn về Việt văn, chỉ toàn là vận văn. Tình trạng này thực ra còn kéo dài mãi đến cuối thế kỷ XIX và đầu thế kỷ XX. Nói tắt, người ta chưa có ý thức về địa vị của Việt ngữ trong việc giáo hóa và truyền đạt tư tưởng. Bởi thế, chữ Nôm văn xuôi chưa được một địa vị xứng đáng với văn tự của một nước có chủ quyền độc lập, một tiếng nói của mọi người dân Việt.

Chữ Nôm dưới mắt của giáo sĩ người Âu

Nói chung thì một người Âu thế kỷ XVII mới tiếp xúc với nước Việt Nam đều phải nhận thấy một sự việc phức tạp này: ngoài thứ chữ chính thức trong các trường học, các khoa thi, các giấy tờ, còn một thứ chữ tương tự (thực ra chỉ tương tự thôi) đó là chữ Nôm. Hơn thế nữa, nếu người Trung Hoa nói tiếng quan thoại và viết tiếng đó bằng "chữ nho" thì người Việt khi viết thì viết bằng Hán tự, còn khi nói thì nói bằng "chữ Nôm". Nhận xét trên biểu lộ một thái độ lệ thuộc văn tự khá tệ hại của các nhân sĩ thời xưa.

Giáo sĩ Borri đã so sánh việc dùng chữ Hán tại Việt Nam thế kỷ XVII tương tự như việc sử dụng tiếng Latinh thời Trung cổ tại Âu châu. Thời đó, La ngữ là tiếng của kẻ trí thức, tiếng chính thức dạy trong các học đường và là tiếng độc nhất, mặc dầu mỗi nước đã có một tiếng nói bản thổ, song chưa được chính thức gia nhập vào phạm vi học đường và tư tưởng, cho tới ngày tiếng bản thổ thay thế hẳn cho La ngữ, tiếng này trở về địa vị một tử ngữ chứ không còn là "sinh ngữ" độc tôn.

Theo Borri thì Hán tự gồm 80.000 chữ, mỗi chữ đều có một hình thức khác nhau, đến nỗi phải để ra 10 năm mới trông viết được đầy đủ, mà thực ra đã dễ đâu! Người Việt Nam đã rút bớt thứ chữ viết của họ, nghĩa là chữ Nôm, nên chỉ còn chừng 3 ngàn chữ thôi. Trái lại người Nhật Bản đã sáng chế ra một thứ mẫu tự gồm 48 chữ cái để có thể biên soạn những công việc thường nhật. Song chính người Nhật vẫn trọng dụng chữ Hán, đến nỗi người ta đã gọi thứ chữ vắn tắt này là chữ của đàn ...

Nếu giáo sĩ Borri đã rõ ràng đề cập một cách sơ lược tới chữ Nôm, thì không phải chúng ta sẽ hiểu là ngài đã học hay viết được thứ chữ khó khăn ấy. Thật vậy, trong đoàn giáo sĩ tiên khởi đến truyền bá Kitô giáo tại Việt Nam vào thế kỷ XVII, trừ một vị mà chúng tôi sẽ bàn giải sau, thì không một ai đã tỏ ra thông thạo chữ Nôm. Người có tên tuổi trong văn hóa Việt Nam, cha Đắc Lộ, không hề để lại một bút tích nào chứng thực ngài đã biết chữ Nôm. Điều này có lẽ không có chi lạ: bởi vì chữ Nôm là thứ chữ vừa thuộc loại tượng hình như chữ Hán, vừa thuộc loại tượng âm. Cho nên muốn biết chữ Nôm, phải thông thạo Hán tự đã. Bởi vậy đối với các người ngoại quốc, có thể nói là một thành trì bít kín không thể xâm nhập đặng.

Đọc các tác phẩm của giáo sĩ Đắc Lộ chúng ta thấy rõ ngài không biết chữ Nôm, cả đến chứ Hán nữa. Song không phải vì thế mà chữ Nôm không có một địa vị quan trọng trong việc truyền bá Kitô giáo. Thật vậy, chúng ta thấy rằng những người cộng sự đầu tiên của giáo sĩ Đắc Lộ trong công việc này là những người Việt Nam có học, nghĩa là vừa thông thạo chữ Hán vừa thấu đáo chữ Nôm. Những lời giáo huấn, những kinh sách ngài rao giảng được biên chép lại, dĩ nhiên bằng chữ Nôm, trong khi đó chắc chắn là nhà truyền giáo của chúng ta đã ghi lại bằng thứ chữ Latinh do các giáo sĩ khác khởi xướng và do chính ngài điều chỉnh và hoàn bị dần dần, với thời gian. Trong một bệnh viện, Simon đã chép các kinh sách; bà "chị nhà vua" đã làm thơ vịnh lại tất cả bộ sách giáo lý, bà Catarina, thầy Phanxicô, thầy Inhaxu cũng đã ghi lại các điều về đạo; chính các giáo hữu cũng đã soạn một cuốn lịch các ngày lễ tôn giáo và đem in, nhất là câu truyện các giáo đoàn miền Bắc đã gửi cho các giáo đoàn miền Nam một bộ gồm 20 cuốn sách do các giáo sĩ miền Bắc soạn: dĩ nhiên bằng chữ Nôm.

Trên con đường tìm tòi những tác phẩm chữ Nôm thế kỷ XVII

Như vậy, ngay từ thế kỷ XVII, với đoàn giáo sĩ tiên khởi, người ta hẳn đã thấy có những tác phẩm bằng chữ Nôm. Bởi vì đi tới đâu, các ngài đã dùng ngay ngôn ngữ ở đấy để soạn các sách về tôn giáo, hoặc phiên dịch *Kinh thánh* cho người bản thổ đọc và học. Chữ Quốc ngữ thời đó mới còn trong giai đoạn nghiên cứu, giai đoạn phôi thai, ở trong vòng sử dụng, hay đúng hơn thử nghiệm của một số giáo sĩ ngoại quốc và có lẽ cả một số những người Việt cộng tác mật thiết với các ngài. Có thể nói được rằng: chính cuốn sách Quốc ngữ đầu tiên mà chúng ta ngày nay được biết, cuốn *"Phép giảng tám ngày..."* của giáo sĩ Đắc Lộ in năm 1651, đã qua một giai đoạn chữ Nôm trước khi được phát hành thành sách bằng Quốc ngữ hay Việt ngữ phiên âm.

Vậy, những tác phẩm tôn giáo bằng chữ Nôm tiên khởi ấy, nghĩa là trước sau hay đồng thời với niên hiệu 1651, có hay không, nếu có thì ai là tác giả và gồm những quyển nào?

Tác giả Thanh Lãng, trong cuốn *"Biểu nhất lãm văn học cận đại"*, Sài Gòn, năm 1958, đã có công cho độc giả hiểu biết thêm về văn chương Kitô giáo. Trong nhóm "nhà văn" này, người ta thấy giáo sĩ Đắc Lộ (thế kỷ XVII), thuỷ tổ chữ Quốc ngữ, linh mục Philipphê Bỉnh (thế kỷ XVIII), nhà văn lưu lạc nơi quê người. Như vậy, hai thế kỷ XVII- XVIII, Kitô giáo chỉ để lại các tài liệu chữ Quốc ngữ, còn chữ Nôm thì tuyệt nhiên không có, hay chưa được tác giả bàn giải tới (theo Thanh Lãng).

Năm 1959, linh mục Nguyễn Hồng đã cho xuất bản bộ *"Lịch sử truyền giáo ở Việt Nam"*, trong đó tác giả đã dành một đoạn dài đề cập tới "các thừa sai dòng Tên với nền văn hóa Việt Nam". Người ta chỉ nhận thấy giáo sĩ Đắc Lộ với chữ Việt phiên âm do ngài hoàn thành và một số mấy giáo sĩ khác đã lưu lại những tác phẩm thuộc phong hóa, lịch sử. Vấn đề các sách soạn bằng chữ Nôm đã không được nghiên cứu tới. Người ta có cảm tưởng như hình ảnh quá "vĩ đại" của giáo sĩ Đắc Lộ đã choán hết sự chú ý của soạn giả. Thực ra, việc thành lập chữ Quốc ngữ là một biến cố rất mực quan trọng cho tiền đồ văn học nước nhà, song không phải chỉ có những sự nghiệp về chữ Việt phiên âm trong thế kỷ XVII, mà còn có một nền văn hóa chữ Nôm đáng cho ta chú ý tới nữa. Âu cũng là một thiếu sót của bộ Lịch sử rất quý và rất công phu, bộ sử Kitô giáo thứ nhất viết một cách khoa học và đầy đủ tài liệu, nhất là những tài liệu chưa bao giờ ấn hành (Nguyễn Hồng).

Những văn liệu chữ Nôm thế kỷ XVII hiện nay được tàng trữ tại Thư viện quốc gia Paris.

Năm 1951, trong khi sưu tầm những sách nói về vị truyền giáo thời danh tại Đông Nam Á, cha Schurhammer, người Đức đã giới thiệu với thế giới Công giáo một nhân vật người thành Napoli bên Ý, người đã giảng đạo tại Việt Nam cũng vào thời kỳ với cha Đắc Lộ. Đó là cha Girôlamô Majorica (1591-1656), người đã soạn nhiều sách tôn giáo bằng chữ Nôm, trong đó có nhiều tích truyện thánh, sách giáo lý và tiểu sử Phanxicô Xavie. Những kết quả của việc khảo cứu này đã được đăng trên một tạp chí bằng tiếng Đức năm 1951 (Georg SCHURHAMMER, Annamitisch Xavierius Literatur đăng trong quyển *Missionswissenschaftliche Studien, Anchen,* 1951 tr.300 - 314).

Giáo sĩ Schurhammer trong khi kiểm điểm những văn liệu tại Bảo tàng viện của dòng Tên ở Rôma, mới chỉ biết trên giấy tờ về thân thế và sự nghiệp của Majorica, song thực ra chưa tìm ra chính những tác phẩm đó. Cũng như trong một tài liệu khác, người ta thấy rằng: khi mấy giáo sĩ đầu tiên thuộc Hội truyền giáo ngoại quốc Paris đến Việt Nam, nghĩa là vào những năm sau năm 1660, các ngài đã vội vã thu được trên dưới 50 cuốn sách viết bằng chữ Nôm và gởi ngay về Âu châu, giữ làm tang vật và kỷ niệm. Cho nên với công cuộc của Schurhammer và tài liệu trên, người ta được biết chắc chắn đã có một số tác phẩm và đã có một tác giả soạn sách tôn giáo bằng chữ Nôm.

Có lẽ do một sự tình cờ, trong khi chú trọng nghiên cứu những tài liệu văn hóa cổ Việt Nam tại Âu châu, giáo sư Hoàng Xuân Hãn đã khám phá ra một số sách khá quan trọng bằng chữ Nôm hiện lưu trữ tại thư viện quốc gia Paris. Bộ sách này đã do giáo sĩ Majorica dịch hay soạn. Như vậy, công việc của ông Hoàng Xuân Hãn đã đến xác nhận những tìm tòi của Schurhammer. Tất cả những tác phẩm này đều còn là bản thảo viết tay. Giáo sư đã tả lại như sau: "Năm 1951, trong khi kê khai thư mục về những sách bằng chữ Nôm lưu trữ tại Thư viện quốc gia Paris, tôi đã tìm ra một số bản thảo của nhà thừa sai đó (Girôlamô Majorica), còn nguyên từ thời tác giả. Tất cả đều xuất xứ từ một chủng viện Truyền giáo ngoại quốc, và đã được xếp vào ngăn Hán tự, nhất ngăn Fourmont. Hầu hết cùng một khổ chung (16 x 25) viết trên giấy dó, đóng theo sách nho, bìa bằng vỏ cây phết cậy. Màu bìa xam xám, mềm và dai. Chín cuốn trong bộ đó chắc chắn là của một người, bởi vì bìa đều có dấu hiệu riêng là gấp làm ba mặt".

Theo bài chính giáo sư đã cho đăng ở một tập san sử liệu (Hoàng Xuân Hãn, Girolamo Majorica, ses oeuvres en langue vietnamienne conservées à la bibliothèque nationale de Paris, trong *"Archivum Historicum Societatis Iesu"*, vol XXII, 1953, tr.203-214) thì lối viết thảo cổ, thuộc thế kỷ XVII hay XVIII rất dễ đọc và nhiều khi rất đẹp. Trong nhiều quyển, người ta đọc tới tên người sao lại, tỉ như Vito Tri, một người khá quen biết trong hàng linh mục Việt Nam tiên khởi thế kỷ XVII. Tên tác giả cũng được biên bằng chữ Nôm: "Chi-yo-ni-mo Mai-o-yi-ca" hoặc bằng chữ Roma" Jeronymo Mayorica".

Cuộc cách mạng chữ Nôm

Địa vị chữ Nôm trong giai đoạn này là một cuộc cách mạng. Nếu Hồ Quý Ly đã một phần nào thất bại trong việc tiến cử chữ Nôm làm văn tự chính thức trong giới văn học và dân chính, nếu sau này, thế kỷ XVIII vua Tây Sơn Nguyễn Huệ mới chỉ khởi xướng và chưa kịp hoàn tất công cuộc dịch thuật các sách ra chữ Nôm và dùng chữ này trong các khoa cử, thì ngay đầu thế kỷ XVII, các giáo sĩ người Âu, nhất là Mai Do người Ý đã thực hiện được cuộc cải cách lớn lao và bền bỉ. Đó là lấy ngôn ngữ, văn tự của người địa phương để giáo hóa người địa phương, dùng chữ Nôm để truyền bá tôn giáo cho người Việt mà ngót 50 sách của Mai Do là một bằng chứng vĩ đại.

Nhưng nếu gọi việc sử dụng chữ Nôm của Mai Do là một cuộc cải cách lớn lao trong nền văn hóa nước nhà, thì phải nói ngay đến việc sáng lập chữ Quốc ngữ, cũng trong thế kỷ XVII là một cuộc cải cách lớn lao khác.

Như thế hai nhân vật, hai sự nghiệp phải nhắc nhở đến, trong giai đoạn chuyển hướng của văn học nước nhà, khi bước sang một thời đại mới, đó là giáo sĩ Mai Do với những tác phẩm viết tay bằng chữ Nôm và giáo sĩ Đắc Lộ với những sách in bằng Quốc ngữ.

Nguồn:

Tạp chí Đại Học, Huế, số15, tháng 5/1960, tr.149-159

Nên xem thêm:

- Nguyễn Đức Cung, *Chữ Nôm Công Giáo: Nhận định & trao đổi với một giáo sư dạy Hán Nôm tại Đại Học Hoa Kỳ,* http://www.conggiaovietnam.net/index.php?m=home&v=detail&ia=20894

- Nguyễn Đức Cung, *Chữ Nôm với đạo Công giáo từ thế kỷ XVII – XX,* https://server4.kproxy.com/servlet/redirect.srv/sruj/scothtbtykshp/sstu/p2/a/chu-nom-dao-cong-giao-xvii-xx/5491815.html

HOÀNG XUÂN HÃN VÀ TƯ LIỆU TÁC PHẨM CHỮ NÔM CỦA GIROLAMO MAIORICA TẠI THƯ VIỆN QUỐC GIA PHÁP Ở PARIS

Trần Thị Phương Phương

Tóm tắt – Girolamo Maiorica là một linh mục Dòng Tên (hay còn gọi là Dòng Chúa Giêsu, tên tiếng Latinh là Societas Iesu) người Ý. Ông đến Việt Nam vào đầu thế kỉ XVII, sống và truyền đạo ở Đàng Ngoài cùng thời với Alexandre de Rhodes, từ năm 1631 cho đến khi qua đời tại Thăng Long. Ông để lại một lượng lớn tác phẩm thuộc nhiều thể loại văn học Công giáo được viết bằng chữ Nôm, mà một thời gian dài tưởng đã thất truyền, đến khi học giả Hoàng Xuân Hãn tìm thấy một số trong Thư viện Quốc gia Pháp ở Paris năm 1951. Hoàng Xuân Hãn đã công bố thông tin về số tư liệu tìm được này trong một bài đăng trên một tạp chí của Viện Sử học Dòng Tên vào năm 1953. Công trình này tuy ngắn, nhưng đã có ý nghĩa quan trọng đối với việc nghiên cứu văn học Công giáo chữ Nôm thế kỉ XVII từ nửa sau thế kỉ XX. Bài viết của chúng tôi giới thiệu công trình của Hoàng Xuân Hãn và những thông tin có liên quan đến nó.

Từ khóa: Girolamo Maiorica, Hoàng Xuân Hãn, Thư viện Quốc gia Pháp ở Paris, văn học Công giáo chữ Nôm thế kỉ XVII.

DẪN NHẬP

Girolamo Maiorica (1581 hoặc 1591 – 1656) là một linh mục Dòng Tên (hay còn gọi là Dòng Chúa Giêsu, tên tiếng Latinh là Societas Iesu).

PGS. TS. Trần Thị Phương Phương

* *Sinh năm 1965 tại Hà Nội, PGS.TS., giảng viên Trường ĐHKHXH và NV TP.HCM. Tác giả các sách Lev Tolstoy - đại văn hào Nga, Tiểu thuyết hiện thực Nga thế kỷ XIX, Thơ ca Nga từ khởi thuỷ đến hiện đại, Văn học Nga hiện đại - những vấn đề lý thuyết và lịch sử, Giáo trình Văn học so sánh... Dịch giả và đồng dịch giả nhiều sách như: Trên thảo nguyên, Dưới đáy (MaximGorky), Chúa biết sự thật nhưng chẳng nói ngay (Lev Tolstoy), Tuyển tập V.Propp, Lịch sử văn học thế giới...*
* *E-mail: phuongphuongtt@hcmussh.edu.vn*

Ông xuất thân từ Napoli, nước Ý, từng đến Việt Nam vào đầu thế kỉ XVII, sống và truyền đạo ở Đàng Ngoài từ năm 1631 cho đến khi qua đời tại Thăng Long. Ông là người cùng thời với Alexandre de Rhodes, hai ông cùng hoạt động truyền đạo ở Đàng Ngoài những năm 30 – 50 thế kỉ XVII. Trong *Lịch sử vương quốc Đàng Ngoài*, Alexandre de Rhodes đã nhắc đến Maiorica 'làm bề trên vùng truyền giáo' 'rất thông thạo tiếng vì đã học được trong thời gian cư trú ở Đàng Trong' và có ảnh hưởng đối với chúa Trịnh Tráng [1, tr.176].

Maiorica, trong thời gian hoạt động ở Đàng Ngoài, với sự trợ giúp của những trí thức Nho học cải đạo người địa phương, đã viết nhiều sách vở bằng chữ Nôm phục vụ cho việc truyền đạo được nhắc đến trong sách vở của Dòng Tên từ thế kỉ XVII. Brian Ostrowski (theo Hoàng Xuân Hãn [2, tr.25]) đã dẫn hai công trình sớm nhất nhắc đến tác phẩm của Maiorica là *Dell'historia della Compagnia di Giesu* của Daniello Bartoli xuất bản ở Roma khoảng giữa những năm 1660 và

1673 và cuốn *Bibliotheca Scriptorum Societatis Iesu* của Nathanaele Sotvello xuất bản năm 1676.

Người Việt Nam đầu tiên nhắc đến Maiorica là Philiphê Bỉnh (1759 – 1833), còn được biết đến với tên Felippe do Rosario. Ông là một tu sĩ Dòng Tên, từng trải qua thời kì gian khó đầy nguy hiểm khi Dòng tu này bị trấn áp ở Viễn Đông sau lệnh bãi bỏ Dòng Tên của Giáo hoàng Clement XIV vào năm 1775. Philiphê Bỉnh cùng một số đồng sự được giáo đoàn Dòng Tên ở Việt Nam cử đi tìm kiếm sự giúp đỡ, che chở ở Macao, Goa – tức những trung tâm Kitô giáo của Dòng Tên ở châu Á – rồi sau đó, năm 1798 đến Lisbon, kinh đô của triều đình Bồ Đào Nha, đây được xem là thế lực bảo hộ cho những người Kitô giáo phương Đông. Trong thời gian hơn 35 năm cuối đời được cho là sống ở Lisbon, Philiphê Bỉnh sáng tác một lượng lớn tác phẩm viết bằng tiếng Latin, tiếng Bồ Đào Nha, tiếng Hán và tiếng Việt chữ Quốc ngữ. Trong số những sách viết tay bằng tiếng Việt chữ Quốc ngữ của Philiphê Bỉnh, có tập *Truyện nước Annam Đàng Ngoài chí Đàng Trong* là tư liệu của người Việt Nam nhắc đến Maiorica sớm nhất, trong đó có kể về sự uyên bác và tài hùng biện của Maiorica trong cuộc tranh biện với mười vị sư Phật giáo trong phủ chúa Trịnh [3, tr. 470]. Tác phẩm của Philiphê Bỉnh cũng cho thấy khả năng linh mục người Việt này đã biết tới các tác phẩm của Maiorica nhưng cho rằng các văn bản đó đã thất truyền [4, tr.26].

Sự quan tâm trở lại với Maiorica trỗi dậy vào giữa thế kỉ XX, khi linh mục Dòng Tên người Đức Georg Schurhammer (1882 – 1971) vào năm 1951 công bố bài viết "Annamitisch Xavierius Literatur" (bản dịch tiếng Việt của Đỗ Văn Anh và Trương Bửu Lâm từ bản tiếng Pháp in trong *Tập san Việt Nam Khảo cổ* số 2, Sài Gòn, 1960 có tựa là "Nền văn chương Công giáo về Phanxicô Xaviê tại Việt Nam"). Trong bài viết này, Schurhammer giới thiệu ba tác giả của Dòng Tên Việt Nam là Girolamo Maiorica, João Ketlâm (tức João Thanh Minh) và Philiphê Bỉnh. Riêng Maiorica được Schurhammer giới thiệu có 48 (hoặc 45) tác phẩm [5]. Giáo sư Hoàng Xuân Hãn (1908 – 1996) là một chuyên gia nghiên cứu chữ Nôm. Ông đã được giới thiệu bài báo của linh mục Schurhammer và bài viết đã làm ông chú ý đến Maiorica. Khi đó, ông đang ở Pháp, giúp Thư viện Quốc gia Pháp ở Paris (Bibliothèque nationale de France, từ đây trong bài sẽ viết tắt là BnF, trừ khi nhắc lại nhan đề bài viết của Hoàng Xuân Hãn) và một số thư viện của Dòng Tên ở châu Âu lập thư mục về sách của Việt Nam. Ông tìm thấy trong các kho Trung Quốc của BnF các bản thảo tưởng đã thất truyền của Maiorica, và giới thiệu về chúng trong một bài viết bằng tiếng Pháp với nhan đề "Girolamo Maiorica, các tác phẩm viết bằng chữ Nôm lưu giữ tại Thư viện Quốc gia Paris" ("Girolamo Majorica, ses œuvres en langue Vietnamienne conserves à la Bibliothèque Nationale de Paris"), in trong chuyên san *Commentarii S. Francisco Xaverio Sacri*, 1552-1952 (Chú giải về Thánh Francisco Xavier, 1552-1952), số XXII của Tạp chí *Lưu trữ lịch sử của Dòng Tên* (Archivum Historicum Societatis Iesu). Đây là tờ tạp chí đa ngữ (với một số ngôn ngữ hiện đại như Anh, Pháp, Đức, Ý, Bồ Đào Nha...) của Viện Sử học Dòng Tên (Institutum historicum Societatis Iesu, hay IHSI), xuất bản hai năm một lần, nơi đăng những bài nghiên cứu chuyên sâu về lịch sử và văn hoá của Dòng Tên.

Bài viết của Hoàng Xuân Hãn đã được một số nhà nghiên cứu nhắc đến trong các lịch sử nghiên cứu vấn đề văn học Công giáo chữ Nôm Việt Nam đầu thế kỉ XVII và về tác phẩm của Maiorica trên các phương diện ngôn ngữ, văn tự. Chẳng hạn các dịch giả Đỗ Văn Anh và Trương

Bửu Lâm khi dịch bài viết của Schurhammer [5], hay Võ Long Tê trong *Lịch sử văn học Công giáo Việt Nam* [6, phụ bản V, VI] đã sử dụng thông tin từ Hoàng Xuân Hãn cho các chú thích tư liệu về tác phẩm của Maiorica. Brian Ostrowski trong luận án tiến sĩ *The Nom works of Geronimo Maiorica, S.J. (1589 – 1656) and their Christology* (Các tác phẩm chữ Nôm của linh mục Geronimo Maiorica (1589 – 1656) và tư tưởng Kitô học của chúng) trình tại Trường Đại học Cornell, Hoa Kì năm 2006, sau đó một phần được công bố trong bài viết "The Rise of Christian Nôm Literature in Seventeenth-Century Vietnam: Fusing European Content and Local Expression" (Sự phát triển của văn học Công giáo chữ Nôm thế kỉ XVII: Hoà trộn nội dung châu Âu với biểu hiện bản địa) xuất bản năm 2010, đã nhắc đến bài báo này và cho rằng 'một sự hào hứng học thuật đã bùng nổ ở Việt Nam xung quanh nó, và một số học giả ở Việt Nam đã quyết định làm các bản sao những văn bản trong thư viện mới được Hoàng Xuân Hãn tìm thấy và xác định này để chúng có thể được chuyển tự một cách có phương pháp sang tiếng Việt hiện đại và phổ biến rộng rãi trong giới học giả' [4, tr.26-27]. Việc chuyển tự đó, theo Trần Quốc Anh trong bài "Ảnh hưởng của văn chương Công giáo trên việc truyền bá đức tin ở Việt Nam thế kỉ XVII-XIX", là do nhóm dịch thuật Hán Nôm Công giáo dưới sự điều hành của linh mục Thanh Lãng và sau là linh mục Nguyễn Hưng thực hiện, xuất bản năm 2003 [7, tr.394-395, phần chú thích].

Tuy nhiên, nhận thấy chưa có bản dịch toàn văn nào bài viết của Hoàng Xuân Hãn được công bố, nên chúng tôi đã tiến hành dịch thuật nó từ nguyên bản tiếng Pháp, và từ đó ghi nhận thêm một số thông tin hữu ích về hiện trạng những văn bản của Maiorica vào thời điểm chúng được tìm thấy trong BnF đầu những năm 50 của thế kỉ trước, cũng như vấn đề về tác quyền và sự hợp tác của người Việt trong quá trình biên soạn.

NỘI DUNG NGHIÊN CỨU

A. Về tình trạng văn bản tác phẩm của Girolamo Maiorica trong BnF

Từ bài viết của Hoàng Xuân Hãn, chúng tôi thấy một số thông tin đáng chú ý về những văn bản viết tay của Maiorica được lưu giữ tại các kho thư tịch cổ của BnF vào thời điểm năm 1951. Trước khi Hoàng Xuân Hãn bắt tay vào khảo cứu, những văn bản của Maiorica được xếp trong các kho tư liệu Trung Hoa, nơi lưu giữ hàng trăm ngàn văn bản in mộc bản, thạch bản hoặc kim bản và vài trăm bản thảo viết tay được chuyển tới từ Trung Hoa. Đây là kho tư liệu Trung Hoa cổ nhất và phong phú nhất trên thế giới. Đọc lịch sử của kho tư liệu này, có thể thấy vai trò đóng góp của giáo đoàn Dòng Tên ở Trung Hoa cuối thế kỉ XVII và thế kỉ XVIII, cụ thể là của những giáo sĩ từng truyền đạo ở Trung Hoa như Joachim Bouvet (1656 – 1730) và Jean de Fontaney (1643 – 1710) ở Bắc Kinh dưới thời Khang Hi, Joseph Henri Marie de

Prémare (1666 – 1736) ở Quảng Châu và Macao dưới thời Khang Hi và Ung Chính, Jean Joseph Marie Amiot (1718 – 1793) ở Bắc Kinh thời Càn Long. Họ đều là những học giả về ngôn ngữ và văn hoá phương Đông, cầu nối sách vở giữa khu vực Trung Hoa và Viễn Đông nói chung với châu Âu, đặc biệt là Paris của Pháp. Đồng thời, các học giả thế tục chuyên về Hán học và Đông phương học như Étienne Fourmont (1683 – 1745, bộ sưu tập mang tên ông trong kho Trung Hoa của Thư viện là nơi Hoàng Xuân Hãn tìm thấy nhiều văn bản của Maiorica), Paul Pelliot (1878 – 1945, người được biết tới với vai trò khám phá vùng Trung Á, cũng như phát hiện các văn bản Phật giáo ở hang Đôn Hoàng) cũng có nhiều đóng góp. Các nhà buôn sách châu Âu thế kỉ XIX, hay nguồn cung cấp từ các thư viện khác như Thư viện Hoàng gia, Thư viện Arsenal có vai trò không nhỏ đối với kho sách Trung Hoa này [8] [1]. Bài viết của Hoàng Xuân Hãn, cũng như những tìm hiểu thêm của chúng tôi có thể giúp đưa ra một kết luận về khả năng những văn bản của Maiorica đã đến được kho Trung Hoa của BnF là qua các nhà truyền giáo Dòng Tên: 'những bản thảo này đều có trên trang đầu tiên dòng chữ viết bằng mẫu tự Latin: dịch nhan đề sang tiếng Latinh và ghi chú 'Chủng viện của hội thừa sai ngoại quốc' (Séminaire des missions étrangères) (...) có lẽ do một nhà truyền giáo châu Âu thời đó làm' [2, tr.207]. Trên trang thông tin của BnF về các tác phẩm của Maiorica, ở mục Các thông tin về thể thức nhập thư viện (Informations sur les modalités d'entrée) cũng đề 'Séminaire des missions étrangères' [8].[2]

B. Về tác quyền của Girolamo Maiorica

Dựa trên những thông tin có được từ tư liệu của các tu sĩ Dòng Tên thế kỉ XVII như Joseph Tissanier, giám mục Deydier và bảng danh mục của linh mục Georg Schurhammer, Hoàng Xuân Hãn đưa ra con số 48 tác phẩm được cho là của Maiorica, trong đó có 14 tác phẩm được ông tìm thấy trong các kho thư tịch cổ của BnF. Ngoài phần giới thiệu tiểu sử của Maiorica và các vấn đề chữ Nôm ở đầu, Hoàng Xuân Hãn dành tám trang sau đó lần lượt miêu tả chi tiết về các bản thảo, ví dụ 'hầu hết tất cả đều có cùng một khổ tiêu chuẩn (16 × 25), được viết trên giấy gió, đóng gáy theo kiểu Trung Quốc, với bìa bằng da. Những bìa sách này có màu nâu, đàn hồi và chịu lực tốt. Chín trong số những cuốn sách này có lẽ là của cùng một người, vì bìa của chúng mang dấu ấn đặc biệt là được gấp ở ba cạnh' [2, tr.20]. Đặc điểm thư pháp chữ Nôm, số cột trên mỗi trang, các dòng chữ ghi tên sách bằng chữ Nôm, nhan đề bằng tiếng Latin, những ghi chú cách phát âm kí tự Nôm bằng

---

[1] Chinois: Présentation de la collection: https://archivesetmanuscrits.bnf.fr/ark:/12148/cc3883j

[2] Vietnamien B 13. Girolamo Maiorica. Vies des saints (vietnamien): https://archivesetmanuscrits.bnf.fr/ark:/12148/cc958544

chữ "quốc ngữ" kiểu xưa, dấu mộc của thư viện (nếu có), tên nguồn cung cấp 'Chủng viện của hội thừa sai ngoại quốc' cũng được trình bày rất tỉ mỉ cho từng bản sách.

Tác quyền của những bản có ghi tên người biên soạn sách trên trang đầu tác phẩm có lẽ không cần phải bàn cãi. 'Tên tác giả thường được viết ở đầu tác phẩm, dưới dạng các kí tự Trung Quốc có thể phát âm: 'Chi-yo-ni-mo Mai-o-yi-ca', mặc dù cách viết có thay đổi một chút (ở đây Hoàng Xuân Hãn có đưa thêm cách ghi chữ Nôm trong phần chú thích – TTPP). Một trong những bản thảo, tập ba của *De vita Christi* (Truyện đời Chúa Kitô), có thêm dòng chữ bằng kí tự Latinh 'Jeronymo Mayorica" [2, tr.208].

Tuy nhiên, một số bản thảo không ghi tên tác giả vẫn được Hoàng Xuân Hãn đưa vào danh sách của mình bởi ông cho rằng 'có vẻ hợp lí khi gán cho tác giả này' [2, tr.211]. Đó là những tác phẩm *Ông thánh I-na-xu truyện, Ông thánh Phan-chi-cô Xa-vie truyện, Ngắm lễ trong mùa Phục-sinh đến tháng bảy, Những điều ngắm trong các ngày lễ trọng, Kinh những lễ mùa Phục-sinh, Về Bí tích Thánh Thể và Sách văn phòng* (chiếm 7/14 cuốn). Những lí do để Hoàng Xuân Hãn gán tác quyền của những sách này cho Maiorica dựa vào việc đối chiếu với danh mục tác phẩm của Schurhammer, so sánh văn phong của chúng với những tác phẩm đã xác định tác giả, sự tương đồng về nét chữ và tên của những người Việt sao chép xuất hiện trong văn bản.

C. Về những trợ lí người Việt chép tác phẩm của Maiorica

Không có gì lạ khi Maiorica, dù là người thông thạo tiếng Việt, cũng không thể tự viết tất cả những tác phẩm của mình bằng chữ Nôm, một loại chữ của người Việt mà trong bài viết của mình, Hoàng Xuân Hãn đã giới thiệu khá kĩ lưỡng về độ phức tạp của nó. Đó là chưa kể Maiorica rất bận rộn, nên việc biên soạn sách phải làm đồng thời với những việc khác, trong những chuyến đi: "Công việc này làm ông rất bận. Luôn cả trên tàu khi đi viếng thăm giáo dân, ông không khi nào ngưng làm việc" [5].

Trong bài viết của mình, khi khảo sát các văn bản của Maiorica trong BnF, Hoàng Xuân Hãn đã ghi lại thông tin một số người Việt cải đạo và giúp Maiorica chép các bản chữ Nôm. Đó là Vito Trí, Văn Nghiêm, một người tên Hiên và một người có tên thánh là An-tôn.

Ví dụ, trong đoạn miêu tả khái quát những văn bản tìm được, Hoàng Xuân Hãn viết: 'Thư pháp ở dạng chữ thảo cổ, từ thế kỉ XVII hoặc XVIII, rất dễ đọc và đôi khi rất đẹp. Một số người sao chép đã tham gia vào công việc. Có một số tên nhân vật, trong đó có một người nổi tiếng thế kỉ XVII là Vito Trí, cũng như một số tên địa phương trong vùng Nghệ An và Thanh Hoá' [2, tr.210].

Tên của Vito Trí xuất hiện trong bộ *Các thánh truyện,* tập tháng 7. Về nhân thân của ông, Hoàng Xuân Hãn ghi: 'Vito Trí là một trong những các linh mục gốc Việt đầu tiên, người được Cha Néez đã trình bày một tiểu sử tóm tắt trong cuốn sách

Những tư liệu về các giáo sĩ Đàng Ngoài thế kỷ XVII và XVIII (Documents sur le clergé tonkinois aux XVIIe et XVIIIe siècles)' [2, tr.210].

Cha Néez ở đây chỉ Louis Néez (1680 – 1764) là đại diện Tông toà Tây Đàng Ngoài. Cuốn sách

Các tư liệu về các giáo sĩ Đàng Ngoài thế kỷ XVII và XVIII (bản tiếng Việt do Giáo hội Công giáo Việt Nam ấn hành dịch nhan đề là *Hàng giáo sĩ Bắc Kỳ thế kỷ 17 và 18*) ghi chép về 53 người Việt được thụ phong linh mục, trong đó có Vito Trí – người đã vài năm làm thầy giảng (catechist) và chịu lễ phong linh mục vào năm 1670 khi mới 30 tuổi. Néez còn nhấn mạnh về Vito Trí như sau: 'Người ta đã quyết định chỉ chọn những thầy giảng hạng nhất, ít nhất đã trên 40 tuổi, nhưng đức độ và năng lực của Vito Trí đã khiến ông được ưu tiên lựa chọn (..). Ông rất thạo văn tự, và trên hết là hết sức cần cù và rất nhiệt thành trong việc cứu rỗi các linh hồn' [9, tr.89-91].

Tên của Vito Trí còn được ghi ở trong văn bản *Ngắm lễ trong mùa Phục sinh đến tháng bảy* – điều khiến Hoàng Xuân Hãn tin rằng tác phẩm này cũng do Maiorica soạn và Vito Trí là người chép [2, tr.211].

Cũng trong bộ *Các thánh truyện* còn có tên một người tên Hiên ở các tập sách tháng 11 và 12, mà Hoàng Xuân Hãn cho rằng 'có thể là một linh mục cũng có tên trong cuốn sách của Giám mục Néez' [2, tr.210]. Sách tháng 12 'ghi ngày hoàn thành tác phẩm: Khánh Đức nhị niên, tức là năm 1650', nên người tên Hiên kia phải chăng là Antôn Hiên và phải chăng cũng là người mà Hoàng Xuân Hãn tìm thấy tên ở cuối văn bản *Kinh những lễ mùa Phục sinh:* 'Bản thảo này mang tên thánh của người sao chép ở cuối, một ông Antôn (Antoine) nào đó ở làng Trinh Hà (tỉnh Thanh Hóa)' [2, tr.213]. Tuy nhiên, giả thuyết về tên Hiên và tên Antôn là của một người cũng rất không chắc chắn, bởi có khá nhiều linh mục, thầy giảng đương thời với Maiorica có tên thánh Antôn .

Một tên người Việt khác là Văn Nghiêm. Văn Nghiêm là người chép *Thiên Chúa Thánh Mẫu quyển* Thượng và quyển Trung (quyển Hạ có lẽ đã thất truyền), đặc biệt ở cuối quyển Thượng còn có lời đề nghị người đọc 'cầu cho Văn Nghiêm cùng'. Khi so sánh nét chữ trong

Thiên Chúa Thánh Mẫu với nét chữ trong *Ông thánh I-na-xu truyện và Ông thánh Phan-chi-cô Xa-vie truyện* – hai tác phẩm này được đóng cùng nhau thành một tập, với 'lối viết cổ rất đẹp', Hoàng Xuân Hãn đã cho rằng 'có thể nhận biết được đó là của Văn Nghiêm', và từ đó cũng suy ra hai truyện sau có cùng một tác giả với Thiên Chúa Thánh Mẫu là Maiorica [2, tr.211].

KẾT LUẬN

Bài viết của giáo sư Hoàng Xuân Hãn tuy không dài, chỉ 12 trang trong nguyên bản tiếng Pháp, nhưng là một công trình có rất nhiều ý nghĩa đối với những người quan tâm đến vấn đề văn học Công giáo chữ Nôm thế kỉ XVII, cũng như đến sáng tác của Girolamo Maiorica. Những thông tin về hiện trạng văn bản của Maiorica lưu trữ trong BnF, về vấn đề tác quyền của Maiorica, về những người Việt đã giúp ông chép các văn bản chữ Nôm là những gợi ý hữu ích cho việc tìm hiểu quá trình tiếp xúc và giao lưu văn hoá sách vở giữa Việt Nam với châu Âu ở giai đoạn trước khi thực dân Pháp xâm lược và đô hộ, và vai trò của các nhà truyền giáo Dòng Tên đối với văn hoá Việt Nam. Ngoài ra, qua tìm hiểu của chúng tôi, BnF đã và đang thực hiện số hoá nhiều tư liệu để đưa lên Internet phục vụ cho công chúng độc giả toàn cầu. Các kho tư liệu Việt Nam hiện nay gồm có các tác phẩm bằng chữ Hán (kí hiệu từ A 1 đến A 107); các tác phẩm bằng chữ Nôm (kí hiệu từ B 1 đến B 134), các sách báo phương Đông và văn bản Quốc ngữ (kí hiệu từ C 1 đến C 5). Việc phân loại này là có công lao trước tiên của Hoàng Xuân Hãn thực hiện năm 1951 (khi đó mới có kho A và B), sau đó được những người khác như Marie-Rose Séguy và các thế hệ theo tiếp tục phát triển. Bởi vậy, bài viết này của chúng tôi, ngoài góp một phần công sức dịch thuật và giới thiệu bài viết của Hoàng Xuân Hãn, còn mong muốn thông qua nó làm một cầu nối tới các kho tư liệu số của BnF (https://gallica.bnf.fr).

LỜI CẢM ƠN

Bài viết nằm trong đề tài nghiên cứu về truyện thánh chữ Nôm thế kỉ XVII, mã số C2019-18B04, được tài trợ bởi Đại học Quốc gia Thành phố Hồ Chí Minh.

TÀI LIỆU THAM KHẢO

[1] Rhodes A. *Lịch sử vương quốc Đàng Ngoài (Hồng Nhuệ dịch)*. Uỷ ban Đoàn kết Công giáo Thành phố Hồ Chí Minh; 1994.

[2] Hoàng Xuân Hãn. Girolamo Majorica, ses oeuvres en langue Vietnamienne conserves à la Bibliothèque Nationale de Paris. In: *Commentarii S. Francisco Xaverio Sacri, 1552-1952*. Archivum Historicum Soietatis Iesu. 1953; 22:203–214.

[3] Cao Thế Dung. *Việt Nam Công giáo sử tân biên* (1553-2000). Gret-

na, LA: Cơ sở Truyền thông Dân Chúa; 2002.

[4] Ostrowski B. The Rise of Christian Nôm Literature in Seventeenth-Century Vietnam: Fusing European Content and Local Expression. In: *Vietnam and the West*. Wynn Wilcox (ed.). Cornell University Press. 2010: 19–40.

[5] Schurhammer G. Nền văn chương Công giáo về Phanxicô Xaviê tại Việt Nam. Đỗ Văn Anh, Trương Bửu Lâm (dịch). *Việt Nam khảo cổ tập san*. 1960; 2:44–181.

[6] Võ Long Tê. *Lịch sử văn học Công giáo Việt Nam*. Sài Gòn: Nhà Xuất bản Tư duy; 1965.

[7] Trần Quốc Anh. Ảnh hưởng của văn chương Công giáo trên việc truyền bá đức tin ở Việt Nam thế kỷ XVII-XIX. Trong: Hội đồng Giám mục Việt Nam. Uỷ ban Văn hoá. *Bốn trăm năm hình thành và phát triển chữ Quốc ngữ trong lịch sử loan báo Tin mừng tại Việt Nam* (Tài liệu hội thảo). Lưu hành nội bộ. 2019: 383–405.

[8] Archives et manuscrits. *Rechercher dans le catalogue bnf archives et manuscrits.* Disponible sur: https://archivesetmanuscrits.bnf.fr/ [Consulté le 02/01/2021]

[9] Launay A. Histoire de la mission du Tonkin, Paris. *Librarie Orientale et Américaine*. 1927; 89–91.

GIROLAMO MAIORICA, TÁC PHẨM VIẾT BẰNG CHỮ NÔM CỦA ÔNG LƯU TRỮ TẠI THƯ VIỆN QUỐC GIA PARIS [1]

Gs. Hoàng Xuân Hãn

Tóm tắt

Những tác phẩm viết bằng tiếng Việt [2] sớm nhất là của các Cha Dòng Chúa Giêsu (Dòng Tên), sống ở Việt Nam vào nửa đầu thế kỷ XVII. Trong số đó có tiểu sử của Thánh Francisco Xavier do Cha Girolamo Maiorica (Jeronymo Mayorica) viết.[3]

Sinh ở Naples năm 1591, Girolamo Maiorica vào Dòng Chúa Giêsu (Dòng Tên) ngày 19 tháng 5 năm 1605.[4] Giống như các nhà truyền giáo

---

[1] Trần Thị Phương Phương dịch từ bản tiếng Pháp "Girolamo Majorica, ses oeuvres en langue Vietnamienne conserves à la Bibliothèque Nationale de Paris", in trong: *Commentarii S. Francisco Xaverio Sacri,* 1552-1952. Archivum Historicum Soietatis Iesu, Vol. 22. Romae. Pages 203 – 214. Phần tóm tắt và các chú thích trong bài là của Hoàng Xuân Hãn

[2] *Việt Nam* chỉ quốc gia được hình thành bởi các đơn vị hành chính cũ: Bắc Kỳ, An Nam, Nam Kỳ. Tên này có từ năm 1803, do Trung Quốc đề nghị thay thế tên Nam-Việt, do vua Gia Long đặt. Sự thay đổi này, theo suy nghĩ của người Trung Quốc, nhằm tránh gợi lại quốc gia cũ Nam-Việt, vào thời thuộc Hán bao gồm phần phía bắc của Việt Nam thuở sơ khai và các tỉnh Quảng Đông và Quảng Tây. Tôi nghĩ nên sử dụng tính từ tiếng Việt thay vì từ *annamite*, mặc dù nó áp dụng không chính xác cho những sự việc đã xảy ra hoặc tồn tại trước năm 1803. Để biện hộ cho chúng tôi, chỉ cần nghĩ đến français được đặt cho tiếng Pháp của thế kỷ XVI thì chúng ta nên viết francoise.

[3] Mặc dù một trong những bản viết tay ở Paris được viết là Jeronymo May'orica, tôi chấp nhận bản viết đúng thích hợp nhất. Alexander của Rhodes cũng là Jerome hoặc Hierome Majorica.

[4] Cha Georg Schurhammer đã đưa ra một tiểu sử chi tiết về điều này trong bài báo của ông "Nền Văn Chương Công giáo về Phanxicô Xaviê tại Việt Nam"

đương thời, ông đi tàu từ Lisbon đến Goa vào năm 1619. Trong hai năm, ông đi lại giữa Goa và triều đình của Adil Khan. Ông rời Goa năm 1623 để tới Macao, có lẽ để hướng tới Nhật Bản. Sau khi Nhật Bản đóng cửa cấm truyền giáo, ông rời Macao đầu tiên tới Macassar, sau đó tới Đàng Trong, có lẽ là Hội An (Faifo), nơi ông ở lại năm năm.

Gs. Hoàng Xuân Hãn

** (1908 – 1996), quê Hà Tĩnh, một nhà sử học, ngôn ngữ học, nghiên cứu văn hóa, giáo dục Việt Nam đồng thời là một kỹ sư, nhà toán học. Soạn thảo và ban hành Chương trình Trung học Việt Nam đầu tiên. Soạn thảo sách Danh từ khoa học với hơn 6 nghìn mục từ. Sang Paris năm 1951 và ở luôn bên Pháp. Trong thời kỳ 1951-1954 ông giúp Thư viện Quốc gia Pháp và các thư viện Dòng Tên ở Ý và Tòa Thánh Vatican làm thư mục về sách Việt. Trường ĐH Cầu đường Paris lấy tên ông đặt cho một giảng đường của Trường.*

Khi bị trục xuất vào năm 1629, Maiorica đã thông thạo tiếng Việt. Chạy tới Champa, ông bị bỏ tù. Cuối cùng người Bồ Đào Nha đã giải thoát cho ông và đưa ông trở lại, có lẽ là, Macao.

Năm 1631, một chiếc tàu Bồ Đào Nha đã chở ông, cùng với cha Bernardin Reggio, cập bến Đàng Ngoài. Ông sống ở đây nhiều năm. Alexandre de Rhodes đã nói về hoạt động của ông ở Đàng Ngoài trong những năm 1640 [5], và chúng ta sẽ thấy ở sau một trong số những tác phẩm ông viết ở đây được ghi niên đại 1650. G. Schurhammer cho rằng ông qua đời vào ngày 27 tháng giêng năm 1656 và không có thông tin chi tiết gì thêm .[6]

Về nhân thân của Girolamo Maiorica và hoạt động của ông ở Đàng Ngoài, A. de Rhodes, người cũng lứa tuổi với ông và từng đồng hành với ông từ Lisbon đến Macao, đã cho chúng ta một số thông tin thú vị: ông là người "rất am hiểu ngôn ngữ mà ông được học trong thời gian vài năm ở Đàng Trong" [7] và "là người mà về sau tôi thường trò chuyện cùng như một nhân vật nổi tiếng và là một trong những người làm việc giỏi nhất mà chúng tôi từng gặp một thời gian dài ở phương Đông..." [8]

Có lẽ vùng mà Maiorica hoạt động là tỉnh Nghệ An, cụ thể là ở Rum/Rùm, một địa phương nằm ở bờ bắc của Sông Cả, khi đó là thủ phủ của chỉ huy quân Đàng Trong. Rhodes có kể về sự kiện xảy ra năm 1638 diễn ra giữa những người Kitô giáo của thị trấn với các thương

---

[5] *De l'estat temporel*, 306.

[6] Theo *Mission de la Cochinchine* (éd. Ch. Duniol, Paris 1858, p. 390), ông mất tại kinh đô, nay là Hà Nội.

[7] bid., 273

[8] Voyages, 11.

nhân Trung Hoa [9] – một sự kiện dẫn đến cái chết của một người Trung Hoa và nhà nhà thờ bị phá huỷ. Tổng trấn Nghệ An và phủ chúa Trịnh Tráng đã bênh vực các giáo sĩ.

Trong nhiều năm, Maiorica hoạt động lặng lẽ, nhờ sự khoan dung của bề trên. Năm 1640 ông trở thành người đứng đầu giáo đoàn [10]. Tiếp theo sau những than phiền chống lại những người Kitô giáo đã đốt các tượng Phật, chúa Trịnh Tráng muốn cấm đạo Công giáo. Nhưng rồi ông nhanh chóng xem xét lại quyết định của mình, và nhân cơ hội này triệu tập Maiorica tới kinh đô để giải thích cho ông nghe về sự tức giận của mình.

Tóm lại, mặc dù có những khó khăn tạm thời, Maiorica vẫn cầm cự một thời gian dài, tiến hành hoạt động tuyên truyền và cải đạo đáng kể.

Một ưu thế mà ông có, cũng giống như người bạn đồng hành trước kia Alexandre de Rhodes, là việc thông thạo tiếng Việt. Điều lạ là chỉ có hai người này để lại tác phẩm viết bằng ngôn ngữ bản địa.

Dưới đây là danh sách những tác phẩm chính do Maiorica biên soạn hoặc phiên dịch, toàn bộ tác phẩm là 48.[11]

Năm 1634: *Truyện đời ông thánh Inaxu. – Truyện đời các thánh Dorothée, Barbe, Lucie, Agnès, Agathe. – Truyện đời thánh Sebastien. – Truyện đời thánh Faustin và thánh Jovite. – Truyện đời thánh Job và nhiều thánh khác. – Những điều ngắm và thú tội về cuộc khổ nạn của Chúa Cứu thế. – Về Đức Mẹ. – Về địa ngục. – Về sự thú tội. – Về sự tuân theo ý Thiên Chúa.*

Năm 1635: *Luận về hôn nhân. - Những điều ngắm về vinh quang của các thánh, với các ví dụ.- Kinh cầu cho Lễ Thánh và kinh cầu dọn mình trước chịu Cô-mô-nhong.- Sự kiên trì.- Sự ngược đãi* (bách hại). - *Truyện đời Đức Mẹ* gồm 22 chương.- *Truyện đời thánh Jerome.- Truyện đời thánh Antoine ẩn sĩ.* - Một bức thư dài để trấn áp những hủ tục.

---

[9] *De l'estat temporel*, 289.

[10] Ibid., 306

[11] Xem: SOMMERVOGEL, V, 360-361. - Joseph Tissanier, người đến Đàng Ngoài năm 1658,có viết: « Trong ba ngày cuối của Tuần Thánh, người ta kể mười lăm câu chuyện bí ẩn về sự Thương khó của Chúa Con, được Alexandre de Rhodes viết bằng tiếng Việt Đàng Ngoài ... Những cuốn sách về lòng mộ đạo không hề thiếu trong Giáo hội mới này, đặc biệt là như Cha Jerome Mayorira, người Ý, đã viết trước khi qua đời về cuộc đời của Đức Chúa, của các Thánh, giáo lý Kitô và một số sách khác, mà ngày nay chúng vẫn được bảo tồn như những kho báu phong phú (*Relation du voyage du P. Joseph Tissanier*, ed. Edme Martin, Paris 1663, p. 180). Giám mục Deydier cũng viết vào năm 1667 rằng các thầy giảng Đàng Ngoài trân trọng kính nhớ những người cha thiêng liêng của họ, chủ yếu là ba tu sĩ Dòng Tên là Alexandre de Rhodes người Pháp, Gaspard Dalmeras người Bồ Đào Nha ... và của Hierôme Majorica người Ý. , người đã sống rất lâu ở Vương quốc này, đã sáng tác ở đó bằng ngôn ngữ Đàng Ngoài nhiều sách rất hữu ích cho những giáo hội Kitô mới này. (Relations des missions des Éveques françois, éd. Pierre Le Petit, Edme Couterot, Charles Angot, Paris 1674, 19.f.-195).

Trước năm 1638: *Truyện đời thánh François Xavier. - Phép lạ của thánh F. Xavier ở Naples cho thánh tử vì đạo ở Nhật Bản Marcel-François Mastrilli. - Truyện đời thánh François de Borgia. - Truyện đời của thánh nữ Ingacia. - Về tội lỗi của lời nói và những khắc phục. – Luận về sự an ủi, về những người chịu đau khổ. - Luận về sự đồng trinh. - Những điều ngẫm về cái chết và sự phán xử cuối cùng. - Sách về các thánh tử vì đạo.*

Năm 1642: *Về các thiên thần bảo trợ.*

Nếu như các tác phẩm của Alexandre de Rhodes, *Phép giảng tám ngày và Từ điển Việt – Bồ - La* được in máy và viết bằng hệ thống mẫu tự Latinh hoá là quốc ngữ [12], thì các phẩm của Maiorica là những công trình viết tay với mẫu tự Nôm của người Việt.

Tiếng Việt, với hơn 10 thế kỷ phát triển, đã hình thành hai bộ phận: một phần đóng góp của Hán văn chồng lên trên một nền tảng có nguồn gốc đa dạng nhưng độc lập với tiếng Hán.

Đóng góp của tiếng Hán thâm nhập từ từ, đặc biệt là trong thời kỳ Bắc thuộc từ thế kỷ II Công nguyên cho đến cuối thế kỷ X. Sau khi đất nước được giải phóng, nó vẫn tiếp diễn, ngày nay còn nhiều hơn bao giờ hết. Mặc dù ngày nay, những phát âm vay mượn của tiếng Hán từ các thời đại khác nhau rất khác với tiếng Hán hiện đại, nhưng người Việt nào biết Hán tự vẫn dễ dàng nhận ra âm thanh và ý nghĩa của chúng trong ngôn ngữ của mình. Đồng thời, việc người Việt sử dụng Hán tự để ghi âm những từ tiếng Việt cũng là tự nhiên.

Tuy nhiên, có những từ khác, cũng đơn âm như những từ gốc Hán, nhưng độc lập với tiếng Hán. Để phiên âm chúng, ý tưởng đầu tiên là sử dụng các ký tự Hán văn có cách phát âm giống từ tiếng Việt hoặc cách phát âm gần giống. Với hai nguyên tắc trên, người Việt Nam đã có thể phiên âm được ít nhiều ngôn ngữ của mình. Một văn bản được viết bằng hệ thống mẫu tự này bao gồm các ký tự Hán văn nhưng người Trung Quốc không hiểu được, mặc dù họ nhận ra mọi thành phần của nó.

Người Việt Nam đã tìm cách cải tiến hệ thống, bằng cách phân biệt loại ký tự thứ hai với loại thứ nhất, bằng cách ghép các mẫu tự "biểu âm" của một ký hiệu cụ thể, mà ý nghĩa của nó vẫn còn bí ẩn đối với chúng ta. [13]

---

[12] *Quốc-ngữ*, từ có nguồn gốc Hán, chỉ tiếng Việt..

[13] Tôi đã phát hiện ra 7 trong số những ký hiệu này, hai trong số đó dường như được tìm thấy trong các ký tự của Tây Hạ, một quốc gia tồn tại ở tây bắc Trung Quốc từ thời Đường cho đến cuối nhà Tống. Điều đó khiến tôi nghĩ rằng các văn bản địa phương của các quốc gia giáp biên giới với Trung Quốc vào thời Đường có thể có nguồn gốc hành chính chung.

Cuối cùng, cải tiến sau hết bao gồm việc thay thế ký hiệu này bằng một phần "mẫu tự biểu nghĩa", là một chữ Hán, có nghĩa giống từ tiếng Việt mà chúng ta muốn phiên âm, hoặc có nghĩa chung liên quan đến từ tiếng Việt này.

Dưới đây là một số ví dụ minh họa phương pháp này. Phương Nam được gọi là *nam* trong tiếng Việt, một từ xuất phát từ chữ Hán được phát âm là *nán* trong tiếng Trung Quốc hiện nay. Người Việt dùng ký tự này để phiên âm thành âm và từ *nam*. Tuy nhiên, trong tiếng Việt có những âm tương tự như sau, ví dụ *năm* có hai nghĩa: số năm và năm (đơn vị thời gian). Người Việt phiên âm này bằng cùng một chữ Hán có nghĩa là Nam, đôi khi bằng cách gắn một ký hiệu cụ thể vào nó. Đây là phương pháp thuần tuý ngữ âm. Để thuận tiện cho việc đọc và hiểu văn bản, họ thường thêm vào ký tự đứng trước, hoặc chữ Hán có nghĩa là *số năm* cho từ năm là số từ, hoặc chữ Hán có nghĩa là niên cho nghĩa năm (đơn vị thời gian). Các ký tự, do đó quá phức tạp và quá dài để viết. Ngoài ra, để phiên âm, chẳng hạn như *nem*, có nghĩa là món cuốn thịt băm, phải thêm vào ký tự *nam*, được trích dẫn ở trên, từ gốc "thịt" viết đơn giản hơn nhiều so với chữ Hán có nghĩa là "thịt băm".

Tóm lại, các mẫu tự Nôm dựa trên nguyên tắc ngữ âm. Sau đó, chúng cũng trở thành biểu tượng, thông qua sự kết hợp của hai yếu tố: âm và nghĩa. Mọi thứ đều dựa trên các chữ Hán được phát âm thành tiếng Việt. Để đọc chúng, cần phải biết cả tiếng Việt và chữ Hán.

Chắc chắn với cách viết này, các nhà truyền giáo đầu tiên đã biên soạn những cuốn sách truyền đạo của họ, với mục đích phổ biến chúng trong người Việt. Họ phải có sự giúp đỡ của những người Kitô giáo Nhật Bản và Trung Quốc, những người thường xuống tàu với họ, và những người có quan hệ với nhiều đồng hương của họ đang định cư tại các cảng biển.

Girolamo Maiorica đã viết các tác phẩm của mình bằng cách sử dụng các ký tự Nôm này. Ít nhất, các bản sao đã được tạo ra theo cách đó.

Năm 1951, lục lại danh mục của kho thư tịch chữ Nôm được lưu giữ tại Thư viện quốc gia ở Paris, tôi tìm thấy một số bản thảo của nhà truyền giáo này, từ lúc sinh thời tác giả của chúng.

Tất cả đều đến từ một chủng viện của hội thừa sai, và được xếp vào các kho Trung Quốc (Chinois), đặc biệt là kho Fourmont. Hầu hết tất cả đều có cùng một khổ tiêu chuẩn (16 x 25) được viết trên giấy dó, đóng gáy theo kiểu Trung Quốc, với bìa bằng da. Những bìa sách này có màu nâu, đàn hồi và chịu lực tốt. Chín trong số những cuốn sách này có lẽ là của cùng một người, vì bìa của chúng mang dấu ấn đặc biệt là được gấp ở ba cạnh.

Thư pháp ở dạng chữ thảo cổ, từ thế kỷ XVII hoặc XVIII, rất dễ đọc và đôi khi rất đẹp. Một số người sao chép đã tham gia vào công việc. Có một số tên nhân vật, trong đó có một người nổi tiếng thế kỷ XVII là Vito Trí, cũng như một số tên địa phương trong vùng Nghệ An và Thanh Hoá.

Nhìn chung, những bản thảo này đều có trên trang đầu tiên dòng chữ viết bằng mẫu tự Latin: dịch nhan đề sang tiếng Latinh và ghi chú "Chủng viện của hội thừa sai". Điều đáng chú ý là một số trang có ghi chú bằng chữ Quốc ngữ kiểu xưa, đưa ra cách phát âm của một số ký tự Nôm, ghi chú có lẽ do một nhà truyền giáo châu Âu thời đó làm.

Tên tác giả thường được viết ở đầu tác phẩm, dưới dạng các ký tự Trung Quốc có thể phát âm: "Chi-yo-ni-mo Mai-o-yi-ca", mặc dù cách viết có thay đổi một chút.[14] Một trong những bản thảo, tập ba của De vita Christi (Truyện đời Chúa Kitô), có thêm dòng chữ bằng ký tự Latinh "Jeronymo Mayorica".

Chúng tôi sẽ đưa ra danh sách các tác phẩm mang dấu ấn của G. Maiorica, cũng như những tác phẩm khác mà có vẻ hợp lý khi gán cho tác giả này. Chúng tôi sẽ chỉ định chúng theo tiêu đề gốc được phiên âm tiếng quốc ngữ hiện nay, sau đó, đặt giữa dấu ngoặc đơn, theo tiêu đề, bằng tiếng Latinh hoặc tiếng Pháp hoặc Hán văn, được Thư viện quốc gia trình bày trước khi danh mục này được soạn. Chúng tôi cũng sẽ cung cấp các đặc điểm của bản thảo, cụ thể là số lượng tờ, số cột ký tự trên mỗi trang, số chương và đoạn văn. Các tiêu đề bằng ký tự sẽ được tập hợp trong ghi chú.[15]

1. *Thiên Chúa Thánh giáo Hối tội kinh*[16] (Traité de la confession). Mã cũ: Fourmont 369, Chinois 6713. Mã mới: B 4. Đề:, "Báo cáo của

---

14 支(枝 吱)由([illegible] 嚕)尼模 梅(埋).烏移歌

15
1 天主聖教悔罪經
2 天主聖教啟蒙
3 德主支秋
4 傳德主枝秋
5 天主聖母
6 各聖傳
8 翁聖衣那[illegible]傳
9 翁聖潘支姑車為咏傳
10 吟禮重務復生旦[illegible][illegible]
11 仍條吟[illegible]各明禮重
12 經仍禮務復生

16 Những khó khăn về đánh máy đã ngăn cản chúng tôi sao chép chính xác tất cả những tựa sách tiếng Việt này

linh mục Chi-yo-ni-mo, Dòng Tên". Khổ sách: 16 x 25. Bìa gấp lại. 54 tờ, 9 cột mỗi trang. Bao gồm một phần giới thiệu, một mục lục, 12 đoạn liên quan đến việc hối tội và 3 liên quan đến sự sám hối. Chữ viết bằng ký tự La Mã: tiêu đề và phân tích tóm tắt bằng tiếng Latin, và ghi chú "Chủng viện hội thừa sai nước ngoài" (Séminaire des Missions étrangeres). Tác phẩm được viết vào năm 1634, theo danh sách của G. Schurhammer.

2. *Thiên Chúa Thánh giáo Khải mông* (Quaestiones in articulis fidei). Mã cũ: Fourmont 366. Mã mới: B 6. Đề: "Do viện trưởng Lo-ba-to Ba-la-mi-no [Roberto Belarmino] biên soạn, và viện trưởng Chi-yo-ni-mo phiên dịch". Khổ sách: 16 x 25. Bìa gấp. 80 tờ, 9 cột một trang. Bao gồm một phần giới thiệu và 6 câu vấn đáp dưới hình thức diễn giải dài dòng. Câu ghi bằng mẫu tự Latin: nhan đề tiếng Latinh và ghi chú "Chủng viện hội thừa sai nước ngoài".

3. *Đức Chúa Chi-thu* (De vita Christi). Mã cũ: Fournont 371. Mã mới: B 1. Đề: "Báo cáo của linh mục Chi-yo-ni-mo, Dòng Tên". Khổ sách: 15 x 25. Bìa không gấp. Bản gốc, gồm 10 chương; hiện đang thiếu các chương 1, 5, 6. Các chương còn lại là một tập hợp các bản viết tay có nguồn gốc khác nhau, chia thành 5 tập:

Tập I: chương 2, 38 tờ, 9 cột mỗi trang. Bao gồm mục lục và 20 đoạn.

Tập II: chương 3, 45 tờ, 9 cột mỗi trang. Bao gồm 20 đoạn. Chữ viết khác với tập I.

Tập III: bao gồm các chương 4, 7, 8, lần lượt là 45, 25, 34 tờ. 11 cột mỗi trang. Bao gồm 8 đoạn. Chữ viết khác với tập I và II.

Tập IV: chương 9, 30 tờ. 9 cột mỗi trang. Bao gồm 8 đoạn. Chữ viết khác với những tập khác.

Tập V: chương 10, 44 trang. 9 cột một trang. Bao gồm 11 đoạn. Chữ viết khác với những tập khác.

Phần ghi bằng mẫu tự Latin: nhan đề bằng tiếng Latinh và ghi chú "Chủng viện hội thừa sai".

4. *Truyện Đức Chúa Chi-thu*. Mã cũ: Chinois 2745. Mã mới: B 2. Khổ sách: 15,5 x 24. 52 tờ, 9 cột một trang. Đây là chương 2 của De vita Christi (xem No. 3) với một số dị bản. Bản viết tay này cổ hơn bản kia. Chữ viết mang tính chất của thế kỷ XVII hoặc XVIII. Người đánh dấu nó đã ghi ngày của công trình này là "tháng 10 âm lịch năm Mậu Thìn", nghĩa là năm 1668.

5. *Thiên Chúa Thánh Mẫu*. Ban đầu, nó bao gồm ba tập hoặc ba

chương lớn. Hiện có hai tập đầu tiên, được đóng thành hai quyển có nguồn gốc khác nhau:

Quyển Thượng: Nhan đề: *Thiên Chúa Thánh Mẫu*. Mã cũ: Chinois 3270. Mã mới: B 12. Đề tên: "Báo cáo của linh mục Dòng Chúa Giêsu Chi-yo-ni-mo Mai-o-yi-ca" • Khổ sách: 16 x 24,5. Các bìa gấp. 56 tờ, 9 cột mỗi trang. Đây là tập đầu tiên của tác phẩm, gồm có mục lục, phần mở đầu và 21 đoạn. Phần ghi bằng mẫu tự Latin: nhan đề bằng tiếng Latin, và phiên âm bằng chữ Quốc ngữ cổ một số ký tự. Cuối cùng có tên của người chép, Văn Nghiêm, với yêu cầu "cầu cho Văn Nghiêm cùng". Tác phẩm viết năm 1634, theo danh sách của G. Schurhammer?

Quyển Trung: Nhan đề: *Thiên Chúa Thánh Mẫu.* Mã cũ: Fourmont 376. Mã mới: B 11. Không có đề tên tác giả. 91 tờ, 9 cột một trang. Khổ sách: 16 x 25. Bìa gấp. Bao gồm tựa, mục lục và 22 đoạn. Đây là tập hai của tác phẩm, số lượng các đoạn tương thích với bản mà Schurhammer đánh dấu là tác phẩm của Maiorica và biên soạn vào năm 1635. Hơn nữa, người chép tác phẩm chính là Văn Nghiêm đã chép quyển Thượng. So sánh chữ viết của tác phẩm này với chữ trong bản về cuộc đời của thánh Phanxicô Xaviê (xem mục số 9), tôi nghĩ có thể cho rằng bản sao được thực hiện vào khoảng giữa thế kỷ XVII. Dòng ghi bằng ký tự Latinh: tên sách bằng tiếng Latinh và ghi chú "Chủng viện hội thừa sai nước ngoài".

6. *Các Thánh truyện.* Mã cũ: Chinois 375. Mã mới: B 13. Đề tên: "Linh mục của Hội Chúa Giêsu Chiyo-ni-mo Mal-yo-yi-ca đã làm cuốn sách này và dâng nó cho các vị thánh". Khổ sách: 16 x 25. Bìa gấp. Tác phẩm quan trọng kể lại cuộc đời của các vị thánh mỗi ngày trong năm. Ban đầu, nó gồm 12 chương tương ứng với 12 tháng; hiện tại, chương 6 còn thiếu. Gồm hai tập:

Tập I: các chương từ 1 đến 5. 384 tờ (112, 76, 66, 75 và 55), 9 cột mỗi trang. Bao gồm phần mở đầu, lời tựa và 196 đoạn văn (41, 39, 38, 37 và 41).

Tập II: các chương từ 7 đến 12. 443 tờ (69, 83, 70, 70, 73 và 78), 9 cột mỗi trang. Chứa 232 đoạn văn (40, 41, 39, 38, 35 và, 39). Chương 12 ghi ngày hoàn thành tác phẩm: "Khánh Đức nhị niên", tức là năm 1650. Cuối chương 5 cho biết ngày kết thúc tác phẩm: Tuế thứ Canh Thân, Cửu nguyệt, Sơ thập nhật (Năm Canh Thân, tháng 9, ngày mùng 10), có lẽ là năm 1680. Dòng ghi bằng chữ Latin: tên sách bằng tiếng Latinh và ghi chú đề "Chủng viện hội thừa sai nước ngoài", ký hiệu bằng chữ Quốc ngữ cổ đưa ra cách phát âm của một vài ký tự trong chương 5 và đặc biệt là đã đề cập đến Vito Tri ở đầu chương 7. Vito Trí là một trong những các linh mục gốc Việt đầu tiên, người được Cha Néez đã trình bày một tiểu sử tóm tắt trong cuốn sách *Các tư liệu về các giáo sĩ Đàng Ngoài thế kỷ XVII và XVIII* (Documents sur le clergé tonkinois aux XVIIe et XVIIIe siecles. Paris 1952) 51-68. Ghi chú này cho thấy rằng bản thảo thuộc về vị linh mục này, sống vào giữa thế kỷ XVII. Tương tự như vậy, chương 11 và 12 ghi tên của một người tên Hiên nào đó, có thể là một linh mục Việt Nam khác mà Cha Néez từng nhắc tới.

7. Không có nhan đề nguyên bản (Vita sanctorum). Mã cũ: Nouveau fond chinois 4978. Mã mới: B 14. 61 tờ, 9 cột một trang. Khổ sách: 16 x 25. Bản viết tay trong tình trạng xấu, không khác một bản chép chương 5 (tháng Năm) của mục số 6. Dòng ghi bằng chữ Latin: tên sách bằng tiếng Latinh và ghi chú "Chủng viện hội thừa sai nước ngoài".

Các tác phẩm sau đây không ghi tên tác giả. Nhưng tôi có những lý do để gán chúng, về phong cách, là của Maiorica.

8. *Ông thánh I-na-xu truyện.* Mã cũ: Fourmont 377. Mã mới: B 16. Không có chữ ký. Khổ sách: 16 x 24,5. Bìa gấp. 56 tờ, 9 cột mỗi trang. Gồm 23 đoạn văn. Dòng ghi bằng chữ Latin: nhan đề bằng tiếng Latinh và ghi chú "Chủng viện hội thừa sai nước ngoài". Con dấu: "Thư viện hoàng gia". Thư pháp cổ và rất đẹp, có thể nhận biết được là của Văn Nghiêm (xem mục số 5). Dựa vào việc tài liệu mục số 5 là của G. Maiorica soạn và việc G. Schurhammer đã chỉ ra Ông thánh I-na-xu truyện là một tác phẩm của tác giả này được thực hiện vào năm 1634, tôi nghĩ có thể khẳng định rằng tác phẩm này là của G. Maiorica. Ta có thể thấy theo nhan đề ở tài liệu sau (xem mục số 9), rằng bản sao có thể có từ năm 1646.

9. *Ông thánh Phan-chi-cô Xa-vie truyện.* Tác phẩm được đóng vào cuối tác phẩm trên, có cùng một tính chất và lối viết của cùng một người, có lẽ là Văn Nghiêm. 19 tờ, 9 cột một trang. Vì những lý do tương tự có thể gán cho cùng một tác giả. Ở cuối bản viết tay, người chép có để ngày 12 tháng 7 âm lịch, năm Phúc Thái thứ tư, nghĩa là năm 1646. Xem phân tích chi tiết ở sau. Tác phẩm được viết vào năm 1638 theo danh sách của G. Schurhammer.

10. *Ngắm lễ trong mùa Phuc sinh đến tháng bảy* (Meditationes ad tempus Paschae). Mã cũ: Fourmont 370. Mã mới: B 9. Không ký tên tác giả. Khổ sách: 16 x 24,5. Bìa gấp. 100 tờ, 9 cột một trang. Gồm 24 bài kinh. G. Schurhammer chỉ ra một nhan đề tương tự là tác phẩm của of G. Maiorica viết năm 1634. Xét theo cách viết mang đặc trưng thế kỷ XVII hoặc XVIII, cách trình bày chất liệu và nhan đề tương tự tác phẩm trên, nên có thể tin rằng tác phẩm này có thể là của G. Maiorica. Dòng

ghi bằng chữ Latin: nhan đề bằng tiếng Latinh và ghi chú "Chủng viện hội thừa sai nước ngoài", đồng thời có tên Vito Trí mà chúng ta đã gặp ở mục số 6.

11. *Những điều ngắm trong các ngày lễ trọng* (Meditatíones de dominicis primae classis). Mã cũ: Fourmont 365. Mã mới: B 10. Không ký tên. Khổ sách: 16 x 24,8. Bìa gấp. 103 tờ, 9 cột mỗi trang. Chứa 30 bài kinh, bài đầu tiên giống với bài đầu của tác phẩm trước (xem số 10). Dòng ghi bằng chữ Latin: nhan đề bằng tiếng Latinh và ghi chú "Chủng viện hội thừa sai nước ngoài". Với những lý do được đưa ra trong các mục trước, và dựa trên danh tính của hai bài kinh ở phần đầu của hai tác phẩm, tác phẩm này cũng có thể được cho là của G. Maiorica. Bản viết tay này cho biết tên địa phương: "làng Vu Duyet, huyện Quỳnh Lưu, (tỉnh Nghệ an). Đây có lẽ là nơi mà tác giả đã cư trú trong quá trình viết.

12. *Kinh những lễ mùa Phục sinh* (Vita militis cuiusdam). Mã cũ: Fourmont 373. Mã mới: B7. Không có chữ ký. Khổ sách: 16 x 26. Bìa gấp. 55 tờ. 12 cột mỗi trang. Chỉ còn lại quyển 3. Dòng ghi bằng chữ Latin: nhan đề bằng tiếng Latinh và ghi chú "Chủng viện hội thừa sai nước ngoài", cũng như có tiêu đề bằng chữ Quốc ngữ cổ. Như các lý do đã nói trong các mục trước, tôi nghĩ rằng tác giả lại cũng là G. Maiorica. Bản thảo này mang tên thánh của người sao chép ở cuối, một ông Antón (Antoine) nào đó ở làng Trinh Hà (tỉnh Thanh Hóa).

Sau cùng, hai tác phẩm cuối, có nhan đề bổ sung viết bằng tiếng Latinh và ghi chú "Chủng viện hội thừa sai nước ngoài", không thuộc cùng bộ sưu tập đã nói ở trên. Nhưng xét về độ cổ của chữ viết, chúng thuộc về thế kỷ XVII hoặc XVIII. Khảo sát phong cách viết các ký tự Nôm, người ta tin rằng chúng cũng có thể là do G. Maiorica soạn. Đó là:

13. - *Về Bí tích Thánh Thể*. Mã cũ: Nouveau fonds chinois 3391. Mã mới: B. 3. Khổ sách: 14 x 23. 67 tờ, 9 cột mỗi trang. Dòng ghi bằng ký tự Latin: nhan tiếng Latinh và ghi chú "Chủng viện hội thừa sai nước ngoài".

14. *Sách văn phòng*. Mã cũ: Fourmont 372. Mã mới: B 8. Đây là chương thứ hai của cuốn sách. 57 tờ khổ 15 x 24,9. 9 cột mỗi trang.

***

Truyện ông Thánh Phanxicô Xaviê là một tác phẩm tương đối ngắn. Nó có một phần giới thiệu nhỏ, và chín đoạn, liên quan đến các giai đoạn khác nhau trong cuộc đời của thánh. Dưới đây là các tiêu đề của các đoạn văn:

1. Ông Thánh Phan-xi-cô học hành, đoạn phó mình cho Đức Chúa Trời
2. Ông Thánh Phan-xi-cô trẩy sang thành Vê-ni-sa cùng sang thành Rô-ma

3. Ông Thánh Phan-xi-cô trẩy sang nước Phô-tu-ga cùng nước In-ri-a
4. Ông Thánh Xi-cô giảng nước Thiên Trúc mà làm nhiều phép
5. Ông Thánh Xi-cô trẩy sang viếng xác ông Thánh Tu-me
6. Ông Thánh Xi-cô làm khi ở thành Ma-la-ca
7. Ông Thánh Xi-cô sang nước Nhật Bản
8. Ông Thánh Xi-cô trẩy về Thiên Trúc, lại sang Đại Minh
9. Ông Thánh Xi-cô đến Đại Minh mà sinh thì

Ở góc độ ngôn ngữ, tác giả đã nghĩ đến tiếng Âu và dịch tư duy của mình, đôi khi vẫn giữ nguyên chất Âu. Điều này đặc trưng cho cái mà người Việt Nam gọi là "phong cách truyền giáo" đặc biệt là ở việc sử dụng thường xuyên dạng bị động của động từ, cũng như dạng chủ động có được bằng cách đặt trước động từ với từ sự có nghĩa là hành động. Nhưng ngày nay văn xuôi Việt Nam đã chịu ảnh hưởng của văn xuôi Pháp, liên quan đến việc ngắt câu thành các mệnh đề ngắn gọn, rõ ràng, không lạm dụng liên từ. Văn xuôi của các nhà truyền giáo đầu tiên, mặc dù có những từ ngữ thông tục và các thuật ngữ không thích hợp, là một tiền thân. Ngoài ra, không phải là không có hứng thú khi phiên âm các tác phẩm của Girolamo Maiorica, đặc biệt là vì chúng sẽ làm sáng tỏ những từ đã biến mất khỏi tiếng Việt hoặc đã trở thành từ cổ.

Để kết thúc, tôi xin đưa ảnh chụp trang đầu tiên của Ông Thánh Phan-xi-cô Xa-vi-ê Truyện, có phiên âm bằng chữ quốc-ngữ hiện đại, cũng như bản dịch tiếng Pháp, theo thứ tự của các cột.

col.1 ÔNG THÁNH PHAN-CHI-CÔ XA-VI-Ê TRUYỆN

2 Đức Chúa Trời chẳng những dựng nên một mặt-trời để mà soi sáng thiên - hạ, cũng dựng nên
3 nhiều mặt trời thiêng-liêng sáng-láng hơn mặt trời ở trên trời nữa, để soi sáng cho linh-hồn
4 người ta. Ấy những đầy-tớ đức Chúa Chi-thu, là Thập nhị Tông-đồ, cùng những kẻ bắt chước các
5 thánh ấy. Ấy là mặt-trời thật đi cả-vả thiên-hạ, phá hết những sự tối - tăm trong linh-
6 hồn người ta, mà dạy - dỗ những đường sáng-láng cho được lên Thiên-đàng, là chốn sáng vô-
7 cùng. -- Đời vua trị nước Đại - Minh, tên là Gia-tĩnh, co một người thánh tên là Phan-chi-
8 cô Xa - vi - ê, sang bên Đông nẩy, mở đạo cho nhiều nước. -- Bây - giờ giảng sự Người làm
9 trước sau , tóm lại làm một , cho ta được bắt chước.

PREMIÈRE PAGE DE L'HISTOIRE DE SAINT FRANÇOIS XAVIER PAR GIROLAMO MAIORICA
TEXTE ORIGINAL — TRANSCRIPTION MODERNE

Bản dịch sang tiếng Pháp của Hoàng Xuân Hãn:

1. Histoire de saint François Xavier.

2. Non seulement Dieu a créé un soleil pour éclairer le monde, il a également créé

3. beaucoup de soleils plus puissants et resplendissants que le soleil qui est dans le ciel, pour éclairer au profit de l'âme

4. des humains. Ce sont les serviteurs de Notre Seigneur Jésus, c'est-à-dire les douze apôtres, et tous ceux qui imitent

5. ces saints. Ce sont de véritables soleils qui parcourent toute l'étendue du monde, détruisant toutes les obscurités dans

6. l'âme des humains, leur enseignant en revanche les voies lumineuses, pour qu'ils puissent monter au Paradis qui est l'endroit d'une clarté sans

7. borne. - Au temps ou le roi qui régnait sur le pays Dai-Minh s'appela Gia-tinh, il exista un saint, du nom de François

8. Xavier, qui venait dans cet Orient-ci, révéler la religion a plusieurs pays. - Maintenant, je vais expliquer tout ce qu'il a fait,

9. depuis le début jusqu'a la fin, réuni en un tout, pour que nous puissions l'imiter.

CÁC TRUYỆN THÁNH CỦA MAORICA

Nguyễn Văn Trung

Xuất xứ:

Tác phẩm là một bộ truyện các thánh dài 1672 trang, chép truyện gần 500 nhân vật lịch sử (hay dã sử) Đông Tây được chia thành 12 tháng để mỗi ngày đọc một hay hai truyện. Bộ này là một trong 45 tác phẩm mang tên Maiorica, một trong những linh mục dòng Tên đến giảng đạo vào thế kỳ thứ XVII, nhưng theo Thanh Lãng, hiện nay mới tìm ra được 15 tác phẩm với số lượng 4200 trang viết bằng chữ Nôm. Tất cả đều là bản chép tay và được mang sang Âu châu ngay từ thế kỷ XVII hiện lưu trữ tại Thư viện quốc gia Paris, vì thế có thể được coi là văn bản trực tiếp của thế kỷ XVII chưa bị thời gian và con người sửa chữa làm sai biệt đi. Bộ "Các truyện Thánh" mang ký hiệu KH013. Thanh Lãng có chụp photocopie và nhóm ông (gồm các ông Vũ Văn Kính, Nguyễn Hưng...) đã phiên dịch ra quốc ngữ. Chúng tôi sử dụng bản phiên dịch này.

Tác giả:

Maiorica, người Ý sinh năm 1591, tới Đàng Trong năm 1624 và ở Đàng Ngoài từ năm 1631, mất tại Thăng Long năm 1656. Theo Marini, người đồng thời với Maiorica, thì trong thời gian ở Đàng Ngoài Maiorica đã biên soạn 48 tác phẩm đủ loại... Nhưng có thực Maiorica là tác giả biên soạn hay chỉ là người gợi ý, kể lại và một số người Việt ghi ra bằng chữ Nôm? Theo Philipphê Bỉnh, người cùng dòng Tên với Maiorica, sau khi cũng nhìn nhận Maiorica là tác giả những tác phẩm kể trên, có nói rõ hơn về người cộng tác biên soạn viết ra những tác phẩm đó là một nhà sư (hòa thượng) trở lại đạo và nhiều người Việt khác nữa... Trong quốc sử "Truyện Anam Đàng Ngoài" (tr. 28-39, bản chụp photo của Thanh Lãng), Philipphê Bỉnh đã kể:

Giáo sư Nguyễn Văn Trung

* Sinh: 26-09-1930, là nhà giáo, nhà văn.
* Dạy triết và văn ở đại học Văn Khoa Saigon.
* Năm 1993, sang định cư ở Montréal, Canada.
* Tác phẩm tiêu biểu:
Nhận định I, II, III, IV, V, VI, IX, X
Lược khảo văn học I, II, III,

"Thầy cả Jeromino Maiorica là kẻ có công nhiều trong nước An Nam vì người chẳng những là một vị nhân đức mà lại có tài năng, cùng thông thái và khôn ngoan mà làm được nhiều việc trong nước ta, là những việc quá sức người ta...

"Đến khi người ra Kẻ Chợ thì cãi lẽ với 10 sư hoà thượng trước mặt Nha vương cùng các quan triều thần văn vũ, mà 10 Sư Hòa thượng ấy đều thua lẽ người cho nên Sư Hòa thượng thứ nhất, cũng là quan văn mà đi tu ở chùa thành Phao mới xin chịu đạo, thì người rửa tội cho cùng đặt tên thánh cho là Phanchicô, từ khi thầy tu ấy chịu phép rửa tội rồi, thì chẳng trở về chùa thành Phao nữa, liền xin ở cùng thầy cả Jeromino mà giúp việc người" (Truyện Anam Đàng Ngoài, tr. 28-29).

"Vì thầy Phanchicô thì cứ theo thầy cả Jeromino mà bao nhiêu sách người làm trong nước ta, thì thầy ấy viết, mà *Kinh Nguyện Giỗ* thì thầy ấy làm, thì đặt ra như cung sớ, vì rằng: *Phục dĩ chí tôn, chân Chúa cửu trùng*. Thầy ấy là một thầy già có công trong Dòng Đ.C.J. trước hết, cho nên khi người qua đời thì biên tên người vào trong vãn ngày lệ linh hồn cùng các thầy mà đọc rằng: Phanchicô Thầy Phao, để cho bổn đạo được nhớ đến người rằng: người là Sư Hòa thượng ở chùa Thành Phao" (Sđd. 30).

Mục đích:

Đây là loại sách kể chuyện người tốt việc tốt hay cao hơn nữa, việc thánh thiện, người thánh thiện, nhằm nêu gương sáng cho giáo dân suy ngẫm mà noi theo. Những chuyện này có thực hay chỉ là dã sử? Nói chung phần nhiều là dã sử, nên đã dần dần lược bỏ trong các bộ sách truyện các thánh sau này... Vì bộ truyện được viết theo thể văn xuôi mộc mạc gần gũi với tiếng nói hằng ngày và vì tính cách truyền kỳ, nên có thể coi rất nhiều truyện trong bộ sách này như những truyện cổ tích, truyện dân gian mà nội dung một số truyện không thể làm cho người đọc nghĩ đến những truyện dân gian quen thuộc của Việt Nam hay của nước khác.

Chúng tôi chú ý đến bộ truyện này vì hai phương diện: tìm hiểu tiếng nói hằng ngày ở thế kỷ XVII, trong văn viết và cấu trúc truyện dân gian... để cho thấy qua một tác phẩm của một tôn giáo mới du nhập, người dân quê Việt Nam không coi đạo mình tin theo là hoàn toàn xa lạ với nếp sống, lời nói của mình.

Chữ viết Nôm na:

Ngày nay, có thể tìm được bản viết ghi tiếng Việt, lời Việt nói xuôi của người dân thường thế kỷ XVII, chưa bị Tây phương hóa và cũng ít bị Hán hóa về từ ngữ và ngữ pháp. Thứ tiếng Việt, lời Việt nói hằng ngày thời đó được ghi lại trong những tài liệu của người Công giáo, so với lời nói bây giờ trong dân chúng thì đúng như ông Hoàng Xuân Hãn đã nhận định: "Về phương diện từ ngữ, ta sẽ thấy rằng tiếng thông thường không thay đổi lắm. Trong ba trăm năm nay, tuy rằng có một ít tiếng hoặc đã mất, hoặc thành ít thông dụng, hoặc đã mang ý nghĩa hơi khác nghĩa thông thường ngày nay" và đây là "nguồn duy nhất cho ta biết một cách chắc chắn lối văn xuôi, cách nói chuyện của ta vào thế kỷ XVII, XVIII".[1]

Sở dĩ trong dân gian ít có thay đổi về tiếng nói, so với lối nói chữ viết trong giới học thức, bác học... phải chăng là vì tiếng nói dân gian vẫn giữ nguyên vẹn một số đặc điểm của tinh thần tiếng Việt? Ở đây chưa phải chỗ đào sâu trình bày chi tiết tinh thần tiếng Việt là thế nào và đã được thể hiện ra sao trong các tác phẩm người Công giáo viết hồi thế kỷ XVII, vả lại chúng tôi cũng không đủ khả năng làm việc này nên chỉ xin nêu một vài nhận xét gợi ý mà thôi. [2]

1. Cấu tạo từ.

a) Thân xác tôi như một ngôn ngữ biểu lộ, diễn tả. Người dân Việt dùng kinh nghiệm về thân xác để bày tỏ mọi tri thức, quan niệm cuộc đời và mọi giá trị đạo đức tinh thần. Nói cách khác, dùng những từ ngữ cụ thể liên quan đến các bộ phận của cơ thể, cử động của thân xác để diễn tả những điều trừu tượng vô hình [3]. Rộng hơn nữa, người dân thường cũng sử dụng kinh nghiệm về không gian cư ngụ gần gũi, quen thuộc chung quanh mình để thực hiện việc diễn tả, biểu lộ những ý niệm trừu tượng. Chẳng hạn về từ "lòng", chúng tôi thấy đầy dãy từ này trong truyện các thánh, những từ mà bây giờ vẫn còn dùng: mở lòng, ngã lòng, trong lòng, giục lòng, phải lòng, hết lòng (hết sức), mặc lòng, phiền lòng, cả lòng, có lòng, động lòng, lòng lo, lòng độc, v.v.. Từ "mình": dâng mình, giận mình, giựt mình, quá sức mình, hãm mình, thương mình, liều mình, khốn mình.

---

[1] Hoàng Xuân Hãn. Một vài văn kiện bằng quốc ngữ tàng trữ ở Âu châu, tạp chí Đại học,Viện Đại học Huế, số 10, tháng bảy/1959, tr. 108 – Trong bài này ông Hãn dựa vào những văn bản của Bentô Thiện gửi cho Ph. Marinô (1659), Văn Tín, Simon Tú (1673) v.v.. Không phải của Maiorica. chúng tôi dựa vào Maiorica cũng đi đến kết luận tương tự.

[2] Thanh Lãng cũng đã bàn qua vấn đề này trong tập biên khảo "Thử thiết lập một hồ sơ về hai người con gái, một con của Phật, một con của Chúa".

[3] Chúng tôi đã phác họa một vài hướng nghiên cứu trong "Ngôn ngữ về thân xác", Nhà XB. Trình Bày, Saigon, 1967, đặc biệt, tr. 71.

Không gian cư ngụ là không gian có tính cách chủ quan, không phải khách quan xa lạ: nhà, đường, cây, con vật...

Con nhà sang trọng (*nhà:* thay vì gia đình)

Đi đường nhân đức (đường: đường để thân xác đi chuyển dùng để chỉ thứ đường để tinh thần, linh hồn biết cách sống...)

b) Có thể giả thiết tiếng Việt là một ngôn ngữ được cấu tạo theo nhạc lý, là một nhạc ngữ. Ở nhiều tiếng khác chỉ có yêu cầu về nhịp, vần điệu trong trường hợp làm văn thơ; nhưng ở tiếng Việt, ngay tiếng nói hằng ngày ở cấp nhỏ nhất là từ, từ ngữ, cụm từ cũng có yêu cầu về nhịp, vần điệu. Có những từ chưa có vần nhưng vẫn có nhịp, ít ra nhịp hai: đi lại, ra vào, xuôi ngược*... Nhưng trường hợp từ ngữ vừa có nhịp vừa có vần điệu lại rất phổ biến: đi đứng, đánh đập, ... Vần ở cấp từ không phải chỉ có nguyên âm mà cả phụ âm cũng có vần.

Nhịp hai (không vần và có vần) như ở trên.

Nhịp bốn: không vần: ông bà cha mẹ, rượu chè cờ bạc.

có vần: Đầu đuôi xuôi ngược (vần nguyên âm)

: Họ hàng làng nước (vần phụ âm)

Thực ra nhịp, vần điệu không phải là đặc tính riêng của tiếng Việt. Có lẽ rất nhiều tiếng khác, nhất là ở giai đoạn đầu và trong giới dân gian đầu mang tính chất nhái lại (mimissome) các cử động của thân xác và không gian cư ngụgần gũi. Riêng về các cử động của thân xác con người không thực hiện một cách tự tiện, mà theo một nhịp điệu do chính cấu trúc thân xác quy định, một cấu trúc có tính cách song phương (bilatéral) và đối xứng, hai tai, hai mắt, phải trái, trước sau v.v... Do đó mà có những tác giả coi ngôn ngữ ở buổi đầu (thổ ngữ) là một thứ ngôn ngữ cử chỉ (langage gestuel).[4] Phải chăng đặc tính cử chỉ này giải thích tính cách đối, nhịp điệu trong ngôn ngữ?

Trong tác phẩm các truyện thánh mang tên Maiorica, chúng tôi bắt gặp rất nhiều từ mà bây giờ người ta gọi là từ kép, từ láy và vẫn còn được thông dụng ngày nay. Xin tạm kể một số thôi:vắng vẻ, vững vàng, khóc lóc, đau đớn, chói lọi, khốn khó, sáng láng, vui vẻ, khéo léo, mặt mũi, liệt lão, dơ dáy, thơm tho, than thở, đời đời, tội lỗi, lạ lùng.

Cụm bốn từ thành ngữ:

Có nết có na, có tài có trí, hết lòng hết sức, mưa gió sấm sét, mặt

---

[4] Chẳng hạn: Van Gemeken. La reconstruction typologique des langues archaïques de l'humanité. Amsterdam,1939. Marcel Joresse. Anthropologie du geste. Risma. Paris, 1969.

mũi xanh xao, gầy guộc võ vàng, từ nay về sau, muôn muôn v.v...

Những kiểu nói biểu lộ ngôn ngữ cử chỉ:

Gánh tội thiên hạ, đội ơn ông ấy...

2. Cấu tạo câu:

a) Theo trật tự thời gian (ordre chronologique) cái chính đặt trước, nói trước, cái bổ nghĩa cho cái chính nói sau, đặt sau: Kẻ kính Chúa sinh nên muôn vật. Kẻ phạm tội phải chịu hình phạt là lửa hỏa ngục, ngày nay có thể nói: lửa hỏa ngục là hình phạt của kẻ tội trọng, hoặc "giữ gìn sự trong sáng của tiếng Việt". Đó là theo ngữ pháp Tây phương. Theo tinh thần Việt Nam thì nói: giữ gìn tiếng Việt trong sáng... Tuy nói như trên rất Tây nhưng nghe cũng quen và tiếng Việt có khả năng thích nghi, tiếp thu một cách kỳ diệu, nhưng người dân thường thực ra không nói như vậy... Không hẳn lối nói thông thường không dùng danh từ, nhưng nếu dùng, thì vẫn là ghép một từ chung (kẻ, sự) với một động từ, trạng từ và không bao giờ dùng danh từ như một bổ ngữ, bổ nghĩa cho một danh từ khác bằng từ của. Chúng tôi không hề tìm thấy một câu nào có cấu tạo bằng từ của: sự sáng, sự lành, sự dữ, sự khó, sự sang trọng thế gian, sự chết, sự sống, sự lạ, sự lo, sự vợ chồng, sự trái, sự chẳng nên v.v...

Ví dụ: (trích trong bài dẫn sau): nó giục lòng thằng kia để bà ấy làm lỗi nghĩa sự vợ chồng ... hoặc an ủi hết sức cho được bớt sự lo nhưng... Muốn khỏi sự phiền thì khóc lóc cùng Đức Chúa Trời.

Một câu viết theo trật tự phân tích: Mình thì ăn những rau cỏ trên rừng, đói khát liền, nước mắt chảy ra cho nên gầy guộc võ vàng lắm, bởi người ta đi nắng thì đen như mực... (nói theo bây giờ có thể viết: người đen như mực vì đi nắng).

b) Theo trật tự thời gian: Cái gì xảy ra tước thì nói trước, cái gì xảy ra sau thì nói sau: Con muốn sự ấy thì chịu người ta làm xấu hổ mới được chớ mê ngủ cùng ăn uống, yêu mặc áo xấu xa... chớ làm biếng đọc kinh lần hạt. Hoặc: "... Cho nên những kẻ ở đấy thấy người ta khóc lóc thì cầm nước mắt chẳng được (bây giờ có thể nói: chẳng cầm được nước mắt) nhưng nói như xưa phù hợp với trật tự của sự việc diễn tiến thời gian hơn: cố cầm giữ nước mắt khỏi chảy ra mà không được).

Nói chung, chúng tôi nhận thấy lối viết trong tác phẩm mang tên Maiorica, mà thực ra có lẽ là của người Việt hồi thế kỷ XVII chưa bị Tây phương hóa và cũng ít bị Hán hóa về ngữ pháp, từ ngữ. Chúng tôi thấy rất ít từ Hán Việt - thường là một số từ dịch các từ đạo, như lễ sinh nhật, lễ phục sinh, thánh nữ đồng trinh. Dĩ nhiên có một số từ theo kiểu nói bây giờ không dùng như: rái, hổ ngươi, min, mắng tiếng (nghe tiếng), nhưng trong kinh sách đạo vẫn còn dùng. Sự kiện này đã làm cho có người coi đây là văn đạo, văn nhà thờ hiểu như một sáng chế của thừa sai, nhằm tạo một ngôn ngữ riêng xa lạ với ngôn ngữ dân tộc, nhưng có lẽ chính là tiếng nói, lối viết của nguơời dân thường và những trí thức Công giáo gốc, nhà nho, nhà sư, không phải thừa sai, đã vận dụng biên soạn để nói với người dân thường, tiếng nói của họ, làm cho họ hiểu dễ dàng chuyện tôn giáo.[5]

Xin nêu hai trường hợp dẫn chứng:

1) Một bằng chứng sống động là trường hợp Việt kiều Công giáo ở Thái Lan. Theo Đào Trinh Nhất, được Ngọa Long trích dẫn trong bài nói về làng báo Sài gòn từ 1927-1937 đăng ở Đuốc Nhà Nam hồi 1969, Saigon, thì có hai hạng Việt kiều ở Thái Lan, một là nhóm "Cựu Annam Hương" (tiếng Xiêm gọi là Sam Phên) gồm những người Gia Long tị nạn ở Xiêm và nhóm "Tân Annam Hương (Sam Sên) gồm những người theo đạo Thiên Chúa Giáo lánh lệnh cấm đạo thời Minh Mạng, Thiệu Trị. "Đoàn thể trên đã hoàn toàn mất chất bản xứ, nhất thiết ngôn ngữ, phong tục không còn chút gì vấn vương cố hương. Duy có những người ở đoàn thể sau, tức Tân Annam Hương thì còn giữ được phần nhiều bản sắc, tuy sự sinh hoạt có thay đổi theo hoàn cảnh, nhưng tiếng mẹ đẻ thì họ vẫn không bỏ, lại có tính đùm bọc, quây quần với nhau là nhờ tín ngưỡng tôn giáo. Theo Thanh Lãng kể lại, ở trường đại học "Truyền giáo" tại Rome, thời ông học, có 8 người Thái Lan gốc Việt. Khi những sinh viên Việt và Thái Lan gốc Việt nói chuyện hay đọc kinh thì họ hoàn toàn hiểu nhau, nhưng khi sinh viên người Việt viết bài hay diễn thuyết, thì sinh viên Thái gốc Việt nói: họ nghe không hiểu gì cả. "Vì sao, vì tiếng Việt bây giờ đã "Hán Việt hóa" và "Tây hóa" về từ ngữ, ngữ pháp khá nặng. Chẳng hạn nói giảng thì họ hiểu, nhưng nói diễn thuyết thì họ không hiểu.[6]

2) Một số tiếng mà người ta nghĩ là văn nhà đạo, thì chúng tôi cũng tìm thấy vẫn được sử dụng trong báo chí quốc ngữ đầu thế kỷ XX ở miền Nam, đặc biệt trong những tờ báo đời như Lục Tỉnh tân văn.

Xin nêu vài thí dụ cho thấy những từ, kiểu nói bây giờ bị coi là tiếng, văn học nhà đạo, thì chỉ là tiếng, văn cổ.

Những chữ thông dụng trong Maiorica và các tài liệu đạo vẫn còn dùng trong các tài liệu đời ngay cả đầu thế kỷ XX.

[5] Nguyễn Văn Xuân, 1967. Một trăm năm văn học quốc ngữ, Tạp chí Văn, số 1, năm thứ 2, tháng mười một, tr. 17. "Các ông (chỉ thừa sai) tự mình viết nên những bài kinh, bài giảng theo những lề lối Tây phương bằng một thứ văn chương rất lạ tai người bản xứ".

[6] Thanh Lãng đã ghi rõ sự kiện lý thú này trong bản "Thử thiết lập một hồ sơ...".

Văn đạo thời nay	*Văn đời thời ấy*
Mà chớ	Sao vậy nội tháng sáu thì Ta cũng đánh đặng Saigon mà chớ. (Những bức thư Nôm của Nguyễn Ánh do G.s. Corière sưu tầm. (Trích lại "Lịch sử nội chiến ở V.N. Tạ Chí Đại Trường, tr. 379).
Mở lòng, ngỏ lòng, trong lòng, hết lòng mặc lòng, phiền lòng, cả lòng, đẹp lòng động lòng, vui lòng, có lòng, đem lòng...	- Có lòng thương dân. Lục tỉnh tân văn, số 9, tr. 11. - Chúng tôi sẽ hết lòng giúp. Số 10, tr. 15. - Cô ấy lấy làm vui lòng lắm. Số 26, tr. 8. - Anh ta đã đem lòng gian. Số 22, tr. 14. - Xin các quan mở lòng trong sạch và thương lấy dân. Số 17, tr. 9.
Xin Chúa thương xót chúng tôi dường nào.	- Trăm lạy ông lấy lòng thương xót chúng tôi. Số 17, tr. 12. - Nghĩ lại thấm biết là dường nào. Số 22, tr. 5.
Chúa hằng sống	- Trong lòng tôi hằng nguyện cho ông. Số 16, tr. 10.
Trong các tài liệu Đạo, không thấy dùng từ "không" như bây giờ, mà dùng từ "chẳng".	Trong Lục Tỉnh Tân Văn, kiểu nói này vẫn còn được dùng: - Xin gởi thơ lại cho tôi, và muốn hỏi điều chi về công ti này thì tôi sẽ sẵn lòng mà tỏ cho quý vị chẳng sai. Số 17, tr. (?).
Trong ca dao cũng thấy dùng từ "chẳng": Một cây làm chẳng nên non.	- Chẳng ai hay biết. Số 17, tr. 7. - Ngủ chung với nhau một mùng sao mà chẳng nhớ vậy, và ai chẳng ăn hiếp đặng. Số 17, tr. 8. - Có nên bỏ cái thói bắt người ta làm dâu chăng ? Số 9, tr. 2.

Cấu trúc truyện dân gian:

Đọc một số truyện trong bộ "CÁC TRUYỆN THÁNH" không thể không nghĩ đến những truyện tương tự trong các tôn giáo khác hoặc trong kho tàng truyện dân gian. Chẳng hạn truyện "Bà Thánh Tiên Du la (Theodora) thuộc tháng chín. Không thể không nghĩ đến truyện Quan Âm thị Kính. Vì cốt truyện giống nhau một cách khít khao. Trước hết xin giới thiệu truyện Theodora và lược sau truyện Quan Âm Thị Kính của Dương Quảng Hàm trong "Quốc văn Trích Diễm" (bản in của nhà XB. Bốn Phương, Saigon 1952 (tr. 148).

1. Truyện THEODORA.

Bà Thánh Tiên Du La truyện.

Bà Thánh này là gương cho kẻ phạm tội được xem mà quê người sinh ra ở thành A-lê-san-ri-a.

Trong một nước I-gi-tô là con nhà sang trọng. Đến khi đã lớn lấy chồng cũng là người sang trọng mà ở cùng nhau lâu năm thì một lòng một ý. Song le ma quỷ thấy hai vợ chồng thờ phụng Đức Chúa Trời cùng yêu nhau vì vậy thì nó giục lòng thằng kia dỗ bà ấy làm lỗi nghĩa sự vợ chồng. Đến khi đã phạm tội đoạn thì bà ấy lo buồn lắm sa một chút nữa mà chết, nhưng mà Đức Chúa Trời đã chọn người làm thánh cả thì mở lòng lấy tội làm bực mà lên thiên đàng. Chồng thấy vợ khó mặt thì chẳng biết ỷ lại an ủi hết sức cho được bớt sự lo nhưng mà vợ thấy chồng hiền lành làm vậy càng hổ ngươi đau đớn lắm mà chẳng dám ngửa mặt lên xem trời ngờ là chịu phạt địa ngục thì là phạt hèn chẳng bằng tội mình làm. Bỗng chốc có một ngày ấy cắt tóc đi cùng mặc áo đàn ông mà đi nhà thờ ngoài thành mười tám dặm đường là nơi thầy tu hành trên rừng vắng vẻ mà xin vào đấy dâng mình cho Đức Chúa Trời. Song le các thầy ngờ đàn ông thì muốn thử lòng mà chẳng cho vào nhà thờ, ban đêm để ở ngoài ngõ thì người chịu sự ấy chẳng nề, liều mình cho sư tử ăn thịt. Đến sáng thầy cả bảo người rằng: mày muốn ở thì phải làm mọi việc hèn trong nhà này: làm bếp, kín nước, coi sóc cùng mọi việc khác. Người chịu làm việc ấy cho được đền vì tội mình làm vậy tám năm, người chịu lụy trong nhà mà vui mặt liền cho nên các thầy thấy làm vậy thì hãi mà khen. Chồng thấy vắng mặt vợ thì lo buồn, phần thì ngờ sự trái cho người phần thì chẳng dám ngờ sự gì vì đã biết vợ là kẻ thật thà, có nết na. Ban đêm thấy thánh thiên thần bảo rằng: sáng ngày mày vào nhà thờ mà gặp ai trước hết thì nhìn mặt người ấy cho tỏ. Cùng một ngày ấy thầy cả bảo người vào thành mua tí gì, chồng liền gặp vợ trước mà chào nhau. Song le vợ biết mặt chồng mà chồng chẳng biết mặt vợ vì bởi ăn chay gầy guộc thì đã khác mặt những gì mà thánh thiên thần lại bảo người rằng: chớ lo sự vợ làm chi vì nó giữ nết chẳng có lỗi gì đâu. Tiên-du-la chẳng những giữ phép trong nhà thầy lại giữ phép hơn nữa, hay ăn chay đánh tội cùng với áo lông ngựa lọt thịt chịu nhăm mình liên cho nên bảy ngày ăn chay một lần mà thôi hằng khóc lóc ăn năn tội xưa mà Đức Chúa Trời cũng cho thiên hạ biết người có công nghiệp đẹp lòng Đức Chúa Trời như một lần ấy có con rồng ở trong hồ ấy hay ăn thịt người chẳng ai dám kín nước nơi hồ ấy mà thầy cả khiến người đi kín nước nơi hồ ấy thì người vâng. Đến khi thấy con rồng thì cỡi nó mà đi kín nước giữa hồ. Đoạn bà ấy bước lên khỏi mặt nước thì nó liền giúp, người ta thấy làm vậy thì kính người lắm mà quỷ thấy thiên hạ khen cũng biết người hay giữ đạo nên có một lần ma quỷ hiện đến mà đe người rằng: ngày sau vợ làm cho mày mất tiếng tốt mà chớ. Vậy thầy cả dạy người đem ca-mê-lô đi mà mua gạo cho các thầy ăn ví bằng chẳng có về đến nhà thì đỗ nhà thờ ở giữa đường. Khi người mua gạo mà về thì đã tối phải vào nơi ấy mà đỗ đêm thì nằm tầu ca-mô-lô ở coi sóc giữ nó. Bấy giờ gái kia ngờ là đàn ông liền đi tìm mà giục làm sự chẳng nên thì người mắng lắm. Nó liền hổ ngươi mà đi tìm kẻ khác ác nghiệp cùng, đến khi có thai thì nó chờ đến ngày sinh mà đem con đến trước mặt các thầy cáo thầy ấy là kẻ người ta khen xưa có nết rày làm sự xấu hổ cho các thầy làm vậy, người nghe sự lạ ấy lẽ thì từ chối, song le muốn chịu khó cho được phúc hơn nữa thì ở lặng chẳng chối cho nên các thầy giận xua người ra mà trao thằng bé ấy cho nuôi. Bấy giờ người chịu xấu hổ làm vậy, nhưng mà chẳng dám lìa nơi nhà thờ, làm một chút lều ngoài ngõ mà ở nơi các thầy ra vào chịu nhiếc nhục xấu hổ. Thằng bé ấy thì xin sữa chiên mà nuôi, mình thì ăn những rau cỏ trên rừng, đói khát liên, nước mắt chảy ra cho nên gầy guộc võ vàng lắm, bởi người đi nắng thì đen như mực mà quỷ thấy người mạnh sức làm vậy thì nó làm nhiều chước cho bỏ lều ấy mà về nhà quê, có khi xui lòng nhớ sự sang trọng nhà mình xưa cũng tưởng chồng mình hãy còn trông vợ về mà chồng những khóc chẳng có khi nào dừng vì chẳng biết tin vợ ở đâu, có khi ma quỷ lấy hình sư tử muốn ăn thịt người, có khi lấy hình quan trạng cỡi ngựa có nhiều quân quốc hầu hạ mà khiến kính lạy mình thì người chẳng nghe mà quỷ liền giết lắm cho nên nằm đất như chết vậy. Có kẻ thấy làm vậy ngờ là đã chết thật xin thầy cả dạy kẻ đi cất xác. Song le Đức Chúa Trời lại cho giãn thì thầy cả mới thương vì ở ngoài ngõ ấy được bảy năm trọn những chịu khó cực làm vậy, các thầy lại ở nhà thờ cùng con với, mà dạy ở một phòng chẳng cho đi đâu. Người ở làm vậy được hai năm. Đoạn người biết ngày rình khỏi xác thì một ngày ấy nói tiếng cùng thằng nhỏ ấy, thầy cả dạy kẻ đi nghe lời người nói thấy nói rằng: con tôi đã đến ngày cha rình sinh thì, phó con cho cha ở trên trời vì là cha thật kẻ mồ côi, cùng phó thác cho thầy cả giữ nhà này, mà con xem các thầy bằng anh vậy chớ muốn cho người ta khen. Con Đức

Chúa Trời khen thì hơn. Con muốn sự ấy thì chịu người ta làm xấu hổ mới được, chớ mê ngủ cùng ăn uống, yêu mặc áo xấu xa, chớ yêu sự thế gian sốt, chớ làm biếng đọc kinh lần hạt, chớ cáo sự trái cho anh em bao giờ ai nói con sự gì thì thưa có nết na cúi đầu xuống xem dưới đất, thấy ai phạm sự gì lỗi thì chớ chê cười làm chi. Muốn khỏi sự phiền thì khóc lóc cùng Đức Chúa Trời. Thấy chẳng giữ đạo thì nguyện cho người ấy, năng đi viếng kẻ liệt, làm việc các thầy như tôi tớ vậy. Bao giờ ma quỷ cám dỗ con thì nguyện xin sức bề trên là cho khỏi nó, đoạn linh hồn trọng ấy ra khỏi xác sinh thì. Con thấy làm vậy ngờ là cha mình thì khóc lóc cả tiếng mà các thầy đã nghe lời khi trước thì bảo thầy cả cho được hay song le Đức Chúa Trời tỏ mọi sự người ra cho thầy cả biết cùng cho thấy phúc đức đã được trên trời. Bấy giờ thầy cả nói sự ấy cùng các thầy liền vào phòng mà làm phúc cho người. Thiên hạ mới biết là đàn bà thì thương mà kính người lắm, khen phúc đức cùng tiếc để bảy năm chịu những sự khốn khó mà chẳng ai thương, các thầy mọi nhà thờ ở chung quanh mắng sự ấy liền đến mà hôn cùng cất xác, khi ấy thầy cả cắt một người đi bảo chồng cho được hay thì người cũng đã biết trước mà Thánh thiên thần đã bảo mà thấy kẻ mười bảy năm trông xem mặt mà rày đã chết thì khóc lóc than thở những lời thương khó cho nên kẻ ở đấy thấy người khóc lóc thì cầm nước mắt chẳng được. Đoạn người xin phó mình ở nhà Đức Chúa Trời mà ở một phòng bà ấy đã sinh thì. Đoạn ở đấycho đến trọn đời. Thằng bé kia nghe lời bà Thánh Tiêu-du-la dạy thì nên người mà ngày sau cai các thầy. Ơn Đức Chúa Trời cho kẻ yếu đuối sức muốn thì được ăn năn tôi nên, giữ nết làm vậy cùng khỏi hết chước ma quỷ.

Từ Đức Chúa giê-su ra đời cho đến Bà Thánh này khỏi bốn trăm bảy mươi bốn năm.

2. Truyện QUAN ÂM THỊ KÍNH.

Truyện này là truyện bà Thị Kính người nước Cao Ly, nguyên kiếp trước là đàn ông, tu hành đắc đạo sắp thành Phật, nhưng Đức Thích Ca muốn thử lòng, mới bắt đầu thân xuống làm con gái nhà họ Mã rồi suốt đời bắt gặp nhiều cảnh oan khổ để xem sao.

Lớn lên có tài sắc, có nết na, cha mẹ gả cho một người thư sinh tên là thiện Sĩ, con nhà họ Sùng. Hai vợ chồng ăn ở với nhau rất hòa thuận. Một đêm, chồng ngồi đọc sách, bà ngồi cạnh khâu, chợt khi chồng mệt dựa bên mình ngủ, bà trông trên cằm chồng thấy râu mọc ngược, sẵn con dao cầm tay, bà sắp cắt đi. Bỗng chồng giật mình thức dậy, thấy thế tưởng vợ có bụng hại mình, liền kêu lên; cha mẹ chạy đến cứ một mực đổ riết cho bà rồi sai mời cha bà sang trách móc và trả lại con.

Bà về nhà cha mẹ, nỗi oan uổng, tình âu sầu không thổ lộ cho ai biết được; thoạt tiên bà toan bề tự vẫn, nhưng nghĩ mình là con một, cha mẹ thì già, không ở dứt tình; bà bèn quyết chí đi tu cho tròn quả phúc để đền ơn sinh thành. Bà mới giả hình nam tử đổi tên Kính Tâm, trốn nhà đến tu ở chùa Vân Tự.

Kính Tâm nương náu cửa chùa, mối sầu nguôi dần. Bỗng đâu một cái tai vạ bất kỳ xảy đến. Nguyên ở gần chùa có một người con gái là Thị Mầu đương kén chồng, thường đến lễ chùa, thấy Kính Tâm dáng người có duyên sinh ra phải lòng. Kính Tâm thì vẫn hờ hững thờ ơ; nhưng Thị Mầu lửa dục đã nhóm lên khó dập tắt được, mới thông dâm với đứa thương đầu thành ra có mang. Làng biết gọi ra tra hỏi. Thị Mầu đổ cho Kính Tâm. Kính Tâm khó bề biện bạch, làng mới sai đánh và bắt khoán; thế là lại mắc oan tầy đình lần thứ hai nữa.

Được ít lâu Thị Mầu sinh đưa con trai đem ra chùa bảo trả Kính Tâm. Kính Tâm nghĩ thương thằng bé, mới đem về nuôi nấng, ,chỉ mình biết lòng mình; được ba năm đứa bé đã khôn lớn coi bộ khôi ngô, thì Kính Tâm bỗng đâu mất: thế là Phật đã cho siêu nhân rồi đó. Trước lúc chết, viết một bức thư để lại cho cha mẹ.

Sau sư vãi trong chùa ra thăm, xét di hài mới biết Kính Tâm là đàn bà, bấy giờ làng mạc mới biết tình oan của bà. Lại đến khi xem thư tuyệt mệnh mới biết tội giết chồng là oan. Chồng, thì từ khi bà đi cũng có lòng thương nhớ, đến khi thấm tình đầu, bèn cùng với cha mẹ bà sang bên chùa ma chay, rồi cũng trọn đời tu hành ở đấy. Sau Đức Phật xét bà quả là người tu hành đắc đạo cho bà làm Quan Âm bồ tát.

Xét trong kinh Phật, bồ tát (bodhisattva) là bậc tu hành gần trọn đạo còn một kiếp nữa là thành Phật. Đức Quan Âm cứ trong kinh Ấn Độ tức là Avalokiteveara, ngài sắp thành Phật nhưng còn muốn cứu thoát cả chúng sinh trong trần thế rồi mới thăng Phật. Đến khi đạo Phật truyền sang Trung Quốc mới nhận truyện một nữ thần là bà Thị Kính mà đem làm Phật Quan Âm. Kể đối với lịch sử thì cũng có một phần sai lạc, nhưng cứ xét tình tiết trong truyện thời thật là hay mà một người có bụng từ bi như bà Thị Kính này cũng đáng vào bực bồ tát.

Một vài nhận xét:

1. Xuất xứ: Xác định tác giả, tác phẩm, thời điểm sáng tác.

Truyện Tiêu-du-la:

Tác giả: ghi tên trên văn bản là Maiorica, nhưng theo Phiipphê Bính thì là Hòa thượng thành Phao (?) nghĩa là một người Việt viết ra có thể theo lời kể của Maiorica.

Tác phẩm: Bản chép tay bằng chữ Nôm (nguyên bản).

Thời điểm sáng tác: Vào khoảng từ 1632 đến 1638 tại Kẻ Rùm, Nghệ An. Thực ra, Maiorica hay hoà thượng thành Phao không sáng tác ra truyện này mà chỉ kể lại, thi lại vào thời điểm đó.

Truyện Quan Âm Thị Kính:

Tác giả: Nói chung, cho đến nay, vẫn được coi là "Vô danh thị" nghĩa là không rõ ai là tác giả.

Tác phẩm: Truyện xuất hiện dưới hai dạng: Bản văn vần theo thể lục bát và tích chèo, cả hai đều bằng chữ Nôm.

Thời điểm sáng tác: Bản Nôm của truyện và tích chèo đều không rõ được in từ bao giờ nhưng chủ yếu được lưu truyền là do truyền khẩu, vì thế có nhiều thoại khác nhau. Bản truyện thơ bằng quốc ngữ được ấn hành lần đầu tiên năm 1911 do Phan Thị An hiệu đính và Nguyễn Văn Vĩnh xuất bản ở Hà Nội. Bản tích chèo hiện chúng tôi có trước mắt là vở chèo "Quan Âm thị Kính" do Vũ Khắc Khoan giới thiệu trong tủ sách "Kịch phẩm cổ điển Việt Nam", Nhà XB Đào Tấn, Sài gòn, 1966.

Vì chưa xác định được rõ tác giả, thời điểm sáng tác, cốt truyện tác phẩm lại xảy ra tận Cao Ly, nên có thể nghi ngờ những xu hướng phê bình văn học coi Quan âm thị Kính như phản ánh một thời đại, một xã hội ở Việt Nam (vào thế kỷ XIX (?), để đưa ra những giải thích này nọ...

2. Tính chất, mục đích tác phẩm:

Truyện Tiêu-du-la đối với tác giả và giáo dân là một tác phẩm tôn giáo, nhằm mục đích tôn giáo rõ rệt: nêu gương thánh để khuyến khích bắt chước.

Truyện Quan Âm thị Kính dưới dạng chèo, truyện thơ là một tác phẩm văn học mang tính chất tôn giáo nhằm mục đích đạo đức gương tốt (người tốt việc tốt) để khuyến thiện - nhưng đối với những người tin theo đạo Phật, thì đó là một kinh - nghĩa là một tác phẩm tôn giáo nhằm mục đích tôn giáo như lời nhà sư Thiều Chửu trong "Giải thích truyện Quan âm Thị Kính", Hội Việt Nam Phật Giáo, 1962:

"Tôi ham đọc kinh này từ thuở nhỏ... các bản trước tôi giải nghĩa theo thế quán, mà lâu nay thì hoàn toàn theo nghĩa xuất thế quán". (Trích trong "Tiếng Vọng" in ở cuối sách. Trang chót đăng danh sách quý vị phát tâm in Kinh Quan Âm Thị Kính).

3. Cấu trúc truyện dân gian:

Sự kiện hai truyện giống nhau bắt buộc chúng tôi phải nghĩ đến:

a) Về nội dung, cốt truyện không phải thuộc cách riêng về một tôn giáo, hay văn hóa nào.

b) Về hình thức, bản văn không phải chỉ là bản chữ viết mà có trước đó đã là bản văn truyền miệng sau này được ghi chép lại bằng chữ viết.

c) Từ hai nhận xét trên, bắt buộc người đọc phải nghĩ đến sự kiện giao lưu văn hóa và thể loại văn học dân gian truyền miệng. Nhìn trong viễn tượng văn học dân gian, người ta thấy hiện tượng giống nhau về ý. cốt truyện trong các thể loại văn học dân gian (tục ngữ, thành ngữ, câu đố, truyện cổ tích...) là rất phổ biến hoặc trong khuôn khổ một văn hóa, hoặc nhiều văn hóa của nhiều dân tộc khác nhau đôi khi cách xa nhau hàng vạn dặm vào những những thời kỳ thật xa xưa...Chẳng hạn truyện Tấm Cám thì đâu có phải chỉ là một truyện của Việt Nam.

Về thành ngữ, tục ngữ chẳng hạn:

Việt Nam	*Pháp*
Trăm hay không bằng tay quen	*Experience passe science*
Đi ba buổi đường học năm bảy điều khôn	*Quicomque a beaucoup vu peut avoir beaucoup retenu.*
Bỏ mồi bắt bóng	*Lâcher la proie pour l'ombre.*[1]

Về câu đố: Sớm đi bốn chân, trưa đi hai chân, chiều đi ba chân, tối đi tám chân mà ông Nguyễn Văn Ngọc đã ghi lại trong quyển Tục ngự phong dao (in lần đầu, Hà Nội, 1928) người ta cũng tìm thấy câu đố tương tự trong kho tàng câu đố Chàm: Sáng đi bốn, trưa đi hai, chiều đi ba, và xa hơn nữa trong câu đố của dân tộc Bantou, Phi Châu: Một cái gì đi bộ buổi sáng bốn chân, buổi trứ hai chân, buổi chiều ba chân [2]. Câu đố này cũng thấy trong thần thoại Hy Lạp nổi tiếng về Oedipe mà ai cũng biết (con quái vật Sphinx). Vấn đề đặt ra là nguồn gốc những câu, văn bản. Chẳng hạn như cấu đố về "người ta" ở trên bắt nguồn từ đâu? Từ thần thoại Hy Lạp hay từ Việt Nam, Chàm (Á đông) hay từ Phi Châu? Theo các nhà dân tộc học và văn học dân gian thì có thể có hai lối giải thích: Một câu truyện giống nhau có thể xuất phát từ nhiều nguồn khác nhau, một cách độc lập vì tâm trí con người là một, nên thời kỳ nào, nơi nào cũng cùng một tâm lý con người, hoặc từ một nguồn, và được truyền bá đi qua giao lưu văn hóa.

---

[1] G. Cordier. Essai de parémiologie, Tạp chí Revue indochinoise, 1908, p. 493. Trong bài này, Cordier kê khai khá nhiều câu tục ngữ Pháp Việt đối chiếu.

[2] P.D. Benchat, Riddles in Bantou, tr. 191 trong Study of Folkore, Alain Dundes. Trích lại trong câu đố Việt Nam của Nguyễn Văn Trung, Nhà XB. TP. HCM, 1986, tr. 34.

Riêng về quan hệ giữa truyện tôn giáo và truyện dân gian, theo ý kiến của *V. Propp* [3], có hai trường hợp, trường hợp các tôn giáo dân gian cổ hiện nay không còn, mà truyện dân gian vẫn còn thì truyện dân gian bắt nguồn từ tôn giáo (hình tượng về con rồng trong các truyện dân gian bắt nguồn từ các truyện tôn giáo cổ), trái lại tôn giáo vẫn còn, thì có thể truyện tôn giáo bắt nguồn từ truyện cổ tích, đặc biệt ở đây, Phật giáo và Kitô giáo không phải là tôn giáo dân gian mà có người sáng lập hẳn hoi, vẫn còn cho đến ngày nay, vậy thì hai truyện kể trên, Tiêu-du-la và Quan Âm Thị Kính phải chăng bắt nguồn từ những truyện cổ tích nào đó của Cao Ly và Ai Cập, mà hiện nay chúng ta chưa có điều kiện phát hiện? Việc tìm hiểu nguồn gốc trong viễn tượng lịch sử thật ra thường là bế tắc, rất khó thực hiện, cùng lắm chỉ là những giả thuyết ít khả năng thuyết phục vì không có những dữ kiện làm cơ sở chứng minh. Làm sao xác định được một truyện có quá nhiều thoại khác nhau trong cùng một văn hóa, và hơn nữa trong nhiều văn hóa khác nhau ở những thời điểm khác nhau, bản nào là gốc nguyên bản, bản nào là cải biên, sao chép lại, bản nào gốc thuộc tôn giáo, bản nào gốc thuộc văn học dân gian...

Nhưng có một hướng tìm hiểu khác, không những tránh được bế tắc trên, mà lại dựa ngay vào bế tắc đó và khai thác nó (sự khác biệt giữa các thoại) coi nó như một yếu tố thuận lợi có ý nghĩa then chốt, đó là cái mà phương pháp phân tích cấu trúc gọi là "cấu trúc" của truyện, gồm những yếu tố cấu tạo không thay đổi, còn những yếu tố thay đổi chỉ là tùy thuộc và tùy tiện được thay đổi trong các thoại khác nhau. Những yếu tố thay đổi làm nên các thoại khac nhau, càng nhiều thoại khac nhau, càng làm nổi bật cái cốt truyện, cái cấu trúc chung cho tất cả, không thay đổi... Theo Propp, cấu trúc truyện dân gian gồm một số yếu tố chính không thay đổi: hoàn cảnh mở đầu, một sự kiện chẳng lành không may xảy ra, đưa đến tai họa, có thử thách, phân ly, rồi trở về hay sum họp. Sự tích thường không kết thúc sau một đợt thử thách mà thường trải qua hai hay ba đợt thử thách, đưa đến những tai họa trầm trọng hơn đạt tới tuyệt đỉnh của bi kịch trước khi được hóa giải. Những yếu tố cấu tạo kể trên không thay đổi, được Propp xác định như những chức năng, có tính bắt buộc trong mỗi loại truyện cổ tích, còn cách thể hiện những chức năng đó như tình cảm cụ thể các nhân vật, chức vụ nghề nghiệp, lý do, cách thức ra đi, ai ra đi v.v... là những yêu tố tùy thuộc có thể thay đổi.

Dưới đây, chúng tôi *thử áp dụng lối phân tích cấu trúc truyện cổ tích theo Propp vào việc tìm hiểu truyện thánh Theodora và Quan Âm Thị Kính.*

[3] Vladimir Propp, Morphologie du conte suivi des transformations des contes merveilleux et de Mélétinski: l'Étude structurale et typologique du conte. Tủ sách Poétique, nhà XB. Seuil, Paris, 1870, tr. 131, 177 và 179-180.

A. ***Những yếu tố cấu tạo không thay đổi***	B. ***Những yếu tố thay đổi* Quan Âm Thị Kính**	B. **Những yếu tố thay đổi Theodora**
Tình cảnh ban đầu liên kết trong quan hệ hôn nhân. Sum họp.	Có xác định về cha mẹ người con gái nhiều chi tiết về trình độ học vấn của chồng, vì người làm mối. Tình duyên êm đẹp giữ đôi vợ chồng.	Không xác định rõ về tên cha mẹ, dòng dõi; chỉ nói trống cha mẹ thuộc hạng người sang trọng trong xã hội. Không xác định rõ về dòng dõi bên chồng. Vợ chồng ăn ở hòa thuận lâu năm.
Cấm kỵ / vi phạm Tai họa xảy ra (I) Ra đi Phân ly.	Nguyên nhân khách quan: - sợi râu - dao nhọn Vi phạm một cấm kỵ sát nhân, tuy chỉ mới bị nghi kỵ về ý đồ, chưa phải hành động. Chính người chồng nghi ngờ. Những cố gắng giải thích của vợ đều vô ích. Buộc phải ra đi, về gia đình.	Nguyên nhân khách quan: ma quỷ cám dỗ hàng xóm lưu manh. Nguyên nhân chủ quan: nhẹ dạ; vi phạm cấm kỵ: ngoại tình. Người chồng không hay biết. Vợ càng buồn càng làm cho chồng quý, chồng càng quý càng làm cho vợ ân hận buồn rầu nói ra không được (sẽ tan vỡ). Không nói ra không chịu đựng nổi.
Thử thách Con đường lựa chọn: đi tu, giả trai.	Về gia đình, không phải là một giải pháp, lấy người khác cũng không được, vì mối oan phải giải, nên chọn: xuất thế đi tu, bằng cách giả trai.	Tự ý quyết định ra đi. Hối hận vì một lỗi phải chuộc: Chọn: Đi tu giả trai.
Những biểu lộ của thử thách.	1. Chọn một miền đất vắng, thật xa nhà nơi ở cũ. 2. Bị chất vấn trước khi được vào tu. 3. Chịu nhận những điều kiện: làm chú tiểu, đảm nhận những việc làm nhỏ mọn, tầm thường: gõ mõ, thỉnh chuông.	1. Chọn một nơi thật xa nhà. 2. Đêm thử thách: ở ngoài nhà dòng, có thể bị thú ăn thịt. 3.Điều kiện: Nhận làm mọi việc thấp hèn, cực nhọc trong dòng
Thời gian	Không ghi rõ	Ghi rõ tám năm
Tai họa II Cấm kỵ / vi phạm Hậu quả. Chấp nhận hậu quả không thanh minh.	Không gặp lại chồng trong thời gian này gặp Thị Mầu trong khuôn viên chùa dụ dỗ, tán tỉnh. Từ chối.Phản ứng: Thị Mầu ăn nằm với người khác có con đem vào chùa vu cho là con Thị Kính .	Gặp lại chồng nhưng không để cho chồng nhận ra mình. Công tác đi mua gạo, phải ngủ trọ đêm dọc đường gặp người con gái cám dỗ; không chịu, nó ăn nằm với người khác, có con đem vào trình bề trên dòng, nói là con của thầy dòng.
Những biểu lộ của thử thách.	Bị buộc tội thông dâm đuổi khỏi chùa Không thanh minh nhẫn nhục chịu đựng trong im lặng, nuôi đứa trẻ như thể con mình	Bị buộc tội thông dâm, đuổi khỏi dòng. Không tiết lộ mình là gái, nhẫn nhục nuôi đứa trẻ và có những cử chỉ chứng nhận sự nghi ngờ kết án: săn sóc đứa trẻ như con của mình thật.
Thời gian thử thách.	Không nói rõ chỉ nói nuôi con được ba năm	Nói rõ chín năm
Kết thúc Thiếu sót: Chết, không có sum họp lại về thể xác, vật chất (vẫn phân ly)	Để lại di chúc vì con còn nhỏ, viết thư cho con sau này lớn hiểu sự thật. Không nói rõ nội dung. Có thư cho cả cha mẹ. Khi tẩm liệm khám phá ra sự thật.	Nói với con đã 9 tuổi sự thật. Phó thác cho Chúa. Phó thác cho bề trên Dòng Cư xử đối với con. Cư xử đối với người khác.
Đền bù (phục hồi về tinh thần). - phục hồi cho cả chồng cũ, cha mẹ về tinh thần.	Tôn vinh thành Phật. Chồng cũ thành con vẹt đứng dưới chân. Con: được Phật bà Quan Âm bồng trên tay. Cha mẹ: ngự bên tòa cùng con.	Tôn vinh thành Thánh. Chồng cũng thành thánh, con cũng đi tu làm bề trên thánh thiện.

Cái mấu chốt và lý luận nội tại của cả hai truyện là ở sự lựa chọn: giả trai vì nếu đi tu như người con gái bình thường thì sẽ không xảy ra ngộ nhận va khi ngô nhận đã xảy ra, lại chấp nhận nó, không thanh minh, chịu đựng sự hiểu lầm cho đến chết, để được phục hồi ở một cấp cao hơn sự sum họp thân xác: hoá thân, sum họp trong tinh thần.

Sự kiện hai truyện giống nhau cho thấy cả hai đều cùng có một cấu trúc như cấu trúc của truyện cổ tích, truyện dân gian. Ở đây không đặt vấn đề xác định truyện Công giáo hay truyện Phật giáo, truyện nào có trước (hoặc hai truyện mang màu sắc tôn giáo bắt nguồn từ truyện cổ tích hay ngược lại vì không thể xác định được và cũng không cần thiết.

Xét về phương diện tiếp nhận của quần chúng, đặc biệt ở tầng lớp bình dân, một người Phật giáo hay Công giáo rất dễ tiếp thu những truyện Theodora và Quan âm Thị Kính, hoặc nói ngược lại những truyện này rất dễ tác động vào cảm xúc người theo đạo vì những truyện đó có cấu trúc của thể loại truyện dân gian.

Việc nghiên cứu những tài liệu như trên đưa tới đòi hỏi tìm hiểu cách rao giảng truyền đạo của thừa sai thời kỳ đầu và xa hơn nữa, đưa tới đòi hỏi tìm hiểu cách giảng đạo ở ngay quê hương họ. Ở đây, chúng tôi mượn chứng từ của một người đáng tin cậy.

Đọc Gramsci, Tổng bí thư đảng cộng Sản Ý, trong thời gian ở tù rất chú ý đến vấn đề tôn giáo ở châu Âu, đặc biệt ở quê hương ông đã gợi cho chúng tôi hướng giải thích tại sao đạo Thiên Chúa bắt rễ sâu vào lòng người các tầng lớp dưới và tạo được một nếp sống đạo với những biểu lộ văn hóa mang tính chất dân tộc rõ rệt.

Khi tìm hiểu diễn biến của Kitô giáo từ thời Trung cổ (phong kiến) sang thời cận đại (trưởng giả, tư bản) Gramsci đã đưa ra hai ý niệm "Trí thức hữu cơ" và "trí thức truyền thống" để giải thích vai trò của đạo Công giáo trong thời kỳ đó.[4]

Theo Gramsci, giáo hội là "trí thức hữu cơ" của thời phong kiến Trung cổ vì là nòng cốt của giai cấp lãnh đạo chi phối toàn bộ sinh hoạt văn hóa, giáo dục ý thức hệ, đặc biệt ở các tầng lớp trên và ở các sinh hoạt cao. Khi phong kiến chuyển sang tư bản, trưởng giả, bắt đầu thời kỳ cận đại, được đánh dấu bởi hai biến cố chính: cách mạng và phong trào cải cách (Tin Lành), giáo hội dần dần bị truất phế mất thống trị chuyên chính và ý thức hệ và văn hóa. Đạo Thiên Chúa không còn là thế giới quan của tầng lớp lãnh đạo. Giáo hội buộc phải co lại, rút

---

[4] Để dễ hiểu, chúng tôi đưa ví dụ: nhà nho là trí thức hữu cơ (intellectuel organique) của chế độ quân chủ và là trí thức truyền thống của chế độ thuộc địa và trí thức Tây học là trí thức hữu cơ của chế độ thuộc địa.

lui vào thế thủ, tìm chỗ dựa cho các tầng lớp dưới trở thành ý thức hệ của các tầng lớp này. Dĩ nhiên, giáo hội vẫn phản công, nhằm giành lại tư thế lãnh đạo trong thời cận đại, nhưng chủ yếu giáo hội dồn sức lực vào việc củng cố chỗ dựa vững chắc của giáo hội là các tầng lớp dưới, đặc biệt giới nông dân bằng một tổ chức chặt chẽ và một sách lược vận động, truyền đạo thật hữu hiệu, tạo ra một nếp sống văn hóa xã hội luôn được bao che, thúc đẩy bởi các yếu tố tôn giáo. Khi đề ra sách lược liên minh công nông, Gramsci nhận thấy phải làm sao giành lại cho Đảng từng lớp nông dân đang bị Công giáo nắm chắc, chi phối chặt chẽ như "trí thức hữu cơ" của giới này. Gramsci đã phải thú nhận ông rất cảm phục sách lược truyền đạo của Công giáo, và ông yêu cầu người Cộng sản phải học hỏi: "Tôi cũng thường lại trước các tiệm sách đạo và mỗi lần dừng lại như thế thì có điều luôn luôn làm cho tôi kinh ngạc. Tôi thấy cuốn sách này chồng lên cuốn kia, thuộc đủ loại về mọi vấn đề và trên nhiều trang bìa thi in lần thứ 20, 30, cả thứ 50, và tôi tự hỏi làm sao có thể xảy ra chuyện những sách đạt tới những lần xuất bản cao như vậy lại hầu như hoàn toàn không được giới văn hóa biết đến không có ai nói đến và cũng thoát mọi sự kiểm tra phê phán khoa học và văn học. tôi không thể nghĩ đến những lần xuất bản được loan báo là một thủ đoạn bịp, nếu tôi thực sự cảm thấy thán phục và ghen tỵ những linh mục đã thành đạt được những kết quả cụ thể như vậy trong việc tuyên truyền văn hóa của họ".[5]

Gramsci kết luận nếu một ý thức hệ đã có thể truyền đạt bắt rễ vào quần chúng một cách lâu dài như vậy thì hiển nhiên nó phải được thích ứng với tâm tình quần chúng; không phải là cái xa lạ đối với những cảm xúc, nếp sống của người bình dân.

Điều ở các xứ châu Âu la tinh (Pháp, Ý, Tây Ban Nha, Bồ Đào Nha) các linh mục đã thành công thì sang Việt Nam họ cũng thành công. Thực ra các thừa sai vẫn có ý định tranh thủ các tầng lớp trên, nhưng quả thực là khó, nên họ đã tập trung tranh thủ các tầng lớp dưới nơi mà ý thức hệ của tầng lớp lãnh đạo vừa ít tác dụng lại càng mất tác dụng trong htời kỳ khủng hoảng niềm tin hồi Trịnh Nguyễn phân tranh, đã tạo ra một lỗ hổng lớn để cho ý thức hệ Thiên Chúa Giáo xâm nhập dễ dàng, chỉ cần khéo léo biết sử dụng mọi hình thức dân tộc, biết thích nghi là thành công; các linh mục thời kỳ này đặc biệt thuộc Dòng Tên đã có sự khéo léo đó. Họ không chủ trương xóa bỏ hẳn nếp sống văn hóa bản xứ, thay đổi tâm tình người nông dân Việt Nam, nhưng chỉ thay hoặc thêm vào một nội dung mà vẫn giữ nguyên vẹn các hình thức biểu lộ, diễn tả. Có nắm được mối quan tâm đưa đạo vào trong tâm hồn người nông dân Việt Nam, làm sao cho Đạo chan hòa với nếp

[5] Trích lại trong "Gramsci et la question religieuse", tr. 195, Hughes Patelli, Ed. Anthropos, Paris, 1974.

sống tình cảm, phong tục, tập quán cổ truyền mới hiểu tại sao các thừa sai thấy cần phải tạo ra chữ quốc ngữ phóng tác các loại sử ký, kinh hạt, giáo lý... văn thơ đủ loại. Thật ra họ được sự hỗ trợ đắc lực, có thể là chủ yếu của trí thức Việt Nam (nhà nho, nhà sư theo đạo) vì người ngoại quốc dù am hiểu thông thạo tiếng nói, tâm lý, phong tục Việt Nam đến đâu đi nữa thì cũng không thể tạo ra được một "công trình văn hóa tôn giáo phù hợp với tâm tình người dân quê" như thế. Chúng tôi chưa xét nó có giá trị văn học như thế nào, nhưng chắc chắn nó phù hợp với tâm lý người Công giáo bình dân Việt Nam. Cứ nhìn số lượng sách in đạo đời của nhà in Tân định, số lần in thứ 14, 15 (trong vòng vài chục năm) là thường, cũng đủ gợi một cảm tưởng tương tự của Garmsci. Chỉ có điều thực tế đó cho đến nay hầu như không được biết đến, bị bỏ quên, bỏ qua...

Do đó không có vấn đề Công giáo và dân tộc theo nghĩa công giáo mất gốc trên phương diện văn hóa, nên cần trở về với dân tộc, vì người Công giáo, đặc biệt ở nông thôn vẫn sống thoải mái giữa lòng dân tộc trong tất cả các sinh hoạt tôn giáo của họ và vì những sinh hoạt đó đều đã vận dụng khéo léo mọi hình thức diễn tả của dân tộc.

Chỉ còn vấn đề hiện đại hóa; trong những nỗ lực hiện đại hóa gần đây, có một vài cải cách không phù hợp với tâm lý quần chúng Việt Nam. Chẳng hạn xưa kia kinh hạt bao giờ cũng phải đọc to, đọc chung, có xướng, có đáp, giọng điệu cung thương cung vui theo mùa... Kịch nói, thoại kịch khó phát triển so với tuồng, chèo, cải lương, phải chăng vì kịch nói chỉ là nói xuôi, nói bình thường?

Nhưng trong nhà thờ, thì vế kiến thức, hình thức dân tộc ở chỗ nào? Đúng là nhiều nhà thờ không có cả hình thức dân tộc* [6]. Nếu nhìn nhà thờ ở giữa các làng miền Bắc, gồm toàn nhà tranh vách đất, đôi cái xiêu vẹo, tiều tụy, không khỏi có cảm tưởng chướng lai căng. Nhưng nhìn những nhà thờ lác đác dọc theo đường Saigon-Đà Lạt khu Gia Kiệm, Hố Nai, hay hàng trăm nhà thờ rải rác chung quanh Saigon, có lẽ chỉ có cảm tưởng "sao nhiều thế" vì chung quanh nhà thờ là những nhà bằng gạch ngói đôi khi hai ba tầng lầu và bên cạnh khu phố Công giáo, các khu phố khác cũng vậy. Bây giờ xây nhà văn hóa, nhà tập thể, người ta theo kiến trúc nào đây? Do đó đứng trước những vùng còn những nhà thờ trơ trọi giữa khu nhà tranh lụp xụp, vấn đề không phải là hướng việc chê trách vào Công giáo, mà là lo liệu làm sao cho mau chóng mọc lên chung quanh nhà thờ những dãy nhà gạch ngói theo kiến trúc hiện đại.

---

[6] Miền Hà Nam Ninh có nhiều nhà thờ bằng gỗ đã không theo kiến trúc Tây phương.

Trước hướng Âu hóa trong nếp sống ăn, mặc, ở khá phổ biến hiện nay [7] phải chăng người Công giáo chẳng qua chỉ đi trước trong việc chấp nhận kiến trúc theo Tây phương khi họ phải giải quyết nhu cầu dựng một nhà tập thể là nơi tụ họp của tất cả cộng đồng dân Chúa, không phải chỉ có chức sắc, đại diện dân như thường thấy ở đình, chùa?

Trong giao lưu văn hóa, chấp nhận một giá trị, tư tưởng, hình thức nghệ thuật từ bên ngoài, không phải vì nó là Tây phương, mà vì coi nó là phổ biến, hay, tốt... Đó là thái độ của người Việt Nam từ xưa đến nay, chống Tàu, Pháp xâm lược về chính trị, mà vẫn chấp nhận nhiều mặt văn hóa của kẻ xâm lược, đôi khi dùng ngay cả những giá trị tư tưởng, ngôn ngữ của họ mà chống sự xâm lược (Hịch bằng chữ Nho của Trần Hưng Đạo, những bài báo bằng tiếng Pháp của Nguyễn An Ninh, Phan Văn Trường).

Cũng vì tính cách phổ biến kể trên của văn hóa, nên có trường hợp chấp nhận mà không biết hay không cần biết những giá trị đó của ai, bắt nguồn từ đâu... như thể đó là gia tài chung của nhân loại. Chẳng hạn một người nghiên cứu khoa học xã hội không theo mác-xít vận dụng quy luật biện chứng (vật chất tinh thần tác động lẫn nhau) mà không cần biết nguồn gốc của lối nhìn đó [8]. Bây giờ có báo hàng ngày, tiểu thuyết theo lối Tây phương tả người thức việc thực của người dân thường trong nước. Đó là những sự kiện văn hóa, du nhập từ phương Tây; nhưng mấy ai biết được chúng bắt nguồn từ Kitô giáo là đạo đã đưa vào văn hóa phương tây, sau đó đưa vào Việt Nam yếu tố "cái hằng ngày" (le quotidien) nghĩa là cái liên quan đến quần chúng bình thường. Chính tinh thần chú ý tới cái hằng ngày, cái liên quan đến đời sống của nhân dân thường mà người ta tìm thấy trong các thư của các tông đồ (Tân ước) và sau đó trong các sách truyện Hội thánh, truyện các thánh ghi lại cuộc sống của dân Chúa, đã là yếu tố cấu tạo những thể loại văn viết như sử ký, truyện, báo chí hằng ngày... ra đời ở châu Âu, rồi truyền sang Việt Nam trước hết do các thừa sai.

Alois Hahn, trong một bài biên khảo dài, đã chứng minh những hình thức kỹ thuật tự thú hiện nay trong các thể chế an ninh, tòa án, hay các thể văn: nhật ký, hồi ký... bắt nguồn từ Kitô giáo qua thể chế xưng tội đã được phổ biến rộng từ thế kỷ XII. "Nhựt ký là một cách xưng tội

---

[7] Trong một công trình nghiên cứu về: ăn, mặc, ở của người Việt Nam theo truyền thống, chúng tôi nhận thấy ngoài ngôn ngữ, phải sinh hoạt ăn còn những mảng chống lại âu hóa, còn mặc, ở thì không biết còn gì là Việt Nam

[8] Trả lời một phỏng vấn, Raymond Aron, một cây bút nổi tiếng chuyên phê phán mác-xít đã nói: "Cái hạt nhân của chính Marx đã thuộc về mọi người, người mácxít cũng như không mácxít". Raymond Aron et nous. Báo Nouvel Observateur, 15/3/76 , tr. 94-95.

mà không có ai giải tội". Theo tác giả, xưng tội cho thấy ở mỗi cá nhân thực hiện một quá trình chủ quan hóa và nội tâm hóa những việc biết là sai trái vẫn tự ý phạm... xét mình xưng tội cũng bao gồm mọi việc thuộc đời sống hằng ngày vì sống đạo đức thánh thiện không phải chỉ trong những trường hợp đặc biệt và dành cho những người đặc biệt là anh hùng mà là mọi người thường phải anh hùng trong tất cả các việc làm hàng ngày. Do đó chính cái bình thường hàng ngày mới quan trọng và sự chú ý tới cái bình thường của con người thường trên phương diện đạo lý là một điều xa lạ trong truyền thống văn hóa thời Thượng cổ (antiquité) châu Âu.

Tác giả cũng giải thích sự hình thành tiểu thuyết tư sản (roman bourgeois) Tây phương, đặc biệt ở Anh với những nhà văn như De Foe, Richardson bắt nguồn từ Kitô giáo như thế nào. Sự xuất hiện thể văn tiểu thuyết này không phải là do tình cờ, mà biểu hiện một khúc ngoặt trong diễn tiến văn chương Tây phương. Khác hẳn với văn chương thời thượng cổ chỉ chú ý đến hoàn cảnh và nhân vật chung, điển hình, khác thường, đặc biệt không phải của từng nhân vật bình thường hàng ngày, tiểu thuyết của Richardson mà tác giả bài báo gọi là cha đẻ của tiểu thuyết cận đại, đề cao cái hằng ngày bình thường, do đó trái ngược với quan niệm về bi kịch cổ điển dựa vào cái vĩ đại, khác thường, được diễn tả theo luật tam nhất (về hành động, nơi chốn, thời gian). đi tìm những nguồn liên hệ với tôn giáo, tác giả dẫn chứng cuốn "sách dẫn đàng nhân đức" của thánh Phanxicô Xa-lê (Introduction à la vie dévote de François de Salé (1809) là cuốn sách gối đầu giường không phải dành cho giới nhà tu, mà cho mọi giáo hữu muốn đi đàng nhân đức trọn lành, không phải bằng cách ăn chay đánh tội, nhưng bằng cách thánh hóa những việc lặt vặt đời sống hằng ngày của mình, chẳng hạn ăn những thức người ta mời mặc dầu mình không thích, để tỏ ra biết tự chế, quên mình.[9]

Thiên Chúa giáo đề cao cái hằng ngày, cũng có nghĩa đề cao quần chúng bình dân. Trong quan niệm của những văn hóa ngoài Thiên Chúa giáo, như văn hóa thượng cổ âu châu, cái thường ngày là cái vô nghĩa, là cái vô giá trị, không đáng kể. Do đó văn chương, sử ký chỉ ghi chép những cái đặc biệt, biến cố làm nên lịch sử, và chỉ có tầng lớp trên, vua quan, trí thức, những người có tên tuổi, là nhân vật mới là những người làm lịch sử - ghi chép lịch sử. Còn quần chúng làm những việc hàng ngày, có gì đáng nói và ghi chép lại.

---

[9] Xem: Alois Hahn, traduit de l'Allemand par Robert Guého, Contribution à la sociologie de la confession et autres formes institutionnalisées d'aveu: autothémation et processus de civilisation, Acte de la recherchée en sciences sociales, số chuyên đề: l'illusion biographique, Juin 1986, X 62/63, Paris.

Trong một số đặc biệt dành cho việc nghiên cứu: "Sự việc lặt vặt", sau khi đã trình bày những quan niệm coi "tin vặt, sự việc lặt vặt" là phi lịch sử, các tác giả đã đưa ra quan niệm coi sự việc lặt vặt là yếu tố cấu tạo lịch sử đáng kể hơn cả.[10] Xét về phương diện xã hội học, quan niệm coi thường cái hàng ngày cũng biểu lộ một quan hệ giai cấp: cái hàng ngày, tầm thường là của lớp người bị trị, và cái làm nên lịch sử là của lớp người thống trị (một nhân vật: ông quan, viên chức có tên tuổi nói: chuyện hàng ngày tôi có gia nhân lo).[11]

Chúng tôi nghĩ rằng một trong những yếu tố văn hóa Tây phương, bắt nguồn từ Kitô giáo được du nhập vào văn hóa Việt Nam từ thế kỷX-VII là: cái hằng ngày, của người dân thường được coi như có ý nghĩa và giá trị về văn hóa và đó là một điều thực sự mới lạ trong khuôn khổ văn hóa truyền thống Việt Nam. Thử hỏi ngoài các tác phẩm công giáo từ thế kỷ XVII đến nửa đầu thế kỷ XIX, hoặc bằng chữ Nôm hay quốc ngữ, có những tài liệu nào nói đến đời sống văn chương và tinh thần của người dân thường trong sinh hoạt hằng ngày như truyện các thánh của Maiorica. Tự điển của De Rhodes, thư viết tay của Van Tin, Bentô Thiện, và sách sổ sang của Phillipphê bỉnh. Chẳng hạn, điều chúng tôi thấy đáng lưu ý nữa trong "Tự điển Việt-Bồ-La của A. De Rhodes [12] ngoài việc lần đầu tiên tiếng Việt được nghiên cứu một cách khoa học theo lối nhìn Tây phương về phương diện ngữ âm, ngữ nghĩa, ngữ pháp v.v... cũng là lần đầu tiên nếp sống văn chương, tinh thần của người dân thường Việt Nam được trình bày qua các từ được định nghĩa, giải thích, không phải là từ Hán Việt, mà là từ nôm na, thuần Việt được dân chúng sử dụng hàng ngày. Nếu bây giờ sắp xếp các từ đó theo đề mục: ăn, mặc, ở, làm, chơi, v.v.. hay tôn giáo, phong tục, chính trị, hành chánh, canh nông, thương mại, dụng cụ, chài lưới, săn bắn, làng mạc, chợ búa, thuốc thang v.v... thì có thể thể hiện được một thứ "văn hóa sử cương" như sau này một Đào Duy Anh đã làm.

Có những từ chỉ việc làm, đồ dùng, sinh hoạt mà bây giờ vẫn còn dùng: bánh khảo, cối xay, xỉa răng, tát nước, để tang, thịt ba rọi, ngồi xếp bằng, bồ hòn, đầu rau; có những từ bây giờ đã tối nghĩa: Đếch thời thế kỷ XVII chỉ tinh khí con người; hoặc không còn có nghĩa: ăn năn; từ năn không còn nghĩa nên có nhà ngôn ngữ giải thích như từ láy, nhưng

---

[10] Marc Ferro, fait divers fait d'histoire. Tạp chí Annales Eùconomies, Sociétés, Civilisations, số đặc biệt Juillet – Août 1983, p. 825

[11] Christian Lalive d'Epenay, La vie quotidienne, Essai de construction d'un concept sociologique et anthropologigue. Cahiers internationaux de sociologie, Vol. LXX, IV, 1983. Số đặc biệt về Sociologie des quotidiennetes, P.U.F. p. 15.

[12] Xem Từ điển Annam hay Đông Kinh diễn nghiã bằng tiếng Bồ Đào Nha và tiếng La Tinh. Bản dịch đánh máy của nhóm Thanh Lãng, Đỗ quang Chính, Hoàng Xuân Việt. Ban Ngôn ngữ, UBKHXHVN TP. HCM 1977.

trong tự điển, năn có nghĩa là một thứ cỏ đắng mà phong tục thời đó bắt người có tội phải ăn như một hình phạt. Đó là một từ thông dụng, có nghĩa thời đó mà người Công giáo sử dụng, chứ không phải là một từ nhà Đạo dùng riêng cho giới Công giáo. Nhưng điều thích thú nhất là chúng ta có thể tìm thấy những từ tả các bộ phận kín của thân thể và do đó những từ văng tục, chửi tục: cứt, đái, địt, đéo v.v..

Trong thư của Bentô Thiện đề ngày 25-10-1659 gởi cho một linh mục cùng dòng yêu cầu cho biết tin những người quen biết trước, chúng tôi thấy kể tên một giáo hữu mà linh mục đã gửi tiền cho thì ông đã đưa, nhưng "mẹ" nó để cho kẻ trộm lấy hết chẳng được ăn, một giáo hữu khác đã chết, người khác thì tính xấu, nên bị ghét bỏ chẳng ai cho ăn...

Bây giờ dân chúng biên thư cho nhau là thường, nhưng vào thế kỷ XVII thì quả thật là điều lạ. Hoặc trong sách "Sổ sang chép các việc" của P. Bỉnh (Viện Đại học Đà Lạt xuất bản, Saigon, 1968) thấy ghi những chuyện lớn nhỏ kể cả những việc lặt vặt phản ánh sinh hoạt văn hóa vật chất thời đó. Có thể tìm ở đâu khác như thấy ghi trong sach này, bản ghi chép các việc đi chợ ngày nào mua những thứ gì, giá bao nhiêu, nấu bếp thì ra sao, đắp lò phải thế nào, người Tàu buôn bán lừa bịp cách nào...

Đó là những tài liệu bản in, bản thảo không phổ biến ở Việt Nam, nên không có tác dụng gì vào sinh hoạt văn hóa thời đó và cả cho đến bây giờ. Phải đợi đến cuối thế kỷ XIX, khi có nhà in xuất bản sách báo, mới thấy những báo, truyện, sử ký, ghi lại những cái hằng ngày của quần chúng. Trong một công trình nghiên cứu về văn hóa ở miền Nam [13]. Chúng tôi đã tìm thấy một số sách sử ký, truyện tiểu thuyết, ký viết theo lối Tây phương do những người Công giáo biên soạn, trước tác. Chẳng hạn, cuốân sử ký đầu tiên được in có thể là cuốn "Đại Nam Việt quốc triều sử ký", Nhà in Tân Định, 250 trang, 1879, in lần thứ 5 vào năm 1909.[14] Ước lược truyện tích nước Annam, Trương Vĩnh Ký (Rey et Curiel, 1887) đó là những cuốn có trước Việt Nam Sử Lược

[13] Xem "Hồ sơ về Lục Châu Học (1865-1930) dựa vào tài liệu văn, sử bằng quốc ngữ, xuất bản ở miền Nam (1865-1930). Nghiên cứu liên ngành tìm hiểu con người ở vùng đất mới (bản thảo) Khoa Tiếng Việt và Văn học Đại học sư phạm TP. Hồ Chí Minh có xuất bản in ronéo, phân tích, giới thiệu Truyện Thầy Lazarô Phiền (1887) của Nguyễn Trọng Quản và Chơn cáo tự sự của Michel Tịnh (1910) nhan đề: "Những áng văn chương quốc ngữ đầu tiên, Thầy Lazarô Phiền. Truyện của Nguyễn Trọng Quản. Kỷ niệm 100 năm ra đời tại Sài Gòn, Đoản thiên "Thầy Lazarô Phiền" 1887-1987. Tài liệu tham khảo sau Đại học và năm cuối bậc đại học.

[14] Nếu chỉ xét về phương diện bản thảo, thì cuốn đầu tiên là "Lịch sử nước Annam" của Bentô Thiện 1659 viết tại Thăng Long (Đỗ quang Chính, Lịch sử chữ Quốc ngữ, tr. 108), và Phillipphê Bỉnh, Truyện Annam Đàng Ngoài, Đàng Trong, 1822.

của Trần Trọng Kim khá lâu. Truyện viết theo lối Tây phương sớm hơn cả là "Truyện Thầy Lazarô Phiền" của Nguyễn Trọng Quản, Sàigòn, J. Libraire Eùditeur, 1887. Không phải Tố Tâm của Hoàng Ngọc Phách, và cuốn ký "Chơn cáo tự sự" của Michel Tỉnh có thể là cuốn ký đầu tiên (1910), Sàigòn, Phát Toàn Libraire Imprimers) đi trước Nguyên Hồng mấy chục năm, một nhà văn cũng gốc Công giáo.

Nếu nhìn nhận, qua giao lưu văn hóa, người Việt Nam ngày nay đã tiếp thu nhiều giá trị tư tưởng, nếp sống Tây phương và nếu thử tìm hiểu nguồn gốc của chúng sẽ bắt gặp Kitô giáo, thì sự kiện đó không thể không đưa tới thái độ dè dặt thận trọng trong việc tố cáo kết án người Công giáo lai căng mất gốc vì những điều tố cáo, kết án đó có thể là những điều chính mình cũng đã chấp nhận để cho chúng thấm sâu vào xương máu mình là tố cáo chính mình đấy thôi.

Nguồn: Nguyễn Văn Trung - "*Vấn-Đề Công-Giáo Đặt Cho Dân Tộc*", 1988

Chú-thích:

1- Hoàng Xuân Hãn. *Một vài văn kiện bằng quốc ngữ tàng trữ ở Âu châu, tạp chí Đại học,*Viện Đại học Huế, số 10, tháng bảy/1959, tr. 108 – Trong bài này ông Hãn dựa vào những văn bản của Bentô Thiện gửi cho Ph. Marinô (1659), Văn Tín, Simon Tú (1673) v.v.. Không phải của Maiorica. chúng tôi dựa vào Maiorica cũng đi đến kết luận tương tự.

2- - Thanh Lãng cũng đã bàn qua vấn đề này trong tập biên khảo *"Thử thiết lập một hồ sơ về hai người con gái, một con của Phật, một con của Chúa".*

3- Chúng tôi đã phác họa một vài hướng nghiên cứu trong "*Ngôn ngữ và thân xác*", Nhà XB. Trình Bày, Saigon, 1967, đặc biệt, tr. 71.

4- Chẳng hạn: Van Gemeken. *La reconstruction typologique des langues archaïques de l'humanité.* Amsterdam,1939. Marcel Joresse. Anthropologie du geste. Risma. Paris, 1969.

5- Nguyễn Văn Xuân, 1967. *Một trăm năm văn học quốc ngữ*, Tạp chí *Văn*, số 1, năm thứ 2, tháng mười một, tr. 17. "Các ông (chỉ thừa sai) tự mình viết nên những bài kinh, bài giảng theo những lề lối Tây phương bằng một thứ văn chương rất lạ tai người bản xứ".

6- Thanh Lãng đã ghi rõ sự kiện lý thú này trong bản "*Thử thiết lập một hồ sơ...*".

7- G. Cordier. *Essai de parémiologie*, Tạp chí *Revue indochinoise*, 1908, p. 493. Trong bài này, Cordier kê khai khá nhiều câu tục ngữ Pháp Việt đối chiếu.

8- P.D. Benchat, Riddles in Bantou, tr. 191 trong *Study of Folkore*, Alain Dundes. Trích lại trong *câu đố Việt Nam* của Nguyễn Văn Trung, Nhà XB. TP. HCM, 1986, tr. 34.

9- Vladimir Propp, *Morphologie du conte suivi des transformations des contes merveilleux et de Mélétinski*: l'Étude structurale et typologique du conte. Tủ sách

Poétique, nhà XB. Seuil, Paris, 1870, tr. 131, 177 và 179-180.

10- Để dễ hiểu, chúng tôi đưa ví dụ: nhà nho là trí thức hữu cơ (intellectuel organique) của chế độ quân chủ và là trí thức truyền thống của chế độ thuộc địa và trí thức Tây học là trí thức hữu cơ của chế độ thuộc địa.

11- Trích lại trong *"Gramsci et la question religieuse"*, tr. 195, Hughes Patelli, Ed. Anthropos, Paris, 1974.

12- Miền Hà Nam Ninh có nhiều nhà thờ bằng gỗ đã không theo kiến trúc Tây phương.

13- Trong một công trình nghiên cứu về: ăn, mặc, ở của người Việt Nam theo truyền thống, chúng tôi nhận thấy ngoài ngôn ngữ, phải sinh hoạt ăn còn những mảng chống lại âu hóa, còn mặc, ở thì không biết còn gì là Việt Nam.

14- Trả lời một phỏng vấn, Raymond Aron, một cây bút nổi tiếng chuyên phê phán mác-xít đã nói: "Cái hạt nhân của chính Marx đã thuộc về mọi người, người mácxít cũng như không mácxít". Raymond Aron et nous. Báo Nouvel Observateur, 15/3/76 , tr. 94-95.

15- Xem: Alois Hahn, traduit de l'Allemand par Robert Guého, Contribution à la sociologie de la confession et autres formes institutionnalisées d'aveu: autothé-mation et processus de civilisation, Acte de la recherchée en sciences sociales, số chuyên đề: l'illusion biographique, Juin 1986, X 62/63, Paris.

16- Marc Ferro, *faits divers faits d'histoire*. Tạp chí *Annales Eùconomies, Sociétés, Civilisations*, số đặc biệt Juillet – Août 1983, p. 825.

17- Christian Lalive d'Epenay, *La vie quotidienne*, Essai de construction d'un concept sociologique et anthropologigue. Cahiers internationaux de sociologie, Vol. LXX, IV, 1983. Số đặc biệt về Sociologie des quotidiennetes, P.U.F. p. 15.

18- Xem *Từ điển Annam* hay *Đông Kinh diễn nghiã bằng tiếng Bồ Đào Nha* và tiếng *La Tinh*. Bản dịch đánh máy của nhóm Thanh Lãng, Đỗ quang Chính, Hoàng Xuân Việt. Ban Ngôn ngữ, UBKHXHVN TP. HCM 1977.

19- Xem *"Hồ sơ về Lục Châu Học (1865-1930)* dựa vào tài liệu văn, sử bằng quốc ngữ, xuất bản ở miền Nam (1865-1930). Nghiên cứu liên ngành tìm hiểu con người ở vùng đất mới (ban thảo) Khoa Tiếng Việt và Văn học Đại học sư phạm TP. Hồ Chí Minh có xuất bản in ronéo, phân tích, giới thiệu Truyện Thầy Lazarô Phiền (1887) của Nguyễn Trọng Quản và Chơn cáo tự sự của Michel Tịnh (1910) nhan đề: "Những áng văn chương quốc ngữ đầu tiên, Thầy Lazarô Phiền. Truyện của Nguyễn Trọng Quản. Kỷ niệm 100 năm ra đời tại Sàigòn, Đoản thiên "Thầy Lazarô Phiền" 1887-1987. Tài liệu tham khảo sau Đại học và năm cuối bậc đại học.

20- Nếu chỉ xét về phương diện bản thảo, thì cuốn đầu tiên là *"Lịch sử nước Annam"* của Bentô Thiện 1659 viết tại Thăng Long (Đỗ quang Chính, Lịch sử chữ quốc ngữ, tr. 108), và Phillipphê Bỉnh, Truyện Annam Đàng Ngoài, Đàng Trong, 1822.

SỰ PHÁT TRIỂN CỦA VĂN HỌC CÔNG GIÁO CHỮ NÔM VIỆT NAM TRONG THẾ KỶ XVII: HOÀ TRỘN NỘI DUNG CHÂU ÂU VỚI SỰ THỂ HIỆN BẢN ĐỊA*

Brian Ostrowski

Ngày nay, nhiều người đã biết rằng ngoài việc phát minh ra mẫu tự Latinh hoá ở thế kỷ XVII, ảnh hưởng của phương Tây đối với văn học Việt Nam không phải đến thời kỳ thuộc địa mới bắt đầu. Một số đặc điểm của văn học "hiện đại" Việt Nam đã được quy là do ảnh hưởng của phương Tây, như sự quan tâm tới cá nhân, việc coi trọng hoặc quan tâm tới người bình dân, sự nhấn mạnh đạo đức cá nhân hơn là địa vị xã hội, và tư tưởng về sự hội nhập với thế giới nằm ngoài ý niệm cổ điển của Việt Nam. Thế giới quan cổ điển đó cho rằng Việt Nam được bao quanh bởi "triều đình phương Bắc" (tức Trung Hoa), những quốc gia "mọi" ở phía nam và phía tây (Champa và Lào), và biển Đông. Những tính chất văn học "hiện đại" khác liên quan tới sự tấn công của chủ nghĩa thực dân bao gồm cả việc sử dụng văn học như một hình thức tuyên truyền xã hội, ưu tiên văn xuôi hơn thơ, với phong cách viết và từ vựng giản dị nhằm thu hút công chúng rộng rãi thay vì chỉ tầng lớp quý tộc. Văn học tiền thuộc địa, ngược lại, được xem là viết trong môi trường Hán Việt với những tư tưởng Nho giáo, Phật giáo và Đạo giáo, cùng với những mức độ thăng trầm của ảnh hưởng "dân gian".

Trái với quan niệm ngày nay về nguồn gốc ảnh hưởng của phương Tây đối với Việt Nam, mảng văn học Công giáo chữ Nôm ở thế kỷ XVII dù rất nhiều nhưng thường bị bỏ qua cho thấy cả nội dung lẫn

** Bản dịch của Pgs. Ts. Trần Thị Phương Phương, Trường Đại học Khoa học Xã hội và Nhân văn -Đại học Quốc gia TP Hồ Chí Minh. Email: tranthiphuongphuong@gmail.com*

phong cách văn học phương Tây có được sự thể hiện rộng rãi từ lâu trước thời thực dân Pháp. Những ảnh hưởng này có vai trò tiên phong cho nhiều giá trị văn học vốn được xem là do sự khởi đầu của chủ nghĩa thực dân ở Việt Nam. Bao gồm các truyện thánh, thần học, các bài giảng đạo đức, luân lý, và các phóng tác kinh sách, văn học Công giáo chữ Nôm giới thiệu cách kể chuyện, lịch sử, tôn giáo phương Tây cho công chúng Việt thông qua sử dụng mẫu tự Nôm, nhưng cải biên nó để chuyển tải thông điệp Kitô giáo, sử dũng những kỹ thuật văn học còn xa lạ như văn xuôi đối thoại và hùng biện bằng ngôn ngữ thông tục. Một quan niệm về những tác phẩm văn học Kitô giáo đó như sự đột phá có thể thúc đẩy các nhà nghiên cứu suy nghĩ về vị trí của những tác phẩm đó trong lịch sử văn học Việt Nam thế kỷ XVII nói chung.

Ts. Brian Ostrowski

** Là một nhà sử học về Đông Nam Á thời trung đại và cận đại, từng giảng dạy về lịch sử, văn học và hùng biện tại Đại học Quốc gia ở Hà Nội và Tp. HCM. Ông lấy bằng Tiến sĩ sử tại Đại học Cornell (2006). Tốt nghiệp ngành Nghiên cứu Châu Á tại Trường Cao đẳng Claremont McKenna (1996). Luận án của ông tập trung vào việc hội nhập đạo Công giáo vào xã hội Việt Nam tk. XVII. Ông đang hoàn thành bản dịch tiếng Anh cho bộ Đại Việt Sử Ký Toàn Thư*

VĂN HỌC VIỆT NAM THẾ KỶ XVII TRONG HỌC THUẬT NGÀY NAY

Quan điểm phổ biến về văn học Việt Nam thế kỷ XVII là nó chủ yếu mang tính nội tại và ít chịu ảnh hưởng từ bên ngoài về phương diện thể loại và chủ đề. Các nhà nghiên cứu văn học sử xếp các tác phẩm văn học chữ Nôm thế kỷ XVII vào 8 thể loại, bảy trong số đó là các thể thơ. Các thể thơ là: (1) thơ Nôm Đường luật, (2) phú, (3) diễn ca lịch sử, (4) truyện thơ, (5) ngâm khúc, (6) ca trù, hay là những đối thoại dưới hình thức thơ, và (7) văn, hay là bi ca. Các bài thơ Đường luật và phú được viết bằng thơ có từ trước thế kỷ XVII và mô phỏng theo phong cách Trung Hoa. Các diễn ca lịch sử, các truyện thơ và ngâm khúc có phong cách địa phương hoá và rất phát triển vào thế kỷ kỷ XVII. Trong số các diễn ca lịch sử, một số tác phẩm như Thiên Nam minh giám ở giữa thế kỷ XVII được viết bằng thể thơ song thất lục bát, trong khi những tác phẩm như *Thiên Nam ngữ lục* ở cuối thế kỷ thì được viết bằng thể lục bát. Các nhà văn học sử liên hệ những thi pháp này với "ảnh hưởng dân gian" như sự đối lập với việc phỏng theo mô hình Trung Hoa như thơ Đường luật và phú. Các truyện Nôm như *Lâm tuyền kỳ ngộ* cũng rất phổ biến. Sự cách tân chủ yếu do những phong cách này đưa lại là sử dụng những phép làm thơ vốn chỉ dùng cho các bài thơ ngắn để viết những trường ca. Ngâm khúc không trở thành thể loại được ưa thích lắm cho đến thế kỷ XVIII, với tác phẩm nổi tiếng *Chinh phụ ngâm* và *Cung oán ngâm khúc*. (Tứ thời khúc vịnh của Hoàng Sĩ Khải ở thế kỷ XVII là một trong số những ví dụ sớm nhất của thể loại này). Vãn sử dụng thể lục bát, được viết ít nhất là từ thế kỷ XVI và trong thế kỷ XVII. Các nhà thơ như Phùng Khắc Khoan và Đào Duy Từ sử dụng thể này. Ca trù là thể loại bình dân của hát nói. Các nhà văn học sử loại văn xuôi Nôm sang một góc riêng, chú ý đến việc sử dụng nó trong bản dịch của Nguyễn Thế Nghi ở thế kỷ XVI tác phẩm Truyền kỳ mạn lục, tập truyện nguyên bản được viết bằng chữ Hán.

Về chủ đề, văn học chữ Nôm thế kỷ XVII được xem là sự tái nhấn mạnh những quan điểm Nho giáo chính thống với những đề tài bình dân. Bùi Duy Tân cho rằng chiến tranh, đói nghèo, và loạn ly trong những năm chiến tranh Trịnh – Nguyễn khiến cho các văn nhân Việt Nam sa vào cảnh gian truân, dẫn đến một loạt xu hướng văn học không được triều đình nhà Lê chấp nhận. Theo Bùi Duy Tân, một trong những đặc điểm chính của văn học thời kỳ này là sự phê phán nhắm vào giai cấp cầm quyền. Tương tự, Phạm Thế Ngũ cho rằng chiến tranh và sự bất ổn xã hội ở thế kỷ XVII đã làm giới quý tộc và Nho học Đàng Ngoài bất mãn, dẫn đến "tinh thần đất nước" dựa trên những giá trị dân gian và chia sẻ sự khốn cùng.[1] Tình yêu lãng mạn cũng là đề tài khá mới ở giai đoạn này.[2] Phần lớn loại văn học này thể hiện sự thất vọng đối với chính quyền Đàng Ngoài, bởi năm 1663, chúa Trịnh ra sắc lệnh đặt các sách mang tinh thần Phật giáo và Đạo giáo vào diện "dị đoan tà thuyết", đồng thời cấm "các truyện bằng quốc âm và và thi ca đầy những lời dâm đãng".[3] Việc bài trừ các sách đó, điều kéo dài suốt thế kỷ XVIII, bao gồm cả sự phổ biến của văn học chữ Nôm nói chung, và đặc biệt là những tác phẩm tôn giáo, trong đó có nhiều tác phẩm bị chính quyền Đàng Ngoài xem là không chính thống. Vẫn tiếp tục có những tác phẩm thơ được viết về thiên nhiên, về đức hạnh của cuộc đời tu hành, ca ngợi quân vương, và sự ổn định của đất nước, nhưng đó khó có thể là những đề tài mới mẻ và mang tính khiêu khích. Ám chỉ duy nhất về ảnh hưởng của phương Tây trong văn học thế kỷ XVII được miêu tả trong một công trình văn học sử đại cương là một chú thích gián tiếp nhắc đến tác phẩm thơ Kitô giáo đã thất truyền, được viết vào giữa thế kỷ XVII. Tuy nhiên, không một công trình lịch sử văn học chuẩn nào ấn hành hoặc tái bản từ 1975 bàn về đề tài Kitô giáo hoặc phân tích một ví dụ còn sót lại của văn học Kitô giáo thời kỳ này.[4]

---

[1] Phạm Thế Ngũ, Việt Nam văn học sử giản ước tân biên, Saigon: Quốc học tùng thư, 1961-1965), pp.140-41.

[2] Xem, ví dụ, Lâm tuyền kỳ ngộ, Đinh Gia Khánh và Nguyễn Ngọc San chuyển tự, Hanoi: NXB Văn học, 1964.

[3] Xem Lê triều chiếu lịnh thiên chính, Nguyễn Sĩ Giác dịch, Saigon: Nhà in Bình Minh, 1961, tr.294-95.

[4] Sự vắng bóng rõ ràng những bàn luận về văn học Cơ đốc giáo xuất hiện trong công trình của các tác giả thuộc các quan điểm chính trị khác nhau, bao gồm những bài viết của Bùi Duy Tân (nhà Marxist ở miền Bắc); công trình của Phạm Thế Ngũ Việt Nam văn học sử giản ước tân biên – công trình văn học sử chính của miền Nam trước khi thống

Cho đến gần đây, các bộ thư mục Hán Nôm chuẩn đã khẳng định quan điểm rằng tư liệu Kitô giáo hay mang tinh thần phương Tây đóng vai trò quan trọng trong văn học Việt Nam thế kỷ XVII. Không tìm thấy tác phẩm Kitô giáo nào trong thư mục đã lỗi thời nhưng vẫn được tham khảo rộng rãi của Émile Gaspardone. Công trình gần đây Di sản Hán Nôm Việt Nam thư mục đề yếu, do Viện nghiên cứu Hán Nôm phối hợp với Viện Viễn Đông bác cổ xuất bản, chỉ có 7 tác phẩm văn học Kitô giáo, trong đó 2 tác phẩm thuộc thế kỷ XVII. [5]

Năm 1965, Võ Long Tê đề xuất việc thừa nhận rộng rãi hơn về vị trí của văn học Công giáo trong văn học Việt Nam nói chung.[6] Ông dẫn công trình của các đồng nghiệp như Nguyễn Khắc Xuyên và Thanh Lãng để nhấn mạnh cả sự tồn tại của nhiều ví dụ văn học Công giáo Việt Nam lẫn mối quan hệ của những tác phẩm đó với các mô hình rộng hơn trong lịch sử văn học Việt Nam. Đến năm 1967, Thanh Lãng có nhắc đến văn học Công giáo Việt Nam thế kỷ XVII (viết bằng chữ Nôm và chữ Quốc ngữ) trong cuốn lịch sử văn học đại cương của mình, vốn được sử dụng như một giáo trình đại học ở Sài Gòn, mặc dù sự phân tích chi tiết các tác phẩm chữ Nôm còn chưa thể do còn ở giai đoạn đầu nghiên cứu.[7] Tuy nhiên, những năm gần đây, các nhà nghiên cứu lịch sử Công giáo Việt Nam, như Cao Thế Dung, Nguyễn Thế Thoại [8] và Nguyễn Văn Trinh [9] đã thảo luận về vai trò của văn học chữ Nôm trong cộng đồng Công giáo Việt Nam sơ kỳ. Điều này cuối cùng đã khiến có thể đặt lịch sử truyền giáo vào lĩnh vực của nghiên cứu văn học sử Việt Nam.

Văn học Công giáo là một phần không tách rời và mới mẻ của lịch sử văn học Việt Nam. Không chỉ văn xuôi Nôm là hình thức chủ yếu

nhất; công trình lịch sử văn học kinh điển của Dương Quảng Hàm; cuốn lịch sử văn học khái quát Việt Nam văn học sử của học giả Mỹ gốc Việt Đỗ Văn Gia; và cuốn Lược khảo lịch sử văn học Việt Nam của Bùi Đức Tịnh. Việc bỏ qua văn học Cơ đốc giáo tiền thực dân cũng tác động tới quan điểm của bộ phận văn học Việt Nam qua bản dịch tiêng Anh, ví dụ bộ hợp tuyển văn học Việt Nam bằng tiếng Anh do Nguyễn Khắc Viện và Hữu Ngọc chủ biên Vietnamese Literature: Historical Background and Texts (Hanoi: Red River, 1982).

[5] Trần Nghĩa và Francois Gros, ed., Di sản Hán Nôm Việt Nam thư mục đề yếu, Hanoi, KHXH, 1993. Các tài liệu văn học Cơ đốc giáo còn đang nghi vấn được bàn tới trong các mục 2308, 3505, 3506, 3625 và 4012. Mục 2308 miêu tả hai văn bản thế kỷ XVII. Văn bản thứ nhất là Những điều ngắm trong các ngày lễ trọng, quyển thứ nhất, và văn bản thứ hai là Những điều ngắm trong các ngày lễ trọng quyển chi nhất, mss. Vietnamien B.9 và B.10 của Thư viện quốc gia Pháp, xếp riêng.

[6] Võ Long Tê, Lịch sử văn học Công giáo Việt Nam, Saigon: Nxb Tư duy, 1965.

[7] Thanh Lãng, Bản lược đồ văn học Việt Nam, Saigon: Trình bầy, 1967, tr.344-89

[8] Nguyễn Thế Thoại, Công giáo trên quê hương Việt Nam, Saigon: Lưu hành nội bộ, 2001.

[9] Nguyễn Văn Trinh, Lịch sử giáo hội Việt Nam, Saigon: Đại chủng viện Thánh Giuse, 1994, tr.327-28.

của sáng tác văn chương thế kỷ XVII, mà một số tác gia phương Tây, cùng với những khuynh hướng phong về bút pháp, những tư tưởng triết học và thần học, thậm chí cả những thể loại văn học của họ đã được giới thiệu ở Việt Nam thông qua các tác phẩm Công giáo. Các tác phẩm Công giáo bằng chữ Nôm nhiều hơn nhiều so với những tác phẩm Công giáo viết bằng chữ Quốc ngữ, mà nhiều người cho rằng là hệ thống chữ viết ban đầu của người Công giáo Việt Nam trước thời kỳ thực dân.[10] Trong khi những sách Công giáo giới thiệu phần nhiều những thứ mới mẻ, chúng vẫn phản ánh nhiều xu hướng văn học và những quan tâm xã hội mà các nhà văn học sử đã chỉ ra trong văn học hiện đại phi Công giáo của Việt Nam. Những quan điểm về tương hợp giữa văn học Công giáo và phi Công giáo cho thấy rằng văn học Công giáo không nằm ngoài dòng chảy của văn học thời đại mà nó vốn bị đặt riêng ra trong các công trình văn học sử. Chương này tập trung vào văn học Công giáo chữ Nôm ở Việt Nam những thập niên đầu của thế kỷ XVII, với nội dung đơn thuần nhận xét rằng những năm này cho thấy sự khởi đầu của một xu hướng văn học kéo dài cho đến thế kỷ XX.

NHỮNG VĂN BẢN CÔNG GIÁO CHỮ NÔM THẾ KỶ XVII

Cho đến nay, 14 văn bản Công giáo chữ Nôm thế kỷ XVII được tìm thấy. Tất cả, ngoại trừ một bản, đều có thể được cho là của một tác giả, Geronimo Maiorica (1589 – 1656).[11] Tuy nhiên, qua những thư từ trao đổi của các tu sĩ Dòng Tên đương thời và qua những tác phẩm Công giáo Việt Nam, có thể thấy rõ rằng những văn bản này chủ yếu là những dự án hợp tác giữa Maiorica và những người Công giáo bản địa Việt Nam. Tác giả tập thể, quan điểm song văn hoá được sử dụng để viết các văn bản thuận tiện cho cả việc cải biến để thích ứng với những giáo điều chính thống của Dòng Tên để kêu gọi khán giả Việt, lẫn việc thể hiện các giáo điều đó bằng ngôn ngữ mà họ [người Việt] hiểu được và cảm thấy thu hút.

Tiểu sử của Maiorica có thể tóm tắt như sau. Ông sinh ở Naple năm 1589 và vào Dòng Tên như một chủng sinh năm 1605. Học vấn của Maiorica như một tu sĩ Dòng Tên bao gồm nghệ thuật hùng biện, văn học, lịch sử thế giới cổ đại, thần học và triết học.[12] Năm 1619,

---

[10] Dương Quảng Hàm, Việt Nam văn học sử yếu, tr.327-28

[11] Cần ghi chú rằng những báo cáo của các nhà truyền giáo cung cấp bằng chứng về việc tạo ra nên văn học tôn giáo nhờ một số người Ki tô giáo ở thế kỷ XVII, cả người Việt lẫn người châu Âu, cả người Đàng Ngoài lẫn người Đàng Trong. Tuy nhiên, những tác phẩm còn giữ được của Maiorica là những sáng tác duy nhất xác định được tác giả.

[12] Josef Franz Schütte, ed. Monumenta historica Japoniae I: Textus catalogorum Japoniae aliaeque de personis domibusque S.J. in Japonia informationes et relationes, 1549-1654, Rome: Monumenta historica Soc. Jesu, 1970, p.1,234. Society of Jesus, The Jesuit Ratio Studiorum of 1599, p.40-45 ghi rõ rằng những tác giả chính mà Maiorica nghiên cưu trong những môn học này là Cicero, Virgil, Horace, Aristotle, và Thomas Aquinas, cũng

Maiorica tình nguyện tham gia đoàn truyền giáo đến Viễn Đông và đi tàu tới Goa,[13] nơi ông ở lại khoảng 4 năm.[14] Năm 1623, Maiorica sang Macao với ý đồ vào đoàn truyền giáo Nhật Bản. Tuy nhiên, việc tái ban bố lệnh cấm đạo Kitô ở Nhật Bản năm đó và số lượng lớn các cuộc hành quyết công khai những người Kitô đã khiến ông thay đổi kế hoạch,[15] thay vì Nhật Bản, Maiorica đáp tàu đi Makassar và tới nơi năm 1624.[16] Ở đó ông hướng tới cộng đồng người Bồ Đào Nha và một số dân bản địa trên đảo.[17]

Đến cuối năm, ông quay trở lại Macao rồi đi tàu đến Hội An cùng với Alexadre de Rhodes và 3 tu sĩ Dòng Tên khác. Ông được cử tới làm việc ở nơi ngày nay thuộc tỉnh Bình Định,[18] do bề trên của giáo đoàn dòng Tên Đông Dương điều hành, để học tiếng Việt – lĩnh vực nghiên cứu mà ông được báo cáo là rất xuất sắc. Năm 1628, các quan chức dòng Tên nhắc lại rằng Maiorica và một số nhà truyền giáo ở Đông Dương đã quay lại Macao để dự liệu cho việc tăng cường sự hiện diện của giáo đoàn tại Nhật Bản. Tuy nhiên, chuyến tàu của Maiorica đi Nhật được cho là đã gặp phải vùng biển không thuận lợi và lại quay về Macao, nơi ông ở đó trong 2 năm tiếp theo.[19] Năm 1630, Maiorica tham gia trong một nỗ lực truyền đạo sớm thất bại của dòng Tên ở Champa. Ông cùng các đồng nghiệp của mình bị bắt ngay sau khi lên bờ và được những thương nhân Bồ Đào Nha chuộc ra.[20]

Tháng 10 năm 1631, Maiorica tới Hà Nội. Trừ một chuyến đi ngắn quay lại Macao để dự một cuộc hội nghị vào năm 1654, còn suốt quãng

---

như những người dịch các tác giả này như Cyprian Suarez (văn hùng biện) và Francisco Toledo (văn siêu hình học). Ảnh hưởng của Cicero, Aristotle và Aquinas đặc biệt rõ ràng trong các văn bản Nôm của Maiorica.
(https://academics.lmu.edu/media/lmuacademics/centerforteachingexcellence/documents/ratio1599.pdf)

[13] Alexandre de Rhodes, Divers voyages et missions du P. Alexandre de Rhodes (Paris: Sebatien Cramoisey, 1653), p.12 https://gallica.bnf.fr/ark:/12148/btv1b8607026z.image

[14] Josephus Franciscus Schütte, Introductio ad historiam societatis Jesu in Japonia, 1549 – 1650 (Rome: Institutum Historicum Societatis Jesu, 1968), p.233.

[15] Otis Cary, A History of Christianity in Japan, Tokyo: Charles E. Tuttle Company, 1976, pp.208-10.

[16] Không rõ Makassar là nơi Maiorica định tới hay là, như Hubert Jacobs giả thuyết, rằng ông cập bến ở đây sau khi bị [bão thổi] chệch khỏi hành trình trong khi đang đi đến bờ biển Đông Dương. Xem: Jacobs, The Jesuit Makasar Documents, Rome: Jesuit Historical Institute, 1988, p.77, n.3.

[17] Jacobs, pp.108-10

[18] Roland Jaques, Portuguese Pioneers of Vietnamese Linguistics, Bangkok: Orchid Press, 2002, p.68.

[19] Roland Jacques, Tài liệu trên, p.68.

[20] Nguyễn Hồng, Lịch sử truyền giáo ở Việt Nam, quyển I, Saigon: Hiện tại, 1959, tr.146.

đời còn lại của ông trải qua ở Đàng Ngoài. Chủ yếu Maiorica làm việc ở vùng nay là các tỉnh Thanh Hoá và Nghệ An, nơi vào thời kỳ đó đã hình thành một khu vực truyền giáo lớn nhất của dòng Tên, cả trên phương diện lãnh thổ lẫn trên phương diện cư dân theo Kitô giáo. Maiorica được nhớ tới nhiều nhất về việc biên soạn khoảng 48 tập văn học Công giáo viết bằng chữ Nôm vào những năm 1630 và 1640, trong số đó 14 tập còn lưu giữ được đến nay. Theo các đồng nghiệp dòng Tên của ông, Maiorica thường mải mê với những dự án biên soạn sách chữ Nôm thậm chí kể cả khi đi trên sông đến thăm hơn chục giáo phận mà ông chịu trách nhiệm.[21] Đầu thập niên 1650, Maiorica nhận chức vụ cha bề trên của giáo đoàn Đàng Ngoài, đòi hỏi ông phải chuyển về Hà Nội để tham dự những buổi gặp gỡ thường kỳ ở phủ chúa Trịnh. Vài năm sau, ông chịu trách nhiệm cho các nỗ lực truyền đạo ở Đàng Ngoài, Đàng Trong, Makassar, Cambodia và đảo Hải Nam.[22] Đến tháng giêng năm 1656, Maiorica bị bệnh và sau cố gắng hồi phục không thành công ở Thanh Hoá, ông quay lại Hà Nội. Maiorica qua đời ở tuổi 67 tại toà nhà của dòng Tên trên phố Hàng Bè ngày 27 tháng giêng.[23]

LỊCH SỬ NGHIÊN CỨU CÁC VĂN BẢN CỦA MAIORICA CHO ĐẾN NAY

Trong khi các sử gia đã nhắc đến các tác phẩm chữ Nôm của Maiorica sớm nhất là vào giữa thế kỷ XVII, thì việc nghiên cứu nghiêm túc các văn bản này chỉ bắt đầu vào giữa thế kỷ XX. Nửa thế kỷ qua đã chứng kiến quá trình chậm nhưng chắc chắn của việc xác định, lưu giữ, chuyển tự và xuất bản những văn bản của Maiorica, vốn từng bị tưởng là đã hoàn toàn thất truyền.

Ngay sau khi Maiorica qua đời, thông tin về công trình viết bằng chữ Nôm của ông được tập hợp trong hai ấn phẩm chính thức của Dòng Tên, trở thành những tri thức học thuật về Maiorica trong gần ba thế kỷ. Ấn phẩm thứ nhất là *Dell'historia della Compagnia di Giesu* của Daniello Bartoli xuất bản ở Roma khoảng giữa những năm 1660 và 1673.[24] Bartoli cho 16 tác phẩm chữ Nôm là của Maiorica, bao gồm những tác phẩm thần học, truyện thánh và các vở kịch. Ấn phẩm thứ

[21] Georg Schrhammer, "Nền văn chương Công giáo về Phanxico Xavie tại Việt Nam", tr.150.

[22] Xem: Huber Jacobs, The Jesuit Makasar Documents, p.77, n.3 và Josef Franz Schütte, ed. Monumenta historica Japoniae I: Textus catalogorum Japoniae aliaeque de personis domibusque S.J. in Japonia informationes et relationes, 1549-1654, Rome: Monumenta historica Soc. Jesu, 1970, p.1,234

[23] Về những thông tin cuộc đời và cái chết của Maiorica, xem Giovanni Filippo de Marini, Delle missioni de padri della Compagnia di Giesv nella prouincia del Giappone, e particolarmente de quella di Tumkino, Rome; Nicolo Angelo Tinassi, 1663, pp.286-90.

[24] Daniello Bartoli, La Cina, Terza Parte dell'Asia, Roma: nella stamperia del Varese, 1663, pp.1,083-85.

hai ở thế kỷ XVII đóng vai trò quan trọng trong việc định hình cách hiểu về các tác phẩm của Maiorica là cuốn Bibliotheca Scriptorum Societatis Iesu của Nathanaele Sotvello xuất bản năm 1676.[25] Công trình của Sotvello là tài liệu thư mục tham khảo về các tác phẩm của các tác giả Dòng Tên xuất hiện từ những năm đầu thành lập dòng. Sotvello mượn lại từ Bartoli danh sách tác phẩm Nôm của Maiorica, nhưng có thêm bổ sung quan trọng về số lượng tổng cộng của chúng là 48 tập.[26] Gần ba trăm năm sau các công trình của Bartoli và Sotvello, rất ít thông tin liêu quan đến các văn bản của Maiorica gây chú ý cho các học giả phương Tây. Tuy nhiên, có một thông tin bổ sung quan trọng được một tu sĩ dòng Tên người Việt cung cấp.

Philiphê Bỉnh (1759-1833), còn được biết đến với tên Felippe do Rosario nằm trong số những tu sĩ dòng Tên người Việt đầu tiên. Bỉnh trải qua những thập niên cuối đời mình ở Lisbon, nơi những tác phẩm của ông được xuất bản và được đọc/nhắc tới rộng rãi trong các sách ở châu Âu về lịch sử dòng Tên nói chung và về các sứ mệnh truyền giáo ở Đàng Trong và Đàng Ngoài nói riêng. Những tác phẩm phong phú của ông viết khi ở Lisbon cho thấy ông quen thuộc với những tiểu luận tôn giáo của Maiorica, và những miêu tả của ông về chúng giúp xác định cả những văn bản còn khuyết danh là thuộc về Maiorica. Những nhắc nhở của Bỉnh tới chúng rải rác trong suốt một số tác phẩm của ông. Một trong những tác phẩm của Bỉnh thời kỳ đầu ở Lisbon nói đến sự tham gia của Maiorica trong một dự án lớn phiên dịch những bài kinh cầu nguyện trong lễ Misa sang tiếng Việt, một dự án thậm chí đề xuất những thay đổi nhỏ so với những hình thức chuẩn mực của Kinh thú tội (Confiteor) và Kinh cầu nguyện các thánh (Litany of the Saints) để sử dụng ở Đàng Ngoài.[27] Trong khi không ghi chép nào về bất cứ tài liệu nào của thế kỷ XVII chứa tất cả những bài cầu nguyện cho lễ misa trong một tập đơn, nhưng có nhiều bài cầu nguyện như thế được ghi chép lại trong những văn bản mở rộng được cho là của Maiorica. Bỉnh ghi chú rằng cho đến thời của ông, một số tác phẩm của Maiorica đã bị thất truyền.[28] Đáng chú ý là Bỉnh lý giải rằng sau khi dòng Tên mất

---

[25] Mục về Maiorica, xem Nathanaele Sotvello, "Hieronyus Mairica," trong Bibliotheca..., Rome: Iacobi Antonij de Lazzaris Varesij, 1676, pp.343-44.

[26] Xem Marini, Delle missioni de' padri della Comagnia di Giesu, pp.286-90. Như Sotvello chỉ ra, con số này là từ bản tường trình của Giovanni Filippo de Marini các sứ mệnh truyền giáo của dòng Tên ở Nhật Bản. Trích dẫn con số của Marini đến lượt nó lại làm cơ sở cho bản báo cáo thường niên năm 1659 về sứ mệnh ở Đàng Ngoài do Francisco Rangel soạn.

[27] Philiphê Bỉnh, "Oratione ou orações da Missa", bản chép tay chưa xuất bản, trong tập *Borgiani Tonchinesi* (từ đây viết tắt thành Borg. Tonch) 19 của Biblioteca Apostolica Vatincana. Thực tế, văn bản này bao gồm Sách lễ misa bằng tiếng Việt sớm nhất mà nghiên cứu này tìm được.

[28] Philiphê Bỉnh, "*Truyện Nước Annam Đàng Ngoài chí Đàng Trong*. Quyển thứ nhất. Nói

đi quyền độc tôn trong việc truyền bá đạo Kitô ở Đàng Ngoài và Đàng Trong vào những năm 1660, các dòng tu khác tiếp tục sử dụng và sao chép các văn bản của Maiorica, nhưng cố ý bỏ tên của ông ra khỏi các văn bản này do cạnh tranh/đối đầu với dòng Tên.[29] Thông tin Lm. Bỉnh cung cấp về các văn bản chữ Nôm của Maiorica vẫn chỉ là những chi tiết mới trên bề mặt cho đến giữa thế kỷ XX.

Những nghiên cứu về Maiorica có được sự chú ý đáng kể vào năm 1951, khi nhà sử học dòng Tên Georg Schurhammer công bố một bài báo miêu tả văn học Công giáo của ba tác giả đầu tiên trong văn Công giáo Việt Nam: Maiorica, thầy giảng Jiao Ketlam người Việt ở Đàng Trong thế kỷ XVII, và Philiphê Bỉnh. Schurhammer tuy thế không biết rằng những văn bản mà ông nhắc đến trong văn khố và trong các thư mục chính thức vẫn tồn tại. Nhưng nghiên cứu của ông đã trở thành công cụ thúc đẩy một nhà sử học và chuyên gia văn học nổi tiếng Việt Nam tiếp tục theo đuổi vấn đề về các văn bản chữ Nôm của Maiorica.

Học giả Việt Nam đó là Hoàng Xuân Hãn, người được một đồng nghiệp giới thiệu bài báo của Schurhammer chỉ ít lâu sau khi nó được xuất bản. Vào thời điểm đó, Hoàng Xuân Hãn đang nghiên cứu ở châu Âu, và trong khi lục tìm những thư tịch cổ của Việt Nam trong Thư viện quốc gia Paris, ông bắt gặp một tập hợp văn bản mà ông cho rằng giống như các tác phẩm của Maiorica. Một sự hào hứng học thuật đã bùng nổ ở Việt Nam xung quanh tuyên bố này, và một số học giả ở Việt Nam đã quyết định làm các bản sao của những văn bản trong thư viện mới được Hoàng Xuân Hãn tìm thấy và xác định này để chúng có thể được chuyển tự một cách có phương pháp sang tiếng Việt hiện đại và phổ biến rộng rãi trong giới học giả.

SỰ THAM GIA CỦA CÁC VĂN NHÂN ĐỊA PHƯƠNG TRONG VIỆC SÁNG TÁC CÁC VĂN BẢN CỦA MAIORICA

Những văn bản gốc của Maiorica là công trình hợp tác với những người Công giáo Việt Nam. Rất có thể, những đồng tác giả của các văn bản là những thầy giảng được Peter Phan trong nghiên cứu của mình về việc giảng đạo bằng tiếng Việt của Alexandre de Rhodes.[30] Các thầy giảng là những người có học thức, thường ở vị trí cao trong công đồng của mình trước khi cải sang Công giáo. Họ có trách nhiệm hướng dẫn tôn giáo ở cấp địa phương, thăm nom người bệnh và người

---

sự Đàng Ngoài", Lisbon, 1822, tr.31, bản chép tay chưa xuất bản trong Borg.Tonch. tập 6 của Thư Viện Apostolica Vaticano. Tuy nhiên, nhiều tiêu đề ông nhắc tới thực tế lại được tìm thấy trong thế kỷ XX.

[29] Tài liệu trên, tr.32; và Philiphê Bỉnh, Sách sổ sang chép các việc, Thanh Lãng biên tập, Đà Lạt: Viện Đại học Đà Lạt, 1968, tr.138-39

[30] Peter C. Phan, Mission and Catechesis: Alexandre de Rhodes and Inculturation in Seventeenth-Century Vietnam (Mariaknoll, NY: Orbis Books, 1998), pp.101-6.

bị nạn, và điều hành những nghi thức thờ phụng khi linh mục không thể có mặt, do sự khan hiếm nhân sự dòng Tên ở Việt Nam thế kỷ XVII là chủ yếu. Trong khi có một số thầy giảng có thể trợ giúp trong việc tạo các văn bản của Maiorica, nhưng chỉ có tên một người được ghi lại là Phanchicô.

Phanchicô, người chỉ được biết đến với tên thánh, cải sang đạo Công giáo vào khoảng cuối thập niên 1620 và trợ giúp cho Maiorica trong công việc mục sư, sông cùng ông và hợp tác với ông trong những dự án viết tác phẩm.[31] Phanchicô có khoảng mười bảy năm [32] làm sư trụ trì ở chùa Thành Phao [33] và theo một truyền thống, cũng là một vị quan văn trong triều đình Đàng Ngoài.[34] Ông được chính thức thụ phong là một trong ba thầy giảng đầu tiên của giáo đoàn Đàng Ngoài năm 1630 và phục vụ trong giáo đoàn ít nhất là trong một thập kỷ sau đó.[35] Ông rất có thể là vị thầy giảng mà Gaspar d'Amaral nhắc đến trong báo cáo thường niên về giáo đoàn ở Đàng Ngoài năm 1632, khi ông nhắc rằng một thầy giảng người Việt tên Phanchicô đã nhận trách

---

[31] Có sự không thống nhất trong các tư liệu liên quan đến việc Phanchicô cải đạo như thế nào và khi nào. Theo Philiphe Bỉnh, "Truyện Nước Annam Đàng Ngoài chí Đàng Trong. Quyển thứ nhất, Nói sự Đàng Ngoài", tr.28-30, Maiorica đóng vai trò chủ chốt trong việc rửa tội cho Phanchicô. Bỉnh viết rằng khi còn ở Hà Nội, Maiorica được triệu tới phủ chúa Trịnh tham gia một cuộc tranh biện với mười nhà sư uyên bác nhất trong vương quốc. Phanchicô là sư hoà thượng thứ nhất bị thuyết phục bởi những lý lẽ của Maiorica nên đã yêu cầu được giảng giảy về đạo Cơ đốc và dần dần được làm lễ rửa tội. Tuy nhiên, Alexandre de Rhodes trong Histoire du Royaume de Tunquin (Lyon: Jean Baptiste Devent, 1651, tr.188-89) lại kể rằng Phanchicô cải đạo sau khi tham dự một trong những buổi giảng đạo của Rhodes ở Đàng Ngoài vào khoảng thời gian giữa các năm 1628 và 1630, trước khi Maiorica tới. Xem xét câu chuyện này dưới ánh sáng của truyền thống văn học Công giáo Việt Nam rộng hơn, thì dường như câu chuyện về cuộc tranh biện tôn giáo ở phủ chúa Trịnh có thể là nguỵ tác. Cho đến thế kỷ XIX, hầu hết các truyền thuyết về khả năng của các linh mục Cơ đốc trong việc chống lại những kẻ gièm pha bên Phật giáo và Nho giáo đã trở thành phố biến trong giới văn học Công giáo. Công trình phổ biến nhất trong dòng chảy này là cuốn "Hội đồng tứ giáo" miêu tả một cuộc tranh biện giữa các lãnh đạo của Phật giáo, Công giáo, Nho giáo và Đạo giáo. Câu chuyện này tuy thế vẫn chủ yếu mang tính tranh luận và không có nhiều cơ sở sự thật lịch sử. Câu chuyện về cuộc tranh biện của tu sĩ dòng Tên trong phủ chúa Trịnh vào đầu những năm 1630 có thể đơn giản là một phiên bản sớm của truyền thuyết này.

[32] A. De Rhodes, Histoire du Royaume du Tunquin, p.189.

[33] Lê Đình Bảng trong "Đọc lại kinh nguyện giỗ Phục dĩ chí tôn", Người Công giáo Việt Nam, 23/24 (10-12-1995): 17, n.2 cho rằng ngôi chùa này có thể nằm ở vùng Phao Sơn thuộc làng Phao Sơn, huyện Chí Linh, tỉnh Hải Hưng ngày nay. Điều này còn cần phải được nghiên cứu thêm.

[34] Chi tiết này chỉ tìm thấy trong "Truyện nước Annam..." của Philiphe Bỉnh, tr.28-30, trong khi câu chuyện về Phanchicô của A. de Rhodes không nhắc đến việc ông phục vụ trong bộ máy nhà nước Đàng Ngoài.

[35] Alexandre de Rhodes, Histoire... pp.255-56; Trương Bá Cần, "Lịch sử phát triển Công giáo Việt Nam, chương IX, Công giáo và dân tộc, 56 (tháng tám 1999): 116.

nhiệm in ấn (empressao) những "sách lễ và giảng đạo cho tất cả những ai quan tâm tìm hiểu về Luật Linh thiêng của chúng ta". Theo d'Amaral, Phanchicô là người "biết chữ nước mình" và cũng thông thạo kỹ thuật in khắc gỗ.[36]

Ngoài việc hợp tác với Maiorica viết các văn bản Công giáo, Phanchicô còn viết tác phẩm Công giáo của riêng mình. Một ví dụ công trình của ông còn lưu lại đến này là bài văn tế những người chết viết bằng chữ Hán nhan đề *Phục dĩ chí tôn*.[37] Đó là một bài thỉnh cầu tiếp nhận linh hồn người chết lên thiên đường, và nó được đọc trong các lễ tang, ngày giỗ và Tết Nguyên đán, tức thời gian bày tỏ sự tôn kính tổ tiên theo truyền thống.

Chỉ đọc lướt qua bài kinh cũng thấy rõ rằng Phanchicô đã đưa vào tác phẩm Công giáo của mình những xung lực tư tưởng từ những năm làm quan và làm sư trong thời gian trước khi cải đạo của mình. Việc ông ưa thích dùng Hán tự chứng tỏ niềm mong muốn nâng giọng điệu của bài kinh lên tầm ngôn ngữ của giới bác học thế tục cũng như tu hành, làm cho nó trở nên trang trọng và nghiêm cẩn. Việc sáng tác các bài văn tế bằng Hán văn có một lịch sử lâu dài đáng tôn kính trong truyền thống thờ tự ở Việt Nam vốn coi trọng việc sử dụng việc viết sớ với những lời cầu xin bằng chữ Hán được trình cho các vị thần, phật trong đền chùa. Sử dụng Hán tự cũng thuận lợi hơn cho việc viện dẫn những điển tích, điển cố trong kinh sách và thơ ca cổ điển Trung Hoa. Những ví dụ về những điển tích đá phổ biến như "xuân đài" (hiên xuân) và "thọ vực" (thời hoàng kim) được Phanchicô sử dụng để miêu tả thiên đường của Kitô giáo như cách cộng hưởng với những quan niệm về cuộc sống lý tưởng trong văn chương bác học.

Quan niệm của Phanchicô về Chúa như được thể hiện trong bài kinh cũng mang những đặc điểm bản địa đáng chú ý. Trong khi được xác định rõ là Ba Ngôi, Chúa tuy thế được hình dung như hiện hữu sống động trên Trời (Thiên) và Đất (Địa), điều khiển hành vi của con người, "cổ vũ và chỉnh sửa". Có sự tương ứng giữa liên tưởng này với những quan niệm về Hiệu Thiên Thượng Đế và Hoàng Địa Kỳ, những vị thần linh của Trời và Đất mà các vua Việt làm lễ tế thường niên ở

[36] Gaspar d'Amaral, bản thảo viết tay chưa xuất bản trong thư viện d Ajuda, bộ sưu tập lesuitas na Asia, vol.49/V/31, fol.219v, theo chú dẫn của Roland Jacques, Portuguese Pioneers of Vietnamese Linguistics, Bangkok: Orchid Press, 2002, pp.78-79.

[37] Nguồn sớm nhất cho bài văn tế này là của Phanchicô là "Truyện nước Annam..." của Philiphe Bỉnh, tr.30. Bản phiên âm và phiên dịch sang tiếng Việt hiện đại được trình bày trong cuốn Việt Nam Công giáo sử tân biên (1533-2000) của Cao Thế Dung, tr.650-52 và 1366-69. Cao Thế Dung tin rằng nó được viết vào năm 1640. Nguồn tư liệu mà nó dựa vào không rõ, mặc dù có thể hiện đại. Bài kinh nguyện này vẫn được sử dụng rộng rãi trong cộng đồng Công giáo Việt ngày nay, và bản của Cao Thế Dung có thể dựa trên trí nhớ của một người Công giáo Việt hiện đại.

Đàn Nam Giao.[38] Như những sử ký triều Lê đương thời với Maiorica chỉ ra, rằng những quan niệm thờ Trời và Đất là để chỉ dẫn hành trạng của con người qua những cảnh báo, ban thưởng và trừng phạt.[39]

Cuối cùng, cần phải nhắc đến sự đan cài những quan niệm phong kiến về các thứ bậc xã hội vào việc cầu nguyện Công giáo mà Phanchicô miêu tả. "Khấu đầu" cho thấy mối quan hệ tôi – quân giữa tín đồ Công giáo với Chúa được hình dung giống như quan hệ giữa thảo dân Việt với chúa Trịnh hay vua Lê. Nó giống như một luật lệ đã được thiết lập rõ ràng về lòng tôn kính và bổn phận của người dân đối với vua chúa, đóng vai trò như một bộ giới luật soạn sẵn để hướng dẫn đời sống tín ngưỡng Công giáo của người Việt thế kỷ XVII.

CÁC THỂ LOẠI VĂN HỌC VÀ NHỮNG VĂN BẢN CỦA MAIORICA

Chính nhờ sự hỗ trợ của những người có học thức bản địa như Phanchicô mà Maiorica tạo ra hàng chục tập văn chữ Nôm. Những văn bản này tạo thành những mục của một bộ khá hoàn chỉnh các nghi lễ phụng vụ và giảng đạo Công giáo bằng tiếng Việt. Chúng bao gồm một Kinh thánh giản lược, một sách kinh cho lễ Misa, một cuốn danh mục các thánh, một bài giảng, một số văn bản kinh cầu nguyện. Những văn bản này là công cụ của các thầy giảng người Việt, những người phải cử hành một phần lớn nghi lễ phụng vụ trong nhà thờ và dẫn dắt các lớp học đạo.

Các văn bản của Maiorica gồm có 4 loại. Thứ nhất là các sáng tác truyện thánh chiếm nhiều nhất. Những sáng tác này gồm Các thánh truyện để đọc về các thánh cho hầu hết các ngày trong năm, trong đó có nhiều ngày có nhiều truyện. Trong loại sách này còn có một số tác phẩm truyện thánh trường thiên. Những truyện thánh của Maiorica lấy từ những nguồn tư liệu châu Âu gốc của chúng, tìm sử dụng những truyện về lòng mộ đạo và thường với những sự cố siêu nhiên để khuyến thiện trừng ác. Ở nhiều phương diện, ông lấy những thánh phương Tây giống các truyện cổ Việt Nam về những thực thể quyền năng, như trong Việt điện u linh của Lý Tế Xuyên ở thế kỷ XIV, cũng miêu tả những cá nhân quyền năng thực hiện những hành trạng vĩ đại trên trần gian và đôi khi tham dự vào những hành trạng của con người sau khi đã qua đời. *Truyện về thánh Apollonia* của Maiorica cho thấy chứng cứ về mong muốn của ông truyền đạt những giá trị của hành trạng cụ thể tới cộng đồng người Công giáo Việt Nam, như sự dũng cảm khi đối mặt

---

[38] Về lễ tế đàn Nam Giao, xem R. Orband, "Le sacrifice du Nam Giao: Préliminaires et préparatifs," Bulletin des Amis du Vieux Hue XXIII (1936):11.

[39] Ví dụ xem ghi chép trong Đại Việt sử ký toàn thư, bản kỷ, XVIII, 11a-12a về việc Lê Bật Tứ và Lưu Đình Chất vào năm 1616 dâng khải lên Trịnh Tùng khuyên chúa nên đình chỉ việc thêm binh sau khi Trời cho thấy sự không hài lòng với nhà Trịnh mà gây nên hạn hán. Việc làm hợp ý Trời, như họ giải thích, sẽ đem đến mùa màng tốt tươi và dân no ấm hạnh phúc.

với thế lực chính thống chống lại Kitô giáo. Loại "văn học tử đạo" đó đặc biệt đáng chú ý trong các tác phẩm văn học Công giáo Việt Nam, đặc biệt là những tác phẩm thời kỳ cấm đạo dữ dội thời Minh Mạng và Tự Đức ở thế kỷ XIX. Một đặc điểm đáng chú ý nữa về các truyện thánh của Maiorica là thông tin cung cấp gián tiếp cho người Việt Nam và chính trị và lịch sử châu Âu. Cuộc đời của các vị thánh đầy những chỉ dẫn về các quốc gia quê hương họ và những hoạt động của nhiều quân vương và giáo hoàng châu Âu. Giống như truyền thống cổ điển Trung Hoa được truyền đạt vào các truyện của Việt Nam những tấm gương về hành vi thiện và ác trong bối cảnh liên quan đến lịch sử Trung Hoa, các truyện thánh chữ Nôm cũng giới thiệu lịch sử của những vùng đất phương Tây thông qua những câu chuyện về những người đức hạnh và những kẻ xấu xa phương Tây.

Thể loại thứ hai thường gặp trong các văn bản của Maiorica là những phóng tác kinh sách. Các giáo sĩ dòng Tên ở thế kỷ XVII không quan tâm tới việc tạo ra những bản dịch dễ hiểu mang tính hàn lâm Kinh thánh để sử dụng trong cộng đồng người Kitô giáo. Trái lại, Maiorica pha trộn những tích khác nhau trong Tân ước kinh về Giêsu thành một thứ "Phúc âm hài hoà" với nhan đề Đức Chúa Giêsu. Tác phẩm khổng lồ mười tập này (trong đó còn giữ được bảy tập) kể chuyện về Giêsu từ khi được rửa tội đến ngày phán xử. Một cuốn thứ hai kiểu này là Thiên Chúa Thánh Mẫu quyển thượng giúp bổ sung nhiều tình tiết đã được nói vắn tắt trong những tập thu gọn của Đức Chúa Giêsu, đặc biệt là những đoạn miêu tả tuổi thơ của Giêsu. *Thiên Chúa Thánh Mẫu* trích những đoạn trong Tân ước kinh liên quan tới bà Maria và cho chúng ta thông tin những câu chuyện đầu tiên bằng tiếng Việt, chẳng hạn như, về quê quán của Giêsu, về việc Giêsu thuyết trình trong nhà thờ, và về việc chạy tới Ai Cập.[40]

Thể loại thứ ba trong các văn bản của Maiorica là những bài thuyết pháp. Qua-da-giê-si-ma, Mùa ăn chay cả, Những điều ngắm trong các ngày lễ trọng và Kinh những lễ mùa phục sinh, tất cả đều nằm trong thể loại này. Những văn bản này được viết ra để phục vụ như những sách soạn sẵn cho các thầy giảng Việt Nam đọc kể lại trong những ngày thánh lễ (mass days). Chúng chủ yếu gồm một đoạn lấy từ *Tân ước kinh*, tiếp sau đó là những chú giải Kinh thánh và những giáo huấn luân lý và lòng mộ đạo. Những bài thuyết pháp thường bao gồm những viện dẫn đến *Cựu ước kinh* và các truyện thánh châu Âu. Việc lựa chọn những đoạn kinh sách cho mỗi ngày Thánh lễ thường tuân theo một cách không chặt chẽ những hướng dẫn trong sách Thánh lễ La Mã (Missale Romanum), tức bộ sách chính thức do Vatican xuất

[40] Maiorica, *Thiên Chúa Thánh Mẫu,* quyển thượng, Vũ Văn Kính chuyển tự, Saigon: n.p. 2003), tr.200-186.

bản bao gồm các bộ kinh cầu nguyện và đọc thường niên trong các thánh lễ suốt năm phụng vụ.[41] Một trong những đặc điểm đáng chú ý của các bài thuyết pháp của Maiorica là phong cách hùng biện mãnh liệt, đầy nhiệt huyết. Trong khi một số văn bản Hán văn có tính chất diễn thuyết hùng biện đã xuất hiện từ những thế kỷ trước ở Việt Nam, như *Hịch tướng sĩ* của Trần Quốc Tuấn, *Bình Ngô đại cáo* của Nguyễn Trãi, và những văn bản này phải được dịch ra nếu đọc cho người bình dân, thì ngược lại, văn hùng biện chữ Nôm của Maiorica lưu giữ một cách chi tiết phong cách hùng biện mà một linh mục thế kỷ XVII nói tiếng Việt có thể sử dụng để giáo huấn giáo dân của mình.

Các sách giáo lý tạo thành thể loại thứ tư trong các văn bản tôn giáo của Maiorica. Chủ yếu trong số các công trình này là *Thiên Chúa Thánh Giáo Khải Mông*, là một bản dịch của tác phẩm giáo lý của Ý do Robert Bellarmine viết. Nó đi trước sách giáo lý nổi tiếng hơn của A. de Rhodes xuất bản năm 1651 khoảng hai thập niên.[42] Những sách giáo lý khác bao gồm *Dọn mình trước chịu Cô-mô-nhong* và *Thiên Chúa Thánh Giáo Hối Tội Kinh*, những văn bản này luận giải những bí tích của lễ ban thánh thể và xưng tội riêng từng phần một. Những tác phẩm này chịu ảnh hưởng lớn của những tác phẩm về tinh thần Kitô giáo và lòng mộ đạo của cá nhân do các giáo sĩ Dòng Tên, đặc biệt là cuốn *Spiritual Execises* của Ignatius de Loyola. Chúng nhấn mạnh việc tu dưỡng những cảm xúc mạnh mẽ hồi đáp những tình tiết trong Tân ước kinh và thuyết giảng một thông điệp nghiêm khắc về sự khổ hạnh và khiêm nhường.

Trong các thể loại trên, văn giáo lý và thuyết pháp về cơ bản là hoàn toàn mới đối với Việt Nam. Chúng trực tiếp được phỏng lại từ những sách phổ biến/bình dân bằng tiếng Latinh và tiếng Ý, lưu giữ cấu trúc văn bản và văn phong của các tác phẩm nguồn. Thể truyện thánh thì không hoàn toàn mới đối với Việt Nam vốn đã có truyền thống truyện như thế như *Lĩnh Nam chích quái* và *Việt điện u linh*. Tuy nhiên, những tác phẩm tiền bối đó được viết bằng Hán văn và việc Maiorica sử dụng chữ Nôm để viết các truyện thánh vì thế có thể được xem là một sự đổi mới quan trọng. Thể loại phóng tác kinh sách (thuật ngữ do các nhà nghiên cứu lịch sử Việt Nam đưa ra là thể loại kinh sách)

---

[41] Ấn bản mà Maiorica sử dụng có lẽ là Editio Princeps, đã được Hội đồng Trent thông qua và xuất bản năm 1570 hoặc một trong những bản chỉnh lý của nó xuất bản trong năm 1604 và 1634. Trong khi Missale Romanum hương dẫn hai bài đọc cho mỗi thánh lễ - như một quy tắc, một từ Cựu ước kinh và Thư tín, tiếp theo sau là phần đọc thứ hai từ các sách Phúc Âm – thì Maiorica bỏ qua phần đọc đầu, chỉ giữ lại đoạn Phúc Âm. Maiorica cũng bỏ qua phần đọc Introit cho mỗi thánh lễ, hay một đoạn Thánh vịnh được hát lên khi linh mục bước vào nhà thờ.

[42] Để xem bản dịch tiếng Anh hiện đại và bài phân tích cuốn sách này của Rhodes, xem Peter C. Phan, Mission and Catechesis (Mariaknoo, NY: Orbis Books, 1998).

cũng không mới đối với Việt Nam. Ít nhất có một văn bản Phật giáo là *Cổ Châu Pháp Vân Phật Bản hành Ngữ lục* (CCPVP) lưu giữ một câu chuyện bằng Hán văn về sơ kỳ ảnh hưởng của Phật giáo ở Việt Nam và có bản chữ Nôm song hành.[43] Trong khi chỉ có bản nhuận sắc CCPVP còn lưu lại có niên đại 1752, nhưng gần như chắc chắn rằng văn bản này có trước thế kỷ XVII.[44] Tuy nhiên, các văn bản của Maiorica cho thấy rằng CCPVP không phải là một ví dụ đơn lẻ về văn bản tôn giáo được dịch sang Nôm; thực ra, có những song hành nổi bật giữa cách phiên dịch trong CCPVP và trong Đức Chúa Giêsu. Trong ngữ cảnh đó, việc nhà sư Hương Hải được cho là có những bản dịch kinh Phật sang văn xuôi Nôm ở thế kỷ XVIII là không có gì đáng ngạc nhiên.[45]

Ngoài ra, cần chú ý rằng tất cả những tác phẩm được nói đến ở trên đều là những tác phẩm văn xuôi chữ Nôm, mặc dù một số ít văn bản có chứa những bài kinh cầu nguyện viết bằng thơ. Một số bài kinh cầu nguyện như *Kinh Tại Thiên* và *Kinh Cầu Dọn Phục Sinh* (được sùng trong Tuần lễ Thánh) [46] rõ ràng được soạn theo kiểu mẫu của châu Âu. Tuy nhiên, những bài kinh cầu nguyện khác như Đức Chúa Giêsu Kinh [47] có vẻ không có nguyên mẫu châu Âu. Chúng đặc biệt đáng chú ý bởi được viết bằng thơ tự do, điều mà thời bấy giờ chưa quen thuộc trong thơ Việt Nam.

NGUỒN GỐC CÁC VĂN BẢN CỦA MAIORICA

Những văn bản chữ Nôm Công giáo thế kỷ XVII còn truyền lại tới nay đưa ra một khối lượng lớn văn học phương Tây đã được cải biên phù hợp với bối cảnh Việt Nam. Khối lượng văn bản này là đại diện cho tầm rộng lớn của những nghiên cứu thần học của Maiorica như một chủng sinh ở Ý, và có thể chia thành 5 loại. Loại thứ nhất là những tư liệu chính thống của nhà thờ Công giáo hiện hành thời Maiorica. Những tư liệu này gồm *Kinh thánh* bản Vulgate (Kinh thánh tiếng Latin), ấn bản mới mà giáo hoàng công nhận được xuất bản năm

[43] Bản chuyển tự Latinh của CCPVP có trong Nguyễn Quang Hồng (ed.), Di văn Chùa Dâu (Hanoi: NXB Khoa học Xã hội, 1997).

[44] Luận điểm này được đưa ra dựa trên từ vựng của văn bản với sự hiện diện của nhiều từ, như thốt, óc, áng, mà thời Maiorica đã trở thành từ cổ. Trong khi những chứng cứ này cho rằng việc biên soạn diễn ra trước thế kỷ XVII, nhưng văn bản không thể sớm hơn thế kỷ XIV, bởi có nhắc đến Lý Tế Xuyên là tác giả sưu tầm biên soạn Việt điện u linh, xuất hiện lần đầu vào năm 1329.

[45] Hương Hải Thiền sư (1628-1715), trong Tổng tập văn học Việt Nam, Đinh Gia Khánh chủ biên, tập 6, tr.91-97.

[46] Xem: Geronimo Maiorica, Thiên Chúa Thánh Giáo Khải Mông, Vũ Văn Kính chuyển tự, Saigon: n.p. 2003, tr.254-39.

[47] Để xem toàn văn bài kinh này, xem Gieronimo Maiorica, Qua-da-giê-si-ma, Mùa ăn chay cả, Vũ Văn Kính chuyển tự, Saigon: n.p. 2003, tr.137-129. Bài kinh này tương ứng với bản Litany of the Saints có trong Missale Romanum, Editio Princeps, tr.228-29.

1598; bản Editio Princeps (tức bản in đầu tiên, khi những bản có trước đó đều là thủ bản) năm 1584 của *Missale Romanum* được dùng như một sách hướng dẫn nghi lễ cho các lễ misa trong cả năm; lễ thường niên (Ordinary) cho công chúng, bao gồm những bài kinh cầu nguyện chuẩn (trong đó có *Kinh Lạy Cha*/Pater Noster và *Kinh Tin Kính*/Creed) để công chúng đọc (đồng thanh), và bản Editio Princeps năm 1584 của Martyrologium Romanum là danh mục các thánh được vinh danh trong những ngày nhất định của năm phụng vụ.

Nguồn tư liệu thuộc loại thứ hai mà Maiorica sử dụng là những tác phẩm được gọi là "Các Giáo phụ" (Church Fathers), là một nhóm tuyển chọn các nhà thần học và những người đứng đầu giáo hội từ thế kỷ II đến đầu thế kỷ VII. Những Giáo Phụ được nhắc đến thường xuyên nhất trong các văn bản của Maiorica là các thánh Augustine, Ambrose, Jerom, Gregory Naianzen, John Chrysostom và Gregory vĩ đại. Maiorica thường dẫn họ khi chú giải Kinh thánh và giải thích giáo lý.

Tác phẩm của thánh Thomas Aquinas trong *Summa Theologica* là loại thứ ba trong các nguồn tư liệu của Maiorica. Thời Maiorica, dòng Tên quy định rằng với mục đích giảng dạy mang tính hàn lâm trong các trường học dòng Tên, thì những lý giải của Aquinas về những vấn đề thần học được xem là có uy tín trừ trường hợp "ý kiến của thánh Aquinas mơ hồ hoặc thậm chí không được thể hiện".[48] Vì thế không có gì lạ khi trong những vấn đề của thần học lý thuyết trong văn bản của Maiorica được vay mượn rất nhiều từ Anquinas.

Loại thứ tư là những sáng tác của các giáo sĩ dòng Tên đồng thời với Maiorica. Có lẽ tác phẩm của dòng Tên có ảnh hưởng nhất đối với Maiorica là cuốn *Spiritual Exercises* của Ignatius Loyola, trong đó chỉ hàng loạt cách suy niệm khi người thực hành tu luyện hình dung sống động nhiều cảnh khác nhau trong Tân ước kinh như một phương thức đạt tới trạng thái tinh thần cao hơn. Cũng rất quan trọng đối với các văn bản của Maiorica là những tác phẩm của Robert Bellarmine, đặc biệt là *Disputationes de controversiis christianae fidei* (Ingolstadt, 1586-1593) và Doctrina cristiana breve (1597) mà về sau được xuất bản trong bản dịch tiếng Anh với nhan đề *An Ample Declaration of the Christian Doctrine.*[49] *Disputationes* là một tác phẩm văn biện giải được phổ biến/đọc rộng rãi thời Maiorica, nhằm bác lại những tấn công của phái Tin Lành vào giáo lý Công giáo. Rất lạ là những văn bản

[48] Society of Jesus, The Jesuit Ratio Studiorum of 1599, p.34. Đặc biệt, quy định này không được áp dụng đối với các nhà truyền giáo tham gia giảng cho những người mới nhập đạo. Tuy nhiên, dường như hợp lý khi việc coi trọng Aquinas của giới hàn lâm dòng Tên đã bằng nhiều cách thâm nhập vào lĩnh vực truyền giáo.

[49] Robert Bellarmine, An Ample Declaration of the Christian Doctrine trans. Richard Hadock (Doway: P.Auroi, 1611).

của Maiorica lưu giữ sự quan ngại của Bellarmine đối với việc khẳng định những giáo huấn Công giáo trước Tin Lành nhiều hơn là bác bỏ những phủ nhận của Phật giáo và Nho giáo đối với đạo Kitô đang lưu hành ở Đàng Ngoài vào thời của Maiorica.[50] Còn *Ample Declaration* là tác phẩm thuyết giảng cơ bản dạy cho trẻ em và những người mù chữ, trình bày những giáo lý cơ bản bằng ngôn ngữ bình dân, và vì thế nó được Maiorica dùng như một cẩm nang của một thường dân đi cùng với những thuyết giáo bác học hơn của Aquinas. Ngoài những tác phẩm dòng Tên của Ignatius và Bellarmine, những tác phẩm của Fulvio Androzzi, Peter Canisius, và Francis Borgia cũng thâm nhập vào các văn bản của Maiorica, chủ yếu là những lý giải về lòng mộ đạo và những tập quán Kitô giáo.

Loại tư liệu thứ năm tối quan trọng đối với những văn bản của Maiorica là những tác phẩm truyện thánh Công giáo và những truyện liên quan tới văn học truyền khẩu. Trong khi còn chưa thể xác định Maiorica có dựa vào một nguồn văn bản truyện thánh hay là nhiều nguồn khi viết Các thánh truyện, nhưng có nhiều bản trích yếu các truyện thánh lưu hành ở châu Âu vào thời của Maiorica. Bao gồm trong đó có vô số những truyện kể về những hiện tượng siêu nhiên liên quan tới các vị thánh. Nhiều lần, những câu chuyện đó khớp với những niềm tin vào nhiều di cốt trong các nhà thờ châu Âu, như sự hiện diện trong một nhà thờ miếng bánh và con cá còn thừa lại của phép lạ nổi tiếng của Giêsu nuôi ăn vô số dân chúng,[51] tấm khăn liệm Turin,[52] và những chi tiết khác mà Maiorica chia sẻ một cách không mệt mỏi với công chúng của mình. Những câu chuyện mang tính giai thoại của nhà truyền giáo đưa ra giả thuyết rằng một trong những yếu tố mạnh mẽ nhất của đức tin Kitô ở Việt Nam thế kỷ XVII là tin vào quyền lực của quỷ và khả năng tạo phép lạ của Kitô. Có lẽ những tác phẩm truyện thánh của Maiorica vừa nhấn mạnh phương diện này của đức tin Kitô trong người Việt Nam, vừa hồi đáp lại xu hướng tâm linh từ có trước đó hướng tới cái siêu nhiên.

THÔNG ĐIỆP KITÔ GIÁO ĐƯỢC BẢN ĐỊA HOÁ TRONG CÁC VĂN BẢN CỦA MAIORICA

Các văn bản Nôm của Maiorica và những trợ lý địa phương của ông thể hiện một phiên bản thông điệp Kitô giáo mang tinh thần của dòng Tên bằng ngôn ngữ được điều chỉnh phù hợp với thính giả Việt

---

[50] Ở phương diện này, những tác phẩm về phép giảng của Maiorica trái ngược hẳn với những bài giảng của Alexandre de Rhodes, người tìm cách tấn công đức tin Phật giáo một cách thẳng thừng.

[51] Brian Ostrowski, "Christian Miracles and Control of the Supernatural in the Seventeenth-Century Jesuit Mission in Vietnam", bài viết chưa xuất bản, trình bày tại Hội nghị thường niên của Hội Nghiên cứu Châu Á thứ 54, Washington DC, 7.4.2002.

[52] Geronimo Maiorica, Qua-da-giê-si-ma, tr.238.

Nam. Bằng thứ văn xuôi giản dị, đàm thoại thoát khỏi sự hoa mỹ cổ điển, chúng trình bày một lý giải câu chuyện về Giêsu và lòng mộ đạo Kitô để dễ hiểu và dễ tiếp cận tới những dân làng Việt Nam, những người chiếm số đông trong cư dân Kitô giáo sơ kỳ của Việt Nam. Hơn nữa, nhiều giá trị tôn giáo và xã hội được thể hiện trong thông điệp này có thể thấy như những tiền bối của những giá trị thường được các nhà văn học sử Việt Nam gán cho là do ảnh hưởng của Pháp ở cuối thế kỷ XIX- đầu thế kỷ XX.

Việc bản địa hoá thông điệp Kitô giáo trong các văn bản của Maiorica chiếm lĩnh 3 phương diện văn học: không gian địa lý được miêu tả trong các văn bản, những mối quan hệ xã hội chúng vẽ nên, và lối diễn ngôn và phong cách văn chương. Một trong những đặc điểm nổi bật của các văn bản là mức độ những tình tiết chúng miêu tả dường như có thể chiếm vị trí ở Việt Nam như một sự đối lập với Cận Đông. Khi nói đến câu chuyện về việc Giêsu bị dụ dỗ trong bốn mươi ngày chẳng hạn, Maiorica viết rằng Giêsu không đi vào sa mạc như trong Tân ước kinh miêu tả, mà trái lại "đi năm dặm tới *khu rừng* [Ostrowski nhấn mạnh]", nơi chúa "làm bạn với chim và muông thú".[53] Hiểu rằng sa mạc không phải là môi trường được đa phần người Việt biết đến, các tác giả của Qua-da-giê-si-ma thay thế bằng môi trường quen thuộc hơn. Hơn nữa, hành động của Giêsu trốn lên rừng núi để cầu nguyện và thực hành khổ hạnh tương ứng với truyền thống lâu đời của Việt Nam về tinh thần thiên về những cá nhân lên núi sống ẩn dật. Tương tự, môi trường của Giêsu và những người đồng thời mà các văn bản miêu tả dường như được dựa trên văn hoá lúa nước. Ví dụ, *Kinh những lễ mùa Phục sinh* lấy từ giáo lý của Giêsu trong Matthiew 6:2 và Luke 12:24, rằng mọi người, như các loài chim, không cần lo lắng về hoàn cảnh vật chất của mình, bởi "chim bay trên trời... chẳng có đụn để gạo thóc, mà cha vẫn nuôi nó hết".[54] Về chuyện Giêsu ăn với một số học trò trên đường tới Emmaus sau khi sống lại, như trong Luke 13:13-35, thì nói rằng Giêsu "ăn cơm" với họ.[55] Bữa tối cuối cùng thì được gọi là "cơm cuối" v.v..[56]

Cũng như không gian địa lý, môi trường xã hội nơi Giêsu sống cũng được miêu tả bằng ngôn ngữ khá quen thuộc đối với người Việt thế kỷ XVII. Về cơ bản, đó là xã hội được chia thành đám đông "kẻ hèn" và một nhóm nhỏ những "kẻ sang trọng" có quyền lực. Trong những "kẻ sang trọng" là những người Pharisee, mà các văn bản gọi bằng cái tên chung là "sãi", một

[53] Geronimo Maiorica, Đức Chúa Giê-su, q.4, Vũ Văn Kính chuyển tự, Saigon: n.p., 2003), p.206.

[54] Geronimo Maiorica, Kinh những mùa lễ Phục sinh, quyển chi tam, p.150

[55] Geronimo Maiorica, Đức Chúa Giê-su, q.9, Vũ Văn Kính chuyển tự, Saigon: n.p., 2003), p.287

[56] Geronimo Maiorica, Dọn mình trước chịu Cô-mô-nhông, Vũ Văn Kính chuyển tự, Saigon: n.p., 2003), p.255-254.

thuật ngữ thường được dùng cho các tu sĩ Phật giáo thời bấy giờ. Còn có các "quan" và "quân dữ", đều là những loại người quen thuộc với người Công giáo Việt Nam thời Maiorica. Ngoài ra, các nhân vật của Tân ước kinh được Maiorica phóng tác cũng được chuyển đổi với những nhân vật sử dụng các hình thức xưng hô của Việt Nam. Chẳng hạn, những bề trên thường xưng là "tao" và gọi người ở bậc thấp hơn là "mày" (hoặc "bay" ở số nhiều), hình thức xưng hô cụ thể đó dường như không mang giọng điệu gay gắt hay thô tục như hiện nay, như Chúa khi nói trong câu chuyện về Chúa biến hình. Ngược lại, khi những các học trò nói với Giêsu trong các văn bản của Maiorica, họ thường bắt đầu lời nói của mình bằng câu tôn kính "Trình Thầy", thậm chí cả khi trong bản Vulgate không ghi lại các xưng hô tương ứng như "Master" hay "Rabbi". Sự hiếu thảo với cha mẹ cũng là một nguyên tắc quan trọng khác trong xã hội Do Thái được miêu tả trong các văn bản của Maiorica. Trong cảm hứng đó các văn bản đề cao "nghĩa mẹ con" giữa Giêsu và Maria.[57] Vượt ra ngoài những đối thoại giữa Giêsu và bà Maria được ghi lại trong Kinh thánh Vulgate, Maiorica gán cho Đức Mẹ và Con vô số những hội thoại nguy kinh, trong đó, ví dụ như, Giêsu cáo biệt mẹ trước khi chấp nhận bị bắt, và gặp bà đầu tiên sau khi phục sinh.[58]

Trong các văn bản của Maiorica, thậm chí lịch phụng vụ của Giáo hội Công giáo cũng được bản địa hoá ở một chừng mực nào đó. Maiorica viết những bài thuyết pháp đặc biệt cho đêm giao thừa và ngày mùng một tết Nguyên đán, năm mới theo âm lịch của Việt Nam, mà người Công giáo Việt Nam tổ chức đón với những thánh lễ đặc biệt. Tuy nhiên, thông điệp của những bài thuyết pháp đó không thực sự vui tươi lắm. Maiorica cảnh báo các tín đồ rằng việc chuyển sang năm mới có ý nghĩa đem con người tới gần cái chết hơn, đòi hỏi sự nỗ lực ăn năn hối cải gấp đôi và cam kết sống đức hạnh.[59] Tuy nhiên, ông cũng khai thác những quan niệm truyền thống liên quan tới Tết để phục vụ cho lòng mộ đạo Kitô. Như Maiorica giảng cho ngày đầu năm mới:

"Thói nước An-nam chúng tôi, năm mới thì bề dưới phải lạy bề trên. Vậy tôi lạy Đức Chúa Trời Ba Ngôi sang trọng vô cùng. Năm mới này tôi chẳng biết dân đí gì. Tôi và linh hồn và xác tôi cùng mọi sự trong ngoài tôi, tôi dân cho Đức Chúa Trời thay thảy... Lời ta phải năng thầm thĩ hôm nay: Năm mới, tôi lạy Đức Chúa Trời, tôi xin ra người mới."

Việc thêm những thánh lễ cho ngày Tết của Maiorica, phạm vi mà những văn bản của Maiorica rộng hơn so với việc chỉ tuân thủ lịch phụng vụ, kính lễ các thánh theo danh mục chính thức của Vatican, và đọc kinh thánh cho mỗi thánh lễ hàng ngày như ghi trong *Missale Romanum*, là một điều rất ấn tượng. Việc bản địa hoá trong những văn bản của Maiorica, nói cách khác, có những giới hạn rất riêng biệt.

---

[57] Geronimo Maiorica, Đức Chúa Giê-su, q.8, tr.188

[58] Geronimo Maiorica, Thiên Chúa Thánh Mẫu, q. Thượng, tr 302-298.

[59] G.M., Những điều ngắm trong các ngày lễ trong, quyển chi nhất, tr.314-305.

Ngoài xu hướng bản địa hoá những giáo lý Kitô tuỳ theo địa phương và xã hội, các văn bản của Maiorica cũng sử dụng ngôn ngữ tôn giáo nhằm đem những quan niệm thần học Kitô xuống tầm của người bình dân. Trong những năm đầu của sứ mệnh truyền giáo ở Việt Nam, các giáo sĩ dòng Tên thể hiện sự ưa thích những cách biểu đạt Hán Việt những quan niệm thần học, có lẽ vay mượn trực tiếp từ giáo đoàn dòng Tên ở Trung Hoa. Ví dụ, họ gọi Chúa là Thiên Địa Chân Chúa, còn Eucharist (Bữa ăn cuối cùng của Giêsu) là Thánh Thể. Để thay thế cho những thuật ngữ Hán Việt khá trừu tượng đó, Maiorica sử dụng Đức Chúa Trời Đất và Mình Thánh, dùng các từ thuần Việt cho nhiều từ vay mượn Hán cổ.

Những quan niệm mang tính triết lý phức tạp như sự thống nhất các bản thể/hypostasis và Chúa Ba ngôi đòi hỏi Maiorica phải tìm cách thể hiện những quan niệm siêu hình đó bằng tiếng Việt. Chẳng hạn như khi bàn tới "sự thống nhất của ba ngôi thánh linh/divine persons trong một bản thể" Maiorica dùng từ tiếng Việt "tính" cho quan niệm của Aristotle về bản thể và từ "ngôi" cho quan niệm của thánh Thomas về "prosopon" (nhân vị/person). Trước Maiorica, những từ tiếng Việt Nam chỉ gần đúng với nghĩa mà ông muốn đem lại trong nghĩa đầy đủ của Aristotle hay Thomas, và cũng là dấu hỏi liệu dựa trên sự trình bày những quan niệm như Ba ngôi (Trinity), người Việt Nam có hiểu chúng đúng như cách mà Maiorica đã được dạy như một phần việc đào tạo thần học của ông hay không. Tuy nhiên, những cố gắng ban đầu để giải thích những quan niệm triết học cơ bản của phương Tây về "bản thể" (nature), "nhân vị tính" (personhood) cho thấy tham vọng cũng như tiềm năng tạo ra những cách mới cho người Việt Nam suy ngẫm về những vấn đề siêu hình học nền tảng.[60]

Ngoài việc giới thiệu những thuật ngữ thần học và siêu hình học mới mẻ, các văn bản của Maiorica còn đánh dấu những phát triển mới trong văn học Việt Nam thông qua việc sử dụng văn hùng biện bằng ngôn ngữ giản dị nhưng mạnh mẽ, có ý nghĩa công chúng hướng tới một cấp độ của cảm xúc. Đọc trong Dọn mình trước chịu Cô-mô-nhong chẳng hạn, thầy giảng gần như kêu lên,

Lạy ơn Đức Chúa Trời có phép vô cùng hằng có vậy! Tôi bây giờ đến chịu sa-ca-ra-men-tô này là Đức Chúa Giêsu, con thật Đức Chúa Trời... tôi bây giờ chịu nhiệm vậy, thì xin ngày sau được xem thấy tỏ tường Đức Chúa Giêsu hằng sống hằng trị của Đức Cha cùng Đức Chúa Phi-ri-to San-tô. Amen.

---

[60] Về những bài giảng giáo lý của Maiorica về Ba ngôi, xem Geronimo Maiorica, Đức Chúa Giê-su, q.9, pp.264-53.

Đoạn trên cũng cho thấy văn bản của Maiorica đưa nhiều từ mới, như sa-ca-ra-men-tô (sacrament – bí tích) và Phi-ri-tô San-to (Spiritus Sanctus– thánh linh) vào kho từ vựng Công giáo tiếng Việt thông qua việc chuyển tự. Về sau, giáo hội Công giáo Việt Nam chấp nhận những thuật ngữ địa phương hoá cho các khái niệm này (như trong ví dụ ở đây, phép mầu nhiệm dùng cho "sacrament", trong khi Thánh Thần có nghĩa là Spiritus Sanctus), nhưng đó là một quá trình từ từ.

Thông điệp giáo huấn của các văn bản Maiorica chứ đựng nhiều nguyên lý có thể được xem là tiền bối của những tư tưởng tương tự về sau, liên quan với ảnh hưởng của Pháp trong văn học Việt Nam khi bước sang thế kỷ XX. Mối quan tâm tới "người bình dân là" một ví dụ. Truyện về Giêsu đương nhiên là phải có sự lý giải về xã hội đánh giá sự hy sinh, chịu khổ nhục cao hơn sự tìm kiếm tài sản và địa vị xã hội của cá nhân, và các văn bản của Maiorica nhấn mạnh cho người nghe sự đáng giá của việc làm "kẻ hèn" "ở khiêm nhường" hơn là làm "kẻ sang trọng", hoặc như các văn bản thường đặt vấn đề theo một cách khác, về việc "chịu khó" tốt hơn là "xem sự tốt lành" (tìm kiếm sự tốt lành). Trong khi nhiều giáo huấn như thế có thể dường như là sự phản cảm trong một xã hội đề cao thành công và sự giàu có đạt được thông qua thăng tiến trong quan chế, thì nó cũng đồng thời cho thấy rằng những giáo huấn của Maiorica cộng hưởng khá nhiều với giáo lý nhà Phật và sự thông thái dân gian thời bấy giờ.

Thông qua những văn bản của Maiorica, còn có sự nhấn mạnh giá trị của tâm hồn cá nhân. Trong khi "chủ nghĩa cá nhân" của Maiorica khá xa so với văn chương thế tục Pháp ở cuối thế kỷ XIX, nhưng nó đối nghịch với sự nhấn mạnh tính cộng đồng mà nhiều nhà văn học sử từng liên hệ với văn học tiền thực dân. Ngoài sự nhạy cảm với văn hoá bản địa, Maiorica còn không ngại cảnh báo tín đồ Công giáo Việt Nam rằng họ có thể phải chấp nhận sự xa lạ với gia đình và cộng đồng nếu điều đó đòi hỏi để giữ vững đức tin.[61] Tuy nhiên, điều bất ngờ này được giảm nhẹ với những chỉ dẫn lặp đi lặp lại cho các tín đồ phải "ở một lòng, một linh hồn, một ý cùng anh em" trong cộng đồng giáo dân. Với Maiorica, sự thoả hiệp giữa cá nhân và cộng đồng đòi hỏi sự suy ngẫm tột bực để cứu rỗi linh hồn con người trong khi sống hài hoà một cách tốt nhất trong cộng đồng, nhất là cộng đồng những người cùng chung tín ngưỡng.

Cuối cùng, một trong những phương diện quan trọng nhất của thế giới quan được những văn bản của Maiorica đưa ra là vị trí của "bổn đạo An-nam" (Kitô giáo Việt Nam) trong thế giới Kitô toàn cầu. Các

[61] G.M., Đức Chúa Giê-su, q.4, p.210.

truyện thánh của Maiorica miêu tả dân cư và đất đai rất xa so với thế giới mà người Việt Nam từng biết trước khi đạo Kitô thâm nhập: A-lê-ma-nha (Đức), Pha-lang-sa (France), I-chi-tô (Ai Cập) và các nước khác. Mục đích chính của những truyện này là những người Kitô giáo Việt Nam phải đồng nhất họ với những nhân vật trong các câu chuyện đó, những người cũng đấu tranh với những quyết định đạo đức và đôi khi bị truy bức vì đức tin của mình. Hơn nữa, các văn bản của Maiorica cho người Việt Nam thế một cái nhìn về lịch sử truyền bá Công giáo trong đó gần như mọi vương quốc của thế giới đều hoặc đã cải sang đạo Kitô hoặc sẽ dần dần làm điều đó. Chúng miêu tả sự cải đạo ở châu Âu như một quyết định "hợp lý" của các quân vương châu Âu, và tán dương những nỗ lực truyền đạo diễn ra ở châu Mỹ, ở Trung Hoa và Nhật Bản.[62] Các văn bản hướng dẫn cho tín đồ Kitô Việt Nam cách cầu nguyện để "mở lòng nước An Nam và nước Đại Minh",[63] ước chừng những đất đó đó có thể đi theo con đường tất yếu mà lịch sử nhân loại đã vẽ nên. Trong chừng mực mà người Kitô giáo Việt Nam tiếp nhận thông điệp của các văn bản Maiorica, họ có thể có cảm nhận là một phần của sự vận động toàn cầu, điều mà những người láng giềng phi Kitô giáo của họ chi mù mờ hiểu được. Cảm nhận về sự hội nhập với thế giới bên ngoài Đông và Đông Nam Á đó, điều là yếu tố quan trọng trong các phong trào Duy Tân và Đông Kinh Nghĩa Thục ở đầu thế kỷ XX, vì thế có một tiền lệ thú vị Kitô giáo. Hơn nữa, khác với đa phần văn học Việt Nam ở sơ kỳ thuộc địa vận dụng những quan điểm xã hội của Darwin để miêu tả các chủng tộc trên thế giới như sự tham dự cần thiết trong cuộc cạnh tranh với nhau, những văn bản của Maiorica chia sẻ sự hiệp thông tinh thần với các tín đồ Kitô bất cứ mọi nơi trên thế giới như một sự phát triển tích cực trong đời sống của người Việt Nam.

VĂN HỌC CÔNG GIÁO SAU THẾ KỶ XVII

Những văn bản chữ Nôm của Maiorica và của những người Kitô giáo đương thời với ông là sự khởi đầu của một quá trình sáng tác văn học Kitô giáo chữ Nôm kéo dài ít nhất cho đến năm 1929.[64] Hàng trăm những tập sách như vậy đã được tạo ra, và có ít nhất 150 bản còn truyền lại.[65] Sự tồn tại của những văn bản đó chứng thực cho hai sự thực căn bản rất quan trọng đối với các nhà văn học sử Việt Nam. Thứ nhất là những văn bản đó có số lượng thấp hơn các văn bản Công giáo viết bằng mẫu tự Latinh thời kỳ tiền thuộc địa cho thấy rằng những người Kitô giáo chủ yếu sáng tác văn học sử dụng hệ mẫu tự Nôm

[62] G.M., Những điều ngắm trong các ngày lễ trọng, p.373.

[63] Ví dụ, xem Maiorica, Đức Chúa Giê-su, q.2, pp.294-292.

[64] Theo Nguyễn Hưng, "Sách Hán Nôm Công giáo Việt Nam", tham luận hội thảo chưa xuất bản, Hội thảo Văn hoá Công giáo Việt Nam, Giáo phận Huế, 10/2000, tr.2, văn bản Công giáo chữ Nôm cuối cùng được biết đến có nhan đề Thánh Giáo Kinh Nguyện, xuất bản ở Hà Nội năm 1929.

[65] Nguyễn Hưng, Sơ thảo thư mục sách Hán Nôm Công giáo Việt Nam, Saigon, n.p.,2002.

giống như những người phi Kitô đương thời. Nói cách khác, không có sự phân biệt về văn hoá giữa Kitô giáo và phi Kitô giáo dựa trên văn tự, nhưng đôi khi từng bị cáo buộc.[66] Thứ hai, khuôn khổ mà những lưu trữ văn học Công giáo chữ Nôm mà các văn bản của Maiorica chỉ là một phần đòi hỏi văn học Công giáo phải được chấp nhận như một phần không tách rời của sơ kỳ văn học hiện đại Việt Nam. Trong khi người Kitô giáo chiếm không nhiều hơn 5 đến 7 phần trăm dân số Việt Nam trong sơ kỳ hiện đại, những nỗ lực của họ trong sáng tác văn chương rất bền bỉ và đa dạng.

Một khảo sát ít ỏi có thể được thực hiện liên quan tới những kiên trì và đổi mới trong vấn đề chủ đề của văn học Công giáo chữ Nôm sau Maiorica. Thứ nhất, các nhà văn Công giáo ở Việt Nam tiếp tục viết với 4 thể loại văn bản mà Maiorica đã viết. Ít nhất có hai tác phẩm truyện thánh trường thiên xuất hiện, một ở thế kỷ XIX [67] và một ở thế kỷ XX.[68] Trong số các tác phẩm thuyết pháp, *Thánh Giáo Yếu Lý* là một trong những tác phẩm nổi bật nhất của giới Công giáo.[69] Những sưu tập các tác phẩm thuyết pháp tiếp tục phát triển, như *Sách ngắm các ngày nhất lễ lạy lót năm*.[70] Trong số các bản phóng tác Kinh thánh, một trong những thành tựu lớn nhất của văn học chữ Nôm Công giáo là bản tóm lược Cựu ước kinh có nhan đề *Sách Sấm Truyền Cũ*, xuất hiện năm 1910.[71] Thứ hai, những văn bản sau Maiorica rơi vào ba loại mới. Chúng bao gồm, thứ nhất là các tác phẩm kinh cầu nguyện, nhiều bài trong số đó được viết để hát lên. Thứ hai là những tác phẩm ghi lại lịch sử đạo Kitô ở Việt Nam, cụ thể là việc giao thoa giữa những cộng đồng Công giáo với chính quyền. Loại thứ ba bao gồm những thư tín mục vụ được viết để hướng dẫn cộng đồng Kitô giáo với nhiều vấn đề giáo lý khác nhau. Hơn hết, một sự tiếp nối với mức độ rộng lớn có thể tìm thấy trong các văn bản của Maiorica và các tác phẩm văn học Công giáo chữ Nôm của những thế kỷ sau. Trong một số trường hợp, như bộ *Ngắm Thương Khó* (Passion meditations) [72] năm 1865, sử dụng gần như y nguyên những trích đoạn từ các văn bản của Maiorica, chứng minh cho ảnh hưởng kéo dài của những văn bản văn học Công giáo Việt Nam sơ kỳ.

---

[66] Về vấn đề này, xem Roland Jacques, Những người BĐN tiên phong của ngôn ngữ học VN, tr.79

67 Dominique Marti Gia, Truyện Các Thánh (1848). Bản copy trong sở hữu của Nhóm Nghiên cứu Hán Nôm Công giáo.

[68] J.M. Bigollet Kính, Truyện Các Thánh (1908). Bản copy trong sở hữu của Nhóm Nghiên cứu Hán Nôm Công giáo.

[69] Một số bản nhuận sắc của Thánh Giáo Yếu Lý được biết là tồn tại, bao gồm bản viết tay lưu trữ trong Thư viện Quốc gia Pháp với niên đại 1837. Trong kho lưu trữ của Hội thừa sai ngoại quốc Paris có ít nhất 5 bản, có niên đại từ 1782.

[70] In tại Ninh Phú năm 1905. Bản copy trong sở hữu của Nhóm Nghiên cứu Hán Nôm Công giáo.

[71] Bản copy trong sở hữu của Nhóm Nghiên cứu Hán Nôm Công giáo.

[72] Ngắm Thương Khó (Phú Nhai, 1865). Bản copy trong sở hữu của Nhóm Nghiên cứu Hán Nôm Công giáo.

VỊ TRÍ CỦA VĂN HỌC CÔNG GIÁO CHỮ NÔM TRONG LỊCH SỬ VĂN HỌC VIỆT NAM THẾ KỶ XVII

Khi đánh giá tác động của văn học Công giáo chữ Nôm ở Việt Nam thế kỷ XVII, điều quan trọng là thừa nhận những văn bản này thường được đọc và kể lại trong cộng đồng giáo dân. Trên phương diện này, tác động của những tư tưởng văn học châu Âu với Việt Nam ở đầu thế kỷ XX đương nhiên toàn diện hơn. Tuy nhiên, cũng rất quan trọng phải thừa nhận rằng cuộc gặp gỡ giữa Việt Nam và phương Tây không tìm thấy sự thể hiện trong văn học bản địa từ những thập niên đầu của cuộc gặp gỡ đó.

Việc phân tích ở trước về các tác phẩm văn Nôm của Geronimo Maiorica và những trợ lý người Việt của ông cho thấy rằng các văn bản Công giáo đã giới thiệu với văn học Việt Nam nhiều thứ mới mẻ và có tính chất đổi mới. Những thể loại mới bao gồm văn giáo lý và thuyết pháp. Trực tiếp hay gián tiếp, nhiều văn bản châu Âu, như *Kinh Tân ước*, *Dottrina christiana breve* của Bellarmine, và *Spiritual Exercises* của Ignatius Loyola tìm được sự thể hiện lần đầu tiên bằng tiếng Việt. Những văn bản đó đem lại không chỉ những tín điều của đức tin Kitô, mà còn cả những quan niệm siêu hình học của Aristotle và Thomas Aquinas để lý giải những vấn đề của đức tin. Hơn nữa, chúng giới thiệu một thế giới quan khác dựa trên một Giáo hội Kitô toàn cầu vượt trội quan niệm truyền thống về vương quốc và những quan hệ phụ thuộc/chư hầu giữa các vương quốc. Trong nghĩa này, các văn bản chữ Nôm Công giáo cho thấy văn học Việt Nam ở thời đại này không hoàn toàn chỉ tập trung vào những đề tài "dân tộc" hay "nhân dân" như thường được đề xuất, mà thay vào đó đôi khi nhìn ra xa hơn thế giới tri thức Hán – Việt để tìm nguồn cảm hứng.

Đồng thời, thảo luận này cho thấy nhiều tác phẩm văn học Công giáo chữ Nôm hoà hợp với những xu hướng văn học và tri thức rộng hơn ở Việt Nam. Sự ưu tiên sự dụng văn xuôi của các văn bản như sự đối lập với hình thức thơ có thể được xem trong tương quan với những tác phẩm văn xuôi chữ Nôm khác của cùng thời đại, như bản dịch của Nguyễn Thế Nghi ở thế kỷ XVI tác phẩm Truyền kỳ mạn lục và những nỗ lực không ngừng của Hương Hải trong việc dịch kinh sách Phật giáo sang văn xuôi Nôm. Việc sử dụng chữ Nôm của các văn bản như sự đối lập với Hán tự hay chữ Quốc ngữ Latinh hoá cho thấy rằng người Công giáo Việt Nam trước tiên sở hữu và đọc các văn bản viết cùng một văn tự với những tác phẩm phi Kitô và tham gia vào việc mở rộng chung văn học chữ Nôm (như đối lập với chữ Hán) của thế kỷ XVII. Ngôn ngữ giản dị, phong cách hội thoại, và công chúng khán thính giả bình dân của những văn bản Maiorica cũng ở cùng hàng với những xu hướng chung trong văn học thế kỷ XVII. Cuối cùng, có thể xem xu hướng Kitô giáo của các văn bản như một ví dụ trong văn học Việt Nam thế kỷ XVII về sự phổ biến của chất liệu chủ đề không chính thống và sự cởi mở giữa những người Việt thời đại bấy giờ đối với những nguồn chân lý và uy tín khác.

Nguồn:

Dịch từ *"The Rise of Christian Nôm Literature in Seventeenth-Century Vietnam: Fusing European Content and Local Expression"*. In Wilcox, Wynn (ed.). Vietnam and the West: New Approaches. Cornell University Press. pp. 19–39. ISBN 9780877277828.

VĂN HOÁ THÀNH VĂN VÀ TRUYỀN KHẨU CÔNG GIÁO Ở VIỆT NAM THẾ KỶ XVII*

Tara Alberts

Tóm tắt

Bài viết này khảo sát việc các nhà truyền giáo Dòng Tên châu Âu tham gia vào đời sống văn hoá thành văn và truyền khẩu thế kỷ XVII ở Đàng Ngoài và Đàng Trong (Việt Nam). Bài viết nghiên cứu nhiều mối quan hệ tương tác giữa văn bản, văn hoá truyền khẩu và những kinh sách trong lĩnh vực truyền giáo, và những thách thức trong giao tiếp với cái thiêng bằng ngôn ngữ mới. Các dự án truyền giáo nhằm phiên dịch những câu diễn đạt bí tích – như các công thức rửa tội – sang ngôn ngữ bản địa có thể đặc biệt mâu thuẫn: các giáo sĩ phải chắc chắn rằng việc phiên dịch không tác động đến hiệu lực pháp lý của bí tích. Bài viết này khảo sát việc các giáo sĩ đã cố gắng bảo tồn tính hiệu nghiệm của các văn bản và các từ ngữ mang tính linh thiêng của Công giáo trong bối cảnh văn hoá mới và khám phá những chiến lược mà họ vận dụng để chuyển tải tính linh tiêng của văn bản và diễn ngôn Công giáo.

Từ khoá: Các nhà truyền giáo, phiên dịch, truyền khẩu, Việt Nam, Trung Hoa, rửa tội, Dòng Tên.

Dẫn nhập

Những cơn bão tháng Hai năm 1646 ở vùng biển giữa thành phố hải cảng Macao của Trung Hoa với những cảng ven biển Việt Nam thật không thể tin được.[1] Giáo sĩ dòng Tên Gaspar do Amaral chỉ có thể

** Bản dịch của Pgs. Ts. Trần Thị Phương Phương, Trường Đại học Khoa học Xã hội và Nhân văn -Đại học Quốc gia TP Hồ Chí Minh. Email: tranthiphuongphuong@gmail.com*

[1] Thuật ngữ "Việt Nam" lần đầu được sử dụng để chỉ quốc gia này là vào năm 1804. Những thuật ngữ "Đàng Ngoài" (Tonkin) và "Đàng Trong" (Cochinchina) tương ứng với

tin vào Chúa khi ông tới được Đàng Ngoài. Amaral trải qua nhiều năm truyền đạo ở vùng này, học ngôn ngữ bản địa, hợp tác với các giáo sĩ dòng Tên và những người cải đạo để tạo những văn bản Công giáo, phát triển một bộ từ điển để các giáo sĩ sử dụng, và thành lập một học viện cho các thầy giảng địa phương, những người sẽ tiếp tục công việc truyền bá Phúc âm khi các giáo sĩ Dòng Tên bị trục xuất.[2] Những biện pháp này đều cần thiết cho xu hướng đã được chứng minh là lĩnh vực truyền giáo nhiều hứa hẹn nhất ở châu Á: trong khi đang ở Macao, Amaral đã khoe rằng bốn mươi ngàn người Đàng Ngoài tân tòng đã được rửa tội từ khi cuộc truyền giáo của Dòng Tên bắt đầu năm 1626.[3]

Tara Alberts

* *Người Anh, là Giảng viên Cao cấp về Lịch sử Hiện đại Sơ khai. Cô nghiên cứu về những cuộc gặp gỡ và giao lưu giữa Châu Âu và Châu Á từ năm 500 đến năm 700.*
* *Cô dạy tại Khoa Lịch sử Đại học York, Heslington, York, YO10 5DD, Vương quốc Anh*
* *tara.alberts@york.ac.uk*
* *https://www.york.ac.uk/history/staff/profiles/alberts/*

Amaral đã tới Macao năm 1645 để tham gia một cuộc hội thảo lớn của Dòng Tên, được triệu tập để giải quyết một vấn đề đang gây tranh cãi gay gắt. Từ tháng bảy đến tháng 12, khoảng 40 giáo sĩ Dòng Tên đã tranh luận sôi nổi về việc nên dịch sang tiếng Việt như thế nào câu nói mang tính công thức về phép rửa tội ("ego te baptizo in nomine Patris, et Filii, et Spiritus Sancti") được phát ngôn thành lời trong nghi lễ ban thánh thể. Những từ ngữ nào có thể chuyển tải được sức nặng linh thiêng của câu nói sang ngôn ngữ nước ngoài? Hay, câu đó phải được nói bằng tiếng Latin? Sau khi nghe những đệ trình từ những giáo sĩ đã trải nghiệm truyền giáo ở Nhật Bản, Trung Hoa, Đàng Ngoài và Đàng Trong, hội thảo năm 1645 cuối cùng cũng đi đến một kết luận. Câu dịch *Tao rửa mày, nhân danh Cha, và Con và Spirito Santo* (sát nghĩa "I wash you in the name of the Father, the Son, the Holy Spirit") đã được chấp nhận.[4] Chỉ có một bất đồng còn tạm thời tồn tại giữa các

---

những tên của các giáo đoàn ở khu vực, vì thế tôi cũng theo các học giả khác sử dụng những thuật ngữ này để khảo sát những kinh nghiệm của họ. Xem Roland Jaques, Portuguese Pioneers of Vietnamese Linguistics Prior to 1650 (Bangkok, 2002), 14-16.

[2] J. Ruiz-de-Medina, "Amaral, Gaspardo" trong Diccionario Historico de la Compania de Jesus: Bibliografico-Tematico (DHCJ), ed. Charles E. O'Neill and Joaquin M. Dominguez (Rome, 2001), 1:96-7.

[3] Ruiz-de-Medina trích những con số này. "Amaral", 97.

[4] "Manoscritto, em que se proua, que a forma do Bauptismo pronunciada em lingoa Annamica he verdadeira," Archivum Romanum Societatis Iesu, Rome (ARSI), JapSin 80 f. 35r. See also Peter C. Phan, Mission and Catechesis: Alexandre Rhodes and

giáo sĩ: không phải tất cả mọi người đều thoả mãn rằng những từ ngữ đó đã truyền đạt chuẩn xác bí tích thánh thể. Nó cũng không hoàn toàn thuyết phục được những giáo sĩ của các dòng tu khác đang quan tâm tới việc truyền giáo ở Đàng Ngoài và Đàng Trong.[5] Sự bàn bạc về vấn đề này vẫn còn lâu mới đến hồi kết.

Trong bài viết này, tôi lấy những tranh luận xung quanh vấn đề dịch câu bí tích thánh thể đó như điểm khởi đầu cho việc khảo sát việc các giáo sĩ và những người tân tòng của họ tiếp cận những từ ngữ mang quyền lực linh thiêng ở Đàng Ngoài và Đàng Trong như thế nào. Tôi khảo sát mối tương tác giữa các văn hoá thành văn và truyền khẩu trong lĩnh vực truyền giáo, và xem xét những chiến lược khác nhau được sử dụng để duy trì tiềm năng tinh thần/linh thiêng của các văn bản viết và những từ ngữ truyền khẩu. Việc phát âm chính xác công thức rửa tội để chuyển tải đầy đủ ý nghĩa của bí tích là một vấn đề cốt lõi. Đối với các nhà truyền giáo, câu này là trọng tâm của nỗ lực truyền bá Phúc âm. Theo Phúc âm, Chúa Kitô gửi các môn đồ của mình vào thế giới với những lời dặn "Vậy anh em hãy đi và giảng dạy cho muôn dân, làm phép rửa cho họ nhân danh Cha, và Con và Thánh Thần": những lời này là đại diện cho sứ mệnh truyền giáo.[6] Đó là những từ được lấy từ một văn bản linh thiêng và được trao ý nghĩa trong tai nghe và trong tim của những người nghe thấy chúng. Với câu nói này, các giáo sĩ và các thầy giảng được trao ngôn từ quyền năng để nói: những từ được miêu tả và xác định cùng với các nghi thức rửa tội và đánh dấu vào tâm hồn, tạo ra những tín hữu Kitô giáo.

Những cuộc tranh luận ở Macao là sự đồng vọng những tranh luận giữa các giáo sĩ Công giáo khắp châu Á về cách thức tốt nhất để phiên dịch những từ ngữ linh thiêng sang những ngôn ngữ mới. Ở châu Âu, xu thế cải cách Công giáo đang hoàn toàn hướng tới việc hợp thức hoá các nghi lễ mục vụ và thờ phụng; đặc biệt thông qua việc sử dụng các kinh sách thánh lễ và việc đào tạo, sử dụng những bài giáo lý chuẩn mực.[7] Những quan điểm của những người Tin Lành và những người có tư tưởng bất đồng khác, những người biện luận cho việc sử dụng ngôn ngữ thông tục thay cho tiếng Latinh trong các nghi lễ tôn giáo đều bị chỉ trích. Đồng thời ở châu Á, nhiều giáo sĩ thử nghiệm sự

Inculturation in Seventeenth-Century Vietnam (New York, 1998), 98-9 and note 107.

[5] European Catholic missionaries had been working in the realms of Tonkin and Cochinchina since the late-sixteenth century. Franciscans had traveled from Manila and Melaka into the region in the 1580s and were followed by Dominicans, Augustinians, and Jesuits. This latter group—which first arrived in Cochinchina in 1615 and in Tonkin in 1626—soon became the largest cohort of missionaries.

[6] Phúc âm theo Matthêu 18,19

[7] See for example Simon Ditchfield, Liturgy, Sanctity and History in Tridentine Italy: Pietro Maria Campi and the Preservation of the Particular (Cambridge, 1995).

cách tân các hình thức thờ phụng và cải biên những nghi thức tôn giáo; một số thậm chí còn biện hộ cho việc thế tục hoá nghi thức để làm cho tín ngưỡng trở nên hấp dẫn hơn đối với những người có tiềm năng cải đạo.[8] Ở một số lĩnh vực truyền giáo, những yếu tố văn hoá Công giáo cũng được điều chỉnh cho phù hợp với những chuẩn mực của các xã hội tiếp nhận: một số giáo sĩ – và không chỉ của Dòng Tên, mặc dù những nỗ lực của họ có xu hướng nhận được sự chú ý học thuật nhiều hơn – theo đuổi những chiến lược "thích nghi" khác nhau. Đó có thể bao gồm việc học các ngôn ngữ đủ để giảng đạo bằng ngôn ngữ bản địa, sử dụng các điển tích và hình tượng để tái định hình thông điệp của họ; hợp tác với những trợ thủ địa phương để tạo những văn bản Kitô giáo nhạy bén với những phong cách và thị hiếu văn chương bản địa; tự ăn mặc như những thầy tu bản địa và thậm chí còn cho phép những người cải đạo tiếp tục thực hành nhiều nghi lễ văn hoá truyền thống trước thời Kitô giáo.

Tuy thế việc phiên dịch những từ ngữ và biến đổi những truyền thống có thể có hại. Như cách ngôn của Ý, traduttore, traditore ("phiên dịch là phản bội"): người tìm cách chuyển từ ngữ và quan niệm giữa hai ngôn ngữ hoặc hai ngữ cảnh luôn có nguy cơ phản bội lại thông điệp nguyên bản, bởi ý nghĩa bị mất hoặc bị bóp méo. Nhiều sử gia đã cho thấy các giáo sĩ đã phát biểu và tranh luận về những nguy hiểm tiềm tàng của sự "phản bội" đó khi họ dịch các văn bản Kitô giáo, tạo ra những nền văn học Công giáo mới và quan sát sự phát triển của các nền văn hoá Kitô ở châu Á.[9] Trong bài báo này, tôi tập trung vào những sách lược được các giáo sĩ vận dụng để bảo đảm chuyển tải được tính linh thiêng trong các văn bản cũng như ngôn từ khẩu ngữ của họ thông

---

[8] George H. Dunne "What Happened to the Chinese Liturgy?" Catholic Historical Review 47 (1961): 1-14.

[9] See especially Vicente Rafael, Contracting Colonialism: Translation and Christian Conversion in Tagalog Society Under Early Spanish Rule (Ithaca, 1988); Peter C. Phan, Mission and Catechesis; Haun Saussy, Great Walls of Discourse and Other Adventures in Cultural China (Cambridge, Mass., 2001); Jacques, Portuguese Pioneers; Ronnie Po-Chia Hsia,
"Translating Christianity: Counter-Reformation Europe and the Catholic Mission in China, 1580-1780," in Conversion Old Worlds and New, ed. Kenneth Mills and Anthony Grafton (New York, 2003); Ines Županov, "Twisting a Pagan Tongue: Portuguese and Tamil in Sixteenth-Century Jesuit Translations," in Ibid., 109-39, and her Disputed Mission: Jesuit Experiments and Brahminical Knowledge in Seventeenth-Century South India
(New Delhi, 1999); Sangkeun Kim, Strange Names of God: the Missionary Translation of the Divine Name and the Chinese Responses to Matteo Ricci's "Shangti" in Late Ming China (New York, 2004); Brian Ostrowski, "The Nôm works of Geronimo Maiorica, S. J. (1589-1656) and their Christology" (Ph.D. diss., Cornell University, 2006).

qua những phân chia ngôn ngữ và văn hoá: họ tìm cách thuyết phục thính giả của mình về quyền lực tinh thần của họ? Tạo ra những văn bản linh thiêng không bao giờ là chỉ đơn thuần là một công trình dịch thuật hay biên soạn. Thực ra, những văn bản linh thiêng là những tư liệu, viết tay hoặc in, được sao chép và lưu truyền, và chúng là những sáng tác văn học mang tính tranh luận, phải chuyển tải thông điệp về đức tin một cách cẩn thận nhất có thể. Tuy nhiên những văn bản và ngôn từ tôn giáo đồng thời cũng là phương tiện chuyên chở tính linh thiêng và là những kênh giao tiếp với thần linh.

Nếu một văn bản được sản sinh một cách thuyết phục bằng ngôn ngữ bản địa, nó có thể vượt lên trước nhà truyền giáo, thâm nhập vào bối cảnh tâm trí của đông đảo người nghe.[10] Các giáo sĩ có liên quan tới nhiều sự cố đã minh hoạ cho tác động tinh thần mong muốn của từ ngữ được viết ra. Ở Đàng Trong năm 1649, theo báo cáo của một giáo sĩ Dòng Tên, một đầy tớ người Trung Hoa của vị vương phi đã bị đánh đập mỗi ngày vì từ chối "tôn thờ" hình ảnh một ông vua quá cố. Cô ta được đầy tớ của một giáo sĩ Dòng Tên cho một cuốn sách giáo lý, và đưa nó cho bà phi kia. Bà phi sau đó lập tức hỏi xin thêm những văn bản khác nữa, bà đọc chúng say sưa, cảm động sâu sắc: bà "thường xuyên đẫm nước mắt". Mặc dù bà ta chưa được rửa tội, nhưng các giáo sĩ vẫn hy vọng rằng đọc những tác phẩm đó bà sẽ sớm chấp nhận đức tin. Những văn bản đó dường như có một nội lực có thể tác động thay đổi trong tim, trong trí óc của người đọc.

Các văn bản linh thiêng cũng phải làm trụ cột cho một nền văn hoá của những từ ngữ linh thiêng được nói ra hay chưa được nói ra: của sự giao tiếp với thần linh và của sự suy ngẫm về những bí ẩn của đức tin. [11] Những câu nói có sức mạnh miêu tả và tóm lược thần thánh, và cho phép sự giao tiếp thiêng liêng. Để hoàn thành sứ mệnh như các thánh tông đồ, các giáo sĩ Công giáo cần phải chuyển đổi những "chân lý" giáo điều và những giáo huấn kinh sách thành ngôn từ khẩu ngữ: cầu nguyện, hô hào, và giảng đạo cho đám đông. Việc trình bày những trách nhiệm linh thiêng của các giáo sĩ cũng dựa vào việc truyền khẩu những văn bản linh thiêng, ít nhất là kể lại kinh sách, ban phước và làm lễ bí tích thánh thể. Những người cải đạo cũng phải thề nguyện bằng lời bởi học tham gia vào các lễ ban thánh thể đó. Trong một văn bản giáo huấn giáo dân về tuần Chay, giáo sĩ Dòng Tên Girolamo Maiorica nói với những tân tòng về sự quan trọng của việc thú tội: "những người muốn được làm vui lòng Đức Chúa trên Trời trước hết phải dùng lời nói tuyên bố về tội lỗi của mình, và lời nói sẽ trở thành một ngọn lửa thực sự đốt cháy tất cả những lỗi lầm. Lời nói là chìa khoá để người ta mở cửa trái tim." [12]

---

[10] Hsia, "Translating," 98.

[11] "Ragguaglio della missione del Giappone," 1649, ARSI, JapSin 65, ff. 15r-v.

[12] Girolamo Maiorica, "Qua-da-giê-si-ma, mùa ăn chay cả [Quadragesima, the Great Season of Fasting]" Translated and annotated by Ostrowski, "Nom Works" (Appendix A), 185.

Những văn bản, diễn ngôn, và những kinh nghiệm tinh thần thường khó thoát khỏi rắc rối trong các câu chuyện truyền giáo. Những văn bản và lời nói linh thiêng có thể đem người nghe tiếp xúc với thần linh, nhưng thần linh cũng có thể tạo ra văn bản của mình. Một câu chuyện cải đạo miêu tả trong một tập truyện không được xuất bản về việc truyền đạo của Dòng Tên đã phản ánh một vài vấn đề như thế. Vào năm 1648, một người Đàng Ngoài hết sức mê tín bị quỷ hành hạ. Khi anh ta nằm trên giường, "anh nhìn thấy một phu nhân uy nghi tiến gần và đặt tay lên ngực, nơi anh bị đau nhất, và chữa lành cho anh ta." [13] Mỉm cười, bà chìa tay cho anh ta xem một cuốn sách đẹp đẽ, và bảo anh cầm lấy. Sau khi đọc cuốn sách về "luật của người Kitô" đó, anh yêu cầu được rửa tội và quyết định đốt tất cả những cuốn sách "về thuật phù thuỷ và mê tín" của mình. Nhưng một ngày, "khi anh ta không chờ đợi nhất, có hai người mang khuôn mặt đáng sợ, đen ngòm tới, nói với anh ta bằng giọng đầy khinh miệt, 'Chúng ta sẽ không rời căn phòng này nếu như người tiếp tục phép phù thuỷ ở đây.' Nói vậy xong thì hai kẻ kia ở lại, không rời đi". Tìm kiếm thật kỹ trong nhà, người tân tòng tìm thấy "trong góc nhà một đống những tài liệu về thứ khoa học của quỷ. Anh ta đốt hết chúng và những kẻ dị dạng kia biến mất, để anh ta lại khiếp sợ không lời nào tả nổi".[14] Những câu chuyện như vậy cho thấy văn bản là những đối tượng đặc biệt ổn định với ý nghĩa đã được cố định.[15] Việc cải đạo cho một người dẫn đến việc chuyển đổi những di tích của những tín ngưỡng cũ sang những đối tượng phỉ báng mở ra những kênh giao tiếp với quỷ cả khi chúng bị lãng quên và không được đọc tới. Bị đốt và tước đi sức mạnh, chúng biến thành thứ vô hại: chúng được thay thế bằng những văn bản mới có nguồn gốc thần linh, mà đến lượt mình mở ra những con đường mới cho sự giao tiếp (bằng khẩu ngữ) với thế giới thần linh. Nhiều khi trong những lúc cấp thiết, các giáo sĩ cân nhắc phải nói và viết như thế nào; họ cần chuyển lời nói của họ sang ngôn ngữ và văn tự nước ngoài như thế nào.

Ngôn ngữ và văn tự ở Việt Nam

Các giáo sĩ phải điều hướng với một bối cảnh ngôn ngữ cực kỳ phức tạp ở Đàng Ngoài và Đàng Trong. Ở đây tồn tại vô số những phương ngữ, các biến thể vùng miền, và những lối nói thân mật đặc thù của từng đẳng cấp của xã hội. Các giáo sĩ và người cải đạo phải lựa chọn hình thức và lối nói phù hợp để có thể nói một cách thuyết phục những vấn đề tôn giáo.

---

[13] "Ragguaglio della Missione del Giappone," ARSI, JapSin 65, f. 41r.

[14] Ibid., f. 41v.

[15] C.f. Nicholas Thomas, Entangled Objects: Exchange, Material Culture and Colonialism in the Pacific (Cambridge, 1991) on missionaries and the shifting meanings of "idols," 154-6.

Mối quan tâm đầu tiên là làm thế nào tạo ra những văn bản linh thiêng có sức thuyết phục để sử dụng trong khu vực. Việt Nam sơ kỳ cận đại là một xã hội có văn hoá cao: có lẽ, như Olga Dror và Li Tana biện luận, là một trong những xã hội có văn hoá nhất ở châu Á, do số lượng lớn các Nho sĩ đã trải qua các kỳ thi của nhà nước nhưng không có được các chức vụ trong chính quyền và vì thế kiếm sống bằng việc dạy học ở các thôn làng.[16] Dĩ nhiên, như Shawn Frederick McHale biện luận, ở Việt Nam thế kỷ XIX, quan niệm về "học vấn/biết chữ" khá phức tạp: biết đọc một số lượng chữ nhất định để làm việc hay buôn bán không nhất thiết tương thích với khả năng đọc những văn bản dài và phức tạp.[17] Nhưng như chúng ta sẽ thấy, văn bản viết có thể được đánh giá cao cả bởi những người không biết chữ. Để thành công, Kitô giáo phải có những văn bản có thể một cách thuyết phục chuyển tải và giao tiếp với thần linh.

Một lựa chọn có thể phổ biến những tư tưởng Kitô giáo thông qua những văn bản Hán văn. Một thời gian dài dưới sự kiểm soát, thương mại với người Trung Hoa, ngôn ngữ và văn học cổ điển Trung Hoa đã chiếm lĩnh khu vực này.[18] Những văn bản viết bằng Hán tự được giới có học thức Việt Nam học tập: đó là những học giả và Nho sinh muốn ứng thí để bước vào hoạn lộ trong nước.[19] Một phổ rộng các văn bản Hán văn được in mộc bản loại rẻ tiền cho thị trường đại chúng ở Trung Hoa được nhập vào Việt Nam, kích thích một cuộc thương mại sống động cả hai loại sách in kiểu đó và các thủ bản sao chép chúng.[20]

Hán tự cũng đặc biệt thích hợp để chuyển tải những thông điệp tôn giáo và đạo đức. Tiếng Hán cổ còn được các tu sĩ Phật giáo, những người được cho là có thể đọc được kinh Phật bằng ngôn ngữ "nguyên bản"[21] này, sử dụng. Quả thực, Phật giáo Đại Thừa ở Việt Nam mang

---

[16] Olga Dror, "Introduction" to Adriano di St Thecla, Opusculum de Sectis Apud Sinenses et Tunkinenses: A Small Treatise on the Sects among the Chinese and Tonkinese, A Study of Religion in China and North Vietnam in the Eighteenth Century, ed. and trans. by Olga Dror (Ithaca, 2002), 64. Li Tana, "The Imported Book Trade and Confucian Learning in Seventeenth- and Eighteenth-Century Vietnam," in New Perspectives on the History and Historiography of Southeast Asia: Continuing Explorations, ed. by Michael Arthur Aung-Thwin and Kenneth R. Hall (Abingdon, 2011), 169-70.

[17] Shawn Frederick McHale, Print and Power: Confucianism, Communism and Buddhism in the Making of Modern Vietnam (Honolulu, 2004), 14.

[18] See Peter Korniki, "Having difficulty with Chinese? The Rise of the Vernacular book in Japan, Korea and Vietnam" (Sandars Lectures 2008). Text available online: http://www.lib.cam.ac.uk/sandars/Sandars_Lectures_ 2008.htm

[19] Rhodes, Histoire du Royaume de Tunquin (Lyon, 1651), 40-2; K. W. Taylor, "The Literati Revival in Seventeenth-Century Vietnam," Journal of Southeast Asian Studies 18 (1987): 1-23.

[20] Li, "The Imported Book Trade," 167-71.

[21] McHale, Print and Power, 154.

tính sách vở rất cao: các văn bản tôn giáo được tôn kính và việc sao chép chúng là hành động được đề cao. Những văn bản đó còn được ghi nhớ và hát lên, kể lại, suy niệm và đem ra tranh luận.[22] Những văn bản được đọc lên như thế có một quyền năng đáng kể: đặc biệt trong Phật giáo Thiền tông, "Âm thanh, đúng hơn là những âm thanh linh thiêng... được xem là chứa đựng năng lượng vũ trụ và tạo nên một mức độ sâu hơn của hiện thực." [23] Các chùa Phật giáo thậm chí cũng bày bán chữ cho những người không biết chữ Hán, bởi những tấm bùa được lấy từ chùa trên đó có viết chữ Hán có thể là phương thuốc chống lại vận rủi. Những tờ sớ với những lời cầu xin viết bằng chữ Hán được dâng cho các thần linh trong nhiều nghi lễ trong chùa của Việt Nam.[24] Các văn bản Đạo giáo cũng rất phổ biến được viết bằng chữ Hán: bởi đó là "ngôn ngữ tuyệt đỉnh của tôn giáo".[25] Viết văn bản Hán văn vì thế trình bày những giáo lý đức tin bằng một ngôn ngữ gần gũi với tư duy bác học và văn chương linh thiêng.

Các giáo sĩ Dòng Tên nhận thức rõ uy tín của những tác phẩm viết bằng Hán văn cổ điển, đặc biệt là ở Đàng Ngoài. Năm 1632, các giáo sĩ Dòng Tên Maiorica và Bernardino Reggio thành lập một nhà in ở Đàng Ngoài, nơi họ sử dụng để in tác phẩm giáo lý Hán văn của Matteo Ricci và một bài biện giải (apologia) về đức tin của Francis Buzomi.[26] Năm 1630, Antonio Cardim kể việc các thầy giảng Francisco và Ignacio thắng một nhà sư ở Đàng Ngoài khi cho ông ta xem bài thuyết giảng của Ricci. Cardim miêu tả "uy tín" mà những cuốn sách viết bằng Hán văn có ở Đàng Ngoài, và đề xuất nên in một loạt sách giáo lý khác của Ricci và João Soeiro.[27] Ông giải thích, "một số người ngoại giáo đôi khi nói với các tín đồ Kitô rằng họ không có sách chứng minh lý lẽ của họ và luật mà họ tuyên bố, nhưng cho họ xem những cuốn sách từ Trung Quốc, họ không còn gì để trả lời. Và nhiều người có học vấn đã trở thành tín đồ Kitô giáo chỉ đơn thuần qua việc nhìn thấy những cuốn sách từ Trung Quốc." [28] Đôi khi, có vẻ như những văn bản như vậy quan trọng, giống như những lá bùa hộ mệnh hoặc biểu tượng của uy quyền tâm linh, hơn là những từ ngữ mà chúng chứa đựng. Ví dụ, giáo sĩ Dòng Tên Alexandre de Rhodes kể về việc một tu sĩ Phật giáo ở

[22] Cuong Tu Nguyen, Zen in Medieval Vietnam: A Study and Translation of the Thien Uyen̉ Tap Anh (Honolulu, 1997), 91-2.

[23] Ibid., 93.

[24] Ostrowski, "Nom works," 66.

[25] Jacques, Portuguese Pioneers, 49.

[26] Ruiz-de-Medina, "Vietnam" in DHCJ, 4:3957. However, the press was destroyed in the same year.

[27] Antonio Cardim, "Annua de Tunkim do anno de 1630," May, 1630, Biblioteca da Ajuda, Lisbon (BA), Jesu.tas na .sia (Jn.), 49-V-31, ff. 31r.

[28] Antonio Cardim, "Annua de Tunkim do anno de 1630," May, 1630, BA, Jn., 49-V-31, ff. 31r-v.

Đàng Ngoài sở hữu một cuốn sách Kitô giáo, được cha ông ta lấy được khi ông tháp tùng một sứ thần đến triều đình Trung Quốc. Nó được truyền lại cho người con sau khi ông bố qua đời. Mặc dù họ không hiểu tác phẩm này, nhưng cả hai cha con đều giữ gìn nó một cách cẩn trọng trong rương, thể hiện một sự tôn kính với nó.[29] Dĩ nhiên, nội dung của văn bản nên được kiểm định bởi những người có thể hiểu nó. Tuy nhiên, chỉ cần có những cuốn sách giáo lý và triết học viết bằng Hán văn nghiêm túc nhất được chuyển giao cũng đã có tính quyết định. Các văn bản Hán văn sẽ đưa ra các ý tưởng được giải thích truyền khẩu qua uy tín và đặc trưng tiếng Việt. Chúng sẽ cung cấp cho học thuyết Công giáo một sự trình bày cụ thể, đối trọng với những tư tưởng của Nho giáo và Phật giáo mà các nhà truyền giáo hy vọng sẽ thay thế.

Giá trị của một số ấn bản đắt tiền của những bản Hán văn có thể mang lại ý nghĩa lớn hơn cho những khoảnh khắc khi những người cải đạo đồng ý đốt những cuốn sách phi Kitô giáo của họ như một biểu tượng cho sự cải đạo của họ. Chẳng hạn như bà công chúa Catarina được cải đạo ở Đàng Ngoài mà chúng ta đã biết đến được cho là đã thiêu rụi tất cả các sách Hán văn của bà trong một “ngọn lửa vinh quang kéo dài vài giờ”, gây ấn tượng cho những người chứng kiến.[30] Nhà sử học Qiong Zhang khi bình luận về sự đập phá thánh tượng của những người cải đạo ở Trung Quốc, đã lưu ý rằng việc tuân theo lệnh của các giáo sĩ phá hủy các văn bản và đồ vật tôn giáo có thể dẫn đến tổn thất tài chính đáng kể: những đồ vật đó rất đáng để sưu tập và thường được truyền qua nhiều thế hệ.[31] Ít nhất một số văn bản đã bị các quan lại Kitô giáo phá hủy ở Việt Nam có thể là những ấn bản về tôn giáo và triết học đắt tiền được nhập về. Trong những bối cảnh này, việc phá hủy văn bản tương đương với việc nhổ tận gốc “thần tượng” trong lòng người cải đạo, và được coi như một minh chứng cho sự bất lực của những ý tưởng mà văn bản chứa đựng. Đó cũng là một phần sân khấu mang tính hướng dẫn truyền đạt sự cải đạo: đó là tuyên bố thành lời về đức tin.

Một số giáo sĩ Dòng Tên cũng ủng hộ việc dạy những bài kinh cầu nguyện cho những người cải đạo bằng Hán văn, cho dù phần đông sẽ không hiểu ý nghĩa của chúng. Tu sĩ Dòng Tên Antonio de Fontes đề nghị rằng tất cả các lời cầu nguyện nên được viết và đọc lại bằng ngôn ngữ này: “không hiếm những người ngoại đạo chế nhạo người Kitô giáo vì cầu nguyện bằng tiếng Việt (Nôm), là ngôn ngữ bình dân của xứ

---

[29] Matteo Ricci describes such a grant of Chinese catechisms to Cochinchinese ambassador to China in 1585. See Ricci, Storia dell'Introduzione dell Cristianesimo in Cina, ed. Pasquale M. D'Elia (Rome, 1942-9), 1:262.

[30] “Ragguaglio della missione del Giappone,” ARSI vol. 65, f. 70v.

[31] Zhang, “About God, Demons and Miracles: The Jesuit Discourse on the Supernatural in Late Ming China,” Early Science and Medicine 4 (1999): 17.

này, cho rằng luật của Chúa trên Trời và dưới Đất không có sách, bởi người Kitô cầu nguyện bằng ngôn ngữ thường nhật, là thứ thấp kém, không có uy tín gì." [32]

Brian Ostrowski, khi bàn về bài kinh cầu nguyện cho người đã khuất (Phục dĩ chí tôn) viết bằng Hán văn của thầy giảng Phanchicô, đã nhận xét rằng khi sử dụng văn tự này, vị thầy giảng này đã "nâng giọng điệu của bài kinh lên tầm ngôn ngữ của giới bác học thế tục cũng như tu hành, làm cho nó trở nên trang trọng và nghiêm cẩn. Người bình thường không hiểu được tất cả nội dung của bài văn tế hầu như không làm giảm giá trị của nó; điều này chỉ nâng cao địa vị của người dẫn dắt có học thức của buổi lễ cầu nguyện, trong nhiều trường hợp là một thầy giảng, như một người có thể làm trung gian giữa Đức Chúa Trời và những người thỉnh nguyện." [33] Thực ra có thể cho rằng sự khó hiểu của các từ Hán có thể tăng thêm giá trị của văn bản như những phương tiện chuyên chở ý nghĩa tinh thần.

Một lựa chọn khác là tạo ra các văn bản bằng cách sử dụng hệ thống chữ Quốc ngữ - "chữ Nôm", được sử dụng để viết tiếng Việt kết hợp giữa chữ Hán và các chữ cải biến. Những từ Hán sang tiếng Việt được viết bằng Hán tự. Tuy nhiên, cách phát âm của những chữ Hán này đã thay đổi qua nhiều thế kỷ, tạo ra một bộ từ vựng mới Hán-Việt thường được sử dụng để diễn đạt các khái niệm triết học và tôn giáo.[34] Để viết các từ thuần Việt, các ký tự được sửa đổi hoặc tạo mới có nguồn gốc từ những Hán tự đã được sử dụng. Các ký tự được chọn để đại diện cho các từ tiếng Việt hoặc vì trong tiếng Việt chúng có cùng nghĩa như trong tiếng Hán, hoặc vì âm tiết trong tiếng Hán nghe giống với từ tiếng Việt.[35]

Hình thức chữ viết này kém uy tín hơn chữ Hán và chữ viết không nhất thiết phải được hiểu rộng rãi hơn.[36] Tuy nhiên nhiều tác phẩm chữ Nôm dưới dạng viết tay và in ấn đã được lưu truyền, bắt nguồn từ những thành phố lớn, hệ thống các chùa chiền và những cơ sở in ấn nhỏ ở làng quê từ thế kỷ XIII hoặc thế kỷ XIV.[37] Peter C.Phan cho rằng

---

[32] Antonio de Fontes to Provincial, Tonkin, 25 June 1631, BA, Jn., 49-V-31, f. 121r.

[33] Ostrowski, "Nôm works," 66.

[34] Mark J. Alves, "Sino-Vietnamese Grammatical Vocabulary and Sociolinguistic Conditions for Borrowing," Journal of the Southeast Asian Linguistics Society 1 (2009): 1-10. Phan, Mission and Catechesis, 29; Jacques, Portuguese Pioneers, 47-8. See also William C. Hannas, Asia's Orthographic Dilemma, 77-8.

[35] Hannas, Asia's Orthographic Dilemma, 79. See also Nguyen Phu Phong, "A Propos du Nôm, Écriture Démotique Vietnamienne," Cahiers de Linguistique—Asie Orientale 4 (1978): 43-55.

[36] Jacques, Portuguese Pioneers, 50.

[37] Christiane Pasquel-Rageau, "L'Imprimerie au Vietnam: de l'Impression Xylographique

quyết định sử dụng chữ Nôm của Dòng Tên báo hiệu ý định của họ "muốn giữ cho Giáo hội Kitô Việt Nam non trẻ bám rễ trong văn hóa bản địa hơn là văn hóa ngoại lai mà chữ Hán là một biểu tượng mạnh mẽ."[38]

Một lý do thuyết phục hơn nữa để viết bằng chữ Nôm là các tác phẩm bằng chữ Nôm này có thể được thâm nhập rộng rãi do các cách thức mà văn hóa truyền khẩu và văn học tương tác và có thể hòa quyện với nhau: như Olga Dror lập luận, "các tác phẩm bằng chữ Nôm được thực hiện ở đường biên nơi văn học thành văn và văn học truyền khẩu chồng lên nhau."[39]

Thông qua phương tiện là các tác phẩm Nôm, văn hóa của tầng lớp tinh hoa có học thức và văn hoá của nông dân mù chữ đã giao thoa với nhau.[40] Thơ ca được sáng tác bởi những người có học thức viết bằng Hán văn, chẳng hạn, được "bản địa hoá" sang chữ Nôm, được ghi nhớ và trình diễn ở các làng quê.[41] Các nhà thơ hướng tới mục đích mở rộng đối tượng người nghe của họ bằng cách sử dụng nhiều thủ pháp như vần điệu, nhịp điệu và lặp lại hình ảnh để làm cho văn bản của họ dễ nhớ và dễ phổ biến bằng miệng. Cầu nối giữa văn hóa truyền khẩu và văn học thành văn cũng được tạo nên trong cấu trúc và loại thể: ví dụ, có sự tương đồng mạnh mẽ giữa truyện thơ và thơ ca dân gian truyền khẩu (ca dao).[42] Vì vậy, những câu chuyện dài có thể được kể lại bằng một hình thức quen thuộc với tất cả mọi người, dù biết chữ hay không, nhanh chóng truyền bá những ý tưởng mới. Chúng ta thấy quá trình này xảy ra trong một giai thoại mà Alexandre de Rhodes kể về người cải đạo uyên bác Caterina, người đã "sáng tác toàn bộ câu chuyện trong sách giáo lý bằng những câu thơ hay, vì bà rất thông thạo thơ." Những văn bản này đã được truyền miệng vào thế giới thơ ca dân gian: ngay cả những người nông dân không theo đạo Kitô cũng chọn hát lên những câu thơ của bà.[43]

Tới giữa thế kỷ XVII, những nguy cơ có tính chất lật đổ về một nền văn học phổ biến nhanh chóng như vậy đã khiến chúa Đàng Ngoài là Trịnh Tạc (1654-1682), đàn áp việc cung cấp các văn bản viết bằng chữ Nôm.[44] Đó là hành vi văn hoá diễn ra ngoài khuôn khổ của Khổng giáo chính thống, và có thể dễ dẫn tới việc tuyên truyền những văn bản

---

Traditionnelle . la R.volution du Qu.c Ngu (XIIIe-XIXe si.cles)," Revue Fran.aise d'Histoire du Livre 43 (1984): 299-301, 305, 320.

[38] Phan, Mission and Catechesis, 31.

[39] Dror, Cult, 146.

[40] Nguyên Trân Huân, Introduction à la Littérature Vietnamienne; Như-Quỳnh and Schafer, "From Verse Narrative"; John K. Whitmore, "Literati Culture and Integration in Dai Viet, c. 1430-c. 1840," Modern Asian Studies 31 (1997): 673.

[41] Dror, Cult, 120-121

[42] Như-Quỳnh and Schafer, "From Verse Narrative", 760.

[43] Rhodes, Histoire du Royaume du Tonkin, 119.

[44] Nguyen Khac Vien, Apercu sur la Litterature Vietnamienne (Hanoi, 1976), 49.

và tư tưởng khác hệ tư tưởng.[45] Viết bằng chữ Nôm khi đó có thể là một chiến lược giao tiếp truyền khẩu giống như việc truyền bá văn bản.

Vì vậy, trong khi chữ Hán có thể được coi là một loại văn tự phù hợp hơn để chuyển tải những chân lý huyền bí và sức mạnh tinh thần, thì các tác phẩm bằng chữ Nôm sẽ khai thác trực tiếp hơn vào thế giới văn hoá truyền khẩu của các nhóm cư dân mà chúng hướng tới. Không có gì ngạc nhiên khi các nhà truyền giáo thường sử dụng các tác phẩm bằng Hán văn - chẳng hạn như sách giáo lý của Ricci - làm biểu tượng của giá trị học thuật, triết học và đạo đức trong giáo lý của họ, họ cũng nỗ lực nhiều trong việc tạo ra các tác phẩm Kitô giáo bằng chữ Nôm.[46] Loại văn học như vậy sẽ được viết với sự cộng tác của những người cải đạo và những trợ lý Kitô giáo, có lẽ với việc giáo sĩ đọc các đoạn văn cho người giáo dân viết, có thể người giáo dân đó cũng soạn một số nội dung.[47] Có một bộ sưu tập các tác phẩm mang nội dung tôn giáo như vậy được cho là của tu sĩ Dòng Tên Girolamo Maiorica lưu trữ trong Thư viện Quốc gia ở Paris. Maiorica đã học ngôn ngữ ở Đàng Trong, và chuyển đến truyền giáo ở Đàng Ngoài vào năm 1631, ông đã cho ra đời nhiều tác phẩm Kitô giáo bao gồm các truyện thánh viết theo lịch, bản dịch tác phẩm của Thomas à Kempis, những bài kinh cầu nguyện, những bài suy niệm và một tác phẩm về Đức Mẹ Đồng Trinh, "đáng được chú ý nhất ngay cả ở Châu Âu." Những công trình như vậy đưa Kitô giáo vào loại hình "ngôn từ thường nhật của đại chúng." Tuy nhiên, giá trị của chữ Hán vẫn không bị lãng quên: như chúng ta sẽ thấy, nhiều nhà truyền giáo cho rằng sức mạnh thiêng liêng của một số từ nhất định sẽ được bảo tồn tốt nhất nếu chúng được diễn đạt bằng Hán Việt hơn là ngôn ngữ bình dân. Hoặc thậm chí, để truyền đạt cảm giác về sự huyền bí thần linh, nếu như chúng vốn được lưu giữ ở những thể loại Latin.

Phát ngôn những lời mang sức mạnh linh thiêng

Chúng ta đã thấy những nhà truyền giáo đã phải cân nhắc kỹ lưỡng các nền văn hóa thành văn và ngôn ngữ của đối tượng là mục tiêu của họ như thế nào để soạn ra những văn bản và những bài cầu nguyện có thể được coi là Kinh thánh một cách hiệu quả nhất. Chúng ta cũng đã thấy làm thế nào, để trở thành những người truyền đạo hiệu quả, họ cũng phải khai thác văn hóa truyền khẩu: văn bản của họ phải trải rộng ra ngoài giới hạn của chất liệu. Những cân nhắc này cũng quan trọng và phức tạp không kém khi liên quan đến các cụm từ về bí tích thánh thể. Làm thế nào các nhà truyền giáo có thể đảm bảo

---

[45] C.f. Haun Saussay, Great Walls of Discourse and other Adventures in Cultural China (Cambridge, Mass., 2001), 27-9 on the spread of heterodox Buddhism in China through "unsupervised literary activity."

[46] Phan, Mission and Catechesis, 30.

[47] Jacques, Portuguese Pioneers, 68 and note 83. Ostrowski, "N.m works," 64-9.

rằng những lời như vậy vẫn giữ được hiệu quả nghi lễ của chúng? Bản dịch công thức rửa tội, *Tao rửa mày, nhân danh Cha, và Con, và Spirito Santo,* đã nêu ra một số vấn đề mà các tu sĩ Dòng Tên trong hội nghị ở Macao phải đối mặt. Đầu tiên, và quan trọng nhất, các đại biểu phải đảm bảo bản dịch là "đúng sự thật" ở chỗ "nó tương ứng theo nghĩa đen với tiếng Latin, và trong từ ngữ, nó diễn tả sự hợp nhất tự nhiên và Ba Ngôi" của Chúa.[48] Mỗi từ của bản dịch phải được lựa chọn cẩn thận, kẻo công thức đã dịch làm mất hiệu lực của bí tích.

Trước tiên, thuật ngữ chính liên quan đến bí tích được dịch như thế nào?

"Baptise" được dịch sang từ tiếng Việt thông tục là "rửa". "Rửa", theo từ điển tiếng Việt do Alexandre de Rhodes biên soạn, "nếu quần áo, vải vóc hay những thứ tương tự là *giặt*, nếu để mô tả một người rửa toàn thân, được gọi là *tắm*." [49] Nghi lễ trong Kitô giáo được gọi là *phép rửa tội* - nghĩa là một nghi lễ có quyền năng rửa sạch tội lỗi.[50] Bản dịch này phản ánh một chiến lược của Dòng Tên trong việc mượn các thuật ngữ thích hợp từ các thực hành tôn giáo hoặc nghi lễ hiện có trong xã hội. *Phép*, có thể mô tả một sức mạnh ma thuật, một nghi thức hoặc nghi lễ, cũng được lựa chọn để mô tả các khái niệm Kitô giáo khác. Do đó, *ảnh phép lạ*, với từ "lạ" biểu thị điều gì đó phi thường, được sử dụng để dịch và ảnh phép chỉ các bí tích được mô tả có thể được sử dụng để giải trừ tội lỗi, chẳng hạn như "Danh Chúa" hoặc "ân điển Chúa" hoặc "con chiên" hoặc "dấu thánh" hoặc những hình tượng ân điển khác." [51] Một điểm tranh cãi cụ thể đã nảy sinh giữa Alexander of Rhodes và những người đồng tu là liệu cụm từ này có thực sự truyền đạt cả sự thống nhất và độc lập của mỗi phần của Chúa Ba Ngôi hay không. De Rhodes phản đối rằng *nhân danh* tương ứng với "in nominibus" (được đặt tên) chứ không phải "in nomine" (thay cho tên), do đó ám chỉ từng người của Chúa Ba Ngôi một cách riêng biệt, tiêm nhiễm tà giáo nghiêm trọng vào khái niệm bí tích. Ông khuyến nghị nên chèn từ "nhất" (một) vào trước "danh" (tên) để làm rõ vấn đề. Điều này dẫn đến cuộc tranh luận đáng kể. Cuối cùng, đề xuất của Rhodes đã bị phủ quyết, mặc dù ông vẫn được một số người ủng hộ.[52]

---

48 "Manoscritto, em que se proua," ARSI, JapSin 80, ff. 35r-v.

49 Alexandre de Rhodes, Dictionarium Annamiticum Lusitanicum, et Latinum (Rome, 1651), 638.

50 See Rhode's Catechism in Phan, Mission and Catechesis, 245 and ft. 12. Note that this is one of several terms now used, including baptem, lễ rửa tội, bí tích rửa tội, and bí tích Thanh Tẩy.

51 Rhodes, Dictionarium, 598-9. NB: the Portuguese definition before the colon and the Latinh definition that follows it describe different sacramentals: "nomina, ou varonica de indulgencia: agnus Dei seu cera benedicta, vel ali.qu.libet imagines cum indulgeт ijs." Rhodes translates ph.p as "vis occulta."

52 "Manoscritto, em que se proua," ARSI, JapSin 80, f. 36v. See also Phan, Mission and

Cách diễn đạt cũng phải thích hợp để chuyển tải vị trí của mỗi người tham gia nghi lễ và bản chất khai tâm của bí tích. Cụm từ này có giọng điệu quen thuộc nhưng đã chuyển tải thứ bậc của mối quan hệ giữa linh mục và người cải đạo. *Tao* là một đại từ, theo Rhodes, thích hợp để sử dụng bởi "một người bề trên nói chuyện với một người thấp kém hơn rất nhiều, như một người cha với con cái, một quý tộc với nông nô", trong khi *mày* chỉ kẻ dưới, kẻ phụ thuộc, do đó. truyền tải sức hút và trạng thái làm cha của linh mục.[53] Một số phàn nàn rằng nó đã trộn lẫn những từ Hán Việt *nhân danh* với những từ thuần Việt thông tục – *tao, mày, rửa*. Những người bảo vệ bản dịch sang tiếng Bồ Đào Nha chỉ ra rằng việc nói "Eu te bautizo In nomine etc." (Ta rửa tội cho ngươi nhân danh...) cũng rất phổ biến, trộn lẫn tiếng bản địa (Eu te bautizo) với tiếng Latinh (in nomine), thuật ngữ này, mặc dù được viết bằng Hán tự. được hầu hết người Việt Nam hiểu. Hơn nữa, những chữ Hán như vậy cũng được phát âm khác nhau ở Đàng Ngoài và Đàng Trong. Một người tham gia cuộc tranh luận đã đưa ra sự tương đồng với cách phát âm bản ngữ của các từ có gốc Latin. Các tự vị tương tự được sử dụng ở mỗi quốc gia giống như các chữ số ở Châu Âu: ví dụ: số 100, "được phát âm là 'Cien' trong tiếng Castilian, 'Cem' trong tiếng Bồ Đào Nha, 'Cento' trong tiếng Ý và 'Centum' trong tiếng Latin.[54] Họ phản đối rằng những người phủ nhận công thức này đang xem xét mọi việc theo quan điểm cứng nhắc của Trung Quốc, không liên quan đến Đàng Ngoài hay Đàng Trong, và nên giữ im lặng, trừ khi họ có kinh nghiệm cá nhân về khu vực đó.[55] Công thức không chỉ trộn lẫn các thuật ngữ Hán Việt và từ thuần Việt: "Chúa Thánh Thần" vẫn giữ lại dạng thức Latinh của Spirito Santo (hoặc "Phi-ri-tô San-tô," trong phiên âm của chữ Nôm ở tài liệu của Ostrowski).[56] Tương tự như vậy, trong buổi đầu truyền giáo, Chúa thường được gọi là *Chúa Dêu-dút, Chúa Dêu*, hay *Chúa Diêu* (Lord Deus).[57] Điều này phản ánh một chiến lược dịch các tên và thuật ngữ thần thánh cũng từng được các tu sĩ Dòng Tên thử nghiệm ở Nhật Bản, nơi Chúa trở thành *Daiusu* — một cách gần đúng của từ "Deus" trong tiếng Latin.[58] Thật vậy, ban đầu, nhiều tu sĩ Dòng Tên ở châu Á có ý định giữ nguyên công thức rửa tội bằng tiếng Latin, dạy cụm từ này theo phiên âm cho những người cải đạo

---

Catechesis, 98, ft. 107

[53] Rhodes, Dictionarium, 724. For m.y (spelled m.i in the dictionary), see 448. On current usage of pronouns in contrast to Rhodes' description, see L. Thị Xuy.ń , Phạm Thị Quy.n, Đ.̃ Quang Vi.ț , and Nguy.ñ Văn B.ch, "Bref Aper.u sur l'Histoire de l'.tude des Parties du Discours en Vietnamien (1re P.riode)," Histoire .pist.mologie Langage 26 (2004): 148.

[54] "Manoscritto, em que se proua," ARSI, JapSin 80 f. 35r.

[55] Ibid.

[56] Ostrowski, "Nôm Works", 167.

[57] Ostrowski, "Nôm Works", 49, 78.

[58] See Kim, Strange Names of God, especially Chapter 2.

của họ. Khi những "người Kitô ẩn mình", hậu duệ bí mật của những người Nhật cải đạo thế kỷ XVII, gặp các nhà truyền giáo người Pháp vào thế kỷ XIX, một trong những nhà lãnh đạo của họ, Mataichi, "đã biết công thức rửa tội bằng từ ngữ vẫn có thể nhận ra là tiếng Latin: *Kono hito wo paotizo in nomne Patero Hilio et S'ra Spiritou Sancto, lamoun* ('Tôi làm báp têm cho người này nhân danh Chúa Cha, Con và Chúa Thánh Thần, Amen')." [59]

Tuy nhiên, việc sử dụng các thuật ngữ và cụm từ tiếng Latinh có thể gặp một số vấn đề. Trước hết, không có đủ linh mục để dạy ngôn ngữ cho các thầy giảng. Thứ hai, việc giới thiệu một ngôn ngữ mới, được sử dụng cho các nghi lễ có vẻ bí mật và khó hiểu có thể khơi dậy sự nghi ngờ nơi các nhà chức trách vốn sẵn sự thù địch.[60] Quan trọng hơn cả, đó là vấn đề đảm bảo phát âm đúng bằng miệng. Ostrowski chỉ ra rằng các ký tự được sử dụng để viết "Chúa Deus" bằng chữ Nôm thường được lựa chọn cẩn thận để đảm bảo rằng từ ngoại lai được phát âm chính xác: ví dụ trong thuật ngữ Chúa Dêu-dút, âm cuối (*dút*) là "được đưa vào để buộc người đọc phải phát âm phụ âm cuối tương tự như âm /s/ của tiếng Latin." [61] Tuy nhiên, các ký tự Nôm không được chuẩn hóa, có nghĩa là cách phát âm của chúng có thể khác nhau: Ostrowski chỉ ra rằng sự đa dạng của các cách chuyển tự được đề xuất cho các thuật ngữ tiếng Bồ Đào Nha hoặc tiếng Latinh "gợi ý rằng những người sử dụng văn bản ở thế kỷ XVII, cũng như những người đọc hiện đại, cũng bối rối về cách phát âm nhiều ký tự." [62]

Các nhà truyền giáo châu Âu cũng gặp khó khăn trong việc phát âm. Ở Đàng Ngoài và Đàng Trong, thách thức lớn đối với các nhà truyền giáo châu Âu là nắm vững các thanh điệu mang lại cho mỗi âm tiết nghĩa của nó. Như tu sĩ Dòng Tên Francisco da Pina đã khẳng định, "Đây là một ngôn ngữ có thanh điệu, giống như các nốt âm nhạc, và quan trọng là phải biết hát nó ngay cả trước khi học bảng chữ cái." [63] Hay, như Rhodes đã nói, "cũng giống như con người bao gồm một cơ thể và linh hồn, ngôn ngữ này bao gồm các ký tự và thanh điệu." [64]

---

[59] Christal Whelan, The Beginning of Heaven and Earth: The Sacred Book of Japan's Hidden Christians (Honolulu, 1996), 13.

[60] "Alcune considerationi sopra il dubio proposto de sia espediente concedere alli Popoli della China Tonchino, e Concincina l'uso de' Sacram.ti in altra lingua meno ignota della Latina," Archivio Storico della Congregazione "de Propaganda Fide," Vatican City (APF), SC, Miscellanea 1, ff. 42-8.

[61] Ostrowski, "Nôm Works," 49.

[62] Ostrowski, "Nôm Works," 235.

[63] Francisco da Pina to Jer.nimo Rodrigues Senior (attrib.), c. 1623? translated in Jacques, Portuguese Pioneers, 42.

[64] Alexandre de Rhodes, "Linguae Annamaticae seu Tunchinensis Brevis Declaratio," appended to his Dictionarium, 1.

Nếu không có sự giải thích chính xác thanh điệu liên quan, những nỗ lực giao tiếp của các nhà truyền giáo sẽ trở thành một thứ lảm nhảm vô nghĩa. Thật vậy, phải hết sức thận trọng đối với một số âm tiết, kẻo khi phát âm chúng với thanh điệu không chính xác, người nói sẽ nói ra điều gì đó xúc phạm.[65] Từ điển của Rhodes đã tìm cách chuyển tải các âm và âm của tiếng Việt sang mẫu tự Latinh (quốc ngữ)".[66] Các dấu phụ sẽ giúp những người truyền giáo xác định đúng thanh điệu: "đối với sáu thanh của tiếng Đàng Ngoài, chúng ta có thể gán cho mỗi thanh một nốt trong thang âm nhạc của mình: dò, rọ, mĩ, pha, số, lá." [67] Từ điển cũng bao gồm một hướng dẫn dễ hiểu về cách phát âm, so sánh với nhiều loại âm thanh giọng nói có thể được nghe ở châu Âu. Ví dụ, chữ "b" có thể được phát âm theo hai cách. Cách phát âm thứ hai, được phân biệt trong văn bản với một chữ b "có móc" (Ƃ) "được phát âm gần giống như chữ β trong tiếng Hy Lạp. . . nó nghe không giống hệt với chữ V của chúng ta, mà hơi sắc". Đó là một âm môi, mà chúng tôi được khuyên phát âm "như người Do Thái nói", không phải là một âm răng.[68] Vì vậy, qua những nỗ lực của các nhà truyền giáo để nắm bắt cách phát âm của ngôn ngữ, chúng ta thỉnh thoảng có thể nghe thấy cảnh âm thanh của thế giới của những người truyền giáo. Bằng những cách này, các nhà truyền giáo đã cố gắng biểu thị lời nói và giúp người khác tái tạo âm thanh.

Khi công thức rửa tội được quan tâm, nhiều nhà truyền giáo đã sớm quyết định rằng cụm từ trong tiếng Latinh quá khó phát âm đối với những người cải đạo của họ. Vào năm 1631, tu sĩ Dòng Tên Antonio de Fontes đã gợi ý rằng những sai sót đáng kể đã len lỏi vào công thức rửa tội được nói: "Thông thường họ nói nó với nhiều khó khăn và phát âm rất tệ, vì lý do đó tôi nghĩ rằng thật khó để họ nói nó bằng ngôn ngữ của họ, tốt hơn là giải thích về nó." [69] Những sai lầm như vậy có thể làm nghi ngờ tính hợp lệ của bí tích Thánh Thể, và thậm chí biến nó thành một thứ gì đó gây tai hoạ: do phát âm kém, " một số, thay vì nói 'In nomine' (nhân danh Chúa), lại nói thành 'in demone' (nhân danh quỷ)." [70] Mặc dù, như chúng ta đã thấy trước đó, de Fontes đã khuyến

[65] Swiss Jesuit Onofre Bürgin (or Borges) provided a helpful list of words to avoid for this reason. See Jacques, Portuguese Pioneers, 95-6.

[66] Phan provides a translation of the Catechismus in Mission and Catechesis, 215-315. It should be noted that it is unlikely that this catechism was ever diffused in the printed form in Vietnam. See Andr. Marillier, Nos Pères dans la Foi: Notes sur le Clerg. Catholique du Tonkin de 1666 . 1765 (Paris, 1995), 1:22.

[67] Rhodes, "Linguae Annamaticae," 9. C.f. the manuscript guide to Tonkinese analyzed by Jacques, attributed to Bürgin (Borges), which represents each tone visually on a musical scale. Portuguese Pioneers, 95-6.

[68] Rhodes, "Linguae Annamaticae," 3.

[69] Antonio de Fontes to Father Provincial, 25 June 1631, BA Jn., 49-V-31 f. 121r.

[70] "Manoscritto, em que se proua," ARSI, JapSin 80, f. 35r,

nghị đưa những lời cầu nguyện sang một thứ tiếng nước ngoài không nhất thiết phải hiểu và có thể sẽ bị phát âm sai (tiếng Trung Quốc), nhưng ông cảm thấy rõ ràng rằng việc phát âm chính xác công thức rửa tội là cần thiết để đảm bảo tính hợp lệ của nó.

Các vấn đề về cách phát âm đặc biệt quan trọng khi ý tưởng đào tạo người bản địa cho chức linh mục được đề xướng. Với ít nguồn lực sẵn có cho phép người được thụ chức dành thời gian tập trung để học cách phát âm tiếng Latinh chính xác, thì họ sẽ nói như thế nào về lễ Misa? Giáo dĩ Dòng Tên Prospero Intorcetta truyền giáo ở Trung Quốc năm 1656-1659, đã cảnh báo Tổ chức truyền giáo rằng các vấn đề về phát âm có thể làm từ ngữ bị xáo trộn nghiêm trọng và tước bỏ ý nghĩa của chúng, làm biến dạng nghi thức phụng vụ. Tại Trung Quốc, ông lưu ý rằng các giáo dân tân tòng của ông đã phải vật lộn để phát âm các chữ cái B, D hoặc R hoặc hai phụ âm với nhau mà không có nguyên âm, do đó "Hoc est corpus" (Đây là mình Ta) trở thành "Hocu yesutu corlupusu".[71] Do đó, ông lập luận rằng phụng vụ Thánh lễ nên được nói bằng tiếng Trung Quốc: "Nếu trong ba từ Latinh có quá nhiều sự biến dạng, lộn xộn, và nghịch nhĩ như vậy, thì điều đó sẽ thay đổi hoàn toàn sự phát âm tiếng Latinh chuẩn, điều gì sẽ xảy ra – đó là chưa nói tới toàn bộ Sách lễ thể loại thư tín khác nhau, các đoạn Phúc âm, thánh ca, kinh cầu nguyện, v.v. – mà chỉ riêng Lễ Misa thôi?" Ông kết luận, rằng sẽ làm được nhiều hơn nữa cho sự "thống nhất" và "sự tuân thủ" của Giáo hội nếu các linh mục Trung Quốc được phép làm lễ bằng ngôn ngữ của họ.[72] Đây không phải là một gợi ý mới. Thực ra, tu sĩ Dòng Tên Nicholas Trigault đã đạt được những nhượng bộ từ Văn phòng Tòa thánh vào năm 1615 để các linh mục Trung Quốc tiến hành thánh lễ bằng tiếng riêng của họ, nhưng những đặc ân này đã không được thực hiện do sự phản đối từ bên trong Dòng tu.[73]

Cũng có một số hoài nghi về việc liệu một "cách gọi tên nghe kỳ lạ, ngoại lai dành cho Chúa mà cần được giải thích mới hiểu được" có chuyển tải ý nghĩa linh thiêng của nó hay không.[74] Nhiều giáo sĩ Dòng Tên phản đối việc lựa chọn từ ngữ và khái niệm bản địa để đại diện cho tên của Thiên Chúa. Bản thân sự lựa chọn này có thể đầy mâu thuẫn: trong các giáo đoàn ở Trung Quốc, đã có cuộc tranh luận đáng chú ý về việc liệu dùng các từ *Thượng đế* (Shangti) hay *Thiên Chúa*

---

[71] Prospero Intorcetta, "Informatione che da alli signori cardinali della Sac. Congregatione de Propaganda Fide," APF, SC 1, f. 557r.

[72] Ibid., ff. 577r-v.

[73] Đồng thời cũng được phê duyệt trong Brief Roman. Ecclesi. Antistes, June 27, 1615. See Dunne "What Happened," 4.

[74] Ostrowski, "N.m works," 78.

(Tian Zhu) có phù hợp hay không.[75] Ở Đàng Ngoài, việc sử dụng thuật ngữ Hán Việt *Thiên Địa Chân Chúa* (Chúa đích thực của Trời và Đất) được một số tu sĩ Dòng Tên đề xuất như một cách dịch xứng đáng.[76] Thuật ngữ này gắn với một truyền thống tôn kính: thiên (trời) có nguồn gốc Hán văn, trước đây đã phát triển ý nghĩa từ việc mô tả một khái niệm của Nho giáo về Trời và có được một sự sử dụng rộng rãi trong nhiều bối cảnh nghi lễ cung đình và tôn giáo ở Việt Nam.[77] Tuy nhiên, các tu sĩ Dòng Tên khác đã đề nghị một cái tên "thông tục" mô tả Chúa bằng tiếng Việt thường nhật: *Đức Chúa Trời Đất* hoặc một biến thể như *Chúa Thật Trời Đất*.[78] Những hình thức này, được dùng để chỉ Thiên đường trong tiếng Việt thông tục (Trời), cũng gợi nhớ đến một trong những nhân vật quan trọng nhất trong tín ngưỡng tâm linh Việt Nam. Như Phan đã viết, trong Vũ trụ học Việt Nam,"Ông Trời" đứng đầu hệ thống phân cấp các thần linh, một "vị thần siêu việt, nhân từ và công chính, đấng sáng tạo ra vũ trụ, nguồn gốc của mọi sự sống, và là vị thẩm phán tối cao".[79] Đến thời điểm diễn ra hội nghị Macao, Đức Chúa Trời Đất đã được dùng để thay thế các tên khác của Chúa được người Kitô giáo sử dụng trước đây. Tuy nhiên, các điều khoản sử dụng hiện nay cho "Chúa Thánh Thần" bằng tiếng Việt (*Thánh Linh* hoặc *Thánh Thần*) vẫn chưa được khuyên dùng: đây có lẽ do một số lo lắng rằng những tiếng địa phương có thể chuyển tải những ý nghĩa không mong muốn.[80] Hoặc, cũng có thể người ta cho rằng giá trị của việc có một số thuật ngữ khó hiểu, "xa lạ" trong ngôn ngữ nước ngoài, dù cho khó phát âm, lại có thể làm tăng thêm cảm giác bí ẩn cho thuật ngữ này.

Kết luận

Mặc dù phán quyết cuối cùng của hội nghị Macao khiến một số tu sĩ Dòng Tên không hài lòng, nhưng kết luận của nó cũng đã được tán dương: các đại biểu đã mẫn cán tìm được cách giải quyết một vấn đề hóc búa. Tuy nhiên, ngay sau thắng lợi đó thì bi kịch xảy ra, đoàn tu sĩ Dòng Tên trên đường trở về Đàng Ngoài đã mất tích bởi con tàu của họ bị đắm ngoài khơi bờ biển Việt Nam và Gaspar Amaral cùng những người đồng hành của ông bị chết đuối. Các cơn bão cũng một lần nữa

---

[75] C.f. Sangkeun Kim, Strange Names; Liam Brockey, Journey to the East: the Jesuit Mission to China, 1579-1724 (London, 2007), 85-9.

[76] Ostrowski, "N.m works," 78.

[77] Nguyễn Thế Anh, "From Indra to Maitreya: Buddhist Influence in Vietnamese Political Thought," Journal of Southeast Asian Studies 33 (2002): 229. Về quan niệm Khổng giáo về Thiên, xem: Liu, "Intricacies of Accommodation: The Proselytising Strategies of Matteo Ricci," Journal of World History 19 (2008): 475, 484.

[78] Ostrowski, "N.m works," 78.

[79] Phan, Mission and Catechesis, 25.

[80] Phan, Mission and Catechesis, 25.

lại làm dấy lên các vấn đề dịch thuật và ngữ cảnh hoá mà hội nghị đã hướng tới.

Trong suốt thế kỷ XVII, các hồng y của "Hội truyền bá " —một giáo đoàn được thành lập vào năm 1622 để áp đặt quyền kiểm soát tập trung đối với tất cả các cơ quan truyền giáo Công giáo — đã củng cố sự phản đối của họ đối với nhiều đổi mới của Dòng Tên trong việc truyền giáo ở châu Á. Vấn đề phụng vụ và các từ ngữ thiêng liêng khác được nói bằng một ngôn ngữ không phải là tiếng Latinh trong các lĩnh vực truyền giáo châu Á là một trong những điểm nóng cần được thương lượng. Hội đồng Trent đã lên án "sự liều lĩnh của những kẻ dị giáo, những người giả vờ rằng cần phải hiểu những điều thiêng liêng bằng ngôn ngữ thông tục và nếu không thì những lời cầu nguyện không có giá trị hoặc hiệu lực." [81] Hơn nữa, một số người cho rằng ở nơi những điều thiêng liêng được đưa vào tiếng bản địa, luôn có nguy cơ dị giáo. Vì vậy, mặc dù thường xuyên có những yêu cầu giáo đoàn cho phép việc phụng vụ bằng bản ngữ trong một số cơ quan truyền giáo ở Châu Á, nhưng không có bước đi nghiêm túc nào được thực hiện theo hướng này. Thay vào đó, có các biện pháp đã được thực hiện để kiềm chế các giáo sĩ Dòng Tên ở những nơi mà người ta cho rằng họ đã đi quá xa trong việc "dung hoà" với những tín hữu tân tòng. Vào ngày 12 tháng 9 năm 1645 — cùng lúc với các tu sĩ Dòng Tên đang nhóm họp để thảo luận về công thức rửa tội ở Macao — Giáo hoàng Innocent X đã chấp nhận sắc lệnh đầu tiên của Giáo đoàn lên án các thực hành khác nhau được các tu sĩ Dòng Tên cho phép, chẳng hạn như cho phép những người cải đạo tham gia các nghi lễ thờ Khổng Tử hoặc tổ tiên của họ. Những phát súng gây sát thương đầu tiên đã được bắn ra trong các trận chiến về giới hạn hợp pháp, vốn được gọi là Cuộc tranh luận về nghi lễ của người Trung Quốc và Malabar.[82] Các vấn đề trong việc dịch công thức rửa tội chỉ là một phần nhỏ của câu hỏi rộng hơn là đức tin có thể được điều chỉnh đến đâu.

Vào những năm 1660, một nhóm các giáo sĩ mới có trách nhiệm đối với Giáo đoàn truyền giáo đã đến Đàng Ngoài và Đàng Trong: đó là các tu sĩ thế tục thuộc Hội Truyền giáo Thừa sai Pháp.[83] Mối quan tâm của họ trong việc giữ gìn Latinh là ngôn ngữ giao tiếp với thần thánh rất rõ ràng: họ dành nguồn lực đáng kể để thành lập các chủng viện để dạy nó, và đạt được sự miễn trừ để thụ phong linh mục đối với một số người có thể đọc thuộc lòng các kinh sách phụng vụ bằng tiếng Latinh mà

---

[81] "Alcune considerationi," APF, SC Miscellanea 1, ff. 42- 8.

[82] Xem: D. E. Mungello, ed., The Chinese Rites Controversy: Its History and Meaning (Nettetel, 1994).

[83] Xem: Alain Forest, Les Missionnaires Francais au Tonkin et au Siam XVII e-XVIII e Siècles: Analyse Compar.e d'un Relatif Succ.s et d'un Total .chec, 3 vols (Paris, 1998).

không hiểu nó ("như những con vẹt", một tu sĩ Dòng Tên đã phàn nàn một cách khinh miệt).[84] Một số linh mục người Pháp thậm chí còn ủng hộ việc giữ lại tiếng Latinh trong công thức rửa tội, dạy các thầy giảng làm phép rửa tội với câu "Nhân danh Cha, Con và các Thánh Thần" bằng tiếng Latinh (*In nomine Patris et Filii et Spiritus Sancti*). Chẳng hạn , ở Đàng Trong, linh mục người Pháp Jean de Courtaulin đã nói về nỗi thất vọng của ông khi thấy nhiều thầy giảng do các giáo sĩ Dòng Tên đào tạo đã làm lễ rửa tội với các công thức hoặc nghi lễ "không chính xác" , và vì vậy với những người trợ tế của mình, ông đã cố gắng "dạy họ những từ In nomine, và chúng tôi phải dồn nhiều công sức để có thể bảo đảm họ trong tương lai cử hành lễ rửa tội đúng cách." [85]

Các cuộc thảo luận rộng rãi đối với từng từ ngữ trong công thức rửa tội đã nhấn mạnh mức độ bị đe dọa khi nói hoặc viết về Kitô giáo bằng một ngôn ngữ khác. Nếu được nói một cách chính xác, những từ được người Kitô tạo ra sẽ có sức mạnh thực sự. Nhiệm vụ khó khăn của các giáo sĩ là thuyết phục đối tượng mục tiêu của họ về tính linh thiêng các văn bản Kitô giáo, các bài kinh cầu nguyện, và những lời nói mang tính nghi lễ, đồng thời để tránh những cạm bẫy của việc phiên dịch và chuyển đổi có thể khiến lời nói của họ mất đi hiệu lực tinh thần.

Nguồn:

Dịch từ: Journal of Early Modern History 16 (2012) 383-402 (European University Institute)

---

[84] Filippo Marini to Pierre Lambert de la Motte, 31 March 1669, printed in Marillier, Nos Pères, 1:27.

[85] "Relation de la Cochinchine," 1683, Archives des Missions Étrangères de Paris (AMEP), vol. 735, f. 69.

3. NHỚ 1670, *SẤM TRUYỀN CA* CHỮ NÔM

Năm 1993, Trường Đại học Tổng hợp Tp. Hồ Chí Minh ấn hành quyển sách nghiên cứu tựa đề *"Về sách báo của tác giả Công giáo (thế kỷ XVII-XIX)"*, để công bố đã tìm thấy mấy quyển sách quan trọng, đặc biệt là quyển Sấm truyền ca của Linh mục Lữ Y Đoan đã viết ra vào năm Canh Tuất (1670). Quyển này nguyên tác viết bằng chữ Nôm, nhưng nay chỉ còn bản chữ Quốc ngữ do ông Phan Văn Cận phiên âm vào năm Canh Thìn (1820). Tác giả Lữ Y Đoan là một trong những linh mục người Việt đầu tiên, đã phỏng dịch năm quyển đầu của bộ *Cựu ước* trong *Kinh thánh*, nay chỉ còn tập I, là *Tạo Đoan Kinh* (*Genesis*, tức là sách *Sáng Thế ký*). Đây là một tác phẩm văn học đặc sắc, phản ảnh một nỗ lực Việt Nam hóa và bình dân hóa *Kinh thánh* bằng cách mượn những yếu tố văn hóa Việt Nam và Đông phương để diễn dịch *Kinh Thánh*.

Ở nửa sau thế kỷ XIX, ta không thể bỏ sót hai tác giả nổi bật là Linh mục Đặng Đức Tuấn (1806-1874) và Nguyễn Trường Tộ (1830-1871), cả hai đều nổi tiếng với các bản điều trần.

Ở đây ta sẽ có 11 bài viết liên quan.

SẤM TRUYỀN CA CỦA LỮ Y ĐOAN (1670)

Nguyễn Văn Trung *[1]

Chúng tôi có trước mặt hai bản chép tay bằng quốc ngữ của Paulus Tạo và Nguyễn Văn Nhạn do anh Hoàng Xuân Việt cho mượn nói là đã xin được hai nhà báo kể trên thuận trao lại cho anh.

1. Một vài ghi nhận về tác giả, tác phẩm

a. Xuất xứ:

A. *Bản Paulus Tạo*: Trang bìa chép *Sấm truyền ca* của thầy cả Lữ Y Đoan (viết năm 1670), sưu tầm của Trần Hớn Xuyên (1854-1940). Trang kế có đôi lời giới thiệu (10 dòng) của Paulus Tạo, bị xé gần hết nên không rõ ngày chép, Saigon ngày 15-9 (mất) Paulus Tạo, báo Nam Kỳ Địa Phận.

Trang sau chép: Lời tựa của Phan Văn Cận, người dịch bản nôm ra quốc ngữ từ 1816 đến 8-12-1820.

- Lời tựa của Phan Văn Cận:

"*Truyền rằng sách "Sấm truyền ca" này là của thầy cả Lữ Y Đoan đặt ra năm 1670 viết bằng chữ Nôm.*

Thầy cả này đã trở lại đạo hồi nhỏ và đã làm thầy giảng giúp địa phận Đàng Trong, thầy rất tinh thông chữ Nho, thuộc nhiều Tứ thư, Ngũ kinh. Thầy làm sách này cho hàng văn Nho học để biết rõ đạo Chúa Giêsu.

* 1 Về tác giả, xem trang I-346

Năm 1672, Đức Vít về Lâm Biên Mộc phong chức Thầy Cả cho thầy, lúc ấy thầy trên 60 tuổi, một trật với thầy cả Manuel Bổn tại Ca Cham, Quảng Ngãi.[2]

Sách này của thầy bị nhiều thầy cả Tây hồi đó không ưng vì nó lai sách đạo Nho và đạo Phật, nhưng bổn đạo rất ưa và chép lại để đọc.

Sau đó cơn bắt đạo nổi lên, có mấy gia thất chạy vào miền Nam ẩn tránh, cho đến năm 1810, tại Cái Mơn được biết có sách này, nhưng ít người đọc được chữ Nôm. Đến năm 1816 nhiều thầy cả dạy tôi chịu khó viết ra chữ Quốc ngữ, tôi vưng lời làm như vậy.

Nhờ chữ Quốc ngữ nên bổn đạo chép theo được và ham đọc lắm. Có nhiều người biết Nho lấy làm hay, họ cũng xin chép để dành đọc".

Tại Cái Mơn, ngày 8 tháng chạp Tây, năm 1820

Simong Phan Văn Cận.

- Tiếp theo là lời tựa của Trần Hớn Xuyên:

"*Trải qua cơn bắt đạo dữ dằn đời vua Minh Mạng, Thiệu Trị, Tự Đức, việc giữ đạo ở miền Nam phải âm thầm, sách vở ảnh tượng đều bị chôn giấu.*

Đến năm 1870, có người đào được tại Cái Nhum (Chợ Lách, Vĩnh Long) một hầm vô chủ, có nhiều sách vở về đạo thánh, trong đó có Sấm Truyền Ca, giấy đã mục nhiều, lúc ấy có ông Nguyễn Văn Thô chịu khó chép lại và truyền ra cho nhiều người biết.

---

[2] x. **Chú thích của Tủ sách Nước Mặn** ở cuối trang 81.

Các linh mục Pháp thời đó không nhìn nhận là đúng với Kinh thánh của đạo, nên cấm bổn đạo đọc vì là sách dị đoan. Vì đó, "Sấm truyền ca" bị mai một.

Năm 1908, tôi tình cờ gặp quyền sách này tại một nhà một bạn thân ở Cần Thơ. Đọc thấy lối viết của người xưa, theo cách cảm nghĩ của người Á đông, nhứt là thầy cả Lữ Y Đoan là một linh mục rất giỏi về Hán học, dĩ nhiên trong "Sấm truyền ca" là sự dung hòa giữa nền văn hóa Đông Phương và Tây Phương.

Tôi không nhận xét về mặt hợp hay không hợp Kinh thánh, tôi mến phục lối thơ lục bát của người xưa và cách dùng chữ An Nam hồi đó, để lột hết ý nghĩa của Kinh thánh cho người An Nam dùng cách dễ dàng. Vì thế tôi đã xin chép lại để làm tài liệu quý giá, dành cho con cháu ngày sau, được biết ông bà ngày xưa cũng đã dóng góp rất nhiều vào kho tàng quốc văn của dân tộc".

Tại Cái Tắc, ngày 17 tháng năm tây năm 1910

Vêrô Trần Hớn Xuyên

- Sau cùng là mấy nhận xét của Paulus Tạo:

Không rõ Simông Phan Văn Cận dựa theo tài liệu nào, đã viết:

"...Đức giám mục Lambert de la Motte (Lâm Biên Mộc) phong chức linh mục cho thầy giảng Louis Đoan (Lữ Y Đoan) một trật với Manuel Bổn vào năm 1672..."

Theo tài liệu quyển *"Histoire de la Mission Cochinchine"* của Adrien Launay, khoảng năm 1658-1823, các trang 197 đến 256 cho biết: "... Ngoài ba vị linh mục đầu tiên của Địa phận Đàng Trong, do Đức giám mục Lambert de la Motte phong chức tại chủng viện ở Siam (Xiêm la quốc) là linh mục Joseph Trang (1668), linh mục Lucas Bền (gần cuối năm 1688) và linh mục Manuel Bổn (1672)... thì chỉ có linh mục Louis Đoan được phong chức tại đất nước An Nam trước nhứt ở Cacham (Kẻ chàm) Quảng Ngãi, nhằm ngày lễ sinh nhựt Đức Mẹ năm 1676. Người đã lớn tuổi thông Nho học... và qua đời trong tháng sáu dương lịch năm 1678...[3]

Có thể *Sấm truyền ca* được viết trong thời gian người làm thầy giảng đến cuối năm 1670 mới hoàn thành và phổ biến trong dân gian. Người viết bằng chữ Nôm, bản chính không ai biết, chỉ biết do bản của Simong Phan Văn Cận viết lại bằng chữ Quốc ngữ năm 1920 tại Cái Mơn (Bến Tre).

[3] x. **Chú thích của Tủ sách Nước Mặn** ở cuối trang 81.

Khoảng đầu thế kỷ XX, nhà in Công giáo lập tại Tân Định (Saigon) nhiều người muốn xuất bản các tác phẩm có đạo thời xưa, như các thứ vãn và tuồng... như *Sấm truyền ca* vì viết theo lối cảm nghĩ diễn tả theo văn hóa Á đông mà người An Nam quen dùng trong văn chương nên không được các linh mục Lang sa thuộc Mission étrangère de Paris chấp thuận.

Lúc đó, linh mục Phao lồ Quy cố gắng sửa chữa, nhưng vấp phải nhiều từ ngữ quá xưa và danh từ riêng về tên Người, tên xứ, tên núi, tên sông đã ghi âm theo cách An Nam rất khó thay đổi cho xuôi, thành thử phải đình trệ mãi. Linh mục Giuse Trần Hiếu Lễ cũng sưu tầm nhưng không được đầy đủ lắm.

Phần tôi, nhờ bản sưu tầm của ông Phêrô Trần Hớn Xuyên đã chép trực tiếp bản của Simong Phan Văn Cận và được người cháu của linh mục Phao lồ Quy ở Mỹ Tho giúp tôi một số tài liệu về *Sấm truyền ca*, do linh mục sưu tầm và sửa chữa lại một phần".

Paulus Tạo
(Tuần báo Nam Kỳ Địa Phận)

Trang bìa:
Lữ Y Đoan
Linh mục địa phận Đàng Trong

Sấm Truyền Ca
Genesia

Quyển I *Tạo đoạn kinh*
Khai sáng càn khôn
Tạo đoan phu phụ
Âm dương hỗ trợ
sinh hóa trường tồn
1670

Bản chép của Paulus Tạo gồm 185 trang, các chú thích là của Paulus Tạo như chính ông đã xác nhận.

B. Bản Nguyễn Văn Nhan.

Mấy lời nói đầu do ông Nhạn ghi:

"Theo truyền khẩu, bổn "Sấm truyền ca "này do linh mục Louis Đoan (thầy cả Lữ Y Đoan) viết ra lối năm 1670.

Ngài là nhà thông Hán học, gia nhập đạo Công giáo lúc thiếu thời và tình nguyện làm thầy giảng buổi sơ khai Công giáo ở Đàng Trong.

Ngài viết nhiều tập thơ về giáo lý, giúp bổn đạo dễ bề học hỏi. Trong số đó, có bổn "Sấm truyền ca" rất công phu, ngài viết theo thể thơ lục bát là loại văn chương bình dân thời đó.

Ngài đúc kết ngắn gọn cảm nghĩ và hiểu biết của dân tộc Á đông, vì thế người ta nhận thấy bổn "Sấm truyền ca" là một hòa đồng văn hóa Á đông và Kitô giáo... Hạng văn nho thời đó mến phục và thích đọc tác phẩm này, cũng có một số người trí thức đã xin theo Công giáo.

Lúc già trên 60 tuổi, nhận thấy tài đức và lòng nhiệt thành nên Đức Vít vô Lâm biên Mộc (đức cha Lambert de la Mothe), giám mục địa phận Đàng Trong, đã phong chức linh mục cho ngài, tại Ke cham (Cacham) thuộc vùng Quảng Ngãi năm 1676.[4]

Bổn "Sấm truyền ca" của ngài đã bị các linh mục ngoại quốc thời đó chống đối, viện lẽ đã pha trộn nhiều tư tưởng ngoại giáo. Dầu sao cũng có người gìn giữ và khi chạy nạn cơn bắt đạo thời chúa Nguyễn Phúc Chu (1691-1725) ra lệnh cấm đạo Công giáo rất nhặt 1701, họ đã mang theo vào đất Đồng Nai.

Sống len lỏi với thổ dân, tìm nơi hoang địa, hợp nhau khai phá đất đai lập nghiệp sinh sống, theo cái thế da beo: Việt đông thổ rút, Việt rút thổ đông. chịu đựng biết bao gian khó khổ cực để sống và giữ đạo một cách âm thầm.

Đến năm 1757, chúa Nguyễn Phúc Khoát hoàn toàn làm chủ vùng Thủy Chân lạp (miền lục tỉnh) và phân khu hành chánh. Bấy giờ các vùng Công giáo cũng ra mặt như Cái Mơn, Cái Nhum, Mặc Bắc, Bãi Giồng... là những vùng đa số là Công giáo.

Bổn "Sấm truyền ca" còn được tìm thấy ở Cái Nhum, Cái Mơn thuộc Long Hồ Dinh (hiện nay 1956, thuộc tỉnh Bến Tre). Có người viết ra chữ Quốc ngữ từ bổn gốc chữ Nôm, và đã được chuyền tay nhau chép lại và phổ biến rất hạn chế, vì lẽ quá dài và ít người có đủ khả năng về văn hóa giữa thời Hán, Nôm và chữ Quốc ngữ đang tranh giành chỗ đứng dưới chế độ Pháp thuộc tại Nam kỳ.

Bổn "Sấm truyền ca" này được chép lại nhờ linh mục Phao lồ Quy (địa phận Saigon) cho mượn.

Lúc nhà in Công giáo của địa phận Saigon mới thành lập tại nhà thờ Tân Định (Saigon), nhiều giáo hữu và linh mục nhiệt tâm muốn xuất bản tác phẩm này. Nhưng qua nhiều lần thảo luận không đi đến kết quả, vì hai lý do:

---

[4] x. **Chú thích của Tủ sách Nước Mặn** ở cuối trang 81.

Vì chi phí quá nặng đối với nhà in còn nghèo, số vốn xuất bản không được đức giám mục sở tại trợ cấp. Kế đó, do các linh mục Pháp không đồng ý, vì e bản dịch "Sấm truyền ca" không lột hết ý nghĩa của Kinh thánh bản Vultaga.

Khoảng năm 1920-1930, tại Saigon có nhiều báo chí Công giáo do giáo dân đảm trách, như nhựt báo Công giáo Đồng Thinh của Đoàn Kim Hướng, tuần báo Công giáo Tiến Hành của Đoàn Công Chánh, tuần báo Dân Nam của Tô Đức Thế, tuần báo Dân Hiệp của Nguyễn Cang Thường... và tuần báo Nam Kỳ Địa Phận là tờ liên lạc thông tin của Tòa Giám Mục Saigon do linh mục lãnh đạo, đã xuất bản từ đầu thế kỷ XX. Trong thời gian này, theo lời Paulus Tạo, ký giả Công giáo đang giúp tuần báo Nam Kỳ Địa Phận (Nhà thờ Tân Định Saigon) thì ông Trần Hớn Xuyên (họ đạo Cái Mơn Bến Tre) đã giao tận tay ông bổn "Sấm truyền ca" và yêu cầu xuất bản hoặc đăng tải từng phần trên báo chí Công giáo, nếu có thể được.

Bổn "Sấm truyền ca" này không khác với bổn của linh mục Phao lồ Quy bao nhiêu, mà Paulus Tạo hiện có, do con cháu của linh mục tại Mỹ Tho giao lại. Bổn của linh mục Phao lồ Quy thì có đánh số câu như Kinh thánh, còn của ông Trần Hớn Xuyên không có.

Bổn của linh mục Phao lồ Quy, được Paulus Tạo chuyển lại cho báo Công giáo Tiến Hành, sau đó chuyển về báo Dân Hiệp. Nhưng rồi, vì nhiều lý do, nhứt là lý do tác phẩm quá lớn, gồm năm quyển đầu của bộ Kinh thánh Cựu ước, hơn nữa, tác phẩm bị chê là không còn hợp thời: thời tản văn tiến triển mạnh đẩy lùi thời vãn vè vào quá khứ. Do đó, bổn "Sấm truyền ca" bị xếp vào tủ tài liệu của báo chí. Năm 1947, Nguyễn Cang Thường về giúp tạp chí Tông Đồ, thì mang theo một mớ văn liệu, trong đó có bổn "Sấm truyền ca".

Năm 1950, báo Tông Đồ dời trụ sở từ số 6, đại lộ Luro đến số 1, đường Frères Guillerault, thì các văn liệu cũng được chở theo, xếp vào các kệ sách báo.

Thời cuộc biến chuyển mau lẹ, chiến tranh nổi lên khắp nước người ta chỉ còn lo sống với chết là vấn đề quan trọng hàng ngày, mọi việc khác xếp lại tất cả.

Năm 1952, nhà báo Tông Đồ bị bão làm sập đổ, văn liệu hư hại hơn phân nửa. bổn "Sấm truyền ca" hư hỏng hoàn toàn ba quyển sau vì bị nước ngập và mối xông phá, chỉ còn hai quyển đầu là "Genesia" và "Exodus". Quyển "Exodus" bị mối tàn phá phân nửa.

Sau phong trào di cư 1954, nhà báo Tông Đồ cất lại vào địa thế nhất định, phía sau thà thờ Chợ Đũi (1 Bùi Chu, quận 2, Saigon), thì các văn liệu còn lại chút ít tập trung về đó. Năm 1956, thấy bổn "Sấm truyền ca" này bị hư hao nhiều tôi cố gắng chép lại, để kho văn liệu Công giáo sau này khỏi thiếu một tài liệu quý giá của người xưa".

Saigon, ngày 15-10-1956

Thaddoeus Nguyễn Văn Nhạn

Báo *Tông Đồ* Saigon

Bản Nguyễn Văn Nhạn gồm 238 trang, chép quyển I: "*Tạo đoan kinh*" và một phần quyển hai: "*Lập quốc kinh*" *(Exodus)* từ 171-237, và ông Nguyễn Văn Nhạn than thở:

"*... Rất tiếc, chép lại tới đây thì không còn thế nào mò ra được nữa, vì hơn phân nửa quyển "Lập quốc kinh" (Exodus) bị nằm dưới nước thấm ướt và mối đã gặm nát cùng số phận với ba quyển sau là "Lévitique", "Les Nombres" và "Le Deutéronome", mà tôi không mò ra tên bằng tiếng Việt thời xưa, mà thầy cả Lữ Y Đoan địa phận Đàng Trong đã đặt ra.*

Còn bao nhiêu thì ráng chép bấy nhiêu, để con cháu sau này nhớ lại công phu các linh mục thời sơ khai Công giáo Đàng Trong đã cố gắng xây đắp Hội thánh Việt Nam bằng trí óc với máu đào, trải qua biết bao giai đoạn khó khăn,

Nguyện xin Chúa Giêsu Kitô, Đức Mẹ Maria, Thánh cả Guise và các thánh tông đồ, các thánh tử đạo, các thánh tu hành phù hộ cách riêng Hàng giáo phẩm Việt Nam cũng như các linh mục toàn quốc".

Chép xong ngày 20-12-1956

Thaddoeus Nguyễn Văn Nhạn

Báo Tông Đồ Saigon

b. Nhận xét:

Chưa tìm ra bản gốc bằng chữ Nôm.

Những bản quốc ngữ của Phan Văn Cận, Trần Hớn xuyên, Phao lồ Quy hiện nay cũng thất lạc. Chỉ có hai bản chép tay của Paulus Tạo và Nguyễn Văn Nhạn. Ông Nhạn cho biết Lữ Y Đoan đã dịch 5 quyển của *Kinh thánh* nhưng đã bị hư hại, chỉ chép được một quyển và một phần của *Exodus*.

Tìm hiểu về tác giả, chúng tôi thấy có vài tài liệu gốc chứng tỏ tác giả có thực:

"Nam Kỳ địa phận" trong bài "Đức giám mục tiên khởi ở miền Nam" khởi đăng từ số 19/12/1929 đến số 11/9/1930, trang 511 thấy ghi "Nơi Đức cha (De La Motte) đi viếng sau hết là tỉnh Quảng Ngãi, ở đó người ta tuyên chức cho thầy Louis Đoan là kẻ giảng cụ phúc thông minh đức hạnh. Cha mới này về vinh quy tại Kẻ Chàm bổn quán mình trong nhà người em, có đủ mặt giáo nhơn năm bảy người trực hội hi hả linh đình".

Nam Kỳ địa phận không ghi dựa vào đâu mà chép như trên.

Les Origines du clergé Vietnamien của linh mục Nguyễn Hữu Trọng, tin tại Saigon 1950, luận án tiến sĩ Thần học, có hai chỗ nhắc tới Louis Đoan và cho biết xuất xứ trích dẫn:

"*Trước khi trở lại Xiêm, Lambert de la Motte tuyên chức cho linh mục thứ tư ở Đàng Trong là Louis Đoan đã được Courtaulin chuẩn bị cho việc truyền chức*" (trang 181-182)

"*Lễ truyền chức duy nhất ở Đàng Trong thời kỳ này là của Louis Đoan, linh mục thứ tư ở Đàng Trong... Khi đi thăm viếng Quảng Ngãi về, Lambert de la Motte đã truyền chức linh mục cho Louis Đoan "một trong những thầy giảng lâu năm nhất và là nhà nho lớn tuổi hơn cả của xứ này". Louis Đoan làm lễ mở tay ở Cacham, ngày lễ sinh nhật Đức Mẹ ở nhà người em út" được trang hoàng rực rỡ với sự có mặt của khoảng 500 giáo hữu thuộc thành phần ưu tú của tỉnh" như Courtaulin đã ghi lại. Tuy nhiên ông không sống lâu và qua đời hai năm sau, vào tháng sáu năm 1687 vì là nạn nhân của nước độc*" (trang 220).

Linh mục Nguyễn Hữu Trọng đã dựa vào:

- Launay. *La Cochinchine*, trang 179,187,191.

- *Courtaulin à Lambert de la Motte*, 1767, Arch. M-E. vol. 734, p. 176.

- *Relation de Courtaulin*, Arch. M-E. vol. 734, p. 305, vol. 735, p. 151.

Như vậy, người viết bài cho *Nam Kỳ Địa Phận* có lẽ cũng dựa vào mấy tài liệu kể trên.

Những tài liệu này cho biết có thầy cả Lữ Y Đoan, một trong bốn linh mục đầu tiên ở Đàng Trong, được truyền chức tại Việt Nam, còn ba người kia: Joseph Trang, Lucas Bền, Manuel Bổn được truyền chức ở Xiêm. Ông chịu chức linh mục năm 1676 và mất năm 1678. Nếu được đọc những tài liệu gốc của Hội thừa sai có lẽ sẽ biết thêm chi tiết về Louis Đoan, đặc biệt về bộ *Sấm truyền ca,* ghi là soạn năm 1670.

Những tài liệu gốc (hồ sơ lưu trữ của Hội thừa sai Paris) không rõ có cho biết về "Lữ Y Đoan là tác giả *Sấm truyền ca*" hoặc về thái độ phê phán của các thừa sai đối với *Sấm truyền ca*. Luận án của linh mục Trọng chỉ cho biết thái độ của các thừa sai đương thời đối với bốn linh mục đầu tiên ở Đàng Trong là không hài lòng, nhưng không nêu rõ cụ thể, về điểm nào (tư cách hoặc tư tưởng). Một trong các thừa sai, Courtaulin, cha chính địa phận đã có những phê phán gay gắt trong một thư gởi cho Đức Giám mục Lambert de la Motte: "Tôi cầu xin Thiên Chúa soi sáng cho Đức cha trong việc truyền chức các linh mục ở Đàng Trong, vì khi thấy do kinh nghiệm những người đã được truyền chức, tôi thấy run sợ về điều sau này chúng ta sẽ không có những linh mục tương tự hoặc tệ hại". (*Courtaulin à Lambert de la Motte*, tr. 198, Les Origines... tr. 223).

Có nhận giả thuyết cho rằng các thừa sai phê phán hoặc cấm đọc *Sấm truyền ca*, nhưng sách vẫn lưu truyền, được giáo dân hay người ngoài Công giáo ưa thích đọc, mặc dầu thái độ phê phán, cấm đoán của thừa sai, mới hiểu tại sao linh mục Phao lồ Quy, nổi tiếng về thông thái đã nghĩ đến việc sửa chữa lại bản của Lữ Y Đoan cho hợp với "chính thống" hơn về nội dung và dịch tên riêng theo phiên âm... để có thể in và phổ biến công khai *"Sấm truyền ca*. Linh mục Quy đã nhận xét *Sấm truyền ca* ra sao? Paulus Tạo và Nguyễn Văn Nhạn, cả hai người đều được bản chữa của linh mục, đã trích lại mấy nhận xét của linh mục như sau:

- **Bản Paulus Tạo**:

Thầy cả Lữ Y Đoan dựa theo *Kinh thánh* khá chặt chẽ trừ những câu về tên riêng của dòng dõi các tổ phụ thì viết đại khái theo điểm chính.

Những câu không phù hợp dân tộc An Nam, thì trình bày theo sự kiện thần thoại mà người Á đông quen dùng, chẳng hạn như ông Lót và hai đứa con gái của mình...

Về tên riêng, không rõ chữ Nôm xưa viết thế nào, chỉ theo bổn của Phan Văn Cận (1820) và tôi đã chữa lại theo lối phiên âm của linh mục Lang sa quen dùng tại Saigon hiện nay (1885).

- **Bản của Nguyễn Văn Nhạn**:

"Khi đánh số câu theo *Kinh thánh Cựu ước*, linh mục Phao lồ Quy có nói... Tôi có ý theo dõi *Sấm truyền ca*, để tìm hiểu ý chính của tác giả, là dựa sát *Kinh thánh* diễn lại việc làm của Thiên Chúa trong thế gian; còn phần ghi gia phả các con cái ông No E (Nhữ Y) thì tác giả chỉ nêu nhân vật và thành phố có tên tuổi trong lịch sử, đồng thời theo cảm nghĩ của người An Nam thời đó, vạch rõ hai trào lưu nòng cốt là Đạo và Đời đang song hành trong cuộc sống loài người. Tác giả viết cho người An Nam đọc, không phải viết cho dân Giudêu (Do Thái).

2. Vận dụng văn hóa bản địa

Sấm truyền ca cho thấy hồi đầu truyền giáo, Nho học và chữ Nho, chữ Nôm đã được người Công giáo vận dụng thế nào. Ngay cả thời kỳ đầu Pháp thuộc ở Nam Kỳ, chúng tôi ngạc nhiên khám phá ra các sách báo Đạo cũng vẫn thấm nhuần Nho học.. Chẳng hạn tờ *Nam Kỳ địa phận* cho thấy không những Nho học đã được giới thiệu một cách trực tiếp qua các bản văn, câu chữ Nho, mà còn chi phối về tinh thần trong các bài luận thuyết, truyện ngắn, truyện dài. Thật thích thú khi thấy ngay cả truyện Tàu cũng được Kitô hóa hấp dẫn như truyện *Gioang Ngô Kim Thạch*. Những dữ kiện này bắt buộc chúng tôi phải bỏ luận điểm mà chúng tôi đã đưa ra: chính sách dùng quốc ngữ, thủ tiêu Nho học, chữ Nho để cô lập người Công giáo với cộng đồng dân tộc về văn hóa, đồng thời cũng bắt buộc bác bỏ luôn cả thiên kiến cho rằng miền Nam ít có truyền thống văn hóa dựa trên Nho học. Về điểm này chúng tôi cũng có khá nhiều dữ kiện chứng minh Nho học thấm nhuần sâu đậm trong lòng người ở vùng đất mới như thế nào (căn cứ vào những tác phẩm bằng quốc ngữ của thế kỷ XIX, đầu thế kỷ XX, trong công trình nghiên cứu mang tên "Hồ sơ về lục châu học, dựa vào tài liệu văn sử bằng quốc ngữ xuất bản ở miền Nam (1865-1930) nghiên cứu liên ngành tìm hiểu con người ở vùng đất mới" (bản thảo 1.000 trang, chưa xuất bản).

Nếu so sánh bản *Sấm truyền ca* của Lữ Y Đoan với bản của Tống Viết Toại, *Phúc âm ca*, nhà in Thánh Tâm Huế 1955, sẽ thấy sự cách biệt một trời một vực về mặt Việt hóa, và trình độ nghệ thuật mặc dầu bản của thế kỷ XX được giám mục địa phận đề tựa và thư khen xã giao của Tòa Thánh, nhưng hình như ít ai biết đến.

Sự kiện trên cho thấy trí thức Công giáo ngày nay trong đó có chúng tôi, có thể có học vị chuyên môn am hiểu Thần học, *Kinh thánh* theo Tây Phương, nhưng lại ít vốn am hiểu văn hóa Việt Nam dựa trên Nho học so với các bậc cha anh đi trước: Lữ Y Đoan, Phan Văn Cận, Trần Hớn Xuyên, Phao lồ Quy, Paulus Tạo, Thaddoeus Nguyễn Văn Nhạn.

Để giới thiệu *Sấm truyền ca* như một nỗ lực Việt hóa Đạo Thiên Chúa ở thuở ban đầu (bằng cả hai nền văn học bác học dựa trên Nho học và văn hóa dân gian, dựa trên lối diễn tả bằng văn vần lục bát). Chúng tôi chỉ xin nêu ra một số ghi nhận về từ và trích dẫn những chú thích của hai nhà báo Paulus Tạo và Nguyễn Văn Nhạn.

Dịch tên riêng:

Tên riêng, nhất là tên người, muốn có vẻ Việt Nam thường được chọn đặt trong tinh thần chú ý đến những quy luật phối thanh phối vận, từ đẹp, thanh, có ý nghĩa, giá trị nào đó. Như vậy dịch theo phiên âm không thể đáp ứng những đòi hỏi trên. Thầy cả Lữ Y Đoan đã chọn cách dịch có nghĩa cho có vẻ Việt Nam. Lối dịch này có thể không trung thực trong trường hợp tên riêng, không có nghĩa, mà gán cho có nghĩa, hoặc có nghĩa mà gán cho nó một nghĩa khác...

Chẳng hạn:

Tên người:

Adam dịch là: A dương có nghĩa nhập vào cõi dương tức là cõi hữu hình – gốc bản chữ Nôm... đọc trại ra là A dong hay A dâng.

Eve: Y-ba.
Caïn: Khả ân
Abel: An biên
Noe: Nhữ yên
Rebecca: Lan bạch, con gái của Lã bàng *(Laban)*
Dina: Thùy Nga
Lea: Lê anh
Laban: Lã bàng
Chérubin: Cơ biên
Isaac: Án giao
Jacob: Gia cước

Tên đất, tên vật:

Canann: Trà nam
Armenia: Am nha
Haran: Hà lâm
Sichem: Sĩ kiêm

Jordan (sông): Dự giang
Dan: Đan thành
Salem: Sa liêm
Babel (tháp): Bá biện (bản Paulus Tạo) Hỗn lầu (Nguyễn Văn Nhạn).

Từ còn dùng:

Bá hộ, lão bộc, gia trang, gia nhân, gia thất, điểm tâm, cà nhắc, chính sách kinh tài, luật giang hồ, quốc gia, nam kha một giấc, xích thằng đã xe, biến cố, quốc giáo, lộ trình, chiến trường, quan san, tham mưu, xà ngầu, chè chén, đồng bào, toàn dân, phân quyền, phân công, lãnh đạo, dân sinh, dân tộc, tuyên ngôn, giáo chủ, giải phóng, xã hội, phóng thích, cảnh cáo, quốc khánh, phá sản, đàm phán, ý đồ, yêu cầu, (bẻ xiềng) nô lệ, (xây nền) tự do, hồ sơ, hành lý, kế hoạch, hoan nghênh, thất nhân tâm.

Từ cổ:

Từ dùng thời đó, bây giờ không còn dùng:
Chòi mòi: tò mò, tọc mạch

trong câu: Đáp rằng: Sao lại chòi mòi chi danh (trang 112 bản Paulus Tạo).

Kiết nhựt (trang 233, bản Nguyễn Văn Nhạn).

Từ ngữ dùng thô sơ, bây giờ vẫn còn thấy trong các sách kinh, sách đạo cũ, nên *có thể làm cho hiểu lầm* là tiếng nhà đạo, mà thực ra kinh sách truyện đạo chỉ dùng tiếng của ngôn ngữ đương thời:

Cả và: tất cả, trong câu: "Cả và thiên hạ nhờ dây phước lành"(trang 53, bản Paulus Tạo).

Những kiểu nói trở thành thành ngữ, hoặc thuần túy Nôm, hoặc Hán Việt, đối hay không đối trong câu bốn chữ:

Đèo heo hút gió
Cơm ăn áo mặc
Rẽ đàn tan nghé
Chén thù chén tạc
Tôi trai tớ gái
Đẹp mặt nở mày
Gần đất xa trời
Bá láp bá xàm
Tiền trao cháo múc
Ăn ngon mặc đẹp
Tình ngay lý gian
Gây thù chuốc oán
Khôn sống bống chết
Đồng không mông quạnh
Sơn lam chướng khí
Miệng lưỡi Tô Tần
Tùy cơ ứng biến

Nghìn thu an nghỉ
Thiên thời địa lợi
Lương duyên tiền định

Xích thằng đã xe
Tam đa ngũ phúc
Thượng lộ bình an
Thống nhất san hà
Khẩu xà tâm phật
Hào hoa phong nhã
Tế thế kinh bang
Tiền hô hậu ủng
Cứu nhân độ thế
Mưu sự tại nhân
Dẫn thủy nhập điền
Thế thái nhân tình
Tâm đầu ý hiệp

- ***Dịch (thích nghi) phong tục (dân gian) hằng ngày***:

Mấy khay trầu nảo, mấy bình trà thơm (tr. 154, P.T.)
Ruộng vườn sư sãi thì chừa (tr. 177, P.T.)
Tới đây đông đảo ma chay khác thường (tr. 177, P.T.)

Chú thích (CT) của Paulus Tạo: "người xưa mượn danh từ này để chỉ việc cúng tế linh đình theo phong tục người An Nam đối với kẻ chết. thật ra đám tang của Gia cước (Jacob) có thể theo tang lễ long trọng của dân Ai Cập xưa.

Đoạn chào thiếu nữ, lệ hòa chứa chan (tr. 95, P.T.)

CT: Lm. Phao lồ Quy (1885) đã sửa lại: đoạn hôn thiếu nữ tuy sát nghĩa thánh kinh, nhưng không hợp phong tục An Nam, nên xin theo bản cũ dễ nghe hơn.

Hái về cho mẹ nhãn lồng chín thơ (tr. 99, P.T.)

CT: Thầy cả Lữ Y Đoan có dụng ý dùng chữ nhãn lồng một loại dây bò, trái ăn ngon có dược tính làm lcho ngủ ngon và trợ tim... để gọi chữ Mandagoras (một loại ngải mê làm bùa yểm) trong *Kinh thánh*.

Giúp cho sen muống một nhà (tr. 117, P.T.)
Tớ xui đạm bạc hầu ngài bữa cơm (tr. 52, P.T.)
Khách thầm cầm đũa dùng qua
Khóc la mặc khóc, họ ngồi ăn cơm (tr. 129, P.T.)

CT: người xưa đã An Nam hóa bữa ăn, như dọn cơm, cầm đũa... Thật ra, thời thượng cổ các giống dân ở vùng này ăn uống như thế nào không biết rõ. P.T.

Cầm đũa, tác giả viết cho người An Nam đọc, nên trình bày theo phong tục sinh sống của dân tộc mình, hầu cho giới bình dân dễ thông cảm. tr. 47, NVN.

Vua ban đại tự vàng son (tr. 135, NVN)

CT: Tác giả theo thói triều đình An Nam, khi vua ban tặng công đức vị quan nào hay bá hộ nào, thì người đó tùy tiện làm khuôn biển tô chọn chữ vua ban cho đó sơn son thiếp vàng treo giữa nhà.

- Dùng điển tích:

Chiến quốc, xuân thu

Chiêu binh, mãi mã, cung tên
Đòi nơi chiến quốc, khắp miền xuân thu (tr. 29, NVN)

CT: Chiến quốc Xuân thu, hai thời kỳ của sử Trung Hoa dùng ghi lại các sắc tộc giành quyền sống, chém giết lẫn nhau, ưu thắng liệt bại, một cách ghê gớm vô nhân đạo. Tác giả mượn diễn tả cảnh tàn sát của các dân thượng cổ. (NVN)

Các giống dân luôn tranh bá đồ vương, không khác nào thời chiến quốc, thời xuân thu ở Trung Quốc ngày xưa (P.T, tr. 3?)

Hỗn lầu

Hỗn lầu danh gọi về sau
Kể từ việc ấy ngũ châu người tràn (tr. 31, NVN)

CT: Lầu đài hỗn độn hay là cái tháp hỗn xược kiêu căng. Tác giả dịch nghĩa La ngữ chữ Babel (tháp Babel). Lm. Phao lồ Quy dùng chữ Babên thế vào chữ hỗn lầu. Chữ hỗn lầu tác giả dùng không có nghĩa cái tháp hỗn xược kiêu căng, nhưng mượn nghĩa câu sách xưa: "... cổ kim vị tất hồ thiên lực, duy hữu nhân gian hữu độn lầu". (Xưa nay chưa chắc là đã có một thế lực bằng trên trời, trong cõi loài người chỉ có những lầu đài đầy dãy những lộn xộn, hỗn độn).

Ngôi cửu trùng

Ẩn long đã chọn một nơi
Cho dân tựu lại đến ngôi Cửu trùng (tr. 221, NVN)
Đồng bào giận dữ chi tôi
Đó là thử thách đến ngôi chín từng (tr. 225, NVN)

Trong câu 2 sách dịch Nôm để giữ vần điệu.

CT: nơi vua ở, thâm nghiêm qua chín lớp cửa mới đến được. *Tầm Nguyên Tự Điển* – Bửu Kế, XB. Nam Cường, Saigon, tr. 101.

- Sử dụng những câu chữ Nho

Bản P. Tạo

- *Hữu tam bất hiếu, gọi chồng thở than* (tr. 47)
CT: Theo câu nói: "Bất hữu hữu tam vô hậu chi đại."
- *Đây rồi, giai ngẫu thiên thành* (tr. 73)

CT: Do câu nói:... giai ngẫu tự thiên thành – lương duyên do túc đế.

- *Chúc nàng thượng lộ bình an*
Tam đa ngũ phúc rỡ ràng tông môn (tr. 76)

CT: Lời chúc của người xưa: đa tử, đa tôn, đa phú quý. Tam đa nhập trạch đa gia đa. Ngũ phước: lời chúc của người xưa: phước, lộc, thọ, khương, minh: ngũ phước lâm môn phước thêm phước (bản NVN, tr. 70, cũng chú thích tương tự)

- Bẩm bà: "thiên hạ ngũ thường
Tôn ti đẳng cấp mới hơn thú cầm
Chữ rằng: vạn ác chi dâm
Hoàng thiên hữu nhãn, thiên tâm gặp lành (tr. 137)

Bản NVN

- *Nhứt tâm hành đạo theo đàng lễ nhân* (tr. 4)

CT: Câu này phù hợp với ý nghĩa một câu trong Nho giáo:

"Thường bả nhứt tâm hành chính đạo, mãn thân ngũ đức lập chân tâm (mỗi ngày một lòng làm theo chính đạo (đạo của trời) suốt đời sống theo ngũ đức (nhân, lễ, nghĩa, trí, tín) để xây dựng một tấm lòng ngay thật).

- Đúng như lời đã đặt ra,
Đạo cao năm chục, bỏ qua tức thì (tr. 48).

CT: Có câu: đạo cao long hổ phục, đức trọng quỷ thần kinh.

- Hằng hà hiểu rõ thiệt hư
Tử sinh hữu mạng, sinh cư có trời (tr. 58)

CT: Tác giả lấy ý một câu trong Nho giáo:... tử sinh hữu mạng âm dương lập, bần phú do thiên đạo đức căn (sống chết có mạng tùy theo nhị khí âm dương tác thành, giàu nghèo do trời tùy theo cái gốc đạo đức mà ra).

- Nàng cầu thượng đế khoan nhơn
Bỗng nghe <u>cảm ứng</u> khuyên lơn mấy lời

CT: Tác giả dùng chữ của Lão Tử, có huyền đồng mới có cảm ứng. Nếu không tin tưởng ở trời thì làm sao thấu hiểu lẽ huyền vi.

Theo tinh thần, tư tưởng Nho giáo, Á đông (Tử vi, Kinh dịch, võ nghệ, thần thoại)

Bản P. Tạo

Không gian phát động mở màn
Thủy hành nhi khí rành rành dưới trên
Trên thì danh gọi cao thiên
Chiều đi mai đến tiếp liên chu kỳ
Thổ phân thủy lập biên thùy
Thổ là đại lục, thủy là đại dương
Lịnh ban hành mộc tự cường
Ngàn hoa vạn thảo ứng tường phát sanh (tr. 9).

CT: Nhị khí: Thanh khí và trọc khí; thanh khí nhẹ thì bay lên cao như sương như mây, trọc khí nặng thì đọng lại dưới thấp như nước, bùn sình.

Chu kỳ: do câu: "thiên địa tuần hườn, châu nhi phục thi", chỉ một thời gian dài từ khởi điểm đến cao điểm, rồi từ cao điểm trở về khởi điểm. Khởi phát bắt từ âm cực, tức vô hình đến dương cực, tức hữu hình. Thầy cả Lữ Y Đoan dùng chữ chu kỳ để cho rõ chữ "có buổi chiều (từ âm xuất) và buổi mai (từ dương hiện) là một chu kỳ" (... vespere et mane) đã dùng trong *Kinh thánh*.

Biên thùy: phân cương giới giữa nước và đất. Ngày xưa có câu hát: *lưỡng hành thủy thổ qua phân, Thủy lai thổ yểm, đất trầm nước dưng*... nói lên trật tự ngăn nắp ở đời, không ai xâm phạm ai.

Hành mộc: một trong ngũ hành, chỉ về tất cả cây cối, thảo mộc rong rêu.

- *Tự căn hành hỏa chuyển rần* (tr. 10).

CT: hành hỏa: một trong ngũ hành, chỉ về tất cả những gì tự mình phát ra điện lực, quang lực, nhiệt lực, khí lực, động lực.

Khôn ngoan nắm vững đại đồng
Tam thiên vũ trụ vô cùng hòa sanh (tr. 11)

CT: Lm. Phao lồ Quy (1885) đã sửa lại:

- *"Chúc lành tất cả kỳ công*
Cùng là thanh hóa người trong trọn lành", để cho sát nghĩa *Kinh thánh* tránh chữ "Đại đồng tam thiên vũ trụ" là danh từ Nho giáo, Phật giáo mà các linh mục Pháp thời xưa hay đem ra bắt bẻ Sấm Truyền Ca của thầy cả Lữ Y Đoan.

- *Âm từ dương xuất nữ thời do nam* (tr. 14).

CT: do câu nói xưa: "... dương thịnh âm khai, lưỡng nghi tương hợp, càn khôn chi xuất, vạn vật đồng lai".

- Thấy cơn tàn phá hãi hùng
Tiểu thành Lộc bỏ chạy cùng hai con
Chui vào hang đá trên non
Buồn thì uống rượu quên cơn kinh hoàng
Đêm nằm mộng thấy giàu sang
Được vua kêu gả một nàng mỹ nhân
Vu sơn đùa cợt gió trăng
Sáng ra uống rượu tâm can đỡ sầu
Mộng về lại thấy đêm sau
Có nàng công chúa đến hầu một bên
Hết lời ân ái trao duyên
Mây mưa chốc đã bên thềm trăng lên
Giựt mình thấy cản buồn thêm
Thành xưa cao lớn hóa miền hoang vu (tr. 57-58)

CT: từ câu 30 đến 35, người xưa viết theo lối thần thoại mà người Á đông quen dùng trong văn chương. Nhiều người dựa theo đây lên án tác giả đã viết sai *Kinh thánh*. Xét ra đây là loại sách giới thiệu *Kinh thánh* hơn là để nghên cứu, học hỏi.

- *Ơn trên che chở việc đâu cũng lành* (tr. 110).

CT: Gia cước vừa theo sự khôn ngoan sắp xếp công việc của mình vừa cầu xin Thiên Chúa phù hộ, không tự đắc hoặc đánh liều. Đúng như tinh thần người Á đông xưa có câu: "Phối thiên hành sự, như thử thành công" (cùng với trời mà làm việc như thế là thành công).

- *Thiên hành như thử, người đời phải theo* (tr. 178).

CT: Trời làm như vậy, người cãi được nào, thiên cổ nam đào phải tri thiên mạng, đừng đem lòng oán mà phải khổ thân (bài vè cổ)

- Tích xưa cho thấy vấn đề
Sự đời sự đạo đi về với nhau
Đời thì danh lợi xôn xao
Đạo thì trầm lặng để cầu ý hay
Thế gian phải có mặt này
Hầu coi thắng lợi về tay ông trời. (tr. 179).

CT: Người xưa nhìn vào *Kinh thánh* theo quan niệm "mưu sự tại nhân và thành sự tại thiên" nên đã hạ bút kết luận quyển *Tạo đoan kinh (Genesia)* một câu như thế.

Bản NVN:

- Đặt nền phu phụ đoan hành
Mở màn đã thấy dữ lành chống nhau (tr. 18).

CT: đoan hành, mới đầu nhân loại do câu: tạo đoan hồ phu phụ. Lm. Quy đánh số đoạn 5 này, cốt ý để theo dõi *Kinh thánh Cựu ước,* thật ra ý tác giả theo quan niệm Á đông vạch rõ hai con đường lành dữ song hành.

- Lộc trời vì có giảm phần
Cho nên ám họa tung hoành dương gian (tr. 21)

CT: Câu này do quan niệm đạo lý thời cổ: dương gian cường thú tính, âm họa thịnh tai ương. Vì đó mà các linh mục ngoại quốc thời tác giả cho là *Sấm truyền ca* bị ngoại giáo hóa.

- Bởi đời phản bội lẽ ngay
Muôn loài cầm thú mang tai số phần (tr. 25)

CT: Trong dân gian thời đó, cũng có câu tương tự: "thú cầm số mạng tùy nhân lập, họa phúc giai do nghiệp báo lai". Lm. Phao lồ Quy xưa có phê bình *Sấm truyền ca* không hoàn toàn là một bản dịch, mà là tác phẩm dựa vào *Kinh thánh* sáng tác theo ý tác giả.

- Nhân gian ngạo nghễ thiên đường
Trời rằng: Hiệp nhứt vi cường, đại công (tr. 31)

CT: Tác giả mượn ý ở câu sách xưa: "Hiệp lực vi cường, đại công nhứt trí" (góp sức chung lại thì tạo ra sức mạnh, sự việc to lớn là nhờ một lòng một ý với nhau)

- Thế là: nhứt hữu cửu vô
Thế nhân bỏ cuộc, trở cờ chống nhau. (tr. 31)

CT: Tác giả mượn ý ở câu sách xưa: "Nhứt hữu cửu vô thiên hạ tận, đa ngôn thiểu dụng nghiệp vương tàn" (một người có chín người không thì cuộc đời bế mạc, nói nhiều mà làm ít thì nghiệp vua chúa (chinh quyền chế độ) cũng tiêu tàn.

- Xuân lài buồn việc không con
Hữu tam bất hiếu, gọi chồng thở than (tr. 42)

CT: Tác giả mượn ý một câu trong xã hội Á đông: Bất hiếu hữu tam, vô hậu chi đại (tội bất hiếu có ba, mà tội không sinh con nối dõi là nặng nhất).

- Có người đạo nghĩa trung can
Thì trời tha phạt cả thành yên vui (tr. 49)

CT: Cuộc đối thoại giữa Khách thần và ông Bá lâm là vấn đề tôn trọng kẻ lành, như câu tục ngữ thời đó: "...vạn ác thú viết vô, nhất thiện nhân viết hữu" (Muôn kẻ sống như thú vật kể như không, mà một người sống lành là quý báu vậy). Trong xã hội An Nam thời đó cũng có câu: Một làm quan cả làng cũng đỡ, một giàu có cả họ cũng vui.

- Lê anh với mối tình đầu,
Nhưng về hào tử gặp sao thai thần.

CT: Tác giả mượn danh từ khoa tử vi, sao Thai thần, chỉ người thành về hào tử, có kiết tinh phù hộ. Sách phong thần của Trung Hoa gọi sao Thai thần vốn là tướng Cơ Phúc Lễ. Vì cách dùng chữ theo văn học Á đông, nên các linh mục ngoại quốc thời đó chống tác giả.

P. Tạo cũng chú thích: Theo khoa Tử vi, sao Thai thần chiếu vào cung tử thì hào con rất đông, mau con.

- Trời cho hào tử, hào tài
Lưỡng hào đại phát, đã sai tôi về

CT: Tác giả dùng từ theo *Kinh Dịch*, vì thế nhà Nho xưa khâm phục, cho rằng tác giả dựa *Kinh thánh Cựu ước* mà viết ra theo trình độ hiểu biết và hòa đồng tư tưởng hai bên.

- Lẹ làng điểm huyệt cho xong
Gia-cước té xuống nhưng không chịu hòa (tr. 103)

CT: Từ của môn võ nghệ, đánh vào chỗ nghiệt đối thủ, Gia cước bị điểm huyệt nên xẹo đùi đi cà nhắc.

- Một ngày vào tiết hoa khai
Phan vương hạ lịnh giam hai cận thần (tr. 129)

CT: Tiết hoa khai, mùa trổ hoa tức mùa xuân, do câu hát cổ: "... Hoa khai hồ mãn địa, tri xuân giả thế nhân" (thấy hoa trổ khắp nơi, người ta biết mùa xuân tới).

- Không cần thế lực đao gươm
Chỉ cần nhẫn nại tay không cũng thành (tr. 181)

CT: Theo quan niệm Á đông:... Hữu chí kinh quyền nhẫn, bất chiến tự nhiên thành.

- Áo quần cung cấp gái trai
Đó là cái thế vần xây luật trời. (tr. 181)

CT: Sách *Đạo Đức Kinh* của Lão Tử có câu:... Cao tất hạ, đa tất thiểu.

- Yết dân qua biển ráo chân
Giếp quân xa mã rầm rầm đuổi theo (tr. 215)

CT: Tác giả viết theo lối hành quân Á đông, có bọn quân sư thông dịch kinh dịch, tìm hiểu hiện tượng nước biển rẽ hai: một bên như vách thành và một bên chảy cạn là nhằm giờ sao Giác mộc giao (là con sấu) chiếu thẳng cặp giao long (là con rồng) nên xuất quân. Tác giả muốn nói cái dị đoan chống với sự thật.

- ***Chiêm tinh, bói toán***:

Nhìn ra trời đã hừng đông
Vua bèn triệu tập hội đồng bói khoa
Những nhà thuật số: huyền gia
Chiêm tinh đoán mộng cả và Giếp tô,
Nhà vua thuật lại mộng cô
Yêu cầu đoán giải cân đo tượng điềm
Tung ra dịch tượng, quẻ kiền
Lục hào, thái ất, cửa huyền, đạo gia

CT: Bản NVN, chép: Cửa hào tha, vì Lục hào theo bản P.T cả hai người đều không chú thích: điều đáng lưu ý ở đây là Thầy cả Lữ Y Đoan đã dùng những khái niệm của Á đông để trình bày khoa chiêm tinh, bói toán của Thượng cổ Ai Cập Trung Đông.

- *Theo tinh thần phong cách Việt Nam* (ca dao, tục ngữ, vãn, vè, câu hát).

Bản P. Tạo:

- Vui trong cảnh xế vợ chồng
Đặt tên I-giác cầu mong đắc thành (tr. 62)

CT: Xưa có câu hát:... vợ chồng già mà sinh con muộn, của trời cho lo hưởng là vừa.

- Lara đã có lời bàn
Thì nghe theo đó cho an cửa nhà (tr. 63)

CT: Có câu nói xưa: "Người ta thời tính nước liều, biết đâu cái rủi có nhiều cái may" nói lên bàn tay của trời ở đây cũng có, luôn luôn thực hiện song song với công việc loài người. Đời trước cũng có câu na ná trường hợp này: "Nhân sự bày ra cái dại, thiên cơ sửa lại thành khôn". Đời làm vô lý, nhưng trời làm có ý nghĩa hay.

- Aga hiểu rõ thiệt hư
Tử sinh hữu mạng, sinh cư có trời (tr. 64)

CT: Xưa có câu ca dao: "Hỡi ai không biết số trời, nếu ai không có làm người được không?" Ở đây thấy có định mạng, nhưng định mạng không phải vô ý thức, mà do đức độ của Abraham tác thành trong định mạng của Ismael.

- Đến vùng kiều ngụ Raham
Hai bên gặp gỡ luận bàn sống chung (tr. 65)

CT: Có câu tục ngữ:..."Tách bước gặp đường cùng – đi chung thì được sống". Ý nghĩa sống chung của người xưa là như thế. Nhưng trong trường hợp này, Ma Liệt, Than cơ thấy thế lực của Abraham quá mạnh (vì có trời làm hậu thuẫn) nên họ sợ bị đè bẹp. vì đó họ đến xin lập hòa, với ý "dĩ dục hườn cầu mưu, chờ cho địch yếu mới thủ đem ra..."

- Cộng thêm ba chục con lừa
Giao cho đầy tớ dắt đưa từng bầy...

CT: cách thức Gia cước nghĩ ra không khác nào tâm lý chung của người đời. Ngày xưa An Nam có câu:

Tị hiềm mặc kệ, cao lễ dễ thưa
Từ nhà dở đến triều vua
Đa kim ngân phá luật lệ.

(Nhà dở hay là dở làng là trụ sở của hương chức làng họp nhau).

Bản NVN

- Cao xanh đại lượng hằng soi
thuận thiên thức giả, xây đời hanh thông (tr. 26)

CT: Cao xanh, từ văn chương thời xưa, tác giả dùng chỉ Thiên Chúa, cho tác phẩm văn vần đỡ nặng nề và nghèo chữ. Các linh mục ngoại quốc thời đó chê thầy cả Lữ Y Đoan hiểu biết Thiên Chúa rất mơ hồ vì thiếu thần học.

- Qua mùa xuân ấy thọ thai
Hằng sa lên mặt, Xuân lài ghen tương (tr. 42)

CT: Câu hát xưa trong dân gian, nhứt là đồng quê An Nam: "... Cay co không phải trái cà, ghen tương là thói đờn bà xưa nay.

- Ích manh, Y giác trong nhà
Một cha khác mẹ thuận hòa anh em
Xuân hoa có dạ hờn ghen
Xúi chồng "hãy đuổi kẻo phiền về sau
Ích manh thừa kế làm sao
Vì là mẹ nó nàng hầu mà thôi". (tr. 57)

CT: Trong dân gian xưa có câu hát: "Nhỏ mọn như bụng đàn bà, lúc xuân cay ớt, lúc già chua chanh.

- Đến vùng Kiều ngụ Bá-lâm
Hai bên gặp gỡ luận bàn sống chung. (tr. 59)

CT: Tác giả dùng chữ "sống chung" ở đây là chữ tóm tắt một thành ngữ An Nam đã có lâu đời: "Canh tiều ngư mục trăm đường sống, - Quyền lợi tương đồng một ý chung".

- Nhờ ơn phúc đức tông đường
Ông bà đạo nghĩa cháu con sang giàu. (tr. 72)

CT: Trong xã hội An Nam cũng có câu: Ông bà kiếp trước khéo tu, - Cho nên con cháu võng dù hiên ngang.

- La-cương hận quá trách chồng
Mang danh gái độc không con thế này. (tr. 89)

CT: Tục ngữ An Nam: Cây độc không trái, gái độc không con.

- Ỷ quyền, bóc lột bất công,
Trước chia sót của bổ đồng công lao (tr. 95)

CT: Trong dân gian ở An Nam xưa có câu hát: "Lường thăng, tráo đấu, cướp công, - Trước sau trời cũng bổ đồng phân minh". Lại có câu: "Ai ơi chớ khá tranh giành, - làm ác gặp rủi, làm lành gặp may".

Văn chương mang tính chất Việt Nam

Xét về phương diện văn chương, rất nhiều câu thơ tả tình tả cảnh của *Sấm truyền ca* cho thấy một bút pháp quen thuộc gần gũi thường gặp trong các tác phẩm Nôm nổi tiếng vào thời kỳ đó, chẳng hạn:

Buồn trông vật đổi sao dời
Dư đạc vợ chết, lẻ loi tháng ngày

hay

Canh gà vừa gáy hừng đông
Nàng về sống cảnh góa chồng như xưa (tr. 133, bản P.T.)

hay những câu thơ có đối chữ

Bấy lâu Gia cước âm thầm
Mong chim chắp cánh, ước cành liền cây
- Bạn bè mừng chúc rể dâu
Hoa xuân thắm nhụy, vườn đào mặn duyên. (tr. 98)

Và sau cùng, tả cảnh biệt ly, bằng những hình ảnh thật quy ước, rất quen thuộc... theo lối văn xưa.

Tạ từ vó ngựa lên đường
Sương mai phủ kín dặm ngàn đôi bên (tr. 109)

Trích một vài câu đây đó, chưa đủ cho người đọc cảm nhận tính cách quen thuộc gần gũi của tập thơ Nôm này, về phong cách, phong cảnh cũng như về cốt truyện, nội dung những sự việc được mô tả. Chúng tôi xin trích dẫn một đoạn tả việc đính hôn kết tóc xe duyên dựa trên quan niệm tin vào duyên số trời định, cha mẹ đặt đâu con ngồi đấy, người con gái ưng thuận lấy chồng trước khi biết mặt chồng. Tinh thần, quan niệm, tâm trạng, bút pháp của đoạn văn đều thấy một cảm nhận rất quen thuộc gần gũi mặc dầu nó là truyện xảy ra ở thời thượng cổ, bên Trung đông, chỉ có một vài chi tiết xa lạ mà tác giả không thể thay thế được là lạc đà, cừu chiên... nhưng dùng mãi cũng sẽ quen thuộc với những tuyết, lê... mặc dầu ít ai thấy được tận mắt những sự vật đó không có ở Việt Nam.

Chúng tôi trích một đoạn chương 24, kể lại việc Tổ phụ Abraham ủy nhiệm cho người lão bộc trung tín về quê nhà tìm người con gái xứng đáng để gả cho con là Issac.

Đường trần kẻ lại người qua
Tháng ngày chất nặng tuổi già Bá-lâm.
Sống trong lộc thưởng trời ban
Người xa mến phục, kẻ gần kính tôn.
Vả chăng, Y-giác thành nhơn,
Bèn kêu lão bộc tận trung dặn dò:
"Nay bề gia thất phải lo,
Thề cùng Thượng đế giúp cho rỡ ràng.
Chẳng hề cưới gái Trà-nam,
Nơi mình cư ngụ, hãy sang quê nhà,
Tìm trong thân tộc của ta,
Một trang thiếu nữ nết na, đạo dòng".
Rằng: "...nàng, nếu chẳng theo chồng,
Thì đem Y-giác về cùng được chăng?"
"Đừng đem nó tới quê nàng,
Vì chưng Thượng đế đã ban xứ này,
Nên ta lìa tổ tới đây,
Vậy trời lo liệu dịp may cho mình.
Dầu sao cũng phải thiệt tình,
Không đem Y-giác đăng trình nơi đâu."
Nghe qua lão bộc cúi đầu,
Quyết theo lời chủ, trước sau chu toàn.
Mấy ngày xếp đặt hành trang,
Lạc đà một chục, gia nhân tùy tùng.

Chở đầy lễ vật cầu hôn,
Trẩy theo san đạo qua vùng Mạch-tam.
Trăng non rồi lại trăng rằm,
Đoàn người hạ trại nghỉ gần giếng trong.
Mỗi ngày quá xế hoàng hôn,
Từng đàn phụ nữ dập dờn tới đây.
Đua nhau gánh nước về xài,
Lão bộc thầm nguyện "bàn tay nhiệm mầu".
Giúp cho biết thiếu nữ nào,
Mà trời duyên định làm dâu chủ nhà.
Gặp nàng tôi sẽ thốt ra,
Cho tôi uống nước, lạc đà gia nhân,
Nàng nào vui vẻ sẵn sàng,
Đó là dấu hiệu Trời ban, - tôi tường.
Tới lui mấy lượt má hường,
Có người con gái khiêm nhường nết na,
Cũng đang gánh nước về nhà,
Lão bộc đón lại, nói qua mấy lời:
"Xin cô thí nước giúp tôi,
Lạc đà và cả đoàn người của tôi".
Nghe xong cô gái tươi cười,
Lẹ làng giúp đỡ như người đã xin.
Nhọc nhằn chẳng nệ công linh,
Giếng sâu múc nước xuống lên mấy lần.
"Đây rồi, giai ngẫu thiên thành."
Thế là lão bộc tới gần hỏi thăm:
"Dám nào cho biết quý danh,
Đêm nay xin trọ, gia trang thế nào?"
Tiếng oanh đáp lại ngọt ngào:
"Tôi là Lan-bạch, tuổi đầu đôi mươi,
Bồ-tuân, thân phụ của tôi,
Cũng là cháu nội Nã-khôi vùng này.
Nhà tôi rơm cỏ dư đầy,
Có nơi rộng rãi, vườn cây diềm dà."
Lảo bộc cẩn thận đưa ra,
Nữ trang kim xuyến, gọi là đáp ân.
Ơn trời đãi ngộ Bá-lâm,
Dắt tôi đến thẳng thân nhân chủ mình.
Trở về Lan-bạch thưa trình,
Cho cha mẹ biết sự tình xảy ra.
Lã-bàng anh ruột nghe qua,
Thấy em vàng xuyến nhởn nha rỡ ràng.

Liền đi ra giếng vội vàng,
Gặp ngay lão bộc, hỏi han thỉnh về;
"Bác, người Thượng đế chở che,
Ghé qua nhà cháu mọi bề khỏi lo."
Sách trời tiền định ai ngờ,
Bao năm xa cách bây giờ gặp nhau.
Lão bộc cảm tạ, theo sau,
Tới nơi gia chủ tiếp vào gia trang.
Lạc đà và các tùng nhân,
Nơi ăn chỗ ở sẵn sàng nghỉ ngơi.
Hàn huyên trao đổi rộn lời,
Cỗ bàn đã dọn chủ mời dằn tâm.
Lão bộc từ tốn phân trần:
"Trước khi cầm đũa tôi cần trình qua."
Bồ-tuân: "...xin cứ nói ra"
Lão bộc thuật lại việc nhà Bá-lâm.
Kể từ dấn bước phong trần,
Thiên thời, địa lợi, nhân tâm có thừa.
Cuộc đời dầu gặp gió mưa,
Bàn tay Thượng đế giúp chưa lâm nàn.

[Trích từ VẤN ĐỀ CÔNG GIÁO ĐẶT CHO DÂN TỘC. 1988]

MỘT VÀI CẢM NHẬN VÀ SUY NGHĨ ĐẦU TIÊN NHÂN ĐỌC DI BẢN *SẤM TRUYỀN CA* CỦA THẦY CẢ LỮ Y ĐOAN

Trần Thanh Đạm

Một vài cảm nhận và suy nghĩ đầu tiên nhân đọc di bản *Sấm truyền ca*, phóng tác *Thánh kinh Cựu ước* theo thể truyện thơ lục bát của Thầy Cả Lữ Y Đoan thế kỷ 17.

Do giáo sư Nguyễn Văn Trung giới thiệu, tôi may mắn được tiếp xúc với hai bản *Sấm truyền ca* bằng chữ Quốc ngữ, sao chép từ các bản chữ Nôm truyền lại từ các thế kỷ trước. Đây là một văn bản cổ của Thiên Chúa giáo Việt Nam. Đồng thời, có thể xem đây là một tác phẩm văn chương cổ của dân tộc còn lưu lại một ít vết tích cho đến ngày nay. Được đọc lần đầu tác phẩm này, tôi ghi lại sau đây đôi điều cảm nhận và suy nghĩ ban đầu, tiếp nối ý tưởng của các bậc đi trước và mong gợi lên những tìm tòi, nghiên cứu tiếp theo.

I

Sấm truyền ca là một bộ tác phẩm phỏng dịch (hay phóng tác) 5 tập đầu tiên của bộ *Thánh kinh Cựu ước* của đạo Thiên Chúa, theo lối diễn ca bằng chữ Nôm, vào khoảng năm 1670, do một vị linh mục Việt Nam thuộc Địa phận Đàng Trong là Thầy Cả Lữ Y Đoan. Lữ Y là cách gọi Việt hóa tên thánh Louis trong đạo Thiên Chúa. Đoan là tên tục của vị linh mục đó mà bổn đạo thường gọi theo cách nôm na thân mật là Thầy Cả. Theo nghiên cứu và chú dẫn của những người sao chép văn bản này vào đầu thế kỷ XIX (1820) và đầu thế kỷ XX (1910) thì linh mục Lữ Y Đoan là một nhân vật có thực đã từng sống và hoạt động tôn giáo cuối thế kỷ XVII ở Đàng Trong, được các nhà truyền giáo Phương Tây phong chức linh mục trong số những người Việt Nam đầu tiên được phong chức này.

Pgs. Ts. Trần Thanh Đạm

** Sinh: 1932, quê ở Thừa Thiên - Huế. Mất: 2015.*
** Nhà giáo Nhân dân, nhà phê bình văn học.*
** Hiệu trưởng Trường Đại học Sư phạm Tp. Hồ Chí Minh.*
** Tác phẩm chính: Vấn đề giảng dạy tác phẩm văn học theo loại thể (1968). Dẫn luận văn học so sánh.*

Lữ Y Đoan là một vị linh mục có học vấn uyên bác. Ngoài kiến thức về đạo Thiên Chúa là tôn giáo mà ông đã theo cho đến trình độ một vị linh mục, ông còn tỏ ra là một người tinh thông Nho học và các kiến thức văn hóa phương Đông và Việt Nam thời bấy giờ, đạt đến trình độ có thể diễn tả nội dung rất mới lạ và phức tạp của một bộ sách như Thánh Kinh của đạo Thiên Chúa thành ra một tác phẩm đậm đà màu sắc văn hóa phương Đông và phong vị ngôn ngữ văn chương Việt Nam. Dĩ nhiên, với văn bản hiện nay bằng chữ Quốc ngữ được sao chép lại từ bản chữ Nôm đã thất truyền, ít có cơ may tìm thấy được, thì chúng ta cũng khó lòng khẳng định được rằng tác phẩm hiện có còn giữ nguyên bộ mặt đầu tiên của nó từ cuối thế kỷ XVII, tức là năm 1670 như người sao chép đã ước định. Tuy vậy, giả thuyết, hay đúng hơn là truyền thuyết, cho rằng đây là tác phẩm có nguồn gốc từ thế kỷ XVII cũng có những chỉ dẫn và căn cứ nhất định mà ta không thể và không nên phủ nhận một cách dễ dàng. Điều chắc chắn là tác phẩm từ khi được sáng tác ra cho đến hình thái như nó có hiện nay hẳn đã trải qua nhiều lần sao đi chép lại và cùng với sự sao chép đó đã được sửa chữa, nhuận sắc các người đời sau, kể cả những cây bút cuối thế kỷ XIX đầu thế kỷ XX. Những người am hiểu lịch sử văn học cổ điển dân tộc có thể nhận thấy phong cách ngôn ngữ văn chương của *Sấm Truyền Ca* khó có thể là tác phẩm của thế kỷ XVII, đồng thời với *Thiên Nam ngữ lục* hay *Tư Dung vãn*, *Ngọa Long Cương vãn* của Đào Duy Từ là những tác phẩm mà tính chất cổ xưa của ngôn ngữ rõ rệt hơn rất nhiều. Ngôn ngữ của *Sấm truyền ca* rõ ràng đã mang nhiều dấu vết nhuận sắc của thế kỷ XIX; thậm chí của thế kỷ XX. Lấy một ví dụ trong nhiều ví dụ. Kết thúc tập *Tạo đoan kinh" (Genesia)* là mấy câu kết luận sau đây:

Tích xưa cho thấy vấn đề
Sự đời, sự đạo đi kề bên nhau
Đời thì danh lợi xôn xao,
Đạo thì thầm lặng để cầu ý ngay
Thế gian phải có một ngày
Hầu coi thắng lợi về tay ông Trời.

Khó có thể nói được rằng đó là ngôn ngữ văn chương quốc âm của thế kỷ XVII. Những từ ngữ như "vấn đề", "thắng lợi" quá mới, chắc là của người sau thêm vào.

Tuy vậy, tình trạng một tác phẩm được sáng tác vào một thời điểm khá xưa, sau đó trải qua lưu truyền, biến cải, nhuận sắc của các thời sau để truyền lại cho đến ngày nay thì đó là một tình trạng phổ biến trong văn học cổ của nước ta cũng như của nhiều nước trên thế giới. Đặc biệt là đối với văn học cổ Việt Nam ta thì cũng hiếm có tác phẩm nào còn lưu truyền đến chúng ta ngày nay mà được xem là trực tiếp từ nguyên tác, nguyên bản đầu tiên của nó. Ngay một tác phẩm nổi tiếng như *Truyện Kiều* của Nguyễn Du được sáng tác vào khoảng đầu thế kỷ XIX thôi thì ngày nay ta đâu còn giữ được bản Nôm nào có thể gọi được là bản Nôm gốc của chính Nguyễn Điều hay của những người đồng thời với Nguyễn Điều? Một tác phẩm lớn như *Văn tế thập loại chúng sinh* của Nguyễn Điều cũng mãi đến đầu thế kỷ XX mới được phát hiện. Còn tác phẩm của Nguyễn Trãi thì chúng ta đâu có văn bản nào đương thời với tác giả được lưu lại từ thế kỷ XV? Phần lớn tác phẩm của thi hào vĩ đại này của dân tộc, về văn cũng như thơ, đều được sưu tầm, tập hợp trong bộ *Ức Trai di tập* của Dương Bá Cung biên soạn vào thế kỷ XIX, sau Nguyễn Trãi hơn 400 năm. Kể cả các áng thơ Nôm trong *Quốc Âm Thi Tập* có còn chắc chắn đâu là ngôn ngữ văn chương đương thời của Nguyễn Trãi mà không trải qua bao lần sao chép, nhuận sắc của các thế hệ văn sĩ, thi gia các đời sau. Cũng vậy, các tác phẩm được xem là sớm nhất của văn học cổ điển dân tộc, như các bài thơ của các vị thiền sư thế kỷ X, XI, thì thực ra các tác phẩm đó đều được trích dẫn trong các tác phẩm như *Thiền Uyển tập anh, Tam tổ thực lục, Thiền Tông bản hạnh* là các công trình sưu tập, biên soạn được công bố vào thế kỷ XVII (Bản in đầu tiên của *Thiền Uyển tập anh* là vào năm 1715, bài thơ *Quốc lộ* của Thiền sư Pháp Thuận mà chúng ta đã qui chiếu thời gian của tác phẩm trở về 7 thế kỷ trước đó. Phần lớn thơ văn Thiền Tông đời Lý – Trần đều xác định thời gian theo cách đó. Chúng ta có thể kể thêm nhiều thí dụ khác nữa về lai lịch các tác phẩm cổ). Vì vậy, căn cứ vào các chỉ dẫn trong các bản sao chép của thế kỷ XIX và XX, ta cũng có thể đoán định một cách tương đối có căn cứ để tin rằng: văn bản đầu tiên của *Sấm truyền ca*, là tác phẩm của thế kỷ XVII, sau đó đã trải qua nhiều lần tu cải của mấy thế kỷ tiếp theo để có hình thái ngày nay. Tuy vậy, nó cũng không phải hoàn toàn biến dạng mà vẫn còn lưu giữ ít nhiều thậm chí khá nhiều những nét đặt sắc trong khuôn mặt đầu tiên của nó. Các nhà văn bản học hẳn còn nhiều việc phải làm để có thể xác định và phân định trong văn bản hiện tồn phần nào là phần của thế kỷ XVII, thời gian sáng tác đầu tiên của tác phẩm, phần nào là phần của các nhà nhuận sắc, cải biên các đời sau. Tuy nhiên, điều không thể phủ nhận là *Sấm truyền ca* là một tác phẩm thuộc di sản văn chương cổ điển của dân tộc, cần được tôn trọng giữ gìn, nghiên cứu, phát huy. Di sản văn chương, văn hóa của dân tộc ta đã bị mất mát, thất lạc nhiều qua thời gian, do thời tiết cũng như bởi các biến cố lịch sử. Những gì hiếm hoi còn sót lại của người xưa, dù chưa thật trọn vẹn, toàn bích hay thuần túy đi nữa, vẫn vô cùng quí báu. Các cổ vật sở dĩ quý giá thậm chí vô giá trước hết vì đó là cổ vật, là gia tài của người xưa để lại, mang theo trí tuệ, tâm hồn, dấu tích sáng tạo của người xưa, nếu mất đi thì không sao tìm lại được, các áng văn cổ cũng vậy. Tôi nghĩ: dưới con mắt "bác nhã, hiếu cổ" của nhà nghiên cứu văn hóa và văn học Việt Nam ngày nay, tác phẩm *Sấm truyền ca* sẽ được tìm hiểu, đánh giá với tất cả tinh thần trân trọng và quí mến.

II

Về giá trị văn chương – văn học của *Sấm truyền ca,* tôi nghĩ cần phải đọc thật kỹ tác phẩm, đối chiếu với nguyên bản *Thánh kinh Cựu ước* và tìm hiểu, suy gẫm kỹ lưỡng mới có thể có sự đánh giá tương đối xác đáng và đầy đủ được. Cần có những công trình nghiên cứu nghiêm túc chu đáo đối với tác phẩm này, nhất là bởi vì từ trước đến nay, ngoài một vài người trong giới trí thức của cộng đồng Thiên Chúa giáo Việt Nam, tác phẩm chưa được đông đảo bạn đọc, kể cả các nhà nghiên cứu văn học và văn hóa, biết đến một cách rộng rãi. Hàng trăm năm nay bị chìm trong quên lãng cho nên nó đã bị hủy hoại một phần lớn (trong 5 tập chỉ còn giữ lại được hơn 1 tập mà thôi!). Thật đáng tiếc. Tuy vậy phần còn giữ lại được cũng là phần quan trọng nhất và cũng có thể cho thấy được phần nào giá trị và công phu của toàn bộ 5 tập. Tôi đã đọc đi đọc lại nhiều lần hai bản sao của tác phẩm, đối chiếu đôi chút với bản *Thánh kinh* bằng tiếng Pháp (*La Sainte Bible*, Louis Segon dịch, Les Socíetés Bibliques, xuất bản lần đầu năm 1910), so sánh từng đoạn, từng câu, từng chi tiết sự kiện và ý tưởng của nguyên bản (dịch qua tiếng Pháp) với bản phỏng dịch, phóng tác của Thầy Cả Lữ Y Đoan thì cảm tưởng nổi bật nhất của tôi là sự quí mến và niềm cảm phục đối với tác giả Việt Nam (hay tập thể tác giả bao gồm người sáng tác lẫn những người nhuận sắc). Kèm theo đó là niềm vui sướng và sự tự hào về truyền thống văn học quốc âm cổ điển Việt Nam được thể hiện qua tác phẩm này. Theo nhận xét sơ bộ của tôi thì giá trị, công phu của bộ sách về phương diện văn chương có thể tóm tắt ở mấy điểm sau:

1. Tác giả *Sấm truyền ca* đã lĩnh hội rất thấu đáo nội dung, tinh thần của bản *Thánh kinh Cựu ước*, một điều không phải dễ dàng đối với một người Việt Nam trong thế kỷ XVII bởi vì *Kinh thánh* là một tác phẩm của một nền văn hóa và tư tưởng khá cách xa với văn hóa và tư tưởng phương Đông và Việt Nam lại được viết bằng ngôn ngữ và văn phong chắc hẳn cũng xa lạ như vậy. Nhưng từng ý, từng câu, từng đoạn, từng tình tiết, chi tiết của các câu chuyện truyền thuyết trong *Kinh thánh* đều được tác giả hiểu biết đến nơi đến chốn, từ đó đã thâu tóm lấy tinh thần và nội dung cơ bản của nguyên tác để truyền đạt lại bằng tư duy và ngôn ngữ Việt Nam thời đó hết sức gọn gàng, cô đúc, có biến hóa và sáng tạo. Điều này chứng tỏ tác giả không những am hiểu nguyên tác mà còn tinh tường các phương tiện ngôn ngữ, văn chương và nguồn thi liệu, văn liệu mình sử dụng để truyền đạt lại tinh thần nguyên tác cho những người cùng chung bối cảnh văn hóa của mình hiểu được nguồn thông tin tương đối mới mẻ và xa lạ này. Phong cách văn chương của *Sấm truyền ca* gợi nhớ phong cách chung của nghệ thuật truyện Nôm Việt Nam đương thời. Các truyện nôm Việt Nam thường phóng tác các tiểu thuyết Trung Quốc vốn viết bằng văn xuôi khá rườm rà, phức tạp. Truyện Nôm thường tóm tắt rất gọn gàng, khéo léo nội dung của nguyên tác, lược bỏ những gì trùng lặp, rườm rà, thêm vào những gì xét ra cần thiết làm cho câu chuyện sâu sắc, sinh động, nhiều ý nghĩa. *Truyện Kiều* của Nguyễn Du là mẫu mực hoàn hảo nhất của nghệ thuật truyện Nôm, là đỉnh cao của nghệ thuật đó của văn học Việt Nam. *Sấm truyền ca* cũng thực hiện phong cách nghệ thuật trên đây, điều đặc biệt là đối với một tác phẩm không phải của văn học Trung Quốc mà của văn hóa Tây phương là *Thánh kinh* Thiên Chúa giáo. Đọc *Sấm truyền ca,* có thể thấy rất nhiều chỗ tác giả đã tóm tắt, lược thuật nội dung rườm rà, trùng lặp, nhiêu khê của nguyên tác một cách khá sinh động, gọn gàng, sắc cạnh. Đó là điểm thú vị khi đọc tác phẩm cổ điển này.

2. Không những tóm tắt gọn gàng, truyền đạt sinh động mà tác giả còn thêm vào tác phẩm rất nhiều tình ý sáng tạo, xuất phát từ thực tế cuộc sống đất nước, từ truyền thống văn hóa của dân tộc và của phương Đông. Có thể nói tác giả đã làm công việc "Việt Nam hóa", "Đông phương hóa" *Kinh thánh*, nhiều chỗ rất mạnh dạn, táo bạo và sáng tạo. Có lẽ chính vì vậy mà tác phẩm này bị các thừa sai Âu châu cho là đã đi lệch hay phản lại tinh thần cơ bản của *Kinh thánh* theo cách hiểu chính thống của Giáo hội và các nhà Thần học thời bấy giờ. Điều

này chứng tỏ rằng trên bình diện văn hóa, vị linh mục Thiên Chúa giáo Việt Nam Lữ Y Đoan lúc bấy giờ đã có tầm nghĩ, tầm nhìn và tầm trí tuệ cao hơn các vị bề trên ngoại quốc của ông, bởi vì ông đã khám phá trong bản thân mình sự hòa hợp của hai nền văn hóa trên một tinh thần giao lưu bình đẳng và sáng tạo, ít thiên kiến và thiên vị. Có thể thấy tinh thần tự chủ sáng tạo này khi tác giả dịch nhan đề của phần *Genesia* là *Tạo đoan kinh* và phần *Exodus* là *Lập quốc kinh*. Cách dịch đó cũng như cách dịch *Kinh thánh Cựu ước Testamenti Veteris* là *Sấm truyền ca*, cách Việt hóa các tên người, tên đất trong nguyên tác v.v... quả là một lối dịch rất có văn hóa, rất sáng tạo, chỉ có thể có ở một giáo sĩ Việt Nam vào thời tinh thần và tư thế độc lập, tự chủ của người Việt Nam còn rất đàng hoàng, quan hệ của các giáo sĩ phương Tây với các giáo sĩ Việt Nam còn khá bình đẳng, chưa có quan hệ bất bình đẳng như vào thời thực dân, thuộc địa về sau. Ngay việc trước khi đi vào lần lượt truyền đạt nội dung các điểm chủ chốt của *Thánh kinh,* tác giả thêm vào phần mở đầu không có trong nguyên tác, điều đó cũng chứng tỏ tinh thần và phong cách sáng tạo, tự chủ, độc đáo của tác giả. Ví như mở đầu phần *Genesia*, tác giả viết:

Ngày ngày trước mắt chúng sinh
Chữ đời chữ đạo phân minh đôi đường
Xưa nay trong kiếp vô thường
Thấy điều vân cẩu mà thương nhơn phàm
Loài người từ thuở A-đam
Đua nhau xây dựng mộng ham làm trời
Một pho Kinh thánh ra đời
Chứng minh vạn đại những lời do Thiên...

Những câu thơ như vậy, tưởng chừng như xuất hiện dưới ngòi bút của một nhà nhân văn chủ nghĩa hơn là một vị linh mục tín đồ Thiên Chúa giáo chính thống. Quyển *Exodus* được dịch là *Lập quốc kinh* và mở đầu bằng đoạn thơ sau:

Xưa nay diễn biến trò đời
Đồ vương tranh bá bao người máu xương
Một dân dựng nước khác thường
Bàn tay Thượng đế đo lường trước sau
Giếp Tô quyền lực Phan trào
Muôn binh hùng dũng, đất giàu dân đông
Yết Linh đứng dậy tay không
Phá xiềng nô lệ về vùng Trà Nam...

Truyền thuyết về lịch sử cuộc xuất Ai Cập (Giếp Tô) của dân tộc

Israel (Yết Linh) 40 năm di cư qua sa mạc về miền đất hứa Canaan (Trà Nam) được quan niệm như một sự đứng dậy tay không phá xiềng nô lệ trong đoạn thơ trên đây thì quả thực chứa đựng một cái nhìn sáng tạo, khá độc đáo đối với các sự kiện trong nội dung *Kinh thánh Cựu ước*, một quan niệm khá mới mẻ cả đối với ngày nay, tất nhiên là khá bất ngờ đối với các giáo sĩ thừa sai Tây phương thời đó còn xa lạ hay còn mang thành kiến khinh thị đối với truyền thống tinh thần Việt Nam và văn hóa phương Đông.

Trên đây, tôi chỉ đề xuất và thể nghiệm và cảm nghĩ còn thô thiển khi đọc bản *Sấm truyền ca* lần đầu tiên xuất hiện dưới mắt tôi như một hiện tượng văn học mới mẻ và thú vị, đầy sức khêu gợi.

Mong rằng tác phẩm này sớm được ra mắt đông đảo các nhà nghiên cứu và các bạn đọc để khêu gợi nhiều suy nghĩ và cảm nhận phong phú hơn nữa về truyền thống văn hóa Việt Nam trong sự giao lưu rộng rãi với các nền văn hóa thế giới phương Đông và phương Tây, trong đó có vai trò của các học giả, văn nhân, nhà trí thức Thiên Chúa Giáo Việt Nam qua các thế kỷ đã góp phần khẳng định xu thế dân tộc độc lập, tự chủ từ buổi đầu của quá trình văn hóa Việt Nam tiếp thu các giá trị của Nho giáo, Phật giáo, Lão giáo trong các thời đại trước đó, để bồi bổ cho bản sắc độc đáo, bản lĩnh kiên cường của văn hóa Việt Nam được hình thành và phát triển từ ngàn xưa cho đến hôm nay.

Trích từ:

Về sách báo của tác giả Công giáo (Thế Kỷ XVII-XIX).
Tài Liệu Tham Khảo. Tp HCM: Trường Đại học tổng hợp Tp HCM.
Khoa Ngữ Văn, 1993, tr. 66-71.

MỘT CẢM TƯỞNG VỀ SẤM TRUYỀN CA

Ts. Hán Nguyên Nguyễn Nhã

Sấm truyền ca thật kỳ thú, thật mạnh bạo, một ý thức Việt hóa tuyệt vời Thánh kinh, một công trình văn chương rất Việt Nam ở thế kỷ XVII, gây kinh ngạc và xúc động cho người đọc.

Ts. Hán Nguyên Nguyễn Nhã

** sinh năm 1940 tại Ninh Bình.. Cử nhân Văn Khoa, Đại học Văn Khoa Sài Gòn (1966), Chủ nhiệm kiêm chủ bút Tập san Sử Địa, Đại học Sư phạm Sài Gòn (1966-1975), Trưởng Nhóm Nghiên cứu & Phát huy Truyền thống Việt Nam (từ 1974 đến nay),Tiến sĩ Sử học(2003).*

** Tác phẩm: "Những bằng chứng về chủ quyền của Việt Nam đối với hai quần đảo Hoàng Sa - Trường Sa", "Chân dung người thầy thế kỷ XX", "Việt Nam huyết lệ thi thư" (nhiều tập).*

Sấm truyền ca thể hiện rõ nét tư tưởng hòa đồng của dân tộc, trong đó đan xen những ngôn từ nhà Phật như: "vô thường, hỉ xả, tiền định, chống sát sinh"... và ngôn từ nhà Nho như: "âm dương, ngũ hành, hiếu trung, thiên thời, địa lợi, nhân tâm (hồn)" hoặc "dịch tượng quẻ kiền, cửu hào, thái ất..."

Sấm truyền ca còn là dấu tích, tác phẩm văn Nôm lớn vào loại xưa nhất của nước ta.

Với những đặc điểm như thế, các thừa sai, đương nhiên chẳng bao giờ chịu đứng dưới góc độ dân tộc, tất phải phê phán, dè dặt với *Sấm truyền ca*.

Tiếc rằng trong hoàn cảnh ngặt nghèo của lịch sử Việt Nam, một tác phẩm văn nôm quý giá như vậy đã bị lãng quên, không được quý trọng đúng mức, không được bảo lưu trọn vẹn.

Lữ Y Đoan phải có một tâm thức Việt Nam đích thực, yêu tiếng mẹ đẻ mãnh liệt và có tài năng hơn người mới thai nghén được một tác phẩm văn học như Sấm truyền ca.

Nếu ai cũng có ý thức Việt hóa mọi tư tưởng lớn của nhân loại, biến thành của mình, của người Việt mình, thì dân tộc Việt Nam sẽ là một dân tộc có bản lãnh cao cường, có một nền văn hóa cao, ít ai bì kịp, chắt lọc tất cả những tinh hoa của nhân loại, đóng góp vào di sản chung của thế giới. Tinh thần hòa đồng nếu được phát huy đúng mức sẽ là một sức mạnh, một tương lai rực rỡ của dân tộc Việt Nam. Chúng ta nên có một chiến lược văn hóa ngàn năm: "Định hình và phát huy bản sắc văn hóa dân tộc trong mọi địa hạt, ngay cả địa hạt tư tưởng, tín ngưỡng".

Mong vậy thay!

THÁP BABEL

Trần Thanh Đạm *[1]

(Tuyển, dịch và chú giải)

A. Chính văn Thánh Kinh

1. Lúc bấy giờ cả mặt đất chỉ có một ngôn ngữ duy nhất và những từ ngữ giống nhau.

2. Trên đường họ đi đến từ phương Đông, họ đã tìm thấy một đồng bằng ở xứ Schinear, và họ bèn cư trú tại đó.

3. Họ nói với nhau rằng: Nào, chúng ta hãy làm nên những viên gạch, và đem nung chúng trong lửa. Và họ dùng gạch làm đá, và dùng nhựa keo làm chất kết dính.

4. Họ lại nói: Nào, chúng ta hãy xây một thành phố và một ngọn tháp mà đỉnh tháp chạm trời, và chúng ta sẽ đặt cho chúng ta một cái tên để chúng ta không phải tản lạc ra khắp trên cả mặt đất.

5. Đấng Vĩnh Hằng xuống trần gian để xem thành phố và ngọn tháp mà con cái của giống người đang xây dựng.

6. Và Chúa nói: Đây này, chúng nó hợp thành một dân tộc và tất cả đều có cùng một ngôn ngữ, và đó là điều mà chúng toan tính làm, bây giờ sẽ không có gì ngăn cản chúng làm được tất cả những gì chúng dự định.

7. Nào, chúng ta hãy xuống trần gian và làm cho ngôn ngữ của chúng lẫn lộn với nhau để cho chúng không còn hiểu ngôn ngữ của nhau được nữa.

---

*[1] Về tác giả, xem trang I-441

8. Rồi đó, Đấng Vĩnh Hằng bèn phân tán họ khỏi nơi đó ra khắp tất cả mặt đất, thế là họ không còn xây dựng thành phố được nữa.

9. Vì vậy, người ta đã đặt tên nơi đó là BABEL, bởi vì tại đó Đấng Vĩnh Hằng đã làm cho ngôn ngữ của khắp mặt đất lẫn lộn với nhau, và chính từ đó, Đấng Vĩnh Hằng đã phân tán họ ra khắp tất cả mặt đất.

B. Diễn ca của Lữ Y Đoan

Vả chăng ngôn ngữ cổ thời
Những điều cảm nghĩ, nói lời như nhau
Phía Đông nhiều tộc vùng cao,
Dân đông, đất chật, hoa màu cũng vơi
Định cư đất mới kịp thời
Bàn nhau xây tháp để đời hậu la
Góp nhau vật liệu đủ đầy
Công trình kiến tạo mỗi ngày rộng cao
Quyết xây tháp đụng Thiên Tào,
Nêu cao nhân lực, Trời nào dám đương
Nhân gian ngạo nghễ thiên đường
Trời rằng: "Hiệp nhất vi cường, đại công..."
Phải cho ngôn ngữ bất đồng
Mỗi chi một ngả là xong ý đồ!
Thế là: Nhất hữu cửu vô
Thế nhân bỏ cuộc, trở cờ chống nhau
Hỗn Lầu danh gọi về sau
Kể từ việc ấy, ngũ châu người tràn...

CHÚ DẪN

Để bạn đọc có một ý niệm về tính phóng khoáng và sáng tạo của bản diễn ca quốc âm *Sấm Truyền Ca* so với chính bản Thánh Kinh Cựu Ước, chúng tôi trích dịch và trích dẫn trên đây một đoạn nổi tiếng nói về chuyện con cháu Ông Nô-ê (*Sấm Truyền Ca* gọi là Nhữ Y), sau trận Đại hồng thủy lại tái sinh và phồn thực trở lại trên mặt đất đến định cư tại một miền đồng bằng xứ Schinear. Họ rủ nhau xây dựng một ngọn tháp cao chạm trời. Chúa trừng phạt ý đồ ngạo nghễ của họ bằng cách làm cho họ ngôn ngữ bất đồng, không hiểu được nhau, không đoàn kết nhất trí được với nhau, rút cục phải bỏ dở công trình bạo thiên nghịch địa kia và bị Chúa phân tán thành các giống người khác nhau trên khắp mặt đất. Đây là truyền thuyết về tháp Babel (Thầy Cả Lữ Y Đoan dịch là "Hỗn Lầu") nổi tiếng trong *Thánh kinh*. Các bạn chú ý tinh thần mà chúng tôi gọi là tinh thần nhân văn chủ nghĩa của tác giả "Sấm Truyền Ca" khi thuật lại truyền thuyết này với những câu như:

Quyết xây tháp đụng Thiên Tào
Nêu cao nhân lực, Trời nào dám đương
Nhân gian ngạo nghễ thiên đường...

Những câu đó cụ thể hóa tư tưởng mà tác giả nêu lên trong đoạn mở đầu của *Tạo Đoan Kinh (Genesia)*:

Loài người từ thuở A-đam
Đua nhau xây dựng mộng ham làm trời...

Như lời các vị sao chép bản quốc ngữ thuật lại thì chú thích sách này "Bị các linh mục ngoại quốc thời đó chống đối, viện lẽ đã pha trộn nhiều tư tưởng ngoại giáo", "không nhìn nhận là đúng với *Thánh kinh* của Đạo nên cấm bổn đạo đọc vì là sách dị đoan", do đó mà bị mai một.

Phần chính bản *Thánh kinh* chúng tôi dịch sát theo bản dịch tiếng Pháp của Louis Segond, Tiến sĩ Thần học, trong sách đã dẫn trong bài viết của chúng tôi. Các con số đánh dấu các chương và các ý chính trong mỗi chương là của chính bản *Thánh kinh* được dịch ra tiếng Pháp. Bản *Sấm Truyền Ca* cũng được một linh mục địa phận Sài Gòn tên gọi là Phao-lô Quy đánh số theo sự đánh số trong chính bản *Thánh kinh*. Theo dõi sự đánh số này của hai bản có thể thấy tác giả *Sấm Truyền Ca* vừa theo sát các chương các ý trong chính bản vừa cải biên, vừa sáng tạo theo cách Việt Nam nội dung áng cổ văn Do-thái.

ĐỌC: *TẠO ĐOAN KINH*

Lê Phụng

Với những dân tộc sùng đạo Chúa, quyển *Kinh thánh* là nguồn cảm hứng vô tận của văn nghệ sĩ. Tại Việt Nam, chỉ sau vài chục năm, kể từ năm 1624 giáo sĩ Alexandres de Rhodes đến giảng đạo và lập giáo đường tại Phú Xuân, quyển *Kinh thánh* đã là nguồn cảm hứng cho một dòng văn học mới. Tác phẩm tiêu biểu cho ngành văn học này là bộ *Sấm truyền ca* của Lữ Y Đoan, theo truyền thuyết hoàn thành bằng chữ Nôm vào năm 1670.

Lữ Y Đoan là người tinh thông chữ Nho, năm 1672 ông thụ phong linh mục tại Quảng Ngãi lúc đã trên 60 tuổi. Sách *Sấm truyền ca* viết bằng chữ Nôm, gồm năm sách đầu Kinh *Cựu ước*. Đến năm 1816 Simong Phan Văn Cận chuyển ngữ sang quốc ngữ, công việc này hoàn thành tại Cái Mơn năm 1820. Đến năm 1870, có người đào được tại Cái Nhum, Chợ Lách, Vĩnh Long, một hầm vô chủ trong đó có *Sấm truyền ca*. Ông Nguyễn Văn Thế chép lại sách này và truyền cho nhiều người biết. Đến năm 1908 Vêrô Trần Hớn Xuyên, vì hâm mộ *Sấm truyền ca* chép lại để giúp cho con cháu biết việc đóng góp của ông cha vào văn học.

Bộ *Sấm truyền ca* lưu truyền tới nay chỉ còn trọn vẹn tập *Tạo đoan kinh* qua hai bản chép tay, một của nhà báo Paulus Tạo thuộc tuần báo *Nam Kỳ địa phận* và một của nhà báo Thaddoeus Nguyễn Văn Nhạn. Bản của Paulus Tạo chép theo bản của Phêrô Trần Hớn Xuyên và một bản khác của một người cháu linh mục Phao lồ Qui. Việc sao lục của Paulus Tạo không rõ hoàn tất vào năm nào. Bản chép tay của Thaddoeus Nguyễn Văn Nhạn là bản sao lại một bản của Lm.Phao lồ Qui.

Nhà nghiên cứu văn học Lê Phụng

** Sinh: 1933 tại Bắc Việt. Mất: 2017. Trước năm 1975, giảng viên Đại học Khoa học Sài Gòn.*
** Định cư tại Montreal, Canada.*
** Tác phẩm: Nẻo Mới Vào Văn Học (1997), Công Trạng Văn Học Trong Các Xứ Đạo (2017).*

Thaddoeus Nguyễn Văn Nhạn còn chép lại già nửa tập *Lập quốc kinh*. Việc sao chép của Thaddoeus Nguyễn văn Nhạn hoàn tất năm 1956.

Năm 2000, Tập San Y Sĩ xuất bản tập *Tạo đoan kinh* tại Montréal, Québec, Canada, sao y bản của Paulus Tạo, kèm thêm *Chỉ lục tên đất tên người* trong sách để giúp người đọc dễ bề tra cứu và *Mấy lời nói đầu* của bản chép tay của Thaddoeus Nguyễn văn Nhạn.

Có hai điểm đáng ghi nhận qua lời *Tựa* của Phan Huy Cận và Trần Hớn Xuyên và *Mấy lời nói đầu* của Nguyễn Văn Nhạn. Một là *Sấm truyền ca* không được giáo quyền coi là một tài liệu truyền giáo; hai là lòng hâm mộ *Sấm truyền ca* của những người đã ra công sao chép và lưu truyền tập thơ này.

Về điểm thứ nhất, giáo quyền không nhìn nhận *Sấm truyền ca* là một điều hiển nhiên, Lữ Y Đoan làm thơ khởi hứng theo *Kinh thánh*. Tùy hứng thơ, tùy giới độc giả mà Lữ Y Đoan nhắm gửi gắm tác phẩm, *Sấm truyền ca* cũng như những tác phẩm của Paul Claudel, là những tác phẩm văn học. Về điểm thứ hai, công cuộc sao chép lưu truyền một tác phẩm văn học giá trị, nhiều khi là những tác phẩm bị chính quyền cấm đọc, là truyền thống có sẵn của người Việt trong mọi tôn giáo.

Câu hỏi chính là:

Sấm truyền ca đã lưu truyền ngoài ba trăm năm qua, chúng ta phải đọc tập thơ này ra sao?

Trả lời một phần nhỏ câu hỏi này là mục đích của bài viết này.

Với người ngày nay, đọc truyện trong *Kinh thánh* là đối mặt với một ngôn ngữ khác biệt và một thế giới khác biệt. Theo giới nghiên cứu *Kinh thánh*, người đọc *Kinh thánh* thấy mình như cô bé Alice lạc vào thế giới thần tiên, bước qua tấm gương của ngôn ngữ của chính mình và nhìn vào một thế gian xa lạ bằng nhãn quan riêng của mình.

Đọc *Kinh thánh*, người đọc chỉ có thể nhìn thấy cái thế giới xa lạ trải dài trước mắt bằng ngôn ngữ của chính mình. Ngôn ngữ tác động như một bộ máy lọc: những điều mà người đọc cảm nhận rồi viết ra là những điều mà ngôn ngữ của người đó có thể diễn tả nổi. Người đọc bản thuật lại cũng lại là một bộ máy lọc thứ hai, chỉ cảm nhận thấy những điều người viết viết ra bằng ngôn ngữ của mình. Dầu chỉ là sáng tác khởi hứng từ *Kinh thánh*, cái khó của Lữ Y Đoan cũng như cái khó của người ngày nay đọc Lữ Y Đoan là khoảng cách trong không gian và trong thời gian giữa những truyện trong *Kinh thánh* và thế giới thực tại đương thời. Trở ngại này có thể thu nhỏ phần nào với những cách đọc ngày nay dùng kỹ thuật quen biết trong văn học đối chiếu, cùng những phương pháp ứng dụng ngữ hiệu, cũng như hiệu chứng.

Sấm truyền ca là một áng thơ tác giả khởi hứng từ *Kinh thánh*, người Á Đông làm thơ thường gửi ý tại ngôn ngoại, tất nhiên người đọc thơ phải tìm ra ý tác giả gửi ngoài lời. Ngay chính Paul Claudel, một nhà thơ gốc người Pháp nhưng từng sống nhiều năm tại Trung Quốc và Nhật Bản, cũng dùng cách này sáng tác bộ sách ngoài ba ngàn trang *Le Poète et La Bible*.

Câu hỏi là làm sao nhận ra trọn vẹn ý thơ ngoài lời của tác giả? Lời giải đáp câu hỏi này thấy qua thoại sau đây. Nữ hoàng Võ Tắc Thiên nhà Đường cảm thấy khó nắm được ý nghĩa chữ viên dung. Nhà luận sư Pháp Tạng của Hoa Nghiêm tông, không giải thích bằng lời mà sai người đặt nhiều mặt kính quanh một ngọn nến đốt sáng. Ánh sáng từ ngọn nến đặt tại tâm điểm giàn kính phản chiếu trong tất cả các mặt kính, và mỗi ảnh phản chiếu này lại phản chiếu qua tất cả các mặt kính, tạo ra một hình ảnh giao hưởng toàn diện của các luồng sáng. Tương truyền nhờ sự kiện này tâm trí của nữ hoàng bỗng sáng tỏ.

Chữ viên dung, theo Suzuki là một lối nhìn nhắm thẳng vào thế giới và tâm linh [...] trong một phong thái mà tất cả có thể xuất hiện cùng lúc rất ư kỳ ảo, vượt xa ngoài những giới hạn của tục thức. Suzuki so sánh nhãn quan này với quan niệm về những tổng thể cụ thể của Hégel. Mỗi một thực tại cá biệt ngoài tính cách nó là nó, còn mang hình ảnh phản chiếu của một tổng thể nào đó, và đồng thời nó vẫn chính là nó, vì có những cá thể khác nó. Một màng lưới toàn diện của những quan hệ hỗ tương liên kết những sự vật riêng rẽ và những ý tưởng tổng quát. Phải có nhãn quan viên dung mới nắm được ý ngoài lời trong thơ.

Dường như Lữ Y Đoan có thiện ý giúp người đọc tạo ra nhãn quan viên dung. Thiện ý đó Lữ Y Đoan đặt trong ba chữ *Tạo đoan kinh* mà ông dùng để dịch tựa đề *Genesia*, mà nghĩa chính là sáng thế và sách này mở đầu bộ *Cựu ước* mà người Trung Quốc và người Việt

Nam thường dịch là *Sáng thế ký*. Chữ ký thường dùng chỉ một cuốn tiểu thuyết, như *Tây Sương ký, Mai Đình mộng ký* v.v... Chữ *Kinh* mà Lữ Y Đoan chọn đây, phải chăng là nhằm đặt *Tạo đoan kinh* lên cùng một địa vị ngang với *Tứ thư ngũ kinh* của Khổng học, *Đạo đức kinh* của Lão Tử, *Nam hoa kinh* của Trang Tử, hai bộ kinh căn bản của Đạo Lão, cùng thiên kinh vạn quyển của Đạo Phật? Chữ Kinh này phải chăng như để nhắn nhủ người đọc muốn có nhãn quan viên dung để đọc *Sấm truyền ca* thì dùng kinh sách của Khổng Lão Phật làm những tấm kính phản quang như trong giàn kính của luận sư Pháp Tạng.

Tiếp theo Lữ Y Đoan còn tóm tắt ý chính của *Tạo đoan kinh* trong bốn câu thơ:

Khai sáng càn khôn
Tạo đoan phu phụ
Âm dương hỗ trợ
Sinh hóa trường tồn.

Mười sáu chữ thẩy là mười sáu chữ nho. Trong câu thứ nhất hai chữ càn khôn là tên hai quẻ trong *kinh Dịch* biểu tượng cho trời đất. Bốn chữ trong câu thứ hai là bốn chữ thu ngắn một câu trong sách *Trung Dung:*

Quân tử chi đạo, tạo đoan hồ phu phụ, cập kỳ chí giã, sát hồ thiên địa.

Theo Trần Trọng Kim nghĩa là *đạo người quân tử lập mối đầu ở những điều mà những kẻ thất phu thất phụ biết được làm được mà lên đến cùng cực thì rõ việc trời đất.* Hai câu thứ ba và thứ tư nhắc đến thuyết âm dương hỗ trợ tạo nên muôn vật từ xưa tới nay của Khổng học. Bốn câu thơ trên, như vậy phải chăng cho thấy ý muốn của Lữ Y Đoan theo đạo lý Khổng học để sáng tác *Tạo đoan kinh?* Đọc vào trong sách, người đọc đều nhận ra nhiều hình ảnh quen thuộc rút từ sách Đạo Lão cũng như Đạo Phật. Như vậy, để có thể nhận ra ý tại ngôn ngoại của Lữ Y Đoan gửi gắm trong *Tạo đoan kinh*, những tấm kính trong đài gương của Pháp Tạng phải chăng chính là những kinh sách của ba Đạo Khổng Lão Phật? Trong giới hạn của bài viết này, phương pháp đài kính chỉ riêng áp dụng cho hai điểm đề xướng sau đây: một là 13 câu mở đầu *Kinh thánh* kể sự tích tạo lập trời đất trong ba ngày đầu, và hai là đoạn 3 sách *Sáng thế ký* kể chuyện sa ngã của Adam và Eve trong vườn địa đàng.

Trước tiên là hình ảnh người viết *Kinh thánh* dùng trong những câu I:1-13, ghi truyện ba ngày đầu sáng thế.

Kinh thánh chép:

1 Lúc khởi đầu Thiên Chúa sáng tạo trời đất.

2 Đất còn trống rỗng, chưa có hình dạng, bóng tối bao trùm vực thẳm, và thần khí Thiên Chúa bay lượn trên mặt nước.

3 Thiên Chúa phán: Phải có ánh sáng. Liền có ánh sáng.

4 Thiên Chúa thấy rằng ánh sáng tốt đẹp và phân rẽ ánh sáng và bóng tối.

5 Thiên Chúa gọi ánh sáng là ngày, bóng tối là đêm. Qua một buổi chiều và một buổi sáng: đó là ngày thứ nhất.

Người đọc *Kinh thánh* ngày nay thường hiểu năm câu trên đây như sau.

Trong câu mở đầu *Kinh thánh*, chữ lúc khởi đầu tương ứng với chữ In *principo*, theo bản tiếng La tinh, hai chữ này dịch là theo *nguyên lý*. Trong lúc khởi đầu này, Không gian và Thời gian đều chưa được tác tạo nói gì đến con người và ngôn ngữ con người. Thế nên khó mà lãnh hội được những điều này bằng tri thức hay bằng tưởng tượng của con người ngày nay. Tuy nhiên, ai ai cũng đều biết rằng *tất cả những điều viết trong Sách thánh đều viết ra để giáo hóa chúng ta* (2 Timôthê 3,16). Như vậy, người đọc *Kinh thánh* ngày nay đứng giữa hai ngả: một là cảm ứng với những điều viết trong *Kinh thánh* vào giai đoạn này theo kinh nghiệm sống riêng tư, theo tri thức cá nhân, cũng như theo ngôn ngữ hiện nay của mình, hai là hiểu theo những điều dẫn giải của những triết gia, những thầy giảng *Kinh thánh*. Paul Claudel (1868-1955), tác giả cuốn *Le Poète et la Bible,* đã chọn ngả thứ nhất, vì theo ngả đó người đọc *Kinh thánh* mới thấy được điều hay cái đẹp, cho riêng mình, trong *Kinh Thánh*, dầu cái biết cái thấy cá nhân đó thô thiển chất phác kém xa những điều giảng dậy cao xa viết sẵn trong kinh luận.

Trở lại *Kinh thánh:* Theo nguyên lý *Thiên Chúa sáng tạo trời đất.* Chữ nguyên lý này không chỉ biểu thị điểm bắt đầu của một kỷ nguyên mới, mà biểu thị điểm bắt đầu một trật tự thuần lý tuyệt đối và thăng hóa. Thiên Chúa khởi đầu bằng cách xác định đường hướng của công cuộc sáng tạo của Người.

Nguyên lý đó là gì? Câu trả lời đọc thấy trong sách *Tân ước:* Trong nguyên lý có *Ngôi Lời. Ngôi Lời vẫn hướng về Thiên Chúa, và Ngôi Lời là Thiên Chúa* (Gioan 1,1). Theo nguyên lý, theo Ngôi Lời, Thiên Chúa hoàn tất, bằng chính lời nói của Người, việc sáng tạo: Đấng hằng hữu muôn đời đã tạo thành vạn vật (Huấn Ca 18,1).

Theo nguyên lý, nghĩa là trước khi có thời gian, trước khi phát hiện ánh sáng, trước khi có một buổi chiều và một buổi sáng, trước khi bắt đầu một chuỗi Bảy Ngày. Trước khi Trời Đất tách biệt làm hai. *Kinh thánh* chép: Trời và Đất: hai vật thể cùng được sáng tạo đồng thời. Đất: không phải là vầng dương, không phải là tinh tú, mà là trái đất nhỏ bé này, nơi con người sinh sống trong cái vô cùng của không gian, và đó là thiên hứng của Chúa Trời tự hữu toàn nguyên.

Trời. Trời nào? Theo *Kinh thánh* có ba tầng trời, (Côrintô 12,6) và còn có nhiều trời khác, vì theo kinh Lạy Cha: *Lạy Cha chúng tôi ở trên trời*, mà *Kinh thánh* chữ Pháp chép là Notre Père, qui êtes aux cieux (*Mátthêu* 6,9). Có vòm trời gồm khí quyển, có vòm trời nhật động, và có vòm trời mà Thiên Chúa gọi đó là vòm trời (*Sáng thế* 1,8)

Vòm trời thứ ba là nơi cư ngụ của các thiên thần. Đó là vòm trời của Chúa. Còn đất thì Chúa ban cho con cái loài người (*Thánh vịnh* 113,16). Ngoài vòm trời này còn cả một khối nước phía trên bầu trời (*Thánh vịnh* 148,4). Chính Thiên Chúa đã từng nói tới vòm trời này: *Ta sẽ lên trời, ta sẽ dựng ngai vàng của ta trên cả các vì sao của Thiên Chúa* (*Isaia* 14,13).

Sang câu *Kinh thánh* thứ 2: *Đất còn trống rỗng, chưa có hình dạng*,

Trước mắt Hóa Công, đất mang một hình ảnh tiêu cực: *trống rỗng và chưa có hình dạng*, và bóng tối bao trùm vực thẳm. Bóng tối này không phải là bóng đêm, đối nghịch với ánh sáng, kiệt tác của Hóa Công trong ngày thứ nhất. Bóng tối này là bóng tối mà đến các thiên thần cũng không vào nổi. Những *vực thẳm này kêu gào vực thẳm, khi tiếng thác của ngài tuôn đổ vang ầm* (*Thánh vịnh* 41,8). Một trạng thái tuyệt đối vô trật tự, một cõi trong đó chưa có một vật nào thành hình, tất cả là những biến đổi liên tục. Tri thức con người khó mà hình dung ra nổi. Và trên đó thần khí Chúa Trời bay lượn, như tâm trí người nghệ sĩ bay lượn trên tác phẩm của mình. Thần khí linh thiêng này là điều kiện tạo ra đời sống, con người không bao giờ ngưng tái tạo thần khí đó.

Và *nước*. Nước là hình ảnh tích cực duy nhất trước ngày sáng thế đầu tiên. *Kinh thánh* chữ Pháp chữ Anh đều chép chữ nước này theo số nhiều, phải chăng là ngụ ý nước lúc này khác với nước mà con người hằng quen biết. Trong ngày sáng thế thứ hai, Thiên Chúa tạo ra một cái vòm phân rẽ nước dưới vòm và nước phía trên. Về truyện có nước trên vòm trời thứ ba, thánh Augustin nói: *uy quyền của Kinh thánh cao cả hơn khả năng hiểu biết của con người; Thánh Thomas kết luận rằng: bất kỳ nước đó là gì, bất kỳ bằng cách nào nước lên trên vòm trời, chúng ta cũng không mảy may nghi ngờ là có nước ở trên vòm trời thứ ba*. Trong Kinh thánh có nhiều câu liên quan tới nước huyền bí này.

Sách *Khải huyền* 4,6 chép: Trước ngai có cái gì như biển trong vắt tựa pha lê. *Thánh vịnh* 135, 5-6: *Một dòng sông chảy ra bao nhánh, đem niềm vui về cho thành của Đức Chúa Trời. Thánh vịnh* 32,4: *Chúa dồn dại dương về một chỗ, Người đem biển cả trữ vào kho.*

Người chép *Kinh thánh* chép những đoạn này với mục đích gì? Phải chăng là để nhấn mạnh trên điểm là nước khi Chúa phán vòm trời tách làm hai là một thứ nước linh thiêng khác với nước con người có ngày nay?

Để biết được nước linh thiêng này khác với nước con người có ra sao, cách hay nhất là xét kỹ xem nước thông thường là gì. Vì có biết rõ công trình tạo tác hiển hiện của Chúa, con người có thể nhìn ra những công trình không hiển hiện của Chúa. Như vậy phải chăng là có thể có nhiều hy vọng nhìn thấy sự thật hơn là chỉ căn cứ vào trí tưởng tượng.

Nước có thể tích mà không có hình. Hình ngoài của nước là hình của vật chứa đựng nước. Nước có thể chia thành nhiều phần, mà chẳng phần nào khác phần nào. Nước có thể tái tạo vô cùng tận. Nước như vô tình, như có bị nhiễm ô cũng có thể tự lọc sạch. Nước trong suốt để ánh sáng đi qua. Nước len lỏi vào mọi ngóc ngách nếu có cơ hội. Nước là nguồn nuôi dưỡng mọi sinh vật. Nước thanh tẩy. Nước bao bọc. Nước phản ánh...

Phải chăng tất cả những đặc tính trên đây của nước, trên mặt thăng hóa biểu thị cho Nước trong ngày thứ nhất sáng thế?

3Thiên Chúa phán: "Phải có ánh sáng." Liền có ánh sáng. 4Thiên Chúa thấy rằng ánh sáng tốt đẹp. Thiên Chúa phân rẽ ánh sáng và bóng tối. 5Thiên Chúa gọi ánh sáng là "ngày", bóng tối là "đêm". Qua một buổi chiều và một buổi sáng: đó là ngày thứ nhất.

Thiên Chúa không sáng tạo ra ánh sáng như Thiên Chúa đã tạo ra trời đất. Thiên Chúa phán gọi ánh sáng. Ánh sáng không hiện ra từ một nguồn sáng như ánh sáng của ngọn đèn. Ánh sáng xóa bóng tối và bóng tối không dập tắt nổi ánh sáng (*Gioan* 1,5). Ánh sáng tốt đẹp vì nhờ ánh sáng của Ngài, chúng con được nhìn thấy ánh sáng (*Thánh vịnh* 35,10). Nhờ có ánh sáng nên có ngày có đêm, có thời gian. Đó cũng là cái khác biệt thứ nhất Thiên Chúa tạo ra trong ngày thứ nhất.

6 Thiên Chúa phán: Phải có một cái vòm ở giữa khối nước để phân rẽ nước với nước.

7 Thiên Chúa làm ra cái vòm đó và phân rẽ nước phía dưới vòm với nước phía trên. Liền có như vậy.

8 Thiên Chúa gọi vòm đó là trời. Qua một buổi chiều và một buổi sáng: đó là ngày thứ hai.

Thiên Chúa tạo ra cái vòm: Thiên Chúa tạo ra hình dạng. Thiên Chúa tạo vòm trời: Thiên Chúa tạo ra một tạo vật mới: không gian. Trên tạo vật này có Nước, khác với nước ở dưới. Nước ở trên và nước ở dưới cái vòm không khác nhau vì định sở mà khác nhau vì bản chất.

Đó là sự khác biệt thứ hai Thiên Chúa tạo ra trong ngày thứ hai.

[9]Thiên Chúa phán: "Nước phía dưới trời phải tụ lại một nơi, để chỗ cạn lộ ra." Liền có như vậy. [10]Thiên Chúa gọi chỗ cạn là "đất", khối nước tụ lại là "biển". Thiên Chúa thấy thế là tốt đẹp.

[11]Thiên Chúa phán: "Đất phải sinh thảo mộc xanh tươi, cỏ mang hạt giống, và cây trên mặt đất có trái, ra trái tuỳ theo loại, trong có hạt giống." Liền có như vậy. [12]Đất trổ sinh thảo mộc, cỏ mang hạt giống tuỳ theo loại, và cây ra trái, trong trái có hạt giống tuỳ theo loại. Thiên Chúa thấy thế là tốt đẹp. [13]Qua một buổi chiều và một buổi sáng: đó là ngày thứ ba.

Thiên Chúa tạo thêm sự chia đôi khối nước dưới vòm trời, sinh ra đất và biển. Rồi tiếp tục tạo sinh ngàn cây vạn cỏ trong ngày thứ ba.

Trên đây là nhãn quan của người đọc *Kinh thánh* ngày nay, chú ý tới chuỗi hình ảnh trong ba ngày đầu *Sáng thế*: công cuộc phân đôi Trời, với Nước, ánh sáng với bóng tối, Nước với Đất, các loài Cây Cỏ.

Khởi hứng từ đoạn *Kinh thánh* trên đây, Lữ Y Đoan viết những vần thơ sau:

[1]Hằng sinh Thượng đế đại quyền,
Tự không sáng tạo phán truyền hằng khai;
Càn khôn phút chốc phôi thai
[2]Hư hư hàn vũ dày dày u minh.
Thánh thần sinh hóa vận trình,
[3]Đột nhiên quang ánh lộ hình khắp nơi.
[4]Ban khen trong sáng tuyệt vời,
Liền sinh lưỡng vực muôn đời đối nhau:
[5]Gọi ngày, dương khí làu làu
Gọi đêm, âm khí phủ bao mịt mờ,
Hoàng hôn chuyển tiếp minh sơ,
Chu kỳ thứ nhất, thiên cơ ứng hành.
[6]Không gian phát động mở màn,
[7]Thủy hành nhị khí rành rành dưới trên.
[8]Trên thì danh gọi cao thiên,

Chiều đi mai đến tiếp liên chu kỳ.
[9]Thổ phân, thủy lập biên thùy
[10]Thổ là đại lục, thủy thì đại dương
[11]Lịnh ban hành mộc tự cường,
[12]Ngàn hoa vạn thảo ứng tường phát sinh.
[13]Tạo trình đạt mức tốt lành,
Chu kỳ chiều sáng giai tầng thứ ba.

Bài viết này không nhắm so sánh giáo lý, mà chỉ mong muốn tìm ra vài ý tại ngôn ngoại trong thơ Lữ Y Đoan. Bắt đầu là hai câu mở sách:

[1]Hằng sinh Thượng đế đại quyền,
Tự không sáng tạo phán truyền hoằng khai;
Càn khôn bỗng chốc phôi thai

Câu thứ nhất dường như hoàn toàn là ý thơ của Lữ Y Đoan, khởi từ lòng kính yêu Thượng đế của tác giả, vì câu 1 trong *Kinh thánh*:

[1]Lúc Khởi đầu Thiên Chúa sáng tạo trời đất

Trong câu thứ hai dựa theo câu mở đầu *Kinh thánh*, ngoại trừ hai chữ tự không. Chữ không đây chẳng phải là chữ không đối nghịch với chữ có, như người mình thường nói có bột mới gột nên hồ. Chữ không đây nhắc người đọc thơ liên tưởng tới lời Trần Trụ, một nhà phê bình sách ***Đạo đức kinh*** của Lão tử sống vào đầu thế kỷ XX:

Đạo ẩn nhi vị hình, cố vị chi Vô.

Đạo ẩn chưa lộ hình, gọi là không. Vậy chữ *không* này tương ứng với chữ Đạo, như Trang Tử viết trong thiên *Đại tông sư*, sách *Nam hoa kinh:*

Phù Đạo [...] tự bản tự căn, vị hữu thiên địa [...] sinh thiên sinh địa.

Nghĩa là:

Kìa Đạo [...] tự mình là gốc, tự mình là rễ, có trước trời đất [...] tạo ra trời tạo ra đất.

Phải chăng hiểu chữ không như vậy, người đọc nhận ra ý hai chữ Hằng sinh và đại quyền trong câu thứ nhất. Điều mới lạ ở hai câu này, đối với người đồng thời không biết đạo Chúa, là Lữ Y Đoan đã lấy chữ Thượng đế để thay thế chữ Đạo. Trong câu thư ba, hai chữ càn khôn là tên hai quẻ trong ***Kinh Dịch*** của Khổng học, người Đông Á dùng để chỉ trời và đất. Hai câu thứ tư và thứ năm:

Hư hư hàn vũ, dày dày u minh Thánh Thần sinh hóa vận trình, tương ứng với câu 2 trong *Kinh thánh*, *"Đất còn trống rỗng, chưa có hình dạng, bóng tối bao trùm vực thẳm, và thần khí Thiên Chúa bay lượn trên mặt nước"*

Chuỗi hình ảnh trong câu *Kinh thánh* trích dịch trên đây có nhắc người đọc thơ nhớ tới hình ảnh Lão Tử dùng mô tả cái thể của Đạo trong Chương XIV:

Kỳ thượng bất kiểu, kỳ hạ bất muội, thằng thằng [...] phục quy ư vô vật.

Thị vị vô trạng chi trạng, vô vật chi tượng [...] nghinh chi bất kiến kỳ thủ, tùy chi bất kiến kỳ hậu.

Nghĩa là:

Trên nó thì không rõ rệt, dưới nó không mờ tối, dằng dặc [...] trở lại chỗ không có vật. Ấy gọi là hình trạng không hình trạng, hình trạng của cái không có vật [...] đón nó không thấy đầu, theo nó không thấy đuôi.

Nó đây là Đạo, không rõ rệt, không mờ tối, như có mà như không, như không mà không hẳn không, dằng dặc không dứt, vẫn trở lại chốn không có vật. Vật có hình trạng như không hình trạng, vật có vật như không có vật, vật ấy không có đầu không có cuối, vật ấy là ***Đạo vô thủy vô chung***, mà muôn vật từ đó nẩy sinh. Lão Tử còn mô tả hình ảnh Đạo trong chương XXV:

Hữu vật hỗn thành, tiên thiên địa sinh
Tịch hề liêu hề, độc lập bất cải,
Chu hành nhi bất đãi, khả dĩ vi thiên hạ mẫu.
Ngô bất tri kỳ danh, tự chi viết Đạo, cưỡng vị chi danh.

Nghĩa là:

Có vật hỗn độn mà nên, sinh trước trời đất, yên lặng, rỗng không, không hề thay đổi, đi khắp chốn không mệt đáng lấy làm mẹ thiên hạ.Ta chẳng biết tên Nó là gì, gượng gọi Nó là Đạo.

Cái vật hỗn độn mà thành đó, Lão tử chỉ biết là Nó có từ trước trời đất. Nó yên lặng, rỗng không, không có thể chất, không có hình dạng, xoay vần không ngừng, không có vật nào cùng Nó sánh nổi, Nó đáng coi là mẹ vạn vật dưới trời này. Lão Tử chẳng biết gọi tên Nó là gì, gượng gọi là Đạo.

Trở lại *Tạo đoan kinh,* trong bẩy câu, từ câu sáu tới câu mười hai, Lữ Y Đoan mô tả công việc sáng thế trong ngày thứ nhất của Thiên

Chúa. Thiên Chúa phán gọi ánh sáng tách rời bóng tối, Thiên Chúa tạo ra ngày đêm. Bốn câu tiếp, tả công trình của Thiên Chúa trong ngày thứ hai, Thiên Chúa phân cách nước tạo ra trời đất.

Công trình sáng thế của Thiên Chúa trong hai ngày đầu như vậy gồm những việc chia hai: chia hai bóng tối và ánh sáng; chia hai ngày và đêm; chia hai khối nước bằng vòm trời.

Công trình sáng thế này dường như song song với công trình của Đạo, như Lão Tử mô tả trong chương XLII:

Đạo sinh nhất, nhất sinh nhị,

nghĩa là:

Đạo sinh ra một, một tạo ra hai. Câu này đi đôi với câu sau đây trong chương XL:

Thiên hạ vạn vật sinh ư hữu, hữu sinh ư vô.

nghĩa là:

Muôn vật dưới trời sinh từ cái Có, cái Có sinh từ cái Không.

Cả hai câu như gợi tới câu Kinh Dịch, thiên Hệ từ:

Dịch hữu Thái Cực, thị sinh lưỡng nghi.

nghĩa là:

Dịch có Thái Cực, Thái Cực sinh Lưỡng Nghi.

Cùng một câu trong Kinh Lễ, thiên Lễ Vận:

Lễ tất bản ư Thái Nhất, phân nhi vị thiên địa, chuyển nhi vi âm dương.

Nghĩa là:

Thái nhất là Một, Một sinh ra hai là trời đất âm dương.

Tóm lại cả ba sách cùng một ý là từ Không tự tạo ra Đạo là một, rồi từ Đạo sinh ra hai.

Sáu câu tiếp, Lữ Y Đoan mô tả công trình của Thiên Chúa trong ngày thứ ba: Thiên Chúa phân tách khối nước dưới vòm trời thành đất và biển; rồi Thiên Chúa bắt đầu công trình sáng tạo vạn vật, bắt đầu bằng ngàn hoa vạn thảo.

Lão Tử cũng chép một công trình tương tự của Đạo trong chương XL, tiếp theo câu trích dẫn trên đây:

Đạo sinh nhất, nhất sinh nhị, nhị sinh tam, tam sinh vạn vật; nghĩa là: Đạo sinh Một, Một sinh hai, hai sinh ba, ba sinh muôn vật.

Trong sách *Nam Hoa kinh*, thiên XIV, Trang Tử nói rõ hơn về việc sinh sản này trong thiên *Điền Tử Phương,* sách *Nam Hoa kinh:*

Chí âm túc túc, chí dương hách hách,
túc túc xuất hồ thiên, hách hách xuất hồ địa;
lưỡng giả giao thông, thành hòa nhi sinh vật yên.

Nhượng Tống dịch là:

Cái rất âm thì chằm chằm, cái rất dương rất thì rờ rỡ. Chằm chằm ra từ trời, rờ rỡ nẩy từ đất; hai cái đó giao thông, hóa sinh ra vật vậy.

Đó là ý ngoài lời thơ Lữ Y Đoan gói gọn trong hai chữ từ không trong câu thứ hai tập *Tạo đoan kinh,* mà người đọc thơ nhìn thấy qua dàn kính viên dung.

Sau đây, bài viết vẫn theo phương lý dàn kính viên dung, tìm ý tại ngôn ngoại trong thơ Lữ Y Đoan, riêng trong đoạn III tập *Tạo đoan kinh*.

Đoạn này thuật truyện sa ngã của người đàn ông và người đàn bà trong vườn địa đàng.

Đúng ra câu chuyện bắt đầu từ câu 9 trong đoạn II:

9Đức Chúa là Thiên Chúa khiến từ đất mọc lên đủ mọi thứ cây trông thì đẹp ăn thì ngon, với cây sinh tồn ở giữa vườn, và cây tri thức thiện ác.

và tiếp theo là hai câu 16 và 17:

16Đức Chúa là Thiên Chúa truyền lệnh cho con người rằng: Hết mọi trái cây trong vườn ngươi cứ ăn 17nhưng trái cây nhận thức thiện ác, thì ngươi không được ăn, vì ngày nào ngươi ăn, chắc chắn ngươi sẽ chết.?

Sang tới đoạn III:

1Rắn là loài xảo quyệt nhất trong mọi giống vật ngoài đồng mà Đức Chúa là Thiên Chúa đã làm ra. Nó nói với người đàn bà: Có thật Thiên Chúa bảo: Các ngươi không được ăn hết mọi trái cây trong vườn không?

2Người đàn bà nói với con rắn: Trái các cây trong vườn thì chúng tôi được ăn.

3Còn trái cây ở giữa vườn, Thiên Chúa đã bảo: Các ngươi không được ăn, không được động tới kẻo phải chết.

4Rắn nói với người đàn bà: Chẳng chết chóc gì đâu!

[5]Nhưng Thiên Chúa biết ngày nào ông bà ăn trái cây đó thì mắt ông bà sẽ mở ra, và ông bà biết điều thiện điều ác như những vị thiên thần.

[6]Người đàn bà thấy trái cây đó ăn thì ngon, trông thì đẹp mắt và đáng quý vì làm cho mình được tinh khôn. Bà liền hái trái cây mà ăn, rồi đưa cho cả chồng đang ở đó với mình; ông cũng ăn.

[7]Bấy giờ mắt hai người mở ra, và họ thấy mình trần truồng: họ mới kết lá vả làm khố che thân.

[8]Nghe thấy tiếng Đức Chúa là Thiên Chúa đi dạo trong vườn lúc xế chiều, con người cùng vợ ẩn mình dưới lùm cây trong vườn để tránh mặt Đức Chúa là Thiên chúa. Đức Chúa là Thiên Chúa gọi con người và hỏi: Ngươi ở đâu?

[10]Con người thưa: Con nghe thấy tiếng Ngài trong vườn, con sợ hãi, vì trần truồng nên con lẩn trốn.

[11]Đức Chúa là Thiên Chúa hỏi: Ai đã cho ngươi hay là ngươi trần truồng? Có phải ngươi đã ăn trái trái cây mà ta cấm ngươi ăn không?

[12]Con người trả lời: Người đàn bà Ngài cho ở cùng con đã cho con trái cây ấy và con trót ăn.

[13]Đức Chúa là Thiên Chúa hỏi người đàn bà: Sao ngươi làm vậy? Người đàn bà thưa: Con rắn đã lừa con, và con trót ăn,

[14]Đức Chúa là Thiên Chúa phán với con rắn: Bởi mi làm điều đó, nên mi đáng bị nguyền rủa nhất trong mọi loài súc sinh và mọi loài dã thú. Mi bò bằng bụng, ăn bụi đất ngày ngày trọn đời mi.

[15]Ta sẽ gây mối thù giữa mi và người đàn bà, giữa nòi giống mi và nòi giống người đàn bà: nòi giống họ sẽ đánh dập đầu mi, và mi sẽ cắn lại vào gót nó.

[16]Chúa phán với người đàn bà: Ta sẽ làm cho ngươi phải cực nhọc thật nhiều khi thai nghén; ngươi sẽ còn phải cực nhọc lúc sinh con. Ngươi sẽ thèm muốn chồng ngươi, và nó sẽ thống trị ngươi.

[17]Với con người Chúa phán: Vì ngươi đã nghe lời vợ và ăn trái cây mà Ta truyền rõ là ngươi đừng ăn nó! Nên đất đai vì ngươi mà bị nguyền rủa; suốt đời ngươi ngày ngày ngươi sẽ phải cực nhọc mới kiếm từ đất ra được miếng mà ăn.

[18]Đất đai sẽ sinh gai góc cho ngươi, ngươi sẽ ăn cỏ ngoài đồng.

[19]Ngươi sẽ phải đổ mồ hôi trán để có bánh ăn, cho tới ngày mi trở về với đất, vì từ đất cất ra mi. Ngươi là cát bụi và ngươi sẽ trở về với cát bụi.

20 Con người đặt tên cho vợ là Evà, vì bà là mẹ của mọi chúng sinh.

21 Đức Chúa là Thiên Chúa làm cho con người và vợ gã những bộ áo bằng da thú và mặc cho họ.

22 Đức Chúa là Thiên Chúa nói: Nay con người đã trở nên một kẻ trong chúng ta, biết điều thiện điều ác. Bây giờ đừng để nó đưa tay ra hái trái cây sinh tồn và sống mãi mãi.

23 Đức Chúa là Thiên Chúa đuổi con người ra khỏi vườn Êđen,
để cày cấy đất đai, từ đó con người đã được cất ra.
24 Người trục xuất
con người và ở cửa Đông vườn Êđen, Người đặt các thần hộ giá mang
gươm sáng lóe, để canh giữ đường tới cây trường sinh.

Câu hỏi đầu tiên là người đọc *Kinh thánh* ngày nay nhìn thấy những gì trong cảnh giới vườn địa đàng?

Trước hết là cây *sinh mệnh* và cây *nhận thức thiện ác*. Hai tên cây *sinh mệnh và* cây *nhận thức thiện ác* đều dịch theo *Kinh thánh* của người Trung Hoa, bản in tại Hương Cảng năm 1977, Tòa Tổng giám mục chuẩn hứa ngày 11 tháng hai năm 1968. Chữ *sinh mệnh* dịch chữ *tree of life* trong *Kinh thánh* chữ Anh và chữ *arbre de vie* theo *Kinh thánh* chữ Pháp. Bản *Kinh thánh trọn bộ* in năm 1998 tại Saigon dịch là cây trường sinh. Trong câu 2:9 cây này chưa mang ý nghĩa trường sinh, ý này là do lời Chúa phán trong câu 3:22. Cây *nhận thức thiện ác* dịch chữ *tree of knowledge of good and evil* theo *Kinh thánh* chữ Anh và dịch chữ *arbre de la connaissance du bien et du mal* theo *Kinh thánh* chữ Pháp. *Kinh thánh trọn bộ* xuất bản tại Saigon dịch là cây cho biết điều thiện điều ác. Nhóm phiên dịch *Kinh thánh trọn bộ* bỏ chữ knowledge hay chữ connaissance thường quen dịch là *trí thức*. Trong mạch văn *Kinh thánh,* chữ knownledge hay connaissance còn có nghĩa là ăn nằm, thu ngắn thành ngữ ăn cùng mâm nằm cùng giường giữa hai vợ chồng, như trong những câu 4:1, 17,25; 19:5,8 và 38:26 sách *Sáng thế*. Trong những câu dẫn chứng chữ tri thức không hợp nghĩa, nên trong bài này, người viết xin dùng chữ nhận thức theo bản *Kinh thánh* chữ Trung Quốc. Có nhiều người đọc *Kinh thánh* ngày nay còn đề nghị đổi hai chữ thiện ác thành tốt xấu, lấy cớ rằng chữ thiện ác mang nặng mầu sắc đạo đức luân lý, và hai chữ tốt xấu biểu thị rộng rãi hơn sự đối nghịch tạo nên bởi kinh nghiệm bản thân, ứng dụng cả cho người và vật, nên thích hợp với mạch văn hơn.

Trở lại *Kinh thánh,* Chúa Trời, trong sáu ngày sáng thế, đã tác tạo ra nhiều khác biệt: sáng khác với tối, ngày khác với đêm; trời khác với nước, đất khác với biển; khác biệt giữa muôn loài thảo mộc; trời khác với trăng khác cả với sao; khác biệt giữa muôn loài cá dưới nước, khác biệt giữa muôn loài chim trên trời; thú dữ khác thú lành cùng khác loài bò sát, rồi tới người đàn ông khác người đàn bà. Trong vườn địa đàng, mọi cây thấy đều trông thì ngon mắt ăn thì ngon miệng. Giữa vườn Chúa cho mọc cây sinh mệnh và cây nhận thức tốt xấu. Chúa Trời lấy cái chết ra để ngăn cấm con người ăn cây nhận thức tốt xấu. Chúa Trời tạo thêm cái khác biệt giữa cái sống và cái chết.

Con người khi đó chưa biết phân biệt, sống yên vui trong vườn địa đàng, ăn mọi cây không phân biệt cây này với cây kia, đặt tên cho chim muông mà không thấy con này khác con nọ; nhìn cái sống mà không biết sống khác chết. Câu 2:24 mô tả cảnh hợp hoan giữa đàn ông và đàn bà, nhưng cả hai, dẫu không có chút gì che thân, cùng không biết đến sự khác biệt giữa người này với người nọ. Chúa Trời cấm con người ăn cây nhận thức xấu tốt. Phải chăng Chúa Trời không muốn con người có khả năng phân biệt như Chúa Trời?

Rồi, con rắn, con vật giảo hoạt nhất giữa mọi loài trong thảo dã, hiện ra nói với người đàn bà rằng ăn cây nhận thức tốt xấu thì ông bà sẽ mở mắt ra mà sẽ không chết. Nghe lời con rắn, người đàn bà vượt lời Chúa Trời răn, ăn cây nhận thức xấu tốt và đưa cả cho chồng cùng ăn. Thế là hai người cùng được mở mắt, hai người vụt có khả năng phân biệt như các bậc thánh thần: thấy mình trần truồng, thấy mình khác người kia, thấy ngượng ngùng phải kết lá che thân, nhưng còn biết được khả năng sinh sản của con người. Phải chăng biết phân biệt, con người biết được là mình khác với Chúa Trời khiến biết sợ Chúa Trời, vì biết nghe lời Chúa Trời, tuy vừa đó đã vượt lời răn Chúa Trời?

Trước khi mở mắt phân biệt, con người an nhiên trong vườn địa đàng giữa sự hòa hợp và duy nhất. Sau khi có khả năng phân biệt thì có làm mới có ăn. Biết phân sống chết là biết sinh mạng chẳng phải là thường hằng, sinh mạng có giới hạn trong thời gian. Biết nam nữ khác biệt, biết việc hợp hoan có khả năng sinh sản, con người không được ăn cây sinh mạng để sống đời đời được nữa mà phải cực nhọc trong việc thai nghén trong việc sinh đẻ để giữ cho nòi giống được sinh tồn, cũng như phải chết để nòi giống được sinh tồn.

Biết phân biệt, biết có khả năng sinh sản, quả đúng như lời con rắn đã nói với người đàn bà, và cũng chính Chúa Trời đã xác nhận, con người đã giống như thánh thần, nhưng con rắn không biết trọn vẹn sự thực. Mở mắt ra chính con người thấy mình khác với Chúa Trời. Con người chỉ có mạng sống giới hạn, Chúa Trời là thường hằng. Biết xấu tốt mới chỉ thấy đối nghịch, thấy gián đoạn, thấy sinh sản, riêng có Chúa Trời mới là Đấng Toàn Năng tạo sinh, mới thường hằng, mới là Một, mới là Tất Cả.

Tóm lại, chỉ vì có được khả năng biết phân biệt Adam và Eve đã bị đuổi khỏi vườn địa đàng, như Suzuki đã đoan quyết. Khởi hứng từ đoạn *Kinh thánh* trích dẫn trên đây, Lữ Y Đoan viết:

[1]Cũng như các vật sinh cư,
Có loài rắn quái ngao du mạn đàm.
[2]Hỏi sao các trái cấm ăn?
Đáp: ăn được hết,[3]chỉ ngăn song tường
Nếu ăn mang họa tử vong.
[4]Rằng: không phải vậy! [5]Trời phòng ai ăn,
Sẽ nên minh triết như thần,
Rõ điều thiện ác, sánh bằng trời cao.
[6]Nghe qua, thấy trái tươi mầu,
Nữ nhân bèn hái, ăn vào khá ngon.
Lại đem mời gã đàn ông,
[7]Đột nhiên tự thẹn trần truồng cả hai.
Vội vàng che đỡ lá cây,
[8]Xa nghe Thượng Đế chiều nay viếng vườn.
Chui vào bụi rậm ẩn nương.
[9]Bỗng nghe tiếng gọi A-dong đâu rồi?
[10] "Lạy Trời hổ thẹn hai tôi,
Tấm thân tồi tệ hết lời phân bua.
[11]Nói ra thì cũng bằng thừa,
Không ăn trái cấm, ai đưa cảnh này
[12]Tại người mà Chúa trao đây"
[13]Sao nàng làm vậy? Rắn bầy cho tôi!
[14]Rắn kia ăn đất suốt đời,
Phải bò trệt bụng, chịu lời đắng cay.
[15]Mối thù thâm nhục từ đây,
Giữa mi người nữ kéo dài bất di.
Chính nàng đập nát đầu mi,
Còn mi giãy giụa, miệng thì cạp chơn.
[16]Nàng kia, đau đớn càng hơn,
Mỗi khi thai sản, phục luôn quyền chồng.
[17]Sau thì tuyên án A-dong,
Bởi vì nghe vợ bất trung lịnh trời.

[18]Đất sinh gai góc khắp nơi,
Cơ hàn bịnh não suốt đời cực thân.
[19]Đổ mồ hôi mới có ăn,
Và khi chết đoạn, xác hoàn bụi tro.
[20]A-dong nay đặt tên cho,
E-và, có nghĩa căn do loài người.
[21]Trời làm da thú một đôi,
Cho hai người mặc, [22]mở lời phân minh:
A-dong rầy đạt thần linh,
Sợ người hái trái trường sinh, sống hoài.
[23]Lịnh trời truyền đuổi cả hai,
Ra miền hoang dã bừa cày kiếm ăn,
[24]Kê-ru-bim, vị thiên thần,
Tay cầm gươm lửa chặn đàng vãng lai.
Cửa vườn đóng chặt từ đây,
Cây trường sinh chẳng còn ai đến gần.

Bài viết này không nhằm bàn về thi tài của Lữ Y Đoan. Sau đây bài viết xin chỉ bàn về hai chữ "song tường" mà Lữ Y Đoan đã dùng trong thơ, để mong nhận ra được ý tại ngôn ngoại trong đoạn thơ. Điểm đáng tiếc là đến nay chưa ai biết tông tích bản tiếng Nôm tập *Tạo đoan kinh,* nên không rõ chữ song tường đây viết ra sao để khỏi hiểu sai tác giả. Tuy nhiên, trong các từ điển tiếng Việt, chữ "song" có thể hiểu theo mạch thơ là một cặp, một đôi. *Tự điển Việt Nam* do hộ Khai Trí Tiến Đức dẫn hai câu *Kiều* để làm thí dụ:

Đinh ninh hai miệng một lời song song.

và

Truy nguyên chẳng kẻo lụy vào song thân.

Chữ "tường" cũng hiểu theo mạch thơ là biết, *Tự điển Việt Nam* của hội Khai Trí Tiến Đức dẫn thành ngữ "Chưa tường thực hư" làm thí dụ. Vậy xét theo mạch văn, và trong ngôn ngữ thông dụng, chữ cây song tường có nghĩa là cây hiểu biết hai bề đối nghịch, hợp với ý trong *Kinh thánh* là cây nhận thức thiện ác hay nhận thức tốt xấu.

Như vậy, phải chăng chữ song tường là chữ của Lữ Y Đoan dùng để thu gọn ý chính đoạn *Kinh thánh* trích dẫn trên đây, đồng thời giúp người đọc thơ nối ý đoạn *Kinh thánh* với ý nghĩa về cái biết tương đối trong kinh sách Tam giáo? Trả lời câu hỏi này, người đọc thơ mở Chương II sách *Đạo đức kinh* của Lão Tử, thấy câu:

Thiên hạ giai tri mỹ chi vi mỹ, tư ác dĩ,

giai tri thiện chi vi thiện, tư bất thiện dĩ;

Cố hữu tương sinh, nan dị tương thành, trường đoản tương giảo,

Cao hạ tương khuynh, âm thanh tương hòa, tiền hậu tương tùy [...]

nghĩa là:

Thiên hạ đều biết đẹp là đẹp, thì đã có xấu rồi, đều biết lành là lành, thì đã có cái chẳng lành rồi. Cho nên có không cùng sinh ra nhau, khó dễ cùng thành, ngắn dài cùng sánh giọng tiếng cùng họa, trước sau cùng theo [...]

Lão Tử sinh vào thời nào là một điều chưa có ai có bằng cớ chính xác. Phần đông tin rằng Lão Tử đồng thời với Khổng Tử và lớn hơn Khổng tử vài chục tuổi. Khổng Tử sống vào khoảng 570 và 490 trước kỷ nguyên; như vậy trước Chúa Ky Tô khoảng ngoài 500 năm. Sách *Đạo đức kinh* của Lão Tử gồm năm ngàn chữ chia ra làm 81 chương. Đó là cuốn sách người ngày nay phiên dịch và phát hành, theo số lượng, đứng hàng thứ nhì sau cuốn *Kinh thánh*. Có hàng ngàn người từ xưa tới nay, từ Á sang Âu, nghiên cứu *Đạo đức kinh*.

Trở lại đoạn trích dẫn trên đây, người đọc *Đạo đức kinh* thấy rõ là, nhìn bằng nhận thức nhị nguyên, mọi sự việc thẩy đều tương đối, nghĩa là cái gì cũng có phần đối nghịch: tốt có xấu, thiện có ác, đúng có sai, ngắn có dài, cao có thấp. Cặp tương đối ấy thực sự luôn luôn nằm sẵn trong mọi sự vật.

Lão Tử đề ra lập trường chống nhận thức nhị nguyên, vì nhận thức nhị nguyên không sao đạt tới lẽ Tuyệt Đối, theo ông là nguyên lý cùng tột của vũ trụ, vạn vật, tức là Đạo. Cho nên muốn sống yên vui, về với đạo, con người phải giải kỳ phân, tức bỏ nhãn quan nhị nguyên, thì mới thấy được sự *huyền đồng*, tức về tới được với Đạo.

Bậc thánh nhân, sở dĩ đạt đạo là bởi biết mình mắc bệnh nhị nguyên, như câu:

Phù duy bệnh bệnh, thị dĩ bất bệnh

trong Chương 71 sách *Đạo đức kinh*. Phân biệt, biện biệt là làm loạn tâm trí. Dứt bỏ nhận thức nhị nguyên, chẳng còn phân biệt tha ngã, mới nhìn thấy Một, mới về với được tới Đạo.

Theo luận lý học thì một khái niệm là một cố định. Trong thực tế, thẩy đều biến hóa không ngừng, mỗi khái niệm đều có mầm của khái niệm tương phản. Nhìn sự việc theo khái niệm đình chỉ của luận lý học là nhìn sự vật từ cái Ta. Từ đó sinh ra bản ngã, chỉ nhìn thấy mọi vật không di dịch quanh cái Ta, không còn thấy sự chuyển lưu biến hóa. Như vậy là xa dời Đạo, là không còn nhìn thấy cái đại dụng của cái vô dụng như Trang Tử đã bàn trong chương *Tiêu giao du* sách *Nam Hoa kinh*.

Phải chăng gọi cây *nhận thức thiện ác* là cây *song tường*, Lữ Y Đoan có ý nêu lên sự tương đồng giữa việc Chúa Trời cấm con người ăn cây nhận thức tốt xấu và lập trường khuyến cáo con người dứt bỏ cái nhìn nhị nguyên trong sách *Đạo đức kinh?*

Lập trường của Lão Tử về tri thức tương đối cũng rất gần với lời Phật Thích Ca dậy về hai chữ vô minh.

Người học Phật ai cũng biết vô minh là mắt đầu tiên trong chuỗi xích 12 nhân duyên thường gọi là mười hai mắt xích của lý duyên khởi:

1-Vô minh; 2-hành; 3-thức; 4-danh sắc; 5-lục nhập; 6-xúc; 7-thọ; 8-ái; 9-thủ; 10-hữu; 11-sanh; 12-lão tử.

Vô minh là nhân của Hành; Hành là nhân của Thức; Thức là nhân của Danh Sắc; Danh Sắc là nhân của Lục Nhập; Lục Nhập là nhân của Xúc; Xúc là nhân của Thọ; Thọ là nhân của Ái; Ái là nhân của Thủ; Thủ là nhân của Hữu; Hữu là nhân của Sanh; Sanh là nhân của Lão Tử. Thế nên dứt được Vô Minh thì mười một mắt xích kia đều đứt.

Trong ý nghĩa thâm yếu trong đời sống tâm linh của con người, vô minh không phải là thiếu cái sáng về kiến thức, mà là cái tối tăm trong tri giác nội tại. Trong vô minh, cái biết tách rời sự biết, người biết tách rời cái được biết; trong vô minh ngoại giới biệt lập với nội tâm; nghĩa là luôn luôn có những cặp mâu thuẫn đối lập nhau. Đó là cốt cách của nhận thức, nên hễ có biết là có vô minh. Khi biết một điều thì vẫn có một điều khác mà ta không biết. Cái không biết luôn luôn đi liền cái biết, thế nên cuộc sống hóa thành biển khổ. Vô minh tự nó không có tội lỗi, nhưng nếu không hàng phục được vô minh thì trong cuộc sống mọi tội lỗi sẽ nối tiếp nhau, chằng chịt vô cùng tận.

Vô minh luôn luôn giả thiết có điều gì chưa biết bên ngoài, cái đó thường gọi là *tự ngã*. Đánh bạt hết vô minh là giác ngộ là dẹp được *ngã chấp* buông bỏ được nhận thức tương đối, *thấy bằng cái thấy chân như*.

Không có phương tiện nào chiến thắng được vô minh ngoài nỗ lực của ý chí. Chiến thắng vô minh giải trừ chấp ngã, tức cái ta do vô minh tạo ra. Cái ta đó là một góc tối không một tia sáng nào lọt vào tới. Phá vỡ vô minh là trút bỏ được chấp ngã xen vào cuộc sống, là nhận thức thế gian đúng như thực, như làn nước trong tĩnh lặng thấy nhạn chiếu nhạn, thấy trăng chiếu trăng. Có buông bỏ được chấp trước, nội thể mới gạn lọc, mới biết được chân như, mới không còn thấy một cái Ta đối lập với cái không là Ta. Cái bị hủy diệt là cái thế đối chọi của sự vật, chớ không phải là tự thể của sự vật. Như vậy là có cái nhìn của cặp mắt đạo, là thấy cái một trong cái nhiều, là thấy rằng hai điều đối nghịch nhau không phải là tương sanh tương thuộc nhau, mà chính cả hai đều bình đẳng như nhau, ứng hóa từ một lẽ duy nhất.

Tâm đạt đến mức này mới thấy khẳng định và phủ định đều không có chốn dựa trong thực tại, vì cái thực là cái biết sự vật đúng như thực. Tâm trở thành tấm gương của trí năng. Không phải là trí bạt trừ nổi vô minh, dẫu là trí được Phật pháp soi sáng, mà chính là tâm bạt trừ vô minh.

Lục Tổ Huệ Năng nói:

Chỉ cần nơi tự tâm khởi lên cái thấy chân như là không còn phiền não trần lao nào nhiễm được vào người. Đó là thấy tánh.

Đừng trụ bất kỳ nơi đâu [...] thì lui tới được tư do. Đừng để tâm chấp trước thì thông suốt, thì không còn gì vướng mắc.

Khi chưa ngộ Phật là chúng sinh như ta; phút chốc ngộ thì chúng sinh ta tức là Phật. Tất cả đều do ở tâm ta.

Chữ *thấy tánh* của Huệ năng chẳng phải là cái nhiều, mà chính là cái một tuyệt đối, thuần nhất và bình đẳng như nhau, đó chính là *tự tánh* ở từng mỗi một con người. Tự tánh bao hàm toàn thể vũ trụ không bao giờ ngưng ứng dụng trong thế gian. Tự tánh vốn tự do tự tại, đầy sinh lực sáng tạo, mà đồng thời cũng tự tri tự giác. Tự tánh tự biết *Tất cả là một, một là tất cả.*

Cái biết này phải chăng chắc chắn là khác cái nhận thức thiện ác mà Adam và Eve bỗng có sau khi ăn trái cấm?

Tấm kính thứ ba trong đài kính viên dung giúp người đọc Lữ Y Đoan thấy được ý ngoài lời là Khổng học.

Chữ *kiến tính* cũng là *suất tính*

để nói lên nét tương đồng giữa Phật giáo và Khổng giáo. Chữ *kiến tính* trong câu quen thuộc của người học Phật: Cụ Thượng Ngàn Hống Nguyễn Công Trứ viết trong bài hát nói Vịnh Phật:

Kiến tính thành Phật

Chữ *suất tính* lấy từ sách *Trung dung*, trong câu:

Thiên mệnh chi vị tính, suất tính chi vị đạo.

nghĩa là Trời phú cho thì gọi là tính, thuận theo tính gọi là đạo. Đạo của vạn biểu thế sư, theo chính người nói, chép trong sách *Luận ngữ, Lý nhân,* chương IV:

Ngô đạo nhất dĩ quán chi,

nghĩa là từ đầu chí cuối chỉ là một. Đạo nhất quán ấy thuận mệnh trời, do chữ nhân mà ra. Bởi từ chữ nhân ra, nên Khổng Tử theo lẽ thiên lý lưu hành, nên cái học của Khổng giáo có bốn điều không, trong gió có điều không cố chấp, ghi trong sách *Luận ngữ, Tử Hãn,* chương IV:

Tử tuyệt tứ: vô ý, vô tất, vô cố, vô ngã.

Khổng tử thâu tóm đạo ngài trong năm chữ, sách *Luận ngữ, Vi Tử* XVIII:

vô khả vô bất khả

nghĩa là Khổng Tử cương cũng được, nhu cũng được, có lúc kinh có lúc quyền, cốt triết trung hợp lý chứ không chấp trước. Trần Trọng Kim bàn thêm là chấp trước thì chỉ biết một điều mà bỏ mất trăm điều.

Đọc ngược câu thơ của Nguyễn Công Trứ: chữ suất tính cũng là kiến tính, phải chăng thực hiện được đường lối vô khả vô bất khả, không chấp trước, để suất tính, tất không khỏi không buông bỏ nhận thức thiện ác như để kiến tính?

Đó là vài ý ngoài lời người đọc thơ Lữ Y Đoan nhìn thấy qua hai chữ *song tường*.

Đọc *Tạo đoan kinh* không thể không nói tới đóng góp của Lữ Y Đoan vào ngôn ngữ Việt Nam. Nội dung *Tạo đoan kinh* đề cập tới những vấn đề siêu hình như ta thấy trên dây. Bàn về những câu chuyện này thường gặp khó khăn trên mặt ngôn ngữ.

Cái khó khăn đó có từ thượng cổ tới hiện tại, mỗi khi con người muốn đề cập tới những truyện siêu hình.

Cái khó khăn đó là cái khó khăn của người chép *Kinh thánh*. Sách *Xuất hành*, chương 3, câu 14, chép trong bản *Good News Bible*, American Society, 1976 chép:

God said: I am who I am.

Cũng câu đó, *Kinh thánh* tiếng Pháp mang Imprimatur tháng 12 năm 1988 của Conférence des Evêques Catholiques du Canada, chép:

Dieu dit à Moise: Je suis qui je suis.

Kinh thánh tiếng Trung Hoa, Tòa Tổng giám mục Hương Cảng chuẩn ấn năm 1968 chép:

Thiên Chúa hướng Mai Sắt thuyết: Ngã tự thị tự hữu giả.

Nghĩa là: Thiên Chúa hướng về ông Mai-sen phán: "Ta là "Ta là"

Kinh thánh trọn bộ, xuất bản tại thành phố Hồ Chí Minh 1998 chép:

Thiên Chúa phán với ông Mô-sê: "Ta là Đấng "Ta là"

Đọc câu *Kinh thánh* chữ Anh, chữ Pháp hay chữ Trung Quốc, người đọc hiểu là Thiên Chúa là Đấng tự hữu tự tạo. Ý đó không thấy trong bản *Kinh thánh* in tại thành phố Hồ Chí Minh.

Câu *Kinh thánh* này gợi hứng cho Lữ Y Đoan viết thành câu:

Tự Hằng Tự Hữu danh Trời,

Chữ *Tự Hằng Tự Hữu* này gần gậm với câu *Kinh thánh* nói trên trong cả ba bản tiếng Anh, tiếng Pháp và tiếng Trung hoa. Điều đáng ghi nhận là tập *Sấm truyền ca* hoàn thành vào năm 1670. Thủa đó, ngoại trừ bản *Kinh thánh* bằng tiếng La tinh, không chắc đã có những bản *Kinh thánh* tiếng Trung Hoa, tiếng Pháp hay tiếng Anh lưu hành tại cả Đàng Trong lẫn Đàng Ngoài.

Lời *Kinh thánh* Ta là Đấng Tự Hữu, cho thấy là Thượng Đế, trong đoạn văn trên không có tên, đúng hơn có lẽ là không có tên nào gọi đúng nổi. Đó là cái khó của ngôn ngữ trong các câu chuyện siêu hình.

Cái khó đó cũng là cái khó mà Lão Tử đã gặp, như ghi trong hai câu mở đầu *Đạo đức kinh:*

Đạo khả đạo phi thường đạo
Danh khả danh phi thường danh.

Nghiêm Toản dịch là: Đạo có thể nói được không phải là đạo thường Tên có thể gọi được không phải là tên thường.

Không có lời nào tượng trưng nổi đạo, không có tên nào tiêu biểu nổi cho Đạo, gọi là Đạo là một điều gượng ép, như Lão Tử viết trong chương XXV.

Giới hạn ngôn ngữ này còn thấy trong thơ Đào Tiềm (365-426) trong bài dưới đây:

<u>Ẩm Tửu Đệ Ngũ Thủ</u>
Kết lư tại nhân cảnh
Nhi vô xa mã huyên

Vấn quân hà năng nhĩ
Tâm viễn địa tự khuynh
Thải cúc đông lý hạ
Du nhiên kiến Nam Sơn
Sơn khí nhật tịch giai
Phi điểu tương dữ hoàn
Thử trung hữu chân ý
Dục biện dĩ vong ngôn.

Dịch là:

Nhắp Rượu. Bài số năm

Dựng lều giữa chốn chợ đời
Ngựa xe nhộn nhịp đón mời ngoài tai
Hỏi sao được tới như vầy
Rằng lòng riêng gửi cõi ngoài rảnh rang
Chân rào đông hái cúc vàng
Núi Nam tầm mắt cắt ngang trùng trùng
Chiều trong vách đá giăng sương
Chim về mỏi cánh ngập ngừng nẻo xa
Cảnh này chân ý nẩy ra
Giãi bầy muốn nói mà ta quên lời.

Bài thơ là một chuỗi hình ảnh tĩnh lặng tạo nên cảnh an lạc của tác giả trước cảnh già trước hình ảnh của cái chết đè nặng ngang chân trời. Hai câu kết cho thấy tác giả muốn nói tới chân ý nẩy ra trong lòng mà bỗng quên hết lời. Giới Hán học thường giải thích hai câu đó qua lời Trang Tử trong *Nam Hoa kinh*:

Có nơm là vì cá
Đặng cá hãy quên nơm
Có dò là vì thỏ
Đặng thỏ hãy quên dò
Có lời là vì ý
Đặng ý hãy quên lời.
để cho thấy cảnh huyền đồng, hay về cùng Đạo của Đào Tiềm.

Để cho thấy cảnh huyền đồng, hay về cùng Đạo của Đào Tiềm, trong *thơ Việt âm* của nguyễn Trãi có bài sau đây:

Du Sơn Tự

Đoản trạo hệ tà dương
Thông thông yết thượng phương
Vân quy thiền sáp lãnh
Hoa lạc giản lưu hương
Nhật mộ viên thanh cấp
Không sơn trúc ảnh trường
Cá trung chân hữu ý
Dục ngữ hốt hoàn vương

Dịch là:

Chơi chùa núi

Vội vàng gác mái chèo hoa
Lên chùa lạy Phật ánh tà xiên xiên
Mây về lành lạnh giường thiền
Hoa rơi suối chảy hương triền miên trôi
Trời chiều tiếng vượn bồi hồi
Đổ dài bóng trúc quét đồi hoang xa
Lòng riêng ý vụt sáng lòa
Kiếm lời những tưởng kiếm ra quên liền.

Khác với chuỗi hình ảnh tĩnh trong thơ Đào Tiềm, chuỗi hình ảnh trong thơ Nguyễn Trãi gồm toàn hình ảnh động. Hai câu cuối của Nguyễn Trãi gần giống hệt hai câu kết của Đào Tiềm. Người đọc thơ thấy như nếu Đào Tiềm huyền đồng thì Nguyễn Trãi đốn ngộ qua lời thơ. Điểm chung trong những câu kết trong hai bài thơ là cả hai người thơ cùng gặp giới hạn của ngôn ngữ: có ý mà không lời diễn đạt.

Trong dòng thơ *Thiền* tại Nhật Bản, giới hạn ngôn ngữ cũng thấy rõ trong bài thơ của thiền sư Lương Khoan, Ryokan (1758-1831), hệt như trong thơ Đào Tiềm và Nguyễn Trãi:

Hàn dạ chay không lý
Hương yên thì dĩ thiên
Hộ ngoại trúc bách can
Sàng thượng thư sổ thiên

Nguyệt xuất bán song bạch
Trùng ô tứ lân thiền
Cá trung hà hạn ý
Tương đối dã vong ngôn.

Dịch là:

Phòng chay lành lạnh chiều rơi
Khói hương ngào ngạt lặng trôi tháng ngày
Cửa ngoài ngàn gốc măng dài
Đầu giường kệ sách chất đầy bấy lâu
Nửa song vằng vặc trăng cao
Bốn bề tĩnh mịch nghẹn ngào dế than
Lòng trong thi hứng chứa chan
Cảnh ngoài tương đối miên man không lời.

Trong thơ Nguyễn Trãi buộc thuyền lên chùa lạy Phật. Từ chỗ gác chèo lên tới chùa, ngồi trên giường thiền Nguyễn Trãi nhìn mây bay, cảm thấy giá lạnh, nhìn thấy suối đưa hương hoa rụng, nghe thấy tiếng vượn, nhìn thấy bóng trúc ngoài đồi rồi thấy ý vụt nổi trong tâm không lời diễn tả. Trong thơ, Lương Khoan ngồi trong phòng chay, trước làn khói hương ngào ngạt, nhìn ra cửa ngoài thấy trăm gốc măng, qua cửa sổ thấy trăng vằng vặc, rồi lại nhìn lên kệ sách đầu giường, nghe tiếng trùng kêu bốn phía, để thấy trong tâm dào dạt ý nghĩ trước cảnh tương đối không lời diễn tả. Cái khéo của Lương Khoan là diễn tả cảnh tương đối qua cái nhìn của người thơ đảo mắt quanh phòng chay rồi ngó ra ngoài trời, rồi mắt lại quay về trong phòng chay, nhưng tiếng trùng bốn phía theo người thơ vào trong phòng chay, khiến ông nghe ý dào dạt trong tâm mà cũng không lời diễn tả.

Gặp giới hạn ngôn ngữ cũng là cảnh nhà thơ Pháp Stéphane Mallarmé (1842-1898). Trong bức thư gửi H. Cazalis, tháng 3 năm 1866, Stéphane Mallarmé viết:

Malheureusement, en creusant le vers à ce point, jai rencontré deux abimes qui me désespèrent. L'un est le néant, auquel je suis arrivé sans connaitre le Bouddhisme, et je suis encore trop désolé pour pouvoir croire même à ma poésie et me remettre au travail, que cette pensée et ce point, j'ai rencontré.

Và trong thư ngày 14 tháng 5 năm 1867, Stéphane Mallarmé viết tiếp cho H Cazalis:

J'ai fait une assez longue descente au Néant.

Lời thư của Stéphane Mallarmé cho thấy là người thơ thế kỷ XIX tại Âu Châu cũng gặp những cảnh thiếu lời, trước những cảnh thăng hóa, như ba nhà thơ Đông Á, trước những đề tài thăng hóa siêu hình, sinh trước cả ngàn năm.

Chắc chắn là Lữ Y Đoan không khỏi không gặp những cảnh khó khăn thiếu lời trong việc sáng tác *Tạo đoan kinh,* khởi hứng từ *Kinh thánh.* Giải quyết nỗi khó khăn này, Lữ Y Đoan dường như đã ứng dụng những kinh nghiệm của những nhà dịch thuật kinh bổn: tạo ra những chữ mới.

Một thí dụ quen thuộc trong việc tạo chữ mới của người Công giáo là chữ *linh mục* mà người Trung Quốc dùng chữ *thần phụ*. Tiếng Việt không thiếu gì chữ chỉ người đàn bà, người dịch kinh Kính Mừng đã tạo ra chữ *người nữ*, mặc dầu chữ Nho vốn có sẵn chữ nữ nhân. Chữ Kính Mừng dường như cũng là một chữ do người Công giáo đặt thêm. Ba chữ *Kính Mừng Maria* dịch chữ Ave Maria, có nghĩa là *lời chào Maria*. Nhưng dường như là một chữ kép rút từ câu: *thờ cha kính mẹ,* và trong câu: *mừng như thấy mẹ về chợ* để diễn tả lời chào Đức Mẹ Maria mang âm hưởng Việt Nam và mang hình ảnh người mẹ Việt Nam.

Trở lại *Tạo đoan kinh,* trong phạm vi bài viết này, thí dụ chữ mới mà Lữ Y Đoan đóng góp vào tiếng nói Việt Nam có thể lấy chữ cây song tường làm tiêu biểu. Chữ này mang âm hưởng Việt Nam chẳng khác gì như chữ mẫu đơn, trúc đào v.v... Có điểm đáng chú ý là chữ song tường gần gậm với tên cây có sẵn trong tiếng Việt. Đó là cây song thụ. Cây song thụ quen thuộc với người học Phật. *Kinh Trường A Hàm,* Quyển 4 chép lời Phật, trong đêm Phật vào Niết Bàn:

Này A-nan! Ta nhớ đã từng sáu lần ta làm chuyển luân thánh vương, [...] nay ta thành ngôi chánh giác, [...], từ nay về sau ta dứt tuyệt sinh tử [...] Đây là kiếp cuối cùng, ta không còn thụ sinhtrở lại nữa. Này A-nan! ông hãy vào thành Câu-Thi Na-Kiệt, báo tin cho dân chúng dòng Mạc-la rằng:

Như Lai định đêm nay sẽ vào Niết Bàn tại giữa hai cây song thụ trong rừng *sa-la*.

Sa-la song thụ là một loại cây có hai thân. Truyền thuyết kể rằng khi Phật gần vào Niết bàn thì có ông A-nan mắc võng giữa hai thân cây song thụ cho Phật nghỉ. Lữ Y Đoan còn đóng góp vào ngôn ngữ Việt Nam trong việc dịch những tên đất tên người. Thí dụ như việc dịch tên tháp Babel. *Sách Sáng thế* đoạn 11 chép truyện Tháp Ba-ben như sau:

[1]Thuở ấy, mọi người đều nói một thứ tiếng và dùng những từ như nhau. [2]Trong khi di chuyển ở phía đông, họ tìm thấy một đồng bằng ở đất Sin-a và định cư tại đó. [3]Họ bảo nhau: Nào! Ta đúc gạch, và lấy lửa mà nung!. Họ dùng gạch thay vì đá và lấy nhựa đen làm hồ. [4]Họ nói: Nào! Ta hãy xây cho mình một thành phố và một tháp có đỉnh cao chọc trời. Ta phải làm cho danh ta lẫy lừng, để khỏi bị phân tán trên khắp mặt đất. [5]Đức Chúa xuống xem thành và tháp con cái loài người đang xây. [6]Đức Chúa phán: Đây, tất cả chúng nó họp thành một dân, nói một thứ tiếng. Chúng mới khởi công mà đã như thế thì từ nay chẳng có gì chúng định làm mà không làm được. [7]Nào! Ta xuống và làm cho tiếng nói của chúng xáo trộn, khiến chúng không ai hiểu ai nữa. [8]Thế là Đức Chúa phân tán họ từ chỗ đó ra khắp nơi trên mặt đất, và họ phải thôi không xây thành phố nữa. [9]Bởi vậy, người ta đặt tên cho thành ấy là thành Ba-ben, vì tại đó, Đức Chúa đã làm xáo trộn tiếng nói của mọi người trên mặt đất, và cũng từ chỗ đó Đức Chúa đã phân tán họ ra khắp nơi trên mặt đất.

Chữ Ba-ben trên đây phiên âm chữ Babel trong bản *Kinh thánh* chữ Pháp. Trong *Kinh thánh* chữ Anh tháp này gọi là tháp Babylon. *Kinh thánh* tiếng Trung Quốc dịch là phiên âm theo tự điển *Phiên Việt Pháp Hán Yếu tự Án Bộ Vi* của Tây Dương là *Pà péi eul*. Chữ này đọc theo âm Do Thái có nghĩa là xáo trộn và đa tạp.

Ba chữ Tháp Ba-ben, từ truyện Chúa Trời xáo trộn ngôn ngữ loài người, thường dùng để chỉ cảnh ngôn ngữ bất đồng. Việc dịch tên tháp sang một tiếng khác đồng thời giữ được nghĩa lộn xộn là một thách đố trong giới dịch thuật. Như thấy trên đây, trong bốn bản *Kinh thánh* không bản nào vừa phiên âm được tên tháp, do Chúa Trời đặt ra, vừa giữ được nghĩa hỗn độn gợi lên trong tai người Do Thái. Đó là một thí dụ điển hình về nỗi khó khăn trong việc dịch thuật. Jacques Derrida trong cuộc họp bàn tròn tại trường Đại Học Montréal, từ 22 tới 24 tháng 10 năm 1979, có nhắc tới bản dịch *Kinh thánh*, vụ vào văn tính, hơn là chính xác về văn ý, của Chouraqui. Dịch giả này đã dịch tên tháp Babel thành hai chữ Bavel, Confusion. Chữ Bavel dễ dịch âm và chữ Confusion cốt nhắc lại trong tai người Pháp ý nghĩa hỗn độn nghe thấy trong tai người Do Thái, đồng thời chữ C hoa để chỉ tên tháp.

Lữ Y Đoan dịch tên tháp này là tháp *Bá Biện*. Chữ *Bá* hay còn đọc là *Bách* nghĩa là một trăm. Chữ *Bá* quen biết trong tiếng Việt trong thành ngữ chữ Nho ghi trong *Việt Nam tự điển,* Hội Khai Trí Tiến Đức: Bá nhân bá khẩu, nghĩa là trăm người trăm miệng. Chữ *Biện* theo *Hán Việt tự điển* của Đào Duy Anh là tranh cãi phải trái. Hai chữ *Bá Biện* chuyển âm chữ Babel sang tiếng Việt, và chuyển cả ý hỗn độn của chữ này như trong *Kinh thánh* Do Thái. Thật vậy, chín người mười ý là cảnh tranh cãi chốn đình trung, nay trăm người trăm miệng cùng tranh cãi phải trái, hỏi còn có hình ảnh nào tiêu biểu cho ý hỗn độn rõ hơn.

Phải chăng, như vậy bốn bộ *Kinh thánh* tiếng Anh, tiếng Pháp, tiếng Trung Quốc và cả *Kinh thánh trọn bộ* không bản nào thành công trong việc dịch tên tháp Ba Ben trọn vẹn cả lời cả ý như Lữ Y Đoan?

Phải chăng đó là đóng góp của Lữ Y Đoan vào ngôn ngữ Việt Nam qua tập thơ *Tạo đoan kinh*.

Sách *Tạo đoan kinh* của Lữ Y Đoan gồm 3606 câu, chắc còn nhiều ý tại ngôn ngoại khác đang chờ đợi đông đảo người đọc phát hiện, cũng như còn nhiều đóng góp khác của tác giả vào ngôn ngữ Việt. Phải chăng cần có nhiều người thực hiện những việc đó mới bõ công người dân xứ Đàng Trong ngoài ba trăm năm qua, bất chấp luật vua cấm đạo, bất chấp sự không chấp thuận của giáo quyền địa phận, giữ truyền thống bảo vệ văn học truyền từ bao đời trước tỷ như trong vụ đốt sách cố tình hủy diệt văn học Việt Nam của quân nhà Minh, để tập *Sấm truyền ca* này còn tới tay người nay?

Trên bình diện nội dung, tập thơ *Sấm truyền ca* của Lữ Y Đoan còn giúp cho người Việt chúng ta ngày nay thêm phương tiện để tham dự cuộc đối thoại giữa các tôn giáo, một vấn đề hệ trọng trong triết đạo cũng như trong cuộc sống hàng ngày trong thiên tuế thứ ba này. Triết gia J.J. Clarke đề cập đến vấn đề này trong tác phẩm *Oriental Enlightenment,* tóm tắt sơ lược như sau.

Cuộc đối thoại giữa các tôn giáo khởi đầu từ những năm đầu thế kỷ XX, nhưng thực sự thành một vấn đề hệ trọng của những nhà lãnh đạo tôn giáo từ sau thế chiến thứ hai. Về phía Giáo hội Tin Lành, tổ chức World Council of Churches được thành lập từ năm 1948, với chủ trương liên kết và đổi mới các giáo phái thờ Chúa Kitô. Đại Hội Đồng năm 1968 mở rộng chủ trương trên bằng cách mở ra cuộc đối thoại với các tôn giáo không thờ Chúa Kitô. Trong năm 1970, một cuộc gặp gỡ giữa các tôn giáo được tổ chức tại Beirut, và một năm sau tiểu ban mang tên Dialogue with Men of Living Faiths and Ideologies được thành lập và một cuộc bàn cãi về mối tương quan giữa đạo Chúa Kitô với các tôn giáo khác còn tiếp diễn tới nay.

Gần như song song với diễn tiến trên, Giáo hội Công giáo La Mã cũng thay đổi thái độ với các tôn giáo khác. Suốt từ Công đồng Florence (1438-1445) Giáo hội La Mã giữ vững nguyên lý không có sự cứu rỗi ngoài Giáo hội. Nhưng Công Đồng Vatican II (1962-1965) nguyên lý trên đổi mới thành Chúa muốn cứu rỗi loài người. Công Đồng tuyên cáo rằng Chúa tự hiện theo nhiều cách, và các tôn giáo khác thường

thường phản ánh một tia sáng, tia sáng này soi sáng cho tất cả nhân loại. Giáo điều này cho phép và khuyến cáo người dân Chúa mở cuộc đối thoại với những tôn giáo khác.

Nhìn vào cuộc đối thoại này, các nhà triết đạo phân ra là ba trường phái. Trước hết là *trường phái bài ngoại, exclusivism.* Trường phái này giữ vững nguyên lý Công Đồng Florence: Chỉ có sự cứu rỗi trong Giáo hội Công giáo La Mã mà thôi. Trường phái thứ hai là *trường phái bao hoạt,* trường phái này xác nhận là có sự hiện hữu cứu rỗi trong mọi tôn giáo không thờ Chúa Kitô, nhưng vẫn chủ trương là Chúa Kitô mới thực sự là hiện hữu cứu rỗi. Sau hết là *phái đa tôn, pluralism.* Trường phái này giữ thái độ trung lập giữa các tôn giáo, và chủ trương rằng Công giáo không độc quyền cũng như không có ưu thế hơn các tôn giáo khác.

Trong trường phái bài ngoại có hai khuôn mặt tiêu biểu. Một là Karl Barth (1886-1969) với chủ trương cực đoan bác bỏ mọi đối thoại giữa các tôn giáo. Hai là Henrdrik Kraemer (1888-1965) một mặt giữ lập trường thần học bảo thủ, một mặt coi cuộc đối thoại giữa Đông và Tây là một điều cần thiết. Trong trường phái bao hoạt có R. C. Zaehner, một học giả chuyên về Đông Phương người Công giáo. Ban đầu ông chủ trương chống lại quan điểm có sự tương quan về giáo lý giữa các tôn giáo lớn. Nhưng sau Công Đồng Vatican II, ông có một chủ trương ôn hòa hơn và cho rằng Ấn Độ giáo cũng có nhiều quan điểm giúp người Công giáo hiểu rõ đạo mình hơn. Nhà thần học Công giáo William Johnston đặt câu hỏi sau: *phải chăng người không Công giáo nhìn thấy những mầu nét sự thực mà người Công giáo chúng ta không nhìn thấy?* và kết luận: *nếu chúng ta muốn tăng trưởng trong sự thực chúng ta phải nghe người khác.* Khuôn mặt thứ ba là Karl Rahner (1904-1984) một nhà thần học Công giáo có ảnh hưởng lớn trong Công Đồng Vatican II, đi xa hơn Kraemer và Zaehner trong cuộc đối thoại với các tôn giáo khác với chủ trương Chúa cứu rỗi ở khắp mọi nơi. Lập trường của phái bao hoạt mở ra nhiều vấn đề thần học gai góc, tỷ như sự công nhận các tôn giáo mở ra câu hỏi về tính duy nhất của Giáo hội Công giáo.

Trường phái đa tôn, pluralism, chủ trương không có một tôn giáo nào đứng trên một tôn giáo khác. Chủ trương này càng ngày càng có thêm những nhà triết đạo, cũng như những nhà lãnh đạo tôn giáo nổi tiếng tham dự. Vấn đề khó khăn này hiện chưa và dường như không bao giờ giải quyết thỏa đáng nổi.

Nhưng đà tiến triển trong trào lưu hoàn vũ đòi hỏi một giải pháp cấp thời để duy trì an ninh cho con người. Diện mạo con người tại các đô thị lớn Luân Đôn, Ba Lê, Bá Linh ở Âu Châu, Nữu Ước, Los Angeles ở Hoa Kỳ cũng như Montréal, Toronto và nhất là Vancouver ở Gia Nã Đại hoàn toàn thay đổi trong đà di dân mấy chục năm gần đây. Tại các đô thị đó ngoài số lượng nhà thờ Công giáo thường giảm sút, trái lại có thêm nhiều ngôi đền thờ các đạo khác như Ấn Độ giáo, Hồi giáo cũng như các chùa Phật giáo mới được xây cất thêm. Nhiều người bi quan lo sợ có cảnh xô xát đổ máu như ở vùng Cận Đông có thể xẩy ra tại các đô thị này. Do đó vấn đề đối thoại giữa các tôn giáo thành một vấn đề quan trọng trong tay các nhà triết đạo, và đòi hỏi một giải pháp thực tế. Trở lại tập thơ *Sấm truyền ca* của Lữ Y Đoan, không ai không nhận thấy sự hòa hợp giữa những tư tưởng Đông và Tây trong tâm tư tác giả. Tập *Sấm truyền ca* còn truyền tới ngày nay phải chăng là Lữ Y Đoan đã thành công trong việc truyền cảm sự hòa hợp đó tới đông đảo người đọc, vốn trọng tinh thần Tam Giáo đồng tôn?

Cảnh sống thực của Lữ Y Đoan 350 năm trước đây, khi đạo Chúa Kitô tới Việt Nam, nơi mà cuộc sống của người Việt Nam đã có cả ngàn năm nền nếp Tam Giáo, phải chăng là hình ảnh đối xứng của hoàn cảnh trước mắt các nhà triết đạo ngày nay trước sự lan tràn của một số tôn giáo Đông Phương vào Âu Châu?

Tác phẩm của Lữ Y Đoan để lại cho chúng ta giúp gì cho chúng ta ngày nay trong cuộc chung sống giữa các tôn giáo, trong trào lưu hoàn vũ hiện nay, phải chăng là điều đáng để suy ngẫm?

Sách Tham Khảo

Lữ Y Đoan, *Sấm Truyền Ca*. Quyển I: *Tạo Đoan Kinh,* Tập San Y Sĩ, Montréal, Quebec Canada, 2000

Kinh thánh Trọn Bộ Cựu ước và Tân ước, Tòa Tổng Giám Mục Thành Phố Hồ Chí Minh 1998.

Nghiêm Toản *Lão Tử Đạo Đức Kinh,* Nhà Sách Khai Trí, Sài Gòn 1973

Nhượng Tống, *Trang Tử Nam Hoa Kinh,* Nhà xuất bản Tân Việt, Hà Nội 1944

Nguyễn Duy Cần *Lão Tử Tinh Hoa,* Nhà sách Khai Trí, Sài Gòn 1964

Trần Trọng Kim, *Nho Giáo* quyển thượng, Trung Tâm Học Liệu, Sài Gòn. 1971

Suzuky *Thiền Luận* quyển Thượng Trung Hạ, bản dịch của Trúc Thiên và Tuệ Sĩ, Chùa Khánh Anh tái bản tại Paris, Pháp Quốc.

Kinh Trường A Hàm, Dịch giả Thích Thiện Siêu, Phật Học Quốc Tế Xuất Bản, Sepulveda, California, USA, 1986. James Leggs, The Original Chinese Texts of the Confucian Analects, The Great Learning, The Doctrine of Mensius & The Work of Lao-Tsze, East Asia Book Agency, Hong Kong, 1977.

The Diamond Sutra & The Sutra of Hui Neng, Translated by A.F. Price & Wong Mou-lam, Shambhala Dragon Edition, Boston 1990.

Nguồn: *Tạp chí Truyền Thông,* Canada, tháng 12-2012

GIÁO LÝ DIỄN CA, MỘT PHONG CÁCH TRUYỀN THỐNG VÀ HỘI NHẬP VĂN HOÁ

Lê Đình Bảng

Kẻ giàu vô được Nước trời
Khó hơn hang chuột bắt voi chui vào
Lạc đà chui lỗ kim khâu
Dễ hơn những kẻ sang giàu quy thiên [1]
Một răn, kinh nguyện hôm mai
Gối quỳ, miệng đọc khoan thai hết mình
Hai răn, gẫm Chúa, nhớ mình
Ngõ hầu ăn ở chính minh vẹn tuyền
Ba răn, xem lễ phải siêng
Nhứt là Chúa nhựt phải chuyên phải cần[2]*...*
Một ngày, ba bữa ăn rồi
Bắt ngồi tập đọc, tập coi sách phần
Phải lo nhắc nhủ ân cần
Lễ mai, kinh tối hai phần chớ quên
Việc lành dạy dỗ, răn khuyên

[1] Thánh Philipphê Phan Văn Minh (1815 - 1853). *Nước Trời Ca*, 28 bài lục bát về các dụ ngôn Nước Trời.

[2] Giám mục Đa Minh Hồ Ngọc cẩn (1876 - 1948). *Văn Chương thi phú Annam, Nam Kỳ địa phận*, 1929.

Nhà thơ Lê Đình Bảng

** Sinh: 17-09-1942 tại làng Đình Bảng, Thái Bình.*
** Thơ: Bước chân người Giao chỉ (Sài gòn 1967), Hành hương (2006), Quỳ trước đền vàng (2010), Lời tự tình của bến trần gian (2012), Ơn đời một cõi mênh mang (2014).*
** Nghiên cứu: Văn học Công giáo Việt Nam - Những chặng đường (2010), Ở thượng nguồn thi ca Công giáo Việt Nam (6 tập, 2009).*
** Email: <francis.ldbang@yahoo.com>*

Tội xưng, lễ rước cần chuyên tháng ngày[3]*...*
Cúi đầu lạy Thánh Anna
Phúc người to tát, người ta ai bì
Chúa làm phép lạ uyên vi
Cho người sinh nở trong khi đã già[4]*...*
Phải thờ lạy Đức Chúa Giời
Chớ nên càn dở nói lời bạo Thiên
Nhớ ngày lễ tế chớ quên
Phải báo công mẹ, phải đền ơn cha
Kiếp này phúc đẳng hà sa
Kiếp sau lại được âu ca thái hoà[5]*...*

Trên đây là vài ba trích đoạn trong tổng tập hàng ngàn, chục ngàn, thậm chí hàng trăm ngàn câu thơ dạy về lẽ đạo, lẽ đời của các đấng bậc danh giá Công giáo xưa. Bản thân tôi trộm nghĩ, còn nhiều hơn thế. Tản mạn, phảng phất nơi ký ức của những người trọng tuổi. Cứ đó gọi là *Sách Phần, Sách Bổn* hoặc *Sách Giáo Lý* đi. Bởi nói gì thì nói, cũng chỉ ngần ấy nội dung thôi. Có điều, bên Tây diễn giải, minh triết bằng tản văn, văn viết, văn nói, đôi khi tràng giang đại hải, khiến người đọc người nghe quên tất tật. Trong khi ấy, người Việt mình lại "diễn ca" theo thể loại vận văn - chủ yếu là thơ lục bát - để ngâm ngợi, hát hò, ru con, trong nhà, ngoài ngõ, lên phố, về thôn, hôm sớm chiều tà. Rất xuôi tai, dễ nhớ, thuộc lòng, ngon ơ để đời.

---

[3] Linh mục Philipphê Lê Thiện Bá (1891 - 1981). *Luân Lý Ca,* trường thiên gồm 856 câu thơ lục bát và 10 bài Đường luật. Nội dung là những bài khuyên dạy về bổn phận làm cha mẹ, con cái, tình nghĩa vợ chồng, bằng hữu, anh em, đạo thầy trò, quan hệ trên dưới, chủ tớ theo quan điểm Kitô Giáo.

[4] Linh mục Phêrô Trần Lục (cụ Sáu, 1825 - 1899). *Sách thuật lại ít nhiều ca vè cụ Sáu,* NXB Ninh Bình, 1911.

[5] Nguyễn Quế Vân. *Thiên Đạo Thông Thư,* 500 câu thơ lục bát.

Ai cũng biết, Kitô giáo đã có một bề dày lịch sử hơn hai ngàn năm, nhưng vẫn là Kitô giáo nguyên thủy, vì đức tin là đức tin tông truyền được xây dựng trên nền tảng giáo huấn của Chúa, của các Thánh Tông Đồ và chẳng bao giờ đi ra ngoài giáo huấn ấy. Đức tin tông truyền là một gia tài thiêng liêng, quý báu mà Hội thánh có nhiệm vụ giữ gìn và rao giảng. Nội dung đức tin không phải là một khái niệm, một mớ chữ, nhưng cần phải được diễn tả bằng những từ ngữ có nội dung thần học mà giảng viên giáo lý phải thông suốt để truyền đạt. Nhưng không phải vì thế mà không học thuộc lòng được.[6] Một khi đã nói đến "thuộc lòng" ắt phải hội đủ những thuộc tính cơ bản của một phong cách chuyển tải thuộc phạm trù văn học nghệ thuật, trong đó thi ca đạt chuẩn truyền thống mà phổ biến hơn cả.

Do đó, chuyện dạy và học, truyền đạt và tiếp thu Giáo lý không đơn giản tí nào. Đông và Tây. Cũ và mới. Già và trẻ. Trí thức và dân gian. Truyền thống và hiện đại. Làm sao để hiểu, để biết, để nhớ, để thuộc và để sống, để lan tỏa ra. Đúng là một quá trình vận động, cộng sinh để tiếp biến và thăng hoa, đòi hỏi nhiều nỗ lực, nhìn lại và dự báo cho ngày mai. Từ ngôn ngữ, hình tượng, phương pháp chuyển tải cho đến ý nghĩa hàm chứa, sao cho có hồn vía, phong cách, nghệ thuật, sao cho gốc sâu rễ bền vào tận tâm trí, cảm xúc, trở thành lòng đạo đức tin. Nó cần thiết và mang ích lợi cho mọi hạng người, từ em nhỏ lớp giáo lý vỡ lòng cho đến bậc giáo sư thần học trong các đại chủng viện, học viện liên dòng.[7] Với ý nghĩa và mục đích quan trọng ấy, người Công giáo đến với Giáo lý, không đơn giản như kẻ ngẫu hứng đi tìm nàng thơ để ầu ơ ví dầu. Càng không phải chắp nhặt những câu chữ khô khốc, những chuyển dịch lai tạp vô cảm, vô hồn. Bởi Giáo lý từ đâu, nếu không phải khơi nguồn từ Thánh Kinh, từ tín điều, từ mầu nhiệm, từ bí tích, từ phụng vụ, từ kinh nguyện và cả từ lễ nghi vòng đời. Bằng nhiều thứ ngôn ngữ gốc: Hy Lạp, Hipri, La tinh. Bằng nhiều thể loại như *Cách ngôn, Giảng siên, Sử biên niên, Khôn ngoan, Thánh vịnh* và *Diễm ca*. Các giáo phụ và các nhà nghiên cứu - chú giải *Thánh kinh* đã đúc kết toàn bộ thư mục này thành một nền "văn chương huấn giáo" mà giá trị của nó được tích lũy, gạn lọc từ truyền thống có sức thuyết phục không những hôm qua, hôm nay và mãi mãi muôn đời sau vẫn còn y nguyên, bất biến như là khuôn vàng thước ngọc để noi theo.

Chẳng hiểu bên Tây bên Mỹ dạy dỗ và học hành Giáo lý ra làm sao. Chứ ở Việt Nam ta, từ buổi hừng đông đón nhận Tin mừng đạo Chúa thế kỷ XVI, cụ thể từ 1615 ở Đàng Trong và 1627 ở Đàng Ngoài -

---

[6] *Toát Yếu Sách Giáo lý của Hội thánh Công Giáo.* NXB Tôn Giáo, 2007, tr. 34.

[7] Sđd.

việc dạy và học Giáo lý đã là một trong những sinh hoạt vừa mang tính thiêng liêng, vừa mang tính nghĩa vụ tất yếu phải có, phải giữ, phải làm. Nó diễn ra liên tục và đều đặn trong suốt chiều dài đời sống đức tin của mỗi người, mỗi giới, mỗi đoàn thể, mỗi cộng đoàn Dân Chúa. Trong suốt những chặng đường lịch sử truyền giáo, tùy điều kiện, hoàn cảnh, và nhu cầu, số lượng và chất lượng sách Giáo lý luôn dư dả, bát ngát bao la. Đến nỗi miệng đời đã ví von "Kinh nhà đạo, gạo nhà chùa". Hơn thế, nhờ sở hữu rất sớm kỹ thuật in ấn do người Tây phương du nhập theo bước chân các nhà truyền giáo, kinh sách cùng các cơ sở ấn loát, phát hành nhà đạo ra đời hàng loạt: Nazareth Hồng Kông, Kẻ sở, Ninh Phú đường, Phú Nhai đường, Mission Tân Định, Qui Nhơn, Kẻ Sặt, Huế v.v. Loại sách này do nhiều nguồn, được biên tập hoặc chuyển dịch từ La tinh, Bồ Đào Nha, Tây Ban Nha, Pháp, Ý sang chữ Hán, Nôm và Quốc Ngữ. Cũng không thể không kể đến loại sách phỏng dịch, phóng tác và cảm hứng sáng tác tại chỗ, cho phù hợp với tâm tính, phong tục tập quán, trình độ văn hóa, đặc biệt với đặc trưng của tiếng Việt, cho người Việt. Đại để, có thể phân loại như sau:

a. Giảng Giải Chính Luận theo phong cách kinh điển, minh triết

♦ *Thiên Chúa Thánh Giáo Khải Mông* (Nôm). Girolamo Maiorica (1621).

♦ *Phép Giảng Tám Ngày* (Quốc Ngữ - Latinh - Pháp). Alexandre de Rhodes (1651).

♦ *Thánh Giáo Yếu Lý* (Nôm - Quốc Ngữ), Pigneau de Béhaine (1774).

♦ *Thập Giới Quảng Nghĩa* (Quốc Ngữ), NXB Mission Tân Định (1872).

♦ *Thiên Chúa Thánh Giáo Yếu Lý Chánh Giải* (Quốc Ngữ). J.L. Taberd (1839).

♦ *Chơn Đạo Dẫn Giải* (Quốc Ngữ), NXB Mission Tân Định (1886).

♦ *Tứ Nguyên Yếu Lý* (Quốc Ngữ), NXB Nazareth Hồng Kông (1897).

♦ *Thận Chung Truy Viễn* (1923); *Giáo Nhơn Hành Thiện* (1923); *Thánh Giáo Thuyết Minh* (1932); *Truy Tìm Chân Đạo* (1932); *Cáo Giải Linh Đơn* (1939) v.v của Dom. Hồ Ngọc Cẩn.

b. Vấn đáp hỏi thưa theo phong cách trực tiếp, thị phạm

♦ *Thập Giải Quảng Nghĩa Và Bí Tích* (Quốc Ngữ). NXB Mission Tân Định (1880).

♦ *Thánh Giáo Yếu Lý vấn đáp* (Quốc Ngữ). P.M.Lallement. NXB. Mission Tân Định (1887).

♦ *Bổn Dạy Chầu Nhưng* (Quốc Ngữ), Dom Lefèbvre, Sài gòn (1899).

♦ *Bảng Vắn Tắt Dạy Bổn Đạo Mới* (Quốc ngữ), NXB Ninh Phú Đường (1899).

♦ *Sách Bổn về Sự Tin Kính* (Quốc ngữ), NXB Nazareth Hồng Kông (1901).

♦ *Sách Bổn về Mười Điều Răn* (Quốc Ngữ), NXB Nazareth Hồng Kông (1902).

♦ *Sách Dạy về Gốc Tích Cội Rễ Sự Đạo* (Quốc Ngữ), cố Chính Linh, Kẻ sở (1909).

♦ *Sách Bổn Đồng Ấu* (Quốc ngữ), Dom. Hồ Ngọc Cẩn, Phú Nhai đường (1935)...

c. Diễn ca theo phong cách đọc nghe, truyền khẩu, thuộc lòng

Đây là một bộ phận rất lớn, rất đa dạng, phong phú và cũng rất đặc thù của văn học nhà đạo Việt Nam. Có thể nói không ngoa, đa phần kinh sách Công giáo từ phương Tây du nhập, một khi đã sang tay người Kitô hữu Việt Nam thì đã mang lấy một dáng dấp, hình hài, cung cách chuyển tải khác hẳn, trừ ý nghĩa căn bản về nội dung. Ở đây, tôi chỉ muốn giới thiệu khái quát mảng *Giáo lý diễn ca*, bao gồm một vài tác giả tác phẩm tiêu biểu, để nói lên tính truyền thống trong quá trình hội nhập văn hóa của ông cha ta. Là một dân tộc mà ngôn ngữ được Trời phú cho quá giàu sang về âm điệu, về nhạc tính thì hễ cái gì gần thơ, có chất thơ, nên thơ, là thơ, tất nhiên dễ đi vào lòng người, dễ được tiếp thu nhanh chóng. Hèn chi, ngay từ buổi đầu tiếp cận với người mình, các nhà truyền giáo Tây phương đã nhận ra điều ấy và họ đã không giấu được cảm xúc, từ ngạc nhiên đến khâm phục, bởi "nghe họ (người Việt Nam) nói, tôi ngỡ chim hót líu lo!".[8] Không chỉ một mình Alexandre de Rhodes. Trước và sau ông, vô khối những nhận định tương tự về đặc trưng của ngôn ngữ Việt, của tâm tình Việt. Rằng "người nào có tài về âm nhạc, biết phân biệt âm sắc thì mới thấy việc học nói tiếng Việt là dễ dàng".[9] Rằng "dường như từ bẩm sinh, dân Việt đã là một nhạc sĩ... Họ nói như hát vậy". Riêng A. de Rhodes thì đã viết hẳn một chương sách để phân tích và đề cao giá trị giàu âm điệu của tiếng Việt: "Tiếng An Nam có sẵn những dấu nhạc là linh hồn, đặc tình và ý nghĩa của tiếng. Sáu thanh có thể đáp ứng sáu nốt nhạc của ta (phương Tây) là Đồ, Rê, Mi, Fa, Sol, La".[10]

---

[8] Alexandre de Rhodes. *Hành Trình và Truyền Giáo*. Bản dịch Việt ngữ của Hồng Nhuệ, Tủ Sách Đại Kết, TP.HCM, 1994.

[9] Francissico de Pina (1585 - 1625); Christophoro Borri (1583 - 1632); Gaspar d'Amaral (1593 1646); G.Philippho de Marrini); Josehp Tissanier (1618 - 1688).

[10] Alexandre de Rhodes. *Hành Trình và Truyền Giáo*. Bản dịch Việt ngữ của Hồng Nhuệ, Tủ Sách Đại Kết, TP.HCM, 1994.

Cả kho tàng đồ sộ và sung túc là văn học dân gian kia (tục ngữ, thành ngữ, châm ngôn, đồng dao, ca dao, hát ru, phong dao) ắt phải được trân trọng như là cái túi khôn, là mảnh đất màu mỡ của người Việt mình. Bao đời rồi, các thế hệ tiền nhân ông cha ta đã hít thở, đã nói năng đăng đối, đã xuất xử hành tàng, đã vươn vai dài rộng, đã lập ngôn lập chí và đã thành công thành nhân nhờ vào dòng sữa chảy ra từ mạch nguồn chung vô tận ấy. Ngôn ngữ dân gian muôn thuở muôn đời vẫn mới, vẫn tinh ròng. Không lạ gì, văn học sử ta đầy ắp những thơ là thơ. Mượn thơ để thác ngụ nhân tình thế thái: Nguyễn Trãi (1380-1442) với *Quốc âm thi tập*; Nguyễn Bỉnh Khiêm (1491-1585) với *Bạch Vân thi;* Đoàn Thị Điểm (1705-1746) với *Chinh phụ ngâm khúc;* Nguyễn Gia Thiều (1741-1798) với *Cung oán ngâm khúc;* Đào Duy Từ (1572-1634) với *Ngọa Long Cương vãn;* Nguyễn Cư Trinh (1716-1767) với *Sãi vãi;* Lê Ngọc Hân (1770-1799) với *Ai Tư vãn,* Phạm Thái (1777-1813) với *Sơ kính tân trang*. Dùng thơ để kể truyện: Nguyễn Huy Tự (1743-1790) với *Hoa Tiên truyện;* Nguyễn Huy Hổ (1783-1841) với *Mai Đình mộng ký*; Nguyễn Du (1765-1820) với *Đoạn trường tân thanh*. Lấy thơ để chuyển tải bài học luân lý đạo đức: *Nhị thập tứ hiếu* của Lý Văn Phức (1785-1849); *Gia huấn ca* của Nguyễn Trãi; *Lục Vân Tiên* của Nguyễn Đình Chiểu (1822-1888); *Đại Nam quốc sử diễn ca* của Phạm Đình Toái (1865) và rất nhiều truyện thơ Nôm khuyết danh như: *Trê cóc, Trinh Thử, Nhị độ mai, Bần nữ thán, Lục súc tranh công, Quan âm Thị Kính, Bích câu kỳ ngộ, Phan Trần, Phạm Công Cúc Hoa v.v.*

Thư mục *Giáo lý diễn ca* của nhà đạo mình cũng chẳng hề kém cạnh:

♦ *Sấm Truyền Ca* của Lữ Y Đoan (1613-1678) gồm 3606 câu thơ lục bát (chưa kể phần thất truyền tứ tán).

♦ *Gia tô Cơ đốc - Êvang - Nước Trời Ca* gồm hàng trăm bài thơ của Thánh Philipphê Phan Văn Minh (1815-1853).

♦ *Minh dân vệ đạo khúc* của Đặng Đức Tuấn (1806-1874).

♦ *Hiếu tự ca - Nữ tắc thường lề - Nịch ái vong ân* của Trần Lục (1825-1899), gồm 2.544 câu thơ lục bát và song thất lục bát.

♦ *Ngạn ngữ kinh thơ, Dĩ học tu thân, Tán mỹ khúc ca* của Hồ Ngọc Cẩn (1876-1948).

♦ *Khôn sống bống chết* của Trần Văn Trang (1882-1945).

♦ *Huấn tử ca và Luân lý ca* của Lê Thiện Bá (1891-1981).

♦ *Tứ mạt ca* (khuyết danh).

♦ *Thánh giáo yếu lý diễn ca* gồm: 3.200 câu thơ lục bát của Petrus Lượng.

♦ *Thiên đạo thông thư*: 500 câu thơ song thất lục bát của Nguyễn Quế Vân.

♦ *Thiên Chúa huấn đạo vãn* của Gabriel Hữu, 800 câu thơ lục bát...

Đó là chưa kể tới miền thơ trong *Phúc âm diễn ca* của các tác giả gần đây hơn: Tống Viết Toại (1875-1958) với 12.794 câu thơ lục bát trong *Phúc âm tứ sử toát yếu;* Mai Lâm (1915-1992); Trần Đức Huân (1907-1984); Nguyễn Thế Thuấn (1922-1975); G. Gagnon (1914-1994) với *Nhật tư thánh vịnh*; Long Giang Tử (1920-1989) với 8.688 câu thơ lục bát trong *Phúc âm nhất lãm diễn ca*; Nguyễn Xuân Văn (1922-2002) với *Sứ điệp tình thương*, 9.674 câu thơ lục bát; Trần Văn Thi (1912-1991); Đoàn Văn Hàm (1918-1991); Xuân Ly Băng, An Sơn Vị, Cao Vĩnh Phan, Đinh Cao Thuấn, Phạm Xuân Thu, Lê Quang Trình, Kim Chi vv... Nếu mở rộng và nối dài cuộc hành trình tìm kiếm và tổng hợp, chúng ta còn có thể ghi nhận được nhiều; rất nhiều bài học về lẽ đạo - lẽ đời đậm chất thơ ở các thể loại văn học nhà đạo như: kinh nguyện, vè vãn, ca ngâm, tuồng truyện, mừng chúc, điếu văn, văn tế, văn bia, hoành phi, câu đối và cả trong khối lượng thư chung của chủ chiên các giáo phận về những lĩnh vực bí tích, phụng vụ, gia đình, hôn nhân, tang chế, quan hệ xã hội, thời vụ mùa màng nữa kia. Ai bảo người Công giáo Việt Nam không có văn học nghệ thuật, không nặng lòng với thi ca? Nhận xét về sự độc đáo của loại sách này, một nhà nghiên cứu đã viết: "Thực là một lối viết, lối truyền dạy Giáo lý hiếm có trong thư tịch Giáo lý ở Việt Nam. Bởi vì, "diễn ca" luôn là phương tiện hữu hiệu trong việc tuyên truyền đối với người Việt Nam"[11].

Sau đây, mời bạn thử đọc và đối chiếu một vài trích đoạn dẫn chứng cụ thể, để xem chữ nghĩa, câu cú, vần điệu và chức năng "văn dĩ tải đạo" của đời và đạo ra sao, nhé.

a. khi giáo lý là những câu đồng dao, ca dao, hát ru và phong dao nơi cửa miệng dân gian:

♦ *Lạy trời mưa xuống*
Lấy nước tôi uống
Lấy ruộng tôi cày
Lấy đầy bát cơm
Lấy rơm đun bếp...

---

[11] GS. TS. Đỗ Quang Hưng, Viện Nghiên Cứu Tôn Giáo, *về sách Giáo lý Công giáo tại Việt Nam*. Tọa đàm "Sống Đạo Theo Cung Cách Việt Nam" do uỷ Ban Giáo Dân - Hội Đồng Giám Mục Việt Nam tổ chức tại Trung tâm Mục vụ Tổng Giáo phận Huế, 4. 2004.

♦ Thiên đàng, địa ngục đôi quê
Ai khôn thì về, ai dại thì xa
Đêm về nhớ Chúa, nhớ Cha
Đọc kinh cầu nguyện, kẻo sa linh hồn.
♦ Hôm qua tát nước đầu đình
Bỏ quên cái áo trên cành hoa sen...
♦ Các Thầy đọc tiếng La tinh
Các cô con gái thưa kinh dịu dàng...
♦ Đêm qua, ra đứng bờ ao
Trông cá cá lặn, trông sao sao mờ
Buồn trông con nhện giăng tơ
Nhện ơi, nhện hỡi, nhện chờ mối ai...
♦ Mẫu đơn nở cạnh nhà thờ
Đôi ta trinh tiết đợi chờ cưới nhau....
Cúc huê vườn nở một cành
Xin đừng để khế với chanh lộn vào...
♦ Mẹ già như chuối ba hương
Như xôi nếp một, như đường mía lau...
Chiều chiều ra đứng ngõ sau
Trông về quê mẹ, ruột đau chín chiều.
Con ơi, con ngủ cho ngoan
Để rồi thức tỉnh nước non mai này
Con ơi, con ngủ cho say
Đời con trăm đắng nghìn cay hẹn chờ.
♦ Ru con, con ngủ cho lâu
Mẹ còn đi cấy ruộng sâu chưa về...
Ví dầu, cầu ván đóng đinh
Cầu tre lắt lẻo, gập ghềnh khó đi
Khó đi, mẹ dắt con đi
Con đi trường học, mẹ đi trường đời.
♦ Ru con cho mộng cho mơ
Cho đời reo khúc nhạc thơ thanh bình
Chị ru em ngủ cho ngoan
Chừng mai khôn lớn lo toan học hành
Nhà ta nề nếp trâm anh
Một lòng thờ Chúa thiên đình chớ lơi.
♦ Bao giờ cho đến Giêng, Hai
Cho làng vào đám, cho ai xem chèo...

Tháng Giêng ăn tết ở nhà
Tháng Hai trồng đậu, tháng Ba trồng cà
Tháng Ba cày vỡ ruộng ra
Tháng Tư gieo mạ, thuận hòa mọi nơi
Tháng Năm gặt hái vừa rồi
Bước sang tháng Sáu, nước trôi đầy đồng
Cắt rồi nộp thuế là xong
Từ rày mới được yên lòng ấm no...

♦ *Tháng Giêng ăn Tết ở nhà*
Tháng Hai ngắm đứng, tháng Ba ra mùa
Tháng Tư tập trống, rước hoa
Kết đèn, làm trạm, chầu tòa tháng Năm
Tháng Sáu kiệu ảnh Lái Tim
Tháng Bảy chung tiền đi lễ Phú Nhai
Tháng Tám đọc, ngắm Văn côi
Trở về tháng Chín, ra nơi chồng mồ
Tháng Mười, mua giấy sao tua
Trở về Một, Chạp sang mùa ăn chay...

b. Khi giáo lý đi vào sách sử, truyện tích mang tính luận đề huấn hỗ :

♦ *Ngẫm hay muôn sự tại trời*
Trời kia đã bắt làm người có thân
Bắt phong trần, phải phong trần
Cho thanh cao, mới được phần thanh cao
Có đâu thiên vị người nào
Chữ tài, chữ mệnh dồi dào cả hai.

(Nguyễn Du, *Đoạn Trường Tân Thanh*)

♦ *Ngày ngày trước mắt chúng sinh*
Chữ đời, chữ đạo phân minh đôi đường
Xưa nay trong kiếp vô thường
Thấy điều vân cẩu mà thương nhơn phàm
Loài người từ thuở Ađam
Đua nhau xây dựng mộng ham làm trời.

(Lữ Y Đoan, *Sấm Truyền Ca*)

♦ *Tháp xây cao sắp chín tầng*
Dở dang chi để nửa chừng công phu

Khoan khoan hãy đợi mấy thu
Đã tu cho trót đường tu kẻo mà.
(*Truyện Alêxù*, Khuyết Danh)

♦ *Khấn sao Đức Phật độ trì*
Xui ra, họa có chước gì được thân
Như không phải kiếp châu trân
Thì xin một trận phong vân cũng chờ.
(*Quan Âm Thị Kính*, Khuyết Danh)

♦ *Gẫm trong tám chín mười năm*
Bóng câu cửa sổ dễ cầm mãi ru
Thịt xương gởi đám diêm phù
Sinh sinh, hóa hóa trong lò hồng quân
Đố ai vượt khởi lòng trần
Đám mây, ngọn khói, tiếng đàn...
(*Bích Câu Kỳ Ngộ*, Khuyết danh)

♦ *Lời trong Kinh thánh dạy truyền*
Một là sự chết hiển nhiên rõ ràng
Dẫu mà những đấng đế vương
Những người hèn dại, những phường khôn ngoan
Sông mê chìm nổi, thê nhân đã tày
Sương sa bãi cát, hoa tàn cội cây.
(*Tứ Mạt Ca*, Khuyết Danh)

♦ *Hưng vong, bĩ cực có thì*
Chớ đem thành bại mà suy anh hùng.
(Đào Duy Từ, *Ngọc Long Cương vãn*)

♦ *Vui chi, sau phải ưu phiền*
Vui gì thế sự trong phiền lưu ly.
(Hiền Nhơn Ẩn Sĩ, *Nam Kỳ địa phận* 1930)

♦ *Tuồng huyền hóa đã bày ra đấy*
Kiếp phù sinh trông thấy mà đau
Trăm năm còn có gì đâu
Chẳng qua, một nấm cỏ khâu xanh rì.
(Nguyễn Gia Thiều, *Cung Oán Ngâm Khúc*)

♦ *Lạ gì ngành bóng tang du*
Gởi thân giữa thế thừa phù qua giang

Bao giờ đến chốn bình an
Là chốn thiên đàng mới được thong dong.
(Hồ Ngọc Cẩn, *Văn Chương Thi Phú Annam*)

♦ *Tài tình xem lại xưa nay*
Kiếp người may với chẳng may cũng nhiều
Cuộc đời mây nổi, nước triều
Tình bao nhiêu nợ bấy nhiêu, hay gì.
(Nguyễn Huy Hổ, *Mai Đình mộng ký*)

♦ *Cuộc trăm năm người đời có thế*
Bóng kim ô mau xế bóng tà
Cho rằng sáng quắc gương nga
Đang tròn rồi khuyết, thế mà ai hay.
(Jos. Khương, *Nam Kỳ địa phận* 1939)

♦ *Dưới thiều quang thấp thoáng bóng nam san*
Ngoảnh mặt lại, cửu hoàn coi củng nhỏ
Khoảng trời đất cổ kim, kim cổ
Mảnh hình hài không có, có không
Lọ là thiên tứ, vạn chung.

(Cao Bá Quát, *Sự đời*)

♦ *Trời cao, đất thấp gặp nhau*
Đấng tôi yêu mến ngự vào lòng tôi
Thánh tình ôi, nhiệm màu thôi
Hồn tôi thờ lạy khôn lời nói ra.

(Sảng Đình, Nguyễn Văn Thích)

c. Khi giáo lý là những bài ca khuyên răn, dạy dỗ :

♦ *Ở cho có đức, có nhân*
Mới mong đời trị được ăn lộc trời
Thương người tất tả ngược xuôi
Thương người lỡ bước, thương người bơ vơ
Thương người ôm dắt trẻ thơ
Thương người tuổi tác, già nua, bần hàn
Thương người quan quả cô đơn
Thương người gối đất nằm sương kêu đường
Thấy ai đói rét thì thương
Rách thường cho mặc, đói thường cho ăn.
(Nguyễn Trãi, *Gia Huấn Ca*)

♦ *Gặp người đầu bạc, tuổi cao*
Trình thưa vâng dạ khác nào thân sinh
Gặp người lớn tuổi hơn mình
Kính vì khác thể thân huynh ở nhà
Ở cùng trẻ nhỏ nhu hòa
Phải thương phải mến như là út em
Gặp người đói khổ, tật nguyền
Cũng đừng khinh dể, chẳng nên nhạo cười
Trọn niềm hai chữ yêu người
Giúp giùm kẻ khó là lời Chúa răn.

(Lê Thiện Bá, *Huấn tử ca*)

♦ *Đời này, nhân nghĩa tựa vàng mười*
Có của thì hơn hết mọi lời
Người, của lấy cân ta thử nhắc
Mới hay rằng của nặng hơn người!

♦ *Giàu làm chị, khó làm em*
Sang chớ kiêu căng, khó chớ hiềm
Dưới biết kính trên, trên dẫn dưới
Ấy, nhà còn thịnh, phúc còn thêm.

(Nguyễn Bỉnh Khiêm, *Quốc Âm Thi*)

♦ *Trồng cây, ai chẳng vun cây*
Cây nên xanh tốt, sai này quả hoa
Con khôn thì bởi mẹ cha
Như cây sai quả, ai mà chẳng khen
Huống chi Thiên Chúa uy quyền
Buộc cha mẹ phải răn truyền dạy con
Uốn cây uốn thuở còn non
Dạy con từ thuở con còn ngây thơ.

(Thầy già xứ Lạc Thành, Thái Bình 1903)

♦ *Người tai mắt đứng trong trời đất*
Ai là không bác mẹ sinh thành
Gương treo đất nghĩa, trời kinh
Ở làm sao cho xứng tình làm con.

♦ *Một thân thuận cả vừa ba*
Trên chiều cha mẹ, dưới hòa cùng em

Trăm cay đắng, một niềm ngon ngọt
Dẫu tử sinh, không chút biến dời.

(Lý Văn Phức, *Nhị thập tứ hiếu*)

♦ *Thân thần, hiếu hạnh, lễ nghi*
Phận làm con cái, bất kỳ gái trai
Chữ trung, chữ hiếu hai vai
Ai ai phụ mẫu, nhớ hoài đừng quên
Công cha, ngãi mẹ thâm niên
Công dày ngàn trượng, ơn đền muôn năm
Phải lo hiếu kính thành tâm
Đức cao báo đáp, ơn thâm đền bồi
Xiết bao mấy đoạn khúc nôi
Công cha, ngãi mẹ dưỡng nuôi, sinh thành.

(Lê Thiện Bá, *Luân lý*)

♦ *Trai thời trung hiếu làm đầu*
Gái thời tiết hạnh làm câu trau mình.

(Nguyễn Đình Chiểu, *Lục Vân Tiên*)

♦ *Chỉ mong cầu khẩn bụt trời*
Bình an, hai chữ, vãng lai lâm tòng.

(Nguyễn Đình Chiểu, *Lục Vân Tiên*)

♦ *Sinh con có xác có hồn*
Phải lo răn dạy cho khôn hai phần
Phần hồn ra sức ân cần
Khẩn cầu cùng Chúa, phú dâng con mình.

(Lê Thiện Bá, *Luân lý ca*)

♦ *Ngẫm xem thế sự, nực cười*
Cũng là dở một trò chơi đấy mà.

(*Trê cóc*, Vô danh)

♦ *Nỡ làm đổ quốc, hại dân*
Những phần ích kỷ, nào phần ích ai
Rồi ra, động đất, chuyển trời
Bấy giờ có lẽ đứng ngồi, làm thinh.

(*Trinh thử*, Vô danh)

♦ *Trái ăn nhớ kẻ trồng cây*
Nước thanh, nhớ kẻ nhọc tay đào nguồn

Trái ăn nào gốc mới nên
Phụ ơn tội lớn chớ quên mỗi ngày
Chúa đã truyền đạo thẳng ngay
Ai không tuân cứ, tội này chẳng tha.
(Gabriel Hữu, *Thiên Chúa huấn đạo vãn*)

♦ *Gió vàng một chút thoảng qua*
Lá ngô biến sắc, cành hoa ủ màu
Than rằng này đạo cao sâu
Cam lòng tịch diệt, ngon đâu phàm trần.
(*Quan Âm Thị Kính*, Khuyết danh)

♦ *Chiêu Hoàng là phận nữ nhi*
Phấn son gánh vác gian nguy được nào.
(Phạm Đình Toái, *Đại Nam quốc sử diễn ca*)

♦ *Ơn cha, nghĩa mẹ thâm trầm*
Một ngày chịu lấy, muôn năm nhớ hoài
Ơn Trên, Trời dựng, đất khai,
Càng lo báo đáp, chớ phai tấc lòng
Trời cao, đất rộng minh mông
Cá nuôi dưới nước, cây trồng trên non
Ấy là của Chúa cho con
Lo đền ơn Chúa, chớ còn vong ân.
(Ngô Đồng Hành, *Phương ngôn tạp luân*)

♦ *Trên lầu cao, dưới dòng nước chảy*
Phận đã đành trâm gãy bình rơi
Khi sao đông đủ, vui cười
Mà khi nhắm mắt không người nhặt xương.
(Nguyễn Du, *Chiêu hồn ca*)

♦ *Những mê giấc mộng đêm trăng*
Biết đâu địa ngục, thiên đàng là đâu
Bây giờ mới tỏ ân hao
Quang mây mới rõ ngôi sao trên trời.
(*Tứ mạt ca*, Khuyết danh)

♦ *Hồn tử sĩ gió ù ù thổi*
Mặt chinh phu trăng dõi dõi soi

Chinh phu, tử sĩ mấy người
Nào ai mạc mặt, nào ai gọi hồn.

(Đoàn Thị Điểm, *Chinh phụ ngâm khúc*)

♦ *Tư bề sấm sét đùng đùng*
Giam cầm khắp xứ, gông cùm khắp nơi
Nghe trong Bình Định thảnh thơi
Tính vào trong đó trốn chơi ít ngày
Thấy trong thời sự đắng cay
Điều trần một tập tơ bày căn nguyên.

(Đặng Đức Tuấn, *Việt Nam giáo sử diễn ca*)

♦ *Gặp cơn nguy ách, chẳng ngờ*
Ăn năn chưa trọn, ngày giờ đã qua
Than ôi, giờ chết chẳng xa
Khí thiêng mong thở hắt ra, còn gì
Bồi hồi, hoi hóp đang khi
♦ *Cậy trông Chúa cả phù trì, ủi an*
Phương chi ngày trước lo toan
Ích riêng theo thói thế gian chiều lòng
Lỗi nay khôn kể cho cùng
Ai hay cứu thoát khỏi vòng hồng lo?

(Phạm Trạch Thiện, *Cảm tạ niệm từ diễn ca*)

Để kết luận, cho phép tôi tạm dừng bút ở đây, bởi lượng sức mình không tài nào kể ra hết được. Chúa ôi, thi ca Công giáo rộng rinh, đi mãi mà chẳng thấy đâu là bến bờ. Mà thôi, kẻo ai kia khó tính lại bảo "thơ với thẩn, xưa rồi... Diễm!" Đời bây giờ thiếu chi của ngon vật lạ, phục vụ đến tận răng: Ti vi màn hình, phim ảnh, máy chiếu, vi tính, sân khấu, du khảo, hành hương, hội họa, nhiếp ảnh, tĩnh tâm, giảng thuyết, hoạt cảnh, tiểu phẩm, diễn nguyện. Dạy và học giáo lý ngày nay sướng như tiên. Ấy vậy mà gần hết cả đời người, lòng tôi vẫn còn nghe vang âm lời Chúa dạy trong câu kinh thuộc lòng từ tấm bé:

Lạy ơn Thiên Chúa cao sang
Chín tầng ngự trị thiên đàng liên liên
Loài người mọn mạng phàm hèn
Cùng chung muôn vật ở trên địa cầu...

CHỮ NÔM VỚI ĐẠO CÔNG GIÁO TỪ THẾ KỶ XVII – XX

Nguyễn Đức Cung

Trong quá trình truyền bá đạo Công giáo ở Việt Nam, các vị thừa sai ngoại quốc ngoài việc phải đối đầu với những chính sách bắt đạo, cấm cách của các vua chúa Việt Nam ở Đàng Trong cũng như Đàng Ngoài, họ còn phải tận dụng nỗ lực tri thức để vượt qua rào cản của văn tự, ngôn ngữ nhằm tìm ra phương thức chuyển tải nội dung của Đức Tin đến với quần chúng trên quê hương chúng ta. Công việc này có nhiều khó khăn nhưng qua đó biểu lộ quyết tâm của các ngài trong nỗ lực truyền bá Tin Mừng theo lý tưởng đã lựa chọn.

Để vượt qua những trở ngại của việc truyền thông giao tiếp và trong khi chữ Quốc ngữ còn trong giai đoạn hình thành, các nhà truyền giáo đã biết vận dụng chữ Nôm là một thứ văn tự sử dụng chữ Hán để ghi lại cách đọc tiếng Việt mà người Việt Nam vẫn còn dùng khá phổ thông trong xã hội bên cạnh chữ Hán trong sinh hoạt văn chương và giao tiếp hằng ngày, qua sự cộng tác của một số thầy giảng am tường Nho học để ghi lại kinh bổn, giáo lý trong các công tác mục vụ.

1- CHỮ NÔM, MỘT THOÁNG NHÌN LẠI

Chữ Nôm là văn tự ghi lại tiếng nói của người Việt Nam, theo sự biện giải đơn giản của một nhà nghiên cứu, có lẽ do chữ Nam đọc chệch đi, "chữ Nôm" có nghĩa là "chữ của người phương Nam, đối với "chữ Hán" của người phương Bắc, tức Trung Hoa." (Nguyễn Thị Chân Quỳnh, *Khoa Cử Việt Nam, Thi Hương,* tập thượng, An Tiêm xuất bản, Paris, 2002, tr. 126).

Trong lời giới thiệu cuốn Đại Tự Điển Chữ Nôm của cụ Vũ Văn Kính, một tác giả Công giáo ngoài 80 tuổi ở trong nước, ông Mai Quốc

Nhà nghiên cứu Nguyễn Đức Cung

** Cựu sinh viên khóa I Viện Hán Học (1959-1962, Cao học Sử học (1974). Đã công tác với các Tạp chí Đại Học (Huế), Phổ Thông và Bách Khoa (Sài Gòn).*
** Đã xuất bản: Trong cõi vô thường (thơ), Diên Lộc Quận Công Nguyễn Thân (2002), Lịch sử vùng cao qua Vũ Man Tạp Lục Thư, (1998), Quảng Bình chín trăm năm nhìn lại.*

Liên đã viết rằng *"chữ Nôm là một thứ chữ 'ghi âm', nhưng ghi qua việc dùng chữ Hán tuy nhìn chung có tính qui luật, nhưng còn biết bao cái ngoài qui luật, biết bao cái biệt lệ, ngẫu nhiên, thay đổi qua từng thời, từng tác phẩm. Nó chưa hề được điển chế hóa, chưa hề được hoàn thiện đến cùng, mặc dù nó được hình thành khá lâu, ít nhất cũng đã có lịch sử mười thế kỷ."* (Nhà x.b. Văn Nghệ TP. HCM, Trung tâm Nghiên cứu Quốc học, 1998, trang 6).

Theo Giáo sư Đoàn Khoách, *"chữ Nôm là loại văn tự xây dựng từ chất liệu chữ Hán, do đó trước khi tìm hiểu cách cấu tạo chữ Nôm, chúng ta thử tìm hiểu sơ qua cách kết cấu chữ Hán mà người xưa gọi là lục thư* 六書". (Đoàn Khoách, Đặc san Đại Học Huế, *Vài nét đại cương về chữ Nôm,* 2017, trang 174). Giáo sư Đoàn Khoách cũng cho biết: *"Trong việc cấu tạo chữ Nôm, ngoài việc dùng chữ nghĩa Hán âm Việt (gọi là Hán tự Việt độc hay Việt độc hoặc Hán-Việt) như* 家庭 *gia đình hay xã hội* 社會 v.v..., *trước đây người Việt thường chỉ mượn ba trong sáu cách của lục thư là Hội ý, Hình thanh, Giả tá. Tuy nhiên, trong quá trình chuyển biến của lịch sử, do âm đọc chữ Hán của người Việt có sai khác, nên phần ngữ âm lịch sử Việt Nam cũng có một ảnh hưởng nhất định trong việc cấu tạo chữ Nôm."* (tr. 174-175).

Theo Trần Văn Giáp, trong quyển *Lược khảo vấn đề chữ Nôm* thì *"chữ Nôm là một thứ chữ khối vuông của Việt Nam dùng để phiên âm tiếng Việt, mới xuất hiện trên đất Việt Nam từ cuối đời Hán Minh Đế, dưới thời thống trị của Sĩ Nhiếp, thế kỷ II sau công nguyên, do người Việt Nam tự sáng tạo ra."* (Trần Văn Giáp, Nhà xb Ngày Nay Publishing 2002, tr. 34). Ý kiến của Trần Văn Giáp là dựa vào quan điểm của sư Pháp Tính 法性 tác giả cuốn *Chỉ Nam Ngọc Âm Giải Nghĩa* 指南玉音解義 được khắc in vào năm Tân tị thứ 22 triều Lê Cảnh Hưng (1761). Bài tựa sách này có đoạn như sau: *"Từ khi thánh nhân lập ra lối chữ có bộ phận để chỉ nghĩa, chỉ tên gọi cho chính xác, khiến cho người Trung Quốc dễ hiểu, còn các dân tộc khác thì hãy còn khó hiểu. Mãi đến thời Sĩ Vương sang đóng ở nước ta trong khoảng hơn 40 năm, ra sức giáo hóa, giải nghĩa bằng tiếng Nôm để thông hiểu từng đoạn, từng câu, họp lại thành thơ ca quốc ngữ, để ghi tên gọi, ghép vận làm thành sách Chỉ Nam Phẩm Vựng* 指南品彙 *chia ra thượng hạ 2 quyển...*" (Đoàn Khoách, *Vài nét đại cương về chữ Nôm, Đặc san Đại Học Huế, Kỷ niệm 60 năm Đại Học Huế (1957-2017)*, trang 177).

Dưới thời Tự Đức (1848-1883), Văn Đa cư sĩ Nguyễn Văn Xan 文多居士阮文餐 cũng đề cập niên đại thành lập chữ Nôm trong cuốn *Đại Nam Quốc Ngữ* 大南國語 tựa đề năm Tự Đức thứ 33 (1880) trong có đoạn (dịch): "Nước ta từ đời Sĩ Vương (Sĩ Nhiếp) đã đem dịch tiếng Nam bằng tiếng Bắc (Trung Quốc); trong số tiếng dịch ấy, có nhiều tên còn chưa rõ, như "thư cưu" (chim uyên ương" chẳng biết gọi là chim gì, "dương đào" (cây khế) chẳng biết gọi là cây gì..." (Đoàn Khoách, Bài đã dẫn, tr.178).

Những người chung ý kiến với Trần Văn Giáp có Lê Dư, Nguyễn Đổng Chi.

Các học giả P. Pelliot và L. Cadière cho rằng chữ Nôm được sáng chế từ cuối thế kỷ XIII, dẫn đoạn sau đây trong sách *Hải đông chí lược* 海東志畧 của Ngô Thời Sĩ 吳 時 仕: *"Ngã quốc văn học đa dụng quốc ngữ tự Thuyên thủy"* (văn học nước ta dùng nhiều quốc ngữ bắt đầu từ ông Thuyên); lại nêu những danh sĩ đồng thời với Nguyễn Thuyên như Nguyễn Sĩ Cố có tập *Quốc Âm thi phú*, Chu Văn An có *Quốc Ngữ thi tập*... để minh chứng những hoạt động văn nghệ nói trên nằm trong phong trào lưu hành thi phú bằng tục ngữ trong thời đại nhà Trần. Từ đó hai ông suy luận rằng chữ Nôm là thứ chữ để biên ký tục ngữ Việt Nam, có lẽ được sang chế từ cuối thế kỷ XIII (trong đời nhà Trần) là một thời kỳ văn học tục ngữ (quốc âm thi) rất phát đạt tại Việt Nam. (Đoàn Khoách, bài đã dẫn, tr. 178). Chữ tục ngữ nói ở đây xin hiểu là tiếng Việt sử dụng hằng ngày. Người ta cũng tương truyền câu chuyện Nguyễn Thuyên, (bắt chước Hàn Dũ năm 819) làm bài thi đuổi cá sấu xuất hiện ở sông Phú Lương (Nhị Hà), sau đó được vua Trần Nhân Tông đổi tên Hàn Thuyên, nhưng theo Trần Văn Giáp trong *Lược truyện các tác gia Việt Nam*, tập I, *bài thơ đuổi cá sấu in trong Tứ Dân Văn Uyển hồi đầu thế kỷ XX nói là của Hàn Thuyên và được một số sách báo in lại, đúng ra là của Phó bảng Nguyễn Can Mộng ngụy tạo để đùa chơi, tiếc rằng lời cải chính in trên một số báo sau đó ít người được đọc nên nhiều người vẫn tưởng là của Hàn Thuyên thực. Song nếu đọc kỹ sẽ thấy toàn bài không có lấy một từ ngữ cổ, thơ cũng không viết theo thể Hàn luật, khó có thể tin là của Hàn Thuyên."* (Nguyễn Thị Chân Quỳnh, Sđd, tr. 128).

Theo học giả Nguyễn Văn Tố, chữ Nôm được sử dụng vào thế kỷ VIII là vì Phùng Hưng khởi nghĩa đánh diệt Cao Chính Bình năm 791, chiếm phủ ly, được dân chúng tôn là "Bố Cái đại vương" 布蓋大王. Về ý nghĩa chữ Bố Cái, sách *Cương Mục* chua rằng: "Cổ tục hiệu phụ viết Bố, mẫu viết Cái" (theo cổ tục nước ta gọi cha là Bố, mẹ là Cái). Họ Nguyễn lấy đoạn sử ấy như một thực lệ chữ Nôm đã được sử dụng vào thế kỷ VIII và đặt niên đại thượng hạn (terminus ad quem) của chữ Nôm vào cuối thế kỷ thứ VIII. Đào Duy Anh, trong cuốn *Chữ Nôm, nguồn gốc - cấu tạo - diễn biến* đã phản bác ý kiến của Nguyễn Văn Tố khi cho rằng *"Việt sử lược là sách tóm tắt bộ Sử Ký của Lê Văn Hưu không thấy chép hiệu Bố Cái Đại Vương, mà bia đề đền thờ Phùng Hưng ở xã Cam lâm, huyện Phúc thọ, tỉnh Hà tây dựng năm Quang Thái thứ 3, tức năm 1390 đời Trần Thuận Tôn cũng không thấy chép hiệu ấy. Mãi đến sách Đại Việt Sử Ký Toàn Thư ở thời Lê sơ mới thấy chép hiệu Bố cái đại vương. Hiệu nước thời nhà Đinh là Đại cồ việt cũng đến bấy giờ mới thấy chép. Như thế thì cũng chưa có thể tin chắc rằng những chữ Nôm bố và cái đã có từ thế kỷ thứ VIII."* (Đào Duy Anh, *Chữ Nôm, nguồn gốc - cấu tạo - diễn biến*, Nhà xb. Khoa học Xã hội, 1975, trang 42).

Cụ Sở Cuồng Lê Dư cho rằng quốc hiệu Việt Nam ở hai triều Đinh và Tiền Lê là Đại Cồ Việt 大瞿越 . Đó là một thí dụ chữ Nôm được sử dụng trong thế kỷ X (Đoàn Khoách, Bài đã dẫn, tr. 179).

Theo ý kiến của Giáo sư Chen Ching Ho 陳京和 (Trần Kinh Hòa) với chuyên môn về lịch sử các nước Đông Nam Á, từng đảm trách chức vụ Giáo sư môn Sử học tại các đại học: Đại học Keio, Tokyo, Japan, National University Taipei, Taiwan, Soka University Hachioji, Tokyo, Japan, Korea University, Seoul, Korea, Chinese University of Hong Kong, Southern Illinois University, Carbondale, Illinois, USA, và các đại học Sài Gòn, Đà Lạt, Huế ... chữ Nôm được sáng chế sau khi Việt thành độc lập, bắt đầu từ triều đại nhà Lý. (Chingho A. Chen, *"Hình thái và niên đại sáng chế chữ Nôm"*, Đoàn Khoách dịch, Tạp chí *Đại Học*, số 35-36, Viện Đại Học Huế, tháng 10-12 năm 1963).

Khởi nguyên của chữ Nôm theo Giáo sư Chen, phải ở vào giai đoạn sáng chế chữ hình thanh mới là hợp lý và thích đáng. Muốn giải quyết niên đại sáng chế chữ Nôm, theo Giáo sư, phải kiểm thảo hai vấn đề: niên đại hoàn bị của "khải thể" chữ Hán và niên đại Việt ngữ áp dụng Hán ngữ làm ngữ vựng.

Vấn đề thứ nhất, theo kết quả nghiên cứu của Văn Hựu, một học giả Trung Hoa (tác giả bài *"Luận về tổ chức của chữ Nôm"* đăng trong *Yên kinh Học báo*, kỳ 14, bài này đã được nhà học giả Nhật Bản Sơn

Bảng Đại Lang giới thiệu trong *Đông Dương Học Báo* quyển 22, số 2, năm 1935. Chú thêm của NĐC) thì chữ Nôm dứt khoát không thể xuất hiện vào thời cổ đại. Vấn đề thứ hai, theo kết quả nghiên cứu ngữ âm học lịch sử tiếng Việt của H. Maspéro lại cho biết gần một nửa ngữ vựng trong tiếng Việt là những tiếng mượn của Hán ngữ. Tuy nhiên đại đa số Hán ngữ lại truyền nhập vào Việt ngữ ở một thời đại tương đối muộn và phải qua trung gian của Việt độc (âm Hán-Việt), nghĩa là sau khi có cuộc phân ly chính trị giữa Trung Quốc và Việt Nam, mới được thành lập. Có điều, hai vương triều độc lập đầu tiên của Việt Nam là nhà Đinh (968-980) và nhà Tiền Lê (980-1009) đều bị nội tranh quá nhiều và mau chóng bị lật đổ, nên phải chờ đến nhà Lý (1010-1225) mới xuất hiện một vương triều tương đối lâu bền và ổn định. Sự chỉnh đốn về chế độ văn vật, sự xuất hiện cuộc vận động văn hóa, sự thiết lập chế độ khoa cử đều bắt đầu từ triều đại nhà Lý. Sách *Lịch triều hiến chương loại chí* của Phan Huy Chú cũng khởi bút từ triều Lý. Bởi thế Giáo sư Chen suy luận rằng Việt độc đại khái được thành lập trong thời đại nhà Lý.

Cũng nên thấy thêm rằng hiện nay phần nhiều tiếng mượn của Hán ngữ trong tự vựng Việt ngữ đều thoát thai từ Việt độc. Hiện tượng ấy chứng tỏ rằng những tiếng mượn ấy được truyền vào tự vựng Việt Nam trong thời kỳ Việt Nam độc lập. Điều đáng chú ý nữa là trong quy chế chữ Nôm, các chữ Hán giả tá hoặc hầu hết thanh phù của chữ Nôm đều căn cứ vào Việt độc cả. Do đó mà Giáo sư Chen đoán định niên đại thượng hạn của chữ Nôm là bắt đầu từ triều đại nhà Lý." (Đoàn Khoách, Bài đã dẫn, tr. 181).

Có lẽ ai cũng biết sự khó khăn của chữ Nôm khi muốn hiểu nó thì phải học chữ Hán trước, tuy vậy đến người Hoa cũng không thể viết được hoặc đọc được chữ Nôm. Lẽ dĩ nhiên, biết được chữ Nôm sẽ giúp cho việc hiểu biết thêm trong phạm trù nghiên cứu sử học hay văn học, tôn giáo hoặc các ngành ngôn ngữ học khác.

Trong cuốn *"Lược khảo vấn đề chữ Nôm"*, Trần Văn Giáp (1902-1973) đã viết: *"Chính Ngô Thời Nhiệm, thế kỷ XVIII, đã phải nói trong bài tựa sách tự điển của ông: "*…故我國字較難於中國 Cố ngã quốc tự hiệu nan ư Trung Quốc *(Cho nên chữ nước ta so ra khó hơn chữ Trung quốc…". Đó là những lý do chính khiến cho chữ Nôm không còn có thể thông dụng dễ dàng được. Nhưng, mặc dầu thế, do sự tranh đấu không ngừng của nhân dân, chữ Nôm vẫn đã được sử dụng. Nó đã đồng thời tự phát với sự tiến triển của ngữ ngôn dân tộc và văn học cổ điển Việt Nam. Cho nên, chúng ta không thể không nghiên cứu chữ Nôm một cách sâu rộng để thu tàng lấy vốn cổ quí báu của ta về mọi lãnh vực."* (Trần Văn Giáp, Sđd, tr. 88)

Trong khi đó Giáo sư Đoàn Khoách lại đã viết: *"Nhưng cái ưu điểm lớn nhất của chữ Nôm là ghi âm được tiếng Việt một cách tương đối trung thực, trong khi chữ Quốc ngữ ngày nay chưa xuất hiện. Nhờ thế mà ngày nay người Việt biết được phần nào tình cảm và suy tư của tổ tiên mình. Ngoài ra chữ Nôm có thể phân biệt được tiếng Việt đồng âm dị nghĩa mà thường rất khó phân biệt, ví dụ may rủi với may vá, bụng dạ với vâng dạ, đầy đủ với đu đủ, vợ chồng với chồng chất, v.v... Ưu điểm này thì chữ Quốc ngữ hiện nay chưa bì được... Lịch sử chữ Nôm ở Việt Nam đã có gần chín, mười thế kỷ nay, các loại sử liệu bằng chữ Nôm không những có giá trị về phương diện sử học, mà còn có giá trị về nhiều phương diện khác nữa như ngôn ngữ, phong tục, xã hội, kinh tế, triết học, văn học v.v... mà các học giả đời nay cần sưu tầm, khai thác.* (Đoàn Khoách, bđd, tr. 184)

Như vậy, chữ Nôm là nguồn ký thác tình cảm và suy tư của tổ tiên qua trường kỳ lịch sử mà con cháu là chúng ta cần có bổn phận tìm hiểu và quý trọng bảo lưu. Theo cuốn sách của Đào Duy Anh được nhắc ở trên, hiện nay tại Thư viện Khoa học Xã hội Hà Nội còn tàng trữ khoảng 1186 cuốn sách chữ Nôm, đó là một kho tàng văn hóa cần được sử dụng khai thác.

Tiếp đây là ý kiến của một người ngoại quốc nhưng cuộc đời đã cống hiến nhiều cho sự nghiệp văn hóa dân tộc Việt Nam, Giáo sư Chen Ching Ho cũng đã viết rằng: *"Sở dĩ chúng tôi đưa vấn đề chữ Nôm ra thảo luận, là vì chúng tôi muốn nhấn mạnh đến các giá trị các loại sử liệu bằng chữ Nôm về phương diện sử học. Đưa ra một vài nhận thức về nguyên lai và cấu tạo của chữ Nôm, là cốt để tiện việc đọc và giải thích văn Nôm, vì văn Nôm là một di sản văn hóa của Việt Nam."* (Đoàn Khoách, bđd, tr. 183).

Luận điểm của Giáo sư Chen Ching Ho ở trên khiến chúng tôi nhớ lại một câu vè của người dân Bình Trị Thiên về các cụ Ngô Đình Khả, cụ Nguyễn Hữu Bài về việc "đày vua" và "đào mả". Các câu vè đó thường viết: *"Phế (đày) vua không Khả, đào mả không Bài"*. Ý muốn nói cụ Ngô Đình Khả phản đối việc người Pháp phế vua Thành Thái, và cụ Nguyễn Hữu Bài phản đối việc khâm sứ Mahé đào mả vua Tự Đức. Trong cuốn *Đại Nam Thực Lục Chính biên Đệ lục kỷ Phụ biên,* do Quốc sử quán Triều Nguyễn biên soạn, câu vè đó được in lại bằng chữ Nôm và chúng tôi đọc thấy là: "***Bỏ vua không Khả, bới mả không Bài***" (Cao Tự Thanh dịch và giới thiệu, Nhà xb. Văn hóa – Văn nghệ, 2012, tr. 779). Chữ *bỏ* viết chữ bổ 補 đọc **bỏ**, chữ *bới* (phương ngữ Bình Trị Thiên thường dùng chữ *bới* thay vì chữ *đào*) viết chữ bãi 擺 đọc Nôm là **bới**. Thí dụ vừa nói đây cũng có cơ duyên giúp giới thích đọc sử (nếu biết chữ Nôm) đính chính được câu nói theo đúng nguyên văn của nó.

Trong một bài báo có tên *Những lời thề của Lê Lợi (văn Nôm đầu thế kỉ 15)* của cụ Hoàng Xuân Hãn, đăng trên *Tạp chí Sử Địa*, số 1 của Nhóm Giáo sư, Sinh viên Đại Học Sư Phạm (Nguyễn Nhã) Sài gòn, 1966, tác giả cho biết *"nếu quả rằng các bài Nôm nầy có tự đời Lê Lợi, và không bị sao lại thất chân, thì đây là hiện vật độc nhất của Việt ngữ trước nay già 550 năm."* (trang 4). Đây là một bài nghiên cứu có giá trị với sự phân tích cẩn trọng của một học giả uyên bác, và cũng là một cống hiến rất quý báu cho giới nghiên cứu văn sử học Việt Nam về chữ Nôm và văn Nôm.

2 - CHỮ NÔM VỚI ĐẠO CÔNG GIÁO TRONG GIAI ĐOẠN THẾ KỶ XVII-XX

Theo dõi quá trình xuất hiện của chữ Nôm trong lịch sử văn học nước ta như ở trên, chúng ta cũng không lạ gì khi thấy các giáo sĩ người nước ngoài lần đầu tiên khi đến nước ta truyền đạo đã nhìn thấy chữ Nôm như là một lợi khí có sẵn cho các dự tính truyền giáo của mình.

Có một cuốn giáo lý tiên khởi viết bằng chữ Nôm mà nay đã mất, được đề cập tới trong bức thư đề ngày 17-12-1621 của Thừa sai Gaspar Luis ghi lại như sau:

"Cuốn giáo lý mà người ta đã biên soạn bằng tiếng Đàng Trong đã giúp ích nhiều lắm bởi vì không những trẻ em học thuộc lòng cuốn giáo lý đó, mà người lớn cũng học. Cho tới đây các giáo hữu chỉ dùng tràng hạt để đeo vào cổ cho người ta thấy mình là người có đạo. Nay họ dùng tràng hạt để đọc kinh..." (Trương Bá Cần, *Lịch sử phát triển Công giáo ở Việt Nam*, Tập I *Thời kỳ khai phá và hình thành [Từ khởi thủy cho tới cuối thế kỷ XVIII]*, Nhà x.b. Tôn Giáo, Hà Nội, 2008, trang 42.)

Nhận thức sự quan trọng trong việc dạy cho các bổn đạo tân tòng học giáo lý cho nên *"các thừa sai Dòng Tên, vì thế, chỉ mấy năm sau khi tới Đàng Trong, đã cho soạn thảo ngay một cuốn giáo lý bằng tiếng Việt 'không những cho trẻ em học thuộc lòng mà còn cho người lớn học nữa. Trong cuốn giáo lý này không những chỉ có những điều cần biết về đạo, mà còn có những kinh để đọc. Khi nói về lợi ích của "Cuốn giáo lý bằng tiếng Đàng Trong" này, trong báo cáo ngày 17/12/1621, Lm. Gaspar Luis viết: "Cho tới nay các giáo hữu trong khu vực này chỉ dùng tràng hạt đeo cổ để chứng tỏ mình là người Công giáo; nay người ta dùng để đọc (nhờ các kinh trong cuốn sách nói trên."*

Nói thêm về cuốn giáo lý này, tác giả Trương Bá Cần viết: *"Cuốn giáo lý nói trên đây chắc chắn được viết bằng chữ Nôm là chữ phổ biến lúc bấy giờ. Vào thời điểm (trước 1621) này, không biết là chữ Quốc ngữ đã hình thành đủ để viết một cuốn giáo lý hay chưa; nếu có thì cũng chỉ chép một ít bản cho các thừa sai nước ngoài sử dụng mà thôi. Cho tới nay, chưa ai tìm thấy dấu vết của những cuốn giáo lý đó. Một cuốn giáo lý mà trẻ em có thể học thuộc lòng được chắc chắn không phải là đồ sộ và đầy đủ như cuốn giáo lý của Lm. Rhodes xuất bản ở Rôma năm 1651."* (Trương Bá Cần, Sách đã dẫn, trang 185).

Như vậy cuốn sách giáo lý bằng chữ Nôm này xuất hiện năm 1621 do công sức của Lm. Buzomi và Francisco de Pina đã tới Hội An năm 1616, góp công soạn thảo cùng với các vị khác cho đến năm 1621, đặc biệt là công của một vài người trong giới thượng lưu đã gia nhập đạo và những vị này là những hạt nhân sơ khởi cho tiến trình hình thành chế độ "thầy giảng" trong giai đoạn về sau.

Nhắc đến cuốn giáo lý chữ Nôm này, Lm. Đỗ Quang Chính trong bài viết *"Lòng nhiệt thành của bổn đạo Việt Nam"* cho biết tháng 4-1627, cha Đắc Lộ giảng đạo ở vùng An Vực và Vân Nô, tả và hữu ngạn sông Mã, Thanh Hóa, rửa tội cho 200 người tân tòng trong số có một vị sãi 85 tuổi thông thạo chữ Hán, giỏi Nôm, rất đạo đức và rộng rãi. Ngài thường xuyên nhờ Cụ chép kinh sách và Cha Đỗ Quang Chính cho biết có lẽ đây là sách kinh bằng chữ Nôm do cha F.de Pina soạn ở Hội An khoảng 1620-1625? (Dũng Lạc. Net, 12/31/2006).

Nói chung, đối với những người thuộc tầng lớp quý tộc Việt Nam như thuộc gia đình vua chúa, quan chức đều là những người có trình độ học thức cao nên việc sử dụng chữ Nôm để trình bày tư tưởng, diễn đạt tâm tình không phải là điều khó khăn hay trở ngại gì cả. Lm. Nguyễn Khắc Xuyên cũng kể lại một câu chuyện liên quan đến Cha Đắc Lộ như sau: *"Vào năm 1627, khi ngài vào đất Bắc được bốn tháng, có một bà thuộc hoàng tộc, "chị chúa Trịnh Tráng" gia nhập Kitô giáo, giáo sĩ Đắc Lộ đặt tên là Catarina. Bà này thông thạo văn chương thi phú. Bởi đó bà đã viết một tập thơ, kể lại lịch sử cứu rỗi, từ tạo thiên lập địa cho tới Chúa thăng thiên (Lịch sử miền Bắc, tr. 164) và còn thêm một đoạn vịnh cuộc truyền giáo tại Việt Nam…"* (Nguyễn Khắc Xuyên, *Quan điểm thần học trong "Phép giảng tám ngày" của Giáo sĩ Đắc Lộ,* Tạp chí *Đại Học*, Số 1, Năm thứ tư, Tháng 2 – 1961, tr. 55). Đây có lẽ là tập thơ Nôm đầu tiên mang tính tôn giáo do một nữ sĩ viết. Tiếc thay tên tuổi người nữ sĩ này không được để lại trong kho tàng văn học Công giáo Việt Nam.

Trong cuốn sách *Người chứng thứ nhất,* nhà văn Phạm Đình Khiêm đã có viết *"bà Công chúa Catarina, em chúa Trịnh Tráng, là một nữ thi sĩ, soạn quyển tiểu sử Chúa Giêsu bằng thơ Nôm" (Rhodes, Histoire du royaume de Tonkin, tr. 26.)* (Phạm Đình Khiêm, Tinh Việt Văn Đoàn, 1959, trang 76).

Giáo sư Trần Văn Toàn đã viết về các linh mục thừa sai như sau: *"Các giáo sĩ Tây phương thì ngay thế kỷ XVI đã học tiếng Việt để nói với người dân. Girolamo Maiorica đã cộng tác với người Việt mới theo đạo để soạn sách vở bằng chữ Nôm cho người mình đọc."* (Trần Văn Toàn, *Đạo trung tùy bút,* Nhà x.b. Tôn Giáo, 2008, trang 28).

Nói đến Girolamo Maiorica, Lm. Thanh Lãng cho biết tuy không viết sách bằng chữ Quốc ngữ nhưng ông đã đứng ra biên tập một tủ sách tôn giáo gồm hơn bốn chục cuốn viết bằng chữ Nôm thời gian từ 1631-1645. Girolamo Maiorica là người Ý sinh tại Napoli, gia nhập Dòng Tên năm 1605, đến năm 1619 được sai sang Goa để truyền đạo và ở đó cho đến cuối năm 1623, ông rời Goa qua Macao, rồi đến Việt Nam, có lẽ ở tại hải cảng Hội An và ở đó 5 năm. Năm 1629 ông bị trục xuất nhưng đã rất thông thạo tiếng Việt Nam. Năm 1631, ông lại theo một tàu Bồ Đào Nha mà vào Bắc Kỳ và sống ở Bắc Kỳ khá lâu. G. Schurhammer cho biết Maiorica chết ngày 27.1.1656. Trong thời gian theo học ở nước ngoài, LM Thanh Lãng đã chụp ảnh được 12 tác phẩm do công Maiorica biên tập tại Thư viện Quốc gia Pháp. (Thanh Lãng, *Những chặng đường của chữ viết quốc ngữ,* Tạp chí Đại Học, số 1, Tháng 2, 1961, trang 10.)

Các sách của Maiorica thì một số còn được lưu giữ ở Thư viện Quốc gia Paris với 14 nhan đề. Theo tài liệu của Dòng Tên thì Maiorica đã biên soạn 48 cuốn sách đủ loại. Nhưng những cuốn sách này là do Maiorica biên soạn và viết thẳng chữ Nôm hay ông đã đọc cho các giáo hữu thông Nho và giỏi Nôm chép lại? (Trương Bá Cần, *Lịch sử phát triển Công giáo ở Việt Nam,* Tập I *Thời kỳ khai phá và hình thành [Từ khởi thủy cho tới cuối thế kỷ XVIII]*, Nhà x.b. Tôn Giáo Hà Nội, 2008, trang 1860). Tác giả Trương Bá Cần cho biết các sách chữ Nôm của nhóm Maiorica, tại Thư viện quốc gia Pháp, đã được Lm. Nguyễn Hưng lần lượt cho nhân bản kèm theo bản đọc chữ Quốc ngữ trong tủ sách "lưu hành nội bộ". (Trương Bá Cần, Sách đã dẫn, trang 185).

Trong tiểu mục "Chữ Nôm là gì", tác giả Thái Gia Kỳ, trong cuốn sách *"Chữ Hán, Tiếng Hán Việt và sự vận dụng tiếng Hán Việt trong tiếng Việt"* (Philadelphia, 2018) của ông, có đề cập đến một dòng về chữ Nôm sử dụng trong Công giáo Việt Nam: *"Ngay cả đạo Công giáo, cũng đã có tác phẩm Sấm truyền ca của Lữ Y Đoan viết năm 1670, dùng trong việc truyền giáo."* (trang 122). Đoạn văn này cho một ý niệm rất khái quát thiết tưởng cần phải triển khai thêm.

Nội dung của câu văn trên đây mang lại cho chúng tôi một số ý niệm đó là ba chữ "sấm truyền ca" và tên Lữ Y Đoan. Người Công giáo Việt Nam cách nay cả trăm năm thường hay dùng cụm từ "*Sấm truyền mới*" và "*Sấm truyền cũ*" để chỉ hai cuốn sách *Cựu ước* (Old Testament) và *Tân ước* (New Testament) cũng gọi là sách *Phúc âm* (hay bây giờ là *Tin mừng*). (Trần Văn Toàn, *Đạo trung tùy bút,* Nhà xb. Tôn Giáo, 2008, tr. 147). Còn tên Ly Y Đoan vốn là tên Lữ-Y Đoan mà ông Thái Gia Kỳ viết sai, là Louis Đoán, một thầy giảng cao tuổi đã được Gm. Lambert ở Đàng Trong phong chức linh mục năm 1676. (Trương Bá Cần, *Lịch sử phát triển Công giáo ở Việt Nam,* Tập I, Nhà xb.Tôn Giáo Hà Nội 2008, tr. 233). Giới nghiên cứu văn học Công giáo trong nước đã nói rõ về Lữ Y Đoan trong một cuốn sách có tên *Về sách báo của tác giả Công giáo (Thế Kỷ XVII – XIX)* do Trường Đại Học Tổng Hợp TP. Hồ Chí Minh, Khoa Ngữ Văn, 1993.

Trong bài "Đôi lời giới thiệu" Về một số sách cũ do người Công giáo viết ra từ thế kỷ XVII đến cuối thế kỷ XIX, Giáo Sư Nguyễn Văn Trung viết: *"Sấm truyền ca" của Thầy cả Lữ Y Đoan (1670) nguyên tác là bản Nôm hiện nay thất lạc, chỉ còn bản quốc ngữ. Theo chúng tôi đây là một tác phẩm có ý nghĩa lớn vì tác phẩm phản ánh một nỗ lực Việt Nam hóa (Tam giáo,` võ thuật Việt Nam, văn hóa dân gian, v.v...) để diễn tả Kinh Thánh. Có thể bản văn đã được sửa đổi qua các thời đại nên bản hiện có làm người đọc nghĩ đến những truyện Nôm nổi tiếng thế kỷ XVIII, XIX."* (trang 3).

Gm. Lambert đã lần lượt phong chức: năm 1668 cho hai linh mục Giuse Trang và Luca Bền; năm 1672 cho linh mục Manuel Bổn; năm 1676 cho Linh mục Louis Đoán hay Lữ Y Đoan. Bốn linh mục người Việt này nguyên là thầy giảng của các thừa sai Dòng Tên.

Trong lãnh vực tôn giáo, chữ Nôm được các giáo sĩ ngoại quốc khi đến nước ta truyền đạo, nỗ lực học và sử dụng để biên tập các sách giáo lý, các kinh bổn đọc trong thánh đường và trong gia đình, họ đạo hằng ngày. Chữ Nôm của đạo Công giáo có một lịch sử dài lâu từ thế kỷ XVII đến giữa thế kỷ XX, với rất nhiều công trình nghiên cứu, biên tập kinh sách, tư liệu còn để lại hàng trăm cuốn trong thư viện của Hội Thừa Sai Paris ở Pháp (Mission Étrangère de Paris), trong số đó có khoảng 20 cuốn sách viết bằng chữ Nôm do Giáo sĩ Girolamo Maiorica, người Ý, chủ trương biên tập từ đầu thế kỷ XVII (Tạp chí *Đại Học*, số 1, tháng 2/1961, tr. 5; Trần Văn Toàn, *Đạo trung tùy bút*, Nhà xb. Tôn giáo, 2008, tr. 188). Có tư liệu nói số sách này nhiều hơn (khoảng 48 cuốn) mà một số còn lưu giữ tại Thư viện Quốc gia Paris (Trương Bá Cần, *Lịch sử phát triển Công giáo ở Việt Nam*, Nhà xb. Tôn Giáo Hà Nội, 2004, tr. 185).

Ngày nay người ta cũng biết đến tên tuổi rất nhiều các vị giám mục, linh mục ngoại quốc hay bản xứ, các thầy giảng, các vị túc nho

Công giáo đã để lại rất nhiều tác phẩm viết bằng chữ Nôm, ví dụ Gm. Bá Đa Lộc (Pigneau de Béhaine) viết *Thánh Giáo Yếu Lý Quốc Ngữ*, bản chữ Nôm được in tại Quảng Đông năm 1774, Gm. Taberd biên soạn cuốn *Tự vị Hán-Việt-Latinh* hơn 900 trang (tàng trữ tại văn khố Hội Thừa Sai Nước Ngoài tại Paris) có sự cộng tác của Thánh Lm. Phan Văn Minh. Trong cuốn tự vị này, theo Giáo sư Trần Văn Toàn, nếu bỏ phần tiếng Latinh ra, thì cũng còn quan trọng vì vừa dùng chữ Quốc ngữ vừa dùng chữ Nôm. Chữ quốc ngữ thì ghi được một cách khá chính xác cách phát âm, còn chữ Nôm thì tuy không ghi được cách phát âm, nhưng cũng là kết tinh của mấy thế kỷ ông cha chúng ta cố gắng để tự lập về văn hóa đối với người Hán tộc. (Trần Văn Toàn, Sách đã dẫn, tr. 190).

Trong quyển *Hoa trái ở Phương Đông, Alexandre de Rhodes (1593-1660) và công cuộc truyền giáo thời kỳ đầu của Dòng Tên tại Việt Nam* viết bằng tiếng Đức, linh mục Dòng Tên Klaus Schatz viết rằng: *"Chữ Nôm phát triển kể từ thế kỷ XV, sau khi Việt Nam hoàn toàn thoát khỏi sự thuộc Trung Hoa. Khởi đầu các nhà truyền giáo cũng dùng chữ Nôm cụ thể vào năm 1620 ở Hội An, để soạn sách giáo lý, nhưng sách này đã không được in và đã bị thất lạc."* (Phạm Hồng Lam dịch, Nxb. Đông Phương, 2015, tr. 210). Cuốn sách giáo lý này có lẽ là công trình của cha Francisco de Pina, người Bồ Đào Nha, khi làm việc ở giáo điểm Dinh Chiêm (Quảng Nam).

Theo Lm. Nguyễn Hồng trong quyển *Lịch sử truyền giáo ở Việt Nam*, *"Chúng ta còn phải kể nhất là những cuốn sách bằng tiếng Việt mà các cha viết cho giáo dân và cho các thày giảng. Đó là những cuốn sách đầu tiên trong tủ sách văn chương Công giáo Việt Nam. Ngoài cuốn* ***sách bổn*** *của cha Đắc Lộ viết bằng chữ Quốc ngữ, in ở Roma, còn các cuốn khác bằng chữ Nôm, thứ chữ thịnh hành của thời đó. Hoặc đầu tiên các thừa sai thảo bằng chữ Quốc ngữ để các thày giảng viết ra chữ Nôm, hoặc đọc cho các thày viết, mà ta có thể đoán đó là trường hợp cha Buzomi và De Pina cho ra đời cuốn sách về đạo lý Công giáo đầu tiên bằng tiếng Việt ở Nước Mặn, Qui Nhơn, hay trường hợp cha Đắc Lộ viết cuốn Ngắm 15 sự thương khó Đức Chúa Giêsu… Hoặc do chính thừa sai viết bằng chữ Nôm, như những cuốn của cha Maiorica, nhưng chắc chắn cha cũng được sự cộng tác của các thày giảng."* (Quyển I, Nhà xb. Hiện Tại, 1959, tr. 294).

Theo giáo sư Trần Văn Toàn *"chữ Nôm khó học thì họ (các giáo sĩ Âu châu) chịu khó học, chứ không dám coi thường, càng không dám cho là mách qué, như các nho sĩ chỉ biết chịu phục có người Hoa. Họ thực biết tôn trọng vốn liếng chữ Nôm của ta, cũng như họ đề cao kho tàng Hòa văn (chữ viết của người Nhật). Khi viết sách vở cho người*

Việt về những điều rất tôn nghiêm như tôn giáo, họ đã dùng ngay chữ Nôm (như trong các tác phẩm của Girolama Maiorica, và người Công giáo tiếp tục viết, in và dùng sách chữ Nôm cho đến giữa thế kỷ XX." (Trần Văn Toàn, Sách đã dẫn, tr. 204).

Trong quá trình sử dụng chữ Nôm, một số danh từ trong Công giáo được chuyển âm từ tiếng Latinh hay Bồ đào nha, thí dụ "câu-rút" từ chữ crux nay được chuyển thành *thánh giá*, chữ evangelium thành chữ *phúc-âm*, chữ Spiritus Sanctus đổi ra *Thánh Thần* do sự đóng góp của Cố linh mục Nguyễn Văn Thích ở Huế (Đoàn Khoách biên tập, *Sảng Đình Thi Tập* của J.M. THÍCH, Thanh Tịnh xuất bản, California, 2001, trang 335), hoặc các chữ bispo (tiếng Bồ) ra chữ vít-vồ (rồi giám mục) chữ Nôm thì dùng hai chữ Hán "viết vô" 曰無 nhưng phải đọc "vít vồ", hoặc "pha-pha" (vị giáo tông ở Rôma, cũng gọi là Giáo hoàng, Latinh và Bồ gọi là "papa".

Trong những năm 40, 50 của thế kỷ trước, giáo xứ Tam Tòa của tôi ở Đồng Hới, Quảng Bình, các kinh sách đọc trong các dịp lễ lớn như Kinh Lễ Đèn trong Tuần Thánh, Kinh Đàng Thánh Giá v.v... đều viết bằng chữ Nôm do các cụ chức việc lớn tuổi trong làng phụ trách phần "than, gẫm". Dĩ nhiên các cụ cũng biết đọc chữ Quốc ngữ, nhưng quen với kinh sách viết bằng chữ Nôm nhiều hơn.

Cụ Trần Văn Giáp trong phần kết luận của cuốn *Lược khảo vấn đề chữ Nôm*, có đề nghị làm một cuốn tự điển chữ Nôm nhưng theo cụ thì phải loại trừ những phần chữ Nôm chua sẵn trong các tự điển Quốc ngữ Latinh như của Génibrel, của Tabert hay của Paulus Huình Tịnh Của vì chính đấy là chữ Nôm của các giáo sĩ Tây phương; đấy không phải là *"những chữ Nôm của nhân dân đã dùng"*... còn *"những chữ Nôm của nhân dân ta lựa lọc mà viết ra thì thực đúng quá"*. (Trần Văn Giáp, Sách đã dẫn, trang 89).

Để trả lời quan điểm đầy tính chất kỳ thị tôn giáo dù rằng trong lãnh vực văn chương của cụ Trần Văn Giáp, Giáo sư Trần Văn Toàn viết rằng: *"Lại có học giả cho rằng chữ Nôm do người Công giáo viết không phải là chữ Nôm đích thực. Xin thưa hai điều: một là phải có cơ quan nào, như Hàn lâm viện hay là do nhà cầm quyền chính thức ấn định trước đã thì mới nói được cái gì là đích thực; hai là: trừ một số chữ mới ra thì người Công giáo dùng chữ Nôm như người đương thời, cho nên nếu phải loại trừ tất cả những chữ do họ dùng, thì cũng phải loại hầu hết thi văn chữ Nôm trong văn chương Việt Nam."* (Trần Văn Toàn, Sách đã dẫn, tr. 207).

Chữ Nôm trong các kinh sách của người Công giáo đều là do các vị thừa sai có căn bản về các kiến thức ngôn ngữ học, cùng sự cộng tác của các vị thầy giảng người Việt cũng vốn là những bậc túc nho giỏi chữ Hán, thông thạo chữ Nôm (họ cũng là thuộc hàng ngũ "nhân dân" một trăm phần trăm đấy chứ có thuộc dòng máu lai nào đâu), thì sao gọi "chữ Nôm do người Công giáo viết không phải là chữ Nôm đích thực"? Chính các ông nhà nho trong phong trào Văn Thân, khi viết bài hịch "bình Tây sát Tả", chính các tác giả bài hịch đó là tú tài Trần Tấn, Đặng Như Mai ở Nghệ Tĩnh vốn là những người khinh chữ Nôm, coi chữ Nôm là "Nôm na mách qué" ngay cả đến việc nghiên cứu, tìm hiểu về một tôn giáo họ cũng chưa từng nghĩ tới, không hề để tâm, cho nên trong bài hịch Văn Thân của họ mới có những câu như: *"Cầu nguyện thì xưng Trời, xưng Thánh, thật là đui điếc ngu si; Giảng rao thì vô phụ vô quân, đúng là loài dê loài chó."* "Vô phụ", "vô quân" theo Trần Tấn, Đặng Như Mai đó là người Công giáo không hề biết đến vua, đến cha, nhưng đó thật là sai lầm vì người Công giáo cách đây bốn thế kỷ cho đến bây giờ vẫn luôn tôn trọng nhà cầm quyền ngoài xã hội và thờ kính cha mẹ trong vòng đạo hiếu gia đình. (Trần Văn Toàn, Sđd, tr. 102, *Một vài nhận xét về thuyết 'tam phụ'* ").

Quá trình hình thành của chữ Nôm được thúc đẩy bởi nhiều yếu tố một là được viết theo thói quen, hoặc là trong khung cảnh của địa phương và dĩ nhiên trong lãnh vực tôn giáo chữ Nôm cũng được hình thành hay kiện toàn do ý thức tâm linh và giáo lý nữa.

Giáo Sư Trần Văn Toàn, trong cuốn *Đạo trung tùy bút* đã được dẫn chứng nói trên đã đưa ra một thí dụ thật hay. Ông viết: *"Trong sách <u>Thánh giáo yếu lý quốc ngữ</u>, do Đức Cha Bá Đa Lộc (Pierre Pigneau de Béhaine) soạn, thì bản Nôm viết chữ **rỗi** bằng cách chắp nối chữ **lỗi** 磊 (ba chữ thạch) với bộ khẩu 口 ở bên tả. Nhưng điều làm cho tôi rất lấy làm thán phục là trong cuốn sách Nôm <u>Phép Dòng chi em mến câu rút Đức Chúa Giêsu</u>, do Đức Cha Phước (Paul Puginier) cho khắc in năm 1869, thì chữ rỗi được viết bằng cách ghép chữ lỗi 磊 ở bên hữu để chỉ cách đọc, và chữ sinh 生 ở bên tả để chỉ nghĩa là sống. Nếu cách viết dùng bộ khẩu không có gì là thần tình, thì cách viết dùng chữ sinh bên tả mới thật là đúng tinh thần đạo Chúa Cứu Thế. Không biết vị cao minh nào đã có sáng kiến dùng chữ sinh thay chữ khẩu như thế, vừa hợp với giáo lý, vừa đúng với thần học: được rỗi cũng có nghĩa là được sống! Cùng một chữ rỗi mà vừa nói lên được cái ước vọng thanh nhàn, lại vừa nói lên cái ước vọng được sống mãi mãi! Cách viết chữ Nôm biết sử dụng lối hội ý như thế thật là thâm thúy, chữ Quốc ngữ viết theo mẫu tự Latinh không sao sánh được."* (Trần Văn Toàn, Sđd, trang 122).

Trong tự điển *Giúp đọc Nôm và Hán Việt* của Lm. Trần Văn Kiện hay sách *Đại Tự Điển chữ Nôm* của Vũ Văn Kính cũng có trưng một số cách viết chữ rỗi là dùng chữ lỗi 磊 làm yếu tố hài thanh chính, và có khi dùng bộ mã 馬, khi dùng bộ tâm 忄 hay bộ thủy 氵 hoặc bộ khẩu 口 là tùy theo từng trường hợp. Nhưng qua sự phân tích chữ rỗi kể như một thí dụ dưới con mắt của một nhà nghiên cứu tôn giáo như GS Trần Văn Toàn, chúng ta có dịp đánh giá lại giá trị của chữ Nôm, thấm thía được ý nghĩa của một loại văn tự trong kho tàng văn hóa dân tộc và cũng nhờ đó nhận ra được tinh thần cố thấu đạt tới chân lý trong lãnh vực tôn giáo của tiền nhân trước đây.

Nguyễn Đức Cung

Philadelphia, Mùa Lễ Độc Lập Hoa Kỳ, July 4-5/ 2020

LINH MỤC GIOAKIM ĐẶNG ĐỨC TUẤN

Wikipedia

Gioakim Đặng Đức Tuấn (1806-1874) là một linh mục Giáo hội Công giáo Rôma tại Việt Nam. Ông từng giữ vai trò thông ngôn cho phái đoàn do vua Tự Đức cử gồm sứ bộ Phan Thanh Giản và Lâm Duy Hiệp vào Gia Định thương nghị rồi ký hòa ước với Thực dân Pháp vào năm 1862. Ông góp phần quan trọng trong việc khiến vua Tự Đức ra "*Chỉ dụ bãi bỏ lệnh phân sáp*" cấm đạo Kitô bằng những bảng điều trần ông viết gửi cho triều đình thời đó.[1] Ngoài ra, ông còn được ghi nhận là một danh nhân văn hóa, nhà thơ, nhà Hán Nôm với nhiều tác phẩm có giá trị trong lĩnh vực Công giáo và xã hội.

Thân thế

Ông còn có tên là **Đặng Đức Thuận**, sinh năm 1806 tại làng Qui Hòa, nay là ấp Qui Thuận, Hoài Châu Bắc, thị xã Hoài Nhơn, tỉnh Bình Định [2]. Thân phụ ông tên Đặng Đức Lành, từng làm Câu địa sở Gia Hựu. Ông là người con thứ 2 trong gia đình, bên cạnh người anh là Đặng Đức Hóa và người em là Đặng Đức Bình. Một số tài liệu ghi nhận ông thuộc dòng dõi danh sĩ Đặng Đức Siêu.[3]

---

[1] Gp. Qui Nhơn (ngày 6 tháng 2 năm 2016). *"Chân dung linh mục Việt Nam: Linh mục Gioakim Đặng Đức Tuấn"*. Trang tin của Hội đồng Giám mục Việt Nam.

[2] Nguyễn Văn Thoa (ngày 6 tháng 2 năm 2016). *"Linh mục Đặng Đức Tuấn người thật việc thật"*. UCAN Việt Nam.

[3] Hoàng Xuân Việt, *Tìm hiểu lịch sử chữ Quốc ngữ*. Nhà xuất bản Văn hóa thông tin, 2006. Tr. 374

Khởi nghiệp đạo đời

Từ nhỏ, ông có tiếng là thông minh, tuy nhiên sự nghiệp Hán học ông không thành đạt khoa bảng. Năm Ất Dậu 1825, ông dự khoa thi Hương tại Thừa Thiên, vào đến Tam trường nhưng vì chép đề thi sai sót một chữ nên bị đánh hỏng vì lạc đề. Ông trở về làng, làm thầy đồ trong làng.

Khoảng giữa thập niên 1840, ông được giới thiệu đến Giám mục Cuénot Thể cho vị trí giáo sư Hán văn tại Chủng viện Penang (thuộc Malaysia ngày nay). Năm 1846, ông được đưa vào Gia Định, sau đó xuống tàu đi Penang. Tại Chủng viện Penang, ngoài việc dạy Hán văn, ông còn nghiên cứu và học thêm tiếng Pháp và tiếng Latinh, cũng như nhiều kiến thức văn hóa Tây phương. Được sự bảo lãnh của linh mục Giám đốc Đại chủng viện Penang và được sự chấp thuận của Giám mục Cuénot Thể, ông được nhận làm chủng sinh khi đã lớn tuổi.

Sau 7 năm học ở chủng viện, ông được thụ phong chức Phó tế và trở về quê hương. Sau một thời gian phục vụ tại Giáo phận Đông Đàng Trong, năm 1856, ông được Giám mục Cuénot Thể truyền chức linh mục tại Tòa Giám mục Gò Thị và được bổ nhiệm làm việc tại Tư Ngãi (Quảng Ngãi ngày nay).

Con dân Chúa cũng là con dân nước

Thời gian ông phục vụ ở Quảng Ngãi, cũng là lúc nước Nam bước vào thời kỳ bất ổn. Tàu chiến Pháp gây chiến ở Đà Nẵng, rồi Gia Định. Triều đình Huế nghi kỵ người Công giáo. Vua Tự Đức liên tiếp ra các sắc dụ cấm đạo vào những năm 1859, 1860, khắc nghiệt nhất là sắc dụ phân sáp năm 1860 được thực hiện triệt để vào năm 1861. Nhà thờ bị phá hủy, nhà cửa ruộng vườn các tín hữu bị tịch thu, các tín hữu bị bắt phân tán vào các làng mạc. Trước tình thế ấy, ông phải rời nhiệm sở Quảng Ngãi, trở về Bình Định, rồi lại từ Bình Định trở ra Quảng Ngãi để vừa lẩn tránh vừa tìm cách thực hiện mục vụ. Thời gian này, với tấm lòng tâm huyết với quê hương, ông đã viết hai bản điều trần nổi tiếng gửi triều đình là *"Hoành mao hiến bình Tây sách"* [4] và *«Minh đạo bình Tây sách»*. [5] Tuy nhiên, do kỳ thị của triều đình mà hai bản điều trần của ông không hề được ngó ngàng đến.

Cuối năm 1861, ông bị quan binh triều đình bắt giữ ở Nga Mân (nay thuộc huyện Đức Phổ, tỉnh Quảng Ngãi), sau đó bị giải lên Mộ Đức,[6] rồi lên tỉnh Quảng Ngãi. Tại đây, ông viết tờ khai bằng bài vè bốn

[4] Tức *"Kế sách chống Tây do kẻ sĩ ẩn dật cung hiến"*.

[5] Tức "Kế sách chống Tây rõ ràng"

[6] Hồi đó vùng đất Đức Phổ thuộc huyện Mộ Đức.

chữ, 88 câu.[7] Do biết ông từng gửi hai bản điều trần đến triều đình, quan lại Quảng Ngãi cho áp giải ông cùng hồ sơ nội vụ về Huế.

Tại Huế, ông được các đại thần là Thượng thư Bộ Binh Lâm Duy Hiệp cùng Hiệp biện Phan Thanh Giản tra vấn về đạo Công giáo và về việc quân Pháp đánh phá Đại Nam. Ông nhiều lần trình bày lập luận của mình về việc tách rời trách nhiệm giữa niềm tin tôn giáo và trách nhiệm con dân; đồng thời viết thêm hai bản điều trần xin tha cho giáo dân và hiến kế làm cho dân giàu quân mạnh. Khi hai bản điều trần đến tay, vua Tự Đức xem và khen ngợi, đồng thời ra lệnh nới lỏng lệnh cấm đạo.

Vào khoảng tháng 3 năm 1862, ông Đặng Đức Tuấn viết thêm hai bản điều trần nữa, nói về vấn đề cấm đạo và vấn đề kế sách giảng hòa với Pháp. Hiện tại, cả sáu bản điều trần của ông đều đã được sưu tập đầy đủ.

Nhờ những nỗ lực trình bày qua các bản điều trần, ông được triều đình giao cho nhiệm vụ thông ngôn, tháp tùng sứ bộ Phan Thanh Giản và Lâm Duy Hiệp vào Gia Định thương nghị với Pháp. Do việc này, ông được các giáo dân đặt cho biệt danh là *cha Khâm*.

Những năm cuối đời

Sau hòa nghị năm 1862, ông được triều đình cho về quê. Năm 1865, Giám mục Eugène Charbonnier Trí bổ nhiệm ông làm cha sở Nước Nhỉ (nay thuộc huyện Phù Mỹ, tỉnh Bình Định). Từ đó cho đến tận cuối đời, bên cạnh việc truyền giáo và chăm sóc mục vụ cho giáo dân, ông dành thời gian viết nhiều tác phẩm bằng thơ, với nội dung truyền tải đời sống đạo qua văn hóa dân gian. Ông cũng từng được vua Tự Đức 2 lần triệu về kinh đô Huế để tham vấn về việc nước.

Ông qua đời ngày 24 tháng 7 năm 1874 nhà thờ Nước Nhỉ, ấp Chánh Khoan, xã Mỹ Lợi, huyện Phù Mỹ, tỉnh Bình Định. Mộ phần của ông ban đầu được an táng tại khuôn viên nhà thờ Nước Nhỉ. Năm 1905, nhà thờ Nước Nhỉ được dời đến vị trí mới. Mộ phần của ông được cải táng về Lăng tử Đạo Nước Nhỉ như ngày nay.

Tác phẩm

- *Việt Nam giáo sử diễn ca* (Lược sử truyền giáo của Kitô giáo từ thời hậu Lê cho đến chỉ dụ phân sáp của vua Tự Đức)

- *Lâm nạn phụng quốc hành* (Thuật lại những sự kiện từ khi bị bắt ở Nga Mân đến lúc vua Tự Đức ra chỉ dụ bãi bỏ lệnh phân sáp)

[7] Được mệnh danh là bài *"Tự thừa khai"*.

- *Hoành mao hiến bình Tây sách*

- *Minh đạo bình Tây sách*

- *Nguyên Đạo* (Bản văn ngắn gửi cho bộ Binh trình bày nguồn gốc Kitô giáo)

- *Văn tế Đức cha Thể*

- *Minh dân vệ Đạo khúc* (Trình bày chân lý Kitô giáo nhằm đáp lại bài "Hoán mê khúc" của quan Án sát Ngụy Khắc Đản đã hiểu sai về Kitô giáo)

- *Kim thạch giải sầu ca* (bài thơ ca an ủi giáo dân trung thành với đức tin Kitô giáo)

- *Cách ngôn liên bích* (Chỉ dẫn giáo dân xử thế lập thân, sống đạo bằng những những câu cách ngôn)

- *Văn tế các đẳng* (Văn tế những người quá cố)

- *Minh tâm linh số* (Bài thơ chữ Hán thể thất ngôn, chữ đầu của câu thơ là một chữ số nói về một chân lý đức tin)

- *Thống hối đề ngâm* (nói lên sự cần thiết và lý do thống hối lỗi lầm)

- *Cải quá tự tân luận* (khuyên giáo dân chừa bỏ Bảy mối tội đầu)

Vinh danh

Ngày 17 tháng 3 năm 2011, Hội đồng nhân dân tỉnh Thừa Thiên Huế đã chính thức thông qua đề án đặt tên đường phố của thành phố Huế. Tên Linh mục Đặng Đức Tuấn đã được chọn để đặt cho một con đường thuộc phường Thủy Biều, thành phố Huế. Con đường mang tên linh mục này có điểm đầu giáp đường Ngô Hà và điểm cuối giáp đập Trung Thượng.[8]

Ngoài ra, tên ông còn được đặt cho một giải thưởng văn thơ của Giáo phận Qui Nhơn.

Nên xem thêm:

Wynn Wilcox, *Thuật Tích Việc Nước Nam, Cha Đặng Đức Tuấn, Nguồn Chữ Nôm Và Lịch Sử Việt Nam Thế Kỷ XIX.* https://gpquinhon.org/q/on-co-tri-tan/ky-niem-160-nam-ban-dieu-tran-cua-cha-dang-duc-tuan-thuat-tich-viec-nuoc-nam-nguon-chu-nom-va-lich-su-viet-nam-the-ky-xix-4530.html

---

[8] Lm. Gioan Võ Đình Đệ (ngày 6 tháng 2 năm 2016). *"Linh mục Đặng Đức Tuấn"*. Giáo phận Qui Nhơn.

"TÂN CỰU SẤM TRUYỀN LỤC BÁT KINH VĂN" CỦA LINH MỤC ĐẶNG ĐỨC TUẤN

Lê Minh Sơn

Tân cựu sầm truyền lục bác kinh văn.

Nầy là cuốn sách tóm lại sấm truyền cũ mới, của cha Đặng-đức-Tuấn đặt ra lục bác bằng chữ nôm. Ký giả lấy làm hay lắm, nên dịch ra in vào Thơ tín nầy, cho quới vị khán quang oi, cũng là đều hữu ích. Sau sẽ in thành một sách nhỏ, để trẻ m học lẽ đạo. Vì người mình hay ưa cách vè văn, lại sách nầy

cũng là của cha Khâm [Đặng-đức-Tuấn] là đấng có danh tiếng đã làm, sợ bỏ đi mất uổn.

Kể từ tạo thiên lập địa cho đến lụt đại hồng thủy.

Chúa là phép tắc vô cùng,
Cội nguồn muôn vật, thủy chung mọi loài.
Đời đời hằng có không hai,
Hằng sống hằng trị không ai sánh tày.
Chúa vốn mọi sự đều hay.
Mọi nơi đều biết, xưa nay trọn lành.
Làm đầu muôn vật thọ sanh,
Linh tính vô hình, tạo hóa diệu thay.
Muôn muôn phước lạc trong tay,
Muôn muôn sự tốt sự hay sự lành.
Chí tôn có một đành rành,
Không ai khỏi đặng tử sanh nơi người.
Trước khi chưa có đất trời,
Đã có một Chúa đời đời cao xa.

(Trang in trong Chức dịch thơ tín, Địa phận Kontum, No.6, Octobre 1933)

I. MỘT TÁC PHẨM IN TRONG TẠP CHÍ ĐỊA PHẬN KONTUM

Linh mục Gioakim Đặng Đức Tuấn (1806-1874), một linh mục đạo đức, một danh nhân Công giáo yêu nước, một nhà văn hóa...đã để lại cho hậu thế nhiều tác phẩm có giá trị. Bên cạnh những tác phẩm trình bày giáo lý đạo Công giáo nhằm giải tỏa những hiểu lầm của các nhà Nho đối với đạo, các bản điều trần hiến kế chống giặc..., cha Tuấn còn để lại nhiều bài văn thơ chữ Hán về lịch sử đạo - đời, kể lại những biến loạn thời Văn Thân và các vua triều Nguyễn đối với giáo dân; các bài văn tế khóc thương giáo dân tử nạn.v.v.

Những di cảo của Lm. Đặng Đức Tuấn thường được trích dẫn từ nguồn tài liệu: *"Đặng Đức Tuấn, tinh hoa Công giáo ái quốc Việt Nam"* của đồng tác giả giáo sư Lam Giang và Lm. Giuse Võ Ngọc Nhã, in tại Tân Văn ấn quán, Sài Gòn 1970:[1]

1. *Việt Nam giáo sử diễn ca* (Lược sử truyền giáo của Kitô giáo từ thời hậu Lê cho đến chỉ dụ phân sáp của vua Tự Đức)

2. *Lâm nạn phụng quốc hành* (Thuật lại những sự kiện từ khi bị bắt ở Nga Mân đến lúc vua Tự Đức ra chỉ dụ bãi bỏ lệnh phân sáp)

3. *Hoành mao hiến bình Tây sách*

4. *Minh đạo bình Tây sách*

5. *Nguyên Đạo* (Bản văn ngắn gửi cho bộ Binh trình bày nguồn gốc Kitô giáo)

6. *Văn tế Đức Cha Thể*

7. *Minh dân vệ Đạo khúc* (Trình bày chân lý Kitô giáo nhằm đáp lại bài *"Hoán mê khúc"* của quan Án sát Ngụy Khắc Đản đã hiểu sai về Kitô giáo)

8. *Kim thạch giải sầu ca* (bài thơ ca an ủi giáo dân trung thành với đức tin Kitô giáo)

9. *Cách ngôn liên bích* (Chỉ dẫn giáo dân xử thế lập thân, sống đạo bằng những những câu cách ngôn)

10. *Văn tế các đẳng* (Văn tế những người quá cố)

11. *Minh tâm linh số* (Bài thơ chữ Hán thể thất ngôn, chữ đầu của câu thơ là một chữ số nói về một chân lý đức tin)

12. *Thống hối đề ngâm* (nói lên sự cần thiết và lý do thống hối lỗi lầm)

13. *Cải quá tự tân luận* (khuyên giáo dân chừa bỏ Bảy mối tội đầu).

---

[1] x. Lm Gioan Võ Đình Đệ, *"Linh mục Gioakim Đặng Đức Tuấn* (1806-1874), website: gpquinhon.org/.

Phêrô Lê Minh Sơn

* Sinh: 15-10-1968 tại Kon Tum.
* Một số tác phẩm:
* Giải nhất "Cuộc thi Nhánh Huệ Nước Trời 2011".
* Kon Tum, vần thơ đạo ngày ấy (Sưu tập).
* Tiểu sử các Giám mục, Linh mục truyền giáo và phục vụ Giáo phận Kon Tum đã qua đời từ năm 1848 tới nay.
* Các Linh mục Thừa sai Hải ngoại Paris đã phục vụ Giáo phận Kon Tum (1850-1975).
* Email: <lmsonkt@gmail.com>

Mới đây, trong quá trình tìm hiểu, chúng tôi sưu tầm được tác phẩm có tựa đề *"Tân cựu Sấm truyền lục bát kinh văn"*, được cho là của linh mục Đặng Đức Tuấn, in trong Tạp chí *Chức Dịch Thơ Tín*, nhà in Địa phận Kontum từ N° 6, Octobre 1933 đến N° 19, Novembre 1934.

Và nếu không nhầm, dường như trước nay chưa từng thấy đề cập tên cũng như nội dung tác phẩm này trong danh mục các trước tác của cha Tuấn.

Về lai lịch *"Tân cựu Sấm truyền lục bát kinh văn"* (Tóm lược *Kinh thánh* Cựu Tân ước bằng thể thơ lục bát), cha Phaolô Lê Đình Ban, chủ bút Tạp chí "Chức Dịch Thơ Tín", nhà in địa phận Kontum vào năm 1933 đã ghi lại như sau:

"Nầy là cuốn sách tóm lại sấm truyền cũ mới, của cha Đặng Đức Tuấn đặt ra lục bát bằng chữ Nôm. Ký giả lấy làm hay lắm, nên dịch ra in vào thơ tín nầy, cho quới vị khán quang coi, cũng là điều hữu ích. Sau sẽ in thành một sách nhỏ, để trẻ em học lẽ đạo. Vì người mình hay ưa cách vè vãn, lại sách nầy cũng là của cha Khâm [Đặng Đức Tuấn] là đấng có danh tiếng đã làm, sợ bỏ đi mất uổng". (x. Chức dịch thơ tín, nhà in Địa phận Kontum, N° 6, Octobre 1933, tr. 68)

Điều ngạc nhiên là toàn bộ 510 câu lục bát của tác phẩm này được dịch từ chữ Nôm sang chữ Quốc ngữ, do một linh mục của địa phận Kontum, vào năm 1933, đó là *Lm. Phaolô Lê Đình Ban*. Càng đáng quý và khâm phục hơn nữa là những câu lục bát này được cha Phaolô Ban chuyển dịch bằng một nghệ thuật hấp dẫn, ý vị, diễn giải giáo lý *Kinh thánh* cách gọn ghẽ, dễ đọc, dễ hiểu theo đúng ý cha Đặng Đức Tuấn, tất nhiên với lối văn tiếng Việt xưa cách nay gần 90 năm, có nhiều chỗ hơi xa lạ với chúng ta ở thế kỷ XXI!

II. TIỂU SỬ LINH MỤC ĐẶNG ĐỨC TUẤN (1806-1874) [2]

Cha Đặng Đức Tuấn, còn gọi là cha Khâm vì cha Tuấn được vua

[2] Theo *"Địa sở Gia Hựu"*, Nhóm Đồng Hương Gia Hựu, Sài gòn 01/05/2002 (Lưu dùng trong đồng hương).

Tự Đức chọn làm tùy viên thông dịch trong phái bộ nghị hòa với Pháp ở Gia Định. "Khâm" đây là khâm sai của nhà vua.

Cha Đặng Đức Tuấn sinh năm 1806 tại Quy Hòa (sau tách ra là Chương Hòa và Quy Thuận) thuộc giáo xứ Gia Hựu xã Hoài Châu, huyện Hoài Nhơn, tỉnh Bình Định, con của ông câu Đặng Đức Lành.

Đặng Đức Lành là một ẩn sĩ, làm câu nhất ở địa sở Gia Hựu. Vườn nhà ông câu Đặng Đức Lành kế cận vườn ông Trùm Quyên. Đặng Đức Tuấn và các anh em ông đều theo Nho học. Đặng Đức Tuấn tư chất thông minh, học tập xuất sắc. Năm 1841 Đặng Đức Tuấn nổi tiếng hay chữ, nhưng chưa lập gia đình, lại nhiệt tình với Giáo hội, nên Đức cha Stêphanô Cuênot Thể chọn Tuấn đưa sang Pinăng (Mã Lai) để dạy Hán văn cho các chủng sinh nhiều nước tập trung về Chủng viện Pinăng.

Trong 7 năm dạy học và tu luyện, thầy Đặng Đức Tuấn được phong chức phó tế rồi đưa về Việt Nam.

Về Việt Nam, thầy Đặng Đức Tuấn giúp việc địa phận tại Qui Nhơn một thời gian, rồi được Đức cha Thể phong chức linh mục tại Gò Thị. Sau đó được cử ra coi sóc địa sở Châu Me và Trung Tín.

Đầu năm 1862, cha Tuấn bị bắt tại Mộ Đức, Quảng Ngãi về tội giáo trưởng Gia Tô. Nhưng nhờ có tập điều trần làm sẵn để dâng vua Tự Đức bàn về phương lược bình Tây, nên cha Đặng Đức Tuấn được quan sở tại đưa ra giao cho triều đình Huế. Đến Huế cha Đặng Đức Tuấn còn làm và dâng vua Tự Đức bốn bản điều trần khác, trong đó có đề cập đến nỗi thống khổ và oan ức của người dân có đạo. Vì vậy vua Tự Đức đã đình chỉ việc bắt đạo một thời gian và sung cha Đặng Đức Tuấn vào sứ bộ Phan Thanh Giản - Lâm Duy Hiệp nghị hòa với Pháp ở Gia Định (x. Nguyễn Văn Thoa, *Cuộc đời và tác phẩm của Linh mục Đặng Đức Tuấn,* NXB Tổng Hợp Tp. HCM, 2017).

Sau hòa ước Nhâm Tuất 1862, cha Đặng Đức Tuấn được bổ nhiệm làm cha sở ở Tân Lộc, Mương Lỡ và cuối cùng làm cha sở ở Nước Nhỉ thuộc thôn Chánh Khoan, huyện Phù Mỹ, tỉnh Bình Định. Cha Đặng Đức Tuấn bệnh chết tại Nước Nhỉ và được chôn cất tại đây năm 1874.

Trong thời gian ở sở, cha Đặng Đức Tuấn được vua Tự Đức mời ra Kinh đô Huế hai lần để hỏi ý kiến về việc nước.

Ngoài những bản điều trần dâng vua Tự Đức, Linh mục Đặng Đức Tuấn đã sáng tác khá nhiều tác phẩm trong đó có những quyển như Việt Nam Giáo Sử Diễn Ca, Hoành Mao Hiến Binh Tây Sách, Lâm Nạn Phụng Quốc hành...

Những tác phẩm này nói lên lòng yêu mến Chúa, yêu thương giáo dân của cha Đặng Đức Tuấn, đồng thời cũng thể hiện được tinh thần yêu tổ quốc, yêu đồng bào của lớp sĩ phu Công giáo thời bấy giờ. Làm cho mọi người nhận chân được giáo lý cao siêu của đạo Công giáo là mến Chúa yêu người: mến Chúa hết lòng hết sức và yêu người như yêu chính mình, cả với những người thù ghét, bắt bớ và giết hại mình.

Mộ phần cha Gioakim Đặng Đức Tuấn tại thôn Chánh Khoan, xã Mỹ Lợi, Giáo họ Nước Nhỉ, Giáo xứ Phù Mỹ , Giáo phận Qui Nhơn. (Hình trong bài của cha Gioan Võ Đình Đệ)

III. TIỂU SỬ LINH MỤC LÊ ĐÌNH BAN (1884-1945) [3]

Cha Phaolô Lê Đình Ban sinh ra tại họ đạo Suối Nổ, thuộc địa sở Nhà Đá, tỉnh Bình Định, giáo phận Đông Đàng Trong (Qui Nhơn) vào năm 1884. Gia đình cha mẹ đạo đức, kinh tế đủ ăn đủ mặc. Nhà đông anh em, cha thứ tám, nên cũng thường được gọi là "cha Tám".

Trẻ Phaolô này ngay từ còn nhỏ đã tỏ ra ngoan đạo và có ý chí, nên cha sở đã bàn với cha mẹ gởi cậu vào Chủng viện Làng Sông (Qui Nhơn). Từ đó, trải qua tiểu chủng viện rồi đại chủng viện, thầy Phaolô chuyên chăm học hành và tu luyện nhân đức. Tính nết thầy thật thà ngay thẳng, hiền lành vui vẻ, nhất là với anh em đồng sự, thầy hằng kính trọng mến yêu. Thầy rất bền chí, can đảm, gặp khó khăn không ngã lòng, được may mắn không cậy tài tự đắc. Mãn khoá đại chủng viện, thầy Phaolô Ban được Đức cha Đamianô Grangeon Mẫn, Giám mục Đông Đàng Trong (Qui Nhơn) truyền chức linh mục vào năm 1911. Trước hết, tân linh mục được sai vào Phú Yên, làm phó sở Hoa Châu gần 3 năm.

[3] Theo *"Cha Phaolô Ban"*, *Echos de la Mission*, Địa phận Kontum, tháng 02/1947.

Đến cuối năm 1914, Thế chiến I bùng nổ, nhiều nơi thiếu chủ chăn, nhất là Kontum chịu thiệt thòi thiếu thốn hơn hết, vì giáo dân chưa đông, đức tin còn non yếu mà nhiều nơi không có linh mục coi sóc. Lúc đó cha Bề trên Kemlin (Văn) khẩn khoản xin Đức cha cho thêm linh mục đến vùng truyền giáo Kontum.

Sau ít lâu suy tính, Đức cha cử hai linh mục là cha Phaolô Ban và cha Gioan Baotixita Phan - hai linh mục có đức tính vâng lời, có lòng can đảm, chịu khó và quí trọng việc tông đồ, lên giúp địa phận Kontum. Lúc đó ai cũng sợ đi Kontum, vì từ Qui Nhơn đến Kontum chưa có đường giao thông bằng xe cộ. Người ta phải lội suối trèo đèo, vượt qua nhiều nơi hiểm trở, ngủ nghỉ giữa rừng rậm núi cao, mất nửa tháng hay hơn nữa mới tới nơi, chưa nói đến muỗi đốt, khí hậu độc hại và người bản thổ khác phong tục tập quán. Tuy vậy, khi nhận được thơ Đức Cha sai lên Kontum, cha Phaolô Ban vui vẻ vâng lời, sẵn sàng hăng hái lên đường.

Lên đến Kontum, Bề trên để cha ở Rơhai (Gò Mít - Tân Hương ngày nay) học tiếng Thượng, sau đó bổ nhiệm phụ trách các địa sở: Plei Jơdrập (1915-1918), Hàmong (1918-1933), Pơ-o (La Sơn) và Môn Yang (Phú Thọ) (1933-1945).

Năm 1933, thành lập giáo phận Kontum tách khỏi giáo phận Qui Nhơn, cha Ban tình nguyện ở lại giáo phận mới. Cha đã xin lập Hội Chức Việc và được đề cử làm bề trên tiên khởi Hội Chức Việc Kontum. Cha lo tổ chức lập một tờ báo riêng: Nguyệt san *Chức Dịch Thơ Tín* vào năm 1933. Cha vừa là chủ bút vừa là biên tập, vừa tổ chức in ấn phát hành... Cha Phaolô Ban có lòng say mê nghiên cứu lịch sử truyền giáo, văn hóa văn học bản địa Kontum, với nhiều bài khảo cứu, truyện kể, bút ký, dịch thuật (Pháp, Hán văn).v.v. in trong Chức *Dịch Thơ Tín* Giáo phận Kontum và báo *Lời Thăm, Thông tin Giáo phận Qui Nhơn*… Cha đã soạn cuốn lịch sử "Mở Đạo Kontum", cùng với cha Simon Thiệt, nhà in Qui Nhơn xuất bản vào tháng 05/1933.

Sau nhiều năm lao tác trên cánh đồng truyền giáo Tây Nguyên, vào thứ tư Lễ Tro ngày 14/02/1945, cha Phaolô Ban an đã nghỉ trong Chúa tại giáo xứ Phú Thọ với 34 năm linh mục (1911-1945), 61 năm tuổi đời (1884-1945). Hiện nay di cốt của cha được đặt trong Nhà nguyện Chủng viện Thừa sai Kontum (số 146 Trần Hưng Đạo, Thành phố Kon Tum, tỉnh Kon Tum).

IV. GIỚI THIỆU "TÂN CỰU SẤM TRUYỀN LỤC BÁT KINH VĂN"

Trở lại với "Tân cựu Sấm truyền lục bát kinh văn", như cha Phaolô Ban đã giới thiệu trên, tác phẩm này của cha Khâm (Đặng Đức Tuấn) đã được in thành sách, bản chữ Nôm. Nội dung trích *Kinh thánh Cựu* và *Tân ước* dành để dạy giáo lý cho tín hữu người lớn hoặc các em thiếu nhi.

Bố cục bản dịch quốc ngữ gồm 510 câu lục bát, chia làm bốn phần:

Kể từ tạo thiên lập địa cho đến lụt đại hồng thủy: 92 câu;
Từ lụt cả (đại hồng thủy) cho đến Chúa ra đời: 24 câu;
Từ Chúa ra đời cho đến tận thế: 264 câu;
Về ngày tận thế: 130 câu.

Có thể cha Đặng Đức Tuấn đã sáng tác bài này trong giai đoạn đầu sứ vụ linh mục ở địa sở Châu Me hay Trung Tín; hoặc sau khi "lâm nạn phụng quốc hành", cha trở về thi hành mục vụ tại các xứ đạo Mương Lỡ hay Nước Nhĩ.

Như nhìn nhận của cha Phaolô Ban, chủ bút *Chức Dịch Thơ Tín* vào thời đó, đây là một tác phẩm hay và hữu ích, mong ước in thành sách nhỏ để các em thiếu nhi học giáo lý và để lưu lại *"sợ bỏ đi mất uổng"*.

Xin trân trọng giới thiệu cùng quý độc giả và mời xem/hoặc tải "Tân cựu Sấm truyền lục bát kinh văn" bản PDF đính kèm.[4]

Kon Tum, ngày 27/10/2021

[4] Mời xem tại trang Web Hội đồng Giám mục Việt Nam: https://www.hdgmvietnam.com/chi-tiet/-tan-cuu-sam-truyen-luc-bat-kinh-van-cua-linh-muc-gioakim-dang-duc-tuan-42969

LM. GIOAKIM ĐẶNG ĐỨC TUẤN, TÁC GIA TIÊU BIỂU CỦA VĂN HỌC HÁN NÔM BÌNH ĐỊNH

Võ Minh Hải - Nguyễn Thanh Sơn

Bình Định là một trong những cái nôi văn hoá, văn chương quan trọng góp phần kiến tạo nên vùng văn hoá Nam Trung bộ và là tiền đề thúc đẩy sự phát triển mạnh mẽ của vùng văn học Nam bộ ở chặng đường sau 1623. Lịch sử văn học Bình Định trên hành trình vận động luôn có sự tiếp thừa, tiếp biến giữa các bộ phận văn học khác nhau. Trong lịch trình đó, bộ phận văn học được định chế hoá thông qua những phương thức chuyên biệt từ lý tưởng thẩm mỹ đến các thủ pháp nghệ thuật, trong đó nổi bật lên là vấn đề văn tự Hán và Nôm, nên còn được gọi là văn học Hán Nôm. Văn học Hán Nôm Bình Định trong tiến trình vận động đã gắn liền với những tác gia tiêu biểu như Đào Duy Từ, Đặng Đức Siêu, Nguyễn Diêu, Đào Tấn, Đào Phan Duân,...và nội nổi bật trong số đó là linh mục Gioakim Đặng Đức Tuấn. Ông là một trong số những tác gia quan trọng của văn học Hán Nôm Công giáo Bình Định và có những đóng góp lớn cho lịch sử văn học Hán Nôm Việt Nam.

1. Đặng Đức Tuấn – Người hoàn thiện văn học Hán Nôm Công giáo Bình Định trước thế kỉ XX

Thi sĩ, nhà ngoại giao, tác gia Hán Nôm, linh mục Gioakim Đặng Đức Tuấn 鄧德俊 (còn có tên là Đặng Đức Thuận 鄧德順), sinh quán tại làng Qui Hòa, nay là Qui Thuận, thuộc phường Hoài Châu Bắc, thị xã Hoài Nhơn, tỉnh Bình Định. Trong tiến trình lịch sử truyền giáo ở địa phận Qui Nhơn, theo linh mục Gioan Võ Đình Đệ, *"Qui Hoà hay*

Ts. Võ Minh Hải

* Năm sinh: 24.05.1981
* Tiến sĩ Ngôn ngữ và văn hoá Việt Nam
* Đơn vị công tác: Bộ môn Ngữ văn, Khoa KHXH & NV, Trường Đại học Quy Nhơn, Bình Định
* Hướng nghiên cứu: Văn hoá Kiều, Văn học Hán Nôm Việt Nam; Văn hoá làng xã; Di sản văn hoá Hán Nôm khu vực Nam Trung bộ...
* Email: minhhaiquynhon@gmail.com

Ts. Nguyễn Thanh Sơn

* Năm sinh: 27/4/1962.
* Tiến sĩ Ngữ văn
* Đơn vị công tác: Bộ môn Ngữ văn, Khoa KHXH & NV, Trường Đại học Quy Nhơn, Bình Định
* Hướng nghiên cứu: Văn học trung đại, hiện đại Việt Nam; Văn hoá Việt Nam; Báo chí Việt Nam...
* Email: nguyenthanhson28@gmail.com

Qui Thuận đã từng là trung tâm sinh hoạt tôn tôn giáo của địa sở Gia Hựu, một địa sở kỳ cựu, sầm uất” [1] và có ảnh hưởng trong địa hạt. Đặng Đức Tuấn là linh mục Công giáo, có tư tưởng canh tân tiêu biểu nửa cuối thế kỷ XIX. Ông sinh năm 1806 và mất năm 1874. Linh mục Đặng Đức Tuấn được giáo dân và các thân hào, nhân sĩ địa phương vinh xưng là cha Khâm vì ông đã từng được triều đình Huế khâm định làm nhiệm vụ thông ngôn và cử đi sứ cùng với hai vị đại quan Phan Thanh Giản 潘清簡 và 林維浹 Lâm Duy Hiệp (Thiếp) (người Tuy Viễn, Bình Định) vào Gia Định 嘉定 thương thuyết với Pháp về những vấn đề liên quan đến quốc sự.

Theo tài liệu truyền khẩu ở địa phương cùng một số khảo cứu về phả hệ của Đặng Đức Tuấn, quan hệ huyết thống giữa ông với Lễ bộ thượng thư Đặng Đức Siêu 鄧德超 thời Nguyễn sơ vẫn còn là một câu chuyện thú vị và thiếu nhiều tư liệu khả tín.[2] Nhưng xét từ phương

---

[1] Đặng Đức Tuấn – Danh nhân văn hoá Việt Nam, linh mục giáo phận Qui Nhơn, Quy Nhơn, tr.45.

[2] Xin xem Lam Giang & Võ Ngọc Nhã (1970), *Đặng Đức Tuấn – Tinh hoa công giáo Ái quốc Việt Nam*, Tác giả tự xuất bản, Sài Gòn) tr. 12 - 19; Lộc Xuyên Đặng Quy Địch (2008), Nhân vật Bình Định (tái bản), Nxb Văn hoá dân tộc, Hà Nội, tr.198 – 210; Ban Truyền thông văn hoá Giáo phận Qui Nhơn (2010), Đặng Đức Tuấn – Danh nhân văn hoá Việt Nam, linh mục giáo phận Qui Nhơn; Nguyễn Đình Đầu (2011), Tiểu sử cha Khâm Đặng Đức Tuấn, thông ngôn sứ bộ Phan Thanh Giản năm 1862, NXB Tôn giáo, Hà Nội; Nguyễn Văn Thoa (2017), Cuộc đời và tác phẩm của linh mục Đặng Đức Tuấn, Nxb Tổng hợp Tp. HCM, tr. 11 – 23.

diện văn hoá, cùng với Đặng Đức Siêu Đặng Đức Tuấn cũng là những đại diện tiêu biểu nhất trong lịch sử dòng họ Đặng Đức và trở thành một trong những tác giả Hán Nôm có những đóng góp khá quan trọng đối với tiến trình phát triển vùng văn hoá, văn học Bình Định và Nam Trung bộ.

Từ góc nhìn văn học sử Công giáo Việt Nam trước thế kỉ XX, vai trò của Đặng Đức Tuấn được xem như là một yếu nhân đã thực hiện trọn vẹn vai trò "nối mạch" và hoàn thiện bức tranh văn học Hán Nôm Công giáo trong hành trình hơn 400 năm rao giảng Tin mừng ở khu vực Nam Trung bộ (tính từ 1615 đến nay). Song song với quá trình hình thành, hoàn thiện chữ Quốc ngữ La tinh và sự ra đời của bộ phận văn học Quốc ngữ, bộ phận văn học Hán Nôm Công giáo vẫn thu hút sự quan tâm của bộ phận các linh mục, thầy giảng. Đúng như nhà nghiên cứu Lê Đình Bảng đã nhận định, bởi lẽ *"trước sau vẫn chỉ là một nếp nghĩ, nếp cảm, nếp sống Việt Nam rất đạo hạnh, thuần thành. Mãi mãi vẫn là một ngôn ngữ văn tự, một phương pháp diễn đạt, chuyển tải, một gặp gỡ chan hoà, thân quen để hợp lưu trong một dòng chảy của văn học Việt Nam"* .[3] Tiếp nối Girolamo Maiorica (1605 – 1656), Gioan Thanh Minh (1588 – 1663) – những tác gia chuyên về chữ Nôm của văn học Công giáo, Đặng Đức Tuấn đã nỗ lực cống hiến và đóng góp những sáng tạo của mình cho văn học Bình Định qua những văn bản bằng chữ Hán và chữ Nôm (chưa kể chữ Quốc ngữ). Những tác phẩm tiêu biểu của Đặng Đức Tuấn có thể liệt kê như sau:

Việt Nam giáo sử diễn ca 越南教史演歌 (Lịch sử truyền giáo tại nước Nam), còn gọi là ***Thuật tích việc nước Nam vãn*** 述迹役渃南挽, là tác phẩm trường thiên gồm 670 câu thơ lục bát và song thất lục bát, lược thuật những thăng trầm của Công giáo Việt Nam từ năm 1627 đến 1874; ***Lâm nạn phụng quốc hành*** 臨難奉國行 (bài hành khúc trường thiên về công cuộc cứu nước của một người Công giáo, chữ Nôm), gồm 352 câu lục bát Nôm, bài thơ thất ngôn bát cú (viết chữ Hán và tác giả tự dịch Nôm) và 89 câu tứ tự bằng chữ Nôm thể hiện lời thừa khai với quan Bố chánh tỉnh Quảng Ngãi; ***Hoành mao hiến bình Tây sách*** 横茅献平西策, ***Minh đạo bình Tây sách*** 明道平西策 và 04 bản điều trần do Nguyễn Văn Thoa sưu tập công bố năm 2017. Đây là những bản điều trần hiến kế là những tác phẩm viết bằng văn xuôi chữ Hán; ***Nguyên đạo*** 源道 là bài văn ngắn bằng văn xuôi chữ Hán gửi cho bộ Binh nói rõ về nguồn gốc đạo Kitô; ***Văn tế Đức cha Thể*** 文祭德吒體 hay còn gọi là ***Văn tế Giám mục Thể tử đạo*** 文祭監牧體死道; ***Minh dân vệ Đạo khúc*** 明民衛道曲: Trình bày chân lý Kitô giáo nhằm đáp lại bài ***Hoán mê khúc*** 喚謎曲 của quan Án sát Ngụy Khắc Đản 魏克亶 đã

[3] Lê Đình Bảng (2010), *Văn học công giáo Việt Nam – Những chặng đường,* Nxb Từ điển Bách khoa, Hà Nội, tr.06.

hiểu sai về Kitô giáo; ***Kim thạch giải sầu ca*** 金石解愁歌 bài thơ ca an ủi giáo dân trung thành với đức tin Kitô giáo; ***Minh tâm linh số*** 明心靈数 (Bài thơ chữ Hán thể thất ngôn, chữ đầu của câu thơ là một chữ số nói về một chân lý đức tin); ***Thống hối đề ngâm*** 痛悔啼吟 (nói lên sự cần thiết và lý do thống hối lỗi lầm); ***Cải quá tự tân luận*** 改過自新論 (khuyên giáo dân chừa bỏ Bảy mối tội đầu) hay còn gọi là ***Khuyến giáo dân ca*** 勸教民歌; ***Văn tế các đẳng*** 文祭各等 (Văn tế những người quá cố); ***Văn tế giáo dân tử đạo*** 文祭教民死道 cũng là những tác phẩm bằng chữ Nôm khá hay của ông...

Riêng đối với tác phẩm ***Cách ngôn liên bích*** 格言聯璧 (Chỉ dẫn giáo dân xử thế lập thân, sống đạo bằng những những câu cách ngôn). Theo chúng tôi, đây chỉ là dịch phẩm bằng chữ quốc ngữ của linh mục Đặng Đức Tuấn. Về nguồn gốc, tác phẩm này là một tài liệu được biên soạn vào cuối thời Thanh, Trung Quốc. Theo lưu trữ của thư viện Viện nghiên cứu Hán Nôm, ***Cách ngôn liên bích*** do Kim Lan tiên sinh 金蘭先生 sưu tập và Hoàng Kính Hựu 黄敬祐, Mạc Đình Cẩm 莫廷錦, Tô Kính Tông 蘇敬宗 đề tựa. Sách hiện còn là 01 bản viết, 71 trang, khổ 27 x 16, 4 tựa, kí hiệu VHv. 927. Đây là tư liệu sưu tập những câu cách ngôn trong thư tịch cổ, xếp thành 11 mục: bàn về học vấn (Học vấn 學問), Tu dưỡng tâm tính (Tồn dưỡng 存養), Giữ mình (Trì cung 持躬), Phép nhiếp sinh (Nhiếp sinh 摄生), Trau dồi phẩm hạnh (Đôn phẩm 敦品), phép xử thế (Xử sự 處事), Tiếp xúc với bên ngoài (Tiếp vật 接物), Giữ đạo nhà (Tề gia 齊家), Sửa đức chính (Tòng chính 從政), Gần điều lành (Huệ cát 惠吉), tránh điều xấu (Bột hung 悖凶) và có 11 bài thơ vịnh. Trong ***Thông loại khoá trình*** 通類課程 (số 9, 1889), Trương Vĩnh Ký 張永記 đã bổ sung thêm phần ***Ngũ luân khúc, phụ tử*** và ghi tên tác phẩm này là ***Nói vần những câu chữ người ta quen dùng*** và ghi rõ do Đặng Đức Tuấn làm [4].

Với một gia tài sáng tác Hán Nôm khá đồ sộ, linh mục Gioakim Đặng Đức Tuấn xứng đáng được vinh danh là tác gia tiêu biểu góp phần hoàn thiện bức tranh văn học Hán Nôm Công giáo của khu vực Nam Trung bộ nói chung và Bình Định nói riêng. Sau Đặng Đức Tuấn, hầu hết các tác giả - linh mục Công giáo chủ yếu sáng tác bằng chữ Quốc ngữ. Điều này được thể hiện khá rõ qua số lượng sách được in tại nhà in Làng Sông và Qui Nhơn từ năm 1872 trở đi. Điều cần nhấn mạnh ở đây, với tư cách là linh mục của giáo phận Đông Đàng Trong trước đây và giáo phận Qui Nhơn ngày nay, thông qua những tác phẩm của mình, cha Khâm đã minh chứng cho tinh thần yêu nước và trách nhiệm với tổ quốc trong những thời khắc lâm nguy của các tín hữu Kitô đối với lịch sử đấu tranh vệ quốc và hành trình phát triển lịch văn hoá, văn học Việt Nam.

---

[4] Xem: Sĩ Tải Trương Vĩnh Ký (1889), Thông loại khoá trình 通類課程 (Miscellanées), số 9, tr.3 – 6.

2. Đặng Đức Tuấn trong tiến trình văn học Hán Nôm Bình Định sau năm 1858

Văn học Hán Nôm Bình Định trong giai đoạn sau năm 1802 về cơ bản đã vận hành theo một xu hướng chung của truyền thống Nho học. Từ năm 1802 đến 1858, các vị vua thời kì Nguyễn sơ đã thực hiện chính sách phục hồi Nho giáo theo mô hình Tống Nho. Về phương diện nội quốc, bên cạnh những mặt tích cực tạo nên sự ổn định tạm thời là sự xuất hiện các yếu tố tiêu cực tác động đến toàn bộ cấu trúc xã hội. Chính sách bế quan toả cảng, hạn chế giao thương với bên ngoài, đàn áp đạo Kitô, nghi kị các tri thức cấp tiến... đã tạo nên bầu không khí căng thẳng và tình trạng trì trệ, đưa đất nước đến chỗ lạc hậu, lún sâu trong sự nghèo khó, kém xa một số quốc gia trong cùng khu vực. Ngày 01 tháng 9 năm 1858, thực dân Pháp tiến đánh cửa biển Đà Nẵng. Nhưng sau đó, do vấp phải một số khó khăn nhất định, người Pháp đã chuyển hướng tấn công vào Nam bộ, đánh chiếm thành Gia Định. Trước sự chống đỡ yếu ớt của quân đội nhà Nguyễn với những vũ khí, chiến lược lạc hậu, thực dân Pháp đã nhanh chóng chiếm các tỉnh miền Đông (1862), các tỉnh miền Tây (1867), buộc triều đình nhà Nguyễn phải kí các hoà ước, hiệp ước năm 1862, 1864, 1867 và hai hiệp ước quan trọng năm 1883, 1884 đã chính thức thừa nhận sự cai trị, đô hộ của người Pháp trên toàn cõi Việt Nam.

Chính những điều kiện chính trị và xã hội đã nêu trên khiến cho bức tranh văn học ở giai đoạn này đã dần thay đổi một cách căn bản. Xét trong tiến trình vận động của văn học Hán Nôm Nam Trung bộ, giai đoạn văn học từ 1858 đến 1885 là bộ phận quan trọng vì nó kết thúc một thời đại lớn trong văn học - thời trung đại, đồng thời chuẩn bị mở ra một thời đại văn học mới có tính cách cận đại. Những tên tuổi lớn nổi bật của giai đoạn văn học này ở Bình Định và Nam Trung bộ là: Nguyễn Diêu, Đào Tấn, Phạm Phú Thứ, Nguyễn Thuật, Đặng Đức Tuấn, Hoàng Diệu, Huỳnh Quì, Nguyễn Hiển Dĩnh,... Nó còn được xem là *giai đoạn đột khởi,* cả dân tộc Việt Nam phải đối đầu với cuộc chiến chống thực dân Pháp. Về phương diện văn học, đây là giai đoạn có nhiều biến chuyển và không phải chứng kiến sự phát triển cao và sâu sắc của hình tượng con người cá nhân đã khởi đi từ trước đó, mà chính là sự thay thế, sự lên ngôi của con người trung quân ái quốc, con người cấp tiến với tinh thần đổi mới bởi sự tác động của tư tưởng Tây phương, con người của cộng đồng. Mẫu hình con người thủ nghĩa, cấp tiến, cộng đồng quốc gia không phải đến giai đoạn này mới được phát biểu, thể hiện mà vốn dĩ nó đã được phát hiện đầy đủ các lớp giá trị từ nhiều thế kỷ trước. Đến nay, trong điều kiện hoàn cảnh khác trước, con người cộng đồng, con người với tinh thần đổi mới, trung quân ái quốc lại được tái hiện trong một dáng vẻ mới. Nếu xét trong toàn bộ tiến trình văn học cổ điển, ở một chừng mực nào đó, không thể không thấy nó là một bước thụt lùi, nhưng là một bước thụt lùi chính đáng, hoàn toàn tự nguyện lĩnh nhận. Đúng như Trần Đình Sử và nhóm nghiên cứu đã nhận định: *"Tinh thần yêu nước, ý thức dân tộc, ý chí quyết tâm bảo vệ quốc gia trước nguy cơ bị ngoại bang xâm lược đã liên kết văn học trong cả nước, lần đầu tiên trong lịch sử dân tộc, văn học trở thành một khối thống nhất từ Nam chí Bắc. Đó là một điều mới mẻ, bởi trước đó, sự phát triển không đồng đều giữa hai miền vốn là đặc điểm văn hoá, văn học dân tộc từ khi văn học miền Nam hình thành. Đến giai đoạn này, văn học miền Nam đã trở thành bộ phận văn học tiên phong trong công cuộc chống ngoại xâm và chống tư tưởng thoả hiệp đầu hàng kẻ thù... Chính tinh thần yêu nước quật cường và ý thức dân tộc là ngọn nguồn cho sự thống nhất đó và cũng là động lực cho sự phát triển mạnh mẽ về mọi mặt của văn học giai đoạn này"* [5].

Xét riêng về văn học Hán Nôm Bình Định, trong giai đoạn từ 1858 đến 1885, lực lượng sáng tác cũng còn khá đông đảo và về cơ bản cũng xuất thân từ tầng lớp Nho sĩ hoặc Nho sĩ nhưng có hiểu biết về Tây học. Qua các thành tựu sưu tầm văn bản Hán Nôm và nghiên cứu văn học tại Bình Định và Nam Trung bộ, trên cơ sở của thành tựu nghiên cứu văn học Việt Nam nửa cuối thế kỉ XIX, bộ phận văn học yêu nước gắn qua hình tượng người trung nghĩa trong các tác phẩm Tuồng của Nguyễn Diêu, Đào Tấn đã được nhấn mạnh đề cao và trở thành hình tượng văn học quan trọng gắn liền với đời sống nghệ thuật của nhân dân địa phương. Bên cạnh đó, chúng ta không nhắc đến bộ phận văn học gắn liền với tư tưởng canh tân, đổi mới đất nước của các nhà canh tân tiêu biểu Đặng Đức Tuấn và Phạm Phú Thứ.

Với tư cách là một linh mục Công giáo có hiểu biết về Nho học và là người được đào tạo khá bài bản về tri thức Tây học, Đặng Đức Tuấn không hề đứng ngoài sự vận động lịch sử và tình cảnh của đất nước lúc bấy giờ. Theo tác giả chuyên khảo Đặng Đức Tuấn – Tinh hoa Công giáo ái quốc Việt Nam, với *"02 bản điều trần nói về phương lược bình Tây, cha được triều đình đòi ra Huế rồi được làm tùy viên trong phái đoàn nghị hoà Phan Thanh Giản, Lâm Duy Hiệp vào Gia Định. Sự việc quan trọng này, cha đã tường thuật trong bài* ***Lâm nạn phụng quốc hành"*** [6]. Trong bức tranh đen tối của lịch sử giai đoạn ấy, chúng ta có thể nhận thấy một số nhân sĩ, trí thức, tu sĩ thức thời và có ý chí rõ ràng đối với công cuộc đấu tranh chống Pháp đã dám đứng dậy cầm đuốc để tự soi đường cho bản thân tiến bước. Tiêu biểu cho giới Công giáo Bình Định lúc bấy giờ chính là linh mục Gioakim Đặng Đức Tuấn.

---

[5] Trần Đình Sử (chủ biên) (2020), Lược sử văn học Việt Nam, Nxb ĐHSP, Hà Nội, tr.160.

[6] Lam Giang, Võ Ngọc Nhã, Sđd, tr. 15 – 16.

Điều này được thể hiện qua ý chí dứt khoát của ông đối với những yêu cầu quá trơ trẽn của Pháp trong chương trình nghị sự hòa đàm năm Nhâm Tuất (1862). Pháp đã đòi Đại Nam bồi thường 05 triệu đồng tiền chiến phí và giao 06 tỉnh Nam Kỳ. Chánh sứ Phan Thanh Giản và phó sứ Lâm Duy Hiệp đã hỏi ý kiến thông ngôn Đặng Đức Tuấn, ông trả lời dứt khoát:

Phan, Lâm đòi Tuấn hỏi han,
"Tây xin nhiều quá, Tuấn bàn làm sao?"
Tuấn rằng: ông lớn lượng cao
Đòi bồi thì chịu, đừng giao tỉnh thành.

(***Lâm nạn phụng quốc hành***)

Kết cục của chương trình nghị sự này thì các tài liệu lịch sử đã ghi rõ. Nhưng ý kiến kiên quyết không giao đất cho Pháp của Đặng Đức Tuấn được vua Tự Đức tán thưởng. Ngay sau đó, xót xa trước những hoàn cảnh trớ trêu của đất nước, bản thân Đặng Đức Tuấn đã trăn trở suy tư về việc đạo, việc đời mà lòng không khỏi bồi hồi, cảm khái. Để trải lòng ông đã viết bài thơ "Nghị hoà hậu cảm tác" 議和后感作:

Bỉ thử vô đoan phân cấu thù 彼此無端分垢讎,
Hà kỳ hảo hội cánh hoàn tu 何期好會竟還修.
Tam triều đính ước phù quyền hiệp 三朝訂葯扶權協,
Vạn tính hàm mông tác tất ngu 萬姓含蒙作必虞.
Cảnh thiệp phong yên ca lợi lạc 景涉風煙歌利樂,
Triều đoan cổn miện khánh đô du 朝端袞冕慶都游.
Tang bồng thiểu uỷ nam nhi chí 桑蓬少委男兒志,
Hàn Hán thân tâm bạch hữu vô 韩漢身心白有無.

Theo nhà nghiên cứu Lộc Xuyên Đặng Quý Địch, *"bài thơ này được St. Ngọc sưu tầm, dẫn trong bài Historica Đặng Đức Tuấn do ông viết đăng trên báo **Sacerdos Indosinensis** số ra ngày 15 tháng Fév, 1943".*[7] Lam Giang đã tạm dịch sang thể lục bát như sau:

Bỗng dưng khói lửa ngất trời,
May sao kết cuộc đến thời hòa thân.
Hội nhau ba nước sứ thần,
Một phen đính ước muôn dân được nhờ.
Khói lang ải lặng như tờ,
Lại xem áo mũ kinh đô huy hoàng.
Làm trai sạch nợ bồng tang,
Thử xem thân Hán, tâm Hàn là ai? [8]

---

[7] Lộc Xuyên Đặng Quý Địch, Sđd, tr. 208.

[8] Lam Giang, Võ Ngọc Nhã, Sđd, tr. 169.

Tương tự như những bài *Thiên hữu đạo* 天有道, *Cao cương ngẫu cảm* 高崗偶感, bài *Nghị hoà hậu cảm tác* 議和后感作 cũng bộc lộ tâm trạng đau buồn vì đất nước gặp lúc nhiễu nhương và qua đó thể hiện trách nhiệm của người có học đối với thời cuộc. Ông luôn thể hiện tấm lòng tôn kính với Đức Chúa Trời nhưng không vì thế mà thờ ơ với sự an nguy của tổ quốc. Ông đã bày tỏ những ý tưởng của mình trong các bản phương lược chống Pháp như ***Hoành mao hiến bình Tây sách*** 横茅献平西策, ***Minh đạo bình Tây sách*** 明道平西策 và một số bản điều trần khác rất tâm huyết. Đáng tiếc những ý tưởng này đã không được lưu ý và sử dụng. Theo lời của Lam Giang, những tác phẩm của Đặng Đức Tuấn *"một mặt biểu lộ tấm lòng của người phải gánh chịu vận rủi bất công của người Công giáo nhưng đàng khác là người nói lên sức mạnh đoàn kết của một dân tộc trong việc bảo vệ tổ quốc"* [68, tr. 74]. Những tính chất này được tìm thấy trong cuốn ***Thuật tích nước Việt Nam vãn,*** Đặng Đức Tuấn bắt đầu câu chuyện lịch sử Việt Nam bằng cách kể lại sự khởi đầu đầy triển vọng của Công giáo Việt Nam trong những chặng đường khó khăn nhất:

Đạo Thiên Chúa giảng truyền Nam thổ,
Lê Hoàng triều Vĩnh Tộ cửu niên.
Thái hoà ngôi báu đặt yên,
Hồng nhạn vẳng tiếng viễn biên khôn trần.
Nửa nghìn gặp hội phong vân,
Nước nhà thịnh trị muôn dân an hòa.

Tháng 9 năm 1859, triều đình Huế giao cho bộ Lễ, phụ trách tuyển những người biết tiếng Pháp sử dụng làm thông ngôn, phiên dịch nên ông được phóng thích và đề cử làm công tác thông ngôn. Cuối tháng 4 năm 1862, Đặng Đức Tuấn được Lễ bộ cử làm phiên dịch cho phái đoàn của triều đình Huế do Phan Thanh Giản và Lâm Duy Thiếp (Hiệp) làm chánh phó sứ vào Gia Định 嘉定 để ký hiệp ước ngày 9 tháng 5 năm 1862. Sách ***Đại Nam thực lục*** 大南實錄, tập 7, đã ghi chép khá rõ về việc giao nhiệm vụ thực hiện nghị hòa năm Nhâm Tuất (1862) như sau: *"Tháng tư năm Nhâm Tuất (1862), khi ấy Phan Thanh Giản, Lâm Duy Thiếp xin đi. Lại chuẩn cho sung làm Chánh phó sứ toàn quyền đại thần để nghị về việc hòa. Lại sai đình thần bàn định đại ý về điều ước, vua sửa định rồi trao cho"* [9]. Điều này cho thấy sự nhìn nhận khá rõ vai trò và trách nhiệm của của Đặng Đức Tuấn trong thời điểm lúc bấy giờ.

Có thể nói, trong bối cảnh văn học Hán Nôm sau 1858 ở Bình Định và Nam Trung bộ, bên cạnh dòng văn học sục sôi khí thế chống pháp của các tầng lớp Nho sĩ và nhân dân lao động, Đặng Đức Tuấn

---

[9] Quốc sử quán triều Nguyễn (2007), Đại Nam thực lục (tập 7), Nxb Giáo dục, Hà Nội, tr. 767.

đã hiện diện với tư cách là một tác giả Hán Nôm năng động, đầy trách nhiệm. Ông yêu đời, kính Chúa và luôn băn khoăn về sự tồn vong của tổ quốc. Thông qua các tác phẩm Hán Nôm cụ thể của mình, Đặng Đức Tuấn đã nêu cao tư tưởng yêu nước theo một cách riêng của ông, điều ấy đã giúp cho người đọc ngoài Công giáo có thể tường tận hơn những vấn đề về công cuộc kháng Pháp của các tu sĩ, linh mục Việt Nam cũng như trách nhiệm của họ đối với tổ quốc, dân tộc. Dù trong những nghịch cảnh nào, họ cũng luôn hướng về tổ quốc thân yêu và mong muốn một cuộc sống hòa bình, an lạc.

3. Đặng Đức Tuấn – Tác gia Hán Nôm tiên khởi cho tư tưởng canh tân đất nước

Tư tưởng canh tân ở Việt Nam cuối thế kỷ XIX là một trong những vấn đề thu hút sự quan tâm của giới nghiên cứu liên ngành ở Việt Nam và quốc tế. Xuất phát từ những nhận định khách quan và thực tế về thực lực kinh tế, hiện trạng chính trị và sự lạc hậu về phương thức quản lý, cải tiến phát triển đất nước, các nhà canh tân của chúng ta như Nguyễn Trường Tộ, Nguyễn Lộ Trạch, Bùi Viện, Phạm Phú Thứ... đã mạnh dạn dâng lên triều đình những suy nghĩ, trăn trở và các sách lược cơ bản để phát triển đất nước. Đây là điều kiện tiên quyết để tránh được nguy cơ mất nước trong tình trạng kìm kẹp của thực dân Pháp lúc bấy giờ. Dân tộc chúng ta luôn tôn vinh và tri ân những công lao to lớn của các nhà cải cách đất nước nửa cuối thế kỷ XIX. Bởi lẽ, tư tưởng canh tân ở Việt Nam giai đoạn nửa cuối thế kỷ XIX có thể được xem như là một con đường, một chiến lược, kế sách cứu nước mới trong tình hình rối ren thời bấy giờ. Từ góc nhìn lịch đại, thiết nghĩ, chúng ta cần có sự công bằng trong việc đánh giá những đóng góp cụ thể của các nhà canh tân đối với lịch sử nước nhà. Một trong những vấn đề mà chúng tôi muốn nêu bật ở đây: Ai là người đầu tiên đề xuất tư tưởng canh tân ở Việt Nam nửa cuối thế kỉ XIX? Qua thực tế khảo sát văn bản Hán Nôm, *chúng tôi mạnh dạn khẳng định và ghi nhận vai trò tiên khởi dành cho Gioakim Đặng Đức Tuấn, linh mục thuộc giáo phận Qui Nhơn.*

Khảo sát hệ thống văn bản Hán Nôm liên quan đến Đặng Đức Tuấn, các nhà nghiên cứu đã và đang có những đánh giá khá khác biệt do tình hình sưu tập tư liệu khác nhau. So với các tác giả như Lam Giang - Võ Ngọc Nhã, Nguyễn Đình Đầu, Đặng Quý Địch,... Nguyễn Văn Thoa được đánh giá là người có những sưu tầm và biên khảo khá đầy đủ về Đặng Đức Tuấn. Với các bản điều trần bằng chữ Hán và tác phẩm ***Thuật tích nước Việt Nam vãn***, Nguyễn Văn Thoa đã dành hai năm để tìm thêm tài liệu và phiên dịch, chú giải các tác phẩm trên để hình thành quyển sách ***Cuộc đời và tác phẩm của linh mục Đặng Đức Tuấn*** (2017). Đây là một công trình khá nghiêm túc và có những đánh giá mới về Đặng Đức Tuấn. Nhà nghiên cứu cho rằng: *"Việc tìm hiểu về Đặng Đức Tuấn của các nhà nghiên cứu trong và ngoài Công* *giáo thường gặp một số trở ngại là không tìm được tài liệu cụ thể như tự truyện, gia phổ, chỉ dựa vào truyền khẩu, lời đồn để viết lại hoặc pha thêm phần ước đoán nên dễ rơi vào lầm lẫn, thiếu chính xác"* .[10] So với 60 bản điều trần của Nguyễn Trường Tộ (được viết từ năm 1863 đến 1871),[11] thậm chí con số ít hơn là 43 bản theo thống kê của Lê Trí Viễn ,[12], số lượng 06 bản điều trần của Đặng Đức Tuấn được Nguyễn Văn (trong đó có 02 bản trùng với những thống kê trước đây của các nhà nghiên cứu là *Hoành mao hiến bình Tây sách*, *Minh đạo bình Tây sách*) là những tác phẩm chính luận quan trọng của văn học Hán Nôm Bình Định và Nam Trung bộ.

Như đã trình bày, khi nhắc đến tư tưởng canh tân và những bản điều trần, hầu hết các học giả đều ghi nhận công lao của Nguyễn Trường Tộ, Nguyễn Lộ Trạch, Phạm Phú Thứ, Bùi Viện, Đặng Huy Trứ. Song trong quá trình sưu tầm tư liệu tại các địa phương Nam Trung bộ và tham khảo tài liệu tại thư viện giáo phận Qui Nhơn, chúng tôi nhận thấy, xét về mặt thời gian, những bản điều trần bằng chữ Hán của Đặng Đức Tuấn còn xuất hiện sớm hơn của Nguyễn Trường Tộ. Nguyễn Trường Tộ gửi bản điều trần đầu tiên là vấn đề tôn giáo năm 1863. Sáu bản điều trần của Đặng Đức Tuấn được viết năm 1861. Văn bản ***Hoành mao hiến bình Tây sách*** 横茅献平西策 được viết vào ngày mùng 05 tháng 12 năm Tự Đức thứ 14 (1861) đã xuất hiện sớm hơn bản điều trần ***Tế cấp luận*** 濟急論(1863) của Nguyễn Trường Tộ đến 02 năm. Điều đó đã góp phần xác tín vai trò của Đặng Đức Tuấn là người đi đầu và có những đóng góp cụ thể đối với hệ thống tư tưởng canh tân và chủ trương điều chỉnh chính sách đối với giáo dân của triều đình nhà Nguyễn mà đặc biệt là của vua Tự Đức. Nội dung cơ bản được đề cập trong các bản điều trần năm 1861 mà Đặng Đức Tuấn đề xuất đã thể hiện khá rõ nhận thức của ông đối với vấn đề đánh Pháp, canh tân đất nước, quân đội và giải quyết những vấn đề liên quan đến giáo dân thời bấy giờ. Trong Bản điều trần thứ 4 viết trình ngày 21 tháng 12 năm Tự Đức thứ 14 (1861), ông đề xuất chủ trương: *"Một khoản thỉnh cầu này là xin ban sắc xuống cho quan các tỉnh, dạy rõ chủ ý nhân đức của triều đình, ban ơn cho người có đạo còn bị giam giữ, từ 20 tuổi trở lên, 40 tuổi trở xuống đều được chấp thuận làm lính tuyển mộ... những người già yếu, phụ nữ trẻ con nên thả cho về, sinh sống làm ăn để thoát khỏi thảm cảnh đói rét. Nếu triều đình có ý nghi ngờ, xin sức văn bản xuống làng tổng địa phương, ra hạn kiểm tra (để xác tín), âu đó cũng đủ tỏ rõ sách lược và đức độ hiếu sinh của triều đình vậy"* .[13]

---

[10] Nguyễn Văn Thoa (2017), *Cuộc đời và tác phẩm của linh mục Đặng Đức Tuấn*, Nxb Tổng hợp thành phố Hồ Chí Minh, tr. 06

[11] Xem: Mai Cao Chương, Đoàn Lê Giang (1996), Nguyễn Lộ Trạch – *Điều trần và thơ văn*, Nxb KHXH, Hà Nội, tr.16.

[12] Nhiều tác giả (1992), *Nguyễn Trường Tộ với vấn đề canh tân đất nước*, Trung tâm nghiên cứu Hán Nôm, tr.127.

[13] Tham khảo thêm: Nguyễn Văn Thoa, Sđd, tr. 119.

Chỉ trong 01 năm (1861), Đặng Đức Tuấn đã liên tục biên thảo 06 bản điều trần nhằm thúc đẩy phát triển các chính sách về quốc phòng, an ninh, chiến lược bình Tây và đề xuất một số giải pháp nhằm góp phần giải quyết tình trạng áp chế, nghi kị và mất công bằng của chính quyền trung ương và địa phương thời Nguyễn đối với giáo dân Công giáo thời bấy giờ. Điểm đặc sắc của 06 bản điều trần mà Đặng Đức Tuấn đã đề xuất được thể hiện ở chỗ nó đã kết hợp một cách khéo léo những quan điểm tích cực của Nho giáo và tinh thần thực nghiệm của tri thức phương Tây mà ông đã tiếp thu được sau những năm tháng tu học ở Penang. Cũng như Nguyễn Trường Tộ, các bản điều trần của Đặng Đức Tuấn ra đời trong bối cảnh *"vua quan, sĩ phu và cả xã hội Việt Nam đang chìm đắm trong những khái niệm bảo thủ Nho giáo"* và ông đã xuất phát *"từ những kiến thức Nho giáo uyên thâm mà vươn lên tiếp thu những khái niệm về kinh tế, văn hoá, xã hội của phương Tây và đề xuất hàng loạt những kiến nghị cách tân để cải biến xã hội Việt Nam bảo thủ và lạc hậu"* [14]. Và hơn thế nữa, qua những tác phẩm ấy chúng ta có thể nhận thấy một tinh thần hoà hợp, đoàn kết lương giáo đã được Đặng Đức Tuấn khởi xướng và Nguyễn Trường Tộ tiếp bước. Có thể nói, những đóng góp to lớn của hai Nho sĩ – trí thức tiêu biểu của Công giáo Việt Nam nửa sau thế kỷ XIX đã minh chứng cho tinh thần yêu nước, dấn thân và đề cao trách nhiệm đoàn kết dân tộc của các nhà canh tân giai đoạn này. Vai trò tiên phong của họ đã mở đường cho sự tiến bước của chủ nghĩa yêu nước mà các tầng lớp lương giáo, sĩ phu sẽ tiếp tục vun bồi trong những thời kì tiếp theo.

Trong tiến trình phát triển văn học Hán Nôm dân tộc, với tư cách là một tác giả Hán Nôm có tư tưởng duy tân và đại diện cho văn học Hán Nôm Công giáo Bình Định nói riêng và Nam Trung bộ nói chung, Đặng Đức Tuấn đã góp phần minh định cho những đặc trưng phức tạp của văn học Hán Nôm trong khu vực văn hoá này. Từ hệ thống quan điểm, tư tưởng và tác phẩm của ông, chúng ta có thể nhận thấy văn học Hán Nôm giai đoạn sau năm 1858 đã vận động trong một xu thế vừa xuyên thấm, vừa kiến tạo. Nó đã gắn kết tư tưởng dấn thân của các Kitô hữu trong môi trường Nho giáo vừa thúc đẩy sự phát triển của một nền tảng văn hoá Việt Nam thông qua sự tiếp cận văn minh Tây phương. Với những lý do đó, Đặng Đức Tuấn xứng đáng được ghi nhận vị trí tác giả quan trọng của văn học Hán Nôm Bình Định và khu vực Nam Trung bộ.

Quy Nhơn, ngày 26 tháng 02 năm 2022

---

[14] Tham khảo: Thanh Đạm (1992), "Khám phá một nhân cách trong lịch sử", in trong *Nguyễn Trường Tộ với vấn đề canh tân đất nước*, Sđd, tr.239.

NGUYỄN TRƯỜNG TỘ VÀ KHÁT VỌNG CANH TÂN ĐẤT NƯỚC

Ghi chú biên soạn

Nguyễn Trường Tộ là một tác giả Nôm quan trọng. Trên mạng Internet có khá nhiều bài viết về ông. Để quý độc giả có một cái nhìn chung, xin giới thiệu hai bài ngắn gọn và chính xác: một bài tổng quát của trang xaydungdang, bài thứ hai là trích đoạn trong mục từ Nguyễn Trường Tộ của Wikipedia về tác phẩm và các bản điều trần.

NGUYỄN TRƯỜNG TỘ VÀ KHÁT VỌNG CANH TÂN ĐẤT NƯỚC

Lịch sử phát triển của dân tộc đã ghi nhận nhiều cuộc cải cách, canh tân đất nước: Khúc Hạo (907), Hồ Quý Ly (cuối thế kỷ XIV - đầu thế kỷ XV), Lê Thánh Tông (cuối thế kỷ XV), Quang Trung - Nguyễn Huệ (cuối thế kỷ XVIII), Minh Mạng (nửa đầu thế kỷ XIX)... với mức độ thành công khác nhau và do nhiều nguyên nhân chi phối. Tuy nhiên, mục đích chung của những cuộc cải cách ấy là khẳng định ý thức tự tôn, sự trường tồn dân tộc, mong đưa đất nước tiến cùng thời đại. Một trong những cuộc cải cách thời cận đại Việt Nam gắn liền với tên tuổi nhà cải cách Nguyễn Trường Tộ.

TỪ "TRẠNG TỘ" XỨ NGHỆ TRONG VÒNG XOÁY THỜI CUỘC ĐẦY BIẾN ĐỘNG...

Nguyễn Trường Tộ sinh năm 1830 mất năm 1871, xuất thân trong một gia đình Công giáo, cha làm nghề thuốc Đông y tại làng Bùi Chu (nay thuộc xã Hưng Trung, huyện Hưng Nguyên, tỉnh Nghệ An). Nhà nghèo, nhưng bản tính thông minh, học hành chăm chỉ, ông sớm được truyền tụng là "Trạng Tộ" nức tiếng trong vùng. Năm 1855, cố đạo người Pháp là Gauthier (tên Việt là Ngô Gia Hậu) đã mời ông dạy chữ Hán cho Chủng viện Xã Đoài, đồng thời dạy ông tiếng Pháp, đưa ông đi Singapore, Hồng Kông, qua Rôma và Paris học các môn khoa học thường thức, thực nghiệm... Đương thời, ông là một trong những trí thức người Việt hiếm hoi được tiếp xúc trực tiếp, mắt thấy tai nghe với nhiều thành tựu văn minh, kỹ nghệ phương Tây. Chính những điều đó đã tác động mạnh mẽ đến Nguyễn Trường Tộ. Khi bước vào tuổi 30, ông đã có một vốn kiến thức rộng và sâu cả về chính trị, kinh tế, văn hóa, khoa học - kỹ thuật; có hoài bão lớn, khát khao canh tân đất nước.

... ĐẾN KHÁT VỌNG CANH TÂN ĐẤT NƯỚC, HỘI LƯU THỜI ĐẠI

Năm 1861, ông về Sài Gòn lúc thực dân Pháp đã chiếm Gia Định. Trong một thời gian ngắn, ông đóng vai trò phiên dịch giữa triều Nguyễn và Pháp cốt để góp phần vào việc giảng hòa. Từ đầu năm 1861 đến đầu năm 1866, ông đã gửi cho triều đình Huế 11 văn bản. Đặc biệt, Tế cấp luận (1) được ông dành nhiều thời gian và công sức hơn cả, nội dung bàn về các việc cần làm ngay để canh tân, tự lực, tự cường, phát triển đất nước. Đây là văn bản quan trọng nhất, như chính ông viết: "Tế cấp luận là thâu tóm trí khôn của thiên hạ 500 năm nay, đâu có phải chuyện một ngày mà có thể làm hết được". Ông được vua Tự Đức lưu tâm chú ý đến. Theo lệnh vua, ông vào Kinh giúp việc. Ông nhận thấy rõ sự dè dặt của triều đình trong việc áp dụng các đề xuất canh tân của mình. Ông xin trở về quê. Dù ở Nghệ An, ông vẫn liên lạc với triều đình, giúp đỡ một số công việc của địa phương. Vua Tự Đức biết tin ông về quê đã hạ lệnh thu thập các điều trần của ông. Sau khi đọc kỹ các văn bản của ông, vua Tự Đức cho triệu tập ông cùng với giám mục Gauthier vào Kinh để giao nhiệm vụ đi Pháp thuê mướn thầy, thợ và mua sắm máy móc thiết bị. Về nước, trong thời gian từ cuối tháng 2-1868 cho tới cuối tháng 4-1868, ông liên tiếp gửi cho triều đình ít nhất 9 văn bản về dự án mở trường, phát triển đất nước. Trong mấy năm cuối đời, ông tiếp tục gửi cho triều đình Huế gần 20 văn bản, nêu các kế sách đánh giặc, thương nghị với Pháp, giao thiệp với các nước khác, về hoạt động nông chính...

Những đề nghị cải cách của ông khá toàn diện, bao quát hầu hết các lĩnh vực:

Về kinh tế, ông quan tâm trước tiên đến việc làm cho dân giàu, nước mạnh, bởi theo ông đó là điều kiện cần thiết để cứu nước, giữ nước. Ông đề nghị với triều đình mua sắm thuyền máy, cử người sang phương Tây học cách điều khiển và sửa chữa. Ông đề nghị bắt tay vào khai thác mỏ và thiết lập các nhà máy sản xuất hàng tiêu dùng để phát triển công nghiệp.

Về nông nghiệp, coi trọng vấn đề cải tiến kỹ thuật, đặt chức "nông quan" phụ trách về nông nghiệp và thủy lâm tại các địa phương, phổ biến rộng rãi các kiến thức nông nghiệp cho nhân dân.

Về thương nghiệp, thực hiện giao lưu hàng hóa cả ngoại thương và nội thương. Mở cửa thông thương và đầu tư, khai thác tiềm năng của đất nước. Khuyến khích xuất khẩu nông, lâm, hải và khoáng sản.

Về tài chính, công bằng và hợp lý trong việc thu thuế, đo đạc ruộng đất, kê khai dân số hằng năm để tránh thất thu và gian lận. Tăng thuế và đánh thuế thật nặng vào sòng bạc, rượu, thuốc lá và các hàng xa xỉ ngoại nhập để bảo vệ hàng nội địa, đánh thuế đối với nhà giàu.

Trên lĩnh vực chính trị, chủ trương duy trì, củng cố trật tự xã hội hiện hữu. Ông đề nghị sáp nhập một số tỉnh, huyện để tinh giản biên chế và tăng lương cho các viên chức, vẽ bản đồ cương giới, điều tra dân số và thống kê tất cả các mặt sinh hoạt của đất nước. Đề nghị lập thêm Bộ Nông nghiệp, Bộ Ngoại giao và tòa án phải được độc lập: Nhà vua chỉ có quyền ân xá chứ không kết án.

Về quốc phòng, đề nghị tạm hòa với Pháp để củng cố lực lượng, siết chặt hàng ngũ, tổ chức huấn luyện quân đội có mời chuyên gia phương Tây giúp, có chính sách đãi ngộ với quân đội, chế tạo vũ khí mới...

Về ngoại giao, tạm nhượng bộ Pháp, thiết lập bang giao với các nước khác để tranh thủ tự lực, tự cường, chờ đợi thời cơ đánh đuổi kẻ thù.

Về giáo dục, chủ trương phát động học tập và phổ biến rộng rãi kinh nghiệm, sáng kiến trong nhân dân, bổ sung một số môn học vào hệ thống giáo dục. Gửi học sinh sang các nước học ngoại ngữ, các môn khoa học hiện đại. Dùng quốc âm thống nhất, biên soạn từ điển và phổ biến trong nhân dân cho dễ học, dễ hiểu.

Về văn hóa, xã hội, lập nhà in, xuất bản sách, báo để nâng cao trình độ dân trí, đồng thời kiểm soát, hạn chế, cấm đoán các loại sách độc hại. Xây dựng nếp sống văn hóa mới như vệ sinh đường sá. Ông cũng chống lại luật lệ không cho dân đi xe, đi giày. Đề xuất mỗi tỉnh lập một viện dục anh giao cho các giám mục quản lý...

Nhìn lại sự thất bại của các đề nghị canh tân đất nước do Nguyễn Trường Tộ khởi xướng

Hầu hết các đề xuất cải cách, canh tân đất nước và các kế hoạch cụ thể, khẩn cấp của Nguyễn Trường Tộ đệ trình những năm cuối đời đều được triều đình vua Tự Đức bàn đi tính lại. Nhưng hầu hết đều không được triều đình sử dụng.

Nguyên nhân chính là bối cảnh chính trị - xã hội đương thời thiếu những điều kiện quan trọng để thực hiện các biện pháp, kế hoạch canh tân của ông. Vua Tự Đức và triều đình Nhà Nguyễn còn mang nặng tư tưởng thủ cựu, lạc hậu, xử lý vấn đề Nam kỳ một cách lúng túng, bế tắc. Bản thân ông cũng chính là bi kịch điển hình cho "thân phận người Công giáo" đương thời.

Cuộc đời ngắn ngủi 41 tuổi của Nguyễn Trường Tộ và khát vọng canh tân đất nước của ông qua 58 bản điều trần tuy chưa thành hiện thực nhưng đã để lại cho chúng ta nhiều bài học quý giá, nhiều vấn đề đến nay vẫn còn nguyên giá trị cả về lý luận và thực tiễn thể hiện sự đóng góp lớn lao của ông đối với nhân dân, quê hương, đất nước.

nguồn: xaydungdang.org.vn [1]

***

TÁC PHẨM CỦA NGUYỄN TRƯỜNG TỘ

Kể từ khi về nước (khoảng 1861) cho đến năm cuối đời (1871), Nguyễn Trường Tộ đã đều đặn gửi lên vua Tự Đức và triều đình Huế các bản điều trần và phúc trình về thời sự. Đáng chú ý có:

• *Hòa từ* (Bàn về hòa) gửi tướng Nguyễn Bá Nghi (1861)

• *Tế cấp luận* (Bàn về những việc khẩn cấp, tháng 3 - 4 năm 1863, hiện chưa tìm thấy)

• *Giáo môn luận* (Bàn về việc tự do tôn giáo, 26 tháng 3 năm 1863)

• *Thiên hạ phân hợp đại thế luận* (Bàn về những thế lớn phân và hợp trong thiên hạ). Đây là bài "Hòa từ" được sửa chữa lại (1863)

---

1 http://www.xaydungdang.org.vn/Home/PrintMagazineStory.aspx?ID=2752&print=true

- *Điều trần* (7 tháng 5 năm 1863)
- *Lục lợi từ* (Kế hoạch làm cho dân giàu, tháng 6 năm 1864)
- *Khai hoang từ* (Bàn về việc khai hoang, tháng 2 năm 1865)
- *Điều trần khả năng lấy lại ba tỉnh miền Đông* [Nam Kỳ] (1866)
- *Kế hoạch vận động ở Pháp để giữ ba tỉnh miền Tây* [Nam Kỳ] (1866)
- *Báo cáo về việc gặp viên Lãnh sự Tây Ban Nha* (1866)
- *Kế ly gián giữa Anh và Pháp* (1866)
- *Điều trần về hội nước ngoài* (1866)
- *Phúc trình về việc ký hợp đồng với các hội nước ngoài* (gửi về khi sang Pháp năm 1867)
- *Về tám điều cần bàn gấp* (gửi về khi sang Pháp năm 1867)
- *Điều trần về việc tiễu trần giặc biển* (tháng 8 năm 1868)
- *Điều trần về việc tái tu võ bị* (1869)
- *Kế hoạch nội công ngoại kích thu hồi sáu tỉnh Nam Kỳ* (tháng 11 năm 1870)
- *Bổ sung kế hoạch sai sứ đi Tây và đánh úp Gia Định* (tháng 11 năm 1870)
- *Bàn về việc cho Pháp thông thương để đổi lại sáu tỉnh* (tháng 2 năm 1871)
- *Kế hoạch thương nghị với Pháp và vận động sự giúp đỡ của các nước khác* (tháng 2 năm 1871)
- *Kế hoạch vay tiền để dùng vào việc binh* (tháng 2 năm 1871)
- *Về việc gửi học sinh sang Singapore học sinh ngữ* (tháng 2 năm 1871)
- *Về việc nhờ Giám mục Hòa giúp lấy lại 6 tỉnh* (tháng 3 năm 1871)
- *Tu võ bị* (bàn về việc chỉnh đốn quân đội và quốc phòng, tháng 5 năm 1871)
- *Về việc cần canh tân, quảng giao để giữ nước* (tháng 8 năm 1871)
- *Về việc nông chính* (tháng 8 năm 1871), v.v...

Ngoài ra, Nguyễn Trường Tộ còn để lại một số di cảo thơ.

TÓM TẮT NỘI DUNG CÁC BẢN ĐIỀU TRẦN

Nguyễn Trường Tộ đã liên tiếp gửi lên triều đình Huế 30 bản điều trần (theo tập hợp của Linh mục Trương Bá Cần) đề xuất canh tân xây dựng đất nước. Nội dung các bản điều trần đề cập đủ mọi lĩnh vực. Tóm tắt các mặt chủ yếu:

• ***Về chính trị:***

Ông trình bày những chiến lược cơ bản, về những thế lớn phân và hợp trong thiên hạ ("Thiên hạ phân hợp đại thế luận", 1863) và đề xuất "Kế ly gián giữa Anh và Pháp" (1866). Không hề ảo tưởng về dã tâm của thực dân Pháp, nhưng ông rất sáng suốt chủ trương tạm hòa hoãn với Pháp, gợi ý với nhà vua về lợi ích lớn của việc "Mở rộng quan hệ với Pháp và các nước khác" (1871)...

• ***Về nội chính:***

Ông đề nghị triều đình tinh giản bộ máy chính quyền để đỡ hao tốn công quỹ, xác định rõ chức năng công việc của từng loại quan lại để khỏi phải có rất nhiều người ăn lương mà không biết làm gì. Mặt khác, nên có chính sách đối với những nho sinh để họ không thể dựa vào chút chữ nghĩa, trốn tránh nghĩa vụ đối với nước nhà. Ngoài ra, muốn cho đội ngũ viên chức giữ được thanh liêm thì phải tạo điều kiện cho họ làm giàu chính đáng...

• ***Về tài chính:***

Ông đề nghị sắp đặt lại hệ thống thuế khóa cho thật công bằng hợp lý. Muốn thế phải đo đạc lại ruộng đất, kê khai nhân khẩu, tăng thuế người giàu và hàng xa xỉ ngoại nhập, đánh thuế thật nặng vào những tệ nạn như cờ bạc, rượu chè,... Ngoài ra, còn phải khuyến khích nhà giàu bỏ tiền ra cho vay, và vay tiền của nước ngoài...

• ***Về kinh tế:***

Ông đề nghị chấn hưng "nông, công, thương nghiệp" để làm cho dân giàu nước thịnh, bằng những hành động cụ thể như: tổ chức khai hoang, bảo vệ rừng, thành lập các đoàn tàu đem hàng nông sản đi bán, cử người thăm dò tài nguyên, khai thác mỏ, thành lập các cơ sở sản xuất công nghệ và đào tạo thợ kỹ thuật... Và để nền kinh tế cả nước có thể giao thông dễ dàng, thì phải chú ý đến việc làm mới và tu bổ đường bộ và đường thủy....

• ***Về học thuật:***

Ông đề nghị cải cách "việc học, việc thi" để chọn được nhân tài hữu ích. Không nên tiếp tục lối học "máy móc, tín điều" kiểu Trung

Hoa. Đáng chú ý là việc ông đề nghị đem các môn khoa học vào trong chương trình học, nhất quyết phải dùng quốc văn (chữ Nôm) để dạy học và soạn sách, kể cả trong các giấy tờ hành chính...

• ***Về ngoại giao:***

Ông chủ trương quan hệ mềm mỏng với Pháp, và không chỉ có Pháp mà còn phải đặt ngoại giao với nhiều nước khác như Anh, Tây Ban Nha... Phải biết lợi dụng mâu thuẫn giữa các nước này để có lợi cho mình. Phải đào tạo được các thông dịch viên giỏi công việc và tiếng nước ngoài...

• ***Về võ bị:***

Ông đề nghị cải tu võ bị nhằm tăng chất lượng của quân đội, như tổ chức lại đội ngũ, cho quân lính được học tập các binh pháp mới, mua sắm tàu thuyền và vũ khí,[2] xây dựng phòng tuyến cả ở thành thị lẫn nông thôn, đề phòng quân Pháp xâm lược lan ra cả nước...

Bên cạnh đó, ông còn đề nghị cải cách về các mặt khác như văn hóa, tôn giáo,[3] bảo tồn di tích lịch sử, v.v... Tuy nhiên, phần lớn những đề nghị của ông đã không được triều đình nhà Nguyễn nghe theo do tầm nhìn hạn hẹp của họ và hạn chế của thời đại.[4]

Nguồn: https://vi.wikipedia.org/wiki/, truy xuất ngày 18-4-2022, mục từ *Nguyễn Trường Tộ*, phần *tác phẩm*.

Nên xem thêm

Nguyễn Trường Tộ - người Công giáo yêu nước xứ Nghệ với tư tưởng vượt thời đại

https://baonghean.vn/nguyen-truong-to-nguoi-cong-giao-yeu-nuoc-xu-nghe-voi-tu-tuong-vuot-thoi-dai-244362.html

---

[2] Theo Nguyễn Trường Tộ, trong hoàn cảnh đất nước còn nghèo, triều đình nếu cho mua những sản phẩm kỹ thuật hiện đại như tàu biển, máy móc, vũ khí... thì chỉ cần mua mỗi thứ một đơn vị để nghiên cứu. Ông tin có thể căn cứ vào mẫu mã đó sẽ chế tạo mới, không những chất lượng không thua sút mà còn có những cải tiến tốt hơn.

[3] Ở bản «Giáo môn luận», Nguyễn Trường Tộ đã dùng những lý lẽ của trời đất và các chứng cớ lịch sử để kêu gọi triều đình phải có chính sách bao dung, nhân ái đối với những tín đồ Công giáo.

[4] Xem thêm chương 5: Những đề nghi cải cách của Nguyễn Trường Tộ in trong sách *Nguyễn Trường Tộ - Con người và di thảo* của Trương Bá Cần.

4. NHỚ 1887, NGUYỄN TRỌNG QUẢN TIỂU THUYẾT CHỮ QUỐC NGỮ

Với các tự vị của Gm. Pigneau de Behaine (Bá Đa Lộc), Taberd và Huình Tịnh Của, chữ Quốc ngữ ngày càng vững và càng có chỗ đứng.

Năm 1887 Nguyễn Trọng Quản in quyển *Truyện thầy Lazarô Phiền* như cột mốc khởi đầu cho tiểu thuyết mới (tiểu thuyết văn xuôi bằng Quốc ngữ), hơn 30 năm trước quyển *Tố Tâm* của Hoàng Ngọc Phách (1919).

Các tác giả viết bằng chữ Quốc ngữ có: Felippe do Rosario Bỉnh (1759-1833), Thánh Lm. Philipphê Phan Văn Minh (1815-1853), Phêrô Trần Lục (1825-1871), Huình Tịnh Paulus Của (1834-1907), Petrus Trương Vĩnh Ký (1837-1898) và JB. Nguyễn Trọng Quản (1865-1911),...

Xếp theo thể loại, về diễn ca, có các tác giả: Philipphê Phan Văn Minh và Phêrô Trần Lục.

Về ký sự, có: Felippe do Rosario Bỉnh (1759-1833) và Petrus Trương Vĩnh Ký.

Về nghiên cứu, có: Huình Tịnh Paulus Của và Petrus Trương Vĩnh Ký.

Về báo chí, có: Trương Vĩnh Ký (1837-1898).

Về tiểu thuyết, có: JB. Nguyễn Trọng Quản (1865-1911).

Năm 1885, nhà in Làng Sông ở miền Trung bị Văn Thân tàn phá, mãi 20 năm sau mới phục hồi để cùng phục vụ với nhà in Tân Định ở phía Nam (lập từ 1861) và nhà in Phú Nhai và Kẻ Sở (1868) ở phía Bắc . Nhờ đó, báo chí Công giáo khá nhộn nhịp.

Xin giới thiệu 22 bài trình bày chung về giai đoạn này và về một số tác giả tiêu biểu.

TAM GIÁO CHƯ VỌNG (1752) *

*Gs. Trần Văn Toàn***

Cuốn sách này chưa ai in, nhưng đáng được biết đến, vì nó là một thiên nghiên cứu có liên quan đến dân tộc học và lịch sử văn hóa dân gian. Trước khi giới thiệu, thiết tưởng cần phải đặt nó vào khung cảnh giao lưu văn hóa Đông Tây và vào hoàn cảnh Việt Nam trước đây hai thế kỷ rưỡi.

1. Truyền đạo và trao đổi văn hóa

Người ta trao đổi văn hóa với nhau, bất kỳ là tự do hay cưỡng bách, thì thường là vì ba nguyên nhân: một là do giới thương nhân đi buôn Đông bán Tây, hai là do đế quốc đem quân đi xâm lăng, ba là do các giáo sĩ đi truyền đạo. Ba nguyên nhân đó có thể có tác động biệt lập, nhưng thường có tác động giao thoa với nhau.

Ví dụ như ở miền đông châu Á, người Hán tộc, một phần lớn đã đồng hóa, một phần khác đã khai hóa cho nhiều dân tộc, một đàng thì vì có giao lưu thương mại, một đàng thì vì có quân đội của thiên triều bắt các dân tộc nhược tiểu phải thần phục, nhưng một đàng khác nữa cũng là vì có những nhà nho, nhà sư đi truyền đạo. Họ đã ảnh hưởng nhiều vào văn hóa các nước chung quanh, cho nên, tuy không chịu đồng hóa với người Tàu, nhưng người Nhật bản, người Cao ly, người Việt Nam, đều đã dùng chữ Hán một cách rất tự nhiên, như là của mình vậy. Mãi gần đây người Cao ly và người Việt Nam mới thôi không dùng chữ Hán nữa. Thế rồi các nhà sư từ Ấn độ và các giáo sĩ từ Tây phương cũng theo đường của các thương gia, sang truyền đạo ở khắp Á châu, làm cho tư tưởng phong phú hơn lên. Văn hóa thực là của chung nhân loại. Cho đến nỗi, tuy đạo Phật là đạo ngoại lai, nhưng

Gs Trần Văn Toàn

** sinh năm 1931 tại Phát Diệm, Kim Sơn, Ninh Bình, qua đời tại Pháp năm 2014.*
** Ông từng là giáo sư triết học ĐH Huế, Sài Gòn, và Đà Lạt (1960-1965), ĐH Lovanium (Kinshasa, Congo, 1965-1973), và ĐH Cong Giáo Lille, Pháp (1963-1996). Tác giả nhiều biên khảo về triết học và tôn giáo bằng Việt và Pháp ngữ.*

người miền Đông Á vẫn coi đó là thành phần của văn hóa dân tộc mình. Thậm chí gần đây ở Việt Nam đã có người cao tuyên rằng Phật giáo là dân tộc. Làm như thể Phật giáo chỉ có ở Việt Nam mà thôi, làm như thể Việt Nam chỉ có Phật giáo mà thôi. Nhưng sử gia sẽ xét xem lời cao tuyên như thế có đúng hay không, đã được phát biểu trong hoàn cảnh nào, và với mục đích gì.

Như thế đã rõ: không ai coi việc truyền đạo, chia sẻ niềm tin, "tự giác, giác tha", là một điều xấu. Có chăng thì là vì có khi người ta dùng tôn giáo để chi phối chính trị, để xúc phạm hay là đàn áp người khác. Ở Việt Nam thì Phật giáo đã được các triều vua Lý, Trần, cực lực ủng hộ, nhưng sang triều Hậu Lê thì lại bị nhà Nho chỉ trích. Đạo Thiên Chúa ở Việt Nam cũng bị chỉ trích và bị cấm cách, bắt bớ. Đúng hay sai, phải hay trái, đó là việc các sử gia phải đem chứng tích ra bàn luận.

Tôi còn nhớ trước đây chừng nửa thế kỷ, đúng vào thời kỳ mà, sau Thế Chiến thứ hai, phong trào tranh đấu chống đế quốc chủ nghĩa được lan tràn khắp nơi, có một người Ấn độ, là ông K. M. Panikkar, trong cuốn sách nói về Á châu và nền thống trị của Tây phương (Xem: Asia and Western Dominance, London 1969), đã tung ra một cái nhìn tổng quát độc đáo về cuộc gặp gỡ Đông Tây. Theo như ông quan niệm thì Á châu đã bị Âu châu tấn công và đàn áp cả về hai mặt: về mặt vật chất thì do sức mạnh của vũ khí và kỹ thuật, về mặt tinh thần thì do đạo Thiên Chúa. Như thế có nghĩa là việc truyền bá tôn giáo, nếu kẻ này cho là chia sẻ niềm tin, thì người khác lại cho là hành động thù địch. Nói thế khác, với cái chủ trương "vơ đũa cả nắm", ông cố ý gắn liền quân đội viễn chinh với các giáo sĩ đạo Thiên Chúa từ Âu châu sang, coi như là hai mặt trái, phải, của một cuộc tấn công duy nhất, nhằm tiêu diệt văn hóa người Á châu, làm cho họ thành ra vong bản, mất gốc. Tôi không còn nhớ rõ sách ấy xuất bản đúng vào năm nào, nhưng có điều chắc, là quan niệm đó đã được thành hình trong lúc người Ấn độ, cũng như nhiều dân tộc khác, đang tranh đấu giành độc lập. Bản dịch Pháp văn đã được người Việt ở Pháp đọc. Cũng vào thời đó có một số trí thức Việt Nam đưa ra ý kiến tương tự, cho rằng các giáo sĩ Âu châu sang Việt Nam đã dọn đường cho quân đội viễn chinh Pháp, và nếu họ đã dùng mẫu tự Latinh để viết tiếng Việt, thì là vì có thâm ý làm cho người Việt Nam mất gốc... chữ Hán, để dễ bề truyền giáo.

Ngày nay, sau một nửa thế kỷ, những lập luận như thế đã được xét lại, căn cứ vào những sử liệu mà trước đây không mấy ai chịu khó tìm đọc. Cho nên không còn có thể quan niệm một cách quá đơn sơ như trước.

Riêng về quan niệm của Panikkar, thiết tưởng có hai chỗ giải thích thiếu nguyên tắc:

Thứ nhất là, vô tình hay hữu ý, ông đã lẫn lộn thái độ của người theo Hồi giáo trên đất Ấn độ của ông, với thái độ của người Tây phương đứng trước châu Á nói chung. Vì lẽ rằng: một đàng thì người theo Hồi giáo không phân biệt chính trị với tôn giáo, cho nên khi xâm chiếm được nước nào thì thường dùng các phương tiện thế tục để làm cho dân nước đó phải theo tôn giáo và văn minh Hồi giáo. Chính vì thế mà sau nhiều thế kỷ đô hộ đã có tới mấy trăm triệu người Ấn độ bỏ Ấn giáo và truyền thống văn hóa Ấn độ, mà theo Hồi giáo và văn hóa Hồi giáo [1]. Cũng vì thế mà khi Ấn độ dành được độc lập, thì đã có nội chiến vì lý do tôn giáo, hàng chục triệu người bị cưỡng bách di cư hay là bị sát hại, để rồi thành lập ra hai quốc gia thù địch nhau từ hơn nửa thế kỷ, là Ấn độ và Pakistan (và Bangladesh). Đó là vết thương sâu đậm trong lòng dân tộc, mà những người ái quốc như ông Panikkar không sao quên được. Từ đó ông quan niệm rằng người Tây phương cũng như thế cả. Nhưng thế là lầm. Vì, đàng khác thì đạo Thiên Chúa ở Âu châu đã đặt ra nguyên tắc biệt lập tôn giáo với chính trị. Cho nên nếu vua chúa lấy tiền nhà nước, đem quân đội đi xâm chiếm các thuộc địa, thì các thương gia đi buôn bán bằng vốn riêng của mình, và các giáo sĩ đi truyền đạo thì lấy tiền đóng góp của giáo dân mà tiêu dùng [2]. Dĩ nhiên là trong thực tế thì các giáo sĩ phải đi nhờ các thương thuyền hay thỉnh thoảng nhờ tầu của quân đội chở đi, cho nên có thể có đôi chút liên quan với nhau, nhưng ba hạng người đó có mục đích khác nhau và hoạt động theo nguyên tắc riêng của mình.

Thứ hai là ông không phân biệt cho rõ thái độ của các giáo sĩ Tây phương trong những thế kỷ trước và sau khi các cường quốc Âu châu

---

[1] Đó cũng là điều nhận xét của nhà văn V.S. Naipaul, sinh năm 1932, gốc Ấn Độ, mới được giải thưởng Nobel. Sau khi đi thăm viếng các nước Hồi giáo, từ Iran đến Nam dương quần đảo, ông nhận xét rằng những dân tộc theo Hồi giáo ở các miền đó đều đoạn tuyệt với văn hóa của tổ tiên, và lấy Ả Rập làm quê hương đem lại cho họ tôn giáo và văn hóa [xem trong hai cuốn sách mới viết gần đây: *Hoàng hôn rơi xuống Hồi giáo* (Crépusucule sur l'islam) và *Tin cho đến cùng* (Jusqu'au bout de la foi!)].

[2] Về điểm này thì các tập san của các hội truyền giáo thế kỉ XIX đều kê số tiền đóng góp rất cẩn thận.

sang Á châu mở thuộc địa. Vì lẽ rằng người đi mở thuộc địa thường có thái độ trịch thượng đối với dân bản xứ, còn người đi giảng đạo để chia sẻ niềm tin thì thường có thiện cảm với họ. Hơn nữa, cho dù thái độ trước sau đôi khi có khác nhau, nhưng không thể gán cho họ cái ác ý là tiêu diệt văn hóa người bản xứ. Sự thực có lẽ tế nhị hơn. Trong cuốn sách mới xuất bản gần đây về Chiến lược truyền giáo của giáo sĩ người Pháp dòng Tên ở đất Pháp Mới và ở Trung quốc vào thế kỷ XVII [3], nhà nghiên cứu Shenwen Li (Lý Thạnh Văn) đã nêu ra hai thái độ của nhà truyền giáo đối với văn hóa người bản xứ. Đối với những dân tộc bán khai không có chữ viết, như ở Bắc Mỹ, thì trong khi giảng đạo, họ giúp vào việc khai hóa, dậy cho biết cách viết chữ và một ít kỹ thuật. Còn đối với những dân tộc đã có nền văn minh khá cao, thì họ ra công học cho biết ngôn tự, biết văn hóa, để trình bày niềm tin của họ cho dễ hiểu. Chúng ta biết là vào thế kỷ XVIII, các giáo sĩ đã cho người Tây phương biết khá nhiều về văn hóa Trung quốc, cho đến nỗi có những nhà văn, như Voltaire, tuy chưa bao giờ sang Á châu, cũng hào hứng đem người Tàu ra làm mẫu mực về tư tưởng duy lý. Ở Việt Nam cũng thế.

2. Các giáo sĩ Tây phương và văn hóa Việt Nam

Vào đầu thế kỷ XVII, các giáo sĩ Tây phương đến Đàng Trong và Đàng Ngoài giảng đạo, đã nhận thấy rằng Việt Nam là một dân tộc có văn hiến, có pháp luật, có tổ chức hành chính. Cho nên họ học tiếng Việt và tìm hiểu phong tục người nước ta. Ngay từ thời đó họ đã biết rằng người Việt, tuy còn dùng chữ Hán rất nhiều, nhưng đã lập ra chữ viết riêng, tức là chữ Nôm. Vào đầu thế kỷ, giáo sĩ người Ý, Girolamo Maiorica, đã soạn bằng chữ Nôm chừng bốn mươi cuốn sách đạo (nay chỉ còn độ một phần tư). Trong khi đó thì sách vở của tam giáo, Nho, Đạo, Thích, đều là chữ Hán cả, chứ không dịch ra tiếng ta. Vào khoảng giữa thế kỷ thì giáo sĩ Alexandre de Rhodes đã biên soạn được *tự vị Việt Bồ La*, *ngữ pháp tiếng Việt* và sách *Phép giảng tám ngày* bằng tiếng La tinh có chữ quốc ngữ đối chiếu (1651). Có mấy vị khác, như Borri, Marini, Tissanier, đã viết sách lịch sử và phong tục Việt Nam cho người Âu châu đọc. Những công trình như thế còn tiếp tục cho đến thế kỷ XX, với những học giả như giáo sĩ Léopold Cadière.

Có một điều chứng tỏ rằng các giáo sĩ ngoại quốc đã để ý đến vốn liếng văn hóa nước ta đó là việc soạn tự vị. Thực thế, trong khi người Tàu đã ra công soạn ra tự vi Khang Hi, thì ở Việt Nam, từ nhà vua cho đến các bậc sĩ phu, chưa thấy ai làm tự vị Việt Nam cả. Ấy thế mà cuối thế kỷ XVIII, giám mục Pierre Pigneaux de Béhaine (Bá Đa Lộc) đã cùng với một số tu sĩ người Việt biên soạn ra tự vị Việt Nam

---

[3] Shenwen Li. Stratégies missionnaires des jésuites franÇais en Nouvelle France et en Chine au XVIIe siècle, Edition L'Harmattan, Les Presses de l' Université Laval (Québec, Canada), 2001, 379 tr.

(cả chữ nôm lẫn chữ quốc ngữ) và La tinh [4]. Coi tiếng Việt, chữ Việt là quan trọng, là quốc hồn, quốc túy, như thế kể cũng là khá táo bạo, nhất là trong khi sĩ phu của ta coi thường nó (nôm na là cha mách qué), không dùng nó để viết những điều quan trọng.

Còn về sách đạo, như sách giáo lý, sách kinh, v.v. thì các giáo sĩ, tuy đã có đem vào Việt Nam mấy cuốn sách bằng chữ Hán, nhưng vẫn soạn và in bằng chữ quốc ngữ, và bằng chữ nôm cho đến đầu thế kỷ XX. Vì thế cho nên người theo đạo Thiên Chúa không đến nỗi mất gốc, như đã có người hiểu ngầm hay là hiểu lầm như thế. Còn về phong tục thì chỉ bỏ đi một số ít, vì cho rằng đó là mê tín. Như thế cũng là chuyện thường, vì có nhiều phong tục trong dân gian cũng bị nhà Nho và triều đình coi là mê tín. Cho nên người theo đạo Thiên Chúa đại khái vẫn giữ thuần phong mỹ tục như người đồng bào bên lương.

Trở lại dự định tìm hiểu phong tục Việt Nam, ta phải kể đến cuốn sách *Tam giáo chư vọng*. Điều đáng chú ý là sách này được biên soạn và viết tay bằng chữ quốc ngữ, chứ không phải là bằng chữ Hán hay là bằng một ngôn ngữ Âu châu.

3. Hoàn cảnh biên soạn sách *Tam giáo chư vọng*

Trong những thế kỷ XVII và XVIII, số người biết chữ ở nước ta còn rất ít, số người theo đạo Thiên Chúa cũng chưa đông lắm, cho nên sách đạo cũng không nhiều, thường chỉ có giáo sĩ Tây phương, thầy cả (linh mục) và thầy giảng bản xứ là có thể dùng được. Mãi tới đầu thế kỷ XIX các giáo sĩ người Pháp mới lập nhà in, để in và phổ biến rộng rãi những sách đạo soạn bằng chữ nôm và chữ quốc ngữ. Cho nên trước đó các sách thường là chép tay mà thôi. Như thế số sách lưu dụng rất có hạn, lại chỉ để lưu hành nội bộ, người ngoài ít khi biết đến.

Có điều đáng chú ý là đây có lẽ là lần đầu tiên, người Việt được học giáo lý của một tôn giáo theo thứ tự mạch lạc, có biết đủ những điều cốt yếu mới được nhập đạo. Có lẽ vì thiếu chương trình giảng giải đạo pháp như thế, cho nên không có tiêu chuẩn rõ rệt để biết người Việt Nam ai theo đạo nào và hiểu biết ít hay nhiều về đạo của mình. Ngày nay, ngoài đạo Thiên Chúa ra, thì tuy không nói là theo tiêu chuẩn nào, nhưng người ta vẫn cứ nói là có bao nhiêu phần trăm theo đạo nọ đạo kia. Đạo Thiên Chúa ý thức được cá tính của mình, cho nên ngay từ buổi đầu đã có tiêu chuẩn rõ và đã tóm tắt niềm tin của mình

[4] Tự vị này đã được giám mục Taberd tu bổ và xuất bản tại Ấn độ năm 1838, gọi là Nam Việt Dương Hiệp tự vị Dictionarium Anamitico Latinum. Trong tự vị có một chương dài về ngữ pháp tiếng Việt, lại có một phần về thực vật học, kê khai các thứ thảo mộc ở Miền Nam nước ta, như rau cỏ, hoa cỏ, các cây dùng làm thuốc, v.v... Còn bản chính, do giám mục Bá Đa Lộc soạn xong vào khoảng những năm 1772 1773, thì mãi tới năm 2001 Hội Thừa sai Nước ngoài tại Paris mới cho rọi ảnh và ấn hành.

trong kinh Credo, gọi là kinh Tin kính. Sau này, vào thế kỷ XVI bản tóm ấy đã được bàn rộng ra và người ta ghi thêm vào đó những việc phải làm về luân lý, về lễ bái, và những kinh nguyện phải đọc, tất cả được in ra thành sách giáo lý, gọi là Sách bổn. Xem sách bổn thì biết người theo đạo Thiên Chúa tin tưởng vào ai, sống như thế nào. Người ta học thuộc lòng sách giáo lý và các kinh nguyện để đọc chung với nhau. Thêm vào đó, còn được nghe hay đọc truyện các thánh, lấy đó làm mẫu mực để sống sao cho phải đạo, phải phép. Đấy là tình trạng ở Âu châu. Nhưng từ đầu thế kỷ XVII, thì ở Việt Nam các giáo sĩ Âu châu cũng trình bày đạo Thiên Chúa theo như kiểu đó.

Vào khoảng giữa thế kỷ XVIII, ta thấy xuất hiện ở Việt Nam một loại sách mới, như sách *Tam giáo chư vọng*, viết theo một loại văn mới, tôi xin gọi tạm là loại văn "bút chiến". Gọi là văn "bút chiến", là vì nếu bây giờ cho in và phổ biến ra, thì chắc sẽ không thiếu người vội cho rằng đạo Thiên Chúa cố ý gây xích mích với các đạo khác. Vì ngày nay người ta quen viết sách viết báo, viết văn bút chiến để đả kích, phê bình, nói xấu, vu oan cho người khác, để khích động quần chúng, v.v.. Nhưng thực ra loại văn "bút chiến" mà tôi nhắc tới trên đây không có mục đích bút chiến như ngày nay. Nó chỉ để lưu hành nội bộ, nhằm mục đích giúp cho người mới theo đạo được bền chí giữ đạo trong tình trạng khó khăn của thiểu số, hiểu rõ giáo lý, biết nó khác đạo mình theo khi trước như thế nào và biết cách trả lời khi người ta hỏi đến mình. Chứ ai có thể tưởng tượng một thiểu số không đáng kể trong nước, đang bị nghi ngờ, thỉnh thoảng lại còn bị bắt bớ, cấm cách, thế mà lại dám lên tiếng phi bác, thách thức người chung quanh, nhất là vua quan đang có sẵn quyền lực trong tay?

Nhưng ai cấm thiểu số đó nghĩ rằng mình có chính đạo? Vì họ có nghĩ như thế và tìm cách minh chứng như thế, thì cũng là lẽ thường. Thực vậy, ai cũng biết rằng nhà Phật cho rằng ai không biết và không theo Phật pháp thì tức là còn trong tình trạng vô minh, mà vô minh thì sinh ra hành, thức, v.v. cho đến sinh, lão, tử, nghĩa là chưa giải thoát ra ngoài vòng luân hồi. Ai chẳng biết rằng có nhiều nhà Nho trong thời Hậu Lê cho rằng mình có chính đạo, còn Phật giáo, Đạo giáo, cũng như đồng bóng đều là tả đạo cả. Rồi sau này đạo Thiên Chúa cũng được liệt vào số tả đạo như thế. Ngay bây giờ cũng có một số người ở khắp đó đây, đang lý luận dạy nhau rằng không có Thiên Chúa, không có Thiên Chúa tạo thiên lập địa, nhưng có sao đâu, vì đó là niềm tin, là lập trường của họ. Cho rằng mình có chính đạo thì không có gì đáng trách, vì như thế là có lập trường. Chứ có ai biết mình đi lầm đường mà lại vẫn cứ đi? Chứ nếu cái gì cũng cho là phải cả, thì đó là ông "ba phải", không có lập trường gì cả. Có đáng trách chăng, thì là vì người ta dùng quyền lực để cưỡng bách, dùng danh lợi để quyến rũ người khác theo lập trường của mình.

Vì sao lại có loại văn "bút chiến", vào thời đó? Thiết tưởng vào thời đó, đạo Thiên Chúa sau 150 năm đã bắt đầu ăn rễ vào Việt Nam, đã có một số linh mục và thầy giảng bản xứ làm cốt cán cho xứ đạo. Những người theo đạo hằng ngày vẫn tiếp xúc với người ngoại đạo, cho nên không thể không so sánh, không đặt vấn đề đâu là chính đạo, nhất là khi sĩ phu và hàng quan lại không theo đạo, và đôi khi còn tỏ ra khinh miệt cái thứ đạo ngoại lai mà họ cho rằng chỉ có "ngu phu ngu phụ" mới theo. Cho nên có thể nói là những sách như thế có mục đích trực tiếp là để giúp người theo đạo giải quyết những mối thắc mắc riêng của mình, và gián tiếp là để giải thích cho người khác hiểu lập trường của mình.

4. Tiền thân của sách *Tam giáo chư vọng*

Sách *Tam giáo chư vọng* không có đề là soạn vào năm nào, nhưng ở trang 29 có viết: "năm này là Nhâm Thân Cảnh Hưng thập tam niên". Như thế có nghĩa là đoạn thứ 5 trong quyển thứ nhất được viết vào năm 1752. Trước đó hai năm thì có một cuốn sách khác, viết bằng tiếng La tinh, chữ rất đẹp, nhan đề là *Opusculum de sectis apud Sinenses et Tunkinenses*, nghĩa là: Tiểu luận văn về các tôn giáo của người Tàu và của người Đàng Ngoài. Trong lời Tựa, tác giả xưng mình là thầy Adrianus à Sancta Thecla, thuộc dòng tu không đi giầy, theo luật thánh Augustino, và được sai đi giảng đạo ở Đàng Ngoài, và nói sách đã được hoàn tất vào tháng chín năm 1750 tức là năm Canh Ngọ (tác giả viết lầm là Canh ngũ), niên hiệu Cảnh Hưng năm thứ mười một[5] .Adriano là linh mục người Ý phục vụ cho địa phận Đông Đàng Ngoài.

Sách Tiểu luận văn (TLV) này là một luận văn, chứ không dàn cảnh theo lối đối thoại giữa đông sĩ và tây sĩ như trong sách *Tam giáo chư vọng*, nhưng xét về nội dung thì tôi cho nó là tiền thân của *Tam giáo chư vọng* (TGCV), vì mấy lý do sau đây. Thứ nhất là cách chia phần đoạn như nhau, theo thứ tự: Nho giáo, Đạo giáo, rồi Phật giáo. Thứ hai là TGCV viết đầy đủ và nhiều chi tiết hơn TLV. Thứ ba là những đoạn văn trưng dẫn từ sách chữ Hán hầu hết giống nhau, lại được trưng dẫn theo cách đọc Hán Việt như nhau. Xét về hình thức "bút chiến", thì tôi thấy có một tập sách khác có thể là tiền thân của nó.

[5] Cuối bài Tựa có viết như sau: "Quod complebam mense Septembri anno christi 1750, Annammittis Canh Ngọ Regis Lê Cảnh Hưng undecimo. Ego Frater Adrianus à Sancta Thecla, Eremita discalcatus Ordinis Sancti patris Nostri Augustini, Missionarius Apostolicus in Regno Tunquini" (*Opusculum de sectis apus Sinenses et Tunkinenses*, AMEP, Vol. 667, trang VII-VIII). Bản viết tay tàng trữ ở AMEP dầy 113 trang, khổ 19x25 cm, có lẽ là mất bản sao, do giám mục Louis Néez, là vị đại diện giáo tông toà ở địa phận Tây Đàng Ngoài từ 1723 đến 1764, truyền cho một tu sĩ người Việt thạo tiếng Latinh thi hành (xem André Marillier. *Nos pères dans la foi.* Notes sur le clergé catholique du Tonkin de 1666 à 1765, Eglise d' Asie, série histoire 2, fasc. 2, Paris 1995, trang 126).

Tập sách này nhan đề là *Khuyết võng mục lục*, nghĩa là mục lục những điều sai sót, viết tay bằng chữ Nho, tất cả chỉ có 26 tờ. Không có tên người viết, cũng không đề là năm nào, nhưng tôi đoán là nó có trước hai cuốn sách kia, vì nó không đầy đủ, lại các đề tài cũng không được phân loại cho có thứ tự như hai cuốn kia [6], và vì các đề tài của nó cũng lại xuất hiện trong hai cuốn sách đó, lại vì nó cùng ở trong lô sách mà Hội Thừa sai Nước Ngoài đã đem từ Việt Nam về trụ sở Paris của họ (nhưng lại để ở Thư viện Á châu, cũng của Hội, chứ không để ở Văn khố, như hai cuốn kia).

5. Tác giả của *Tam giáo chư vọng*

Về tác giả của TGCV, thì không thấy đề tên rõ ràng. Nhưng trong bài Tựa, tác giả tự giới thiệu như sau: "Ta là người ở phương thái tây trong nước Italia đã sang bên phương đông này giảng giải đạo thánh Đức Chúa Trời cho kẻ ở nước Annam này kẻ hèn kẻ sang kẻ thông kẻ dốt kẻ già kẻ trẻ, được biết chính Chúa phải thờ cùng chính đạo phải giữ mà ngày sau được phúc ở trên thiên đàng đời đời chẳng cùng" (trang I).

Chúng ta biết là từ khi chia xứ Đàng Ngoài làm hai khu vực truyền giáo (năm 1673), lấy sông Hồng hà làm ranh giới, thì các giáo sĩ người Pháp làm việc ở địa phận Tây Đàng Ngoài, còn các giáo sĩ các nước khác thì làm việc ở địa phận Đông Đàng Ngoài dưới quyền của dòng tu Đa Minh (dominicains). Vào năm 1752 thì ở địa phận Đông Đàng Ngoài có tất cả là 23 linh mục: 15 người Việt và 8 người Âu châu, trong số đó có 5 người Ý đều đi tu theo luật dòng thánh Augustino cả. Linh mục Adriano thì đã viết TLV bằng tiếng La tinh. Còn ba vị khác thì không thấy có gì đặc sắc, cho nên ta có lý mà đoán rằng sách TGCV nếu không phải là do Adriano viết thì là do giám mục Hilario de Jesus căn cứ theo TLV của Adriano mà viết ra tiếng Việt. Vị này tới Đàng Ngoài vào năm 1724, có tiếng là rất thạo tiếng Việt và đã viết nhiều sách đạo bằng tiếng Việt. Năm 1736 Hilario được cử làm giám mục hiệu tòa Coricée (hay là Core) [7].

Thời gian làm việc ở Việt Nam của giám mục Hilario là một thời kỳ khó khăn: bên ngoài thì có giặc giã cướp bóc, giáo dân và giáo sĩ thường bị rầy rà, bên trong thì việc tổ chức lại khu vực truyền giáo, như vừa nói trên đây, cũng chưa ổn định. Thực thế, trước đó nhân dịp các vua Bồ Đào Nha và Y Pha Nho đi mở thuộc địa thì giáo tông tòa ở Roma giao phó cho họ nhiệm vụ truyền bá đức tin, để cho việc mở

[6] Trong tập *Khuyết võng mục lục* chỉ nói thật vắn tắt về những đề tài sau đây: Thích Ca Phật, A Di Đà Phật, Luân hồi, Linh bài, tổ Tông bài, Quan Âm, Lão Quân, Ngọc Hoàng, Quan Vũ, Thành Hoàng, Táo thần, Tử đồng đế quân, Thần tiên bồ tát tổng luận, Lôi luận, Thiên địa quân thân sư, Chỉ tiền (tiền giấy).

[7] Tôi được Giáo sư Đỗ Quang Hưng cho biết là có một cuốn sách bằng tiếng Italia, cũng về đề tài như thế, đã được dịch ra tiếng Anh, và sắp xuất bản. Mốt khi có được cuốn đó, ta sẽ có thể so sánh và biết đích xác hơn ai là tác giả *Tam giáo chư vọng*.

thuộc địa bớt tính cách vụ lợi vật chất. Nhưng chẳng bao lâu sau, nhận thấy rằng mình lầm, vì các vua đó chỉ nghĩ đến cái lợi riêng, cho nên tự tiện lập hàng giáo phẩm và đồng hóa người bản xứ; vì thế những thuộc địa cũ của hai nước đó ở Nam Mỹ ngày nay đều nói tiếng Bồ Đào Nha hay tiếng Y Pha Nho. Có hai lý do làm cho giáo tông tòa Roma muốn thôi không cho hai nước đó đỡ đầu cho việc truyền giáo nữa. Một là vì khi giảng đạo tới những nước có văn hiến ở Á châu, thì không thể đồng hóa được, mà phải hội nhập văn hóa. Hai là muốn tổ chức lại việc truyền giáo, lấy lại quyền lựa chọn và sai phái các giáo sĩ. Nhưng bỏ hai nước đó ra, thì phải kêu gọi đến giáo sĩ của những nước nào không có quyền lợi chính trị hay kinh tế gì ở Á châu, chẳng hạn như nước Pháp. Vì thế sau nhiều năm vận động của Alexandre de Rhodes, giáo tông tòa đã cử hai giáo sĩ Pháp, là Pallu và Lambert de La Motte làm đại diện để lo việc truyền giáo ở Á châu, với những chỉ thị mới: phải tìm cách lập hàng giáo phẩm bản xứ, phải hội nhập văn hóa chứ không được bắt người bản xứ đồng hóa. Do đó Hội Thừa sai Nước Ngoài tại Paris được thành lập năm 1660. Các giáo sĩ của Hội, thường là người Pháp với nhau, làm việc ở Tây Đàng Ngoài, thì không có gì lôi thôi khó khăn. Nhưng ở Đông Đàng Ngoài, vẫn còn một số giáo sĩ Dòng Tên (Jésuites) trước đã được phái sang từ Lisboa (Lisbonne, Bồ Dào Nha), vẫn không chịu chấp nhận làm việc theo điều kiện mới, cho nên gây ra nhiều điều khó khăn trong nội bộ địa phận Đông Đàng Ngoài. Cũng phải chờ cho đến khi Dòng Tên phải đóng cửa ở Âu châu năm 1773, và không được trở lại Việt Nam nữa, thì tình thế mới ổn định. Chuyến tây du sang Lisboa vào cuối thế kỷ XVIII của linh mục Philiphê Bỉnh, nhờ tiền đóng góp của giáo dân cũ của các giáo sĩ Dòng Tên, mang theo hi vọng xin cho Dòng Tên được trở lại Việt Nam nhưng không thành công, đó là màn cuối cùng của tấn bi kịch gây ra do sự thay đổi đường lối truyền giáo.

Nhắc qua mấy trang sử đó cũng đủ thấy rằng những năm làm giám mục ở địa phận Đông Đàng Ngoài của giáo sĩ Hilario cũng có nhiều điều phải hết sức bận tâm. Đến năm 1754 thì ngài mất, thọ 57 tuổi [8].

6 Nội dung sách *Tam giáo chư vọng*

Nội dung cuốn sách được trình bày như là một cuộc đối thoại giữa một ông tây sĩ (tác giả) và một ông đông sĩ. Tây sĩ rất có thiện cảm với đông sĩ và hai người lấy lý sự mà nói chuyện với nhau về tam giáo. Đây xin trích dẫn mấy câu trong lời *Tựa*:

Ta bây giờ gặp Đông sĩ hay chữ nghĩa và có nhân đức thì mừng lắm bởi vì được dịp tốt mà biết cho tỏ mọi sự thuộc về tam giáo lại luận cùng Đông sĩ chính lẽ về ba đạo ấy. Kẻ hay chữ nghĩa chẳng những là phải học sách mà lại phải xét lẽ trong sách học cho thông. Có nhiều khi sách khéo nói dạy đều trái cho nên kẻ học sách phải xét lẽ trong ấy có

[8] Muốn biết nhiều về giám mục Hilario, có thể xem trong: André Marillier, Sđd, tr. 124 - 126

phải sự thật sự chăng, như lời trong sách Đại Học rằng : học giả bất khả dĩ bất khả dã, kẻ học mà chẳng biết lẽ thật lẽ trái thì chẳng nên gọi là kẻ thông hay chữ nghĩa, kẻ học mà biết lẽ thật lẽ dối thì mới nên gọi là kẻ thông hay chữ nghĩa, như lời Đại Học rằng: Vật cách nhi hậu tri chí. Vì vậy Tây sĩ xin Đông sĩ vấn đáp nhau mà xét luận các lẽ ba đạo ấy cho thông biết mọi sự vọng là sự phi lý ba đạo ấy cùng sẽ chia làm ba quyển. Trong quyển thứ nhất sẽ luận về sự vọng đạo Nho; trong quyển thứ 2 sẽ luận sự vọng đạo; trong quyển thứ 3 sẽ luận sự vọng đạo Thích.

Về cách thức đề cập các vấn đề, thiết tưởng nên có vài nhận xét:

Thứ nhất: về thứ tự các đề tài thì tác giả theo như trật tự các tôn giáo, đứng trong quan điểm nhà Nho thời ấy : dĩ Nho vi tiên, Đạo vi thứ, Thích vi hậu.

Thứ hai: không cần phải nói thì ai cũng rõ rằng người viết sách, đặt vấn đề, và hướng dẫn cuộc thảo luận, là giáo sĩ đạo Thiên Chúa, cho nên dĩ nhiên là phần thắng lợi phải dễ dàng về tay tác giả.

Thứ ba: bàn luận theo lối đối thoại có lẽ là một con đường mới đối với người Á châu, xưa nay thường tôn kính bậc thầy mà không dám có tư tưởng riêng. Trái lại, theo như tôi nghĩ, thì triết học Âu châu đã bắt đầu bên Hi lạp, khi mà, thay vì chấp nhận tất cả những gì tiên sinh viết, thì Platon viết ra những bài đối thoại, trong đó thầy cũng như trò, đều lấy lý sự mà bàn luận với nhau. Người ta có thuyết phục được nhau, trong khi bàn việc nước hay là khi triết lý vơi nhau, thì không phải là vì mạnh thế, vì có địa vị hay là uy tín, nhưng là vì có lý sự. Vì thế, mặc dầu tính cách "bút chiến", lý luận trong sách không phải là không có chỗ lý sự, đáng suy nghĩ, nhất là vì nhiều khi tác giả lấy lại lập luận của nhà Nho đối với các tôn giáo khác.

Trong bài giới thiệu này, tôi không thể đi vào chi tiết nội dung cuốn sách, nên chỉ xin trình bày mục lục như sau:

Phần thứ nhất: Nho giáo chư vọng gồm 15 đoạn, luận về những đề tài này: Thái cực sinh trời đất, Bàn Cổ bởi ai mà ra? Thượng đế là đấng nào? Chính đạo bởi ai mà ra? Hồng thủy, Tế thiên địa lục tông, Tế ngũ đế ngũ thần, Lễ hội miêng cùng lễ tế cờ đạo, Thành hoàng cùng thượng trung hạ đẳng thần, Vua Dóng vua Trèm vua Bạch mã, Táo quân Thổ công Thổ chủ Tiên sư, Tế ông Khổng cùng các đại hiền, Tế ông Thái công cùng các đại tướng, Lễ tế táng ông bà cha mẹ, Luận sự địa lý.

Phần thứ hai: *Đạo giáo chư vọng* gồm 12 đoạn, luận về những điều sau đây: Lão tử lập ra đạo Đạo, đạo Đạo bởi Trương Nghi Trương Giác mà ra, Việc thầy phù thủy làm chữa người ta, Mười hai thần hành khiển, Cửu tinh cùng Thiên lôi, Ngày giờ tốt xấu, Hà bá Thủy quan

Phạm Nhan Liễu Hạnh, Luận sự bói, Xem số cùng xem khoa, Ngũ tinh, Xem tướng cùng xem giò, Nhật thực nguyệt thực.

Phần thứ ba: Thích giáo chư vọng gồm 12 đoạn, luận về những điều sau đây: Phật giáo bởi ai mà ra? Phật giáo nhập vào Trung quốc, Luận lòng nhà Nho về Phật giáo, Luận cửu kiếp Phật giáo truyền lại, Chính nghĩa cửu kiếp, Luận nghĩa chữ không cùng chữ Phật, Về cấm sát sinh cùng luân hồi, Luận kinh bảo đàng, Lễ đốt nhà táng cùng vàng mã, Địa ngục, Bụt Quan âm cùng cô hồn, Luận ngày tết lên nêu ba vôi bột.

Kết luận tạm thời

Trên đây tôi đã cố ý tương đối hóa cái hình thức "bút chiến" của TGCV. Nếu ta gác cái mục đích và dụng ý chủ quan của tác giả ra một bên thì, xét khách quan, TGCV là một tài liệu, rất có thể là tài liệu đầu tiên, lại khá đầy đủ về tôn giáo Việt Nam, cho nên đáng được xét đến trong khi nghiên cứu về tôn giáo cổ truyền Việt Nam.

Về nội dung thì có hai loại. Loại thứ nhất là do sách Nho mà người theo đạo Thiên Chúa, giáo dân cũng như giáo sĩ, đã đọc được. Có điều là vào thời đó, khi trưng dẫn, người ta không quen nêu rõ xuất xứ, cho nên ta không biết là lấy ra từ sách nào, từ phần nào, từ đoạn nào. Tuy nhiên ta có thể kiểm soát được [9], và đó là một trong những công việc phải làm nếu ta định in sách đó ra. Loại thứ hai là những điều quan sát được trong đời sống tôn giáo dân ta thời đó, lại cũng có nhiều người giáo dân trước đã theo như thế. Đó là những điều mà các giáo sĩ Tây phương đã để tâm ghi chép từ hơn thế kỷ. Trong bài Tựa của TGCV, Adriano có kể lại rằng ông đã đưa sách này vào nhà tù, để giáo sĩ Francisco Gil de Federich duyệt lại và sửa những điều không đúng (vị này bị hành quyết năm 1745). Có lẽ không thể lấy sách lý thuyết hay sách lễ nghi bây giờ để phi bác những sự kiện đã quan sát, nhưng có thể lấy để so sánh và để nhận định ra những cái đã thay đổi từ mấy thế kỷ nay.

Về cách kết cấu thì TGCV trình bày một cái nhìn tổng quát, vá các sự kiện khá nhiều đó đã được phân loại theo tam giáo cho nó có thứ tự. Thiết tưởng ngày nay các nhà nghiên cứu văn hóa dân gian có thể phân loại khác đi. Vì có những yếu tố chưa chắc đã hẳn là của Nho giáo, Đạo giáo hay Phật giáo, mà là thuộc về tôn giáo dân gian đã có trước tam giáo. Dù sao cũng khó phân loại, vì thời xưa người ta thi hành tất cả các lễ nghi, bất kể từ đâu lại. Vào thế kỷ XIX, có nhiều

---

[9] Một ví dụ: ngay trong đầu bài Tựa có trưng câu Hán văn: "Đế hoàn kinh sư, nho đạo thích tịnh hiến hạ thi", thì ta có thể đoán là lấy ra từ *Đại Việt Sử kí toàn thư*, Bản kỉ, Quyển thứ 3, kỉ nhà Lý. Bản dịch Việt văn (Hà Nội 1967) là: "(tháng 11), vua (Thánh Tôn) về đến Kinh sư. Các nhà nho đạo thích đều dâng thơ mừng".

sách đạo viết bằng chữ Nôm và chữ Quốc ngữ, cũng lấy lại nhiều yếu tố trong TGCV, nhưng không lấy lại cách phân loại quá cứng nhắc như thế nữa.

Vấn đề có thể làm sau này: một là so sánh TGCV với TLV của Adriano, hai là chờ khi bản tiếng Ý đã nhắc tới trên đây được in ra, thì ta so sánh thêm để xác định về tác giả.

Nguồn: Tạp chí *Nghiên cứu Tôn giáo*, Tập 19, Số 1 (2003), trang 47 54
https://vjol.info.vn/index.php/rsr/issue/view/286

CHỮ QUỐC NGỮ VÀ CHỮ NÔM - TỰ VỊ TABERD VÀ DI SẢN VĂN HÓA VIỆT NAM

Gs. Trần Văn Toàn *[1]

MGR. JEAN LOUIS TABERD 1794-1840 (nguồn AMEP)

Đối với những ai có lòng tha thiết với văn hóa dân tộc, thì cuốn tự vị Việt Latinh do giám mục Taberd biên soạn và cho in bên Ấn độ năm 1838, thực là một tài liệu không thể bỏ qua, vì nó đánh dấu một chặng đường quan trọng trong lịch sử hình thành của nền quốc học Việt Nam. Quan trọng là vì đây là lần đầu tiên chữ Quốc ngữ được đối chiếu với chữ Nôm trong một cuốn tự vị được in ra. Các tự vị chữ Nôm được biên soạn và ấn hành sau này đều lấy lại cái sáng kiến đó một như là một việc rất tự nhiên.

Có lẽ đôi khi, vì nhiều lý do, người ta ngần ngại không muốn nhìn nhận tác phẩm đó là một tài liệu có tầm cỡ quan trọng. Một lý do chính, có lẽ là vì lẽ nó do một người ngoại quốc biên soạn, cho in ở ngoại quốc, và hơn nữa lại viết bằng tiếng Latinh. Cũng dễ hiểu: vào thời buổi này, muốn học được khoa học và kỹ thuật, muốn hiểu được chính trị và kinh tế trong thế giới, thì cần phải am tường sinh ngữ. Cho nên ở Việt

*[1] Về tác giả, xem trang I-543

Nam chúng ta không thiếu các thứ tự vị Anh, Pháp, Tàu, Nhật, v.v.. Chứ ngoài một thiểu số người Công giáo, vì lý do tôn giáo, thì hỏi có ai nghĩ đến việc học một cổ ngữ như tiếng Latinh, không có liên quan gì đến văn học Việt Nam? Một lý do khác nữa có lẽ là lòng tự ái.

Nhưng trái lại, cũng chính vì lòng tự ái dân tộc, mà tôi trộm nghĩ tự vị Taberd là một công trình quan trọng, đáng được chú ý. Thực vậy, người Việt ta ý thức rằng mình có một nền văn hóa riêng, nhiều khi còn bạo dạn tuyên bố mình có bốn nghìn năm văn hiến, nghĩa là không thua gì người Tàu. Nhưng cái ý thức đó dù sao cũng còn là chủ quan: chắc gì là người Tàu đã chịu nhận như thế? Ta biết họ từ xưa vẫn đã có ý định đồng hóa, làm cho người Việt thành ra người Tàu. Lần cuối cùng khi họ đô hộ nước ta, vào thời nhà Hồ, thì quan lại nhà Minh đã tìm cách thu lấy cho hết các sách vở của người Việt, kể cả sách viết bằng chữ Hán. Kho tàng văn hóa của ta cũng vì thế mà mất mát đi khá nhiều. Đàng này khác: các giáo sĩ Tây phương sang truyền giáo đã công nhận và tôn trọng văn hóa riêng của ta. Như thế thiết tưởng không phải là vì ta cũng dùng chữ Hán, cũng có tam giáo như người Tàu, nhưng chắc chắn là vì ta có tiếng nói riêng và chữ viết riêng, tức là chữ Nôm. Tôi dám chắc rằng nếu trên đất Việt Nam xưa kia không có chữ Nôm, mà chỉ có chữ Hán, thì dĩ nhiên là người Tây phương hẳn đã cho rằng người Việt cũng chẳng khác gì người Tàu. Chính vì chưa hiểu rõ như thế cho nên khi đức giáo tông Alexandre VII gửi tông huấn cho các giám mục ở Đàng Ngoài và Đàng Trong thì đã đề cho nó cái tên nghe thật lạ tai: Tông huấn chỉ đạo cho các vị đại diện giáo tông tòa đang lên đường sang các quốc gia của người Tàu ở Đàng Ngoài và Đàng Trong (1659)!

Trước hết, ngay từ thế kỷ XVII, các giáo sĩ Tây phương sang Việt Nam truyền giáo, đã ra công quan sát phong tục tập quán, đồng thời học tiếng nói và chữ viết của ta, để dễ bề chia sẻ niềm tin của họ với người mình. Họ rất có thiện cảm với người Việt, và đã viết ra nhiều lời ca tụng văn hóa và ngôn ngữ của chúng ta. Ngay trong đầu thế kỷ XVII, giáo sĩ Girolamo Maiorica là người Ý (Italia) đã soạn ra hàng chục cuốn sách đạo bằng chữ Nôm. Sau đó giáo sĩ Alexandre de Rhodes (Đắc Lộ) quê ở Avignon (nay thuộc về nước Pháp) đã cho in tại Roma năm 1651 sách giáo lý bằng chữ Quốc ngữ Việt Nam và tiếng Latinh, sách về ngữ học Việt Nam bằng tiếng Latinh và *tự vị Việt - Bồ Đào Nha - Latinh*. Những người đã xướng xuất ra các công trình ấy vốn là những người có học thức, có đầu óc cởi mở, và đã ra công học hỏi được nhiều, nhưng ta không nên quên rằng các vị ấy đã học với người Việt mình. Những người Việt này thường là những thầy giảng đi theo cộng tác trong việc truyền giáo. Họ cũng là những người biết chữ thánh hiền, biết sử dụng chữ Nôm, và hiểu biết phong tục tập quán nước ta.

Cho nên tuy rằng trong các công trình ấy không nhắc đến tên tuổi của họ, nhưng ta cũng chắc được rằng những người Công giáo Việt Nam ấy đã đóng góp vào đó, nếu không phải là về phương pháp thì cũng là về phần tài liệu, một phần không phải là nhỏ. Cho nên khi làm những công việc đó với người ngoại quốc, họ lại càng ý thức được cái gì thuộc về văn hóa nước nhà.

Còn về việc viết bằng tiếng Latinh, thì ta cũng nên biết rằng vào mươi thế kỷ trước đây, tiếng Latinh là ngôn ngữ dùng trong giáo hội Công giáo, đồng thời cũng là ngôn ngữ của giới học giả Âu châu (cũng như chữ Hán trong miền đông châu Á), Xin đan cử một ví dụ: Các triết gia như Hegel, Feuerbach đều viết luận văn tiến sĩ triết học bằng tiếng Latinh, còn Karl Marx thì tuy viết luận văn bằng tiếng Đức nhưng đã tham khảo sách vở bằng tiếng Latinh và tiếng Hi lạp. Các giáo sĩ, cũng như các học giả thời đó, ngoài tiếng nói nước mình còn biết tiếng Latinh nữa. Cho nên khi viết sách và tự vị bằng tiếng Latinh, không phải chỉ là để cho người Công giáo, mà còn là để cho giới học giả Âu châu học biết ngôn ngữ và văn hóa Việt Nam nữa. Có một điều mà có lẽ chưa ai để ý, là những người như Alexandre de Rhodes, Pierre Pigneaux de Béhaine (Bá Đa Lộc) hay Jean Louis Taberd, là những người nói tiếng Pháp, đều đã soạn *tự vị Việt - Latinh*, chứ không soạn tự vị Việt Pháp. Lý do thật là đơn giản: họ là người đi giảng đạo Thiên Chúa, đi chia sẻ niềm tin Công giáo, chứ không phải là người đi truyền bá văn hóa, chính trị và học thuật nước Pháp. Về sau này, khi người Pháp can thiệp vào Việt Nam và đặt nền thống trị của họ trên đất nước ta, thì lúc đó mới thấy xuất hiện nhiều *tự vị Việt - Pháp* và *Pháp - Việt*.

Nếu ta bỏ hẳn phần tiếng Latinh ra, thì tự vị Taberd cũng vẫn còn là quan trọng, vì lẽ trong tự vị vừa dùng chữ Quốc ngữ, vừa dùng chữ Nôm. Chữ quốc ngữ thì ghi được một cách khá chính xác cách phát âm, còn chữ Nôm thì tuy không ghi được cách phát âm, nhưng cũng là kết tinh của mấy thế kỷ ông cha chúng ta cố gắng để tự lập về văn hóa đối với người Hán tộc. Như vừa nói trên đây, các tự vị chữ Nôm ngày nay của ta cũng dùng hai thứ chữ viết như thế.

Chính vì ở phần dẫn nhập và phần chỉ dẫn trong Tự vị, soạn giả đã viết tới hơn bốn mươi trang lớn bằng tiếng Latinh, là một cổ ngữ mà ngày nay cả bên Âu châu cũng ít người đọc được, cho nên thiết tưởng cũng cần phải giải thích tóm tắt nội dung của các phần đó.

Sau đây xin có mấy lời về: 1- Thân thế và sự nghiệp của soạn giả; 2- Nội dung cuốn tự vị; 3- Tự vị và nền quốc học; 4- Vấn đề quốc ngữ.

1. THÂN THẾ VÀ SỰ NGHIỆP CỦA SOẠN GIẢ

Jean Baptiste Louis TABERD (tên Việt là Từ) sinh tại Saint Étienne, quận Loire (Pháp) ngày 18-6-1794, gia nhập Hội Truyền Giáo Nước Ngoài, trụ sở tại Paris (Société des Missions Étrangères de Paris), thụ phong linh mục ngày 27-7-1817. Ngày 7-11-1820, rời Pháp, trên tàu Maison Saget, sang Việt Nam truyền giáo. Vào những năm 1825, 1827, theo lệnh vua Minh Mạng, các giáo sĩ người Pháp bị đưa về Dinh Cung Quán ở Huế quản thúc, trong số này có linh mục Taberd; nhưng nhờ tổng trấn Lê Văn Duyệt can thiệp, nên linh mục được tự do lui về Saigon. Ngày 30-5-1830, tại Bangkok linh mục Taberd được tấn phong làm giám mục, với hiệu tòa Isauropolis, và được lãnh trách nhiệm coi sóc địa phận Đàng Trong, nhưng vì hoàn cảnh khó khăn nên chỉ ở miền nam chứ không ra ngoài Huế được.

Giám mục Taberd đang ở Thị Nghè, thì lại bị vua Minh Mạng ra dụ ngày 6-1-1833, triệu về Huế trình diện, nên cùng với ba giáo sĩ Pháp và mười lăm chủng sinh ở Lái Thiêu trốn ra khỏi Thị Nghè, qua ngả Châu Đốc, Hà Tiên, Campuchia, tới Chanthaburi ngày 21-3, rồi tới Bangkok sau hơn một tháng trời. Hành trình hết sức mệt nhọc.

Tại Bangkok nhà vua nước Xiêm (Thái lan) muốn lợi dụng và lôi cuốn giám mục về phía nước Xiêm để chống lại Việt Nam, nhưng bị từ chối. Để khỏi vướng mắc về chính trị, mùa hè năm 1834, giám mục trốn xuống Penang và Singapore, rồi sang xứ Bengale bên Ấn độ. Nhận thấy không thể trở lại Việt Nam được, nên giám mục Taberd đã xin Tòa Thánh bổ nhiệm phó giám mục ở Đàng Trong, để làm việc thay cho mình. Vì thế năm 1835, linh mục Étienne Théodore Cuénot (tên Việt là Thể) được cử vào chức vụ này. Năm 1838 giám mục Taberd xin từ chức giám mục Đàng Trong, và được cử làm giám mục ở xứ Bengale. Cũng năm ấy ngài cho xuất bản tại nhà in J. C. Marshman ở Serampore cuốn *Nam Việt Dương Hiệp Tự Vị Dictionarium Anamitico Latinum*. Ngài mất tại Calcutta ngày 31-7-1840.

Cuốn tự vị này được hoàn thành, ít nhất đã có sự cộng tác của chủng sinh Philiphê Phan Văn Minh, vì khi ông này còn đang học tại đại chủng viện Penang, đã được giám mục Taberd mời sang Calcutta để cộng tác vào việc biên soạn. Sau này Phan Văn Minh đã được thụ phong linh mục. Thực ra các soạn giả đã dùng làm căn bản bổ sung khá rộng cuốn tự vị chép tay Dictionarium Anamitico Latinum của giám mục Pigneaux de Béhaine (Bá Đa Lộc) đã soạn vào những năm 1772-1773, nhưng chưa soạn xong hẳn.

Ngoài cuốn tự vị nổi tiếng đó, giám mục Taberd còn cho xuất bản:

- *Tabula geographica imperii annamitici*, Bengale, 1838.

- *Documenta rectae rationis*, Pondichéry, 1838 (Sách này dùng vào việc huấn luyện các chủng sinh Việt Nam và Trung Hoa. Sách được tái bản lần thứ ba tại Hương Cảng năm 1914).

- *Giáo lý Đàng Trong*, 1838. (Theo soạn giả Trương Bá Cần dẫn chiếu cuốn Bibliotheca Missionum. Xin coi: *Công giáo Đàng Trong thời giám mục Pigneau*, Tủ sách Đại Kết, 1992, trang 40).

2. NỘI DUNG CUỐN TỰ VỊ

2.1. Phần dẫn nhập và chỉ dẫn

Đáng chú ý là phần dẫn nhập và chỉ dẫn, vì nó cho ta biết thêm về nguồn gốc cuốn tự vị, lại cho ta thấy soạn giả đã có hiểu biết nhiều về văn học Việt Nam, đồng thời cũng muốn thông những cái biết ấy cho người khác. Trong phần này số trang được ghi theo kiểu viết số Rôma. Trong số 46 trang thì trừ 8 trang viết bằng chữ Quốc ngữ ra, các trang khác đều viết bằng tiếng Latinh cả.

Ngay trong phần dẫn nhập (tr. I II), soạn giả cho biết cuốn tự vị đã được khởi công do giám mục Bá Đa Lộc, tức Pierre Pigneaux de Béhaine, là người thạo tiếng Đàng Trong. Ta biết vị này còn thạo cả chữ Hán nữa, và còn soạn một cuốn tự vị *Hán Việt Latinh*, hơn 900 trang, được tàng trữ trong văn khố Hội Truyền giáo Nước Ngoài tại Paris, và cũng mới do hội này rọi ảnh cho in ra vào cuối năm 2001,[2] và cuốn Thánh Giáo Yếu Lý Quốc Ngữ (bản chữ Nôm có bài tựa bằng chữ Hán, đã được in tại Quảng Đông [3] năm 1774, bản chữ Quốc ngữ mẫu tự Latinh thì còn trong văn khố nói trên). Qua bao nhiêu cuộc binh đao, sau vụ nhà trường đào tạo chủng sinh Việt Nam ở Cà Mau bị đốt cháy năm 1778, bản chép tay đã được cứu thoát và đem sang Bengale rồi được tu bổ và ấn hành.

Mục đích của người làm tự vị này là để giúp cho những người muốn học tiếng Việt, như các nhà truyền giáo ở Việt Nam, các thương

[2] Vocaburarium Annamitico Latinum par Mgr Pierre Pigneaux de Béhaine, membre des Missions Étrangères de Paris, évêque d'Adran, vicaire apostolique de Cochinchine, Cambodge et Ciampa. Sách được giới thiệu như sau: "Cuốn tự vị viết tay này dày 729 trang, khổ A3, là sách đầu tiên trong lịch sử Việt Nam trình bày cả hai lối chữ, chữ Nôm và chữ quốc ngữ viết theo mẫu tự Latinh, và dịch sang tiếng Latinh. Sách được biên soạn trong những năm 1772 và 1773, do Pierre Pigneaux de Béhaine, trong khi phải lưu đày tại Pondichéry, với sự giúp đỡ của tám người Đàng Trong".

[3] Tỉnh lỵ của tỉnh Quảng Đông là thành phố Quảng Châu. Nhưng người Âu châu trước đây có thói quen, khi nói đến tỉnh Quảng Đông hay là nói đến thành phố Quảng Châu, thì đều dùng một chữ "Canton".

gia, các khách du lịch, các học sinh Việt Nam và các học giả muốn tìm hiểu về văn chương Việt Nam.

Nhận xét thứ nhất của soạn giả là ngôn ngữ nước ta do ngôn ngữ Trung Hoa mà ra. Lý do là vì cách viết rất giống chữ Hán: một phần thì lấy lại đúng chữ Hán, một phần thì lấy từ chữ Hán mà chế biến ra. Vì có những cái thay đổi như thế, cho nên người Tàu đọc chữ Việt (chữ Nôm) không ra, mà người Việt nói thì họ không hiểu được. Tuy nhiên, soạn giả viết tiếp, chữ Hán được dùng bên Việt Nam trong các bộ luật và trong các đơn từ, ai muốn được bổ làm quan thì phải học chữ Hán. Vì thế họ có thể bút đàm được với người Tàu. Nói tóm lại là người Việt dùng hai thứ ngôn tự: tiếng nói hằng ngày của người dân và chữ Hán dùng trong giới nhà nho. Soạn giả đưa ra nhiều ví dụ để giải thích người Việt dùng chữ Hán, có lúc đổi hẳn nghĩa, có lúc thì đọc trại đi thành ra dăm ba từ ngữ khác. Như thế quả là soạn giả đã khá hiểu tình trạng tiếng Việt.

Sau những nhận xét chung, thì trình bày tiếng Việt. Bắt đầu là giảng về âm học, thanh học và văn phạm Việt Nam. Soạn giả viết thật tỉ mỉ về các chính âm, các phụ âm đầu và phụ âm cuối, và về cả sáu thanh như tiếng Đàng Ngoài (tr.III-IX). Có điều đáng chú ý là soạn giả có kể ra hai phụ âm đầu là bl và ml, trước đây vẫn dùng cho đến đầu thế kỷ XIX, nhưng trong chính tự vị thì không dùng đến nữa, mà thay bằng hai phụ âm tr và l. Còn về văn phạm thì viết vắn tắt (trang IX-XII) và viết các phần đoạn theo như văn phạm Âu châu. Nhưng bù vào đó thì lại có hơn hai chục trang (XIII-XXXIX) về các phụ từ đặc biệt Việt Nam, dùng để viết cho câu văn thêm đẹp, hay nói cho đúng ra là để viết cho ra tiếng Việt.

Sau cùng thì có 8 trang (XXXIX-XLVI) dạy rất tỉ mỉ về cách làm thơ: thơ lục bát, thơ Đường thất ngôn bát cú, thơ ngũ ngôn, và về cách làm phú và làm văn tế, với các câu đối, biền ngẫu đúng phép. Những trang này thì viết bằng tiếng Việt, vì thực ra nếu không thông thạo tiếng Việt thì khó mà lãnh hội được. Tất cả đều có những bài mẫu được dịch ra tiếng Latinh. Độc giả có thể căn cứ vào đó mà hiểu được những cái đặc sắc tế nhị của tiếng Việt.

2.2. Phần chính

Phần chính của cuốn tự vị gồm 620 trang, mỗi trang chia ra làm 2 cột. Các chữ trong tự vị được xếp theo thứ tự A, B, C của mẫu tự Latinh, nhưng mỗi từ ngữ đều được viết bằng chữ Nôm trước, viết theo mẫu tự Latinh sau, rồi dịch nghĩa ra tiếng Latinh. Tiếp sau đó thì chua thêm những kiểu nói bắt đầu bằng chữ đó. Cũng nên chú ý rằng các sách Nôm của người Công giáo Việt Nam trong gần bốn thế kỷ, đều gọi chữ Nôm là quốc ngữ, để phân biệt nó với chữ Hán là chữ viết của người Tàu. Gần đây chúng ta mới gọi chữ viết theo mẫu tự Latinh là chữ Quốc ngữ.

Cứ theo lý mà xét, thì tự vị này phải nặng về tiếng Đàng Trong, vì cả hai giám mục Pigneau (Bá Đa Lộc) và Taberd đều đã hoạt động ở Đàng Trong, và hơn nữa, cuốn *Thánh Giáo Yếu Lý Quốc Ngữ* (1774) viết theo mẫu tự Latinh của giám mục Bá Đa Lộc cũng viết theo tiếng Đàng Trong, ví dụ: nhơn, chứ không viết nhân. Tuy vậy tiếng Đàng Ngoài cũng xuất hiện khá nhiều trong tự vị đó, ví dụ: được thay vì đặng, vào thay vì vô. Cho nên có thể đoán rằng có người Đàng Ngoài cộng tác vào đó.

Ai muốn tra tự vị theo kiểu Tàu, nghĩa là theo thứ tự các bộ chữ và theo số nét viết, thì có thể tìm trong những trang 661-712. Đặc biệt nhất là trong những trang 713-719 có một bảng để chỉ cho biết những chữ Hán gồm nhiều bộ phức tạp thì phải tìm theo bộ nào.

Ngoài những từ ngữ thông thường trong những trang trên đây, lại có 40 trang (621-660) dành cho những từ ngữ chuyên môn về thực vật học, về cây cối, hoa quả, rau cỏ ở Đàng Trong (Hortus floridus Cocincinae). Như ta biết, phép phân loại, dùng trong thực vật học, và sau này dùng trong động vật học, đã được định hình do Carl von Linné (1707-1778), đặt tiêu chuẩn khoa học để thống nhất cách chia loại trên loại dưới, chia hạng trên hạng dưới, đồng thời dùng tiếng Latinh, chứ không dùng từ ngữ thường nhật của học giả các nước khác nhau, để thống nhất cách gọi tên các loại thảo mộc. Cho nên chỉ có người am tường khoa thực vật học mới biết nhiều tên bằng tiếng Latinh như thế. Đây là một chuyện tình cờ: năm 1972 tôi có đưa một cây rau răm cho một giáo sư đồng nghiệp, người Bỉ, dạy thực vật học ở đại học Kinshasa (Congo), nhờ xếp loại và gọi tên khoa học; sau khi khám nghiệm, ông ta xếp nó vào loại polygonaceae, và gọi tên nó là polygonum (verisimile) odoratum Loureiro; bây giờ tra tự vị Taberd, xuất bản năm 1838, tôi thấy đã gọi tên nó là Polygonum odoratum. Thế mới biết soạn giả không phải là những người vô học. Thiết tưởng các nhà thực vật học nước ta cũng nên so sánh cách gọi tên thảo mộc bên ta và tên các vị thuốc bắc trong tự vị đó với các tên dùng trong khoa học ngày nay xem sao.

Sau cùng còn một phần phụ lục dành cho những từ ngữ Hán Việt (chữ Hán đọc theo giọng Việt), vừa xếp theo thứ tự của mẫu tự Latinh (trang 1 107), vừa xếp theo bộ chữ Hán (trang 108 126). Các trang, như ta thấy, được ghi lại từ 1 đến 126, như là một cuốn sách mới.

Như thế cũng đủ thấy là tự vị Taberd thật là tiện lợi: tra cứu theo chữ Hán, chữ Nôm hay chữ Quốc ngữ đều được dễ dàng cả. Dĩ nhiên việc biên soạn này là một công trình rất có phương pháp, và tốn nhiều công phu. Nếu không tha thiết với tiếng Việt, với chữ Nôm, thì chắc không ai làm. Và hơn nữa, nếu không có nhiều người cùng làm chung thì không ai một mình mà làm nổi.

3. TỰ VỊ VÀ NỀN QUỐC HỌC

3.1. Vấn đề quốc học

Xét cho cùng thì có lẽ nền quốc học của người Việt đã không phát triển theo cùng một nhịp với truyền thống quốc gia và ý thức dân tộc.

Thực vậy, từ mấy nghìn năm nay, tổ tiên người Việt đã có công lao lập nên truyền thống quốc gia và gây dựng ý thức dân tộc. Truyền thống và ý thức ấy thường đi đôi với nhau trong mối tình liên đới và ý muốn đùm bọc lấy nhau của người mình: "bầu ơi thương lấy bí cùng... ". Thứ nhất là cùng nhau tranh đấu với người ngoại bang để giành lấy cho mình một lãnh thổ làm đất sống. Thứ hai là thâu góp kỷ niệm về những người đã có công bảo vệ và bành trướng non sông, rồi viết thành quốc sử, có tính cách thống nhất và liên tục trong thời gian. Ba là nhìn nhận là của mình tất cả những gì có liên quan đến môi trường sinh hoạt, như đất đai, sông núi, thổ sản, thành quách, đền chùa, thần linh và các nhân vật có tiếng: cái ý định ấy đưa tới việc biên soạn những sách như *Đại Nam Nhất Thống Chí*, v.v. Bốn là nhận định về lối tổ chức đời sống chung, như hành chính, tư pháp, điển lễ, phong tục. Về điểm này ta không thiếu gì sách vở. Thiết tưởng ở đây cũng nên kể thêm cách thức phân phối ruộng đất và tài sản trong nước. Về thời trước thì có tất cả chừng 16.000 quyển địa bạ mà học giả Nguyễn Đình Đầu đang phiên dịch, chú giải và đã bắt đầu cho xuất bản. Xem vào đó ta thấy xưa kia ruộng đất đã được phân loại và phân phối như thế nào. Ngày nay cách thức phân phối tài sản giữa các công dân cũng lại là một tiêu chuẩn để đánh giá mức độ liên đới giữa người trong một nước với nhau.

Nhìn vào quá khứ, ai cũng phải nhận rằng người Việt quả thật là đã sớm có truyền thống quốc gia và ý thức dân tộc. Nhưng có một điều làm cho nhiều người thắc mắc và bàn cãi, đó là cái nội dung của văn hóa dân tộc, đó là câu hỏi: quốc học là cái gì? bốn nghìn năm văn hiến là thế nào?

Thực thế, sau khi tách rời ra khỏi đế quốc Trung Hoa và định vị trí mình ở phương nam, người Việt vẫn tiếp tục dùng chữ Hán trong sách vở về đủ mọi ngành: hành chính, tư pháp, quốc sử, địa dư, điển lễ, tế tự. Ví dụ, khi Phật giáo truyền vào nước Tàu, thì kinh điển, lễ nghi đều chuyển sang chữ Hán cả; trái lại, khi truyền vào Việt Nam, thì không những Khổng giáo, Đạo giáo, mà cả Phật giáo, trong suốt mươi mười lăm thế kỷ, vẫn giữ kinh điển và lễ nghi bằng chữ Hán, mà không ai lấy làm lạ, tuy ai cũng biết rằng đọc lên thì người dân không hiểu. Mãi gần đây người ta mới bắt đầu phiên dịch và chú giải bằng tiếng Việt. Thậm chí khi viết về những sự kiện riêng của dân Việt, người ta cũng viết bằng chữ Hán và coi đó là lẽ đương nhiên, ví dụ như: *Việt Điện U Linh Tập, Lĩnh Nam Chích Quái,* v.v. Rồi chính cái ý thức dân tộc được Lý Thường Kiệt đưa ra chọi với quân nhà Tống, hình như cũng được tuyên bố bằng chữ Hán: Nam quốc sơn hà nam đế cư... Chẳng lẽ văn hóa người Việt tất cả chỉ là học lại của người Tàu? Tất cả đều phải nói lên bằng tiếng Tàu mới được?

3.2. Vấn đề chữ Nôm

Chắc hẳn là vì đã ý thức được cái thiếu sót ấy cho nên trong nước độc lập thời nhà Trần, hay có lẽ còn sớm hơn nữa, đã có những nhà Nho nghĩ đến việc chế biến chữ Hán để viết ra tiếng nói của người dân Việt: chữ Nôm bắt đầu thành hình, và ngay thời đó đã có những văn kiện như bài văn tế cá sấu: "Ngạc ngư kia hỡi mày có hay...". Theo như sử gia Ngô Sĩ Liên thì người ta bắt đầu làm thơ phú bằng tiếng Việt vào khoảng đầu thế kỷ XIV. Văn chương chữ Nôm không phải là không phong phú, nhưng các nhà Nho vẫn tiếp tục làm thơ văn bằng chữ Hán, nhà cầm quyền vẫn ra sắc lệnh cai trị dân bằng chữ Hán, viết quốc sử bằng chữ Hán.

Thực ra ta khó tưởng tượng ra cái khó khăn của ông cha ta khi đi tìm chữ viết cho dân tộc. Cũng như người Nhật và người Cao Ly, người Việt dùng rất nhiều từ ngữ Trung Hoa trong ngôn ngữ của mình, có lẽ cũng tới ít là 50%, cho nên khó mà bỏ chữ Hán với lối viết tượng hình đã quen. Tôi không rõ vì sao trong khi tìm chữ viết cho dân tộc, người Nhật Bản và người Cao Ly đã căn cứ vào các nét chữ Hán mà sáng chế ra lối viết theo như cách đọc, hoặc là viết thành vần, hoặc là viết thành âm, vừa đơn giản, vừa đọc lên ngay được. Chính vì không có sáng kiến như thế cho nên chữ Nôm của ta vừa quá lệ thuộc vào chữ Hán, lại vừa phiền phức hơn chữ Hán. Đã thế, khi dùng chữ Hán, có lúc lấy đúng nghĩa chữ, có lúc chỉ lấy cách đọc nhưng lại hiểu theo nghĩa khác, có lúc lại đọc trại ra làm dăm ba kiểu và hiểu ra dăm ba nghĩa. Giám mục Taberd trong phần chỉ dẫn cũng xác nhận sự kiện ấy, và có đưa ra ví dụ chữ lận nghĩa là sẻn so, mà ta có thể tùy câu văn mà đọc thêm ra nữa là lần, lấn, lẩn, lẫn! Cho nên người ta có đọc "lẫn" chữ Nôm, thì cũng không có gì là khó hiểu.

Đứng trong hoàn cảnh như thế, có những nhà Nho cho rằng "Nôm na là cha mách qué". Xét một cách khách quan, thì cách thức dùng và biến đổi chữ Hán của người Việt, cũng không hơn không kém gì cách thức của người Nhật, vì nhiều khi một chữ Hán mà họ đọc ra dăm ba kiểu tùy câu văn, lại đọc ra làm nhiều vần nữa. Chính vì những lý do đó mà chữ viết của người Nhật và chữ Nôm của ta rất khó học, khó hơn cả chữ Hán, Cho nên không dễ gì mà ấn định cách viết chữ Nôm cho có thống nhất, lại vì một lẽ nữa, là người viết chữ Nôm thường căn cứ theo tiếng nói địa phương của mình mà sáng chế (Xin xem Bảng tra chữ Nôm thế kỷ XVII, Chữ Nôm sau thế kỷ XVII và Bảng tra chữ Nôm miền Nam của học giả Vũ Văn Kính). Nay ta dễ hiểu vì sao trong lúc người Tàu có tự vị Khang Hi, thì người Việt chưa làm ra được tự vị chữ Nôm, và có lẽ cũng ít người nghĩ đến việc vun trồng cho tiếng Việt. Cụ Nguyễn Du viết truyện Kiều cũng nói khiêm tốn là để mua vui một vài trống canh mà thôi. Hơn nữa, sau này khi chữ Quốc ngữ được dùng thay chữ Nôm thì xem chừng cũng ít ai thương tiếc nó.

3.3. Tự vị tiếng Việt

Khi các giáo sĩ Âu châu vào Việt Nam truyền giáo, thì họ có đem theo một số sách giáo lý đã soạn bằng Hán văn ở Trung Quốc để cho các nho sĩ đọc. Nhưng họ đã học tiếng Việt để giảng đạo thẳng bằng tiếng Việt cho dân chúng. Có lẽ vì thế mà giới nho sĩ cho rằng đó là tả đạo, giảng cho "ngu phu ngu phụ". Chữ Nôm khó học, thì họ chịu khó học, chứ không dám coi thường, càng không dám cho là mách qué, như các nho sĩ chỉ biết chịu phục có người Tàu. Họ thực biết tôn trọng vốn liếng chữ Nôm của ta cũng như họ đề cao kho tàng Hòa văn (chữ viết của người Nhật). Khi viết sách vở cho người Việt về những điều rất tôn nghiêm như tôn giáo, họ đã dùng ngay chữ Nôm (như trong các tác phẩm của Girolamo Maiorica), và người Công giáo tiếp tục viết, in và dùng sách chữ Nôm cho đến giữa thế kỷ XX. Tuy vậy họ cũng tìm cách viết tiếng Việt theo mẫu tự Latinh để cho người Âu châu học tiếng Việt cho dễ. Thứ chữ viết ấy được khánh thành trong sách *Phép giảng tám ngày* của A. de Rhodes cho in tại Roma năm 1651. Chính vì ý thức được rằng ngôn ngữ là kho tàng quí báu của văn hóa dân Việt, và cũng chính vì muốn dùng tiếng Việt cho đúng nghĩa, cho đúng văn pháp, cho nên ngay từ thế kỷ XVII, từ A. de Rhodes trở đi, nhiều giáo sĩ Âu châu đã ra công làm tự vị và viết về ngữ học Việt Nam.

Làm tự vị tức là làm sổ tất cả các từ ngữ được dùng trong một dân tộc. Người ta thường căn cứ vào sách vở của các nhà văn, căn cứ vào cách ăn nói của người dân, để xác định các ý nghĩa khác nhau của từng từ ngữ. Muốn cho tự vị thành ra hữu dụng, thì sau công việc thu thập tài liệu như thế, phải tìm ra cách thức xếp đặt các từ ngữ cho có thứ tự, để ai nấy biết cách tra cứu. Các tự vị do các giáo sĩ Âu châu biên soạn đều được xếp đặt theo thứ tự của các mẫu tự Latinh, nhưng cũng có bảng xếp đặt theo thứ tự các bộ chữ Hán và theo số các nét chữ. Tự vị Taberd cũng theo qui tắc như thế, cho nên muốn tra cứu chữ Quốc ngữ theo thứ tự mẫu tự Latinh, hay là tra cứu chữ Nôm theo kiểu Tàu (theo bộ chữ và số nét chữ) cũng được cả.

Soạn giả có thể giới hạn tự vị vào những từ ngữ thông dụng mà thôi. Nhưng tự vị cũng còn có thể bị giới hạn, vì soạn giả chưa sao lục ra được hết mọi từ ngữ, hết mọi cách viết chữ Nôm đã dùng trong các sách Nôm ở Việt Nam, hay là chưa tìm ra được tất cả các ý nghĩa của từ ngữ. Cho nên những người đi sau thường lấy lại của người đi trước, và đôi khi cũng căn cứ được vào các tác phẩm đã có, để khám phá thêm được một ít từ ngữ hay ý nghĩa mới. Từ ngữ được viết vào tự vị tức là được công nhận. Cũng như các tự vị khác, tự vị Taberd đã ghi lấy những từ ngữ và những chữ viết (chữ Nôm) đã dùng trong một thời kỳ, trong một địa phương nhất định. Cái sở trường và cái sở đoản của nó là ở chỗ đó.

Xin đan cử ra đây một vài ví dụ, gọi là để đề nghị một vài phương hướng nghiên cứu về chữ Nôm Công giáo: a) có một số từ ngữ chuyên môn của Công giáo, như: "dòng" (hội những người đi tu), "rỗi" (được cứu độ, được sống muôn đời), "kinh" (lời cầu khấn, "oratio",chứ không phải là "sách", như thỉnh thoảng có người hiểu lầm), b) có một số từ ngữ chuyển âm từ tiếng Latinh hay Bồ Đào Nha, như: "vít vồ" (giám mục, chuyển âm từ tiếng Bồ Đào Nha "bispo", chữ Nôm thì dùng hai chữ Hán "viết vô", nhưng phải đọc là "vít vồ"), "pha pha" (vị giáo tông ở Roma, cũng gọi là giáo hoàng, Latinh và Bồ Đào Nha là "papa"). c) có những chữ vẫn thông dụng, nhưng lại không có trong tự vị như "Giê su" là tên vị giáo tổ (Chữ Hán Việt là "Gia tô", người Tàu đọc là "Giê xu"; viết chữ Nôm thì dùng hai chữ "Chi thu", nhưng phải đọc trại đi là "Giê su" thì mới là đúng, chứ không đọc là "Chi thu", như đôi khi có người đọc sai. d) có những chữ Nôm mà soạn giả chưa tìm ra tất cả các cách viết, như: chữ "rỗi" (được cứu độ, "salus"), thì soạn giả chỉ ghi cách viết chữ "khẩu" bên trái chữ "lỗi",[4] chứ không ghi cách viết chữ "sinh" bên trái chữ "lỗi",[5] v.v.

4. VẤN ĐỀ QUỐC NGỮ

4.1. Trở lại vấn đề chữ Quốc ngữ

Ai cũng biết rằng tiếng ta khác tiếng Tàu, và khi người xưa dùng hai chữ (nho!) "quốc âm", hay là "quốc ngữ"[6] là có ý nói đó là tiếng ta chứ không phải là tiếng Tàu, nhưng lại là tiếng ta viết theo các bộ chữ

---

[4] Theo như cách viết của Pierre Pigneaux de Béhaine (Bá Đa Lộc) trong *Thánh Giáo Yếu Lý Quốc Ngữ* (1774).

[5] Theo cách viết trong sách *Phép dòng chị em mến câu rút* (= thập tự giá) *Đức Chúa Giêsu* (1869).

[6] Như trong sách giáo lý của Bá Đa Lộc dẫn trên đây.

Hán. Còn cách viết tiếng ta theo mẫu tự Latinh thì xưa không có tên gì đặc biệt. Các giáo sĩ tạo ra nó là tạo ra cho họ dùng, để họ ghi được lấy giọng nói của ta để học cho dễ, cũng như họ đã làm như thế với tiếng Tàu và tiếng Nhật. Nhưng đồng thời họ vẫn học cho kỳ được chữ Hán, chữ Nhật, chữ Nôm, khó mấy họ cũng chịu khó học. Chứ họ chẳng có quyền lực gì để thay đổi chữ viết của dân tộc nào cả; họ cũng không hề có tham vọng thay đổi gì cả.

Ở nước ta, chữ Nôm và chữ viết theo mẫu tự Latinh đều là hai lối viết lên giọng nói của tiếng ta, vì thế cùng là viết quốc ngữ cả. Nhưng chỉ vì một biến cố lịch sử không có ở Tàu ở Nhật, mà tình trạng thay đổi như ta thấy ngày nay. Số là sau khi chính phủ bảo hộ và thuộc địa bãi bỏ chữ Hán và lấy tiếng Pháp thay vào đó làm ngôn ngữ hành chính và văn hóa, lấy ngôn ngữ của người bảo hộ mới để thay cho chữ viết của người đô hộ cũ, thì chữ Hán không còn phải là con đường tiến thân ở Việt Nam nữa.[7] Chữ Nôm vì quá tùy thuộc vào chữ Hán, lại trước đó cũng chẳng được trọng dụng như chữ Hán, cho nên cũng theo đó mà lu mờ đi,[8] cho nên chỉ còn có lối viết theo mẫu tự Latinh là được gọi là quốc ngữ mà thôi. Đã thế vào đầu thế kỷ XX lại có một số sĩ phu có tên tuổi đứng ra cổ võ cho chữ Quốc ngữ ấy, vì thấy nó tiện lợi và dễ học hơn chữ Nôm.[9] Và họ đã thành công. Ngày nay là gần một thế kỷ sau đó, chúng ta đã quá quen dùng chữ Quốc ngữ rồi, văn chương của tiền nhân hầu hết cũng đã chuyển sang chữ Quốc ngữ, rồi các sáng tác văn học, khoa học, thư tín và giấy tờ hành chính đều viết bằng chữ Quốc ngữ cả. Cho nên có lẽ không còn ai chủ trương phải trở về chữ Nôm nữa: nó thật là thần tình, nhưng vẫn còn nhiều khuyết điểm và chưa được ấn định cho chính xác.

Thế nhưng vẫn có người muốn gây ra vấn đề. Thực vậy, có một vài học giả Việt Nam đã tung ra quan niệm là các giáo sĩ Tây phương đã dùng cách viết tiếng Việt theo mẫu tự Latinh, với dự định đen tối là làm cho người Việt mất gốc (gốc Hán hay gốc Nôm?) đi, để rồi truyền giáo cho dễ.[10] Quan niệm đó tuy không có bằng chứng gì cả, nhưng

---

[7] Như ông Tú Xương tự trào: "Nào có làm chi cái chữ Nho, Ông nghè ông cống cũng nằm co, Ước gì đi học làm thày phán, Tối rượu sâm banh sáng sữa bò".

[8] Thực ra chữ Nôm vẫn còn được dùng, song song với chữ quốc ngữ, trong sách vở người Công giáo, và cả trong một số giấy tờ hành chính trong thời bảo hộ, như giấy giá thú, giấy khai sinh, cho đến giữa thế kỷ XX.

[9] Như đã nói trước đây, chữ Nôm không viết lên cách đọc chính xác, cho nên một chữ, như chữ "lận" có thể đọc thành năm giọng, rồi một tiếng nói lên có thể viết thành dăm ba chữ, hơn nữa lại cũng chưa có uy quyền nào ấn định cách viết cho có thống nhất trong nước.

[10] Về điểm này, xin đọc lời phân trần đầy đủ và đáo lý của Hồng Nhuệ trong sách Công trình nghiên cứu tiếng Việt của một người Thụy sĩ ở Kẻ Chợ Đàng Ngoài, Onufre Borgès 1614-1664 (Góp í với Roland Jacques về công trình nghiên cứu tiếng Việt của mấy người Bồ tiên phong cho tới 1650), Paris, 1996, Chương 1, về "Sự việc chữ quốc ngữ theo ông Lê Thành Khôi", trang 9-21.

đã được một số người coi như là có uy tín, cho nên chép lại mà không phê bình thực hư. Thiết tưởng nếu ai biết đến tự vị Taberd, tự vị Huình Tịnh Của, và các sách chữ Nôm, chữ Hán của người Công giáo dùng từ đầu thế kỷ XVII cho đến giữa thế kỷ XX (có hàng trăm cuốn như thế trong văn khố Hội Truyền Giáo Nước Ngoài tại Paris, và trong các xứ đạo ở Việt Nam), thì chắc sẽ ăn nói đắn đo dè dặt hơn. Ngoài ra thì ai cũng biết là việc truyền giáo được dễ dàng hay là bị khó khăn thì là vì nhiều lý do khác, chứ không phải là vì sách viết bằng chữ Nôm hay là chữ Quốc ngữ theo mẫu tự Latinh.[11]

4.2. Giả sử không có chữ Quốc ngữ

Vì không tránh được cái thắc mắc trên đây, cho nên ta cứ tạm giả sử như là không có chữ Quốc ngữ, hay ít ra là giả sử chữ Quốc ngữ không được chính quyền nào chọn làm chữ viết chính thức. Như thế chắc hẳn là tình trạng văn hóa nước ta phải khác bây giờ nhiều. Phải chăng như thế là có cơ hội tiến bộ hơn? Hay là vẫn đứng ỳ lại như cũ? Nhưng nếu cứ đứng ỳ lại như thế thì rất có thể là dần dần sẽ đi đến chỗ khủng hoảng, và cuối cùng thì phải quyết định cho rõ một trong hai ngả: một là Hán hoá người Việt, làm cho họ dần dần thành ra người Tàu, hai là cải cách và ấn định chữ Nôm làm chữ nước ta. Ngả trước thì chắc không ai muốn, mà ngả sau thì chưa ai làm.

Tiến bộ hơn? Chưa chắc! Vì lấy động lực nào mà tiến? Và tiến theo hướng nào? Tuy rằng ta nằm trong văn hóa Tàu, và thường chỉ chịu phục có người Tàu đã đô hộ mình trước, nhưng chỉ có một số tối thiểu là nhà Nho biết chữ Hán, lại cũng không có phương tiện để trao đổi tư tưởng rộng rãi với người Tàu người Nhật.[12] Với cái tầm mắt hạn hẹp như thế, vua tôi nhà Nguyễn lại còn tâng bốc nhau, cho rằng thơ chữ Hán của mình xướng họa với nhau trong lúc trà dư tửu hậu lại còn hay hơn cả thơ người Tàu.[13] Muốn Tàu hơn cả Tàu, trong khi người Tàu và người Nhật đang muốn canh tân, phái người sang Tây để học lấy cái sở trường của bên đó, trong khi những bản điều trần của Nguyễn Trường Tộ muốn canh tân nước nhà thì lại bị coi khinh.

[11] Lại có học giả cho rằng chữ Nôm do người Công giáo viết không phải là chữ Nôm đích thực. Xin thưa hai điều: một là: phải có cơ quan nào, như hàn lâm viện hay là nhà cầm quyền chính thức ấn định trước đã thì mới nói được cái gì là đích thực; hai là: trừ ra một số chữ mới thì người Công giáo dùng chữ Nôm như người đương thời, cho nên nếu phải loại trừ tất cả những chữ do họ dùng, thì cũng phải loại tất cả những chữ ghi trong tự vị Taberd, nghĩa là hầu hết thi văn chữ Nôm trong văn chương Việt Nam.

[12] Theo như sử gia Nhật Bản Yoshiharu Tsuboi (Bình Tỉnh Thiện Minh), trong sách Nước Đại Nam đối diện với Pháp và Trung Hoa (1847 1885), (bản dịch từ Pháp văn do Nguyễn Đình Đầu, TP Hồ Chí Minh, 1990) có ý kiến rằng người Việt Nam, trái hẳn lại với người Nhật (không bị người Hán đô hộ), đã bám quá chặt vào văn hóa Trung Hoa, cho nên thiếu tự do cởi mở đối với thế giới bên ngoài.

[13] "Văn như Siêu Quát vô tiền Hán, Thi đáo Tùng Tuy thất thịnh Đường" (tôi tiếc là không còn nhớ ai đã thốt ra hai câu như thế).

Ở đây tôi chỉ muốn nói đến đề nghị của Nguyễn Trường Tộ về chữ viết của nước ta. Lập trường của ông được trình bày rõ ràng trong điều thứ 4, khoản thứ 5 của *Tế cấp bát điều* (Tám việc cần làm gấp), về việc dùng quốc âm.[14] Có một điều đáng chú ý, mà sử gia Trương Bá Cần đã nêu lên, là: "Nguyễn Trường Tộ là người Công giáo. Ông thừa biết rằng chữ Quốc ngữ, theo mẫu tự Latinh, được sử dụng phổ biến trong giới Công giáo từ thế kỷ XVII-XVIII, là một mẫu tự đơn giản và dễ học hơn "chữ Hán quốc âm" nhiều. Nhưng ông đã không đề nghị lấy chữ Quốc ngữ làm chữ viết cho cả nước. Có lẽ ông đã giải thích điều đó khi ông nói: "Chả lẽ nước ta không có ai giỏi có thể lập ra một thứ chữ để viết tiếng ta hay sao? Vì ta dùng chữ Nho đã lâu nên không cần thay đổi tất cả, sợ làm cho người ta lạ tai lạ mắt". Nguyễn Trường Tộ cũng đã không nói gì đến chữ Nôm là một thứ Quốc âm được thành hình từ thời Phùng Hưng (Bố Cái Đại Vương) thế kỷ VIII, và phát triển với Hàn Thuyên, Nguyễn Sĩ Cố, Chu Văn An, Đoàn Thị Điểm, Nguyễn Du, Nguyễn Đình Chiểu... Chữ Nôm cũng được sử dụng rộng rãi trong giới Công giáo từ thế kỷ XVII-XVIII... Chữ Nôm nói đúng ra cũng còn phức tạp".[15]

Sau khi nêu ra cái tai hại của lối học khoa cử và lối văn chương chơi chữ,[16] Nguyễn Trường Tộ đề nghị dùng "chữ Hán quốc âm", đại khái như sau: "Tôi tính quốc âm ta ước chừng hơn một vạn tiếng, trong đó chỉ có lối ba ngàn tiếng không thể viết như chữ Hán. Trường hợp đó ta dùng những chữ Hán tương tự rồi thêm hiệp vần vào một bên mà thôi. Đó gọi là "chữ Hán quốc âm" (...) Như vậy người học sau này

---

[14] Xem: Trương Bá Cần, Nguyễn Trường Tộ - Con người và di thảo, Nhà XB TP Hồ Chí Minh, 1988, tr 254-257. Cũng xem lời bàn của tác giả TBC, tr 77-78.

[15] Sách đã dẫn, tr 77. Về cái phức tạp của chữ Nôm, xin xem cước chú số 7 trước đây.

[16] "Ngày nay nước ta những kẻ thông minh lanh lợi đều đua nhau học chữ, không lập công dựng nghiệp nhân lúc thanh niên cường tráng, mà chỉ vùi đầu đèn sách hết năm này sang năm khác. Phải chăng họ muốn trở thành người Trung quốc? Thế mà đem nói với người Tàu, người Tàu chẳng nghe, nói với dân ngu, dân ngu chẳng hiểu. Một tờ trát đưa xuống, kẻ hiểu thế này, người hiểu thế khác. Một chữ trong luật, kẻ nói tội nhẹ, người nói tội nặng. Đơn từ án lịnh thì bọn thầy kiện và quan tòa quỷ quyệt lật ngược lật xuôi. Sự tình khai báo trong dân gian thì tráo trở thiên biến vạn hóa. Công việc chất chồng phần nhiều bị bóp tròn bóp méo không tả rõ được sự thực. Thông cáo yết thị của nhà nước truyền xuống phải qua người biết chữ đọc và dịch lại cho dân, nhưng phần nhiều viện dẫn thất thiệt, giảng nghĩa không rõ khiến dân thường không hiểu hết, ý chí của triều đình bị xuyên tạc. Thậm chí có người viết cái gì cho ai bằng quốc âm thì bị khinh thường. Làm thầy thuốc mà xem quốc ngữ thì bị cho là tầm thường. Nói tiếng mẹ đẻ mà không xen chữ nho vào thì bị cho là quê mùa. Ngoài ra lại còn có một thứ văn từ chuyên dùng những chữ hiểm hóc cầu kỳ cốt để cho người đọc không hiểu, nghe không ra. Thế mới cho là kỳ diệu tuyệt vời. Phải làm sao cho nhiều tay cao kiến hay chữ, giảng giải bắt bẻ đến nỗi một chữ ra hàng trăm nghĩa, ý tưởng lập lờ nước đôi không tài nào quyết dịnh được, thế mới là tay cự phách trong làng văn!" (Sách đã dẫn, tr 255).

chỉ học mặt chữ thôi, không phải tốn nhiều công phu học cái tiếng chẳng phải Hán chẳng phải ta".[17] Về cái tiện lợi của chữ Hán quốc âm, ông giải thích: "Nay ta không có chữ viết riêng mà chỉ dùng chữ nho để viết thay. Về phát âm đã không theo đúng giọng Trung Quốc cũng không phải tiếng phổ thông của nước ta. Người mới học phải thuộc mặt chữ bằng mắt lại phải vận dụng trí nhớ để nhớ những phát âm lạ tai. Âm vận của thứ chữ này chỉ có ai học mới biết, không học thì nghe cũng như vịt nghe sấm mà thôi. Thế có phải phí hơn một nửa công phu trí óc không? Nay nếu học sách quốc âm, học sinh ở nhà đọc đàn bà con nít nghe cũng hiểu, như vậy tuy không đi học mà cũng học được. Hơn nữa nếu dùng quốc âm thì lúc nhỏ đã có cha mẹ dạy, lớn lên đi học chỉ học nét viết mà thôi. Thế có phải giảm bớt được một nửa công phu không?".[18]

Đề nghị cụ thể của Nguyễn Trường Tộ là như sau: "Vậy xin dùng chữ Hán làm mẫu, lựa âm của chữ nào hợp với âm tiếng ta, nhất định không thay đổi thì đọc như tiếng ta không cần giải nghĩa. Chữ nào có âm gần giống tiếng ta thì thêm nét phụ vào rồi đọc ra tiếng ta. Ngoài ra gộp hết tiếng ta lại chia thành môn loại, làm tự điển, trước tiên ban hành trong các cơ quan chính quyền và trường học cho người học dễ dàng sử dụng (...) Còn các nhà văn ai muốn dùng chữ Hán theo âm Nho tùy ý nhưng trong công việc làm thì phải dùng thứ chữ Triều đình đã ban hành. (...) Bây giờ ta cứ lấy chữ Hán chuyển đọc ra quốc âm, không cần học nghĩa, thế cũng vẫn dùng chữ Hán có gì mà không được? Thí dụ như chữ "Thực phạn" thì đọc là "ăn cơm", hoặc viết chữ "ăn cơm" thay chữ "Thực phạn".[19]

Thiết tưởng không cần dài dòng về vấn đề đó, vì tuy đề nghị có lý sự rõ ràng, nhưng những người được đọc thì lại không muốn theo, và dù có người muốn theo, nhưng cũng chưa ai làm cả. Rất có thể là đề nghị đó cũng chỉ là "mách qué" đối với những người trọng Nho như vua tôi nhà Nguyễn. Tuy thế thiết tưởng cũng nên nhắc lại rằng cách thức đó đã sinh ra "chữ Hán quốc âm" của người Nhật Bản: thí dụ họ viết chữ "nhân" (người) rồi đọc ra tiếng Nhật là "hito" hay đọc theo âm Hán là "jin", viết chữ "mộc" (cây) rồi đọc ra tiếng Nhật là "ki" hay đọc theo âm Hán là "moku".

Nay ta biết như thế là rất tốn công, nhưng ta cũng tạm giả sử là đề nghị của Nguyễn Trường Tộ được thực hiện. Nhưng như thế cũng vẫn còn nhiều cái khó khăn. Thực vậy, cả chữ Hán quốc âm lẫn chữ Nôm đều là thứ chữ viết không có cách ghi âm vận theo cách đọc, như chữ viết của người Cao Ly hay của người Nhật Bản (hiragana, katakana), cho nên

---

[17] Sđd, tr 256.
[18] Sđd, tr 255.
[19] Sđd, tr 256.

khi làm tự vị ta chỉ có thể xếp thứ tự theo các bộ chữ Hán. Nhưng nếu ta muốn biết tiếng đọc thế này phải viết làm sao, thì vấn đề thật là nan giải. Cái khó khăn này thì ngày nay ta giải quyết được một cách dễ dàng nhờ cách viết chữ Quốc ngữ theo mẫu tự Latinh.

4.3. Chữ quốc ngữ và chữ Nôm

Chữ Nôm và chữ Quốc ngữ là hai lối viết tiếng Việt, một lối theo mẫu người Tàu, một lối theo mẫu người Tây. Thực ra cũng không phải người Tây sáng chế ra lối viết theo mẫu tự như thế, nhưng họ cũng là học lại của người miền Trung Đông thời Thượng cổ. Và hiện nay cũng có nhiều dân tộc trên thế giới dùng lối viết theo mẫu tự.

Chữ Nôm đã "vang bóng một thời", nó kết tinh nỗ lực của ông cha ta trong mười thế kỷ để thiết lập một nền văn hóa Việt Nam có bản sắc riêng, tuy có chịu ảnh hưởng của văn hóa người Hán tộc, lại muốn có vốn để "đi ăn riêng", nhưng còn gặp nhiều khó khăn. Chữ quốc ngữ là do ảnh hưởng của người Âu châu, nhưng đã giúp cho người mình thực hiện được cái ý muốn độc lập đó.

Ngày nay ta không dùng chữ Nôm trong đời sống thường nhật, và cũng không thấy có dấu nào nói lên rằng dân ta muốn trở lại dùng chữ Nôm, vì thực ra cũng có nhiều cái bất tiện, lại tốn công, tốn của, tốn thì giờ. Tuy vậy đó vẫn là kho tàng văn hóa không thể bỏ qua, mà trái lại cần được bảo tồn. Đó là chương trình của Viện Nghiên Cứu Hán Nôm và của cơ quan "Vietnamese Nôm Preservation Foundation". Trong việc sưu tầm sách vở chữ Nôm thời xưa, xem chừng còn ít người biết và để ý đến số sách Nôm do người Công giáo đã biên soạn trong hơn ba thế kỷ. Điểm quan trọng của số sách này là ở chỗ nó cho ta biết khi bắt đầu tiếp xúc với tư tưởng người Âu, thì các ý niệm và quan niệm của Tây phương được chuyển sang tiếng Việt như thế nào.

Như đã nói trên đây, tự vị Taberd, cũng như tự vị của Pigneaux de Béhaine, có cái sáng kiến hay của nó, là vừa có đối chiếu chữ Quốc ngữ với chữ Nôm, vừa có cách thức thuận tiện để chuyển từ loại chữ này sang loại chữ kia. Vì xếp theo thứ tự các mẫu tự Latinh, nên ta biết đọc thế này thì phải viết làm sao. Ngược lại, muốn biết chữ viết thế này phải đọc làm sao, thì đã có bảng xếp các chữ theo các bộ chữ Hán. Cho nên từ sau đó các tự vị chữ Nôm đều tiếp nhận cái sáng kiến ấy.

Tự vị Taberd đã góp phần vào việc định hình cho chữ Quốc ngữ ta dùng bây giờ, và còn giúp ta trong việc nghiên cứu chữ Nôm. Cho nên nó đáng được một chỗ đứng trong lịch sử phát triển văn hóa Việt Nam.

Lambersart, ngày 03/06/2004

PHILIPPHÊ BỈNH - NHÀ VĂN HÓA QUỐC NGỮ ĐẦU TIÊN, BỊ LÃNG QUÊN

Hoàng Hương Trang

Chữ Quốc Ngữ viết theo dạng 24 chữ cái ABC xuất xứ từ các Thầy Dòng truyền giáo Tây Phương mang vào nước ta, cho đến nay gọi là được phổ biến trên dưới trăm năm, gói gọn vào thế kỷ 20.

Hai trong số những trang sách của Philipphê Bỉnh

Trước đó nữa, phổ biến vẫn chỉ là chữ Hán, chữ Nôm, tiếp đến là chữ Pháp rồi mới đến Quốc ngữ. Các cụ xưa, chẳng mấy ai đưa ngôn ngữ bình dân đại chúng vào tác phẩm, vì thế ngày nay, những nhà ngôn ngữ học, hay nghiên cứu về văn hóa dân gian, gặp không ít khó khăn. Đa số sách chữ Nôm là khá gần ta nhất, thì cũng toàn văn vần, thơ, phú, biền ngẫu, thoát thai từ Hán văn, văn Hán và Nôm đều quá sơ lược, đơn gọn, không phản ảnh được đúng ngôn ngữ bình dân, mà qua thời gian, dòng ngôn ngữ ấy đã biến thiên rất nhiều.

Nữ sĩ Hoàng Hương Trang

** (1938-2020) tên thật Hoàng Thị Diệm Phương.*
** Quê tại Hương Thủy, Thừa Thiên-Huế, là nhà văn, nhà thơ, họa sĩ, nhạc sĩ, nổi tiếng ở Miền Nam trước và sau năm 1975. Tốt nghiệp Cao đẳng Mỹ thuật Huế, Sư phạm Mỹ thuật Sài Gòn.*
** Tác phẩm: Khép đôi mi nhỏ (1956), Linh hồn cỏ biếc (1965), Bến tâm hồn (1966), Thơ - Đông Phương (1967), Hợp tấu (1967), Mười hướng sao (1970), Túy ca (1972). có tên trong Thi nhân Việt Nam thế hệ 1954-1973 (của Nguyễn Tấn Long, Phan Canh, Sài Gòn, 1974).*

Thuở ấy, chưa phải là xưa lắm, đến cái chữ Nôm còn bị dè bỉu là "mách qué", đã học là phải học chữ Hán mới đúng "cửa Khổng sân Trình", huống hồ cái chữ Quốc ngữ, bị coi là thứ chữ "Bò ngang như cua" của Tây Dương đem lại. Do đó, chữ Quốc ngữ đã được khai sinh và hoàn chỉnh khá lâu, từ thời Trịnh Nguyễn, nhưng chỉ dùng cho các vị Cố Đạo, thương nhân nước ngoài, mặc dầu đã có tự vị hẳn hoi, mà vẫn còn xa lạ với người đi học. Nề nếp và ổn định thì chỉ trên dưới trăm năm thôi, giai đoạn đầu cũng chỉ học thuần chữ Pháp, mãi mới chuyển sang Quốc ngữ được. Nhưng từ khi phổ biến bộ chữ Quốc ngữ là ta gặp ngay mọi sự dễ dàng, trong khi đó, những nước dùng chữ tượng hình như Tàu, Nhật, Hàn, và các nước theo chữ Á Rập rất khó hội nhập với các nước có bộ chữ cái La Tinh. Ta rất may mắn, tuy rằng mấy nghìn năm lệ thuộc Phương Bắc, thế mà khi có chữ Quốc ngữ, ta nhanh chóng, dễ dàng vượt thoát ra khỏi cái vòng đai khổ ải của thứ chữ tượng hình như vẽ bùa ấy.

Trước giờ các nhà nghiên cứu hầu như đồng ý với lập luận rằng, chữ Quốc ngữ được khai sinh bởi cha đẻ A. De Rhodes, Béhaine hoặc một vài vị cố đạo đồng thời, và cũng chỉ nghĩ rằng, chỉ có các vị cố đạo nước ngoài như thế thôi, thật là thiếu sót và oan uổng! Thật ra ta đã có một vị Thầy Cả thuần chất, sinh năm 1759 đến 17 tuổi vào tu ở nhà Dòng, rồi đi chu du nhiều nước, ông viết nhiều sách, soạn và san định nhiều bộ tự điển đầu tiên cho người Việt dùng. Bằng chữ Quốc ngữ chính hiệu, mà ngày nay đọc nó vẫn còn trôi chảy, vẫn hiểu như ngôn ngữ ta dùng hiện nay. Ông viết bằng thứ văn xuôi như nói chuyện, nói sao viết vậy. Chuyện ông viết vừa nhật ký, ghi chép biên niên, hoạt động của nhà Dòng, của nhà thờ, của Giáo hội trong và ngoài nước, sinh hoạt ngày thường của xã hội ta, xã hội Tây phương, các nước ông đã đến, các nghề nghiệp lúc bấy giờ, cách ăn uống, ăn mặc, tế lễ, tang ma, ông quan sát rồi vẽ ra những vật dụng ta chưa làm được, như cái bàn in để in tranh tượng thờ, cái bàn nghiền bột thô sơ để lấy bột làm bánh thánh, cái máy dệt cổ sơ của tây phương. Ông ghi chép, vẽ lại tỉ mỉ mọi sinh hoạt xã hội, so sánh cách sống văn minh hơn, có khoa học hơn, vệ sinh hơn của xã hội tây phương với cách sống còn lạc hậu, thiếu vệ sinh, thiếu khoa học của dân ta. Từ cách nhà thoáng mát, sơn quét đẹp mắt, giường nệm trắng tinh, phòng ngủ phòng ăn tươm tất, bữa ăn nhiều chất đạm, nuôi con sạch sẽ không mớm cơm nhai như các bà mẹ ta thời ấy... tất cả được viết lại bằng một thứ chữ Quốc ngữ, văn nói bình dân, đầy đủ, lưu loát, dễ hiểu.

Toàn bộ sách của ông, có cuốn đã in, có cuốn viết tay, kể cả những bộ tự vị mà ta biết của các vị cố đạo, những bộ được đánh giá là "Tối cổ".

Ông, một người Việt thuần chất, viết cho người Việt đọc, chúng ta không ai biết ông, hầu như chưa ai nhắc tới ông bao giờ. Ông đã bị lãng quên!

May thay, một số sách của ông còn lưu giữ kỹ càng ở thư viện Tòa thánh Vatican, được cầm trên tay những trang sách viết nắn nót của ông, thật bồi hồi xúc động, trên 200 năm trước đã có một con người Việt Nam như thế. Ông là Thầy cả Philipphê Bỉnh, ông không để lại cho chúng ta một hình vẽ, một pho tượng nào cả, nhưng chân dung ông thì rất rõ nét. Ông là người Việt Nam viết văn Quốc ngữ đầu tiên, khác hẳn với tính cách những nhà truyền giáo nước ngoài đồng thời với ông. Tiếc là ông đã không ghi họ gì, chỉ ghi tên Thánh trước tên thật, ông người xứ Hải Dương, phủ Hạ Hoàng, huyện Vĩnh Lại, xã Ngãi An, thôn Địa Linh, sinh năm 1759, 17 tuổi vào Dòng tu, rồi đi chu du nhiều nước theo các Dòng thánh, ông đã sống ở nhiều nước tây phương và Á Châu. Ông không nhắc gì đến quãng đời thơ ấu, cha mẹ, anh em, do đâu mà ông đi tu, chỉ nói sơ lược đến quê quán. Ông đi tu và học ở trường Kẻ Vĩnh lúc 17 tuổi (1775), đến 1793 ông được thụ phong linh mục, cuộc đời học vấn và tu tập gần ngót 20 năm ông ghi đầy đủ những ngày ông được thụ chức trong Giáo hội. Có lẽ ông là người có học vấn và học đạo xuất sắc hơn người, nên vừa thụ phong linh mục xong, nhận vật kỷ niệm, khao vọng anh em nhà dòng, là được trao phó ngay chức vụ đảm nhiệm rất quan trọng, chức giữ việc trong Giáo hội, tức quản lý tài sản tiền bạc của Giáo hội, công việc ấy rất nặng nề, trách nhiệm, phải rất xuất sắc, uy tín mới được giao. Ông tự ví: "Thầy cả giữ việc Vít vồ thì chẳng khác gì như quan Tọa triều" (Vít vồ tức là Giám mục). Với chức vụ ấy, ông có cơ hội đi lại nhiều lần giữa Việt Nam - Macao - Goa (một xứ ở Ấn Độ) rồi sang Trung Hoa (ông ghi là nước Đại Minh) và nhiều nước khác, để lo việc đạo, uy tín ông ngày càng tăng.

Lúc bấy giờ, phát sinh ra việc tranh chấp cực kỳ nặng nề giữa hai phe truyền giáo là Dòng Đa Minh và Dòng Tên, có áp lực chính trị quốc tế xen vào, Tòa thánh La Mã lại dường như nghiêng về phía Dòng Đa

Minh mà bỏ rơi Dòng Tên, ông đã cùng một phái đoàn thầy giảng Việt Nam sang tận Bồ Đào Nha yết kiến nhà vua, nhờ can thiệp với Tòa thánh, nhưng không được giúp đỡ mà còn bị lưu vong ở Lisbone hơn 30 năm rồi chết ở đấy. Trong hơn 30 năm này ông dùng thời giờ để trước tác, biên soạn tự vị, sao chép sách vở, viết nhật ký với ý đồ gởi về quê hương toàn bộ tác phẩm của mình. Ông viết công phu, tỉ mỉ, không có ý làm văn chương, nhưng là biên soạn, ghi chép những việc thật, người thật ở xứ người, tả đầy đủ, rõ ràng xã hội Tây phương bấy giờ, và so sánh với xã hội ta, mong muốn lúc trở về sẽ truyền bá, cải tiến cho bằng người. Tiếc thay, ông đã không làm được vì đã chết ở đất nước người sau hơn 30 năm lưu vong vì sự phân chia hai dòng truyền giáo mà ông đã bất lực không kết hợp lại được.

Những sách của ông, theo di chúc, được gởi về quê hương song khi ấy Dòng Đa Minh và Dòng Tên còn đang kháng nhau kịch liệt, đốt cả nhà thờ của nhau, bắt giáo sĩ của nhau nhốt cả vào chuồng trâu bò, kể cả việc đổ máu, việc chia rẽ diễn ra khắp các nước có giáo đoàn của hai dòng. Riêng nước ta cũng nhằm vào thời các vua Nguyễn bài đạo Kitô ráo riết, nên những sách ông gởi về không biết lưu lạc phương nào? Chút may mắn còn lại là thư viện Tòa thánh Vatican còn lưu của ông một số ít, không tới một phần hai mươi số sách của ông (so với bản kê khai sách trong thư viện riêng ông, chính tay ông viết), may thay, trong đó còn lại cuốn quan trọng hơn cả, cuốn viết tay, nhan đề "Sách sổ sang chép các việc" là cuốn có cái nhìn tổng quan, bao quát, của sự nghiệp trước tác và cả thời đại ông sống. Cũng từ cuốn này ta có thể so sánh chữ Quốc ngữ buổi bình minh ấy với hiện tại, cách nhau ngoài 200 năm đã có những biến thiên gì?

Xuyên suốt cuộc đời ông đã sống, làm việc, đọc ông dù còn lại không nhiều, chân dung ông như hiển hiện trước mắt, một vị thầy cả trầm tư, đạo mạo, thông thái, cần cù nhẫn nại.

Chỉ riêng một cuốn sách ít ỏi mà nay ta còn lại trong tay, dày trên 600 trang, do chính ông viết tay nắn nót cẩn thận, nếu có được tất cả sách của ông đã viết thì chúng ta đã có thể có cả một kho báu văn học Quốc ngữ buổi đầu đồ sộ đến nhường nào?

Sự nghiệp của Philipphê Bỉnh rất lớn lao, ông là một tài năng đa dạng, về ngôn ngữ học, xã hội học, nhà văn và họa sĩ. Riêng trên lĩnh vực từ điển, ta sẽ tìm thấy những gút mắc về những bộ từ điển được gọi là "tối cổ" mà lâu nay coi như đã thất lạc không còn tìm ra manh mối, thì nay những mấu chốt ấy có thể thấy được trong sách của Philipphê Bỉnh, những cuốn từ điển "tôi tối cổ", cổ hơn cả những cuốn của A.de Rhodes in năm 1651, của Pigneau de Béhaine đã bị cháy ở Cà Mau đầu thế kỷ 19, hay cuốn của Tarberd tu bổ lại cuốn bị cháy. Hai cuốn "Tôi tối cổ" là hai cuốn đã được nhắc đến trong bài tựa của cuốn tự vị cổ nhất in 1651 của de Rhodes, đó là hai cuốn của Gaspas D'Amaral, và Antonio Barbosa mà tưởng chừng không bao giờ còn cơ hội thấy bóng dáng. Việc vô cùng quan trọng này, trong phạm vi một bài viết ngắn không thể nói hết được, phải chờ những nhà nghiên cứu văn học, ngôn ngữ, của ta sẽ làm việc đầy đủ hơn, để đưa ra ánh sáng, vì đó là những bộ sách quý giá hiếm hoi của chữ Quốc ngữ trong buổi đầu và là cái mốc của lịch sử văn học Quốc Ngữ. Có thể nói Philipphê Bỉnh là nhà văn viết bằng Quốc ngữ hoàn chỉnh nhất và đầu tiên của nước ta. Ông biết nhiều thứ tiếng, nhất là Pháp và Latinh, nhưng không viết tiếng nước ngoài mà chỉ chăm chú viết tiếng Việt cho người Việt đọc, lòng yêu dân tộc của ông rất cao. Cách chúng ta ngoài 200 năm đã có một tấm lòng, một khối óc, một tài năng như thế, đã đóng góp trí tuệ mình vào gia tài văn hóa dân tộc, thật đáng cho chúng ta tôn vinh, ngưỡng mộ và tri ận.

Cũng từ cuốn sách này mà ta có thể so sánh chữ Quốc Ngữ buổi đầu với hiện tại, cách nhau trên 200 năm mà đã có những biến thiên gì? Ví dụ:

Nay ta viết và đọc: Đức Chúa Trời, Cũng như, Cùng nhau, Giám mục, Hạ Hoàng, Huyện, Thôn, Dòng Chúa, Thầy Dòng, Song le, Trước khi,...

Thì lúc bấy giờ, Philipphê Bỉnh viết: Đức Chúa Blời, Cũ~ như, Cũ` nhau, Vít vồ, Hạ Hàŏù, Huện, Tôn, Dàõ Chúa, Thầy Dàõ, Saŏ le, Trc' khi... Ông lại còn dùng rất nhiều chữ viết tắt như: Rg` (rằng) Ng` (người) Chg' (chẳng)...

Cũng cần cảm ơn người đã có công khám phá ra kho tàng sách vở của Philipphê Bỉnh là linh mục Thanh Lãng, một nhà giáo, nhà nghiên cứu văn học, Chủ tịch Trung tâm Văn Bút Việt Nam trước 1975, ông đã bỏ ra nhiều công sức và tiền bạc chụp lại phim toàn bộ bộ sách của Thầy Cả Bỉnh còn lưu lại ở thư viện Tòa thánh Vatican, mục "Tài liệu Bắc Kỳ", mang số Borghese Tonchino 3, kho tàng ấy đã chìm vào lãng quên hơn 200 năm, chúng ta không thể lại để tiếp tục lãng quên, sẽ có tội với tiền nhân và nền văn hiến nước nhà.

Bài viết ngắn này, chúng tôi tha thiết mong liên Bộ Giáo dục - Đào tạo và Bộ Văn hóa, Thể thao và Du lịch sẽ tạo điều kiện thuận lợi cho việc nghiên cứu, truy tầm, những tác phẩm vô giá về văn học Quốc ngữ này, hiện còn lưu giữ ở thư viện Tòa thánh Vatican, nước Ý.

H.H.T

Nguồn: *Sông Hương* số đặc biệt 8/3-2013

http://tapchisonghuong.com.vn/tap-chi/c283/n11815/Philipphe-Binh-Nha-van-hoa-quoc-ngu-dau-tien-bi-lang-quen.html

TIẾNG VIỆT QUA MỘT SỐ TÁC PHẨM CHỮ QUỐC NGỮ THỜI ĐẦU

Nguyễn Vy Khanh *[1]

Trên các sách báo xuất bản ở những thập niên gần đây, người đọc đã có dịp biết đến một số những khám phá và giả thuyết mới về văn học Việt Nam qua các đóng góp của hai học giả quá cố: Hoàng Xuân Hãn và Tạ Trọng Hiệp. Nhiều học giả khác cũng có những công trình đóng góp đáng kể. Các phát hiện, khám phá về Nguyễn Trãi (thơ Nôm, Gia Huấn Ca), Nguyễn Du, Dương Khuê, Lê Quý Đôn, Hồ Xuân Hương (thơ chữ Hán *Lưu Hướng Ký*), v.v. sẽ buộc người viết văn học sử tu chính lại những gì đã được viết. Theo ý chúng tôi, có những phát hiện khác về văn học miền Nam chưa được phổ biến rộng rãi một cách chính thức sẽ thay đổi hơn nữa nội dung của một bộ văn học sử Việt Nam đúng nghĩa. Trong biên khảo Miền Nam Khai Phóng, chúng tôi đã đề cập đến những công bố mới về *Truyện Thầy Lazarô Phiền* của Nguyễn Trọng Quản, cuốn tiểu thuyết đầu tiên viết bằng chữ Quốc ngữ cũng như một số khai phá tiên phong về văn học và báo chí mở đường cho nền văn học bằng chữ Quốc ngữ được như ngày nay. Sau đó chúng tôi được biết thêm công trình nghiên cứu *Lục Châu Học* (dựa vào Văn, Sử bằng chữ Quốc ngữ xuất bản ở miền Nam Việt Nam 1860-1930, tìm hiểu con người vùng đất mới) của giáo sư Nguyễn Văn Trung cũng như một số công trình khác của khoa Ngữ văn thuộc đại học tổng hợp thành phố Hồ Chí Minh sau khi có chính sách Đổi mới ở trong nước, như tập *Về Sách Báo Của Tác Giả Công giáo (Thế kỷ*

---

*[1] Về tác giả, xem trang I-103

XVII-XIX). Trong bài này, chúng tôi sẽ giới thiệu cuốn *Sấm Truyền Ca*, cuốn sử *Đại Nam Việt Quấc Triều Sử Ký* và *Truyện Ông Gioang Ngô Kim Thạch* cũng như một vài khám phá khác về những đóng góp văn học và văn hóa của miền Nam; từ đó chúng tôi sẽ nêu một số ý kiến về sự phát triển của tiếng Việt.

1. ***Sấm Truyền Ca*** (1670):

Đạo Thiên Chúa du nhập vào Việt Nam từ thế kỷ XVI, đến thế kỷ XVIII đã chỉ có một thời được ít nhiều thuận lợi nhất là ở miền Nam, dù liên tục bị các vua chúa cấm, đã «giúp» Nguyễn Ánh thống nhất hai miền Đàng Trong Đàng Ngoài, thật sự thống nhất sau cái thống nhất ngắn ngủi của vua Quang Trung. Về văn hóa xã hội, nói chung, đạo Thiên Chúa đã góp phần giải phóng cá nhân. Trong hoàn cảnh tiếp xúc mới xuất hiện những truyện Nôm đáp ứng nhu cầu mới của những tiếp xúc với người Tây phương và của cả chiến tranh. Theo bà Quách Thanh Tâm, hai truyện Phan Trần và Thạch Sanh đã ra đời trong hoàn cảnh đó.[2] Bên cạnh những tác phẩm của giới trí thức, có khi khuyết danh cố ý, đã có những tác phẩm tôn giáo có giá trị văn học viết bằng chữ Nôm như *Sấm Truyền Ca* (1670) của Lữ Y Đoan, như *Thiên Chúa Thánh Giáo Khải Mông* (cùng thế kỷ XVII) của Maiorica, hoặc viết bằng chữ Quốc ngữ như *Tuồng Joseph* (1888) của Trương Minh Ký, Phi Năng Thi tập của Philippe Phan Văn Minh, linh mục được phong thánh năm 1989 và là tác giả cộng sự viên soạn *Tự điển Taberd* (1838), khuyết danh có tập *Văn Và Tuồng* (1899, in lần 3). Hay như tập *Đại Nam Việt Quốc Triều Sử Ký* (1879) có thể nói là bộ sử đầu tiên viết theo lối Tây phương và có đặc điểm viết với quan điểm của người dân thường miền Nam thay vì viết theo chính sử, đầu tiên về in ấn, vì trước đó, năm 1659, thầy giảng Bento Thiện đã là người đầu tiên viết lịch sử Việt Nam dưới dạng viết tay.[3]

Sấm Truyền Ca nguyên tác viết bằng chữ Nôm, tác giả là thầy giảng (linh mục) Lữ Y (Louis) Đoan, được viết vào năm 1670. Hiện nguyên tác đã thất lạc, chỉ còn bản quốc ngữ. *Sấm Truyền Ca* là một tác phẩm văn học đặc sắc vì phản ảnh một nỗ lực Việt Nam hóa và bình dân hóa *Kinh thánh* bằng cách mượn những yếu tố văn hóa Việt Nam và Đông phương để diễn dịch *Kinh thánh*. Lưu truyền hạn chế trong giới thu hẹp "nhà thờ", tác phẩm chắc đã được sửa đổi nhiều

---

[2] Quách Thanh Tâm. "Suy nghĩ về các truyện Nôm khuyết danh thế kỷ 18" Tr. 152-161 in 90 Năm Nghiên Cứu Về Văn Hóa Và Lịch Sử Việt Nam / 90 ans de recherches sur la culture et l'histoire du Việt Nam. Hà Nội: NXB Xã Hội; École Française d'Extrême-Orient, 1995.

[3] Tài liệu viết tay, 12 trang chữ nhỏ, khổ 20X29 cm. Phát hiện của linh mục Đỗ Quang Chính. Lịch Sử Chữ Quốc ngữ 1620-1659. Sài Gòn: Ra Khơi, 1972.

lần vì bản hiện còn dễ khiến người đọc nghĩ đến các truyện Nôm nổi tiếng của thế kỷ XVIII và XIX. Theo bản chép tay chúng tôi hiện có của Paulus Tạo, người dịch bản Nôm ra quốc ngữ là Simong Phan Văn Cận. Trong lời tựa ghi tại Cái Mơn ngày 8 tháng chạp Tây năm 1820, ông giới thiệu:

"*Truyền rằng sách Sấm Truyền Ca là của Thầy Cả Lữ Y Đoan đặt ra năm 1670, viết bằng chữ Nôm. Thầy cả này đã trở lại đạo hồi nhỏ và đã làm thầy giảng giáp địa phận Đàng Trong, thầy rất tinh thông chữ Nho, thuộc Tứ Thư, Ngũ Kinh. Thầy làm sách này cho hạng văn nho đọc để biết rõ đạo Chúa Giêsu. (...) Sách này của thầy bị nhiều thầy cả Tây dang hồi đó không ưng vì nó lai sách đạo Nho và đạo Phật, nhưng bổn đạo rất ưa và chép lại để đọc (...).*"

Trần Hớn Xuyên (1854-1940) là người đã sưu tầm tập *Sấm Truyền Ca* kể lại trường hợp ông khám phá ra bản hiện nay vào năm 1910: "*Trải qua cơn bắt đạo dữ dằn đời vua Minh Mạng, Thiệu Trị, Tự Đức, việc giữ đạo ở miền Nam phải âm thầm, sách vở ảnh tượng đều được chôn giấu. Đến năm 1870 có người đào được tại Cái Nhum (Chợ Lách, Vĩnh Long) một hầm vô chủ, có nhiều sách vở về đạo thánh, trong đó có Sấm Truyền Ca, giấy đã mục nhiều (...) Các linh mục Pháp thời đó không nhìn nhận là đúng với Kinh thánh của bổn đạo, nên cấm bổn đạo vì sách dị đoan. Vì đó Sấm Truyền Ca bị mai một (...) Sấm Truyền Ca là sự dung hòa giữa nền văn hóa Đông phương và Tây phương. Tôi không nhận xét về mặt hợp hay không hợp Kinh thánh, tôi mến phục lối thơ lục bát của người xưa và cách dùng chữ An Nam hồi đó, đã lột được ý nghĩa của Kinh thánh cho người An Nam dùng cách dễ dàng. Vì thế tôi đã xin chép lại để làm tài liệu quý giá, dành cho con cháu ngày sau được biết ông bà xưa cũng đóng góp rất nhiều vào kho tàng quốc văn của dân tộc*".

Paulus Tạo của tuần báo *Nam Kỳ địa phận* và Nguyễn Văn Nhạn của báo Tông Đồ là hai người đã phổ biến bản *Sấm truyền ca* vốn gồm 5 quyển của *Kinh thánh Cựu ước*, bản hiện có chỉ còn quyển 1 Genesis và một phần của thiên Exodus.

Trước hết, có thể nói *Sấm truyền ca* là dấu tích văn bản Nôm xưa nhất của Việt Nam (1670) vì các văn bản văn học Nôm khác như Thơ Nôm hay *Gia huấn ca* của Nguyễn Trãi (hay Lý Văn Phức?!), *Thơ văn quốc âm* của Nguyễn Bỉnh Khiêm, *Hồng Đức quốc âm thi tập*, v.v. cũng chỉ là những bản chép lại vào thời Tự Đức với chữ Nôm của thời vua Tự Đức (1840-1883). Tình trạng văn bản, thư tịch Việt Nam trước thời hiện đại vừa thô sơ vừa phức tạp. Thô sơ về cách in ấn và vì nguồn gốc văn bản thường không được ghi lại; phức tạp vì các văn bản thất tán, sao lục sai lạc bừa bãi, có khi sự nhuận sắc tự đồng hóa với bổ sung, hiệu đính cho hoàn hảo hơn dù chủ quan; tên tác giả không phải lúc nào cũng được tôn trọng, lại có truyền thống ẩn danh đối với một số tác phẩm. Việc kiểm soát thư tịch Việt Nam rất khó đối với các tác phẩm chữ Hán và Nôm. Một lý do văn hóa của vấn đề nằm ở truyền thống kiểm soát của các chế độ lịch triều quân chủ: vấn đề chính thống, dù có thời chỉ là Tống Nho. *Truyện Kiều* của Nguyễn Du chẳng hạn, nay không còn dấu vết bản Nôm gốc đầu thế kỷ XIX, thơ Nôm của Nguyễn Trãi chỉ được sưu tầm biên soạn 400 năm sau (*Ức Trai di tập* của Dương Bá Cung, 1868 đời Tự Đức); nói chi đến thơ văn Thiền Tông (chữ Hán) đời Lý Trần thế kỷ X và XI bản in đầu chỉ vào năm 1715 (*Thiền uyển tập anh*). Trong tình trạng thư tịch như vậy, các nhà nghiên cứu khi có những khám phá gọi là mới sẽ không có lựa chọn nào khác hơn là phải cẩn thận trong giải đoán và kết luận!

Là một trong bốn linh mục Đàng Trong đầu tiên được thụ phong tại Quảng Ngãi năm 1676, Lữ Y Đoan đã Việt hóa và Đông phương hóa *Kinh thánh* với một tinh thần dân tộc rất cao, việc làm mà chỉ từ công đồng Vatican II (1962) mới được cho phép. Ông đã dùng những quan niệm Tam cương, Ngũ Thường của nền luân lý Á đông cũng như những thực tế và truyền thống văn hóa dân tộc để giải thích giáo lý của *Kinh thánh* về vũ trụ vạn vật. Ông đã theo sát *Kinh thánh Cựu ước* nhưng đồng thời chứng tỏ có óc sáng tạo độc đáo và tầm trí tuệ hiểu Thần học cao hơn cả các vị bề trên người Pháp của ông ; ngoài việc không hiểu văn hóa Đông phương, đó có thể là lý do những người này loại bỏ *Sấm truyền ca* cho là dị đoan, sái đạo, đi lệch ra ngoài tinh thần cơ bản của *Kinh thánh*. Lữ Y Đoan chứng tỏ giới linh mục, tu sĩ thời đó có tinh thần độc lập, tự chủ, tự hào về văn hóa Việt Nam, bình đẳng với các thừa sai ngoại quốc chứ không mất độc lập và bình đẳng như sau này khi thực dân Pháp đã thôn tính cả nước Việt Nam. Và cũng chứng tỏ một tinh thần khai phóng của con người ở Đàng Trong.

Lữ Y Đoan đã Việt hóa tên người và tên địa dư của nguyên tác cũng như dịch rất văn hóa tựa *Kinh thánh Cựu ước* là *Sấm truyền ca, Genesia* là *Tạo đoan kinh, Exodus* là *Lập quốc kinh*.

Hãy đọc đoạn thơ *Vào đề* quyển I *Tạo đoan kinh:*

"Ngày ngày trước mắt chúng sinh
Chữ đời chữ đạo phân minh đôi đường
Xưa nay trong kiếp vô thường
Thấy điều vân cẩu mà thương nhơn phàm
Loài người từ thuở A-đam
Đua nhau xây dựng mộng ham làm trời

Một pho Kinh thánh ra đời
Chứng minh vạn đại những lời do Thiên..."
Thiên Lập Quốc Kinh thì được mở đầu như sau:
"Xưa nay diễn biến trò đời
Đồ vương tranh bá bao người máu xương
Một dân dựng nước khác thường
Bàn tay Thượng đế đo lường trước sau
Giếp Tô quyền lực Phan trào
Muôn binh hùng dũng, đất giàu dân đông
Yết Linh đứng dậy tay không
Phá xiềng nô lệ về vùng Trà Nam..."

Trong đoạn trên, Lữ Y Đoan đã có một cái nhìn sáng tạo độc đáo khi quan niệm chuyện dân tộc Do Thái (Yết Linh) 40 năm thiên cư qua sa mạc để về vùng đất hứa Canaan (Trà Nam) như một sự đứng dậy tay không phá xiềng nô lệ. Sáng tạo và mới cả đối với ngày nay, thì làm sao Sấm Truyền Ca không bị các thừa sai người Tây phương vốn coi thường văn hóa phương Đông thời đó hiểu được.

Đoạn diễn ca truyện Tháp Babel kể chuyện con cháu ông Nô Ê (Lữ Y Đoan dịch là Nhữ Y) sau trận hồng thủy ngạo nghễ rủ nhau xây tháp cao chạm trời. Chúa đã trừng phạt bằng cách làm cho họ ngôn ngữ bất đồng không hiểu được nhau và hết đoàn kết với nhau; cuối cùng họ phải bỏ dở và phân tán đi khắp mặt đất thành nhiều chủng tộc khác nhau:

"Vả chăng, ngôn ngữ cổ thời
Những điều cảm nghĩ, nói lời như nhau
Phía Đông nhiều tộc vùng cao
Dân đông, đất chật, hoa màu cũng vơi
Định cư đất mới kịp thời
Bàn nhau xây tháp để đời hậu lai
Góp nhau vật liệu đủ đầy
Công trình kiến tạo mỗi ngày rộng cao
Vươn lên tháp đụng Thiên Tào,
Muôn đời danh tiếng, trăng sao phải nhường
Nhân gian ngạo nghễ thiên đường
Trời rằng: "Hiệp nhất vi cường, đại công...
Phải cho ngôn ngữ bất đồng
Mỗi chi một ngả là xong ý đồ!
Thế là nhứt hữu cửu vô
Thế nhân bỏ cuộc, trở cờ chống nhau
Hỗn Lầu (Ba Bên) danh gọi về sau
Kể từ việc ấy, ngũ châu người tràn..." (đoạn XI)

Ông đã dịch tài tình tháp Babel là Hỗn Lầu, và đã có ý niệm về năm châu. Trong *Sấm truyền ca*, dịch giả đã dùng những tư tưởng Phật như «vô thường, hỉ xả, tiền định, chống sát sinh», của Đạo học như «cửu hào, dịch tượng quẻ kiền, thái ất, v.v.» và quan niệm Nho giáo như «âm dương, ngũ hành, hiếu trung, thiên thời, v.v.»:

"*Cơ trời sinh hóa hóa sinh*
Ngũ hành thiên địa tiến trình yên xuôi" *(đoạn II).*

Tóm lại, *Sấm truyền ca* là một tác phẩm thuộc di sản văn chương cổ điển của dân tộc hiếm hoi còn sót lại sau bao chiến tranh, khủng hoảng. *Sấm truyền ca* là dấu tích gia tài của người xưa, dấu tích sáng tạo đồng thời là dấu tích của tiếng nói và viết của người xưa. Lâu nay vì nhiều lý do đã bị bỏ quên, ngay bởi người Công giáo, thì nay *Sấm truyền ca* cần được nghiên cứu hơn nữa. Có thể nói *Sấm truyền ca* là một giao lưu điển hình theo kiểu Việt Nam, khởi từ căn bản tự chủ dân tộc để mở tay mở trí thu nhận các nền văn hóa thế giới.

2. ***Đại Nam Việt Quấc Triều Sử Ký*** (1879):

Đây là một tác phẩm sử học viết bằng chữ Quốc ngữ, in lần đầu năm 1879 tại Sài Gòn (256 trang), do các linh mục địa phận Nam kỳ ở Tân Định biên soạn và sửa chữa ở những lần in lại. Nhóm Nghiên cứu Sử địa in lại tại Sài Gòn năm 1974 và tái bản tại Montréal, Canada năm 1986 theo bản in lần 5 (1909).[4] Đây là tập sách lịch sử đầu tiên viết bằng chữ Quốc ngữ được xuất bản (bản chép tay đầu tiên là của thầy giảng Bento Thiện năm 1659) vì công trình lịch sử có tính cách khoa học đầu tiên do người Việt biên soạn là bộ *Cours d'histoire annamite* tức Giáo Trình Lịch Sử An Nam của Trương Vĩnh Ký gồm hai tập mà tập 1 xuất bản tại Sài Gòn năm 1875. Tập *Đại Nam Việt Quấc Triều Sử Ký* là dấu tích chữ Quốc ngữ và việc học sử ở Nam kỳ vào cuối thế kỷ XIX. Đặc biệt, tác phẩm này cung cấp nhiều tài liệu giá trị, mới mẻ về Tây Sơn và vua Gia Long chưa từng được các sách sử khác nói đến. Tựa sách và ở nhiều chỗ trong sách gọi Tây Sơn là ngụy hay giặc, nhìn chung các tác giả có quan điểm gần với các sử quan nhà Nguyễn, nhưng Gia Long hay Nguyễn Ánh đều "được" gọi là Ông. Khen chê Tây Sơn và nhà Nguyễn khách quan hơn và khác với quan điểm của sử thần nhà Nguyễn. Một đoạn nói lên nỗi khổ của người dân giữa hai lần "đạn":

"... Dầu quân Tây Sơn, dầu ông Hoàng Tôn (cháu đích tôn Vũ Vương) thì cũng lấy điều dữ mà nộ nạt ngăm đe thiên hạ, hầu ép lòng

[4] Sử-Ký Đại Nam Việt Quốc Triều, Nhứt Là Doãn Tích Từ Hiếu Vũ Vương Cho Đến Khi Vua Gia Long (Nguyễn Ánh) Đặng Trị Lấy Cả Và Nước An Nam (Annales Annamites). Montréal: Nghiên cứu Sử-đîa, 1986. xx + 106 trang.

dân tùy phục mình; bằng cứ lời nhủ bảo mà thôi thì chẳng hề đặng việc gì. Bởi đó thiên hạ khốn cực lắm, vì phải giặc hai bên chỉ đánh nhau luôn, khi thì bên nọ thắng, khi thì bên kia thắng; thiên hạ chẳng biết vâng cứ ai, chẳng biết mình thuộc về ai. Hoặc bên nọ lấy đặng xứ nào một ít lâu, mà đến sau phải thua chạy bỏ xứ ấy, thì bên kia liền bắt tội những người xứ ấy, vì đã theo giặc" (tr. 11).

Vũ Vương tức chúa Nguyễn Phúc Khoát (1738-1765), con là Nguyễn Phúc Thuần tức Định Vương nối ngôi cha. Các tác giả cho biết như sau về nguồn gốc suy yếu của Đàng Trong đưa đến phong trào khởi nghĩa của Tây Sơn:

"Ông Hiếu Vũ Vương (...) độc dữ làm khốn cho người ta quá lẽ, gây cực khổ cho dân. (...) Ông ấy có lòng tham cùng xấu tính nết, cho đến đổi hễ biết ai có của gì, hay là sản vật gì quý trọng như chó, ngựa, chim, vườn hay hoa quả, cây cối, như cam, quít, mít, hồng cùng những giống khác thể ấy, hay là vợ con đẹp đẽ xinh tốt, thì cướp lấy, cùng bắt nộp những của trọng vật lạ ấy nữa. (...) Vì Vũ Vương ăn ở thể ấy nên chẳng còn phép tắc gì: trong nhà nước các quan muốn làm sao thì làm; ai nấy cũng bắt chước Vũ Vương mà hiếp dân sự. Sau nữa ông ấy mê sắc dục, ra như chẳng còn tính loài người, chẳng những là có nhiều vợ chẳng kể xiết, lại cũng lấy con và chị em làm vợ, mà đã sinh ra nhiều con lắm" (tr. 2).

"*Hiếu Vũ Vương lấy em làm vợ, và sinh đặng một con trai là Hoàng Thượng. (Ông này) ít trí khôn, cũng mê ăn uống, chơi bời, xem trò xem hát, cùng xem săn bắn; cho nên các quan có ý tìm ích riêng cho mình, vì tin thật ông Hoàng Thượng (Duệ Vương) mê chơi bời làm vậy, thì sẽ có tên chúa mà thôi, còn quờn thế chi thì tại mình. Bởi vậy, hai ông ấy (một trong hai là Trương Phúc Loan) bàn tính với nhau mà lập một phe kín, và cứ lời Vũ Vương mà giúp ông Hoàng Thượng. Bao nhiêu quan chẳng hiệp một lòng một ý với mình, hay là có ý binh ông Chưởng Vũ (bố Nguyễn Ánh), thì tìm lẽ nọ lẽ kia mà bắt tội cất chức: kẻ thì phải giam, có kẻ phải chết chém*" (tr. 4).

Về việc Nguyễn Ánh cầu cứu quân Xiêm:

Giám mục Bá Đa Lộc qua đến Xiêm, sau "vui mừng quá bội" được gặp lại Nguyễn Ánh ở "trong cõi hòn Dừa cách xa đất Xiêm ba ngày đàng" (tr.29). Sau đó, "*quân Tây Sơn trở về Qui Nhơn, để ông quan lớn tên là Nam Đĩnh ở lại trong thành Sài Gòn làm quan quận công cai trị xứ Đồng Nai, và các xứ khác xung quanh. Vậy ông Nam Đĩnh ấy gửi thơ cho vua Xiêm mà cách nói phụ phàng rất kiêu ngạo, cùng lấy quyền bề trên mà truyền dạy cho ông vua Xiêm hoặc vua An Nam là ông Nguyễn Ánh có qua bên Xiêm hay là có gặp vua ấy ở đâu thì phải bắt mà nộp cho mình bằng không thì sẽ đem quân sang đánh mà đoạt lấy cả nước Xiêm. Vua Xiêm thấy thơ ấy nói một cách vô phép làm vậy thì giận lắm, cùng quyết sang đánh giặc bên An Nam để phạt quân ấy song chẳng có ý cứu vua An Nam đâu*".

"***Đức Thầy Vêrô*** (Bá Đa Lộc) *biết ý vua Xiêm nên đã xin vua An Nam dầu khốn cực thế nào thì cũng đừng bao giờ tin cậy vua Xiêm, vì vua ấy có ý làm hại nước An Nam mà thôi. Cho nên khi Đức Thầy còn ở bên Xiêm mà xin phép về, thì chẳng nói tỏ mình có ý giúp vua An Nam, một lấy lẽ khác. Người lại thử ý lòng vua và các quan Xiêm, thì đặng biết mọi sự. Vậy người lại vào trong cõi hòn Dừa, ở lại hai tháng tròn, mà bàn các việc cùng vua. (...) Các quan đã bỏ vua hết, còn một chiếc tàu và ba trăm quân mà thôi*" (tr. 30).

"*... Vậy vua thiếu thốn thể ấy thì xin Đức Thầy Vêrô chịu sang bên Tây xin vua Langsa sai nhiều binh qua cứu giúp mình. Vua giao ấn nhà nước cùng ban phép rộng cho người được giao cùng vua Langsa thế nào thì mình sẽ ưng thể ấy*" (tr. 30).

"*... Quân Tây sơn những tìm bắt người (Nguyễn Ánh), nên phải cứ ẩn mình trong hòn Dừa, và sai kẻ đi dọ trong các xứ xung quanh cho biết việc ra thể nào. Quân do ấy đến Hà Tiên, thì gặp một đội quân Xiêm đang sắm sửa đi đánh quân Tây Sơn. Quan đại tướng quân Xiêm biết là quân do vua An Nam sai thì tỏ lòng thương cùng cho xem sắc chỉ vua Xiêm đã sai mình đi đánh quân Tây Sơn, và nói nhiều lời cho quân do tin thật, bởi vua Xiêm có nghĩa riêng với vua An Nam, mới sai mình đi đánh giặc mà cứu. Cho nên nếu vua An Nam có sẵn lòng hiệp cùng mình, thì càng dễ lo liệu các việc. Quân Xiêm lại gởi nhiều của lễ quí trọng mà mừng vua. Vua nghe các điều ấy thì chẳng vội tin, một sai người khác hai ba lần, cho đặng biết quân ấy có ý đánh giặc mà giúp mình chăng. Kẻ ấy trở về cũng nói như những người trước, và quyết quân Xiêm có lòng ngay và có ý cứu giúp vua thật. Bởi đó vua mới sang Hà Tiên cho đặng gặp quan đại tướng Xiêm. Nhưng mà khi đến nơi, thì quân Xiêm bắt lấy và chẳng nói đến sự đi đánh giặc nữa, một sắm sửa trở về nộp vua An Nam cho vua Xiêm. Bấy giờ vua thấy mình mắc mưu làm vậy, thì phàn nàn cho đến đổi la khóc cùng trách mình dại, vì nhớ khi trước Đức Thầy đã nói đi nói lại rằng: không nên tin quân Xiêm bao giờ, bởi vì quân ấy chẳng thực lòng, song hối bất cập*" (tr. 31-32).

Toàn bộ cuốn sử này viết từ thời kỳ Vũ Vương đến thời vua Gia Long, sách không liệt kê các nguồn tài liệu hoặc nhân chứng và có nhiều sai lầm về tên gọi như các quốc hiệu nước ta, chỉ dùng "Giao Chỉ", "An Nam" để gọi chung. Việc này dễ hiểu vì trước thế kỷ XX, thi Hương chỉ thi Bắc sử (Trung Hoa), đến đầu thế kỷ XX mới cho học và thi Nam sử; và cuốn sử duy nhất là bộ *Đại Việt Sử Ký Toàn Thư* khắc in từ cuối thế kỷ XVII mà không phải ai cũng có ở tầm tay trong hệ thống in ấn và thư viện ngày xưa. Đó là lý do của những sai lầm trên. Tác phẩm sử này có thể viết từ tài liệu riêng của các giáo sĩ nhân chứng thời kỳ lịch sử đó. Đặc biệt của tập *Đại Nam Việt Quấc Triều Sử Ký* là quan điểm không theo chính sử và những chi tiết cụ thể kể lại với một ngôn từ bình dị của cuối thế kỷ XIX chứ không như những bộ sử chính thức. Một cuốn sử viết theo lối Tây phương, của những người dân thường, Công giáo, ở miền Nam. Gần đây có khuynh hướng xét lại "công tội" của hai vua Nguyễn Huệ và Nguyễn Ánh, chúng tôi tin cuốn sử đặc biệt này sẽ giúp ích không nhỏ.

3. **Truyện Ông Gioang Ngô Kim Thạch** (1916):

Đây có thể nói là một trong những truyện Việt Nam viết theo truyện Tàu đầu tiên đượm tinh thần Thiên Chúa giáo. Truyện được đăng trên tờ *Nam Kỳ địa phận* từ số 403 (1916) đến số 415 (1917), tác giả là Charles Ngọc Minh đến nay vẫn chưa tìm ra tiểu sử. Truyện cho thấy ở Nam Kỳ, truyện Tàu rất ảnh hưởng đến quần chúng thế nào, khiến cho những người truyền đạo mượn lối viết đó để truyền bá đạo mà tác giả tin là phù hợp với đạo lý dựa trên Nho học bình dân. Truyện cũng có nhiều tình tiết giống các truyện *Kiều* và *Lục Vân Tiên*; các truyện này được viết theo thể văn vần trong khi *Truyện Ông Gioang Ngô Kim Thạch* viết theo văn xuôi.

Đoạn mở đầu truyện:

"*Tôi thường nghe bên Nho giáo nói rằng: Họa vô đơn chí (cái họa không xảy đến lẻ một mình). Chữ từ chữ thì nghĩa như vậy mà hiểu cho rõ câu ấy có ý chỉ làm sao, thì tôi chưa hiểu rõ. Nay nhơn lúc rảnh, giở sách tích truyện đời xưa gặp cái cơ hội nhà ông Gioang này, thì bây giờ tôi mới thấu động ý nghĩa sâu cái câu "họa vô đơn chí" là gì*".

Sau đó tác giả cắt nghĩa thêm: "*Anh hùng hào kiệt đời xưa có chăm lo bốn chữ Trung Cang Nghĩa Khí, thì vẫn có ý trông danh vọng lưu hậu thế, hoặc cho đặng thăng lộc tấn quyền. Còn như ông Ngô Kim này thì lại khác, không màng chi danh tiếng phước lộc, can tâm gánh hết các sự gian nan vì biết trong trời đất có Đấng Chí Linh, công bình chính trực, chầy kíp cái nạn người ngay có ngày phải hết, đặng lãnh thưởng và chẳng bao lâu chước độc kẻ gian phải tỏ bày mà chịu phạt...*"

Truyện Ông Gioang Ngô Kim Thạch theo thể truyện chí của Tàu ở chỗ nội dung nói chuyện đạo đức, ở lối chia truyện làm 11 hồi với hai câu thất ngôn ở đầu mỗi hồi, cũng như lối mở đầu câu chuyện: "*Lối năm 1685, gần rốt đời nhà Minh, buổi vua Thần Tông, ở Triệu Khánh phủ về tỉnh Quảng Đông có nhà kia hai vợ chồng sanh đặng một trai đặt tên là Joseph Ngô Kim Luông, cha tên là Gioang Ngô Kim Thạch, mẹ là Martha Đặng Ngọc Khanh*".

Nội dung là chuyện luân lý, một kết hợp giữa tam cương ngũ thường của đạo Nho với mười điều răn (thập giới) của Thiên Chúa Giáo, giữa nhân ái của Khổng giáo với bác ái của đạo Chúa, với đức tin vào Thiên Chúa là cha trên trời chí công và chí nhân:

"Ông Gioang Ngô Kim ra sức dạy dỗ con cho nó ghi tạc vào lòng khăng khăng đức tin, cậy, kính, mến, và lo các nghĩa cho con hiểu biết mấy điều luật tự nhiên: Tam giáo và tam cương ngũ thường (...) Cha mẹ yêu thương con thật, nhất là vì có một con mà thôi, song cha mẹ bằng lòng thấy con chết trước mặt, chẳng thà thấy con sai lỗi điều gì trong đạo thánh, tam cang ngũ thường. Chẳng những lành phải trả lành, mà lại dầu dữ cũng phải trả lành thay vậy, mắc giữ sự trung với bạn trung, mà cũng mắc giữ trung với kẻ bất trung nữa, làm người thì phải lo cho tròn trung tín".

Truyện kể chuyện cấm đạo bên Trung Hoa nhưng tác giả có ngụ ý nói chuyện Việt Nam. Vì cấm đạo, nhiều vị quan tài ba phải lẳng lặng từ quan quy điền, gia đình ông Gioang Ngô Kim Thạch phải trốn lên núi, rồi lạc nhau và phải chịu nhiều đau thương. Nhưng chính những người bị vua quan bách hại vì nghi ngờ lòng trung lại là những người trung quân ái quốc. Cuối cùng biết chuyện, vua đã phong tặng các người có đạo và ban sắc chỉ khen đạo "cho phép mọi người giữ đạo và phép đạo mặc ý mình". Con ông Ngô Kim Thạch là Kim Luông giúp vua đánh diệt giặc, được vua quan phong lãnh ấn Nhị Lộ Nguyên Soái. Vua đón Kim Luông hồi triều, lại đứng ra làm chủ hôn: "Vua đứng làm mai và cho phép làm theo lễ phép hôn nhân có đạo. Cũng thêm một dịp cho vua chúa nhìn biết lòng can đởm trung quân ái quốc, thẳng ngay của kẻ có đạo. Và từ đó vua ra sắc ban khen đạo thánh Chúa Kirixitô và cho phép giữ đạo và phép đạo mặc ý mình". Rõ là những lời muốn nhắn gửi những vị vua thiển cận như Minh Mạng, Tự Đức đã nhắm mắt nghe sự xiểm nịnh các vị hủ nho. Chính sự hủ lậu này làm mất nước chứ không phải vì đạo Chúa; đạo nào cũng có kẻ theo giặc, ai đi với giặc thì cứ bắt người đó nhưng đừng lấy cớ đó để bắt đạo, cấm đạo!

Tiếng Việt dùng trong truyện là một lối văn bình dị, đơn sơ mà sáng sủa, của đầu thế kỷ XX, khác xa truyện *Kiều* và gần với *Lục Vân Tiên* về tiếng nói dân gian, ngôn ngữ của người bình dân.

4. Tiếng "Nhà Thờ" Hay Tiếng Việt Xưa?

Tác phẩm chữ Nôm xưa hiện có phải nói đến là cuốn *Thiên Chúa Thánh Giáo Khải Mông* (thế kỷ XVII) của Maiorica và một tác phẩm văn học xưa viết bằng chữ Quốc ngữ đã in là cuốn *Inê Tử Đạo Vãn* gồm 560 câu thơ lục bát in trong cuốn *Tự vị Latinh-Việt* Taberd (1838). Nhưng qua ba tác phẩm vừa giới thiệu, người đọc đã có thể thấy có một thứ tiếng Việt khác phần nào với tiếng Việt hiện nay, khác về cấu trúc, khác trong cách sử dụng chữ và thành ngữ, tiếng Hán Việt cũng ít hơn, v.v.

Tiếng nói là một bộ phận chính của văn hóa một dân tộc. Tiếng Việt từ thời Trịnh Nguyễn phân tranh và Nam tiến cho đến ngày nay đã có những khía cạnh chưa được điều nghiên kỹ. Chiến tranh nối tiếp nhau đã khiến con người chỉ lo sống còn, rồi trở nên phân hóa, có những thành kiến, v.v. Tiếng nói và chữ viết người Việt chúng ta đã tiến hóa theo thời đại và con người. Nhưng nếu tiến hóa mà mất cội nguồn, phải chăng đó là chuyện tốt?

Cuối thế kỷ XIX và đầu thế kỷ XX, sự mở cửa đón nhận những trào lưu văn hóa và khoa học hiện đại, tiếng Việt đã phải thu nhận, sáng chế ra thêm những từ ngữ mới. Nghiên cứu sách báo xuất bản trong Nam là nơi phải tiếp xúc văn hóa thực dân trước, cho thấy có những cố gắng du nhập trên căn bản dân tộc, những cuốn từ điển của Huình Tịnh Paulus Của, Trương Vĩnh Ký, những biên khảo giới thiệu các khoa học mới như *Phép Toán, Phép Đo, Bác Học Sơ Giai* của Huình Tịnh Paulus Của, rồi những phong trào Đông Du, Duy Tân xuất phát trước trong Nam. Từ 1903, các nhóm Nghĩa thục ở miền Trung rồi Đông Kinh nghĩa thục (1907) ở Hà Nội đã bắt đầu dịch danh từ chung từ tiếng Hán. Đàng Trong và miền Nam cho đến đầu thế kỷ XX đã thành công chặn đứng xâm nhập văn hóa từ thuộc địa Pháp bằng cách phát huy những căn bản văn hóa bình dân của dân tộc. Xuất hiện sau nhưng báo chí miền Bắc có thể vì vị trí địa lý thuận tiện và cũng có thể vì giới trí thức dễ đón nhận sản phẩm văn hóa ngoại nhập dễ dàng từ hàng xóm Trung Hoa, do đó các trào lưu văn học và khuynh hướng học thuật đã dễ nhập đất "ngàn năm văn vật", mà sau đó các trường phái văn học và tư tưởng cũng đâm bông dễ dàng hơn ở vùng đất này.

Tiếng Việt vốn bình dị, tự nhiên, khiến "văn xuôi" tự nhiên; nhưng khi nhận ảnh hưởng chữ Hán và văn học Trung Hoa (văn vần, biền văn) đưa đến lời văn hoa mỹ, cầu kỳ, trừu tượng... khiến cho câu văn xa xôi, tối nghĩa hoặc không rõ ràng, chính xác. Ảnh hưởng Tây phương có khuynh hướng câu văn ngắn, có khi thành quá gọn.

Trên tạp chí *Nam Phong* số 16 (tháng 10-1918), ông Nguyễn Háo Vĩnh, ký giả, từ Sài Gòn gửi *"Thư ngỏ cho chủ bút Nam Phong"* đã lên tiếng đả kích chủ trương du nhập ào ạt vào tiếng Việt những từ ngữ mượn từ tiếng Hán Việt mà lúc bấy giờ Phạm Quỳnh, chủ bút Nam Phong là người hăng hái nhất cùng với các cộng sự viên khác như Nguyễn Đỗ Mục, Phan Kế Bính, v.v. *Nam Phong* đã có những ảnh hưởng rất lớn về văn chương học thuật và đã đóng góp nhiều cho sự phát triển của chữ Quốc ngữ, nhưng đồng thời đã biến tiếng Việt phát triển theo một con đường tuy lớn rộng nhưng đã xa lần những người Việt không đi cùng đường và người Việt trong Nam, và nhất là đã trừu tượng hóa ngôn ngữ Việt Nam. Miền Nam đã là nơi trú ẩn những thành phần chống lại đô hộ văn hóa của Tống Nho, những người chỉ thu nhận những cốt lõi văn hóa của Tam giáo, sau lại là phần đất tị nạn của những người Việt theo đạo Thiên Chúa hoặc không sống được ở Đàng Ngoài. Phan Khôi đã nhìn nhận: *"Đại khái chữ Quốc ngữ nước ta, phát nguyên tuy từ Bắc, mà bắt đầu thạnh hành lại từ miền Nam. Cho nên bây giờ chúng ta có thể nói được rằng xứ Nam kỳ đối với lịch sử chữ Quốc ngữ lại có quan hệ mật thiết hơn Trung, Bắc kỳ".*[5] Xin nhắc: ông Phan Khôi đã nói như vậy vào năm 1929! Trong khi đó nhà phê bình Vũ Ngọc Phan trong bộ *Nhà Văn Hiện Đại* (1941) ở phần "Những nhà văn hồi mới có chữ Quốc ngữ" nhìn nhận "*người Nam kỳ là những người Việt Nam đã dùng chữ Quốc ngữ trước nhất*" và cho rằng thứ chữ Quốc ngữ do các "cố đạo Gia-tô" đặt ra đã dùng "*giọng Bắc Kỳ và giọng miền Bắc Trung Kỳ là đủ*" vì "*người Nam Trung Kỳ và Nam Kỳ phát âm sai*", "*càng xuống miền Nam càng nhiều, càng thấy sai bấy nhiêu*" [6]. Họ Vũ đã không phân biệt văn nói với văn viết, và người trong Nam từ Trương Vĩnh Ký đến Hồ Biểu Chánh đã dùng tiếng Việt xưa trước thời Nam tiến. Ông Nguyễn Háo Vĩnh trong thư nói trên đã cắt nghĩa thêm: "*Khi nước Lang-sa qua giao thông với nước ta thì trong cõi Nam-kỳ nổi lên một người là ông Trương Vĩnh Ký mượn cái xác Latinh mà dựng lại cái hồn của tiếng A-Nam còn sót lại. Cái xác Latinh ấy là chữ Quốc ngữ bây giờ! Cái hồn của tiếng ta còn sót lại lần lần nhập vào xác mới và trong khoảng năm sáu mươi năm vừa qua rồi, cái xác mới với cái hồn xưa vừa ưa nhau, vừa quen hơi nhau, hiệp sức mà tiêu hóa cái sự phát ách tiếng chệt*".[7]

Nguyễn Háo Vĩnh đặt vấn đề rất đúng; chính Phạm Quỳnh đã vô tình trừu tượng hóa tiếng Việt – việc mà ngày nay vẫn còn là vấn nạn đối với chính quyền Hà Nội trong nước (*chệt* thời Mao!). Phạm Quỳnh

[5] Phan Khôi. *"Chữ Quốc ngữ ở Nam kỳ với thế lực của phụ nữ" Phụ Nữ Tân Văn* số 28 (7-11-1929). Trích từ 13NTLVH. Sđd, t. 2, tr. 470.

[6] Thăng Long tái bản, Sài Gòn, 1960, tr. 36-37.

[7] *Nam-Phong tạp-chí* 16, 10-1918, tr. 199.

đã có thái độ trịch thượng chê văn quê mùa của người miền Nam trong *Một tháng ở Nam Kỳ* (*Nam Phong tạp chí)* và còn tỏ ra mỉa mai khinh bỉ hơn trong những bài trả lời bài lai cảo của Nguyễn Háo Vĩnh, viết từ miền Nam phê phán *Nam Phong* dùng nhiều chữ Nho trong khi đã có chữ tương đương tiếng Việt. Khi giới thiệu đăng lai cảo Thư ngỏ cho chủ bút *Nam Phong* của Nguyễn Háo Vĩnh (*Nam Phong tạp chí,* 16, 10-1918, tr. 198-209), Phạm Quỳnh cho biết *"Nay có một ông Nam-kỳ bàn về cái vấn đề ấy một cách rất "kỳ khôi" (...) đọc đến cũng không thể nhịn cười được» (...) Tuy lời lẽ có lắm chỗ quá đáng - nôm na là cha mách qué...".*

Rồi trong lời chú, ký Q., đăng theo Thư ngỏ nói trên, vì Nguyễn Háo Vĩnh đề cao công lao của Trương Vĩnh Ký nên Phạm Quỳnh bồi thêm: "Ông Trương chẳng qua là một nhà làm sách giáo khoa thường cho con nít học mà thôi, đã có công nghiệp gì với tổ quốc, đã từng bao giờ đem cái xác Latinh mà đựng cái hồn Nam Việt? Chẳng dám khinh gì người trước, nhưng những bậc danh sĩ nước Nam cứ như ông Trương cả thì cũng không lấy gì làm vẻ vang cho nước lắm" (*Nam Phong tạp chí*, 16, 10-1018, tr. 199). Bài đó đã gây tranh luận với các ông Nguyễn Bá Trác, Thân Trọng Huề, ... và Phạm Quỳnh đã tạm thời kết thúc với bài trên số 20, *"Bàn về sự dùng chữ Nho trong văn Quốc ngữ"* (2-1919, tr. 83-97).

Riêng Linh mục Thanh Lãng đã ghi lại công lao của nhà văn tiền bối Hồ Biểu Chánh bỏ lối văn biền ngẫu "vô lối" thịnh hành thời đó như sau: "*Hồ Biểu Chánh là người đầu tiên làm cách mạng: đập vỡ cái khuôn khổ văn chương đài các giả tạo ấy. Ông đặt vào miệng các vai truyện của ông những ngôn ngữ đơn sơ chất phác, lắm khi thô tục nữa là khác (...) Hơn thế nữa, Hồ Biểu Chánh còn là văn sĩ của miền Nam, dùng tiếng địa phương. Văn của ông là văn cùng chung truyền thống với Huình Tịnh Của, Trương Vĩnh Ký... tức là nói và viết "tiếng A-Nam ròng" là viết tiếng Việt "trơn truột như lời nói*". Cái chủ trương của Trương Vĩnh Ký cũng là chủ trương của các văn gia miền Nam: chống đối văn *đài các* miền Bắc (...).[8]

Thật vậy, nhiều người miền Nam lúc bấy giờ đã không hiểu thứ tiếng Việt dùng trên *Nam Phong tạp chí.* Nhập cảng từ vựng Trung Hoa rồi Hán Việt hóa, trong khi đó tiếng Việt đơn giản đã có lại không được dùng, cái họa bắt đầu được nhìn thấy, người còn để lại dấu vết là ông Nguyễn Háo Vĩnh, tác giả cuốn *Cách Vật Trí Tri Phổ Thông Sơ Giai* (1918, 1927) và chủ trương báo *Khoa Học Tập Chí* (1924) và báo *Hoàn Cầu Tân Văn* ở Sài Gòn cùng làm chủ nhà in Xưa Nay sau khi bị thực dân Pháp bắt ở Hương Cảng và ở tù ra. Ông tố cáo tạp chí *Nam*

---

[8] Thanh Lãng. *"Hồ Biểu Chánh". Văn* số 80 (15-4-1967), tr. 16.

Phong: "*Các ngài làm thư thế thì hình như các ngài là người Tàu qua lấy nước An Nam, muốn đem tiếng nó qua mà thế tiếng ta vậy*".[9]

Trong *Sấm Truyền Ca, Đại Nam Việt Quấc Triều Sử Ký* và *Truyện Ông Gioang Ngô Kim Thạch*, chúng ta đã thấy tiếng Việt miền Nam ở thế kỷ XVII đến XX đơn giản và bình dị. Rồi trong Tuồng Cha Minh (1881, thật ra gần kịch nói hơn là tuồng), theo giáo sư Hoàng Châu Ký từng viện trưởng viện nghiên cứu sân khấu Hà Nội, văn đối thoại trong vở này rất gần gũi với lời nói của dân giả, mới mẻ và đơn giản hơn câu văn đầu thế kỷ XX như văn *Nam Phong* chuộng lối văn biền ngẫu và cách điệu. Ông nhân đó đặt lại quan niệm cho rằng vở kịch *Chén Thuốc Độc* của Vũ Đình Long diễn năm 1921 ở Hà Nội là vở kịch nói đầu tiên.[10]

Học giả Phan Khôi trong bài *"Chữ Quốc ngữ ở Nam kỳ với thế lực của phụ nữ"* trên tờ *Phụ Nữ Tân Văn* số 28 (7-11-1929) đã nhìn nhận thứ chữ Quốc ngữ dùng trong môi trường đạo Công giáo thống nhất một mối nghĩa là pha lẫn Bắc Nam. Ông cũng đề cao hai tiền bối Trương Vĩnh Ký và Huỳnh Tịnh Paulus Của mà ông tôn là "đại sư" vì hai ông đều viết đúng tiếng Việt: "*hai ông cùng học trường bên Đạo mà ra cho nên các ông ấy viết chữ như người bên Đạo nghĩa là viết đúng*".[11] Tưởng cũng nên ghi lại ở đây, "trường phái" Trương Vĩnh Ký tiếp nối với Trương Minh Ký, Nguyễn Trọng Quản tác giả *Thầy Lazarô Phiền*, tiểu thuyết đầu tiên viết bằng chữ Quốc ngữ. Tiếp đó, trên *Phụ Nữ Tân Văn* số 86 (11-6-1931) Phan Khôi đã thêm một lần khẳng định rằng "Tiếng hay văn Việt Nam cũng chỉ có một mà thôi. Không ai được lấy cớ gì mà chia ra Nam Bắc". Theo ông, "Nam Bắc có khác nhau là *giọng* chớ không phải *tiếng*". Trước đó, cuối năm 1929 đầu 1930, nhật báo *Thần chung* đã có cuộc thảo luận trên xung quanh một ý kiến của một đại biểu nêu ra tại Hội đồng quản hạt Nam kỳ, yêu cầu Nha học chính Đông Dương cho phép giáo chức Nam kỳ soạn sách dạy tiếng Việt dành riêng cho các trường ở Nam kỳ. Về việc này, các ông chủ biên tờ *Thần chung* Diệp Văn Kỳ, Nguyễn Văn Bá đã cho rằng sự đề xuất nêu trên, nếu được phép thực hiện, sẽ dẫn tới việc chia rẽ dân tộc.

Linh mục Thanh Lãng trong các nghiên cứu cuối đời, những nghiên cứu trong tâm tình dân tộc như ông đã tự kiểm thảo,[12] đã kết luận về tiếng Việt "nhà thờ" "đúng thật là tiếng Việt thông thường,

---

[9] *Nam Phong*, số 16, Octobre 1918, tr. 199.

[10] VSBCTGCG. Sđd, tr 132.

[11] Trích từ 13NTLVH Sđd, t 2, tr. 473.

[12] Ngoài ra trong di chúc viết ngày 28-11-1988 (chúng tôi có phóng bản), linh mục Thanh Lãng đã xin lỗi các Giám mục và linh mục: "Tôi công khai sám hối tất cả với tình anh em linh mục mà tôi vô tình hay cố ý làm mất lòng...".

phổ thông mà mọi người Việt thời xưa đã nói, tức là cái giới gọi là "nhà thờ" đó, đã nói như mọi người Việt nhà quê cái thứ tiếng nói nhà quê, tiếng nói dân gian mà mọi người Việt nhà quê nói với nhau, hiểu với nhau một cách bình thường" [13]. Cũng theo ông, tác phẩm do cộng đồng Công giáo biên soạn vào thế kỷ XVII hiện còn giữ được, sách vở bằng chữ Quốc ngữ chỉ có khoảng 700 trang, trong khi đó tài liệu bằng chữ Nôm còn được 14 tựa với cả 4200 trang; 4200 trang chữ Nôm gốc của thế kỷ XVII chưa bị sửa đổi theo thời gian. Ngoài các tác phẩm chữ Nôm và quốc ngữ đã giới thiệu ở trên, còn có nhiều văn bản chữ Nôm và quốc ngữ khác được lưu trữ ở Âu châu mà các giáo sư Hoàng Xuân Hãn, Tạ Trọng Hiệp, linh mục Thanh Lãng, Đỗ Quang Chính, v.v. đã khám phá và chụp vi bản đem về nước. Viện Hán Nôm thuộc Viện Khoa học xã hội đã sưu tầm được 24 văn bản chữ Nôm thuộc thế kỷ XVII trong đó có những bản từng được lưu trữ ở chùa Kiểng Phước tại Vọng Các, Thái Lan. Những văn bản sau này là dấu vết chữ Nôm dùng ở đàng Trong.

Những người đàng Ngoài vào Nam lập nghiệp, theo chân các chúa Nguyễn, đã mang theo gia tài văn hóa trong đó có tiếng nói và chữ viết Nôm (và chữ Hán). Sự phân chia địa lý sẽ đưa đến những dị biệt hay cách biệt về văn hóa. Một văn hóa trưởng thành song hành với những điều kiện khác biệt và với những con người thành phần tập hợp mới. Ông bà ta sẽ đồng hóa người Chiêm Thành, nhưng ta cũng đã bị ảnh hưởng trở lại về văn hóa. Tổ tiên ta cũng sẽ nuốt phần Thủy Chân Lạp. Vua chúa nhà Nguyễn sẽ mở rộng tay đón nhận con cháu nhà Minh; những người này sẽ khai phá những vùng thị tứ mới nay là Chợ Lớn, Biên Hòa, Hà Tiên, v.v. Xa Đàng Ngoài, một tập thể người Việt mới được thành lập, trên mảnh đất đã trải qua những văn minh Sa Huỳnh, Đồng Nai hoặc xa xưa hơn như Óc-Eo, Phù Nam; những lưu dân này sẽ giữ lại những nòng cốt văn hóa của Nho giáo, Đạo giáo, Phật giáo đại thừa rồi thêm ảnh hưởng của Phật giáo tiểu thừa và đạo Bà La Môn.

Từ những lý do đó, tiếng nói lưu dân nơi vùng đất mới sẽ cập nhật theo hoàn cảnh sinh hoạt và môi trường địa lý mới. Những "hội nhập" này khiến chữ viết Nôm trong Nam đã có những biến hóa, cấu trúc khác đi theo phát âm, lối viết và phương ngữ Nam bộ. Thí dụ phương ngữ như "chả", "dùa", dị biệt về phát âm như "Chun, chuyến, chiền", thay vì "chung, chiến, truyền / chuyền".[14] Từ đó như tạo thành một "thứ" tiếng Việt của miền Nam lưu dân

---

[13] VSBCTGCG, Sđd, tr. 6

[14] X. thêm Vũ Văn Kính. *"Vài nét sơ lược về chữ Nôm miền Nam"*, tr. 328-331 in 5 Năm Hán Nôm 1991-1995. TpHCM: Trung Tâm Nghiên Cứu Hán Nôm, 1995.

mà từ lâu nay vẫn bị gán là "tiếng của nhà thờ". Ông Nguyễn Háo Vĩnh trong bài nói trên đã viết tiếp lời phê về văn Nam Phong như sau: "Coi mà chẳng hiểu thì có ích gì đâu, dần dần người ta ngã lòng trông cậy chẳng còn muốn coi nữa". Mới nghe thì có vẻ văn "nhà thờ", nhưng thật ra không có thứ văn nào gọi là văn "nhà thờ", chỉ có tiếng Việt dùng vào chốn nhà thờ cũng như tiếng Việt dùng ở chùa đình vậy thôi. Với những khám phá mới, có khi chỉ là một trở về nguồn với văn bản thời thế kỷ XVII và sau đó như đã đề cập trong bài này, có thể nói từ khi Nam Bắc phân tranh, ở Đàng Trong, tiếng nói bắt đầu xa dần đồng bào ở Đàng Ngoài; đến khi các vua Nguyễn Huệ và Gia Long thống nhất đất nước, tiếng Việt Đàng Ngoài sẽ tiếp tục phát triển theo một hướng độc lập với người trong Nam, trở thành một tiếng nói và viết có khác biệt. Trong khi đó trong Nam, đồng bào di dân từ Bắc vào, từ các thế kỷ XVII và XVIII, vẫn tiếp tục nói tiếng nói họ mang theo vào. Đó là tiếng Việt được giới tu sĩ và giáo dân Công giáo như các linh mục Lữ Y Đoan, Philipphê Phan Văn Minh, v.v. sử dụng cũng như mọi người trong cùng xã hội. Đó cũng là tiếng Việt mà các nhà văn nhà báo và trí thức trong Nam từ Trương Vĩnh Ký, Huình Tịnh Paulus Của đến Nguyễn Trọng Quản, Trương Minh Ký, Nguyễn Háo Vĩnh, các nhà báo của tờ *Nam Kỳ địa phận*, v.v. sử dụng. Đó cũng là tiếng Việt mà những cộng đồng người Việt lưu vong ở Miên, Lào và Xiêm vẫn nói từ khi họ phải rời đất nước. Tiếng Việt đó là tiếng Việt thống nhất mà Phan Khôi trên *Phụ Nữ Tân Văn* nói đến và khởi từ đó ông phê bình những nhà báo ở Sài Gòn lúc bấy giờ viết sai tiếng Việt - nghĩa là sai tiếng Việt của Trương Vĩnh Ký, Huình Tịnh Paulus Của, tiếng vẫn bị coi là của «nhà thờ»! Nếu có ai muốn phê người Nam viết sai nói sai - là chuyện có, những nhà văn nhà báo viết sai theo tiếng nói sai, tức chỉ một phần trong số các nhà văn miền Nam, từng là đối tượng chỉ trích của học giả Phan Khôi nói ở trên, thì không nên tổng quát hóa, mà nên phân biệt với tiếng Việt thống nhất này, tiếng xưa nay đã có nhiều dấu vết ở trong Nam!

Như vậy, vì hoàn cảnh canh tân, hiện đại, tiếng Việt đã phát triển mạnh từ những năm 1920 với sự nhập cảng ồ ạt từ vựng mới của Trung Hoa (và Nhật) với tạp chí *Nam Phong*, sau đó theo đà Âu Tây hóa, các báo của Tự Lực Văn đoàn, Tân Dân, nhóm Hàn Thuyên, rồi phân chia Nam Bắc, tiếng Việt thêm nhiều từ mới. Nhưng tiếng Việt trước 1920 bị xem là tiếng "nhà thờ" và bị bỏ quên, các hoàn cảnh biến cố tiếp sau đó đã tiếp tục đẩy đưa cái khuynh hướng này. Cùng tiếng nói nhưng có những dị biệt về chữ viết, thành ngữ và phát âm khiến không hiểu nhau trọn vẹn. Đây cũng cùng trường hợp với tiếng Pháp dùng ở Canada là tiếng Pháp cổ thế kỷ XV do những di dân từ mẫu quốc sang vẫn sử dụng. Đế quốc Pháp thua Anh, bỏ rơi luôn dân của họ. Bên này Đại Tây Dương, người mẫu quốc phát triển tiếng nói và xa dần hẳn tiếng Pháp của "anh em họ" (cousins) ở Canada.

Mặt khác, cùng trường hợp với văn học Việt Nam trước khi có chữ Quốc ngữ đã có hai dòng bình dân và bác học "nói chữ", tiếng Việt trước 1920 đơn giản, bình dị thế nào thì tiếng Việt canh tân sau 1920 trừu tượng hơn nhiều, dù từ những thế kỷ XVII đã có nhu cầu sáng chế nhiều từ Hán Việt và từ Tây phương hóa (phiên âm theo tiếng Tây phương) để theo kịp đà tiến hóa và tiếp xúc với Tây phương. Trừu tượng, đó là lý do khiến ký giả Nguyễn Háo Vĩnh phàn nàn với ông Phạm Quỳnh. Một "học sanh về điện máy chuyên nghề", Nguyễn Duy Thanh ở Paris, góp ý trên *Phụ Nữ Tân Văn* số 119 (18-12-1932), đã chỉ trích Phạm Quỳnh làm tối tiếng Việt. Ông đưa ra những thí dụ những tiếng Việt dễ hiểu như "màng ngăn bụng, mạch máu nhỏ tí, mạch máu đi, mạch máu về" hay "chung của" bị ông Phạm Quỳnh thay thế bằng "hoành cách mô, vi ti huyết quản, hồi huyết quản, khứ huyết quản" và "cộng sản". Theo ông, người Tàu phát âm ngọng vì có những âm không có trong tiếng nói của họ, nên đã phiên âm sai nhiều danh từ riêng và địa lý như Hoa Thịnh Đốn (Washington), Anh Cát Lợi (England), Bỉ Lợi Thì (Belgium), nay Phạm Quỳnh "theo đuôi" người nói ngọng thì lại càng đi xa từ gốc [15]. Trong số những độc giả phản đối Phạm Quỳnh có hai ông Nguyễn Văn Ngọc và Dương Quảng Hàm lúc đó hãy còn là sinh viên cũng đã lên tiếng phản bác chủ trương/khuynh hướng nói chữ mà họ cho là "lố bịch" của *Nam Phong*. Và nhiều từ Hán Việt do *Nam Phong* tạp chí xướng lên đã rơi vào quên lãng, như: liễu kết, châu tuần, diên mạn, phó nạn, (kẻ) hậu tấn, v.v. Đó là với người có học; còn người bình dân chắc còn ít hiểu tường tận những chữ như "ý thức hệ, thủy quân lục chiến" chẳng hạn, dù họ nghe đã quen và biết là nói cái gì. Rồi chính chữ Quốc ngữ cũng trở thành một trở ngại cho sự phát triển kiến thức, có thể cả tinh thần, vì so với chữ Nôm, chữ Quốc ngữ không "hồn", thường hay trùng chữ trùng âm và không gợi hình, rất hợp cho tưởng tượng thơ văn và "chơi chữ" nhưng xa dần căn bản ý nghĩa của văn tự dễ đưa đến những diễn văn không nội dung hoặc "ông nói gà bà nói vịt"! Văn học Việt Nam cổ kim có những nhà văn thơ lớn như Nguyễn Trãi, Nguyễn Bỉnh Khiêm, Nguyễn Du, v.v. tư tưởng tâm tình rất tổng hợp về tín ngưỡng, về nguồn cảm hứng. Đến các tác giả miền Nam của thời văn học quốc ngữ tiên phong cũng tỏ ra rất tổng hợp và khai phóng về văn hóa. Văn học đã tổng hợp, khai phóng, người nghiên cứu không thể không có được cái tinh thần chủ động căn bản của nền văn học đối tượng nghiên cứu đó.

[15] Trích từ 13NTLVH. Sđd, t. 2, tr. 100-118.

Văn học Việt Nam ngày nay phong phú với nhiều thể loại đa dạng nếu so với văn chương cổ điển Hán Nôm thời lịch triều xưa: tiểu thuyết, kịch nói, bút ký, hồi ký, báo chí, v.v. Đây là những hình thức diễn tả văn hóa của Tây phương ta đã du nhập, khởi đầu với các tác giả Thiên Chúa giáo vì họ gần gũi và theo đa số hay vì tiện lợi phổ thông (chẳng hạn vào thế kỷ XVII, giới tu sĩ Công giáo đã viết chữ Nôm nhiều hơn chữ Quốc ngữ, như đã nói ở trên): thể nhật ký với Philipphê Bỉnh (*Sách Sổ Sang Chép Các Việc*, thế kỷ XVIII), thể kịch nói với *Tuồng Cha Minh* (1881), thể khảo cứu về thể loại văn học với Hồ Ngọc Cẩn tác giả loạt bài *Thi Phú Qui Pháp* trên *Nam Kỳ địa phận* năm 1913 (*Việt Hán Văn Khảo* của Phan Kế Bính ra đời 17 năm sau), thể ký sự với Trương Vĩnh Ký (*Chuyến Đi Bắc Kỳ Năm Ất Hợi*, 1876), thể truyện với Nguyễn Trọng Quản (*Thầy Lazarô Phiền*, 1887), thể hồi ký với Michel Tinh (*Chơn Cáo Tự Sự*, la petite biographie de Michel Tinh par lui même, 1910). Ba tác giả sau viết ngoài môi trường Giáo hội. Và trái với những gì nhiều người vẫn nghĩ, người Việt đã tham gia tích cực trong việc sáng chế ra chữ Quốc ngữ: thầy giảng Bento Thiện đã viết về lịch sử nước ta từ năm 1659 bằng chữ Quốc ngữ như đã nói đến ở trên, và cuốn Từ Điển Taberd là công trình của các cộng tác viên người Việt như linh mục Philippe Phan Văn Minh, tác giả *Phi Năng Thi Tập*.

Vì lẽ đó, những gì chúng tôi nêu lên trong bài này, cũng như trong biên khảo *Miền Nam Khai Phóng*, chỉ nhắm bổ túc những thiếu sót, khiếm khuyết và đưa ra một số đặc thù văn hóa, xã hội chứ không phải để chia rẽ, kỳ thị, vì chúng tôi chủ trương phải thống nhất tiếng Việt. Để mọi người có thể hiểu nhau và nếu chúng ta còn muốn hiểu nhau! Thống nhất đồng thời phải chấp nhận có những đặc thù địa phương phải tôn trọng. Về tiếng nói cũng như văn học sử. Mặt khác phải có thái độ chấp nhận, sát nhập các tác giả tác phẩm của người Phật giáo, Công giáo, Cao Đài, Phật giáo Hòa Hảo v.v. vào dòng văn hóa chung. Thơ văn đời Trần có nội dung Phật giáo, đời Lê và Nguyễn rất Nho giáo, đã là gia tài văn hóa chung của người Việt, vậy không lý gì thơ văn do người Công giáo viết ra lại bị xếp loại ra ngoài. Nay là thời đa văn hóa, đối thoại, cảm thông, mà ngay từ thời lập quốc, dân tộc ta từng tỏ ra rất bao dung và khai phóng: đã qua rồi cái thời xem cái gì liên hệ đến đạo là không phải dân tộc hay không phải là văn hóa. Vả chăng, Phật, Chúa, Khổng hay Lão, đâu có tín ngưỡng hay tôn giáo nào xuất phát từ Việt Nam; tổ tiên chúng ta đã đón nhận và sống với các văn hóa, tư tưởng, tôn giáo ngoại nhập qua bao thế kỷ, có thời Phật Nho đã là quốc giáo, nhưng khi xong nhiệm vụ vẫn trở về trong tâm linh người Việt, một tâm linh tổng hợp, trong tinh thần khai phóng, bao dung.

Ở trong nước, từ năm 1987, những người nghiên cứu của nền văn học vẫn nổi tiếng là "một chiều, phải đạo, minh họa" đã có những cố gắng thay đổi cách nhìn và cách nghiên cứu. Có thể nói nếu không có chính sách Cởi trói văn hóa, đã không có những công trình nghiên cứu mới mẻ về nền văn học Miền Nam trước thế kỷ XX. Hoàn cảnh mới đã cho phép những phát hiện mới, mà sau nhiều thập niên mù quáng vì chiến tranh, có những cái đã bị biến hủy nhưng cũng có những nhận diện, cảm thông về những cái tưởng đã chết hoặc yếu đi như tôn giáo. Vả lại, tôn giáo đã trở nên nguồn sống tâm linh của nhiều người, kể cả cán bộ. Cuộc chiến chính thức tàn năm 1975, những thất bại của chuyên chính từ 1975 đến 1986 đưa đến Cởi Trói như một lối thoát dọ dẫm có cái hay là đã tạo môi trường những cố gắng mới với quan điểm mới hơn, dân tộc hơn, tổng hợp hơn. Trong hoàn cảnh đó càng ngày càng có những nghiên cứu trở về với truyền thống dân tộc thật sự, đó là điều nên mừng. Bước đầu khó khăn đã có người đi, dĩ nhiên còn cần nhiều nghiên cứu sâu xa và khách quan hơn nữa!

THAM KHẢO

- Đỗ Quang Chính. *Lịch Sử Chữ Quốc ngữ 1620-1659.* Sài Gòn: Ra Khơi, 1972. 171 tr.

- Nguyễn Khắc Xuyên. *"Chữ Quốc ngữ vào năm 1838" Văn Lang* số 4, 12-1992, tr. 117-124.

- Thanh Lãng. *13 Năm Tranh Luận Văn Học (1932-1945).* 3 tập. Tp HCM: NXB Văn Học, 1995. Nhờ bộ sưu tập này mà người đọc có thể tham khảo những bài báo đã đăng trên *Hà Nội Báo, Ích Hữu, Phụ Nữ Diễn Đàn, Ngày Nay, Tiểu Thuyết Thứ Bảy* liên hệ đến những cuộc tranh luận thời đó về văn học, ngữ học và cả chính trị, thời sự.

- *Về Sách Báo Của Tác Giả Công giáo (Thế Kỷ XVII-XIX).* Tài Liệu Tham Khảo. Tp HCM: Trường Đại học tổng hợp tp HCM. Khoa Ngữ Văn, 1993, 184 tr. Các tác giả: Nguyễn Văn Trung, Trần Thái Đỉnh, Thanh Lãng, Võ Long Tê, Nguyễn Nhã, Trần Thanh Đạm, Phạm Đình Khiêm, Đỗ Như Thắng, Cao Xuân Hạo, Hoàng Châu Kỳ.

Nên xem thêm:

- Lê Đình Bảng, *Quốc ngữ, con đường tơ lụa của đức tin và văn hóa,* http://www.conggiaovietnam.net/index.php?m=home&v=detail&ia=18620

- Philiphê Bỉnh, *Những bài thơ phụ lục trong Nhật Trình Kim Thư Khất Chính Chúa Giáo,* http://www.conggiaovietnam.net/index.php?m=home&v=detail&ia=8729

- Trần Quốc Anh, *Từ Phép Giảng Tám Ngày đến Hội Đồng Tứ Giáo, Các tác phẩm hộ giáo trong văn chương Công giáo Việt Nam thế kỷ XVII-XIX* Tạp chí Nghiên Cứu Văn Học số 7 tháng 7/2020 tr. 71

- N.I. Nikulin, *Macao trong các di sản văn học chính luận Việt Nam cuối thế kỷ XVIII đầu thế kỷ XIX,* Tạp chí Nghiên Cứu Văn Học số 7 tháng 7/2020, tr. 85

SƠ BỘ TÌM HIỂU VAI TRÒ CỦA CÁC NHÀ TRUYỀN GIÁO PHƯƠNG TÂY ĐỐI VỚI VĂN XUÔI TỰ SỰ VIỆT NAM

(trường hợp văn xuôi tự sự Công giáo của Girolamo Maiorica ở thế kỷ XVII)

Trần Thị Phương Phương *1

Tóm tắt

Bài viết là những nghiên cứu bước đầu về hoạt động truyền giáo của các giáo sĩ Dòng Tên tại Việt Nam vào đầu thế kỷ XVII, về việc giới thiệu, dịch thuật, phóng tác văn học Công giáo và những đóng góp của các nhà truyền giáo phương Tây đối với sự hình thành và phát triển văn xuôi tự sự quốc ngữ Việt Nam. Bài viết khảo sát một số trước tác truyện thánh của linh mục Dòng Tên Girolamo Maiorica như những ví dụ tiêu biểu của sự tiếp biến văn học phương Tây và bước khởi đầu văn xuôi tự sự viết bằng tiếng dân tộc của Việt Nam.

Từ khoá: Văn xuôi tự sự, các nhà truyền giáo Dòng Tên, Girolamo Maiorica, truyện thánh

1. VỀ HOẠT ĐỘNG TRUYỀN GIÁO CỦA CÁC GIÁO SĨ DÒNG TÊN TẠI VIỆT NAM ĐẦU THẾ KỶ XVII

"Lịch sử đạo Kitô là lịch sử của các cuộc truyền giáo [...]. Về bản chất, Kitô giáo là tín ngưỡng truyền giáo"

---

*1 Về tác giả, xem trang I-325

Nhà sử học Công giáo, giáo sư thần học Hoa Kỳ Henry Clay Vedder (1853 – 1935) đã viết như thế khi bàn về vai trò của các nhà truyền giáo trong lịch sử của nhân loại, những người mà ông gọi là "những người làm nên thời đại" (epoch-makers) (Vedder, 1908, tr. 3). Lịch sử Việt Nam từ thế kỷ XVI đã ghi nhận sự thâm nhập của Kitô giáo, với mốc đầu tiên được nhắc tới là năm 1533. Trong sử ký thời Nguyễn có viết về một người phương Tây tên là I-nê-khu (Inêxu, Ignatio), vào năm 1533, đã "lén lút đến xã Ninh Cường, xã Quần Anh huyện Nam Chân và xã Trà Lũ huyện Giao Thủy, ngấm ngầm truyền giáo về tả đạo Gia tô" (Viện Sử học, 2007, tr. 720). Cũng thông tin về nhân vật này, trong *Tây Dương Gia tô bí lục* thì viết: "Ingatiô sang đến nước ta bèn lẻn vào cư ngụ ở các làng Quần Anh, Trà Lũ, Ninh Cường, đến đâu đều cho tiền, phát thuốc, khiến cho những kẻ ngu khờ phải mang ơn mà chịu nghe giảng đạo. Từ đó đạo Gia Tô mới bắt đầu lan đến nước ta" (Phạm Ngộ Hiên và những người khác, 1981, tr.291). Dựa vào cách kể của hai văn bản này, có thể thấy nhân vật I-nê-khu nói trên không phải là người đầu tiên mang đạo Kitô tới, bởi hành động "lẻn đến" (tiềm lai/ 潜 来) chứng tỏ đã có sự cấm đoán của chính quyền khi đó, mặc dù văn bản có liên quan đến việc cấm đạo chỉ xuất hiện ở thế kỷ XVII.[2] Đồng thời, bản *Tây Dương Gia tô bí lục* cũng cho thấy cách thức các giáo sĩ Kitô truyền đạo cho người Việt Nam.

Thông tin về giáo sĩ I-nê-khu rất mơ hồ, thậm chí các tác giả *Tây Dương Gia tô bí lục* còn nhầm lẫn ông với người sáng lập Dòng Tên (còn gọi là Dòng Chúa Giêsu/Societas Iesu) là Ignatius de Loyola (1491 – 1556) [3] (Phạm Ngộ Hiên và những người khác, 1981, tr.292). Tuy nhiên, có lẽ ông này là tu sĩ dòng Francisco (Phanxicô) hoặc Dominican (Đa Minh), bởi đây là hai dòng tu có lịch sử truyền giáo đến khu vực Châu Á – Thái Bình Dương sớm hơn.[4]

Có thể nhắc đến tên một số giáo sĩ Kitô trong lịch sử truyền đạo tới Việt Nam ở cuối thế kỷ XVI như:

Vào năm 1550 có linh mục dòng Đa Minh người Bồ Đào Nha là cha Gaspar da Santa Cruz từ Malacca – thời gian đó đang là thuộc địa của

---

[2] Trong *Tây Dương Gia tô bí lục* thì có đoạn viết (trước khi Ignatio tới), rằng "ở các nước Đại Thanh, Chiêm Thành và nước ta hàng năm xảy ra chuyện gì, người Tây Dương [tức Giáo hoàng] đều biết rõ cả" (Phạm Ngộ Hiên và những người khác, tr. 290).

[3] Trong sách này, các tác giả viết: "Về sau môn đồ của Ignatio đều được phong làm giám mục, xin được lấy tên thánh của thầy làm tên của dòng đạo. Nhưng Ignatio khiêm tốn không dám nghe theo, chỉ lấy tên Jesu làm tên gọi của dòng". (Phạm Ngộ Hiên và những người khác, tr.292)

[4] Dòng tu Francisco (còn gọi là Dòng Anh em Hèn mọn) do Francisco xứ Assisi thành lập năm 1209 và từ năm 1245 đã có hoạt động truyền giáo đầu tiên ở Trung Hoa. Dòng tu Dominic (Dòng Anh em Thuyết giáo) do Dominic xứ Caleruega thành lập năm 1216 và cũng truyền giáo tới châu Á từ thế kỷ XIII.

Bồ Đào Nha và là trung tâm truyền giáo của khu vực Viễn Đông – đã tới vùng ven biển Hà Tiên để truyền đạo.

Nửa đầu thập niên 1580, có hai linh mục cũng dòng Đa Minh là Louis da Fonseca và Gregoire de la Motte giảng đạo ở Quảng Nam.

Năm 1583 cha Bartolomew Ruiz người Tây Ban Nha, thuộc dòng Phanxicô cùng một số đồng sự của mình là Pedro Ortis, Francis de Montilla và bốn người trợ lý từ Manila của Philippines bắt đầu đến giảng đạo ở Đàng Ngoài.

Và năm 1591 cũng được đánh dấu mốc trong lịch sử đạo Kitô khi một thành viên của hoàng gia, công chúa Mai Hoa, con gái của vua Lê Anh Tông và là chị gái của vua Lê Thế Tông đã được cha Pedro Ordoñez de Cevallos – một linh mục người Tây Ban Nha từng du hành "khắp năm phương trên thế giới", từng tới truyền đạo ở Nagasaki, Quảng Đông, Macao và Đàng Trong – rửa tội.

Tuy nhiên, hoạt động truyền giáo Kitô chỉ thực sự có những tác động đáng kể đối với văn hoá Việt Nam từ đầu thế kỷ XVII, gắn với các tu sĩ Dòng Tên. Dòng tu này được thành lập vào năm 1534 và đến năm 1540 chính thức được giáo hoàng Paul III chuẩn y công nhận. Điều này cho thấy nhân vật I-nê-khu được nhắc tới ở trước không thể là tu sĩ Dòng Tên, tuy nhiên nó cũng cho thấy một trong những biểu hiện tác động văn hoá của các hoạt động truyền đạo của Dòng Tên: đó là việc huyền thoại hoá và phổ biến trong dân gian và trong sách vở chính thống cũng như phi chính thống các huyền thoại về các vị thánh của dòng tu này ở Việt Nam.

Mặc dù nhân vật nổi bật nhất của Dòng Tên ở Việt Nam là Alexandre de Rhodes, nhưng ông không phải là người có công đầu trong việc mở đường cho giao lưu văn hoá phương Tây với Việt Nam. Trước ông còn có các giáo sĩ khác, mà trước hết là Francesco Buzomi (1575–1639) - một trong những tu sĩ Dòng Tên đầu tiên đặt chân đến Việt Nam. Năm 1615, ông cùng với đồng sự đã tới cảng Đà Nẵng để truyền đạo ở Đàng Trong, và là người có công xây dựng những nhà thờ Kitô đầu tiên ở Hội An và Nước Mặn (Quy Nhơn). Mục đích ban đầu của các tu sĩ Dòng Tên là truyền đạo ở Nhật Bản, sự chuyển hướng xuống khu vực Đông Nam Á diễn ra sau khi chính quyền Nhật Bản cấm đạo Kitô và tiến hành chính sách bế quan toả cảng. Bởi vậy Buzomi chỉ biết tiếng Nhật, gặp khó khăn khi tiếp xúc và giảng đạo bằng tiếng Việt, phải thông qua người phiên dịch. Phát sinh nhu cầu lớn là phải nắm vững tiếng Việt và ghi chép lại được để có thể truyền đạt đúng tinh thần của đạo Kitô.[5]

---

[5] Một ví dụ: "Buzomi có lần đi dạo, tình cờ xem được một vở diễn tuồng có một diễn viên hài đóng giả giáo sĩ người châu Âu với cái bụng giả rất to. Người diễn viên hỏi một em bé diễn viên "Con có muốn vào lòng người Hoà Lan chăng", khi đứa bé đồng ý bèn

Người giúp được việc này cho cha Buzomi lúc này là Lm. Francisco de Pina (1585 – 1625), đến Đàng Trong vào năm 1617 (1618), thông thạo tiếng Việt nhất trong số những nhà truyền giáo Dòng Tên đầu thế kỷ XVII, và là thầy dạy tiếng Việt cho Alexandre de Rhodes. Trước khi tới Việt Nam, cha Pina đã tiếp xúc với phương thức Latinh hoá tiếng Nhật dựa trên âm vựng tiếng Bồ Đào Nha của Jaão Rodrigues, tác giả của bộ 3 tập *Nghệ thuật ngôn ngữ Nhật Bản* (Arte da Lingoa de lapam) xuất bản ở Nhật trong những năm 1604 – 1608. Cha Rodrigues cũng đồng thời là thầy dạy của cha Pina ở Macao. Roland Jacques trong công trình *Các nhà tiên phong người Bồ Đào Nha và ngôn ngữ học Việt Nam* đã xem Francesco de Pina là một trong người đầu tiên sáng tạo ra chữ Quốc ngữ (Jacques, 1998). Cùng với ông có Lm. Gaspar do Amaral (1592 – 1645/46), người biên soạn bộ từ điển *Diccionario da Lingua Annamitica* (bản viết tay sử dụng trong giới giáo sĩ để phục vụ công việc giảng đạo, mà nay đã thất truyền), và António Barbosa (1594-1647), người đã viết những bài luận ngắn về đạo Kitô bằng chữ Quốc ngữ cho người Việt học. Alexandre de Rhodes trong lời nói đầu cho cuốn từ điển Việt-Bồ-La đã nhắc đến tên ba vị giáo sĩ Pina, Amaral và Barbosa như những người đi trước, đặt tiền đề cho công trình ngữ học của ông (Theo Rhodes, 1651, wikisourse).

Christoforo Borri (1583 – 1632) không chỉ là một nhà truyền giáo dòng Tên, mà còn được biết đến như một nhà toán học, thiên văn học. Ông đến Đàng Trong vào năm 1618, và cho đến năm 1622 đã cùng với các cha Buzomi và Pina lập ra cơ sở truyền giáo ở Nước Mặn. Một trong những đóng góp quan trọng của cha Borri là bản *Tường thuật về sứ mạng mới của các cha Dòng Tên tại Vương quốc Đàng Trong* [bản dịch tiếng Việt do Nhà xuất bản TP HCM ấn hành có nhan đề *Xứ Đàng Trong năm 1621*], trong đó, ông (được cho là người đầu tiên) đã giải thích nguồn gốc từ Cochichina và sử dụng nó để chỉ Đàng Trong, tức lãnh thổ phía nam của Việt Nam từ sông Gianh trở vào, nằm dưới sự cai quản của các chúa Nguyễn. Công trình này, cùng với cuốn *Lịch sử vương quốc Đàng Ngoài* của Alexandre de Rhodes xuất bản 20 năm sau đó, là những ấn bản đầu tiên giới thiệu ra với châu Âu một cách kỹ lưỡng về lịch sử, địa lý, đời sống văn hoá của người Việt Nam.

Tháng 12 năm 1624, giáo sĩ Alexandre de Rhodes (1593 - 1660) đã cùng với năm đồng sự, trong đó có giáo sĩ Girolamo Maiorica, cập bến

---

bỏ em vào trong bụng, làm cho khán giả cười tán thưởng. Trò này được diễn đi diễn lại nhiều lần, khiến cho Buzomi hiểu ra rằng người thông ngôn đã dịch lời dạy theo đạo Chúa thành "vào lòng người Hoà Lan" nên đã đổi câu giảng thành: "Có vào đạo Christian chăng" để tránh làm người nghe hiểu lầm đạo Cơ đốc là đạo của người Hoà Lan (tức người Bồ Đào Nha) và theo đạo là phải bỏ xứ để đến Hoà Lan (Theo: Đỗ Quang Chính, tr. 343-344).

Đà Nẵng. Là học trò tiếng Việt của cha Pina, Rhodes đã phát triển những tri thức ngữ âm tiếng Việt có được từ Pina (đáng chú ý là cả cha Pina lẫn cha Rhodes đều là học trò của cha Jaão Rodrigues ở Macao), sau đó là từ Amaral và Barbosa. *Từ điển Việt - Bồ - La* của ông, cùng với cuốn sách song ngữ Latinh - Việt *Phép giảng tám ngày* là những công trình đánh dấu việc hệ thống hoá chữ Quốc ngữ và việc sử dụng nó một cách hoàn chỉnh trong văn xuôi tiếng Việt.

Sự hiện diện của hai linh mục dòng Tên Alexandre de Rhodes và Girolamo Maiorica trên cùng một chuyến tàu đến Đà Nẵng cuối năm 1624, số phận thăng trầm của hai người trong thời gian hoạt động truyền giáo ở Việt Nam, cũng như những đóng góp quan trọng của họ đối với văn hoá Việt Nam khiến không khỏi có ý nghĩ so sánh: dù hoạt động gần như đồng thời, đều được biết đến như những người uyên bác và thông thạo tiếng Việt, nhưng nếu như vai trò của Rhodes thiên về ngữ học hơn, gắn với tiến trình Latinh hoá mẫu tự Việt, thì Maiorica lại nỗ lực làm việc với chữ Nôm truyền thống, hợp tác với các Nho sĩ Việt Nam để biên soạn khoảng 48 tác phẩm [6] viết bằng chữ Nôm (nhưng nay chỉ còn lại 15 sách được lưu giữ tại Thư viện Quốc gia Paris, và chỉ riêng số sách này đã khoảng 4,200 trang) gồm các thể loại sách ghi kinh kệ; sách ghi chép những bài suy ngẫm về Chúa, về trời đất, con người; sách chép những ngày lễ; và phần có dung lượng lớn nhất, có ý nghĩa quan trọng nhất đối với văn học Việt Nam là các truyện ký, viết về đời của Chúa Giêsu, Đức Mẹ Maria và các thánh Kitô giáo (truyện thánh). (Theo: Nguyễn Hưng, 2000, tr. 23) Các tác phẩm của Maiorica chứa những yếu tố mới mẻ đối với văn học Việt Nam ở thế kỷ XVII, đánh dấu sự phát triển thể loại văn xuôi tự sự Quốc ngữ viết bằng chữ Nôm, vốn trước đó không phổ biến, trong tương quan so sánh với văn xuôi chữ Hán và thơ chữ Nôm.

Vào các thế kỷ sau, trong điều kiện chữ Quốc ngữ chưa được phổ biến rộng rãi, vẫn tiếp tục có những tác phẩm văn xuôi tự sự chữ Nôm và chữ Hán được các tác giả Công giáo người Việt viết, chủ yếu từ giữa thế kỷ XIX đến đầu thế kỷ XX (theo danh mục thống kê của Lm. Nguyễn Hưng trong *Sơ thảo thư mục Hán Nôm Công giáo Việt Nam* thì có 92 văn bản tác phẩm được in mộc bản hoặc do nhà in Kẻ Sở - nhà xuất bản chuyên in các ấn bản truyền bá đạo Kitô - ấn hành). (Nguyễn Hưng, 2000, tr. 47-69)

2. GIROLAMO MAIORICA VÀ CÁC TÁC PHẨM VĂN XUÔI TỰ SỰ CHỮ NÔM

Girolamo Maiorica [7] sinh khoảng năm 1581 hoặc 1591 tại Napoli của Ý, vào dòng Tên năm 1605 và vào năm 1619 được cử đi truyền đạo

[6] Linh mục Nguyễn Hưng ghi số sách của Maiorica là 45, nhưng tài liệu của Ostrowski thì dẫn con số 48 từ thư mục của Dòng Tên ở châu Âu năm 1676.

[7] Các cách viết tên khác: Hieronymô Mayorica, Jerônimo Maiorica, Girolamo Maiorica, Jeronymo Mayorica, Giê-rô-ny-mô May-ô-ri-ca, Mai Ô Lý Ca. Trong bài này, chúng tôi dùng Girolamo Maiorica, nhưng khi trích dẫn thì sẽ ghi theo bản sách được trích. Tương tự như vậy với các tên như Jesus (Giêsu), Joseph (Giu-se), Francis Xavier (Phanxicô Xavie), Ignatius (Inaxu).

ở châu Á. Thời bấy giờ trung tâm của Công giáo châu Âu là Roma của Ý và Lisbon của Bồ Đào Nha, là nơi các giáo sĩ đều phải tập kết trước khi đi đến các vùng đất Viễn Đông truyền đạo. Lẽ ra đích đến của Maiorica là Nhật Bản, nhưng chính sách cấm đạo hà khắc ở đây đã khiến ông phải chuyển hướng về phía Đông Nam Á, đầu tiên là Makassar của Indonesia, sau đó là Macao, rồi năm 1624 đã đến Việt Nam cùng với một số giáo sĩ dòng Tên khác (trong đó có Alexandre de Rhodes). Ông học tiếng Việt ở các cơ sở Dòng Tên ở Nước Mặn, truyền đạo ở Đàng Trong, định vượt biển đến Nhật lần nữa nhưng bất thành do thời tiết xấu, bị bắt giam ở Champa rồi được một thương nhân người Bồ Đào Nha chuộc ra, đến được Đà Nẵng qua đường Campuchia, và năm 1631 đến Đàng Ngoài bắt đầu các hoạt động truyền đạo ở đây (chủ yếu ở vùng Nghệ An nhưng ông vẫn thường xuyên đi lại giữa Nghệ An và Thăng Long) cho đến khi qua đời vào năm 1656 tại Thăng Long.

Theo các tư liệu của Dòng Tên, Maiorica là một người uyên bác, thông thái, giỏi tiếng Việt và có khả năng hùng biện. Trong cuốn sách *Truyện Nước Annam Đàng Ngoài Chí Đàng Trong* của Philipphê Bỉnh (1822), tài liệu sớm nhất của người Việt có nhắc đến tiểu sử Maiorica, có câu chuyện về cuộc tranh biện giữa Maiorica với 10 hoà thượng Phật giáo trong phủ Chúa Trịnh, mà "mười thầy hoà thượng đều thua lẽ người", khiến cho một trong số các vị sư đó vốn trụ trì ở "chùa Thành Phao" đã cảm phục mà cải đạo theo Maiorica và trở thành một trong những trợ lý cho ông khi viết các tác phẩm bằng chữ Nôm (Cao Thế Dung, 2002, tr. 470). Maiorica là người thường xuyên đi lại đến các xứ đạo, không phải người ngồi viết sách trong thư phòng, nên các tác phẩm tự sự của ông phần nhiều được kể lại cho các trợ lý – là các thầy giảng (catechist) người Việt vốn tinh thông Hán Nôm trước khi cải đạo – ghi chép lại, như vị sư mà Philipphê Bỉnh nhắc tới ở trên (các tư liệu cho biết là sau khi cải đạo Kitô, ông này được mang tên thánh Francisco – thầy giảng Phanxicô, và được cho là người đã viết kinh Phục dĩ chí tôn bằng chữ Hán được cộng đồng người Công giáo sử dụng rộng rãi như một bài kinh nguyện cầu hồn cho người quá cố (Theo: Lê Đình Bảng, 2007). Hình thức soạn sách này khá phổ biến trong các tu sĩ Dòng Tên ở châu Âu. Cuốn tự truyện viết về cuộc đời ông tổ của Dòng Tên là Ignatius de Loyola (ông thánh Inaxu) cũng soạn theo cách đó, vì thế nguyên bản của nó (trước khi được dịch sang tiếng Latin) được viết bằng cả tiếng Ý lẫn tiếng Tây Ban Nha do được kể và đọc cho những người ghi chép khác nhau. Điều này có tác động không nhỏ đến đặc trưng thi pháp của các truyện: chúng vừa có tính chất của văn chương thành văn, vừa mang nhiều dấu ấn của văn chương truyền khẩu, đồng thời cũng khá gần gũi với thể loại ký, lục thời trung đại của Việt Nam.

3. MỘT SỐ ĐẶC ĐIỂM CỦA TRUYỆN THÁNH CHỮ NÔM CỦA MAIORICA

Vì đây chỉ là một bài nghiên cứu sơ khởi, nên chúng tôi chưa thể khảo sát kỹ tất cả các truyện thánh của Maiorica (bao gồm hai loại trường thiên và đoản thiên, trong đó các truyện đoản thiên được sắp xếp thành 12 tập tương ứng với 12 tháng của năm, mỗi tập gồm truyện về đời các vị thánh được kỷ niệm vào các ngày trong tháng, mỗi ngày có 1 đến 2 vị thánh). Chỉ xin nêu một vài nhận xét về đặc điểm của một số truyện thánh trường thiên, mà cụ thể là *Truyện Thiên Chúa Thánh Mẫu, Truyện ông thánh Inaxu, Truyện ông thánh Phanxicô Xavie.*

- Cấu trúc chương hồi

Các truyện thánh trường thiên của Maiorica được chia thành nhiều chương. *Truyện ông thánh Inaxu* có 23 chương (trong các văn bản truyện của Maiorica gọi là đoạn). Truyện ông thánh Phanxicô Xavie khuôn khổ nhỏ hơn, có 9 chương. *Truyện Thiên Chúa Thánh Mẫu* hiện còn lại 2 quyển, gồm quyển thượng kể chuyện cuộc đời của Đức Maria từ khi sinh ra tới lúc qua đời và lên trời, với 21 chương; quyển trung cũng chia thành 22 chương nhưng mang nội dung giáo lý (giải thích các lý do phải thờ phụng Đức Mẹ Maria) nên chúng tôi sẽ chỉ bàn tới phần tự sự trong quyển thượng.

Tuy cùng có cấu trúc chia thành chương như vậy, nhưng giữa *Truyện Thiên Chúa Thánh Mẫu* và hai truyện *Ông thánh Inaxu* và *Ông thánh Xavie* có một số khác biệt, khiến có thể nghĩ đến các phương thức hình thành của chúng.

Ở Truyện Thiên Chúa Thánh Mẫu, phần lớn tiêu đề các chương đều mở đầu bằng từ “Giảng” (ví dụ: “Giảng bà thánh Anna chịu thai Rất Thánh Đức Bà”, “Giảng Rất Thánh Đức Bà khấn ở đồng trinh cho đến trọn đời”, v.v.). Điều này có thể khiến giả thuyết rằng đây là một tập sách phục vụ cho việc giảng đạo của Maiorica và các học trò của ông. Bộ sách này cũng lưu những dấu vết hợp tác của Maiorica với người Việt Nam trong việc biên soạn sách, khi ở các trang đầu và cuối của cuốn thượng có những thông tin “Giê-su hội sỹ Giê-rô-ny-mô May-ô-ri-ca thuật” và “Cầu cho Văn Nghiêm cùng” (Mayorica, 2003a, tr.123). Trang cuối cuốn trung thì có đoạn “Ai được sách này xin cầu cho Văn Nghiêm cùng nhặt sách này bằng hai đồng tiền bà goá”) (Mayorica, 2003b, tr.191) [8]. Hình thức kể hay giảng cho người Việt Nam ghi lại ở chương 4 (Mayorica, 2003a, tr.

[8] Chi tiết “hai đồng tiền bà goá” một mặt liên quan đến tích trong Kinh Thánh (Phúc Âm Mark 12:41-44, Phúc Âm Luca 21:1-4) kể về việc Giêsu đã khen ngợi người đàn bà goá chỉ bỏ hai đồng xu mệnh giá nhỏ nhất vào hòm công đức của nhà thờ, xem đó là người đóng góp nhiều nhất vì đã đem hết tài sản của mình dâng cho Chúa; mặt khác, có thể hình dung khả năng các sách chữ Nôm này được viết ra/in ra để “bán” (có thể dưới dạng đóng tiền công đức) cho các giáo dân.

31): sau khi kể chi tiết về việc ngôi nhà nơi Đức Mẹ sinh sống thời ấu thơ ở Nazareth được biến thành nơi thờ phượng đời sau, rồi được chuyển đến làng Loreto ở Ý như thế nào, thì có đoạn viết "thầy làm sách này khi bởi [từ] nước Italia mà sang An Nam thì qua đấy mà làm lễ Misa trong đấy. Ơn Chúa Trời cho tôi xem thấy nhà Đức Mẹ sinh Chúa muôn vật khi còn ở thế này" (Mayorica, 2003a, tr. 31). "Thầy" ở đây là Maiorica, đã đến Thánh đường ở Loreto trước khi rời Ý sang Việt Nam, còn "tôi" là Văn Nghiêm - người chép sách và chưa từng đến Ý nên mới có ước muốn được nhìn thấy Thánh đường đó khi còn sống. Lm. Nguyễn Hưng trong lời giới thiệu cho quyển thượng *Truyện Thiên Chúa Thánh Mẫu* đã cho rằng "rõ ràng là Maiorica đã san thuật, còn chép thành chữ Nôm là việc của Văn Nghiêm. Ông này có thể là một thầy giảng Việt Nam hay là một giáo dân Việt Nam quen biết tác giả cuốn sách này" (Mayorica, 2003a, tr. 6).

Nhà hình thức luận người Nga Yu. Tynyanov đã cho rằng những thể loại văn học có khuôn khổ lớn (ví dụ như trường ca, tiểu thuyết) là kết quả của sự kết hợp những văn bản nhỏ (như bài thơ, truyện ngắn) với nhau, dưới tác động của cái mà ông gọi là "thực tại văn học" (литературный факт). Ví dụ về "thực tại văn học" của Tynyanov là đời sống sinh hoạt văn học đầu thế kỷ XIX ở Nga với vai trò của việc xuất bản các tờ tạp chí, của nghề kinh doanh sách đã tạo nên hiện tượng "chuẩn mực hoá/thánh hoá các thể loại nhỏ" ("канонизация младших жанров" – từ dùng của Victor Shklosky được Tynyanov dẫn lại2) (Tynyanov, 1977). Có thể thấy ở đây, bối cảnh sinh hoạt giảng đạo, mà từ đó sinh ra các truyện thánh của Maiorica là cái mà nhà hình thức luận người Nga Yuri Tynyanov gọi tên là "thực tại văn học" đó. Sở dĩ chúng tôi lưu tâm hơn cả đến văn bản *Truyện Thiên Chúa Thánh Mẫu* bởi nơi đó cho thấy rõ quá trình của những "thể loại nhỏ" – tức những mẩu chuyện ngắn, kể về một tình tiết trong cuộc đời của Đức Mẹ, với những lời giải thích đan xen và những lời giáo huấn ở cuối (tương tự như những truyện trong các tập sách của Việt Nam thời trung đại như *Thiền uyển tập anh, Truyền kỳ mạn lục,* v.v...) được kết lại thành một tác phẩm tiểu thuyết chương hồi như thế nào, thông qua vai trò của người thuật truyện và người chép truyện như những "thực tại văn học". Tất nhiên, "thực tại văn học" cho dù có tác động quan trọng đối với sự hình thành thể loại, nhưng vẫn là yếu tố nằm ngoài văn học, theo quan điểm của các nhà hình thức luận. Trường hợp *Truyện Thiên Chúa Thánh Mẫu*, cũng như một số truyện thánh trường thiên khác mà chúng tôi khảo sát, có những yếu tố nội văn học khiến chúng có thể trở thành những tiểu thuyết.

Nếu như các truyện thánh đoản thiên được tập hợp thành bộ, tương tự các tập truyện trong văn học thế giới có từ thời cổ đại, thì cấu trúc chương hồi của các truyện thánh trường thiên Maiorica cũng rất quen thuộc đối với văn xuôi tự sự châu Âu, cả trong văn học Công giáo lẫn tiểu thuyết thế tục. Có nghĩa là, truyện thánh đoản thiên hay trường thiên đều có thể được đặt trong cùng một hệ thống với các thể loại tiểu thuyết đoản thiên (hay truyện ngắn/ novella, short story) và tiểu thuyết trường thiên (hay truyện dài/ novel).

Sử dụng khái niệm "tiểu thuyết" (novel, fiction) ở đây cho các tác phẩm truyện thánh (hagiography) tức là đặt vấn đề về mối quan hệ giữa sự thực lịch sử với hư cấu. Truyện thánh là các tác phẩm viết về cuộc đời của các nhân vật có thực trong lịch sử (ở trường hợp khảo sát ở đây là các thánh Kitô giáo), tuy nhiên như một thể loại hướng tới mục đích truyền bá tôn giáo, để có thể thu hút sự quan tâm, tăng hiệu quả thuyết phục, nhất là đối với đại chúng, các tác giả đồng thời cũng là những nhà truyền giáo bên cạnh việc giữ lại những thông tin lịch sử cơ bản, thì không từ chối những hư cấu, tận dụng triệt để các phương thức thánh hoá, huyền thoại hoá các nhân vật lịch sử.

- Những yếu tố của tiểu thuyết phiêu lưu

Các truyện thánh mà chúng tôi khảo sát đều chứa đựng những yếu tố của tiểu thuyết phiêu lưu. Cuộc đời của Maria, cũng như cuộc đời của hai vị thánh Ignatius và Xavier đều được trình bày dưới dạng thức của những chuyến du hành – cả du hành về thực thể địa lý (qua các thành phố, qua các nước, qua biển, v.v...) lẫn du hành về tinh thần (hành trình đi tới Chúa, hay hành trình đến với sự cứu rỗi). Trong thể loại truyện thánh, có hai phương thức tự sự tiêu biểu: một là nhân vật đã biết trước sứ mệnh của mình và hành trình sẽ đi theo sứ mệnh đó; hai là nhân vật vốn là người bình thường, do số phận đưa đẩy trên đường đời trở thành người hiến thân cho Chúa và thực hiện sứ mệnh để đến được với Chúa (Theo: Zhivov, 1994, tr.10). Nếu nói theo định hướng, thì phương thức kể đầu miêu tả hành trình trở về, còn phương thức kể sau là hành trình đi tới, nên tính chất phiêu lưu ở phương thức sau cũng nhiều hơn và năng động hơn. Truyện Thiên Chúa Thánh Mẫu là theo kiểu "trở về": Đức Mẹ Maria từ khi chưa ra đời đã được Chúa lựa chọn mang sứ mệnh "làm mẹ Đức Giêsu", vì thế mọi sự kiện liên quan cuộc đời Maria, từ chuyện cha mẹ bà lấy nhau 20 năm mới mang thai bà, khi sinh ra bà được Thiên Chúa (chứ không phải cha mẹ) đặt tên là Maria, ba tuổi được đưa vào nhà thờ Chúa, kết hôn nhưng mang thai khi vẫn là đồng trinh, sinh nở trong hang đá, nuôi Giêsu đến khi trưởng thành, chứng kiến những phép lạ, những khổ nạn, cũng như cái chết của Giêsu cho đến khi qua đời và lên trời – tất cả đều đã được định sẵn. Khi thuật lại, vì thế, người kể chuyện luôn dừng lại để phân tích, giải thích ý nghĩa của các sự kiện hay hành động liên quan đến nhân vật: ví dụ đưa ra các ý nghĩa của cái tên Maria, giải thích tại sao Đức Mẹ đồng trinh mà mang thai Giêsu được, v.v...

Các truyện về cuộc đời hai vị thánh Ignatius và Francisco Xavier lại đi theo chiều ngược lại. Ignatius de Loyola (1491 – 1556) và Francisco

Xavier (1506 – 1552) là những nhân vật lịch sử: Ignatius là ông tổ của Dòng Tên; còn Xavier là bạn học với Ignatius và là người đồng sáng lập, đồng thời là nhà truyền giáo Dòng Tên đầu tiên đến châu Á, có vai trò quan trọng trong việc phổ biến Kitô giáo ở khu vực châu Á - Thái Bình Dương. Nếu như *Truyện Thiên Chúa Thánh Mẫu* là kết quả sự tập hợp những tích truyện về Maria có từ các sách trong Kinh thánh và các sách vở Kitô giáo phổ biến ở châu Âu cho đến thế kỷ XVII, thì tiểu sử của Ignatius và Xavier được các sách vở của dòng tu này ghi lại rất kỹ lưỡng như các tư liệu lịch sử (bên cạnh những tác phẩm mang tính huyền thoại hoá), đặc biệt là Ignatius còn có bộ *Tự truyện* [9] là "cơ sở cho tất cả các truyện viết về ông được viết từ trước đến nay" (O'Conor, 1900, tr.6), trong đó có Ông thánh Inaxu của Maiorica. Trong hai truyện về Ignatius và Xavier của Maiorica, cả hai nhân vật ban đầu đều là người bình thường: Ignatius vốn phục vụ trong quân đội, tham gia chiến tranh, bị thương rồi được chữa lành, sau đó quyết định đi tu, rồi sang Pháp học đạo, khi học ở Paris thì đã cùng các bạn lập dòng tu, đi qua các thành phố như Jerusalem, Barcelonia, Venice, Paris, Roma. Xavier thì xuất thân từ gia đình khá giả, được cha mẹ gửi qua Paris học, nhờ Ignatius khuyên nên đi tu, cùng đi với các bạn tu qua các thành phố ở châu Âu, rồi từ Bồ Đào Nha vượt biển qua Ấn Độ, bắt đầu hành trình truyền giáo ở châu Á cho đến khi qua đời trên một hòn đảo lúc đang đợi tàu đưa vào Trung Quốc. Câu chuyện về các nhân vật một mặt bám theo các thông tin tiểu sử, tức những yếu tố hiện thực lịch sử của truyện thánh, như bối cảnh giao tranh giữa Tây Ban Nha và Pháp trong trận Pampeluna năm 1521 mà Ignatius tham gia và bị thương ở chân, sự kiện Martin Luther tiến hành cải cách tôn giáo mà Maiorica trình bày là "quỷ giục lòng một thằng kia tên là Mát-tê-nho Lu-tê-rô xưa đã làm thầy cả mà bỏ, lại làm nguỵ cùng Đức Chúa Trời" (Mayorica, 2003c, tr.14) trong thời gian Ignatius đang dưỡng thương và quyết định đi tu sau khi đọc cuốn sách về đời của Giêsu và truyện các thánh (vốn do không tìm được các tiểu thuyết hiệp sĩ trong nhà để đọc giải trí). (Mayorica, 2003c, tr.15)

Hành trình qua các thành phố châu Âu, cũng như những chuyến vượt biển với rất nhiều gian nan, đồng thời là những thử thách để các nhân vật vượt qua những hoài nghi, khẳng định ý chí, bản lĩnh, tài năng và đức độ của mình như những vị thánh, gợi nghĩ đến những tiểu thuyết

---

[9] Tự truyện của thánh Ignatius de Loyola (Autobiografía de san Ignacio de Loyola – nhan đề này là do người đời sau đặt) được đồ đệ của Ignatius là Luis Gonçalves da Câmara (1520? – 1575) ghi chép theo những lời kể của Ignatius, rồi đọc lại cho những người chép sách Tây Ban Nha và Ý. Bản gốc viết bằng hai thứ tiếng này, nhưng đã thất truyền, chỉ còn các bản sao được lưu giữ trong các tu viện Dòng Tên. Bản dịch sang tiếng Latinh được thực hiện khoảng giữa những năm 1558 – 1561 bởi cha Annibal du Coudret người Pháp phục vụ tại Roma. Bản dịch tiếng Anh có thể đọc trên Internet: Https://Archive.Org/Details/Stignatiusautobi00ignauoft/Page/N6.

phiêu lưu, hiệp sĩ khá phổ biến trong văn học châu Âu thời Trung cổ và Phục hưng. Chuỗi các sự kiện xảy đến với nhân vật diễn ra liên tục, nhanh, và ở phương diện này, nếu so với truyện về Maria, thì hai truyện về Ignatius và Xavier có xu hướng thiên về phiêu lưu hành động hơn. Đáng chú ý hơn cả trong hai truyện này (nhất là truyện về thánh Xavier) là các chi tiết liên quan đến hành trình đi biển: các trận bão, các vụ đắm tàu, sự phiêu bạt của nhân vật lạc khỏi hướng đi ban đầu. Ví dụ, trong truyện *Ông thánh Inaxu*, khi ông định lên tàu để từ Jerusalem về Tây Ban Nha (chương 6) thì có ba tàu sắp khởi hành: một tàu của những người ngoại đạo, một tàu mới đẹp và một tàu nhỏ cũ; Inaxu không lên tàu ngoại đạo, tàu mới đẹp thì từ chối ông, nên cuối cùng ông lên chiếc tàu nhỏ cũ; khi tàu ra khơi thì bão nổi lên, hai tàu kia bị đắm, chỉ riêng tàu có Inaxu trên đó, dù nhỏ và cũ, nhưng vượt qua được bão tố. Ông thánh Xavie có nhiều đoạn tả hành trình biển hơn – mà phần lớn là gặp bão tố: ví dụ khi từ Bồ Đào Nha đi Ấn Độ, Xavier gặp bão mà phải tránh vào Mozambique vì thế tiện thể giảng đạo ở đây luôn; hay khi từ Malacca qua Nhật Bản trên một tàu của "người nước Đại Minh" thì gặp bão ở ngoài biển An Nam; ở Nhật Bản truyền đạo được hai năm thì Xavier xuống tàu qua Ấn Độ, ngang qua Phúc Kiến thì cũng lại gặp bão vỡ tàu; còn hành trình cuối cùng của Xavier từ Malacca sang Trung Hoa thì "đến một núi ở ngoài biển gọi là Sa-giu-ong [tức đảo Thượng Xuyên gần cửa biển Quảng Đông của Trung Hoa], khi chưa đến nơi thì tàu hết gió, tàu đỗ một nơi mười ba ngày mà chẳng đi được sốt, đã hết nước chẳng còn mà uống, trong tàu ấy năm trăm người khát nước lắm, cũng có kẻ chết khát" (Mayorica, 2003c, tr.160). Con tàu mà Xavier đi đó là tàu Santa Cruz, và phép lạ mà Xavier đã làm để biến nước biển thành nước ngọt cứu thoát mọi người trên tàu như miêu tả trong truyện của Maiorica đã là đề tài của nhiều tác phẩm văn học cũng như hội hoạ. Tuy nhiên, bản thân Xavier thì mắc kẹt lại ở trên đảo và qua đời trong một căn lều dựng trên đảo, thân xác được những người trên tàu dùng nhiều vôi phủ lên "để chóng nát thịt mà đem xương không đi" nhưng sau hai tháng rưỡi "xác vẫn còn tươi tốt thơm lắm". (Mayorica, 2003c, tr.162).

- Yếu tố huyền thoại

Câu chuyện về cái chết của Xavier là một trong những ví dụ của việc những yếu tố hư cấu, huyền thoại luôn là thành phần không thể thiếu trong truyện thánh. Phép lạ là một trong những thủ pháp tự sự trong văn học Kitô giáo nhằm mục đích nuôi dưỡng, tạo thêm đức tin về một điều gì đó ngoài khả năng con người. Những phép lạ như biến nước lã thành rượu, biến nước biển thành nước ngọt, làm bão yên, chữa lành cho người bệnh, phục sinh người chết, chết không bị thối rữa xác v.v... là những motif phổ biến trong Kinh thánh và các sách vở Kitô giáo đã được sử dụng triệt để trong các truyện thánh của Maiorica để đề cao phẩm hạnh của các vị thánh, đồng thời khẳng định quyền năng của đức tin Thiên Chúa, tư tưởng về ân sủng thần linh (spiritual charism) đối với những người hiến mình cho Chúa.

- Miêu tả tâm lý, cảm xúc của con người cá nhân

Đây là một điểm khá đặc biệt trong các truyện thánh trường thiên, đưa các nhân vật từ vị trí thánh thần xuống gần gũi với con người đời thường. Trường hợp rõ rệt hơn cả là *Truyện Thiên Chúa Thánh Mẫu*. Các sự kiện xảy ra với Đức Mẹ Maria đã được nói đến trong *Kinh thánh* và các bản ngoại kinh. Phúc Âm Luca nhắc đến Đức Mẹ 12 lần, Phúc âm Matthew nhắc đến 6 lần, các sách còn lại trong *Kinh thánh* nhắc tên bà ít hơn nhiều, hoặc chỉ ám chỉ về bà mà không nêu tên. Bởi trung tâm của các sách *Phúc âm* - phần tự sự chính của *Kinh thánh Tân Ước* - là cuộc đời, những lời rao giảng và những dụ ngôn của Giêsu, nên vai trò của Maria chỉ ở vị trí phụ trợ, thứ yếu trong kết cấu tự sự của các sách này. Tuy nhiên, với *Truyện Thiên Chúa Thánh Mẫu*, khi ở vị trí trung tâm của tự sự, thì Maria và những sự kiện liên quan đến bà được miêu tả kỹ hơn rất nhiều và đặc biệt được chú ý ở phương diện tâm lý. Ví dụ: khi kể về việc Maria được thiên thần báo tin sẽ mang thai Giêsu, bản *Phúc Âm Luca*, tức bản nói về Maria nhiều nhất, chỉ dùng vài câu để tả trạng thái của Maria: bối rối khi được thiên thần gọi là "đấng ân sủng", thắc mắc về việc mang thai vì "không biết đến việc vợ chồng" (vì Maria lấy chồng nhưng vẫn là trinh nữ), rồi đồng thuận nhận sứ mệnh (*Phúc Âm Luca* 1: 29, 34, 38). Maiorica miêu tả sự việc này trong cả một chương, bao gồm cả việc để thiên thần giải thích kỹ việc Chúa sẽ làm sao để hoài thai mà vẫn giữ được sự đồng trinh thì mới thuyết phục được Maria yên tâm thuận lòng. Hay khi Maria mang thai Giêsu, nếu trong *Kinh thánh* cũng chỉ dùng vài dòng chỉ kể việc Chúa báo mộng cho ông Joseph (Giuse) chồng Maria khi ông có ý định bỏ bà lúc biết bà mang thai (Phúc âm Matthêu 1,19-21), còn nơi Maiorica là cả một câu chuyện về mối băn khoăn của cả hai vợ chồng: ông Joseph thì vốn thương yêu vợ, lo buồn vì sự lạ mà không dám nghi ngờ, muốn bỏ đi vì sợ xấu hổ nhưng cũng sợ phải chia lìa; còn bà Maria thấy chồng lo buồn thì thương, nhưng cũng bị dằn vặt, một mặt muốn kể lại cho chồng "phép Chúa Trời làm cho mình", mặt khác lại sợ Chúa chưa dặn nói ra việc đó, nếu nói ra thì bị tội nên phải im lặng, bèn khóc cầu xin Chúa làm cho chồng bà biết và để bà khỏi xấu hổ; khi đó Chúa mới báo mộng cho ông Joseph và những hoài nghi, lo buồn được giải toả. Những chương nói về cuộc chia tay của Maria với Giêsu trước khi chịu nạn, về những đau đớn của bà khi chứng kiến con trai bị hành hạ và đóng đinh câu rút thực sự là những trang miêu tả tâm lý xúc động, chắc chắn có những tác động không nhỏ đối với những người đọc, người nghe (nhất là khi Maiorica, như đã nói ở trước, là người rất có tài hùng biện).

Miêu tả tâm lý ở hai truyện về Ignatius và Xavier ít hơn, bởi đây là hai truyện thiên về hành động, đậm tính phiêu lưu hơn truyện về Maria. Tuy nhiên, bức tranh tâm lý, tuy thoáng qua, nhưng không phải là không có, đặc biệt là khi nói về những đấu tranh nội tâm trong những bước đầu của hành trình tu hành gian khổ (thường xuất hiện dưới dạng con quỷ chất vấn hay can ngăn việc chịu khổ hạnh, lìa bỏ phú quý, xa rời quê hương, gia đình của các ông thánh).

Tất nhiên, là những truyện thánh nên tất cả những yếu tố đã nói ở trên (phiêu lưu, huyền thoại, tâm lý) đều hướng tới mục đích rao giảng những tư tưởng của Kitô giáo, cho nên tính chất giáo huấn vẫn là đặc trưng cơ bản của các tác phẩm của Maiorica. Phần giáo huấn không chỉ được đặt thành chương riêng biệt, như các chương cuối của *Ông thánh Inaxu*, hay cả một quyển trung của *Truyện Thiên Chúa Thánh Mẫu*, mà lồng ghép trong tất cả các chi tiết về các sự kiện xảy đến với các nhân vật, luôn có sự liên hệ giữa hành trạng của các thánh với các cách ứng xử cần có của con người trong cuộc sống. Ngoài ra, vì những khái niệm của Kitô giáo đối với người đọc Việt Nam ở thế kỷ XVII còn hết sức xa lạ, nhiều khái niệm chưa có từ tương ứng trong tiếng Việt nên phải dùng nguyên tên nước ngoài phiên âm ra (ví dụ: Sa-ca-ra-men- tô/sacrāmentum: bí tích, chỉ dấu về sự ân sủng; Anh-ma-câu-la-da Cung-si-song/Immaculate Conception: quan niệm về Đức Mẹ đồng trinh thoát khỏi tội tổ tông, v.v...), nên tác giả có khi phải dành cả trang để giải thích, hoặc dẫn lời các vị thần học đời sau lý giải. Nếu dùng khái niệm “trữ tình ngoại đề” cho các truyện thánh của Maiorica, thì đó chính là những chỗ giáo huấn trong văn bản.

4. TẠM KẾT

Bài viết của chúng tôi mới chỉ là một khảo sát sơ lược, chưa đầy đủ về một số văn bản truyện thánh của tu sĩ Dòng Tên Girolamo Maiorica viết bằng chữ Nôm vào đầu thế kỷ XVII. Do hạn chế của cá nhân, nên chúng tôi không tiếp cận được văn bản chữ Nôm, mà phải sử dụng qua bản Quốc ngữ.

Tuy nhiên, thông qua những quan sát bước đầu, có thể thấy mảng truyện thánh của Maiorica cho thấy một số phương diện giao lưu tiếp biến văn hoá, văn học châu Âu thông qua hoạt động của các nhà truyền giáo Kitô tại Việt Nam vào thế kỷ XVII. Đã có những nghiên cứu về Maiorica cũng như về các nhà truyền giáo khác thế kỷ XVII về phương diện ngôn ngữ, văn tự. Chúng tôi ở đây chú ý đến đóng góp của họ trên phương diện thể loại văn xuôi tự sự. Hình thức tự sự văn xuôi khuôn khổ lớn (tiểu thuyết trường thiên) có lẽ còn chưa phổ biến ở Việt Nam cho đến đầu thế kỷ XVII, nhất lại là viết bằng chữ Nôm. Bối cảnh truyền bá đạo Kitô, hoạt động của các nhà truyền giáo, mà trước hết là các tu sĩ Dòng Tên ở thế kỷ XVII trong việc giới thiệu, phổ biến văn học Kitô giáo là một "thực tại văn học" có tác động đến sự hình thành những thể loại văn xuôi tự sự kiểu mới. Sự phân chia chương hồi, những yếu tố của tiểu thuyết phiêu lưu, những chi tiết huyền thoại hư cấu xen lẫn với sự thực lịch sử, những miêu tả tâm lý và những đặc trưng giáo huấn trong cấu trúc tự sự có thể là một trong những kinh nghiệm đầu tiên cho văn xuôi tự sự hiện đại viết bằng tiếng dân tộc của Việt Nam. Do hoàn cảnh lịch sử của dân tộc ở các thế kỷ sau đó, mảng văn học Công giáo không được phổ biến rộng rãi, chủ yếu lưu hành trong nội bộ cộng đồng người Công giáo và ít được quan tâm nghiên cứu một cách đầy đủ. Chúng tôi mong rằng có thể có một chút đóng góp vào lĩnh vực này [10].

Tư liệu tham khảo

Cao Thế Dung (2002). *Việt Nam Công giáo sử tân biên* (1553-2000). Gretna, LA: Cơ sở Truyền thông Dân Chúa, trang 470.

Jacques, R. (Nguyễn Đăng Trúc dịch) (1998). Bồ Đào Nha và công trình sáng chế chữ Quốc ngữ: Phải chăng cần viết lại lịch sử?. *Tập San Định Hướng*, Số 17 / Fall 1998, tr.18-62. Truy xuất tại: https://cvdvn.net/2015/05/29/bo-dao-nha-va-cong-trinh-sang-che-chu-quoc-ngu-phai-chang-can-viet-lai-lich-su/

Lê Đình Bảng (2007), *Nguồn gốc kinh Phục dĩ chí tôn tức kinh nguyện giỗ Cảm niệm từ*. Truy xuất tại: http://www.vietcatholicnews.net/News/Home/Article/41941

Mayorica, J. (2003a). *Truyện Thiên Chúa Thánh Mẫu*. Quyển thượng. Tài liệu lưu hành nội bộ Mayorica, J. (2003b). *Truyện Thiên Chúa Thánh Mẫu*. Quyển trung. Tài liệu lưu hành nội bộ Mayorica, J. (2003c). *Truyện Ông Thánh Inaxu & Truyện Ông Thánh Phanxicô Xavie*. Tài liệu lưu hành nội bộ

Nguyễn Hưng (2000). *Sơ thảo thư mục Hán Nôm Công giáo Việt Nam*, Tài liệu lưu hành nội bộ

O'Conor J.F.X. (ed.) (1900). *The Autobiography of St. Ignatius*. New York- Cincinatti- Chicago: Benziger Brothers. Internet Archive, stignatiusautobi00ignauoft.

Ostrowski, B. (2010). *"The Rise of Christian Nôm Literature in Seventeenth-Century Vietnam: Fusing European Content and Local Expression"*. Trong: W. Wilcox (ed.). Vietnam and the West: New Approaches. Ithaca, NY: Southeast Asia Program Publications, Cornell University

---

[10] Nghiên cứu này được tài trợ bởi Đại học Quốc gia TP. Hồ Chí Minh (VNU-HCM) trong đề tài mã số C2019-18b- 04

Phạm Ngộ Hiên và những người khác (1981). *Tây Dương Gia tô bí lục.* Hà Nội: Khoa học xã hội.

Rhodes A. (1651). Cùng độc giả [Ad Lectorem]. Trong: *Từ điển Việt – Bồ - La* [Dictionarium Annamiticum Lusitanum et Latinum]. Truy xuất tại: https://vi.wikisource.org/wiki/T%E1%BB%AB_%C4%91i%E1%BB%83n_Vi%E1%BB%8 7t%E2%80%93B%E1%BB%93%E2%80%93La/Ad_Lectorem

Trần Minh Thực (2018). *Xứ Bắc và công cuộc loan báo Tin mừng.* Truy xuất tại: https://ktcgkpv.org/articles/get-article?id=205

Tynyanov Yu. (1977). *Thực tại văn học* [Литературный факт]. Trong: Tynyanov Yu., *Thi học. Lịch sử văn học. Điện ảnh* [Поэтика. История литературы. Кино]. Moskva: Nauka, tr. 255-270. Truy xuất tại:

http://www.philology.ru/literature1/tynyanov-77e.htm

Vedder Henry C. (1908). Christian Epoch-Makers: The Story of the Great Missionary Eras in the History of Christianity. Philadelphia, New York: American Baptist Publication Society

Viện Sử học (2007), *Khâm định Việt sử thông giám cương mục*. Hà Nội: Giáo dục

Zhivov V.M (1994). *Từ điển thuật ngữ thánh truyện* [Краткий словарь агиографических терминов]. Moskva: NXB Gnozis

THỬ TÌM VÀI ĐẶC ĐIỂM CỦA VĂN XUÔI TỰ SỰ QUỐC NGỮ NAM BỘ TRONG BƯỚC KHỞI ĐẦU

Nguyễn Huệ Chi

Văn xuôi tự sự quốc ngữ miền Nam đã ra đời trước văn xuôi tự sự quốc ngữ miền Bắc có đến ba thập kỷ nếu tính từ *Truyện Thầy Lazaro Phiền* (1887),[1] còn nếu tính từ *Chuyến đi Bắc Kỳ năm Ất Hợi* (1876)[2] thì còn sớm hơn gần 10 năm.

Đó là điều đến nay không ai có thể phủ nhận. Nhưng xu thế vận động và các bước tiến đích thực mà nền văn xuôi ấy đạt được cần nhìn nhận như thế nào cho thỏa đáng. Chỗ này hình như ý kiến vẫn chưa thật nhất trí với nhau. Nếu tính theo thống kê, số lượng tiểu thuyết gia và số lượng tác phẩm xuất hiện ở miền Nam trong 30 năm đầu thế kỷ XX đáng cho ta phải kính nể, trong khi so với miền Bắc thuở bấy giờ tác giả chỉ mới đếm trên đầu ngón tay và tác phẩm giỏi lắm cũng gấp đôi số ấy là cùng. Nhưng thành tựu của văn chương lại có quy luật riêng của nó mà sự định lượng chưa hẳn đã là tiêu chí hàng đầu. Bởi thế, việc thiết thực nhất có lẽ vẫn là chỉ ra cho được những đặc điểm có tính quy luật của nền văn chương ấy trong chặng đường phôi thai của văn học quốc ngữ Việt Nam mà không với tinh thần tranh thắng rằng đây là thành tựu của Nam hay của Bắc.

1. Đặc điểm trước nhất, tôi nghĩ, sự ra đời của văn xuôi tự sự quốc ngữ miền Nam có một "bệ đỡ" rất quan trọng, ấy là khu vực văn xuôi tự sự Nôm Công giáo vốn đã trưởng thành qua nhiều thế kỷ như một dòng văn chương mang dáng nét riêng.

---

[1] Của Nguyễn Trọng Quản. J. Linage, Librairie - Editeur Rue Catinat, 1887.

[2] Của Trương Vĩnh Ký. Bản in nhà hàng C. Guilland et Martinon, Sài Gòn, 1881.

Giáo sư Nguyễn Huệ Chi

* Sinh: 04-07-1938.
* Nhà nghiên cứu văn học Việt Nam cổ, trung và cận đại; nguyên Chủ tịch Hội đồng Khoa học của Viện Văn học.
* Tác phẩm chính: Thơ văn Lý-Trần, Tập I (Chủ biên, 1977); Thơ văn Lý - Trần, Tập II, Quyển thượng (Chủ biên, 1989); Mấy vấn đề về sự nghiệp và thơ văn Nguyễn Trãi (1963); Mấy vẻ mặt thi ca Việt Nam - Thời kỳ cổ đại (1983); Hoàng Ngọc Phách - Đường đời và đường văn (1997); Văn học cổ cận đại Việt Nam - từ góc nhìn văn hóa đến các mã nghệ thuật (2013).
* Email: <hytue2010@gmail.com>

Các Linh mục nước ngoài đến Việt Nam sớm nhận ra lợi khí của chữ Nôm nên từ rất lâu đời đã biết cộng tác mật thiết với nhiều tín đồ người Việt trong việc viết văn Nôm để tạo nên kho "Truyện các Thánh 傳各聖" đồ sộ mà chứng tích xưa nhất hiện còn là bộ sách cùng tên do Jéronimo Maiorica (vị cha cố người Italia, 1591-1656) đứng tên tác giả, hoàn thành từ 1646, đến nay còn giữ được 4.200 trang, trong đó lời văn viết đã rất xuôi tai, không đệm nhiều hư từ "chưng", "thửa" như trong văn diễn nôm *Truyền kỳ mạn lục* 傳奇漫錄 có khả năng xuất hiện cùng một giai đoạn[3], và gồm nhiều truyện kể ly kỳ về sự tích các ông Thánh cả Tây lẫn Đông. Xét về thủ pháp, huyền tích Thiên Chúa giáo được sử dụng ở đây cũng như các môtip kỳ ảo trong thể loại tiểu thuyết truyền kỳ Đông Á, nhằm minh họa con đường "xả thân đắc đạo" của những người một lòng theo Chúa Giêsu, giống hệt loại truyện linh dị ký của văn học Phật giáo Nhật Bản thời cổ trung đại. Theo Linh mục Tiến sĩ Nguyễn Hưng thì "mỗi câu chuyện được coi như một *đoản thiên tiểu thuyết*... Nhiều truyện na ná như *Tê-lê-mặc phiêu lưu ký*. Nhiều truyện giống như truyện Đức Phật Thích Ca xuất hành ra bốn cửa thành. Không thiếu những truyện tương tự như truyện *Phật bà Quan Âm Thị Kính*".[4] Điều đáng nói là kho "Truyện các Thánh" không phải sau Maiorica thì chấm dứt mà còn được nối tiếpcho đến hết thế kỷ XIX, chẳng hạn bộ *Sách Thánh* 冊聖 của cha Dominique Martigia thu thập và công bố năm 1848 cũng phải trên dưới 2.000 trang, hay bộ *Sách truyện các Thánh* 冊傳各聖 của cố Joseph Marie Bigollet Kính tổng hợp nhiều bộ sách trước đó và công bố năm 1905 cũngkhông dưới 1.500 trang... Còn phải nhấn mạnh thêm, dường như khác với văn xuôi Nôm nhà Nho chưa bao giờ có được một đời sống văn học cộng đồng, biểu hiện

---

[3] Tư liệu hiện nay chỉ mới cho phép ta đoán định tác giả phần diễn nôm *Truyền kỳ mạn lục* là Nguyễn Thế Nghi, người được Mạc Đăng Dung (1483-1541) phong cho tước Đại hưng hầu.

[4] Xem bài *Sách Hán nôm Công giáo Việt Nam*, tham luận tại buổi tọa đàm về văn hóa Công giáo Việt Nam tại Tòa giám mục Huế cuối tháng Mười 2000. Trước Nguyễn Hưng, Giáo sư Thanh Lãng là người đầu tiên quan tâm đến kho truyện Nôm này.

ở nhu cầu in ấn và truyền bản rộng rãi, văn xuôi Nôm Công giáo đã tạo cho mình đời sống cộng đồng ấy không chỉ giới hạn trong tầng lớp cha cố mà mở ra hầu khắp các vùng cư dân Thiên Chúa giáo từ Nam đến Bắc, nhờ đó câu văn ít nhiều có được những chuẩn mực chung của ngôn ngữ cả nước chứ không bị cầm tù trong phương ngữ. Đó là điểm trội đáng kể mà trước nay giới nghiên cứu chưa đánh giá đúng trong khi nói về bức tranh sinh hoạt của mảng văn học Nôm. Thêm vào nữa, Lục tỉnh Nam Kỳ lại mất vào tay người Pháp sớm đến gần 50 năm trước Bắc và Trung Kỳ. Tầng lớp thông ngôn xuất hiện trong thời gian này chỉ có thể là trí thức Công giáo. Chắc chắn họ là những người từ trong nền văn xuôi Nôm Công giáo xuất thân nên không bỡ ngỡ khi chuyển sang viết văn xuôi quốc ngữ. Kiểu viết văn "như lời nói thường" của văn xuôi quốc ngữ buổi đầu hẳn cũng bắt nguồn từ mối liên hệ mật thiết với văn xuôi Nôm Công giáo, bởi lẽ hầu như những bộ sách "Truyện các Thánh" đã nói đều không hề dùng đến văn biền ngẫu, tỷ lệ từ Hán Việt không đáng kể, lời văn ngắn gọn, thanh thoát, ngữ pháp tiếng Việt đã khá tinh thục, sử dụng hư từ, tính từ, từ láy, câu lấp lửng nhiều khi thật thần tình. Do yêu cầu phát triển đạo Gia-tô vào những thời kỳ lịch sử chế độ phong kiến Việt Nam cấm đạo, hơn ai hết, các cha cố là những người biết giảng giải kinh sách làm sao cho lọt tai đại chúng, khác xa lối văn cao sang, có vần có đối của nhà Nho. Về mặt từ ngữ, điều thuận lợi là họ lại không hề thông qua trường ốc Nho giáo nên khả năng diễn đạt không bị trói buộc trong kho "chữ nghĩa thánh hiền", thêm nữa, đang từ cách tư duy lôgich của phương Tây họ đến thẳng với cách nói năng giản dị của người dân Việt Nam ít học, vì thế câu văn họ dùng "tiếng An Nam ròng", "trơn tuột như lời nói" mà lại khúc chiết, dễ hiểu là điều tưởng có vẻ lạ lùng, kỳ thực không có gì lạ. Ngay như ở miền Bắc, giữa Phạm Quỳnh và Nguyễn Văn Vĩnh trong những năm 20, tuy cùng tốt nghiệp Trường Thông ngôn ra, nhưng do hoàn cảnh xuất thân của mỗi người, cũng đã có sự khác nhau rõ rệt trong phong cách viết. Học giả họ Phạm vốn thuộc dòng dõi Nho gia nên câu văn thường trau chuốt và nhiều chữ nghĩa. Còn học giả họ Nguyễn thì từ bình dân chính cống trở thành nhà văn và nhà thực nghiệp, nên rất ghét cái học từ chương điển cố, và ngay từ sớm đã viết văn một cách bình dị, như lời nói thường ngày. Tất nhiên ở đây ta không nên vội xét hai thành tố "chữ nghĩa" và "nôm na" cái nào thấp cái nào cao, vì trong xu thế phát triển của tiếng Việt văn học, đến một lúc nào đấy cả hai thành tố trên phải giao thoa mật thiết với nhau mới có thể tạo ra một sự chuyển biến từ lượng sang chất, tức là sinh thành nên một thế hệ nhà văn lớp mới. Điều đó phần sau sẽ đề cập. Nhưng xin trở lại với chủ đề chính, hoàn cảnh lịch sử cụ thể đã cấp cho người viết văn xuôi Nam Bộ hai điều kiện lý tưởng: chất liệu ngôn ngữ không theo hướng "chữ nghĩa" mà theo hướng "nôm na", không theo hướng ưu tiên "phương ngữ" mà theo hướng điều hòa phương ngữ với từ vựng phổ thông. Thừa nhận sự thực ấy, tôi muốn nhắm tới một cái nhìn khái quát hơn, coi đây là đặc điểm có ý nghĩa xác định một phương diện trong *quan niệm nghệ thuật của văn xuôi tự sự quốc ngữ buổi* đầu. Một mặt, quyết tâm dùng tiếng Việt nôm na có sự thuận lợi rất lớn là tạo nên được một cuộc cách mạng chóng vánh trong việc *chối bỏ các phép tắc từ chương học cổ truyền*. Với Trương Vĩnh Ký, Huình Tịnh Của, Nguyễn Trọng Quản... văn xuôi tự sự quốc ngữ đánh dấu một bước đoạn tuyệt thật sự với thói quen tư duy ước lệ, biểu tượng, nhiều điển cố của văn pháp văn ngôn, mặc dù việc tu sức, tạo cảm hứng thẩm mỹ, biến nó thành tiếng nói của mỹ văn (belle lettre) hiện đại còn là việc lâu dài chật vật. Mặt khác, dùng tiếng Việt phổ thông cũng chứng tỏ một dòng văn học đi đúng quỹ đạo của ngôn ngữ. Ngôn ngữ văn chương không thể không thoát ly phương ngữ ở một mức nào đấy. Và cả hai mặt nôm na và phổ thông cộng lại, muốn hay không cũng sẽ góp phần đắc lực giúp văn xuôi tự sự gia nhập vào đời sống dân sự, hay đúng hơn gia nhập vào cái *công cụ giao lưu trong sinh hoạt xã hội đang diễn ra hàng ngày*. Tôi hết sức quan tâm đến cuốn văn xuôi Nôm *Quan quang Nam Việt* 觀光南越 cũng là một loại truyện các thánh nhưng là truyện thánh tử vì đạo ở Việt Nam được viết rải rác khoảng cuối thế kỷ XVIII sang các đời Minh Mạng, Tự Đức và được cha Pierre Marie Gendreau Đông chỉnh lý và khắc in năm 1902, khoảng hơn 300 trang.[5] Có thể nói với tập I gồm 22 truyện và tập II gồm 11 truyện, *Quan quang Nam Việt* đã có tư cách hai tập truyện ngắn và truyện vừa thoát thai từ thể ký, ở đó, tính chất huyền thoại, linh dị của loại truyện các thánh trở về trước hoàn toàn bị tước bỏ, việc trình bày tiểu sử biên niên hầu như cũng bị tước bỏ, yêu cầu nắm bắt mọi chi tiết thông tục trong một đoạn đời giàu kịch tính và nhiều xung đột nhất của nhân vật đặt ra trực diện. Nhân vật hiện lên trước chúng ta tuy là những con người có đức tin vào Chúa, quyết lấy cái chết để biểu lộ niềm tin không lay chuyển, nhưng đồng thời lại cũng là những con người thế tục, không có phép lạ, chỉ có các hành vi thế tục ở giữa cuộc sống. Giọng người trần thuật là một giọng khách quan, không hề cố ý xướng ngôn về hai tuyến chính tà, thiện ác như kiểu truyện Nôm văn vần. Tính gián cách này của ngôn ngữ người kể chuyện chính là hàm lượng của một hình thức tiểu thuyết đúng nghĩa, nó buộc ta phải tiếp nhận câu chuyện như những chuyện gây tò mò, xẩy ra ngay sát bên ta, trong đó các nhân vật hành động và đối thoại không lên gân, không được tác giả phơi bày hết động cơ và "lèo lái" chúng ta mà tự ta phải tra vấn, tìm hiểu để thấu tỏ. Tôi xem đây là một bước đột khởi của

[5] Chúng tôi được tiếp xúc với những tài liệu này qua sự giúp đỡ của Linh mục Nguyễn Hưng và học giả Vũ Văn Kính. Nhân đây, xin bày tỏ lời biết ơn chân thành

truyện văn xuôi Nôm làm đà cho văn xuôi tự sự quốc ngữ. Ta sẽ thấy truyện của Trương Vĩnh Ký hay của Huình Tịnh Của, dù có là "chuyện đời xưa" hoặc có là "chuyện giải buồn" góp nhặt và dịch từ bộ sách cổ *Liêu trai chí dị* 聊齋誌異, nhưng thông qua lời trần thuật mộc mạc, đơn giản và ngữ khí của người kể, đều trở thành những câu chuyện đang hiện diện đâu đó trong cuộc sống, đang hướng tới người đọc như lớp người chứng nhân cho các câu chuyện ấy. Và đó chính là một đặc trưng khu biệt thi pháp tiểu thuyết với sử thi theo Bakhtine: điểm nhìn của tiểu thuyết luôn luôn hướng tới hiện tại chứ không quay lui về quá khứ. Thật thú vị khi ta tìm thấy cùng một ý tưởng hệt như Bakhtine trong lời tựa *Truyện thầy Lazaro Phiền* của Nguyễn Trọng Quản: "Đã biết rằng xưa nay dân ta chẳng thiếu chi thơ, văn, phú, truyện nói về những đứng anh hùng hào kiệt tài cao chí cả; mà những đứng ấy thuộc về đời xưa, nay chẳng còn nữa. Bởi đó tôi mới dám bày đặt một truyện đời này là sự thường có trước mắt ta luôn".[6] Cũng thật là thú vị khi giọng trần thuật trong *Truyện thầy Lazarô Phiền* cũng đạt được ngữ điệu khách quan, điềm tĩnh, toát lên ý hướng dân chủ, không tạo trước định kiến cho người đọc phán xét nhân vật mà *Quan quang Nam Việt* đã có, nói khác đi là người kể chuyện nấp trong nhân vật, để nhân vật hành động, nói năng, suy nghĩ, một đặc trưng nữa mà tiểu thuyết không thể thiếu được. Quả tình, với đặc điểm đầu tiên: ngôn ngữ "viết như lời nói", giọng kể lẫn vào nhân vật, tăng cường chi tiết phàm tục và điểm nhìn trần thuật ở ngay trong hiện tại, văn xuôi tự sự quốc ngữ trong bước khởi đầu ở Nam Bộ đã có cái bản lĩnh khai sinh một dòng tiểu thuyết đích thực cho văn học Việt Nam.

2. Lẽ tự nhiên, điều thuận lợi này trước sau thế nào cũng đi kèm với một vài nghịch lý, mà cái nghịch lý trước nhất là nền văn xuôi đó không được giới viết văn cao cấp thừa nhận dễ dàng. Đây không phải là một chuyện "trái khoáy" như ta tưởng mà là tâm lý tiếp nhận bình thường của công chúng thuộc mọi nền văn học. Bởi, đã nói văn học viết thì phải nói đến văn học của tầng lớp trên trong xã hội. Ngôn ngữ văn học của tầng lớp này bao giờ cũng đóng vai trò quy chiếu cho ngôn ngữ thẩm mỹ của thời đại. Có hiểu như thế ta mới tìm được một phương án khả dĩ để lý giải *theo hướng nội tại* cái nghi vấn vì sao văn xuôi tự sự miền Nam buổi đầu đã nhanh chóng bị quên lãng mà không phải viện đến một lý do bên ngoài, như chiến tranh, mất mát, thái độ kỳ thị của người đời sau, v.v... Mặt khác, ta cũng thông cảm mà không nặng lời với thế hệ các nhà phê bình nghiên cứu đi trước đã từng không đánh giá đúng mức vị trí của chặng đường văn học quốc ngữ sơ khai, như Trúc Hà trong báo *Nam phong* (1932), Dương Quảng Hàm trong

---

[6] Cao Xuân Mỹ. *Truyện dài đầu tiên và tuyển tập các truyện ngắn Nam Bộ cuối thế kỷ XIX-đầu thế kỷ XX*. Nxb. Văn nghệ và Hội nghiên cứu và giảng dạy tp HCM, 1998; tr. 17.

Việt Nam văn học sử yếu (1942), Vũ Ngọc Phan trong *Nhà văn hiện đại* (1941-1942), Nghiêm Toản trong *Việt Nam văn học sử trích yếu* (1949), và cả Phạm Thế Ngũ trong *Việt Nam văn học sử giản ước tân biên* (1965) gần chúng ta hơn nhiều.[7] Ngay chúng tôi chỉ mới cách đây chưa đầy 20 năm khi lựa chọn tác gia cho bộ *Từ* điển *văn học* (bộ cũ)[8] cũng chỉ chọn được 5 người thuộc khu vực văn học đang bàn. Tư liệu thất tán là một lý do nhưng lý do sâu hơn vẫn là cái động hình đã ăn sâu trong tư tưởng. Đó chính là sự trớ trêu của lịch sử khi mà xét cho thấu lẽ, người phủ nhận những giá trị sáng tạo rất mới mẻ của nền văn xuôi tự sự miền Nam trước hết vẫn là đông đảo tầng lớp văn nhân đương thời với văn xuôi quốc ngữ miền Nam. Vì sao có thể nói như trên? Tôi căn cứ vào hai hiện tượng sau:

- Thứ nhất, cuốn tiểu thuyết đầu tiên viết theo lối mới là *Truyện thầy Lazaro Phiền* in năm 1887 nhưng sau đó ròng rã đến ngót 25 năm đã không được một người nào kế tục. Mãi đến 1910 mới có thế hệ tiểu thuyết thứ hai.

Một sự cách quãng gần 25 năm chứng tỏ điều gì nếu không phải là: hình thức tiểu thuyết văn xuôi nôm na chưa thể nào nhanh chóng trở thành thị hiếu của công chúng như thói quen thưởng thức văn chương tao nhã. Có người nói do khả năng "xã hội hóa" của hình thức văn xuôi mới diễn ra quá chậm, song nguyên nhân cốt lõi của sự chậm chạp là ở đâu thì hẳn vẫn phải nghĩ đến cái "sức ì" của văn giới trên văn đàn thuở ấy: chính lực lượng cầm bút quan trọng nhất đương thời – những nhà Nho uyên thâm có được học ít nhiều chữ Tây và chữ quốc ngữ – đã không tiếp nối, trái lại khinh rẻ văn chương nôm na của lớp nhà văn tiên phong mà ngay về xuất thân, họ chưa bao giờ coi là cùng đội ngũ với mình. Nói cho cùng, trên phương diện ý thức hệ, đó là sự tiếp tục hữu thức hay vô thức thái độ "chối bỏ" quyết liệt có tính chất truyền kiếp của Nho giáo đối với Thiên Chúa giáo trong nhiều thế kỷ. Nó cũng cho thấy văn học quốc ngữ từ 1887 trở về trước bị thành kiến ở cả hai bình diện, cả nội dung chuyển tải bị coi như chỉ là những chuyện vặt vãnh, không ích gì cho "nhân tâm thế đạo", và cả cái vỏ ngôn ngữ nghệ thuật chỉ mới là món hàng thứ cấp, là văn học hạng dưới, xoàng xĩnh, tầm thường.

- Thứ hai, từ cấu trúc thể loại mà nhìn, điều đáng lạ là nếu *Truyện thầy Lazaro Phiền* tiếp thu mạnh bạo kết cấu tiểu thuyết phương Tây thì các cuốn tiểu thuyết xuất hiện 25 năm sau lại tiếp thu kết cấu chương hồi Trung Quốc.

---

[7] Xem Địa chí văn hóa thành phố Hồ Chí Minh, Tập II. Nxb. tp HCM, 1988; tr. 219-220. Sách này phê phán các nhà nghiên cứu đã dẫn là "bi quan", "lớn lối", hoặc "quá quắt", vì họ đã bỏ quên hoặc đánh giá thấp mảng văn học quốc ngữ miền Nam buổi đầu.

[8] Hai tập, Nxb. Khoa học xã hội, Hà Nội, 1983-1984.

Và nhìn vào hình thức lời văn, thì những cuốn tiểu thuyết xuất hiện sau 25 năm so với *Truyện thầy Lazaro Phiền*, hầu hết đều đã từ bỏ lối viết suôn đuột mà trở lại văn chương có đối có vần. Nào *Hoàng Tố Anh hàm oan*,1910,[9] *Phan Yên ngoại sử tiết phụ gian truân,* 1910,[10] nào *Hà Hương phong nguyệt,* 1912-1915[11]... Cho đến tận tiểu thuyết của Nguyễn Chánh Sắt, Lê Hoằng Mưu, Tân Dân Tử... trong suốt thập kỷ 20 vẫn là lối văn biền ngẫu. Chứng tỏ, cái ám ảnh của văn chương cử nghiệp đeo đẳng từ xưa đã tạo nên một phản động lực mạnh mẽ đối với tiến trình phát triển của văn học trong giai đoạn. Song còn ghê gớm hơn là áp lực của tiểu thuyết chương hồi Trung Quốc vẫn chi phối đầu óc người cầm bút sâu nặng đến nỗi dứt không ra. Cho nên lại cũng phải thừa nhận, văn học dịch tiểu thuyết Tàu xuất hiện trước tiên là ở miền Nam chứ không phải miền Bắc. Khi các thể loại văn chương quy phạm đến hồi rã đám, trong dòng văn học tiếng Việt cuối thế kỷ XIX đầu thế kỷ XX có sự phân hóa mạnh mẽ, chuyển sang khuynh hướng trào phúng với thơ Tú Xương, Nguyễn Khuyến và với thể phú hài hước pha tục của hàng loạt tác giả như *Phú a phiến*, *Phú cờ bạc*, *Phú thầy* đồ *ngông*, *Phú lạc* đệ *tự trào*, *Phú xem cờ để mãnh, Phú đàm tục, Phú gào chồng*..., khuynh hướng châm chích kiểu người u mê hủ lậu trong thơ song thất lục bát, thơ và phú Đường luật của Phan Châu Trinh, Nguyễn Thượng Hiền, khuynh hướng hành lạc có mặt tích cực của nó trong hát nói của Dương Khuê, Dương Lâm, Chu Mạnh Trinh... ở Bắc thì ở Nam, bên cạnh tiếng cười bốp chát trong thơ của Cử Trị, Học Lạc... hầu như chỉ còn mỗi giọng điệu nghiêm trang đề cao đạo lý "kiến nghĩa bất vi vô dũng dã" thông qua truyện Nôm và văn tế của Nguyễn Đình Chiểu, tuồng của Bùi Hữu Nghĩa, rồi tiếp đến là trào lưu dịch tiểu thuyết chương hồi Trung Hoa rầm rộ, gồm khoảng 30 dịch giả, dịch trên 70 tác phẩm[12], được các nhà in phát hành theo lối sách mỏng in từng kỳ cho đến vài ba thập niên đầu thế kỷ XX, trong đó ba tên tuổi sẽ được báo *Phụ nữ tân văn* coi là "những tay dịch thuật trứ danh ở Nam Kỳ" là Nguyễn An Khương, Nguyễn Chánh Sắt, Trần Phong Sắc, từng công bố trên dưới 50 bộ tiểu thuyết chương hồi hết sức quen thuộc như *Tam quốc chí*, *Thủy hử*, *Tây du*, Đông Châu liệt

---

[9] Của Trần Chánh Chiếu. Sách dày 32 trang. Nhà in Phát toán, Sài Gòn. Thật ra ở truyện này lời văn còn ít yếu tố biền ngẫu và cách viết còn khá gần gũi với nhóm nhà văn quốc ngữ cuối thế kỷ XIX.

[10] Của Trương Duy Toản. F. Schneider Imprimeur-Éditeur, Sài Gòn.

[11] Của Lê Hoằng Mưu. Sách được đăng tải lần đầu trên báo *Nông cổ mín* đàm số ra ngày 20-7-1912 với tên *Truyện nàng Hà Hương*. Đến 1915, Nxb. J. Nguyễn Văn Viết, Sài Gòn, in lại dưới tên *Hà Hương phong nguyệt*.

[12] Theo Địa chí văn hóa thành phố Hồ Chí Minh, Sđd; tr. 202.

quốc, *Chinh Đông chinh Tây*, *La Thông tảo Bắc*, *Chung Vô Diệm*, *Ngũ hổ bình Tây*, *Càn Long du Giang Nam*, *Anh hùng náo Tam Môn*, *Nhạc Phi truyện*, *Phong thần diễn nghĩa*, *Tiết Đinh San chinh Tây*, *Vạn Huê lầu*... (cần nhớ ở miền Bắc, cùng một thời gian, truyện dịch Trung Quốc chỉ mới xuất hiện lác đác, nhất là những pho tiểu thuyết nổi tiếng, như *Tam quốc diễn nghĩa* do Phan Kế Bính dịch 1907 và phải đến hơn 25 năm sau mới xuất hiện bộ Đông Chu liệt quốc của dịch giả Nguyễn Đỗ Mục vào năm 1933...). Chiều hướng mê sách dịch Tàu đến mức bất kể sách gì cũng ăn khách, ít nhiều cũng có thể nói là một trong vài ba biểu hiện của sự "lại giống", nghĩa là trở lại với thói quen truyền thuyết hóa lịch sử trong văn xuôi chữ Hán truyền thống, kiểu *Nam triều công nghiệp diễn chí* của Nguyễn Khoa Chiêm (1689), *Việt lam xuân thu* của Vũ Xuân Mai (?) (biên soạn cuối thế kỷ XIX, in 1908)... Đây là cơ hội cho các bộ *Phan Yên ngoại sử tiết phụ gian truân* (1910), *Giọt máu chung tình* (1925),[13] *Việt Nam anh kiệt* (1927),[14] *Việt Nam Lê Thái Tổ*,[15] *Việt Nam Lý trung hưng*(1929),[16] *Tam Yên di hận* (1929),[17] *Gia Long tẩu quốc* (1930),[18] *Hoàng tử Cảnh như Tây* (1931),[19] *Lê triều Lý thị* (1931)[20]... có dịp nở rộ.[21] Tất nhiên xu thế này cũng phù hợp với yêu cầu truyền bá tư tưởng yêu nước sôi nổi buổi đầu thế kỷ nên đã được hỗ trợ bằng lý luận "văn dĩ tải đạo" của các nhà duy tân, yêu nước, ví dụ Nam Kiều, Nguyễn Háo Vĩnh đều đã công nhiên phê phán tiểu thuyết *Hà Hương phong nguyệt* trên báo chí, điều chỉnh văn chương trở lại với đường ray "phò chính trừ tà". Dù sao, đứng về góc độ nghệ thuật thì mô phỏng thể loại chương hồi Minh Thanh để diễn ngôn lịch sử vẫn là một thiệt thòi cho nền văn học mới không nhỏ, nó nói lên rằng trong tư duy nghệ thuật, "cái yêu nước" và "cái bảo thủ" đôi khi vẫn dễ lẫn lộn với nhau, cũng giống như "vụ án *Truyện Kiều*" của Ngô Đức Kế ở miền Bắc vào khoảng giữa đầu thập kỷ 20.

---

[13] Của Tân Dân Tử. Nguyên tên là *Giọt máu chung tình - Tòng đình thảm kịch*. Imprimerie J. Nguyễn Văn Viết, Sài Gòn, 1925, có "Lời phụ thuyết" của Nguyễn Đăng Cao và "Lời tự" của tác giả.

[14] Của Phạm Minh Kiên. Nguyên tên *Việt Nam anh kiệt vì nghĩa liều mình*, viết 1926. Nhà in Xưa nay, Sài Gòn, 1927.

[15] Của Nguyễn Chánh Sắt. Imprimerie Đức lưu phương, Sài Gòn, 1929.

[16] Của Phạm Minh Kiên. Imprimerie Đức lưu phương, Sài Gòn, 1929.

[17] Của Nguyễn Văn Vinh. Nhà in Vân võ văn, Bến Tre, 1929.

[18] Của Tân Dân Tử. Imprimerie Bảo tồn, Sài Gòn, 1930.

[19] Của Tân Dân Tử. Hai tập. Chưa rõ nơi in.

[20] Của Phạm Minh Kiên. Nhà in J. Nguyễn Văn Viết, Sài Gòn, 1931.

[21] Ở miền Bắc cũng có Nguyễn Tử Siêu và Đinh gia Thuyết viết tiểu thuyết lịch sử chương hồi nhằm gửi gắm tâm tình yêu nước cùng một thời với các tác giả miền Nam.

Vậy, nói đến đặc điểm thứ hai của tiểu thuyết Nam Bộ là nói đến ***bước đi dích dắc*** của nó, nói đến cái khởi đầu như một bước tiến đột xuất kèm theo cái kế cận như một bước lùi, là biểu hiện không có gì đáng lạ của sự phản ứng quyết liệt của dòng văn học chính phái trong xã hội bút mực muốn giành lại quyền phát ngôn trên văn đàn.

3. Nhưng giờ đây, nghĩ cho kỹ, chặng lùi này trước sau vẫn là tất yếu. Nếu chúng ta mô thức hóa con đường của văn xuôi quốc ngữ miền Nam thì có 4 giai đoạn mà nó phải trải qua như một chu trình của sự vận động:

- Giai đoạn sưu tầm, phiên âm, ghi lại các tác phẩm văn học cổ hay là bước tiếp nối để chắt lọc cái hay của truyền thống và tiến tới đoạn tuyệt với truyền thống;

- Giai đoạn dịch thuật hay là bước học tập cái mạnh của các nền văn học mà nó đã và đang cần giao tiếp, trong đó có văn học Tây phương và văn học cổ điển và cận đại Trung Hoa;

- Giai đoạn mô phỏng hay là bước thể nghiệm đầu tiên của việc chuyển hóa từ cái của người thành cái của mình;

- Giai đoạn thật sự sáng tạo cũng tức là bước hoàn kết, ngôn ngữ dân tộc và đề tài dân tộc đã được thử thách, trở thành một nhu cầu thôi thúc cảm hứng nhà văn.

Bốn giai đoạn trên đây chẳng qua chỉ là sự phân cắt trừu tượng của chúng tôi để chúng ta dễ nhìn nhận chiều hướng khách quan của chặng đường mở đầu của văn xuôi quốc ngữ, chứ kỳ thực cả bốn giai đoạn thường vẫn xoắn bện và đan cài với nhau mà không hề tiếp nối đơn giản theo trình tự thời gian. Chỗ đáng lưu ý là do tính chất xoắn bện và đan cài, *giai đoạn 4* mà ta ngỡ là phải nằm ở cuối cùng thì thực tế đã xuất hiện ngay từ sớm và như một kích thích tố làm cho cả tiến trình trở nên năng động. Vì thế, nhìn vào hiện tượng, dường như vẫn luôn luôn có những bước tiến và bước lùi xen kẽ, nó là sự *phản ánh khác thường* của quy luật diễn tiến bên trong, bao gồm cả bốn giai đoạn của sự sinh thành mà văn học buộc phải tuân theo. Chỉ có thể giải thích tính chất xen kẽ này như cái bức xúc dẫn đến thăng hoa của nhu cầu sáng tạo vốn bao giờ cũng ẩn náu thường trực trong tiềm thức của người cầm bút. Nó tạo cho văn học những cơ hội có thể đốt cháy giai đoạn để nhảy vọt từ thai nghén đến trưởng thành. Và từ đó, nói đến những bước đi đầu của văn xuôi tự sự quốc ngữ Nam Bộ lại cũng là nói đến một *quá trình chín sớm* – sự chín sớm do ảnh hưởng đa chiều của hai nền văn hóa Đông và Tây trộn lẫn, và sự chín sớm biểu hiện ở những hiện tượng không có tiền lệ, hoặc những hiện tượng chỉ xuất hiện như một mình nó, không có bước kế tiếp theo sau. Về thể ký, *Chuyến đi Bắc Kỳ năm Ất hợi* là một hiện tượng mà ta chưa tìm thấy tiền lệ trước Trương Vĩnh Ký, cũng chưa tìm thấy những tác phẩm báo hiệu cho cách viết ký chững chạc kiểu này ở những người đồng thời với Trương Vĩnh Ký.[22] Còn về thể truyện thì *Truyện thầy Lazaro Phiền* không những không có tiền lệ mà còn là một hiện tượng có một không hai trong văn xuôi quốc ngữ cả Nam lẫn Bắc cho đến tận giữa những năm 20, bởi cái kết cấu rất hiện đại của tác phẩm và cái khả năng của một ngòi bút biết đi vào thế giới thầm kín bên trong của nhân vật, mà nói như R. Fernandez, có khám phá được cuộc sống bên trong thì mới bắt đầu có tiểu thuyết.[23] Ta có cảm tưởng việc áp dụng cách viết tiểu thuyết phương Tây của Nguyễn Trọng Quản, tuy là rất chủ động, cũng là việc *xuất thần* đối với cảm hứng sáng tạo của chính ông, giữa một hoàn cảnh chưa đủ các điều kiện chín muồi cho nó, nên ông chỉ làm việc đó được một lần, cũng như sau này ở miền Bắc nhà tiểu thuyết tâm lý Hoàng Ngọc Phách cũng chỉ viết được mỗi một cuốn tiểu thuyết *Tố Tâm*.

Ngoài những ví dụ vừa dẫn, sự "chín sớm" còn có thể nhìn thấy khá rõ trong các loại hình khác nhau của cùng một thể loại, tiêu biểu là bộ mặt đa dạng của tiểu thuyết đương thời. Chỉ trong vòng chưa đầy ba thập kỷ đầu thế kỷ XX, tiểu thuyết miền Nam đã hầu như dàn ra khá đủ, là một sự ảnh xạ có vẻ như "cơ giới" của cả tiểu thuyết phương Đông lẫn phương Tây: có tiểu thuyết "võ hiệp - kỳ tình", có tiểu thuyết "ngoại sử - dã sử", có tiểu thuyết đạo lý, có tiểu thuyết "tả chân xã hội", có tiểu thuyết phong tục, lại có cả tiểu thuyết luận đề... Nhưng đi sâu thêm vào còn có lắm điều hay trong đó. Vào năm 1912 mà đã có một cuốn tiểu thuyết công nhiên phơi bày màu sắc sắc dục như Hà *Hương phong nguyệt* của Lê Hoằng Mưu khiến chính quyền thuộc địa phải ra lệnh cấm, hẳn không phải là điều bình thường. Vào năm 1917 mà đã có

---

[22] Thật ra, trước Trương Vĩnh Ký gần 55 năm, đã xuất hiện cuốn du ký *Sách sổ sang chép các việc* của Philipphê Bỉnh (1759-1832?), nhưng đây là một ngoại lệ, vì sách được viết ở Lisbonne (Bồ-đào-nha) năm 1822, không được truyền về nước, cũng không một ai kế tục, và theo Giáo sư N.I. Nikulin, ngay các học giả Pháp đến tận nửa đầu thế kỷ XX cũng không biết gì về nó "Không có bất kỳ một chứng cứ trực tiếp nào về việc các nhà nghiên cứu người Pháp thế kỷ XIX-nửa đầu thế kỷ XX biết đến Bỉnh và di cảo viết tay của ông" (Xem bài *những sáng tác về các chuyến viễn du* trong sách *Những vấn đề lý luận và lịch sử văn học,* Viện Văn học xb, 1999; chú thích 1, tr. 92).

[23] "Un homme nous raconte sa vie intérieure: il fait de lautobiographie ; il imagine un personnage qui nous raconte sa vie intérieure: il fait du roman." Tạm dịch: Một người kể với ta về cuộc sống bên trong của anh ta: anh ta đang sáng tác tự truyện; khi anh ta tưởng tượng ra một một nhân vật kể với ta về cuộc sống bên trong của hắn: anh ta đang sáng tác tiểu thuyết. Theo Roman - Genèse du roman trong Encyclopædia Universalis, version 10, 2005.

một cuốn tiểu thuyết trinh thám như *Kim thời dị sử* của Biến Ngũ Nhy[24] cũng là chuyện đáng lạ. Và vào năm 1926 mà có một cuốn tiểu thuyết lịch sử - phản lịch sử[25] như *Giọt máu chung tình* của Tân Dân Tử càng buộc chúng ta phải suy nghĩ nhiều hơn.

Cái "chín sớm" chung quy có tạo ra được những truyền thống bền vững hay không, đó còn là chuyện phải trao đổi. Nhưng cái "chín sớm" đã từng đưa lại những sản phẩm "độc đắc", thậm chí không bình thường trong thời đại của nó, đó cũng là một thành tựu đáng kể, là đặc điểm thứ ba của chặng đường hình thành và phát triển đầu tiên của văn xuôi tự sự quốc ngữ miền Nam. Tuy nhiên, có một hiện tượng chưa thể giải thích: trong vô số khuynh hướng của tiểu thuyết, không thấy có tiểu thuyết tình cảm kiểu *Tố Tâm* ở miền Nam. Cũng chưa thấy một cuốn tiểu thuyết tình cảm nào của Tây phương hay Trung Quốc kiểu *Nỗi đau của chàng Vecte* (Les Souffrances du jeune Werther - Goethe) hay *Ngọc lê hồn* 玉梨魂 (Từ Chẩm Á 徐枕亞) được dịch in ở miền Nam trong thời gian hơn hai thập kỷ. Trong khi cũng chính miền Nam là mảnh đất mầu mỡ của một thể loại sân khấu rất giàu đặc trưng lâm ly bi thiết là cải lương lại phát sinh và sống được lâu bền. Vì sao? Phải chăng ở đây cần đi tìm một lý do sâu hơn liên quan đến quan niệm sống và tâm lý thưởng thức nghệ thuật: nói đến con người miền Nam là nói đến con người trọng nghĩa khinh tài, con người chuộng những việc làm thực tế chứ ít khi đắm chìm trong miên man suy tưởng, trong sự dày vò giằng xé nội tâm một cách siêu hình, vô vọng. Tiểu thuyết miền Nam tuy phong phú màu sắc nhưng nhìn chung vẫn là tiểu thuyết hành động, không thể nào xuất hiện loại hình tiểu thuyết biểu cảm với sắc thái cảm xúc tinh tế, mơ hồ, trừu tượng, giãi bày các trường đoạn tâm can như loại tiểu thuyết tình cảm mà Hoàng Ngọc Phách là đại diện và cả dòng tiểu thuyết lãng mạn ít năm sau đó mà Tự lực văn đoàn là cái nôi sinh thành. Phải đến Bình Nguyên Lộc... nhiều năm về sau mới có được dòng tiểu thuyết lãng mạn này. Miền Nam đi trước về sau, quy luật ấy hoàn toàn đúng cho đến cả trong thi pháp tiểu thuyết, có phải thế chăng?

---

[24] Sách được đăng tải trên *Công luận báo* tháng Mười 1917. Năm 1921 Nxb. Moderne L. Hélousy et S. Montégout, Sài Gòn, in thành sách.

[25] Khái niệm "tiểu thuyết lịch sử - phản lịch sử" chúng tôi dùng để chỉ cuốn sách này là có ý muốn nói, tác giả chỉ mượn lịch sử như một cái cớ để thực hiện chủ đề của câu chuyện, nên không những đã bịa đặt về chi tiết hoặc nhân vật không có trong chính sử mà ngay cái cốt chung của lịch sử cũng không quan tâm, chẳng hạn chuyện xẩy ra dưới triều nhà Nguyễn mà tác giả lại cho nhân vật Võ Đông Sơ lĩnh ấn Ngự tiền hộ giá đi đánh giặc Mãn Thanh ồ ạt kéo sang xâm lược ở ải Nam Quan, dưới quyền chỉ huy trực tiếp của một vị vua nhà Nguyễn đóng hành doanh ngay trên xứ Lạng. "Phản lịch sử" ở đây không hề mang hàm nghĩa phê phán.

4. Xin bàn đến một đặc điểm cuối cùng, cũng là điều từng gây nghi vấn, trăn trở cho không ít người: trong hơn nửa thế kỷ vận động của văn xuôi quốc ngữ Nam Bộ, bước chuyển biến từ lượng sang chất đã có hay chưa có, và nếu có thì biểu hiện rõ nhất ở giai đoạn nào và ở những tác giả nào?

Ở một phần trước, khi đánh giá cao ngôn ngữ nôm na trong truyện của Trương Vĩnh Ký, Huình Tịnh Của, Nguyễn Trọng Quản... không có nghĩa là tôi coi cách viết "như lời nói thường" của các tác giả trong chặng cuối thế kỷ XIX đã là hoàn chỉnh. Cách viết đó dẫu đầy triển vọng về mặt đổi mới cảm hứng nghệ thuật nhưng cũng chỉ mới là những thử nghiệm. Các nhà văn thời này đang phải mài giũa cái vỏ ngôn từ, đặt chúng vào những văn cảnh mới, cấp cho chúng những khái niệm mới và những sắc thái biểu đạt mới. Tiếng Việt chưa có được trình độ trừu tượng và cô đúc ngữ nghĩa tối ưu như chữ Hán. Vì thế, như đã nói, một cuộc giao thoa giữa cách viết thông tục và cách viết mượn nhiều Hán ngữ nhất thiết phải xẩy ra, để nâng cấp dần sức sống của tiếng Việt văn chương. Theo hồi ký của một số nhà văn thì cả *Nam phong tạp chí* và những tác phẩm dịch văn học phương Tây của Nguyễn Văn Vĩnh đều là trường học quan trọng để đào luyện nên một thế hệ nhà văn nhà thơ cho giai đoạn đỉnh cao của văn học 1932-1945. Giai đoạn văn học 30 năm đầu thế kỷ XX, ở miền Bắc chưa thể hội đủ những điều kiện cho một cuộc giao thoa tương tự. Nhưng ở miền Nam, dưới một dạng thức khác, một cuộc giao thoa gần như vậy đã xẩy ra. Và một Hồ Biểu Chánh, một Phú Đức, một Bửu Đình... trong văn xuôi tự sự Nam Bộ, xét cho kỹ, ít nhiều đúng là kết quả tác hợp của hai thế hệ đầu. Ai cũng biết, trong sáng tác đầu tay của Hồ Biểu Chánh có dấu ấn của Nguyễn Trọng Quản - dấu ấn ở đề tài và cả ở thể loại. Đề tài truyện thơ *U tình lục*[26] của ông nói về một chàng trai bị một phụ nữ thầm yêu giả mạo lá thư để ly gián anh với người tình mà anh từng chung chăn gối, làm người đọc không thể không liên tưởng đến đề tài "cả ghen" của anh chồng chất phác do bị mắc lừa hai lá thư giả mạo của một phụ nữ trắc nết, đi đến phá hoại hạnh phúc gia đình, giết cả bạn và vợ trong *Truyện thầy Lazaro Phiền*. Cũng chính ấn tượng mạnh mẽ của *Truyện thầy Lazaro Phiền* làm cho Hồ Biểu Chánh dứt khoát chuyển từ truyện thơ sang viết truyện văn xuôi. Nhưng Hồ Biểu Chánh đã không dập lại nguyên xi cách viết văn xuôi của Nguyễn Trọng Quản, vì bên cạnh ảnh hưởng của Nguyễn Trọng Quản, ông lại vẫn còn nặng nợ với lối văn biền ngẫu và kết cấu chương hồi của thế hệ cầm bút ra đời sau Nguyễn Trọng Quản ngót 25 năm. Chắc chắn ông phải nhào đúc lại cả hai luồng ảnh hưởng đều rất quan trọng đó. Mà đã gọi là "nhào đúc" thì không phải chỉ một lúc là thành. Ta hãy nhớ đến truyện dài *Ai làm được*

[26] Ký tên Hồ Văn Trung. Imprimerie F. H. Schneider, Sài Gòn, 1913.

của Hồ Biểu Chánh sáng tác năm 1912 nhưng phải mười năm sau ông mới gọt giũa, tu chỉnh, có thể nói là viết lại và 3 năm sau nữa mới cho công bố.[27] Cái khoảng lặng 13 năm ấy là một khoảng vật lộn gian khổ để thật sự đổi thay trong bút pháp nhà văn Hồ Biểu Chánh. Kết quả, Hồ Biểu Chánh đã không kế tục Nguyễn Trọng Quản một cách đơn giản mà đạt tới một tầm vóc khác, có mặt không cách tân được như Nguyễn Trọng Quản nhưng lại có mặt cao hơn hẳn: ấy là trong tư cách một ngòi bút khắc họa diện mạo cuộc sống hiện thực bề bộn ở miền Nam trước Cách mạng tháng Tám, với vô số không gian nghệ thuật đặc thù sinh động, và với đủ các loại nhân vật phức tạp, đa dạng, có tính cách đặc biệt Nam Bộ và có vận mệnh không chút giống nhau, trong vòng quay của chế độ thuộc địa Pháp trên đà khai thác và đô thị hóa ào ạt mảnh đất miền Nam hồi nửa đầu thế kỷ trước, và trong sự va xiết của đồng tiền. Cho nên, mặc dầu Hồ Biểu Chánh viết và dịch rất sớm, ông vẫn có đủ tiêu chí để được xếp vào thế hệ thứ ba, xuất hiện chính thức từ 1925 trở đi. Rồi sau này, tuy không còn đuổi kịp bước tiến vũ bão của thế hệ 1932-1945 nữa nhưng ông vẫn tạo được một vùng ảnh hưởng riêng lâu dài cho mình. Hai nhà văn Phú Đức và Bửu Đình cũng có những nét đồng dạng. Phú Đức và Bửu Đình còn tiến xa hơn Hồ Biểu Chánh ở chỗ câu văn hầu như đã rất ít dấu vết biền ngẫu, và chủ đề đạo lý, kết cấu chính - tà đã có một bước tha hóa khá rõ để trở thành cái kết cấu xoắn quyện, đôi khi có chuyển hóa, giữa phe chính phe tà trong các tiểu thuyết mang màu sắc trinh thám-võ hiệp của hai ông. Lại nữa, nếu Hồ Biểu Chánh có phóng tác *Bá tước Monte Cristo* của Dumas Bố thành truyện *Chúa Tàu kim quy*[28] thì tôi có cảm tưởng cả Phú Đức và Bửu Đình cũng từng dấn mình trong vườn văn của Dumas Bố để xây dựng nên hình thức tiểu thuyết liên hoàn dài hơi trong *Châu về hiệp phố*,[29] *Mảnh trăng thu* và *Cậu Tám Lọ*[30] mà đọc kỹ vẫn còn phảng phất chút vang bóng của tiểu thuyết chương hồi.

Chính vì những lý do nêu trên mà ta có quyền xếp ba tác giả này vào cùng một thế hệ mà không sợ khiên cưỡng - ba đại biểu của lớp nhà văn đã trưởng thành rõ nét trên tiến trình hiện đại hóa của văn xuôi tự sự quốc ngữ ở miền Nam. Cùng với Hoàng Ngọc Phách, họ đã

---

[27] Nhà in Xưa nay, Sài gòn, 1926.

[28] Sách viết xong năm 1922 tại Sài Gòn. Chưa rõ nơi in và năm in.

[29] Sách được đăng tải lần đầu trên *Trung lập báo* năm 1926 với tên *Hiệp phố châu huờn*, sau chuyển sang in tiếp trên *Công luận báo* từ số 371 (7-7-1926) với tên *Hoàn Ngọc Ẩn*, đến số 374 lại trở lại tên cũ. Nhà in Xưa nay in thành hai tập, lấy tên chính thức *Châu về Hiệp phố*, Sài Gòn, 1926-1928.

[30] *Mảnh trăng thu* được đăng tải trên *Phụ nữ tân văn* từ số 40 (20-2-1930) nhưng chưa trọn bộ thì Nhà in Xưa nay, Sài Gòn, đã cho in thành sách vào năm 1931. Vì thế, *Phụ nữ tân văn* lại cho in tiếp *Cậu Tám Lọ* vào năm 1931 là tập sách viết nối của *Mảnh trăng thu*. Những sách này đều được chuyển bí mật từ Côn Đảo về cho tòa soạn tờ báo, vì lúc đó Bửu Đình đang bị thực dân Pháp cầm cố ngoài đảo.

vượt xa hơn thế hệ cầm bút thứ hai trên văn đàn từ Nam đến Bắc, mặc dù họ hiện diện cùng lúc, có khi còn hiện diện sớm hơn một số người trong thế hệ thứ hai. Họ để lại những cuốn sách còn "ăn khách" rất lâu ngay cả khi thế hệ của chính họ đã bị vượt qua rồi. Có những cuốn như *Tiền bạc bạc tiền*[31] của Hồ Biểu Chánh có đủ phẩm chất của một cuốn tiểu thuyết nghiêm chỉnh của trào lưu hiện thực phê phán. Nhưng dầu sao, họ vẫn là những người đến sớm; cái đổi mới ở họ chỉ mới là nửa vời chứ không triệt để. Và tiểu thuyết của họ nói chung vẫn nằm lưng chừng giữa tả và kể, đường dây phát triển của tiểu thuyết vẫn chỉ là tuyến tính. Sự tu sức lời văn còn nhiều lủng củng. Về tư duy nghệ thuật, họ chưa hề biết đến một dòng trần thuật nào ngoài dòng trần thuật của người kể chuyện cũng như truyện của họ chưa cho phép người đọc thoát ra khỏi kết cấu cổ điển hội ngộ - lưu lạc - đoàn viên. Họ chính là một thế hệ gối đầu: với các nhà văn của những năm 20 họ hình như mới quá, nhưng với các nhà văn những năm 30 như Nhất Linh, Khái Hưng, Thạch Lam, Nguyễn Công Hoan, Ngô Tất Tố, Vũ Trọng Phụng, Nguyễn Triệu Luật, Nguyễn Tuân, Nam Cao... họ lại với tay không kịp. Đó là cái vị trí rất vẻ vang mà cũng là chỗ hạn chế của họ.

Sản sinh ra được một thế hệ "gối đầu" giữa thế hệ trước năm 1932 và thế hệ những năm sau đó, một thế hệ vừa có mặt bứt lên khỏi mình để đi về phía trước, lại vừa có mặt không vượt được cái ngưỡng lịch sử, đặc điểm cuối cùng này của văn xuôi tự sự quốc ngữ Nam Bộ cũng rất đáng được coi trọng, như một sự *chuẩn bị "hoài thai"* cho bước chuyển mình của lịch sử, trước khi văn xuôi tự sự cả nước đột ngột băng mình lên với một gia tốc chưa từng thấy, và những đỉnh cao của nó nghiễm nhiên vượt ra ngoài tầm của dòng văn học từng có những đóng góp không nhỏ trong chặng đường khởi đầu này.[32]

---

[31] Sách viết 1925. Imprimerie de l'Union, Sài Gòn, 1926.

[32] Trở lên là một cách nắm bắt đặc điểm của văn xuôi tự sự quốc ngữ Nam Bộ trong chặng đường sơ khởi, xuất phát từ một góc nhìn giới hạn - góc nhìn cảm quan nghệ thuật - đối với nền văn học này. Người viết chưa có điều kiện mở rộng ra những góc nhìn khác, như: nội dung xã hội của văn học Nam Bộ trong hơn năm mươi năm mở đường cho văn xuôi quốc ngữ Việt Nam, hoặc quan hệ giữa văn xuôi tự sự Nam Bộ với những điều kiện chính trị, xã hội, lịch sử cụ thể sản sinh ra nó... Rất mong được đọc tiếp các công trình nghiên cứu của các đồng nghiệp về các phương diện ấy để có một cái nhìn hoàn chỉnh về văn học quốc ngữ ở Nam Bộ - một di sản đáng trân trọng của nền văn học quốc ngữ dân tộc mà trước đây, các công trình của Nguyễn Văn Xuân (*Khi những người lưu dân trở lại.* Sài Gòn, 1969), Bùi Đức Tịnh (*Phần đóng góp của văn học miền Nam: Những bước đầu của báo chí, tiểu thuyết và thơ mới.* Nxb. Lửa thiêng, Sài Gòn, tháng Giêng 1975), Nguyễn Khuê (*Chân dung Hồ Biểu Chánh.* Nxb. Lửa thiêng, Sài Gòn, 1974), Bằng Giang (*Văn học quốc ngữ ở Nam Kỳ 1865-1930.* Nxb. Trẻ, tp HCM, 1992)... nhất là người bạn quá cố của chúng tôi, Nguyễn Văn Y - một học giả miền Nam giữ được rất nhiều tư liệu quý hiếm tránh khỏi tai nạn "phần thư" những năm sau 1975 - trong *Địa chí văn hóa thành phố Hồ Chí Minh* (Sđd) đã có những khám phá mới mẻ.

24.04.2002 - 15.05.2006

Tổng hợp hai bản tham luận khoa học tại hai Hội thảo về tiểu thuyết Nam Bộ tháng Tư 2003 và tháng Năm 2006.

(Trích từ Văn học Cổ cận đại Việt Nam - từ góc nhìn văn hóa đến các mã nghệ thuật. NXB Giáo dục, 2013; tr. 804 - 819)

TỪ *PHÉP GIẢNG TÁM NGÀY* ĐẾN *HỘI ĐỒNG TỨ GIÁO*
(Các tác phẩm hộ giáo trong văn chương Công giáo Việt Nam thế kỷ XVII-XIX)

Lm. Trần Quốc Anh

Tóm tắt: Được viết bằng cả chữ Nôm lẫn Quốc ngữ, văn chương Công giáo, được hình thành qua sự đóng góp của các thừa sai và các cộng sự viên người Việt đã để lại một di sản văn hoá rõ nét cho cộng đồng Công giáo Việt Nam. Trong số này các tác phẩm giáo lý và hộ giáo, cùng với các sách truyện về các thánh, nhất là các thánh tử vì đạo, đã đóng vai trò rất quan trọng trong vấn đề tạo lập một căn tính tôn giáo cho các tín hữu người Việt, giúp cho họ vượt qua những cuộc bắt đạo trải dài suốt ba thế kỷ XVII-XIX. Các tác phẩm cho thấy người Công giáo Việt Nam khá tự tin về tôn giáo của họ và cũng muốn được chấp nhận trong xã hội phong kiến ngày xưa.

Từ khóa: Công giáo, sách giáo lý, hộ giáo, thế kỷ XVII-XIX, Phép giảng tám ngày, Hội đồng Tứ giáo

Dẫn nhập

Từ khi đạo Thiên Chúa (ngày nay quen gọi là Công giáo) được truyền vào Việt Nam ở thế kỷ XVI, trong hơn 400 năm qua đã có một số lượng không nhỏ các tác phẩm do các nhà truyền giáo (cũng gọi là thừa sai, missionary) cũng như các giáo hữu và linh mục người Việt soạn thảo, ghi chép và phổ biến bằng chữ Hán - Nôm và chữ Quốc ngữ, hai hệ thống văn tự được các tác giả Công giáo sử dụng song song cho đến khi chữ Quốc ngữ trở thành văn tự chính thức của Việt Nam kể từ năm 1945.

Phó Giáo sư – Tiến sĩ Linh mục Trần Quốc Anh

** PGS khoa thần học tại Jesuit School of Theology thuộc ĐH Santa Clara, Hoa Kỳ và GS thỉnh giảng của Học Viện Dòng Tên ở Thủ Đức và Loyola School of Theology in Manila. Cha là tác giả của Gods, Heroes, and Ancestors (Oxford, 2018) và nhiều bài nghiên cứu bằng tiếng Anh và tiếng Việt.*

** Email: aqtran@scu.edu*

Song song với sự hình thành của các cộng đoàn tín hữu, kể từ thập niên 1620 qua những nỗ lực hội nhập văn hoá của các thừa sai Dòng Tên, đã xuất hiện một mảng văn chương Công giáo. Lẽ dĩ nhiên, sự phát triển của các giáo đoàn ở Đại Việt là do công sức của các nhà truyền giáo nhưng sự đóng góp của các giáo hữu bản xứ, mà chỉ một số ít được nêu tên trong các báo cáo truyền giáo, vào việc rao giảng giáo lý Công giáo cũng là một yếu tố đặc biệt quan trọng. Thật vậy, nếu không có những người trợ tá bản xứ, các nhà truyền giáo không thể đến được với người Việt sống bên ngoài vùng cư trú của họ.

Theo phương pháp *dojuku* - hiệp hội tình nguyện giáo dân - được sử dụng trong sứ vụ truyền giáo tại Nhật Bản, các thừa sai Dòng Tên tại Việt Nam đã tranh thủ sự giúp đỡ của những người tân tòng bản xứ để giúp các nhà truyền giáo học ngôn ngữ và soạn những lời cầu nguyện và giáo lý Công giáo cơ bản bằng tiếng Việt. Mặc dù phần lớn giáo hữu người Việt thời ấy không biết chữ, nhưng các nhà truyền giáo Tây phương và các cộng tác viên bản xứ đã cùng nhau soạn thảo và lưu truyền các sách vở Công giáo từ thế hệ này sang thế hệ khác, ngay cả trong những lúc bị bắt bớ, cấm cách vì đạo. Các tác phẩm này khá đa dạng, bao gồm nhiều thể loại như các loại tự vị, tự điển, ngữ pháp, Kinh thánh, kinh kệ, nguyện ngắm, nghi lễ, truyện các thánh, giáo lý, thần học, tôn giáo, triết học, thánh nhạc, văn chương, thi ca, giáo dục, lịch sử, địa lý, văn hoá, và các sách khác [8].

Trong bài nghiên cứu này, tôi muốn nhấn mạnh đến một thể loại văn chương đặc biệt xuất hiện trong thế kỷ XVII-XIX ở Việt Nam, đó là các tác phẩm giáo lý mang tính chất hộ giáo hay minh giáo (*apologetic writings*).[1] Các tác phẩm này ra đời trong hoàn cảnh người theo đạo bị hiểu lầm và chống đối, đặc biệt là bị triều đình ngờ vực, các sĩ phu chê bai. Tôi cho rằng các tác phẩm giáo lý/ hộ giáo, cùng với truyện các

[1] Bài viết này khai triển và đào sâu một số điểm tôi đã trình bầy tại cuộc hội thảo *400 năm hình thành và phát triển chữ Quốc ggữ trong Lịch sử Loan Báo Tin mừng tại Việt Nam*. Trung tâm Mục vụ Giáo phận TP Hồ Chí Minh tổ chức, ngày 25- 26/ 10/ 2019. Xem [2].

thánh, nhất là các thánh tử vì đạo, đã đóng vai trò rất quan trọng trong vấn đề tạo lập một căn tính tôn giáo cho các tín hữu người Việt.

Sau đây, tôi sẽ trình bày một vài tác phẩm hộ giáo để minh họa sự tiếp nhận Kitô giáo - một tôn giáo mới từ phương Tây - vào xã hội Đông Á truyền thống, nơi đã sở hữu một di sản triết học và tôn giáo phong phú là Nho giáo, Phật giáo và Lão giáo, gọi chung là Tam giáo. Các tác phẩm tiêu biểu tôi sẽ trình bày bao gồm *Phép giảng tám ngày* của Alexandre de Rhodes, *Tam giáo chư vọng* (khuyết danh), *Opusculum de sectis Sinenis et Tunkinenis* [Tiểu luận về các giáo phái Trung Hoa và Đàng Ngoài] của Adriano Santa Thecla, *Phép giảng Đạo Thật/ Chân Đạo yếu lý* (khuyết danh), *Hội đồng Tứ giáo* (khuyết danh).

Tôi tin rằng những tác phẩm này - có quyển chỉ tồn tại ở dạng bản thảo, trong khi có những quyển khác được in lại nhiều lần ở thế kỷ XIX và XX - đã định hình căn tính tôn giáo của các giáo hữu Việt Nam, liên kết họ với một thế giới rộng lớn hơn là vùng ảnh hưởng Trung Hoa. Điều này giúp họ ý thức họ thuộc về một tôn giáo phổ quát, toàn cầu. Như thế, họ có thể giữ vững niềm tin qua nhiều cuộc bắt đạo từ thời các chúa Nguyễn, chúa Trịnh đến cuối thời Tự Đức. Hơn nữa, từ góc độ ngôn ngữ, tập hợp các tác phẩm Công giáo này bảo lưu cách dùng từ và cú pháp tiếng Việt thời cận đại, cho phép các nhà nghiên cứu ngôn ngữ xem xét vốn từ vựng và cách diễn đạt của văn xuôi Việt Nam ở thế kỷ XVII-XIX.

Trình bày Đạo Thiên Chúa cho các dân tộc Á Đông

Văn chương hộ giáo hay biện giáo (*apologetic literature*) là một thể văn "tự vệ" (từ chữ Hy lạp apologia) nhằm bảo vệ tính xác thực và hợp lý của niềm tin và thực hành của một tôn giáo hay hệ tư tưởng. Trong Kitô giáo, thể văn này không chỉ giải thích và làm sáng tỏ các giáo lý trong đạo (minh giáo) mà còn chống lại các giáo thuyết và thực hành có thể gây nguy hại cho niềm tin Kitô giáo (phản bác). Có thể nói rằng văn chương hộ giáo bắt nguồn từ nhu cầu phải lên tiếng giải trình tôn giáo của mình khi bị hiểu lầm, chống đối hay bách hại. Ngoài ra văn chương hộ giáo cũng có mục đích giải thích niềm tin và thực hành tôn giáo cho những tín hữu mới (tân tòng), để họ giữ vững niềm tin khi bị lung lay và xuyên tạc từ bên ngoài. Cả hai yếu tố minh giáo và phản bác đều có trong các tác phẩm hộ giáo.

Dĩ nhiên, chuyện hộ giáo không chỉ xảy ra với Kitô giáo, nhưng với các tôn giáo khi mới được du nhập vào từ bên ngoài. Ở nước ta, tác phẩm hộ giáo sớm nhất là *Lý hoặc luận* của Mâu Bác (Mâu Tử) được viết ở Giao Châu thế kỷ II (sau CN). Trong *Lý hoặc luận*, Mâu Bác trình bày những lý lẽ để biện minh cho cách hành đạo của Phật giáo như việc xuất gia, cắt tóc, không vợ con, bỏ tài sản, ăn chay, thuyết luân hồi, v.v. trước sự bài xích của các nhà Nho và đạo sĩ.

Từ thời Phục Hưng trong thế kỷ XV-XVI ở Âu châu đã hình thành 2 loại văn chương trình bầy và bảo vệ niềm tin Kitô giáo cho người ngoại giáo. Loại thứ nhất thường gọi là *catechismus* (giảng đạo), một loại sách giáo lý mang tính hộ giáo, dùng triết lý để chứng minh những chủ đề triết học về tôn giáo như sự hiện hữu của Thượng đế, bản chất và các thuộc tính của Ngài, linh hồn và số phận của con người, đau khổ và sự dữ. Loại thứ hai gọi là *doctrina Christiana* (giáo lý Kitô giáo), tương đương với sách giáo lý ngày nay, một thủ bản dành cho người mới rửa tội, chú trọng đến việc giải thích các tín điều và thực hành trong đạo, khai triển các giáo nghĩa của kinh Tin Kính, luân lý của Mười Giới răn, nghi lễ của Bảy phép Bí tích, và các kinh nguyện (đặc biệt là kinh Lạy Cha, kinh Kính Mừng) và "Tứ Chung" [2]. Nội dung của *doctrina Christiana* thường được trình bày sau khi người nghe đã được thuyết phục bởi *catechismus*.

Khi các nhà truyền giáo đến Á Đông, họ phải đối diện với các nền văn minh và truyền thống tôn giáo lâu đời, cho nên phải từng bước một thuyết phục những người theo đạo theo phương pháp tiệm tiến, đặc biệt là đối với tầng lớp trí thức. Khi còn ở Goa (Ấn Độ), Francisco Xavier (1506-1552) đã soạn một sách giáo lý cơ bản dạng *doctrina Christiana* năm 1542 [6, tr.41-45]. Nhưng khi đến Nhật Bản, ông thay đổi phương pháp giảng đạo sau các cuộc tranh luận với các nhà sư Nhật. Xavier đã kết hợp cả hai lối tiếp cận của *catechismus* và *doctrina Christiana* để trình bày đức tin Kitô giáo trong ba phần. Phần đầu là những lý luận về căn nguyên vũ trụ, về Thượng đế, về linh hồn con người, về đời sau, và phản bác các lý lẽ của các nhà sư. Trong phần hai, ông nói về lịch sử nhân loại theo *Kinh thánh*: Thiên Chúa tạo dựng vũ trụ và con người, sự sa ngã của các thiên thần và loài người, trận Đại Hồng Thuỷ và sự phân chia các dân tộc sau biến cố xây tháp Babel, đó là chủ đề của 11 chương đầu trong sách *Sáng Thế*. Kế đến ông trình bày ngắn gọn lịch sử dân Do Thái từ Abraham đến Chúa Giêsu, về cuộc đời của Chúa Giêsu và Tứ Chung. Phần cuối cùng là một bản tiếng Nhật cho các người mới theo đạo, giới hạn vào các điều căn bản như giải thích kinh Lạy Cha, Kính Mừng, Sáng Danh, Tin Kính và Mười Giới răn [6, tr.333-341]. Như sẽ thấy phương pháp giảng đạo của Francisco Xavier có ảnh hưởng khá nhiều trên các sách giáo lý và hộ giáo ở Á Đông.

Sách giáo lý *Cathechismus Christianae fidei* [Phép giảng đức tin Kitô giáo] của Alessandro Valignano, người chủ trương các thừa sai

[2] "Tứ Chung" hay Bốn sự sau cùng là giáo lý về chung cuộc của con người, gồm Chết, Phán xét, Thiên đàng, Hoả ngục.

phải học ngôn ngữ và văn chương bản xứ, cũng theo một phương pháp như thế. Điều khác biệt là Valignano có nhờ các tín hữu Nhật góp phần trong việc làm rõ hơn các khái niệm của Kitô giáo để giảng đạo cho giới trí thức Nhật. Đối với người bình dân thì ông cùng các cộng sự soạn cuốn *Dochirina Kirishitan* [Giáo lý Kitô giáo] bằng tiếng Nhật theo kiểu hỏi thưa với những chủ đề tương tự như phần cuối sách giáo lý của Xavier [19].

Ở Trung Hoa thì xuất hiện cuốn giáo lý hộ giáo viết bằng chữ Hán *Thiên Chủ thực lục* 天主實錄 của thừa sai Michele Ruggieri (1543-1607). Cuốn *Thiên Chủ thực lục* được soạn theo dạng đối thoại giữa một thừa sai và một nho sĩ về đạo Thiên Chúa. Được in ở Quảng Châu năm 1584, cuốn sách này có thể xem là một cố gắng hội nhập văn hoá trong việc giảng đạo cho người Trung Hoa. Nhìn qua mục lục sách có thể thấy những chủ đề sau: Chương 1), Sự hiện hữu của Thiên Chúa; 2) Các tính cách của Ngài; 3) Sự hiểu biết của con người về Ngài; 4) Công cuộc tạo dựng vũ trụ; 5) Các thiên thần và tổ tông loài người; 6) Sự bất tử của linh hồn; 7) Cuộc sống bên kia cái chết; 8) Giới răn của Thiên Chúa truyền cho con người qua 3 giai đoạn, gồm luật tự nhiên, luật Môise (luật Cựu ước) và luật Tin mừng (luật Tân ước); 9) Cuộc nhập thể và giáng sinh của Con Thiên Chúa (Chúa Giêsu); 10) Tính chất của luật Tin mừng; 11) Các mầu nhiệm trong Đạo; 12) Tổng quát về Mười Giới răn; 13) Ba giới răn đầu; 14) Bảy giới răn sau; 15) Đời sống tôn giáo; 16) Phép Rửa tội [18, tập 1, tr. 1-80]. Tuy vậy, phần lớn những tư tưởng này chỉ là bản dịch tóm tắt của các sách giáo lý doctrina Christiana sang Hán văn mà thôi. Ngoài một vài chữ vay mượn từ văn hoá Trung Hoa như “thiên chủ”, “linh hồn”, “thánh ân”, “thiên đàng”, v.v. thì không thấy Ruggieri đã có hiểu biết chiều sâu về văn hoá và tôn giáo Trung Hoa như Ricci sau này.

Gần 20 năm sau, một tác phẩm khác mang tính chất hộ giáo catechismus do Matteo Ricci (1552-1603) soạn và in tại Bắc Kinh (1603) với tựa đề *Thiên Chủ thực nghĩa* 天主實義 [Lẽ thật của Đức Chúa Trời]. Cuốn này cũng viết bằng Hán văn nhưng có thêm sự cộng tác và lời giới thiệu của các nho sĩ Trung Hoa. Tác phẩm này nhanh chóng trở thành tác phẩm bán chạy nhất và được in lại nhiều lần [3] cũng như được dịch ra nhiều thứ tiếng ở thời đó: Nhật, Mãn Châu, Mông Cổ và Hàn.

Trong cuốn *Thiên Chủ thực nghĩa*, Ricci đã trình bầy các chủ đề theo dạng đối thoại giữa một “Tây sĩ” (nhà truyền giáo) và một “Trung sĩ” (nho sĩ) tương tự như Ruggieri đã làm, nhưng sắp xếp lại các chủ

[3] Sau ấn bản Bắc Kinh 1603 thì có các ấn bản Quảng Châu 1605, Hàng Châu 1607, và được in lại trong bộ *Thiên Học sơ hàm* 天學初函, một sưu tập các tác phẩm của thừa sai Dòng Tên do Li Zhicao (Lý Chi Tảo, 1565 -1630) in và giới thiệu năm 1629 (In lại tại Đài Bắc: Đài Loan Học sinh Thư cục, 1965).

đề theo trình tự 8 ngày trong 8 chương. Chương 1 bàn về Thiên Chúa là đấng tạo ra vũ trụ và cai trị tất cả mọi loài. Chương 2 đưa ra câu trả lời cho một số quan điểm sai lầm liên quan đến đấng Tạo Hoá như được trình bày trong tư tưởng tam giáo Trung Hoa, bao gồm khái niệm "vô" của Lão giáo, chữ "không" của Phật giáo, "thái cực", "lý", "khí" của Nho giáo như là nguồn gốc của sự sáng tạo. Chương 3 đưa ra những lập luận cho bản chất tâm linh và bất diệt của linh hồn con người và kết nối nó với đời sống đạo đức. Chương 4 tiếp tục bàn luận về linh hồn người và bản chất tâm linh của nó, và phân biệt rõ ràng giữa các thụ tạo và đấng Tạo Hoá. Chương 5 bảo vệ quan điểm của Ricci về linh hồn bằng cách phản bác thuyết luân hồi của nhà Phật. Chương 6 trình bày một lý thuyết đạo đức xoay quanh mối liên hệ giữa hành động, động cơ, và việc thưởng phạt đời sau. Chương 7 khẳng định bản chất tốt lành của con người và kết nối nó với đời sống đức hạnh. Chương 8 trả lời những phản đối về một số phong tục phương Tây, đặc biệt là tình trạng độc thân của giáo sĩ. Cuối cùng, Ricci nói ngắn gọn về công việc cứu độ của Thiên Chúa thông qua Chúa Giêsu và khuyến khích người đọc gia nhập giáo hội [4].

Cuốn *Thiên Chủ thực nghĩa* vận dụng cả thần học của Tôma Aquinô lẫn Tứ Thư Ngũ Kinh của Nho giáo để giải thích niềm tin Kitô giáo.[5] Tuy vậy, Ricci dừng lại ở việc hộ giáo nhiều hơn là đi sâu vào các tín điều của Đạo Chúa như Ruggieri đã làm. Có thể nói *Thiên Chủ thực nghĩa* là cuốn sách bắt nguồn từ những tranh luận tôn giáo của Ricci với các nho sĩ với niềm tin Kitô giáo và [19], để giúp các nhà Nho nhận ra "chính đạo". Phương pháp hộ giáo của Ricci là "bổ Nho bài Phật", dùng những nhận xét tiêu cực của nhà Nho về Lão giáo, Phật giáo để bài xích các tôn giáo này. Ông chủ trương " 'tiên Nho" - Nho giáo của Tứ Thư Ngũ Kinh - mới đúng là đạo thật của thánh hiền, còn Nho giáo thời Minh, với chủ trương "tam giáo đồng nguyên", đã lai tạp những khái niệm Lão, Thích.[6] Phương pháp này rất có ảnh hưởng trên các sách hộ giáo ở Việt Nam sau này mà tôi sẽ lần lượt trình bày sau đây.

Sách *Phép giảng tám ngày* của Alexandre de Rhodes (1651)

Trong số các thừa sai dòng Tên thời kỳ đầu, Alexandre de Rhodes (1693-1660) đã xuất bản nhiều cuốn sách quan trọng về các sứ vụ truyền giáo ở cả hai miền của Đại Việt. Ông để lại ba tác phẩm quan trọng, tất cả được Bộ Truyền giáo (Propaganda Fide) tài trợ và xuất bản

[4] Có thể xem nội dung tóm tắt của Ricci bằng tiếng Latinh in lại trong [11, tr.460-72].

[5] Trong những năm ở Trung Hoa, Ricci đã miệt mài học *Tứ Thư, Ngũ Kinh*. Ông đã dịch *Tứ Thư* sang tiếng La tinh từ năm 1591.

[6] Chủ trương "tam giáo đồng nguyên" bắt đầu với Minh Thành Tổ trong cố gắng ổn định xã hội, tránh lặp lại những tranh giành ảnh hưởng của Nho giáo, Lão giáo và Phật giáo từ thời Đường sang đến thời Tống, Nguyên. Xem [3].

vào năm 1651. Đó là cuốn *Dictionarium annamiticum, lusitanum, et latinum* [Tự điển Annam-Bồ-Latinh]; *Linguae annamiticae seu Tunchinesis brevis declaratio* [Nhận xét vắn tắt về ngôn ngữ Annam hoặc Đàng Ngoài]; và *Cathechismus pro iis, qui volunt suscipere Baptismum, in Octo die divisus* [Phép giảng Tám ngày cho kẻ muốn vào Đạo thánh Đức Chúa Trời]. Hai cuốn đầu là những tác phẩm liên quan đến ngôn ngữ và cuốn thứ ba là một cẩm nang song ngữ để truyền giáo.

Sách giáo lý của De Rhodes là một công trình quan trọng không chỉ về mặt huấn giáo mà còn là một tác phẩm lý thú về mặt văn chương. Đó là cuốn sách đầu tiên dùng song ngữ Latinh và Quốc ngữ, rất tiện lợi cho việc tìm hiểu từ vựng và cách diễn đạt văn xuôi tiếng Việt ở thế kỷ XVII. *Phép giảng tám ngày* có lẽ được soạn trong thời gian De Rhodes dạy học ở Macau trong thập niên 1630 và tiếp tục bổ sung cho đến khi in.[7] Sách ghi lại phương pháp huấn giáo trong thời gian tác giả giảng đạo ở Đại Việt (1627-30, 1640-45).

De Rhodes đã soạn sách *Phép giảng tám ngày* dựa trên chương trình 8 ngày của cuốn *Thiên Chủ thực nghĩa*, cuốn sách giáo lý nổi tiếng của thừa sai Dòng Tên ở Trung Hoa, Matteo Ricci, mà một bản sao của nó có thể đã được lưu hành ở Đàng Ngoài [13, tr.116-121]. Nhưng ông còn đi xa cả cách trình bày giáo lý của Ricci. Ngoài việc sử dụng triết và thần học tự nhiên để lập luận cho việc thờ phượng một Thiên Chúa đích thực và tấn công các truyền thống ngoại giáo, De Rhodes còn giới thiệu những hiểu biết cơ bản về giáo lý Công giáo. Ông tiếp cận độc giả bằng cách lý luận với họ về chuyện thiệt hơn. Phương pháp huấn giáo này đã được De Rhodes trình bầy khá chi tiết trong *Histoire du royaume de Tunquin* [Lịch sử Vương quốc Đàng Ngoài]. De Rhodes giải thích phương pháp của mình như sau: "Phương pháp tôi ưa dùng là trình bầy với họ sự bất tử của linh hồn và thế giới bên kia. Từ đó tôi tiếp tục chứng minh sự tồn tại và quan phòng của Thiên Chúa. Từng bước một, chúng tôi dần dần tiến tới những mầu nhiệm khó khăn hơn" [16, tr.96].

Trong sách *Phép giảng tám ngày*, bước đầu tiên bàn về những chân lý mà tâm trí có thể lãnh hội được, ví dụ, có một trật tự trong vũ trụ, Thiên Chúa là Đấng sáng tạo và cai trị duy nhất của vũ trụ, và nhiệm vụ của con người là phải hiểu biết, yêu mến và phụng sự Ngài

[7] Tôi cho rằng sách giáo lý của De Rhodes cũng có phần đóng góp của các thừa sai khác và kể cả người Việt trong cách diễn đạt văn chương. Lúc De Rhodes rời Đàng Ngoài năm 1630, tiếng Việt của ông hãy còn thô sơ lắm. Ngay cả khi họp bàn về công thức rửa tội bằng tiếng Việt năm 1645 ở Macau, trong biên bản người ta chỉ ghi De Rhodes là giáo sư thần học, nhưng Amaral, Barbosa và mấy người khác nữa mới được ghi là "chuyên gia ngôn ngữ". Phải chăng các từ vựng tôn giáo trong các tác phẩm chữ Nôm của Majorica đã được Amaral và Barbosa ghi lại bằng chữ Quốc ngữ rồi chuyển sang Macau?

(chủ đề của Ngày 1-3). Một khi những sự thật này được chấp nhận, bước kế tiếp là vạch trần những sai lầm của ngoại giáo - bao gồm cả việc thờ ngẫu tượng và thực hành mê tín dị đoan - khiến người ta bỏ qua việc thờ phượng Thiên Chúa đích thực để đạt được sự sống đời đời (Ngày 4). Trong bước cuối cùng, De Rhodes mới trình bày về những mầu nhiệm của đức tin Công giáo: thí dụ như Chúa Ba Ngôi, Nhập thể, Cuộc đời Chúa Kitô và Cuộc Khổ nạn và Phục sinh của Ngài (Ngày 5-7). Vào ngày cuối cùng, De Rhodes tập trung vào Tứ Chung, đời sống luân lý theo Mười Giới răn và chuẩn bị cho lễ rửa tội.

Khi bàn đến sách giáo lý *Phép giảng tám ngày* của De Rhodes, có thể thấy cái nhìn hạn hẹp và thiếu khoan dung của De Rhodes về các tôn giáo khác, đặc biệt là Tam giáo tại Việt Nam. Đối với De Rhodes, đây là những ảnh hưởng sai lầm ("đạo vạy") đến từ Trung Hoa đã làm cản trở người Việt tiếp cận chân lý. Ông dành phần lớn Chương 4 để phản bác Tam giáo đặc biệt là đối với Phật giáo (mà ông gọi là "đạo Bụt"). Điều này có thể gây phản cảm cho người đọc do sự thiếu hiểu biết và sai lầm của ông về một tôn giáo có ảnh hưởng ở Á Đông. Những bài xích của De Rhodes về đạo Phật và Lão vay mượn lại những ý kiến của các thừa sai và các nhà Nho bên Trung Hoa. Nhưng để hiểu tại sao De Rhodes đã làm như thế, cần phải đặt tư tưởng của ông cũng như các tác giả Công giáo sau này trong dòng chảy văn chương hộ giáo của đạo Kitô tại Á Đông như trong tác phẩm của Valignao và Ricci như đã nêu trên.

Đáng chú ý là nhận xét của De Rhodes rằng người Việt Nam có sẵn những điều kiện để dễ dàng tiếp cận và đón nhận đức tin Công giáo, một khi họ thoát khỏi mê tín dị đoan của Tam giáo. Theo ông, người Việt vốn đã có một truyền thống gia đình và cộng đồng mạnh mẽ, một nền đạo đức tương thích với Mười Giới răn, tôn trọng quyền bính, nhấn mạnh vào các nghi lễ, lòng mộ đạo và niềm tin vào phần thưởng cũng như hình phạt ở thế giới bên kia. Thế nên họ có thể sẵn sàng tiếp nhận đức tin mới này một khi đức tin được trình bày cho họ như tín ngưỡng thích hợp và vượt trội hơn những tín ngưỡng họ đã có. Không phải ngẫu nhiên mà niềm tin mới này được gọi Nôm na là "Đạo Thánh Đức Chúa Trời", hay theo tiếng Hán - Việt, "Thiên Chúa Thánh giáo".

Các tác phẩm hộ giáo thế kỷ XVIII-XIX

Trọng tâm của đạo đức Nho giáo truyền thống là cách ứng xử cho đúng trong các quan hệ gia đình và xã hội trên nền tảng Tam cương và Ngũ thường (hay Ngũ luân) và các quan hệ giữa vua và tôi (quân thần), thầy và trò (sư đồ), cha và con (phụ tử), chồng và vợ (phu phụ), anh và em (huynh đệ). Những nhân đức trong các tương quan này được coi là yếu tố thiết yếu để hỗ trợ một xã hội ổn định. Đối với đa số người Việt, lòng trung hiếu là đặc trưng của bổn phận tôn giáo và đạo đức. Do đó, khi không thấy người theo Công giáo thể hiện những biểu hiện truyền thống về nghĩa vụ hiếu thảo, đặc biệt là liên quan đến các nghi thức cho người chết, họ cho rằng người Công giáo đã từ bỏ truyền thống dân tộc. Hơn nữa, trong xã hội bị ảnh hưởng của Nho giáo, vua quan được coi là cha mẹ của dân (dân chi phụ mẫu). Nếu một người đặt lòng trung thành với một đấng cầm quyền khác mà không phải là vua quan của mình, người đó đã vi phạm các quy tắc xã hội liên quan đến lòng trung thành - mà chính quy tắc đó được coi là một phần mở rộng của lòng hiếu thảo. Hành động vâng lời gần như tuyệt đối của giáo hữu người Việt đối với vị giám mục nước ngoài được coi là bất trung và phản bội truyền thống.

Ngay từ buổi đầu truyền giáo, De Rhodes đã nhận thấy điều này và đã đề ra thuyết Tam Phụ (ba người cha) như một nỗ lực bản địa hoá đức tin độc thần của Kitô giáo theo chuẩn mực đạo đức Nho giáo về lòng trung hiếu. Ở đây, ông đã mượn ý tưởng từ cuốn *Thiên Chủ thực nghĩa* của Ricci để giải thích lý do tại sao các giáo hữu Kitô nên yêu mến và vâng lời Thiên Chúa trên hết mọi sự. Dựa trên quan hệ quân – sư – phụ, thuyết Tam Phụ đề xuất rằng, mỗi người phải có bổn phận trung hiếu với ba đấng bề trên của mình, theo thứ tự ưu tiên là Thiên Chúa, đến quân vương, rồi mới đến cha mẹ. Là Đấng Tạo Hóa của trời đất muôn loài, Thiên Chúa giống như Cha chung của toàn thể nhân loại. Ngài là vị Thượng Phụ tối cao vượt xa vai trò của vị Trung Phụ, vua chúa cai trị một nước và vị Hạ Phụ là cha mẹ trong gia đình [1].

De Rhodes đã khéo léo nhận xét rằng việc Tế Nam Giao của triều đình là một thực hành cao quý, đó chính là cơ sở để xây dựng thuyết Tam Phụ. Nếu vua chúa vẫn thực hành đạo hiếu với Trời, thì việc người Công giáo chỉ thờ phụng Chúa Tể trời đất trên hết mọi sự là có cơ sở. Trung hiếu với vị Thượng Phụ, thì sẽ trung với vị Trung Phụ và hiếu với vị Hạ Phụ. Thuyết Tam Phụ, sau này được khai triển trong các tác phẩm hộ giáo của thế kỷ XVIII-XIX, có thể phần nào giải thích thái độ bất tuân của những người Công giáo khi họ quyết định tiếp tục theo đạo, kháng cự các lệnh cấm đạo của các chúa Trịnh chúa Nguyễn, và sau này của triều nhà Nguyễn. Đối với họ, vâng lời Thượng Phụ thì hơn là vâng lời Trung Phụ, Hạ Phụ. Lòng trung hiếu tuyệt đối dẫn đến việc thà chết chứ không chối Chúa bỏ đạo [1].

Việc tranh cãi về lễ nghi tôn giáo ở Trung Hoa đã gây nhiều hệ luỵ ở Việt Nam. Trong khi một số thừa sai chủ trương dung hoà với các truyền thống Nho giáo bản địa như việc cúng tế Khổng Tử, các vị thành hoàng làng, và một phần của việc thờ cúng tổ tiên, một số thừa sai khác bác bỏ chuyện này, xem đó như là vi phạm nghiêm trọng vào tín ngưỡng độc thần của Kitô giáo. Cuộc tranh luận kịch liệt giữa hai bên bênh vực và chống đối từ năm 1643 đến năm 1704 đã lan rộng từ Phúc Kiến sang đến Manila, về đến Rome và Paris, được sử sách ghi lại là "Tranh luận về lễ nghi Trung Hoa" (*The Chinese Rites Controversies*) [12; 27, tr.36-46]. Để củng cố bản sắc Công giáo, đặc biệt sau cuộc tranh luận về lễ nghi Trung Hoa mà từ năm 1715, dưới sắc lệnh *Ex illa die* của Đức Giáo hoàng Clêmentê XI, người Công giáo Á Đông bị buộc từ bỏ các nghi lễ truyền thống, một loại tác phẩm mới bắt đầu xuất hiện ở Việt Nam, đó là các sách hộ giáo.

Thể loại văn chương này là sự kết hợp của hai loại hình giáo lý catechismus và doctrina Christiana. Các tác phẩm hộ giáo ra đời để thuyết phục các tín hữu Công giáo rằng niềm tin và thực hành tôn giáo của họ là đúng đắn và cao quý. Cần phải có lời giải thích về giáo lý và thực hành Công giáo để giữ vững niềm tin của những người mới theo đạo và bác bỏ những lời dèm pha và chống báng của người ngoài. Trên thực tế, mục đích của một số tác phẩm hộ giáo xuất hiện trong thế kỷ XVIII-XIX là để thuyết phục những người tân tòng và những người chỉ trích họ rằng người Công giáo Việt không có lỗi lầm nào về mặt trung hiếu đối với vua quan hoặc cha mẹ và tổ tiên của họ. Trái lại, người Công giáo cũng đề cao các đức tính hiếu thuận và trung thành cả trong giáo lý lẫn thực hành, cho dù cách thể hiện của họ có vẻ khác với kỳ vọng xã hội, đặc biệt trong phong tục tang ma.

Bước đầu đi vào hộ giáo: ***Tam giáo chư vọng*** và ***Opusculum de sectis*** [Tiểu luận về các giáo phái]

Trong số các tác phẩm hộ giáo, có hai tài liệu sớm nhất còn lưu trữ được. Đó là cuốn *Tam giáo chư vọng* (1752) viết bằng chữ Quốc ngữ và *Opusculum de sectis apud Sineneses et Tunkineses* [Tiểu luận về các giáo phái của người Trung Hoa và Đàng Ngoài] (1750) viết bằng tiếng Latinh có xen lẫn chữ Quốc ngữ. Cả hai đều tồn tại dưới dạng bản thảo, lưu trữ ở Văn khố của Hội Thừa sai Ba lê (AMEP).

Tam giáo chư vọng là tác phẩm khuyết danh viết bằng chữ Quốc ngữ ở Đàng Ngoài [22; 27, tr.159-322]. Nội dung gồm ba quyển trình bày những "sai lầm của tam giáo" dưới dạng một cuộc đối thoại giữa một "Tây sĩ" (thừa sai) và một "Đông sĩ" (nho sĩ) về một số tín ngưỡng, phong tục và nghi lễ tôn giáo của Việt Nam thế kỷ XVIII, mà trong số đó vẫn còn trong thực tế ngày nay. Bản thảo của *Tam giáo chư vọng*, có lẽ là một bản sao được đánh số hiệu V-1098 ở trong AMEP. Đây là một cuốn vở bằng giấy mỏng, khổ 10x15 cm, gồm 104 tờ, viết trên 2 mặt bằng mực đen. Sách không ghi tác giả, nhưng trong phần tựa đề có nhắc đến các thừa sai người Ý, và trong một đoạn văn có ghi là năm Cảnh Hưng thứ 13 (1752). Tác giả cho biết ông là một người đi tìm hiểu niềm tin ("lẽ đạo") và thực hành tín ngưỡng ở Đàng Ngoài trong thời ấy. Nhưng ông còn một mục đích sâu hơn nữa, muốn dùng lý lẽ để chứng minh rằng một khi độc giả tra xét kỹ càng các phân tích của ông, họ sẽ bỏ đường lầm lạc mà quay về với chính đạo ("đạo thánh Đức Chúa Trời"). Cuốn sách chia làm ba phần với mục lục cho từng phần như sau.

Nho giáo chư vọng (14 đề tài): Thái cực; Bàn Cổ; Thượng đế, Chính đạo, Hồng thuỷ, Tế thiên địa lục tông; Tế ngũ đế ngũ thần; Lễ Hội Miêng (Minh) và lễ tế cờ (kỳ) đạo; Thành hoàng và các thần; Vua Dóng, vua Trèm, vua Bạch Mã, chúa Liễu Hạnh; Táo quân, Thổ công, Thổ chủ, Tiên sư; Lễ tế Khổng Tử cùng các đại hiền; Lễ tế Thái Công cùng các đại tướng; Lễ táng tế ông bà cha mẹ; Luận sự địa lý.

Đạo giáo chư vọng (12 đề tài): Lão Tử; Trương Nghi, Trương Giác; Thầy phù thuỷ; Mười hai thần hành khiển; Cửu tinh và Thiên lôi; Luận ngày giờ tốt xấu; Hà bá, Phạm Nhan, Liễu Hạnh; Xem bói; Xem số, xem khoa; Ngũ tinh; Xem tướng, xem giò gà; Nhật thực, nguyệt thực.

Thích giáo chư vọng (12 đề tài): Nguồn gốc đạo Phật; Phật giáo vào Trung Hoa; Quan niệm nhà Nho về Phật giáo; Cửu kiếp; Ý nghĩa chữ "không" cùng chữ "Phật"; Cấm sát sinh và luân hồi; Kinh Bảo đàng; Lễ đốt nhà tang cùng vàng mã; Địa ngục; Quan Âm và cô hồn; Cây nêu và vôi bột.

Xem qua nội dung được trình bày, có thể thấy ngay *Tam giáo chư vọng* có lẽ được soạn cho các thầy giảng và linh mục bản xứ để họ có tài liệu hộ giáo khi gặp gỡ các nhà nho, thầy pháp hay sư sãi, đồng thời cũng giúp cho người mới theo đạo hiểu rõ hơn quan niệm của Công giáo về một số tín ngưỡng và nghi lễ bản địa được mặc định là mê tín, dị đoan. Cuốn sách mô phỏng cách trình bày giáo lý theo phong cách của Ricci trong *Thiên Chủ thực nghĩa*, một cuộc "đối thoại" và "tranh luận" trên lý lẽ.

Cùng một nội dung tương tự như thế, *Opusculum de sectis apud Sinenses et Tunkineses* của thừa sai dòng Âu tinh Adriano di Santa Thecla, viết bằng tiếng Latinh xen lẫn với những cụm từ và câu Hán - Việt viết bằng quốc ngữ. Bản thảo là một cuốn vở 121 trang, kể cả 8 trang giới thiệu và 2 trang mục lục, ký hiệu V-667 trong Văn khố của Hội Thừa sai Ba lê (AMEP).[8] Đối tượng của sách này là các nhà truyền giáo tương lai để giải thích cho họ về tam giáo ở Trung Hoa và Việt Nam.[9]

[8] Đây có lẽ là một bản sao, chứ không phải bản gốc của Adriano. Bản này có một số trang để trống (tr. 20-23, 72, 77-82 và 88), và có 2 nét chữ khác nhau. Một người chép tiếng La tinh và người kia chép phần Quốc ngữ. Olga Dror đã bàn về chuyện này [7, tr.31 (bản tiếng Việt, tr.54)].

[9] Ở thế kỷ XIX đã có một phần được trích dịch sang tiếng Pháp trong tạp chí *Journal Asiatique*, số 2 (1823) tr.163-175 và số 6 (1825) tr.164-65. Gần đây Olga Dror và Marya Berezovka đã dịch toàn bộ sang Anh ngữ [7, tr.71-229 (bản tiếng Việt, tr.121- 370)] và có

Sách của Adriano viết theo lối miêu tả, chia làm 6 chương như sau.

Chương 1 bàn về phái nho sĩ (5 mục): Khổng Tử; Học thuật, sách vở và giáo lý của phái này; Tín ngưỡng của phái này; Thờ cúng Khổng Tử; Tế Khổng Tử.

Chương 2 bàn về việc thần linh và thờ thần (12 mục): Các thần linh trên trời dưới đất; Các thánh vương; Các thần được quan võ thờ cúng; Tế Kỳ đạo; Lễ Hội minh; Thành Hoàng; Lễ Tạo khoa bạt thần; Vua Dóng, vua Trèm và các thần khác; Tiên sư, Thổ công, vua Bếp và các thần khác; Linh hồn người chết; Các nghi lễ cúng tế; Cúng tế cho các vua chúa đang trị vì.

Chương 3 bàn về phái thuật sĩ (5 mục): Lão Tử; Sự truyền bá của phái này; Phép thuật của phái này; Tín ngưỡng của phái này; Ngọc Hoàng.

Chương 4 bàn về bói toán, xem quẻ (3 mục): Thầy bói, thầy khoa; [thầy xem số, xem tướng, xem giò gà, thầy địa lý (bỏ trống); các thuật khác (bỏ trống)].

Chương 5 bàn về tôn giáo của người thờ [Phật] hoặc là [Thích ca] [10] (6 mục): Thích ca; Sự truyền bá của phái này ở Trung Hoa; Giáo lý của phái này; Các thần linh được thờ trong phái này; Về các chùa và những người sùng mộ Phật; Về các nghi lễ tôn kính Phật.

Chương 6 bàn về đạo Thiên Chúa ở Trung Hoa và Annam (4 mục): Đạo Thiên Chúa ở Trung Hoa; Việc bách hại đạo Thiên Chúa ở Trung Hoa; [Đạo Thiên Chúa ở Annam (bỏ trống); Việc bách hại đạo Thiên Chúa ở Đàng Ngoài (bỏ trống)].

Điểm qua mục lục và nội dung trình bày thì cuốn *Opusculum de sectis* và *Tam giáo chư vọng*, tuy cách trình bày có khác nhau, nhưng có thể được coi là anh em song sinh, đến từ một nguồn gốc [24; 25; 27, tr.323-330]. Tác giả của *Tam giáo chư vọng* không nói rõ đã sử dụng nguồn tài liệu nào, nhưng Adriano viết trong lời tựa của ông là ông đã dựa trên cuốn *Dị đoan chi giáo* của Giám mục thừa sai dòng Âu Tinh Ilario/ Hilario di Gesù (Đức thầy Hy, 1646-1754), Giám quản Giáo phận Đông Đàng Ngoài và có bổ túc thêm từ kiến thức của thừa sai dòng Đa minh Francisco Gil de Federich (tử đạo 1745).

Hai tác phẩm này có thể xem là một tài liệu kép mô tả về tín ngưỡng của người Việt ở Đàng Ngoài. Tuy có nhiều hạn chế và tính chất hộ giáo nhưng tài liệu này là nền tảng cho những tác phẩm hộ giáo thời danh hơn ở nửa sau thế kỷ XVIII-sang đến thế kỷ XIX.

---

in lại bản văn La tinh.

[10] Tựa đề trong bản thảo để trống hai chỗ để sau này chép tiếng Việt vào.

Đỉnh cao của văn chương hộ giáo

Trong số tác phẩm hộ giáo có hai tài liệu, *Phép giảng Đạo Thật* (theo các bản in thế kỷ XIX còn gọi *Chân đạo yếu lý*) và *Hội đồng Tứ giáo*, là hai tác phẩm có nhiều ảnh hưởng nhất trong thế kỷ XIX và đầu thế kỷ XX, được in cả bằng chữ Nôm lẫn Quốc ngữ và được tái bản nhiều lần.

Phép giảng Đạo Thật là cuốn giáo lý của một tác giả khuyết danh xuất hiện khoảng một trăm năm sau *Phép giảng tám ngày*. Bản thảo sớm nhất của tác phẩm này là một tập sách mỏng viết chữ Quốc ngữ 143 trang, ghi năm MDCCLVIII (1758) trong văn khố của Hội Thừa Sai Ba lê (AMEP), ký hiệu V-1183. Vì là tác phẩm khuyết danh, ta không biết người viết là một thừa sai, một linh mục hay giáo lý viên bản xứ. Cũng không rõ hoàn cảnh ra đời của tác phẩm.

Tuy nhiên, đánh giá từ thứ tự các chủ đề được trình bày, sách được soạn cho người dự tòng hoặc vừa mới chịu phép rửa, phần nào đó sách cũng cấu trúc theo trật tự tương tự như sách giáo lý của De Rhodes. Nhìn lướt qua bảng mục lục thấy các chủ đề sau: 1) Bàn về sự sống và cái chết, thể xác và linh hồn; 2) Về việc thờ phượng sai lầm; 3) Về giáo lý Tam phụ; 4) Về Thiên Chúa là ai và Ngài đã tạo ra thế giới như thế nào; 5) Về cuộc đời của Chúa Kitô; 6) Về sự phán xét sau khi chết, luyện ngục, thiên đàng và địa ngục; 7) Về bốn điểm chính của huấn giáo (Tín điều, Cầu nguyện, Bí tích và Điều răn); 8) Về việc chuẩn bị Bí tích Rửa tội; 9) Về nhiệm vụ của một tín hữu mới.

Các phiên bản tiếng Nôm phổ biến hơn ở thế kỷ XIX (và bản dịch Quốc ngữ ở thế kỷ XX) có tựa đề là *Chân Đạo yếu lý* hoặc *Chân Đạo dẫn giải*, có phần khác biệt.[11] Trong khi giữ lại nội dung hầu hết các chương của tác phẩm trước đó, những thay đổi được đưa vào văn bản để phản ánh sự quan tâm của độc giả thế kỷ XIX, đó là bảo vệ Công giáo khỏi sự phỉ báng chống Công giáo. Ấn bản Nôm 1829 thay đổi nội dung của hai chương cuối: 8) Về Kinh thánh, 9) Về đạo đức Công giáo, và thêm vào một chương mới: 10) Về việc phản biện những cáo buộc chống Công giáo. Có thể xem đây là bản khắc in xưa nhất của sách giáo lý Công giáo.

Việc tác phẩm này được in bằng chữ Nôm vào thời vua Minh Mạng cho thấy vào quý đầu tiên của thế kỷ XIX, văn học Công giáo đã gây sự chú ý của giới biết chữ. Mặc dù chữ Quốc ngữ đã được người Công giáo Việt Nam sử dụng từ nửa sau thế kỷ XVII nhưng phần lớn như công cụ giao tiếp cho các linh mục và thầy giảng bản xứ để trao

---

[11] Theo Chan Ching-ho, Chân Đạo yếu lý có ít là 4 ấn bản Nôm: Cẩm Sơn: 1829, 1864; Gia Định: 1867; Phát Diệm: 1868 [4]. Bản Hán văn có tên là Thiên Chúa chân đạo dẫn giải toàn thư chép tay năm 1777. Các bản in Quốc ngữ thế kỷ XX thường mang tên là Chân Đạo dẫn giải [23].

đổi thông tin với các thừa sai. Các tác phẩm sáng tác bằng Quốc ngữ không đến được với nhiều đối tượng hơn, đó là những người vẫn đọc và viết bằng chữ Hán Nôm. Hơn nữa, việc in sách bằng chữ Nôm, cũng như chữ Hán, đòi hỏi nhiều công sức để khắc các ký tự trong mộc bản. Trừ khi đó là một văn bản quan trọng cần phân phối rộng rãi, cách tiếp cận phổ biến là sao chép bản thảo để tiết kiệm thời gian và tiền bạc.

Một tác phẩm quan trọng khác cho cuộc gặp gỡ của Công giáo và Nho giáo là *Hội đồng Tứ giáo* được viết bởi một tác giả ẩn danh vào thế kỷ XIX.[12] Sách này thường được coi là bản tường trình về cuộc tranh luận giữa các đại diện của Tam giáo (Nho, Đạo, Phật) và Công giáo diễn ra vào năm 1773 tại triều đình chúa Trịnh Sâm. Mục đích chính của cuộc tranh luận này là để giải thích và bảo vệ tính hợp pháp của Công giáo khỏi những cáo buộc là một tôn giáo ngoại lai, sai lầm và nguy hại. Được in cả bằng chữ Nôm và Quốc ngữ (và thậm chí có cả bản dịch sang Hán văn vào năm 1884-85), *Hội đồng Tứ giáo* nhanh chóng trở thành tác phẩm hộ giáo Công giáo phổ thông nhất của thế kỷ XIX và đầu thế kỷ XX tại Việt Nam.[13]

Hội đồng Tứ giáo kể lại một cuộc tranh luận kéo dài ba ngày, mỗi ngày với chủ đề riêng. Mỗi ngày, các đại diện của Tam giáo, một Nho sĩ, một Đạo sĩ, và một Hoà thượng lần lượt tranh biện với Tây sĩ (linh mục Công giáo) về các điểm khác nhau liên quan đến chủ đề của ngày, dưới sự chủ toạ của một vị quan lớn của triều đình [26; 21]. Những chủ đề và quan tâm trong cuộc tranh luận này phản ánh sự phức tạp của những thách đố mà Công giáo đem lại cho niềm tin và thực hành tôn giáo của Tam giáo. Không chỉ là vạch ra những sai lầm của các tôn giáo truyền thống ở Việt Nam, tác giả của *Hội đồng Tứ giáo* muốn độc giả của mình phải nghiêm túc xem xét những giá trị mà Công giáo đem lại, ít ra là phản biện lại những chỉ trích nhắm vào niềm tin của các giáo hữu.[14]

Cuộc tranh luận ngày đầu tiên cố gắng trả lời câu hỏi về nguồn gốc muôn loài: "Vũ trụ và con người từ đâu mà có?". Ở đây tác giả đã dùng lý luận của *Phép giảng tám ngày* và đặc biệt là *Tam giáo chư*

---

[12] Về nguồn gốc của sách Hội đồng Tứ giáo, bản in sớm nhất bằng chữ Nôm (1864). Nội dung gồm những quan tâm và tranh luận về tính chính thống của đạo Thiên Chúa cho thấy bản văn có thể được viết sớm hơn, ít ra là cuối thời Gia Long khi đạo Thiên Chúa vẫn còn được gọi là đạo Hoa Lang chứ chưa gọi là đạo Gia Tô như trong Đại Nam thực lục. Về tên gọi của đạo Thiên Chúa, xem [23].

[13] Có ít là 9 ấn bản Nôm của Hội đồng Tứ giáo được bảo lưu ở văn khố Hội Thừa sai Ba lê. Không rõ nơi xuất bản: 1864, 1867, 1869; Phát Diệm: 1867, 1869, 1909; Hongkong: 1897, 1903, 1905 [4]. Bản Quốc ngữ đầu tiên được in ở Tân Định (1865) và in đến lần thứ 14 ở nhiều nhà in khác nhau khắp trong Nam ngoài Bắc cho đến năm 1953, chưa kể một bản dịch tiếng Tây Ban Nha [21].

[14] Khi so sánh văn bản có thể thấy một số câu và lý lẽ của Hội đồng Tứ giáo y hệt như *Tam giáo chư vọng*, đặc biệt khi dẫn lại những câu Hán - Việt.

vọng để phản bác quan niệm vũ trụ sinh ra từ thái cực, lý và khí của Nho sĩ và đại đạo, hư vô của Đạo sĩ. Cuộc tranh luận ngày thứ hai, chiếm gần một nửa số đề tài, tập trung vào nghĩa vụ ở thế giới hiện tại: "Con người nên làm gì trong cuộc sống này?". Vấn đề luân lý không được đặt nặng vì giữa Kitô giáo và các tôn giáo khác không có nhiều sự khác biệt. Tuy vậy các vấn đáp về luân lý xoay quanh chủ đề thưởng phạt đời sau. Trọng tâm chính là cuộc tranh luận về các niềm tin và thờ phượng của bên Công giáo. Ở đây Tây sĩ phải giải trình niềm tin của mình, trả lời những thắc mắc và nghi vấn của Nho sĩ, đại diện cho giới trí thức Việt Nam thời đó. Trong cuộc tranh luận cuối cùng, câu hỏi quan tâm về thế giới bên kia: "Con người đi đâu sau khi chết?". Ở đây cuộc tranh luận chính xoay quanh thuyết luân hồi của Phật giáo và Tứ Chung của Công giáo.

Vào cuối mỗi ngày, vị quan lớn này đưa ra những nhận xét cuối cùng về cuộc tranh luận. Các tiêu chí chính để đánh giá tính hợp lệ của một quan điểm cụ thể là tính hợp lý và tính nhất quán. Phần thắng luôn nghiêng về lý lẽ của vị linh mục. Tuy nhiên, đó không phải là một chiến thắng dễ dàng. Vị linh mục phải chứng minh sự yếu kém của các quan điểm khác và bảo vệ chính mình khỏi sự phản đối hợp lý của các đối thủ, đặc biệt là những phản biện của nho sĩ. Tập sách kết thúc với lời cuối cùng của Tây sĩ, bày tỏ lòng biết ơn với quan đã tạo cơ hội cho mỗi tôn giáo trình bày giáo lý của mình, cũng như sự vui mừng được tranh luận với đại diện của Tam giáo.

Đánh giá từ cách lập luận và chủ đề được quan tâm trong các cuộc tranh luận, *Hội đồng Tứ giáo* có lẽ là một câu chuyện phóng tác từ một sự kiện có thể đã xảy cả trăm năm trước đó, như cuộc tranh luận giữa thừa sai Girolamo Majorica và các hoà thượng dưới thời Trịnh Tráng, khi nhà chúa còn khá cởi mở với các giáo sĩ Tây phương,chưa có thái độ thù nghịch và bắt bớ như thời chúa Trịnh Sâm sau này. Về mặt văn bản, cuốn sách này chịu ảnh hưởng khá rõ từ *Tam giáo chư vọng* trong cách lập luận, trình bầy và ngay cả cách trích dẫn kinh điển và lịch sử. Nó không phải là một cuộc hội thoại hay toạ đàm giữa bốn tôn giáo, nhưng thực chất là cuộc chất vấn qua lại giữa người Công giáo và đại diện các tôn giáo truyền thống. Các câu hỏi trong ngày thứ hai phản ánh một phần những quan tâm và thắc mắc của người ngoài Công giáo với tôn giáo này. Phần khác các câu hỏi và chủ đề cũng phản ánh quan tâm của người Công giáo về nguồn gốc loài người, về cách sống đạo và về sự thưởng phạt đời sau.

Có thể nói, tác giả của *Hội đồng Tứ giáo* biên tập và triển khai những quan tâm của *Tam giáo chư vọng* cho độc giả ở thế kỷ XIX, khi làn sóng bài đạo Thiên Chúa tăng dần nơi các nho sĩ. Đó là một cuộc đối thoại mang tính cách huấn giáo cho những người mới theo đạo để giúp họ bảo vệ niềm tin và thực hành Kitô giáo. Nó bao hàm thái độ của những người Công giáo trải qua nhiều đau khổ dưới nhiều chiến dịch bắt đạo. Họ tồn tại trong đức tin dù gặp nhiều khó khăn và chịu đựng những cuộc bắt bớ. Hơn nữa, tác phẩm thể hiện sự tin tưởng của các giáo hữu rằng tôn giáo của họ, mặc dù còn khá mới, nhưng cũng tương đương, nếu không muốn nói là tốt hơn, so với các tôn giáo truyền thống được du nhập từ Trung Hoa.

Kết luận

Trong các cuộc bắt đạo lặp đi lặp lại từ thế kỷ XVII đến XIX, có hàng trăm ngàn người đã chết vì tin Công giáo của mình.[15] Các vị tử đạo thường tự hào về bản sắc Công giáo của mình, đặc biệt là trong các phiên xét xử công khai được ghi lại trong các phúc trình của các thừa sai. Họ thà chết còn hơn là "quá khoá" (bước qua thánh giá) để chối bỏ vị Cứu Chúa Giêsu của họ.[16] Thái độ "cứng đầu" của các giáo hữu đối với sự cấm đoán của triều đình có thể giải thích bằng việc văn chương hộ giáo đã định hình và củng cố bản sắc tôn giáo của họ.

Tôi tin rằng văn chương Công giáo, bao gồm các sách giáo lý, sách kinh, nguyện ngắm, cuộc đời các thánh và đặc biệt là các tác phẩm hộ giáo, đã đóng vai trò quan trọng trong việc hình thành thái độ không thể lay chuyển của những người tín hữu này. Trong các văn bản hộ giáo của thế kỷ XVIII-XIX, chúng ta thấy người Công giáo tự tin: tôn giáo của mình có thể phù hợp với các giá trị truyền thống. Tôn giáo này không chỉ xác lập rằng người Công giáo Việt Nam có thể hoàn thành mọi nghĩa vụ của Nho giáo đối với bề trên của mình, nhưng còn khẳng định lòng hiếu thảo và trung thành cũng vượt trội so với Nho giáo của triều Nguyễn. Bất chấp sự phân biệt đối xử và nỗ lực bởi các hoàng đế triều Nguyễn, từ Minh Mạng đến Tự Đức, muốn loại bỏ người Công giáo Việt, tôn giáo này đã bén rễ vào xã hội đến mức đã trở thành một

---

[15] Trong số đó có 117 vị tử vì đạo từ năm 1745 đến 1862, được Giáo hội Công giáo tôn vinh Chân phước (còn gọi là Á thánh) qua bốn đợt trong những năm 1900 (64 vị), 1906 (8 vị), 1909 (20 vị) và 1951 (25 vị). Tất cả được Giáo hoàng Gioan-Phaolô II tuyên phong hiển Thánh năm 1988. Ngoài ra, năm 2000 lại có thêm thầy giảng Anrê Phú Yên được phong chân phước. Thầy Anrê, thường được xem là vị tử đạo đầu tiên, chết năm 1645 ở Phước Kiều, Quảng Nam, chỉ 30 năm sau khi đạo Chúa được truyền giảng tại Đàng Trong.

[16] Quá khoá hay Khoá quá là một hình thức thử thách đức tin của người Công giáo. Đây là một phương pháp được chính quyền Mạc phủ thế kỷ XVII ở Nhật bắt người bị tình nghi là Công giáo phải dẫm đạp lên một fumie (ảnh thờ làm bằng kim loại có hình Chúa Giêsu bị đóng đinh hay Đức Mẹ) để xác minh lý lịch tôn giáo. Nếu lên thì được tha, còn nếu từ chối thì sẽ bị tra tấn, bỏ tù hoặc xử tử. Từ thời Minh Mạng cho đến Tự Đức, phương pháp này khá phổ biến.

tôn giáo của Việt Nam. Các tác phẩm hộ giáo Công giáo là một phần chính trong việc truyền tải và giữ gìn bản sắc tôn giáo cho người Công giáo Việt.

Qua ngôn ngữ văn học, các tác phẩm hộ giáo cho thấy những gian truân, cách trở quá trình Công giáo du nhập vào Việt Nam trong những thế kỷ đầu. Sự va chạm, xung đột giữa hai nền văn hóa Kitô giáo Âu châu và văn hóa bản xứ là không thể tránh khỏi. Việc hóa giải những khác biệt văn hóa không phải là điều dễ dàng có thể thực hiện ngày một ngày hai, nhất là khi các sĩ phu cảm thấy địa vị độc tôn của mình bị lung lay. Tuy vậy, ngay từ thời của các thừa sai Dòng Tên ở thế kỷ XVII, người Công giáo Việt đã có những nỗ lực hoà mình vào xã hội Việt Nam. Kinh sách phần lớn được soạn bằng chữ Nôm, các lễ nghi, tuồng vãn, truyện tích, thi ca, mỹ thuật và kể cả kiến trúc Công giáo cũng có nhiều nét dung hợp với văn hoá cổ truyền. Từ trên 50 năm nay, dưới cái nhìn mới và tích cực về văn hoá và tôn giáo bản địa khơi nguồn từ Công đồng Vatican II, người Công giáo Việt Nam tiếp tục phát huy căn tính tôn giáo của mình trong chiều hướng dung hoà văn hoá Đông và Tây. Văn chương Công giáo cũng vì thế mà được nhìn nhận như một di sản của văn học Việt Nam thời cận đại.

Tài liệu tham khảo

[1] Trần Quốc Anh (2015), "Thuyết Tam Phụ và Đạo Hiếu: Một nỗ lực hội nhập Thần học trong nền văn hoá Nho giáo tại Việt Nam thời xưa", *Tập san Hiệp Thông,* Tập 86 số 1 & 2, tr.114-143.

[2] Trần Quốc Anh (2019), "Ảnh hưởng của văn chương Công giáo trong việc truyền bá đức tin ở Việt Nam thế kỷ XVII-XIX", tài liệu *Hội thảo 400 năm hình thành và phát triển chữ Quốc ngữ trong lịch sử Loan Báo Tin mừng tại Việt Nam.* Trung tâm Mục vụ Giáo phận TP Hồ Chí Minh tổ chức, 25-26/10/2019, tr.383-405.

[3] Brook Timothy (1993), "Rethinking Syncretism: The Unity of the Three Teachings and their Joint Worship in Late-Imperial China", *Journal of Chinese Religions*, Vol 21 no.1, tr.13-44.

[4] Chan Ching-ho và Isabelle Landry-Deron (2004), *Mục lục thư tịch Hán Nôm tàng trữ tại Hội Thừa sai Ba-Lê*. Eglise d'Asie, Paris.

[5] *Chân Đạo yếu lý*. Bản Quốc ngữ và bản Nôm (1829). Nguyễn Hưng chủ biên. Nhóm Dịch thuật Hán Nôm Công giáo tại TP Hồ Chí Minh, 2005. Lưu hành nội bộ.

[6] Costello M. Joseph (1992), *The Letters and Instructions of Francis Xavier.* Institute of Jesuit Sources, St Louis.

[7] Dror Olga (2002), *A Small Treatise on the Sects among the Chinese and Tonkinese: A Study of Religion in China and North Vietnam in the Eighteenth Century*. Cornell-SEAP, Ithaca, NY. Bản tiếng Việt: *Luận về các phái của người Trung Hoa và Đàng Ngoài: Nghiên cứu về tôn giáo ở Trung Hoa và Bắc Việt Nam thế kỷ XVIII* (Nguyễn Thanh Xuân dịch, Võ Minh Tuấn hiệu đính). Nxb Thế Giới & Alphabooks, Hà Nội, 2017.

[8] Trần Anh Dũng sưu tập (2017), *Thư mục ấn phẩm sách báo Công giáo Việt Nam 1651-1975,* Quốc Nội và Hải Ngoại 1975-2015. Nxb Đắc Lộ Tùng thư, Paris.

[9] *Hội đồng Tứ giáo* (bản Nôm 1867). Nguyễn Huy Hùng, Trần Kim Vinh và Nguyễn Quý Đức dịch sang Quốc ngữ và hiệu đính. Nxb Dũng Lạc, Houston, 2002.

[10] *Hội đồng Tứ giáo danh sư.* Gồm bản Quốc ngữ, bản Nôm (1867), bản Hán (1911). Nguyễn Hưng chủ biên. Nhóm Dịch thuật Hán Nôm Công giáo tại TP Hồ Chí Minh, 1996. Lưu hành nội bộ.

[11] Lancashire Douglas & Peter Hu Kuo-chen (1985), *The True Meaning of the Lord of Heaven.* The Institute of Jesuit Source, St Louis.

[12] Minamiki George (1985), *The Chinese Rites Controversy from Its Beginning to Modern Times.* Loyola Press, Chicago.

[13] Phan Peter C. (1998), *Mission and Catechesis: Alexandre de Rhodes & Inculturation in Seventeent-Century Vietnam.* Orbis Book, Maryknoll, NY.

[14] *Phép giảng Đạo Thật* (1758). Bản thảo AMEP. Vol 1183.

[15] Rhodes Alexandre de (1651a) (1993), *Phép giảng tám ngày / Cathechismus... in octo dies divisus* (Nguyễn Khắc Xuyên in lại và giới thiệu). Tủ sách Đại Kết, TP Hồ Chí Minh.

[16] Rhodes Alexandre de (1651b) (2017), *Histoire du royaume de Tunquin* (*Lịch sử Vương quốc Đàng Ngoài*) (Hồng Nhuệ Nguyễn Khắc Xuyên dịch và giới thiệu). Tủ sách Đại Kết, TP Hồ Chí Minh (1993). Tái bản. Nxb KHXH-DT books.

[17] Santa Thecla Adriano di (1750). *Opusculum de sectis apud Sinenes et Tunkinenses.* Bản thảo AMEP, Vol 667.

[18] Standaert Nicholas & Adrian Dudink (2002), *Chinese Christian Texts from the Roman Archives of the Society of Jesus.* Procura Generaliza della Compagnia di Gesù, Rome.

[19] Standaer Nicholas (2009), "Responses & Reflections," in *Christianity and Cultures: Japan and China in Comparison,* edited by Anthoni Uceler. Institutum Historicum Societatis Iesu, Rome, tr. 61-64.

[20] *Tam giáo chư vọng* (1752). Bản thảo AMEP. Vol 1089.

[21] Phan Tấn Thành (2013), *"Hội đồng Tứ giáo"*... http://daminhvn.net/suy-tu-nghien-cuu/hoi-dong- tu-giao-8259.html (truy cập, 7/5/2020).

[22] Trần Văn Toàn (2003a), "*Tam giáo chư vọng* (1752) - Một bản chép tay bàn về Tôn giáo Việt Nam", *Nghiên cứu Tôn giáo,* Tập 19, số 1, tr.47-54.

[23] Trần Văn Toàn (2003b), "Đạo Thiên Chúa, đạo Gia Tô, đạo Kitô, đạo Công giáo? Nên gọi thế nào cho chính danh?". *Nghiên cứu Tôn giáo*, Tập 22, số 4, tr.22-32.

[24] Trần Văn Toàn (2005a), "Tôn giáo Việt Nam ở thế kỷ XVIII theo cái nhìn tổng hợp của giáo sĩ phương Tây đương thời ở Đàng Ngoài", *Nghiên cứu Tôn giáo*, Tập 31, số 1, tr.60-68.

[25] Trần Văn Toàn (2005b), "Tôn giáo Việt Nam ở thế kỷ XVIII theo cái nhìn tổng hợp của giáo sĩ phương Tây đương thời ở Đàng Ngoài", *Nghiên cứu Tôn giáo*, Tập 32, số 2, tr.15-20.

[26] Tran, Anh Q. (2012), "Inculturation, Mission, and Dialogue in Vietnam: The Conference of Representatives of Four Religions", David Lindenfeld and Miles Richardson, chủ biên, *Beyond Conversion and Syncretism. Indigenous Responses to Missionary Christianity*, 1800-2000. Berghahn Books, New York. tr.167-194.

[27] Tran, Anh Q. (2018), *Gods, Heroes, and Ancestors: An Interreligious Encounter in Eighteenth-Century Vietnam.* Oxford University Press, New York.

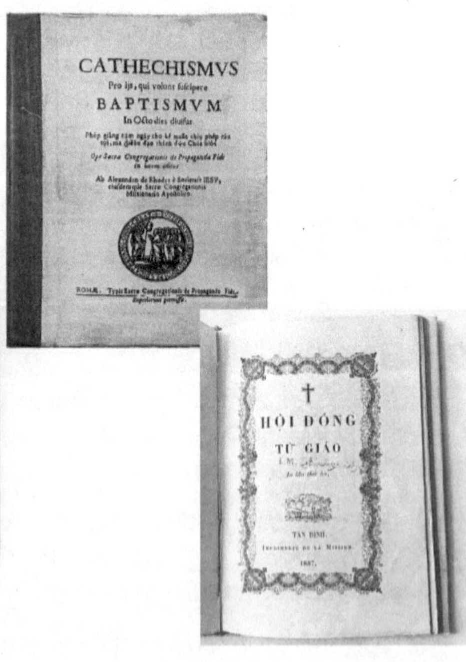

CÁC TÁC GIẢ VĂN HỌC CÔNG GIÁO THẾ KỶ XIX

Linh mục Nguyễn Đức Thông[1]

Suốt giai đoạn từ năm 1820 đến khi tiếng Việt theo mẫu tự Latinh thành chữ Quốc ngữ năm 1919, người Công giáo vẫn không chỉ âm thầm làm phong phú nền văn học Công giáo thôi mà còn mở đường cho nhiều trào lưu văn học mới của quê hương.

Từ năm 1881 – 1899 nhà in Tân Định đã xuất bản gần 40 tập Vãn, trong đó có *Gióp vãn* 900 câu thơ[2] và một số tuồng đạo như *Tuồng Joseph* của Trương Minh Ký (1888); *Ông Gióp tuồng* (1899); *Đa vit Thánh vương tuồng* (1899); *Cecilia tuồng* (1899); *Gioan Lều tuồng* (1899), *Con trẻ đi hoang tuồng* (1881); *tuồng Chúc dữ cho con* (1881) và *Tứ mạt ca* (1877).

Ngoài ra, một số thể loại mới như *du ký*[3] và *tiểu thuyết*[4] đã mở đầu cho một kỷ nguyên văn học Công giáo và Việt Nam mới, phong phú và đa dạng. Nổi bật nhất trong giai đoạn này gồm một số tác giả sau:

Linh mục Felippe Do Rosario Bỉnh (1759 – 1833).

Fellipe Bỉnh là người Hải Dương, tu Dòng Tên, lãnh sứ vụ linh mục tại Bùi Chu năm 1793. Là người năng nổ, ông đi hết chỗ này tới chỗ khác, thậm chí sang cả Rôma để xin Toà thánh xét lại nghị quyết năm 1773, không thuận lợi cho việc loan báo Tin mừng tại Việt Nam.

---

1 Về tác giả, xem trang I-313

2 Xem Miền Thơ ca Vãn Tuồng Truyện, trong Lê Đình Bảng, *Ở thượng nguồn thi ca Công giáo Việt nam*. tập VII.

3 Petrus Ký, *Chuyến đi Bắc kỳ năm Ất hợi* (1876).

4 Nguyễn Trọng Quản, *Thầy Lazaro Phiền* (1887).

Năm 1796, ông tới Lisbõa, nhưng công việc thất bại. Ông ở lại Lisbõa và qua đời tại đó. Hơn 30 năm lưu lạc tha hương, ông đã để lại một sự nghiệp văn hóa giá trị, vào năm 1822, ông đã viết 27 quyển sách bằng chữ Quốc ngữ hiện đang được lưu giữ tại thư viện Tòa thánh[5]. Không quyển nào được xuất bản cả, trừ một quyển duy nhất, *Sách Sổ Sang chép các việc* 628 trang, được linh mục Thanh Lãng đưa vào giáo trình giảng dạy môn Văn tại các Đại học Văn khoa Sài Gòn, Huế, Đà Lạt năm 1968.

Theo nhận xét của Nguyễn Thị Vân Anh, qua tác phẩm nói trên, Felippe Bỉnh đã xem lại thành quả của những người đã sáng tác ra chữ Quốc ngữ nhằm tu sửa và hoàn chỉnh thêm một bước nữa. Vì phải tới ông, chữ Quốc ngữ mới thể hiện rõ nếp nghĩ, cách cảm của người Việt, mới thể hiện rõ bản sắc văn hóa của người Việt qua chữ viết[6].

Ngoài ra, ông còn để lại một số bài thơ có tính tự sự và ký sự[7]. Theo nhận xét của linh mục Thanh Lãng, ông là một học giả uyên bác, một thi sĩ đặc biệt, một thần học gia và là một dịch giả. Ông là người đầu tiên dùng chữ Quốc ngữ viết những thiên ký sự theo phương pháp mới, bên cạnh những biến cố quan trọng, còn để ý tới những sự kiện, những tình tiết tầm thường của cuộc sống con người và những tin tức thông thường trên các báo chí phương Tây. Ông là người đầu tiên có một triết lý lịch sử, trình bày lịch sử như sự an bài của Thiên Chúa và cũng là là người đầu tiên dùng văn xuôi tiếng Việt để bàn về những vấn đề thần học, triết học, lịch sử thế giới cách thấu tình đạt lý[8].

Lm. Đặng Đức Tuấn (1806 – 1874)[9]

Gioakim Đặng Đức Tuấn sinh tại Bồng Sơn, Bình Định. Năm 22 tuổi, tham gia hương thí, đậu nhị trường, vào tam trường, nhưng vì viết đầu bài sai một chữ, nên rớt, nhưng bài được đánh giá rất cao. Ngay lúc ấy, ông được giám mục Cuénot mời dạy chữ Hán cho chủng sinh tại Penang, Mã lai. Vừa dạy, ông vừa học thêm tiếng Anh, Pháp, Latinh. Ông xin đi tu và được lãnh sứ vụ linh mục tại Gò Thị năm 1848. Những năm 1862 – 1867, là những năm tháng nhục, vinh, thăng trầm. Nhiều lần bị bắt, nhưng cũng nhiều lần được vua Tự Đức mời đến xin ý kiến về quốc kế, dân sinh. Ông là thành viên chủ lực trong các sứ bộ

---

[5] Xem Đỗ Quang Chính, *Dòng Tên trong xã hội Đại việt.*

[6] Nguyễn Thị Vân Anh, Quá trình Latinh hóa tiếng Việt và hình thành chữ Quốc ngữ thời kì đầu tới Sổ sang Giáo hội chép các việc của Felippe Bỉnh, *Chữ Quốc ngữ, sự hình thành, phát triển và góp phần vào văn hóa Việt Nam,* tr. 29, 31.

[7] Lê Đình Bảng, *Văn học Công giáo Việt Nam - những chặng đường*, tr. 138 – 144.

[8] Thanh Lãng, *Biểu Nhất Lãm Văn học cận đại* (1862 – 1945), tập I, Cơ Sở Báo chí và Xuất bản Tự do, Sài gòn tr. 14 – 47.

[9] Lê Đình Bảng, *Văn học Công giáo Việt Nam - những chặng đường*, tr. 156 – 161.

Việt Nam thương nghị với Pháp. Những vui buồn cuộc đời đã giúp ông đan dệt thành thơ văn với những trước tác có giá trị văn học. Những tác phẩm tiêu biểu của ông gồm: *Việt Nam Giáo sử Diễn ca* gồm 670 câu thơ lục bát bằng chữ Nôm; *Lâm Nạn Phụng Quốc Hành* gồm 566 câu thơ song thất lục bát mô tả công cuộc cứu nước của ông; *Minh Đạo bảo quốc; Thống hối đề ngâm; Cải quá tự tân luận* và các bài văn tế: *Văn tế Đức cha Thể, Văn tế Giáo nhơn tử nạn, Văn tế các Đẳng*...

Nổi bật nhất là *Văn tế các Đẳng*, đã được Lê Đình Bảng nhận xét như sau: "Lần đầu tiên, ngôn ngữ văn học, ngôn ngữ *Kinh thánh* và ngôn ngữ đời sống Việt Nam đan xen, hoà quyện vào nhau... Đạo hạnh mà lãng mạn như nhịp hát tung tăng vui đùa của đồng dao trên miệng trẻ thơ Việt Nam nơi thôn ổ, sau lũy tre xanh những đêm trăng vằng vặc:

> "*Thiên đàng hỏa ngục hai quê,*
> *ai khéo thì về, ai vụng thì sa,*
> *đêm về nhớ Chúa, nhớ cha,*
> *đọc kinh cầu nguyện, kẻo sa linh hồn*...'"[10]

Văn tế các Đẳng của Đặng Đức Tuấn dư sức là một mảng kinh văn có giá trị cả về thần học lẫn nghệ thuật phục vụ cho các dịp tang lễ, giỗ chạp[11].

Philipphê Phan Văn Minh (1815 – 1853)

Sau khi cộng tác với Đức cha Taberd xuất bản quyển *Từ điển Latinh – Việt Nam* vào năm 1838, năm 1840 Phan Văn Minh bỏ Calcutta trở về Penang, tiếp tục chương trình thần học và làm quản lý. Chính vào thời điểm này, ông sáng tác *Phi năng thi tập* và gầy dựng thi đàn, qui tụ nhiều thi hữu đạo đời. Năm 1846 lãnh sứ vụ linh mục tại Gò Thị. Năm 1852 làm cha sở họ Cái Mơn cũng là quê hương mình. Bị người ta tố cáo, ông được chuyển về Mặc Bắc. Đêm 26/2/1853, lính bao vây nhà ông Trùm Giuse Lựu, nhằm bắt cha Phêrô Nguyễn Văn Lựu, cha Phan Văn Minh tự nguyện nộp mình để tránh tai họa cho chủ nhà. Ông bị bắt giải về Vĩnh Long, trưa 3/7/1853 bị xử trảm tại Đình Khao.

Các tác phẩm ông để lại gồm ba tập thơ độc lập có chủ đề riêng, sau gom lại thành *Phi năng thi tập*. Theo ông, thơ "ca tụng lòng lân mẫn vô biên của Thiên Chúa" còn thi tập là "một bản kinh nguyện". Ngôn ngữ thơ của ông khác hẳn với ngôn ngữ của những người đi trước và có chung một mẫu số với thơ hiện đại, nhất là thế hệ của Trương Vĩnh Ký:

---

[10] Lê Đình Bảng, *Văn học Công giáo Việt Nam - những chặng đường*, tr. 160 – 161.

[11] Lê Đình Bảng, *Nguyệt san Công giáo và Dân tộc*, số 83, 11. 2001.

"*Quanh quanh quẩn quẩn lối đường quai,*
xô đẩy người ta giữa cuộc đời,
học thức giữ tên: con mọt sách,
công danh rút cục: cái quan tài..."

Ông đóng góp tích cực cho văn học quốc ngữ qua thể loại truyện thơ Công giáo. Thơ của ông thấm đẫm tinh thần Công giáo và truyền thống văn học dân tộc trong quá trình canh tân. Thi đàn của ông đánh dấu sự nhập thể trong văn học Việt Nam bằng sự khởi sắc của chữ Quốc ngữ[12].

Phêrô Phạm Trạch Thiện (1818 – 1903).

Phêrô Phạm Trạch Thiện sinh tại làng Cốc Thành, huyện Nam Trực, Nam Định thuộc giáo phận Bùi Chu. Ông đi tu, học hết triết học, đỗ cử nhân Hán học, nên dân làng vẫn gọi là Cử Thiện. Mãi đến năm 1852 ông mới thi Hương tại Nam Định, đỗ Á khoa, nhưng vì theo đạo Công giáo, ông bị tước mất học vị Hương cống. Vì thế ông đành sống ẩn dật tại làng quê, vui thú với việc sưu tập, sáng tác kinh sách.

Ông đã dịch *Cảm tạ niệm từ* sang chữ Quốc ngữ gọi là *Kinh cao sang* 90 câu lục bát, đã sáng tác *Nghinh hoa tụng kỳ chương* (Vãn dâng hoa Đức Bà) 112 câu lục bát và song thất lục bát, *Vân côi thánh nguyệt tán tụng thi ca* (Vãn Đức Bà mân côi) 252 câu song thất lục bát, *Thánh mẫu thi kinh* (Vãn kinh cầu Đức Bà) 134 câu lục bát, tất cả là 588 câu thơ kinh rất có giá trị về thần học, phụng vụ và thi ca. Vãn dâng hoa "là lời tụng niệm cộng đồng, già trẻ lớn bé cùng hợp giọng gây nên một âm hưởng vô cùng vang động và nồng ấm, như chấn động mọi cõi lòng"[13]:

"*Vườn rosa bao quanh trái đất,*
cảnh thiên nhiên thật rất diệu huyền...".

Năm 1960, Lê Ngọc Trụ, giáo sư khoa ngữ văn trường Đại học Văn khoa Sài gòn, khi đọc *Vãn kinh cầu Đức bà* đã cho rằng hình ảnh trong thơ Công giáo quá tuyệt vời, ông cứ muốn ngâm mãi:

"*Chúng con còn chốn long đong,*
như người vượt biển mênh mông giữa vời,
Mẹ như sao ngự giữa trời,
Chính bên phương Bắc các ngôi sao chầu,
Xin soi dẫn để con theo,
Kẻo con lạc lối sa vào trầm luân".

---

[12] Phạm Đình Khiêm và Võ Long Tê, dẫn nhập *Thánh Philipphê Phan Văn Minh linh mục tử đạo – Phi năng thi tập. Cuộc đời của thánh nhân – Văn bản hiệu đính* trong Lê Đình Bảng, *Văn học Công giáo Việt Nam - những chặng đường*, tr. 164 – 172.

[13] Vũ Đình Trác, *Công giáo Việt Nam trong truyền thống văn hóa dân tộc*, Orange, california, 1996).

Năm 1978, trước khi qua đời, ông đã xin gia nhập đạo Công giáo[14].

Thơ kinh của cử Thiện vì hợp với tâm từ con người, nên còn ngân vang mãi tới hôm nay.

Phêrô Trần Lục (1825 – 1899)[15]

Ông vẫn được gọi là Thầy Sáu Lục, và được tôn là "người thợ gốm tài hoa", vì đã có những hội nhập thành công cả về kiến trúc lẫn thi ca. Ông lãnh sứ vụ linh mục năm 1860, quản nhiệm hạt Phát Diệm từ năm 1865 đến khi qua đời. Ông là nhân vật điển hình của sự kết hợp hài hòa giữa thiêng liêng và trần tục, giữa đạo và đời, giữa nhiệm vụ chăm sóc linh hồn với việc gánh vác các trách nhiệm chính trị. Các vua Tự Đức, Đồng Khánh, Thành Thái và Khải Định đã tín nhiệm, đưa ông vào các chức vụ: Chấp An, Lễ Bộ Tham Tri, Khâm Sai Tuyên Phú Sứ, Lễ bộ Thượng Thư và Phát Diệm Nam tước.

Ông đã để lại một di sản văn hóa rất độc đáo là quần thể nhà thờ Phát Diệm và một sự nghiệp thi ca đồ sộ, nhất là vè vãn, ca ngâm truyền tải những bài học luân thường đạo lý. *Hiếu tự ca* của ông gồm 1088 câu thơ song thất lục bát nói về việc giáo dục con cái trong gia đình; *Nữ tắc thường lễ* 1016 câu thơ lục bát là những bài khuyến dụ phụ nữ Việt Nam; *Nịch ái vong ân* 440 câu song thất lục bát giúp vợ chồng sống đời hôn nhân gia đình. Ngoài ra ông còn hàng ngàn câu ca vãn nói về Đức Maria như *vãn dâng hoa, Tứ dại cảnh; Lưu thủy; Kinh sử ca, Than mồ*... Ông được Vũ Đình Trác đánh giá "là một giáo sĩ Việt Nam, ngài đã đóng góp cho dân tộc những tinh hoa của văn hóa được đúc kết bằng đạo hạnh và truyền thống cố hữu"[16]. Nhờ kho tàng ca vè của ông, người ta có được số lượng ngữ liệu và cách diễn đạt tư tưởng rất lớn[17].

Paulus Huình Tịnh Của (1834 – 1907)[18]

Huình Tịnh Của còn gọi là Huỳnh Tịnh Trai, sinh năm 1834 tại Bà rịa. Ông rất thành thạo Hán văn, Pháp văn và chữ Quốc ngữ. Cùng với Petrus Ký, ông đã đẩy mạnh việc thay thế chữ Hán, Nôm bằng chữ Quốc ngữ, nên hai ông được coi là những cột trụ trong phong trào quốc ngữ.

Các tác phẩm của ông có thể chia thành ba loại: phiên âm, dịch các truyện, thơ Nôm sang chữ Quốc ngữ như *Bạch Viên, Chiêu quán,*

---

[14] Lê Đình Bảng, *Văn học Công giáo Việt Nam - những chặng đường*, tr. 211 – 219.

[15] Lê Đình Bảng, *Văn học Công giáo Việt Nam - những chặng đường*, tr. 173 – 181.

[16] Lê Đình Bảng, *Văn học Công giáo Việt Nam - những chặng đường*, tr. 173 – 174.

[17] Hoàng Xuân Việt, *Thắng cảnh Phát diệm*, 1992.

[18] Lê Đình Bảng, *Văn học Công giáo Việt Nam - những chặng đường*, tr. 188- 192.

Quan âm, Châu Tuần Thoại Khanh; sáng tác: *Chuyện giải buồn, Văn Thánh Minh* và *Lái Gẫm*; biên khảo: *Đại Nam quấc âm tự vị* (1893), *Tự điển Hoa-Việt-Pháp* khoảng 1200 trang (soạn chung với linh mục Phaolô Nguyễn Văn Qui). *Tục ngữ cổ ngữ* (1886), *Gia lễ quan chế* (1888), *Quốc âm thi tập* (1907).

Tác phẩm đáng chú ý hơn cả là *Đại Nam quấc âm tự vị,* kết quả của bốn năm miệt mài. Kho ngữ vựng của ông khá phong phú gồm các từ ngữ của cả Bắc Trung Nam. Phạm Thế Ngũ đã đánh giá tác phẩm này như sau: "Ngày nay mở kho tự vị đồ sộ của Huinh Tịnh Của, ai cũng phải nhìn nhận ông đã đóng góp nhiều – có thể nói quá nhiều nữa – cho việc xây dựng quốc văn mới. Cuốn tự vị của ông là tài liệu quý cho chúng ta ngày nay khảo về tiếng Việt, tra cứu những tiếng Nôm địa phương ở miền Nam"[19]. Công việc của ông quả là phi thường, "dựng được cơ bản cho nền văn hóa nước nhà"[20]. Thế nhưng công trình của ông vẫn chỉ có chỗ trong thư viện, chẳng ai tra cứu để viết văn, họa hoằn lắm mới có giáo sư dạy Văn biết đến. Sở dĩ thế là vì "tình trạng lộn xộn của quốc văn, vô kỷ luật của chữ Quốc ngữ, chậm tiến của quốc học"[21].

Trương Vĩnh Ký (1837 – 1898)[22]

Ông sinh năm 1837 trong một gia đình Công giáo tại Cái Mơn, Vĩnh Long nay là Bến Tre. Cha là lãnh binh Trương Chánh Thi do chính sách cấm đạo phải bỏ Nam Vang về lại quê hương lẩn trốn. Mẹ là bà Nguyễn Thị Châu cũng là người Công giáo. Mồ côi cha, được mẹ cho đi học chữ Hán, mới 11 tuổi, ông đã được coi là thần đồng vì thông thạo Tứ thư, Ngũ kinh. Ông được một linh mục người Pháp nhận nuôi, cho học chữ Quốc ngữ và Latinh. Năm 13 tuổi ông được chọn sang học ở chủng viện Penang, nổi tiếng xuất chúng trong đám chủng sinh quốc tế[23]. Năm 1863, ông được cử làm thông ngôn trong Sứ bộ Phan Thanh Giản sang Pháp, rồi lần lượt làm Đốc học trường Thông ngôn, giáo sư trường Cai trị. Năm 1866, Toàn quyền Paul Bert triệu ông ra Huế, sung vào Cơ mật viện làm nhịp cầu ngoại giao giữa hai chính phủ. Từ 1865 – 1874, ông dạy quốc ngữ và Hán văn tại trường Hậu bổ, chủ biên *Gia Định báo*, tờ báo đầu tiên bằng chữ Quốc ngữ tại Việt Nam

---

[19] *Việt nam Văn học sử Giản lược Tân biên*, Quốc học Tùng thư xuất bản, 1965, tr. 81.

[20] *Chữ Quốc ngữ từ thế kỷ XIII đến thế kỷ thứ XIX*. Việt Nam Khảo cổ tập san số 2, tr. 134.

[21] Phạm Thế Ngũ, *Việt Nam Văn học sử Giản ước tân biên.* Quốc học tùng thư, 1965, tr. 50 – 52.

[22] Lê Đình Bảng, *Ở thượng nguồn thi ca Công giáo Việt Nam*, tr. 153 – 211; Lê Đình Bảng, *Văn học Công giáo Việt Nam - những chặng đường*, tr. 194 – 210.

[23] Hồ Hữu Tường, Hiện tượng Trương Vĩnh Ký hay hóa trình từ người trí thức đến kẻ sĩ phu, *Tạp chí Bách Khoa* số 414 (5.9.1974).

với chủ trương rõ rệt: cổ động một lối học mới, phát triển chữ Quốc ngữ, khuyến khích toàn dân học, nói và viết chữ Quốc ngữ, phát huy tinh hoa văn hóa dân tộc, hệ thống hóa từ điển phổ thông chuyên dụng, biên tập sách giáo khoa về lịch sử, địa lý, ngôn ngữ, sinh vật. Ông viết 117[24] tác phẩm, có thể được chia thành ba loại sau:

Ngôn ngữ giáo khoa: *Abrégé de Grammaire Annamite* (1867), *Mẹo luật dạy tiếng Pha-lang-sa* (1868), *Cours Pratique de langue Annamite* (1868), *Cours de langue mandarine ou de caractères Chinois* (1875), *Guide de la Cobresation Annamite* (1882), *Grammaire de la langue Annamite* (1883), *Petit Dictionaire Francaise – Annamite* (1883); *Thầy trò về mẹo luật lắt léo tiếng Pha-lang-sa* (1883); *Petit Dictionaire Francaise-Annamite* (1884), *Cours d'Annamite aux élèves Europeens* (1886), *Vocabulaire Annamite – Francaise* (1887), *Tam thiên tự giải âm* (1887), *Cours de Siamois* (1889), *Cours de Cambodgien* (1890), *Cours de Langue Malais* (1893), *Cours de Langue Birmane* (1894), *Cours de langue Laotienne* (1894)...

Khảo cứu: *Notice sur le Royaume Khmer* (1863), *Manuel des écoles Primaires* (1870), *Petit cours de Géographie de la basse Cochinchine* (1875), *Poème Kim Vân Kiều* – Nguyễn Du (1875), *Cours d'histoire Annamite à l'usage des écoles de la basse Cochinchine* (1875), *Trung Dung* (Invariable Milieu, 1875), *Mạnh thượng tạp chí* (1875), *Đại học* (1877), *Phép lịch sự Annam* (1883), *Tam tự kinh quốc diễn ca* (1884), *Flore Annamite* (1884), Sơ học vấn tâm (1884), *Kiếp phong trần* (1885), *Chuyện đời xưa lựa lấy những chuyện hay và có ích* (1886), *Lục súc tranh công* (1887), *Dư đồ thuyết lược* (1887), *Phan Trần truyện* (1889), *Minh tâm bửu giám* (1891 – 1893), *Étude Comparée sur les langues, les Ecritures, les Croyances et les Moeurs de l'Indochine – Nghiên cứu so sánh ngôn ngữ văn tự, tín ngưỡng và phong tục các dân tộc Đông dương*...

Sáng tác: *Chuyện đời xưa* (1886), *Đại quốc nam sử diễn ca* (1875), *Chuyến đi Bắc kỳ năm Ất hợi* (1876), *Thơ mẹ dạy con* (1882), *Nữ tắc* (1882), *Huấn nữ ca* (1882), *Thơ dạy làm dâu* (1883), *Chuyện khôi hài* (1888), *Gia huấn ca* (1883), *Gia định phong cảnh vịnh* (1882), *Trương Lương hầu phủ* (1882), *Học trò khó phú* (1882), *Thạnh suy bĩ thái phú* (1883), *Hịch con quạ* (1883), *Huấn mông khúc ca* (1884), *Ngư tiều trường điệu* (1885), *Phú bần truyện diễn ca* (1885)...

---

[24] Ông Phạm Long Điền cho rằng Trương Vĩnh Ký viết 121 tác phẩm, xem Phạm Long Điền, *Trương Vĩnh Ký trong quỹ đạo xâm lăng văn hóa của thực dân Pháp*, *Bách khoa* số 418, năm 1974, trong Lê Đình Bảng, *Văn học Công giáo Việt Nam - những chặng đường*, tr. 206, nhưng Lê Đình Bảng lại cho rằng ông chỉ viết có 119 tác phẩm xem Lê Đình Bảng, *Ở thượng nguồn thi ca Công giáo Việt Nam*, tr. 201.

Nhìn chung, ông được đánh giá là một nhà bác học, nhà văn hóa, nhà ngôn ngữ, nhà phương Đông học, nhà chính trị, là thủy tổ của nghề làm báo, và là một danh nhân văn hóa.

Một nhà bác học.

Đây là điều chưa ai dám phủ nhận. Ngay đến Jean Bouchot khi nói về Petrus Ký cũng đã phải thốt: "Ta thấy con người thuần thành Nam bộ ấy đã sánh kịp với các nhà thông thái bậc nhất Âu châu trong đủ mọi ngành khoa học"[25]. Và năm 1874, trong cuộc bình chọn "Toàn cầu Bác học danh gia" tại Paris, ông đã được xếp vào "thế giới thập bát văn hào". Còn Vũ Ngọc Phan khẳng định ông có cái óc của một nhà bác học[26]: khi thấy một điều gì, ông không chỉ biết qua loa, mà muốn biết đến nơi đến chốn. Ngoài ra ông còn có óc tổ chức và có phương pháp[27]. Ông được như thế là do "được thừa hưởng tinh hoa của hai nòi giống, hai nền văn hóa, nên ở ông trí nhớ không những không hề hủy diệt sự suy xét và lý luận mà còn nâng đỡ óc suy luận bằng một chuỗi những sự kiện quan sát, suy diễn tích lũy được qua những cuộc nghiên cứu hoặc du lịch đó đây."[28]. Ông đạt được như thế là do nền giáo dục của Giáo hội Công giáo và tư chất thông minh bẩm sinh Thiên Chúa ban.

Một nhà văn hóa

Trương Vĩnh Ký là nhà báo đầu tiên ở Việt Nam xứng danh là một nhà văn hóa. Ông là một nhà báo, nhà văn chuyện nghiệp, coi việc viết báo, làm văn là hoạt động chính yếu, là lẽ sống của mình. Ông thông thạo cả chục ngôn ngữ Á, Âu, nhưng không hề ca ngợi cách cường điệu nền văn hóa phương Tây. Ông nắm vững phương pháp luận và khoa học của họ, kết hợp với triết lý phương Đông, hướng tới văn minh tiến bộ bằng việc mở mang học vấn, canh tân giáo dục, giữ gìn truyền thống, nhưng không bảo thủ. Quyển *Cours d'histoire Annamite* của ông được dánh giá là "trình bày mạch lạc, sáng sủa, phán đoán vô tư, như chưa từng thấy trong sách báo nào của người Á đông"[29]. Hai quyển *Đại Học* và *Trung dung* của ông cũng được cụ Nguyễn Văn Tố đánh giá rất cao. Nhà nghiên cứu văn học Thanh Lãng nhận xét "Trương Vĩnh Ký có óc phê bình tinh tế, biết áp dụng phương pháp khoa học để so sánh, phê phán giá trị sử liệu của các văn kiện"[30]. Còn Vũ Ngọc Phan

---

[25] Jean Bouchot, *Petrus Ký, Servant Et Patriote Cochinchoise*, trong Lê Đình Bảng, *Văn học Công giáo Việt Nam - những chặng đường*, tr. 172.

[26] Xem Lê Đình Bảng, *Ở thượng nguồn thi ca Công giáo Việt Nam*, tr. 218

[27] Vũ Ngọc Phan, *Nhà văn hiện đại*, q. I, tr. 19 – 20 NXB KHXH, 1989.

[28] Jean Bouchot, *Bulletin du Comité Agricole et Industriel de la Cochinchine.*

[29] Ernest Renan, bài phát hiểu tại Hội nghị Châu Á học, Paris, 30.6.1880 trong Lê Đình Bảng, *Văn học Công giáo Việt Nam - những chặng đường*, tr. 177.

[30] Lê Đình Bảng, *Ở thượng nguồn thi ca Công giáo Việt Nam*, tr. 178.

cũng thấy trong khoảng 35 năm Trương Vĩnh Ký đã cho ra đời rất nhiều sách, chỉ tính các sách chính thôi. Nếu xét tất cả các sách của ông suốt thời gian từ 1863 đến khi ông qua đời, thì rõ ràng ông là một nhà bác học, có óc tổ chức và có phương pháp, chứ không phải là một nhà văn như mọi nhà văn[31].

Ông là một tấm gương sáng trong việc giảng dạy tiếng Việt.

Việc dạy tiếng Việt cho người nước ngoài đã bắt đầu từ hơn một thế kỷ qua. Trương Vĩnh Ký là người tiền phong. Ông dạy tiếng Việt cho người Pháp bằng giáo trình do chính ông biên soạn, phổ biến và cũng là giáo trình đầu tiên của người Việt. Giáo trình ấy đã được Hội Nghị Việt Nam học lần I tại Hà nội (7.1998) đưa ra, khích lệ người nước ngoài sử dụng để nắm được hồn của tiếng Việt, hiểu được con người và đất nước Việt Nam[32].

Một người có tầm vóc quốc tế

Trong chuyến đi làm thông dịch viên cho Phan Thanh Giản (14.7.1863 – 18.3.1864), ông cho ra đời đứa con đầu lòng, cũng là khởi nghiệp của ông, quyển *Khái quát về vương quốc Khome hay Camphuchia*[33] và đã được đăng trong tạp chí *Bulletin de la Géographie* của Paris nên cũng là bài viết của người Việt Nam đầu tiên được đăng trên diễn đàn quốc tế. Ban biên tập của tạp chí ấy nhận xét, tuy còn trẻ, mới 26 tuổi, nhưng kiến thức của tác giả rất sâu rộng, ông lại còn thông thạo tiếng Pháp như tiếng mẹ đẻ của mình. Năm 1873, Léon de Rosny tổ chức hội nghị quốc tế đầu tiên về phương Đông học với 33 thành viên tham dự. Trương Vĩnh Ký là thành viên của ban tổ chức, và ngoài trưởng đoàn Nhật, ông là người châu Á duy nhất. Năm 1889, ông lại đại diện Việt Nam tham dự triển lãm quốc tế tại Paris. Đặc biệt hơn cả, ông có tên trong Từ điển bách khoa *Larousse* với tư cách là một nhà bác học về ngôn ngữ.[34]

Tóm lại, là người có óc tổ chức và phương pháp khoa học, lại miệt mài với văn học chữ Quốc ngữ; là người đã chủ trương cổ động toàn dân học, nói và viết chữ Quốc ngữ, phát huy tinh hoa văn hóa dân tộc; là một nhân vật có tầm cỡ quốc tế được xếp hạng 17 trong cuộc bình chọn "Toàn cầu bác học danh gia" và là ông tổ của nghề làm báo và dạy tiếng Việt cho người ngoại quốc, địa vị và giá trị của Trương

---

[31] Lê Đình Bảng, *Ở thượng nguồn thi ca Công giáo Việt Nam*, tr. 178.

[32] *Sài gòn giải phóng,* 12.11.1998.

[33] *Notice sur le Royaume de Khmer ou de Kambodie* dăng trong Bulletin de la Société de Géographie, Paris, 1863.

[34] Mai Bá Triều, *Tuổi trẻ cuối tuần* 18.8.2006 – 24.9.2006.

Vĩnh Ký vẫn ngời sáng không chỉ trong dòng văn học Công giáo và Việt Nam mà còn ngời sáng cả lòng người Việt nữa. Bằng Giang khẳng định: dù có thế nào đi nữa, thì Trương Vĩnh Ký vẫn còn "nguyên vẹn là một học giả uyên bác, một trí thức kiểu mới đầu tiên của Việt Nam được giới danh nhân, bác học khác nể nang, nhưng không cắt đứt với truyền thống dân tộc"[35].

JB. Nguyễn Trọng Quản (1865 – 1911)[36]

JB. Nguyễn Trọng Quản sinh năm 1865 tại Bà Rịa. Ông thuộc nhóm du học sinh đầu tiên được gửi đi học tại Lycée d' Alger năm 1882. Về nước ông dạy học ở collège d'Adran Sài gòn[37], rồi làm giám đốc trường Sơ học Nam kỳ năm 1900. Là học trò ruột và con rể của Trương Vĩnh Ký, ông có điều kiện thuận lợi để phát triển văn học, nghệ thuật. Ông đã viết *Truyện bốn anh Chà và cùng chuyện tầm phào chẳng nên đọc*; *Kim vọng phu truyện*; *Notices sur les Fonderies cuivre de Chợ quán*; tác phẩm gây ấn tượng nhất, mở đầu cho một khuynh hướng văn học mới của ông là *Truyện Thầy Lazaro Phiền* năm 1887. Tác phẩm này được dịch trích đoạn sang tiếng Pháp và năm 1934 đã được dịch toàn truyện và xuất bản tại Sài gòn.

Trong phần mở đầu, tác giả cho thấy rõ ông viết về những sự việc đang xảy ra để cho trẻ ham tập đọc, quen mặt chữ, và giúp người ta xả stress. Chính vì thế mà *Truyện Thầy Lazaro Phiền* của ông được coi là cột mốc của một khuynh hướng văn học mới, sử dụng thứ ngôn ngữ đời thường rất hiện thực người ta hay nói và cũng được coi là một sự đột phá về kỹ thuật, "viết cái không gian hiện thực đời thường, kết hợp với cái hiện thực đang diễn ra ngổn ngang bời bời trong tâm hồn nhân vật"[38]. Qua tác phẩm này, Nguyễn Trọng Quản đã tạo được một thế giới nghệ thuật độc đáo dựa trên hành trình tâm lý của nhân vật, đã đưa ra một thử nghiệm, một lối đi hứa hẹn, khám phá thế giới nội tâm con người qua hình thức trần thuật ngôi thứ nhất. Thầy Phiền của ông giống như Hồ Cảnh Tiên của Lê Hoằng Mưu trong *Oan kia theo mãi*. Nhưng phải mãi tới năm 1932, hơn nửa thế kỷ sau, người ta mới thấy hình thức này xuất hiện trong các tác phẩm của Thạch Lam, Thanh Tịnh, Hồ Dzếnh.[39]

---

[35] Bằng Giang, *Sương mù trên tác phẩm Trương Vĩnh Ký*, NXB Văn học, 1993, tr. 193.

[36] Lê Đình Bảng, *Văn học Công giáo Việt nam - những chặng đường*, tr. 220 – 224.

[37] College d' Adran được Hội truyền giáo thành lập năm 1861 mục đích dạy người Việt theo đạo Công giáo học chữ Quốc ngữ xem Trần Nhật Vy, *Chữ Quốc ngữ, 130 năm thăng trầm*, NXB Văn hóa - Văn nghệ, tr. 55.

[38] Lê Đình Bảng, *Văn học Công giáo Việt nam - những chặng đường*, tr. 222.

[39] Phan Mạnh Hùng, *Chữ Quốc ngữ, sự hình thành, phát triển và góp phần vào văn hóa Việt nam*, tr. 829 – 830.

Ông đã được ghi tên vào trang đầu của danh sách những người viết tiểu thuyết bằng chữ Quốc ngữ.

Như thế, từ khi được khai sáng tới khi trở thành chữ Quốc ngữ vào năm 1919, tiếng Việt viết theo mẫu tự Latinh vẫn chỉ là ngôn ngữ của người Công giáo. Người Công giáo sử dụng, người Công giáo hoàn chỉnh và làm phong phú qua các giai đoạn chỉnh sửa, lần chỉnh sửa cuối cùng để chữ Quốc ngữ được như hôm nay là nhờ hai quyển Từ điển *Annam-Latin* và *Latin-Annam* (1838) của Giám mục Taberd với sự cộng tác của Phan Văn Minh.

Người Công giáo khai mở những khuynh hướng mới trong văn học nghệ thuật như Felippe Bỉnh mở đường cho một lối viết ký sự, Phan Văn Minh với truyện thơ, Trần Lục thì đóng góp những tinh hoa văn hóa cho dân tộc. Paulus Của và Petrus Ký là hai cột trụ trong việc hình thành một nền văn học mới. Ông Của được coi là người dựng cơ bản cho nền văn hóa nước nhà. Petrus Ký được coi là nhà bác học về ngôn ngữ có tầm vóc quốc tế, là thủy tổ của nghề làm báo và là người đầu tiên dạy tiếng Việt cho người ngoại quốc. Chính nhờ ông với chủ trương khuyến khích toàn dân học, nói và viết chữ Quốc ngữ, phát huy tinh hoa văn hóa dân tộc, mà tiếng Việt có được như hôm nay. Còn Nguyễn Trọng Quản, một cột mốc trong nền văn học Việt Nam, mở đường cho việc sử dụng ngôn ngữ thường ngày trong văn học.

Ngoài ra, tất cả mọi người Công giáo Việt Nam đều có công trong việc phát triển chữ Quốc ngữ qua việc ngâm nga những câu kinh, văn mà các tác giả như Phạm Trạch Thiện khi sáng tác đã đưa hồn *Kinh thánh* vào trong văn học Việt. Thơ kinh của ông còn ngân vang mãi tới hôm nay. Nhưng khi tiếng Việt viết theo mẫu tự Latinh thành chữ Quốc ngữ, người Công giáo Việt Nam còn đóng góp được gì chăng?

Nguồn:
Hội đồng Giám mục Việt Nam - Ủy ban Văn hóa,
Bốn Trăm Năm Hình Thành Và Phát Triển Chữ Quốc ngữ
Trong Lịch Sử Loan Báo Tin mừng Tại Việt Nam
(Tài liệu hội thảo 25&26/10/2019, trang 299-316).

Nên xem thêm:

Lm Ngô Anh Lân, S.J., *Nhận diện các vị Vọng Các công thần theo Công giáo trong thời đầu triều Nguyễn,* http://www.conggiaovietnam.net/index.php?m=home&v=-detail&ia=21214

MỘT ÁNG KINH VĂN TUYỆT BÚT, KINH NGUYỆN GIỖ "*PHỤC DĨ CHÍ TÔN*"

Lê Đình Bảng [*1]

Hằng năm, Phụng vụ dành ra cả một tháng trời – tháng 11 Dương lịch – để kính nhớ Tổ tiên, để tưởng niệm, cầu nguyện cho những người thân thương đã qua đời. Nào kinh sách lễ nhạc, giỗ chạp khói hương. Nào cùng nhau đi viếng nhà thờ, ra đất thánh để sửa sang mộ chí... Rõ ràng là một mùa vụ công quả, báo hiếu, thật ấm áp nghĩa tình. Trong những dịp này, một trong những bản kinh văn được người người, nhà nhà, nơi nơi xướng đọc, ngâm ngợi rất nhịp nhàng và bi lụy là kinh nguyện giỗ cầu hồn *Cảm Tạ Niệm Từ* mà dân gian nhà đạo mình quen gọi bằng cái tên *Phục Dĩ Chí Tôn*... Phải chăng, áng kinh văn tuyệt tác bằng Hán văn này đã ra đời đồng thời với dòng văn học Hán Nôm của ta, ngay từ thế kỷ XVII? Có nhiều giả thuyết, nhưng lập luận của linh mục Philipphê Bỉnh là đáng tin cậy nhất.

Ở thời điểm những thập niên đầu tiên (1822-1824) của triều Nguyễn, linh mục Philipphê Bỉnh[2] đã cung cấp cho chúng ta một chứng từ lịch sử: "... mà kinh nguyện giỗ (*Cảm Tạ Niệm Từ*) thì Thầy ấy (Thầy Phanchicô) nguyên là Hòa thượng tu ở chùa thành Phao [3] làm , thì đặt ra cung sớ, vì rằng Phục, Dĩ, Chí, Tôn, Chân, Chủ, Cửu Trùng [4] ... Cũng theo sách

---

[*1] Về tác giả, xem trang I-484

[2] Philipphê Bỉnh sinh năm 1759 tại Hải Dương. Năm 1775 đi tu ở Kẻ Vĩnh, thụ phong linh mục 1793. Trong 30 năm sống ở Lisbon, trước tác và sao chép trên 30 đầu sách có giá trị về lịch sử ngôn ngữ.

[3] Tên một thành cổ ở Đàng Ngoài, hiện nay chưa phăng tìm ra gốc tích; phải chăng là tên một ngôi chùa ở núi Phao Sơn, xã Phao Sơn thuộc huyện Chí Linh, tỉnh Hải Dương và Hưng Yên? Chùa nhìn ra sông Lục Đầu, phong cảnh tươi đẹp (Bắc kỳ giang sơn cổ tích danh thắng bị khảo – Tự điển di tích văn hóa Việt Nam)

[4] Trích "Truyện nước Annam Đàng Ngoài chí Đàng Trong", Q1 – Nói sự Đàng Ngoài

đã dẫn, "Thầy Phanchicô cùng thầy cả Girolamo Maiorica [5] mà bao nhiêu sách Người làm trong nước ta thì thầy ấy viết". Những ghi nhận trên đây của linh mục Philipphê Bỉnh càng làm sáng tỏ thêm niềm xác tín của chúng ta. Rằng việc trước tác và ghi ký kinh nguyện nhà đạo bằng Hán Nôm của tập thể Girolamo Majorica – trong đó có thầy Phanchicô, một thành viên chủ lực – suốt 22 năm ròng rã (1634-1656), cùng với kinh sách quốc ngữ của giáo sĩ Đắc Lộ, đã thực sự là một bộ phận không nhỏ trong sự nghiệp văn học Công giáo Việt Nam ở thế kỷ XVII vậy. Thế nhưng, chẳng hiểu vì sao, đến nay, công trình đồ sộ trên vẫn chỉ ngủ yên ở dạng tư liệu, nằm trong các thư viện Công giáo ở phương Tây? Cả đến sách báo truy tìm, nghiên cứu văn học ở trong nước, cũng chưa hoặc không đá thảo gì đến chuyện này!

Để rộng đường dư luận và củng cố thêm phần chính xác về trường hợp "thầy Phanchicô là tác giả" bản kinh trên, chúng tôi xin mời độc giả đọc thêm sau đây một số ghi nhận và tường thuật tỉ mỉ của linh mục Philipphê Bỉnh. Qua đó, có thể hình dung khá rõ nét về lý lịch, tài năng học vị, phẩm hàm, tính hạnh, công trạng, đặc biệt là bối cảnh lịch sử cùng động cơ đã thúc đẩy tác giả đến với giếng thánh trường sinh của Đức Kitô. "Đến khi Người (Girolamo Majorica) ra kẻ chợ (kinh đô Thăng Long)

Đến nay, chúng tôi vẫn chưa có thêm tư liệu về tính danh, quê quán xác thực của tác giả. Riêng việc sử dụng thánh danh hoặc địa danh thay cho tên thật trên tác phẩm – theo chỗ chúng tôi hiểu – mặc dù xem ra có vẻ như là "khuyết danh" thật đấy, song lại phản ánh một thói thường mà người đọc dễ bắt gặp không ít trong mảng kinh truyện cũ ở những thời điểm tương tự. Chẳng hạn J.M.J (Jésus, Marie, Joseph); Anrê Phú Yên; A.M.D.G. (Ad Majorem Dei Gloriam) 5 ... Thật vậy, ngay từ thuở bình sinh cũng như lúc qua đời, thầy Phanchicô đã được cả hội dòng (Tên) cùng các giáo đoàn lúc bấy giờ rất trọng vọng bằng cách ghi tạc công ơn vào sử sách để "rao" cho mọi người biết ở nơi công hội. "Thầy ấy là một thầy già có công trong dòng Đức Chúa Giêsu trước hết (ở Việt Nam), cho nên khi Người qua đời thì biên tên Người vào trong vãn ngày lễ linh hồn (2 tháng 11 Dương lịch) cùng các thầy mà đọc rằng: Phanchicô thành Phao,

---

Philipphê Bỉnh viết tay tại kẻ chợ nước Portugal năm 1822, trang 30.

[5] Majorica sinh năm 1591 tại Neapoli (Ý), vào dòng Tên 1605, ở Đàng Trong (1632-1629), ra Đàng Ngoài (1631) cùng với linh mục Bernadino Reggio và sống ở đây tới lúc qua đời 1656), để lại một sự nghiệp đồ sộ, trên 40 tác phẩm (3.678 trang) toàn bằng văn Nôm... (có một số kinh Hán văn) thì cãi lẽ với mười sư Hòa thượng ở trước mặt nhà Vương (Chúa Trịnh) cùng các quan triều thần văn vũ, mà mười thầy Hòa thượng ấy đều thua lẽ Người. Cho nên sư Hòa thượng thứ nhất cũng là quan văn mà đi tu ở thành Phao mới xin chịu đạo, thì người rửa tội cho, cùng đặt tên thánh là Phanchicô. Từ khi thầy tu ấy chịu phép rửa tội thì chẳng bao giờ về chùa thành Phao nữa, liền xin ở cùng thầy cả Girolamo mà giúp việc Người thì Người chịu lấy bằng lòng, cùng vui mừng để thầy (Phanchicô) giúp việc giảng giải cùng việc nhà thờ" (Sđd, trang 28-29).

để cho bổn đạo được nhớ đến rằng Người là Sư Hòa thượng ở chùa thành Phao, mà đầu sổ các thầy cả thì có tên thầy cả Alexandre (de Rhodes), vì đến giảng đạo trước hết, đoạn tới tên thầy cả Girolamo (Majorica) vì có nhiều công nghiệp trong nước ta" (Sđđ, trang 30).

Tưởng không còn gì để hồ nghi nữa. Bằng sở học uyên bác của một bậc thầy đã hiển đạt trong rừng Nho biển Thánh, trầm mình viên mãn trong cảnh khói hương đẫm mùi kinh kệ của Thiền Tông – đặc biệt với nguồn Thần khí tuyệt vời – vị quan văn ở chốn cung đình kia quả thật xứng đáng là người cưu mang và sinh thành ra *Cảm Tạ Niệm Tư*" vậy. Cho nên, dù cách đề tựa, cách sử dụng hình thức (thể tứ lục) hoặc cung giọng (Sớ) khi tụng đọc, khi niệm kinh có phảng phất chút gì của mùi thiền đi nữa, âu cũng là cuộc gặp gỡ thánh thiêng của hai tôn giáo hội nhập trong một tâm hồn Việt Nam: Thầy Phanchicô. Và qua cái văn phong vừa thông tuệ vừa hàm súc của *Cảm Tạ Niệm Từ*, tác giả đã tỏ bày giùm người Kitô hữu Việt Nam nỗi thao thức bồn chồn về lẽ "hóa sinh trụ diệt", về phận người trước bến bờ hư vô, cát bụi, về một cõi thường hằng là "Sinh ký tử quy".

Khi mạo muội làm công việc có vẻ như là "Cảo thơm lần giở trước đèn" này, giữa nhịp sống ồ ạt của nền văn minh cơ khí hiện đại, chúng tôi không hề mảy may có một ý đồ thiên trọng, bảo thủ nào. Đãi lọc để giữ ngọc gìn vàng, vốn xưa nay khó. Cho nên, bằng tấm lòng, chúng tôi chỉ muốn chứng minh rằng – cũng như kho tàng văn học dân gian – mảng kinh truyện của nhà đạo bao gồm các thể loại như vè, vãn, chương, khúc, tuồng, cảnh, ca, ngâm..., trong đó có *Cảm Tạ Niệm Từ*, thực sự đã sắm một vai trò quan trọng, không những trong đời sống đức tin lòng đạo của người tín hữu Việt Nam, mà còn góp phần vào đời sống ngôn ngữ của dân tộc ta nữa. Bởi vì cho đến nay, trải qua nhiều thế kỷ với muôn nghìn dâu bể hệ lụy rồi, cũng như văn học truyền khẩu, mảng kinh truyện trên đây vẫn không ngừng được ngân nga, xướng diễn trong nhiều cộng đoàn. Ngôn ngữ cùng cung giọng đặc thù của kinh văn nhà dạo, trong một chừng mực nào đó, đã làm cho cái bầu khí, khung cảnh của phụng vụ thêm sắc màu lễ hội, thêm sốt mến thiêng liêng hơn, *vì nó rung lên đúng cái tần số, nhịp đập trái tim của người Việt Nam dễ xúc cảm*. Hát xướng là cầu nguyện hai lần. Đặc biệt là tháng này, khi tiết trời đã tàn Thu chớm Đông, đọc lại mảng kinh sách, ca vãn cầu hồn như *Tứ Chung, Tứ Mạt Ca, Kinh Cao Sang, Kinh Vực Sâu và Phục Dĩ Chí Tôn*, tôi có cảm tưởng mình đang lãng đãng dật dờ cùng cỏ hoa sương khói trong *Văn Tế Thập Loại Chúng Sinh* của bậc thi hào tài hoa Nguyễn Du vậy. Từ Requiem đến Phục Dĩ Chí Tôn.

(Nguyệt san Công giáo và Dân Tộc, số 47, 11-1998)

VĂN CÔI THÁNH NGUYỆT TÁN TỤNG THI CA

Lê Đình Bảng *[1]

1. TÁC GIẢ - TÁC PHẨM

Trên đây là tên nguyên thuỷ của bản "kinh vãn" - nghĩa là bản kinh biên soạn theo thể văn vần (thi ca) và để xướng ngâm theo cung giọng vãn ca - được các cộng đoàn dân Chúa thuộc tỉnh Dòng Đa Minh - Hải Phòng, Bùi Chu (Nam Định), Thái Bình, Bắc Ninh - ngâm ngợi một cách có bài bản, thành thuộc và nhịp nhàng. Nghe phảng phất chút nào đấy cung giọng ngọt ngào của những bài dân ca Bắc bộ: Quan họ, hát chèo, ca trù. Đã thành một thói quen lành thánh, hằng năm cứ vào độ tháng 10 dương lịch, có ai về các miền đạo sung túc và thuần thành này ở vùng đồng đất chân quê sông Hồng và sông Thái Bình mà xem. Người người, nhà nhà, thôn trên xóm dưới cứ là rộn ràng thi đua kiệu cờ, trống chiêng, tập tành, ca vãn. Không chỉ ở những buổi kinh lễ, chầu tạ chung ở nhà thờ giáo xứ, nhà nguyện của các họ lẻ; mà còn ở ngay trong từng đoàn hội, trong các căn hộ gia đình. Hàng chục, hàng vài trăm người như một. Chẳng ai mà không xướng đọc lên vanh vách, như đã thuộc nằm lòng từ bao giờ những câu kinh bổng trầm, có lúc hân hoan, chộn rộn, có khi sầu muộn, bi thương, nhưng rất mực khoan thai, dịu dàng.

"Vườn Rosa bao quanh trái đất
Cảnh thiên nhiên thật rất diệu huyền
Thử truy cùng cho đến căn nguyên
Xem ai đã gây nên vậy tá...
Phép ngắm Rosa nguyên cội rễ
Suy ơn chuộc tội loài người thế...
Lạy ơn Đức Mẹ nhân thay
Xin vì sự nhiệm mầu này, rủ thương...

---

*[1] Về tác giả, xem trang I-484

Cho con thủ tiết băng sương
Đáng lên hưởng phúc thiên đường mai sau..."

Tác giả của bản kinh vãn chữ Nôm đã đi vào lòng người này là ông Phêrô Phạm Trạch Thiện (1818-1903), một nhà nho khoa bảng Công giáo, gốc gác ở giáo xứ Cổ Ra (giáo phận Bùi Chu); làng Cốc Thành, huyện Nam Trực, tỉnh Nam Định.

Những chi tiết xem ra có vẻ hy hữu và cụ thể mà chúng tôi giới thiệu dưới đây là kết quả đã tích luỹ từ một thực tế, một trải nghiệm bản thân: Điền dã, ghi chép tại chỗ; tham khảo kinh sách, báo chí Công giáo; trao đổi gần xa với những nhân chứng sống, là một số đấng bậc có thẩm quyền[2]. Đặc biệt hơn, là qua gặp gỡ, trò chuyện và làm việc trực tiếp với Lm. Giuse Maria Phạm Châu Diên, một trong số rất ít những người đầu tiên lên tiếng, viết bài, công bố những thông tin cần thiết, có liên quan tới tác giả và tác phẩm kinh vãn đặc biệt này. [3]

Theo đó, được biết, ông Phê rô Phạm Trạch Thiện vốn con nhà gia giáo, đạo gốc đạo dòng ở giáo xứ Cổ Ra, nơi mà theo sử sách còn ghi "giáo sỹ I-nê-khu đã đặt bước chân sớm nhất đến đây trên đường truyền đạo, vào năm 1533, đời vua Lê Trang Tôn". Ngay từ niên thiếu, đã được tiếng là thông minh, văn hay, chữ tốt hơn người; nên cha mẹ gửi ông vào tu tập trong nhà Chúa; nghe đâu đã mãn lớp triết của trường lý đoán Quần Phương. Nhưng mãi năm 1852, dưới triều vua Tự Đức thứ 5, mới lều chõng đi thi Hương tại trường thi Nam Định. Tại đây,ông đỗ Á khoa, nên người ta còn gọi là Cụ Cử Thiện. Trớ trêu thay, chỉ vì theo "tả đạo Gia Tô", chiếu theo lệnh triều đình, ông bị "truất tịch", cấm cửa không cho ra làm quan.[4] Từ đó, ông lui về quê quán, vui thú điền viên, biên soạn kinh sách, sáng tác thi phú, văn chương. Nhờ vậy, nhà đạo mình có được một kho báu kinh sách, vừa bề thế, chững chạc, vừa có giá trị về văn chương nghệ thuật, góp mặt, góp tiếng với đời.

---

[2] Đa Minh Bán Nguyệt San (1939-1946). Tờ báo thông tin, giáo dục của toà giám mục Bùi Chu. Chủ biên: Giám mục Đa Minh Hồ Ngọc Cẩn. Ban biên tập: Minh Châu,Minh Trân, Minh Đạo, Minh Đệ, Phạm Châu Diên, Võ Thanh, Thế Kiên, Trần Đức Huân. Từ năm 1950, Đa Minh Bán Nguyệt San đổi thành Thời Mới. Nguyệt san Thời Mới (1950-1954). Tạp chí thông tin, nghị luận, văn hoá, tôn giáo của giáo phận Bùi Chu. Chủ biên: Giám mục Phê rô Maria Phạm Ngọc Chi. Ban biên tập: Các linh mục Lâm Quang Trọng, Phạm Châu Diên, Trần Đức Huân, Võ Thanh, Quang Chính, Bách Huyền...Toàn Niên Kinh Nguyện, sách kinh của giáo phận Bùi Chu,Thái Bình, Sài gòn 1956... Gioan Trần Văn Hiến Minh (1918-2003); Trần Đức Huân (1907-1984); Trần Thái Hiệp (1926-1996); Vũ Đình Trác (1927-2013); Nguyễn Hưng (1927-2010); Đỗ Quang Chính (1929-2012)...

[3] Lm. Giuse Phạm Châu Diên, bút danh Vị Thuỷ (1914-2007) sinh quán tại giáo xứ Lục Thuỷ, Xuân Trường, Nam Định. Thư ký phòng bộ của các giám mục: Đa Minh Hồ Ngọc Cẩn; Tađêô Lê Hữu Từ và Phêrô Maria Phạm Ngọc Chi. Ông là tác giả nhiều bộ sách tu đức, lịch sử, viết bài cho các báo: *Đa Minh, Thời Mới, Đường Sáng, Xây Dựng.*

[4] Đánh rớt xuống cuối bảng và cấm chỉ, không cho ra làm quan.

- *Kinh Cao Sang*: Bản dịch chữ Nôm từ tác phẩm "Cảm Tạ Niệm Từ" nguyên văn bằng chữ Hán, rất uyên bác của Thầy giảng Phan Chi Cô, năm 1632.[5] Đọc kỹ Kinh Cao Sang của Cụ Cử Thiện, với 90 câu thơ Nôm, theo thể thơ lục bát, ta dễ liên tưởng tới ý nghĩa thâm thuý của Thánh vịnh và của Kinh Vực Sâu, mỗi khi đọc kinh nguyện giỗ, cầu hồn.

- *Thánh Mẫu Thi Kinh*: Vãn Kinh Cầu Đức Bà, 134 câu thơ lục bát. Một nghệ thuật chuyển thể trác tuyệt Kinh Cầu Đức Bà từ tiếng La Tinh sang bản trường ca diễn Nôm.

- *Nghinh Hoa Tụng Kỳ Chương:* Vãn Dâng Hoa Kính Đức Bà, 112 câu thơ phức hợp (song thất,thất ngôn và lục bát). Một kịch bản Dâng Hoa xứng đáng xếp vào danh mục kinh điển, từ hình thức,đến nội dung

- *Vãn Côi Thánh Nguyệt Tán Tụng Thi Ca:* Kinh Vãn Tháng Mân Côi, 252 câu thơ phức hợp. Chúng tôi xin được giới thiệu trong phần dưới đây.

2. TÌM HIỂU TÁC PHẨM

Trong ngôn ngữ dân gian nhà đạo, ngoài tên gọi chính thức trên văn bản là *Văn Côi Thánh Nguyệt Tán Tụng Thi Ca* (VCTNTTTC), có lẽ do cách hiểu và suy diễn phóng khoáng của dân gian ở mỗi địa phương, còn thấy một số tên gọi khác, như: *Vãn Tháng Văn Côi, Vãn Tháng Đức Bà Văn Côi, Kinh Vãn Tháng Mân Côi, Vãn Đức Bà Rosa, Phép Ngắm Rosa, Kinh Vãn Tháng Đức Bà, Phép Lần Hạt Đức Bà Mân Côi v.v.* Nhưng tất cả chỉ qui về một mối là VCTNTTTC của danh sĩ Phêrô Phạm Trạch Thiện.

Đây là một bản "trường ca", dài hơi, liền mạch; được viết theo thể văn vần (thi ca) rất phóng khoáng, cả về hình thức (cách gieo vần, cách dùng từ, số câu trong bài, bố cục), lẫn cảm hứng, tứ thơ, ý nghĩa nội dung. Khác hẳn vần, luật, niêm, đối chặt chẽ theo truyền thống cố cựu ảnh hưởng phương Bắc. Những ai nhạy cảm, nòi tình và đồng điệu có thể nhận ra,phải chăng, đây là khúc rẽ chợt tách ra khỏi dòng chảy chung là thi phú Đường luật đã cắm rễ thật sâu trong văn học Việt Nam? Đó là trường hợp của những *Gia Huấn Ca, Côn Sơn Ca, Quỳnh Uyển Cửu Ca, Hà Thành Chính Khí Ca, Hạnh Thục Ca. Đó là mảng ngâm khúc tài hoa, như Chinh Phụ Ngâm Khúc, Cung Oán Ngâm Khúc, Tự Tình Khúc.* Và càng ngạc nhiên hơn, lại còn là sự xuất hiện hàng loạt của *Tự Tình Vãn, Thần Tích Vãn, Ngoạ Long Cương Vãn, Ai Tư Vãn*... Phải chăng,tất tần tật mảng "Ca, Ngâm, Vãn" ở đây có thể được xem như là một cơn sóng đột biến, một trỗi dậy, một vẫy vùng hoặc một chuyển động nào đó của văn nhân thi sỹ ta muốn vượt thoát ra khỏi vòng kềm toả đã giam hãm, bủa vây quá khứ? Đồng thời, sự kiện ấy cũng đã hé mở một cánh cửa,

---

[5] Thầy giảng Phan-chi-cô (?- 1640). Xin tham khảo tác giả và tác phẩm đặc biệt này trong tập Ở Thượng Nguồn Thi Ca Công giáo Việt Nam - Miền Thơ Trong Kinh Nguyện, của Lê Đình Bảng, xuất bản năm 2009.

mang ý nghĩa tiên tri cho thể thơ Hát Nói, một "điềm lạ, một con chim báo bão" chợt loé lên ở những thập niên cuối thế kỷ XIX? Chúng tôi muốn, dù chỉ một lần, nhắc lại cái cảm xúc nôn nao, khinh khoái, tự hào, trong khi giảng bình cho học trò của mình rằng có đấy "một hiện tượng bay bổng, thăng hoa trong thi ca Hát Nói tuyệt vời" của Thánh Quát Cao Chu Thần, của Tam nguyên Yên Đổ và của anh em nhà Dương Lâm, Dương Khuê rất đỗi huê tình, kiệt xuất. Vâng, lúc ấy và mãi đến nay, đã gần đất xa trời, trong đáy thẳm linh hồn tôi, vẫn còn vang âm những ngôn ngữ, giai điệu bát ngát, như nhập đồng của xuân nữ,bồng mạc, ca trù... Rõ ràng, là "lụa không nhàu,màu không phai". Kinh và thơ, kinh nguyện và ca vãn ngày xưa - dưới ngòi bút xuất thần của các bậc tiên hiền - đã làm cho các nghi thức thờ phụng và tế tự của nhà đạo mình được thêm phần hương sắc, gấm vóc,mượt mà. Như khói trầm nghi ngút, thơm tho bay lên trước toà Chúa uy nghi, trước nhan Mẹ từ bi ban muôn phước lành.

Với 252 câu thơ phức hợp, liền mạch của tác phẩm, có thể phân đoạn như sau:

- Phần I. Dẫn nhập: Giới thiệu Kinh Vãn (từ câu 1 đến 32). -Vì sao Thánh Đa Minh lập ra Kinh Mân Côi. -Những ơn ích thiêng liêng của Kinh Mân Côi.

- Phần II. Các Mầu nhiệm trong cuộc đời Chúa Giêsu (từ câu 33 đến 216). -Mùa Vui: Thời niên thiếu của Chúa Giêsu tại làng quê Nagiarét (câu 33-96). -Mùa Thương: Cuộc khổ nạn của Chúa Giêsu (câu 97-156). -Mùa Mừng: Vinh quang của Chúa, sống lại,l ên trời (câu 157-216).

- Phần III. Tổng tạ. Tạ ơn Chúa và cám ơn, nhờ Đức Mẹ chuyển cầu (từ câu 217 đến 252).

3. VĂN CÔI THÁNH NGUYỆT TÁN TỤNG THI CA

Sau đây là toàn văn:

1. Vườn Rosa bao quanh trái đất
Cảnh thiên nhiên thật rất diệu huyền
Thử truy cùng cho đến căn nguyên
Xem ai đã gây nên vậy tá?

5. Bởi Ông Thánh Du Minh, Cha Cả
Thấy ruộng thiêng, cỏ rả mê man
Người lo buồn, nguyện ngắm, kêu van
Xin Đức Mẹ cực khoan, thương đoái

9. Đức Mẹ thương, xuống ơn rộng rãi
Trao tràng châu, truyền hãy giải khuyên
Khuyên người ta lần hạt, ngắm nên
Sẽ chữa tật thiêng liêng cho đã...

13. Người vâng cứ, giảng, không bao nả
Thấy lòng người khác cả khi xưa
Kẻ mê đàng tội lỗi liền chừa
Phường đạo rối xác xơ, tan tác

17. Thế gian bỗng tự nhiên, ra khác
Ruộng Y-ghê cỏ rác bớt dần
Thánh hội từng tư mộ công ân
Hằng năm, đặt lễ, tuần kính nhớ...

Thơ rằng:

21. Mộc bản thuỷ nguyên giai hữu tự
Đức cơ phúc chỉ khởi vô do
Bởi đâu khai tác thánh chi đồ
Phải truy niệm sao cho xứng đáng

25. Kìa hà lạc thấy còn cảm thán
Nọ cam đường thi tán tam chương
Huống vườn thiêng Thánh Mẫu mở mang
Cây phúc rủ ngành vàng quý hoá

29. Ta hãy cố hái hoa, tìm quả
Quả cùng hoa rất lạ, rất nhiều
Rất thơm tho, mỹ vị, ngọt ngào
Ngoạn hứng, chỉn không bao là chán

4. VĂN CÔI THẬP NGŨ SỰ THI CA

31. Phép ngắm Rosa nguyên cội rễ
Suy ơn chuộc tội loài người thế
Tử sinh nhi tử tử nhi sinh
Công nghiệp vô cùng khôn xiết kể

35. Lạy ơn Rất Thánh Đức Bà
Xin vì Phép Ngắm Rosa Thánh này
Ban ơn soi sáng bởi trời
Cùng ban sự sống đời đời cho con

39. Chúa toan Cứu Chuộc các sinh linh
Sai sứ truyền tin Thánh Tử sinh
Thánh Mẫu dâng mình theo ý Chúa
Chịu thai, nguyên vẹn đức đồng trinh

45. Lạy ơn Đức Mẹ nhân thay
Xin vì sự nhiệm mầu này, rủ thương

Cho con lòng vững đá vàng
Vâng theo ý Chúa, mọi đàng, đừng sai

49. Y-sa-ve thánh đà già cả
Chúa định mang thai con cách lạ
Đến viếng thăm, con khỏi tội truyền
Con trong lòng mẹ liền mừng tạ

53. Lạy ơn Đức Mẹ nhân thay
Xin vì sự nhiệm mầu này, rủ thương
Cầu xin Chúa Cả thiên đường
Cứu con cho khỏi các đường tội khiên

57. Bê-Lem phong cảnh cực trần ai
Chúa chọn sinh nơi khốn khó thay
Máng cỏ, bò lừa quỳ thở ấm
Thiên Thần mừng rỡ Chúa ra đời

61. Lạy ơn Đức Mẹ nhân thay
Xin vì sự nhiệm mầu này, rủ thương
Cho con được ở khiêm nhường
Chớ yêu chuộng sự vẻ vang trên đời

65. Mầu hoàng vâng giữ lời truyền dạy
Đem Chúa vào đền, xin chuộc lấy
Thầy cả xưng ra thật Chúa Trời
Liền xin ẵm lấy, cùng thờ lạy

69. Lạy ơn Đức Mẹ nhân thay
Xin vì sự nhiệm mầu này, rủ thương
Cho con thủ tiết băng sương
Đáng lên hưởng phúc thiên đường mai sau

73. Lễ rồi, Con lạc, Mẹ tìm Con
Lòng Mẹ ba ngày rất héo hon
Đoạn trở vào đền, tìm lại thấy
Con về, thảo kính đến khi khôn

77. Lạy ơn Đức Mẹ nhân thay
Xin vì sự nhiệm mầu này, xuống ơn
Cho con lòng thật ăn năn
Soi gương phúc đức, siêng năng, vâng lời

TẠ.

81. Tôi kính nhớ, ngợi khen Đức Mẹ
Đã hưởng phần vui vẻ, lạ thay
Vui, vì khi thấy Sứ Chúa sai
Truyền tin lạ chịu thai Thánh Tử

85. Vui, vì Y-sa-ve, thánh nữ
Tội truyền con, khỏi tự trong thai
Vui, vì khi thấy Chúa ra đời
Thiên Thần hát mừng Người cách lạ

89. Vui, vì Chúa vào đền thờ cả
Thánh Simi kính tạ khen Người
Vui, vì Con lạc mất ba ngày
Tìm lại thấy trong nơi đền thánh

93. Bấy nhiêu sự chúng tôi dâng kính
Xin dàn ra trong tính phần vui
Cho chúng tôi hưởng phúc trên trời
Được hằng sống đời đời, vui vẻ
..???[6]

97. Sự vui qua, sự sầu lại kế
Lòng Đức Bà như bể dạt dào
Khi thấy Con chịu khốn khó bao
Thì Người cũng phải đau đớn hết

101. Chúa vào cầu nguyện trong vườn Giệt
Thấy tội loài người, lòng thảm thiết
Máu lộn mồ hôi đổ toá ra
Phó mình vào nộp toà quan xét

105. Lạy ơn Đức Mẹ nhân thay
Xin vì sự nhiệm mầu này, thẩm thương
Cho con được sức vững vàng
Chịu nhiều sự khó Chúa thường định cho

109. Chịu khốn thâu đêm rất nhuốc nha
Sáng ngày, dinh trấn giải vào tra
Dạy đưa cột đá, đem dây trói
Đánh cả và mình, thịt nát ra

113. Lạy ơn Đức Mẹ nhân thay
Xin vì sự nhiệm mầu này thẩm thương
Soi cho con mọn biết đường
Trách mình vì tội đã thường phạm liên

117. Mặc cho áo đỏ như vua giả
Đầu đội mão gai thâu suốt cả
Máu chảy ròng ròng mặt chứa chan
Lại quỳ gối nhạo, giơ tay vả

---

[6] Xin coi cách hướng dẫn: ghi chép mảng "Ca Vãn 5 Sự Sáng, từ câu 97 đến 167" vào đây.

121. Lạy ơn Đức Mẹ nhân thay
Xin vì sự nhiệm mầu này thẩm thương
Cho con được đức khiêm nhường
Hằng bằng lòng chịu trăm đàng nhuốc nha

125. Khi quan luận giết, án đà phê
Thánh giá đem cho vác nặng nề
Đau đớn, và đi và ngã xuống
Hung đồ buộc cổ, kéo lôi đi

129. Lạy ơn Đức Mẹ nhân thay
Xin vì sự nhiệm mầu này thẩm thương
Giữ con, đừng để ngang tàng
Cứ nương thánh giá, theo đàng Chúa đi

133. Thảm thay, xô ngửa trên thánh giá
Kéo dãn chân tay, đanh đóng cả
Chúa chịu đền thay hết tội đời
Mẹ như dao sắc thâu qua dạ

137. Lạy ơn Đức Mẹ nhân thay
Xin vì sự nhiệm mầu này xuống ơn
Tha con khỏi các nợ nần
Khi hồn lìa xác, khỏi quân giặc thù

TẠ:

141. Kính nhớ sự thảm thương Đức Mẹ
Khi Con vì tội thế, đền bồi
Thương Con đã đổ máu, mồ hôi
Chịu quân dữ bắt nơi vườn Giệt

145. Thương Con chịu thâu đêm thảm thiết
Chịu đánh đòn, nát hết thịt mình
Thương Con đầu đội mão gai khoanh
Mặc áo đỏ như hình vua giả

149. Thương Con phải vác cây thánh giá
Gượng vác đi mà ngã, khốn thay
Thương Con chịu đanh đóng chân tay
Cùng chịu chết vì loài người thế

153. Đức Mẹ bởi thương Con quá lẽ
Trong lòng nên như bể đắng cay
Xin vì những sự thảm thiết này
Cho con mọn ăn mày phần phúc

157. Sự thương khó đà qua khỏi lúc
Những sự mừng bỗng chốc tiếp theo
Vì các ơn rất cả, rất nhiều
Đức Mẹ được, kể sao cho xiết

161. Xác quàn hang đá khỏi ba ngày
Sống lại, uy nghi, sáng láng thay
Đức Mẹ thấy Con, mừng quá bội
Tông đồ mặt ủ, bỗng nên tươi

165. Lạy ơn Đức Mẹ cam thay
Xin vì sự nhiệm mầu này,
đoái thương Cho con sạch tội mọi đàng
Cùng tin mọi sự tỏ tường ngày sau

169. Cứu chuộc, Chúa đà xong mọi sự
Dặn dò Thánh Mẫu, cùng đầy tớ
Khuyên còn ở lại, Chúa lên trời
Bên hữu Dêu Cha, toà Chúa ngự

173. Lạy ơn Đức Mẹ cam thay
Xin vì sự nhiệm mầu này, đoái thương
Cho con lòng mến thiên đường
Hằng hằng ra sức tìm đường để lên

177. Thánh Mẫu, Tông đồ hội họp nhau
Thánh Thần, lưỡi lửa xuống trên đầu
Soi cho biết tiếng muôn vàn nước
Ban sức thiêng liêng giảng đạo mầu

181. Lạy ơn Đức Mẹ cam thay
Xin vì sự nhiệm mầu nay, đoái thương
Cho con sức mạnh vững vàng
Xưng ra đạo thánh, sửa sang trong ngoài

185. Nữ Vương đến tuổi đầy ơn phúc
Thánh Tử, Thiên Thần đều xuống rước
Hồn xác lên trời rất tốt lành
Hưởng muôn muôn phúc, ai suy được

189. Lạy ơn Đức Mẹ cam thay
Xin vì sự nhiệm mầu này đoái thương
Đến cơn nhất đán phi thường
Cho con khỏi mắc chước phường Satan

193. Chúa Cả Ba Ngôi thưởng Nữ Vương
Ngự trên thần thánh nước thiên đường
Ban quyền xem sóc loài người thế
Làm Mẹ cầu bầu để Chúa thương

197. Lạy ơn Đức Mẹ cam thay
Xin vì sự nhiệm mầu này xuống ơn
Cho con lòng giữ trung cần
Đáng lên chầu chực, hưởng phần phúc riêng

TẠ:

201. Tôi cám mến, ngợi khen, kính nhớ
Sự Đức Bà mừng rỡ Con mình
Mừng khi thấy Chúa đã Phục Sinh
Rất sáng láng, tốt lành hơn trước

205. Mừng khi thấy Chúa lên hưởng phúc
Các Thiên Thần đón rước tưng bừng
Mừng vì khi thấy Chúa Thánh Thần
Đã hiện xuống, ban ơn cả thể

209. Mừng khi thấy mình toan giã thế
Con xuống, mời rước Mẹ lên trời
Mừng vì được ơn cả Ba Ngôi
Ban toà thưởng, ngự nơi trọng nhất

213. Sự vui mừng rất bền, rất thật
Lòng Đức Bà càng rất khoan thai
Xin vì những sự mừng này
Cho chúng tôi đời đời mừng rỡ

THỐNG KỶ:

217. Ba phần tóm lại mười lăm chục
Cám nhớ, khong khen công cứu thục
Mọi phúc treo gương, rất sáng thay
Soi lên, sẽ được muôn phần phúc

TỔNG TẠ:

221. Mười lăm sự ngắm về lần hạt
Chúng tôi xin ngợi hát, khong khen
Các ơn, các ích thiêng liêng
Tóm lại cách chung riêng thay thảy

225. Bởi sự vui Đức Bà xem thấy
Sứ Ba Ngôi chào lạy, truyền tin
Ngôi Thứ Hai xuống ở cùng liên
Được hưởng các ơn thiêng vạn bội

229. Bởi sự thương, thấy Con Chuộc tội
Chịu gian nan nghìn nỗi, trăm đàng
Lòng Đức Bà đau đớn, thảm thương
Các sự khó cũng dường như phải

233. Bởi sự mừng tự Con sống lại
Chúa xuống ơn rộng rãi, man vàn
Cho đến khi lìa khỏi thế gian
Các phúc trọng Chúa ban đầy dẫy

237. Vì ba sự: Vui, Thương, Mừng ấy
Giúp đỡ Con chuộc lấy loài người
Lại nên vườn hoa trái, lạ thay
Cho Thánh hội đời đời thưởng ngoạn

CHỮ RẰNG:

241. Thái linh chi giả tư kỳ bản
Chước lễ tuyền giả thám kỳ nguyên
Huống các ơn bởi mạch thiêng liêng
Xưa nay đã tràn trên trái đất

245. Rễ cây phúc đượm nhuần tốt bậc
Lá ngành đua, thật rất rum ra
Bóng rợp che mát mẻ, ôn hoà
Hoa đỏ, trắng,gần xa ánh giãi

THƠ RẰNG:

249. Thanh hư linh hựu quang minh khái
Hồng bạch huyền hoa phúc úc khai
Sắc vẻ vang,hương ngào ngạt bay
Gẫm xem chính xuân đài cảnh trí

Trên đây là trọn vẹn 252 câu thơ phức hợp của bản kinh vãn VCT-NTTTC, theo nguyên bản của tác giả Phạm Trạch Thiện. Theo kết cấu và bố cục, bản kinh này chỉ có 3 nội dung: Vui (câu 33-96); Thương (câu 97-156) và Mừng (câu 157-216), cùng với các phần đoạn "thơ, chữ rằng, tạ và tổng tạ", để mở khép ý nghĩa cho mỗi mầu nhiệm Vui, Thương, Mừng.

Như vậy, là suốt từ những năm bắt đầu lưu hành, ở cuối thế kỷ XIX, kinh này chưa có "mầu nhiệm 5 sự sáng". Mãi đến những năm gần đây của thế kỷ XXI, chính xác là vào một khoảnh khắc hồng ân mang tính lịch sử: Ngày 16 tháng 10 năm 2002. Đức Giáo hoàng Gioan Phaolô II đã công bố một văn kiện quan trọng "KINH MÂN CÔI CỦA ĐỨC TRINH NỮ MARIA - Rosarium Virginis Mariae", với mục đích tôn vinh cuộc đời công khai hành đạo của Chúa Giêsu, qua những biến cố: Chúa Giêsu chịu phép rửa; Chúa dự tiệc cưới Cana; Chúa Giêsu công khai rao giảng Tin mừng về nước trời; Chúa Giêsu biến hình trên núi Tabor và Chúa lập bí tích Thánh Thể.

5. MẦU NHIỆM NĂM SỰ SÁNG

Sự ra đời mấy chục câu thơ của mảng "vãn 5 sự sáng" này, chúng tôi trộm nghĩ, là nhờ ơn soi sáng của Chúa Thánh Thần, qua chuyển cầu của Đức Mẹ Mân Côi, cộng với sự khuyến khích, quan tâm liên lỉ của các đấng bậc trong Giáo hội; đồng thời cũng không thể không nhắc tới những gợi ý, trao đổi từ phía quý vị trưởng thượng, bạn bè gần xa. Nguồn động lực thiêng liêng ấy luôn thúc bách chúng tôi, phải tra tay vào, phải suy nghĩ và phải biến nó thành hiện thực, nghĩa là thành câu thành chữ, thành bài bản đàng hoàng. Tắt một lời, là làm sao "điền vào chỗ trống, cho hợp nghĩa, cho đủ bộ Vui-Sáng-Thương-Mừng". Nếu được, xin mạn phép cho chúng tôi được một lần ghi ký phương danh của quý vị vào bảng ghi nhớ sau đây: Đức Hồng y Giuse Phaolô Phạm Đình Tụng, Đức Cha Giuse Nguyễn Quang Tuyến, Đức Tổng Giám mục Giuse Ngô Quang Kiệt (Hà Nội, Bắc Ninh); Đức Cha Giuse Vũ Văn Thiên, Lm. Lôrensô Phạm Hân Quynh (Hải Phòng); Đức Tổng Giám mục Têphanô Nguyễn Như Thể, linh mục - nhạc sỹ Phêrô Hoàng Diệp, Lm. Phêrô Phan Xuân Thanh (Huế); Đức Cha Giuse Trần Xuân Tiếu (Long Xuyên); Đức Cha Phêrô Trần Đình Tứ, cha giáo Thái Hiến, cha cố Giuse Đinh An Khang, cha Hà Chí Luyến (Phú Cường); Đức Cha Antôn Vũ Huy Chương, Lm. Micae Trần Đình Quảng (Đà Lạt); Đức Cha Micae Hoàng Đức Oanh, Lm. Tôma Nguyễn Văn Thượng, Lm. Giuse Trần Sỹ Tín (Kontum); Đức Cha Giuse Vũ Duy Thống, các linh mục nhà thơ Xuân Ly Băng, JBT Cao Vĩnh Phan (Phan Thiết), linh mục nhà thơ An Sơn Vị; cha già cố Giuse Vũ Ngọc Bích, Lm. Matheu Vũ Khởi Phụng, Lm. Vinh sơn Phạm Trung Thành (DCCT); Nhà nghiên cứu Hán Nôm Vinh Sơn Vũ Văn Kính, học giả Hoàng Xuân Việt, nhà địa bạ học Nguyễn Đình Đầu, nhà sử học Công giáo Phạm Đình Khiêm. Đó chỉ là một số trong nhiều tên tuổi và địa chỉ đáng tin cậy mà chúng tôi còn nhớ được, khi viết bài này, sau hơn một chục năm bề bộn, chồng chéo, lãng quên, vì lãng đãng của tuổi già... Riêng chuyện hai anh em chúng tôi là Phaolô Phạm Gia Thoan thuộc giáo xứ Kiên Lao, Bùi Chu và Phanxicô Assisi Lê Đình Bảng ở Sài gòn - tình cờ thân quen và toàn tâm toàn ý với nhau - trong việc biên soạn mảng ca vãn "mầu nhiệm 5 sự sáng" này. Khi vào Nam, lúc ra Bắc. Mưa Sài gòn, mưa Hà Nội. Nắng nóng Nam bộ và rét đậm rét hại Bắc bộ. Nhiều chuyến đi lại trên xe đò, trên toa tàu chợ, ngồi xe ôm, lếch thếch thân già, về giáo xứ Kiên Lao mù mịt đầu đâu... Từ khởi sự (2003) cho đến hoàn thanh (2010) để kỷ niệm Năm Thánh của Giáo hội Công giáo Việt Nam. Và vào ngày 07.10.2017, nhân kỷ niệm 100 năm sự kiện Đức Mẹ hiện ra ở Fatima, chúng tôi trình làng, tạ ơn Chúa, cám ơn Đức Mẹ Mân Côi La Vang, đồng thời kính dâng toàn thể các cộng đoàn dân Chúa Việt Nam. Xin độc giả vui lòng "điền vào sau câu 96".

Câu 95. Cho chúng tôi hưởng phúc trên trời

97. Được hằng sống đời đời vui vẻ. ....(chúng tôi tạm đánh số thứ tự,từ 1 đến 167) như sau:

1. Cùng Đức Mẹ, suy năm sự sáng
Chúa công khai rao giảng Phúc Âm
Với Con, Mẹ được dự phần
Thông ơn Cứu Chuộc, muôn dân tin thờ
Chúa đến bên bờ sông Giođan
Chịu ơn thanh tẩy bởi Gioan
Đẹp lòng Thiên Chúa Cha nhân hậu
Rợp ánh hào quang Chúa Thánh Thần
Người được xức dầu nên cực trọng
Quyền uy phủ bóng khắp dương gian
Nguyện xin trời đất chứa chan
Ơn thiêng mưa móc tràn lan khắp miền
Xứng làm dân Chúa chọn riêng
Cùng muôn muôn nước,nên chiên một ràn

15. Tiệc cưới Cana với họ hàng
Mẹ, Con và môn đệ cùng sang
Cuộc vui đang ấm, không còn rượu
Nhờ Mẹ ngỏ lời xin Chúa ban
Nước hoá rượu ngon, chiêu đãi khách
Ra về, ai nấy cũng hân hoan
Nghĩa tình, duyên nợ Tào Khang
Tóc tơ từ thuở Ađam, Evà
Ấm nồng, chồng vợ âu ca
Cháu con ,trăm họ một nhà đông vui

25. Chúa loan báo nước trời gần đến
Kíp ăn năn, cầu nguyện đêm ngày
Hết lòng thờ phượng, thảo ngay
Mở mang nước Chúa đông tây, xa gần
Ở giữa chốn bàn dân thiên hạ

Làm sáng danh đạo cả Chúa Trời
Nguyện xin, mọi lúc, mọi nơi
Sẻ chia nước mắt, nụ cười, yêu thương
Đời này chẳng bận tơ vương
Mai sau, về bến thiên đường thảnh thơi

35. Tỏ mình ra chói ngời, rực rỡ
Các môn đồ hoảng sợ, thất kinh
Đấng quyền uy, cao trọng biến hình
Cả vũ trụ sấp mình thờ lạy
Cho chúng con ai nấy nhận ra
Đường ngay, lẽ thật, gần xa
Đâu là ý Chúa, đâu là tư riêng
Như xưa, Thiên sứ truyền tin
Xin vâng, Mẹ giữ trọn niềm cậy trông
Cho con luỹ thép, thành đồng
Xưng ra đạo thánh, một lòng trung kiên

46. Bánh và rượu đã nên thịt máu
Là suối nguồn châu báu dưỡng nuôi
Xác hồn con lành mạnh, tốt tươi
Muôn hoa trái sinh sôi tràn ngập
Đất với trời mênh mang, đầy ắp
Rất thiêng liêng, trù mật, phong nhiêu
Đây là Bí Tích Tình Yêu
Chúa nên của lễ toàn thiêu cứu đời
Từ trong mạch sống tinh khôi
Hoá nên cơm bánh nuôi người trần gian

TẠ:

56. Đường Phúc Âm là đường ánh sáng
Để dẫn đưa, chiếu rạng muôn dân
Sáng, nhờ khi Chúa đến Giođan
Chịu phép rửa, gây ràn chiên mới
Sáng, là khi lập nên hôn phối
Và chúc lành tiệc cưới Cana
Sáng, từ lời mời gọi thiết tha
Loan báo khắp gần xa, sám hối
Sáng, trên núi hào quang chói lói
Chúa biến hình, chiếu rọi quang vinh
Mầu nhiệm thay, Thánh Thể kết tinh
Bánh và rượu nên Mình, Máu Chúa
Ngắm sự sáng, giữ lời khấn hứa

Xin Mẹ thương, phù hộ chuyển cầu
Chúng con còn đòi đoạn, bể dâu

71. Đây, tâm nguyện, khấu đầu, nhờ Mẹ ....

(xin vui lòng trở lại 5 Sự Thương, câu 97) như sau: Thay vì "Sự Vui qua, sự sầu lại kế", ta đổi thành: "Sự Sáng qua, sự sầu lại kế", và tiếp tục cho đến kết thúc bản kinh vãn.

Kết luận,

VĂN CÔI THÁNH NGUYỆT TÁN TỤNG THI CA có 322 câu thơ, đủ cả Vui, Sáng, Thương, Mừng.

CA VÃN VÀ CA VÈ CÔNG GIÁO

Trần Thái Đỉnh

Tôi có khá nhiều kinh nghiệm sống về ca vãn và ca vè Công giáo...

Cách đây hơn 60 năm, vào những năm 1928-1929, khi tôi lên 7, lên 8, mỗi ngày vào những giờ học bài ở nhà hoặc chơi đùa với bạn bè, tôi thường được nghe mẹ tôi, chị hai tôi và mấy bà hàng xóm ngồi kéo tơ (ở Hưng Yên tôi, người ta gọi là "kẹo dũi") và "kể" vè "A lê xù". Nay sau hơn 60 năm, tôi vẫn còn nhớ lõm bõm một số câu như:

"... A-lê con mọn
Tay dọn thư này
Trình thầy mẹ biết
Vốn con đã quyết
Một tiết đồng trinh
Cha mẹ ép tình
Nên đành trốn vậy
Mười bảy năm trời
Mới gặp hai người
Đi tìm đến đó
Nó chẳng biết tôi
Đàng sá xa xôi..."

v.v...

Thật là tuyệt! Sau 60 năm không hề được nghe lại, mà vẫn nhớ. Cho hay, lời cha ông chúng ta dạy về ảnh hưởng của những lời và những ý ghi vào lòng đứa trẻ, thật là thâm thuý. Cha ông ta nói: "Lòng đứa trẻ như tờ giấy trắng, cái gì được in vào là khó xoá tẩy đi lắm".

Gs. Trần Thái Đỉnh

** Gs. Trần Thái Đỉnh (1922-2005) quê Hưng Yên.*
** Tiến sĩ triết học tại Institut Catholique de Paris năm 1958. Giáo sư triết tại các Đại học Văn Khoa Sài Gòn, Huế và Đà Lạt.*
** Tác phẩm : Triết học Descartes, Triết học Kant, Triết Học Hiện Sinh, phỏng dịch từ Colin Wilson, La théorie du Boudhisme, Người Công giáo trước thời đại (viết chung), Triết học nhập môn, Khái niệm bản ngã trong tư tưởng Triết Học Phật Giáo, Hiện tượng luận là gì?*

Tôi đi tu làm chú bé giúp lễ lúc mới 10 tuổi (1931): học 2 năm ở nhà xứ rồi mới được thi về Trường Thử. Trong 2 năm này chúng tôi học chữ Hán và nhất là chữ Hán Nôm để đọc sách ở nhà thờ và ở nhà cơm (nhà tu ăn cơm không nói chuyện mà giữ im lặng, nghe đọc sách). Các sách đạo hồi đó hầu hết in bằng chữ Nôm. Sau một năm học chữ Hán Nôm, các chú đã có thể đọc từng đoạn sách: khởi đầu, các chú chỉ cần đọc được mỗi ngày từ 4 đến 6 trang sách, các chú phải xem trước, chữ nào không biết thì hỏi thầy giáo.

Trong không khí Hán Nôm đó, chúng tôi đã hàng năm (biết bao năm như thế!) nghe ca "Văn dâng hoa" (nghe nói do cụ Cử Thiện, một thầy giảng, đã soạn chung với mấy linh mục thông nho). Nay sau năm sáu mươi năm, bên tai tôi vẫn văng vẳng những câu thơ sau đây với nhiều giọng ca í a của văn tế:

"Nhiệm thay hoa đỏ hồng hồng,
Nhuộm riêng máu Thánh thơm chung lòng người
Vì thương con gánh tội đời
Chịu như dao sắc thấu nơi lòng mình

...

Quý thay hoa trắng tốt lành
Ví cùng nhân đức đồng trinh Đức Bà
Nguyên tuyền hơn ngọc hơn ngà,
Sáng trong hơn tuyết cùng là hơn gương"

...

Màu hoa đỏ, hoa hồng nhắc ta nhớ đến máu Thánh Chúa Kitô. "Nhuộm riêng máu Thánh thơm chung lòng người": chỉ mình Chúa Kitô đã đổ máu ra để chuộc tội cho chúng ta và ơn cứu chuộc thì mọi người được hưởng nhờ...

Còn Mẹ Maria, thấy Con Mình chết trên thập giá thì đau đớn "như dao sắc thấu nơi lòng mình".

Màu hoa trắng gợi ý đức trinh khiết, nhất là "Đức Đồng Trinh Đức Bà", lời văn thật là đẹp: "Nguyền tuyền hơn ngọc hơn ngà, sáng trong hơn tuyết cùng là hơn gương".

Sau khi đã vịnh 5 sắc hoa đỏ, trắng, tím, vàng, xanh, các nhà thơ Công giáo đã thêm phần "kinh điển" rất ý vị của văn học Việt Nam. (Đến đây cung "Dâng hoa" đổi điệu: cung dành cho 5 sắc hoa thì trịnh trọng, nay cung dành cho phần "Kinh điển" này, lại là thứ "cung kể"):

"Hoa năm sắc đã giãi niềm,
Lại trưng cổ điển dâng thêm kim đề
Đức Bà thờ Chúa mọi bề,
Hoa quỳ chăm chắm hướng về thái dương"

...

Cứ thế, các nhân đức của Đức Bà (nên nhớ "dâng hoa" là loại vãn kính Đức Mẹ trong tháng 5, được gọi là "tháng hoa") đã được các nhà thơ Công giáo dùng các loài hoa và lời thơ trong kinh điển Việt Nam để ca tụng như sau:

"Hoa quỳ chăm chắm hướng về thái dương
...
Hoa mai đỉnh núi nở đầu trăm hoa
...
Hoa đơn phú quý gần xa vui vầy
Hoa lan vương giả hương bay ngọt ngào"

Tuyệt thay! Con nít không được đi học nhiều, chỉ đi nhà thờ nghe "dâng hoa" cũng ít nhiều thấm nhuần những tinh tuý của nền văn học Việt Nam thông qua nhưng ca vãn Công giáo. Mà "dâng hoa" thì cả là một sự chuẩn bị lâu dài và sôi động, tập tành cả hơn một tháng trước, và xóm này thi với xóm kia xem xóm nào dâng hay hơn và đẹp hơn. Dâng hoa vừa có nhạc với nhiều cung điệu tuỳ từng phần, ít là 4 phần khác nhau: 5 câu lạy gồm 3 câu lạy Ba Ngôi, rồi câu 4 lạy Đức Bà, câu 5 lạy Thiên Thần các Thánh, kế đó là 5 sắc hoa rồi tới phần các hoa theo kinh điển, sau hết là phần tạ lễ. Và dâng hoa cũng là ca vũ với ít nhất 12 trẻ nữ, tuổi từ 10 đến 14, y phục xinh đẹp, đầu đội vòng hoa, tay cầm bó hay giỏ hoa, khi quỳ, khi đứng, khi bái quỳ, khi tiến lên, khi lùi lại chỗ mình... khoan thai, nhịp nhàng. Sau cùng, các em tiến lên đặt bó hoa của mình trên bàn thờ Đức Mẹ.

Đó là tháng Năm, mệnh danh là "Tháng hoa Đức Bà", đến tháng Mười, chúng ta lại có "Tháng Rosa" tức tháng Mân côi. Như vậy sinh hoạt của các làng Công giáo xưa kia không những có "Mùa Vọng",

"Mùa Giáng Sinh", "Mùa Chay", và "Mùa Phục Sinh" mà còn có tháng Hoa và tháng Rosa. Không kể tháng Cầu Hồn, tức tháng 11 hàng năm dành để tưởng nhớ và cầu cho tiền nhân. Trong tháng Mân côi, chúng ta lại có "vãn Rosa" mà tôi xin ghi lại mấy câu (thuộc lòng) sau:

"Vườn Rosa bao quanh trái đất
Cảnh thiên nhiên thật rất diệu huyền
Thử truy tầm cho đến căn nguyên
Xem ai đã gây nên vậy tá?
Bởi ông thánh Đa-minh cha cả
Thấy ruộng thiêng cỏ rả mê man
Người lo buồn nguyện ngắm kêu van
Xin Đức Mẹ thương xuống ơn rộng rãi
Trao tràng châu, truyền hãy giảng khuyên
Khuyên người ta lần hạt ngắm liền
Sẽ chữa tật thiêng liêng cho đã
Người vâng cứ, giảng không bao nả
Thấy lòng người khác cả khi xưa:
Kẻ theo đường tội lỗi liền chừa
Phường đạo rối xác xơ tan tác...
Thế gian bỗng tự nhiên ra khác
Ruộng I-ghê cỏ rác bớt dần
Thánh Hội từng ghi nhận công ơn
Hàng năm lập lễ tuần kính nhớ..."

Những lời vãn và vè trên đây, tôi ghi theo trí nhớ, sau hơn 60 năm không còn được tiếp xúc với "thế giới" văn nôm Công giáo đó nữa, sợ có thể có chỗ ghi sai. Nghe một số trí thức và linh mục đang thu thập các tài liệu "cổ" này. Khi có trong tay các tài liệu này, xin các bạn cứ sửa dùm mấy chỗ tôi nhớ sai sót, nếu có. Tôi rất vui mừng khi biết các bạn đang làm công việc sưu tầm lớn lao và đáng quý trọng này. Tôi còn nhớ hồi còn bé được xem "diễn tuồng": các nhóm thanh niên "nghệ sĩ" của các họ đạo "tự biên tự diễn" các tuồng "Alêxin", tuồng "Yên-ta" (tức hạnh tích thánh Eutakiô)... Rồi còn loại ca vè nhất là Ca vè cụ Sáu (Lm. Trần Lục) dạy ta cách dạy dỗ con cái khi còn nhỏ và khi chúng lớn khôn...

Rất mong việc làm này của các bạn sẽ được nhiều vị và nhiều bạn chiếu cố bằng cách góp thêm các tài liệu và góp thêm những nhận định, những cảm tưởng.

BƯỚC ĐẦU GIỚI THIỆU VÀ TÌM HIỂU VÃN - TUỒNG ĐẠO

*Nguyễn Văn Trung *[1]- Đỗ Như Thắng **

Một bộ phận văn học dân gian được phổ biến rộng rãi trong giới Công giáo Việt Nam là vãn, tuồng (đạo). Chúng đã được lưu truyền khá lâu (như bài *"I nê tử đạo vãn"* kể sự tích một nhân vật Việt Nam có thực được in trong Từ điển Latinh - Annam của Taberd từ năm 1838), và với số lượng không nhỏ (chúng tôi biết có hơn 40 bài vãn, trong đó có bài *"Gióp vãn"* (dài 900 câu thơ). Ngoài ra những khảo cứu có tính cách lý luận về các thể loại văn học nói chung và hai thể loại trên nói riêng do người Công giáo thực hiện cũng thấy xuất hiện rất sớm, chẳng hạn loạt bài "Thi phú qui pháp" của Hồ Ngọc Cẩn viết trên *"Nam Kỳ địa phận"* từ 1913, tức là 17 năm trước tác phẩm (cùng loại) *"Việt Hán văn khảo"* nổi danh của Phan Kế Bính!

Thế mà những công trình (sáng tạo, biên khảo) trên ít được biết đến! Chưa nói đến vãn đạo, ngay vãn đời, nếu chúng tôi không nhầm, cũng chưa có một cố gắng sưu tầm, tìm hiểu nghiêm túc và đầy đủ. Có chăng chỉ là bàn sơ về vãn nhân nghiên cứu tác giả, tác phẩm nào đó có liên hệ như trường hợp của các ông Dương Tự Quán [2], Phạm Thế Ngũ [3] khi nghiên cứu về Đào Duy Từ, tác giả của hai bài vãn "Ngọa long cương vãn" và "Tư dung vãn" (thế kỷ XVII). Thành thử nếu vãn đạo không được lưu tâm tới thì chẳng có gì là lạ. Nhưng những tác phẩm khảo cứu về lịch sử phát triển của tuồng VN của Hoàng Châu

---

*1 Về tác giả, xem trang I-346 và trang I-688

2 Dương Tự Quán: Đào Duy Từ (Tạp chí Tri Tân - Oct 1944)

3 Phạm Thế Ngũ: "Việt Nam văn học sử tân biên" tập II (Quốc học tùng thơ - Sài Gòn 1963, tr.211)

Ký [4]... hay về tính cách chuyên ngành của tuồng trước 1945 của Đoàn Nồng [5], trước 1975 ở miền Nam của Trần Văn Khải [6], Nguyễn Kim Dũng [7],... và sau 75 của Hoàng Chương [8], Phạm Phú Tiết [9], Nguyễn Văn Y [10], Đỗ Văn Rỡ [11]... đều không nhắc tới sự có mặt của tuồng đạo! Nếu có đề cập tới thì cũng chỉ dành cho một đoạn ngắn với những khẳng định vô bằng như các ông Lê Ngọc Cầu và Phan Ngọc đã làm trong cuốn *"Nội dung xã hội và mỹ học của tuồng"* [12]. Phải chăng như các tác giả này quả quyết: *"Những vở diễn trong các nhà thờ Công giáo chỉ là những Thánh tích được thể hiện bằng nghệ thuật hát bội, chứ không phải là những vở tuồng thực sự, vì không có nhân vật nào mang tâm tư nguyện vọng của người Việt Nam"* (Sách dẫn trang 192). Vậy những vở tuồng nổi tiếng như *"Sơn hậu"*, *"Tam nữ đồ vương"*... lấy tích ở đâu? Nhân vật là người nước nào? Có phản ánh tâm tư, nguyện vọng của người Việt Nam không?

Bởi vậy trong bài sơ thảo này, chúng tôi bước đầu giới thiệu việc sưu tầm, phân loại và tìm hiểu về vãn, tuồng đạo cùng những nỗ lực nghiên cứu về những thể loại này để người vô tư xem có thể coi mảng văn học đạo này là một bộ phận của kho tàng văn học Việt Nam không?

PHẦN I: NHỮNG CÔNG TRÌNH SÁNG TÁC

I. CÔNG VIỆC SƯU TẦM

Khi bắt tay vào việc tìm kiếm vãn, tuồng đạo, chúng tôi tự đặt cho mình một số những nguyên tắc sưu tầm để xác định rõ phạm vi nghiên cứu của mình, đồng thời cũng thu thập một số tài liệu tham khảo làm cơ sở để công việc của mình có tính cách khoa học.

1. Nguyên tắc

a. Về nội dung: Vì vãn, tuồng đạo thuộc văn học dân gian không

---

[4] Hoàng Châu Ký: "Sơ khảo lịch sử nghệ thuật tuồng" (NXB Văn hóa - Hà Nội 1973)

[5] Đoàn Nồng: "Sự tích và nghệ thuật hát bộ" (NXB Mai Lĩnh - Hà Nội 1942)

[6] Trần Văn Khải: "Nghệ thuật sân khấu Việt Nam" (Nhà sách Khai Trí - Sài Gòn 1970)

[7] Nguyễn Kim Dũng: "Hát bội" (Kim lai ấn quán - Sài gòn 1970)

[8] Hoàng Chương: "Mấy vấn đề về sân khấu truyền thống" (Viện Sân khấu - Hà Nội 1986)

[9] Phạm Phú Tiết: "Hội thoại về nghệ thuật tuồng" (NXB Văn hóa - Hà Nội 1987)

[10] Nguyễn Văn Y: "Văn học chữ quốc ngữ cuối thế kỷ XIX đầu thế kỷ XX" - viết chung (Trích Địa chí văn hóa TP.HCM, tạp II, 1988). Ông Nguyễn Văn Y kể ra 200 vở tuồng, nhưng không có vở nào là tuồng đạo.

[11] Đỗ Văn Rỡ: "Nghệ thuật hát bội TP.HCM xưa" (Trích Địa chí văn hóa TP.HCM, tập III). Tác giả có nhắc tới 1 người Công Giáo viết tuồng là J. Lê Văn Đức.

[12] Lê Ngọc Cầu và Phan Ngọc: "Nội dung xã hội và mỹ học của tuồng đồ" (NXB Khoa học xã hội - Hà Nội 1984)

rõ ai là tác giả, cho nên khi sưu tầm, chúng tôi chỉ chú trọng vào nội dung tác phẩm nào có liên quan đến đạo.

b. Về xuất bản: Tuy vãn và tuồng lúc đầu được sáng tác và lưu truyền bằng phương thức truyền miệng, nhưng sau được in thành sách. Việc in ấn chúng cũng có nhiều biến đổi: đầu tiên chúng có thể xuất hiện trong một tập sách nào đó, sau được tách ra và thường in với khổ nhỏ 10 x 14,5, rồi đôi khi lại tập hợp trong một tuyển tập (cùng loại)... Ví dụ bài "I nê tử đạo vãn" thoạt đầu thấy trong Tự điển của Taberd (1838), sau được in trong tập "Vãn và Tuồng" (1881 và tái bản lần 3 năm 1899), cuối cùng được in riêng lần thứ 12 năm 1949... Do đó trong khi sưu tầm, chúng tôi cố gắng xác định bản in lần đầu và bản in lần cuối để từ đó thấy được tính cách phổ biến của tác phẩm (chẳng hạn chúng tôi thấy bài "I nê tử đạo vãn" được lưu truyền, phổ biến rộng rãi nhất).

2. Tài liệu tham khảo

Khi sưu tầm để giới thiệu vãn, tuồng đạo, chúng tôi căn cứ trên những tài liệu sau:

a. *"Đại Nam Việt Quốc triều sử ký" (*Tân Định 1879), viết tắt ĐNV 1879.

b. *"Vãn và tuồng"* (Tân Định 1899), viết tắt VT 1899.

c. Thư mục của Bulletin de la société des Études Indochinoises 1883-1399, viết tắt BSEI.

d. *"Sơ thảo Thư mục Công giáo Việt Nam"* của Lm. Trần Anh Dũng (Paris 1992), viết tắt ST 1992.

II. LIỆT KÊ

a. *Vãn*

+ Loại chúng tôi có: Ngoài một số bài vãn in rời thành tập nhỏ; những bài vãn liệt kê dưới đây đều trích từ 2 cuốn "Đại Nam Việt Quốc triều sử ký" và "Vãn và Tuồng", cả hai đều do nhà in Tân Định Sài Gòn ấn hành (viết tắt TĐ).

1. Thánh tổ tông Gia-cóp vãn (VT 1899).
2. Đa-vít vãn (VT 1899)
3. Giu-đit vãn (VT 1899).
4. Tô-bia vãn (VT 1899, in lần 7, 1957)
5. Giáng sinh vãn (TĐ Oct 1886, VT 1899, TĐ lần 4, 1957)

6. Cê-ci-li-a đồng trinh tử đạo vãn (VT 1899, TĐ tái bản, 1957).
7. Thánh An-tôn vãn (VT 1899, TĐ lần 7, 1957)
8. Thánh Vi-tô tử đạo vãn (VT 1899, TĐ lần 6, 1957)
9. Thánh A-lê-xù vãn (TĐ 1886, VT 1899)
10. Hoàng hậu Sa-ve vãn (VT 1899, TĐ lần 6, 1957)
11. I-nê tử đạo vãn (Taberd 1838, 1885, VT 1899, TĐ lần 12, 1949)
12. Bõ Gioang tử đạo vãn (ĐNV 1879, VT 1899, TĐ lần 6, 1957)
13. Cố Bề trên Phan tử đạo vãn (VT 1899)
14. Tự thánh thục đàng vãn (ĐNV 1879, VT 1899, TĐ lần 6, 1957)
15. Tứ dân tứ thú (VT 1899)
16. Lục khắc vãn (VT 1899)
17. Chí thiện ca (VT 1899, TĐ lần 8, 1957)
18. Đông cung nhựt trình vãn (ĐNV 1879, VT 1899)
19. Ngũ canh vãn (VT 1899)
20. Hàm oan chi từ (ĐNV 1879, VT 1899, TĐ lần 7, 1957)
21. Đạo Nhu (ĐNV 1879, VT 1899)
22. Đạo Phật (ĐNV 1879, VT 1899)
23. Quảng Nam dinh (ĐNV 1879, VT 1899)
24. Phật bà Quan âm (ĐNV 1879, VT 1899)
25. Hối tình thuật đạo vãn (ĐNV 1879, VT 1899)
26. Chúng nhơn ca (ĐNV 1879, VT 1889)
27. Cha mẹ dạy con vãn (VT 1899, Nhà in Nazareth tái bản lần 2, 1950)
28. Vãn cha Minh và Lái Gẫm - Paulus Của (TĐ 1902)
29. Biện Phượng và biện Du là hai anh em tử vì đạo vãn (TĐ 1914)
30. Đức Chúa Bà tự tích vãn (Nhà in Nazareth - Qui Nhơn in lần 2, 1926)
31. Chánh tà vãn và Lục súc tranh công (Nhà in Nazareth - Qui Nhơn in lần 8, 1926).
32. Thiên Chúa thánh giáo yếu lý chỉnh giải tổng lược (TĐ lần 6, 1957)
33. Hạnh thánh Tôma Thiện tử vì đạo vãn (TĐ in lần 2, - 1957)
34. Thánh Gioan Baotixita (TĐ 1957)

+ Loại chúng tôi không có: (tham khảo cuốn "Sơ thảo Thư mục Công giáo Việt Nam")

35. Thơ Nam kỳ vãn (TĐ 1884)
36. Chơn đạo đề (TĐ 1899)
37. Gioang Lều Nhứt Tấn (TĐ 1899)
38. Đức Cha Thể vãn - Cha Kim dọn (Qui Nhơn 1905)
39. Khuyến Thiện vãn - J. Lê Văn Đức (Qui Nhơn 1919)
40. Vãn Đức Bà – Chương Thi (Nhạc đoàn Tiếng Chuông Nam xuất bản - Hà Nội, 1952)

b. Tuồng

+ Loại chúng tôi có:

1. Tuồng Joseph - Trương Minh Ký (Nhà hàng Rey et Curiol, Sài Gòn 1888)
2. Ông Gióp tuồng (TĐ in lần 3, 1899)
3. Đa-vít thánh vương tuồng (TĐ lần 3, 1899)
4. Ce-ci-lia tuồng (TĐ lần 3, 1899)
5. Gioan Lều tuồng (TĐ lần 3, 1899)

+ Loại chúng tôi không có:

6. Tuồng bảy mối tội đầu – Hồ Ngọc Cẩn (Qui Nhơn 1922)

+ Ghi chú:

Trong khi tìm kiếm tuồng đạo, chúng tôi bắt gặp một số tác phẩm ghi là "tuồng", nhưng cấu trúc của chúng mang tính chất của một vở kịch nói kiểu Tây phương hơn là vở tuồng cổ Đông phương. Tuy nhiên chúng tôi cũng liệt kê để những người nghiên cứu về sân khấu Việt Nam tham khảo (những tác phẩm nào chúng tôi hiện có thì có đánh dấu ở bên cạnh).

1. Tuồng cha Minh (TĐ 1881, in lần 2, 1924) +
2. Tuồng con kẻ đi hoang đàng (TĐ 1881) +
3. Tuồng cha chúc dữ cho con - G.Thơ dịch (TĐ 1881)
4. Tuồng Chơn phước Năm Thuông tử đạo - Thomas Trí dọn (Qui nhơn 1910)
5. Tuồng sinh nhựt: mục đồng đi tìm Chúa Giêsu (Kon Tum 1912) +
6. Tuồng thương khó - Nguyễn Bá Tòng dọn (TĐ 1912), J. Lê Văn Đức dọn lại cùng các cha A. Miều, S. Chánh (Qui Nhơn 1926)
7. Tuồng thánh Vi-tô tử đạo - Thomas Trí dọn (TĐ 1925) +
8. Tuồng thánh Eutakiô, vợ con cùng các bạn tử đạo - Cha Thi dọn (Qui Nhơn 1925)
9. Tuồng Sebastien tử đạo (TĐ 1925) +
10. Ngai vàng: tuồng cho con trẻ - J. Lê Văn Đức viết (Qui Nhơn 1925) +
11. Tuồng thánh Gioan và Chúa Cứu Thế - Cha Chính dọn (Qui Nhơn 1925)
12. Tuồng Mười điều răn Đức Chúa Trời (TĐ 1927)
13. Tuồng bà thánh Jeanne d'Arc - J. Lê Văn Đức (Qui Nhơn 1929)
14. Tuồng bà thánh Xêxilla – Đỗ Trí Cơ (TĐ 1931)

III. PHÂN LOẠI

Tham khảo ý kiến của Thanh Lãng [13], chúng tôi căn cứ vào đề tài, nội dung để tạm chia vãn, tuồng đạo ra sáu loại :

[13] Thanh Lãng: "Bảng lược đồ văn học Việt Nam" - quyển hạ (NXB Trình bày - Sài Gòn 1967, trang 20)

1. Nhân vật cựu ước : Loại này kể về sự tích các thánh tổ phụ, các bậc tiên tri... trong Cựu ước (như "*Thánh tổ tông Gia cóp vãn*", "*Đa vít thánh vương tuồng*").

2. Các bậc thánh nhân: Loại này ca ngợi nhân đức của các thánh nổi danh trong Giáo hội (như "*Thánh An-tôn vãn*"), nhất là gương anh dũng của các thánh tử vì đạo (như "*Cê-ci-lia tuồng*"), đặc biệt là đề cao các thánh tử đạo tại Việt Nam (như "*Bõ Gioang tử đạo vãn*").

3. Lịch sử Giáo hội: Loại này phác họa sự thành lập Giáo hội Chúa trong lịch sử mà trung tâm chính là Chúa Giê-su (ví dụ: "*Giáng sinh vãn*"). Chúng tôi cũng xếp vào loại này những thi phẩm có liên quan đến việc đạo Chúa vào Việt Nam đã gặp những bách hại (như "*Đông cung nhựt trình vãn*") cùng thái độ đối với các tôn giáo đã có mặt tại Việt Nam (như "*Đạo nhu*", "*Đạo Phật*"...).

4. Giảng giải giáo lý: Loại này là những cố gắng trình bày những tín lý căn bản của Đạo một cách giản dị (như "*Thiên Chúa thánh giáo yếu lý chỉnh giải tổng lược*", "*Tuồng bảy mối tội đầu*"). Và để việt Nam hóa đạo, các tác giả vô danh còn mượn những tác phẩm của văn học dân gian lồng vào đó lẽ đạo (như "*Chánh tà vãn*" và "*Lục súc tranh công*").

5. Khuyên răn luân lý: Loại này dùng những lời ngâm nga đơn sơ mà sâu sắc để khuyên dạy tín hữu làm lành tránh dữ (như "*Cha mẹ dạy con vãn*"...).

6. Ca ngợi Tạo Hóa: Loại này viết theo thể hứng của ca dao, nghĩa là mượn những cảnh, vật thiên nhiên... để xưng tụng Thiên Chúa đã tác tạo muôn loài (như "*Tứ dân tứ thú*").

IV. ĐẶC ĐIỂM

Vãn, tuồng đạo đa số có đủ những đặc tính của văn học dân gian như tính vô danh, tập thể (nói về tác giả), tính truyền miệng nên thường ngắn (nói về phương thức lưu truyền)... Ở đây chúng tôi chỉ nhấn mạnh 2 đặc điểm chính là :

1. Tính cách bình dân: Vãn, tuồng đạo thường đơn sơ giản dị gần gũi với tâm hồn của quần chúng. Tính cách bình dân này thể hiện ngay nơi việc lựa chọn thể loại văn học để sáng tác, ngôn ngữ để sử dụng.

- Bởi đa số những người theo đạo đầu tiên ở nước ta thường thuộc tầng lớp dưới của xã hội, để giúp họ hiểu rồi sống đạo, các vị thừa sai, các thầy giảng... dùng vãn (vốn là lối văn vần bình dân), tránh sử dụng ngôn ngữ văn chương bóng bẩy quá mà thiên về việc dùng những lời lẽ nôm na dễ thuộc, dễ nhớ... để họ ngâm nga khi lao động, lúc nghỉ ngơi hay trong giờ nguyện ngắm...

- Các vị này cũng chọn tuồng để cụ thể hoá hình tượng các bậc thánh... như những tấm gương sống động để noi theo, bởi tuồng là loại hình *"nghệ thuật có ảnh hưởng sâu sắc tới tâm lý dân tộc, thu hút nhiều người... từ vua quan đến dân chúng"* [14].

2. *Tính cách xưng tụng*

a. Đa số vãn, tuồng đạo dùng để ca ngợi Thiên Chúa, Đức Mẹ, các Thánh... chứ không xưng tụng những người còn sống, đương quyền (kể cả hàng giáo phẩm).

- Chúc tụng Thiên Chúa Ba ngôi nhiệm mầu:

"Ba ngôi Thiên Chúa nhiệm vô hồi,
Cứu thế Ngôi Hai cực bây ôi!"
(Hối tình thuật đạo vãn)

- Sùng kính Đức Mẹ nhân lành:

"Chúng con dâng tấm lòng thành,
Mấy lời vạn phúc mấy ngành mân côi"
(Vãn Đức Bà)

- Ca ngợi các Thánh hết lòng mến Chúa yêu người:

"Đá vàng quyết hẳn một lời,
Hết lòng trìu mến Chúa Trời luôn luôn"
(Thánh An-tôn vãn)

Đặc biệt đề cao những người vì trung thành với Thiên Chúa mà phải đón nhận những khổ đau, kể cả việc hy sinh tính mạng, như trường hợp bà I nê trả lời quan:

"Tôi xin chịu chết chẳng nề,
Trả công ơn Chúa, công kia ngãi này"
(I-nê tử đạo vãn)

b. Chính nhằm mục đích xưng tụng, mà các nhà văn Công giáo dùng vãn nhiều hơn vè và đặt tuồng nhưng không diễn chèo. Vì *"tính khuynh hướng của vè rõ rệt, mũi nhọn phê phán thường tập trung vào những tên cường hào gian ác, tham lam…"* . Cũng vậy *"tiếng cười là phương tiện truyền thông chính của sân khấu chèo… Tiếng cười cũng có thể ngụ ý châm biếm, khi thì rí rỏm, nhiều khi trở nên ác liệt"* [15]. Nói

---

[14] Lê Ngọc Cầu - Phan Ngọc (sách dẫn trang 6)

[15] "Từ điển Văn học" - tập 2 (NXB Khoa học xã hội - Hà Nội 1984, trang 534)

cách khác, tính cách phê phán, đả kích đó của vè, chèo không phù hợp với tinh thần Bác ái của Đạo Chúa. Nhưng tại sao lại xuất hiện những bài vãn... nói về đạo Nho, đạo Phật nếu không nhằm chỉ trích thì hướng tới mục tiêu nào?

Theo thiển ý, những người Việt Nam đầu tiên theo đạo gặp rất nhiều khó khăn trong đó có thế lực của các nho sĩ, giới tăng lữ Phật giáo... với sự hỗ trợ của nhà cầm quyền, bằng chứng là khi người có đạo bị bắt, họ bị buộc phải *"trở về đạo Phật, đạp nơi ảnh này* (tượng Chúa)" ("I-nê tử đạo vãn"). Vậy xác định thái độ của mình trước những tôn giáo đó là điều không thể tránh khỏi. Cũng như xác định thái độ với nhau trong cộng đồng dân Chúa hầu củng cố đức tin của mình là điều cần thiết, dù những con người ấy biết đây là vấn đề rất tế nhị:

"Nói đến thì cực trong lòng,
Song cũng phải tỏ đục trong kẻo lầm"

(Đạo Phật vãn)

PHẦN II: NHỮNG CÔNG TRÌNH NGHIÊN CỨU

Song song với những sáng tác (vãn, tuồng...), người Công Giáo cũng sớm có ý thức tìm hiểu về các thể loại văn học nói chung, và vãn, tuồng nói riêng.

I. NHỮNG CÔNG TRÌNH LÝ LUẬN VỀ CÁC THỂ LOẠI VĂN HỌC

1. "Lược bày niêm luật làm văn làm thơ"

Đây là phần đầu gồm 7 trang của cuốn *"Nam Dương Hiệp Tự Vị"* (quen gọi là Từ điển Việt Nam - La tinh của Taberd (Dictionnarium Annamiticum - Latinum) in năm 1838 ở Bengale (Ấn Độ). Trong đó tác giả trình bày cách làm bài văn (được hiểu là thơ lục hát): số chữ, số câu, cách đặt bằng trắc trong câu... Ngoài ra tác giả còn giới thiệu cách làm thơ, văn tế...

2. "Hát, Lý, Hò Annam" của Trương Vĩnh Ký

Nguyên văn nhan đề tác phẩm này là: Théâtres, Comédies, Chants - Chansons Annamites - Hát, Lý, Hò - Cours aux élèves Annamites (Sài gòn - 1886 - Trương Vĩnh Ký (Pétrus), trong hộp Hồ sơ Trương Vĩnh Ký ở Thư Viện của Viện Khảo cổ Sài Gòn.

Theo Vũ Hiệp, giáo sư Lịch sử Kịch nghệ Trường Quốc Gia Âm nhạc và kịch nghệ Sài Gòn, người phát hiện ra văn bản này thì đây là công trình khảo cứu của Cụ Trương Vĩnh Ký đặc biệt là về tuồng rất đầy đủ khiến *"Người đọc có cảm tưởng Cụ Trương Vĩnh Ký là một tay lão luyện trong nghề Hát bội*"[16] : định nghĩa hát bội là gì; phân biệt tuồng đồ, tuồng pho ra sao; thể thức của công cuộc hát bội, các thể hát, đồ cuộc, tên đồ hát bội, chầu, vai tuồng...

3. "Thi phú qui pháp"

Hồ Ngọc Cẩn đã viết loạt bài khảo cứu này trên tờ "Nam Kỳ địa phận" bắt đầu từ số 234 ngày 3.7.1913 (Sau in thành sách "Văn chương thi phú Annam" ở Hồng Kông 1919 rồi tái bản với nhan đề "Văn chương Annam" ở Tân Định 1933). Đúng như tựa "dạy cách kiểu làm Vãn vè, Thi cú, Văn phú, Hịch tuồng" trong phần nói về vãn, tác giả định nghĩa về vãn, phân loại và cách làm mỗi loại (vãn hai, vãn tư...), số chữ trong câu, cách phối hợp bằng trắc cho đúng luật và hay cùng cách dùng trong trường hợp nào. Đáng lưu ý là tác giả viện dẫn những câu văn, thơ... lấy trong ca dao, truyện nôm và cả những tác phẩm văn đạo mà nay không rõ xuất xứ.

Tác giả cũng dành "Đoạn thứ VI" để bàn về tuồng: nội dung, qui luật đặt tuồng cùng các cung cách thường dùng trong tuồng (cung nói bằng, cung hát bạch...)

(Cũng xin nói thêm là do thời gian cấp bách và do điều kiện hạn chế, hiện nay chúng tôi chỉ tìm được ba công trình biên khảo trên. Rất mong được các bậc thức giả bổ sung. Chúng tôi chân thành cám ơn).

II. NHỮNG CÔNG TRÌNH NGHIÊN CỨU CHUYÊN BIỆT

Gần đây một số tác giả tìm hiểu xoay quanh bài "I nê tử đạo vãn" về nhiều khía cạnh (Xin lưu ý bài vãn này đã được dịch ra tiếng La tinh, Anh, Pháp... trong từ điển của Taberd 1838 và tiếng Pháp trong tác phẩm của Louvet, 1888 [17]. Có lẽ vì thi phẩm này thuộc loại có giá trị nên được phổ biến từ lâu (trước 1838) và lưu truyền rộng (tái bản tới 12 lần).

1. ***"Góp thêm tài liệu về vãn và tuồng"*** của GS Nguyễn Khắc Kham đăng trong tập "Văn hóa duy linh" số 2, Sài gòn 1963 trang 72-82. Giáo sư đưa giả thuyết về tác giả và thời điểm sáng tác của thi phẩm này.

2. ***"Một thi phẩm trường thiên bằng chữ quốc ngữ cổ dịch ra Anh ngữ, Pháp ngữ, La ngữ:*** "I nê tử đạo vãn" của Phương Tùng (Võ Long Tê), đăng trong tuần báo Người Mới số 10, ngày 30.8.1964, Sài Gòn.

---

[16] Vũ Hiệp: "Lời giới thiệu tài liệu viết về hát bội của cụ Pétrus Trương Vĩnh Ký" (sách in ronéo năm 1973)

[17] L.F.Louvet: La Cochinchine religieuse - T.I (Challamel Ainé, Libraire et commissionnaire - Paris 1988)

2 bis. ***"Góp phần nghiên cứu*** một trong những truyện thơ công giáo đầu tiên bằng chữ quốc ngữ: "I nê tử đạo văn" của Võ Long Tê trong Văn học tập san, tập XVII, số 1 năm 1968. Thực ra đây là bản dịch từ bài của ông viết bằng tiếng Pháp in trên Tập san của Hội nghiên cứu Đông Dương BSEI (loại mới, số 4, đệ tứ tam cá nguyệt 1967, trang 305-336),

Trong bài này, tác giả dựa vào chính văn bản để xác định tác giả, thời điểm sáng tác. Sau đó tác giả nhận xét thi phẩm này về mặt văn học và sử học: về văn học, so với văn học cũ chịu ảnh hưởng văn học cổ điển Trung Quốc thì thi phẩm này đã chứng tỏ mở ra một đường hướng văn học mới viết bằng chữ quốc ngữ và chịu ảnh hưởng của Kitô giáo, về mặt lịch sử, bài vãn là chứng tích của một thời kỳ lịch sử: nó cho thấy tình hình tôn giáo ở nước ta vào thế kỷ XVIII, diễn tiến cuộc cấm đạo và cuộc tử đạo của nhân vật chính.

3. ***"Chữ quốc ngữ năm 1838"*** của Nguyễn Khắc Xuyên, đăng trong tạp chí Văn Lang số 4 tháng 12 năm 1992 ở CA - USA.

Nơi phần II của bài biên khảo, tác giả giới thiệu thi phẩm "I nê tử đạo vãn" và khẳng định về nguồn gốc (bài vãn dựa trên cuộc đời của 1 nhân vật VN nhưng được hư cấu thêm), về thời điểm sáng tác (khoảng 1820), in ấn (1838), về nội dung. Trong đó tác giả làm nổi bật lên bi kịch mà bà I nê dấn thân vào và qua đó cho thấy quan niệm của người Công giáo Việt Nam đương thời cho việc tử đạo như một cuộc đua tài cầu danh, không phải là thứ danh lợi tầm thường của trần gian, mà là ước vọng "đặng hiển vang cõi trời".

Cuối cùng tác giả đặt tác phẩm vào bối cảnh lịch sử để khảo sát sự phát triển của chữ quốc ngữ.

PHẦN III: NHỮNG CÁCH TIẾP CẬN

Từ việc đọc những bài khảo cứu về vãn, tuồng đạo, chúng tôi muốn đặt vấn đề rộng lớn hơn về mặt phương pháp luận trong ý hướng tìm hiểu văn học Việt Nam chịu ảnh hưởng Kitô giáo: làm cách nào để tiếp cận một tác phẩm văn học nói chung và văn đạo nói riêng ?

Tất nhiên việc tiếp cận một tác phẩm văn học tùy thuộc cách nhìn nhận tác phẩm đó. Sau đây chúng tôi đề nghị một vài cách tiếp cận khi tìm hiểu văn đạo:

1. Tác phẩm trong dạng văn bản: Đây là nghiên cứu văn bản học, nghĩa là căn cứ vào chính văn bản (chất liệu xây dựng, ngôn ngữ sử dụng...) để xác định tác giả, thời điểm sáng tác... rồi chú giải, hiệu đính tác phẩm làm sao hiểu đúng ý người viết. Chẳng hạn công trình nghiên cứu của Võ Long Tê về "I nê tử đạo vãn" (xin xem ở phần II).

2. Tác phẩm như là đối tượng của phê bình: Đây là công tác phê bình văn học. Nhà phê bình sẽ nghiên cứu thể loại, những hình thức biểu hiện tác phẩm (vãn nói hay vãn viết, viết để đọc hay viết để nói...), ngôn ngữ diễn đạt, nội dung tư tưởng... để từ đó xác định tính chất và đánh giá tác phẩm (về nội dung lẫn nghệ thuật). Bài "Đôi điều ghi nhận nhân đọc tuồng hát bội "Joseph" của Trương Vĩnh Ký" do Gs. Nguyễn Lộc viết trong tập san này phần nào đó theo ý hướng phê bình.

3. Tác phẩm như là chất liệu để các ngành khoa học xã hội nghiên cứu: Trong trường hợp này, tác phẩm văn học chỉ là nguồn tài liệu để các nhà dân tộc học, xã hội học, ngôn ngữ học, sử học... tìm hiểu chuyên ngành của mình. Như Nguyễn Khắc Xuyên đã đứng ở góc độ ngôn ngữ học tìm hiểu chữ quốc ngữ đã phát triển ra sao qua bài "I nê tử đạo vãn".

4. Tác phẩm như một sống thực (le vecu): tác phẩm ở đây được hiểu như là cách thế ở đời của người sáng tạo, cách cảm nhận bày tỏ thái độ sống của người tiếp nhận tác phẩm.

Trong viễn tượng này, chúng ta có thể tìm hiểu tâm tình, thái độ của người Công giáo Việt Nam phản ảnh qua văn chương (vãn, tuồng...). Về điểm này tốt nhất là dựa vào các cuộc thăm dò cảm nghĩ của những người Công giáo lớn tuổi ở cả ba miền của đất nước đã đọc hay ngâm nga, nghe hay xem... vãn, tuồng... rộng ra là mảng văn học đạo này để có cứ liệu thực tế đưa ra những phân tích, nhận xét xác đáng. Về vấn đề này, chúng tôi xin giới thiệu cảm nghĩ của Tiến sĩ Trần Thái Đỉnh về "vãn Đức Bà" cùng trong tập này.

Ghi chú:

Khi viết xong bài này, chúng tôi nhận được cuốn "Văn học quốc ngữ ở Nam Kỳ 1865-1930" của Bằng Giang (NXB Trẻ TP.HCM 1992) trong trang 94 có nhắc đến "Tuồng Joseph" của Trương Minh Ký.

TUỒNG CHA MINH LÀ TUỒNG HAY KỊCH?

Đỗ Như Thắng (ghi)

Lần đầu tiên đọc *"Tuồng cha Minh"* (Nhà in Tân Định in lần 1 năm 1881, tái bản năm 1924), chúng tôi phân vân không biết xếp nó vào loại tuồng (cổ) hay kịch (mới)?

Nếu căn cứ vào thời điểm xuất hiện thì gọi nó là "tuồng" cũng không có gì lạ, bởi sân khấu tuồng khá thịnh hành vào thế kỷ XIX và kịch kiểu Tây phương chưa xuất hiện (?) Nhưng nếu dựa vào hình thức kết cấu thì chúng tôi nghĩ rằng đây là vở kịch nói. Ý nghĩ trên càng được củng cố thêm khi chúng tôi đọc loạt bài *"Thi phú qui pháp"* của Hồ Ngọc Cẩn đăng trên tờ "Nam Kỳ địa phận" năm 1913, nhân bàn về tuồng, tác giả viết: *"Đời nay thiên hạ có bày tuồng hát kiểu nói Nôm na, không văn hoa đối đáp; chỉ nói đơn sơ như cách nói chuyện, ví dụ tuồng cha Minh, tuồng Thương khó..."*

Tượng Thánh Minh tại nhà thờ Đình Khao

Nhà giáo Đỗ Như Thắng (+)

* Cử nhân Triết Đại học Văn khoa, tốt nghiệp ban Ngữ văn, Đại học Sư phạm
* Tổng thư ký bán nguyệt san Thông Cảm, tiếng nói của sinh viên Công giáo Việt Nam (1967), cộng tác với tuần báo Người mới, Trình bầy (trước 1975)
* Tác phẩm: Bộ đề thi Triết (1974, soạn chung), Sổ tay học Văn 10 (1992)

Nhân dịp Gs. Hoàng Châu Ký, nguyên Viện trưởng Viện Nghiên cứu sân khấu (nay đã nghỉ hưu) vào Tp. HCM, chúng tôi có nhờ Giáo sư đọc bản *"Tuồng cha Minh"* và Giáo sư cho biết ý kiến như sau:

1. Về thể loại:

"Tuồng cha Minh" là một vở kịch nói kiểu phương Tây hoàn chỉnh, nghĩa là nó hội đủ những đặc điểm của một vở kịch. Nó thuộc loại kịch tự sự. Khác với kịch cổ điển tuân thủ một cách nghiêm ngặt theo luật tam duy nhất. "Tuồng cha Minh" chịu ảnh hưởng của kịch thế kỷ XVIII chỉ duy nhất trong hành động, còn để không gian và thời gian mở rộng.

2. Về bố cục:

Tác giả vở kịch này đã Việt Nam hóa bố cục. Một vở kịch nói kiểu phương Tây thường gồm nhiều hồi (acte), mỗi hồi có nhiều lớp (scène), khi thay nhân vật là thay lớp. Nhưng tác giả "Tuồng cha Minh" lại dùng ngôn ngữ của tuồng cổ Việt Nam: gọi "thứ" (thay vì hồi), dùng từ "tuồng" (thay vì lớp), mỗi tuồng chỉ nhằm giải quyết một sự kiện.

3. Về ngôn ngữ:

Văn trong các câu đối thoại của *"Tuồng cha Minh"* tương đối dài, nhưng rất gần gũi với lời ăn tiếng nói của nhân dân. So với câu văn thế kỷ XIX và cả thế kỷ XX sau này (điển hình là văn Nam Phong) chuộng lối văn biền ngẫu, cách điệu, thì câu văn trong *"Tuồng cha Minh"* mới hơn nhiều.

Vậy, với sự xác định thể loại của *"Tuồng cha Minh"* theo ý Giáo sư Hoàng Châu Ký thì cần đặt lại quan niệm cho rằng vở "Chén thuốc độc" của Vũ Đình Long công diễn trên nhà hát lớn Hà Nội ngày 22.10.1921 là vở kịch nói đầu tiên ở nước ta. Ngoài ra ông cũng cho biết vì văn trong vở kịch này trong sáng giản dị (do dùng từ Nôm hơn là từ Hán Việt), nên cũng cần tìm hiểu lại sự phát triển của văn xuôi Việt Nam.

VỞ KỊCH QUỐC NGỮ HIỆN ĐẠI ĐẦU TIÊN CỦA VIỆT NAM

Võ Văn Nhơn - Lê Thụy Tường Vi

Tóm tắt: Kịch bản *Tuồng Cha Minh* in năm 1881 tại nhà in Tân Định, Sài Gòn, được sáng tác bởi Marie-Antoine Louis Caspar (cố Lộc), một thừa sai người Pháp. Vở kịch viết về thánh tử đạo Phan Văn Minh, cũng là người Việt Nam đầu tiên biên soạn từ điển khi góp sức cùng giáo sĩ Taberd biên soạn hai cuốn *Từ điển Việt - Latinh* và *Từ điển Latinh - Việt* xuất bản năm 1838. Qua việc phân tích kỹ thuật xây dựng xung đột và nhân vật của vở kịch, có thể khẳng định đây là vở kịch hiện đại viết bằng chữ quốc ngữ sớm nhất của Việt Nam. Vở kịch này do đó là một cột mốc rất đáng ghi nhận trong lịch sử sân khấu Việt Nam nói riêng và lịch sử văn học Việt Nam nói chung.

Từ khóa: *Tuồng Cha Minh, Marie-Antoine Louis Caspar, cố Lộc, Phan Văn Minh, kịch hiện đại, chữ quốc ngữ.*

Nam Kỳ là thuộc địa của Pháp, nên sớm tiếp xúc với văn minh văn hóa phương Tây. Công giáo đến từ phương Tây, nên cũng góp phần mang văn hóa văn học phương Tây đến Việt Nam. Bên cạnh *Truyện Thầy Lazaro Phiền* (1887) của Nguyễn Trọng Quản được xem là tiểu thuyết quốc ngữ đầu tiên, kịch bản *Tuồng Cha Minh* in năm 1881 tại nhà in Tân Định, Sài Gòn cũng có thể là vở kịch hiện đại viết bằng chữ quốc ngữ đầu tiên của Việt Nam [1].

---

[1] "Tuồng" ở đây là cách gọi các kịch bản sân khấu nói chung của khán giả Nam Kỳ - Nam Bộ, đó có thể là kịch bản hát bội, nhưng cũng có thể là kịch bản cải lương, kịch bản kịch nói.

PGS.TS. Võ Văn Nhơn

* Sinh: 1956.
* Công tác tại trường Đại học Khoa học Xã hội và Nhân văn, Đại học Quốc gia Tp. Hồ Chí Minh.
* Tác phẩm:
- Văn học quốc ngữ trước 1945 ở Thành phố Hồ Chí Minh.
- Đông Hồ-Mộng Tuyết;
- Văn chương phương Nam – một vài bổ khuyết (viết chung với Nguyễn Thị Phương Thuý).
* Email: Email: <vovannhon2005@gmail.com>

ThS Lê Thụy Tường Vi

* Sinh năm 1980 tại Sài Gòn.
* Giảng viên Trường Đại học Khoa học Xã hội và Nhân văn – Đại học Quốc gia Thành phố Hồ Chí Minh.
* Đồng tác giả của sách Văn học Nam Bộ 1945-1954 (2021).
* Tác giả các bài viết Surrealism as a case of cultural translation in Vietnam (IASACT 2018, Hong Kong); Phạm Văn Hạnh – Thê Húc (1913-1987) - Nhà văn Nam Bộ trong Xuân thu nhã tập; Phê bình về Nguyễn Du trên các tạp chí Miền Nam giai đoạn 1954-1975; Bối cảnh du nhập của chủ nghĩa siêu thực tại Nhật Bản.
* Email: tuongvylethuy@hcmussh.edu.vn

1.1. Về tác giả "Tuồng Cha Minh"

Chưa có tài liệu nào nói về tác giả của vở kịch *Tuồng Cha Minh*, nhưng theo chúng tôi, đó có thể là Marie-Antoine Louis Caspar, tên Việt Nam là cố Lộc, một thừa sai người Pháp, bởi trên trang bìa của *Tuồng Cha Minh*, dưới tên vở kịch có ghi mấy chữ viết tắt là J.M.J. Đây cũng là những chữ viết tắt được ghi trên *Dictionnaire Annamite-Français (Từ điển Việt - Pháp)* in năm 1877 mà người biên soạn là Marie-Antoine Louis Caspar. Hoàng Dũng trong bài viết "Chữ Quốc ngữ – thực tiễn phát âm và lịch sử chữ viết" cũng khẳng định "J.M.J. là viết tắt chỉ Giám mục Marie-Antoine Louis Caspar (cố Lộc)" [6, tr.652].

Marie-Antoine Louis Caspar sinh ngày 23/3/1841 tại Obernai, vùng Bas Rhin, gần biên giới Pháp - Đức; được cử sang Việt Nam vào ngày 15/02/1865, phục vụ ở địa phận tây Đàng Trong (gồm các tỉnh: Biên Hòa, Gia Định, Định Tường, Vĩnh Long), với tên Việt là Lộc, được bổ nhiệm làm giáo sư chủng viện Sài Gòn. 15 năm sau, từ năm 1880 đến năm 1907, ông được chỉ định cai quản địa phận bắc Đàng Trong (bao gồm: nam Quảng Bình, Quảng Trị, Thừa Thiên). Năm 1906, ông từ giã giáo phận Huế đi Rôma và được Đức Giáo hoàng ban phép về nghỉ dưỡng bệnh tại quê nhà. Ông qua đời năm 1917.

Liệu một người Pháp như Marie-Antoine Louis Caspar có thể sáng tác được một vở kịch bằng chữ quốc ngữ như *Tuồng Cha Minh* không?

Việc người phương Tây thông thạo tiếng Việt không phải là hiếm. Giáo sĩ người Italia là Gerolamo Maiorica (1591-1656) đã từng chủ trì biên soạn bộ *Các Thánh truyện*, kể về các thánh tử vì đạo bằng văn xuôi chữ Nôm. Người phương Tây thông thạo chữ quốc ngữ càng không phải là hiếm, bởi chữ quốc ngữ đã được sáng tạo, hình thành và sử dụng trước tiên trong các nhà thờ Công giáo. Bằng Giang trong công trình biên khảo *Văn học quốc ngữ ở Nam Kỳ*, bên cạnh việc khẳng định Canavaggio chính là dịch giả *Tam quốc* trên báo *Nông cổ mín đàm* từ năm 1901 đã dẫn thêm các trường hợp khác như Aubaret đã từng biên soạn *Vocabulaire Francais-Annamite et Annamite-Francais, Grammaire de la langue Annamite* và dịch *Gia Định thành thông chí* ra tiếng Pháp; Landes từng dịch *Nhị độ mai* sang tiếng Pháp [7, tr.237-238].

Các tài liệu cho thấy Marie-Antoine Louis Caspar trong hơn bốn mươi năm ở Việt Nam đã dành nhiều thời gian nghiên cứu tiếng Việt, Hán Nôm và lịch sử Việt Nam. Nhà Việt Nam học, nhà Huế học lừng danh Leopold Cardière đã nói về Đức cha Caspar như sau: "Đó là một ông thánh, một nhà bác học. Tôi học người rất nhiều. Chính người đã dẫn nhập tôi về các nghiên cứu ngôn ngữ, lịch sử và khoa học tôn giáo. Người đã khai mào, khích lệ, hướng dẫn tôi. Không những người am tường khoa học ngôn ngữ và chữ Nho, mà còn rất tường tận về mặt lịch sử của xứ này" [2, tr.19].

Vì vậy, trường hợp của cố Lộc Caspar, người từng biên soạn *Dictionnaire annamite-francais (Từ điển Việt-Pháp*, Tân Định, Sài Gòn, 1877) và *Notions pour servir à l'étude de la langue annamite (Những khái niệm giúp học tiếng Việt*, Tân Định, Sài Gòn, 1879) là tác giả vở kịch quốc ngữ được viết theo kĩ thuật phương Tây là điều có thể hiểu được. Thực tế cũng cho thấy một vở kịch mang tính hiện đại được viết bởi một nhà văn Việt Nam ở cuối thế kỉ XIX là điều khó thể hình dung trong thời điểm ấy.

1.2. Về nhân vật chính của vở kịch

Nhân vật cha Minh trong vở kịch chính là linh mục Philipphê Phan Văn Minh. Ông sinh năm 1815, quê quán ở Cái Mơn, xã Vĩnh Thành, huyện Tân Minh, tỉnh Vĩnh Long (nay là Bến Tre), sống cùng thời với Nguyễn Đình Chiểu và đồng hương với Trương Vĩnh Ký. Năm 1828, ông được giám mục Taberd nhận vào chủng viện Lái Thiêu. Sau đó, ông được gửi đi du học tại đại chủng viện của Hội Thừa sai Paris ở Penang (Malaysia).

Philipphê Phan Văn Minh là người đã góp sức cùng giáo sĩ Taberd biên soạn và ấn hành hai cuốn *Dictionarium Anamitico - Latinum (Tự điển Việt - La tinh)* và *Dictionarium Latinum - Anamitico (Tự điển La tinh - Việt)* xuất bản năm 1838. Với các công trình này, ông được xem là người Việt Nam đầu tiên biên soạn từ điển. Dương Quảng Hàm đã đánh giá về cuốn từ điển trên như sau: "Trong cuốn này, cách viết chữ quốc ngữ giống hệt bây giờ: mỗi tiếng Nam đều có chua kèm chữ Nôm: cuốn sách ấy sẽ là một cuốn sách làm gốc cho các từ điển tiếng Nam sau này" [8, tr.338].

Ông còn là một nhà thơ với một số tác phẩm bằng quốc ngữ như *Nước trời ca, Phi năng thi tập*... Võ Long Tê và Phạm Đình Khiêm cho rằng "ngôn ngữ thơ của thánh Minh (tiền bán thế kỉ XIX) xét ra khác hẳn ngôn ngữ thơ của thế hệ trước và có những mẫu số chung với ngôn ngữ thơ hiện đại" [12, tr.100]

Philipphê Phan Văn Minh bị quan quân triều Nguyễn bắt ngày 26/02/1853 tại họ đạo Mặc Bắc (nay thuộc tỉnh Trà Vinh). Ngày 03/7/1853, ông bị chém tại pháp trường Đình Khao, gần Vĩnh Long. Thi hài ông được an táng dưới nền nhà thờ đã bị đốt ở Cái Mơn. Ngày 09/12/1960, di cốt của ông được dời về Nhà thờ Đức Bà Sài Gòn trong dịp lễ cung hiến. Giáo hoàng Lêô X đã suy tôn chân phước cho linh mục Philipphê Phan Văn Minh vào ngày 27/5/1900. Ngày 19/6/1988, Giáo hoàng Gioan Phaolô II suy tôn ông lên bậc hiển thánh.

Vở kịch *Tuồng Cha Minh* đến trước 1975 vẫn được diễn ở các nhà thờ vùng Vĩnh Long - Bến Tre. Cuộc đời ông cũng đã được đưa lên màn ảnh qua bộ phim *Áo dòng đẫm máu* sản xuất năm 1960 ở Miền Nam, do linh mục Nguyễn Hoàng Yến viết kịch bản, nghệ sĩ Năm Châu làm đạo diễn [9, tr.344].

2. ***Tuồng Cha Minh*** – Những khía cạnh kĩ thuật sáng tác

Hồ Ngọc Cẩn, vị giám mục thứ hai của Việt Nam, nhà nghiên cứu văn học ở đầu thế kỉ XX, đã phê phán các vở kịch viết theo lối mới, trong đó có *Tuồng Cha Minh* như sau: "Đời nay thiên hạ có bày tuồng hát kiểu nói nôm na, không văn hoa đối đáp; chỉ nói đơn sơ như cách nói chuyện, ví dụ như *tuồng Cha Minh*, *tuồng Thương khó*, v.v... song chính kiểu tuồng thói nước ta dùng bấy lâu nay, thì chẳng phải đặt cách thể ấy đâu" [3, tr.117].

Qua ý kiến của Hồ Ngọc Cẩn, chúng ta thấy *Tuồng Cha Minh* đã có những cách tân quá mới mẻ và chưa được sự đón nhận của công chúng độc giả Nam Kỳ, vốn thời điểm đó quen với truyện thơ, với câu văn biền ngẫu du dương, đăng đối. Đó cũng là trường hợp của *Truyện Thầy Lazarô Phiền* của Nguyễn Trọng Quản bên tiểu thuyết.

Nhà nghiên cứu tuồng Hoàng Châu Ký, nguyên Viện trưởng Viện

Nghiên cứu Sân khấu, sau khi nghiên cứu *Tuồng Cha Minh* đã khẳng định đây là một vở kịch nói kiểu Tây phương hoàn chỉnh, nghĩa là nó hội đủ những đặc điểm của một vở kịch:

Thứ nhất: Nó thuộc loại tự sự. Khác với kịch cổ điển tuân thủ một cách nghiêm ngặt luật tam nhất, *Tuồng Cha Minh* chịu ảnh hưởng của kịch thế kỉ XVIII chỉ duy nhất trong hành động, còn để không gian và thời gian mở rộng.

Thứ hai: Về bố cục, vở kịch này đã được Việt Nam hóa. Một vở kịch nói Tây phương kiểu Tây phương thường gồm nhiều hồi (acte), mỗi hồi có nhiều lớp (scène), khi thay nhân vật là thay lớp. Nhưng *Tuồng Cha Minh* lại dùng ngôn ngữ của tuồng cổ Việt Nam khi gọi "thứ" thay cho hồi, gọi "tuồng" thay cho lớp, mỗi tuồng chỉ nhằm giải quyết một sự kiện.

Thứ ba: Về ngôn ngữ, văn trong các câu đối thoại của *Tuồng Cha Minh* tương đối dài, nhưng rất gần với lời ăn tiếng nói của nhân dân, thường dùng từ thuần Việt hơn là từ Hán Việt. So với câu văn thế kỉ XIX và của đầu thế kỉ XX sau này vốn còn rất dài dòng, du dương, đăng đối theo lối văn biền ngẫu, thì cách hành văn của *Tuồng Cha Minh* trong sáng và hiện đại hơn nhiều [11, tr.131-132].

Sau đây chúng tôi xin phân tích cụ thể kĩ thuật sáng tác theo kiểu phương Tây của *Tuồng cha Minh*.

2.1. Cách xây dựng xung đột kịch

Trong mọi vở kịch, xung đột kịch là tác nhân thúc đẩy cốt truyện phát triển. Xung đột kịch ở *Tuồng Cha Minh* có cả hai hình thức, xung đột bên ngoài song song diễn tiến cùng xung đột bên trong.

Với các xung đột bên ngoài, cốt truyện lược thuật theo diễn tiến như sau:

Mở đầu: Bếp Nhẫn không được cha Lựu cho vay tiền nên lập mưu cáo cha với quan để lấy thưởng. Cha Lựu nghi ngờ Nhẫn có ý xấu nhưng vẫn bình tâm phó thác mọi sự trong tay Chúa.

Thắt nút: Cha Lựu rời nhiệm sở. Cha Minh chuyển đến. Nửa đêm, lính theo chỉ điểm của Bếp Nhẫn, ập vào nhà Trùm Lựu bắt bớ, tra tấn để tìm thầy đạo Thiên Chúa.

Phát triển: Xét xử lần 1: Cha Minh không lay chuyển trước sự trấn áp tinh thần và chiêu trò khiêng qua thập ác do quan Án và quan Bố bày ra.

Xét xử lần 2: Cha Minh không lay chuyển trước dụ dỗ của quan Tổng đốc.

Đỉnh điểm: Án tử.

Mở nút: Các quan Tổng đốc, Án, Bố đều bày tỏ sự khâm phục trước tư cách của Cha Minh.

Kết thúc: Thiên đàng.

Xét ở xung đột bên ngoài, cốt truyện trong *Tuồng Cha Minh* thể hiện mâu thuẫn giữa cá nhân và xã hội trong niềm tin tôn giáo: bên này là Cha Minh với đức tin Thiên Chúa duy nhất, bên kia là một thiết chế cấm đạo hà khắc tại một xứ sở đã sẵn truyền thống đa tín ngưỡng và tôn giáo bản địa. Tương quan giữa hai nhóm nhân vật khác biệt rất lớn: Cha Minh, Cha Lựu, các giáo dân... chỉ có duy nhất đức tin để đương đầu với quyền sinh sát, bức hại, tra tấn... của triều đình.

Dựa trên mâu thuẫn bề mặt giữa chính sách cấm đạo và giáo dân, vở kịch là những thất bại liên tiếp của tuyến nhân vật yếu thế. Thất bại đầu tiên là Cha Minh, Trùm Lựu và hai ông quới chức [2] bị bắt. Sau nhiều ngày chịu không nổi tra khảo, hai ông quới chức đành chấp nhận bước qua cây thập giá, cam lòng từ bỏ đức tin. Đây là thất bại thứ hai. Sau nhiều lần tra tấn, thuyết phục Cha Minh bỏ đạo không thành công, triều đình đã châu phê án tử. Cái chết của Cha Minh là thất bại thứ ba, đóng lại vở kịch. Như vậy, qua ba tầng tăng tiến, các xung đột bên ngoài khép lại. Thoạt nhìn, tưởng như một sự thất bại... Thế nhưng vở kịch không khép lại mà sẽ mở ra một tầng nghĩa thứ hai, gắn với những xung đột bên trong. Xung đột bên trong này ráp vừa khít và hợp lí với thứ kết mang tên "Thiên đàng": "Thứ sau hết là Thiên đàng (Apothéose) – dọn cho rực rỡ và hát xướng cho hay. Hát tiếng Annam hay tiếng Langsa cũng đặng" [10, tr.67]. Thiên đàng hay khúc hoan ca của đức tin báo với chúng ta rằng xung đột bên trong của vở kịch mới là xung đột chính yếu, mới là điều tác giả thật sự muốn kể.

Các xung đột bên trong gắn với sự phân vân, giằng xé và chuyển hóa trong nội tâm nhân vật để đưa đến hành động bên ngoài. Đọc *Tuồng Cha Minh* với các xung đột bên trong, chúng ta thấy một cốt truyện đồng dạng với cốt truyện ở trên nhưng sai biệt nhất định về ý nghĩa, như sau:

Mở đầu: Bếp Nhẫn đến gặp Cha Lựu, không được vay tiền nên quyết cáo cha để lấy thưởng. Cha Lựu nghi ngờ nhưng phó thác mọi sự trong tay Chúa với sự tha thứ tuyệt đối:

"*Trùm Lựu:* - Dạ bẩm Cha, như mà con nghe quả thằng Nhẫn lên tỉnh mà cáo, con sai trẻ qua đốt nhà nó.

Cha Lựu: - Ủa? Ông Trùm nói gì lạ vậy? Xưa Đ.C.G đã biết thằng

[2] Quới chức (tức "quí chức"): tiếng xưng tặng người có danh phận, có phẩm hàm [5, tr.847].

Judà sẽ bán Người, Người có sai tông đồ đi đốt nhà nó không? Lại khi ông thánh Vêrô vì lòng mến Chúa, chém đứt tai một đứa quân dữ, Chúa liền quở ông thánh ấy, nay ta là đầy tớ Người, không muốn bắt chước Người sao?" [10, tr.9-10]

Thắt nút: Cha Lựu rời nhiệm sở. Cha Minh vừa chuyển đến thì gặp vụ bắt bớ. Thương xót Trùm Lựu tuổi già bị tra khảo, Cha Minh đứng ra nhận:

"Lãnh: - Quân (Dạ) tấn riết, phen này mi không khai, tao tấn bỏ thây Da tô cho bay coi.

Ông trùm: - Hi hi... Xin nhà quan rộng lượng thương con dân Lựu là tôi, khốn cho thân già tôi hi hi hi...

Tức thì Cha Minh xưng mình rằng:

Cha Minh: - Thầy đạo Thiên Chúa quan tìm này là tôi, xin quan bắt, dung cho ông già này tội nghiệp" [10, tr.25].

Phát triển: Xét xử lần 1 hay ***giáo lí Gia tô được lên tiếng:*** Cha Minh một lòng quyết giữ đạo, vì vậy, phiên xét xử trở thành buổi thuyết giảng của Cha về đạo Gia tô. Qua đối thoại đó, bản chất của các tuyến nhân vật đều phô bày ra: Cha Minh cương trực, cứng cỏi; quan Án và quan Bố là những cỗ máy thừa hành của triều đình.

Xét xử lần 2 hay ***sự toàn thắng của đức tin:*** Trong phiên xét xử, nhân vật Tổng đốc tỏ ra là một người điềm đạm, sâu sắc trong lời ăn tiếng nói, từng bước một, cứ phải thoái lui trước sự rắn rỏi của Cha Minh: Tổng đốc thuyết phục Cha Minh thờ Phật: không thành công → không thờ Phật thì thờ vua: không thành công → không thờ vua, thì chỉ cần bước qua thập ác: không thành công. Trong khi tuyến nhân vật triều đình liên tục phải nhượng bộ thì Cha Minh chỉ một lòng "có dong thì dong, bằng có giết thì giết, vì tôi đã sẵn lòng chịu chết vì đạo Chúa tôi" [10; tr.57]

Đỉnh điểm: *Tử vì đạo* - như tự nguyện của Cha Minh.

Mở nút: Quan Tổng đốc, Án, Bố đều bày tỏ sự khâm phục trước tư cách của Cha Minh – ***hạt giống thiện lành đã được gieo***.

Kết thúc: Thiên đàng.

Trong *Tuồng Cha Minh*, xung đột chính yếu bên ngoài của kịch được thiết lập dựa trên sự đối đầu giữa một cộng đồng yếu thế với một thế lực nắm ưu thế tuyệt đối. Cán cân quyền lực càng thiên lệch bao nhiêu, độ căng của xung đột càng lớn bấy nhiêu và người xem càng trông chờ sự bất ngờ ở cái kết. Cách xây dựng xung đột này tương tự cách xây dựng xung đột trong truyện cổ tích, nơi mà cái ác không ngừng tấn công sự thiện lương. Sự thiện lương lại không có khả năng phản kháng. Truyện cổ tích xử lí xung đột nhờ vào thế lực siêu nhiên hoặc sự phản tác trong các thủ đoạn của cái ác, không phải từ sự phản kháng của các nhân vật lương thiện. *Tuồng Cha Minh* cũng được xây dựng cùng một mô hình như vậy. Giáo dân hoàn toàn không có khả năng phản kháng trước thế lực nghiêng trời của quan quân triều đình. Phản kháng mạnh mẽ nhất của Cha Minh và Trùm Lựu chỉ là từ chối bước qua thập giá. Tuy nhiên, khác với truyện cổ tích, ở *Tuồng Cha Minh*, không có phép màu nào xảy ra. Bởi vì cái chết và sự an nhiên trước cái chết chính là phép màu. Cái chết ấy là sự sáng bừng của đức tin, không mang ý nghĩa cái chết nữa mà là sự sống đời đời ở nước Chúa.

Cốt truyện thứ hai là kết quả của xung đột bên trong - xung đột giữa niềm ham muốn sống cuộc đời tầm thường và niềm tin vào sự cứu chuộc linh hồn ở nước Chúa. Với đức tin mãnh liệt, không thể lay chuyển của Cha Minh, thế lực của triều đình phải liên tục lùi bước. Cuối cùng, thế lực này phải thực hiện đúng như nguyện vọng của Cha là được "chết vì đạo thánh Chúa" [10, tr.65].

Cũng nên nói một chút về kĩ thuật cài cắm tình tiết đã được tác giả sử dụng rất đắc lực trong việc dẫn dắt cốt truyện. Sau khi tiếp xúc với Bếp Nhẫn, Cha Lựu bất giác cảm thấy bất an và chia sẻ nỗi nghi ngờ ấy với Trùm Lựu. Nỗi bất an này không chỉ là cơn cớ để Trùm Lựu tiết lộ gia cảnh của Bếp Nhẫn, để Cha Lựu có cơ hội nhắc lại giáo lí Gia-tô "yêu người như mình ta vậy" [10, tr.10] nhưng quan trọng hơn, trong diễn biến cốt truyện, đây là tình tiết cài cắm báo trước Bếp Nhẫn sẽ làm phản.

Từ rất sớm, tác giả đã có ý thức về việc chọn lọc chi tiết trong cốt truyện, một khi nhân vật đã thấy bất an, nỗi bất an ấy ắt phải được sử dụng về sau. Tương tự, trong cuộc gặp gỡ tình cờ giữa Cha Minh và Cha Lựu khi luân chuyển giáo xứ, Cha Minh thốt nhiên nhắc lời thánh Phaolô: "Tôi ước chết cho đặng hiệp làm một cùng Chúa tôi" [10, tr.19]. Trong diễn tiến cốt truyện thời điểm ấy, trích dẫn này hoàn toàn tự nhiên khi hai nhân vật đang động viên nhau phụng sự. Mặt khác, chi tiết ấy cũng chính là sự cài cắm, báo trước về cuộc tử đạo của Cha Minh về sau.

Như vậy, xung đột bên ngoài và bên trong hô ứng cùng nhau để bồi đắp trải nghiệm thẩm mĩ của người xem trọn vẹn, đầy đặn hơn. Với giả thuyết rằng *Tuồng Cha Minh* là vở kịch hiện đại đầu tiên của Việt Nam, chúng ta đã có một kịch bản đầu tiên khá đầy đặn, kĩ thuật xây dựng xung đột phong phú và chặt chẽ so với thời điểm ra đời.

2.2. Cách xây dựng nhân vật kịch

Hành động tử vì đạo của Cha Minh đồng dạng với cái chết cứu chuộc của Đức Giêsu. Và cũng như tích thương khó, *Tuồng Cha Minh* là câu chuyện khán giả đã biết trước đoạn kết, mà vẫn xem đi xem lại nhiều lần. Những vở kịch như vậy, sức hấp dẫn chủ yếu không nằm ở cốt truyện mà ở diễn xuất, ở lời thoại, ở sự ngưỡng mộ một kiểu nhân vật tư tưởng nào đó.

Cha Minh chính là kiểu nhân vật tư tưởng từ đời thật bước lên sân khấu và từ sân khấu giúp người ta ngẫm nghĩ lại cuộc đời. Nhân vật tư tưởng đại diện cho một phẩm chất của con người và thường cũng là nhân vật bất biến trong toàn bộ vở kịch. Cha Minh, Cha Lựu... là những nhân vật tư tưởng đại diện cho đức tin không đổi dời.

Sáng tạo quan trọng của kịch tác gia là đã trao cho nhân vật một đời sống nội tâm phong phú, thể hiện qua các độc thoại. Sau đây là độc thoại của Cha Lựu trước thời điểm rời khỏi giáo phận:

"A Chúa Dêu tôi! Tôi thấy bầy chiên Chúa trong Nam Việt này ngơ ngáo chẳng đủ kẻ chăn thì lòng tôi rất phiền não là ngần nào! Kìa đang khi tôi mắc đây, biết mấy kẻ thờ phượng Chúa mong sinh thì, mà khi chẳng gặp cha gặp thầy làm phước an ủi trông cậy Chúa tôi. Biết mấy người giáo hữu bị quan quân bắt gia hình dụ ép bỏ đạo Chúa tôi, mà thờ lạy bụt thần quái dị, chớ chi có linh mục nào ở đó mà an ủi cho kẻ ấy vững vàng giữ đạo Chúa tôi! Mà lạy Chúa, tôi đây lấy ai an ủi? Mấy bạn Linh mục tôi phải tan tác một người một nơi; tôi mới tới đây ở chưa an, bây giờ lại đi chốn khác. Chốn ấy có an chăng? Tôi nói gì vậy? Lạy Chúa, Chúa dạy tôi, tôi chẳng vưng sao? Tôi phú thác trót mình tôi cho Chúa, xin Chúa hãy gìn giữ, mà nếu sau vua quan có bắt giáo hữu, xin Chúa cho phô kẻ ấy đặng lòng vững vàng mà xưng danh Chúa Khi-ri-xi-tô là Chúa chúng tôi, A-men" [10, tr.10-11].

Độc thoại của Cha Lựu, chiếm toàn bộ tuồng thứ ba của thứ thứ nhứt, rất giàu chất kịch. Giàu chất kịch vì độc thoại hướng đến nhiều đối tượng, có không gian cho hoạt động của diễn viên. Qua độc thoại này, chúng ta thấy ba mối trăn trở trong nội tâm của Cha Lựu: 1/ nỗi trăn trở về con chiên không người chăn dắt, 2/ nỗi trăn trở về sự tan tác của các đạo hữu, 3/ nỗi trăn trở về sự an nguy của chính bản thân. Qua các độc thoại nội tâm như vậy, những suy tư, dằn vặt của nhân vật được hé lộ. Từ những suy tư ấy, độc giả nhận diện được nhân vật với đời sống tâm lí tròn trịa, gần với cuộc đời, gần với con người, chứ không phải chỉ thẳng tắp một đức tin.

Trong một độc thoại khác của Cha Minh trước phiên xét xử lần hai, chúng ta thấy hiện ra cả hai mảng suy tư vừa đối lập, vừa nhất quán trong cùng một con người. Một Cha Minh tỏ ra cứng cỏi ở phiên xử thứ nhất – đúng như một người con Chúa, qua độc thoại, đã tự thú về sự yếu đuối của mình, cần được ơn trên phù trì - đúng như tâm lí của một con người bình thường. Một Cha Minh đang mang xiềng trăn trói - trong hình hài một phạm nhân, vẫn xin Chúa hãy cứu rỗi kẻ đã cáo mình với quan, tha thứ cho những kẻ đã yếu lòng chối bỏ đạo - thể hiện lòng từ ái quên mình:

"Ớ Đ.C.G. Khi-ri-xi-tô là đứng rất chơn thật hằng có đời đời! Kìa thánh ý Chúa định cho tôi chịu mang xiềng trăn trói này, tôi xin vưng. Song xin Chúa hãy ban ơn cho tôi đặng vững vàng bến đỗ, vì sức riêng tôi rất yếu đuối. Tôi xin hiệp những sự này cùng sự thương khó Chúa, xin Chúa hãy thêm sự cực vì tôi đã sẵn lòng vác thánh giá mà theo chơn Chúa. Lạy Mẹ rất nhơn lành là Nữ vương các thánh tử đạo, xin Mẹ hãy giúp sức phù trì cho con là kẻ mồ côi cô độc. Xin Chúa hãy ban ơn cho mấy kẻ non lòng yếu sức chối Chúa tôi đặng trở lại, cùng kẻ đã sa chước ma quỷ mà nộp tôi, xin Chúa cho nó trở lại kẻo mất linh hồn Chúa đã chuộc. A men" [10, tr.48].

Do đặc thù của kịch là nhân vật tự thể hiện mình qua hành động và qua lời thoại nên độc thoại chính là những thời điểm không nhiều để khán giả trực tiếp khám phá thế giới nội tâm của nhân vật. Như trong trường hợp này, nhân vật Cha Lựu, Cha Minh hiện ra đa chiều kích hơn qua độc thoại, đức kham nhẫn, từ ái, sự bao dung, nỗi âu lo... được nhân vật trực tiếp giãi bày trong độc thoại. Độc thoại được đặt ở vị trí hợp lí, giúp khán giả quan sát được nhân vật một cách toàn diện và sâu sắc hơn. Với kiểu nhân vật tư tưởng như Cha Minh, Cha Lựu, độc thoại cũng rất phù hợp để phát ngôn về thông điệp tôn giáo mà tác giả muốn gửi gắm.

Tuy nhiên, độc thoại cũng khiến tiến độ kịch giảm xuống. Trong kĩ thuật dựng thoại, kịch tác gia tỏ ra khá vững vàng với điểm mạnh và yếu của từng kiểu thoại. Trước phiên xét xử thứ hai, tác giả hư cấu một cuộc gặp gỡ giữa hai nhân vật Cha Minh và Cha Lựu. Hai người cùng một lí tưởng, đối thoại với nhau về niềm tin Thiên Chúa, qua đó, chẳng những đức tin Công giáo thêm rực rỡ, mà đoạn đối thoại còn thể hiện sự ấm áp của tình bạn, tình đạo hữu. Tương tự, khoảnh khắc tình cờ gặp nhau ở bến sông khi Cha Lựu chuyển đi và Cha Minh dọn đến cũng là một cuộc gặp gỡ mừng mừng tủi tủi, nhiều cảm xúc. Đặt giả thuyết tác giả không xây dựng những cuộc gặp gỡ này mà thay bằng độc thoại của các Cha hướng về Thiên Chúa, nội dung thoại có thể không thay đổi nhiều nhưng hiệu quả của hành động kịch sẽ không giàu cảm xúc như mong đợi.

Bên cạnh kiểu nhân vật tư tưởng, đa số nhân vật còn lại trong vở kịch là nhân vật chức năng – thực hiện một nhiệm vụ, vai trò nào đó để thúc đẩy xung đột kịch. Do đặc thù này, các nhân vật chức năng thường không có đời sống tâm lí, họ chỉ đơn thuần đảm nhiệm một chức năng trong vở kịch mà thôi. Thú vị là trong *Tuồng Cha Minh*, một vở kịch rất sớm, vài nhân vật chức năng bước đầu đã được đặt trong những tình huống kịch, giúp nhân vật thể hiện được một số nét tính cách đặc thù. Chẳng hạn trong đoạn thoại dưới đây, hai vị đại diện triều đình – quan Án và quan Bố – hiện ra như hai kẻ hủ nho, thiển cận, thậm chí có phần hài hước:

"*Bố:* - Thầy rằng đi nước lạ phương xa, mà xa mô?

Cha Minh: - Chỉ vua truyền như vậy, tôi bèn sang Mả-cao vì trong nước ấy vua quan không có bắt kẻ giữ đạo ngay Thiên Chúa như trong quê nhà tôi.

Án: - Mả-cao đâu xa ngài?
Bố: - Tôi cũng không biết đâu, thầy nói xa thì hay rằng xa" [10, tr.32].

Cũng hai viên quan này, trước phiên xét xử Cha Minh đã trao đổi với nhau về cách làm việc như thế này:

"Bố: - Hôm nay hệ ngày, mắc xử mấy thằng tù Da tô, nghỉ không đặng.

Án: - Không hề gì, ta tra sơ, bắt đạp thập ác, bằng thuận thì ta dong, bằng chẳng thì ta bẩm với ông lớn, ngài định, chớ biết làm sao, mà lạ chớ, ngài, chỉ đức vua truyền cấm Da tô đạo, lại xưa nay ta nghe đâu, thì cũng đã bắt chém hết nhiều, sao nay lại còn?" [10, tr.28].

Thái độ làm việc qua loa cho có: "tra sơ", "bẩm với ông lớn", "chớ biết làm sao"... hoàn toàn phù hợp với hành động bừa bãi của hai ông ở cuối phiên xét xử là lệnh cho lính nhấc hai đầu gông, khiêng Cha Minh qua cây thập ác, cho xong việc. Để rồi quan lí luận một cách vừa ngang ngược, vừa hài hước rằng: "Thầy đã bước qua rồi, không, sao mà qua bên kia?" [10, tr.39]

Hai viên quan triều đình xuất hiện trong vở kịch ở những tình huống rất ngớ ngẩn: không biết đạo Da-tô là gì [10, tr.28], không biết Mả-cao ở đâu [10, tr.32], không biết con dân Nam Việt từng thờ phụng thế nào trước khi thờ Phật [10, tr.35] nhưng lại rất biết bày chiêu trò kiểu cả vú lấp miệng em khiêng phạm nhân qua thập giá, để tiện việc cho mình. Quan Án, quan Bố trong địa vị nhà quan nhưng tự biến mình thành vai hề do bị khoác cho một cái áo trọng trách tra án quá lụng thụng so với năng lực nhỏ bé của hai ông.

Điều đó cho thấy khả năng quan sát và xây dựng tình huống kịch của tác giả rất tốt. Năng lực này một lần nữa thể hiện ở nhân vật Trùm Lựu. Ông Trùm là người cương trực, khẳng khái, giàu tình nghĩa, trước sau thái độ không đổi dù với quan trên hay kẻ dưới, dù trong lúc lao tù hay tự do tự tại.

Khi quan hỏi, về việc che giấu thầy đạo, Trùm Lựu đáp "... có thầy nào đằng đạo Thiên Chúa vào mà ở, thì tôi nuôi như khách khứa tới nhà, tôi đuổi sao đặng, lại đuổi sao trọn nghĩa thầy trò" [10, tr.41]. Về việc bỏ đạo, Trùm đáp "... nếu nhà quan cho tôi về mà lập nên cơ nghiệp thì tôi vui lắm; song phải bước qua chối đạo mới đặng về, thì tôi không thèm, chết như tôi, không ai nói rằng: chết tức, vì nay mai cũng phải chết" [10, tr.41]. Khi hai người đồng đạo không chịu nổi roi đòn, đành bước qua thập giá, Trùm vẫn chỉ một lời: "Bẩm ông lớn, sống thác không rời, con theo cha, trò theo thầy tận lực, mới gọi là trung" [10, tr.45].

Cũng vẫn khẩu khí cứng cỏi ấy khi Trùm chưa bị bắt và biết Cha Lựu nghi ngờ Bếp Nhẫn: "Dạ bẩm Cha, như mà con nghe quả thằng Nhẫn lên tỉnh mà cáo, con sai trẻ qua đốt nhà nó" [10, tr.9].

Trùm Lựu là nhân vật sống động, giàu chất liệu cuộc đời bậc nhất vở kịch. Từ hành động, lời nói đến cách tư duy đều đậm chất lão nông Nam Bộ, cần nói thì nói chuyện thẳng thắn, bộc trực; không cần nói thì chỉ tấm mẳn, chăm chỉ làm ăn. Nửa đêm nghe tiếng súng, tiếng đập cửa bất thường, ông già 68 tuổi phản ứng nhạy bén đúng kiểu một người quen lao động, một ông chủ gia đình sẵn sàng đổ máu để bảo vệ người thân và gia sản:

"Ông Trùm: - Ba, Tư, ăn cướp, con. Trao cái mác đây tao.

Lãnh: - Khai môn cho mau, quan tỉnh xuống.

Ông Trùm: - Ủa, quan tỉnh xuống, mà việc chi đêm hôm không phóng trát cho hay cà? Ba, hé cửa coi con...". [10, tr.23-24].

Tác giả chỉ cần một câu thoại duy nhất để nhân vật ông Trùm bộc lộ sự rạch ròi giữa yêu và giận: "Thật cha khéo ra nộp mình, để con chịu chết cho rồi thì thôi, mày đá Nhẫn hử!" [10, tr.26] khi Cha Minh ra nộp mình để cứu ông.

Trong nhà lao, ngoài nỗi đau bị đòn roi, nỗi băn khoăn của ông cũng đầy chất con người: "... mà không biết nhà cửa vườn tược mấy đứa con ở nhà làm sao, quan quân họ có cho nó lại món gì mà làm ăn không?" [10, tr.47].

Trùm Lựu là hình ảnh tiêu biểu của một con chiên ngoan đạo, tháo vát trong cuộc sống, không hướng về Thiên Chúa để xin an ủi khổ đau mà để được chăm sóc phần hồn.

3. **Tạm kết**

Vở kịch tập trung tái hiện giai thoại Cha Minh rơi vào tay triều đình và thái độ điềm tĩnh của Cha những ngày cuối cùng trước khi về với Chúa. Tích truyện được xây dựng với mục đích tôn vinh và lan tỏa đức tin của người con Chúa, vì vậy, Cha Minh, Cha Lựu... được xây dựng ổn định một tính cách, bất biến từ đầu đến cuối kịch. Trong xây dựng nhân vật, tính cá thể hóa của từng nhân vật chưa hoàn toàn sắc nét nhưng nhân vật nào thể hiện đúng đặc trưng của nhóm nhân vật ấy. Trong các nhân vật tư tưởng, dấu vết sắp đặt của tác giả còn lộ rõ nhưng người viết cũng đã ít nhiều lưu ý đến chất người, đến sự ấm áp của cuộc sống khi xây dựng cho các nhân vật tình đạo hữu, sự yếu đuối của cá nhân trước cường quyền.

Khi khảo sát về cách xây dựng xung đột và xây dựng nhân vật của *Tuồng Cha Minh*, giả thuyết cố Lộc Caspar, một linh mục người Pháp, là tác giả kịch bản này có vẻ càng thuyết phục. Các xung đột trong *Tuồng Cha Minh*, tất nhiên, chưa đủ sắc sảo và gay cấn nhưng với đầy đủ xung đột bên ngoài và nhiều tầng xung đột bên trong, kịch bản ắt phải được xây dựng từ một tác giả có nhiều trải nghiệm với nghệ thuật sân khấu phương Tây.

Vở kịch *Tuồng cha Minh*, được thừa sai người Pháp Marie-Antoine Louis Caspar sáng tác và xuất bản tại Sài Gòn năm 1881, trong tình hình tư liệu hiện nay, có thể xem là vở kịch hiện đại viết bằng chữ quốc ngữ sớm nhất của Việt Nam. Vở kịch này do đó là một cột mốc rất đáng ghi nhận trong lịch sử sân khấu Việt Nam nói riêng và lịch sử văn học Việt Nam nói chung.

Tài liệu tham khảo

[1] Lê Đình Bảng (2010), *Văn học Công giáo Việt Nam – những chặng đường,* Nxb. Từ điển Bách khoa, TP. Hồ Chí Minh.

[2] Leopold Cadiere (2020), *Hồi ký của một ông già Việt học* (Đỗ Trinh Huệ biên khảo), Nxb. Thế giới, Hà Nội.

[3] Hồ Ngọc Cẩn (1919), *Văn chương thi phú An Nam,* Imprimerie de la Société des Missions-Etrangères (Nhà in của Hội Thừa sai), Hồng Kông.

[4] Hồ Ngọc Cẩn (1933), *Văn chương An Nam*, Imprimerie de la Société des Missions-Etrangères (Nhà in của Hội Thừa sai), Hồng Kông.

[5] Huình Tịnh Của (1895), *Đại Nam quấc âm tự vị*, Imprimerie Rey, Curiol & Cie, Sài Gòn.

[6] Hoàng Dũng (2018), *"Chữ Quốc – thực tiễn phát âm và lịch sử chữ viết"*, trong *Kỷ yếu Hội thảo Quốc tế Ngôn ngữ học Việt Nam - Những chặng đường phát triển và hội nhập quốc tế*, Nxb. Thông tin và Truyền thông, Đà Nẵng.

[7] Bằng Giang (1998), *Văn học quốc ngữ ở Nam Kỳ*: 1865-1930, Nxb. Trẻ, TP. Hồ Chí Minh.

[8] Dương Quảng Hàm (1968), *Việt Nam văn học sử yếu* (tái bản), Bộ Giáo dục- Trung tâm Học liệu xuất bản, Sài Gòn.

[9] Hội đồng Giám mục Việt Nam - Ủy ban Văn hóa (2019), *Bốn trăm năm hình thành và phát triển chữ quốc ngữ trong lịch sử loan báo tin mừng tại Việt Nam* (tài liệu hội thảo).

[10] J.M.J. (1924), *Tuồng Cha Minh* (in lần thứ hai), Imprimerie de la Mission (Nhà in Hội Thừa sai), Sài Gòn.

[11] Nhiều tác giả (1993), *Về sách báo của tác giả Công giáo (thế kỷ XVII – XIX)*, Khoa Ngữ văn Trường Đai học Tổng hợp TP. Hồ Chí Minh.

[12] Võ Long Tê (1965), *Lịch sử văn học Công giáo Việt Nam* (cuốn I), Nxb. Tư duy, Sài Gòn.

Dinh Khao_Phap truong

VÀI SUY NGHĨ VỀ NGHỆ THUẬT BIÊN KỊCH HÁT BỘI TRONG VỞ TUỒNG "JOSEPH"

Hoàng Châu Ký

Đã lâu tôi biết có vở tuồng *"Joseph"* nhưng không tìm được kịch bản. Gần đây giáo sư Nguyễn Văn Trung gặp và tặng tôi vở tuồng này. Đối với tôi, đây là một tài liệu, một "tài sản" rất quí.

Ngay ở trang bìa, in rõ tác giả là Trương Minh Ký, vở tuồng được trình diễn lần đầu tiên ngày 13-7-1887 tại Chợ Lớn, và ấn hành ở Sài gòn năm 1888. Tôi đọc đi đọc lại vở tuồng này mấy lần, chưa dám có những nhận xét chi tiết, chỉ xin nêu mấy suy nghĩ nhỏ bước đầu về nghệ thuật biên kịch Hát Bội thể hiện trong vở đó.

Cấu trúc của vở tuồng này rất đúng kiểu cấu trúc của tuồng Hát Bội và kịch hát phương Đông nói chung như Kinh Kịch của Trung Quốc, Kabuki của Nhật Bản... Đây đích thực là tác phẩm văn học sân khấu vì hội đủ các tiêu chuẩn của kịch bản sân khấu: xung đột kịch nổ ra giữa các tuyến nhân vật, các tính cách phát triển cao trào, kết kịch... Nhưng tác phẩm được sáng tác ở dạng kể lại một câu chuyện đã qua, nên đồng thời nó cũng thuộc loại hình văn học tự sự. Do đó giới lý luận văn học lâu nay gọi là kịch tự sự. Trong tác phẩm, tác giả diễn tả luôn những diễn biến tâm tư, tình cảm của các nhân vật ở dạng các nhân vật tự bộc lộ những tâm tư ấy, vì vậy lại có cả văn học trữ tình. Chúng tôi muốn nêu lên một khái niệm cụ thể hơn, đây là loại *"Kịch tự sự - trữ tình"*.

Lâu nay nhiều người hay nói đến chuyện giữ gìn bản sắc nghệ thuật, nhưng không lý giải cái bản sắc ấy là thế nào. Theo chúng tôi, đối với tuồng thì "Bản" là cấu trúc, là cách bố cục của vở tuồng, còn "Sắc" là những phương tiện thể hiện câu chuyện của bố cục đó, nói cụ thể ở đây là các thể văn nào và mối quan hệ giữa chúng với nhau theo những qui tắc có tính thi pháp. Ở mỗi vở Hát Bội trung bình văn biền ngẫu chiếm đến 80%, 15% là thơ ca và 5% là văn xuôi.

Gs. Hoàng Châu Ký

** (1921 - 2008) quê tại Hội An, Quảng Nam, là nhà văn, nhà nghiên cứu sân khấu dân gian Việt Nam. Ông là hiệu trưởng đầu tiên của Trường Ca kịch dân tộc Việt Nam (nay là Đại học Sân khấu Điện ảnh Hà Nội), nguyên Tổng Thư ký Hội Nghệ sĩ sân khấu Việt Nam, nguyên Viện trưởng Viện Sân khấu. Đóng góp nhiều trong việc nghiên cứu, bảo tồn, phát triển và truyền bá nghệ thuật tuồng.*

** Tác phẩm: Sơ khảo lịch sử nghệ thuật tuồng (Hà Nội, 1973), Tuồng cổ (Hà Nội, 1978).*

Khi biểu diễn, các diễn viên sử dụng biền văn thành các điệu nói lối để làm các nhiệm vụ khác nhau: đối thoại, đàm thoại, xưng tên, trình bày chức vụ, nghề nghiệp, bộc lộ tâm tình, kế hoạch hành động nào đó,...

Chính vì lẽ trên đây mà biền văn chiếm tỷ lệ rất cao trong mỗi vở tuồng. Nói lối chưa phải là hát nhưng tiếp cận với thanh nhạc, đây là nói tiết tấu hoá, một số điệu lối còn đậm tính giai điệu nữa. Nói lối sẽ là chiếc cầu âm thanh để chuyển lên các điệu hát một cách hài hoà.

Thơ và phú sẽ được diễn viên sử dụng bằng các điệu hát trữ tình. Văn xuôi thường được dùng để đệm vào làm sáng tỏ thêm nội dung câu biền văn hay câu thơ.

Đọc vở tuồng Joseph, về cấu trúc chúng tôi đã trình bày qua ở phần trên, vì tỷ lệ các thể văn trong vở, ta cũng thấy phù hợp với điểm tôi vừa trình bày đó.

Tôi xin phép không đếm số lượng câu biền văn về thơ phú một cách cụ thể, chỉ xin nói rằng tất cả những câu mà tác giả ghi tên người rồi tiếp theo là chữ "viết", ví dụ "Joseph viết", "Jacob viết" hoặc "Tán viết", "Hựu viết" đều là biền văn. Còn những câu được đề là "Văn viết", "Thán viết", "Loạn viết" là thuộc các thể thi ca.

Và mối quan hệ giữa các thể văn được đùng ở đây cũng rất hợp cách.

Phần trên chúng tôi đã trình bày là biền văn làm được nhiệm vụ trình bày tâm sự, xúc cảm. Ở đây xin nói thêm rằng khi mà một xúc cảm nào đó đã phát triển lên đến điểm đỉnh của nó thì lập tức biền văn nhường lại cho thi ca. Ví như đoạn sau đây (cuối trang 10 và đầu trang 11).

Joseph đã bị ném xuống giếng cạn, than thở bằng biền văn:

"...Nói lên day vã miệng
Quăng xuống đụng lỗ sâu
Nghĩ thôi dễ ngót cơn sầu
Tưởng tới khôn cùng đoạn thảm!"

Nhưng khi tình cảm đau buồn này phát triển đến điểm cao hơn thì ta thấy nó được thể hiện bằng thơ ca:

"Trời cao thăm thẳm
Đất rộng minh minh!
Chẳng hay mỗ hiếu trong ghi dạ
Đâu biết tôi khiêm nhượng hết tình!
Chính giữa non xanh
Trời thấy mấy anh làm việc dữ!
Chung quanh thú lạ
Ai đem tin tức thấu cha lành!"

Tiếp theo, tư tưởng nhân vật chuyển sang một dạng khác, bình luận chuyện đời, suy nghĩ về cách ứng xử của mình thì lại xuất hiện biền văn:

"Thời người lãnh được phước rành rành
Sao đứa dữ đem lòng thẳng cự,
Thác đặng trọn niềm hiếu tử
Sống lo vẹn nghĩa từ thân..."

Trong vở này có một điểm khá đặc biệt cần nêu là điệu "hát vãn" thông thường là được sử dụng trong lúc nhân vật đi, cũng như điệu "loạn" (cũng gọi tẩu mã) sử dụng trong lúc nhân vật chạy. Rất ít người biết sử dụng hai điệu đó trong trường hợp ngược lại là không đi, không chạy vẫn hát "hát vãn" hay "loạn".

Tác giả Trương Minh Ký sử dụng điệu "vãn" trong lúc Joseph đương ngồi hay đi quanh quẩn trong phòng sau khi tỉnh giấc chiêm bao (trang 3) :

"Đến sáng chường cùng huynh trưởng
Dạng cho tường việc trượng việc khinh
Chiêm bao điềm ứng thình lình
Riêng bàn dầu hẳn thần linh tỏ bày
Mãn còn chuyển vẩn hiên tây
Xây quanh rạng sáng, lày quày hừng đông"

Như thế tác giả tuồng am hiểu sâu sắc tính năng của điệu hát. Trường hợp này tuy nhân vật không đi, nhưng tâm hồn đương đi, đương bồn chồn đợi trời sáng. Tiết tấu của điệu hát phù hợp với tiết tấu cảm của nhân vật, chứ không phải tiết tấu của hành động hình thể. Cách vận dụng làn điệu như thế này, nhiều người viết tuồng chuyên nghiệp ngày nay chưa am hiểu.

Vở tuồng này còn đúng cung cách các vở tuồng truyền thống ở chỗ mở đầu có mấy câu "giáo tuồng":

"Phong trần võ thuận
Quốc thái dân an
Trong veo nước sông vàng
Lặng trang trời biển đỏ"

Ở sân khấu Hát bội truyền thống, nhân vật xuất hiện đầu tiên của vở diễn phải đọc (chứ không phải hát) mấy câu có nội dung ca tụng cảnh quan tươi đẹp, bình yên, sau đó mới xưng danh và nói về mình.

Đến cuối vở diễn, nhân vật nói lối hay hát câu cuối cùng của lớp cuối cùng xong lại phải đọc mấy câu gọi là "vãn tuồng", tức là xong buổi diễn, có nội dung chúc tụng xã hội. Trong vở này đó là mấy câu :

"Chúc thái bình nam, bắc, tây, đông
Nguyền yên phận sĩ, nông, công, cổ
Sự Joseph tồn vong chưa rõ
Coi hạ hồi phân giải mới hay"

Trong lời vãn tuồng ở đây, tác giả vở còn kết hợp giới thiệu hồi tuồng tiếp theo. Đó là một sự đổi mới. Lời vãn tuồng có thể là biền văn như trên, cũng có thể là hai câu biền văn rồi tiếp một câu thơ sáu tám được hát theo điệu Nam thày (cũng gọi là nam khong) mang chất nhạc tụng ca. Điệu này hiện nay còn rất ít người biết hát.

Cuối kịch bản này lại còn một bài thơ tứ tuyệt, đó là ý kiến bình luận của tác giả. Lời bình luận bằng thơ này có thể để sau như trên hoặc để trước mỗi hồi, nhưng ở biểu diễn thường không đưa ra sân khấu để đọc hay hát. Do đó những vở tuồng từ đầu thế kỷ này không thấy có lời thơ bình, luận ấy.

Cuối cùng tôi nêu thêm một ý kiến về cách tân trong kịch bản này:

Từ năm 1911, các tác giả tuồng Hoàng Tăng Bí, Nguyễn Hữu Tiến đã dùng tiếng Việt trong các điệu Hát khách, Thán... nhưng những vở này chỉ có kịch bản lưu hành, chưa có tài liệu nào cho biết là đã trình diễn ở đâu, lúc nào. Cho đến trước Cách mạng Tháng Tám năm 1945, trong tất cả các vở tuồng thường được công diễn thì những điệu hát thuộc Cung Bắc của âm nhạc truyền thống như Khách, Loạn, Thán, Bạch... đều viết bằng chữ Hán... Cho đến năm 1952, khi chúng tôi dịch những câu chữ Hán đó ra chữ quốc ngữ rất đúng âm luật của mấy điệu hát ấy, các nghệ sĩ hát lên còn cảm thấy hơi ngượng mồm.

Ở kịch bản tuồng *"Joseph"*, các điệu hát nói trên đều viết bằng chữ quốc ngữ, tiếng Việt và đã trình diễn từ năm 1887, như thế là không những cách tân ở mặt văn học tuồng mà cách tân cả mặt biểu diễn các điệu hát đó. Một sự cách tân khá sớm. Cụ thể ở đây là điệu Loạn ở trang 8 của *"Joseph"*:

"Non xanh cùng khắp chạy tìm anh,
Chẳng nại đàng xa khúc quẹo quanh
Miễn động vui lòng đền ngãi trọng
Ngày sau ắt có phước trời dành"

Cũng về mặt chuyên môn, nếu có điểm cần bàn thêm ở kịch bản này thì đó là điệu vãn ở trang 7 được sử dụng quá độ cần thiết. Thông thường một sắp hát vãn chỉ gồm 3 câu: Tiếng nói nghề gọi câu đầu là câu trống, câu thứ hai là câu nói, câu thứ ba lại câu trống. Có trường hợp có thêm câu thứ tư thì cũng thuộc câu trống. Kinh nghiệm cho thấy thế là vừa với sự thưởng thức của khán giả. Ở đoạn này tác giả vở tuồng đã sử dụng đến mười câu.

Tôi mong có dịp nghiên cứu về một số mặt khác của kịch bản này.

ĐỌC: *PHI NĂNG THI TẬP*
CỦA THÁNH PHILIPPHÊ PHAN VĂN MINH

Khổng Thành Ngọc

Thánh Philipphê Phan Văn Minh

Ngày 19 tháng 6 năm 1988, tại Roma, Đức Giáo hoàng Gioan Phaolô II tôn phong 117 Chân phước Tử đạo Việt Nam lên hàng hiển thánh.

Trong bài giảng Thánh lễ hôm ấy, Đức Gioan Phaolô II nhấn mạnh:

"Đối với chúng ta hôm nay, các vị tử đạo Việt Nam là những thợ gặt được nhắc đến trong Thánh vịnh: 'Ai gieo trong nước mắt, sẽ gặt trong hân hoan. Lúc ra đi, nghẹn ngào vãi hạt; khi trở về, quẩy lúa mừng vui' (Tv 126,5-6). Lời huyền nhiệm trên soi sáng cho chúng ta nhận ra ý nghĩa đích thực việc làm chứng của các vị tử đạo Giáo hội Việt Nam trong lịch sử. Trong nước mắt, hạt giống Tin mừng và ân sủng đã nảy mầm, rồi từ đó cả một mùa hồng ân đức tin tràn trề, phong phú".[1]

Mỗi vị trong 117 thánh tử đạo Việt Nam đều là một chứng từ sống động, đặc sắc về đức Tin, về giá trị Tin mừng sự sống để lại cho hậu thế. Mỗi chứng từ đều hàm chứa thông điệp về sự đối thoại. Những thông điệp bằng máu. Kiên cường mà dịu dàng. Tráng liệt mà thiết tha. Dịu dàng tha thiết mời gọi đối thoại.

Đức Gioan Phaolô II nhận ra ý nghĩa của bức thông điệp bằng máu và nước mắt ấy:

"Khi 'gieo trong nước mắt', các vị tử đạo Việt Nam đã thực sự bắt đầu cuộc đối thoại sâu sắc và mang ý nghĩa khai phóng với con người và nền văn hóa của đất nước mình, trước hết bằng cách loan báo sự thật và tính phổ quát của niềm tin vào Thiên Chúa, đồng thời đưa ra một bậc thang giá trị và nghĩa vụ, đặc biệt thích ứng với nền văn hóa tôn giáo của toàn thể thế giới Đông phương".[2]

Kỷ niệm 30 năm ngày phong thánh 117 vị tử đạo Việt Nam, bài viết này như một dịp đọc lại và suy gẫm một nội dung rất đặc sắc trong bài giảng của Thánh Gioan Phaolô II tại lễ phong thánh đối chiếu với dòng "ngôn chí" của một trong 117 vị tử đạo hiển thánh Việt Nam: Thánh Philipphê Phan Văn Minh, linh mục, tử đạo (1815-1853). Một vị thánh đã dấn thân vào "cuộc đối thoại sâu sắc và mang ý nghĩa khai phóng với con người và nền văn hóa của đất nước mình".

Thánh Philipphê Phan Văn Minh & Phi Năng thi tập

Tiểu sử Thánh Philipphê Minh được ghi lại trên trang web của giáo phận Vĩnh Long, quê hương ngài, như sau:

"Thánh Philipphê Phan Văn Minh sinh năm 1815 tại họ Cái Mơn, thuộc Vĩnh Long trong một gia đình Công giáo đạo đức. Ngài được Đức Cha Taberd nhận vào Chủng viện Lái Thiêu năm 1828. Đến năm 1840 ngài được gởi học tại Đại Chủng viện Penang (Mã Lai).

---

[1] Dịch theo bản tiếng Ý, tại: http://www.vatican.va/content/john-paul-ii/it/homilies/1988/documents/hf_jp-ii_hom_19880619_martiri.html

[2] Dịch theo bản tiếng Ý, tại: http://www.vatican.va/content/john-paul-ii/it/homilies/1988/documents/hf_jp-ii_hom_19880619_martiri.html

Sau sáu năm học tập và tu luyện, ngài trở về quê hương và thụ phong Linh mục vào năm 1846.

Nhà báo Khổng Thành Ngọc

** Sinh 1954 (quê Ninh Bình, lớn lên, học tập và làm việc tại Sài Gòn)*
** Dạy học & Làm báo*
** Tác phẩm: Lời của Đời (1990, bình luận văn học); Kiến trúc Thánh đường Công Giáo tại Việt Nam (2005, khảo cứu); Từ điển Văn hóa Kitô giáo (2006, viết chung Nguyễn Nghị và Hoàng Minh Thức); Lắng nghe lời của đời (2011, tạp ký); Những người đánh thức bình minh (2017, bình luận văn học); Tủ sách An-pha & Ô-mê-ga*
** Chủ biên, Thời sự thần học & văn hóa (2021).*
** Email: <khongngoc@gmail.com>*

Vào cuối năm 1852, lệnh cấm đạo trở nên gắt gao, ngài phải vâng lệnh bề trên, đến trú ẩn tại họ Mặc Bắc, nhưng lại lãnh triều thiên tử đạo. Nguyên lúc ấy, có tên bếp Nhẫn say mê cờ bạc rượu chè, vì hy vọng vào tiền thưởng, nên đã đi báo quan đem quân về bắt Cha Phêrô Lựu, chánh sở Mặc Bắc. Không gặp được Cha Phêrô Lựu, quan quân lại bắt được Cha Minh trong đêm 25/2/1853, cùng với chủ nhà cho trú ẩn là ông Trùm Giuse Nguyễn Văn Lựu và một số giáo dân nữa. Tất cả họ bị điệu về Vĩnh Long.

Trong ngục, cha Philipphê Minh luôn luôn hãnh diện vì là linh mục và đầy lòng thương mến các bạn tù, dù phải chịu hình khổ và nhiều điều sỉ nhục. Vì không lay chuyển nổi đức tin sắt đá của ngài, các quan đã lên án "phát lưu ra Bắc" và đệ án về Kinh xin châu phê. Vua Tự Đức không nghe, truyền lệnh phải xử tử. Ngày 3/7/1853, ngài bị điệu đi xử trảm tại pháp trường Đình Khao (Vĩnh Long). Đức Thánh Cha Piô IX đã suy tôn Cha Philipphê Phan Văn Minh lên bậc *Đáng kính* ngày 27/09/1857. Đức Thánh Cha Lêô XIII đã tôn phong ngài lên hàng *Á Thánh* ngày 27/5/1900 và ngày 19/6/1988, Đức Giáo hoàng Gioan Phaolô II đã suy tôn ngài lên bậc *Hiển Thánh*. Giáo phận Vĩnh Long và Chủng viện Vĩnh Long đã nhận thánh Philipphê Phan Văn Minh làm thánh Bổn mạng, và mừng lễ kính vào ngày 3 tháng 7"[3].

Những dòng tiểu sử trên đây là một bản ghi vắn tắt cuộc đời của thánh nhân. Trong khi đó, giới nghiên cứu văn hóa đã đặc biệt chú ý đến phần di cảo của ngài. Đó là những sáng tác thi ca được hai nhà nghiên cứu Võ Long Tê[4] và Phạm Đình Khiêm[5] sưu tập và phân tích

[3] http://giaophanvinhlong.net/Trung-Tam-Hanh-Huong-va-Thang-Canh.htm

[4] Võ Long Tê (1927-2017), nhà văn, nhà thơ, nhà nghiên cứu văn học. Tác phẩm: *Lịch sử văn học Công giáo Việt Nam* (1965), *Dẫn nhập nghiên cứu tiếng Việt và chữ Quốc ngữ* (xuất bản tại Pháp 1997)...

[5] Phạm Đình Khiêm (1920-2013), nhà nghiên cứu Công giáo. Tác phẩm: *Tìm hiểu vấn đề xã hội* (1958); *Người chứng thứ nhất* (1959); *Minh Đức Vương Thái phi* (1959); *Giáo sĩ*

trong bản thảo viết tay, năm 1989, nhan đề: "*Phi Năng thi tập - Văn bản hiệu đính*"[6].

Trong tác phẩm khảo cứu này, Võ Long Tê và Phạm Đình Khiêm giới thiệu Thánh Philipphê Minh là *nhà ngữ học, nhà thơ, vị tông đồ, bậc tuẫn giáo*.

Đặt tên *Phi Năng thi tập* cho di cảo thơ của Thánh Philipphê Minh, hai nhà nghiên cứu Công giáo có ý nhắc đến Chủng viện Penang (được dịch thành Phi Năng), Malaysia, nơi thánh nhân sáng tác bài thơ đầu tiên, đồng thời là nơi ngài theo học trước khi chịu chức linh mục.

Trong tập khảo cứu *Phi Năng thi tập - Văn bản hiệu đính*, Võ Long Tê và Phạm Đình Khiêm đã sưu tập được 35 bài thơ của thánh nhân và 100 bài thơ họa của các thi hữu và người hâm mộ. Khối lượng sáng tác này khiến hai nhà nghiên cứu gọi đây là "*thi đàn của đức tin*".

Là "thi đàn của đức tin", nhưng sâu xa hơn, *Phi Năng thi tập* chính là một "cuộc đối thoại".

Cuộc đối thoại bên trong, giữa những người đồng đạo, và bên ngoài, với người chưa tin.

Cuộc đối thoại bên trong

Ngày 25-12-1842, tại Chủng viện Penang (Phi Năng), Malaysia, Thánh Philipphê Minh làm bài thơ "xướng" với đề tài Gia-tô Cơ-đốc[7]:

Bài "xướng" của Thánh Philipphê Minh như sau:

Gia-tô Cơ-đốc Đấng Con Trời,
Đặc cách lâm phàm cứu khắp nơi.
Chẳng lấy lợi danh mà tạo nghiệp,
Không dùng vương bá để xây đời.
Vâng lời thiên mệnh đành thân diệt,
Gánh tội nhân gian chịu máu rơi,
Dĩ nhược thắng cường mệnh chứng tỏ
Kiếp sau hiện hữu sống muôn thời.

Hưởng ứng bài thơ "xướng" của thánh nhân, có 46 bài họa: 44 bài của các tác giả Công giáo và 2 bài của ông Đồ Ốc, một người ngoài Công giáo.

Đắc Lộ và tác phẩm quốc ngữ đầu tiên (1961)...

[6] Những dẫn chứng *"Phi Năng thi tập"* của Thánh Philipphê Phan Văn Minh trong bài viết này đều lấy từ bản thảo viết tay 1989 của Võ Long Tê và Phạm Đình Khiêm.

[7] Tức là Giêsu Kitô (cách phiên âm thời Thánh Philipphê Minh).

Theo Võ Long Tê và Phạm Đình Khiêm, các tác giả Công giáo hưởng ứng họa lại bài xướng của Thánh Philipphê Minh gồm các bạn đồng song Chủng viện Penang và một số giáo hữu tại những nơi thánh nhân làm mục vụ.

Xin điểm mấy bài "họa", hợp vận *"trời-nơi-đời-rơi-thời* của bài "xướng":

• Bài họa của Paulus Hơn:

Lật ngược đố ai cãi luật Trời,
Gia-tô Cơ-đốc dạy khắp nơi.
Nước Trời chớ kể quê hư kiếp,
Cuộc thế phải đâu chốn sống đời.
Kẻ chối như rừng chang nắng đốt,
Người tin tợ lúa gội mưa rơi.
Soi gương kim cổ trong thiên hạ,
Nhận thức thị phi, sống kịp thời.

Bài xướng của Thánh Philipphê Minh nêu sứ mệnh của Chúa Giêsu *"đặc cách lâm phàm cứu khắp nơi"*, và phương cách cứu thế của Người là tuyệt đối vâng phục Chúa Cha, không cậy dựa những phương thế trần gian: *Chẳng lấy lợi danh mà tạo nghiệp - Không dùng vương bá để xây đời - Vâng lời thiên mệnh đành thân diệt - Gánh tội nhân gian chịu máu rơi.*

Bài họa của Paulus Hơn đồng tình với bài xướng, đồng thời phát triển ý kết (*Kiếp sau hiện hữu sống muôn đời*) của bài "xướng", đưa lên hai cặp *thực* và *luận*: *"Nước Trời chớ kể quê hư kiếp - Cuộc thế phải đâu chốn sống đời - Kẻ chối như rừng chang nắng đốt - Người tin tợ lúa gội mưa rơi"*, để làm ý chính của toàn bài: hãy tin vào Nước Trời, như vậy, sẽ sống cuộc đời đầy ân phúc như "*lúa gội mưa rơi*".

Bài họa của Paulus Hơn không chỉ là bài thơ hưởng ứng, mà còn diễn tả sự xác tín với lời lẽ mạnh mẽ: *chớ kể, phải đâu*; lối so sánh nhằm khẳng định một cách quả quyết và dứt khoát: *như rừng chang nắng gội, tợ lúa gội mưa rơi.*

• Bài họa của Andreas Phong:

Khôn giỏi làm sao khỏi lẽ Trời,
Cái vòng luẩn quẩn diễn đòi nơi.
Lớp xây lớp phá, xây xây mãi,
Sự nhục sự vinh, để để đời.
Dục vọng dễ gì người dứt bỏ,
Kiêu căng khó thể kẻ buông rơi.
Từ trời sức sống Gia-tô xuống,
Trợ lực nhân sinh thoát họa thời.

Nếu Paulus Hơn nêu sự hơn-thiệt khi đem so kẻ tin và người chối, thì Andreas Phong nhấn mạnh ơn cao trọng mà biến cố "*lâm phàm*" -xuống thế làm người- của Chúa Giêsu mang đến cho "*nhân sinh*". Ơn cao trọng ấy chính là giúp con người chiến thắng "*dục vọng*" và sự "*kiêu căng*", hậu quả của tội nguyên tổ mà con người vốn bất lực, không thể "*dứt bỏ*" và "*buông rơi*".

Bài thơ "họa" của Andreas Phong đã góp phần hưởng ứng bài "xướng", làm rõ một khía cạnh của biến cố "lâm phàm": giải thoát con người khỏi những dục vọng. Chỉ nhờ ơn Chúa, nhờ "*sức sống Gia-tô*", con người mới gỡ bỏ được mọi xiềng xích dục vọng.

• ***Bài họa của Joseph Thăng:***

Yếu đuối ngày đêm cậy có Trời,
Ai che cũng chịu miễn yên nơi.
Bôn ba cho lắm khôn hai kiếp,
Xảo quyệt bao nhiêu cũng một đời.
Bạo phát bạo tàn, đừng tưởng bở,
Trời sinh Trời dưỡng, há buông rơi.
Tuồng nào chẳng có hồi chung kết,
Mặc kẻ trèo cao, kẻ ngược thời.

Cũng trong mạch hưởng ứng, đồng tình với bài thơ "xướng", bài "họa" của Joseph Thăng hướng vào thói thường tình của người đời: thích "*trèo cao*" nên chẳng ngại "*bôn ba*" và sẵn sàng "*xảo quyệt*".

Joseph Thăng nhắc mọi người nhớ "*khôn hai kiếp*", nghĩa là chỉ có một cuộc đời để sống. Không ai có thể sống hai kiếp người. Và sẽ có lúc phải dừng lại: "*Tuồng nào chẳng có hồi chung kết*"! Nên hãy tin vào Chúa. Ngài chẳng bỏ rơi những kẻ tin tưởng: "*Trời sinh, Trời dưỡng, há buông rơi*". Vì thế, đừng *bôn ba*, chớ *xảo quyệt*, cũng đừng ham *trèo cao* trong cuộc sống trần thế này.

• ***Bài họa của Jacobus Tiên:***

Thương người nghèo khổ sống ngoài trời,
Gió thét mưa gào chẳng chỗ nơi.
Mang nặng đọa đầy vì thói thế,
Nếm nhiều cay đắng bởi tình đời.
Noi gương Cơ-đốc: lành tuân giữ,
Nhớ nghĩa Gia-tô: hận bỏ rơi.
Thánh giá: ngọn đèn soi bể khổ,
Cho thuyền cập bến được phùng thời.

Cảm nhận bài "xướng" của Thánh Philipphê Minh, Jacobus Tiên lý giải tình cảnh *"mang nặng đọa đầy"* và *"nếm nhiều cay đắng"* của những *"người nghèo khổ sống ngoài trời"*. Theo tác giả, sở dĩ như thế là *"bởi tình đời"* và *"vì thói thế"*. Thói thế và tình đời với những nghi kỵ, bè phái, cục bộ, lấy oán trả oán, tham lam, ích kỷ, ăn miếng trả miếng...

Từ đó, Jacobus Tiên kêu gọi: *Noi gương Cơ-đốc: lành tuân giữ - Nhớ nghĩa Gia-tô: hận bỏ rơi.*

Làm việc lành và không thù hận, đó là sứ điệp của *Cơ-đốc Gia-tô*, Chúa Kitô Giêsu. Thập giá, vốn là biểu tượng của thứ "công lý" trả thù tàn bạo, đã trở thành "*Thánh giá: ngọn đèn soi bể khổ*", dấu chỉ của nguồn cứu độ.

Hơn một trăm năm sau, Đức Gioan Phaolô II, vị mục tử của Giáo hội Công giáo, đã nói với toàn thế giới trong ngày phong thánh cho 117 vị tử đạo Việt Nam: "Khi 'gieo trong nước mắt', các vị tử đạo Việt Nam đã thực sự bắt đầu cuộc đối thoại sâu sắc và mang ý nghĩa khai phóng với con người và nền văn hóa của đất nước mình, trước hết bằng cách loan báo sự thật và tính phổ quát của niềm tin vào Thiên Chúa, đồng thời đưa ra một bậc thang giá trị và nghĩa vụ, đặc biệt thích ứng với nền văn hóa tôn giáo của toàn thể thế giới Đông phương".

Quả thật, bài "xướng" *Gia-tô Cơ-đốc, Đấng Con Trời* của Thánh Philipphê Minh đã thu hút được sự hưởng ứng qua 44 bài thơ của ít nhất 23 thi hữu được biết tên[8]: Paulus Hơn, Andreas Phong, Joseph Thăng, Jacobus Tiên, Lucas Hầu, Thomas Linh, Thomas Phan, Thadaeus Lân, Thadaeus Lan, Petrus Ngân, Andreas Bường, Paulus Ngọc, Joseph Thời, Simon Chương, Joseph Hiền, Marcus Chân, Bartholomeus Khôi, Ioannes Rạng, Matthaeus Quờn, Ngô Phiên Đạt, Téphane Trần Đức, Petrus Thoại, Nguyễn Huy Vân, và một số vị khuyết danh[9].

Cuộc xướng họa thơ tạo nên một "thi đàn của đức tin", theo cách nói của Võ Long Tê và Phạm Đình Khiêm. Thi đàn này chính là một cuộc đối thoại bên trong, giữa những đồng đạo và đồng song. Một cuộc đối thoại nhằm quảng diễn ý nghĩa cuộc *đặc cách lâm phàm* của "Gia-tô Cơ-đốc, Đấng Con Trời". Cuộc lâm phàm của Đấng là Đường, Sự Thật và Sự Sống, Đấng *"hoằng khai nguồn cứu rỗi"* (bài *Vịnh Ê vang* - Thánh Philipphê Minh).

Phải chăng, chính *thi đàn của đức tin*, cuộc đối thoại bên trong, cũng đã là tấm gương phản chiếu thế giới nội tâm của những đồng đạo, đồng song tham gia thi đàn. Và suy rộng ra, của cộng đoàn những

---

[8] Đa số tác giả ghi tên thánh theo Latinh.

[9] Theo Võ Long Tê và Phạm Đình Khiêm, các trường hợp "khuyết danh" là do thủ bút của Thánh Philipphê Minh được gia đình lưu giữ, nay đã cũ, không còn đọc rõ chữ.

đồng đạo. Đó là thế giới tinh thần với những xác tín cá nhân vào "nguồn cứu rỗi" đã được Chúa "hoằng khai".

Cuộc đối thoại bên ngoài

Thi đàn do Thánh Philipphê Minh khởi xướng còn thu hút người bên ngoài. Đó là các thi hữu không đồng đạo.

Tiêu biểu là thi hữu Đồ Ốc.

Hai nhà sưu tập Võ Long Tê và Phạm Đình Khiêm, dựa vào bản sao của ông Thaddaeus Nguyễn Văn Nhạn, chép lại thủ bút Thánh Philipphê Minh, và dựa vào truyền khẩu do ông Paulus Nguyễn Cang Thường, một nhà báo, chủ bút tờ *Tông Đồ*, ghi lại, đã cho biết ông Đồ Ốc là một thầy đồ dạy học và bốc thuốc chữa bệnh ở vùng Ba Tri (Bến Tre). Một lần đến Ba Giồng (Mỹ Tho) bốc thuốc, ông gặp Thánh Philipphê Minh và được ngài mời họa bài thơ của mình.

Đồ Ốc nhận lời và làm hai bài thơ "họa":

Thế gian vạn sự nói do Trời,
Nhưng tại làm sao khổ khắp nơi?
Cứu khổ đã nêu bên đạo Chúa,
Giải nguy chưa thấy phía người đời.
Triều đình Nam quốc xô không ngã,
Đạo trưởng Tây phương bám chẳng rơi.
Đã đẩy giáo nhơn vào thế khổ,
Vậy ai phải chịu bất tri thời?

Khác với các thi hữu đồng đạo đã "họa" thơ theo lối đồng thuận, bài của Đồ Ốc lại theo lối họa nghịch. Ông đưa ra phản đề:

Thế gian vạn sự nói do Trời,
Nhưng tại làm sao khổ khắp nơi?

Nếu nói Chúa dựng nên mọi sự tốt lành, sao đau khổ lại có mặt khắp nơi?

Và đau khổ hiện thời lại rơi vào chính những người tin và rao giảng đạo "cứu khổ".

Họ đang chịu hai nguồn khổ: Khổ vì triều đình bách hại. Khổ do bị *"Đạo trưởng Tây phương bám chẳng rơi"* và *"Đã đẩy giáo nhơn vào thế khổ"*.

Đồ Ốc kết luận: *"Vậy ai phải chịu bất tri thời?"* với hàm ý: đừng để các đạo trưởng Tây phương "bám chẳng rơi", rồi "giáo nhơn vào thế khổ". Đó mới là "tri thời", nghĩa là thức thời, biết nhận định đúng thời cuộc.

Thánh Philipphê Minh làm bài thơ đáp lại Đồ Ốc:

Cai trị thế gian luật của Trời,
Có yên có khổ cũng tùy nơi.
Tranh danh: oán hận do người thế,
Giành lợi: chiến tranh tại thói đời.
Thuốc bổ vào người sinh thuận, nghịch,
Đạo ngay nhập thế có xuôi, rơi.
Xưa nay đau khổ do tham vọng,
Lịch sử chứng minh kẻ thức thời.

Ngay câu phá đề (câu 1), thánh nhân nêu rõ quan điểm của mình. Một quan điểm quán xuyến bài thơ đáp: *Cai trị thế gian luật của Trời*. Qua luật của Trời, Chúa cai trị thế gian. Mãi mãi là như thế.

Vì thế, *yên* hay *khổ* là do tuân hay bất tuân luật Trời. Những biểu hiện của bất tuân luật Trời là: *tranh danh*, *giành lợi*, *tham vọng*. Còn tuân theo luật Trời, thì không để cho danh, lợi, tham vọng tác động vào nhận thức, phán đoán, hành động.

Đồng thời "*Đạo ngay*" thì không căn cứ vào *thuận* hay *nghịch*, *xuôi* hay *rơi*, nghĩa là không căn cứ vào hoàn cảnh bên ngoài: thuận lợi hay khó khăn, được chấp nhận hay bị chống đối. Thánh Philipphê đưa chứng cứ dựa trên chính kinh nghiệm bốc thuốc trị bệnh của Đồ Ốc: *Thuốc bổ vào người sinh thuận nghịch*. Thuốc bổ hữu hình, vốn ai cũng biết tác dụng, mà còn sinh thuận-nghịch đối với cơ thể, huống chi loại thuốc thiêng liêng! Chắc chắn loại thuốc thiêng liêng này, nếu có kẻ nhận người chống, thì cũng là lẽ thường tình. Người thức thời là người nhận biết và an nhiên với lẽ thường tình *Đạo ngay nhập thế có xuôi, rơi* ấy.

Nhận được bài thơ đáp của Thánh Philipphê Minh, ông Đồ Ốc viết bài họa. Cuộc xướng-họa-đáp bắt đầu sôi nổi. Bài họa này quyết liệt hơn lần trước:

Đau khổ xưa nay vốn tại Trời,
Thất mùa, ôn dịch khắp nơi nơi.
Thủy tai chôn lấp bao nhiêu mạng,
Địa chấn nát tan mấy cuộc đời.
Khổ đó, con người làm chẳng được,
Nạn này, Tạo hóa trút đầy vơi.
Thiên tai đại nạn Trời làm cả,
Nhân loại chỉ gây giặc nhứt thời.

Đồ Ốc tập trung vào phản đề. Rất quyết liệt:

Đau khổ xưa nay vốn tại Trời,
Thất mùa, ôn dịch khắp nơi nơi.

Đồ Ốc dứt khoát cho rằng ông Trời là nguồn mọi khổ ải: "Đau khổ xưa nay vốn tại Trời". Những bằng chứng ông đưa ra là những "thủy tai", "địa chấn", được dân gian gọi là "thiên tai", đều do trời làm ra.

Còn con người, dứt khoát "làm chẳng được" những đại họa ấy. Có chăng, chỉ gây nhân họa, tức giặc giã, thì cũng chỉ nhất thời: *"Nhân loại chỉ gây giặc nhứt thời"*.

Như vậy, phản đề lần đầu của ông Đồ Ốc thuộc loại thời cuộc chính sự, còn lần này liên quan chuyện đức tin, đạo lý. Lớp nghĩa tường minh của bài thơ: chỉ thấy ông Trời gây khổ "Thiên tai đại nạn Trời làm cả". Và ẩn bên dưới, là hai lớp hàm ý. Lớp (1): chưa nghe Trời cứu khổ bao giờ! Và lớp (2): Đừng nói về đạo cứu khổ nữa!

Thánh Philipphê Minh liền trả lời bằng bài thơ "đáp":

Sống ở thế gian chẳng khỏi Trời,
Khác nào loài cá khắp nơi nơi.
Sông sâu khỏe xác, tha hồ lội,
Sông cạn phơi thây, há trách đời.
Cá có oán sông lên hoặc xuống,
Mình không biết nước lớn hay vơi.
Dĩ nhiên phải chịu vì không biết,
Thượng bất oán Thiên, lẽ thức thời.

Thánh nhân nhẹ nhàng trả lời nỗi "oán thán" của Đồ Ốc bằng hình ảnh cá và nước. Cá thức thời thì tìm đến sông sâu. Không thức thời thì đến chỗ cạn. Sông sâu thì *khỏe xác, tha hồ lội*. Sông cạn thì *phơi thây, há trách đời*.

Đồng thời, thánh nhân cũng biết thức thời là việc không dễ. Làm sao cá biết được nước lớn hay vơi. Chuyện lớn-vơi của nước lệ thuộc nhiều yếu tố. Tất cả đều thuộc quyền trời: *Sống ở thế gian chẳng khỏi Trời*. Và như thế, đành phải chịu bó tay vì không biết.

Con người trước thiên tai cũng như cá gặp lúc sông cạn. Cá bơi đến chỗ cạn, không thể trách cứ sông. Con người gặp thiên tai, chẳng nên oán thán trời.

Như vậy, có chăng, chỉ còn lại vấn đề: làm sao đạt đến sự thức thời?

Đạt được thức thời, là cả một hành trình tìm kiếm. Dù vậy, khởi đầu vẫn là đừng trách trời, oán thiên: *Thượng bất oán Thiên, lẽ thức thời.*

Thánh Philipphê Minh mượn câu của Khổng Tử trong sách Trung Dung: *"Thượng bất oán thiên, hạ bất vưu nhân"* (Trên đừng oán Trời, dưới đừng trách người), để mời gọi Đồ Ốc (hẳn là một nhà Nho) hãy bắt đầu từ lẽ "trung dung", sống bình tâm, an nhiên và dưỡng chí thức thời.

Hẳn Thánh Phan Văn Minh có ý chờ đợi các bậc thức giả, khi đã biết dưỡng chí, sẽ có lúc phùng thời và đạt đến thức thời. Niềm khắc khoải đối với chân lý là mảnh đất thuận lợi cho hạt giống sự thật được nảy mầm vậy.

Cách đối đãi mềm mỏng, tương kính và kiên trì của Thánh Philipphê Minh đã khiến Đồ Ốc cảm động và thán phục. Võ Long Tê và Phạm Đình Khiêm dẫn lại trần thuật của Paulus Nguyễn Cang Thường:

"Đồ Ốc thán phục Phan Văn Minh là người giỏi thơ và sở học rộng rãi, am hiểu kinh sử. Khi trở về Giồng Găng (Ba Tri), Đồ Ốc không quên giới thiệu với các bạn quen về linh mục Phan Văn Minh.

Năm 1850, linh mục đến họ Cái Bông (một họ đạo nằm trong huyện Ba Tri) giúp bổn đạo, có cho người đến Giồng Găng tìm tin tức Đồ Ốc, nhưng lúc đó Đồ Ốc đã liệt nặng. Linh mục tính sáng hôm sau đến thăm người bạn trước đây. Chẳng may đêm ấy, được tin cấp báo, lính huyện kéo lên vây xã An Ngãi (tức vùng nhà thờ Cái Vông (Cái Vồn?) để bắt linh mục. Đêm ấy, bổn đạo bí mật đưa ngài qua xóm Giồng Chàm, đạp đường rừng đến sông Ba Lai... Sau đó vượt sông Tiền, tạm ẩn nơi họ Rạch Cầu."

Từ đó đến khi chịu tử đạo (1853), thánh nhân và ông Đồ Ốc không có dịp nào được gặp gỡ, chuyện trò và xướng họa thi ca nữa.

Tuy vậy, qua hai bài thơ đáp họa, Thánh Philipphê Minh đã để lại kinh nghiệm đối thoại với người ngoài Công giáo. Đối thoại bằng sự chân thành, thái độ tôn trọng, vận dụng khéo léo sở học rộng rãi và sự am hiểu sâu sắc kinh sử Đông - Tây.

Sau Phi Năng thi tập, tập thơ xướng-họa Gia-tô Cơ-đốc, Thánh Philipphê Minh còn hai tập thơ: *Vịnh Ê-vang*[10], gồm ba bài thơ về Phúc âm Matthêu của tác giả và 50 bài thơ vịnh của các tác giả khác, và tập *Nước Trời ca* gồm 29 bài thơ của thánh nhân.

Bài *Điềm sau cùng*, thi phẩm cuối cùng của tập *Nước Trời ca*, cũng là tác phẩm sau hết trong di cảo của thánh nhân, như dấu chấm hết của một đời thơ, và một đời làm chứng cho Tin mừng. Bài thơ cảm hứng từ Matthêu 24, 14 và Marcô 13,10:

Khi nghe ách nước tai trời
Xảy ra khắp chốn liên hồi đó đây
Cũng là biến cố xưa nay
Loài người chưa phải đến ngày cáo chung.
Nhưng khi thiên hạ các vùng

[10] Ê-vang, phiên âm Evangelium (Phúc Âm)

Ê-vang phổ cập đến cùng khắp nơi,
Muôn dân đủ các giống nòi
Thảy đều thấy rõ Nước Trời siêu nhân.
Bấy giờ chấm dứt thời gian
Đến thời Chung thẩm hạ màn thế gian.

Bài thơ, dấu-chấm-hết, như một đúc kết hành trình nội tâm của tác giả. Một hành trình được Tin mừng thôi thúc và nhắm đích điểm là được tham dự vào biến cố "chấm dứt thời gian" khi thế gian này hạ màn sau khi *Ê-vang phổ cập đến cùng khắp nơi.* Đó là niềm khao khát đầy xác tín của một người trọn đời kêu gọi hãy sống "tri thời", "thức thời" để được "phùng thời", được bước vào sự viên mãn của thời gian.

Muốn vậy, hãy bền chí, như Đức Giêsu đã nói trong câu Mt 24,13, ngay trước câu gợi cảm hứng sáng tác *Điềm sau cùng*: "Ai bền chí đến cùng, sẽ được cứu thoát".

Thánh nhân đã bền chí.

Bền chí trong đối thoại. Bền chí trong bách hại.

Ngày 26-03-1853, lúc đang là cha sở họ Mặc Bắc (Vĩnh Long), ngài bị bắt cùng Thánh Trùm Lựu tại nhà vị thánh này. Ngày 3-07-1853, ngài bị trảm quyết tại Đình Khao (Vĩnh Long), còn Thánh Giuse Trùm Lựu chết rũ tù một năm sau, vào ngày 2-05-1854.

* * *

Đọc lại những vần thơ, ôn lại cuộc đời 38 năm của Thánh Philipphê Phan Văn Minh; và nhìn vào Giáo hội Việt Nam đang bền chí nối gót các bậc tiền nhân, ngẫm câu thơ của thánh nhân, *Lịch sử chứng minh kẻ thức thời,* thấy thật chí lý!

30-05-2018

Nguồn:
Tập san Hiệp Thông / HĐGM VN, Số 107 (tháng 7 & 8 năm 2018)

“*ĐẠI NAM VIỆT QUẤC TRIỀU SỬ KÝ*”
hay
“*SỬ KÝ ĐẠI NAM VIỆT QUẤC TRIỀU*”

Hán Nguyên Nguyễn Nhã *[1]

“*Đại Nam Việt Quấc triều sử ký*” [2] là một tác phẩm sử học ghi chép bằng chữ quốc ngữ được in typo lần đầu vào năm 1879 tại Sài Gòn, dưới thời thuộc địa Pháp. Sau đó, cuốn sách được tái bản lần thứ 2 năm 1885, lần thứ 3 năm 1893, lần thứ 4 năm 1905 và lần thứ 5 năm 1909.

Ấn bản lần thứ 1 có phần phụ thêm gồm các bài thơ từ trang 175 đến trang 256. Các ấn bản sau như lần thứ 5 (1909) không còn phần phụ thêm nữa.

Tác phẩm sử này do chủ trương của nhà in địa phận (Nam kỳ) tại Tân định (L'imprimerie de la mission à Tan Đinh) mà giám đốc sáng lập là cha Eveillard phụ trách từ năm 1864 đến 1883. Theo tài liệu của họ đạo Tân Định, cha Eveillard tức Cố Sơn là linh mục thuộc hội Thừa sai Paris (Mission étrangères de Paris) là một tông đồ truyền giáo rất nhiệt thành, đã tự bỏ tiền túi với sự chấp nhận của Đức Cha Gioan (Mgr Miche) đầu tiên dựng nhà in ở Trường La Tinh, đến năm 1874 dọn về Tân Định trở thành nhà in nhà sách lớn Công Giáo. Đó là ấn quán địa phận Nam kỳ ở Tân Định hoạt động từ năm 1884 đến năm 1975.

Đây là cuốn sách do nhà in địa phận chịu trách nhiệm, không đề rõ tên tác giả. Bốn lần tái bản đều do cha Genibrel tức Cố Thượng [3] chịu trách nhiệm giám đốc nhà in (1884-1914).

---

*[1] Về tác giả, xem trang I-447

[2] Tên sách xuất bản ban đầu là “Đại Nam Việt Quấc Triều Sử Ký”, theo ấn bản lần 5 (1909) tên sách được sửa là “Sử Ký Đại Nam Việt Quấc Triều”

[3] Cha Genibrel là tác giả cuốn “Dictionnaire Annamite Français avec caractères Chínois” và “Petit dictionnaire Annamite Français”

Sự việc bổ sung cập nhật hóa nội dung qua các lần tái bản, tuy không nhiều, như mục *“Sổ các vua trị nước An Nam từ nhà Lê về sau”* mà lần thứ 5 (1909) có chép các niên đại lên ngôi của các vua Hiệp Hòa, Kiến Phước, Hàm Nghi, Đồng Khánh, Thành Thái, cuối cùng là Duy Tân cũng là bằng chứng của một công trình tập thể do nhà in địa phận ở Tân Định chủ trương.

Số lượng in cuốn sách sử này không thể quá 2000 cuốn mỗi lần xuất bản, bởi số lượng in tờ báo, dĩ nhiên phổ biến rộng rãi hơn như tờ báo địa phận vào năm 1908 cũng chỉ tới 2000 bản. Song trong vòng 30 năm, với 5 lần xuất bản và tái bản cũng đủ nói lên sự phổ biến khá rộng rãi và nhu cầu về cuốn sử này vượt quá nhu cầu của giới giáo sĩ địa phận Nam kỳ.

“Sử Ký Đại Nam Việt Quấc Triều” là một cuốn sử biên niên mới lạ và có giá trị, vừa là chứng tích của thời đại về chữ quốc ngữ và việc học sử ở Nam kỳ cuối thế kỷ XIX đầu thế kỷ XX, vừa là nguồn tư liệu giá trị, mới mẻ, bổ sung về Tây Sơn và Nguyễn Ánh mà nhiều điểm trong các sách sử từ trước đến nay chưa hề nói đến. Về quan điểm viết sử, nguyên tên cuốn sách cũng đã phần khá rõ ràng quan điểm của những người viết rất gần với quan điểm của các sử quan của nhà Nguyễn, có nghĩa là rất thân hay có cảm tình với triều đại nhà Nguyễn. Song cũng chính tên tựa sách dùng chữ Đại Nam Việt thay vì Đại Việt Nam [4] đã nói lên tính cách “tài tử” dân dã (dã sử mà), không chịu theo sát quy cách của các sử thần trong việc dùng từ thật chính xác.

Song nếu đi sâu vào nội dung cuốn sách, chúng ta sẽ thấy ngay quan điểm của những người viết có khác với quan điểm của sử thần nhà Nguyễn, ngay những từ xưng hô như Quang Trung, Nguyễn Ánh hoặc Gia Long đều được gọi là Ông, tuy cũng thường dùng từ vua để chỉ Nguyễn Ánh hay Gia Long. Chỉ duy với cha Bá Đa Lộc mới được dùng từ Đức Thầy Vêrô một cách tôn kính. Cũng như các sử thần nhà Nguyễn, người viết cuốn sách gọi Tây Sơn là ngụy hay là giặc. Tuy nhiên, việc khen chê đôi bên Tây Sơn và nhà Nguyễn tương đối khá khách quan, đôi khi đứng trên quan điểm, lập trường của người bị trị. Có đoạn viết:

“Sau nữa, dầu quân Tây Sơn, dầu ông Hoàng Tôn (cháu đích tôn Vũ Vương) thì cũng lấy điều dữ mà nộ nạt thiên hạ và bắt người ta theo mình bằng như nói lời bảo không thì chẳng ra ích gì. Bởi đó cho nên thiên hạ cực khổ lắm phải còn giặc hai bên chỉ đánh nhau mãi. Khi thì bên nọ được khi thì bên kia, mà người ta chẳng biết vâng cứ ai, chẳng

---

[4] Theo “Quốc sử di biên” của Phan Thúc Trực thì quốc hiệu Đại Nam hay còn gọi Đại Việt Nam (không phải Đại Nam Việt) bắt đầu chính thức được gọi từ năm Minh Mạng thứ 20 (1839)

biết mình thuộc về ai. Hoặc bên nọ được xứ nào một ít lâu, mà đến sau phải thua lui thì nhường chỗ, thì bên kia liền bắt tội những người xứ ấy, vì khi trước đã giúp quân giặc" (ấn bản 1879, tr. 34).

Tác giả cuốn sách luôn dùng từ nước Ngô, quân Ngô để chỉ Trung Quốc, song lại gọi Hoàng đế Trung Quốc là Thượng Vị, gọi vua Pháp là Pha Lang Sa, gọi Missions Étrangères là Nhà Tràng (Trường).

Tác giả luôn quan tâm đến việc truyền đạo cũng như việc cấm đạo từng triều đại. Tác giả cho rằng việc truyền đạo Công giáo vào nước ta bắt đầu từ đời Lê Thần Tôn niên hiệu Vĩnh Tự.

Thời Chúa Nguyễn Vũ Vương ghét đạo và cấm đạo nghiêm ngặt, các nhà thờ bị triệt hạ hết, bỏ tù những người theo đạo. Khi Tây Sơn khởi nghĩa thì hồi đầu Công giáo được yên lành. Bà dì và nghi ngờ cả mẹ Nguyễn Nhạc cũng theo đạo Công giáo, nên việc truyền đạo được dễ dàng. Còn đối với Quang Trung từ khi nói Tàu, Tây sang giúp Nguyễn Ánh thì sinh lòng ghét những người Tây và cũng ra lệnh cấm đạo, song Quang Trung lại trông cậy những người có đạo tìm kiếm giáo sĩ Tây phương (Mgr Veren) chữa trị cho người vợ cả đau nặng dù không kịp cứu người vợ này do các quan can ngăn rằng người ngoại quốc khó tin khiến Quang Trung nổi giận bắt đóng gông các quan tìm cách can ngăn như vậy. Chính Quang Trung nhờ cha Veren sang Macao mời các tay buôn người Tây sang buôn bán diêm sinh, khí giới... Quang Trung chưa hề cấm đạo. Sang đời Quang Toản vào năm 1795 các quan lấy danh nghĩa vua cấm đạo, bắt các giáo sĩ, triệt hạ các nhà thờ ở Đàng Ngoài. Song đến năm 1789, vua Cảnh Thịnh mới chính thức giáng chỉ cấm đạo vì sợ những người Công giáo làm nội ứng cho Nguyễn Ánh. Thấy vậy, Nguyễn Ánh mừng rỡ nói: *"Đã bắt đạo thì mất nước chẳng sai"*. Đối với Nguyễn Ánh, cũng như cha Bá Đa Lộc, tác giả đặt kỳ vọng rất nhiều, đã hết lòng cứu giúp Nguyễn Ánh để sau này dễ dàng cho sự truyền đạo song càng ngày càng tỏ ra thất vọng. Nguyễn Ánh vốn có các bà mẹ và vợ rất mộ đạo Phật, các quan không ưa đạo, Nguyễn Ánh cũng rất hay chữ Nho, ông tỏ ra không bằng lòng khi có vị quan theo đạo (Đinh Trung) cứ khăng khăng không chịu lạy tiên tổ của nhà Vua. Tác giả viết rằng Nguyễn Ánh chẳng cấm đạo mà cũng chẳng bênh đạo là bao nhiêu. Nguyễn Ánh chẳng chịu ra chỉ tha đạo tỏ tường mà trước đây Vũ Vương đã ra chỉ cấm. Ai vô đạo thì mặc ai, kẻ ngoài đạo bắt người có đạo làm những việc rối thì phải chịu (chẳng hạn bắt góp tiền cúng tế thành hoàng của làng). Kết thúc cuốn sách sử bằng mục *"Vua (Gia Long) chẳng binh đạo là bao nhiêu"* với nội dung:

"Khi vua ra Kẻ Chợ thọ phong, thì giáng chỉ mới, chẳng cấm đạo tỏ tường, nhưng mà nói phạm đến sự đạo, cùng chê kẻ có đạo nhiều

điều nặng lắm, vì gọi đạo thánh Đức Chúa Trời là dị đoan, là tà đạo và trách bổn đạo chấp mê chi đồ cho nên làng nào chưa có nhà thờ sẵn (hoặc có) mà đã hư rồi thì có thân đơn các quan mới đặng làm" (tr. 164-165).

Rõ ràng tác giả có quan điểm chép sử của một người Công giáo tại Việt Nam, luôn luôn nặng trĩu mối ưu tư về thái độ của nhà cầm quyền đối với sự truyền đạo, có ý thức cao về sự thống nhất nước An Nam Đàng Trong hay Đàng Ngoài, không dùng niên hiệu các vua Trung Quốc như chính sự trước đây.

Về phương pháp chép sử, đây là một công trình sử biên niên, không chép theo cách sử của người xưa của nước ta, hay theo lối biên niên thực lục hoặc theo lối ký truyện của sử ký hay lối cương mục. Đó là một lối chép sử khá mới mẻ, không tuân thủ một cách chặt chẽ phép chép sử biên niên, các sự kiện trong những đề mục mà phần lớn là những sự kiện chính trị, dĩ nhiên được sắp xếp theo thời gian, xen lẫn những đề mục liên quan đến việc đạo, hoặc cá nhân, nhất là cha Bá Đa Lộc như *"Đức Thầy Vêrô sang qua Cao Miên lập nhà trường tại Cần Thơ"*, *"Đông Cung đem lòng mộ sự đạo như thế nào"*, *"Đức Thầy phải sự cực lòng thế nào"*.

Trong cuốn sách không hề thấy liệt kê bất cứ nguồn tài liệu hoặc nhân chứng nào:mà tác giả căn cứ để viết. Trong phần mở đầu mà ấn bản đầu tiên gọi là "Tựa", lần thứ 5 gọi là "Tiểu dẫn" chứa đựng nhiều điều thiếu chính xác, mà các lần tái bản sau có sửa chữa. Điều này cũng phản ánh khách quan tình trạng học sử ở nước ta thời ấy. Cho tới đầu thế kỷ XX, thời Pháp thuộc, các kỳ thi Hương mới cho học và thi Nam sử, còn trước đó đều chỉ thi Bắc sử mà thôi. Mà sách sử của ta chỉ có bộ *"Đại Việt sử ký toàn thư"* là khắc in từ cuối thế kỷ XVII, mà số bản khắc in không bao nhiêu. Vì thế, tại xứ Nam Kỳ thuộc địa lại càng khó tiếp cận với bộ chính sử ấy, cho nên chúng ta không hề ngạc nhiên thấy nhất là về quốc hiệu nước ta qua các thời đại, từ Văn Lang, Âu Lạc, Đại Cồ Việt, Đại Việt tác giả không hề biết và không hề viết mà chỉ biết tên "Giao Chỉ", "An Nam" thậm chí còn hiểu sai "Hoan Châu" (xứ Nghệ) là tên gọi của nước ta.

Song trong phần chính của cuốn sách viết từ thời kỳ từ Vũ Vương đến Nguyễn Ánh (Gia Long) thì tác giả viết khá chính xác lại có nhiều sự kiện mới lạ chưa hề thấy chép. Rõ ràng tác giả đã dựa vào nguồn tư liệu riêng của các giáo sĩ là những nhân chứng của thời kỳ lịch sử mới xảy ra trong vòng khoảng 100 năm.

Nội dung ấn bản lần thứ nhất gồm 256 trang, đúng như nhan đề ghi trên sách: *"Đại Nam Việt Quấc Triều Sử Ký"* có phần phụ thêm:

1- Đông cung nhựt trình
2- Tự thánh thục dàng
3- Hàm oan chi từ
4- Án sát yết thị

Đến lần tái bản thứ năm (1909), đã bỏ hẳn 84 trang phần phụ lục thêm thơ ca.

Ngoài phần "Tựa" hay "Tiểu dẫn" viết về lược sử Việt Nam qua các triều đại cùng *"Sổ các vua trị nước An Nam từ nhà Lê về sau"*, *"Sổ chúa nhà Nguyễn trị các xứ Đàng Trong"*, *"Sổ các Chúa nhà Trịnh cai trị các xứ Đàng Ngoài"*, chúng ta thấy nội dung chính cuốn sách là *"Sử ký quấc triều từ chúa Võ Vương đến Gia Long lên ngôi (1802)"*. Phần nội dung chính *"Sử ký quấc triều"* chia làm 2 phần:

- Phần thứ nhất từ *"Hiếu Vũ Vương đến thầy Vêrô sang nước Pha Lang Sa mà xin nước ấy cứu giúp nhà Nguyễn phục quốc"* (phần này gồm 37 tiểu mục).

- Phần thứ hai từ *"Đức thầy Vêrô sang qua nước Pha Lang Sa cho đến khi vua Gia Long đặng lấy cả và nước An Nam"* (phần này có 73 tiểu mục).

Tất cả các tiểu mục đều chép theo thứ tự thời gian.

Nội dung cuốn sử chứa nhiều chi tiết cụ thể mới lạ như:

1- Về nguồn gốc suy yếu của Đàng Trong dẫn đến phong trào Tây Sơn khởi nghĩa, cuốn sách cho biết: *"Vũ Vương là chúa dữ, gây cực khổ cho dân. Vũ Vương rất xấu tính, biết ai có của gì hay sản vật quý, ít nhiều ngay cả chó, ngựa, chim, vượn hay hoa quả cam, quýt, mít hoặc những giống khác thế ấy hay là vợ con đẹp đẽ xinh tốt thì ông ấy cướp lấy những vợ con ấy". "Vũ Vương ăn ở thế thì chẳng có phép tắc gì. Trong nhà nước, các quan muốn làm sao thì làm, cho nên ai cũng chỉ ra sức bắt chước Vũ Vương mà hiếp dân sự". "Sau nữa ông ấy mê sắc dục, ra như chẳng còn biết tính loài người nữa. Chẳng những là có nhiều vợ mà sinh ra nhiều con"* (ấn bản 1879, tr. 20). Chính *"Huệ (Duệ) Vương lại là con với người em mà Vũ Vương lấy làm vợ"*. Duệ Vương *"lại giống tính cha, ít trí khôn, cũng mê ăn uống chơi bời, xem trò xem hát cùng xem săn bắn, cho nên các quan ấy* (trong đó có Trương Phúc Loan) *có ý tìm ích riêng cho mình, vì tin thật, ông Hoàng Thượng (Duệ Vương) mê chơi bời làm vậy, thì sẽ có tên chúa mà thôi (bù nhìn). Còn quờn thế chỉ thời tại mình". "Bởi thế hai ông ấy* (trong đó có Trương Phúc Loan) *vâng lời trối Vũ Vương, rằng bao giờ mình qua đời rồi, thì phải lo liệu cho Hoàng Thượng (Duệ Vương) lên làm vua* (tức chúa Nguyễn)". *"Bao nhiêu quan chẳng hiệp một lòng một ý với mình hay là có binh ông Chưởng Vũ* [5] *thì lẽ nọ lẽ kia mà bắt tội cất chức, kẻ thì phải giam ngục, lại có kẻ thì phải chết chém nữa".* Khi Võ Vương chết, một năm ấy 1765, ông Chưởng Võ phải giam ngục, mà khỏi ba tháng thì phải bệnh mà chết trong ấy cho nên có kẻ nghi rằng phải thuốc độc mà chết, có kẻ nghi rằng phải uất. Khi ấy Nguyễn Ánh nên ba tuổi mà thôi (ấn bản 1879, tr. 22-23).

2- Về nguyên lai Nguyễn Nhạc khởi nghĩa, cuốn sách ghi rằng: *"Nguyễn Nhạc là đầy tớ riêng hầu hạ riêng ông Chưởng Văn* (người em kế của cha Nguyễn Ánh), *nhưng thật lòng mến thầy mình cũng chỉ làm hết sức cho đặng giúp lên bậc cao. Song le ông Chưởng Văn chẳng nghe, giữ một lòng trung với ông Huệ Vương".*

"Nhơn vì sự ấy, ông Nhạc lấy tên ông Chưởng Văn mà viết thư cho năm ba ông quan triều để khuyên bảo về bè với mình mà đánh giặc Huệ Vương". Các quan ấy "thì lấy làm sợ mà chẳng ai chịu lời, lại cáo ông Chưởng Văn làm phe ngụy đảng. Vậy khi ông Chưởng Văn đã liệu các việc đến vừa rồi mà chẳng biết xin ông Nhạc lo mưu chước nào, thì về Phú Xuân liền phải bỏ ngục. Vì chưng trong triều ai ai cũng tin ông ấy toan làm ngụy. Dầu ông ấy nói làm sao mà chữa mình, thì quốc phó cũng chẳng nghe điều gì."

"Khỏi hai năm có đàn bà quen ra vào trong ngục ông Chưởng Văn phải giam, người lo mưu cho ông ấy trốn đi đặng. Khi đầu thì vào ẩn mình trong chùa kia mà các sư có lòng thương thì giấu đi cùng nuôi đã lâu. Đến sau ông quốc phó tìm kỹ lắm mà bắt đặng, nên bỏ xuống sông mà chết đuối".

"Khi đầu ông Nhạc thấy thầy mình là ông Chưởng Văn phải bỏ vào ngục làm vậy, thì họp với hai em cùng nhiều bạn kẻ xứ Qui Nhơn mà làm giặc. Trước khi quân ấy đi ăn cướp cũng quen ẩn mình trên núi kia ở bên Tây Qui Nhơn, thì đã quen gọi quân ấy là quân Tây Sơn. Ông Nhạc xưng rằng mình chẳng có ý đánh giặc mà tìm ích riêng đâu, một có ý cứu lấy vua chính".

"Vậy trước hết quân ấy bắt được quan trấn cùng các quân thành Qui Nhơn, và cất chức mà lấy lẽ rằng chẳng có lòng trung với vua chính cũng chẳng có lòng thương dân... Người ta thấy làm vậy thì mừng lắm, vì ngờ là quân ấy có thật lòng cứu giúp Hoàng Tôn hay là ông Chưởng Văn. Lại cũng có ý trông cho sau này ra nhẹ việc quan, nên đua nhau theo ông Nhạc" (tr. 24-25).

---

[5] Tức Chưởng Võ, con thứ 2 của Võ Vương Nguyễn Phúc Khoát, cha của Nguyễn Phúc Ánh, đáng lẽ sẽ được kế vị bởi con trưởng là Đức Mụ (Mục) đã qua đời khi có 1 con trai là Hoàng Tôn Dương. Tác giả viết theo âm giọng miền Trung: Chưỡng thay vì Chưởng, Vũ thay vì Võ, song một đôi chỗ dùng từ Võ.

3- Về Nguyễn Ánh trong thời kỳ ba đào, trốn tránh sau khi thoát chết khỏi tay Tây Sơn, không giống như số phận của Duệ Vương và Hoàng Tôn Dương, cuốn sách chép:

"Ông ấy đã khỏi chết mặc lòng, nhưng mà túng cực lắm vì chẳng còn của gì, chẳng còn ai giúp, cũng chẳng biết tin ai nữa. Hãy còn một đứa nhà trò có thật lòng trung tín, thì ban đêm nó kiếm thuyền nhỏ để hai thầy tớ chỉ ra sức tìm nơi ẩn trong rừng lau lách. Tình cờ có gặp ông Phaolô, thầy cả bổn quốc đi thuyền mà trốn giặc. Vốn ông Nguyễn Ánh chẳng quen thầy Phaolô, song le khi đã biết người là thầy đạo thì tỏ mình ra cũng xin cứu giúp lấy, tức thì ông Phaolô chịu lấy mà giấu trong thuyền mình đem cách kín nhiệm trong nhà Đức Thầy Vêrô (Pigneau de Behaine) ở trong Hà Tiên. Khi ấy Đức Thầy Vêrô đã sang bên Cao Miên cho nên thầy cả Phaolô vội vàng gởi tin cho người biết sự ấy kịp". "Vậy khỏi một tháng thì chẳng còn lẽ nào mà giấu trong nhà được nữa, nên ông Phaolô phải đưa ông Nguyễn Ánh lên trên rừng ở nơi vắng vẻ lắm". "Vậy ông Phaolô chịu khó mà liệu cách khôn ngoan thế ấy đặng hai ba tháng".

"Cùng một khi ấy Đức Vêrô ở bên Cao Miên mà về tìm được ông Nguyễn Ánh, người lại đem một người Pha Lang Sa tên là Gioan (Jean) quen nghề võ, có lòng bạo dạn, can đảm, khéo đánh giặc lắm" (tr. 37). *"Đến sau khi ông Nguyễn Ánh lại đặng tụ binh ít nhiều thì ông Gioan giúp việc nhiều điều".*

"Vậy chính mình ông Nguyễn Ánh làm tướng vai quân mình mà ban đêm khi tình cờ khi xông vào đánh quân Tây Sơn. Khi ấy ông Gioan chỉ đốt và bắn những trái phá đã sắm khi trước, nên quân Tây Sơn bất thình lình nghe tiếng trái phá và thấy nhiều người phải chết thì sợ hãi lắm vì chưa từng biết sự làm vậy, cũng chưa thấy trái phá bao giờ, nên bỏ tàu mà nhảy xuống sông cho kịp trốn khỏi. Những kẻ phải chết chém hay bị trái phá thì chẳng bao nhiêu, song kẻ chết đuối vì sợ mà vội nhảy xuống sông đè lộn lên nhau thì hơn bội phần".

"Nhưng dầu quân Tây Sơn ở Long Hồ, thì ông Nguyễn Ánh bắt được hết cả" (tr. 36-37).

"Ông Nguyễn Ánh thì cậy ông Gioan sắm sửa khí giới cùng đóng nhiều tàu và dọn nhiều đồ khác cho được đánh trận như thói bên Tây. Khi ấy ông Nguyễn Ánh đã gần 20 tuổi thì các quan tôn lên làm Đại nguyên soái cùng lo liệu cho ông ấy lấy vợ. Người lấy con quan đại thần kia tên là ông Thượng Trông (Tống Phước Khuôn)". "Khỏi một năm thì vợ con trẻ ấy sang nước Pha Lang Sa cho được tin vua nước ấy cứu giúp" (tr. 39).

4- Về đầu đuôi việc Nguyễn Ánh cầu cứu quân Xiêm, cuốn sử này chép:

"Đức Thầy Bá Đa Lộc đến Xiêm bằng yên vô sự, còn vua Gia Long (khi ấy là Nguyễn Ánh) thì trốn sang ẩn mình trong cõi Hòn Dừa cách xa đất Xiêm ba ngày đàng, song Đức Thầy chẳng biết Đức vua đã đi đâu. Người có ý xin phép ở lại tạm trong nước Xiêm làm một cùng học trò. Vua Xiêm thiết đãi người cách trọng thể, lại xin thế nào, thì vua bằng lòng ban cho". "Ông Ly ốt (Liot) đã vâng lời Đức Thầy mà sai thuyền đi tìm nhiều nơi lắm mà chẳng gặp nơi nào. Đến sau có người bổn đạo ở thành Chăn-ta-bun, có tên là ông Trùm Nam, người có ý đi tìm lim trầm mà bán, khi tình cờ vào cõi Hòn Dừa thì thấy gặp vua Gia Long túng cực mọi đàng chẳng có của gì mà ăn. Vậy ông Trùm Nam có bao nhiêu gạo thì dâng cho vua hết, đoạn trở về thành Chăn-ta-bun cho chóng mà đem tin cho ông Ly ốt đặng biết vua ở đâu, và phải gian nan thiếu thốn thế nào. Tức thì ông Ly ốt vội vàng gởi thuyền đầy cá khô, gà vịt, con heo cùng các đồ ăn khác thể ấy mà dâng cho vua, thì vua và các đầy tớ mới khỏi chết đói. Ông Ly ốt cùng gửi thư cho Đức Thầy đặng biết các điều ấy, thì Đức Thầy liền xin vua Xiêm trở về Chăn-ta-bun mà người mua đặng bao nhiêu gạo cùng đồ ăn khác thì mua hết cho đầy thuyền lớn, đoạn người sang cõi Hòn Dừa đến vua. Hai bên gặp nhau thì vua mừng quá bội" (tr. 61-62).

"Quân Tây Sơn trở về Qui Nhơn, để ông quan lớn tên là Nam Đĩnh ở lại trong thành Sài Gòn làm quan quận công cai trị xứ Đồng Nai, và các xứ khác xung quanh. Vậy ông Nam Đĩnh ấy gửi thơ cho vua Xiêm mà cách nói phụ phàng rất kiêu ngạo, cùng lấy quyền bề trên mà truyền dạy cho ông vua Xiêm hoặc vua An Nam là ông Nguyễn Ánh có sang bên Xiêm hay là có gặp vua ấy ở đâu thì phải bắt mà nộp cho mình bằng không thì sẽ đem quân sang đánh mà đoạt lấy cả nước Xiêm. Vua Xiêm thấy thơ ấy nói một cách vô phép làm vậy thì giận lắm, cùng quyết sang đánh giặc bên An Nam để phạt quân ấy song chẳng có ý cứu vua An Nam đâu".

"Đức Thầy biết ý vua thế nào nên đã xin lại vua An Nam dầu cực khổ thế nào thì đừng tin cậy vua Xiêm, vì vua ấy có ý làm hại nước Nam mà thôi. Cho nên khi Đức Thầy còn ở bên Xiêm mà xin phép về thì chẳng nói tỏ mình có ý đi giúp vua An Nam một lấy lẽ khác, người lại thử ý lòng vua và các quan Xiêm thì người biết được mọi sự. Vậy người lại vào trong cõi Hòn Dừa ở lại hai tháng tròn mà vua bàn các việc cùng người. Các quan đã bỏ vua hết, còn một chiếc tàu và ba trăm quân mà thôi" (tr. 63-64).

"Vậy vua thiếu thốn thể ấy thì xin Đức thầy Vêrô chịu sang bên Tây xin vua Pha Lang Sa sai nhiều binh sĩ cứu giúp mình. Vua giao ấn nhà nước cùng ban phép rộng cho người được giao cùng vua Pha Lang Sa thế nào thì mình sẽ vâng thể ấy" (tr. 63).

"Quân Tây Sơn những tìm bắt người (Nguyễn Ánh) nên phải cứ ẩn mình trong Hòn Dừa và sai kẻ đi do (thám) trong các xứ xung quanh cho biết việc ra thế nào. Quân do ấy đến Hà Tiên thì gặp một đội quân Xiêm đang sắm sửa đi đánh quân Tây Sơn. Quan đại tướng quân Xiêm biết quan do vua An Nam thì tỏ ra lòng thương cùng cho xem sắc chỉ vua Xiêm đã ra mà sai mình đi đánh quân Tây Sơn và nói nhiều lời cho quân do tin thật bởi vua Xiêm có nghĩa riêng với vua An Nam có sẵn lòng hiệp cùng mình thì càng lo liệu các việc. Quân Xiêm lại gởi nhiều của lễ quý trọng mà mừng vua" (tr. 64-65).

"Vua nghe điều ấy thì chẳng vội tin một sai người khác hai ba lần cho đặng tỏ quân ai có lòng đánh giặc mà giúp mình chăng, kẻ ấy trở về cũng nói như những người trước và quyết quân Xiêm có lòng ngay và có ý giúp vua thật. Bởi đó cho nên vua mới tin mà sang qua Hà Tiên cho đặng gặp quan đại tướng Xiêm. Nhưng mà khi đến nơi rồi thì quân Xiêm bắt lấy và chẳng nói đến sự đi đánh giặc nữa, một sắm sửa bỏ về nộp vua An Nam cho vua Xiêm. Bấy giờ vua thấy mình đã mắc mưu làm vậy thì phàn nàn cho đến nỗi la khóc cùng trách mình dại, vì nhớ khi trước Đức Thầy đã nói đi nói lại rằng: Đừng bao giờ tin quân Xiêm bởi vì quân ấy chẳng thực lòng song le hối bất cập.

Vậy quan tướng đem vua đến Băng Cốc mà nộp cho vua Xiêm. Khi ấy hai anh em cứ trị nước Xiêm làm một cùng nhau như lời đã nói trước đây" (tr. 6-65).

Về vụ này, cuốn sách chép tiếp, tóm đại khái rằng mới đầu vua anh cả giận muốn giết Nguyễn Ánh khi những lái buôn người Hoa trông thấy, đã cáo kiện rằng vua An Nam sai quân cướp thuyền bọn họ. Sau vua em lại trách bọn lái buôn Tàu đuổi bọn này đi mà an ủi thiết đãi Nguyễn Ánh lịch sự. Sau đó vua Xiêm sai hai cơ đội một phần đi thủy, một phần đi bộ do cháu đồng tông hai vua là Triều Cẩn (Chiêu tăng ?) chỉ huy các cơ đội ấy với ông Thê (Châu Văn Tiếp) cai quản nhiều binh sĩ đi trước những quân thủy. Triều Cẩn (Chiêu Tăng) đi qua xứ Ba Thắc ở nước Cao Miên trong ba tháng chơi bời ăn uống, ăn cướp của dân. Tại Trà Ôn ở gần đồn Sa-dương là luỹ rất mạnh, thì hai bên đánh nhau quân Tây Sơn phải thua chạy khi đem quân về ông Châu Văn Tiếp phải đạn súng bắn lầm mà chết. Sau quân Xiêm thủy bộ đóng binh ở Trà Suốt lập nhiều luỹ. Quân Tây Sơn từ Qui Nhơn tiếp viện không kịp nghỉ và thuỷ binh giáp trận nhờ xuôi gió quân Tây Sơn thắng thế bắt được hai ba chiếc tàu thì quân Xiêm ra ngã lòng trốn hết để quân Tây Sơn bắt hết các tàu chiến còn lại. Đến quân bộ xáp trận thì kinh khiếp thì chẳng dám đánh trận và bị bắt rất nhiều. Còn lại chạy theo đường rừng thoát thân song dọc đường cũng chết vì đói khát, chết đuối. Nguyễn Ánh chạy ra Hòn Dừa rồi đem vợ con sang Xiêm.

Ngoài ra còn nhiều chi tiết cụ thể khác nữa như vụ Tôn Sĩ Nghị sang nước ta đã ra chỉ dụ mà cuốn sách có trích đoạn chỉ dụ với lời lẽ ngạo mạn. Vụ hai anh em Nguyễn Huệ và Nguyễn Lữ hợp tác vây thành Qui Nhơn của Nguyễn Nhạc, toàn bộ nội dung bản điều ước Versailles cầu viện Pháp của Nguyễn Ánh cùng sự miêu tả cặn kẽ đám ma cha Bá Đa Lộc hết sức lớn, chưa từng thấy với sự tham dự 20.000 binh lính và 200 voi trận cùng tất cả văn tế cũng như việc kể đầu đuôi vụ Nguyễn Ánh giết Đỗ Thành Nhơn...

Tất cả những nội dung trích kể qua trên đã phần nào nói lên giá trị của cuốn sách sử, làm rõ bức tranh lịch sử thời Tây Sơn và Nguyễn Ánh. Cái mới lạ và giá trị, chính là những chi tiết cụ thể mà ta không hề thấy ở các nguồn tư liệu khác. Cái giá trị nhất vẫn là bức tranh lịch sử ấy được diễn đạt bằng chính các ngôn từ vào thế kỷ XIX trở về trước chỉ để lại những tư liệu chữ Hán dịch lại bằng chữ quốc ngữ hiện đại.

NỊCH ÁI VONG ÂN
BÀI CA VÈ DÀNH CHO GIA ĐÌNH TRẺ CÔNG GIÁO CỦA LINH MỤC TRẦN LỤC

Pgs. Ts. Nguyễn Hồng Dương

Linh mục Phêrô Trần Lục

Giáo dục người Công giáo sống đời sống Tin mừng theo *Kinh thánh* và giáo lý là một trong những việc hết sức quan trọng, được các Thừa sai và những linh mục người Việt Nam quan tâm ngay từ buổi đầu truyền giáo, phát triển đạo ở nước ta. Một trong những hình thức giáo dục được họ chọn để hướng dẫn giáo dân là hình thức *ca vè vãn*. Hiểu một cách toát yếu, trên nền tảng của Tin mừng, của giáo lý, họ ca vè hóa để tín hữu dễ nhớ, dễ hiểu, phù hợp với hầu hết năng lực nhận thức của giáo dân đương thời. Một trong những chủ chăn người Việt chọn hình thức truyền giảng Tin mừng dưới hình thức ca, vè, vãn phải kể đến là Linh mục Trần Lục.

Linh mục Trần Lục quen được gọi là Cụ Sáu (1825-1899), nguyên quán tại làng Mỹ Quan, tổng Cao Vĩnh, huyện Nga Sơn, tỉnh Thanh Hóa. Trong thời gian làm chính xứ Phát Diệm (Kim Sơn, Ninh Bình) từ 1865 đến 1899, cụ đã tổ chức xây dựng khu quần thể Nhà thờ lớn Phát Diệm nổi tiếng với phong cách kiến trúc phương Đông, độc nhất vô nhị của kiến trúc nhà thờ Công giáo Việt Nam. Chẳng những thế, cụ còn là tác giả của những bài ca, vè, vãn hiện vẫn còn lưu truyền. Tương truyền những sáng tác của Linh mục Trần Lục bao gồm hai nội dung chủ yếu: về tôn giáo và về lối sống đạo đức. Tất cả được tập trung in trong cuốn sách với tựa đề *Sách thuật lại ít nhiều ca vè Cụ Sáu đã làm*, in tại Ninh Bình năm 1920.

Các bài ca vè tôn giáo gồm: *18 bài ca vè về Đức Maria, 1 bài về thánh Anna, 1 bài về thánh Gioa Kim, Ca vè về Chúa Giêsu, Ca vè về Đức Chúa Thánh thần (Đức Chúa Philiritô hiện xuống), Ca vè về Đức Chúa Lời Ba Ngôi, Ca vè về lễ Santi (Lễ Mình Thánh Chúa Kitô), Ca vè về hạnh tích một số thánh.* Các bài ca vè mang nội dung lối sống đạo gồm: *Hiếu tự ca (1088 câu), Nữ tắc thường lễ (1016 câu), Nịch ái vong ân (440 câu).* Phần lớn các bài ca vè về tôn giáo cùng với thời gian đã bị thất lạc, hiện chỉ còn ba bài mang nội dung lối sống đạo. Ba bài này được in trong cuốn *Ca vè cụ Sáu* và được tái bản nhiều lần. Trong 3 bài này, bài ***Nịch ái vong ân***, tác giả dành cho việc giáo dục gia đình trẻ Công giáo.

Theo Từ điển Hán Việt của Đào Duy Anh (Nxb Thành phố Hồ Chí Minh, 1994) thì *Nịch*: có nghĩa là chìm xuống nước - say mê quá; *Nịch Ái*: Vì thương yêu quá mà mê hoặc; *Vong ân* là quên ơn người. Như vậy, ***Nịch ái vong ân*** được hiểu một cách toát yếu: *Do thương yêu say đắm mà quên ơn người*.

Đi vào nội dung cụ thể cho thấy, qua bài ca vè ***Nịch ái vong ân***, cụ Trần Lục răn dạy thanh niên biết sống cuộc sống gia đình trẻ từ

PGS.TS. Nguyễn Hồng Dương

* *Nguyên Viện trưởng Viện Nghiên cứu Tôn giáo, kiêm Tổng biên tập Tạp chí Nghiên cứu Tôn giáo.*

* *Tác Phẩm chính: Nghi lễ và lối sống Công giáo trong văn hóa Việt Nam (2001 và 2013); Nhà thờ Công giáo Việt Nam (2008); Những nẻo đường Phúc âm hóa Công giáo ở Việt Nam (2016) Công giáo Việt Nam đối với phát triển bền vững đất nước (2017); Công giáo và Công giáo ở Việt Nam (Tri thức cơ bản - 2019)*

* *Email: <duongvtg@gmail.com>*

quan niệm đạo vợ chồng trên nền tảng *Kinh thánh* đến việc chọn vợ, các bước tiến tới thiết lập một gia đình khi có vợ rồi (đã lập gia đình); vợ chồng phải cư xử với nhau như thế nào để hòa thuận, tránh được sự phân ly…; Đôi vợ chồng trẻ phải có trách nhiệm chăm lo, đối đãi với gia đình bố mẹ đẻ hai bên (tứ thân phụ mẫu), với họ hàng thân thuộc, với láng giềng ra sao cho vừa đúng với giá trị đạo đức truyền thống vừa đúng với tinh thần của *Kinh thánh* và giáo lý Công giáo.

Trước hết, dựa trên nền tảng *Kinh Thánh*, cụ dạy cho đôi vợ chồng trẻ biết khi yêu nhau, gắn bó một đời với nhau họ trở nên một:

Phép vợ chồng một xương một thịt / Đền công ơn sống chết cùng nhau (c. 27-28)

Và do vậy:

Hai người chẳng phải là hai / Đã cùng một xác một người cùng nhau / Cho nên ta phải cúi đầu / Vâng lời chịu học trước sau một bề (c. 43-46).

Theo đạo đức truyền thống, vợ chồng lấy nhau là để "ăn đời ở kiếp" với nhau. Còn theo giáo lý Công giáo thì khi họ lấy nhau đã được Thiên Chúa kết hợp làm một và không thể phân ly, vì vậy việc chọn đối ngẫu là hết sức quan trọng. Trong vấn đề này, người con trai giữ vai trò chủ động. Tác giả của ***Nịch ái vong ân*** khuyên người con trai đến với người con gái phải bằng tình yêu thực sự, không phải vì đối ngẫu là con nhà giàu, nhà có thế lực để dựa dẫm, càng không phải chỉ vì say đắm sắc đẹp:

Cũng nhiều khi tại trai tham sắc / Hóa về sau còn mắc hơm to / Tự nhiên cũng lắm thứ hoa / Coi xinh đẹp đẽ nhưng mà không thơm (c.345-348).

Người con trai chọn vợ phải tìm hiểu gốc gác gia đình vợ, đặc biệt phải tìm hiểu kỹ càng người đối ngẫu sẽ làm vợ mình trong tương lai:

Nam nhi bây phải bảo nhau / Lấy vợ phòng trước sợ sau mới hòng / Sự biết lòng ân là khó biết / Nhưng phải xem tính nết cho tường / Chớ thị thường gặp đâu lấy đấy / Cũng nhiều trai hễ thấy thì vơ (c. 265-270).

Đồng thời người con trai chọn vợ đừng quá tin vào người mai mối, bởi nhiều khi để "tác thành" cho đôi lứa mà họ nói sai sự thật, để rồi khi nên vợ chồng mới vỡ lẽ ra:

Đến khi đã lấy nhau rồi / Về nhà chẳng thấy như lời nói xưa / Trăm chiều khốn nạn ngẩn ngơ.

Tác giả của ***Nịch ái vong ân*** khuyên người con trai đi tìm hiểu người vợ tương lai phải sống là chính mình, tránh sự giả hình:

Trai giả hình cho được lấy vợ / Thử trai này cũng ứa chan chan / Khi tâm ấy là lòng gian / Giả hình lấy vợ mà toan lừa người / Chê bai muôn tiếng để đời (c.367 - 371).

Kẻ giả hình (lừa dối) đã lấy vợ tất sẽ phải chịu hình phạt nặng nề:

Hãy lắng tai mà nghe hình phạt / Tội gian này to tát dường nào (c.375-376).

Một điều hết sức thú vị là tác giả ***Nịch ái vong ân*** đã đưa ra bảy "tiêu chí" để chàng trai chọn vợ tương lai:

Một là tính nó hiền lành / Hai là tính nó tính mình như in / Ba là nó có đức tin / Bốn là tính nó tự nhiên thương người / Năm là có tính tươi cười / Hòa với mọi người chúng bạn chị em / Sáu là có tính tự nhiên / Khiêm cung nhuần nhã dưới trên tôn nhường / Bảy là tính nó sẵn sàng / Nghe nhời dạy dỗ về đàng nết na (c.383-392).

Khi đã tìm được người vợ tương lai, người con trai phải "nằn lòng" vài ba tháng, sau khi quyết định mới "trình mẹ cha". Nếu thấy trong lòng còn băn khoăn thì phải "trình với Thầy Cả" để được dạy bảo, sau trình lại mẹ cha.

Có thể nói, tác giả của ca vè ***Nịch ái vong ân*** đã chỉ cho thanh niên "tiến trình" tiền hôn nhân. Bởi đây là bước đầu, là nền tảng hết sức quan trọng để tiến tới hôn nhân, và đó cũng là nền tảng để giữ gìn hạnh phúc trọn đời của đời sống gia đình trong tương lai.

Sau khi hai người "nên một" sống đời sống gia đình, theo tác giả, trước hết người con trai phải biết ứng xử với người vợ trẻ (c.17-18). Người vợ trẻ khi đã lấy chồng phải đoan trang, chung thủy:

Vả chăng mình có chồng con / Chớ điều ngủng nghỉnh như còn trông ai (c.73-74).

Một thói thường trong đời sống gia đình trẻ là một số ông chồng vì quá tin lời vợ mà đối xử sai trái với bố mẹ đẻ, làm đảo lộn cuộc sống gia đình, mâu thuẫn cha mẹ con cái. Điều này được tác giả cảnh báo:

Cũng nhiều khi vì nghe nhời vợ / Mắng mẹ cha sấn sổ cực người (c.137-138).

Gia đình trẻ, vợ chồng phải sống theo đúng nghĩa vụ làm con với hai bên bố mẹ đẻ (tứ thân phụ mẫu):

Tứ thân cha mẹ bình an / Đi thăm về viếng hỉ hoan tươi cười (c.33-34).

Và:

Phải kính nhường họ hàng làm trước / Ngoài hương lân làng nước thứ hai.

Một gia đình yên ấm là một gia đình vợ chồng phải biết cư xử khoan hòa, đem lòng yêu thương đối đãi với nhau, phải biết nhường nhịn, tránh *"Lửa to lại đổ thêm dầu"* (c.203). Hoặc *"vợ nói ít, mình nói nhiều"* (c.171). Vợ chồng phải tương kính, tương hợp, tương phùng. Đặc biệt, dứt khoát gia đình trẻ phải biết sống đời sống đức tin:

Lấy nhau cầu nguyện sớm trưa / Lắng nghe ý Chúa mọi giờ đinh ninh (c.333-334).

Đồng thời:

Ngày hằng ngày cậy trông Đức Mẹ / Thánh Quan Thầy hộ vệ cầu cho / Lại xin Đức Thánh An-giô / Thiên thần bản mệnh người lo đỡ đần (c.431-434)

Như vậy, từ rất sớm, cụ Trần Lục đã nhận ra vai trò gia đình trẻ trong việc giữ đạo và sống đạo. Qua tác phẩm ***Nịch ái vong ân***, linh mục khéo léo kết hợp những giá trị đạo đức truyền thống của người Việt với nền tảng tư tưởng thần học trong *Kinh thánh* và trong giáo lý, để răn dạy thanh niên trước khi bước vào hôn nhân và sau hôn nhân sống đời sống gia đình. Những tư tưởng đó khi truyền tải được chú ý đến nội dung hơn là trau chuốt câu chữ.

Thời gian trôi đi, xã hội có nhiều biến động, nhưng những lời răn dạy của tác giả *Nịch ái vong ân* - Linh mục Trần Lục đến nay vẫn giữ nguyên những giá trị thời sự.

Nguồn: Công giáo và Dân Tộc

Nên xem thêm:

- Võ Long Tê, Linh Mục Trần Lục, Nhà Văn Công Giáo, https://hoaxuongrong.org/tai-lieu/linh-muc-tran-luc-nha-van-cong-giao_a780

HUÌNH TỊNH CỦA VÀ ĐẠI NAM QUẤC ÂM TỰ VỊ [1]

Trần Văn Chánh

Đại Nam quấc âm tự vị do Huình Tịnh Của (1830 - 1908) và một số cộng sự viên[2] biên soạn là quyển từ điển đơn ngữ tiếng Việt đúng nghĩa đầu tiên của Việt Nam, ghi mục từ tiếng Việt có kèm chữ Nôm, chữ Hán và dùng tiếng Việt để giải nghĩa các từ đơn, từ ghép, quán ngữ, thành ngữ, tục ngữ... mà tác giả đã dày công sưu tập được từ trong dân gian cũng như trong sách vở cũ hoặc đương thời, trong điều

[1] **Chú thích của Tủ sách Nước Mặn:** Với sự đồng ý của tác giả, chúng tôi không in phần đối chiếu các giải nghĩa một số từ trong *Đại Nam Quấc Âm Tự Vị* so với cách giải nghĩa trong một số từ điển khác, cũng không in phần "Hình thức trình bày" và phần "Cách viết chữ Nôm trong *Đại Nam Quấc Âm Tự Vị*".

[2] Huình Tịnh Của không độc lực làm việc mà còn có vài người nữa đã âm thầm giúp sức cho ông trong quá trình biên soạn *Đại Nam quấc âm tự vị*, nhưng những người này không được ghi tên chung trên bìa sách, cũng không thấy ông nhắc tới trong bài *"Tiểu tự"*. Điều này đã được tác giả Nguyễn Văn Y chứng minh một cách khá thuyết phục căn cứ vào tính thiếu nhất trí của toàn bộ công trình. Tác giả Nguyễn Văn Y còn sưu tầm và dẫn ra được bài báo *"Chữ quấc ngữ"* do Nguyễn Kỳ Sắt viết trên tuần báo Nam nữ giới chung (số 1, 28 Mars 1930, xuất bản tại Cholon, tr. 5), nguyên văn (chép y theo từng chữ) như sau: "Các ông còn Hậu sanh nghe tiếng ông Paulus Huỳnh-Tịnh-Trai (ông Đốc Phủ Của) chớ chưa biết tài ngài năm 1889 thượng thơ đổi lại là Direction du Service Local, tôi vào làm việc tại phòng Thông ngôn, tùng quyền ngài phụ dịch tờ Gia Định báo với ngài, ngài đây là hửu danh vô thiệt, một tay tôi với thầy Huỳnh Mai Liễu cháu ruột ngài làm Thông Phán (Sau thầy đổi lên Thủ Dầu Một) làm gần hết cuốn tự-vị quấc-ngữ đó. mạnh tôi tôi viết, mạnh Liễu, M. Liễu viết, chữ c. cũng được, chữ t. cũng hay có g. hay là không g tự do, ngài trông về tới nhà thì ngài lập vỏ. gọn bân như triệu tử long cầm kích. còn việc học chử An-nam của ngài, thì nói cho chí lý, ngài hơn tôi chừng vài chục chữ" (theo Huình Tịnh Của và công trình Đại Nam quấc âm từ vị, Tiểu luận Cao học Ngữ học của Trường Đại học Văn khoa Sài Gòn, chương XII, tr. 131-135).

Nhà nghiên cứu Trần Văn Chánh

** Sinh năm: 1954. Quê quán: Bạc Liêu. Hiện sống và làm việc tự do tại Sài Gòn.*
** Viết sách, báo.*
** Tác phẩm chính: Từ điển Hán Việt cổ đại và hiện đại, Sao lại cứ viết?, Bàn về giáo dục Việt Nam trước và sau năm 1975, Những bài học thuộc lòng - Tân quốc văn giáo khoa thư.*
** Email: <tranvanchanh54@gmail.com>*

kiện câu văn quốc ngữ còn đang tập tễnh đi vào sinh hoạt văn hóa một cách chưa hoàn toàn ổn định. Đây cũng có thể được coi là công trình quan trọng quy mô lớn, có tính tiên phong khai sáng và tập đại thành đầu tiên về tiếng Việt[3], do Imprimerie REY, CURIOL & Cie xuất bản tại Sài Gòn, chia thành 2 tập, khổ 24 cm x 31 cm: Tập I năm 1895 (vần A-L, 608 trang) và Tập II năm 1896 (vần M-X, 596 trang). Trong lời *"Tiểu tự"* ở đầu tập I, tác giả cho biết đã mất hơn bốn năm để hoàn thành bộ tự vị này và đã nhờ quan Thống đốc Nam Kỳ chuẩn tiền cho in[4].

---

[3] Trước khi quyển tự vị của Huình Tịnh Của ra đời, nước ta chưa có quyển tự điển nào giải nghĩa tiếng Việt bằng tiếng Việt. Mãi đến năm 1931 mới có một quyển tự điển tiếng Việt thứ hai, đó là Việt Nam tự điển do Hội Khai Trí Tiến Đức khởi thảo (Imprimerie Trung Bắc Tân Văn, Hà Nội). Hầu hết các bộ tự điển từ thời Alexandre de Rhodes với bộ *Dictionarium Annamiticum, Lusitanum et Latinum (Tự điển Việt-Bồ-La*, 1651) cho đến hậu bán thế kỷ XIX chỉ là những tự vị song ngữ (hoặc Việt Latinh, hoặc Việt Pháp), tiêu biểu có thể kể những cuốn đã xuất hiện trước hoặc gần như đồng thời với *Đại Nam quấc âm tự vị: Dictionarium Annamiticum Latinum* của Pigneau de Béhaine (1772); *Dictionarium Annamiticum Latinum* của Pigneau de Béhaine (1772); *Dictionarium Annamitico Latinum* của Taberd (1838); *Dictionarium Annamiticum Latinum* của Theurel (1877); *Dictionnaire Annamite Francais* của J. F. M. Génibrel (1898); *Dictionnaire Annamite- Francais* của Jean Bonet (1899).

[4] Việc in ấn cũng gặp nhiều khó khăn trở ngại. Theo Phạm Long Điền (Tạp chí Bách Khoa, số 417/1974): "Trong phiên họp ngày 11.1.1897 (?), Hội đồng Quản hạt nhóm bàn nên hay không nên chi tiền tài trợ cho bộ Đại Nam quấc âm tự vị. Cuộc tranh luận thật sôi nổi. Một hội viên người Pháp hống hách lớn tiếng nói: Nhà nước không có mướn ông Phủ Của làm tự điển loại ấy, nếu Ông có làm thì đó là ý kiến cá nhân thôi...". Theo Ông Nguyễn Văn Quan (Tạp chí Kiến Thức Ngày Nay số 634/2008): "Bộ tự vị này đã được một ủy ban đặc biệt khảo sát với thành phần gồm các ông Narville, Rossigneux, Thirode và Pétrus Ký. Mọi người đồng ý nhìn nhận: đây là một tác phẩm có giá trị lớn lao, thật hữu dụng, và việc phổ biến nó không những mang lại danh dự cho nhà nước mà còn cho cả tác giả nữa. Nhưng số tiền chi quá lớn nên đề nghị Hội đồng Quản hạt quyết định... Và Hội đồng Quản hạt chấp nhận chi 6.400 đồng để in 1.000 quyển Đại Nam quốc âm tự vị của Paulus Của và tặng tác giả 1.000 đồng. Nhưng mãi đến tháng 10.1895 mới in xong" (dẫn lại theo bài "Từ điển Việt Nam xưa và nay", sachxua.net/forum/ban-tron-van-hoc-lich-su-van.../tu-dien-viet-nam-xua-va-nay/).

Bộ tự vị ra đời đã khiến những người quan tâm học tập/ nghiên cứu tiếng Việt chú ý ngay đến giá trị đặc biệt của nó qua sự thu thập từ ngữ rất công phu cũng như cách lựa chọn và giảng giải các mục từ của soạn giả... Mặc dù vậy, trong văn học sử, tên Huình Tịnh Của cũng như công trình tiên phong đồ sộ này của ông có thời gian khá dài dường như ít được nhắc tới. Ngay trong *Việt Nam văn học sử yếu* (Bộ Giáo dục - Trung tâm Học liệu xuất bản, Sài Gòn, 1968, tr. 412), GS. Dương Quảng Hàm cũng chỉ nhắc lướt qua tên ông với bộ *Đại Nam quấc âm tự vị,* chỉ trong hơn 4 dòng cước chú cho chương "Sự thành lập một nền quốc văn mới". Đến *Nhà văn hiện đại* (Thăng Long tái bản lần thứ 3, Sài Gòn, 1960), quyển nhất dành cho "Các nhà văn đi tiên phong" (phần I "Những nhà văn hồi mới có chữ Quốc ngữ"), Vũ Ngọc Phan chỉ viết về Trương Vĩnh Ký (1837 - 1898) mà bỏ qua hẳn Huình Tịnh Của, trong khi cả hai ông đều là nhà văn - nhà báo, nhà biên khảo - dịch thuật hoạt động đồng thời và đều có những thành tích xuất sắc.

Phải đợi đến *Biểu nhất lãm văn học cận đại 1862 - 1945* (Tập I, Cơ sở xuất bản và báo chí Tự Do, Sài Gòn 1958), GS. Thanh Lãng lần đầu tiên mới đưa ra một ý kiến đánh giá tổng quát và khách quan về bộ *Đại Nam quấc âm tự vị*: "Huình Tịnh Của là người đầu tiên soạn thảo một cuốn tự vị gồm hầu hết những tiếng và những thành ngữ đương thời có chua cả chữ Nho và chữ Nôm, cái công phu của nó là soạn giả có công phu giải nghĩa bằng tiếng Việt... *Đại Nam quấc âm tự vị* của Huình Tịnh Của là cơ sở vững chãi cho sự nghiệp xây đắp về sau này của các soạn giả khác. Nhờ có cuốn đó, mà tiếng nói Việt Nam được thống nhất phần nào. Nó đã là một tài liệu quý giá hướng dẫn các văn gia trong gần nửa thế kỷ".

Sang đến Việt Nam văn học sử giản ước tân biên (Tập III, Quốc Học Tùng Thư, Sài Gòn, 1965, tr. 80-84), Phạm Thế Ngũ đã trang trọng dành một chỗ rộng rãi hơn cho Huình Tịnh Của, với sự trình bày và phân tích tuy sơ lược nhưng tương đối đầy đủ trong Chương III, Mục V, "Huình Tịnh Của và pho Quốc âm tự vị của ông", với mấy đoạn đánh giá rất cao: "Ngày nay mở pho tự vị đồ sộ ấy của H.T. Của, ai cũng phải nhận ông đã đóng góp nhiều – có thể nói quá nhiều nữa – cho việc xây dựng quốc văn mới" (tr. 82), "Tóm lại cuốn tự vị của H.T. Của là một tài liệu quý giá cho chúng ta ngày nay khảo về tiếng Việt, tra cứu những tiếng nôm xưa, nhất là những tiếng nôm địa phương ở miền Nam. Ngay đối với những tiếng nay còn thông dụng, cách tác giả viết và giải thích nhiều chữ không phải không đem lại cho chúng ta bây giờ một ít ánh sáng về từ ngữ học... Người chủ trương làm một pho tự điển Việt Nam xứng đáng ngày mai, tất nhiên có thể rút ích ở những kiến giải ấy cũng như ở đường lối, phương pháp, tài liệu của một người đi trước.

Công việc đi trước ấy của H.T. Của quả là một công việc phi thường" (tr. 83).

Sự đóng góp đáng kể như trên có thể được tóm tắt thành 3 phương diện quan trọng, theo ý kiến của Nguyễn Văn Y (trong Huình Tịnh Của và công trình Đại Nam quấc âm tư vị, tlđd.), đó là:

(1) Giữ gìn gia tài văn hóa cổ truyền về từ ngữ, vì nếu không có *Đại Nam quấc âm tự vị* ghi chép, giải thích các từ ngữ xưa của người Việt dùng ở thế kỷ XIX, thì ngày nay chúng ta sẽ khó khăn biết bao khi muốn hiểu tận tường ý nghĩa của các từ ngữ cổ nằm trong các áng văn của tiền nhân mà hiện nay không còn thông dụng nữa, như: Chạn: vóc giạc; Chồ: hè chái (tranh lá); Luỗi: mệt mỏi, mất sức; Min: tao, ta, (kẻ lớn xưng mình); Nguôi hoai: phai đi, nguôi đi; Vuối: cùng, cũng; Ne: nghiêng về một bên... Đúng như Maurice Durand và Nguyễn Trần Huân đã nhận định: "Cho đến ngày nay, bộ tự điển nầy vẫn còn lập thành một tài liệu đầu tay cho những ai nghiên cứu ngôn ngữ Việt Nam ở cuối thế kỷ XIX" (Ce dictionnaire constitue, encore de nos jours, un document de première main pour ceux qui étudient la langue vietnamienne de la fin du XIX siècle) (Introduction à la littérature vietnamienne, G.P. Maisonneuve et Larose, Paris, 1969, tr. 190. Dẫn theo Nguyễn Văn Y, tlđd., tr. 140).

(2) Cung cấp tài liệu cho sự nghiên cứu xã hội Việt Nam hồi cuối thế kỷ XIX. Về điểm này, Huình Tịnh Của đã đem vào tự vị của ông đủ các loại từ ngữ thuộc mọi lãnh vực tri thức của con người, cho ta biết qua từ lịch sử, phong tục, tập quán, tôn giáo cho đến các thú tiêu khiển, các trò chơi của người Việt thời xưa hoặc ở thời ông sống.

Có thể dẫn một số mục từ ngữ liên quan phong tục tập quán, đều đã được giải thích khá kỹ, như[5]: Cheo (q. I, tr. 131, c. 2, h. 19 - 26); Đắp mặt (q. I, tr. 277, c. 2, h. 39 - 44); Đâm lẻ (q. I, tr. 263, c. 2, h. 20 - 28); Đội mấn (q. I, tr. 314, c. 1, h. 1 - 4); Động thổ (q. I, tr. 322, c. 1, h. 42 - 46); Đứng kén (q. I, tr. 333, c. 1, h. 1 - 6); Giá tréo (q. I, tr. 357, c. 2, h. 7 - 11); Khem (q. I, tr. 484, c. 2, h. 7 - 12); Móc miếng (q. II, tr. 35, c. 1, h. 14 - 29); Mồng ba mở hàng họ (q. II, tr. 41, c. 2, h. 35 - 37); Mở cữa (sic) mã (q. II, tr. 3, c. 1, h. 10 - 15); Nằm đàng (q. I, tr. 267, c. 1, h. 18 - 22); Phạm hàm (q. I, tr. 401, c. 1, h. 7 - 8); Tiền câu tra (q. I, tr. 109, c. 2, h. 10 - 15); Tiền thế giẻ (q. I, tr. 375, c. 2, h. 7 - 9); Thí châu (q. I, tr. 18, c. 2, h. 17 - 22); Thướng cỗ (q. I, tr. 170, c. 2, h. 14 - 18); Vô khem (q. I, tr. 484, c. 2, h. 16 - 24).

---

[5] Khi trích dẫn từ ngữ trong Đại Nam quấc âm tự vị, chúng tôi luôn giữ nguyên cách viết theo chính tả của Huình Tịnh Của, dù có khác với chính tả tiếng Việt hiện đại. Xem thêm Phụ lục II ở cuối sách tự điển này.

Từ ngữ liên quan các trò chơi: Bài chấm (q. I, tr. 119, c. 2, h. 3 - 7); Bông chẹo (q. I, tr. 132, c. 2, h. 32 - 36); Chụp chộ (q. I, tr. 148, c. 1, h. 5 - 6); Đánh hồ (q. I, tr. 271, c. 2, h. 33 - 35); Đánh lăn (q. I, tr. 272, c. 1, h. 18 - 22); Đánh lú (q. I, tr. 272, c. 1, h. 7 - 12); Đánh quần, đánh đáo quần (q. II, tr. 24, c. 1, h. 13 - 17); Đánh trống u (q. II, tr. 524, c. 2, h. 13 - 38); Đầu hồ (q. I, tr. 426, c. 2, h. 20 - 24); Giũa Phật (q. II, tr. 195, c. 1, h. 6 - 11); Kéo chèo bẻo (q. I, tr. 49, c. 1, h. 5 -10); Khòn mía (q. I, tr. 499, c. 2, h. 15 - 21); Xỏ lá (q. I, tr. 524, c. 2, h. 28 - 32)...

(3) Thống nhất văn tự, ngôn ngữ, làm nền tảng cho mọi công trình văn học. Vào thời Huình Tịnh Của, báo chí quốc ngữ bắt đầu xuất hiện, nhưng không có một quyển tự điển đơn ngữ giải nghĩa tiếng Việt bằng tiếng Việt làm tiêu chuẩn về cách viết, cách hiểu đúng ý nghĩa của mỗi từ ngữ, nên sự xuất hiện của *Đại Nam quấc âm tự vị* là tối cần thiết, giúp ích rất nhiều cho công cuộc phát triển nền văn chương học thuật nước nhà hồi cuối thế kỷ XIX. "Có thể nói Huình Tịnh Của là một trong những người đầu tiên đặt nền tảng cho nền văn học chữ Quốc ngữ thời cận đại...; làm cho người Việt ở ba miền, qua trung gian của bộ tự điển được giải nghĩa rõ ràng ấy, có thể hiểu được lời nói cũng như câu văn của nhau... Chỉ với bộ sách duy nhất đó thôi, cái tên Huình Tịnh Của đã đủ sáng chói trên nền văn học Việt Nam cận đại và *Đại Nam quấc âm tự vị* trải qua gần một thế kỷ vẫn còn xứng đáng là bộ tự điển gối đầu giường của giới trí thức nước ta" (Nguyễn Văn Y, tlđd., tr. 149-150).

Về các mặt ưu điểm của *Đại Nam quấc âm tự vị*, các nhà nghiên cứu tiếng Việt trước nay đều thừa nhận: (1) Định nghĩa ngắn gọn, rõ ràng, chính xác; (2) Là một bộ tự điển phổ thông, đại chúng; (3) Ngữ vựng phong phú, chứa đựng dồi dào tiếng Nôm và nhiều tiếng địa phương miền Nam; (4) Có ghi đủ cả ba thứ chữ Quốc ngữ, Hán, Nôm và nêu phân biệt tiếng nào là tiếng Hán Việt, tiếng nào là tiếng Nôm, hoặc vừa Hán vừa Nôm; (5) Phương pháp biên soạn vừa khoa học (tuân thủ nguyên tắc ngôn ngữ thống nhất), vừa thực tế (biết thích nghi biến hóa theo thực tiễn của tiếng Việt).

Tuy nhiên, *Đại Nam quấc âm tự vị* không phải không có những mặt hạn chế nhất định, chủ yếu vì nguyên nhân khách quan, do soạn giả của nó sống trong thời kỳ chữ và câu văn quốc ngữ còn chưa phát triển ổn định, tài liệu tham khảo thiếu, lại phải mò mẫm phương pháp, tự bơi một mình làm việc.

TỪ NGỮ VIỆT CỔ

Phàm ai muốn có một bộ *Đại Nam quấc âm tự vị* trong tay thì điều người ta nghĩ tới trước tiên mà cũng là đặc điểm nổi bật nhất của nó đối với người có nhu cầu học hỏi, tra cứu, nghiên cứu tiếng Việt ngày nay là bộ tự điển này chứa đựng khoảng gần 2.000 từ ngữ cổ[6], có lẽ rất thông dụng ở thế kỷ XIX hoặc thời gian trước đó khá lâu, nhưng hiện nay người Việt không còn nói, không còn viết nữa. Để tra cứu những từ ngữ thông thường, có lẽ không ai mất công phải tìm đến *Đại Nam quốc âm tự vị*, vì trong trường hợp này, chỉ cần dùng các loại từ điển tiếng Việt thông dụng hiện đại sẽ được tiện lợi hơn nhiều.

Dưới đây là một ít từ ngữ được chọn trong những tiếng khởi đầu bằng chữ A, Ă, mà chúng ta không thấy có trong bộ *Việt Nam tự điển* của Hội Khai Trí Tiến Đức, cũng như trong bộ Tự điển Việt Nam của Lê Văn Đức[7]: Áng ná: cha mẹ (q. I, tr. 13, c. 1, h. 15); Áp lẫm: ghẽ (sic) ống chơn lở lói, khó cho thuốc (q. I, tr. 15, c. 2, h. 22); Ăn cẫm (sic) địa: ăn phần kiến (sic) biếu, vì mình đã có dâng cúng đất đai mà làm đình miễu, ở kế tiên hiền (q. I, tr. 10, c. 2, h. 36 - 38); Ăn chưa thíp: ăn chưa no đủ, chưa vừa sức, ăn chưa hết bao nhiêu (q.II, tr. 399, c. 2, h. 19 - 20); Ăn gạo: mua gạo. Thường nói: ghe đi ăn gạo; tàu ăn gạo thì là mua, chở gạo (q. I, tr. 11 c. 2, h. 45 - 46); Ăn sinh cầm: ăn gỏi cá sống. (q. I, tr. 95, c. 1, h. 41)...

Đặc biệt có những tiếng nói chơi, tiếng lóng thường dùng ở thời Huình Tịnh Của mà hiện nay không mấy người Việt biết đến được ông ghi chép, giải thích: Bình phu: vừa bằng. Tiếng riêng người cờ bạc; không ăn không thua, đủ vốn gọi là bình phu (q. I, tr. 59, c. 1, h. 3 - 5); Cao thành lớn bánh: tiếng nói chơi người cao lớn mà thô tục (thường hiểu về đờn bà) (q. II, tr. 373, c. 1, h. 42 - 44); Chộ cần: tiếng riêng trong sự đánh bài, chỉ nghĩa là đánh rán cho hết bài (q. I, tr. 148, c. 1, h. 11 - 12); Đời la đa lép đép: đời lâu xa chẳng biết đâu mà tính, (tiếng nói chơi) (q. I, tr. 560, c. 1, h. 43 - 44); Ông dài: sấu lớn. Ngu tục sợ sấu kêu nó bằng ông, mà lại không dám kêu tên (q. I, tr. 216, c. 1, h. 11 - 12); Ông trầm Khổng-lò: hiểu là hai lỗ mũi, (tiếng nói chơi) (q. II, tr. 466, c. 1, h. 41 - 42); Tiền phú hậu bần. Trước giàu sau nghèo: dụng như tiếng nói chơi thì hiểu là đầu lớn đít nhỏ (q. II, tr. 207, c. 1, h. 6 - 8).

Chỉ riêng từ "nói", *Tự điển Việt Nam* của Lê Văn Đức có ghi đến mấy trăm "lối nói", nhưng lại thiếu gần cả trăm lối nói mà *Đại Nam quốc âm tự vị* đã ghi nhận và giải nghĩa (liệt kê theo thứ tự a, b, c), như: Nói bá quàn, Nói bào chuốt, Nói bắc cầu, Nói bát cạy, Nói bỏ xó, Nói bổng chảng, Nói cay ngạc, Nói có sách ước, Nói chạ, Nói chả chớt, Nói chèo đai, Nói chi ngô, Nói chiệng ảnh, Nói chiếu, Nói choãnh..., Nói xóc đế... [8]

---

[6] Theo Nguyễn Văn Y, tlđd., tr. 33.

[7] Hội Khai Trí Tiến Đức khởi thảo, Việt Nam tự điển, Imprimerie Trung Bắc Tân Văn, Hà Nội, 1931.- Lê Văn Đức (Cùng một nhóm văn hữu soạn), Lê Ngọc Trụ hiệu đính, Việt Nam tự điển (Quyển Thượng A-L, Quyển Hạ M-X), Nhà sách Khai Trí, Sài Gòn, 1970.

[8] Trong tập tiểu luận của Nguyễn Văn Y, tlđd., tr. 36-42, tác giả đã liệt kê thí dụ có đến 103 cụm từ đi với chữ "nói", đây xin lược bớt.

THÀNH NGỮ, TỤC NGỮ

Theo thống kê của Nguyễn Văn Y, "Trong bộ *Đại Nam quấc âm tự vị* có tất cả trên năm trăm câu thành ngữ và tục ngữ Việt Nam. Trong số đó, có gần 300 câu mà chúng ta không tìm thấy trong quyển *Tục ngữ phong dao* của Ôn Như Nguyễn Văn Ngọc và cả trong bộ *Tự điển Việt Nam* của Lê Văn Đức, và có hơn 60 câu khác với hai bộ ấy ở một vài chữ" (tlđd., tr. 44). Có thể kể: Ăn thì dùa, thua thì chịu (q. I, tr. 246, c. 2, h. 37 - 38); Cao lễ dễ thưa (q. I, tr. 104, c. 1, h. 47 - 48); Con có cha nhà có chủ (q. I, tr. 158, c. 2, h. 47 - 48); Cục đất nắn ra ông táo (q. II, tr. 200, c. 2, h. 13 - 15); Ăn tấm trả giặt (q. II, tr. 336, c. 1, h. 11); Chạy ô rô, mắc ô mã (q. II, tr. 169, c. 1, h. 29 - 30); Chết ngẳng củ từ (q. II, tr. 510, c. 1, h. 7); Đắng như khổ qua quẹo (q. II, tr. 230, c. 2, h.23); Đặng kiện như sọ trâu khô, mất kiện như mồ ma chết (q. I, tr. 513, c. 2, h. 31 - 34).

Có khá nhiều câu nếu không được Huình Tịnh Của giải thích thì người bây giờ thật khó suy đoán ý nghĩa. Như: Ăn cơm bảy phủ (q. II, tr. 208, c. 1, h. 26 - 28); Ăn như xa cán cùn (q. I, tr. 96, c. 2, h. 39); Ăn trầu cách mắt (q. I, tr. 11, c. 1, h. 41 - 44); Bẻ cò bỏ nóp (q. I, tr. 175, c. 1, h. 20 - 21).

Một số câu mở đầu bằng chữ "Làm", chỉ có trong *Đại Nam quấc âm tự vị*, mà không thấy có trong hai bộ sách nói ở trên: Làm ăn như chết đuối vịn bờ (q. I, tr. 133, c. 2, h. 27 - 28); Làm chuyện trảy mày (q. II, tr. 465, c. 1, h. 8); Làm gái làm mụ (q. II, tr. 342, c. 2, h. 18 - 19); Làm như chỉ lộn cuồng (q. I, tr. 137, c. 2, h. 45); Làm như con mẹ nhạy (q. II, tr. 118, c. 1, h. 27 - 28); Làm như đi thỉnh kinh (q. II, tr. 398, c. 1, h. 35 - 36); Làm như hùm mất thịt (q. II, tr. 400, c. 1, h. 24 - 25).

TỪ NGỮ VỀ CỎ CÂY VÀ CHIM THÚ

Đại Nam quấc âm từ vị sưu tập khá nhiều từ ngữ liên quan tên gọi cỏ cây và chim thú, kèm theo những định nghĩa ngắn gọn, dễ hiểu, sát với thực tế đời sống. Tuy nhiên, vẫn còn mặt hạn chế chủ yếu ở chỗ phần nhiều cách mô tả cỏ cây, chim thú chưa đạt chuẩn khoa học, cũng không có tên khoa học bằng tiếng Latinh đi kèm như trong từ điển của Taberd. Như ở chữ CẦN với nghĩa rau cần, soạn giả giải thích: Loại rau thơm ưa đất thấp, một thứ nhỏ lá thơm nhiều, gọi là cần Tàu một thứ lớn lá ít thơm, gọi là cần ta còn một thứ lớn cây lớn lá không thơm gọi là cần trâu (q.I, tr. 99, c. 2, h. 41 - 44).

Tuy nhiên, nhờ lối định nghĩa ngắn gọn và thực tế đặc biệt của tác giả, chúng ta ngày nay nhận thấy các giống loài cỏ cây và chim thú phần lớn đã được người Việt đặt tên gọi bằng cách dựa trên hình dáng, màu sắc (Cỏ chỉ, Chuối hột, Chuối lá trắng, Chuối lá đen, Chuối lửa, Cây vòi voi, Cây vú sữa...); hoặc vào tính chất, công dụng (Hoa mắc cỡ, Hoa nguyệt quí, Hoa tí ngọ, Bông tứ quí, Cây thuốc nọc, Cỏ xước...); hoặc vào âm thanh, theo tiếng kêu (Ảnh òn, Ảnh ương, Cà khu, Chó chóc, Cú, Cu gầm ghì, Chim hít cô, Chim trã trẹt, Ve...).

Về tên gọi cỏ cây và chim thú, Huỳnh Tịnh Của tỏ ra rất uyên bác, biết rõ nhiều loài khác nhau trong một giống sinh vật. Như về các loài chuối: Chuối cau, chuối cơm, chuối hột, chuối lá đen, chuối lá trắng, chuối lửa, chuối nanh heo, chuối non nước, chuối nước, chuối và hương, chuối và lùn, chuối vông (q. I, tr. 169, c. 1 và 2). Các loài tre: Tre bạc mày, tre bông, tre bộp, tre dây, tre đài, tre đỏ, tre gai, tre giang, tre la ngà, tre lồ ô, tre lông, tre mò o, tre nứa, tre tàu, tre tầm vông. (q. II, tr. 476, c. 1 và 2). Các loài kiến: Kiến lửa, kiến đất, kiến cỏ, kiến vàng, kiến hôi, kiến riện, bò nhọt, kiến mọi, kiến mốc, kiến kim, kiến vương, kiến cành, kiến cánh (q. I, tr. 514, c. 1 và c. 2). Các loài ngựa: Ngựa bạch, ngựa kim, ngựa kim than, ngựa kim lem, ngựa kim lân, ngựa bích, ngựa hội, ngựa hạc, ngựa séo, ngựa khứu, ngựa ô, ngựa tía, ngựa tía vang, ngựa tía cháy, ngựa hồng, ngựa đạm, ngựa đạm chỉ, ngựa đạm lợt (q. II, tr. 108, c. 1 và c. 2). Các loại rắn: Rắn rồng, rắn rồng ri, rắn rồng ri cá, rắn rồng ri cóc, rắn liu điu, rắn lãi, rắn ráo, rắn nước, rắn bông súng, rắn roi, rắn hổ, rắn hổ đất, rắn hổ ba khoang, rắn hổ ngựa, rắn hổ mây, rắn hổ chuối, rắn hổ mang, rắn hổ hành, rắn mái gầm, rắn nẹp nia, rắn vày tên, rắn râu, rắn trun, rắn trun đĩa, rắn trun đển, rắn trun cườm, rắn lục, rắn lục lửa, rắn mặt cân, rắn đòn cân, rắn mỏ vọ (q. II, tr. 245, c. 2, h. 18 - 49).

TÊN NGƯỜI VÀ TÊN ĐẤT[9]

"Cả bộ *Đại Nam quấc âm tự vị* chỉ chiếm vào khoảng 70 mục từ về tên người và 360 mục từ về tên đất. Hai loại này thật quá ít, dường như soạn giả chỉ ghi những tên người, tên đất nào thường được nói đến, nghe đến, hay đọc thấy trong các sách rất phổ thông ở thời đại ông, chứ chưa chịu khó tra tìm thêm ở các sách sử, địa, các loại địa phương chí để thu thập, ghi chép.

Riêng về phần nhơn danh, tên các nhơn vật trong lịch sử Trung Hoa chiếm hết hai phần ba, nhơn danh Việt Nam chỉ gồm có mười mấy tiếng. Sở dĩ có hiện tượng nầy, biết đâu là do hồi thời đó văn chương của các nhà Nho, của hàng trí thức, thường chứa các danh từ về nhơn danh Trung Quốc nhiều hơn, mà Huỳnh Tịnh Của chỉ là người lượm lặt những từ ngữ thường được viết trong các áng văn thời ấy ra để đem vào tự điển. Dù sao, đó vẫn là một khuyết điểm của một bộ *Tự điển Việt Nam*" (Nguyễn Văn Y, tlđd., tr. 59).

Cách giải thích tên người tên đất phần nhiều cũng giản đơn không

[9] Phần tên đất và tên người này, chúng tôi chỉ tóm tắt/ rút gọn lại từ nội dung Chương VII, "Nhơn danh và địa danh" trong tập tiểu luận cao học ngữ học của Nguyễn Văn Y, tlđd., tr. 59-64.

đủ rõ, hoặc thậm chí sai sót, do chỉ ghi theo trí nhớ, mà không tra cứu. Như: Càn long. Hiệu vua thứ hai, đời nhà Thanh (Trung quốc); cũng là tên chỗ (q. 1, tr. 97, c. 1, h. 19-20). Trong thí dụ này có 2 điểm không ổn: (1) Ở nghĩa thứ nhất, Càn Long thật ra không phải là "Hiệu vua thứ hai, đời nhà Thanh" (mà phải là vua thứ 5 Thanh Cao Tông [1736 - 1795] mới đúng); (2) Ở nghĩa thứ hai, tên đất, chỉ giải thích "cũng là tên chỗ" thì không ai biết chỗ là chỗ nào (có lẽ soạn giả muốn nói tới quận Càn Long, thuộc thành phố Trà Vinh ngày nay).

Về địa danh Trung Quốc, trái lại, Huình Tịnh Của ghi rất ít, chỉ có hơn 20 danh từ trong tổng số trên 350 danh từ địa danh.

Riêng về các địa danh ở Việt Nam, toàn bộ tự điển có trên 300 danh từ, mà hai phần ba là các địa danh ở miền Nam; miền Trung và miền Bắc ít hơn. Ta nhận thấy những địa danh nằm trong vùng Phước Tuy (thuộc tỉnh Bà Rịa), nơi chôn nhau cắt rún của Huình Tịnh Của, được ông ghi vào tự điển nhiều nhất trong số các địa danh ở mỗi tỉnh. Đại khái có thể kể: Cữa tắc khái, Đá bàn, Đất đỏ, Gò sầm, Khê gà, Hóc kè, Lưới rê, Phước hải, Thao lao, Vũng giằng (tất cả đều thuộc địa phận Phước Tuy/ Bà Rịa, nơi quê hương tác giả).

Đại Nam quấc âm tự vị không ghi đủ tên các tỉnh ở Việt Nam, toàn quốc chỉ có vài mươi tỉnh được nhắc đến. Ngay đối với các tỉnh miền Nam cũng thiếu sót.

Trong các địa danh miền Nam, nhiều nhất là tên sông rạch, núi non; rất ít các địa danh về phủ, huyện, làng. Ít hơn nữa là một số địa danh về cù lao, cửa biển, bãi, gành, giồng, truông; có tên vài ngôi chợ, chùa, miếu, nhưng càng quá ít.

Ngoài ra, trong *Đại Nam quấc âm tự vị* còn có vài chục địa danh thuộc các nước khác trên thế giới, hầu hết là các láng giềng của ta ngày ấy, như Cao Miên, Lào, Chiêm Thành, Xiêm, Miến Điện, Nhật Bổn; một ít xứ xa hơn được kể tên là Ma Ní, Malacca, Rô-Ma, Thổ nhỉ kỳ [soạn giả viết nhỉ dấu hỏi], và các biển lớn trên thế giới như Địa Trung hải, Hắc hải, Hồng hải.

Hầu hết các địa danh đều được giải nghĩa rất ngắn gọn, thường chỉ cho biết chúng nằm ở đâu vậy thôi, chứ không mô tả chi tiết. Thậm chí, vài địa danh còn không được cho biết nằm ở đâu, như: Cái nhum, Đông sơn, Eo vượt, Hàn giang, Thù lù.

Nhưng có lẽ điểm đặc sắc đáng kể và lý thú nhất là soạn giả đã cho biết rõ lý do tại sao một số địa danh lại có tên gọi như thế. Vài thí dụ:

Ba Động: tên cửa biển ở về tỉnh Vĩnh Long. Tên chỗ có ba hòn động ở tại tỉnh Bình Thuận, trên có miễu bà chúa Ngọc (q. I, tr. 322, c. 2, h. 21 - 23).

Bến nghé: bến ở tại vàm sông kinh vào Chợ Lớn, cũng hiểu chung là đất Bến Thành; có kẻ nói là bến tắm trâu, có kẻ nói là vùng sấu ở, không lấy đâu làm chắc (q. I, tr. 47, c. 1, h. 16 - 17).

Bình Di: tên đồn ở về tỉnh An Giang, cũng có nghĩa là làm cho mọi yên (q. I, tr. 231, c. 1, h. 18 - 19).

Cầu Thị Nghè: tên cầu qua làng Phú Mĩ, ở gần thành cũ Gia Định, lấy tước một bà làm nên cầu ấy mà đặt (q. II, tr. 389, c. 1, h. 36 - 38).

Cù Lao Phố: cù lao lớn ở tại tỉnh Biên Hòa, nguyên là chỗ có nhiều phố xá, cũng gọi là Đông Phố, chỉ nghĩa là phố bên đông (q. II, tr. 200, c. 2, h. 3 - 6).

Cửa Thuận: xưa là cửa eo, người ta không muốn cho nó eo, thì cải là cửa thuận, chính là cửa kinh đô nước Đại nam (q. II, tr. 420, c. 1, h. 17 - 19).

Chợ Đũi: tên chợ, nguyên là chỗ hay bán đũi, dệt đũi (q. I, tr. 331, c. 1, h. 36 - 37).

Giếng Bộng: tên xứ về hạt Phước Tuy, thuở xưa ở đó có cái giếng bằng bộng cây (q. I, tr. 73, c. 1, h. 36 - 37).

Núi Chiêng Bà Đen: tên núi ở phủ Tây Ninh, tỉnh Gia Định, trên có chùa thờ bà thần tên là Đen (q. I, tr. 19, c. 1, h. 36 - 37).

Ngự Bình: hòn núi ở tại thành đô An Nam, giống cái bình phong (q. I, tr. 59, c. 2, h. 15 - 16).

Trảng Bàng: tên trảng có nhiều cỏ bàng, về hạt Tây Ninh (q. I, tr. 33, c. 1, h. 17 - 18).

NHỮNG CHỮ CÓ NGUỒN GỐC NGOẠI LAI

Từ có gốc phương Tây rất ít, vì đến thế kỷ XIX, ảnh hưởng của ngôn ngữ phương Tây đối với tiếng Việt vẫn còn chưa đáng kể. Suốt bộ tự điển chỉ tìm thấy một vài chữ như: Kim kê na: thuốc rét rất đắng chế ra như bột. (Quinquina) (q. I, tr. 469, c. 2, h. 7 – 8). (36); Ma tà: lính canh tuần. (Tiếng Malais, kêu theo đã quen) (q. II, tr. 1, h. 14 - 15). (37).

Trái lại, có nhiều tiếng do ảnh hưởng của tiếng Hoa (với phương ngữ Triều Châu, tức quen gọi tiếng Tiều) và tiếng Campuchia. Có thể kể một số tiếng mà tác giả *Đại Nam quấc âm tự vị* cho là có gốc Triều Châu: Kía 子: con (q. I, tr. 512, c. 1, h. 35); Tần nằng kía 唐人子: con khách (q. I, tr. 512, c. 1, h. 36); Khậu 褲: cái quần: Y khậu: áo quần (q. I, tr. 483, c. 1, h. 1 - 4); Khậu 庫: kho, nhà lớn trữ hàng hóa: Tổng khậu: đầu bếp, kẻ nấu ăn (q. I, tr. 483, c. 1, h. 5 - 6); Khự 去: đi (q. I, tr. 503, c. 1, h. 18): Cháo khự: trốn đi, chạy đi (q. I, tr. 503, c. 1, h. 19); Mửng (Mãng) 門: chỉ nghĩa là cửa, thường hiểu là phía, bề, cách thế (tiếng điếm đàng) (q. II, tr. 57, c. 2, h. 34 - 36); Tần khạo: các lái ghe giàn, các lái ghe Nam-vang (q. I, tr. 481, c. 2, h. 38 - 39); Tía 爺: cha (q. II, tr. 433, c. 2, h. 9); Lù tía 老爺: người lãnh hoa chi (tiếng xưng hô) (q. II, tr. 433, c. 2, h. 11 - 12); Tía má: cha mẹ (q. II, tr. 2, c. 2, h. 7); Toa 單: (Đơn). Giấy biên kí hàng hóa hoặc biên vị thuốc (q. II, tr. 450, c. 1, h. 38 - 30); Tòa 大 (Đại): lớn (q. II, tr. 451, c. 1, h. 1 - 2): Tòa hia: anh cả (Thiên địa hội) (q. II, tr. 451, c. 1, h. 3); Tửng: tên riêng (q. II, tr. 519, c. 1, h. 35); Thầu: ăn nuốt (q. II, tr. 380, c. 1, h. 13); Thẩu: nhựa nha phiến, nhựa phù dung (q. II, tr. 380, c. 1, h. 18 - 19); Thộ: thùng, giỏ (q. II, tr. 402, c. 1, h. 24); Chè thộ: chè nguyên bao, nguyên thùng (q. II, tr. 402, c. 1, h. 25); Thèo lèo: bánh trái, đồ ăn nước uống, chính chữ là 茶料 trà liệu (q. II, tr. 386, c. 1, h. 11 -13); Vẹ 位 (tiếng khách) (q. II, tr. 546, c. 2, h. 8): Lão vẹ: tiếng gọi khách gia (q. II, tr. 546, c. 2, h. 9); Xáo: Giọng. Xiên xáo: 仙草 thứ cỏ có nhiều nhựa ăn mát, giọng ta đọc là tiên thảo, nghĩa là cỏ tiên (q. II, tr. 575, c. 1, h. 8 - 402); Xẳng xái: mặc ý (q. II, tr. 574, c. 1, h. 33); Xỉnh xái: mặc ý (q. II, tr. 571, c. 1, h. 27).

Những tiếng mà soạn giả cho là gốc ở tiếng Campuchia: Cà ròn: bao dài đương bằng lá cây, cộng cỏ (q. II, tr. 263, c. 2, h. 15 - 16); Chà gạc: cái mác Cao-miên, đồ binh khí của Miên (q. II, tr. 341, c. 2, h. 1 - 2); Chùm nhum: chỉ nghĩa là xúm xít (q. I, tr. 165, c. 1, h. 24); Chùm nhum, chòm nhum: vầy đoàn, tụ hội, nhóm nhau một chỗ. Ngồi chùm nhum (q. II, tr. 142, c. 2, h. 1 - 3); Gòi: phần thủ, phần hờ (q. I, tr. 38, c. 2, h. 22 - 28); Trình gòi: đi thưa cho người coi gòi, hay đem giấy thông hành cho người coi gòi xem (q. I, tr. 388, c. 2, h. 30 - 32); Mẹ nàng: đờn bà lớn tuổi (q. II, tr. 69, c. 2 h. 7); Mọp: quì gối, sấp mình, cúi xuống, (thói Mên) (q. II, tr. 50, c. 2, h. 17 - 18); Nàng: nương (Tiếng xưng hô cho các đờn bà). Tiếng Mên gọi là nen (q. II, tr. 69, c. 2, h. 4 - 5); Ót chỉ: hết tiền, nghèo quá (q. II, tr. 179, c. 2, h. 28); Ràm: (tưởng là tiếng Mên) (q. II, tr. 243, c. 2, h. 4); Nha ràm: tên chỗ thuộc huyện Phước lộc (Cần giuộc) (q. II, tr. 243, c. 2, h. 5 - 6); Tầm lon: chỉ nghĩa là đem lần lần: chỡ tầm lon (q. II, tr. 336, c. 1, h. 32 - 33).

Ngoài ra, còn có những tiếng có lẽ cũng gốc Campuchia, mặc dù tác giả không ghi rõ là "tiếng Cao Mên" như ở những chỗ khác: Cà uôm: tiếng cọp kêu rên (q. I, tr. 78, c. 2, h. 11); Ghe cà vom: ghe Cao Mên hay làm mui dài lắm (q. II, tr. 559, c. 1, h. 13); Rân cà tum: tiếng om sòm (q. I, tr. 87, c. 1, h. 33); Xăng cà đung: rộn ràng quá (q. II, tr. 574, c. 1, h. 14); Xăng bông: id. (q. II, tr. 574, c. 1, h. 15).

ĐÔI NÉT TIỂU SỬ

Hoạt động cùng thời với Trương Vĩnh Ký (1837 - 1898), Trương Minh Ký (1855 - 1900), Huình Tịnh Của là một trong những nhà văn - nhà báo quốc ngữ tiền phong của nước ta vào khoảng cuối thế kỷ XIX, đã có những đóng góp quan trọng trên nhiều lĩnh vực nghiên cứu ngôn ngữ - văn chương - văn hóa Việt, mà công lao đáng kể, mang lại giá trị lâu bền nhất, có lẽ chính là bộ *Đại Nam quấc âm tự vị* như trên chúng ta đã khảo sát, đánh giá tương đối đầy đủ. Ông hiệu Tịnh Trai, nên còn quen gọi Huỳnh Tịnh Trai, cũng thường ký bút danh Paulus Của khi viết báo (Paulus là tên Thánh). Sinh năm Canh Dần 1830 tại làng Phước Tuy, tổng Phước Hưng Hạ, tỉnh Bà Rịa (nay thuộc tỉnh Bà Rịa - Vũng Tàu)[10], mất ngày 26.1.1908.

Nhờ học trường đạo nên ông rất giỏi Pháp văn và chữ Latinh, còn về chữ Hán thì phải nhờ Tôn Thọ Tường chỉ vẽ thêm[11]. Theo đạo Kitô, năm 12 tuổi được đưa sang học một trường đạo ở Pulo Pinang, phía tây bắc Malaysia.

Khi học đạo lên đến chức "Thầy tư" thì hoàn tục, trở về quê cưới vợ.

Năm 1862, sau khi Pháp chiếm ba tỉnh miền Đông Nam Kỳ, ông bắt đầu giúp việc cho nhà nước thuộc địa, làm Thông ngôn, rồi lãnh việc phiên dịch văn án trong cơ quan Bureau des traductions à la Direction de l'Intérieur de Saigon (sau đổi tên là Direction du Service local, "Phòng phiên dịch Dinh Thượng thơ Saigon"). Năm 1865, Huình Tịnh Của được biệt phái về làm việc ở Bộ Tổng Tham mưu (Etat Major général).

Ngày 1.1.1873, ông được thăng chức Huyện đệ nhất hạng (Huyện de Première classe), đến làm việc tại "Phòng phiên dịch Dinh Thượng thơ" (Direction de l'Intérieur, sau đổi tên là Bureaux du Gouvernement de la Cochinchine). Ngày 1.1.1881, thăng chức Phủ đệ nhị hạng (Phủ de deuxième classe). Ngày 1.8.1884, lại thăng Phủ đệ nhất hạng (Phủ de première classe) và được bổ làm Đốc phủ sứ ngoại ngạch (hors cadre).

Năm 1892, Huình Tịnh Của được chọn làm hội viên của Ủy ban Cải tổ trường Thông ngôn (member de la Commission de réorganisation du collège des Interprètes). Ông còn có chân trong ban biên tập (comité de rédaction) bán nguyệt san *Revue Indochinoise* (1893 - 1925), một tạp

[10] Làng Phước Tuy là nơi Huình Tịnh Của được sinh ra. Còn quê gốc ông lại là làng Phước Thọ, tổng Phước Hưng Hạ, huyện Phước An, tỉnh Biên Hòa, tức xã Phước Long Thọ, huyện Đất Đỏ, tỉnh Bà Rịa - Vũng Tàu ngày nay. Làng Phước Tuy cũng thuộc tổng Phước Hưng Hạ, nằm cạnh làng Phước Thọ (xem Đoàn Lê Giang, *"Những vấn đề về tiểu sử Huình Tịnh Của"*, Tạp chí *Xưa & Nay*, số 472, tháng 6-2016, tr. 25).

[11] "Chính ông Paulus Huình Tịnh Của đã nhờ Tôn [Thọ Tường] giúp sức trong việc tập rèn khoa chữ Hán" (Khuông Việt, Tôn Thọ Tường một danh sĩ đất Đồng Nai, Ngày Nay, Hà Nội, 1941, tr. 65. Dẫn lại theo Trần Nhật Vy, "Nhà báo Huình Tịnh Của", sách chuyên đề Suối Nguồn, Tập 18, tháng 8.2015, tr. 169).

chí rất có giá trị chuyên nghiên cứu về Đông Dương.

Nhiều lần ông được mời làm giám khảo trong các cuộc thi do Pháp tổ chức để chấm môn Việt văn và Hán văn.

Huình Tịnh Của là một trong những người Việt Nam đầu tiên khởi xướng phong trào báo chí quốc ngữ ở nước ta[12]. Ông cùng với Trương Vĩnh Ký tham gia sáng lập tờ *Gia Định báo*, có nhiều bài viết từ những số đầu tiên năm 1865, giữ việc biên tập liên tiếp nhiều năm cho tờ báo quốc ngữ đầu tiên này, và đã tỏ ra xuất sắc trong những bài khảo cứu về các cổ tích, khoa học phổ thông, sưu tập thi ca cũ, cũng như phiên dịch các bài diễn văn, nghị định, công văn bằng tiếng Pháp ra tiếng Việt.

Huình Tịnh Của cũng là người đầu tiên biên soạn bộ tự điển đơn ngữ giải thích tiếng Việt, đã "vượt xa hơn cái việc trực tiếp phục vụ chính quyền Pháp mà biểu lộ cái ý thức của tác giả muốn 'chuẩn thằng hóa tiếng Việt'" (*Địa chí văn hóa thành phố Hồ Chí Minh, Tập II,* NXB. Thành phố Hồ Chí Minh, 1988).

Ông là người chịu ảnh hưởng Tây phương, đã tích cực viết sách viết báo, biên soạn tự điển, đã cùng với Trương Vĩnh Ký cổ động việc dùng chữ Quốc ngữ viết theo mẫu tự Latinh, tỏ rõ là một người yêu chuộng văn hóa dân tộc, biết giữ gìn/ khai thác những di sản văn hóa - tinh thần của cổ nhân để lại bằng cách nỗ lực phiên âm, phổ biến những áng văn xưa của người Việt.

Trong cuộc đời công chức, ông được ban thưởng các huy chương: Đại Nam hàn lâm viện trực học sĩ (Médaille d'officier de Dragon d'Annam), Đại Pháp hàn lâm kim diệp (Médaille d'officier d'Académie), Ngũ đẳng Bắc đẩu bội tinh (Chevalier de la Légion d'Honneur), và Kim khánh Cao Miên (Officier de l'ordre royal du Cambodge).

Mặc dầu được nhà nước Pháp trọng đãi, ông vẫn luôn tỏ ra là một người khiêm tốn, giản dị, có cuộc sống thanh bần. Theo Nguyễn Liên Phong trong *Điếu cổ hạ kim thi tập*, ông là người "hình dung nho nhã, tánh nết cẩn thận hiền lành (...), đã quá tuổi hưu trí mà Nhà nước đoái tưởng ngài tuổi lớn nhà nghèo, cho làm luôn" (dẫn lại theo Nguyễn Văn Y, tlđd., 14).

Ngoài *Đại Nam quấc âm tự vị* được coi là công trình lớn đáng kể nhất, Huình Tịnh Của còn là tác giả, dịch giả của nhiều tác phẩm khác, chia làm hai loại chính: sưu tập - biên khảo, phiên âm - chú thích. Có thể liệt kê theo thứ tự thời gian như sau:

1. *Maximes et Proverbes,* Imprimerie du Gouvernement, Saigon,

---

[12] Để hiểu thêm Huình Tịnh Của với tư cách nhà báo, có thể xem Trần Nhật Vy, tlđd., tr. 168-177.

1882, 35 tr.[13]

2. *Chuyện giải buồn* rút trong các sách hay, để giúp trong các trường học cùng những người học tiếng Annam. In lần thứ 2, Bản in Quản hạt, Saigon, 1886, 100 + 3 tr.

3. *Chuyện giải buồn cuốn sau* dịch rút trong các sách hay, lại phụ các án tấu, án đoán quan Annam làm, lập lời nói trang nhã, lịch sự, để giúp trong các trường học cùng giúp cho các người học tiếng Annam. Cuốn sau, Bản in Nhà hàng Rey et Curiol, Saigon, 1886, 96 tr.

4. *Sách bác học sơ giai* (Simples lectures sur diverses sciences), Nhà in Rey et Curiol, Saigon, 1887, 248 tr.[14]

5. *Sách quan chế*, Bản in nhà nước, Saigon, 1888, 94 tr.

6. *Tục ngữ, cổ ngữ, gia ngôn,* Imprimerie & Librairie Nouvelles Claude & Cie, Saigon, 1896, 94 tr.[15]

7. *Quan âm diễn ca.* In lần 3, Nhà in Xưa Nay, Saigon, 1898, 32 tr.

8. *Gia lễ.* In lần thứ 2, Imprimerie Commerciale Ménard & Rey, Saigon, 1904, 52 tr.

9. *Phép đo* (Arpentage), Imprimerie & Librairie Nouvelles Claude et Cie, Saigon, 1905, 78 tr.

10. *Thơ mẹ dạy con*, Imprimerie Commerciale, Saigon, 1905, 61 tr. [16]

11. Trần Sanh diễn ca, Imprimerie Commerciale, Saigon, 1905, 61 tr.[17]

12. *Lang Châu toàn truyện*. Bổn cũ sửa lại, Imprimerie Commerciale Ménard et Rey, Saigon, 1905, 38 tr.

13. *Văn Doan diễn ca,* Coudurier & Montégout, Imprimeurs-Edi-

---

[13] Về sách này, đây dẫn theo Nguyễn Văn Y (tlđd., tr. 16). Nhưng theo Đoàn Lê Giang thì có sự nhầm lẫn: Huình Tịnh Của không có riêng quyển Maximes et Proverbes, mà sách này chính cũng là quyển Tục ngữ, cổ ngữ, gia ngôn. Sở dĩ có sự lầm lẫn ấy là vì trang bìa sách in cuối thế kỷ XIX - đầu thế kỷ XX thường ghi 2-3 thứ chữ Việt –Pháp - Hán. Nguyên văn trang bìa sách này ghi: "俗語古語嘉言 - Tục ngữ, cổ ngữ, gia ngôn - Maximes et Proverbes – par Paulus Của Huỳnh-Tịnh Đốc phủ sứ - Sài Gòn, Imprimerie & Librairie Nouvelles Claude & Cie, 1896" ("Những vấn đề về tiểu sử Huình Tịnh Của" (tiếp theo bài trước), Tạp chí Xưa & Nay, số 473, tháng 7-2016, tr. 42). Tuy thuyết của tác giả Đoàn Lê Giang nói thế, và có in cả hình bìa cuốn sách để chứng minh, nhưng chúng tôi vẫn còn nghi hoặc, vì không có sẵn đủ tài liệu trong tay để dẫn chứng (biết đâu vẫn có riêng sách Maximes et Proverbes in năm 1882, như vài nhà nghiên cứu về Huình Tịnh Của đã ghi?).

[14] Theo Đoàn Lê Giang (Xưa & Nay, tlđd., tr. 43), sách này có tài liệu ghi là Bác học sơ giải, nhưng phải là Bác học sơ giai mới đúng. "Sơ giai" là bậc thềm đầu, giai đoạn đầu, bước đầu. "Sơ giải" là giải thích đơn giản.

[15] Đoàn Lê Giang (Xưa & Nay, số 473, tlđd.) ghi Thơ mẹ dạy con, 1907; Saigon, Imp. Moderne, 1913, 12 trang.

[16] Đoàn Lê Giang tlđd.

[17] Đoàn Lê Giang (Xưa & Nay, số 473, tlđd.) còn ghi thêm: Bản in của Nhà in Thạch Thị Mau 1928 đổi tên là: Trần sanh Ngọc Anh, 30 trang.

teurs, Saigon, 1906, 100 tr.

14. *Bạch Viên Tôn Các truyện. Phụ Chinh phụ ngâm*. Bổn cũ dọn lại, Imprimerie Commerciale, Saigon, 1906, 36 tr.

15. *Chiêu Quân cống hồ*. Bổn cũ dọn lại. In lần 2, Imprimerie Commerciale, Saigon, 1906, 40 tr.

16. *Ca trù thể cách,* Imprimerie Commerciale Mercellin Rey, Saigon, 1907, 40 tr.

17. *Tống Tử Vưu truyện*. Bổn cũ dọn lại, Imprimerie Commerciale, Saigon, 1904, 32 tr. In lần thứ 4, Imprimerie Commerciale, Saigon, 1907, 30 tr.

18. *Thoại Khanh Châu Tuấn*. Bổn cũ dọn lại, Imprimerie Commerciale, Saigon, 1908, 28 tr. In lần thứ 6, Nhà in Xưa Nay, Saigon, 1929, 22 tr.

19. *Câu hát góp* (Recueil de Chansons Populaires), Impr. Commerciale Ménard Legros, Saigon, 1901, 32tr. In lần thứ 4, Phát Toán, Saigon, 1910, 32 tr.

Ngoài ra, Huình Tịnh Của còn một số tác phẩm khác nữa, thấy giới thiệu trên các bìa sách đã xuất bản của ông[18]: *Phép toán* (Arithmétique), *Tam soạn tư hạt nhựt xấp* (Recueil des formules annamites). Thanh Lãng, trong Bảng lược đồ văn học Việt Nam (NXB. Trình Bày, Saigon, 1967, quyển hạ, tr. 21), có ghi Huình Tịnh Của là tác giả của *Vãn Cha Minh và Lái Gẫm*. André Baudrit, trong Guide historique des rues de Saigon, ghi ông còn soạn quyển *Catéchismes* (Saigon, 1885), và dịch nhiều truyện Tàu ra Quốc ngữ.

Nguồn: *Bài giới thiệu in ở đầu sách Đại Nam quấc âm tự vị của Huình Tịnh Của, bản ảnh ấn theo sách gốc, do Tu viện Huệ Quang (TP. HCM) hợp tác với NXB Tổng hợp Thành phố Hồ Chí Minh ấn hành trong tháng Quý I/ 2018.*

Nên xem thêm:

- Trần Văn Cảnh, *Paulus Huình Tịnh Của biên soạn pho Đại nam Quốc âm Tự vị đầu tiên của VN,* http://giaoxuvnparis.org/bai-viet/207-paulus-huynh-tinh-cua-bien-soan-pho-%C3%90ai-nam-Quoc-am-tu-vi-dau-tien-cua-vn.html

- Phạm Thế Ngũ, *Huình Tịnh Của và pho Quốc âm tự vị của ông,* https://www.facebook.com/thuchoisach/posts/2003204463104806:0?

- Trần Nhật Vy, *Nhân 150 năm Gia Định báo ra đời: Nhà báo Huình Tịnh Của,*https://sites.google.com/site/namkyluctinhorg/tac-gia-tac-pham/s-t-u-v/tran-nhat-vy/nhan-150-nam-gia-dhinh-bao-ra-doi-nha-bao-huynh-tinh-cua

[18] Theo Nguyễn Văn Y (tldd., tr. 17-18).

TRƯƠNG VĨNH KÝ, NHÀ VĂN HÓA TIÊN PHONG

Liễu Trương

Nhà báo Petrus Trương Vĩnh Ký

Mỗi khi đề cập đến tiến trình văn học Việt Nam, các nhà phê bình văn học thường nhắc đến Tự lực Văn đoàn và phong trào Thơ mới như những cái mốc quan trọng không thể bỏ qua được. Họ hoàn toàn có lý, vì đó là những biến cố đánh dấu sự trưởng thành của nền văn học mới của chúng ta. Nhưng bởi đâu mà có được những thành quả rực rỡ của

TS. Liễu Trương

* Sống ở Pháp từ năm 1963.
* Tiến sĩ Văn học đối chiếu, Đại học Paris III, Sorbonne Nouvelle.
* Tác phẩm chính: Les canons tonnent la nuit. Đêm nghe tiếng đại bác (dịch truyện của Nhã Ca). Tiếp cận văn học Pháp; Phân tâm học và Phê bình Văn học.
* Email: <lieu_truong@hotmail.com>

Tự lực Văn đoàn và của Thơ mới, trong thập niên 30 của thế kỷ trước? Đặt câu hỏi như thế có nghĩa nhắc nhở đến một văn tự mà do một sự tình cờ lịch sử đã đưa đến cho dân tộc Việt Nam, tôi muốn nói đến chữ Quốc ngữ, tức tiếng Việt ghi âm bằng mẫu tự La tinh. Nhờ chữ Quốc ngữ, chúng ta đã từ bỏ hẳn chữ Hán, một văn tự không phải là của ta, từ bỏ chữ Nôm, một thứ chữ muốn dùng được cũng đòi hỏi rất nhiều công. Trong buổi nói chuyện hôm nay, chúng ta không có đủ thì giờ để đi vào chi tiết của nguồn gốc chữ Quốc ngữ đã nảy sinh vào thế kỷ 17. Chỉ xin nhắc lại rằng những nỗ lực phân tách ngữ pháp và ngữ âm tiếng Việt ngõ hầu kiện toàn lối viết bằng mẫu tự La tinh, và việc chuyển mẫu tự La tinh cho thích hợp với lối phát âm và thanh điệu tiếng Việt, đều là một công trình tập thể, khó phân biệt phần đóng góp cá nhân. Trong số các vị linh mục thừa sai Bồ đào nha và Pháp có công lớn trong việc hình thành chữ Quốc ngữ phải kể các linh mục Dòng Tên: Francisco de Pina, Gaspard de Amaral, Antonio Barbosa và Alexandre de Rhodes. Ngoài ra cũng cần nhắc đến sự đóng góp của các vị tu sĩ Việt Nam. Ở miền Bắc, thầy Bento Thiện, có viết bằng quốc ngữ: *Lịch sử nước Annam*, năm 1659[1]. Cũng ở thế kỷ 17, Linh mục Lữ-Y Đoan là người đầu tiên dịch *Thánh kinh* ra tiếng Việt, viết bằng Quốc ngữ với nhan đề: *Sấm truyền ca*[2].

Vào hậu bán thế kỷ 19, khi mà chữ Quốc ngữ chưa được phổ biến rộng rãi, bị giới Nho học khinh miệt và chỉ được dùng trong cộng đồng Thiên Chúa giáo, thì người đã có công trong việc phá đá mở núi, dọn đường cho chữ Quốc ngữ phát triển và cho tiền đồ của nền văn học Việt Nam, người đó chính là Jean Baptiste Petrus Trương Vĩnh Ký, thường gọi là Petrus Ký, một nhà Tây học, Nho học, nhà biên soạn từ điển và sách giáo khoa, nhà khảo cứu, phiên dịch và cũng là tác giả của một số truyện và ký.

---

[1] Võ Long Tê. *Dẫn nhập nghiên cứu tiếng Việt và chữ Quốc ngữ*. Trung tâm Nguyễn Trường Tộ. Định Hướng Tùng thư, 1997, tr. 49 và 104.

[2] Võ Long Tê. *Sđd*. tr. 49-50 và 104.

Họ Trương đã để lại cho chúng ta một di sản văn hoá đồ sộ. Ông đã khẳng định vị trí của ông là vị trí của một nhà văn hoá tiên phong qua việc truyền bá chữ Quốc ngữ với tờ *Gia Định báo*, qua sự đóng góp đa dạng và phong phú với 118 tác phẩm thuộc nhiều thể loại và qua việc mở đường cho nhiều lãnh vực văn hoá.

I. TRƯƠNG VĨNH KÝ VÀ VIỆC TRUYỀN BÁ QUỐC NGỮ QUA TỜ *GIA ĐỊNH BÁO*

Gia Định Báo là tờ báo đầu tiên ở Việt Nam, bằng chữ Quốc ngữ, ra đời ngày 15/04/1865, do một người Pháp tên Ernest Potteau làm tổng tài ; qua năm 1869 Trương Vĩnh Ký thay thế Ernest Potteau trong chức vụ này. Ở thời điểm hậu bán thế kỷ 19, đây là một biến cố văn hóa có một tầm quan trọng lớn.

Trước năm 1865 đã có 3 tờ báo ở Nam Kỳ: tờ *Le Bulletin Officiel de l'Expédition de la Cochinchine*, tờ *Le Bulletin des communes* và tờ *Le Courrier de Saigon*.

Le Bulletin Officiel de l'Expédition de la Cochinchine là một tờ báo viết bằng tiếng Pháp dùng làm gạch nối giữa chính quyền Pháp và dân chúng địa phương.

Tờ *Le Bulletin des communes* viết bằng chữ Hán, được gởi đi khắp các làng xã để người dân được biết những quyết định và những cải cách của chính quyền mới.

Tờ *Le Courrier de Saigon*, ngoài việc cho đăng những công văn, nghị định của chính quyền Pháp và những tin tức địa phương, còn đề cập đến những vấn đề có tính cách xã hội.

Tuy nhiên, vì vấn đề ngôn ngữ, 3 tờ báo vừa kể không được phổ biến rộng rãi trong dân chúng. Trong tình trạng đó thống đốc Bonard muốn cho ra đời một tờ báo bằng tiếng Việt, do đó ông đặt làm những chữ in ở Pháp để có thể in chữ Quốc ngữ. Công việc kéo dài hai năm và được hoàn thành vào năm 1864. Và tờ *Gia Định Báo* ra đời năm 1865. Trương Vĩnh Ký đã hợp tác và viết trong tờ báo này ngay từ đầu.

Đặc tính của tờ *Gia Định báo*

Dưới quyền điều khiển của E. Potteau, *Gia Định Báo* là một tờ công báo, chuyên đăng những công văn, nghị định và những tin tức trong nước.

Năm 1869, khi Trương Vĩnh Ký làm chủ nhiệm thì nội dung tờ báo phong phú hơn, với những bài nghiên cứu về lịch sử, những mục thơ, chuyện cổ tích v.v...

Ban biên tập gồm có Tôn Thọ Tường, Trương Minh Ký và nhất là Huình Tịnh Của với tư cách là chủ bút. Huình Tịnh Của là một người rất tinh thông Hán học và Tây học, là cột trụ của tờ *Gia Định Báo*. Ông chuyên viết những bài về chuyện cổ tích Việt Nam, lời văn giản dị bình dân. Cùng với Trương Vĩnh Ký, Huình Tịnh Của phiên dịch những tài liệu chính thức từ tiếng Pháp sang tiếng Việt. Kể từ đây, Trương Vĩnh Ký có thể mở rộng hoạt động văn hoá với một người bạn đồng hành như Huình Tịnh Của, cả hai cùng một ý chí, quyết tâm đẩy mạnh sự phát triển chữ Quốc ngữ, và cả hai đã đánh dấu vai trò lịch sử của tờ *Gia Định Báo*.

Mục tiêu của tờ *Gia Định Báo*

Nhà cầm quyền Pháp cho phát hành tờ báo này với mục đích phổ biến trong giới dân bản xứ những tin tức và cho họ kiến thức về văn hóa và về ngành canh nông. Vậy thoạt đầu *Gia Định báo* chỉ là một tờ công báo được lưu hành ở các xã thôn. Nhưng từ khi Trương Vĩnh Ký đảm nhận trông nom, tờ báo có một nhiệm vụ khác, đó là:

- Cổ động cho một lối học mới

- Phát triển chữ Quốc ngữ

- Khuyến khích dân chúng học chữ Quốc ngữ.

Nhà nghiên cứu phê bình văn học Vũ Ngọc Phan nhìn nhận công việc của lớp người đi tiên phong như Trương Vĩnh Ký là một công việc khó khăn: một mặt phải dùng chữ Quốc ngữ để truyền bá học thuật tư tưởng Đông Tây trong dân gian, một mặt phải làm thế nào để mọi người học chữ Quốc ngữ. Thêm nữa chữ Quốc ngữ vào thời đó bị coi thường, rẻ rúng.

Trong bộ sách *Nhà Văn Hiện Đại,* Vũ Ngọc Phan viết: Vào thời Trương Vĩnh Ký, viết quốc ngữ mà viết văn xuôi, không ai cho là 'viết văn' cả. Chỉ có làm thơ Nôm là người ta còn chú ý đến, chứ viết quốc ngữ mà viết trơn tuồn tuột như lời nói, ai cũng cho là dễ dàng, đã được kể là 'văn' đâu[3].

Trong khi đó Trương Vĩnh Ký chủ trương viết như nói, nói tiếng An Nam ròng, như ông tuyên bố trong lời mở đầu cuốn sách *Chuyện đời xưa*.

Có thể nói đây là một cuộc cách mạng văn tự. Họ Trương, tuy rất quý trọng những tác phẩm thuộc cổ văn, đã dám đẩy lùi vào quá khứ

---

[3] Vũ Ngọc Phan. *Nhà Văn Hiện Đại* Nxb Văn Học tái bản, 1994, Tập I, tr. 26.

chữ Hán và chữ Nôm dành cho một thiểu số có kiến thức, để phổ biến một văn tự mới mà người dân nào cũng có thể đọc được.

Tờ *Gia Định báo* đã mở đường cho báo chí ở trong Nam nói riêng, và trong toàn quốc nói chung. Vì so với miền Bắc thì miền Nam được biết báo chí bằng quốc ngữ sớm hơn 40 năm. Ở miền Bắc, năm 1892 mới có tờ *Đại Nam Đồng Văn Nhật Báo*, viết bằng chữ Hán. Phải chờ đến năm 1905 mới có tờ báo đầu tiên bằng quốc ngữ bên cạnh những bài bằng chữ Hán: tờ *Đại Việt Tân Báo*. Như vậy miền Bắc có được tờ báo đầu tiên 27 năm sau miền Nam, nhưng còn phải chờ thêm 13 năm nữa mới thoát khỏi chữ Hán.

Về sau, tờ *Đông Dương tạp chí* với Nguyễn Văn Vĩnh, số đầu ra năm 1913, và tờ Nam Phong tạp chí với Phạm Quỳnh, số đầu ra năm 1917, đã tiếp tục công việc truyền bá học thuật tư tưởng Đông, Tây, bằng quốc văn lúc đó đã đạt đến một trình độ khá cao nhờ nhiều cây bút xuất sắc.

Âu đó cũng là nhờ tờ *Gia Định Báo* đã đi tiên phong trong việc truyền bá chữ Quốc ngữ.

Cũng cần nhắc lại rằng chữ Quốc ngữ được hình thành bằng cách căn cứ trên giọng miền Bắc, nhưng lại được phát triển mạnh mẽ ở miền Nam.

Trương Vĩnh Ký làm chủ nhiệm tờ *Gia Định Báo* được 5 năm. Qua năm 1874, chính quyền thuộc địa lấy lại tờ báo, và *Gia Định Báo* đã trở lại vai trò đầu tiên là vai trò một tờ công báo, từ 16 trang tờ báo bị rút lại còn 4 trang.

Ngoài *Gia Định Báo*, Trương Vĩnh Ký còn có tập san *Miscellanées* (*Thông loại khoá trình*), ra năm 1888, gồm 18 số, đây là một tập san có những bài sưu tầm vui và bổ ích cho mọi lứa tuổi.

Tuy nhiên hoạt động báo chí chỉ chiếm một phần nhỏ trong quá trình hoạt động văn hóa của Trương Vĩnh Ký, sự nghiệp của ông là một đóng góp lớn lao vào nền văn hóa Việt Nam.

II. SỰ ĐÓNG GÓP ĐA DẠNG VÀ PHONG PHÚ CỦA TRƯƠNG VĨNH KÝ VỚI 118 TÁC PHẨM THUỘC NHIỀU THỂ LOẠI

Về số lượng sách của họ Trương, Bằng Giang, tác giả cuốn *Sương mù trên tác phẩm Trương Vĩnh Ký*, đã viết như sau:

Nếu chỉ kể phần số lượng sách đã xuất bản in ty-pô (56 cuốn) tính đến năm 1945, họ Trương đoạt giải quán quân. Nếu kể luôn cả phần đã in hạn chế bằng thạch bản (64 cuốn) phần lớn tại nhà riêng tính đến ngày đất nước thống nhất 1975, ở miền Nam, Trương Vĩnh Ký vẫn không nhường ngôi vị số một cho ai, Hồ Biểu Chánh hay Nguyễn Hiến Lê[4].

Đầu thế kỷ 20, ở miền Bắc có câu phương ngôn lưu truyền như sau: Quỳnh, Vĩnh, Tốn, Tố, nhằm chỉ Phạm Quỳnh, Nguyễn Văn Vĩnh, Phạm Duy Tốn và Nguyễn Văn Tố là bốn người không những giỏi tiếng Pháp vào bậc nhất mà còn tinh thông Hán học.

Riêng Ứng Hoè Nguyễn Văn Tố (1889-1947) là trợ tá của trường Viễn Đông Bác Cổ tại Hà Nội. Ông là một học giả uyên bác, là người có cái nhìn sáng suốt, nghiêm túc và công bình về tác phẩm của Trương Vĩnh Ký, ông có những nhận xét như sau: Khi lướt qua danh mục những tác phẩm của Pétrus Ký, những tác phẩm này khiến người ta phải ngạc nhiên và gần như khiếp đảm bởi số lượng và tính đa dạng của chúng [...]

Tất cả những sưu tầm của Trương Vĩnh Ký theo đuổi từ buổi thiếu thời đến lúc tàn niên đều có một đối tượng duy nhất là vốn văn chương xưa của Việt Nam mà một phần lớn đã không chịu đựng được sự thử thách của thời gian, nhưng từng mảnh vụn nhỏ đáng được trân trọng thu nhặt[5].

Họ Trương đã để lại 118 tác phẩm lớn nhỏ, cả tiếng Việt lẫn tiếng Pháp, không kể những công trình còn dang dở. Các tác phẩm chính có thể được chia làm 7 loại[6]:

1. Công trình biên soạn sách giáo khoa dạy tiếng Việt cho người Pháp, dạy tiếng Pháp cho người Việt:

- *Abrégé de grammaire annamite* 1867
- *Grammaire de la langue annamite* 1883
- *Cours pratique de la langue annamite* 1868
- *Alphabet Quốc ngữ* 1876
- *Mẹo luật dạy tiếng Pha-lang-sa* 1869
- *Alphabet français* 1885
- *Vocabulaire annamite-français* 1887

2. Công trình biên soạn từ điển:

- *Dictionnaire Français- Annamite,* 1889
- *Dictionnaire Chinois-Annamite-Français*
- *Dictionnaire géographique annamite*
- *Dictionnaire biographique annamite*

---

[4] Bằng Giang. *Sương mù trên tác phẩm Trương Vĩnh Ký.* Nxb Văn Học, 1994, tr. 11.

[5] Bằng Giang, sđd. Tr. 105-106.

[6] Năm xuất bản của mỗi tác phẩm trích theo cuốn sách của Bằng Giang.

3. Công trình nghiên cứu về ngôn ngữ học:

- *Etude comparée sur les langues, les écritures, les croyances et les moeurs de l'Indochine* (Nghiên cứu đối chiếu các tiếng nói, chữ viết, tín ngưỡng và phong tục của các dân tộc Đông Dương)

- *Comparaison des systèmes d'écritures idéographiques, hiéroglyphiques, phonétiques, alphabétiques* (Nghiên cứu đối chiếu các hệ thống chữ viết tượng ý, tượng hình, theo ngữ âm và theo vần a,b,c)

- *Etude comparée des écritures et des langues de trois branches linguistiques* (Nghiên cứu đối chiếu các chữ viết và các tiếng nói của ba phái ngôn ngữ (1894)

- *Essai sur la similitude des langues et des écritures orientales* (Lược khảo về chỗ giống nhau của các tiếng nói và chữ viết ở phương Đông)

4. Công trình nghiên cứu về lịch sử, địa lý:

- Giáo trình lịch sử An Nam viết bằng tiếng Pháp dưới nhan đề: *Cours d'Histoire Annamite à l'usage des écoles de la Basse Cochinchine* (Cuốn I 1875, Cuốn II 1877)

- *Sử ký Nam Việt*
- *Sử ký Trung Hoa* (1876)
- *Giáo trình về địa lý Nam Kỳ* (*Petit cours de géographie de la Basse Cochinchine*) (1875)

5. Công trình dịch sách chữ Hán:

- *Tứ thư* (*Đại Học, Trung Dung* 1889)
- *Tam tự kinh* (1884)
- *Minh tâm bảo giám* (1891-1893)
- *Sơ học vấn tân* (1884) (Tóm tắt sử của Trung Quốc và Việt Nam)
- *Tam thiên tự* (1887)

6. Công trình sưu tầm, phiên âm truyện Nôm và tác phẩm cổ Việt Nam:

- *Truyện Kiều* (1875)
- *Lục Vân Tiên* (1889)
- *Phan Trần* (1889)
- *Đại Nam quốc sử diễn ca* (1875)
- *Lục súc tranh công* (1887)
- *Nữ tắc* (1882)
- *Gia huấn ca* (1883)
- *Hịch Quản Định* (1882)

- *Văn tế nghĩa sĩ Cần Giuộc* (1887)
- *Trung nghĩa ca* (1888)
- *Cổ Gia định phong cảnh vịnh* (1882).
- *Gia định thất thủ vịnh* (1882)

hoặc những sáng tác dân gian:

- *Chuyện đời xưa nhón lấy những chuyện hay và có ích* (1866)
- *Chuyện khôi hài* (1882)
- *Hịch con quạ* (1883)
- *Ước lượng truyện tích nước Nam* (1887)

7. Sáng tác thơ văn:

- *Ghi về vương quốc Khơ Me (Notice sur le royaume khmer)* (1863), là một bài báo 7 trang

- *Chuyến đi Bắc Kỳ năm Ất hợi* (1881). Bút ký
- *Bất cượng chớ cượng làm chi* (1882)
- *Kiếp phong trần* (1882)
- *Phú bần truyện diễn ca* (1885). Diễn ca
- *Cờ bạc nha phiến diễn ca* (1885). Diễn ca

- *Bài thơ tuyệt mệnh* (1898). Bài thơ này viết vào cuối đời đã được nhiều người biết đến vì tác giả đã gửi gắm trong đó tâm sự của mình.

Ngoài ra họ Trương cũng có những đóng góp để giới thiệu con người Việt Nam và văn hoá Việt Nam với người Pháp qua các cuốn: *Les convenances et les civilités annamites, Souvenirs historiques de Saigon et ses environs, Dictionnaire biographique annamite.*

Với những tác phẩm đa dạng vừa kể, Trương Vĩnh Ký đã đi vào nhiều lãnh vực văn hóa.

III. TRƯƠNG VĨNH KÝ, NGƯỜI MỞ ĐƯỜNG CHO NHIỀU LÃNH VỰC VĂN HÓA

Họ Trương và ngành ngôn ngữ học

Những sách biên soạn, nghiên cứu và những lời chú giải trong các tác phẩm sưu tầm, phiên âm của Trương Vĩnh Ký đã có nhiều đóng góp cho một số ngành khoa học đương thời nhất là ngành ngôn ngữ học và ngành sử học. Số lượng đầu sách về ngôn ngữ học gồm sách giáo khoa, công trình nghiên cứu và từ điển chiếm đa số trong tác phẩm của họ Trương.

Đầu thế kỷ 19, ở Âu châu bắt đầu xuất hiện ngành ngữ pháp đối chiếu (grammaire comparée)[7], với một công trình nghiên cứu ra năm 1816, về việc đối chiếu hệ thống chia động từ của tiếng sanscrit (phạn ngữ theo từ điển Đào Duy Anh) với hệ thống chia động từ của các tiếng Hy lạp, La tinh, Ba tư và Đức, công trình nghiên cứu này được một nhóm người Đức thực hiện mà người đi đầu là Franz Bopp. Đây là bước đầu để đi đến khoa ngôn ngữ học đã phát triển vào đầu thế kỷ 20 với Ferdinand de Saussure.

Có một sự trùng hợp về đường hướng nghiên cứu giữa nhóm nghiên cứu ở Đức, đầu thế kỷ 19, và Trương Vĩnh Ký ở hậu bán thế kỷ 19. Vì cả đôi bên đều tìm một phương pháp đối chiếu để áp dụng cho các thứ tiếng. Chúng ta có thể đặt câu hỏi sau đây: vào thời Trương Vĩnh Ký, ông có phương tiện để đọc các tài liệu về ngành ngữ pháp đối chiếu ở Âu châu không? Câu hỏi này có phần chính đáng, vì chúng ta còn nhớ năm 1863 Trương Vĩnh Ký đã sang Pháp với sứ bộ Phan Thanh Giản, và trong dịp này ông đã tiếp xúc với văn hóa Tây phương, đã gặp những văn hào Pháp như Victor Hugo, Ernest Renan và nhà biên soạn tự điển trứ danh Emile Littré ; riêng E. Renan chẳng những là một nhà văn, một sử gia mà còn là một nhà ngôn ngữ học. Vậy trong những cuộc gặp gỡ, trao đổi, họ Trương có thể biết được ngành ngữ pháp đối chiếu xuất phát từ nước Đức. Hay là công trình nghiên cứu của ông chỉ là một sự trùng hợp ngẫu nhiên với công trình nghiên cứu ở Đức? Có thể nhờ trực giác trí tuệ và do nhu cầu dạy sinh ngữ, họ Trương đã nghĩ ra việc nghiên cứu đối chiếu các chữ viết và tiếng nói chăng? Dù sao những công trình nghiên cứu của ông cho thấy ông đã đi tiên phong trong lãnh vực ngôn ngữ học ở phương Đông. Ông là một nhà bác ngữ học, theo Jean Bouchot, tác giả cuốn *Un savant et un patriote Cochinchinois: Petrus Trương Vĩnh Ký* [8], thì họ Trương nói được 15 thứ tiếng gồm sinh ngữ và tử ngữ Đông Tây và viết được 11 thứ tiếng.

Ngoài ngôn ngữ học họ Trương cũng đã đi tiên phong trong nhiều lãnh vực khác.

1. Trước hết ông là người đầu tiên cho in sách bằng chữ Quốc ngữ với cuốn *Chuyện đời xưa* ra đời năm 1866. Đây là ấn phẩm đầu tiên bằng quốc ngữ gồm 74 truyện, đó là những chuyện cổ tích, hứng thú, tiêu biểu cho tinh thần dân tộc mà tác giả đã ghi chép. Phần nhiều là chuyện gây cười. Đối tượng đả kích là những thói hư tật xấu thông

---

[7] Oswald Ducrot, Jean-Marie Schaeffer. *Nouveau dictionnaire encyclopédique des sciences du langage*. Ed.du Seuil, 1995, tr. 23-27.

[8] Jean Bouchot. *Un savant et un patriote Cochinchinois: Petrus Truong Vinh*. Nxb Nguyễn Văn Của, 1927.

thường bị xã hội lên án. Về cuốn sách này họ Trương viết: Người ta dùng sách này mà học tiếng thì lấy làm có ích. Vì trong ấy cách nói là chính cách nói An Nam ròng.

Cách nói An Nam ròng, điều này cho thấy tác giả muốn đặc biệt ưu đãi văn nói hơn là văn viết, vì chính văn nói mới là ngôn ngữ của dân gian.

Cuốn *Chuyện đời xưa* là một lợi khí để đi đến với người dân bằng chữ Quốc ngữ.

2. Với tờ *Gia Định báo*, họ Trương là người Việt Nam đầu tiên làm chủ nhiệm một tờ báo, và với tập san *Thông loại khoá trình* (*Miscellanées*) họ Trương là người đầu tiên chủ trì một tập san tư nhân để phổ biến văn hoá nước nhà.

3. Họ Trương là người đầu tiên viết sách ngữ pháp Việt Nam bằng tiếng Pháp với cuốn *Abrégé de grammaire annamite* (*Ngữ pháp Việt Nam yếu lược*). Cũng xin nhắc lại họ Trương là người đi tiên phong trong lãnh vực tự điển.

4. Họ Trương là người Việt Nam đầu tiên viết sử Việt Nam bằng tiếng Pháp với cuốn *Cours d'Histoire Annamite à l'usage des écoles de la Basse Cochinchine* (*Giáo trình lịch sử An Nam dành cho học sinh các trường học ở Nam Kỳ*).

5. Họ Trương là người đầu tiên dịch sách chữ Hán ra quốc ngữ với các cuốn *Đại Học, Trung Dung* trong bộ *Tứ Thư, Tam Tự kinh, Minh Tâm Bửu Giám* v.v... Học giả Nguyễn Văn Tố, trong bài tựa cuốn Trương Vĩnh Ký của Lê Thanh đã viết: Về Hán văn, ông (chỉ Trương Vĩnh Ký) có dịch bộ *Tứ Thư* và quyển *Minh Tâm Bảo Giám* ra quốc ngữ, kể cũng có công với Hán học khi gần tàn, và tỏ ra là một nhà nho gồm cả văn học Âu Á mà vẫn giữ được tính cách người Đại Nam[9].

Và Nguyễn Văn Tố đã phê bình cách dịch hai cuốn *Đại Học* và *Trung Dung* của Trương Vĩnh Ký như sau: Ông đã biết giữ cho những tư tưởng ấy cái vẻ linh hoạt và biết theo cả thể văn mà làm cho câu tiếng Việt đi sát với nguyên văn, không suy chuyển đến văn vẻ, vì ông đã hiểu rằng cái điều thú vị trong *Tứ Thư* - không kể đến lý thuyết - chính là những cái đột ngột, bất thường, không theo lệ luật câu văn và cái đặc tính ấy cần phải phản chiếu từng li từng tí trong bản quốc ngữ [10].

Công trình dịch thuật của Trương Vĩnh Ký có giá trị ở chỗ là giữa lúc Hán học suy tàn, ông muốn đem tư tưởng Nho giáo dạy cho người dân bằng một thứ văn tự mới. Đó là một cách bảo tồn cổ học để làm cơ bản cho nền văn học mới.

---

[9] Nguyễn Văn Tố. Tựa cuốn *Trương Vĩnh Ký* của Lê Thanh, Bằng Giang, sđd. tr.71.

[10] Kỷ yếu của Hội Trí Tri (Hà Nội). Nguyên văn chữ Pháp trong Bulletin de la Société d'Enseignement Mutuel du Tonkin, Janvier-Juin 1937, Vũ Ngọc Phan sđd. tr. 23.

6. Họ Trương là người đầu tiên phiên âm *Truyện Kiều* ra quốc ngữ, năm 1875, việc phiên âm, chú giải đòi hỏi nhiều công phu. Ông cũng phiên âm các cuốn *Lục Vân Tiên, Phan Trần*, riêng về cuốn *Lục Vân Tiên* người đầu tiên phiên âm tác phẩm đó là một người Pháp, tên G. Janneau (1843-1872). Dù sao bản *Lục Vân Tiên* của Trương Vĩnh Ký cũng đã góp một phần lớn vào việc ổn định văn bản *Lục Vân Tiên* về sau.

Cũng học giả Nguyễn Văn Tố cho rằng: Những truyện nôm như truyện *Kiều*, truyện *Phan Trần* mà ông (chỉ Trương Vĩnh Ký) dịch ra quốc ngữ đầu tiên, tất cũng có chữ sai, nhưng không nên vịn vào đấy mà phê bình vì chữ Nôm của ta là một thứ chữ không có tự điển, mỗi người viết một cách, khó lòng đọc cho đúng ngay...[11]

Việc lựa chọn các tác phẩm bằng chữ Nôm để phiên âm ra chữ Quốc ngữ đã nói lên lòng ngưỡng mộ của Trương Vĩnh Ký, một người Tây học, đối với văn học cổ nước nhà. Lòng ngưỡng mộ đối với văn chương bác học qua *Truyện Kiều* cũng như đối với văn chương bình dân qua các truyện *Lục Vân Tiên, Phan Trần.*

7. Họ Trương là người đầu tiên viết văn xuôi bằng quốc ngữ với cuốn *Chuyến đi Bắc Kỳ năm Ất Hợi* và đã mở đường cho thể loại du ký. Năm 1875, đô đốc Duperré giao cho Trương Vĩnh Ký một chuyến công du ra Bắc. Tuy là một công tác do chính quyền thuộc địa áp đặt, nhưng đối với một người thông minh, ham hiểu biết và có óc quan sát một cách khoa học, tinh vi như họ Trương, thì đây là một cơ hội để viếng danh lam thắng cảnh của nơi ngàn năm văn vật và để ghi chép những điều tai nghe mắt thấy, để nghiên cứu địa lý, lịch sử, sinh hoạt xã hội, kinh tế của đất Bắc. Lối viết trong Chuyến đi Bắc Kỳ năm Ất Hợi không phải là lối viết của một nhà văn, nhưng cách trình bày rất linh hoạt, hấp dẫn, đã khiến cho tập du ký này thành một tài liệu hữu ích cho ngành khoa học xã hội.

Chúng ta đã thấy họ Trương đi tiên phong trong nhiều lãnh vực. Ông đã mở đường cho những thế hệ sau: người thứ nhì phiên âm, chú giải *Truyện Kiều* là Nguyễn Văn Vĩnh, họ Nguyễn còn dịch tác phẩm này ra tiếng Pháp, người thứ nhì dịch cuốn *Đại Học* là Nguyễn Khắc Hiếu cùng với Nghiêm Thượng Văn và Đặng Đức Tô, năm 1922, và hai người dịch cuốn *Trung Dung* sau họ Trương là Hà Tu Vị và Nguyễn Văn Đang. Sau công trình dịch sách chữ Hán của Trương Vĩnh Ký có Phan Kế Bính dịch những sách như *Tam Quốc diễn nghĩa* (1907), *Đại Nam nhất thống chí* (1916), *Đại Nam liệt truyện chính biên* (1918) v.v... đã nổi tiếng là một dịch giả hay. Sau *Tam Tự Kinh* quốc ngữ diễn ca của Trương Vĩnh Ký có *Tam Tự Kinh* của Nguyễn Chánh Sắt và *Tam Tự Kinh An Nam* của Nguyễn Khắc Hiếu. Cũng sau họ Trương có nhiều bản chú giải về *Kim Vân Kiều* và *Lục Vân Tiên*. Và chúng ta có thể ngờ rằng *Chuyến đi Bắc Kỳ năm Ất*

[11] Bằng Giang, *sđd* tr. 66-67.

Hợi đã ảnh hưởng đến các tập du ký *Mười ngày ở Huế* và *Một tháng ở Nam kỳ* của Phạm Quỳnh, viết vào năm 1918 và 1919.

Trương Vĩnh Ký đã tranh đấu suốt đời cho chữ Quốc ngữ, gần mười năm sau khi ông mất, Đông Kinh Nghĩa Thục, một tổ chức yêu nước được thành lập tại Hà Nội năm 1907, đã cổ võ dân chúng trong việc học chữ Quốc ngữ.

Trương Vĩnh Ký đã dọn đường cho văn hoá Việt Nam ở thế kỷ 20, ông là nhà văn hóa lớn, nhà ngôn ngữ học tiên phong, ông là nhịp cầu cho văn học Hán Nôm xưa cũ chuyển sang văn học quốc ngữ hiện đại. Ông đáng được hậu thế vinh danh, vì trong 35 năm trước tác ông đã vận dụng kiến thức bách khoa của ông để đưa đất nước vào con đường canh tân.

Paris 07-04-2002

Chú thích

(1) Võ Long Tê. *Dẫn nhập nghiên cứu tiếng Việt và chữ Quốc ngữ*. Trung tâm Nguyễn Trường Tộ. Định Hướng Tùng thư, 1997, tr. 49 và 104.

(2) Võ Long Tê. Sđd. tr. 49-50 và 104.

(3) Vũ Ngọc Phan. *Nhà Văn Hiện Đại* Nxb Văn Học tái bản, 1994, Tập I, tr. 26.

(4) Bằng Giang. *Sương mù trên tác phẩm Trương Vĩnh Ký*. Nxb Văn Học, 1994, tr. 11.

(5) Bằng Giang, sđd. Tr. 105-106.

(6) Năm xuất bản của mỗi tác phẩm trích theo cuốn sách của Bằng Giang.

(7) Oswald Ducrot, Jean-Marie Schaeffer. *Nouveau dictionnaire encyclopédique des sciences du langage*. Ed.du Seuil, 1995, tr. 23-27.

(8) Jean Bouchot. *Un savant et un patriote Cochinchinois: Petrus Truong Vinh*. Nxb Nguyễn Văn Của, 1927.

(9) Nguyễn Văn Tố. Tựa cuốn *Trương Vĩnh Ký* của Lê Thanh, Bằng Giang, sđd. tr.71.

(10) *Kỷ yếu của Hội Trí Tri* (Hà Nội). Nguyên văn chữ Pháp trong *Bulletin de la Société d'Enseignement Mutuel du Tonkin,* Janvier-Juin 1937, Vũ Ngọc Phan sđd. tr. 23.

(11) Bằng Giang, *sđd* tr. 66-67. http://giaoxuvnparis.org/bai-viet/208-truong-vinh-ky-nha-van-hoa-tien-phong.html

Nên xem thêm:

- Trần Nhật Vy, *Trương Vĩnh Ký Kỳ 1: Cái chết của Trương Vĩnh Ký,* https://hatgiongtamhon.vn/truong-vinh-ky-ky-1-cai-chet-cua-truong-vinh-ky-88402.html

- Trần Thanh Ái , *Góp phần tìm hiểu Trương Vĩnh Ký,* https://nghiencuulichsu.com/2019/12/25/gop-phan-tim-hieu-truong-vinh-ky/

- Phạm Phú Minh, *Trương Vĩnh Ký - người mở đường văn chương quốc ngữ,* Tạp chí Nghiên Cứu Văn Học số 7 tháng 7/2020 tr. 105

- Winston Phan Đào Nguyên, *Minh oan cho Pétrus Trương Vĩnh Ký về câu "ở với họ mà không theo họ"*, Tạp chí Nghiên Cứu Văn Học số 7 tháng 7/2020 tr. 111

TRUYỆN THẦY LAZARO PHIỀN (1887) CỦA NGUYỄN TRỌNG QUẢN

Nguyễn Văn Trung *[1]

Nhà văn P. JB. Nguyễn Trong Quản

Chúng tôi ghi nhận được một số điểm liên quan đến truyện *Thầy Lazaro Phiền*, xuất bản ở miền Nam năm 1887, như sau:

*[1] Về tác giả, xem trang I-346

1. Về kỹ thuật viết tiểu thuyết theo Tây phương

Chúng tôi đề nghị hiểu tiểu thuyết theo lối Tây phương là một thể văn xuôi kể một câu chuyện tuy là tưởng tượng nhưng vẫn là dựa vào thực tế đời sống hằng ngày, nghĩa là có thể có thực; và người đọc không thể dự đoán trước được mọi diễn biến hay kết thúc của câu chuyện kể (nghĩa là truyện không nhất thiết phải có hậu). Nếu là đoản thiên thì phải viết thế nào để người đọc chú ý ngay đến câu chuyện kể, và nhất là kết cấu câu chuyện làm sao để người đọc phải đợi đến dòng chót mới biết được manh mối câu chuyện.

Chúng tôi coi truyện *Thầy Lazaro Phiền* đã đạt ít nhiều những tiêu chuẩn viết tiểu thuyết đoản thiên theo lối Tây phương:

a) Trong mấy lời nói đầu (tặng bạn đọc cùng lớp, nói với người đọc) tác giả không nói gì liên hệ đến câu chuyện sắp kể, mà chỉ giãi bày tâm sự gồm những mơ ước, dự định làm văn hoá và trình bày quan niệm viết truyện của tác giả nhằm hai mục đích:

- Viết những chuyện đời nay, chuyện bình thường của những con người bình thường và cho những người bình thường đọc, không phải những chuyện về những anh hùng tài đức đời xưa đã được nói đến nhiều trong thơ phú;

- Viết cho người ngoại quốc biết người Việt Nam cũng chẳng thua kém ai về tài trí, và làm cho họ hiểu điều này bằng cách dùng ngay chính lối viết truyện ngắn, tiểu thuyết của Tây phương. Trong hoàn cảnh lúc đó, người ngoại quốc trước hết và chủ yếu là người Pháp, là những người đang cầm quyền cai trị đất nước. Điều này sau đó đã được chứng minh, vì có người Pháp dịch đoản thiên kể trên ra Pháp văn; thậm chí, đến ngày nay, chúng ta vẫn thấy quả thật là tác giả đã sử dụng khéo léo kỹ thuật truyện Tây phương.

b) Trong phần truyện, tác giả không dùng những tựa đề gợi ý như “chương”, “hồi” theo kiểu truyện Tàu, mà chỉ ghi nhận những phần, những đoạn câu chuyện bằng một khoảng cách, khoảng trống, với những ký hiệu I, II, III...

Tóm lại, người đọc không thể dựa vào bất cứ một gợi ý nào của tác giả để dự đoán diễn tiến những sự việc sắp xảy ra. Từ những dòng mở đầu, người đọc bắt buộc phải theo sát người kể, chỉ biết được những gì tác giả vừa kể đến. Đạt được yêu cầu này truyện kể mới có tính cách hấp dẫn, và tạo ra thích thú, ngạc nhiên, nhất là dẫn đến những kết thúc bất ngờ.

c) Câu truyện kể có nhiều tình tiết, nhiều sự kiện được trình bày như thể không có liên hệ gì với nhau, để chỉ đến cuối truyện mới cho thấy mối liên hệ hoặc nguyên nhân. Chẳng hạn sự xuất hiện của người vợ viên quan ba.

d) Hư cấu cái có thể có thực trong đời sống hằng ngày của người dân thường, không phải cái ước lệ, điển hình, lý tưởng. Đôi khi cái có thể thực chính là cái thực nhưng vẫn phải xem là tưởng tượng, là chỉ có thể có thực. Đó là thủ pháp của tiểu thuyết. Ngày nay, người viết tiểu thuyết tuy kể một câu chuyện xảy ra có thực, nhưng anh ta vẫn có thể minh định rằng "đây chỉ là tiểu thuyết, nghĩa là chuyện tưởng tượng. Nếu chẳng may có sự trùng hợp với ai đó thì chỉ là sự thể xảy ra ngoài ý muốn của tác giả". Nhưng có những trường hợp ngược lại, người viết tiểu thuyết hoàn toàn tưởng tượng một chuyện không có thực, có nhiều tình tiết phi lý khó tin, nhưng tác giả của nó vẫn có thể minh định rằng "đây là một truyện có thực, người viết đã dựa vào những tài liệu chắc chắn chính xác của những cơ quan chức năng"... Sở dĩ nói cái thực vì như thế sẽ không phải chuyện tưởng tượng, vì chính cái thực đã quá sức tưởng tượng rồi, đã đủ hấp dẫn người đọc rồi. Do đó, tác giả có thể ghi rõ địa danh, thời gian xảy ra câu chuyện, hoặc dựa vào một biến cố lịch sử vừa xảy ra hãy còn nóng hổi, đang còn gây xúc động lòng người. Truyện *Thầy Lazaro Phiền* đã thể hiện những điều kể trên.

Chúng tôi trích dẫn lại ở đây vài đoạn tư liệu lịch sử đương thời ghi lại vụ tàn sát giáo dân ở Bà Rịa:

"Tỉnh Biên Hoà thì là nhơn số bổn đạo đông, ở rải rác theo mấy chỗ lớn, khi ấy các quan truyền bắt các bổn đạo hết mà cầm tù, nhằm trong tháng Août năm 1861. Quan ra lịnh truyền cho các làng mà có bổn đạo ở thì phải làm sổ bổn đạo hết nam phụ lão ấu cho kỹ càng... Khi lấy sổ rồi, thì mỗi làng nắm lấy sổ ấy mà đi bắt bổn đạo đem nộp cho các tổng làng mình, lên tổng thì bắt đóng trăng lại, cùng thích tự mỗi người hai bên má bốn chữ "Tả đạo Biên Hoà". Có ý hễ mấy người bổn đạo ấy có thoát đi đâu thì biết mà bắt, như có kẻ đã trốn khỏi còn sống sau này thì dấu thích tự ấy còn vậy hai bên má cho đến chết. Thích tự đau đớn như vậy rồi thì làm gông đóng lại mà dẫn đem vào trong bốn cái ngục cầm đó"...

"Ngục chánh thì tại phủ, cách xa dinh quan phủ chừng hai trăm thước tây, tại làng Phước Lễ, ngục ấy thì để cầm đàn ông, số mấy người tù ấy gần ba trăm người, còn ngục khác thì lập tại làng Long Kiên cách xa tù kia bốn năm ngàn thước, ở đó cầm đàn bà và con nít số tới 135 người. Còn ngục thứ ba thì ở tại làng Long Điền (Thành) bên hữu đàng đi Bà Rịa xuống Đất Đỏ ở xa đàng đi nhà thờ Thành bây giờ một ít. Ở đó cầm đờn bà và con nít còn dư lại, nhơn số đặng 125 người, ngục này ở tại làng Phước Thọ, gần ở giữa họ Đất Đỏ...

"...Hồi ấy thì là trúng mùa mưa, là tháng Septembre 1861, tù thì nó bắt nằm dưới đất ướt át trong mùa mưa như vậy, nên có nhiều người mang bịnh mà bỏ mình. Nó không cho đi đâu nơi ra một chút, đi sự cần cũng không cho, phải mượn mấy đứa nhỏ đi đổ xúc xơ. Vậy trong tù thế ấy thì hôi thúi quá, ước chớ chi chết thì là hơn sống mà cực thúi quá...

"... Hồi nhà nước Lang Sa lấy tỉnh Biên Hoà, khi ấy quan dạy phải chất gai chè mà bổ vi bốn cái khám cho tù đạo đừng trốn đặng, và có ý sâu độc là lấy đó làm bổi mà thiêu sống tù đạo khi nguy hiểm.

"Ngày 7 tháng Janvier 1862, có ba chiếc tàu thiếc xuống tới sông chỗ có hai ngả (Cỏ May), một ngả về Bà Rịa, một ngả về Chợ Bến, có ý định đánh cứu người có đạo bị lao tù ở đó.

"Các quan An Nam thấy vội chống cự không xuôi, thì thừa dịp giãn ra vây, dạy chất lửa đốt bốn cái khám, tới đêm ấy thì thấy lửa phát cháy lên theo phía mấy cái khám, thì liền biết là đốt khám, biết mấy người bổn đạo đó đã bị chết thiêu rồi. Quả thật sáng ngày thì chẳng còn thấy chi, thấy đống tro cùng những xác cháy mà thôi, nơi khám cầm tù đàn ông.

"Nhưng vậy chớ cũng có ít người bổn đạo trong đám bị đốt thiêu ấy chạy qua lửa mà ra khỏi cũng là sự lạ, nhờ mấy người ấy thuật lại quân dữ làm thế nào cùng nói tiểu vẽ ra những sự độc ác quân lính giữ ngục, chúng nó mỗi đứa có giáo mà canh giữ ai chạy ra thì nó đâm mà xô vào lửa, nên ít người mà chạy khỏi đặng...

"... Thuở ấy thì có một điều này đáng nhớ là bổn đạo đều than trách về sự độc ác của quan quân dữ tợn bất nhơn, nhưng mà khen ngợi những người ngoại đạo xứ Đất Đỏ khéo lo. Những kẻ ấy không theo phe kẻ bắt đạo, có lòng thương xót giúp đỡ những người bổn đạo bị bắt bớ, giấu đút che đậy, có lúc đem về nhà mình mà giấu người có đạo cho khỏi tay quan quân bắt, nuôi dưỡng cho ăn, giúp tiền bạc, nên dể hiểu Cha Trí ở lại trong họ đặng trong lúc cấm kín bắt bớ như vậy mà quan quân chẳng hay biết. Khi ấy bổn đạo nhơn số thì bớt nhiều lắm, vì hồi chạy lên trú tại Bà Rịa đó thì bị bịnh thiên thời, lớn nhỏ gì chết hết nhiều, bởi đó bổn đạo tan tác đi chỗ này chỗ kia. Còn những đờn bà con nít ở trong ngục mà chạy ra đặng thì phải lửa cháy, phải bịnh hoạn, nhiều người mồ côi chết cha chết mẹ bơ vơ không nơi nương tựa phải lên Saigon, tốp thì vào nhà thương điều trị thuốc thang, tốp thì vào nhà mồ côi bà phước..."[2]

---

[2] *Địa sở họ Bà Rịa Nam Kỳ địa phận* số 462, 463, 464 (13/12/1917, tr. 173. Các tài liệu này kể lại gốc tích mỗi họ trong các sở địa phận Nam Kỳ.

Theo tài liệu ghi chép này thì số người bị thiêu sống trong bốn trại là 444 người. Hiện nay vẫn còn một nhà nguyện nhỏ được dựng để tưởng niệm những người bị chết thiêu và cốt tro được gom chung vào một mồ tập thể có bảng ghi tên những nạn nhân và bia khắc bằng tiếng Latinh, Quốc ngữ như Nguyễn Trọng Quản đã chép lại trong truyện. Nhà nguyện này bây giờ nằm trong khuôn viên nghĩa địa họ đạo Bà Rịa. Chúng tôi có nhờ một người Công giáo lớn tuổi gốc Bà Rịa tìm xem còn gốc tích gì về ngôi mộ của thầy Lazaro Phiền, nhưng không thấy gì, chỉ còn lại cách tìm tra sổ Tử của họ đạo. Tuy nhiên việc tìm xem nhân vật có thật hay không chỉ là vì tò mò, không dính dáng gì đến cuốn truyện vốn chỉ là một tác phẩm hư cấu.

"nhà thờ những kẻ Tử-đạo" trong truyện, nay đã được tôn tạo.

2. Về tư tưởng chủ đề

Theo chỗ chúng tôi nhận định, chủ đề chung của *Truyện Thầy Lazaro Phiền* là tội lỗi và ơn tha thứ. Đây là chủ đề quen thuộc trong văn chương chịu ảnh hưởng Kitô giáo. Do đó có thể nói, *Truyện Thầy Lazaro Phiền* hoàn toàn theo Tây phương cả về kỹ thuật viết lẫn nội dung tư tưởng chủ đề.

3. Giao lưu văn hoá

Ngày nay, nếu ai đã đọc Stéfan Sweig rồi đọc *Truyện Thầy Lazaro Phiền* không thể không nghĩ đến mối quan hệ giữa đoản thiên của Nguyễn Trọng Quản và đoản thiên *Amok hay Người điên Mã Lai* của Stéfan Sweig[3]. Dĩ nhiên câu chuyện kể thì khác nhau, nhưng cốt truyện, cách vào truyện thật giống nhau, vì cả hai đều

---

[3] Bản dịch tiếng Pháp, *Amok ou le fou de Malaisie*, préface de Romain Rolland, Paris, Librairie Stock, 1933. Bản dịch tiếng Việt, *Người cuồng Mã Lai*, của Trần Đình Khải, Thời Mới xuất bản, Saigon, 1964. Bản dịch khác của Phùng Đệ - Lê Thi, *Bệnh điên xứ Malaixia*, in trong tập truyện *Ngõ hẻm dưới ánh trăng*, Nxb. Văn học, Hà Nội, 1982.

mở đầu bằng sự kiện tác giả xuống tàu và gặp một người sẽ là nhân vật chính có một cuộc đời và một tâm sự bi thảm. Có thể giả thiết là có một cuộc "giao lưu văn hoá" đưa đến một phóng tác? Ai đọc của ai rồi phóng tác? Nguyễn Trọng Quản in *Truyện Thầy Lazaro Phiền* năm 1887, kể một câu chuyện xảy ra vào năm 1867. Stéfan Sweig sinh năm 1881, xuất bản truyện *Amok* năm 1922, kể câu chuyện xảy ra năm 1912. Như vậy không thể nghĩ rằng Nguyễn Trọng Quản biết và đọc Stéfan Sweig, nhưng có thể nghĩ rằng Stéfan Sweig đọc Nguyễn Trọng Quản qua bản dịch tiếng Pháp. Là người hay đi du lịch nhiều nơi, kể cả Đông Nam Á thì rất có thể ông đã đọc tập *Recueil* của Chéon[4].

Chúng tôi đã nhờ người tìm trong các hồi ký ức của Stéfan Sweig xem tác giả có nói gì về nguồn cảm hứng của ông khi viết những truyện như *Amok* nhưng chưa tìm ra dấu vết. Nếu như giả thuyết này được chứng nghiệm thì thật thú vị. Hoặc có thể giả thuyết rằng cả Stéfan Sweig và Nguyễn Trọng Quản đều đọc một truyện nào đó của Tây phương, như ông Phạm Văn Phúc, giảng viên khoa Ngữ văn Đại học Sư phạm TP. HCM, đã nêu ra? Giả thuyết này cũng có thể nêu lên để tìm kiếm.

4. Ảnh hưởng

a) Đối với quần chúng: Cho đến nay chúng tôi chưa tìm được tài liệu nào cho biết dư luận người đọc đương thời, hoặc của người đọc vào những năm đầu thế kỷ XX... Tuy nhiên có thể nêu lên giả thuyết đoản thiên của Nguyễn Trọng Quản ít được chú ý và ưa thích vì ba lý do chính dưới đây:

* Lối viết theo Tây phương: Có lẽ còn quá mới, xa lạ đối với cảm nhận của dư luận đã quen thuộc với lối viết truyện Tàu: câu chuyện bao giờ cũng có hậu, người hiền được gặp lành, kẻ ác bị trừng trị; câu văn biền ngẫu đối xứng; truyện có hồi có đoạn, lúc vào đầu luôn có báo hiệu trước những chủ đề muốn nêu.

---

[4] Truyện của Nguyễn Trọng Quản được dịch ra Pháp văn gần hết, được chú giải kỹ lưỡng về từ ngữ trong tập *Recueil de cent textes annamites annotés et traduits et faisant suite au cours d'annamite* do A. Chéon - vice-president chef de Cabinet du Resident Supérieur, chargé des Cours de langue annamite et de caractères chinois - soạn, 2ème édition, Ha noi, F.H. Schneider, Impr. Éditeur, 1905. Avertissement, Hanoi, 15/7/1899. Tuyển tập gồm 93 truyện vô danh, hầu hết đều trích từ văn học dân gian miền Bắc, và 7 truyện sau cùng «được biên soạn ở Saigon và vì thế mang tính chất thuần tuý Nam Kỳ». Ba truyện *Người nhà quê với con ngựa của nó, Tên bán mũ vải với bầy khỉ, Con ong với con tu hú* là của Trương Minh Ký. Hai truyện *Tra án, Nợ không hòng trả* là của Paulus Của. Hai truyện *Hút thuốc phiện có ích gì mà hút, Con chồn với con cọp* là của Trương Vĩnh Ký. Truyện thứ 100 là truyện *Thầy Lazaro Phiền* của Nguyễn Trọng Quản.

Trong *Truyện Thầy Lazaro Phiền*, vợ thầy Phiền hiền lành chung thủy, lại phải chết oan ức, còn vợ viên quan ba - kẻ gây ra tội ác - lại không bị trừng phạt gì cả...

Truyện cũng còn là một thứ văn viết theo lối Tây phương để đọc một mình trên bản viết, phải tập trung tinh thần mới theo dõi sát được diễn tiến câu chuyện; không phải truyện ta viết theo truyện Tàu, lời văn viết nhưng thật ra là để nói, để kể to tiếng cho người khác nghe nên cần có chương hồi, có đoạn giáo đầu để gợi ý nhắc nhở, và lời văn cần đối xứng, nhịp nhàng, biền ngẫu để dễ đọc, dễ nhớ.

* Tâm lý nhân vật: Tâm lý ba nhân vật chính trong truyện có lẽ không phù hợp với tâm lý người miền Nam là bộc trực, có gì nói thẳng ra, "nói phứt cho rồi", không để bụng như người Trung hay người Bắc. Khoa tính tình học (caractériologie) phân biệt tính tình đệ nhất đẳng (primaire) và đệ nhị đẳng (secondaire). Tâm lý "nói phứt cho rồi" bộc lộ rất rõ trong nhiều truyện của Hồ Biểu Chánh. Trái lại, trong *Truyện Thầy Lazaro Phiền*, nhân vật chính không hề mở miệng thắc mắc, chất vấn người vợ mà cứ im lặng, rồi để mặc cho sự nghi ngờ và ghen tuông sai khiến hành động của mình. Bà vợ thầy Phiền cũng vậy, tuyệt đối im lặng, chỉ nói một lời trước khi chết. Thái độ của vợ chồng thầy Phiền tương tự như thái độ của đôi vợ chồng trong truyện *Thiếu phụ Nam Xương*: cái bóng của người vợ in trên vách mà đứa con nói là của bố nó cứ đến tối mới về, đã gây ra sự hiểu lầm và dẫn đến bi kịch vì không có trao đổi, chất vấn, kiểm tra, để giải tỏa ngộ nhận...

* Lý do tôn giáo: Chủ đề truyện là những khái niệm Kitô giáo, còn khá xa lạ đối với người đọc ngoài Kitô giáo. Tác giả đã muốn giới thiệu truyện của mình cho người đọc không phân biệt tôn giáo, nên mới in ở một nhà xuất bản đời, không phải nhà in Tân Định của Công giáo. Tuy nhiên, đối với người không Công giáo, những gì bên Công giáo không những chỉ xa lạ mà còn có thể gây ác cảm nữa, nên khó được đón nhận. Khi vừa đọc nhan đề truyện, tên tác giả, và nếu thử đọc giòng đầu, thì khung cảnh, các nhân vật rồi nội dung, đề tài truyện đều có thể tạo những phản ứng "dội" lại.

* Nhan đề của truyện: Giá tác giả đặt cho truyện của mình một cái tên kiểu *"Cành hoa trắng điểm"*, *"Giọt máu chung tình"*, *"Mối hận thiên thu"*... thì có thể mọi chuyện sẽ khác đi. Đằng này tác giả lại đặt cái tên *"Truyện Thầy Lazaro Phiền"* làm công chúng Việt Nam nghĩ ngay đây là một "truyện Thánh tử đạo" do một tu sĩ Kitô giáo viết ra để "phổ biến nội bộ" trong cộng đồng Kitô giáo, một cộng đồng xưa cũng như nay vẫn là thiểu số so với dân số Việt Nam. Tuy thực ra tên người lại rất hợp với nội dung truyện lấy Kitô giáo làm khung cảnh. Lazarô là tên hai nhân

vật trong *Kinh thánh* (*Tân ước*). Một người là một trong số các thân hữu của Đức Chúa Giêsu chết đi được làm cho sống lại, và một người là kẻ nghèo khó trong ngụ ngôn về người giàu xấu và Lazarô, người nghèo ăn mày ngoài cửa nhà giàu (Luca. 16, 19 tt). Còn tên Phiền cho ta thấy đúng là đời người phiền muộn. Sự đau khổ buồn phiền của thân phận con người ở đời kêu gọi tha thứ và ơn cứu độ.

* Cái tên tác giả: cái tên họ chính "Nguyễn Trọng Quản" thì bình thường thôi, nhưng ba mẫu tự P.JB. đứng trước tên Việt ấy khiến cho độc giả nghĩ ngay: đây là một "dân Tây", nghĩa là một người Việt đang sống trên đất Việt mà lại đã từ bỏ quốc tịch Việt để "vào làng Tây". Một con người như thế bị đánh giá rất thấp về phương diện đạo lý cũng như về mặt tinh thần. Bởi thế truyện của một Nguyễn Trọng Quản thì có thể được tiếp đón như đã đón nhận Hồ Biểu Chánh. Còn P.JB. Nguyễn Trọng Quản thì lại khác.

Cũng cần nói thêm sự kiện này: người Việt nói chung ít phân biệt được người Việt có tên thánh với người Việt quốc tịch Pháp ở miền Nam. Bởi thế một người Kitô hữu Việt Nam thường không dùng tới tên thánh trong sinh hoạt hằng ngày. Trước 30-4-1975 phải đổi từ Pétrus Ký sang Trương Vĩnh Ký, tên nhà văn hoá này mới được tồn tại trên bảng tên trường. Và một bác sĩ tên Trần Văn Louis đã phải đổi thành Trần Lữ Y khi được cử làm Bộ trưởng Y tế.

* Khung cảnh và nhân vật chính: Tác giả vào truyện bằng khung cảnh như sau: "Ai xuống Bà Rịa mà có đi ngang qua đất thánh ở trong cát tại làng Phước Lễ, thì tôi xin bước vô đất thánh ấy, kiếm cái mồ có cây thánh giá bằng ván, sơn nửa đen nửa trắng, gần một bên nhà thờ những kẻ tử đạo mà thăm mồ ấy kẻo tội nghiệp. Vì đã hai năm nay không ai thăm viếng, không ai màng ngó tới. Mồ đó là mồ một thầy đã chịu lương tâm mình cắn rứt đã mười năm, bây giờ mới đặng nằm an nơi ấy." Một khung cảnh như thế làm người đọc nghĩ ngay đến một truyện "thánh tử đạo". Và cảm nghĩ này càng được củng cố khi đọc tiếp cả truyện có 32 trang mà tác giả để 14 trang đầu nói về sự cấm đạo ở Bà Rịa, trước khi Pháp sang.

Nhân vật chính khi xuất hiện trong truyện lại cũng mang dáng dấp một "thầy tu" tên là Lazarô Phiền.

Ngày nay không ai bảo những tác phẩm như *Cung oán ngâm khúc* hay *Quan Âm Thị Kính* không phải là những tác phẩm văn chương, mặc dù nội dung Phật giáo của chúng. Gần đây, trước 30-4-1975, Bộ Giáo dục chế độ cũ đưa vào chương trình môn Văn tác giả Hàn Mạc Tử. Sự kiện này không hề gây phản ứng nào trong giáo giới hay trong công chúng. Không hề có vấn đề "kỳ thị tôn giáo" trong văn chương.

Bởi thế bây giờ có trả lại cho *Truyện Thầy Lazaro Phiền* vị trí một tác phẩm đầu tiên ở miền Nam viết theo lối văn xuôi Tây phương thì cũng là điều tự nhiên, công bằng thôi.

b) Đối với giới nghiên cứu, sáng tác: Trong giới người Pháp, có lẽ truyện của Nguyễn Trọng Quản đã gây được sự chú ý vì viết theo lối văn Tây phương. Vì thế nên Chéon mới trích dịch, chú thích vào những năm cuối thế kỷ XIX. Đến năm 1934, có bản dịch toàn văn "*L'histoire de Lazaro Phiền*. Traduction en francaise de Nguyễn Trọng Đắc. Avant-propos de P. Midan. Saigon, Ed. Asie nouvelle. Imp. de l'Union Nguyễn Văn Của, 1934, 31 pages."

Về phía người Việt, truyện của Nguyễn Trọng Quản đã gợi hứng cho Hồ Biểu Chánh thay đổi hẳn đường hướng sáng tác: tiếp thu kỹ thuật viết theo Tây phương, tuy về tư tưởng chủ đề vẫn dựa trên chủ trương văn hoá truyền thống theo Nho học. Cuốn truyện dài đầu tiên của Hồ Biểu Chánh, *Ai làm được*, viết năm 1912. Nếu tìm hiểu tại sao Hồ Biểu Chánh viết truyện dài bằng văn xuôi, chúng ta có thể căn cứ vào chính lời ông phát biểu mà ghi nhận được mấy ý sau:

Trong tập hồi ký *Đời của tôi về văn nghệ*[5], Hồ Biểu Chánh cho ta biết là vào năm 1909-1910, sau khi viết cuốn đầu tiên loại sáng tác của ông, *U tình lục*, bằng văn vần, theo thể lục bát (in tại nhà in P.H. Schneider năm 1913), ông được đọc *Truyện Thầy Lazaro Phiền* của Nguyễn Trọng Quản, nhà in Joseph Viết 1910, và *Hoàng Tố Oanh hàm oan* của Trần Chánh Chiếu (nhà in Phát Toàn, 1910) và *Phan Yên ngoại sử* của Trương Duy Toản. Đó là ba truyện bằng văn xuôi đầu tiên ở Nam kỳ đã ảnh hưởng nhiều đến việc định hướng sáng tác của ông[6]

Cả ba cuốn truyện trên đều có một điểm chung là kể chuyện trong nước, nghĩa là truyện có thể có thực trong đời sống hằng ngày của người dân mình. Đây chính là một yêu cầu của tiểu thuyết mới thời bấy giờ. Về cấu trúc, hai cuốn của Trần Chánh Chiếu và Trương Duy Toản ít nhiều còn chịu ảnh hưởng của truyện cổ điển Trung Quốc (có hậu, văn nhịp nhàng đối xứng), nhưng truyện của Nguyễn Trọng Quản xuất bản năm 1887 hoàn toàn theo thể loại văn đoản thiên Tây phương, đã đáp ứng một số tiêu chuẩn của lối viết theo Tây phương đương thời.

---

[5] Bản thảo đánh máy này do ông Hồ Văn Kỳ Trân sao lại, gồm ba tập: (1) Về quan trường; (2) Về văn nghệ; (3) Về các phong trào cách mạng ở Nam kỳ 1945. Xem Nguyễn Khuê, *Chân dung Hồ Biểu Chánh*, Lửa Thiêng, Saigon, 1974, tr. 307.

[6] Cuốn của Trương Duy Toản, Hồ Biểu Chánh không ghi năm xuất bản, nhưng chúng tôi đoán là năm Canh Tuất (1910). Cuốn của Gilbert Chiếu, Hồ Biểu Chánh ghi đúng năm, nhà xuất bản, còn cuốn của Nguyễn Trọng Quản ghi năm 1910, nhà in Joseph Viết. Chúng tôi có bản đầu tiên 1887. Vậy có thể bản Hồ Biểu Chánh đọc là bản in lại lần thứ hai, hoặc thứ ba, vào năm 1910 chăng?

Trong nhiều truyện của Hồ Biểu Chánh, người đọc thấy lối ghi rõ địa danh miền Nam, thời điểm xảy ra câu chuyện kể, nhiều khi Hồ Biểu Chánh còn dựa hẳn vào một biến cố lịch sử, như biến cố Lê Văn Khôi được nhắc đến trong *Ngọn cỏ gió đùa*. Phải chăng tính hiện thực - một tính cách nổi trội trong truyện Hồ Biểu Chánh - phần nào bắt nguồn từ ảnh hưởng của *Truyện Thầy Lazaro Phiền*?

5. Văn viết

Đọc *Truyện Thầy Lazaro Phiền*, ta thấy nổi bật lên mấy nét về văn viết:

* Dùng những từ nôm na, thuần Việt, những "tiếng thường mọi người hằng nói" như tác giả đã lưu ý trong lời tựa, tránh dùng từ Hán Việt khi không cần thiết. Ngay trong những trang bìa, tác giả cũng để lộ chủ trương trên: "Truyện... của... làm ra... Sách làm rồi đang in. Bản in nhà hàng Rey et Curiol" (không dùng từ "nhà xuất bản").

* Ít sai chính tả, nghĩa là không viết theo lối phát âm giọng địa phương.

* Câu văn xuôi gọn, chứng tỏ tác giả nắm vững ngữ pháp tiếng Việt, trừ một đôi chỗ chịu ảnh hưởng ngữ pháp tiếng Pháp.

Điều chúng tôi muốn lưu ý là không nên căn cứ vào truyện này, hay bất cứ một truyện nào khác tìm thấy được trong thời kỳ cuối thế kỷ XIX - đầu thế kỷ XX (khoảng 50 năm) coi như tiêu biểu cho lối viết của một giai đoạn. Qua một số tác phẩm tiểu thuyết chúng tôi đọc được của một số tác giả thời kỳ này, và nhất là qua các báo như *Gia định báo*, *Nam kỳ nhựt trình*, *Nông cổ mín đàm*, *Lục tỉnh tân văn*, *Nam kỳ địa phận*, chúng tôi ngạc nhiên khi nhận ra một sự kiện: lối viết trong *Gia định báo*, *Nam kỳ nhựt trình*, *Nam kỳ địa phận* theo một hướng gần những nét chúng tôi liệt kê ở trên. Còn lối viết trong *Nông cổ mín đàm* và *Lục tỉnh tân văn* theo một hướng khác, gồm những nét trái ngược hẳn những nét kể trên. Tại sao những người viết văn viết báo cùng một thời kỳ, cùng một nguồn đào tạo (Nho học, Tây học) lại có hai lối viết khác nhau như vậy? Trong công trình khảo cứu *Hồ sơ Lục châu học*, chương nhận định về báo chí và văn xuôi, chúng tôi có đưa ra một giả thuyết để giải thích: hai lối viết đều là văn xuôi cả, nhưng khác nhau ở chỗ một đàng là văn viết, một đàng là văn nói, nghĩa là ở cách thể hiện khác nhau giữa các từ về mặt ngữ pháp, ngữ điệu, bút pháp, chứ không phải ở chỗ sử dụng các loại từ khác nhau (từ Nôm thuần Việt, từ Hán Việt, từ gốc Hán).

Nguồn:

Trích từ cuốn "Những vấn đề ngữ văn"

(Tuyển tập 40 năm nghiên cứu khoa học của Khoa VH&NN)

http://www.khoavanhoc-ngonngu.edu.vn

Nên xem thêm:

- Huỳnh Ái Tông, *Nguyễn Trọng Quản,* http://huynhaitong.blogspot.com/2014/08/nguyen-trong-quan.html
- Võ Văn Nhơn, *Nguyễn Trọng Quản và Hồ Biểu Chánh,* https://sites.google.com/site/namkyluctinhorg/tac-gia-tac-pham/
- Vũ Thanh, *Truyện Thầy Lazarô Phiền của Nguyễn Trọng Quản nhìn từ tác động của các luồng văn hóa,* Tạp chí Nghiên Cứu Văn Học số 7 tháng 7/2020 tr. 93

TRUYỆN THẦY LAZARÔ PHIỀN CỦA NGUYỄN TRỌNG QUẢN, NHỮNG ĐÓNG GÓP VÀO KỸ THUẬT VĂN HƯ CẤU (FICTION) TRONG VĂN HỌC VIỆT NAM

Hoàng Dũng

Một tác phẩm không thành công vẫn có thể có đóng góp to lớn cho văn học, xét về phương diện kỹ thuật. Chỉ cần nhắc lại trường hợp bài *"Tình già"* của Phan Khôi là đủ: đây không phải là bài thơ hay, ngay cả với quan điểm thẩm mỹ thời đó, nhưng toàn bộ phong trào Thơ Mới phải mang ơn "một lối thơ mới trình chánh giữa làng thơ" này. Ngày nay, đọc *Truyện thầy Lazarô Phiền* (1887)[1] của hơn 100 năm trước, người ta khó có một xúc cảm thẩm mỹ gì đặc biệt;[2] song nếu đặt tác phẩm này trong tiến trình văn học Việt Nam, nghĩa là trong sự đối sánh với những tác phẩm trước và sau nó, nhà nghiên cứu không thể không ghi nhận sự đổi mới kỹ thuật của *Truyện thầy Lazarô Phiền*. Sự đổi mới ấy mạnh mẽ đến nỗi những người sau không phải đều có thể tiếp thu được tất cả. Bài này thử phác qua những đóng góp của tác phẩm trên về kỹ thuật viết văn hư cấu.

[1] *Truyện thầy Lazarô Phiền* thuộc thể loại nào? Nguyễn Văn Trung 1987 và Bùi Đức Tịnh 1998 gọi đó là tiểu thuyết, Cao Xuân Mỹ 1998 cho đó là truyện dài. Những ý kiến ấy liệu thỏa đáng chăng khi cuốn này chỉ hơn 25 trang, theo bản in lại trong Cao Xuân Mỹ 1998, đành rằng gọi là tiểu thuyết hay truyện dài không chỉ căn cứ vào độ dày của tác phẩm.

[2] Chỉ hai mươi năm sau khi *Tố Tâm* xuất bản, mà đã không thể chê câu văn của cuốn tiểu thuyết này rồi, vì "hai mươi năm giá ở vào một nước đã tới một trình độ tiến hóa đầy đủ thì chỉ là một thời gian không đáng kể, nhưng ở vào nước Việt Nam ta sự tiến hóa đang rất mau, rất bồng bột từ khi tiếp xúc văn minh Tây phương, hai mươi năm có thể coi là một thế hệ" (Vũ Ngọc Phan 1960:350). *Truyện thầy Lazarô Phiền* cách *Tố Tâm* đến gần 40 năm, thì càng phải như vậy.

PGS.TS. Hoàng Dũng

** Sinh: 09-04-1957 tại Thừa Thiên Huế.*
** Giảng dạy Ngôn ngữ học, Khoa Ngữ văn, tại Đại học Sư phạm Tp. Hồ Chí Minh.*
** Tác phẩm: Giáo trình ngữ âm học tiếng Việt. - Từ điển thuật ngữ Ngôn ngữ học đối chiếu Anh-Việt, Việt-Anh (cùng với Cao Xuân Hạo).; Giáo trình Dẫn luận Ngôn ngữ học (cùng với Bùi Mạnh Hùng); Từ điển thuật ngữ ngôn ngữ học Anh Việt, Việt Anh (2001-2002).*
** Email: <dunghoang07@gmail.com>*

1.

Chỉ cần đọc vài dòng đầu là có thể thấy ngay: Nguyễn Trọng Quản hoàn toàn thoát ly văn biền ngẫu của văn học cổ điển. Điều đó xuất phát từ chủ trương của tác giả, được tuyên bố một cách hiển ngôn trong lời *"Tựa"*:"Tôi có dụng ý lấy tiếng thường mọi người hằng nói mà làm ra một chuyện hầu cho kẻ sau coi mà bày đặt cùng in ra ít nhiều truyện hay". Như thế, có thể nói Nguyễn Trọng Quản còn có cái hùng tâm xây dựng một nền văn chương lấy cái "tiếng thường mọi người hằng nói" làm ngôn ngữ, mà *Truyện thầy Lazarô Phiền* chỉ là một sự mở đầu hay thể nghiệm.

(Nói cho công bằng, người khởi xướng việc viết văn như lời nói thường không phải là Nguyễn Trọng Quản, mà là thầy của ông: Trương Vĩnh Ký. Tuy nhiên, là một học giả, họ Trương chỉ thực hiện chủ trương này trong văn khảo cứu hay khi ghi chép chuyện đời xưa. Chính Nguyễn Trọng Quản, với *Truyện thầy Lazarô Phiền*, mới là người đầu tiên đưa lời nói thường vào sáng tác văn chương.)

Về mặt này, *Truyện thầy Lazarô Phiền* có một tinh thần tiên phong rất đáng ngạc nhiên so với thời đại ông. Hai mươi sáu năm sau, Hồ Biểu Chánh viết cuốn đầu tay *U tình lục* (1913) còn bằng văn vần. Ngay cả khi đã viết theo kỹ thuật Tây phương rồi, đôi chỗ ông vẫn cho thấy còn quyến luyến câu văn biền ngẫu: "Mấy đám mạ gió thổi dợn sóng vàng vàng; trong hào ấu, trái già cuốn đỏ đỏ." (*"Cha con nghĩa nặng"*, Phụ nữ tân văn số 32, 1929). Ở *Tố Tâm* (1925), cái bệnh biền ngẫu có vẻ nặng hơn: "Nghe những câu "cánh hồng bay bổng", "tin nhạn vắng tanh" của em viết như tiếng quyên kêu, tiếng dế gọi, mà xui ai tới bãi sa trường. Ôi! Biết làm gì, quen làm gì, dan díu làm gì cho tấm lòng thêm khắc khoải.". Nho Phong của Nhất Linh xuất bản một năm sau Tố Tâm, cũng với giọng văn như vậy: "Lúc đi là hàn nho, lúc về biết đâu không ông cống ông nghè chi đài các".

Thế mà *Truyện thầy Lazarô Phiền*, cuốn truyện hiện đại đầu tiên, lại không có lấy một câu văn biền ngẫu.[3]

---

[3] Ở Trung Quốc cuối năm 1916 mới bắt đầu dấy lên phong trào bỏ văn biền ngẫu, sử dụng bạch thoại (bị chê là "ngôn ngữ của bọn phu xe, bọn bán tương") như là một phương cách để hiện đại hóa văn học (xem Nguyễn Hiến Lê 1968:106ss).

2.

Văn chương tự sự truyền thống có một đặc trưng nổi bật: đấy là câu chuyện diễn ra theo một trật tự đã thành quy tắc: Hội ngộ – Lưu lạc – Đoàn viên. *Truyện Kiều, Nhị Độ Mai, Tây Sương, Sơ kính tân trang, Phan Trần, Ngọc Kiều Lê, Lục Vân Tiên*... đều như vậy. Dĩ nhiên, kiểu bố cục này có căn nguyên sâu xa trong triết lý vũ trụ tuần hoàn, trong lối sống của xã hội nông nghiệp xưa. Trong bối cảnh văn học như thế, *Truyện thầy Lazarô Phiền* là một hiện tượng độc sáng: từ bỏ cái bố cục Hội ngộ – Lưu lạc – Đoàn viên, nếu không nói đã hoàn toàn làm trái lại. Toàn bộ câu chuyện xoay quanh mối quan hệ giữa ba người: Thầy Lazarô Phiền, vợ của thầy và người bạn chí cốt, Vêrô Liễu. Kết thúc truyện là cái chết của cả ba nhân vật, người này nối tiếp người kia.

Ở tiểu thuyết chương hồi truyền thống, mỗi phần thường mở đầu và kết thúc bằng những câu có tính hồi chỉ (anaphoric) hay khứ chỉ (cataphoric) (chẳng hạn *Hoàng Lê nhất thống chí* mở đầu và kết thúc hồi thứ 14 như sau: "Lại nói, Tôn Sĩ Nghị sau khi đem quân ra cửa ải, xuyên rừng vượt núi, như giẫm đất bằng [...]", "Chưa biết việc ấy ra sao. Hãy chờ hồi sau phân giải."). *Truyện thầy Lazarô Phiền* không như thế: vào truyện một cách trực tiếp và kết thúc cũng thường gói gọn trong phần đó, chứ không có lời rào đón về câu chuyện sắp kể ở phần tiếp theo. Chẳng hạn, hai câu mở đầu và kết thúc phần III: "Cách một hồi thầy ấy mở mắt ra và nói rằng: "Xin thầy ghé tai lại mà nghe.", và "Tôi thấy thầy ấy gác tay trên trán cùng nhắm mắt lại dường như muốn đọc trong một cuốn sách đang khi ấy rồi sẽ thuật truyện lại, cho nên tôi làm thinh.". Lối viết đó cộng với cách đánh số La Mã (từ I đến X) cho mỗi phần, càng làm tăng ấn tượng về tính chất hiện đại của kỹ thuật *Truyện thầy Lazarô Phiền*.

3.

Một đặc điểm nổi bật khác của văn chương tự sự truyền thống, là kể chuyện theo thời gian một chiều. Đây là quy tắc thép, không có lấy một lệ ngoại, trong văn chương dân gian và cả trong văn chương bác học. Bề ngoài đoạn Kim Trọng trở lại vườn Thúy nửa năm sau khi Kim chia tay Kiều dường như không tuân thủ quy tắc trên: trước đó Nguyễn Du đã dành bao nhiêu bút mực để tả mười mấy năm lưu lạc của Kiều. Tuy nhiên, xét kỹ, ta thấy không thể cho đó là thủ pháp đảo ngược thời gian, mà chỉ là chuyện không còn cách lựa chọn nào khác khi tác giả muốn chuyển mạch từ tuyến nhân vật Kiều sang tuyến nhân vật Kim. Cuốn truyện đầu tiên không chấp nhận lối tự sự theo dòng thời gian một chiều truyền thống là *Truyện thầy Lazarô Phiền*. Mở đầu truyện là hình ảnh ngôi mộ Lazarô Phiền và kết thúc cũng là hình ảnh ngôi mộ Lazarô Phiền, một kiểu kết cấu mãi đến "Chí Phèo" (1941) của Nam Cao mới thấp thoáng gặp lại qua hình ảnh chiếc lò gạch cũ ở phần đầu và cuối truyện.

Việc tác giả ngay từ đầu truyện đã cho biết nhân vật chính sẽ chết, cũng đủ cho thấy trọng tâm của truyện không phải là tình tiết éo le, ly kỳ, mà là cái thế giới nội tâm của nhân vật. Quả vậy, gần như toàn bộ câu chuyện chỉ là hồi ức của Lazarô Phiền, chứ không phải xảy ra một cách trực tiếp. Nói cách khác, tác giả không kể lại một câu chuyện, mà chính xác hơn, muốn miêu tả những đau đớn, giằng xé, ân hận của một người vì ghen tuông, đã trót phạm một tội ác không thể cứu chuộc. Một số đoạn trong *Truyện Kiều* cũng miêu tả tâm lý, chứ không phải kể lại sự kiện. Nhưng đây là cuốn truyện đầu tiên trong văn học Việt Nam mà toàn bộ câu chuyện lấy trạng thái tâm lý làm đối tượng miêu tả. Đây cũng là cuốn truyện đầu tiên lấy sự ân hận làm chủ đề.

4.

Truyện thầy Lazarô Phiền là cuốn truyện đầu tiên viết theo góc nhìn của ngôi thứ nhất. Trong văn học truyền thống, câu chuyện được kể lại theo kiểu gián cách, khách quan, bị đẩy ra xa thành ngôi thứ ba; người trần thuật là một kẻ vô hình, không tham gia gì vào câu chuyện, nhưng biết hết mọi sự và kể lại cho độc giả hay. Đấy là người trần thuật – thượng đế. Ở *Truyện thầy Lazarô Phiền,* người trần thuật là một nhân vật xưng tôi. Tuy nhiên, tôi đây chỉ tham gia một phần vào câu chuyện mà thôi: tôi không phải là nhân vật chính, cũng không phải là người chứng kiến câu chuyện xảy ra, mà chỉ là người được nhân vật chính kể lại cho nghe. Như thế, *Truyện thầy Lazarô Phiền* được viết theo hai tầng trần thuật, với nhân vật tôi chỉ đóng vai người dẫn truyện. Tôi như thế cũng không biết gì hơn độc giả; người trần thuật không còn toàn năng nữa – tôi thực chất cũng chỉ là một độc giả. Cách viết này rõ ràng là hiện đại, đi liền với sự thay đổi tư tưởng thẩm mỹ: đối tượng thẩm mỹ không còn là cái khách quan như truyền thống, mà là cái chủ quan với thế giới nội tâm riêng biệt.

5.

Văn chương truyền thống thường không chú ý lắm đến những chi tiết xác thực về thời điểm và nếu có nhắc đến thì cũng chỉ nói chuyện xảy ra đã xa xưa vào một thời điểm có biên độ rất rộng. Truyện *Song tinh* hoàn toàn không đề cập gì đến thời điểm câu chuyện. *Truyện Kiều* đóng khung câu chuyện vào "năm Gia Tĩnh triều Minh", nhưng Gia Tĩnh là niên hiệu tương ứng với cả một thời gian dằng dặc 44 năm (1522 – 1566). *Nhị độ mai* kể chuyện đời Đường Thái Tông, một khoảng thời gian còn dài hơn nữa: 50 năm (599 – 649). Ở *Lục Vân Tiên* không thể cho là dài hơn hay ngắn hơn, bởi vì quá mơ hồ: tác giả nói Vân Tiên sống vào thời Sở vương, nhưng không nói rõ Sở vương nào, mà nước Sở thì tồn tại từ đời Đông Chu cho đến đời Tần! Ấy là chưa kể một nhân vật ông Quán nhắc đến chuyện Gia Cát thời Tam Quốc, chuyện Hàn Dũ đời Đường, thậm chí cả chuyện *Trần Đoàn* thời Tống, tức là những thời sau nước Sở rất lâu.[4]

---

[4] Xem thêm Trần Nghĩa 1973: 488s.

Tình hình hoàn toàn khác ở *Truyện thầy Lazarô Phiền*. Thầy Phiền sinh năm 1847. Mẹ thầy chết năm 1850, lúc thầy mới ba tuổi và bố thầy hơn 46 tuổi. Năm 1860, thầy nghe Tây đánh chiếm thành Gia Định. Năm 1862, bố thầy mất khi Tây lấy Bà Rịa. Năm 1864, sau một năm rưỡi học chữ quốc ngữ, thầy vào học trường La Tinh. Năm 1866, thầy học trường d'Adran. Năm 1870, thầy đi thi tại Sài Gòn, mấy tháng sau được cử làm thông ngôn và lấy vợ. Thầy nhận được bức thư đề ngày 14 tháng 8 năm Tân Mùi, tố cáo vợ thầy ngoại tình với bạn là Vêrô Liễu. Hơn một tuần lễ sau, thầy sát hại người thầy cho là tình địch. 15 ngày sau đó, thầy đầu độc vợ. Giữa năm 1873, vợ thầy chết, thầy đi tu. Năm 1882, thầy được phong chức. Ngày 7 tháng 1 năm 1884, thầy mất. Năm sau, 1885, tôi, người trần thuật, viếng mộ Lazarô Phiền. Thật như một bản khai sơ yếu lý lịch.

Việc kê khai ngày tháng quá đầy đủ, chi tiết, nhất là thời điểm câu chuyện kết thúc quá gần thời điểm viết và xuất bản (viết năm 1886, xuất bản năm 1887), làm cho người đọc dễ quên đây là chuyện hư cấu, trái lại có cái ảo giác một câu chuyện có thật, nóng hổi nữa. Cái ảo giác này càng tăng khi tác giả hai lần sử dụng chú thích, một là những chi tiết cụ thể về ngôi nhà thờ nơi chôn Lazarô Phiền, và một là của chính nhân vật tôi, nêu lời của mẹ mình về vụ giam cầm giáo dân tại ngục Bà Rịa, để chứng tỏ điều Lazarô Phiền kể là đúng sự thực. Như thế, không thể xem chú thích ở đây là một cái gì bên ngoài truyện, ngược lại phải thấy đó là một cách làm có dụng ý nghệ thuật. Việc sử dụng chú thích trong truyện hư cấu như thế là thủ pháp mãi đến năm 1925 mới gặp trong "Những trò lố hay là Varen và Phan Bội Châu" của Nguyễn Ái Quốc[5].

Có thể nói *Truyện thầy Lazarô Phiền* là cuốn truyện đầu tiên sử dụng kỹ thuật đan cài những chi tiết có vẻ phi hư cấu vào chuyện hư cấu.

* *Mộ các vị tử đạo và mấy câu thơ tại ghi chú cuối quyển truyện.*

[5] Nguyễn Ái Quốc chú thích dưới dạng tái bút ở cuối truyện.

Đánh giá *Truyện thầy Lazarô Phiền*, có người cho là "kỹ thuật thô sơ non kém" (Bùi Đức Tịnh 1998:7). Những gì phân tích trên đây tưởng đủ để chứng tỏ rằng lời chê đó thiếu hẳn một cái nhìn lịch sử.

Truyện thầy Lazarô Phiền là một sự đột phá về kỹ thuật. Tiếc thay, sự đột phá đó nói chung không được những tác giả đi sau kế thừa. Điều ấy có nhiều lý do, trong đó hẳn có áp lực của người đọc. Trong văn chương truyền thống, tác động của người đọc đối với người viết còn tương đối nhẹ nhàng: văn chương là chuyện tinh thần thuần túy, để mình, hay rộng hơn chút nữa là bạn bè, ngâm ngợi khi chén rượu khi cuộc cờ. Việc tiếp xúc với phương Tây đã cho phép du nhập một khí cụ mới: máy in. Chính cái thứ không văn chương lắm này làm cho văn chương phải thay đổi. Người viết in tác phẩm của mình để bán kiếm lời. Và một khi văn chương đi vào thị trường, thì người đọc có cái sức mạnh của người tiêu thụ hàng hóa: nó buộc người viết phải sản xuất cái mà người đọc thích. T*ruyện thầy Lazarô Phiền* là sáng tác đầu tiên theo kiểu phương Tây, mà lại quá mới. Công chúng xưa nay chìm trong bể văn chương truyền thống, chưa hề được chuẩn bị, được làm quen, trách sao được có thái độ thiếu nồng nhiệt. Nhìn theo chiều hướng này, việc các tác giả sau, kể cả những người tự nhận có chịu ảnh hưởng của *Truyện thầy Lazarô Phiền*, như Hồ Biểu Chánh chẳng hạn[6] [6] , chọn một giải pháp trung dung hơn, có yếu tố mới mẻ của châu Âu, mà cũng có yếu tố đã quen thuộc với khẩu vị của độc giả, cũng là điều dễ hiểu.

[6] Trong hồi ký *Đời của tôi,* Hồ Biểu Chánh cho biết sau khi được đọc *Truyện thầy Lazarô Phiền* cùng hai cuốn khác, *Hoàng Tố Oanh hàm oan* của Trần Chánh Chiếu (1910) và *Phan Yên ngoại sử* của Trương Duy Toản (1910), là ba cuốn truyện bằng văn xuôi đầu tiên ở Nam Kỳ kể chuyện trong nước, ông chuyển hướng sáng tác, tiếp thu kỹ thuật phương Tây (dẫn theo Nguyễn Văn Trung 1987:27).

Tài liệu trích dẫn

• Bùi Đức Tịnh, 1998. *Lời giới thiệu*. Trong Cao Xuân Mỹ, 1998, tr. 7-8.

• Cao Xuân Mỹ (biên soạn) 1998. *Truyện dài đầu tiên và tuyển tập các truyện ngắn Nam Bộ cuối thế kỷ XIX – đầu thế kỷ XX*. Nhà xuất bản Văn nghệ thành phố Hồ Chí Minh.

• Nguyễn Hiến Lê, 1968. *Văn học Trung Quốc hiện đại* (1898 – 1960), q. thượng. Nguyễn Hiến Lê: Sài Gòn.

• Nguyễn Văn Trung, 1987. *Những áng văn chương Quốc ngữ đầu tiên – Thầy Phiền, truyện của Nguyễn Trọng Quản,* Tài liệu tham khảo sau đại học và năm cuối bậc đại học (ronéo). Đại học Sư phạm tp. Hồ Chí Minh.

• Trần Nghĩa, 1973. *"Thử bàn về nguồn gốc truyện Lục Vân Tiên"*. Trong Nguyễn Đình Chiểu, tấm gương yêu nước và lao động nghệ thuật, Viện Văn học và Nhà xuất bản Khoa học xã hội, tr. 485-497.

• Vũ Ngọc Phan 1960 [1942]. *Nhà văn hiện đại*, q. 2. Thăng Long: Sài Gòn.

(Bài do tác giả cung cấp)

CHƯƠNG TRÌNH ẤN PHẨM DỌN MỪNG
400 NĂM VĂN HỌC CÔNG GIÁO (1632 - 2032)

Để phục vụ công việc truyền giảng Tin mừng, năm 1632, cha Giêrônimô Majorica, Dòng Tên, đã lập một "nhà in" mộc bản tại Thăng Long, chuyên in các sách Hán Nôm Công giáo. Cho dù cơ sở in ấn này bị tàn phá ngay trong năm ấy, nó vẫn đáng được coi là cột mốc chào đời của văn học Công giáo Việt Nam. Thấm thoát, kỷ niệm 400 năm sự kiện ấy đang đến gần, vào năm 2032, như mùa vọng chào mừng Năm thánh đại toàn xá 2033, kỷ niệm tròn 2000 năm Chúa Cứu Thế chết và sống lại để cứu chuộc nhân loại.

Tủ sách Nước Mặn thực hiện chương trình dọn mừng với những ấn phẩm đặc biệt:

• Những sáng tác thơ, văn, bút ký, chia sẻ mang nội dung Kitô giáo,

- Mở đầu với những tập truyện của: Nguyễn Thị Khánh Liên (Sông chảy về đâu), Chung Thanh Huy (Bão), Phạm Minh Châu (Ánh sao đêm), Vinh Kiu (Maria ngoại truyện)...

- Tiếp nối với những tập truyện Công giáo của Đặng Kim Thoa, Nguyễn Đức Thông, Nguyễn Tầm Thường, Nguyễn Trung Tây, Nguyễn Văn Học, Song Nguyễn,

- Những tuyển tập thơ đạo của Bùi Nghiệp, Cao Danh Viện, Cao Gia An, Cao Huy Hoàng, Lê Đình Bảng, Lê Miên Ca, Lê Quang Hận, Lê Quốc Hán, Mạc Tường, Nguyễn Nam Việt, Sơn Ca Linh, Thế Nhân, Trăng Thập Tự, Trần Phương Nhã, Xuân Ly Băng,...

• Những tác phẩm nghiên cứu và phê bình văn học của: Bùi Công Thuấn, Đoàn Xuân Dũng, Lam Giang và Võ Ngọc Nhã, Nguyễn Vy Khanh, Nguyễn Thị Kim Tuyến,

• Sách giáo khoa văn chương: Lịch sử Văn học Công giáo VN (Nguyễn Vy Khanh chủ biên), Nghệ thuật Viết văn (Phạm Việt Tuyền, Nguyễn Thanh Xuân và Trăng Thập Tự cập nhật), ...

• Những tác phẩm của người xưa: Vãn và tuồng, Sấm truyền ca, Truyện Thầy Lazarô Phiền...

Các thông tin chi tiết sẽ được thông báo cụ thể tại Facebook "Hội những người thích đọc sách Công giáo".

Tủ sách Nước Mặn hân hoan đón chào những tác phẩm đặc sắc của các bạn trẻ Công giáo, đặc biệt là những bạn cần được tiếp sức in sách lần đầu... Bản thảo xin gởi về: thoconggiao@gmail.com

Với lòng biết ơn, Tủ sách Nước Mặn ước mong được sự ủng hộ của những tấm lòng tha thiết với văn học Công giáo. Rất mong quý vị và các bạn đăng ký và cổ võ mua dài hạn các tác phẩm dọn mừng 400 năm Văn học Công giáo Việt Nam.

Đăng ký mua sách, ủng hộ, xin gửi về: Ô. Dương Thành Thiêng
0905.340.307 (có Zalo), <duongthieng@gmail.com>

TÌM ĐỌC CÁC ẤN PHẨM CỦA TỦ SÁCH NƯỚC MẶN

TUYỂN TẬP MỤC ĐỒNG

Tuyển tập văn thơ phát hành ba tháng một kỳ,

Những tác phẩm văn thơ đậm tinh thần Kitô giáo, mới mẻ và đặc sắc từ mọi miền đất nước.

Đón nhận, chọn lọc và giới thiệu tác phẩm của những cây viết mới

Trao đổi kinh nghiệm sáng tác và luyện văn

Và các chuyên mục: **- Nghệ thuật Công giáo – Chân trời và ước vọng - Trái tim người chăn chiên - Trang viết cho tuổi thơ - Tuổi trẻ, Sạn và Ngọc - Chuyện giáo xứ tôi - Truyện thơ nước ngoài - Văn học Công giáo - Ghi dấu thời gian – Lời vàng.**

* **Offset 4 màu** – Mỗi tập 100 trang cả bìa – 28.000đ/tập

* **112.000đ**/ 4 tập

* **Liên lạc về**: *<tuyentapmucdong@gmail.com>*

NHỮNG TUYỂN TẬP NĂM 2022

Mục Đồng 21: Trầm hương dâng Chúa

Mục Đồng 22: Dòng sông chữ Việt

Mục Đồng 23: Tháp chuông và bến nước

Mục Đồng 24: Những ánh sao đời thường

NHỮNG TUYỂN TẬP NĂM 2023

Mục Đồng 25: Chung nhịp tin yêu

Mục Đồng 26: Vòng tay yêu thương

Mục Đồng 27: Tấm bánh cho đời

Mục Đồng 28: Ánh sao dẫn đường

NHỮNG ẤN PHẨM DỌN MỪNG 400 NĂM VĂN HỌC CÔNG GIÁO

(1532-2032)

SÔNG CHẢY VỀ ĐÂU - tập truyện ngắn Nguyễn Thị Khánh Liên

BÃO - tập truyện ngắn Chung Thanh Huy

CUỐN PHÚC ÂM THỨ NĂM và 6 kịch bản khác Trần Duy Nhiên

NIỀM VUI LÀM CON CHÚA - Để đào sâu đức tin Kitô giáo Lm. Trăng Thập Tự

ÁNH SAO ĐÊM - tập truyện ngắn Phạm Minh Châu

MARIA NGOẠI TRUYỆN (Truyện kể về Đức Mẹ Maria) - Truyện dài Vinh Kiu

CÔ GÁI MÙ VỚI LY CÀ PHÊ TRẮNG - tuyển tập thơ Vũ Thủy

LUYỆN VĂN CHO LỚP DỰ TU – Ba tập hướng dẫn cụ thể về luyện văn - Nhiều tác giả

DỰ ÁN "VƯỜN XƯA HOA LẠI NỞ"

ẤN HÀNH 125 SÁCH HÁN NÔM ĐÃ CHUYỂN SANG QUỐC NGỮ

Suốt 20 năm (1995-2005)
Lm. Vinh Sơn Nguyễn Hưng và các cộng sự viên
trong Nhóm Dịch thuật Nghiên cứu Hán Nôm Công giáo
đã phiên chuyển sang chữ Quốc ngữ được
hơn 120 tác phẩm Hán Nôm Công giáo Thế kỷ XVII-XX.
Khi cha Nguyễn Hưng về với Chúa (2010),
di sản này được giao cho Ban Văn hóa Tổng giáo phận Sài Gòn bảo quản.
Nay Ban Văn hóa Tổng giáo phận Sài Gòn
cùng với Tiểu ban Từ vựng Hán Nôm của Ủy ban Giáo lý Đức tin
xem lại và lên kế hoạch ấn hành để lưu trữ và bảo tồn.
Sách sẽ được tiến hành xuất bản thành nhiều đợt,
sẽ được thông báo cụ thể trên các trang truyền thông Công giáo.
Xin mọi người góp tay giúp bảo tồn di sản tiền nhân.

NGƯỜI PHỤ TRÁCH VÀ ĐỊA CHỈ LIÊN LẠC

Quý độc giả quan tâm muốn có sách, có thể đặt trước qua email của:
1/ Đức Ông Phêrô Nguyễn Chí Thiết: *<toan14131@gmail.com>*
2/ Ông Michel Nguyễn Hạnh: *<cavangchamcom@gmail.com>*
Hoặc Zalo: 0908118553
Mong quý độc giả đăng ký trước, ghi rõ họ, tên, địa chỉ nhận sách
và số điện thoại.
- Đăng ký lẻ từng quyển: người mua chịu cước phí bưu điện.
- Đăng ký lẻ từ 5 quyển trở lên: bên phát hành chịu cước phí bưu điện.
- Đăng ký nguyên từng đợt: bên phát hành chịu cước phí bưu điện.

Chúng tôi chân thành tri ân hảo tâm giúp đỡ của mọi người.

Mời xem bài viết tại Quyển II trang 543-545, Quyển III, trang 427-432

và danh sách tác phẩm tại Quyển II các trang 546-554.

THẦN KHÚC
CỦA ĐẠI THI HÀO DANTE ALIGHIERI

NHẬN XÉT CỦA CÁC ĐỨC GIÁO HOÀNG

Đức Giáo hoàng Biển Đức XV

"Thực vậy, tất cả Thần Khúc của ông, xứng đáng mang danh hiệu thần thánh. Ngay cả trong các hư cấu mang tính biểu tượng và trong ký ức về đời sống của con người trên trái đất, Thần Khúc không nhằm mục đích nào khác hơn là để tôn vinh Thiên Chúa là Đấng công chính và quan phòng tất cả". (Tông thư Trên Đỉnh Hào Quang, dịp 600 năm giỗ Dante).

Đức Thánh Giáo hoàng Phaolô VI

"Chắc chắn thi phẩm của Dante Alighieri có giá trị phổ quát: trong bề rộng mênh mông ôm trọn cả thực tại, cả trời và đất, cả vĩnh cửu và thời gian, cả những mầu nhiệm của Thiên Chúa và những sự kiện của con người, cả những giáo lý thánh thiêng và những quy luật thế tục". (Tự sắc Ca Khúc Tuyệt Đỉnh, dịp 700 năm sinh nhật Dante).

Thánh Giáo hoàng Gioan Phaolô II

"Thi sĩ trác tuyệt như Dante Alighieri thì sáng tác ra "Thần Khúc, thi phẩm do trời và đất chung tay nhau tạo thành" (Thư gửi các nghệ sĩ).

Đức nguyên Giáo hoàng Biển Đức XVI

"Chuyến du ngoạn vũ trụ, mà Dante muốn người đọc tham gia trong Thần Khúc, kết thúc trước Ánh sáng vĩnh cửu là chính Thiên Chúa, trước Ánh sáng đồng thời là " Tình yêu xoay mặt trời xoay tinh tú" (Thiên Đàng XXXIII). Ánh sáng và tình yêu là một và giống nhau. Đó là sức mạnh sáng tạo nguyên thủy để xoay chuyển vũ trụ" (Diễn từ với Hội Cor Unum, 2006).

Đức Thánh Cha Phanxicô

"Tôi khuyến khích các nghệ sĩ thể hiện giọng nói, khuôn mặt và trái tim, tạo hình dạng, màu sắc và âm thanh cho Thi Phẩm của Dante, theo con đường của cái đẹp, mà ông đã bước đi một cách thành thạo, và do đó truyền đạt nhiều chân lý sâu sắc hơn và lan tỏa hơn, với ngôn ngữ nghệ thuật, thông điệp về hòa bình, tự do và tình huynh đệ". (Tông Thư Vẻ Huy hoàng của Ánh Sáng Vĩnh Cửu, dịp 700 giỗ Dante)

THẦN KHÚC
CỦA ĐẠI THI HÀO DANTE ALIGHIERI

Trong cảm nghiệm của người Việt

Đức TGM Giuse Ngô Quang Kiệt, *Nguyên Tổng Giám mục Hà Nội*

"Thật kỳ diệu một kiệt tác. Đó là vẻ đẹp tinh khôi nguyên tuyền. Nhìn đâu cũng thấy đẹp. Kỳ diệu nhất là ai cũng thấy mình trong đó. Giáo hội tán dương *Thần khúc* là một lời tuyên xưng đức tin tuyệt hảo. Nước Ý tự hào *Thần khúc* là áng thi ca làm rạng ngời ngôn ngữ tuyệt vời này. Thế giới yêu mến *Thần khúc* đã nói lên tâm tư nguyện vọng của mọi người mọi nơi mọi thời".

Lm. Nhà văn Nguyễn Trung Tây

"Chuyển ngữ không dễ. Nói chi, đây là dịch thơ của tác giả ngoại quốc Dante Alighieri. Tôi đọc *"Thần Khúc"* và tưởng đây là bản nguyên thủy viết trong tiếng Việt"

Lm. Giuse Cao Gia An, S.J

"Tôi gọi đây là chấp bút, vì không thể xem tác phẩm của Đình Chẩn chỉ đơn thuần là một bản dịch. Công việc mà tác giả này đã miệt mài từ những tháng ngày còn là một chủng sinh thần học tại Rôma cho đến khi đã lãnh nhận thiên chức linh mục ở Việt Nam chính là sáng tác lại tác phẩm *Thần Khúc* từ khởi nguồn cảm hứng của Dante".

Nhà PBVH Bùi Công Thuấn, *Hội Nhà Văn Việt Nam*

"Dịch một tác phẩm lớn như *Thần Khúc* của Dante, quả là một thử thách đối với tri thức, tài năng và nghị lực của một dịch giả... Đình Chẩn có tất cả những phẩm chất ấy".

Nhà văn Nguyễn Thị Khánh Liên, *Hội Nhà Văn Việt Nam*

"Tóm lại, "*Thần Khúc* Hoả Ngục" không phải là một tác phẩm dễ đọc. Nó là một tác phẩm "nổ não". Nhưng những tác phẩm "nổ não" thường đáng đọc. Đỉnh núi càng cao leo càng thú vị".

Lệ Hằng, *nhà thơ, nhà nghiên cứu trẻ*

"Đọc bản Việt ngữ *Thần Khúc* của linh mục Đình Chẩn, tôi thấy mình như thâu góm được tất cả tinh hoa của các thể thơ truyền thống của dân tộc mình, đồng thời sự xuất hiện của một số lượng lớn những câu thơ từ các tác phẩm kinh điển khác và ca dao, thành ngữ cũng giúp tôi củng cố vốn kiến thức văn học của mình".

Nhà thơ Xuân Cát, O.P

"Người viết mong có nhiều người say mê đọc *Thần Khúc*. Vì đây là là thi phẩm được coi như "Kinh Thánh" thời Trung Cổ, là bản dịch đầu tiên do người 'nhà mình', người cùng niềm tin viết ra".

Tu sĩ Minh Đức, *độc giả*

"*Thần Khúc* là một hành trình thân mật giữa người hướng đạo và bất kỳ ai khát khao tìm về với Chúa. Bạn đọc sẽ thực sự có được một trải nghiệm vượt sức tưởng tượng trong từng ca khúc".

Anh Jena, độc giả

"Người đọc sẽ cảm nhận được hồn thơ Việt thấm nhuần, hòa lẫn với văn hóa, tín ngưỡng, triết lý và những thứ quen thuộc từ mấy trăm năm trước ở một đất nước xa xôi như hiện rõ trong cấu trúc ngôn từ chắc chắn, không cao siêu xa vời, không màu mè nhưng lại tràn ngập màu sắc của âm điệu như đang nghe những bản vĩ cầm của Lindsey Stirling".

www.ingramcontent.com/pod-product-compliance
Lightning Source LLC
LaVergne TN
LVHW060308051026
849517LV00004B/1033
* 9 7 9 8 3 4 9 6 5 2 0 5 9 *